அன்புடன்
அண்ணாதுரை

நாடு என்பது பூகோளப் படம் அல்ல
அங்கு வாழும் மக்களின்
உணர்ச்சித் தொகுப்பு

நாடு வாழ,
நம்முடைய உழைப்பும்
தேவை என்று உணர்ந்து
[illegible]

அண்ணாதுரை

மாபெரும்
தமிழ்க் கனவு

தமிழ் திசை

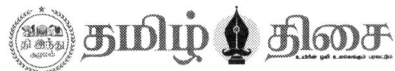

தமிழ் திசை

MAPERUM
TAMIL KANAVU

மாபெரும்
தமிழ்க் கனவு

முதல் பதிப்பு
மார்ச் – 2019

பதினேழாம் பதிப்பு
செப்டம்பர் – 2025

விலை: ₹ 500

KSL MEDIA LIMITED,
CORP. OFFICE:
KASTURI CENTRE,
NO.124,
WALLAJAH ROAD,
CHENNAI - 600 002.

https://www.facebook.com/Tamilthisaipublications
https://twitter.com/Tamilthisaipublications

Printed by Iqbal Khan,
Graphic Park,
No.65 (New No 161),
Jani Jan Khan Road,
Royapettah,
Chennai - 600 014,
for KSL Media Limited.,
Chennai - 600 002.

ISBN NO: 978-81-940154-2-0

ஆசிரியர்
கே.அசோகன்

தொகுப்பாசிரியர்
சமஸ்

துணைத்
தொகுப்பாசிரியர்கள்
கே.கே.மகேஷ்
த.ராஜன்

நூல் தயாரிப்புக் குழு
வ.ரங்காசாரி
தே.ஆசைத்தம்பி
ச.சிவசுப்பிரமணியன்
செல்வ புவியரசன்
ஷங்கர்ராமசுப்ரமணியன்
வெ.சந்திரமோகன்
எஸ்.கோபாலகிருஷ்ணன்

முன் அட்டை வடிவமைப்பு
சந்தோஷ் நாராயணன்

பின், உள் அட்டைகள்,
நூல் வடிவமைப்பு
எஸ்.சண்முகம்

ஓவியங்கள்
மருது
ஜீவா
ஞானப்பிரகாசம் ஸ்தபதி

படங்கள் உதவி
ஞானம்
‘தி இந்து’ ஆவணக் காப்பகம்

பேரறிஞருக்கு மரியாதை

கே. அசோகன்
ஆசிரியர்,
'இந்து தமிழ் திசை'

நம்முடைய பேராளுமைகளின் வரலாற்றையும் விழுமியங்களையும் அடுத்தடுத்த தலைமுறைகளுக்குக் கொண்டுசெல்லும் 'இந்து தமிழ் திசை'யின் மேலும் ஒரு முயற்சிதான் 'மாபெரும் தமிழ்க் கனவு'.

தமிழ்நாடு கண்ட மகத்தான அரசியல் தலைவரான பேரறிஞர் அண்ணா மறைந்து ஐம்பதாண்டுகள் ஆகியிருக்கும் நிலையில், அண்ணா என்கிற ஆளுமை இந்த அரை நூற்றாண்டாக நவீனத் தமிழ்நாட்டின் வரலாற்றில் ஏற்படுத்தியிருக்கும் மாற்றங்களையும் சுதந்திர இந்தியாவில் ஏற்படுத்தி யிருக்கும் தாக்கங்களையும் நினைவுகூர விரும்பினோம். அண்ணாவை அவருடைய முக்கியத்துவத்துடன் இளைய தலைமுறைக்கு அறிமுகப் படுத்தும் ஒரு நல்ல புத்தகம் இன்று நம்மிடம் இல்லை என்கிற வெற்றிடம் இந்தப் புத்தகத்தின் உள்ளடக்கத்தைப் பெரிதாக்கியது. அண்ணாவின் வரலாறு; அண்ணாவின் பேச்சுகள் - எழுத்துகளின் தேர்ந்தெடுக்கப்பட்ட பகுதிகள்; அண்ணாவின் அரசியலின் தனித்துவத்தையும் சர்வதேச அளவில் இன்றைய அதன் பொருத்தப்பாட்டையும் சொல்லும் ஆளுமைகளின் கட்டுரைகள் என்று இப்புத்தகம் விரிந்திருக்கிறது.

உருவாக்க அளவில் சமூக ஆய்வு நிறுவனங்களுக்கு மட்டுமே சாத்தியமுள்ள ஒரு முயற்சி இந்நூல். ஏனென்றால், முறையாகப் பாதுகாக்கப் படாததால் அண்ணாவின் ஆக்கங்களில் மிகுதியானவை இன்று காலத்தின் செல்லரிப்புக்கு ஆளாகிவிட்ட நிலையில், ஒரு நாளிதழின் பதிப்புப் பிரிவின் எல்லைகளுக்கு அப்பாற்பட்ட தேடலையும் ஆய்வையும் இந்நூலின் உருவாக்கம் கோரியது. எங்களால் இயன்றவரை முயன்றிருக்கிறோம்; தவறுகள் இருப்பின் சுட்டிக்காட்டினால், அடுத்தடுத்த பதிப்புகளில் சரி செய்துகொள்வோம்.

தமிழ்ச் சமூகத்தின் உயர்வுக்காகக் காலமெல்லாம் உழைத்த, பல்லாயிரக் கணக்கான பக்கங்களை எழுதிய, லட்சக்கணக்கான பக்கங்களுக்கு நீளக் கூடிய உரைகளை ஆற்றிய பேராளுமையான அண்ணாவுக்கு எங்கள் எளிய மரியாதை இது. அண்ணாவின் சிந்தனைகளின் சிறு துளியையேனும் ஒரு வாசகருக்கு இந்த நூல் மூலம் கடத்த முயன்றால் மகிழ்ச்சி கொள்வோம்.

○

பொருளடக்கம்

எங்கள் அண்ணா: சகாப்தங்களின் குறிப்புகள்

- அண்ணாவின் மறைவு தமிழ்நாட்டுக்கு மாபெரும் நஷ்டம்
  பெரியார் 012
- தமிழன்னை வேண்டிப் பெற்ற மகன் அண்ணா
  மு.கருணாநிதி 014
- அண்ணாவின் குறிக்கோள்களை நிலைநிறுத்த
  நமக்குக் கிட்டியிருக்கிற கருவியே ஆட்சியதிகாரம்
  எம்.ஜி.இராமச்சந்திரன் 018
- என்றென்றைக்கும் நம் நன்றிக்குரியவர் அண்ணா
  ஜெ.ஜெயலலிதா 022

தலைப்புக் கட்டுரை

- மாபெரும் தமிழ்க் கனவு
  சமஸ் 028

அண்ணாவும் இந்தியாவும் சிறப்புக் கட்டுரைகள்

- என் தேசம் இறவாமல் காத்தவர்
  கர்க சட்டர்ஜி 042
- பிராந்திய உணர்வு எனும் துணை தேசியம்
  தமிழ்நாட்டின் முன்னுதாரண வளர்ச்சிக்கு அதுவே காரணம்
  பிரேர்ணா சிங் 046
- சம்ஸ்கிருதப் பேரலையைத் தடுத்து நிறுத்திய சாமானியன்
  டி.ஜே.எஸ்.ஜார்ஜ் 052
- இந்தியாவில் ஆங்கிலம் தொடர இந்தியர்கள்
  அண்ணாவுக்கு நன்றி சொல்ல வேண்டும்
  செல்வ புவியரசன் 055
- அரசமைப்பின் மறுவரையறையாளர்
  ஆழி செந்தில்நாதன் 060
- சிறுபான்மையினரின் பாதுகாவலர்
  கோம்பை எஸ்.அன்வர் 066
- அண்ணாவின் பொருளாதாரமே இந்தியாவுக்கான சிறந்த முன்மாதிரி
  I நாகநாதன் பேட்டி I சமஸ் I 070
- அரசு நிர்வாகத்தில் அண்ணாவும் அவர் வழிவந்தவர்களும்
  உண்டாக்கிய மாற்றங்கள்: எஸ்.நாராயண் 077
- சாமானிய இந்தியனுக்கான அரசியல் முன்னுதாரணம்
  I கொடிக்கால் ஷேக் அப்துல்லா பேட்டி I சமஸ் I 082

அண்ணா வரலாறு

- அண்ணாவின் கதை: இரா.கண்ணன் 090
- அண்ணா 60: கே.கே.மகேஷ் 104

அண்ணாவின் திமுக: சில கதைகள்

- அண்ணாவின் திமுக கதை: கே.கே.மகேஷ் 130
- தமிழரும் தமிழ்நாடும் மறக்க முடியாத தியாகம் 155
- திமுக: பெயர் எப்படி உருவானது? 156
- பயல்கள் பரவாயில்லை என்று பெரியார்
  சொல்லும் நிலை வரத்தான் போகிறது 160

- அறிவகத்தின் கதை: கே.கே.மகேஷ் 162
- 'தம்பி வா! தலைமையேற்க வா!': வெ.சந்திரமோகன் 164
- சாதி, கலவரம், படுகொலை: அண்ணாவின் நிலைப்பாடு: கே.கே.மகேஷ் 165

திராவிட நாடு: எண்ணச் சிதறல்கள்

- இந்திய சுதந்திர நாள் துக்க நாள் அல்ல 170
- திராவிட நாட்டின் கூட்டு ஆட்சிமொழியாகவும்
சர்வதேச மொழியாகவும் ஆங்கிலம் இருக்கும் 180
- மொழிவழி ராஜ்ஜிய அமைப்பும்
திராவிட நாடு திட்டத்தின் ஒரு பகுதியே! 188
- திராவிட நாடு மத்திய அதிகாரத்தின் கீழ் இருக்காது 190
- திராவிட நாட்டைக் கட்டமைக்க தமிழ்நாட்டுக்கு வெளியே
அண்ணா மேற்கொண்ட பயணம்: இரா.வினோத் 196

அண்ணா: சில நினைவலைகள்

- யார் மேலே கோபம் வந்தாலும் என் மேலேதான் காட்டுவார்
ராணி அண்ணா, குடும்பத்தினருடன் ஓர் உரையாடல் 204
- வன்முறையை ஒருபோதும் அண்ணா ஆதரித்ததில்லை
எம்.பக்தவத்சலம் 207
- நாடாளுமன்றத்தில் திராவிடக் கலாச்சாரத்தை
உருவாக்கியவர் அண்ணா: வாழ்பாய் 208
- அண்ணாவுடன் தலைமைச் செயலராகப்
பணிபுரிந்தது என்னுடைய பேறு
சி.ஏ.ராமகிருஷ்ணன் 210
- இரவெல்லாம் கோப்புகளைப் பார்த்த முதல்வர்
பொ.க.சாமிநாதன் 212
- மனிதநேய ஆன்மிகர்
தவத்திரு குன்றக்குடி அடிகளார் 215
- அண்ணா செல்லும் விமானத்தையாவது பார்க்கிறேன்...
அழைத்துச்செல்லுங்கள் என்றார் பெரியார்:
| வீரமணி பேட்டி | செல்வ புவியரசன் | 216
- தாழ்த்தப்பட்ட மக்களுக்குச் சலுகைகள் அல்ல
உரிமைகளே முக்கியம் என்றெண்ணினார் அண்ணா
சத்தியவாணி முத்து 222
- மாற்றத்தில் எல்லோருக்கும்
பங்கிருக்கிறது
| கிருஷ்ணம்மாள் ஜெகநாதன் பேட்டி | சமஸ் | 236
- மக்களிடம் இருங்கள் – அண்ணா எப்போதும் சொல்லும் மந்திரம்
| 'விஜடி.' விஸ்வநாதன் பேட்டி | சமஸ் | 240
- தெளிவான சிந்தனையாளராகவும் முதிர்ச்சியான ராஜதந்திரியாகவும்
வெளிப்பட்டார் அண்ணா
| என்.ராம் பேட்டி | சமஸ் | 248
- அண்ணா – சம்பத்: அரிய உறவு 252

அண்ணாவை எப்படிப் புரிந்துகொள்வது?

- தமிழர்களுடைய குமுறல்களின் வெளிப்பாடு திராவிட இயக்கம்
| கார்த்திகேசு சிவத்தம்பி பேட்டி | ஆர்.விஜயசங்கர் | 254
- திராவிட இலக்கியம் எனும் கலக இலக்கியம்: ராஜ் கௌதமன் 264

மாபெரும் தமிழ்க் கனவு 7

பொருளடக்கம்

- **திராவிட இயக்கம் மேலிருந்த தீண்டாமைக்குத் தமிழிலக்கியவாதிகளுடைய பிராமணியப் பார்வைதான் காரணம்**
  | கி.ராஜநாராயணன் பேட்டி | சமஸ் | 270

அண்ணாவும் தமிழ்நாடும்

- **அண்ணாவை அறிதல்:** தமிழவன் 276
- **தமிழ்ப் பண்பாட்டுக்குப் புத்துயிரளித்தவர்**
  | தொ.பரமசிவன் பேட்டி | என்.சுவாமிநாதன் | 284
- **தமிழால் ஆண்டார்:** கலாப்ரியா 290
- **தமிழ்நாட்டில் அறிவியக்கத்தின் மூலம் ஜனநாயகத்தைப் பரவலாக்கியவர்**
  | ஆ.சிவசுப்பிரமணியன் பேட்டி | சமஸ் | 298
- **மேடைப் பேச்சைக் கலையாக்கியவர்**
  | தங்க.ஜெயராமன் பேட்டி | தே.ஆசைத்தம்பி | 306
- **அண்ணாவுக்குப் பின் மாறிய தமிழகப் பொருளாதாரமும் சமூக நிலையும்**
  ஜெ.ஜெயரஞ்சன் 308
- **திராவிடக் கட்சிகளின் அமைப்பு வலைப்பின்னலை அண்ணா அன்று எப்படி உருவாக்கினார்?:** க.திருநாவுக்கரசு 314
- **தங்கள் நிறுவன பலத்தை எங்கிருந்து பெறுகின்றன திராவிடக் கட்சிகள்?**
  சுபகுணராஜன் 318
- **அண்ணா அளவுக்கு மாணவர்களை அரசியல் களம் நோக்கி இழுத்துவந்த தலைவர் இந்திய வரலாற்றில் இல்லை**
  | எல்.கணேசன் பேட்டி | கே.கே.மகேஷ் | 326
- **நாடகக்காரர் அண்ணா மாற்றியமைத்த மேடைகள்:** மு.இராமசுவாமி 332
- **காட்சி, கற்பனை, அரசியல்: அண்ணாவும் தமிழ்ப் பிரக்ஞையும்**
  ராஜன் குறை 338
- **அண்ணாவுக்கு எப்பவும் ஒரு இடம் இருக்கு**
  | ந.முத்துசாமி பேட்டி | சமஸ் | 344
- **வி.பி.ராமன்: பிராமணரல்லாதோர் இயக்க வரலாற்றின் விதிகளில் கலந்த பிராமணர்:** த.ராஜன் 347
- **அண்ணா மீதான அவதூறுகளும் உண்மையான வரலாறும்**
  செல்வ புவியரசன் 348
- **அண்ணாவுக்கு கோட் சூட் தைத்துக்கொடுத்த தம்பிகள்**
  எஸ்.கிருஷ்ணமூர்த்தி 350

இந்தியாவுக்கு வெளியே அண்ணா

- **அமெரிக்காவில் அண்ணா**
  எம்.எஸ்.உதயமூர்த்தி 352
- **அணு ஆயுதப் போட்டிக்குள் இந்தியா நுழையக் கூடாது என்றார் அண்ணா**
  ச.சிவசுப்பிரமணியன் 363
- **போப்பிடம் அண்ணா வைத்த வேண்டுகோளும் கதறியழுத விடுதலை வீரரும்**
  வ.ரங்காசாரி 364

அண்ணாவின் மக்கள் மன்ற உரைகள்

- **எந்த ஆட்சி வந்தாலும் சரி, தமிழைக் காத்திடுங்கள்** 366
- **கம்ப ராமாயணத்தையும் பெரிய புராணத்தையும் ஏன் கொளுத்த வேண்டும்?** 370
- **காந்திக்கு நாம் செலுத்த வேண்டிய அஞ்சலி** 374
- **புதிய சமுதாயம் என்று பிறக்கும்?** 381

8 தமிழ் திசை

- காந்தி: மாற்றான் தோட்டத்து மல்லிகை 382
- உலக வழிகாட்டி திருவள்ளுவர் 385
- '1967' 386
- உழைப்பாளர்களையும் உடைமையாளர்கள் ஆக்குவதே லட்சியம் 410
- உங்களுக்காக நான் அல்ல மக்களே... உங்களால் நான் 422
- பதில் சொல் இந்தியப் பேரரசே... சேலம் உருக்காலை... முடியுமா, முடியாதா? 426
- கலைத் துறையை வெகுவாக நம்புகிறேன் 436
- உலகின் இணைப்புமொழியாகட்டும் தமிழ் 438

அண்ணாவின் நாடாளுமன்ற உரைகள்

- பெருமிதம் கொள்கிறேன் நான் திராவிடன்... எங்கள் நாட்டுக்கு சுய நிர்ணய உரிமை தேவை 444
- பிராந்தியங்கள் இடையேயான ஏற்றத்தாழ்வு பிளவுக்கே வழிவகுக்கும் 458
- ஆக்கிரமிப்பாளன் நுழைந்துவிட்டான்... ஜனநாயக சக்திகள் ஒன்றுதிரள வேண்டும் 468
- ஒற்றையாட்சியாக்கும் முயற்சிக்கான எதிர்ப்பின் ஈட்டிமுனை நாங்கள் 480
- இறையாண்மை என்பதன் அர்த்தம் அறுதியிடப்பட்டதல்ல 504
- இந்தி ஆதிக்கத்தை என்றும் எதிர்ப்போம் 512
- தமிழ்நாடு என்று என் மாநிலத்தை அழையுங்கள் 530
- நிலச் சீர்திருத்தத்தைப் புரட்சிகரமாக நிறைவேற்றியிருந்தால் வேளாண் உற்பத்தி உச்சங்களை எட்டியிருக்கும் 542
- தமிழர்கள் விவகாரத்தில் இலங்கையின் இறையாண்மை இலங்கையினுடையது மட்டும் அல்ல 554
- தேசிய மொழிகள் அனைத்தையும் ஆட்சிமொழி ஆக்குங்கள் அதுவரை ஆங்கிலமே நீடிக்கட்டும் 562
- இந்தியா தன் சொந்தக் காலில் நிற்பது மிக அவசியம் 586
- உங்களுடைய கலப்புப் பொருளாதாரம், கலப்படப் பொருளாதாரம் 594
- மக்கள் மீது வரி மேல் வரிவிதிப்பதை விட்டு வருவாயைப் பெருக்க வழிதேடுங்கள் 610

அண்ணாவின் சட்டமன்ற உரைகள்

- காந்தி படத்தையும் அரசியல் சட்டத்தையும் பெரியார் எரிப்பதை எப்படிப் புரிந்துகொள்ள வேண்டும்? 620
- தாழ்த்தப்பட்டோர், பழங்குடியினர் குறைபோக்க கட்சி வேறுபாட்டைக் கடந்து ஒன்றுபடுவோம் 630
- சிறுபான்மையினருக்கு உரிய பிரதிநிதித்துவம் தாருங்கள் 633
- அதிகாரப் பரவலாக்கலும் ஜனநாயகம் உயிர் பெறுதலும் கிராமங்களிலிருந்தே தொடங்க வேண்டும் 634
- திராவிட நாடு கோரிக்கையைத்தான் கைவிட்டோம்... காரணங்கள் அப்படியே நீடிக்கின்றன 638

மாபெரும் தமிழ்க் கனவு 9

பொருளடக்கம்

- சேரிப் பகுதிகள், குடிசைப் பகுதிகள் கொடுமைகளுக்கு ஆளாகும் இருப்பிடம் என்ற நிலையை மாற்றுவோம் 656
- தமிழ்நாடு... வாழ்க! 663

அண்ணாவின் கடிதங்கள்

- ஆரியம் இருக்கும் இடம் 668
- கொட்டடி எண்: 9 676
- வெள்ளை மாளிகையில் கறுப்பு மனிதன் 689
- பொங்கல் திருநாளுக்கு ஒப்பான விழா உலகமெங்கிலும் இல்லை 692

அண்ணாவின் பத்திரிகைகள்

- அண்ணாவின் பத்திரிகைகள்
  கே.கே.மகேஷ் 704
- அண்ணாவின் பத்திரிகைகளினூடாக ஒரு பயணம் 706
- பத்திரிகையாசிரியர் அண்ணா: எம்.எஸ்.வேங்கடாசலம் 710
- பத்திரிகையாளர் என்பவர் சேவையாளர் என்றெண்ணினார்
  'நம் நாடு' செங்குட்டுவன் பேட்டி | கே.கே.மகேஷ் | 714

ஒரு தலைவன் இரு தமிழ்க் கவிகள்

- மக்கள் கவி பாரதி 718
- புரட்சிக் கவி பாரதிதாசன் 721

அண்ணா: ஒரு சிறுகதையும் நாடகத்தின் சில பகுதிகளும்

- கதைசொல்லி அண்ணா: கருப்பண்ணசாமி யோசிக்கிறார் 724
- நாடகாசிரியர் அண்ணா: சிவாஜி கண்ட இந்து ராஜ்யம் 732

அண்ணா பேட்டிகள்

- பாகிஸ்தான் கோரிக்கைக்கு முந்தையது திராவிடஸ்தான் கோரிக்கை 740
- அன்று பிரிட்டிஷார் பேசியதை இன்று காங்கிரஸார் பேசுகின்றனர் 744
- தமிழ்ச் சமூகத்தை மீளக் கட்டியெழுப்புவதே என் நோக்கம் 748
- என்னைப் பின்பற்றுகிறவர்களும் நேர்மையாளர்களாக இருக்க வேண்டும் என்று வலியுறுத்திவருகிறேன் 762
- அமெரிக்க - வியட்நாம் அமைதிப் பேச்சு நடத்த தமிழகத்துக்கு வாருங்கள் 769

அண்ணா: பாதுகாக்கப்படாத பொக்கிஷம்

- அண்ணாவுக்கு முதலில் சென்னையில் நினைவில்லம் அமையுங்கள்
  | 'ஞானாலயா' கிருஷ்ணமூர்த்தி பேட்டி | கே.சுரேஷ் | 774
- எண்களில் அண்ணா 777
- அண்ணாவின் வீடுகள் நோக்கி ஒரு பயணம்
  கே.கே.மகேஷ் 778

அண்ணா: சில அரிய தருணங்கள்

10 தமிழ் திசை

எங்கள் அண்ணா: சகாப்தங்களின் குறிப்புகள்

அண்ணாவின் மறைவு தமிழ்நாட்டுக்கு மாபெரும் நஷ்டம்

■ பெரியார்
அண்ணாவின் அரசியல் ஆசான்

அண்ணாவை அறிஞர் அண்ணா என்று சொல்லக் காரணம், அவரது அறிவின் திறம்தான். அவரது ஆட்சிக்காலத்தில் எந்தத் தமிழனின் உரிமையையும் அவர் புறக்கணிக்கவில்லை. அதனாலேயே தமிழர் சமுதாயத்தினருடைய அன்பை இதுவரை யாரும் பெற்றிராத அளவுக்கு அண்ணா பெற்றிருக்கிறார் என்பது மகிழ்ச்சிக்குரிய விஷயமாக இருக்கிறது. நாட்டில் எல்லா கட்சியாருடனும் எல்லா மக்களுடனும் மிக்க அன்புக்கு உரியவராகவும் நேசமாகவும் இருந்துவந்தார்.

அண்ணாவின் மறைவு தமிழ்நாட்டுக்கு மாபெரும் நஷ்டம் என்றே சொல்ல வேண்டும். தமிழ்நாடும் தமிழர் சமுதாயமும் அண்ணா ஆட்சியில் எவ்வளவோ அதிசயமான முன்னேற்றங்கள் அடையக் காத்திருந்தன. அவரும் பகுத்தறிவுக் கொள்கைகளைப் பரப்பி, அதை உருவாக்குவதே தனது கடமை என்றே கருதியிருந்தார். அதற்கேற்ப, அவர் செய்த அரும் பெரும் காரியங்களில் முக்கியமானது, சுயமரியாதைத் திருமணச் செல்லுபடிச் சட்டம் ஆகும். இதில் கடவுளுக்கோ மதத்துக்கோ சாத்திர சம்பிரதாயத்துக்கோ இடமில்லை. மற்றும் பொதுப் பணியிடங்களிலுள்ள கடவுள் படங்களை அப்புறப்படுத்த வேண்டியது என்ற கட்டளை மிக மிகத் துணிச்சலான சீர்திருத்தமாகும்.

யானறிந்தவரையில், சரித்திரம் கண்டவரை அண்ணா முடிவுக்குப் பொதுமக்கள் காட்டிய துக்கத்தில் நான்கில், எட்டில் ஒரு பங்குகூட வேறு எவருக்கும் காட்டியதாக நிகழ்ச்சி கிடையாது. அந்த அளவுக்கு அண்ணா தமிழ் மக்கள் உள்ளத்தில் இடம்பெற்றுவிட்டார்!

அண்ணா மறைவின்போது பெரியார் எழுதிய குறிப்பிலிருந்து ஒரு பகுதி.

தமிழன்னை வேண்டிப் பெற்ற மகன் அண்ணா

மு.கருணாநிதி
முன்னாள் முதல்வர்

மூன்றெழுத்திலே ஒரு சிறப்புண்டு
முத்தமிழ் மணமுண்டு
மூவேந்தர் முக்கொடி முக்கனியென
மும்முர சார்த்தவர் தமிழர் –
அவர் வாழ்ந்த
தமிழ் வாழ்வுக்கு மூன்றெழுத்து –
அந்த வாழ்வுக்கு அடிப்படையாம்
அன்புக்கு மூன்றெழுத்து...
அன்புக்குத் துணை நிற்கும்
அறிவுக்கு மூன்றெழுத்து
அறிவார்ந்தோர் இடையிலெழும்
காதலுக்கு மூன்றெழுத்து
காதலர்கள் போற்றி நின்ற
கடும் வீரமோ மூன்றெழுத்து
வீரம் விளைக்கின்ற
களம் மூன்றெழுத்து
களம் சென்று காணுகின்ற
வெற்றி மூன்றெழுத்து
அந்த வெற்றிக்கு
நமையெலாம் ஊக்குவிக்கும்
அமைதி மிகு அண்ணா மூன்றெழுத்து
அறிந்திடுவீர் எனச் சொன்னேன்

திக்கெட்டும் தமிழ் முழக்கம்
திசையெங்கும் சொன் மாரி
வக்கற்றோர் வகையற்றோர்
வாழ்வதற்குத் திட்டம் கோரி
வண்டாகச் சுற்றுகின்றார் மேடையேறி
எழுதுகின்றார் அண்ணா
ஏடெல்லாம் வீடெல்லாம் தமிழ்
நாடெல்லாம்... புதுமை மணக்குதங்கே...
ஏடா தம்பி! எடுடா பேனா
எத்தனை உணர்ச்சி! எத்தனை எழுச்சி!
கத்தியைத் தீட்டாதே புத்தியைத் தீட்டு
கருத்துப் பேழை – கற்பூரப் பெட்டகம்!
மரக்கிளையிலே பிணம் –
வெந்த புண்ணிலே வேல்!
மறந்திடப் போமோ; மனங்கவர் வாசகம்?
சாலை யோரத்திலே வேலையற்றதுகள் –
வேலையற்றதுகளின் உள்ளத்தில்
விபரீத எண்ணங்கள் –
வேந்தே! அதுதான் காலக்குறி!
அண்ணனுக்கன்றி யாருக்கு வரும்
இந்த அழகு நடை?
அறிவு நடை?
கோடு உயர்ந்தது குன்றம் தாழ்ந்தது
தமிழகம் மறவாத் தலையங்கமன்றோ?
இப்படை தோற்கின்
எப்படை ஜெயிக்கும்?
தம்பியுடையான் படைக்கஞ்சான்...

ஒப்பில்லா வரிகள் உரைத்திடும் பனுவல்
மனோன்மணீயம் எனினும் – நம்
மனதில் பதித்தவர் அண்ணா வன்றோ!

மாற்றான் தோட்டத்து
மல்லிகையும் மணக்கும்
அரசியல் பண்பினைப்
போதிக்கும் அழகே!
மறப்போம் – மன்னிப்போம்
மாற்றார் ஏசல் தாங்கிடும் மாண்பே!
எவர் கற்றுத் தந்தார் இதனை?
சுவர் வைத்துச் சித்திரம் எழுதுதல்போல்
நயமிகு பண்புடன் அரசியல் நடாத்தல்
நன்றென்றார் அண்ணா – அதை மறுத்து
நாலைந்து பேர் குதித்திட்டார் என்றால்
அவர் கண்டு சிரித்திட்டார் அண்ணா –
அனைவரையும்
ஓர் அன்னை பெற்றெடுக்க
வயிறு தாங்காக் காரணத்தால்
தனித்தனித் தாய் ஈன்றெடுத்த தம்பிகளே
என அழைத்து கனிச் சுவையாய்க்
கற்கண்டாய்த் தேன் பாகாய்
அன்பு காட்டி
பனிமலர் வீழ்
தும்பியதாய்த் தழுவிக்கொண்டார்

யாரேனும் பகர்ந்ததுண்டா?
யாரேனும் கேட்டதுண்டா?
பதினெட்டு ஆண்டுக்குள் ஓர் இயக்கம்
பதுங்கிப் பாயும் வேங்கையெனப் –
பாராள வந்த கதை?
ஈராண்டு முடியவில்லை
எம் அண்ணா ஆட்சியேற்று –
சீரார்ந்த செயல் பலவும் செய்தலுற்றார்.

ஈராயிரம் ஆண்டின்
முன்னும் இன்றுபோல்
இளையவளாய் இருந்திட்ட
தமிழாம் அன்னை
நூறாயிரம் கோடி என
ஆண்டு பல வாழ்வதற்கு
நூலாயிரம் செய்திட்ட புலவர்களை
ஈன்றாள் எனினும்;
கலைமகளாம்
நம் அன்னை வள்ளுவனைத்
தலைமகனாய்ப் பெற்றெடுத்தாள்
மலர் என்றால் தாமரை தான்
மன்னன் என்றால் கரிகாலன்
நூல் என்றால் திருக்குறளே
அளித்திட்டான்

இந்திய மாநிலங்கள் சுயமரியாதையோடு வாழவே மாநில சுயாட்சி கேட்கிறோம்!

தேசிய இனங்களுக்கு சுயநிர்ணய உரிமை வேண்டும் என்ற நோக்கமே அண்ணாவின் 'திராவிட நாடு' முழக்கத்தின் ஆதார மையம். இந்திய சுதந்திரத்துக்குப் பின் மத்திய அரசு கொடுத்த நெருக்கடிகளால் அந்த முழக்கம் 'மாநில சுயாட்சி'யாக மாறியது. அண்ணாவால் முன்னெடுக்கப்பட்ட இந்தக் கோரிக்கையை அவர் வழிவந்த கருணாநிதி பின்தொடர்ந்தார். முதல்வராக அவர் பதவியேற்றவுடன் மத்திய – மாநில அரசுகளின் அதிகாரங்களை ஆராய நீதிபதி ராஜமன்னார் தலைமையில் குழு அமைத்தவர், மாநிலங்களுக்கான அதிக அதிகாரம் கேட்டு இந்திரா காந்தி அரசுக்கு அழுத்தம் கொடுத்தார். 'மாநிலங்களுக்குத் தனிக் கொடி வேண்டும்' என்று கேட்டதோடு, தமிழ்நாட்டுக்கு என்று ஒரு கொடி மாதிரியை அவர் டெல்லியில் வெளியிட்டதன் விளைவாகவே சுதந்திர தின விழாவில் தேசியக் கொடியை ஏற்றும் உரிமையை முதல்வர்களுக்கு வழங்கியது மத்திய அரசு. 'மத்தியில் கூட்டாட்சி – மாநிலத்தில் சுயாட்சி' முழக்கத்தை

எனப்போற்றும் அறப்பனுவல்
அளித்திட்டான் –
மாந்தரெல்லாம் களித்திட்டார்!

விண்முட்டும் மலையோரம் – நம்
கண் பட்டும் படாமலும்
எழுகின்ற நச்சுமரம்போல
பண்பட்ட தமிழர் வாழ்வில் –
முதுகில் புண்பட்ட
கொள்கையெல்லாம் மூண்டதந்தோ
சாதிகளைக் காணாது குறள்
ஒலித்த தமிழ் மண்ணில்
பாதியிலே வந்ததம்மா
பலகோடி சாதிகளும்!
அறிவு மணங் கமழுகின்ற
ஆலயங்கள் அற்றுப் போய்
ஆயிரம் தெய்வங்கள்
உறைகின்ற கோவில்கள் கண்டுவிட்டார்.
மொழியுணர்வே இல்லாத
வாயுணர்வின் மாக்கள் – தமிழ்
அழியினும் வாழினும்
என்னென்று இருந்திட்டார்
அறநெறியே குறிக் கோளாய்த்
திகழ்ந்திட்ட பெருநிலத்தில்
பிறநெறிகள் பயிர் செய்தார்
பிழை குவித்தார்
மழையற்றுப் போன
வயல் போல மாறிற்றுத் தமிழர் மனம்;
அழுக்காறு – அவா – வெகுளி –
இன்னாச் சொல் நான்குமின்றி
நடக்காது வேலையென்று நடந்திட்டார்
சில தமிழர்;
பொருளில்லார்க்கு
இவ்வுலகமில்லையென்று
பொருள் குவித்து வளம் செழித்த
நாட்டில் – இன்று
இருள் கவிந்து வாட்டம்
கோடி போட்டதங்கே.
வாடினாள் தமிழன்னை –
சோகப் பாட்டுப்
பாடினாள் தமிழன்னை –
அடு நெருப்பில்
ஆடினாள் தமிழன்னை
ஓடினாள் – ஓடினாள் –
ஒரு வழியும் கிடைக்கவில்லை!

புவியூர் விட்டுப் புகலூரில் வாழுகின்றான்
கவியூரின் பெருவேந்தன் குறளாசான்
ஆண்டு சென்று, அருமை மகனே
வேண்டுகோள்
ஒன்று விடுத்தேன் என்றாள்
என்னம்மா என்றான் குறளோன்
தோண்டுகின்ற
இடமெல்லாம் தங்கம் வரும் தமிழகத்தில்
மீண்டும் நீ பிறந்திட வேண்டுமென்றாள்
தங்கம் எடுக்கவா என்றான்
தமிழர் மனம் வாழ்வெல்லாம்
தங்கமாக ஆக்க என்றாள்
இன்றென்ன ஆயிற் றென்றான்
குன்றனைய மொழிக்கு ஆபத்தென்றாள்

முன்னெடுத்த கருணாநிதியின் அரசு, 1974–ல் தமிழ்நாடு சட்ட மன்றத்தில் நிறைவேற்றிய 'மாநில சுயாட்சித் தீர்மானம்' வரலாற்றுச் சிறப்பு மிக்கது. அப்போது அவர் பேசியது இது: "இப்போது இருக்கிற முறைக்கும், நாம் கேட்கிற மாநில சுயாட்சிக்கும் என்ன ஒரே ஒரு சிறிய வேறுபாடு என்றால், இப்போது அதிகாரங்களைக் கொடுத்தால் திரும்ப எடுத்துக்கொள்கிற உரிமை அவர்களுக்கு உண்டு; மாநில சுயாட்சியிலே அது இல்லை. அதிகாரங்கள் கொடுத்துவிட்டால் மறுபடியும் தொட முடியாது. இந்தியாவின் ஒற்றுமைக்கு ஊறு தேட வேண்டுமென்பது நம்முடைய நோக்கம் அல்ல. இந்தியாவின் ஒற்றுமையையே நாம் பிரதானமாகக் கருதுகிறோம். தமிழ்ச் சமூகத்தைக் காக்க, இந்தியாவிலுள்ள தேசிய இனங்களைக் காக்க, இந்தியாவிலுள்ள மாநிலங்களின் உரிமைகளைக் காக்க, இந்தியாவிலே இருக்கிற மாநிலங்கள் சுயமரியாதையோடு வாழ இந்தத் தீர்மானம் மெத்தவும் பயன்படும். பொருளாதாரத்திலே வளமும் சுயமரியாதைத் தன்மையிலே தன்னிகரற்ற நிலையும், விட்டுக்கொடுத்துப்போகின்ற நேரத்தில், மத்திய சர்க்காருக்கு அடிமைகளாக இருக்க மாட்டோம். உறவுக்குக் கை கொடுப்போம். அதே நேரத்தில் உரிமைக்குக் குரல் கொடுப்போம்!"

சென்றடையக் குடிலில்லை
ஏழைக்கென்றாள்
கடிதோச்சி மெல்ல எறியத் தெரியாமல்
கொன்றெறியும் கோல்
ஓங்கிற்றென்றாள் அறிவில்
கன்றனையோர் வீணில் கதைக்கின்ற
கதையும் சொன்னாள்
அழுதகண்ணைத் துடைத்தவாறு
அமுதமொழி வள்ளுவனும்
அம்மா நான் எங்கே பிறப்பதென்றான்?
தொழுத மகன் உச்சி மோந்து –
ஆல விழுதனைய கைகளாலே
அணைத்துக்கொண்டு
உழுத வயல் நாற்றின்றிக்
காயாது இனிமேலே என மகிழும்
உழவன் போல் உள்ளமெல்லாம்
பூரிப்புத் துள்ளி எழ
காய்ந்த வயிற்றுக்குக் கஞ்சி வார்த்திடவே
கற்கண்டே தேன்பாகே திருக்குறளே
நீ காஞ்சியிலே பிறந்திடுக என்றாள்
பிறந்திட்டான் நம் அண்ணனாக;
அறிவு மன்னனாக

பொதிகை மலைத் தென்றலாய் போதாகி
மலர்கின்ற தமிழ் உணர்வின்
புதுமணமாய்
பதிகத்துப் பொருளாய்ப் பழந்தமிழர்
புறப்பாட்டாய்
வந்துதித்தான் அண்ணன் – கீழ்
வானுதித்த கதிர் போல
புரியாதார்க்கு ஒரு புதிர் போல –
அவன் புகழைப் பாடுதற்கு
அவன் வளர்த்த தம்பி நானும்
அவன் தந்த தமிழ் எடுத்து
இவண் வந்தேன் இதுதான் உண்மை. –
தலைவரென்பார்,
தத்துவ மேதை என்பார்
நடிகரென்பார், நாடக வேந்தரென்பார்
சொல்லாற்றல் சுவைமிக்க எழுத்தாற்றல்
பெற்றார் என்பார்
மனிதரென்பார் மாணிக்கமென்பார்
மாநிலத்து அமைச்சரென்பார்.
அன்னையென்பார்,
அருள் மொழிக் காவல் என்பார்
அரசியல் வாதி என்பார் – அத்தனையும்
தனித்தனியே சொல்வதற்கு
நேரமற்றோர் –
நெஞ்சத்து அன்பாலே
அண்ணா என்ற ஒரு சொல்லால்
அழைக்கட்டும் என்றே – அவர் அன்னை
பெயரும் தந்தார்!

அண்ணா மறைவின்போது
கருணாநிதி எழுதிய கவிதையிலிருந்து ஒரு பகுதி.

அண்ணாவின் குறிக்கோள்களை நிலைநிறுத்த நமக்குக் கிட்டியிருக்கிற கருவியே ஆட்சியதிகாரம்

எம்.ஜி.இராமச்சந்திரன்
முன்னாள் முதல்வர்

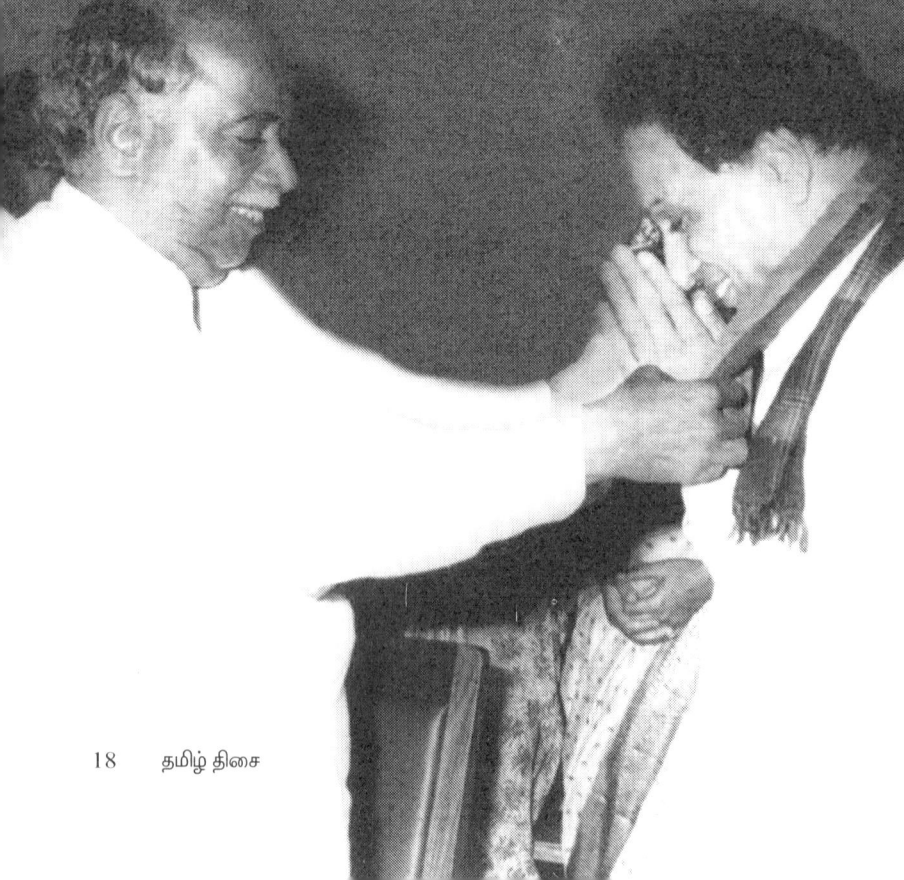

அமரர் அண்ணா வாழ்க்கையில் அவர் நடந்த பாதை, எடுத்த முடிவுகள், அறிவித்த கொள்கைப் பிரகடனங்கள், அருளிய உபதேசங்கள் இவையெல்லாம் இன்று நம் கண்முன் விரிந்து கிடக்கின்றன. அவருடைய வாழ்க்கையே நாம் பின்பற்றத்தக்க செய்தியாக நம் முன் வழிகாட்டி ஒளி வீசி அழைத்துச்செல்கிறது.

அண்ணாவின் லட்சியப் பாதையில் பயணிப்பவன்

என்னைப் பொறுத்தவரை பேரறிஞர் அண்ணா அவர்களை முதன் முதலில் சந்தித்துத் தொடர்புகொள்ளத் தொடங்கியது, நாட்டின் தலைசிறந்த அந்தத் தலைமகனோடு உறவு அரும்பியது, என்னுடைய வாழ்க்கைப் பாதையில் தன்னுடைய தீர்க்கமான பிடிப்பை, முத்திரையை அண்ணா அவர்கள் பதிப்பித்தது, இவையெல்லாம் 1944-ல் நடைபெற்றவை. அந்த ஆண்டில்தான் நடிகமணி டி.வி.நாராயணசாமி. அவர்கள் என்னை அழைத்துச்சென்று அண்ணாவிடம் அறிமுகப்படுத்தினார்.

அந்த வகையில் அண்ணாவின் வயது இன்று 75 என்றால், அவருடைய வாழ்வின் சரிபாதி பகுதிக்கும் மேற்பட்ட ஆண்டுகளில் நான் அண்ணா வுடன் தொடர்புகொண்டவன். அதாவது, அண்ணாவோடு பழகியவன், அன்பு செலுத்தியவன், கவரப்பட்டவன், பின்பற்றியவன், அவருடைய இலட்சியப் பாதையில் பயணித்துவருபவன் என்ற வகையில் எனக்கு அண்ணா என்னும் நிறுவனத்தோடு 40 ஆண்டுகள் தொடர்பு உண்டு. அவரே பலமுறை கூறியதுபோல அண்ணா அவர்களுடைய இதயத்தில் தனியான ஒரு இடம் பெறுகிற அளவு நாளுக்கு நாள் தகுதிகளைப் பெற்றிடுவதே வாழ்வின் குறிக்கோள் என்று கருதியவன் என்பதை இந்நேரத்தில் நினைவுகூர்வது, பெருமிதத்தையும் ஓரளவு கர்வத்தையும் என்னிடம் ஏற்படுத்துகின்றன.

என்னுடைய வாழ்வின் குறிக்கோள்

சரித்திரத்தின் திருப்புமுனைகளை முன்கூட்டியே ஊகித்துச் சொல்வது எல்லோராலும் இயலாத காரியம். தீர்க்கதரிசனம் படைத்தவர்கள் என்று யாரைக் கூறுகிறோம் என்றால், வருங்காலத் தலைமுறைகளுக்கும் பயன் படுகிற நெறிமுறைகளை வாழ்வாலும் வாக்காலும் உணர்த்திவிட்டுச் செல்கிறவர்களைத்தான் அப்படிக் குறிப்பிடுகிறோம். மனித இனத்தின் செயல்களில், நடைமுறைகளில், போக்கில் அத்தகைய பாதிப்பை ஏற்படுத்தியவர்கள் சரித்திரச் சான்றோர் என்று போற்றப்படுகிறார்கள்.

என்னைப் பொறுத்தவரை- இங்கே என்னை என்று தனிப்பட்ட முறையில் நான் அழைத்துக்கொண்டாலும் எனது பாதையை, பொதுவாழ்வுக் கொள்கைகளைப் பின்பற்றுகிற அனைவரையும் உள்ளடக்கிய ஒரு சொல் லாகவே என்னை என்ற சொல்லைப் பயன்படுத்துகிறேன்; அத்தகைய என்னைப் பொறுத்தவரை - என்னுடைய வாழ்க்கையின் குறிக்கோள் என்று ஒன்று இருக்குமானால், அது அண்ணா சுட்டிக்காட்டிய வழியில் நடந்து செல்வது, அண்ணாவின் குறிக்கோள்களுக்குச் செயல்வடிவம் தருவது,

மாநிலங்களுக்கு அதிக அதிகாரம் தரும்படி மாற்றம் வேண்டும்!

எந்தவொரு முதல்வரையும் சங்கடப்படுத்துவதாகவே டெல்லியின் அதீத அதிகாரங்கள் இருக்கின்றன. எம்ஜிஆரும் விதிவிலக்கல்ல. பல்வேறு தருணங்களில் இதைக் குறிப்பிட்டிருக்கும் அவர், சென்னையில் 9.1.1984–ல் நடந்த மத்திய – மாநில அரசுகளின் உறவுகள் குறித்த கருத்தரங்கில் மாநிலங்களுக்கான அதிகாரம் குறித்த அண்ணாவின் குரலை ஓங்கி ஒலித்திட்டார். அந்தப் பேச்சின் சுருக்கம் இங்கே.

"இங்கே ஒவ்வொன்றுக்கும் இரு இலாக்காக்கள் இருக்கின்றன. இங்கே ஒரு கல்வி இலாக்கா, மத்தியில் ஒரு கல்வி இலாக்கா. இங்கே ஒரு போலீஸ், மத்தியில் ஒரு போலீஸ். இதைவிட இன்னொன்று, நாம் கொண்டுபோய் பணத்தைக் கொடுக்கிறோம். பின்பு அவர்களிடம் கை நீட்டி வாங்க வேண்டிய நிலை இருக்கிறது. அதுவும் அங்கு ஒரு திட்டக் குழு, இங்கு ஒரு திட்டக் குழு.

தமிழ்நாட்டுக்கு என்ன தேவை என்பதை இங்குள்ள திட்டக் குழுவிடம் சொல்ல முடியுமா; மத்தியக் குழு தீர்மானிப்பதா? அந்தத் திட்டக் குழு ஏதாவது தீர்மானித்தால்கூட நிதியமைச்சரிடம் போக வேண்டும். 'இவ்வளவுதான் பணம்' என்று அவர்கள் சொன்னால், 'நாம் சரி' என்று வாங்கிக்கொண்டு வர வேண்டும்.

இரட்டை ஆட்சி இப்போது இந்தியாவில் நடக்கிறதென்பதை நான் மனம்விட்டுச் சொல்வேன். ஒரு ஆட்சி ஆதிக்கம் செலுத்த விரும்பும் ஆட்சி; ஒரு ஆட்சி தொண்டு செய்ய விரும்பும் ஆட்சி. மாநிலம், தனக்கு வாக்களித்த மக்களுக்குத் தொண்டு செய்ய விரும்புகிறது. ஆனால், அதற்கு அப்பால் ஒரு ஆட்சி இருந்துகொண்டு, 'நீ இதைச் செய்தால்

நிறைவேற்றப்படாத அண்ணாவின் திட்டங்களை நிறைவேற்றுவது என்பதுதான் என் குறிக்கோளாகும்.

அதிமுக எனும் இந்த அமைப்பில் தங்களை ஒப்படைத்துக்கொண்டுள்ள லட்சோப லட்சம் உடன்பிறப்புகள், அமரர் பேரறிஞர் அண்ணாவின் தூய குறிக்கோள்களுக்கு ஆதரவு தருகிற, தந்துகொண்டிருக்கிற கோடிக் கணக்கான தமிழகத் தாய்மார்கள், பெரியோர்கள், அத்தகைய மக்களின் கட்டளையாலும் தீர்ப்பாலும் நாம் வகித்துவருகிற பொறுப்புகள், இவை அனைத்துமே அண்ணாவின் குறிக்கோள்களை நிலைநிறுத்த நமக்குக் கிட்டியிருக்கிற கருவிகளே தவிர வேறல்ல. இதில் ஏதேனும் துளி ஐயப் பாடு ஏற்படுமானால் அல்லது இந்த எண்ணத்துக்கு எங்கேனும் ஏதேனும், எந்த வடிவத்திலாயினும் சிறு தடை ஏற்படுமானால் அல்லது ஏற்படுத்தப் படுமானால் அந்தத் தடைகளை அகற்றுவதுதான் நமது முதல் கடமை.

போதும்' என்று சொல்கிறது. 'வருமான வரியை நாங்கள் ஏன் எடுத்துக்கொள்கிறோம் என்றால், எல்லா மாநிலங்களும் ஒரே மாதிரியாக இருக்க வேண்டும்; அதற்காகத்தான்!' என்கிறார்கள். அங்கே 10 பேர் பட்டினி கிடந்தால் இங்கு 10 பேர் பட்டினி கிடக்க வேண்டும். இங்கே பட்டினியைப் போக்க நாம் எதுவும் செய்யக் கூடாது, இது என்ன நியாயம்?

இந்த நிலைமையை அவர்கள் மாற்றியாக வேண்டும். ஒரே கட்சி ஆட்சிதான் இந்தியாவில் இருக்க வேண்டுமென்று யார் விரும்பினாலும் சரி, அது இந்த நாட்டுக்கு நல்லதல்ல, அது இந்த நாட்டுக்கு ஒத்து வராது என்பதை நான் கண்டிப்பாகக் கூற விரும்புகிறேன்.

பண்டிதர் நேரு காலத்தில் ஏற்பட்ட மாற்றங்கள்போல, பிரதமர் நிச்சயமாக ஒருமைப்பாட்டைக் காப்பாற்ற மாநிலங்களுக்கு நியாயமான அதிகாரங்களை வழங்க முன்வருவார்கள் என்று நான் மிகவும் நம்பிக்கை வைத்துக்கொண்டிருக்கிறேன். சுயநலமில்லா நம்பிக்கை வெற்றிபெறும். 'வன்முறையின் மூலமாகத்தான் இதைப் பெற முடியும்' என்ற நம்பிக்கையை அறிஞர் அண்ணா நமக்குச் சொல்லித்தரவில்லை. 'அறிவை வைத்துப் பிரச்சாரம் செய்து, மக்களிடம் உண்மையைச் சொல்லி, மக்கள் அதைத் தெரிந்துகொள்ளச் செய்துவிட்டோமானால் அது தானாக வரும்' என்றே சொல்லிக்கொடுத்திருக்கிறார்.

மக்கள் இனி கேட்க வேண்டும், 'இனி தேர்தலுக்கு வருவதாக இருந்தால் இந்த உறுதியை – மாநிலங்களுக்கு அதிக அதிகாரம் – தருவதாக இருந்தால் வா, இல்லையென்றால் போ' என்று அரசியல் கட்சிகளை மக்கள் கேட்கக்கூடிய நிலைக்கு மக்களைத் தயார்செய்ய வேண்டும். எல்லோரும் ஒத்துழைத்தால் மக்களைத் தயார்படுத்த முடியும். முயற்சித்தால் முடியாதது எதுவுமில்லை!"

அண்ணா அமைத்த கழகத்திலிருந்து நான் 1972 அக்டோபரில் தூக்கி எறியப்பட்ட பிறகு, நமது அமைப்பின் பெயரிலும் கொடியிலும் கொள்கை யிலும் செயல்திட்டங்களிலும் அண்ணாவே நீக்கமற நிறைந்திருப்பார் என்பதனை அண்ணாவின் பகைவர்கள்கூட எதிர்பார்த்திருக்க மாட்டார்கள். இந்த அற்புதமான மாற்றத்துக்கு என்ன காரணம்? தனிப்பட்ட என் பலம், சாமர்த்தியம், அரசியல் என்று என்பால் அன்பு கொண்டோர் கூறினாலும், நான் அவர்கள் அனைவருக்கும் வெளிப்படையாகத் தெரிவித்துக்கொள்வது ''என்னை வழிநடத்தும் தெய்வமான அமரர் பேரறிஞர் அண்ணா எனும் சக்தியின் வெற்றியே இதற்குக் காரணம்'' என்பதைத்தான். மகாத்மா காந்தியின் வாழ்க்கையே அவருடைய செய்தி என்பார்கள். அதுபோலவே அண்ணாவின் வாழ்க்கையும் நமக்கான செய்தியாகும்!

அண்ணாவின் 75-வது பிறந்த நாளையொட்டி
எம்ஜிஆர் எழுதிய கட்டுரையின் ஒரு பகுதி.

என்றென்றைக்கும் நம் நன்றிக்குரியவர் அண்ணா

■ ஜெ.ஜெயலலிதா
முன்னாள் முதல்வர்

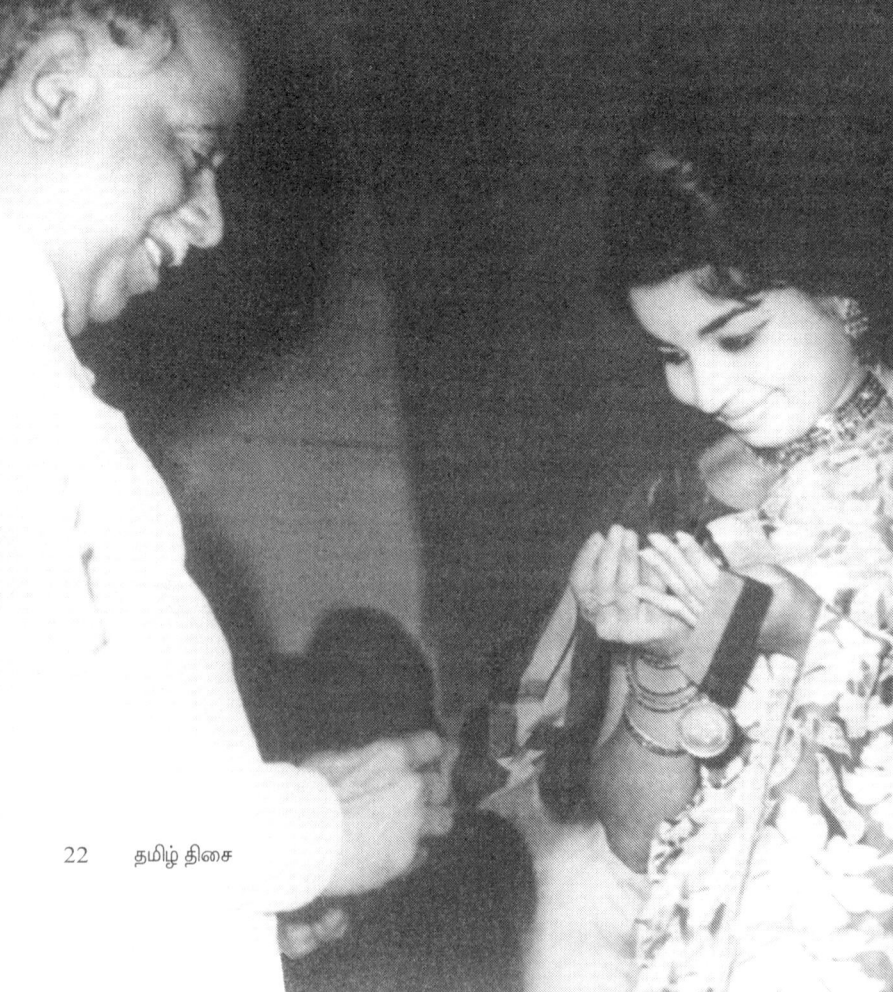

உலக மொழிகளில் மிகவும் தொன்மை வாய்ந்த மொழி நம் தமிழ் மொழி. தமிழ்ச் சமூகம் உலகின் மற்ற மானுடக் குழுக்களுக்கு வழிகாட்டியாகவும் எடுத்துக்காட்டாகவும் வாழுகின்ற வாய்ப்பினைப் பெற்ற சமூகம். இத்தகைய புகழுக்குரிய உயர்ந்த நம் இனத்தில் பெருமைக்குரிய பிறப்பாக வந்து தோன்றியவர்தான் பேரறிஞர் அண்ணா. பல்வேறு சிறப்புகளையும் தனித்தன்மைகளையும் கொண்ட தமிழ்ச் சமூகம், காலப்போக்கில் பல வகைகளிலும் பின்தங்கி அரசியல்ரீதியாக வும், பொருளாதாரரீதியாகவும், சமூக அமைப்புரீதியாகவும் பெரிதும் நலிவுற்ற சமூகமாக மாறிக் கிடப்பதைக் கண்டு மனம் வருந்தினார் நம் பேரறிஞர் அண்ணா.

தமிழர்கள் இழந்த புகழை ஈட்டிட வேண்டும் என்ற உயர்ந்த லட்சியத்துக்காகத் தன் வாழ்வையே அர்ப்பணித்து, அதற்கான பாதை யாகவும் வழிகாட்டியாகவும், தந்தை பெரியாரின் நெறிகளை ஏற்று அதன் வழி நடைபோட்டார் அண்ணா.

சிறந்த பேச்சாளர்கள் பட்டியலின் முன்னணியில் டொமஸ்தெனியைக் கொண்டுவந்து நிறுத்தியது கிரேக்க நாடு. எட்மண்ட் பர்க்கைக் கொண்டு வந்து நிறுத்தியது இங்கிலாந்து. ராபர்ட் கிரீன் இங்கர்சாலைக் கொண்டு வந்து நிறுத்தியது அமெரிக்கா. அந்த வரிசையில் 'இதோ! எங்கள் உலகின் சிறந்த உன்னதப் பேச்சாளர்' என்று திராவிடம் முன்னிறுத்தியது நம் பேரறிஞர் அண்ணாவை. மாற்றுக் கருத்து கொண்டோரையும், "மாற்றான் தோட்டத்து மல்லிகைக்கும் மணமுண்டு" என்று எதிர்ப்போரின் கருத்தையும் ஏற்றுப் பரிசீலிக்கும் பரந்த உள்ளம் கொண்டவராக அண்ணா திகழ்ந்தார்.

விடுதலைபெற்ற இந்தியாவில் மாற்றங்களையும் புரட்சிகளையும் தேர்தல் வழியாக, வன்முறை இன்றிச் செய்து முடிக்க முடியும் என்ற அசைக்க முடியாத ஜனநாயக உணர்வுகளைக் கொண்ட அண்ணா, கொட்டும் மழையில் மாபெரும் மக்கள் இயக்கத்தைத் தொடங்கினார்.

உயர்ந்த சிந்தனைகளும், சமூக சமத்துவத்தின் மீது நம்பிக்கையும் கொண்ட மனிதாபிமானம் மிக்க பல தலைவர்கள், அண்ணாவின் தலைமையை ஏற்று, அவர் கண்ட இயக்கத்தை நாளொரு மேனியும் பொழுதொரு வண்ணமுமாக வளர்த்துவந்தனர். அண்ணாவின் இயக்கம் மிகக் குறுகிய காலத்தில் மக்களின் மனதில் நிரந்தர இடம்பெற்றது. 'இது வரலாற்றில் ஒரு புதுமை!' என்று எல்லோரும் வியக்கும் வகையில் 1967-ல் தமிழகத்தின் ஆட்சிப் பொறுப்பையும் ஏற்றது. தமிழ்நாட்டுக்குச் சில காலம் மட்டுமே முதலமைச்சராகப் பணியாற்றியபோதும், பேரறிஞர் அண்ணா அந்தக் குறுகிய காலத்தில் மக்களுக்குச் செய்திட்ட சாதனைகளை எனக்கு ஏற்ற வழிகாட்டும் நெறிகளாகக் கொள்கிறேன்.

1967-ல் அரியணையில் அமர்ந்த அடுத்த ஆண்டே 1968-ல் உலகத் தமிழ் மாநாட்டை உலகெங்கும் வாழும் தமிழர்கள் மகிழ்வோடு பங்குபெறும்

மாபெரும் தமிழ்க் கனவு

பொருளாதாரச் சுதந்திரமே உண்மையான சுதந்திரம்

ஜெயலலிதா மாநிலங்களவை உறுப்பினராக 1984–ல் தன்னுடைய கன்னிப் பேச்சைத் தொடங்கிய வரிகளே "22 ஆண்டுகளுக்கு முன்பு, தனது வலிமையான கன்னிப் பேச்சால் தேசத்தையே திரும்பிப் பார்க்கவைத்த, எங்களின் மறைந்த தலைவர் அண்ணா பேசிய இந்த அவையில், நான் பேசுவதை மிகப் பெரிய கௌரவமாகக் கருதுகிறேன்" என்பதுதான். "வட மாநிலங்களின் பல மாவட்டங்களில் பல தொழிற்சாலைகள் உருவாக்கப்படவில்லை என்றால், அதற்கு முழுக் காரணம் அந்த மாநிலங்களை ஆளும் அரசுகளின் ஒட்டுமொத்த கையாலாகாத்தனமும் அக்கறையற்ற போக்கும்தான். வட இந்திய மாநில அரசுகளின் ஒட்டுமொத்த கையாலாகாத்தனத்துக்கும் மிக மோசமான நிர்வாகச் சீர்குலைவுக்கும் தமிழ்நாடு ஏன் தண்டம் கட்டி அழ வேண்டும்? உண்மையில், தாங்கள் செய்யாத குற்றத்துக்காக நான்கு தென் மாநிலங்களும் ஏன் தண்டிக்கப்பட வேண்டும்?" என்று அந்நாட்களில் மாநிலங்களின் உரிமைக்காக அவர் முன்னெடுத்த

வண்ணம் நடத்திக் காட்டினார். ஸ்ரீ, ஸ்ரீமான், ஸ்ரீமதி, குமாரி என்னும் வடமொழிச் சொற்களுக்கு முற்றாக விடை கொடுத்து, திரு, திருமதி, செல்வி என்னும் அழகு தமிழ்ச் சொற்களை அரசு மடல்களில், ஆவணங்களில் பயன்படுத்த வேண்டும் என்று ஆணை பிறப்பித்தார். சீர்திருத்தத் திருமணங்களுக்கு சட்ட அங்கீகாரத்தை வழங்கினார். பிள்ளைக்குத் தாய் பெயர் சூட்டும் நிகழ்வுகளை நாளும் நாம் பார்க்கலாம். ஆனால், தாய்க்கு ஒரு பிள்ளை பெயர் சூட்டுகிற பெருமையை பேரறிஞர் அண்ணா பெற்றார். இந்த மாநிலத்திற்கு 'தமிழ்நாடு' என்று பெயர் சூட்டி, சங்கரலிங்கனார் போன்ற தியாகிகளின் கனவுகளுக்கு உயிர் கொடுத்தார்.

மொழி, இலக்கியம், இனம், பண்பாடு ஆகியவற்றின் மறுமலர்ச்சிக்காகத் தன் வாழ்நாளை மிச்சமில்லாமல் அர்ப்பணித்தவர் அண்ணா.

சமுதாயத் துறையிலே சீர்திருத்தம், பொருளாதாரத் துறையிலே மறுமலர்ச்சி என்ற தலையாய நோக்கங்களைத் தன்னகத்தே கொண்டு வாழ்ந்த அண்ணா, மக்களோடு மக்களாக வாழ்ந்தார். "என் கடன் பணி செய்து கிடப்பதே" எனப் பொதுத் தொண்டில் பேரார்வம் கொண்டு உழைத்தார். தனது பிறந்த நாளைக்கூட, "என்னை இச்சமூகம் மேலும் பணியாற்ற இடும் கட்டளை"' என்றே அடக்கத்துடன் அறிவித்தார்.

பெருந்தன்மைகளின் உச்சமாய் வாழ்ந்த அண்ணாவின் அரசியல் குருகுலத்தில்தான் பண்பாடு கற்றுக்கொண்ட நல்ல மாணவராக நம்

அண்ணாவின் குரலைக் கடைசி வரை எதிரொலித்தார் என்று சொல்லலாம். 'நாடு முழுக்க ஒரே வரி' என்ற முழக்கத்தோடு வரவிருந்த 'பொதுச் சரக்கு மற்றும் சேவை வரி'யைக் (GST) கடுமையாக எதிர்த்துவந்த ஜெயலலிதா, 2016 ஆகஸ்ட் 15 அன்று அவர் ஆற்றிய சுதந்திர தின உரையில் முத்தாய்ப்பாகக் கூறினார், "சுதந்திரம் என்பது பேச்சுச் சுதந்திரம், எழுத்துச் சுதந்திரம், கருத்துச் சுதந்திரம், நம்மை நாமே ஆட்சி செய்துகொள்ளும் சுதந்திரம் என்பதோடு நின்று விடுவதல்ல. உண்மையான சுதந்திரம் பொருளாதாரச் சுதந்திரத்தில் இருக்கிறது!" அதற்கும் ஒரு மாதம் முன்பு – 2016 ஜூலை 16 அன்று – டெல்லியில் நடைபெற்ற மாநிலங்களிடை மன்றக் கூட்டத்தில் அவர் வாசிக்க அனுப்பியிருந்த உரையிலும் மாநிலங்களுக்கான அதிக அதிகாரங்களையே வலியுறுத்தியிருந்தார். மருத்துவப் பொது நுழைவுத் தேர்வு (NEET) ஒரு சமூக அநீதி என்று சாடி, 'மாநிலங்களின் பட்டியலுக்குள் கல்வி மீண்டும் கொண்டுவரப்பட வேண்டிய நேரம் இது' என்று குறிப்பிட்டிருந்த அவர், "அரசியல் – பொருளாதாரம் வளர வளர மத்திய–மாநில அரசுகளின் உறவும் அதற்கேற்ப வளர வேண்டும்" என்பதையே வலியுறுத்தியிருந்தார்.

புரட்சித்தலைவர் எம்ஜிஆர் உருவானார். தம் குருவுக்குச் செலுத்தும் நன்றிக் கடனாகவே நம் இயக்கத்தை அண்ணாவின் பெயரிலேயே எம்ஜிஆர் ஆரம்பித்தார். தனது மாட்சிமை மிக்க தலைவரான பெரியாரின் பால் அன்பு கொண்டிருந்த அண்ணா, எப்படி தலைவர் இருக்கையை அவருக்காகவே கடைசி வரையிலும் ஒதுக்கி வைத்திருந்தாரோ, அது போலவே எம்ஜிஆரும் அதிமுகவின் தலைவர் இருக்கையைத் தான் நிரப்பிக்கொள்ளாமல், பொதுச் செயலாளர் பதவியையே ஏற்றுக்கொண்டார். அண்ணா, எம்ஜிஆர் ஆகியோரின் வழியிலேயே பெரியாருக்காக ஒதுக்கி வைக்கப்பட்ட இருக்கையை ஆக்கிரமித்துக்கொள்ளாமல், அவர்கள் வழியிலேயே நானும் அரசியல் பணிகளைச் செய்துவருகிறேன்.

எம்ஜிஆரின் நல்லாசியோடு, நான் நடத்திவரும் ஆட்சியானது, அண்ணா வழியிலான ஆட்சி. அண்ணா நம் இயக்கத்தின் உயிர் மூச்சு; தமிழ்ச் சமூகத்தின் உயர்வுக்கென வாழ்ந்த மாபெரும் தலைவர்; என்றென்றைக்கும் நம் அனைவரது நன்றிக்கும் வணக்கத்துக்கும் உரியவர்!

அண்ணா பிறந்த நாளின்போது வெவ்வேறு தருணங்களில் ஜெயலலிதா வெளியிட்ட அறிக்கைகளிலிருந்து தேர்ந்தெடுக்கப்பட்ட பகுதிகள் இங்கே கொடுக்கப்பட்டிருக்கின்றன.

"

உலகில் வாழும் தமிழர்களெல்லாம் தங்கள் இதயங்களையே அரியாசனமாக்கி அமர்த்தி அழகுபார்க்கும் அறிவு ஆசான். சாமானியர்களின் எழுச்சிக்கு வித்திட்ட சரித்திர நாயகன். தமிழ்நாடும் தமிழ்ச் சமுதாயமும் தழைக்க வழிவகுத்துத் தந்த தளகர்த்தர் எங்கள் அண்ணா!

- மு.கருணாநிதி

"

கடவுள் என்றால் யார்? அறிவைக் கொடுப்பவர் கடவுள். அன்பை வழங்குபவர் கடவுள். அறிஞர் அண்ணா இந்த நாட்டுக்கே அறிவை வழங்குகிறார். மக்களுக்கெல்லாம் அன்பை ஊட்டுகிறார். எனவே, அறிஞர் அண்ணாவைக் கடவுள் என்றால் மிகையாகாது.

- எம்.ஜி.இராமச்சந்திரன்

"

அரசியல் விடிவெள்ளி, சாதி, மத பேதங்களைச் சுட்டெரித்த சூரியன், தாய்மொழி காப்பதில் தன்மானக் காவலர், உரையாடலுக்கு ஓங்கு புகழ் சேர்த்த ஒளிவிளக்கு, பெருந்தன்மையின் உச்சம், சமுதாயத் துறையில் சீர்திருத்தத்துக்காகவும், பொருளாதாரத் துறையில் மறுமலர்ச்சிக்காகவும் நம்முடைய மொழி, இனம், பண்பாடு காக்கவும் தன் வாழ்நாளையே அர்ப்பணித்த நம் வழிகாட்டி அண்ணா.

- ஜெ.ஜெயலலிதா

மாபெரும் தமிழ்க் கனவு

தலைப்புக் கட்டுரை

மாபெரும் தமிழ்க் கனவு

சமஸ்
நடுப்பக்க ஆசிரியர்
இந்து தமிழ் திசை
இந்நூலின் தொகுப்பாசிரியர்

இன்றும் திராவிட நாகரிகத்தின் குறைந்தது ஆயிரமாண்டு எச்சங்களை நகரக் கட்டுமானத்தில் மிச்சம் வைத்திருக்கிற மன்னார்குடியின் ராஜகோபாலசுவாமி கோயில் தேரடித் திடலில் பிரம்மாண்டமான கூட்டம் கூடியிருக்கிறது. சுற்றுக் கிராமங்களிலிருந்து நகரை நோக்கி வரும் சாலைகள் அத்தனையும் மனிதத் தலைகளால் நிரம்பியிருக்கின்றன. கால்நடையாகத்தான் வருகிறார்கள் பெரும்பான்மையோர்; குழந்தைகளைத் தோளில் உட்காரவைத்தபடி நடந்து வருபவர்கள் அதிகம். மேடையில் உள்ளூர்ப் பேச்சாளரின் பேச்சின் இடையே குறுக்கிட்டு, மைக்கைப் பிடிக்கும் திமுக மாவட்டச் செயலாளர் மன்னை நாராயணசாமி சொல்கிறார், "நம் இதயங்களையெல்லாம் கொள்ளைகொண்ட பேரறிஞர் அண்ணா அவர்கள் தஞ்சாவூரிலிருந்து புறப்பட்டுவிட்டார். இன்னும் ஒரு மணி நேரத்தில் இங்கு வந்துவிடுவார்." கூட்டம் பேரோசை எழுப்புகிறது.

அன்று பகல் ஒரு மணிக்கு அண்ணா பேசுவார் என்று முன்வரிசையில் இடம்பிடிக்க, காலை பத்து மணிக்கெல்லாம் வர ஆரம்பித்த கூட்டம் அது. மணி இப்போது மாலை ஐந்து. உள்ளூர்ப் பேச்சாளர்கள் தொடர்கிறார்கள். ஒரு மணி நேரம். மீண்டும் குறுக்கிடுகிறார் நாராயணசாமி, "வழியெல்லாம் மக்கள் அலை நடுவே நீந்தி வந்துகொண்டிருக்கிறார் நம் அண்ணன்." இன்னும் அரை மணி நேரம். "தமிழினத்தின் விடுதலை விடிவெள்ளி அண்ணா வடுவூரைத் தாண்டிவிட்டார்." மேலும் அரை மணி நேரம். "மன்னார்குடி எல்லையைத் தொட்டுவிட்டார் நம் தலைவர். இன்னும் ஐந்து நிமிடங்களில் நம் முன் உரையாற்றப்போகிறார், வரலாறு மாறப்போகிறது..." கூட்டம் ஆர்ப்பரிக்கிறது.

ஐந்தடி உயரம். கசங்கிய வேட்டி, சட்டை மேல்துண்டில் புகையிலைப் பொடிக் கறை. கலைந்த தலைமுடி. ஒரு நாளைக்கு 20 கூட்டங்களுக்குத்

தமிழரின் ஆதித் தொன்மத்தில் பொதிந்த 'யாதும் ஊரே யாவரும் கேளிர்' என்ற பரந்து விரிந்த ஒருலகப் பார்வையை, நவீன நாட்களில் ஒருலகச் சூழல் நோக்கி நகரும் புவியரசியலில் அண்ணா பொருத்தியது, உள்ளபடியே மிக அபாரமான ஒரு கற்பனை. அரசியல் சொற்களின் வழி இதை விரிக்கலாம் என்றால், ஜனநாயக உலகில் சுயாட்சியும் கூட்டாட்சியும் கலந்த, உலக ஜனநாயகங்களின் மேம்பட்ட அம்சங்களைக் கொண்ட ஒரு அரசை அண்ணா கனவு கண்டார். தமிழ்க் கனவு மட்டுமல்ல அது; சர்வதேசக் கனவும்கூட!

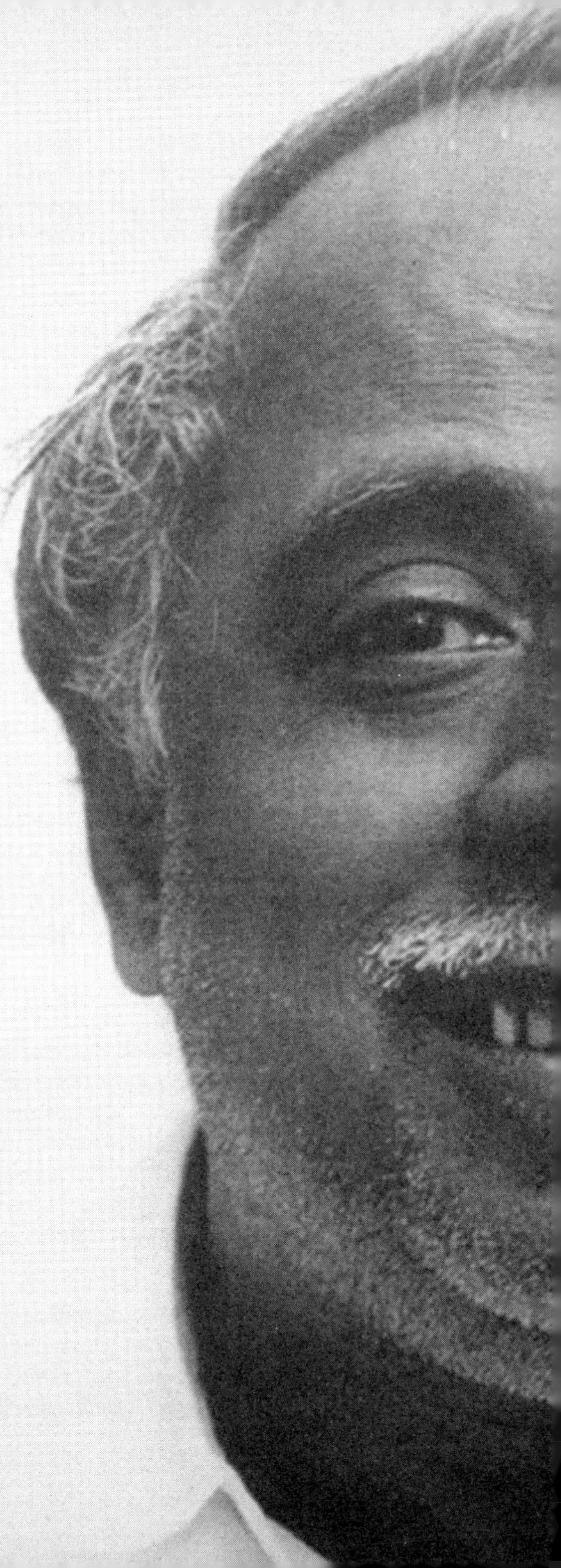

திட்டமிட்டுக் கிளம்பினாலும், அதைத் தாண்டியும் வழியெங்கும் வண்டியை மறித்து ஒரு நிமிஷமேனும் தங்கள் ஊரில் பேசிவிட்டுச் செல்லப் பணிக்கும் மக்களின் அன்புக்காகப் பேசிப் பேசிக் களைத்தவரின் சோர்வு முகத்தில் தென்படுகிறது. ஆனால், கண் முன் தெரியும் மக்கள் வெள்ளத்தின் எழுச்சி தரும் புத்துணர்வு அவர் முகத்தை மலர்விக்கிறது. காரிலிருந்து இறங்குபவர் கூட்டத்தை உற்று நோக்கியபடி சட்டையை லேசாகத் தூக்கிவிட்டு, வேட்டி மடியை இழுத்துக் கட்டுகிறார். அவர் ஒரு பேருரைக்கு உற்சாகமாக இருக்கிறார் என்பதற்கான அறிகுறி அது. தன் உருவத் தோற்றத்தில் ஆளை வசீகரித்துவிடும் தன்மை அற்ற அந்த எளிய மனிதர் மேடை ஏறுகிறார். உன்மத்தம் பிடிக்கிறது கூட்டத்துக்கு. பேரோசை. மைக்கைப் பிடிக்கிறார். பேரோசை; பேரோசை. அண்ணா பேச்சைத் தொடங்குகிறார். சன்னதம் ஆடிய கூட்டம் அப்படியே கட்டுண்டு சுருள்கிறது. அவர் உரையை முடிக்கிறார். ஒட்டுமொத்தக் கூட்டமும் விண்ணதிர அவர் பெயரைச் சொல்லி முழங்குகிறது, "அண்ணா... வாழ்க!", "தமிழ்... வெல்க!" கூட்டத்தின் கண்களில் நீர் கசிகிறது.

ஆச்சரியங்களின் சகாப்தம்

அண்ணாவின் சகாப்தத்துக்குள் நுழைவது என்பது ஆச்சரியங்களுக்குள் நுழைவது; தமிழினம் தன் பெருமிதத் தருணங்களுக்குள் நுழைவது. தமிழ்நாட்டில் அண்ணா அளவுக்கு எல்லா தரப்பினராலும் மதிக்கப் பட்ட ஒரு தலைவர் கிடையாது; அண்ணா அளவுக்கு நேசிக்கப்பட்ட ஒரு தலைவர் கிடையாது; அண்ணா அளவுக்குக் கொண்டாடப்பட்ட ஒரு தலைவர் கிடையாது; அண்ணா அளவுக்கு மக்களிடத்தில் தன்னைக் கரைத்துக்கொண்ட ஒரு தலைவர் கிடையாது.

அண்ணா என்ற பெயரிலேயே ஆச்சரியம் தொடங்கிவிடுகிறது. அண்ணா 1909-ல் பிறந்தார்; 1969-ல் மறைந்தார். அறுபதாண்டுகள் மட்டுமே வாழ்ந்தார். திமுக எனும் பேரியக்கத்தை 1949-ல் தொடங்கியபோது, அவருக்கு வயது 40. திமுகவின் தொடக்க நிகழ்ச்சியிலேயே எல்லோரும் அவரை இயல்பாக அண்ணா என்றும் தங்களைத் தம்பி என்றும்தான் விளித்துக் கொள்கிறார்கள்; நாற்பது வயதைத் தாண்டாத ஒரு மனிதரை அண்ணா என்று ஒரு இயக்கமே அழைத்தது என்றால், அந்த இயக்கத்தினரின் சராசரி வயது அப்போது என்னவாக இருந்திருக்கும்? அண்ணாவுக்கு அடுத்த வரிசையில் புகழ்பெற்ற தலைவர்களின் வயது இதைத் துலக்கமாக்கும். நெடுஞ்செழியன் (29), அன்பழகன் (27), கருணாநிதி (25), ஆசைத்தம்பி (25), மதியழகன் (23), சம்பத் (23). இரண்டாம் வரிசைத் தலைவர்களின் வயதே இப்படியென்றால் அடுத்தடுத்த நிர்வாகிகள், தொண்டர்களின் வயது என்னவாக இருந்திருக்கும்?

ஒரு தலைவர் அல்லது ஒரு கட்சியின் வரலாறு எனும் எல்லைகளைக் கடந்துவிட்டால், தமிழினத்தின் இளம் புதல்வர்கள் தங்கள் தாய்நிலத்தைத் தாங்களே ஆண்டுகொள்ளும் சுயாட்சிக் கனவோடு களம் இறங்கிய வரலாற்றுத் தருணம் அது. அரசியலையோ அரசியலின் பின்னுள்ள

பகாசுரக் கணக்குகளையோ எதிர்கொள்ள வேண்டியிருக்கும் பேரெதிரிகள், அபாயங்களையோ ஏதும் அறியாமல் பெரும் லட்சியம் ஒன்றை ஏந்தி, ஒரு தலைவனை மட்டும் நம்பி அவர்கள் வீதியில் இறங்கியிருந்தார்கள். கணத்தில் தீப்பற்றிவிடக் கூடிய இளைஞர்களைக் கட்டியணைத்து, நிதானமாக்கி, அரசியல்மயப்படுத்தி, விளிம்பில் இருந்த உதிரிகளை மையத்துக்குக் கொண்டுவந்தார் அண்ணா - நவீனத் தமிழ்நாட்டுக்கு ஜனநாயக அரசியல் கற்பித்த ஆசான். சுதந்திர இந்தியாவில் ஒரு சாமானியன் கட்சி தொடங்கி, ஆட்சியையும் பிடிக்க முடியும் என்ற முன்னுதாரணத்தையும் தமிழ்நாட்டின் வழி அண்ணாவே உருவாக்கினார். ராமநாதபுரத்தில் காங்கிரஸ் வேட்பாளராக நின்ற மன்னர் குடும்ப வாரிசை, தேர்தலில் தோற்கடித்த அண்ணாவின் கட்சிக்காரர், ஒரு குதிரை வண்டிக்காரக் குடும்ப வாரிசு என்ற ஒருவரிக் கதை போதும், தேர்தல் அரசியல் வழி அண்ணாவின் இயக்கத்தினர் உண்டாக்கிய மாற்றத்துக்கு. ஆனால், அவர்களுக்கு இன்னும் பெரிய கனவு இருந்தது.

அவர்களைப் பொறுத்தவரை அது ஒரு விடுதலை இயக்கம். கிரேக்கத்தில் பிறந்த ஒருவன், பிரான்ஸில் பிறந்த ஒருவன், ஆப்பிரிக்காவில் பிறந்த ஒருவன், அர்ஜென்டினாவில் பிறந்த ஒருவன், எப்படி சுயாட்சியை – தன்னைத் தானே ஆண்டுகொள்ளும் உரிமையை எதிர்பார்ப்பானோ, அதே உரிமையைத் தமிழ்நாட்டில் பிறந்த அவர்கள் கனவு கண்டார்கள். உலகின் மிகத் தொன்மையான ஒரு நாகரிகத்துக்குச் சொந்தமானவர்கள் உலகில் பழம்பெரும் மொழிகளுள் ஒன்றைத் தங்கள் அடையாளமாகவும் ஆயுதமாகவும் கொண்டிருந்தார்கள். இந்த ஒட்டுமொத்த உலகத்துக்கும் வழங்க தங்கள் சமூகத்துக்கென்று திட்டவட்டமான பிரத்யேகங்கள் இருப்பதை அவர்கள் பிரகடனப்படுத்தினார்கள். உள்ளபடி, அண்ணாவின் மேலான பெருமை தமிழ்நாட்டின் எல்லைக்குட்பட்டு அவர் செயலாக்கிய பணிகளில் இல்லை. கற்பனைகள் வற்றிய ஒரு காலத்தில், அடிமைப்பட்டுக் கிடந்த ஒரு சமூகத்தில் அவர் கண்ட உலகளாவிய கனவில் இருக்கிறது.

தனித்துவ அரசியலுக்கு வித்திட்ட தலைவன்

அண்ணாவின் அரசியல் எவ்வகையில் தனித்துவமானது? எவ்வகையில் உலகின் ஏனைய ஜனநாயகங்களுக்கு அது பங்களிக்கக் கூடியது? 2018-ல் உலகம் எளிதாகக் கடந்த ஒரு நிகழ்வை இங்கு நினைவுகூரலாம். பிரான்ஸ் அதிபர் மெக்ரான் வாஷிங்டன் சென்றதும், அமெரிக்க நாடாளுமன்றக் கூட்டு அவைக் கூட்டத்தில் உரையாற்றியதும்தான் அது. வரலாற்றுச் சிறப்புமிக்க அந்த உரையின் மையப்பொருளாகத் தேசியத்தைக் கொண்டு வந்தார் மெக்ரான். "ஆபிரகாம் லிங்கன் சொன்னபடி, ஜனநாயகத்தின் முடிவுறாத பணி அதுதான் - அனைவருக்குமான மேம்பட்ட மனித உரிமை களை உறுதிசெய்வது. இரண்டு சாத்தியங்கள் நம் முன் இருக்கின்றன. ஏனைய நாடுகளிலிருந்தும் சமூகங்களிலிருந்தும் துண்டித்துக்கொள்ளுதல், ஒடுங்கிக்கொள்ளுதல், தேசியம் - இது ஒரு வழி. நம் அச்சங்களுக்கான தற்காலிகத் தீர்வு என்ற வகையில் இது நம்மைக் கவர்ந்து இழுக்கலாம். ஆனால், உலகுடன் தொடர்புகொள்வதற்கான கதவுகளை அடைத்துக்

அப்படியென்றால், தேசியம், தேசிய அரசு எனும் கருத்துகள் செயலிழந்துவருகின்றனவா? ஆம், அதுதான் உண்மை. 'எல்லோருக்குமான நலன்' என்ற பெயரில், பொதுமையின் பெயரால் வெவ்வேறு சமூகங்களின் தனித்தன்மையையும் நலன்களையும் பலியிட்டுவிட்ட அவற்றுக்கு மாற்றாக மக்கள் இன்று வேறொரு குடையை எதிர்பார்க்கின்றனர்.

கொள்வது உலகத்தின் வளர்ச்சியைத் தடுத்து நிறுத்திவிடாது. மிச்சமுள்ள ஒரே வழி, கூட்டுறவை உறுதிப்படுத்துவது; வலிமையான பன்மைத் துவத்தின் அடிப்படையிலேயே இந்நூற்றாண்டின் உலக ஒழுங்கை நாம் உருவாக்க முடியும்."

தேசிய அரசு எனும் கருத்து எங்கிருந்து உற்பத்தியானதோ அந்த ஐரோப்பாவிலிருந்து, பிரெஞ்சு புரட்சியின் தொடர்ச்சியாக 'தேசிய அலை' எங்கிருந்து உலகெங்கும் பரவியதோ அந்த பிரான்ஸிலிருந்து வந்த மெக்ரான், தேசிய அரசுக்கும் தேசியத்துக்கும் புத்துயிர் கொடுக்க முற்படுபவர்களில் மூர்க்கரான அமெரிக்காவின் ட்ரம்புக்குக் கொண்டு வந்திருந்த இந்தச் செய்தி, எனக்கு வரவிருக்கும் காலகட்டத்தை - தேசியம், தேசிய அரசு எனும் கருத்துகளின் சிதைவை - உணர்த்தும் ஒரு சகுனக் குறியாகத் தோன்றியது. எல்லைகளை அடிப்படையாகக் கொண்டு, எல்லா அதிகாரங்கள், நலன்களையும் தத்தமது எல்லைக்குட்பட்டதாகக் கருதச் செய்யும் பழைய தேசியத்திலிருந்து விடுபட்ட புதிய குடை ஒன்று உலக நாடுகளுக்கு இன்று தேவைப்படுகிறது. ஐரோப்பிய நாடுகள் 'ஐரோப்பிய ஒன்றியம்' ஆனதும், அந்த ஐரோப்பிய ஒன்றியமானது 'பிராந்தியங்களின் ஐரோப்பா'வாக மாறிக்கொண்டிருப்பதும் அதன் வெளிப்பாடுகள்தான்.

நாம் ஐரோப்பாவில் தொடங்கி ஆப்பிரிக்க, அமெரிக்க கண்டங்களைச் சுற்றி ஆசியாவுக்கு வருவோம். உலகப் போர்களுக்குப் பிந்தைய இன்று வரையிலான காலகட்டத்தில், உலகெங்கிலும் நடந்திருக்கக்கூடிய ஒரு கோடிக்கும் மேற்பட்ட ஆயுததாரிச் சாவுகள், கோடிக்கணக்கானோரின் இடப்பெயர்வுகள் இவையெல்லாம் அந்நியப் படையெடுப்புகளின் விளைவா அல்லது உள்நாட்டுச் சமூகங்கள் இடையிலான முரண்கள், கலகங்கள் போன்றவற்றின் அல்லது சொந்த மக்களுக்கு எதிரான தேசிய அரசுகளின் வன்முறைகளின் விளைவா? ஏன் இன்று எந்த நாட்டிலும் பொருளாதார ஏற்ற இறக்கத்தைத் தாண்டிய, எல்லோருக்குமான அரசியல் என்ற ஒரு குரலைக் கேட்க முடியாமல் போய்விட்டது? இந்த இரு கேள்விகளுக்கான பதில்கள் தேசியம், தேசிய அரசு தந்த கற்பனைகளின், நம்பிக்கைகளின் வீழ்ச்சியைத் துலக்கமாக்கிவிடும்.

அப்படியென்றால், தேசியம், தேசிய அரசு எனும் கருத்துகள் செயலிழந்துவருகின்றனவா? ஆம், அதுதான் உண்மை. அவை தங்கள்

வண்ணங்களை இழந்துவருகின்றன. 'எல்லோருக்குமான நலன்' என்ற பெயரில், பொதுமையின் பெயரால் வெவ்வேறு சமூகங்களின் தனித் தன்மையையும் நலன்களையும் பலியிட்டுவிட்ட அவற்றுக்கு மாற்றாக மக்கள் ஒன்றிணைய இன்று வேறொரு குடையை எதிர்பார்க்கின்றனர் - உலகமயமாக்கல் பின்னணியும் தொழில்நுட்ப வளர்ச்சி தரும் உத்வேகமும் வழிகோலும் எல்லைகள் கடந்த ஓருலகம் எனும் சாத்தியத்தில், எல்லை களுக்கு அப்பாற்பட்ட பேரரசுகளின் ஆட்சியை எதிர்கொள்ள பலம் தரும் கேடயமாகவும் அதை எதிர்பார்க்கின்றனர்.

நாம் எல்லோருமே கூட்டுறவு, பன்மைத்துவத்தின் மூலமாகவே ஒட்டுமொத்த மனித குலத்துக்கான முன்னேற்றத்தைச் சிந்திக்க முடியும் என்று நினைக்கிறோம். அதேசமயம், திட்டவட்டமாக, நமக்கே நமக்கான சில அடையாளங்களைப் பேணிப் பாதுகாக்கவும் ஆசைப்படுகிறோம்; சில உரிமைகள், அதிகாரங்களைக் கையில் வைத்திருக்க விரும்புகிறோம். இதற்கான அரசியலைச் சிந்திக்கையில்தான் இதைக் காலத்தே முன்கூட்டி சிந்தித்த அண்ணா பேருரு கொள்கிறார்.

சர்வதேச ஆளுமை

தன்னுடைய தலைவர் பெரியாரின் சிந்தனையிலிருந்து – தேசியம் என்பதே புரட்டு, காலிகளின் புகலிடம் என்றவர் பெரியார் – நவீன உலகின் போக்குக்கேற்ப தேசியத்தின் இடத்துக்கு வேறொரு உள்ளடக்கத்தைச் சிந்தித்தார் அண்ணா. ஒரு குறிப்பிட்ட அடையாளத்தின் கீழ் பல்வேறு இனக் குழுக்களை உள்ளடக்கி அவற்றை ஒரு அரசியல் சமூகமாக்குவது, பின் அதன் வழி ஒரு தேசத்தையும் அரசையும் நிறுவுவது, பின் அந்த அரசே அந்த தேசத்தின் பிரதிநிதியாகத் தன்னைப் பிரகடனப்படுத்திக்கொண்டு எல்லாவற்றையும் தீர்மானிப்பது, எல்லாவற்றையும் நியாயப்படுத்துவது - இதையே தேசியம் செய்கிறது. ஆக, தேசியம் என்பதன் ஆன்மாவிலேயே ஒற்றைமயமாக்கல் நோக்கம் இருக்கிறது. அதாவது, ஒவ்வொரு தேசியத் தின் உயிரிலும் ஒரு பொது மொழி, ஒரு பொது மதம் அல்லது இனம், ஒரு பொது எதிரிச் சமூகம் பொதிந்துவைக்கப்பட்டிருக்கிறது. அண்ணா இதற்கு மாறான ஒன்றைச் சிந்தித்தார் எனலாம்.

அண்ணா விமர்சித்த இந்திய தேசியம் - அது உருவாக்கிய இந்திய தேசிய அரசானது, ஆன்ம அளவில் ஏனைய தேசியங்களிடமிருந்து தனித்துவக் கூறுகளைப் பெற்றிருந்தாலும், உடல் உறுப்புகள் அளவிலும் அது வேட்கையோடு வெளிப்படுத்த விழையும் பண்புகளிலும் ஏனைய தேசியங்களை ஒத்தே இருக்கிறது. இன்றைய இந்திய தேசியமானது தேசிய சிறுபான்மையினரை அச்சுறுத்துகிறதா என்றால் அச்சுறுத்துகிறது. 'ஒரே தேசம், ஒரே அடையாளம்' எனும் முழக்கத்தின் கீழ் பல்வேறு சமூகங்களின் பல வண்ண அடையாளத்தை முடிவுக்குக் கொண்டுவர முனைகிறதா என்றால் முனைகிறது. தன்னுடைய தேசிய முழக்கத்தின் வழி ஏதேனும் ஒரு கூட்டத்துக்கு முன்னுரிமை அளிக்கிறதா என்றால் அளிக்கிறது. ஆக, அண்ணா இந்திய தேசியத்தை நோக்கி எழுப்பிய கேள்விகள் அதை

நோக்கியவை மட்டும் அல்ல. 'தேசியம் ஒரு கற்பிதம்' என்று அவர் சொன்னதன் சாராம்சம் இந்திய எல்லைக்குள் அடங்கிவிடவில்லை. தேசியத்தின் இடத்தில் அவர் கொடுக்க முற்பட்ட புதிய உள்ளடக்கம் இந்தியாவுக்கானது மட்டும் இல்லை.

அண்ணாவை மேலும் புரிந்துகொள்ள நாம் கேட்டுக்கொள்ள வேண்டிய கேள்விகளிலேயே தலையாயது, ஏன் அண்ணா தனித் தமிழ்நாடு கேட்கவில்லை அல்லது அவர் முன்மொழிந்த திராவிட நாடானது ஏன் தனியரசாக அல்லாமல் கூட்டரசாக இருந்தது? இந்தக் கேள்விதான் ஒருலகவாதத்தை அடிப்படையாகக் கொண்ட அரசியல் ஒன்றைச் சிந்தித்தவராக அண்ணாவை ஆக்குகிறது - சர்வதேச ஆளுமையாக முன்னிறுத்துகிறது.

நிலப்பரப்பையும் அதன் எல்லைகளையும் இறையாண்மைக்கான உயிர்நாடியாகக் கருதிடும் தேசியத்துக்கு மாற்றாக நாடு என்பதை நிலப்பரப்பாக மட்டும் அல்லாமல், மக்களாகவும் மக்களுடைய உணர்ச்சிகளின் தொகுப்பாகவும் பார்த்த அண்ணா, மக்களுடைய எண்ணங்களையே இறையாண்மைக்கான உயிர்நாடியாகப் பார்த்தார் – இறையாண்மைக்கான அர்த்தம் அறுதியிடப்பட்டதல்ல என்றார். உலகில் ஒரு குறிப்பிட்ட பிராந்தியத்தின் மக்கள் தங்களின் தாயகத்தைத் தாங்களே ஆண்டுகொள்வதற்கான உரிமையையே அவர் தேசியமாகக் கண்டார் என்றாலும், பிறப்பின் அடிப்படையில் அல்லாமல், உணர்வின் அடிப்படையிலானதாக அதன் குடியுரிமையைச் சிந்தித்தார் என்று சொல்லலாம்.

அண்ணா முன்னிறுத்திய திராவிடம் தீர்க்கமாக ஆரியத்துக்கு - பிராமணியத்துக்கு எதிரானது, மாற்றானது என்பது வெளிப்படை. ஆனால், 'பிறப்பால் ஆரியத்தைச் சேர்ந்த ஒருவரும் உணர்வால் திராவிடர் ஆகலாம் - ஆரியம் பிறப்பில் இல்லை; அது கருத்தில் இருக்கிறது. திராவிடராய்ப் பிறந்து சாதியத்தை நெஞ்சில் சுமப்போரும் ஆரியரே' என்ற அவருடைய விரிவு, ஒருலகவாதத்திலிருந்தே வெளிப்படுகிறது. டெல்லியில், "திராவிடன் என்பதில் பெருமிதம் கொள்கிறேன்; திராவிடர்களுக்கு என்று இந்த உலகுக்கு வழங்கத் திட்டவட்டமான, தெளிவான, மற்றோரிடமிருந்து வேறுபட்ட சில அம்சங்கள் இருப்பதால்தான் நாங்கள் சுயநிர்ணய உரிமை கேட்கிறோம்" என்று குறிப்பிட்ட சரித்திரப் புகழ்பெற்ற அவருடைய முதல் நாடாளுமன்ற உரையில்தான் இதையும் அண்ணா குறிப்பிடுகிறார்: "இப்படிக் கூறுவதால் நான் எந்த இனத்தவருக்கும் எதிரானவன் அல்ல. ராபர்ட் பர்ன்ஸ் சொன்னதுபோல, மனிதன் எப்படியிருந்தாலும் மனிதன்தான்."

அண்ணா அடிக்கடி சுட்டும் 'சமத்துவம் என்பது எல்லோரையும் சமமாக நடத்துவது அல்ல; எல்லோருக்கும் சம வாய்ப்பு அளிப்பது' எனும் லாஸ்கியின் கூற்றே அவர் முன்னிறுத்த விரும்பிய தேசத்தின் ஆன்மாவாக இருந்தது. தேசக் கட்டுமானத்தில் நவீனக் கருத்தாக்கம் புறந்தள்ளிய

கலாச்சாரப் பிரதிநிதித்துவத்தையும் பன்மைத்துவத்தையும் தனது தாயகக் கருத்தாக்கத்தின் பிரதான இடத்தில் கொண்டுவந்து பொருத்தினார். தனது கனவுக்கான உயிரைத் தனது மொழியின் தொன்மையிலிருந்து அண்ணா பற்றினார். அவர் பேசிய விழுமியங்களின் வேர்களும் அங்கேயே இருந்தன. அதேசமயம், மாறிக்கொண்டிருக்கும் உலகப் போக்குகளுக்கு இப்படியான சிறு பிராந்தியச் சமூகங்கள் முகங்கொடுக்க புவியியல் ரீதியில் ஒன்றுபட்ட அரசாக, கூட்டரசாக அவை செயல்படுவது அவசியம் என்றும் அவர் எண்ணினார். இதையே அவர் முன்மொழிந்த 'திராவிட நாடு' கருத்துருவாகக் கொண்டிருந்தது.

தமிழ்ச் சூழலில் இதை விளக்குவது என்றால், பல்லாயிரமாண்டு தமிழ்த் தொல் மரபை நவீன உலக அரசியலோடு தன் கற்பனையின் வழி அண்ணா பொருத்தினார். தமிழரின் ஆதித் தொன்மத்தில் பொதிந்த 'யாதும் ஊரே யாவரும் கேளிர்' என்ற பரந்து விரிந்த ஒருலகப் பார்வையை நவீன நாட்களில், ஒருலகம் எனும் சூழல் நோக்கி நகரும் புவியரசியலில் கொண்டுவந்து அவர் பொருத்தியது உள்ளபடியே மிக அபாரமான ஒரு கற்பனை. முற்றிலும் அரசியல் வார்த்தைகளின் வழியே இன்னும் இதை விரிக்கலாம் என்றால், ஜனநாயக உலகில் சுயாட்சியும் கூட்டாட்சியும் கலந்த, உலக ஜனநாயகங்களின் மேம்பட்ட அம்சங்களைக் கொண்ட ஒரு அரசை அண்ணா கனவு கண்டார். திராவிட நாடு என்பது அடிப்படையில் ஒரு கூட்டரசு; ஆனால், பிராந்தியங்களின், உள்ளூர்ச் சமூகங்களின் சுயாட்சியிலிருந்து விளையும் கூட்டாட்சியாக அதன் கரு இருந்தது. பிராந்தியங்களின் ஐரோப்பாவாக உருவெடுத்துக்கொண்டிருக்கும் இன்றைய ஐரோப்பிய ஒன்றியத்துக்கெல்லாம் மேம்பட்ட கனவு என்று அதைச் சொல்லலாம்.

தன் கனவைக் கைவிட்டாரா அண்ணா?

இந்திய அரசு தன்னுடைய பிரிவினைவாதச் சட்டத்தின் மூலம் அண்ணாவின் 'திராவிட நாடு' கோரிக்கையை முடக்கியதன் வாயிலாகத் தமிழ் மக்களுக்கான சுயாட்சிக் குரலைக் கைவிட்டுவிட்டார் அண்ணா என்று பேசுவோர் உண்டு. அப்படியல்ல. திராவிட நாட்டை அவர் எப்படிக் கட்டமைக்க முயன்றார் என்ற கூட்டாட்சிக் கனவிலிருந்தே பிற்பாடு இந்திய ஒன்றியம் எப்படிப்பட்ட குடியரசாக இருக்க வேண்டும் என்ற அவருடைய கற்பனைகள் விரிகின்றன.

அண்ணாவின் எண்ணப்படி ஒருவேளை திராவிட நாடு உருவாகியிருந்தால் அது எப்படியிருந்திருக்கும்? தமிழ்நாடும் ஆந்திரமும் கேரளமும் கர்நாடகமும் சுயாதீனமான ஆட்சியதிகாரம் கொண்ட உறுப்புகளாக இருந்திருக்கும். பாதுகாப்பு, வெளியுறவு, நாணயம் உள்ளிட்ட சில

அண்ணாவின் எண்ணப்படி ஒருவேளை திராவிட நாடு உருவாகியிருந்தால் அது எப்படியிருந்திருக்கும்? தமிழ்நாடும் ஆந்திரமும் கேரளமும் கர்நாடகமும் சுயாதீனமான ஆட்சியதிகாரம் கொண்ட உறுப்புகளாக இருந்திருக்கும். பாதுகாப்பு, வெளியுறவு, நாணயம் உள்ளிட்ட சில அதிகாரங்கள் மட்டும் பொதுவில் இருந்திருக்கும்.

அதிகாரங்கள் மட்டும் பொதுவில் இருந்திருக்கும். எந்த ஒரு பிராந்தியமும் மொழியும் பிரிவினரும் ஒன்றின் மீது ஒன்று மேலாதிக்கம் செய்ய முடியாது. அந்தந்தப் பிராந்தியங்களில் அந்தந்தப் பிராந்திய மொழிகளே முதன்மை ஆட்சிமொழி; ஏனைய மூன்று மொழிகளும் கூடுதல் ஆட்சிமொழிகள். உலகோடு தொடர்புகொள்ளும் கூட்டு ஆட்சிமொழியாகவும் சர்வதேச மொழியாகவும் ஆங்கிலம். வரையறையில் மதம் திட்டவட்டமாக ஆட்சிக்கு வெளியே நிறுத்தப் பட்டிருந்தது. சாதிகள் இடையேயான ஏற்றத்தாழ்வுகளைச் சீரமைக்க சமூகநீதி - வகுப்புவாரிப் பிரதிநிதித்துவம், தீண்டாமை ஒழிப்புக்கான முன்னெடுப்புக்காக சுயமரியாதைத் திருமணங்கள் ஆகியன கருவிகளாகக் கருதப்பட்டன. திட்டமிடுதல் கிராமங்கள்வரைக்கும் நீட்டிக்கப்பட்டு, பொருளாதார ஏற்றத்தாழ்வுகளைச் சீரமைக்க கல்வி, சுகாதாரம் தொடங்கி உணவு, உடை, குடியிருப்புக்கான உத்தரவாதம் வரை அரசின் அடிப்படைக் கடமைகளாகக் கருதப்பட்டன.

தமிழ் மக்களின் சுயாட்சிக்காக ஒரு கூட்டரசாக திராவிட நாட்டை இப்படி எப்படியெல்லாம் அவர் கற்பனைசெய்தாரோ, அதே கனவைத் தான் திராவிட நாடு என்ற வாகனம் பறிக்கப்பட்டுவிட்ட நிலையில், இந்தியா என்ற வாகனத்தின் மீது ஏற்றினார். மொழிவழி மாநிலங் களாலும் சாதிகளாலும் பிணைக்கப்பட்டிருக்கும் இந்திய ஒன்றியத்தில் சமத்துவத்துக்கான பாதையாக சமூக நீதி - ராஜ்ஜிய நீதி பாதையைத் தேர்ந்தெடுத்தார். சமூக நீதியை வகுப்புவாரிப் பிரதிநிதித்துவ வடிவிலும், ராஜ்ஜிய நீதியை மத்தியில் கூட்டாட்சி - மாநிலத்தில் சுயாட்சி என்ற வடிவிலும் வலியுறுத்தினார். ஒருவகையில் திராவிடத்தை இந்தியா முழுமைக்கும் தூவினார்.

ஒரு முழுமையான செயல்திட்டம்

தேசியத்துக்கான மாற்று மட்டும் அல்ல; ஒரு தேசக் கட்டுமானத்துக்கான முக்கியத் துறைகள் சார்ந்தும் அண்ணாவுக்கு மாற்றுப் பார்வைகள் இருந்தன. உலகின் வெவ்வேறு ஜனநாயகங்களின் மேம்பட்ட தன்மைகளின் சேர்க்கை அது என்று நாம் கருதலாம். "ஏனைய ஜனநாயக நாடுகளில் வளர்த்தெடுக்கப்பட்டுள்ள முற்போக்கான தாராளத்தன்மை உள்ள பாரம்பரியத்தை நாம் பின்பற்ற வேண்டும் அல்லது அதற்கேற்ப நமது சிந்தனைகளை வடிவமைத்துக்கொள்ள வேண்டும்" என்றவர் தனது

முன்மொழிவுகள் ஒவ்வொன்றுக்கும் காட்டிய முன்னுதாரணங்களில் அயர்லாந்து தொடங்கி க்யூபெக் வரையிலான விவகாரங்கள், அமெரிக்க, ஐரோப்பிய ஜனநாயகங்களின் அணுகுமுறைகள் இடம்பெற்றிருந்தன. இந்தியாவைக் கேள்விக்குள்ளாக்குகையில், அதன் அடிப்படை விழுமியமான ஜனநாயகம் தொடங்கி உள்நாட்டு, வெளிநாட்டு, பொருளாதாரக் கொள்கை யாவற்றையுமே கேள்விக்குள்ளாக்கினார்; அவற்றுக்குப் புதிய உள்ளடக்கம் கொடுக்க முற்பட்டார்.

இந்திய ஜனநாயகத்தை விமர்சிக்கையில், 'உங்கள் ஜனநாயகத்தின் மீது உங்களுக்கு நம்பிக்கை இருந்தால், ஏன் மக்களுக்கு சுயநிர்ணய உரிமையையும் வாக்கெடுப்பின் வழியாகக் கருத்துச் சொல்லும் உரிமையையும் மறுக்கிறீர்கள்?' என்று கேட்டார். அதன் உள்நாட்டுக் கொள்கைகளை விமர்சிக்கையில், 'தன்னுடைய மக்களுக்குச் சமமான வாய்ப்பை இந்தியா வழங்குகிறது என்று சொல்ல முடியுமா?' என்று கேட்டார்; 'மாநிலங்களால் ஆன இந்நாடு மாநிலங்களுக்கு என்ன அதிகாரத்தைக் கொடுத்திருக்கிறது, எந்த இடத்தில் மாநிலங்களை நிறுத்தி இருக்கிறது?' என்று கேட்டார். 'மாநிலங்களவையில் மாநிலங்களுக்கான பிரதிநிதித்துவம் வழங்கப்படுவதிலும்கூட ஏன் இங்கே மக்கள்தொகை அடிப்படையில் இடங்கள் ஒதுக்கப்படுகின்றன; ஏன் எல்லா மாநிலங்களுக்கும் சம பிரதிநிதித்துவம் வழங்கப்படவில்லை?' என்று கேட்டார். இந்தியாவின் வெளியுறவுக் கொள்கையை, அதன் மையமான அணிசேராக் கொள்கையைக் கேள்விக்குள்ளாக்கும்போது, 'வெளியுறவின் முக்கிய நோக்கமான கூட்டுறவுக்கு, கூட்டுச் சக்திக்கு எதிரான தன்மை அணிசேராக் கொள்கையின் சாராம்சத்தில் இருக்கிறது' என்றார். 'கையில் பிச்சைப் பாத்திரத்தை ஏந்தும் நாட்டால், சுதந்திரமான வெளியுறவுக் கொள்கையைக் கடைப்பிடிக்க முடியாது' என்று சுட்டிக்காட்டியவர், 'நம்முடைய வெளியுறவுக் கொள்கை உண்மை யிலேயே சுதந்திரமாக இருக்க வேண்டும் என்றால், உள்நாட்டுச் சூழல் வலுவாக இருந்தால்தான் முடியும்' என்றார். 'அந்நிய நாடுகளுடன் பயனுள்ள உறவு வேண்டும் என்றால், ஆப்பிரிக்காவில் தலையெடுத்துவரும் புதிய நாடுகளுடன் நமக்குத் தோழமை ஏற்பட்டிருக்க வேண்டும்; தென்கிழக்கு ஆசிய நாடுகளை மட்டும் கொண்ட ஒரு குறு காமன்வெல்த்தை நாம் உருவாக்கியிருக்க வேண்டும்; ஜப்பானியர்கள் உத்தேசித்த ஆசிய மாநாட்டை அதற்கு முன்பே நாம் கூட்டியிருக்க வேண்டும்' என்றார். பொருளாதாரம் என்பது தனித்த ஒன்றல்ல; அது அரசியல் பொருளாதாரம்தான் என்ற கருத்தைக் கொண்ட அண்ணா, 'இந்தியா வரித்துக்கொண்ட கலப்புப் பொருளாதாரக் கொள்கையானது கலப்படப் பொருளாதாரக் கொள்கை - அதற்கென்று எந்தத் தனித்துவமும் இல்லை' என்றார். 'சோஷலிஸ சமூகத்தைக் கட்டமைப்பதில் அக்கறை இல்லாதவர்களால் சோஷலிஸ பொருளாதாரத்தை எப்படி உருவாக்க முடியும்?' என்று கேட்டார். 'உற்பத்தி நடக்கும்போதே விநியோகமும் நடக்க வேண்டும்; நீங்கள் உற்பத்தியை மலைபோலக் குவித்துவிட்டு விநியோகத்தைத் தொடங்க முடியாது. சரக்குகள் - செல்வம் முறையாக

விநியோகிக்கப்பட்டிருந்தால் ஏன் இவ்வளவு செல்வத்தின் நடுவிலும் இவ்வளவு வறுமையைக் காண்கிறோம்?' என்றார். 'மனித சக்திக்குத்தான் முதலிடம் தர வேண்டும்; நாட்டுப் பொருளாதாரம் விவசாயத்தின் அடிப்படையில்தான் கட்டப்படுகிறது' என்றவர், 'உழைப்பாளர்களையும் உடைமையாளர்கள் ஆக்குவதே எனது அரசின் முதல் லட்சியம்' என்றார். 'உற்பத்தியாளர்கள், நுகர்வோர் என்று சமூகத்தில் தனித்தனியே இரு பிரிவினர் இல்லை; அப்படியான நினைப்பு ஒரு மாயை; உற்பத்தி யாளர்களே நுகர்வோராகவும் நுகர்வோரே உற்பத்தியாளராகவும் பிணைக்கப்பட்டிருக்கிறார்கள் என்பதால், வேளாண் பிரச்சினையை நாம் ஒரே கோணத்தில் பார்க்க முடியாது' என்றார். வேளாண்மையையும் நவீனத் தொழில் முனைவுகளையும் அதனதன் முக்கியத்துவங்களுக்கேற்ப பிரதிநிதித்துவப்படுத்த வலியுறுத்தியதன் மூலம் புதிய பொருளாதாரக் கொள்கை ஒன்றை யோசித்தார். 'திட்டமிடலுக்கு ஏற்ற தத்துவப் பின்புலம் இந்திய அரசுக்கு இல்லை' என்றவர், திட்டமிடுதலை மையத்திலிருந்து விளிம்புக்கு நகர்த்த யோசித்தார். இந்தியச் சூழலில் மிக முக்கியமான மாற்றங்கள் புரட்சிகரமான நிலச்சீர்திருத்தத்தின் வழியாகவே சாத்தியம் என்றார். மொத்தத்தில், 'இந்தியாவில் ஜனநாயகம், சோஷலிஸம், தேசியம் ஆகிய இந்த மூன்றில் ஜனநாயகம் உருக்குலைக்கப்பட்டு இருக்கிறது. சோஷலிஸம் சாரமற்றதாக்கப்பட்டு இருக்கிறது. தேசியம் தவறான பொருளுக்கு உள்ளாக்கப்பட்டு இருக்கிறது' என்றவர், 'ஆக, இந்நாட்டின் அரசமைப்பையே திருத்தியமைப்பது குறித்து நாம் புனராலோசனை செய்ய வேண்டும்' என்றார்.

உலகப் பொதுமறையும் மறையாளரும்

அரசியல் தளம்போலவே கலாச்சாரத் தளத்திலும் திட்டவட்டமான மாற்று உள்ளடக்கங்களை அண்ணா யோசித்தார். தமிழ் நிலத்திலிருந்து பணியாற்றிய அவர், இங்குள்ள பேதங்களைக் களைந்திட அதற்கான முன்மாதிரியை வரலாற்றின் நினைவிலிருந்து உருவாக்கத் தலைப்பட்டார். சங்க இலக்கியங்களும் சங்க காலச் சமூகமும் அவருடைய கருவிகளாயின. 'தமிழர்கள் இந்துக்கள் அல்லர் – அவர்களுக்கு என்று தனித்த நெறி உண்டு' என்றவர், 'ஒன்றே குலம், ஒருவனே தேவன்' என்ற திருமூலரின் ஒருலகக் கூற்றைத் தமிழர்கள் கையில் மாற்று மந்திரமாகத் தந்தார். தன்னுடைய ஒவ்வொரு விழுமியத்துக்கும் உலகளாவிய பார்வை தர விரும்பினார்.

வன்முறை என்றால், ஆயுத வன்முறை மட்டும் அல்ல; தேசியம், தேச ஒற்றுமை போன்ற தத்துவ வன்முறையும் கூடாது என்று சொன்ன அண்ணா போர், வன்முறை, ஆக்கிரமிப்பு, ஆதிக்கம், பிரிவினை, வெறுப்புக்கு எதிராகப் பேசும் திருக்குறளைத் தந்த - 'எல்லைகளுக்கு அப்பாற்பட்டுச் சிந்தித்த' - தமிழ்க் கவி வள்ளுவரை உலக வழிகாட்டி என்றார். குழந்தைகளுக்கு சாதி, மத அடையாளம் தவிர்த்து தமிழ்ப் பெயர் சூட்டுதல் முதல் வாழ்க்கைத் துணையை சாதி, மத, சடங்குகள் வரையறைக்கு அப்பாற்பட்டுத் தேர்ந்தெடுக்கும் சுயமரியாதைத்

திருமணத்துக்கான சட்ட அங்கீகாரம் வரை பண்பாட்டுத் தளத்தில் அவர் யோசித்த மாற்றங்களுக்கு வள்ளுவர் சாலப் பொருத்தமாக இருந்தார். பிறப்பை அடிப்படையாகக் கொண்டு மனிதர்களை வரையறுக்கும் பிராமணியத்துக்கு மாற்றான ஒன்றை நிறுவ 'பிறப்பொக்கும் எல்லா உயிர்க்கும்' என்று சொன்ன வள்ளுவரைப் பொதுமறையாளர் என்றும் திருக்குறள் உலகப் பொதுமறை என்றும் சொன்னார் அண்ணா. தமிழ் ஞானத்தின் குறியீடாக திருவள்ளுவரை அவர் கருதினார் – பிற்பாடு அண்ணா வழிவந்த கருணாநிதி வள்ளுவரை அந்த இடத்தில் நிறுவினார். 'தேசியக் கவி' என்று முத்திரை குத்தப்பட்ட பாரதிக்கு 'மக்கள் கவி' என்று அண்ணா புது விளக்கம் கொடுத்தார்; அதன் வழி படைப்பாளிகளுக்கான கடமையை வரையறுத்தார்.

பிராமணர் முதல் தலித்துகள் வரை, முஸ்லிம்கள் முதல் சீக்கியர்கள் வரை, எந்தப் பிராந்தியத்திலிருந்தும் வந்து இங்கு குடியேறியோர் உட்பட யாவரும் கொண்டாடும் நாளாக அறுவடைத் திருநாளான பொங்கல் பண்டிகைக்கு 'உழவர் - உழைப்பாளர்களுக்கு நன்றி கூறும் நாள், தாய்த் தமிழ்நாட்டுக்கு அதன் பெயர் மீட்ட நாள்' என்று சாதி - சமய வரையறைக்கு அப்பாற்பட்ட தமிழர் திருநாள் என்ற புதிய உள்ளடக்கத்தை அவர் சேர்த்தது பண்பாட்டுத் தளத்தில் அவர் சிந்தித்த மாற்றங்களின் உச்சம்.

எல்லாவற்றைக் காட்டிலும் முக்கியமானது, வெறுப்புக்கு வெளியே அவருடைய அரசியல் இருந்ததும், தான் நம்பிய விழுமியங்களுக்குத் தன்னுடைய வாழ்க்கையை அர்ப்பணித்ததும். ஒரு உதாரணம், தமிழ் நாட்டின் முதல்வராக அண்ணா பதவியேற்கப்போகிறார். உடன் செல்லத் தயாராகி நிற்கும் மனைவி ராணியை அவர் கூட்டிச்செல்லவில்லை. காரில் அவருடன் ஏறும் சகாக்கள், "அண்ணி ரொம்ப ஆவலாக இருந்தார் அண்ணா, அவரையும் கூட்டிச்செல்லக் கூடாதா?" என்கின்றனர். அண்ணா சொல்கிறார், "தம்பி, வீட்டுக்கும் ஆட்சிக்கும் இடையே ஒரு இடைவெளி வேண்டும்." முந்தைய காங்கிரஸ் ஆட்சியில் அண்ணாவின் இயக்கத்தினர் போராட்டங்களின்போது வேட்டையாடப்பட்டிருந்தனர். அண்ணாவே கூட தனிப்பட்ட வகையில் அவமதிக்கப்பட்டிருந்தார். விளைவாக, உயர் பதவிகளில் இருந்த சம்பந்தப்பட்ட அதிகாரிகளை வெவ்வேறு துறைகளுக்கு அண்ணா தூக்கியடிக்க வேண்டும் என எதிர்பார்க்கின்றனர் கட்சி சகாக்கள். அண்ணாவோ அந்த அதிகாரிகளையெல்லாம் அதே பணிகளில் நீட்டிக்கச் சொல்வதுடன் புதிதாகப் பொறுப்பேற்ற அரசுக்கு உங்கள் வழிகாட்டல்கள் நிறையவே தேவைப்படும்; அரசியல் மாச்சரியங்கள் ஏதுமின்றி உற்சாகமாகவும் சுதந்திரமாகவும் பணிபுரியுங்கள் என்கிறார். "அதிகாரிகளுக்கு நாம் பாடம் புகட்ட வேண்டாமா அண்ணா?" என்று கேட்ட சகாக்களிடம் அண்ணா சொன்னார், "தம்பி, கட்சிக்கும் ஆட்சிக்கும் இடையே ஒரு இடைவெளி வேண்டும்; அரசியல் மாச்சரியங்களை ஆட்சி நிர்வாகத்தில் காட்டவும் கூடாது, வெறுப்பு நம்மை ஒட்டிக்கொள்ள அனுமதிக்கவும் கூடாது!"

எந்த நிலைக்கு உயர்ந்தபோதும் எளிமையாக இருந்தவர் அண்ணா. அவர்

வீடு தொண்டர்களுக்கு எப்போதும் திறந்திருந்தது. குடும்பத்தினர்போல கட்சியினர் சமையலறை வரை செல்லும் சூழலும், சாப்பாட்டு வேளையில் என்ன இருக்கிறதோ அதை அங்கிருப்போர் அனைவரும் பகிர்ந்துண்ணும் பண்பும் அவருடைய வீட்டில் இருந்தது. தொண்டர்கள் அதிகம் வந்தபோது போதிய நாற்காலிகள் இல்லாததால் தரையில் விரிப்பு விரித்து அவர்களுடன் சேர்ந்து அமர்ந்தார். ஆட்சியில் இருந்தபோதும் கடன்களோடு மறைந்த முதல்வர் அவர் – மக்கள் அளித்த நிதி கொண்டே பின்னர் அந்தக் கடன் அடைக்கப்பட்டது. அரசியலில் எதிர்த்தவர்களை மாற்றுத் தரப்பினராகக் கருதினாரேயொழிய எதிரிகளாக யாரையும் கருதவில்லை. காலமெல்லாம் கற்றுக்கொள்பவராகவும் கற்றுக்கொடுப்பவராகவும் தன்னை மேம்படுத்தி வந்தார். இறுதி ஆண்டுகளில் அவருடைய மொழி காந்தியின் மொழிக்கு இணையானதாக இருந்தது.

தமிழ்க் கனவு தமிழர்க்கான கனவு மட்டும் அல்ல

அண்ணாவுக்குப் பின் திமுகவின் தலைமைப் பொறுப்பேற்று ஐம்பதாண்டுகள் அதை வழிநடத்தியவரும் தமிழ்நாட்டின் அதிக நாள் முதல்வருமான கருணாநிதி, தன்னுடைய கடைசிக் காலத்தில் குடும்ப மருத்துவருமான எழிலனிடம் ஒருநாள் அண்ணாவைப் பற்றி நெடு நேரம் பேசிக்கொண்டிருக்கிறார். "இன்னும் இருபதாண்டுகள் உயிரோடு அண்ணா இருந்திருந்தால் திமுக எப்படி இருந்திருக்கும்?" என அப்போது கேட்கிறார் எழிலன். கொஞ்ச நேரம் மௌனமான கருணாநிதி நிதானித்துச் சொல்கிறார், "திமுக ஒரு சர்வதேச முன்மாதிரிக் கட்சியாக மாறியிருக்கும்; தமிழர்கள் சர்வதேசத்தால் பேசப்படும் சமூகமாக மாறியிருப்பார்கள்!" அண்ணாவுக்குப் பின் திமுகவிலிருந்து பிரிந்து, அண்ணாவின் பெயரையும் சேர்த்து அதிமுக எனும் கட்சியைத் தொடங்கி, தன்னுடைய மரணம் வரை முதல்வர் பதவியிலிருந்த எம்ஜிஆரும் இதையேதான் சொன்னார், தனக்கேயுரிய சாமானிய வார்த்தைகளில்: "அரசியல் உலகில் அண்ணா நமக்கு அறிவூட்டும் கடவுள்!"

'தமிழன் யாருக்கும் தாழாமல் யாரையும் தாழ்த்தாமல், யாருக்கும் எஜமானனாக இல்லாமல் யாருக்கும் அடிமையாகவும் இல்லாமல், யாரையும் சுரண்டாமல் யாராலும் சுரண்டப்படாமல் நல்வாழ்வு வாழ வேண்டும் என்பதே என்னுடைய குறிக்கோள்' என்ற அண்ணாவின் கனவு அதோடு முற்றுப்பெற்றதல்ல; 'மனிதன் கடவுளுக்குக்கூட அடிமையாக இருக்கக் கூடாது என்று நினைப்பவன் நான்' என்றும் நீள்வது. தமிழன், தமிழ்நாடு, தமிழ்ச் சமூகம் என்ற வரையறைகளைத் தாண்டிவிட்டால் அந்தக் கனவு உலகிலுள்ள ஒவ்வொரு இனத்துக்குமான கனவாகவும், ஒவ்வொரு சமூகத்துக்குமான கனவாகவும் பரிணமிக்கக் கூடியது. தேசியம், தேசிய அரசு எனும் கருத்துகளையெல்லாம் தாண்டி 'யாதும் ஊரே யாவரும் கேளிர்' என்று ஒருலகமாக உறவாடச் சாத்தியமுள்ள அரசியல் வாகனம் அது. இந்தியாவை உண்மையான குடியரசு ஆக்கும் கனவும் அது!

அண்ணாவும் இந்தியாவும்
சிறப்புக் கட்டுரைகள்

ந்தி அரக்கி

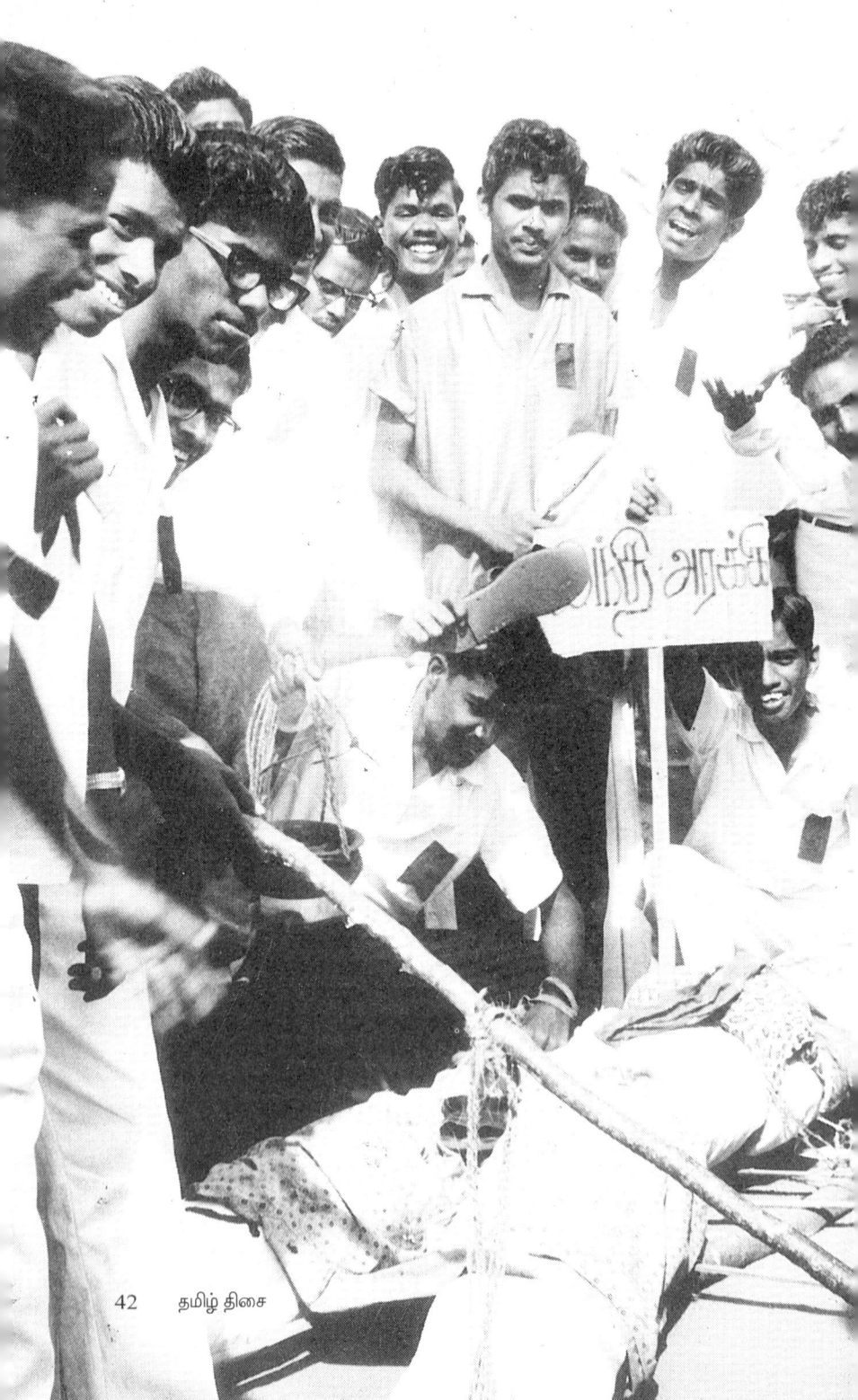

என் தேசம் இறவாமல் காத்தவர்

கர்க சட்டர்ஜி
ஆய்வறிஞர்
கொல்கத்தா

பாகிஸ்தானின் உருது ஆதிக்க ஆட்சியிலிருந்து 'கிழக்கு பாகிஸ்தான்' விடுதலையடைந்து, 'வங்கதேச மக்கள் குடியரசு' என்ற நாடு 1971-ல் உருவானபோது, அரசியல் விடுதலை, பிரதேச எல்லை விடுதலை என்பதைத்தவிர, இன்னொரு வகையிலும் அந்த விடுதலை முக்கியத்துவம் பெற்றது. வெவ்வேறு தேசிய இனங்களைக் கொண்ட நாடுகளை 'ஒரே மதம்' என்ற பிணைப்பு இணைக்கும் பசையாகச் செயல்படும் என்ற நம்பிக்கையைத் தகர்த்த விடுதலை அது.

தெற்காசிய மக்களை 'ஒரே நாடு' என்றோ, 'இரு நாட்டவர்' என்றோ கட்டுப்படுத்திவிட முடியாது; அவர்கள் 'பல தேசிய இனத்தவர்' என்பதையே வங்கதேச விடுதலை நிரூபித்திருக்கிறது. பல தேசிய இனங்களுள்ள நாட்டில், பல்வேறு இனங்களிலிருந்து பல தந்தையர் உருவாகின்றனர். அப்படி உருவானவர்களில் முதன்மையானவர் அண்ணா என்றே நினைக்கிறேன். தமிழர்களின் தலைவர், இன்று பல்வேறு இன மக்களுக்கும் ஆதர்சமாகத் திகழ்கிறார். அண்ணா ஒரு மாநிலத்துக்கு, ஒரு இனத்துக்கு மட்டும் சொந்தமல்ல, உலக வரலாற்றில் இடம்பெற வேண்டிய தலைவர் என்பதை அவரது அரசியல் பணி உணர்த்துகிறது.

இந்தியாவைக் காக்க அண்ணா வழியே உகந்தது

இந்தியக் குடியரசின் ஜனநாயகமும் ஒற்றுமையும் அதன் கூட்டாட்சிக் கட்டமைப்பில்தான் வாழ்கின்றன. இதை உணர்ந்திருந்ததால்தான் 1946-ல் இந்திய சுதந்திரம் தொடர்பாக இறுதிசெய்ய, பிரிட்டனிலிருந்து வந்த கேபினட் அமைச்சர்களைக் கொண்ட தூதுக் குழு மாநிலங்களுக்கு அதிக

தேசிய இனத்தால் நான் வங்காளி, குடியுரிமையால் நான் இந்தியன். நான் ஏன் இந்தியனாக இருக்கிறேன் என்றால், வங்காளியாக வங்காளத்தில் பிறந்ததால்தானே தவிர, இந்தியாவில் பிறந்ததால் வங்காளியாகிவிடவில்லை. என்னுடைய தேசிய அடையாளம் என்பது விரும்பித் தேர்வுசெய்வதல்ல. அது இயற்கையாக வருவது. என் தாய் என்னிடத்தில் முதலில் பேசிய வார்த்தைகள் வங்க மொழியிலானவை.

அதிகாரங்கள் இருக்கும் கூட்டமைப்பாக இந்தியாவைச் சிந்தித்தது. மத்திய அரசுக்கு வெளியுறவுத் துறை, ராணுவம், ரூபாய் நோட்டு அச்சடிப்பு, தகவல் தொடர்பு, ரயில்வே போன்றவை மட்டும் பொறுப்புகளாக இருக்கும். ஏனையவை அனைத்தும் மாநிலங்களின் அதிகாரத்தில்! அதாவது, இப்போதைய ஐரோப்பிய ஒன்றியத்தைவிடச் சற்றே நெருக்கமான நாடுகளின் கூட்டமைப்பாக இந்திய அரசு இருந்திருக்கும். அண்ணாவும் இதையே வலியுறுத்தினார்.

ஒரு வங்காளி என்ற முறையில் கூறுகிறேன், அண்ணா இப்போதும் வாழ்கிறார். ஆதிக்கவாதத்துக்கு எதிராக, தேசியம் போராட்டம் நடத்தும் போதெல்லாம் அண்ணா வாழ்வார். அண்ணா இன்னமும் வாழ்கிறார் என்று ஏன் கூறுகிறேன் என்றால், வங்காளியான என் மீது 'இந்தி படிப்பது கட்டாயம்' என்று மத்திய அரசால் திணிக்க முடியவில்லை. 1965-ல் அண்ணா தலைமை தாங்கி நடத்திய இந்தி எதிர்ப்புப் போராட்டம்தான் இதற்கு முக்கியக் காரணம். அந்தப் போராட்டத்தால்தான் இந்தி பேசாத நாங்கள் அனைவரும் நிரந்தர மூன்றாம் தரக் குடிமக்களாகிவிடாமல் தப்பித்தோம். அதேசமயம், இந்திய தேசத்தின் இரண்டாம் தரக் குடிமக்களாக, என்றாவது ஒருநாள் முதல் தரக் குடிமக்களாகிவிட வேண்டும் என்ற கனவுகளோடு வாழ்கிறோம். இது தள்ளிப்போடப்பட்ட கனவாகத்தான் இருக்கிறது.

உண்மையான தேசியத்தை அண்ணா சிந்திக்கவைக்கிறார்

இந்தி ஆதிக்கத்துக்கு முன் அண்ணாவும் அவருடைய தம்பிகளும் அடிபணியாமல் நின்று, பிற தேசிய இனங்களுக்கு மிகப் பெரிய உதாரணர்களாகியிருக்கிறார்கள். அப்படித் தனித்து நின்றதன் மூலம், தேசியம் என்றால், அதாவது உண்மையான தேசியம் என்றால் என்ன என்று அனைவரையும் சிந்திக்க வைத்திருக்கிறார்கள். இப்போது இந்திய ஒன்றியத்துக்கு மிகப் பெரிய பதற்றத்தைத் தருவது இந்த விஷயம்தான். இந்தி பேசாத மக்களுக்கான இடம் எது என்று வரையறுக்க, இந்தி பேசும் ஆதிக்க வகுப்பு முற்படுகிறது. பெருமுதலாளித்துவத்தின் ஆதரவில்

செயல்படும் ஜனநாயக எதிர்ப்புச் சக்திகள் மூலம் தேச ஒற்றுமைக்கு ஆபத்து ஏற்பட்டிருக்கிறது. தேசியவாதிகள் கூறும் விளக்கம் நம்மை எங்கே இட்டுச்செல்கிறது என்று பார்க்க வேண்டும். கூட்டாட்சி அமைப்பை ஆக்கிரமித்துள்ள டெல்லி ஆதிக்கவாதிகள், எங்களைப் பார்த்து கேட்கிறார்கள், "நீங்கள் முதலில் இந்தியரா அல்லது வங்காளியா?" இப்படிக் குடியுரிமையையும் தேசிய அடையாளத்தையும் வேண்டும் என்றே மோத விடுகிறார்கள். இப்படி நம்முடைய கடந்த காலத்தைச் சிதைத்து, நிகழ்காலத்தை அடிமைப்படுத்தி, எதிர்காலத்தை நிர்மூலமாக்கும் சக்திகளுக்கு எதிராகப் போராடத்தான் அண்ணா நமக்கு மிகவும் தேவைப்படுகிறார்.

தேசிய இனத்தால் நான் வங்காளி, குடியுரிமையால் நான் இந்தியன். நான் ஏன் இந்தியனாக இருக்கிறேன் என்றால், வங்காளியாக வங்காளத்தில் பிறந்ததால்தானே தவிர, இந்தியாவில் பிறந்ததால் வங்காளியாகிவிடவில்லை. முதலில் இந்தியனாக என்னை அனுமதித்துவிட்டு, அதன் பிறகு வங்காளியாகவோ தமிழனாகவோ போக விருப்பமா என்று யாரும் என்னைக் கேட்கவில்லை. என்னுடைய தேசிய அடையாளம் என்பது விரும்பித் தேர்வுசெய்வதல்ல. அது இயற்கையாக வருவது. என் தாய் என்னிடத்தில் முதலில் பேசிய வார்த்தைகள் வங்கமொழியிலானவை. அவளும் நானும் பேசிக்கொண்டது வங்காளியில். என்னுடைய குடியுரிமை இன்று இந்தியாவுடையது, நாளையே அது கனடா நாட்டினுடையதாக மாறலாம், நானும் பாலிவுட் நட்சத்திரமும் பாஜகவின் ஆதரவாளருமான அக்‌ஷய் குமாரைப் பின்பற்றினால்! வங்காளியாகப் பிறந்த நான் எந்த நாட்டில் இருந்தாலும் வங்காளியாகத்தான் மடிவேன் - தாய்நாடான வங்காளத்தில் மடியவே நான் விரும்புகிறேன்.

நான் எழுதும் வார்த்தைகள் பலருக்குக் கோபத்தையும் எரிச்சலையும் ஏற்படுத்தலாம்; பலருடைய புருவங்கள் உயரலாம்; கடுமையான வசைகளால் என்னை அர்ச்சிக்கலாம்; இனி என் குரல் எழும்பாதபடிக்கு என்னை மௌனமாக்கும் வேலையைக்கூடச் சிலர் செய்யலாம். அந்த மௌனத்திலும், மாநிலங்களவையில் அன்றைய மத்திய அரசைப் பார்த்து அண்ணா பேசிய வார்த்தைகள் வாழும். "பலப்பிரயோகம் செய்து அமைதியை ஏற்படுத்தாதீர்கள்; இதயத்திலிருந்து பேசி, சமரசத்தை ஏற்படுத்துங்கள். அடிப்படை மனித உரிமைகளுக்கு ஆதரவாகக் குரல் கொடுங்கள் என்று ஆளுங்கட்சி உறுப்பினர்களை வேண்டிக்கொள்கிறேன். மக்களுக்கு உண்மையை உணர்த்தும் உங்களுடைய உரிமையைப் பயன்படுத்துங்கள்; ஆனால், மாற்றுக் கருத்துகளை யாரும் பேசக் கூடாது, எழுதக் கூடாது என்று தடை விதிக்கும் சட்டங்களை இயற்றாதீர்கள்!"

இந்நாட்டில் இந்தி பேசாதவர்கள் 'யாரும் என் வாயை அடைத்துவிட முடியாது' என்று உறுதியேற்கும்போது, நீதிக்காகக் குரல்கொடுக்கும்போது - அண்ணா வாழ்கிறார்!

❍

பிராந்திய உணர்வு எனும் துணை தேசியம்... தமிழ்நாட்டின் முன்னுதாரண வளர்ச்சிக்கு அதுவே காரணம்

பிரேர்ணா சிங்
ஆய்வறிஞர்
ப்ரௌன் பல்கலைக்கழகம்
அமெரிக்கா

நாம் வாழும் இடம்தான் நமது வாழ்க்கையைத் தீர்மானிக்கிறது. அருகருகே உள்ள வெவ்வேறு நாடுகளில் குழந்தைகள் இறப்பு விகிதம் தொடங்கி கல்வி என்று பல்வேறு விஷயங்களில் மிகப் பெரிய வேறுபாடுகள் இருப்பதை உணர முடியும். அமெரிக்காவின் ஹெய்ட்டி மாநிலத்தில் பிறக்கும் குழந்தை, அங்கிருந்து 50 மைல்கள் தொலைவில் உள்ள கியூபாவில் பிறக்கும் குழந்தையை ஒப்பிட – தனது முதல் பிறந்த நாளைக் கொண்டாடும் வாய்ப்பை 12 மடங்கு அதிகம் பெற்றிருக்கிறது. அதேபோல், நீங்கள் மேற்கு ஆப்பிரிக்க நாடான புர்கீனா பாஸோவில் பிறந்தவர் என்றால், அண்டை நாடான கானாவுடன் ஒப்பிடும்போது நீங்கள் கல்வியறிவு பெறாதவராக இருப்பதற்கான வாய்ப்பு இரண்டு மடங்கு அதிகம்.

ஒரே தேசத்தின் வெவ்வேறு பகுதிகளுக்கு இடையிலும் இதுபோன்ற வேறுபாடுகள் உண்டு. இந்தியாவின் சில மாநிலங்கள், வளர்ச்சியடைந்த நாடுகளைவிடச் சிறப்பான நிலையில் இருப்பதையும் பல மாநிலங்கள் வளர்ச்சி குன்றிய ஆப்பிரிக்க நாடுகளுடன் ஒப்பிடும் அளவுக்கு இருப்பதையும் உதாரணமாகச் சொல்லலாம். ராஜஸ்தானில்

புதிய மாநிலத்துக்கு இன்றைய உத்தர பிரதேசக்காரர்கள் தேர்ந்தெடுத்திருந்த பெயர்கள் – 'இந்துஸ்தான்', 'ஆரியவிரத்', 'ராமராஜ்யம்'. அதாவது அவர்கள் தாங்கள்தான் முழு நாடும் என்று சிந்தித்தார்கள் அல்லது சாதி, மத அடிப்படையில் சிந்தித்தார்கள். பிராந்திய உணர்வு என்று ஒன்று வெளிப்படவில்லை. இன்றுவரை ஒரு பிராந்திய உணர்வை உத்தர பிரதேசம் பெற்றுவிட்டது என்று நான் சொல்ல மாட்டேன்!

ஜெய்ப்பூருக்கு வெளியே உள்ள பகுதிகளில் 1960-களில் பிறந்தவர்களின் கல்வியறிவை, அதே காலகட்டத்தில் தென்னிந்திய மாநிலமான தமிழ் நாட்டில் பிறந்தவர்களுடன் ஒப்பிடும்போது, ராஜஸ்தானில் பிறந்தவர்கள் மத்தியில் கல்வியறிவின்மை இரண்டு மடங்கு இருப்பதை இங்கே ஒரு உதாரணமாகச் சொல்ல முடியும். இன்றைய நிலவரத்தை எடுத்துக் கொண்டால்கூட, உத்தர பிரதேசத்தின் வடக்கு - மத்திய பகுதிகளில் பிறந்த பெண்களைவிடவும், கேரளத்தைச் சேர்ந்த பெண்களின் ஆயுட்காலம் சராசரியாக 15 ஆண்டுகள் அதிகம்.

மாற்றங்கள் எங்கே நடக்கின்றன?

ஒரே சட்ட அமைப்பு, தேர்தல் முறை, நிதி அமைப்பின் கீழ் வரும் மாநிலங்கள், சமூக முன்னேற்றம் எனும் விஷயத்தில் மிகப் பெரிய வேறுபாடுகளைக் கொண்டிருப்பது ஏன்?

இங்கு நாம் கவனிக்க வேண்டிய முக்கிய விஷயம். இந்தப் போக்குகள் காலங்காலமாக ஒரே மாதிரியாகத் தொடர்வதில்லை. அதிகம் இல்லை, ஒரு நூற்றாண்டுக்கு முன்பு, பிரிட்டிஷ் ஆட்சிக்காலத்தில் உத்தர பிரதேச மாநிலம் (அப்போது மத்திய மாகாணம்), சிறப்பாக நிர்வகிக்கப் பட்ட மாநிலங்களில் ஒன்று என்று அறியப்பட்டிருந்தது. அம்மாநிலத்தில் பணியில் சேர்வதற்கு, கிழக்கிந்திய கம்பெனி அதிகாரிகள் போட்டி போடுவார்கள். அக்காலகட்டத்தில் இன்றைய தென்னிந்திய மாநிலமான கேரளப் பகுதி ஊழல், பஞ்சம் என்று பல்வேறு பிரச்சினைகளில் சிக்கித் தவித்தது. சென்னை மாகாணத்துடன் இணைக்கப்பட்டுவிடும் அபாயத்தை அது தொடர்ந்து எதிர்கொண்டுவந்தது. 1880-களில், உத்தர பிரதேசத்துடன் ஒப்பிட கேரளம் பல்வேறு வகைகளில் பின்தங்கிய நிலையில் இருந்தது. ஆனால், இன்றைய நிலை தலைகீழ். இவ்வளவு பெரிய மாற்றம் ஒரு நூற்றாண்டுக்குள் எப்படிச் சாத்தியமானது?

இவ்விஷயத்தில் எனக்கு முன்பாக, ஆய்வுகள் செய்த அறிஞர்கள் பலர், வெவ்வேறு காரணிகளை முன்வைத்தார்கள். உதாரணமாக, ஒரு

மாநிலத்தின் வளம் ஒரு காரணியாகக் குறிப்பிடப்பட்டது. அதாவது, வளமான மாநிலம் என்றால் அதனிடம் நிறைய பணம் இருக்கும். எனவே, சமூக நலத்திட்டங்களுக்கு நிறைய நிதி வழங்க முடியும் என்பது அந்த வாதம். இன்னொரு வாதம் – வர்க்க அரசியல். மற்றொரு வாதம் – இன அடிப்படையிலான ஒற்றுமைத்தன்மை. ஆனால், இந்திய மாநிலங்களுக்கு இந்த வாதங்கள் எதுவுமே பொருந்துவதில்லை என்பதைப் பல உதாரணங்கள் வழியே என்னால் நிரூபிக்க முடியும். உண்மையான காரணம் எது என்றால், மாநிலங்களின் பரஸ்பர இணக்கத்தன்மை, ஒற்றுமைத்தன்மை. மிக முக்கியமாக பிராந்திய அடையாள உணர்வு, பிராந்திய ஒற்றுமை ஆகியவற்றின் அடிப்படையிலான சமூக நலக் கொள்கைகள். நான் இந்தப் பிராந்திய ஒற்றுமையைக் குறிக்கும் பதமாக 'துணை தேசியவாதம்' என்பதைப் பயன்படுத்துகிறேன்.

பிராந்திய உணர்வற்ற உத்தர பிரதேசவாசிகள்

நாம் 1950-களுக்குச் செல்லலாம். அங்கே நான் சொல்லும் வாதங்களுக்கான வேர்கள் இருக்கின்றன. அப்போதைய மாநில மறுசீரமைப்பு ஆணையத்தின் ஆவணங்களை ஆய்வுசெய்தபோது, அந்த ஆணையத்துக்கு வந்த கோரிக்கைகளைப் பார்க்க முடிந்தது. "நான் இந்த மாநிலத்தில் வசிக்க விரும்புகிறேன் – எங்கள் மாநிலம் இப்படி இருக்க வேண்டும்" என்று யார் வேண்டுமானாலும் கோரிக்கை அனுப்ப முடியும். கேரளம் என்ற மாநிலத்தின் உருவாக்கத்துக்காக ஆயிரத்துக்கும் மேற்பட்டோர் ரத்தத்தால் கையெழுத்திட்ட கோரிக்கைகளை நான் கண்டேன். அதாவது, கேரளம் என்பது ஒரு மாநிலமாக ஆவதற்கு வெகு காலத்துக்கு முன்பிருந்தே மலையாளிகளின் பிராந்திய உணர்வு, கேரளம் எனும் அடையாளத்தை இயல்பாகவே உருவாக்கியிருந்தது.

சரி, அதே சமயத்தில் மத்திய மாகாணமாயிருந்த உத்தர பிரதேசம் எப்படி இருந்தது? புதிய மாநிலத்துக்கு என்ன பெயர் தேர்வுசெய்யப்படும் என்று டெல்லியில் இருந்தவர்கள் காத்திருந்தபோது, உத்தர பிரதேசத்தில் இருந்து வந்த தந்தியில் மாநிலத்தின் பெயர் குறிப்பிடப்பட்டிருந்தது – அது, 'இந்துஸ்தான்'. நேரு, "என்ன விளையாட்டு இது? இது ஒட்டுமொத்த இந்தியாவின் பெயரல்லவா" என்று கேட்க, அடுத்த தந்தி டெல்லிக்குப் போனது. அதில் குறிப்பிடப்பட்டிருந்த பெயர் 'ஆரியவிரத்'. அதுவும் மறுதலிக்கப்படவே, 'ராமராஜ்யம்' என்ற பெயரை அனுப்பிவைத்தார்கள். கடைசியில் நேரு தலையிட்டு, 'உத்தர பிரதேசம்' எனும் பெயரை இறுதிசெய்தார். அதாவது, அன்றைய உத்தர பிரதேசக்காரர்கள் தாங்கள் தான் முழு நாடும் என்று சிந்தித்தார்கள் அல்லது சாதி, மத அடிப்படையில் சிந்தித்தார்கள். பிராந்திய உணர்வு என்று ஒன்று வெளிப்படவில்லை. இன்றுவரை ஒரு பிராந்திய உணர்வை உத்தர பிரதேசம் பெற்றுவிட்டது என்று நான் சொல்ல மாட்டேன்.

நான் உத்தர பிரதேசத்தைச் சேர்ந்தவர் ஒருவரைப் பேட்டி கண்டபோது, அவரிடம், "தமிழ்நாட்டினர் தமிழர்கள் என்று சொல்லிக்கொள்கிறார்கள்.

மாபெரும் தமிழ்க் கனவு 49

சுதந்திர இந்தியாவிலேயே முதன்முறையாகப் பிரிவினைக் குரல்கள் எழுந்த மாநிலங்களில் ஒன்று தமிழ்நாடு. இன்றைக்கும் பிராந்திய உணர்வு கொண்டவர்கள், அதேசமயம், தங்களைப் பெருமைக்குரிய இந்தியர்களாகவும் கருதுபவர்கள்!

கேரளத்தவர்கள் தங்களை மலையாளிகள் என்று சொல்லிக்கொள்கிறார்கள். நீங்கள் எப்படி உங்களைச் சொல்லிக்கொள்வீர்கள்?" என்று கேட்டேன். அவர் "பையா – அண்ணாச்சி" என்று சொல்லிக்கொள்வேன்" என்று சொன்னார். இந்தியாவின் மையப் பகுதியில் உள்ள மிகப் பெரிய மாநிலத்திலிருந்து வெளிப்படும் மனப்பான்மை இது. நீங்கள் அங்கே தேர்தல் பிரச்சாரத்தில் கடந்த காலங்களில் பேசப்பட்ட விஷயங்களை ஆய்வுசெய்தால் இது புலப்படும், "தேசியப் பாதுகாப்பு, பாகிஸ்தான் அச்சுறுத்தல், இந்தியைத் தேசிய மொழியாக எப்படி முன்னெடுப்பது" இப்படித்தான் தேர்தல் பிரச்சாரங்கள் நடக்கும் அல்லது சாதி, மதம் சார்ந்த விஷயங்கள் செல்வாக்கு செலுத்தும். அங்குள்ள அரசுகளின் பட்ஜெட்களும்கூட தேசிய அளவிலான விஷயங்களுக்கு முன்னுரிமை கொடுக்கும் வகையில் அமைந்தன.

எளிமையான தொனியில் நான் குறிப்பிடும் இந்த விஷயங்கள் எளிதானவை அல்ல. இந்த மாநிலங்களின் வளர்ச்சிகளின் தன்மை குறித்த முக்கியமான விஷயத்தை அடிப்படையாகக் கொண்டவை.

தமிழ்நாடு எனும் முன்னுதாரணம்

ஆக, நான் குறிப்பிடும் பிராந்திய உணர்வு - 'துணை தேசியம்' – இந்தியாவிலுள்ள ஒரு மாநிலத்தின் வளர்ச்சியில் மிகப் பெரிய செல்வாக்கைச் செலுத்துகிறது என்று சொல்வேன். அது தேசம் எனும் கருத்தாக்கத்துக்கு எதிரானது அல்ல; பிராந்திய உணர்வும் தேசிய உணர்வும் இரண்டும் ஒரே தளத்தில் இருக்க முடியும்; ஒன்றுக்கொன்று பகிர்ந்தளித்துக்கொள்ளவும் முடியும். இங்கே தமிழ்நாட்டைத்தான் முக்கியமான உதாரணமாக்குவேன். சுதந்திர இந்தியாவிலேயே முதன் முறையாகப் பிரிவினைக் குரல்கள் எழுந்த மாநிலங்களில் ஒன்று தமிழ்நாடு. இன்றைக்கும் பிராந்திய உணர்வு கொண்டவர்கள், அதேசமயம், தங்களைப் பெருமைக்குரிய இந்தியர்களாகவும் கருதுபவர்கள்.

இருபதாம் நூற்றாண்டின் தொடக்கத்தில் நாட்டின் பிற மாநிலங்களைப் போலவே தமிழ்நாடும் பின்தங்கியிருந்தது. 1900-களுக்கு முன் இருந்த 'மதறாஸ் மாகாணம்' எழுத்தறிவற்றவர்களையும் நோயாளிகளையும் அதிக எண்ணிக்கையில் கொண்டது. தமிழர்கள் தங்களுடைய இலக்கியச் சொத்துகளைப் பற்றிய எண்ணமே இல்லாமல் சுணங்கியிருந்தனர். பழந்தமிழ் இலக்கியங்களும் ஏடுகளும் தனியாரிடம் தூங்கிக்கொண்டு

இருந்தன. தமிழ்த் தாயும் திருவள்ளுவரும் வரலாற்றின் பழைய ஏடுகளில் பதுங்கியிருந்தனர். செம்மொழி தமிழ் என்பதும் உலகிலேயே மிகவும் மூத்த நாகரிகங்களுள் ஒன்று திராவிடர்களுடையது என்பதும் தெரியாமல் ஒருவித அறியாமை நிலவியது. கல்வி, சுகாதாரம், பொருளாதார வளர்ச்சியிலும் இதே நிலைதான். அந்நாட்களில் மதறாஸ் மாகாண மக்களின் சராசரி ஆயுட்காலம் 23 வயது. கல்வி, வேலைவாய்ப்பில் மேல்சாதிக்காரர்களின் ஆதிக்கத்தைக் கட்டுப்படுத்தி பிற்படுத்தப் பட்டோரையும் தாழ்த்தப்பட்டோரையும் அதிகாரப்படுத்தும் பணிக்குப் பிராமணரல்லாதோர் இயக்கமான நீதிக் கட்சி வித்திட்டது. பெரியாரின் சுயமரியாதை இயக்கம் வளர்ந்து, நீதிக் கட்சியையும் உள்ளடக்கி அது 'திராவிடர் கழக'மானபோது, கலாச்சாரரீதியாக தமிழ் மறுமலர்ச்சிக்கு வித்திட்டது. 1967 வரை தமிழ்நாட்டை ஆண்ட காங்கிரஸ் கட்சியும்கூட இந்தத் தமிழ் தேசிய - சமூக நீதி அலையிலிருந்து தப்ப முடியவில்லை. காங்கிரஸின் கொள்கைகள் தேசிய அளவில் வேறாகவும் தமிழக அளவில் வேறாகவும் இருந்தன.

எங்கும் தமிழ் எதிலும் தமிழ்

அண்ணாதுரையின் அரசியல் 'எங்கும் தமிழ் எதிலும் தமிழ்' அலையை உருவாக்கியது. அரசியல் மேடைகளில் பழந்தமிழ் இலக்கியங்கள் ஏறின. குழந்தைகளுக்குப் பெயர் சூட்டுதலில் தொடங்கி, அரசியல் மேடைகளில் பழந்தமிழ் இலக்கியங்களை ஏற்றியது வரை ஒரு பெரும் மாற்றம் நிகழ்ந்தது. திமுகவின் எழுச்சி, தமிழ் தேசிய இயக்கத் தலைவராக அண்ணாதுரையை உயர்த்தியதோடு, தமிழ் தேசிய இயக்கம் பரவுவதிலும் முக்கியப் பங்கு வகித்தது. பிராந்திய உணர்வை மீட்டிய அண்ணாதுரை, பிராந்தியங்களின் அதிகாரத்துக்காகவும் சுயாட்சிக்காகவும் குரல் கொடுப்பவராகவும் இருந்தார். இன்றைக்கு நாட்டிலேயே துணை தேசியவாதத்துக்கு முன்னுதாரண மாநிலங்களில் ஒன்றாகச் சுட்டப்படும் தமிழ்நாட்டில், பிராந்திய உணர்வுடன் சமூக நலத்திட்டங்கள் பிணைக்கப் பட்டதற்கான மிகச் சிறந்த குறியீடாக அண்ணாதுரையின், 'ரூபாய்க்கு ஒரு படி அரிசி' திட்டத்தை நாம் குறிப்பிடலாம்.

பிராந்திய அடையாள அரசியல் - துணை தேசியவாதம் எப்படி முதன்மையாகிறது? சக்தி வாய்ந்த மக்கள் இயக்கத்தின் அடிப்படையில் உருவாகும் சிவில் சமூகமே இதன் அடிப்படையாக இருக்கிறது. எங்கோ ஓரிடத்தில் ஒட்டுமொத்த சமூக நலனை அது பேசுகிறது. அனைவருக்கும் நலத்திட்டங்கள் சென்று சேர்வதை அது உறுதிசெய்கிறது. மேட்டுக் குடியினரால் தீர்மானிக்கப்படும் விஷயங்களை அது எதிர்க்கிறது. இந்த உணர்வுடன் கூடிய சமூக நலக் கொள்கைகளை ஒரு அரசு முன்னெடுக்கும் போது, அது வளர்ச்சியை நோக்கி வேகமாக மக்களைச் செலுத்துகிறது. இந்திய வரலாற்றில் அண்ணாதுரையின் முக்கியத்துவம் இங்கேதான் நிலைகொள்கிறது!

சம்ஸ்கிருதப் பேரலையைத் தடுத்து நிறுத்திய சாமானியன்

டி.ஜே.எஸ்.ஜார்ஜ்
மூத்த ஊடகவியலாளர்
அரசியல் ஆய்வாளர்

வரலாற்றைச் செதுக்கியவர்களில் ஒருவர் அண்ணா. உலக அறிஞர்கள் வரிசையில் இடம்பெறத்தக்க அற்புதமான சிந்தனையாளரும் அவருடைய முன்னோடியுமான பெரியாரைப் போலவே அண்ணாவின் செயல்பாடுகளின் எல்லை தென்னிந்தியாவுக்குள்ளேயே அடங்கிவிட்டது என்பதாலும், அவரது நோக்கங்கள் பிராந்திய அளவில் குறுகியவை என்று ஒற்றைத் துணைக் கண்டத்தின் பாரம்பரியமான வரலாற்றாசிரியர்கள் கருதியதாலும் அவர் போதுமான அளவு கவனம் பெறவில்லை.

உண்மையில், தேசக் கட்டுமானத்தில் மொழியின் பிரதான சக்தியைப் பிரதிபலித்தவர் அண்ணா. மொழிப் பிரச்சினையில் தொடக்கம் முதலே இந்தியாவின் நிலைப்பாடு தவறாகவே இருந்தது. பொது வாழ்வில் மொழி அரசியலின் வளர்ச்சி என்பது தவறானதாகக் கருதப்பட்டது அதனால்தான். சரியான சூழலில் வித்தியாசமான அணுகுமுறை மேற்கொள்ளப்பட்டிருந்தால், ஒன்றிணைக்கும் சக்தியாக மொழியைப் பயன்படுத்தியிருக்க முடியும். இந்தோனேஷியா ஓர் உதாரணம்.

அண்ணாவைப் பொறுத்தவரை மொழி என்பது மக்களின் கலாச்சாரப் பாரம்பரியத்தின் சாரம். நிறுவன எதிர்ப்பாளரான பெரியாருடனும் சக திரைக்கதையாசிரியரான கருணாநிதியுடனும் தனது நம்பிக்கையை அவர் பகிர்ந்துகொண்டார். திரிமூர்த்திகளான பெரியார், அண்ணா, கருணாநிதி மூவரும் இதற்கு முன்னர் பேசப்பட்டிராத திராவிடப் பண்பாட்டு விழுமியங்களை வளர்த்தெடுத்தனர். இதன்மூலம், இந்தியாவின் சமூக அரசியல் முதிர்ச்சிக்கு நீடித்த பங்காற்றினர்.

தென்னிந்தியாவுக்கும் வட இந்தியாவுக்கும் இடையிலான வேறுபாட்டை வெளிப்படையாக ஒப்புக்கொள்வதை அண்ணா தவறாகக்

கருதவில்லை. உண்மையில், இந்த வேறுபாடு ஆழமாக வேரூன்றியது என்று கருதிய அவர், திராவிடப் பிராந்தியம் இந்தியாவிலிருந்து பிரிந்து செல்ல வேண்டும் என்றே விரும்பினார். இந்த நோக்கத்தின் தீவிரத்தன்மை சுட்டிக்காட்டப்பட்டபோது, தனது நிலைப்பாட்டை உடனடியாகக் கைவிட்டார். இந்திக்கு எதிராக நீண்ட யுத்தம் நடத்தியவர் அண்ணா. சர்வாதிகார முறையில் பிறர் மீது இந்தி திணிக்கப்படுவதை அவர் எதிர்த்தார். 1938-ல், பள்ளிகளில் இந்தியைக் கட்டாயமாக்கினார் மதறாஸ் மாகாண அரசின் தலைமைப் பொறுப்பில் இருந்த சி.ராஜகோபாலாச்சாரி. மிகப் பெருமளவில் நடந்த போராட்டங்கள், போலீஸ் தடியடியில் இருவர் மரணம் ஆகியவை, 1940-ல் இந்த ஆணையை ராஜாஜி திரும்பப் பெறவைத்தன. அதுதான், அன்றைய காலகட்டத்தின் பொது உணர்வாக இருந்தது. இதை அண்ணா மறக்க முடியாத வகையில் குறிப்பிட்டிருந்தார்: "நாட்டின் பெரும்பான்மையினரால் பேசப்படும் மொழி என்பதற்காக இந்தி பொதுமொழியாக இருக்க வேண்டும் என்றால், நாட்டில் எண்ணற்ற எலிகள் இருக்கும்போது, புலியை ஏன் தேசிய விலங்காகக் கருதுகிறோம்?" அதே ராஜாஜி, பின்னாட்களில் இந்தி அரசியலின் தீவிர எதிர்ப்பாளரானது வரலாற்றின் முரண்களில் ஒன்று.

அண்ணா ஒரு சாமானிய மனிதராகவே வாழ்ந்தார். தன்னைச் சுற்றியுள்ள சாமானிய மனிதர்களின் வாழ்க்கை, தேவைகள் குறித்து அக்கறை கொண்டிருந்த அவர், தனக்கென்று எதையும் விரும்பவில்லை. ஒரு முதல்வர் எனும் முறையில் கிடைக்கும் அரசு வசதிகளையும் அவர் ஏற்க மறுத்தார். தனது ஆதர்ச நாயகர்களான லிங்கன், கரிபால்டி, மாஜினி ஆகியோரின் கொள்கைகளால் வழிநடத்தப்பட்டார்.

ஒரு புத்தாக்கச் சிந்தனையின் மகத்தான சாதனைகள் இந்தியாவை மூழ்கடித்த சம்ஸ்கிருத அலையில் மூழ்கிப்போயின. அந்த சம்ஸ்கிருத கோலியாத்தை ஒரு எளிய டேவிட் எதிர்கொள்ளக் காலம் பிடித்தது. அந்த டேவிட்தான் அண்ணா.

சினிமா எனும் ஊடகத்தை அரசியல் நோக்கங்களுக்காகப் பயன்படுத்திக்கொள்வது என்பது அண்ணாவின் உத்தி. அவர் ஒரு நாவலாசிரியர், சிறுகதை எழுத்தாளர், நாடகாசிரியர் மட்டுமல்லாமல் சில சமயம் நடிகராகவும் இருந்தவர் என்பதால், இது அவருக்கு இயல்பாகவே வந்திருக்கலாம். அதேசமயம், எந்த மாதிரியான கொள்கைகளைப் பின்பற்றுவது என்பதில் தெளிவான சிந்தனையுடன்கூடிய ஒரு அரசியல் ஆளுமையாக இருந்தார். மதத்தின் பெயரால் நடத்தப்பட்ட சுரண்டலுக்கு எதிராகப் போராடினார் அண்ணா. அரசு அலுவலகங்களில் கடவுள் படங்களை நீக்குமாறு உத்தரவிட்டார். ஆனால், 'ஒன்றே குலம், ஒருவனே தேவன்' எனும் முழக்கத்தை முன்வைத்தார். திருநீறு பூசாத இந்து, சிலுவை அணியாத கிறிஸ்தவர், குல்லா அணியாத முஸ்லிம் என்று தன்னைக் குறிப்பிட்டார். மதறாஸ் மாகாணத்தின் பெயரைத் தமிழ்நாடு என்று பெருமையுடன் மாற்றினார்.

அவரது எளிமை, தன்னலமற்ற தன்மை, திராவிட இயக்கத்துக்காக அவர் காட்டிய அர்ப்பணிப்பு ஆகியவை அண்ணாவைக் கற்பனைக்கெட்டா புகழ்கொண்ட மக்கள் தலைவராக்கின. 1969-ல் அவர் மறைந்தபோது, பத்தாவது உலக அதிசயம் நிகழ்ந்தது. அவரது இறுதி நிகழ்ச்சியில் 1.5 கோடிப் பேர் கலந்துகொண்டனர். இதுவரை இல்லாத வகையில் மிக அதிகமான எண்ணிக்கையில் மனிதர்கள் கலந்துகொண்ட நிகழ்வு அது. காந்தியின் இறுதி நிகழ்ச்சியில் 20 லட்சம் பேர் கலந்துகொண்டனர்.

அண்ணா அத்தனை விஷயங்கள் கொண்டவர். அவருடைய சிந்தனைகள் எண்ணற்றவை. நமது காலகட்டத்தில் திராவிட அடையாளம் உயிர் பெற்று, வரலாற்றில் தனது இடத்தைக் கோரியது என்றால், அறிஞரும் செயல்பாட்டாளருமான அண்ணாவின் நம்பிக்கையும் அர்ப்பணிப்பும் தான் முக்கியக் காரணம். தென்னிந்தியாவின் அற்புதமான கோயில் கட்டிடக் கலையை உருவாக்கியது மட்டுமல்லாமல், கெமர், தாய், சாவகம் ஆகிய மொழிகளின் மேம்பாட்டில் தாக்கம் செலுத்திய ஒரு அறிவுப் பாரம்பரியத்தின் உண்மையான வழித்தோன்றல் என்பதை நிரூபித்தவர் அண்ணா. அந்தப் புத்தாக்கச் சிந்தனையின் மகத்தான சாதனைகள், இந்தியாவை மூழ்கடித்த சம்ஸ்கிருத சக்தியின் அலையில் மூழ்கிப் போயின. அந்த சம்ஸ்கிருத கோலியாத்தை ஒரு எளிய டேவிட் எதிர் கொள்ளக் காலம் பிடித்தது. அந்த டேவிட்தான் அண்ணா. அவர் காலத்தைக் கடந்த மனிதர்!

இந்தியாவில் ஆங்கிலம் தொடர இந்தியர்கள் அண்ணாவுக்கு நன்றி சொல்ல வேண்டும்

செல்வ புவியரசன்
தலைமை உதவி ஆசிரியர்
இந்து தமிழ் திசை

சேவைப் பணித் துறையில் 'அவுட்சோர்ஸிங்' எனப்படும் அயலகப் பணி ஒப்படைவுகளைப் பெறுவதில் இந்தியா முன்னிலை வகிக்கிறது. இந்தியாவின் மொத்த உள்நாட்டுப் பணித் துறையில் சேவைப் பணித் துறையின் பங்களிப்பு 52.8%. இந்தியாவின் பொருளாதாரத்தில் இன்று ஆங்கிலம் செலுத்தும் செல்வாக்கைக் குறிப்பது இது. இந்தி பேசாத, குறிப்பாக தென்னிந்திய மாநிலங்களே சேவைப் பணித் துறையில் குறிப்பிடத்தக்க பங்கு வகிக்கின்றன. 2015-16-ல் தகவல் தொழில்நுட்பத் துறையில் தமிழ்நாடு, கேரளம், கர்நாடகம், ஆந்திரம், தெலங்கானா மாநிலங்களில் செய்யப்பட்டிருக்கும் முதலீடு 55.6%. தமிழ்நாட்டின் மொத்த உள்மாநில உற்பத்தியில் 54.6% சேவைப் பணித் துறையின் பங்களிப்பு. ஆங்கிலமின்றி இது சாத்தியமில்லை.

உலகமயமாக்கல் சூழலில், ஆங்கிலத்தின் துணை இல்லாமல் பொருளாதாரப் பாய்ச்சல் சாத்தியமே இல்லை என இந்தியா உணர்கிறது. ஆனால், அரசமைப்புச் சட்டத்தின் வழி இந்தியை மட்டுமே அலுவல் மொழியாக்கிக்கொண்டு, ஆங்கிலத்துக்கு முடிவுகட்ட முற்பட்ட நாடுதான் இது என்பதை நாம் மறந்துவிட முடியாது. இந்தியாவில் ஆங்கிலம் நீடிக்க யார் காரணம்? அண்ணாவைப் புறந்தள்ளிவிட்டு இந்த விஷயத்தைப் பேசவே முடியாது. அதனால்தான் நாடறிந்த பொருளாதார அறிஞரும், மூத்த பத்திரிகையாளருமான சுவாமிநாதன் எஸ்.அங்கலாசாரிய ஐயர் சொன்னார், "உலகுடன் இந்தியா உரையாடுவதற்கான சாளரமான ஆங்கிலத்தைப் பாதுகாக்க அண்ணா உதவியிருக்கிறார்!"

அண்ணாவின் 35-வது நினைவு தினத்தின்போது 'டைம்ஸ் ஆஃப் இந்தியா' பத்திரிகையில் அவர் வாரந்தோறும் எழுதும் பத்தியில்

எழுதினார், "தமிழ்நாட்டில் காங்கிரஸின் மேலாதிக்கத்தையும் பிராமணர்களின் ஆதிக்கத்தையும் முடிவுக்குக் கொண்டுவந்தவர் என்ற வகையிலேயே பெரிதும் அண்ணா நினைவுகூரப்படுகிறார். ஆனால், இன்றைக்கு அவரை நாம் புதிய வெளிச்சத்தில் பார்க்க வேண்டியிருக் கிறது. அண்ணாதான் இந்தியாவை இந்தி மேலாதிக்கத்திலிருந்து விடுவித்து, ஆங்கிலம் தொடர்வதை உறுதிப்படுத்தி, மேற்குலகிலிருந்து இந்தியாவுக்கு லட்சக்கணக்கானவர்களுக்கு வேலைவாய்ப்பு கிடைக்கிற அவுட்சோர்ஸிங் புரட்சிக்கான சாத்தியத்தை ஏற்படுத்தியவர். ஆங்கிலம் பேசுகின்ற மக்கள்தொகையின் காரணமாகவே இன்றைக்கு நாம் அவுட்சோர்ஸிங் வாய்ப்புகளைப் பெறும் போட்டியில் முதலிடத்தில் இருக்கிறோம் என்ற பெருமையைப் பெற்றிருக்கிறோம்."

ஒரு குஜராத்தி உதாரணம்

ஆங்கிலத்தைப் புறக்கணித்து, இந்தியைத் தழுவிக்கொண்ட மாநிலங் கள் உலகமயச் சூழலுக்குப் பின் இந்தியை ஏற்றதன் பின்விளைவுகளை உணர்ந்தன. மிகச் சிறந்த உதாரணம், நாட்டுக்கே தொழில் வளர்ச்சியில் முன்னோடியாகப் பேசப்படும் மாதிரியான குஜராத். அங்குள்ள வல்லமை மிக்க நிலவுடைமைச் சமூகமான படேல்கள் கல்வி, வேலைவாய்ப்பில் இடஒதுக்கீடு கேட்டுப் போராடி, மாநிலத்தையே ஸ்தம்பிக்க வைத்த நாட்களில் குஜராத்தி எழுத்தாளரான ஆகார் படேல் இப்படி எழுதினார்: "எங்களிடம் ஆங்கிலம் இல்லை. அதனால், இந்தியாவின் புதிய நகர்ப்புற மத்திய வர்க்கத்தால் உருவாக்கப்படும் புதிய சேவைப் பணித் தொழில் களில் பங்குபெற முடியவில்லை."

ஆகார் படேல் மேலும் குறிப்பிட்டார், "படேல்களின் போராட்டங் களைப் போல மும்பை, பெங்களூரு, சென்னை, ஹைதராபாத், குருகிராம் மற்றும் நொய்டா ஆகிய நகரங்களில் போராட்டங்கள் நடக்காது. அந்நகரங்களில் இளைஞர்கள் பணிபுரிவதற்கான வாய்ப்புகள் இருக்கின்றன. அவர்களால் 'ஒயிட் காலர்' வேலைகளை எளிதாகப் பெற முடியும். ஆங்கிலத்தின் துணையோடு பெரும்பாலானவர்கள் இந்த வேலைவாய்ப்புகளைப் பெறுகிறார்கள். அதன் வழியாக உலகப் பொருளாதாரத்தோடு தங்களை ஒருங்கிணைத்துக்கொள்கிறார்கள். இந்த வாய்ப்பு குஜராத்தில் உள்ள பெரும்பாலான இளைஞர்களுக்குக் கிடைக்கவில்லை. ஏனென்றால், அரசுப் பள்ளிகள் இங்கு ஐந்தாம் வகுப்பு வரையில் ஆங்கிலம் கற்றுக்கொடுப்பதில்லை."

சுதந்திர இந்தியாவில் ஆங்கிலம் கடந்து வந்த பாதை

இந்தியாவின் ஆட்சிமொழியாக இந்தியைத் தேர்ந்தெடுப்பது குறித்து, அரசியல் நிர்ணய சபையில் வாக்கெடுப்பு நடந்தபோது, இந்திக்கு ஆதரவாக 77 வாக்குகளும் எதிராக 77 வாக்குகளும் விழுந்தன. அவையின் தலைவர் தனது ஒரே வாக்கை இந்திக்கு ஆதரவாகச் செலுத்தியபோது ஆட்சிமொழியானது இந்தி. இந்தி பேசாத மாநிலங்களின் எண்ணங்களை

தொடர்ந்து தமிழ்நாட்டில் வெடித்த மொழிப் போர், அதில் தன்னுயிர் கொடுத்து இந்தி ஆதிக்கத்துக்குத் தடை போட்ட திராவிட இயக்கத்தினருடைய தியாகம் ஆகியவற்றின் விளைவாகவே இன்றும் தொடர்புமொழியாக ஆங்கிலம் நீடிக்கிறது.

வெறும் ஒரு ஓட்டில் தோற்கடித்து இந்தியை ஆட்சிமொழியாக்கியவர்கள், அடுத்த கட்டமாக ஆங்கிலத்துக்கு முடிவுகட்ட எத்தனித்தார்கள். 'இந்திதான் இந்தியாவின் ஆட்சிமொழி. ஆனால், '15 ஆண்டுகள் வரை மட்டும் ஆங்கிலமும் கூடுதலாகப் பயன்படுத்தப்படலாம்' என்ற கெடுவை இந்தி பேசாத மக்கள் மீது திணித்தபடிதான் 1950-ல் இந்தியா குடியரசு ஆனது. அதாவது, 1965 வரை மட்டுமே ஆங்கிலம் தொடர்புமொழியாக இருக்கும் என்றது அரசமைப்புச் சட்டத்தின் பகுதி 17, கூறு 343.

அரசியல் சட்டத்தின் 17-வது பகுதிக்கு உயிர் கொடுப்பதற்காக 1955-ல் பி.ஜி.கேர் தலைமையில் ஆட்சிமொழிக் குழு அமைக்கப்பட்டது. விழித் தெழுந்தது தமிழகம். தமிழார்வலரான ஏ.சுப்பையாவின் ஏற்பாட்டில் 1956-ல் ராஜகோபாலாச்சாரியாரின் இல்லத்தில் தலைவர்களும் தமிழறிஞர்களும் கூடினார்கள். அக்கூட்டத்தில் இந்தித் திணிப்பை எதிர்த்து முதல் கையெழுத்துப் போட்டார் ராஜாஜி. இந்தி மட்டுமே அலுவல்மொழி என்ற பகுதி-17ஐ உள்ளடக்கிய இந்திய அரசியல் சட்டத்தில் முதல் கையெழுத்திட்ட ராஜகோபாலாச்சாரியார்தான் இந்தித் திணிப்பை எதிர்த்தும் முதல் கையெழுத்தைப் போட்டார். 1937-ல் இந்தியைக் கட்டாயப் பாடமாகப் புகுத்தியவரும்கூட அவர்தான். 20 ஆண்டுகளுக்கு முன்னால் இந்தித் திணிப்பையும் அதற்குக் காரணமான ராஜகோபாலாச்சாரியாரையும் எதிர்த்த பெரியார் இரண்டாவது கையெழுத்தை இட்டார். 1949-ல் திகவிலிருந்து திமுக பிரிந்த பிறகு, திமுகவினர் பங்கேற்கும் கூட்டங்களைத் தவிர்த்த பெரியார், முதன் முதலில் அண்ணாவோடு கைகோத்தது அந்தக் கூட்டத்தில்தான்.

தொடர்ந்து தமிழ்நாட்டில் வெடித்த மொழிப் போர், அதில் தன்னுயிர் கொடுத்து இந்தி ஆதிக்கத்துக்குத் தடை போட்ட திராவிட இயக்கத்தினருடைய தியாகம் ஆகியவற்றின் விளைவாகவே இன்றும் தொடர்பு மொழியாக ஆங்கிலம் நீடிக்கிறது. விளைவாக, மொழிப் பாடமாகவும் பயிற்றுமொழியாகவும் நாடெங்கும் ஆங்கிலம் கற்பிக்கப்படும் சூழல் உருவானது. அண்ணாவின் தொலைநோக்குப் பார்வைக்கு இதில் முக்கியமான பங்குண்டு.

இந்தி எதிர்ப்புப் போராளியான ராஜாஜி

21.9.1957 அன்று திருவண்ணாமலையில் நடந்த திமுக மாநாட்டின் முதல் நாள், இந்தி எதிர்ப்பு மாநாடாக நடத்தப்பட்டது. அந்தக் கூட்டத்துக்குத் தலைமை வகித்தவர் சைவ சமயவாதியான அருணகிரி அடிகள். 1958-ல் தமிழ்நாடு சட்டமன்றத்திலும் அலுவல்மொழி சார்ந்த பிரச்சினையைத்

திமுக கையிலெடுத்தது. குறைவான உறுப்பினர் எண்ணிக்கையைக் கொண்டிருந்த எதிர்க்கட்சி என்ற நிலையிலும், அரசியல் சட்டத்தின் பகுதி 17 திருத்தப்பட வேண்டும் என்ற தீர்மானத்தைச் சட்டமன்றத்தின் முன் வைத்தது. க.அன்பழகன் முன்மொழிந்த அந்தத் தீர்மானத்தை 14 உறுப்பினர்கள் மட்டுமே ஆதரித்தார்கள். 121 பேர் எதிர்த்து வாக்களித்தார்கள். வங்க சட்டமன்றத்தில் இந்தியை ஆட்சிமொழியாக ஏற்க மாட்டோம் என்று தீர்மானம் நிறைவேற்றப்பட்டது. தமிழகத்தில் எதிர்க்கட்சியாக இருந்த திமுகவோ அந்தத் தீர்மானத்தை அடுத்த மக்கள் மன்றத்தில்தான் நிறைவேற்றியது.

அண்ணா முன்னெடுத்த போராட்டங்கள்

1960-ல் குமாரபாளையத்தில் திமுகவின் பொதுக்குழு கூடி, போராட்டங்களில் இறங்கியது. 1963-ல் நாடாளுமன்றத்தில் குடியரசுத் தலைவரின் உரைக்கு நன்றி தெரிவித்து உரையாற்றிய அண்ணா, இந்தித் திணிப்பைக் கடுமையாக எதிர்த்துப் பேசினார். பொதுமொழியின் அடிப்படையில் இந்தியாவைப் பலப்படுத்திவிட முடியாது என்பதை வலியுறுத்தினார். அவரது உரையின் இடையே திமுகவின் மொழிக் கொள்கை என்ன என்ற கேள்வியை எழுப்பினார் அக்பர் அலிகான். "எட்டாவது பட்டியலில் உள்ள அத்தனை மொழிகளும் தேசிய மொழிகளாக ஏற்றுக்கொள்ளப்பட வேண்டும், ஆட்சிமொழிகளாகும் தகுதி தரப்பட வேண்டும், பதினான்கு மொழிகளும் ஆட்சிமொழிகளாகும் வரை ஆங்கிலமே தொடர்ந்து இருக்கட்டும் என்பதே எங்கள் கொள்கை" என்றார் அண்ணா.

1963-ல் ஆட்சிமொழிச் சட்டம் நாடாளுமன்றத்தில் தாக்கல் செய்யப்பட்டது. 1965 முதல் இந்தி மட்டுமே அலுவல்மொழி என்பது உறுதிசெய்யப்பட்டது. மக்கள் விரும்பும் வரை ஆங்கிலம் ஆட்சிமொழியாக இருக்கும் என்ற நேருவின் உறுதிமொழியைக் கைவிட்டது காங்கிரஸ் அரசு. தமிழகம் போர்க்களமானது. தீக்குளிப்பு, துப்பாக்கிச்சூடு, தேசியப் பாதுகாப்புச் சட்டம் என்று நிலைமை கட்டுமீறியது. இந்தி பேசாத மாநிலங்களின் மொழியுரிமைப் போராட்டத்துக்காகத் தமிழகம் தனது உயிர்களை விலையாகக் கொடுத்தது. அதைத் தொடர்ந்து, வங்க முதல்வர் பி.சி.சென், ஆந்திர முதல்வர் பிரம்மானந்த ரெட்டி, கர்நாடக முதல்வர் நிஜலிங்கப்பா ஆகியோரும் இந்தித் திணிப்பு எதிர்ப்பில் தீவிரம் காட்டினார்கள். 1968-ல் ஆங்கிலமே தொடர்புமொழியாக நீடிக்கும் என்று ஆட்சிமொழிச் சட்டத்தில் திருத்தம் கொண்டுவரப்பட்டது. அப்போது அண்ணா தமிழகத்தின் முதல்வராக இருந்தார்.

ஆங்கிலத்தைத் தொடர்புமொழியாக நீடிக்க வைத்து இந்திய மாநிலங்களை உலகத்தோடு உறவாட வைத்தவர் என்பதால் மட்டுமல்ல, அனைத்து இந்திய மொழிகளின் அரசியல் உரிமைகளுக்கும் குரல்கொடுத்தவர் என்பதாலுமே அகில இந்தியத் தலைவராக உயர்ந்து நிற்கிறார் அண்ணா.

OF DEVELOPMENT
WHOLESALE PRICE PER QUINTAL

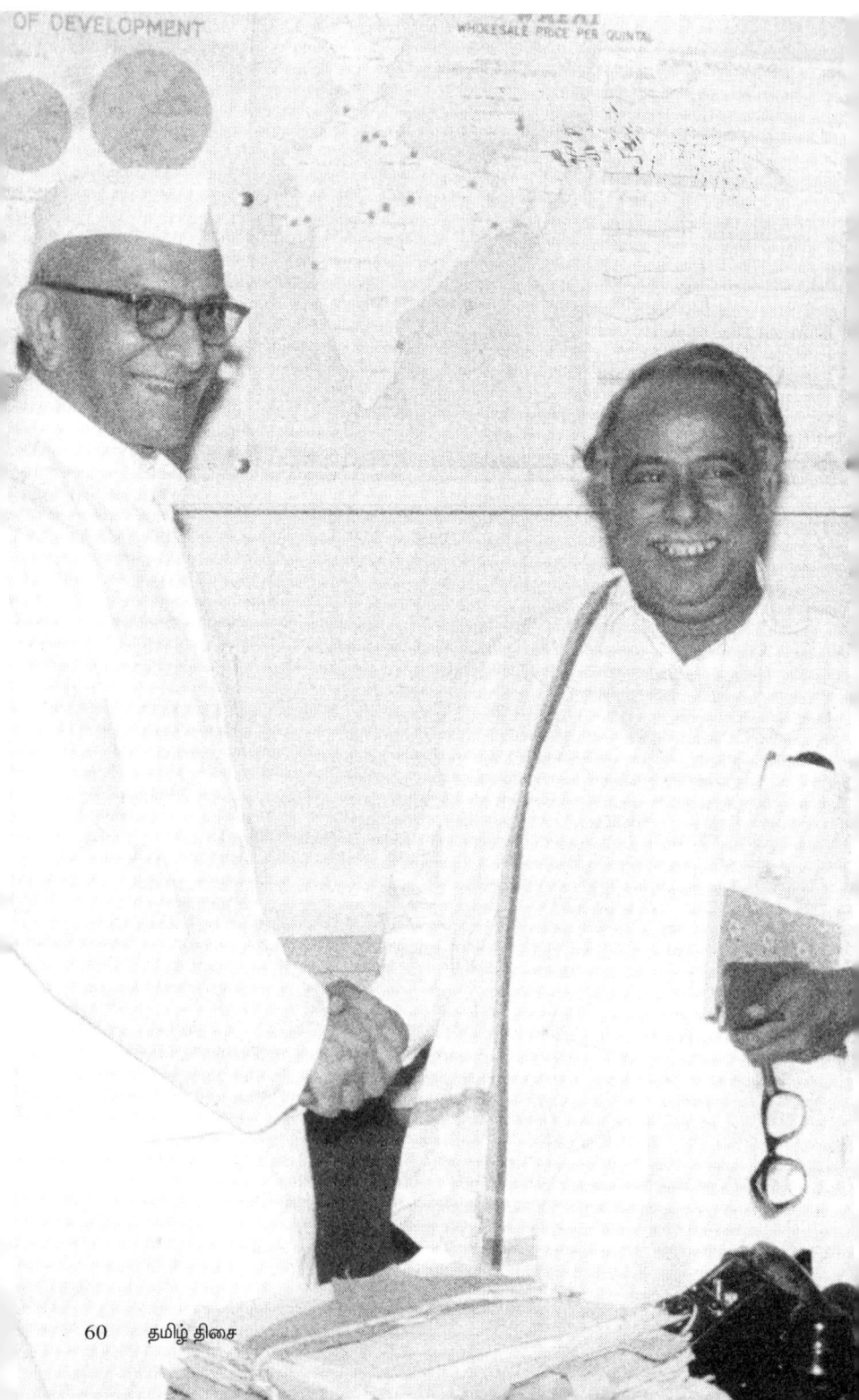

இந்திய அரசமைப்பின் மறுவரையறையாளர்

ஆழி செந்தில்நாதன்
மூத்த பத்திரிகையாளர்
மொழியுரிமைச்
செயல்பாட்டாளர்

சாம்ராஜ்யங்களின் கல்லறை என்று வர்ணிக்கப்படும் புது டெல்லியில், பிரிட்டிஷ் ஏகாதிபத்தியம் அஸ்தமித்த 1947-ல் நடந்த ஆட்சி மாற்றக் காட்சிகளை உன்னிப்பாகக் கவனித்தவர்களில் தனிச்சிறப்பு வாய்ந்தவர் அண்ணா. திராவிட இயக்கப் பார்வையில், இந்திய சுதந்திரம் என்பது ஆங்கிலேயர்களிடமிருந்த ஆட்சி இந்தியாவில் உள்ள பிராமணர் உள்ளிட்ட முற்பட்ட சாதியினரின் கைகளுக்கு மாறிய ஒரு சம்பவம் தானே ஒழிய, அது ஜனநாயகத்தின் வருகை அல்ல; பிராமணிய நாயகத்தின் வெற்றி என்று வர்ணித்த பெரியார், ஆகஸ்ட் 15, 1947-ஐ ஒரு துக்க நாள் என்றும் அழைத்தார். அண்ணா தன் சமகால உலக அரசியல் போக்குகளோடும், தான் வாழ்ந்த தமிழ்ச் சமூகத்தின் வரலாற்றுக் கட்டத்தோடும் அந்த நிகழ்வைப் பொருத்தினார். அந்த விஷயத்தில் பெரியாரிடமிருந்து அவர் வேறுபட்டார். இந்தியாவில் உருவாகும் புதிய அரசு பெரியார் சொன்ன பிராமணநாயகமாக மட்டுமல்ல, ஒரு பனியா ஏகாதிபத்தியமாகவும் இருக்கிறது என்று 1946-லேயே 'பணத்தோட்டம்' என்கிற தன் புகழ்பெற்ற நூலில் அண்ணா வர்ணித்திருந்தாலும், புதிய அரசை அவர் முற்றிலும் நிராகரிக்கவில்லை. இரண்டு எதிரிகளில் ஒரு எதிரி ஒழிந்தான் (ஆங்கிலேயர்கள்), மற்றுமொரு எதிரி இருக்கிறான் (வடவர்கள்) என்று கூறிய அண்ணா, மீதிச் சுதந்திரத்துக்கான போராட்டம் தொடர்கிறது என்று கருதினார். எனவேதான், 1947 ஆகஸ்ட் 15-ஐ அவர் இன்ப நாளாகவும் கருதினார். உலகம் கூர்ந்து கவனிக்கும் ஒரு மகத்தான சம்பவமாக அந்த நாளை அண்ணா பார்த்தார்.

இந்தியாவை எப்படிப் பார்த்தார் அண்ணா?

புதிய இந்திய அரசு பொறுப்பேற்றுக்கொள்வதற்கு முன்பிருந்தே அதன் குணாம்சங்களை வர்ணிக்கத் தொடங்கிய அண்ணா, (அன்றைய உலக சூழ்நிலையில்) இந்தியாவின் சுதந்திரம் என்பது தவிர்க்க முடியாத ஒரு

அண்ணா முன்மொழிந்த திராவிட நாடுகூட ஒற்றைத் தேசமல்ல. தமிழர்கள், மலையாளிகள், தெலுங்கர்கள், கன்னடர்களின் தேசங்களின் கூட்டமைப்பே திராவிட நாடு என்பதே அவரது கருத்து. ஒரு மத்திய அரசுகூடத் தேவைப்படாத கூட்டமைப்பு அது என்று சொல்லலாம்!

நிகழ்வு என்பதை அறிந்து, திராவிட இயக்கத்தின் மூலாதாரக் கோட்பாடுகளான திராவிட நாடு உள்ளிட்ட கோரிக்கைகளை அதற்கேற்பப் புதுப்பிக்கத் தொடங்கினார் அண்ணா. பிற்காலத்தில் அவரது வெற்றிக்கும் தோல்விக்கும், தோல்வியிலிருந்து பெற்ற பாடத்துக்கும் காரணமாக இருந்த பல பார்வைகள் இந்தப் புள்ளியிலேயே அண்ணாவிடம் கருக்கொண்டன.

1947 ஆகஸ்ட் 15-ஐ மறுவியாக்கியானம் செய்யத் தொடங்கியது முதல் வாழ்வின் இறுதி நாள் வரை, அவர் தொடர்ச்சியாக எதிர்கொண்ட ஒரு போராட்டக் களம் உண்டென்றால், அதை இந்தியா என்னும் அரசோடும், இந்தியா என்னும் எண்ணத்தோடும், இந்தியாவின் அரசமைப்போடும் அவர் மேற்கொண்ட அரசியல் சித்தாந்தப் போராட்டமே ஆகும்.

பெரியாரைப் போலவே அண்ணாவும் இந்தியாவை ஒரு தேசமாகப் பார்க்கவில்லை. அவர் முன்மொழிந்த திராவிட நாடுகூட அவரைப் பொறுத்தவரை ஒற்றை தேசமல்ல. தமக்குள் பொதுத்தன்மைகள் கொண்ட தமிழர்கள், மலையாளிகள், தெலுங்கர்கள், கன்னடர்களின் தேசங் களின் கூட்டமைப்பே திராவிட நாடு என்பதே அவரது கருத்து. ஒரு மத்திய அரசுகூடத் தேவைப்படாத கூட்டமைப்பு அது என்று சொல்லலாம்!

அண்ணாவின் தேசியப் பார்வை

1947-க்கு முன்பு, இந்தியாவை நெகிழ்வான கூட்டமைப்பாகக் கண்ட காபினட் மிஷன் யோசனைகள் முன்வைக்கப்பட்டபோது, இந்தியாவை ஒரு பாதுகாப்புக் கழகமாக - வட்டார ஐ.நா. சபை அல்லது நேட்டோபோல - அண்ணா கற்பிதம் செய்து பார்த்திருக்கிறார். தமிழ்நாடு என்பது தேசம், திராவிட நாடு என்பது ஒரு கூட்டரசு, இந்தியா என்பது ஒரு பாதுகாப்புக் கழகம். இதுவே அவரது தேசியம் குறித்த பார்வை என்று சொல்லலாம்.

1950-களில் அண்ணா மிகத் தீவிரமாக திராவிட நாடு கோரிக்கையை வலியுறுத்தினார். ஆனால், 1956 மொழிவாரி மாநிலங்களின் பிரிவினை, தேர்தல் பங்கேற்பு, நேரு-காமராஜர் ஆட்சிக்காலத்தின் சமூக மாற்றங்களை உற்றுணர்ந்தமை ஆகியவற்றுக்குப் பிறகு, தனது விடுதலை நிறைவேறுவதற்கு வழியற்ற கனவாக மாறிக்கொண்டிருந்ததை அண்ணா உணரவும் செய்தார். இந்தக் காலகட்டத்தில், தன்னளவில் விடுதலைக்

கோரிக்கையைக் கைவிடாத நிலையிலேயே, அண்ணா மாநிலங்களவைக்குச் சென்றார். இந்தியத்தையும் அதன் சவாலையும் டெல்லியிலேயே எதிர்கொண்டார்.

1962 ஏப்ரலில், குடியரசுத் தலைவரின் உரைக்கு நன்றி தெரிவிக்கும் தீர்மானத்தின்போது, அண்ணா தன்னுடைய முதல் உரையை ஆற்றினார். அந்தக் கன்னிப் பேச்சிலேயே இந்தியா என்கிற கட்டமைப்பைப் பற்றிய தனது மிக முக்கியமான கேள்விகளை முன்வைத்துவிடுகிறார் அண்ணா. இந்தியாவிலுள்ள புனிதப் பசுக்களிலேயே ஆகப்பெரிய புனிதப் பசுவான தேசிய ஒருமைப்பாடு என்கிற கருத்தையும் அவர் விட்டுவைக்கவில்லை. "ஐயா, நான் கூறுவது தவறாக அர்த்தப்படுத்திக்கொள்ளப்படுமோ என்கிற சிக்கல் இருந்தாலும், தேசிய ஒருமைப்பாடு என்ற சொல்லே தன்னளவில் முரண்பாடு கொண்ட ஒன்று என நான் சுட்டிக்காட்டலாமா? மக்கள் ஒருமைப்படுகிறபோதுதான் தேசம் என்ற ஒன்றே உருவாகிறது. அவர்கள் தேசமாக ஒருமைப்பட்டுவிட்ட பிறகு, தேசிய ஒருமைப்பாட்டை வலியுறுத்த என்ன அவசியம் எழுகிறது? எனவே, நம்மைத் தடுத்து நிறுத்தி வைத்திருக்கும் எண்ணங்களின் வறுமையைத்தான் இந்த தேசிய ஒருமைப்பாடு என்கிற சொல் காட்டுகிறது" என அண்ணா கூறினார். அந்த அவையில் அந்தச் சொற்களை எவ்வாறு இந்தியா எதிர்கொண்டிருக்கும் என ஊகிப்பது கடினமல்ல. செவிட்டுக் காதுகளில் தொடர்ந்து ஊதினார் அண்ணா: "எனவே, நான் விரும்புவதெல்லாம் இதுதான்: மாற்றி யோசிப்போம். நம்மிடம் ஒரு அரசமைப்பு இருக்கிறதே! இந்த நாட்டின் ஜாம்பவான்கள் உட்கார்ந்து அதை வடிவமைத்திருக்கிறார்கள். ஆனால், தேசம் என்ற ஒரு சொல்லை மறுசிந்தனை, மறுசீர்தூக்கல், மறுமதிப்பீடு, மறுவியாக்கியானம் செய்வதற்கான காலம் வந்துவிட்டது!"

பிரிவினை என்பது எதிரித்தன்மை அல்ல

அண்ணா இந்தியத் துணைக் கண்டத்திலுள்ள தேசிய இனங்களின் வித்தியாசங்களைத்தான் பேசினாரேயொழிய, அதை வெறுப்பாகவும் பகைமையாகவும் முன்வைத்ததில்லை. நான் வேறு இனத்தைச் சேர்ந்தவன், ஆனால், அது பகை இனமாகத்தான் இருக்க வேண்டும் என்று அதற்குப் பொருளல்ல என்றார். "எங்களுக்கென்று சில தனித்தன்மைகள் உள்ளன, இந்த நாட்டுக்கு அல்லது இந்த உலகத்துக்கு அளிப்பதற்கென சில சிறப்பம்சங்கள் உள்ளன. அதற்காகவே சுயநிர்ணய உரிமையை நாங்கள் கேட்கிறோம்" என்று அவர் வாதாடினார். சுயநிர்ணய உரிமைக்கான போராட்டமானது, இந்தியத் துணைக்கண்டத்தின் தேசிய இனங்கள் சகவாழ்வு வாழ்வதற்கான வாய்ப்பை மறுத்துவிடவில்லை என்பது அண்ணாவின் வாதங்களின் சாராம்சம்.

அண்ணாவின் மறுவரையறைகள் தொடர்ந்தன. திராவிட நாடு கோரிக்கையைத் தொடர முடியாமல் அண்ணாவை முடக்கிய, இந்திய அரசமைப்பின் 16-வது சட்டத் திருத்தம் தொடர்பான மாநிலங்களவை விவாதங்களில் (டிசம்பர் 1963) அதைப் பார்க்க முடியும். பேச்சுரிமை,

எங்களுடைய திட்டம் மாநிலங்களை மேலும் கூடுதலான, திறன்மிக்க இறையாண்மை உடையவையாக ஆக்குவதுதான் என்று ஏன் நீங்கள் எடுத்துக்கொள்ளக் கூடாது? இறையாண்மை என்பது ஒட்டுமொத்தமாக ஏதோ ஒரு குறிப்பிட்ட இடத்தில் தங்கியிருக்கவில்லை.

கருத்துரிமை குறித்த அடிப்படை உரிமைகளை உறுதிப்படுத்தும் அரசமைப்பின் கூறு 19-ஐத்தான் அப்போது அரசு திருத்தியது. அதன்படி சுயநிர்ணய உரிமையைக் கோரும் ஒரு கட்சி தேர்தலில் போட்டியிட முடியாது, பிரிவினை குறித்துப் பிரச்சாரம்கூடச் செய்ய முடியாது எனப் பல கட்டுப்பாடுகள் போடப்பட்டன.

திமுகவைத் தடைசெய்வதற்கான அறிகுறி அது என்று சரியாகவே கணித்திருந்தார் அண்ணா. சுயநிர்ணய உரிமையைப் பெறுவது ஒருபக்கம் இருக்கட்டும், அதைப் பற்றிப் பேசுவதற்கே உரிமை இல்லையா என கேள்வி எழுப்புகிற நிலையில் அவர் இருந்தார், அப்போது இறை யாண்மை என்கிற கருத்தாக்கத்துக்கும் ஒரு மறுவிளக்கம் தந்தார். "எங்கள் கோரிக்கை இறையாண்மையை அபாயத்துக்குள்ளாக்குகிறது என்று ஏன் நினைக்கிறீர்கள்? இதற்குப் பதில் அளிக்கும் முன்பு, இறையாண்மை என்றால் என்னவென்று பொருள் கொள்கிறோம் என்பதில் நாம் மிகவும் தெளிவாக இருக்க வேண்டும். இறையாண்மை மக்களிடமே தங்கி இருக்கிறது என அரசமைப்பின் முகவுரை கூறுகிறது. சட்டம் சார்ந்த இறையாண்மை, கூட்டாட்சி ஒன்றியத்துக்கும் அதன் உறுப்பு அலகு களுக்கும் (மாநிலங்கள்) பிரித்தளிக்கப்பட்டுள்ளன. எங்களுடைய திட்டம் மாநிலங்களை மேலும் கூடுதலான, திறன்மிக்க இறையாண்மை உடையவையாக ஆக்குவதுதான் என்று ஏன் நீங்கள் எடுத்துக்கொள்ளக் கூடாது? இறையாண்மை என்பது ஒட்டுமொத்தமாக ஏதோ ஒரு குறிப்பிட்ட இடத்தில் தங்கியிருக்கவில்லை" என்று வாதிட்டார்.

இந்த சட்டத் திருத்தம் கொண்டுவந்த தடைக்குப் பிறகு. திமுக பிரிவினைக் கோரிக்கையைக் கைவிட்டது. ஆனால், மாநிலங்களின் இறையாண்மையை 'அதிகரிக்கிற', இந்தியாவை ஒரு 'பாதுகாப்புக் கழக'மாக (மட்டுமே) பார்க்கிற தன் மறுவியாக்கியானத்தை அண்ணா கைவிடவில்லை.

தாய்க்குப் பெயரை மீட்டளித்த தனயன்

'திராவிட நாடு' எனவும் 'ஹோம்லேண்ட்' எனவும் இதழ்களை நடத்திய அண்ணாவின் மனத்திலிருந்த பொன்னுலகம் என்பது, தேசியத்தைவிட மிக ஆழமான உணர்வை வெளிப்படுத்தும் 'தாயகம்' என்கிற கருத்தாக்க மாகும் - அவருடைய வீட்டின் பெயரும் அதுதான். சென்னை மாநிலம்

தமிழ்நாடு எனப் பெயர் மாற்றம் செய்யப்பட்டதில், அவரது நீண்ட நெடிய பங்களிப்பு அதை உணர்த்தும். அவர் தாயின் பெயரை மீட்டளித்த தனயனாகப் பார்க்கப்பட்டதில் வியப்பில்லை.

திராவிட நாட்டை அடையாதபோதும் அவர் சுடுகாட்டை அடையவில்லை. மாறாக, வேறு ஒரு பாதையில் பயணத்தைத் திருப்பினார். அந்தச் சித்தாந்தத் திருப்பம் மிக முக்கியமானது, காலப் பொருத்தம் உடையது. ஏனென்றால், அவர் பிரிவினைக் கோரிக்கையைத்தான் கைவிட்டார், ஆனால், பிரிவினைக்கான காரணங்களோ தொடர்ந்து நிலவின என்றார். எனவே, அவர் தன் சுதந்திர வியூகத்தைக் கூட்டாட்சிக்கும் தன்னாட்சிக்குமான வியூகமாக மாற்றியெழுதினார். நூறு ரூபாயை இரண்டு ஐம்பதாக மாற்றிக்கொண்டார் என்று அவரது உரையாடல் பாணியில் இதைச் சொல்லலாம்!

தொடர்ந்து அரசமைப்பு மாற்றத்தை வலியுறுத்தியவர்

இந்தியாவில் மொழிவாரி அமைக்கப்பட்ட மாநிலங்கள் ஒருவகையில் தேசிய இனங்களைப் பிரதிநிதித்துவப்படுத்துபவை என்பதாலேயே, மாநிலங்களைப் பிரதானப்படுத்தி இந்திய அரசமைப்பைத் திருத்தி எழுத வேண்டும் என்பதைத் தொடர்ந்து வலியுறுத்தினார் அண்ணா. "மக்களின் சுக துக்கத்தோடு பின்னிப்பிணைந்திருப்பது மாநில அரசுதானே தவிர, மத்திய அரசு அல்ல; மத்திய அரசின் வலிவு அசாமுக்கு அச்சமூட்ட, தமிழ்நாட்டைத் தத்தளிக்கவைக்க, கேரளத்துக்குக் கலக்கமுண்டாக்கத்தான் என்றால், நமது சுதந்திரச் சிந்தனையைச் சிறுகச் சிறுக அழித்து, சிந்திக்கும் திறனே இல்லாமல் ஆக்குவதற்குத்தான் என்றால், நமது கூட்டுச் சக்தியின் மூலம், நம்மில் ஒவ்வொருவருடைய வலுவையும் கொண்டு அந்த அக்கிரம வலிவைச் சிறுகச் சிறுகக் குறைப்பதுதான் எங்கள் கடமையாக இருக்கும்!"

அண்ணாவின் இறுதிக் கட்டுரைகளில் ஒன்று 1969 'காஞ்சி' பொங்கல் மலரில் அவர் எழுதியது - இதற்குப் பின் சில வாரங்களில் அவர் மறைந்துவிடுகிறார். அதில் அண்ணா கூறுகிறார்: "மாநிலங்கள் அதிக அளவில் அதிகாரங்களைப் பெறத்தக்க விதத்தில் இந்திய அரசியல் சட்டம் திருத்தி அமைக்கப்பட வேண்டும் என்பது பற்றி, வாய்ப்பு கிடைக்கும் போதெல்லாம் எடுத்துக்கூறிவருகிறேன். இதற்கான நல்லாதரவு நாளுக்கு நாள் வளர்ந்தபடி உள்ளது என்பதிலே எனக்குத் தனியானதோர் மகிழ்ச்சி." அப்பணியை அவர் தொடர முடியாமலானது தமிழ்நாட்டுக்கு மட்டும் அல்ல, இந்தியாவுக்கே ஒரு பேரிழப்பு.

தேசிய இன உரிமைக் களத்தில் அவர் முற்றுப்புள்ளி வைக்காமல் கமா போட்டுவிட்டுச் சென்றார் என்பது மட்டுமல்ல, தமிழ்நாட்டிலும் ஒரு சில மாநிலங்களிலும் மட்டுமே இருந்த இனப் போராட்ட ஈட்டிகளை இந்தியத் துணைக்கண்டத்திலுள்ள அத்தனை தேசிய இனங்களுக்குமான கூட்டாயுதமாகவும் அவர் மாற்றிவிட்டார். அது ஒருநாள் துணைக்கண்ட அரசியலை முகம் மாற்றவும் கூடும்!

◯

சிறுபான்மையினரின் பாதுகாவலர்

கோம்பை எஸ்.அன்வர்
வரலாற்று ஆய்வாளர்

ஜனநாயகம் என்பது பெரும்பான்மை மட்டுமல்ல; ஜனநாயகம் என்பது அடிப்படையில் சிறுபான்மையின் உரிமைகளை, உணர்வுகளை ஏற்று, போற்றிப் பாதுகாத்துச் செயல்படுவது என்று சொன்ன அண்ணா, தனது வார்த்தைகளுக்கு எவ்வளவு உண்மையாக இருந்தார் என்பதற்கு உறுதி யான சான்றாக முஸ்லிம்களுடனான அவரது உறவைக் குறிப்பிடலாம்.

இந்தியப் பிரிவினையும் அதனை அடுத்து நிகழ்ந்த காந்தியின் படுகொலையும் இந்திய முஸ்லிம்களுக்குப் பெரும் சோதனைகளாக அமைந்தன. வட நாட்டளவுக்கு இல்லை என்றாலும், தெற்கிலும் முஸ்லிம்களுக்கு எதிராக ஆங்காங்கே சில கலவரங்கள் நிகழ்ந்தன. முஸ்லிம்கள் தங்கள் உணவகங்களின் பெயர்களையெல்லாம் பொதுப் பெயராக மாற்றும் அளவுக்கு ஒரு பொது வெறுப்புச் சூழல் உருவாக்கப் பட்டது.

சென்னை ராஜதானியின் ஆட்சிப் பொறுப்பில் இருந்த காங்கிரஸ் அரசு, இஸ்லாமியர் உரிமைகளைப் பறிக்கும் நடவடிக்கைகளில் இறங்கியது. முதலில் பறிபோனது முஸ்லிம்களுக்கு இருந்த தனி வாக்குரிமை. நீதிக் கட்சி ஆட்சியில் ஆரம்பிக்கப்பட்ட யுனானி மருத்துவப் படிப்புக்கும் முற்றுப்புள்ளி வைத்தார்கள். முஸ்லிம்களின் மேற்படிப்புக்காக 1918-ல் சென்னையில் ஆரம்பிக்கப்பட்ட அரசினர் முஹம்மதன் கல்லூரியும் பொதுக் கல்லூரியாக மாற்றப்பட்டு, பின்னர் மகளிர் கலைக் கல்லூரி ஆக்கப்பட்டது. புதிதாக எழுப்பப்படவிருந்த போலீஸ் பட்டாலியனில் முஸ்லிம்களுக்கு இடமில்லை என்று அரசாணை பிறப்பிக்கிற அளவுக்கு நிலைமை மோசமானது.

முஸ்லிம்கள் காங்கிரஸ் கட்சியில் இருந்தால் மட்டுமே, அவர்கள் தேசிய முஸ்லிம்கள்; இல்லாவிடில் சந்தேகத்துக்குரியவர்கள் என்ற சூழல் உருவாக்கப்பட்டது. காங்கிரஸில் இருந்தாலும்கூட, முஸ்லிம்களுக்கு உரிய பிரதிநிதித்துவம் தரப்படவில்லை. 1947 முதல் 1962 வரையிலான காங்கிரஸ் அமைச்சரவையில் ஒரு முஸ்லிம்கூட சேர்க்கப்படவில்லை. அண்ணா

சுட்டிக்காட்டி அரசியலாக்கிய பின்னர்தான் கடையநல்லூர் மஜீதுக்கு 1962-ல் அமைச்சர் பதவி வழங்கியது காங்கிரஸ்!

முஸ்லிம்களுக்கும் அண்ணாவுக்குமான உறவு சாதாரண உறவல்ல. வளர்ந்துகொண்டிருந்த இந்திய நாட்டுக்கு எல்லா வகைகளிலும் மாற்று முன்மாதிரியை உருவாக்கிக்காட்டியவர், சிறுபான்மையினரை எப்படி அரவணைக்க வேண்டும் என்றும் முன்மாதிரிச் சூழலை உருவாக்கிக் காட்டினார். "ஜனநாயகம் என்பது, பெரும்பான்மை எண்ணிக்கை அடிப்படையிலான ஆட்சி மட்டும் அல்ல; சிறுபான்மை மக்களின் உரிமைகள், உணர்ச்சிகள் ஆகியவையும் புனிதம் என்று கருதி, அவற்றைக் காப்பதற்குப் பெயர்தான் ஜனநாயகம்" என்று பின்னாளில் ஒரு உரையில் பேசிய அண்ணா, அப்படிப் பேசுவதற்கெல்லாம் முன்பே அதைச் செயலாக்கினார்.

சுதந்திரத்துக்குப் பிறகு, முஸ்லிம் லீகைக் கலைத்துவிட்டு முஸ்லிம்கள் அனைவரும் காங்கிரஸில் இணைய வேண்டும் என்று நெருக்கடி கொடுத்தார் பிரதமர் நேரு. அதேபோல இங்கு முஸ்லிம் லீகைக் கலைத்துவிட்டு முஸ்லிம்கள் திராவிடர் கழகத்தில் சேர வேண்டும் என்று விரும்பினார் பெரியார். காயிதே மில்லத்தோ இதையெல்லாம் மீறி 'இந்திய யூனியன் முஸ்லிம் லீக்' என்ற பெயரில் கட்சியைத் தொடர்ந்து செயல்படுத்துவது என்று முடிவெடுத்தார். ஏற்கெனவே ஒரு பிரிவினை சார்ந்து இந்திய முஸ்லிம்கள் கடும் பழியைச் சுமந்த நிலையில், 'திராவிட நாடு' கோரிக்கையை ஏற்க மறுத்துவிட்டார் காயிதே மில்லத். இப்படிப்பட்ட சூழலிலும் பெரியாரும் அண்ணாவும் தொடர்ந்து முஸ்லிம்களுக்கு ஆதரவாக நின்றனர்.

பொதுவெளியில் முஸ்லிம் லீக் கட்சியோடு முதலில் கைகோத்தவர் அண்ணா. திமுக மேடைகளில் முஸ்லிம் லீக் கட்சியினரும் முஸ்லிம் லீக் மேடைகளில் திமுகவினரும் கைகோக்கும் சூழலை உருவாக்கியதன் மூலம் பொதுவெளியில் முஸ்லிம்கள் மீதான ஒதுக்கத்தை முடிவுக்குக் கொண்டுவந்தார். இருபதாம் நூற்றாண்டில் தமிழர்களிடையே அரசியல் எழுச்சி உருவான அந்த ஆரம்பக் காலகட்டத்திலேயே, அதாவது 1920-களிலிருந்தே தமிழக முஸ்லிம்களுடன் 'மீலாது விழா' நிகழ்ச்சிகளில், பிற சமயத்தைச் சேர்ந்த பல்வேறு அரசியல் தலைவர்களும் கலந்துகொண்டு உரையாற்றுவது வழக்கம். பெரியாரைப் பின்பற்றி அண்ணாவும் எண்ணற்ற மீலாது விழாக் கூட்டங்களில் பங்கேற்று உரையாற்றினார். இந்திய சுதந்திரத்துக்குப் பிந்தைய பத்தாண்டு காலகட்டத்துக்குள் மட்டும் கிட்டத்தட்ட முந்நூறுக்கும் அதிகமான மீலாது விழா மேடைகளில் பேசினார் அண்ணா.

பெரியார் மீது மிகுந்த மதிப்பு கொண்டிருந்தபோது, அவருடைய இறைமறுப்புக் கொள்கை முஸ்லிம்களுக்கு ஒரு சங்கடத்தைத் தந்து வந்தது. அண்ணாவின் 'ஒன்றே குலம், ஒருவனே தேவன்' அவர்களுக்கு இயல்பாகப் பொருந்திப்போனது. "நான் கைலி கட்டாத முஸ்லிம், சிலுவை

போடாத கிறிஸ்தவன், திருநீறு அணியாத இந்து. பழத்தோட்டத்தை நாடிப் பறவையினங்கள் பறந்தோடுவதுபோல, நல்லவை - இனியவை எங்கு தென்படுகின்றனவோ அவை இருக்கும் இடம்பற்றிக் கவலைப்படாமல் எடுத்து வந்துவிடுவதுண்டு" என்றார் அண்ணா.

பெரியாருடன் இணைவதற்கு முன்னரே அண்ணாவுக்கு இஸ்லாமிய சமூகத்துடன் ஒரு நெருக்கமான உறவு இருந்தது. காஞ்சிபுரம் ஒலி முஹம்மது பேட்டையில் இஸ்லாமிய நண்பர்களுடனும் மார்க்க பேரறிஞர்களான ஆலிம்களுடனும் உரையாடும் வாய்ப்பை அண்ணா இளமையிலேயே பெற்றவர். திருக்குறளைத் தெரிந்துகொண்ட காலத்தில் திருக்குர்ஆனையும் புரிந்துகொண்டார். "என்னுடைய பொதுவாழ்வு சுடர்விட என்னுடைய இதய மூச்சின் இலட்சிய மேடையான திராவிடர் கழக மேடையுடன் நபிகள் நாயக மீலாது மேடையும் எனக்குக் கைகொடுத்ததை நான் மறந்துவிட முடியாது. நானும் எனது கொள்கையும் சொல்லிவந்த சமுதாயச் சீர்திருத்தப் பிரச்சார பலத்துக்குப் பெருமான் நபிகள் நாயகத்தின் ஏக தெய்வக் கொள்கை எங்களுக்குப் பெரிதும் துணை நின்றது" என ஒருமுறை குறிப்பிட்டிருக்கிறார் அண்ணா.

நபிகளுக்குள் இருந்த சீர்திருத்தவாதியைக் கொண்டாடினார் அண்ணா. வெறுமனே இஸ்லாத்தின் சிறப்புகளை மட்டும் புழ்ந்துவிட்டுப்போனவர் அல்ல அண்ணா. பெரியாரைப் போலவே முஸ்லிம்களிடையே நிலவும் மூடநம்பிக்கைகளையும் வீண் தற்பெருமைகளையும் விமர்சிக்கவும் செய்திருக்கிறார். 1942-ல் முஸ்லிம்கள் அதிகமாக வாழும் கடற்கரைப் பட்டணமான, காயல்பட்டணம் மீலாது விழா நிகழ்ச்சியில் கலந்து கொண்டார். அண்ணாவுக்கு முன் பேசியவர், "காட்டு வழியே செல்கையில் கள்வரிடம் சிக்கிக்கொண்ட ஒருவரை, அவர் தானம் கொடுத்த கைத்தடியும் செருப்பும் வந்து காப்பாற்றியது" என்று ஏதோ ஒரு கட்டுக்கதையை அவிழ்த்துவிட்டு, அதைக் குரானுடன் தொடர்புபடுத்தி 'இஸ்லாத்தின் அற்புதம்' என்று பேச... அதைக் கண்டித்துப் பேசினார் அண்ணா. "அற்புதங்களைக் காட்டி இஸ்லாமியக் கொள்கைக்கு அருமை பெருமை தேடாதீர்கள்! நபிகள் நாயகத்தின் அஞ்சா நெஞ்சுறுதியாலும் அவர் செய்த அறப்போரினாலும்தான் இஸ்லாம் பரவியது" என்றார்.

காங்கிரஸ் தன்னுடைய அமைச்சரவையில் முஸ்லிம்களுக்குப் பிரதி நிதித்துவம் வழங்கவில்லை என்பதை எதிர்க்கட்சியாக இருந்தபோது சுட்டிக்காட்டிய அண்ணா, 1967-ல் அமைந்த திமுக அமைச்சரவையில் 9 பேர்தான் அமைச்சர்கள். அதிலும் ஒரு பதவியை எஸ்.ஜே.சாதிக் பாட்சாவுக்கு அளித்தார். புற்றுநோயால் மிக மோசமாகப் பாதிக்கப் பட்டிருந்த நிலையில், செங்கல்பட்டு அருகேயுள்ள பள்ளிப்பேட்டை கிராமத்தில் ஒரு பிரச்சினை. முஸ்லிம்கள் பாதிக்கப்பட்டுவிடக் கூடாது என்று அந்த நிலையிலும் களத்துக்கு வந்தார் அண்ணா. அவரது மறைவு பேரிழப்பு. தமிழகத்தில் மதவாதச் சக்திகள் தலைதூக்க முடியாதபடி இன்றளவும் நிலவும் சூழலுக்கு அவர் வித்திட்ட அரசியல் பாதையே காரணம்!

அண்ணாவின் பொருளாதாரமே இந்தியாவுக்கான சிறந்த முன்மாதிரி

நாகநாதன் பேட்டி

■ சமஸ்

தமிழகத்தின் குறிப்பிடத்தக்க பொருளாதார நிபுணர்களில் ஒருவரான பேராசிரியர் நாகநாதன் திராவிடச் சித்தாந்தத்தைப் பொருளாதாரத் தளத்தில் அர்த்தப்படுத்துபவர். மாநிலத் திட்டக் குழுவை வழிநடத்திய அனுபவம் மிக்கவர். பெரியார், காமராஜர், அண்ணா, கருணாநிதி என்று பல ஆளுமைகளுடனும் உறவில் இருந்தவர். இந்தியச் சூழலில் அண்ணாவின் பொருளாதாரக் கொள்கை எவ்வளவு பொருத்தமானது என்று நாகநாதன் பேசினார்.

● அண்ணா உங்கள் வாழ்க்கையில் எப்படி வந்தார்?

எங்கள் அண்ணன் என்னைவிடப் பதினான்கு வயது மூத்தவர். இளம் வயதில் அண்ணாவின் கூட்டங்களுக்கு அவர் தோள் மீது என்னை உட்காரவைத்துக் கூட்டிக்கொண்டு செல்வார். என்னுடைய பத்தாவது வயதில் எங்கள் தெருவுக்கு அண்ணா வந்திருந்தார்; ஓடிப்போய்ப் பார்த்தேன். ஏதோ பக்கத்து வீட்டுக்காரர்போல ரொம்ப சாதாரணமாக இருந்தார். அண்ணாவை மிஞ்சிய எளிமையான ஆள் கிடையாது. அண்ணாவை யாரெல்லாம் சந்தித்திருக்கிறார்களோ அவர்கள் அத்தனை பேரும் இதைச் சொல்லக் கேட்க முடியும். என் அத்தான் திருச்சியில் அண்ணாவைப் பார்த்தபோது ஒரு சத்திரத்தில் அவர் தூங்கிக் கொண்டிருந்திருக்கிறார். மாலையில் கூட்டம். நாடறிந்த அந்தப் பேச்சாளர் ஒரு கிழிந்த பாயில், மேல் சட்டை போடாமல், சட்டையைத் தலைக்கு அணைப்பாகச் சுருட்டி வைத்துக்கொண்டு தூங்கிக்கொண்டிருந்தாராம். அவர் பேச்சை எப்போது புரிந்துகொள்ள முடிந்ததோ அப்போதே அவர் தான் என் தலைவர் என்று முடிவெடுத்துவிட்டேன்; ஆனால், மாணவப்

பருவத்தில்தான் புரிந்துணர்ந்தேன். கல்லூரிகளுக்கு அண்ணா பேச வரும்போது திராவிட இயக்கச் சார்பு மாணவர்கள் எந்த அளவு வரவேற்கத் தயாராக இருப்போமோ, அதே அளவுக்கு மற்ற இயக்க மாணவர்கள் கூட்டத்தில் கலாட்டாவுக்குத் தயாராக இருப்பார்கள். எங்கள் கல்லூரியில் அண்ணா பேசும்போது, மேடை அருகே சரவெடியைக் கொளுத்தி விட்டார்கள் காங்கிரஸ் மாணவர்கள். கல்லூரி முதல்வரும் பேராசிரியர் களும் பதறிவிட்டார்கள். அண்ணா அலட்டிக்கொள்ளவில்லை. அவர் சொன்னார், "வரவேற்பு ஏற்பாடுகளில் வெடிவைக்க மறந்துவிட்ட குறையைத்தான் மாற்றுத்தரப்பு மாணவர்கள் தீர்த்துவைத்துவிட்டார்கள்!" எல்லோரையும் அரவணைக்கும் குணம் அண்ணாவினுடையது. இந்திய வரலாற்றில் இந்த உள்ளிழுக்கும் இயல்பை இயற்கையாகவே கொண்டிருந்தவர்கள் என்று இருவரைத்தான் சொல்லலாம். ஒருவர் காந்தி, இன்னொருவர் அண்ணா.

- ஒரு பொருளாதார ஆய்வாளராக அண்ணாவை எப்படிப் பார்க்கிறீர்கள்?

ஒரு பொருளாதார மேதையாக அண்ணாவின் பார்வையில் தொடக்க நாட்களிலிருந்தே பெருமதிப்பு கொண்டவன் நான் என்றாலும், ரொம்ப பிற்பாடுதான் அண்ணாவின் பொருளாதாரப் பார்வையை நாம் உரிய முக்கியத்துவத்துடன், அதாவது ஒரு தனித்த கோட்பாட்டுப் பார்வையின் அடிப்படையில் அணுகத் தவறிவிட்டோம் என்பதை உணர்ந்தேன். ஹார்வர்டு உட்பட உலகெங்கும் உள்ள எவ்வளவோ பல்கலைக் கழகங்களுக்குப் போய்ப் பேசியிருக்கிறேன்; உலகத்தின் தலைசிறந்த பல பொருளாதார மேதைகளை இன்று மறுவாசிக்கும்போதுதான் அண்ணா இங்கே அதிகம் பேசாமல் விதை போட்ட பொருளாதாரக் கொள்கை

மாபெரும் தமிழ்க் கனவு 71

பணம் கொடுத்து அரிசி கேட்டாலே தட்டுப்பாடு நிலவிய காலத்தில் அரிசியை மலிவாக எல்லோருக்கும் கொடுக்க அண்ணா யோசித்த திட்டத்தை ஓர் உதாரணத்துக்கு எடுத்துக்கொள்வோம். சுதந்திரத்துக்குப் பின் 20 ஆண்டுகள் கழித்தும் குடிமக்களுக்கு உணவைக்கூட உத்தரவாதப்படுத்த முடியாத ஒரு தேசிய அரசின் தோல்வியைச் சுட்டிக்காட்டியபடிதான் இதைச் செய்தார்.

எவ்வளவு தனித்துவமானது என்பது புரிகிறது. சுதந்திர இந்தியாவில் நேரு அரசாங்கத்துக்கு எதிராக அவர் முன்வைத்த விமர்சனங்கள் வழியாகத்தான் அவருடைய பொருளாதாரப் பார்வையைப் பெரிதும் புரிந்துகொள்ள முற்படுகிறோம். ஆனால், முதல்வரானதும் அவர் கவனம் செலுத்திய விஷயங்களையும் திமுகவின் தேர்தல் அறிக்கைகளில் அவர் பேசிய விஷயங்களையும் சேர்த்து இன்று பார்க்க வேண்டியிருக்கிறது. பணம் கொடுத்து அரிசி கேட்டாலே தட்டுப்பாடு நிலவிய காலத்தில் அரிசியை மலிவாக எல்லோருக்கும் கொடுக்க அவர் யோசித்த திட்டத்தை ஓர் உதாரணத்துக்கு எடுத்துக்கொள்வோம். சுதந்திரத்துக்குப் பின் இருபது ஆண்டுகள் கழித்தும் குடிமக்களுக்கு உணவைக்கூட உத்தரவாதப்படுத்த முடியாத ஒரு தேசிய அரசின் தோல்வியைச் சுட்டிக்காட்டியபடிதான் இதைச் செய்தார். இன்று தமிழ்நாட்டின் அரிசி அரசியலைப் பற்றி மட்டுமே ஏராளமான ஆய்வாளர்கள் ஆய்வுசெய்துகொண்டிருப்பதைப் பார்க்கிறோம். சோஷலிஸம் தொடர்பாகப் பேசுகையில், இந்தியச் சமூகப் பின்னணியில் சமூக நீதிக்குக் கொடுக்கப்பட வேண்டிய முக்கியத்துவத்தை அண்ணா பேசினார். சமூக நலத் திட்டங்களை அதன் ஒரு பகுதியாகவே அவர் பார்த்தார். வெகுஜனமயக்குத் திட்டங்கள், ஓட்டரசியல், இலவச அரசியல் என்றெல்லாம் ஆரம்பத்தில் பகடிசெய்யப்பட்ட தமிழ்நாட்டின் அண்ணா பாணித் திட்டங்கள் இன்றைக்கு இந்தியா முழுவதுமே ஏனைய கட்சிகளாலும் கைக்கொள்ளப்படுவதை இந்த ஐம்பதாண்டுகளில் பார்க்கிறோம். நிலச் சீர்திருத்தம் முக்கியம் என்று எண்ணினார். இன்றைக்குத் தமிழ்நாட்டில் இவ்வளவு பேர் சிறு–குறு நிலவுடைமை யாளர்கள் இருக்கிறார்கள் என்றால், அண்ணாவும் அதற்கு முக்கியமான காரணம். தொழில்மயமாக்கலில் கவனம் செலுத்தும் ஒரு அரசாங்கம், அதற்கு இணையாக விவசாயத்திலும் கவனம் செலுத்த வேண்டும் என்ற பார்வை அவருக்கு இருந்தது. ஒரு நாட்டைத் தொழில்மயமாக்கும்போது அங்குள்ள சாமானிய மக்களை வளர்ச்சிக்கு வெளியே நிறுத்திவிடாமல் வளர்ச்சியில் அவர்களுக்கும் பங்கு கிடைக்கக் கூடியதாகத் திட்டமிட வேண்டுமென்ற அண்ணாவின் பார்வையைத்தான் ஐம்பதாண்டுகளுக்குப் பிறகு மன்மோகன் சிங் ஆட்சிக் காலகட்டத்தில் - பதினோராவது ஐந்தாண்டுத் திட்டக் காலத்தில் – 'ஒருங்கிணைந்த வளர்ச்சி' என்று பேசினார் அலுவாலியா. தமிழ்நாட்டில் எவ்வளவோ பிரச்சினைகள் இருக்கலாம்; இந்தியாவிலேயே இன்று முன்மாதிரிப் பொருளாதாரம்

என்று இதைச் சொல்கிறோம் என்றால், அதற்கு வித்திட்டவர் அண்ணாதானே?

- **தமிழ்நாடு எப்படி ஒரு மாற்றுப் பொருளாதாரம் என்று சொல்கிறீர்கள்?**

நான் சொல்வதை விடுங்கள். காங்கிரஸ் அறிவுஜீவிகளில் ஒருவரான ஜெயராம் ரமேஷ்கூட சொல்லியிருக்கிறாரே? 'இந்தியாவில் மூன்று மாதிரிகள் இருக்கின்றன. குஜராத் மாதிரி, கேரள மாதிரி இரண்டைக் காட்டிலும் தமிழ்நாட்டு மாதிரிதான் சரியான முன்மாதிரி. ஏனென்றால், கேரள மாதிரியில் சமூக நல வளர்ச்சி மேலோங்கியிருந்தாலும் தொழில் வளர்ச்சி அங்கே குறைவு. குஜராத் மாதிரியில் தொழில் வளர்ச்சி மேலோங்கியிருந்தாலும், சமூக நல வளர்ச்சி அங்கே குறைவு. இந்த இரண்டையும் சமநிலையில் சாத்தியப்படுத்தியது தமிழ்நாடுதான்' என்று பேசியிருக்கிறார் இல்லையா? இதில் இன்னொரு தத்துவமும் இருக்கிறது. கேரள மாதிரி என்பது காங்கிரஸும் கம்யூனிஸ்ட்டுகளும் திரும்பத் திரும்ப ஆட்சியில் இருந்ததன் மூலம் உருவானது. குஜராத் மாதிரி என்பது காங்கிரஸும் பாஜகவும் திரும்பத் திரும்ப ஆட்சியில் இருந்ததன் மூலம் உருவானது. ஆக, இந்த இரு மாநிலங்கள் இந்த நாட்டின் மூன்று பொருளாதாரக் கொள்கைகளை வெளிப்படுத்துகின்றன. தமிழ்நாட்டு மாதிரி என்பது அண்ணா வழிவந்த திராவிடக் கட்சிகள் உருவாக்கியது. ஆக, இந்நாட்டின் மூன்று பிரதான அரசியல் கட்சிகளின் பொருளாதாரக் கண்ணோட்டத்துக்கான மாற்றுப் பொருளாதாரம் அண்ணாவினுடையது என்பது நிரூபிக்கப்பட்டிருக்கிறது. இதை இடதுசாரிப் பார்வை கொண்ட ஒரு காங்கிரஸ் தலைவரே சொல்வது எவ்வளவு பொருத்தமானது! 'தமிழ்நாட்டின் கல்வி, சுகாதாரத் துறை வளர்ச்சியை ஒப்பிட வேண்டும் என்றால், முன்னேறிய நாடுகளுடன்தான் ஒப்பிட வேண்டும்; ஏனைய இந்திய மாநிலங்களுடன் ஒப்பிட முடியாது' என்றார் அமர்த்திய சென். மத்திய அரசு கல்விக்கும் சுகாதாரத்துக்கும் உள்நாட்டு ஒட்டுமொத்த உற்பத்தியில் 3.2%, 1.5% செலவிடும்போது, தமிழ்நாடு 10.2%, 13% செலவிடுகிறது. நேரு காலத்தில் வந்த அன்சாரி குழு அறிக்கை அன்றே தேசிய அளவில் 80% பொருளாதாரம் குஜராத்திகள் கையில் இருப்பதைக் குறிப்பிட்டது. குஜராத், மகாராஷ்டிரம் இரண்டிலும் குஜராத்திகள் தங்களை நிலைநிறுத்திக்கொண்டதால், இந்த இரு மாநிலங்கள் போக மிச்ச 20% அளவுக்குள்தான் பிற மாநிலங்கள் அத்தனையின் பொருளாதாரமும் உள்ளடங்குகிறது. நவீன இந்தியாவில் தமிழ்ச் சமூகத்தை ஒரு பெரும் வணிகச் சமூகம் என்று சொல்ல முடியாது. கேரளம்போல நீர் வளம் மிக்க மாநிலம் என்றெல்லாமும் சொல்ல முடியாது. மேலும், நம் நாட்டு அரசமைப்பின்படி, தொழில் துறையில் தனிப் பாதையில் செல்ல மாநில அரசுக்கு என்று பெரிய அதிகாரங்களும் கிடையாது. இப்படிப்பட்ட சூழலில் இன்று தமிழகம் ஒரு முன்மாதிரியாக இருக்கிறது என்றால் யார் காரணம்?

- **திராவிட நாடு கோரிக்கையைக் கைவிட்டபோதிலும்கூட, இந்திய அரசமைப்புக்கு உட்பட்டு அண்ணா கேட்கும் திராவிட ஒன்றியம் என்பதும்**

கட்சி அரசியல் நிலைப்பாடு சார்ந்து எதிரெதிர் நிலைகளில் இருந்தாலும், மிக அபாரமான மதிப்பும் அன்பும் பரஸ்பரம் அண்ணா, காமராஜர் இருவர் மத்தியிலுமே இருந்தது. திமுகவைக் காட்டி பயமுறுத்தியே டெல்லிக்காரர்களிடமிருந்து எவ்வளவோ திட்டங்களைக் கொண்டுவந்திருக்கிறார் காமராஜர்.

தெற்கைத் தனியாகவே பார்க்கிறது. திராவிடம் என்ற பெருந்தொகுப்பு ஏன் நமக்குத் தேவைப்படுகிறது? இதன் பின்னுள்ள பொருளாதாரப் பார்வையை விவரிக்க முடியுமா?

வரலாறு, புவியியல், கலாச்சாரம் சார்ந்த ஒரு பிணைப்பு, அண்ணா குறிப்பிடும் 'திராவிட ஒன்றிய'த்தின் கீழ் இருக்கிறது என்பதுதான் அடிப்படைக் காரணம். இந்த மாநிலங்களின் மொழிகளும்கூட திராவிடக் குடும்பத்தைச் சேர்ந்தவை. இந்தப் பிணைப்புகள் பொருளாதாரத்துக்கு அப்பாற்பட்டவை அல்ல. அண்ணாவை விடுங்கள்; நிதிக் குழுவே இந்தியாவை ஐந்து பிராந்தியங்களாகப் பிரித்துப் பார்த்ததா இல்லையா? மாநிலங்கள் மொழிவாரியாகப் பிரிக்கப்பட்ட பிறகு, அந்த மாநிலங்கள் இடையே ஐந்து பிராந்திய மண்டலங்களை இந்திய அரசு உருவாக்கிய போது காமராஜரே அதைச் சரியானதாகப் பார்த்தார். காமராஜர் என்னிடம் பேசும்போது சொல்லியிருக்கிறார், "அண்ணாவின் பார்வை இந்த விஷயத்தில் ரொம்ப சரி" என்று. டெல்லிக்காரர்கள் 'தென் மண்டலம்' என்று குறிப்பிட்டதைத்தான் அண்ணா 'திராவிட ஒன்றியம்' என்று குறிப்பிட்டார். 'அரசியலையும் பொருளாதாரத்தையுமேகூட தனித்துப் பார்க்கக் கூடாது; 'அரசியல் பொருளாதாரம்' என்று ஒரே துறையாக அணுகப்பட வேண்டும்' என்று சொன்னவர் அண்ணா. இந்தியாவின் தேசிய மொழிகள் அனைத்தையும் அலுவல்மொழியாக்குங்கள்; இல்லையேல் அதுவரை ஆங்கிலத்தை அலுவல்மொழியாக்குங்கள் என்று அண்ணா சொன்னாரே..., ஆங்கிலத்தை அண்ணா தூக்கிப்பிடித்ததன் பின்னணியில் உள்ள சமூக, பொருளாதாரக் கண்ணோட்டங்களை மட்டுமே தனித்து ஆய்வுகள் செய்யலாம்.

● காமராஜருக்கு அண்ணாவின் பொருளாதாரப் பார்வை மீது மதிப்பு இருந்ததா?

நிறைய! என்னுடைய மாமனார் - மாமியார் இருவரும் காமராஜரோடு நெருக்கமான உறவில் இருந்தவர்கள் என்பதால், நான் அடிக்கடி காமராஜரைச் சந்திக்கும் வாய்ப்பைப் பெற்றேன். மனம் திறந்து என்னிடம் பேசுவார். "நானே எவ்வளவோ அவமானங்களைச் சகித்துக்கொண்டுதான் காங்கிரஸில் நீடிக்கிறேன்; நம் மக்கள் நலன்தான் ஒரே காரணம்" என்று சொல்லி எவ்வளவோ சம்பவங்களையெல்லாம் சொல்லியிருக்கிறார். கட்சி அரசியல் நிலைப்பாடு சார்ந்து எதிரெதிர் நிலைகளில் இருந்தாலும்,

மிக அபாரமான மதிப்பும் அன்பும் பரஸ்பரம் இருவர் மத்தியிலுமே இருந்தது. திமுகவைக்காட்டிப்பயமுறுத்தியே டெல்லிக்காரர்களிடமிருந்து எவ்வளவோ திட்டங்களைக் கொண்டுவந்திருக்கிறார் காமராஜர்.

● **மாநிலங்களுக்கு முக்கியத்துவம் அளிக்கும் வகையில் இந்திய அரசமைப்பையே மாற்ற வேண்டும் என்று அண்ணா பேசியதை அவருக்குப் பிந்தைய ஐம்பதாண்டு அனுபவங்களின் பின்னணியில் எப்படிப் பார்க்கிறீர்கள்?**

அதுதான் எதிர்கால இந்தியாவைத் தீர்மானிக்கும் என நினைக்கிறேன். ஏனென்றால், மாநிலங்களால் ஆனது இந்தியா. மாநிலங்களாகத்தான் இந்தியா ஆளப்படுகிறது. ஆனால், அதன் கைகளில் அதிகாரம் இல்லை என்றால் என்னவாகும்? இன்றைக்கும் தமிழகம் உள்ளிட்ட ஆறு மாநிலங்களே 70% வரி வருவாயை டெல்லிக்குத் தருகின்றன. டெல்லியிடம் தமிழ்நாடு 100 ரூபாய் கொடுத்துவிட்டு 10 ரூபாய் வாங்குகிறது என்றால், உத்தர பிரதேசம் 10 ரூபாய் கொடுத்துவிட்டு 100 ரூபாய் வாங்குகிறது. இந்த வஞ்சனை இன்னும் எவ்வளவு காலத்துக்கு நீடிக்க முடியும்? அம்பானிகளும் அதானிகளும் துறைமுகம் தொடங்கும் இக்காலகட்டத்திலும் ஒரு மாநில அரசு பெரிய துறைமுகத்தை நிறுவ முடியாது; ஒரு டிவி நிலையத்தைத் தொடங்க முடியாது. ஏனென்றால், அரசமைப்புச் சட்டம் அந்த அதிகாரத்தை மாநில அரசுகளுக்குத் தரவில்லை. வெறும் 3% மக்களுக்கு மட்டும் ஓட்டுரிமை இருந்த காலத்தில் தேர்ந்தெடுக்கப்பட்ட பிரதிநிதிகளுடன் விவாதித்து உருவாக்கப்பட்ட நம்முடைய அரசமைப்புச் சட்டத்தின் பெரிய குறையே, அது மையப்படுத்தப்பட்ட அதிகாரத்தைக் கொண்டிருக்கிறது என்பதுதான். காந்தியே அது உருவாக்கப்படும்போது தன் அதிருப்தியைத்தானே வெளியிட்டார்? கூட்டாட்சி முறையில் அமைக்கப்பட்ட ஒன்றியம் என இந்தியாவை நம்முடைய அரசமைப்புச் சட்டம் சொல்கிறது. ஆனால், மாநிலங்களுக்கு என்ன அதிகாரம் இங்கே இருக்கிறது? மேலும், இந்தியாவில் மாநிலம் என்பது மாநிலம் மட்டுமே அல்ல. மொழிவாரி மாநிலங்கள் என்பது ஒருவகையில் தேசிய இனங்களின் தாயகங்களாகவும் ஆகிறது. இப்போது அதைத் துணை தேசியம் என்று நவீன சொல்லாடலில் பேசுகிறார்கள். ஆனால், எது துணை தேசியம் என்று அழைக்கப்படுகிறதோ அதுதான் இயல்பான தேசியம். உலகின் எல்லா நாடுகளுமே எல்லா துறைகளிலும் ஒன்றோடு ஒன்று இணைந்து ஒருலகமாகச் செயல்பட விழையும் இந்த நாட்களிலும் எல்லோருமே அந்தந்த தேசிய இனங்களின் உரிமைகள் அவரவர் கைகளில் இருக்க வேண்டும் என்றுதானே நினைக்கிறார்கள்? அந்த வகையில் அண்ணா முன்னெடுத்தது ஒரு எதிர்கால இந்தியாவுக்கான அரசியல் முழக்கம்.

● **ஐந்தாண்டுத் திட்டங்களில் கட்டப்பட்ட பிரம்மாண்டமான அணைகள், பெரிய தொழிற்சாலைகள் எல்லாவற்றைப் பற்றியும் இப்போது மாற்றுப் பார்வை வந்திருக்கிறது. பிரம்மாண்ட அணைகளைப் பராமரிப்பதற்கு நாம் செலவிடும் தொகை அளவுக்குக்கூட உற்பத்திப் பலன்களுக்கு அவை**

மாபெரும் தமிழ்க் கனவு

அமெரிக்கா சென்றபோது அண்ணாவிடம், "தமிழ்நாட்டையும் இப்படி மாற்றுவீர்களா?" என்று கேட்டபோது, "தமிழ்நாட்டுச் சூழல் வேறு; இங்குள்ள சூழல் வேறு; தொழில்நுட்பம் உள்ளிட்ட விஷயங்களை நான் அங்கு கொண்டுசெல்ல விரும்புவேன்; பிரம்மாண்டச் செயல்திட்டத்தை அல்ல" என்று சொன்னார்.

உதவவில்லை என்று சொல்கிறார்கள். பொருளாதாரத்துடன் அந்நியப் பட்டவரான மஹலனோபிஸ் வழியில் சென்றதும் திட்டமிடலில் பெரிய சரிவுகளுக்கான காரணங்களில் ஒன்றாகக் கருதப்படுகிறது. அண்ணா இந்த விஷயங்களையெல்லாம் எப்படிப் பார்த்தார்?

அமெரிக்காவைச் சேர்ந்த பொருளாதார ஆய்வறிஞரான பால்பேரனிடம் இந்தியாவின் ஐந்தாண்டுத் திட்டங்களைப் பற்றி நேரு கருத்துக் கேட்டார். அவர் சொன்னார், "ஐந்தாண்டுத் திட்ட அறிக்கை நன்றாக இருக்கிறது. ஆனால், நடைமுறைப்படுத்த முடியுமா? ஏனென்றால், ஒரு சோஷலிஸ சமுதாயத்தில்தானே சோஷலிஸச் செயல்திட்டத்தை நிறைவேற்ற முடியும்? இதில் எனக்குச் சந்தேகம் இருக்கிறது!" நீங்கள் அண்ணாவின் நாடாளு மன்ற உரைகளைப் படித்தால், இதே விஷயத்தை அண்ணாவும் சுட்டிக்காட்டியிருப்பதை அறிந்துகொள்ள முடியும். ஆற்றலுக்கு மீறிய முயற்சி என்பது பேராசை. அண்ணா அதைக் கண்டித்திருக்கிறார். 'நம் வளத்துக்கு ஏற்பவே திட்டமிட வேண்டும்' என்றார். அமெரிக்கா சென்றபோது அங்குள்ள பிரம்மாண்டப் பண்ணைகளையெல்லாம் பார்த்த அண்ணாவிடம், "தமிழ்நாட்டையும் இப்படி மாற்றுவீர்களா?" என்று கேட்டபோது, "தமிழ்நாட்டுச் சூழல் வேறு; இங்குள்ள சூழல் வேறு; தொழில்நுட்பம் உள்ளிட்ட விஷயங்களை நான் அங்கு கொண்டுசெல்ல விரும்புவேன்; பிரம்மாண்டச் செயல்திட்டத்தை அல்ல" என்று சொன்னார். திட்டமிடுதலில் அண்ணாவுக்குப் பெரிய நம்பிக்கை இருந்தது. ஆனால், மாநிலங்கள் கையில் அந்த அதிகாரம் இருக்க வேண்டும் என நினைத்தார். அந்தக் கனவு நிறைவேறாவிட்டாலும், மாநிலத்திடம் உள்ள கொஞ்சநஞ்ச அதிகாரத்தையும் பயன்படுத்தத் திட்டமிடல் வேண்டும் என்ற அடிப்படை யில்தான் பின்னர் முதல்வர் கருணாநிதி நாட்டிலேயே முன்னோடியாக மாநிலத் திட்டக் குழுவைத் தமிழ்நாட்டில் அமைத்தார். அண்ணாவுக்கு உலகப் பார்வை இருந்தது. ஆனால், பிரிவினைக் கொள்கை காரணமாக, ஒரு காலகட்டம் வரை அவர் வெளிநாடுகளுக்குச் செல்ல முடியாத சூழல் இருந்தது. பிரிவினைக் கொள்கையைக் கைவிட்ட பிறகுதான் வெளியே சென்றார். சிங்கப்பூர் பிரதமர் லீ குவான் யூவும் அண்ணாவும் ஒரே மேடை யில் பேசியிருக்கிறார்கள். லெனின், கோசிமின் போன்ற தலைவர்கள் மீது அண்ணாவுக்குப் பெரிய மரியாதை இருந்தது. அமெரிக்க, ஐரோப்பியப் பயணத்துக்குப் பின் நிறைய புதிய திட்டங்களை அவர் யோசித்தார். ஆனால், மரணம் அவரை முந்திக்கொண்டுவிட்டது.

அரசு நிர்வாகத்தில் அண்ணாவும் அவர் வழிவந்தவர்களும் உண்டாக்கிய மாற்றங்கள்

எஸ்.நாராயண்
ஓய்வுபெற்ற அரசுச் செயலர்
பிரதமர் வாஜ்பாய்க்கு
பொருளாதார ஆலோசகராக
இருந்தவர்

அன்றைய சென்னை மாகாணத்தின் அரசு இயந்திரம் இந்தியாவிலேயே நிர்வாகத் திறமையில் முதலிடத்தில் இருந்தது. மூத்த அதிகாரிகளில் பலர் பிரிட்டிஷ் ஆட்சிக் காலத்தில் ஐசிஎஸ் அதிகாரி களாக இருந்தவர்கள். அவர்கள் காங்கிரஸ் சகாப்தத்தில் வளர்ந்தவர்கள். அரசின் திட்டங்கள் பெருமளவில் டெல்லியிலிருந்து வடிவமைக்கப்பட்ட சூழலில், மாநில அரசு நிர்வாகம், டெல்லியின் எண்ணங்களையும் முடிவு களையும் உள்வாங்கிக்கொண்டு செயல்பட்டது. அவர்களுடைய பணிக் கலாச்சாரம் என்பது எதையும் விரைவாக, தார்மீக நெறிகளுக்குட்பட்டு, விதிகளின்படியும் நடைமுறைகளின்படியும் செய்வதுதான் என்றாலும், ஒரு கட்டுத்திட்டத்துக்குள் பணியாற்றிப் பழக்கப்பட்டது என்றும் சொல்லலாம். பிரிட்டிஷாரிடமிருந்து நீண்டு வந்தது அது. நிதி விஷயத்தில் சிக்கனத்துக்கும் கறாருக்கும் பேர்போனது. குறிப்பாக, அரசுக்கு ஆதாயம் இல்லாத எதையும் செய்வதில் பெரிய ஆர்வம் இல்லாதது.

கீழிருந்து மேல் நோக்கி வந்த சிந்தனை

இப்படிப்பட்ட சூழலில்தான், அண்ணா *1967*-ல் முதல்வராகப் பதவி யேற்றார். பொது விநியோகத் திட்டத்தின் கீழ் மானிய விலையில் "ஒரு ரூபாய்க்கு மூன்று படி அரிசி வழங்க வேண்டும்" என்பது அண்ணாவின் முன்னுரிமைத் திட்டங்களில் ஒன்றாக இருந்தது. ஏனென்றால், அன்றைய

894 லட்சம் டன்களாக இருந்த உணவு தானிய உற்பத்தி 1965-66-ல் 723 லட்சம் டன்களாகக் குறைந்துவிட்டிருந்தது. மக்கள் கடுமையான பரிதவிப்பில் இருந்தனர். தேர்தலில் இதை ஒரு முக்கியப் பிரச்சினையாகப் பேசியது திமுக. ஆட்சிக்கு வந்ததும் மக்கள் பரிதவிப்புக்குத் தீர்வு காண வேண்டும் என்று அண்ணா நினைத்தார்!

சென்னை மாகாணம் அரிசிப் பஞ்சத்தால் அல்லலுற்றுக்கொண்டிருந்தது. உணவு தானிய உற்பத்தியில், சென்னை மாகாணத்தின் நிலை அன்றைக்குச் சொல்லிக்கொள்ளும் நிலையில் இல்லை. பருவமழை போதுமான அளவு பெய்தால் உபரியான உற்பத்தி கிடைக்கும்; இல்லாத சூழலில், சாகுபடி குறைந்து பக்கத்து மாநிலங்களிடமிருந்து தானியங்களை வாங்க வேண்டி இருக்கும். 1964-65-ல் 894 லட்சம் டன்களாக இருந்த உணவு தானிய உற்பத்தி 1965-66-ல் 723 லட்சம் டன்களாக, அதாவது கிட்டத்தட்ட ஐந்தில் ஒரு பங்கு அளவுக்கு மேலும் குறைந்துவிட்டிருந்தது. மக்கள் கடுமையான பரிதவிப்பில் இருந்தனர். தேர்தலில் இதை ஒரு முக்கியப் பிரச்சினையாகப் பேசியது திமுக. ஆட்சிக்கு வந்ததும் மக்கள் பரிதவிப்புக்குத் தீர்வு காண வேண்டும் என்று அண்ணா நினைத்தார்.

அண்ணாவின் சிந்தனை மக்களுடைய தேவைகளிலிருந்து, கோரிக்கைகளிலிருந்து எழுந்தது. அதாவது, கீழ்நிலையிலிருந்து உருத்திரண்டு வந்தது. இப்படிப்பட்ட ஒரு யோசனை அதற்கு முன் எங்குமே அமல்படுத்தப் பட்டிருக்கவில்லை. அரிசியைக் கொள்முதல் செய்வது, அதைச் சேமிப்பது, ஓரிடத்திலிருந்து தேவைப்படும் இடங்களுக்கு அனுப்பிவைப்பது, அதற்கான நிர்வாகக் கட்டமைப்பை உருவாக்குவது, நிதியை ஒதுக்குவது என்று எல்லாவற்றையும் பற்றி புதிதாகச் சிந்திக்க வேண்டும். எனவே, அரசு இயந்திரம் இதற்கு எதிர்ப்புத் தெரிவித்து, 'இது சாத்தியமல்ல' என்றது. அதற்கேற்ப அரிசி கையிருப்பும் போதிய அளவில் அன்று இல்லை.

அண்ணா எல்லோர் கருத்துக்கும் மதிப்பளிப்பவர். தான் சொன்னதே கட்டளை என்று அவர் நினைக்கவில்லை. அதிகாரிகள் சுட்டிக்காட்டிய காரணங்களை அவர் கவனத்துடன் கேட்டார். அதேசமயம், ஏழை மக்கள் பசியைப் போக்க ஏதாவது செய்தாக வேண்டும் என்றும் நினைத்தார். "ஒரு ரூபாய்க்கு ஒரு கிலோ அரிசியாவது தரப் பாருங்கள்" என்று அதிகாரிகளிடம் சொன்னார். இப்படித்தான் மக்கள் நலத்திட்டங்களுக்கு அரசு நேரடியாக மானியம் தரும் நடைமுறை தமிழ்நாட்டில் தொடங்கியது. இன்றைக்கு சமூக நலத்திட்டங்களில் இந்தியாவுக்கே முன்னோடி மாநிலமாகத் தமிழ்நாடு நிற்கிறது.

மூத்த உயர் அதிகாரிகளுக்கும் ஆட்சியாளர்களுக்கும் இடையிலான சுமுக உறவில் முதல் முறையாக இது கீறலை ஏற்படுத்தியது. இதுநாள் வரையில் அரசின் கொள்கைகள் மக்களுடைய தேவைகளுக்கேற்ப

வகுக்கப்பட்டு, இருக்கும் கட்டமைப்புகள் வாயிலாகவே அமல்படுத்தப் பட்டன. புதிய ஆட்சியாளர்களுக்குப் புதிய புதிய சிந்தனைகள் தோன்றின. அவை அப்போதைய சட்டகத்துக்குள் பொருந்துவனவாக இல்லை. அவர்கள் அரசு அதிகாரிகளை நேரடியாகச் சந்தித்துப் பேசினார்கள்.

அதிகார வர்க்கத்துடன் ஒரு உறவாடல்

பொதுவாக, இங்கு அரசு நிர்வாகத்தில் மாவட்ட நிர்வாகம் மீதும் மாவட்ட ஆட்சியர்கள் மீதுமான சார்பு அதிகமாக இருந்தது. மாவட்ட அளவில் அரசின் கொள்கைகளை அமல்படுத்தும் கரங்களாக ஆட்சியர்கள் இருந்தனர். தமிழ்நாட்டில் 1967-க்குப் பிறகு நிலைமை மாறியது. மாபெரும் மக்கள் இயக்கத்தால் உருவான கட்சி திமுக. ஆட்சியில் இருக்கும்போது மக்களுடைய கோரிக்கைகளைக் கேட்பதும் அவர்களுடைய எதிர்பார்ப்புகளைப் பூர்த்திசெய்வதும் முக்கியம் என்று திமுக கருதியது. கட்சித் தலைமையுடன் நேரடித் தொடர்பில் இருக்கும் அதன் மாவட்டச் செயலாளர்கள் அன்றாட நிர்வாகம் தொடர்பாக மாவட்ட ஆட்சியர்களுடன் பேசத் தொடங்கினார்கள்.

போலவே, கட்சியின் உள்ளூர் நிர்வாகிகள் மக்கள் சார்பில் கோரிக்கை களுடன் அதிகாரிகளை அன்றாடம் சந்திப்பதை ஒரு இளம் அதிகாரியாக அப்போது நான் நேரில் பார்த்தேன். இது மிகப் பெரிய மாற்றம். பாசனத் தேவை, உணவு தானியத் தேவை, பள்ளிக்கூடங்களின் செயல்பாடுகள் இப்படி உள்ளூர் வளர்ச்சி தொடர்பான கோரிக்கைகளோடு வழக்கமான நிர்வாகப் படிநிலைகள் வழியாக வராமல், மக்கள் குறைகளை நேரடியாக எடுத்துச் சொல்லித் தீர்க்குமாறு கோரிக்கைகளை அவர்கள் முன்வைத்தனர்.

காலம் செல்லச் செல்ல, அண்ணாவுக்குப் பிந்தைய அவருடைய வழித்தோன்றல்களின் காலகட்டத்தில் இது மேலும் தீவிரமானது. கட்சித் தொண்டர்கள் அதிகாரிகளுக்குக் கோரிக்கை வைப்பது விதிவிலக்காக இல்லாமல் வழக்கமான ஒன்றாகிவிட்டது. இது அதிகார வர்க்கம் பிரச்சினைகளைப் பார்க்கும் கண்ணோட்டத்தையேகூட மாற்றியது.

அதிகார இயந்திரத்தில் ஏற்பட்ட முக மாற்றம்

எல்லாவற்றிலும் முக்கியமாக, அரசு வேலைகளின் முகம் மாறியது. அதாவது, பல்வேறு சமூகங்களும் உள்ளே நுழைந்தன. அண்ணா, அவரை அடுத்து வந்த கருணாநிதி, எம்ஜிஆர், ஜெயலலிதா என எல்லோருமே சேர்ந்து இதற்குப் பங்களித்தனர் என்று சொல்லலாம். குறிப்பாக, 1960 - 1980 காலகட்டத்திய அரசு ஊழியர்கள் தரவுகளை ஆராய்ந்தால், அரசு வேலைக்கு வருவோரின் சாதிப் பின்னணி அடியோடு மாறியிருந்தது. பிற்படுத்தப்பட்டோர், மிகவும் பிற்படுத்தப்பட்டோர், தாழ்த்தப்பட்டோர் அதிக அளவில் அரசுப் பணிகளில் உள்ளே நுழைந்தனர். இது அதிகார வர்க்கத்தின் கட்டமைப்பையே மாற்றியது. கூடவே, அதிகார வர்க்கத்தின் பண்பிலும் மாற்றம் உண்டானது.

தலைமைச் செயலாளராகவும் வருவாய் நிர்வாக வாரியத்தின் உறுப்பினர்களாகவும் பிராமணர்கள் இருந்தனர். புதிய அரசில் அவர்கள் மாற்றப்படலாம் என்று பலரும் நினைத்தார்கள். ஆனால், அண்ணா அப்படி நடந்துகொள்ளவில்லை. முழு நிர்வாகச் சுதந்திரத்தை அவர்களுக்கு அளித்தார்.

புதிதாக வேலைக்குச் சேர்ந்தவர்களில் பெரும்பாலானோர் சிறு நகரங்களாக மாறிவரும் பகுதிகளைச் சேர்ந்தவர்களாக இருந்தனர். அவர்களால் நகர்ப்புறம் – கிராமப்புறம் ஆகிய இரு சமூகச் சூழல்களையும் அவற்றின் பிரச்சினைகளையும் நன்கு உணர்ந்துகொள்ள முடிந்தது. இதனால், பல்வேறு சமூகங்களுக்கான தேவைகளை உணர்ந்து, தீர்வுகளையும் விரைவாகத் தருவது என்பது சாத்தியமானது.

ஆட்சியில் இருக்கும் கட்சியின் எதிர்பார்ப்புகளுக்கும் விருப்பங்களுக்கும் ஏற்பச் செயல்படும் அதிகார வர்க்கமாகவும் அது உருவெடுத்தது. குறிப்பாக, வருவாய்த் துறையிலும், காவல் துறையிலும் பிற்படுத்தப்பட்ட, தாழ்த்தப்பட்ட, பழங்குடியின சமூகத்தினரின் பிரதிநிதித்துவம் அதிகரித்தது. விளைவாக அரசு நிர்வாகத்தில் பிராமண சமூகத்தினரின் எண்ணிக்கை குறைந்தது. அதேசமயம், மக்கள்தொகையில் அந்தந்தச் சமூகத்தினரின் எண்ணிக்கைக்கேற்ப அரசு வேலைகளில் வேலை வாய்ப்பு என்ற சூழலாக இது மாறியது. ஆக, அதிகார வர்க்கம் பன்மைத்துவத்தைப் பெற்றது. இது மிக முக்கியமான ஒரு மாற்றம். 1925-ல் காஞ்சிபுரம் மாநாட்டில் பெரியார் வலியுறுத்திய சமூகரீதியிலான விகிதாச்சாரப் பிரதிநிதித்துவத்தை இந்த மாற்றம் பிரதிபலித்தது.

சீர்திருத்தங்களின் தொடக்கம்

பெரியார், அண்ணா இருவருக்குமே சோஷலிஸத்தில் ஈர்ப்பு இருந்தது. விளைவாக, அன்றைய திமுகவின் தேர்தல் அறிக்கையும் அரசுத் துறை நிறுவனங்களுக்கு ஆதரவாகவும் முதலாளித்துவத்துக்கு எதிராகவும் இருந்தது. திமுக எதிர்க்கட்சி வரிசையில் இருந்த காலகட்டத்திலேயே பல நடவடிக்கைகள் தொடங்கியிருந்தன. ஜமீன்தாரி முறை ஒழிப்பு, விவசாய நிலங்களுக்கு உச்சவரம்பு, நிலமற்றவர்களுக்கு நிலம் வழங்குதல் ஆகியவை 1950-களின் பிற்பகுதியிலேயே தொடங்கியிருந்தன. நிலங்கள் மேலும் பகிர்ந்தளிக்கப்பட திமுக இயற்றிய சட்டங்கள் ஏற்கெனவே தொடங்கிய சீர்திருத்தங்களின் தொடர்ச்சியாகவே திகழ்ந்தன. நிலம் என்பது விவசாயிகளிடமும் நிலவுடைமையாளர்களிடமும்தான் பெரும் பகுதி இருந்தன.

அண்ணாவின் ஆட்சிக் காலத்துக்கு முன் பஸ் போக்குவரத்து தனியார் வசம் இருந்தது. டிவிஎஸ் குழுமம் போன்ற நிறுவனங்களும் பெரும்

நிலவுடைமையாளர்களும் இவற்றை நடத்திவந்தனர். பஸ் போக்குவரத்து மாநில அரசுடைமையாக இருக்க வேண்டும் என்று அண்ணா கருதினார். *1967 – 1971* காலகட்டத்தில் அனைத்துப் போக்குவரத்துத் தடங்களும் அரசால் எடுத்துக்கொள்ளப்பட்டு, பல போக்குவரத்துக் கழகங்கள் அரசுத் துறையில் தொடங்கப்பட்டன. விளைவாக, வணிக நோக்கில் பஸ் போக்குவரத்து நடத்தப்பட்ட சூழல் மாறி, மாநிலத்தின் குக்கிராமங் களுக்கும் பஸ்கள் சென்றடைவதற்கான இலக்கு உருவானது. சாலைகள் உருவாக்கப்பட்டன. கூடவே, மின் இணைப்புகள் சென்றன. இப்படியாக அரசு நிர்வாகமும் போக்குவரத்தும் ஒன்றோடு ஒன்று இணைந்து சென்றது பரவலான பொருளாதார வளர்ச்சிக்கு வித்திட்டது.

அரசு அதிகாரிகளுடன் இணக்க உறவு

இப்படிப்பட்ட சீர்திருத்தங்கள் நடப்பதற்கான இணக்கச் சூழலையும் தனக்குப் பின் வரும் தலைவர்கள் அதிகாரிகளை எப்படி அரவணைத்துச் செல்ல வேண்டும் என்பதற்கான முன்னுதாரணத்தையும் அண்ணா உருவாக்கினார். தான் நிர்வகிக்க வேண்டிய நிறுவனங்களையும் அங்கே கடைப்பிடிக்கப்படும் மரபுகளையும் அவர் மதித்தார். மூத்த அதிகாரி களுக்கு உரிய மரியாதையை அளித்து அவர்களை மிகக் கண்ணியமாக நடத்தினார். அப்போது தலைமைச் செயலாளராகவும் வருவாய் நிர்வாக வாரியத்தின் உறுப்பினர்களாகவும் பிராமணர்கள் இருந்தனர். புதிய அரசில் அவர்கள் மாற்றப்படலாம் என்று பலரும் நினைத்தார்கள். ஆனால், அண்ணா அப்படி நடந்துகொள்ளவில்லை. முழு நிர்வாகச் சுதந்திரத்தை அவர்களுக்கு அளித்தார்.

இந்தி எதிர்ப்புப் போராட்டத்தின்போது போராட்டக்காரர்களிடம் காவல் துறை கடுமையாக நடந்துகொண்டதாகப் பரவலான குற்றச்சாட்டு நிலவியது. புதிய அரசில் தங்கள் மீது பழிவாங்கும் நடவடிக்கைகள் எடுக்கப்படும் என்று பல மூத்த அதிகாரிகளும் அஞ்சினர். அண்ணா முரண்பட்டார். இன்ஸ்பெக்டர் ஜெனரல் அருள் அந்தப் பதவியிலேயே நீடிக்க வழிவகுத்தார். மனம்போன போக்கில் அதிகாரிகளை இடமாறுதல் செய்து பந்தாடும் வேலையை அண்ணா செய்யவில்லை. நிர்வாக அடுக்கிலும் வேண்டியவர்களைக் கொண்டுவருவதற்காகப் புதிய புதிய பதவிகளையும் அதிகாரப் படிநிலைகளையும் அவர் புகுத்தவில்லை. பதவியில் இருக்கும் அதிகாரிகளைக் கொண்டே, சரியாக எடுத்துச் சொல்லி தன்னுடைய வாக்குறுதிகளையும் சீர்திருத்தங்களையும் நிறைவேற்றிவிட முடியும் என்ற நம்பிக்கைச் சூழலை அவர் உருவாக்கினார்.

துல்லியமாகச் சொல்வதானால், அரசியல் சித்தாந்தம் அரசின் கொள்கைகளாகவும் திட்டங்களாகவும் மாற்றப்பட்டு, மக்களுக்குப் பலன்கள் வழங்கப்பட்டன. அரசு இயந்திரம் உள்ளூர்த் தன்மையுடைய தாகவும் பன்மைத்துவம் மிக்கதாகவும் புது முகம் பெற்றது. இப்படிப்பட்ட மாற்றத்துக்கு இந்தியாவில் அண்ணாவே முன்னோடி.

❍

■ சமஸ்

தமிழ்நாட்டு அரசியலில் அரிதான அனுபவங்களைக் கொண்டவர்களில் ஒருவர் கொடிக்கால் ஷேக் அப்துல்லா. ஓர் ஏழை இந்துவாக, ஒடுக்கப்பட்ட சமூகத்தைச் சேர்ந்தவராக, செல்லப்பாவாகப் பிறந்த கொடிக்கால், தமிழ்நாட்டின் தலித் அரசியல் எழுச்சி முகங்களில் ஒன்றாக அறியப்பட்டவர். சாதிக்கு எதிரான தன்னுடைய போராட்டத்தின் ஒரு பகுதியாகத் தனது ஐம்பது வயதுக்கு மேல் அம்பேத்கர் வழியில் இந்து மதத்தைத் துறந்தவர், இஸ்லாத்தை வரித்துக்கொண்டார். பொதுவுடைமை இயக்கம்தான் இவரது ஆரம்ப அரசியல் களம். குமரி மாவட்டத்தின் மாவட்டச் செயலாளராக இருந்த காலகட்டத்தில் போர்க்குணம் மிக்க போராட்டங்களை முன்னெடுத்த வரலாறு அவருக்கு உண்டு. அதன் பின் ஒடுக்கப்பட்டோர் மத்தியில் நம்பிக்கை முகமாகப் பார்க்கப்பட்ட இளையபெருமாளுடன் இணைந்து பணியாற்றினார். சிறுபான்மையின முன்னேற்றப் பயணத்திலும் இணைத்துக்கொண்டவர். மைய நீரோட்ட அரசியல் பாதையே விளிம்புநிலையினருக்கான பாதை என்பவர். சுதந்திர இந்தியாவின் எழுபதாண்டு வரலாற்றுக்கான சாட்சியம். தன்னுடைய பயணம் நெடுகிலும் காங்கிரஸையும் திராவிட இயக்கத்தையும் விமர்சனபூர்வமாக அணுகியவர், வாழ்வின் பிற்பகுதியில் காந்தியையும் அண்ணாவையும் அடையாளம் கண்டார்.

● மொழியுரிமையில் உங்களுக்குள்ள பிடிப்பின் காரணமாகவே தெற்கெல்லைப் போராட்டத்தில் சிறை சென்றிருக்கிறீர்கள். சாதி எதிர்ப்பும் உங்கள் இயல்பிலேயே இருக்கிறது. அப்படியிருக்க, திராவிட இயக்கம் எப்படி உங்களை இழந்தது?

முதலாவது விஷயம், பெரியாரின் கடவுள் மறுப்புக் கொள்கை. நான்

சாமானிய இந்தியனுக்கான அரசியல் முன்னுதாரணம்

கொடிக்கால் ஷேக் அப்துல்லா பேட்டி

பெரிய கடவுள் பக்தன் அல்ல என்றாலும் ஆன்மிகம் எங்கோ மனிதனுக்கு அவசியம் என்பதை எப்போதுமே உணர்ந்திருக்கிறேன். இரண்டாவது, இந்த திராவிட நாடு என்று சொல்லப்பட்ட இன்றைய ஐந்து மாநிலங்களில் நாங்கள் திருவிதாங்கூர் ராஜ்ஜியத்தில் இருந்தோம். மலையாள மொழி ஆதிக்கமும், மேல் சாதி ஆதிக்கமும் இணைந்து எங்களைப் பல வழிகளில் இம்சித்துவந்த அன்றைய காலகட்டத்தில், திராவிட நாடு அமைந்தால் திருவிதாங்கூர் ராஜ்ஜியம் எப்படியானதாக மாறும் என்பதில் குழப்பம் இருந்தது. நான் சொல்லும் அந்த இம்சைகளின் தீவிரத்தையும் இங்குள்ள தமிழர்களின் எதிர்மனோநிலையையும் நீங்கள் புரிந்துகொள்ள ஒரு உதாரணம் சொல்கிறேன். அப்போது பிரஜா சோஷலிஸ்ட் கட்சியின் பட்டம் ஏ.தாணுப்பிள்ளை ஆட்சி நடந்துகொண்டிருக்கிறது. அது தமிழர் விரோத நடவடிக்கைகளில் ஈடுபடுகிறது என்று சொல்லியும் தமிழர்கள் பெரும்பான்மையாக வாழும் பகுதிகளை சென்னை மாகாணத்துடன் இணைக்க வேண்டும் என்று வலியுறுத்தியும் அந்தக் கட்சியின் கன்னியாகுமரி தொகுதி சட்டமன்ற உறுப்பினரான டி.எஸ்.ராமசாமிப் பிள்ளையே சொந்தக் கட்சிக்கு எதிராகத் தீர்மானம் கொண்டுவந்து ஆட்சிக் கலைப்புக்கு வழிவகுத்தார் என்றால், இதை உங்களால் நம்ப முடிகிறதா? அப்படிப்பட்ட நாட்களில் ம.பொ.சி. தலைமை வகித்த தமிழரசுக் கழகம், திராவிட இயக்கத்தைக் காட்டிலும் கூடுதல் ஈர்ப்பைத் தருவதாக இப்பகுதியைச் சேர்ந்த எங்களுக்கு இருந்தது. ஆனால், அங்கும் நான் தொடர்ந்து இருந்திடவில்லை. 'மொழி அடிப்படையில் மாநிலங்கள் பிரிக்கப்பட வேண்டும் – தமிழ் பேசும் பகுதிகள் சென்னை மாநிலத்துடன் இணைக்கப்பட வேண்டும்' என்ற கோரிக்கையை வலியுறுத்தி சிறை சென்றேன் இல்லையா, சிறைக்குள் கிடைத்த

திராவிட இயக்கம் சாதிக்கு எதிராக உறுதியாகப் பேசியது. தமிழ் பேசும் பகுதிகளில் அது எடுபடக் காரணம், அதற்கான முன்வேலை இங்கே நீதிக் கட்சி தொடங்கி திராவிடர் கழகம் வரை நடந்திருந்தது. தமிழரல்லாத பகுதிகளில் அரசியல் பெருமளவில் ஆதிக்க சாதிகளின் கைகளில்தான் இருந்தது. அவர்கள் திராவிட இயக்கத்தை ஒரு அச்சுறுத்தலாகப் பார்த்தார்கள்; வெறுத்தார்கள்.

அறிமுகங்களும் அனுபவங்களும் வர்க்க மற்றும் சாதி அடிப்படையிலான போராட்டத்தை முன்னெடுக்கும் சக்தி, நான் சார்ந்திருந்த தமிழரசுக் கழகத்தில் இல்லை என்பதை விரைவிலேயே உணர்த்திவிட்டன. சிறையில் நான் சந்தித்த இடதுசாரி இயக்கத்தினர் "சாதி, இனம், வர்க்க விடுதலைக்குப் பரந்துபட்டுச் சிந்திக்கும் ஒரு அமைப்பின் கீழ் பணியாற்ற வேண்டும் – அதற்கு ஒரே வழி பொதுவுடைமை இயக்கம்" என்றார்கள். ஏற்றத்தாழ்வற்ற சமுதாயத்தை உருவாக்கக் கனவுகாணும் சங்கம்புழாவின் ஒரு கவிதையை அவர்கள் வாசித்தபோது கம்யூனிஸ்ட் ஆகிவிட்டேன். அடுத்த இருபத்தைந்து வருஷங்கள் அதுவே என் இயக்கமாக இருந்தது.

- **அண்ணாவை முதன்முதலாக எப்போது, எங்கு பார்த்தீர்கள்?**

திருத்தமிழகம் விடுதலைப் போராட்டத்துக்கு ஆதரவாக வடசேரியில் உள்ள பெரியாரசிங்கம் தெருவில் நடந்த கூட்டத்துக்கு வந்திருந்தார். தேதிகூட ஞாபகம் இருக்கிறது *30.7.1954*. அன்றுதான் அண்ணாவைப் பார்க்கிறேன். ஆளையே அடித்துப்போடுவதாக அவருடைய பேச்சு இருந்தது. பிரிட்டிஷாரிடமிருந்து சுதந்திரம் அடைந்துவிட்டோம் என்று கூறப்பட்டாலும், எப்படி வடக்கத்திய - சனாதன ஏகாதிபத்தியத்தின் கீழ் நாடு இருக்கிறது – ஏன் தமிழ் மக்களுக்கும் ஏனைய திராவிட இனத்தினருக்கும் சுயாட்சி வேண்டும் என்று பேசினார். இன்றைக்குத் திரும்பப் பார்க்கும்போது அவர் பேசிய ஒவ்வொரு வார்த்தையும் எவ்வளவு தீர்க்கதரிசனம் என்பது புரிகிறது.

- **கேரளத்தை ஒட்டியிருக்கும் குமரியிலும் கேரளத்திலும் அண்ணாவும் அவருடைய இயக்கமும் எப்படிப் பார்க்கப்பட்டார்கள்?**

தமிழர்கள் மத்தியில் தவிர, ஏனைய எந்தப் பிரதேசத்திலுமே பெரிய தாக்கம் இல்லை. காரணம் என்னவென்றால், அன்றைக்கு இந்தத் தென்னக மாநிலங்கள் யாவும் தமிழர்கள் அரசியலதிகாரத்தில் கோலோச்சிய சென்னை மாகாணத்தின் ஒரு பகுதியாக இருந்தன; தமிழர்களிடமிருந்தே தங்கள் பகுதிகளைப் பிரித்துக்கொண்டு, ஒரு மொழிவழி மாநிலமாக வேனும் ஆகிவிட வேண்டும் என்ற நிலையிலேயே எல்லோரும் இருந்தார்கள். திமுக தோன்றித் தலையெடுக்கும் காலகட்டத்தில்தான்

தெலுங்கு பேசுவோருக்கு என்று ஒரு மாநிலம் வேண்டும் என்று ஆந்திரத்துக்கான போராட்டம் நடக்கிறது; இங்கே அதேபோல கேரளம் அமைக்க வேண்டும் என்பதற்கான போராட்டம்; அங்கே அப்படி கர்நாடகம் அமைக்க வேண்டும் என்ற போராட்டம். இப்படிப்பட்ட சூழலில், ஒரு மலையாளிக்கும் தெலுங்கருக்கும் கன்னடருக்கும் 'திராவிட நாடு' கோரிக்கை முன்னுரிமையாக இருக்குமா, தங்களுக்கென முதலில் ஒரு மாநிலம் அமைய வேண்டும் என்பது முன்னுரிமையாக இருக்குமா? மேலும், திராவிட நாட்டை அண்ணா ஒரு கூட்டரசாக, ஒன்றியமாகத்தான் முன்மொழிந்தார் என்றாலும், தமிழர்கள் கை ஓங்கிவிடுமோ என்ற அச்சமும் தமிழரல்லாதோரிடம் இருந்தது. அடுத்தது சாதி. திராவிட இயக்கம் சாதிக்கு எதிராக உறுதியாகப் பேசியது. தமிழ் பேசும் பகுதிகளில் அது எடுபடக் காரணம், அதற்கான முன்வேலை இங்கே நீதிக் கட்சி தொடங்கி திராவிடர் கழகம் வரை நடந்திருந்தது. தமிழரல்லாத பகுதிகளில் அரசியல் பெருமளவில் ஆதிக்க சாதிகளின் கைகளில்தான் இருந்தது. அவர்கள் திராவிட இயக்கத்தை ஒரு அச்சுறுத்தலாகப் பார்த்தார்கள்; வெறுத்தார்கள். நீங்கள் தமிழ்நாடு நீங்கலாக ஏனைய எல்லா பகுதிகளிலும் திமுகவின் ஆரம்ப கால வரலாற்றைப் பாருங்கள்; ஒடுக்கப்பட்ட மக்கள்தான் திமுகவுக்குப் பெரிய அளவில் ஆதரவாக இருந்திருப்பார்கள். உதாரணத்துக்கு, இன்றைய கேரளத்திலுள்ள பணிக்கர்சமுதாயம் - தீயர் என்று அவர்களைச் சொல்வார்கள். திருவிதாங்கூர் ராஜ்ஜியத்தில் பெருவாரியான மக்கள் தீயர் சமுதாயத்தைச் சேர்ந்தவர்கள். நாராயண குரு இந்தச் சமூகத்தைச் சேர்ந்தவர்தான். திராவிட இயக்கத்துக்குத் தளமாக அவர்கள்தான் இங்கே இருந்தார்கள். இங்கே தமிழ் பேசும் பகுதியில் குமரி மாவட்ட திராவிட முன்னேற்றக் கழகத்தை எடுத்துக்கொண்டால், தோவாளையும் அகத்தீஸ்வரமும்தான் அவர்கள் கோட்டையாக இருந்தது. குமரியில் திமுகவின் முதல் மாவட்டச் செயலாளர் யார் என்றால், வி.எம்.ஜான்; தாழ்த்தப்பட்ட சமூகத்தைச் சேர்ந்தவர். இதற்கிடையே 'திமுக ஒரு பிரிவினைவாத இயக்கம்' என்ற பிரச்சாரமும் அந்நாட்களில் இருந்தது – விடுதலை இயக்கமாகத்தானே அது அந்நாட்களிலே செயல்பட்டது? இவ்வளவுக்கும் இடையில்தான் தமிழ்நாட்டுக்கு வெளியே வளர்ந்தது திமுக. அண்ணா தலையெடுத்து, முதல்வரான பின் திமுகவுக்கு ஒரு புது உத்வேகம் கிடைத்தது. ஆனால், அவருடைய அகால மரணம் அவரையும் அவருடைய இயக்கத்தையும் தமிழ்நாட்டுக்குள் சுருக்கிவிட்டது.

● தமிழ்நாட்டில் நாங்கள்தான் உண்மையான கம்யூனிஸ்ட்டுகள் என்று அண்ணா சொன்னார். பல விஷயங்களில் கம்யூனிஸ்ட் இயக்கத்தை அவர் உள்வாங்கவும் செய்திருக்கிறார். இன்று எல்லா விமர்சனங்களைக் கடந்தும், இந்திய அளவில் பேசப்படும் முன்மாதிரி மாநிலங்களில் ஒன்றாக அவர் வழிவந்த திமுக, அதிமுக தமிழ்நாட்டை ஆக்கியிருக்கின்றன. இத்தகைய சூழலில் அண்ணாவை இன்றிலிருந்து எப்படி மதிப்பிடுகிறீர்கள்?

எழுத்தாளரும் என்னுடைய நண்பருமான சுந்தர ராமசாமி என்னைப்

மாபெரும் தமிழ்க் கனவு   85

இந்தியர் என்ற அடையாளத்தின் கீழ் காந்தி எல்லோரையும் ஒருங்கிணைக்க முயன்றார் என்றால், தமிழர் என்ற அடையாளத்தின் கீழ் எல்லோரையும் ஒன்றிணைக்க முயன்றார் அண்ணா. ஒடுக்கப்பட்டோர் விடுதலைக்கும் மேம்பாட்டுக்கும் அதில் முன்னுரிமை கொடுத்தார்.

பற்றிச் சொல்வார், 'சமூகத்துக்குப் பயன்படுகிறவர் யாராக இருந்தாலும் அவர்களோடு கொடிக்கால் இணைந்துகொள்வார்; அவர்களிடமிருந்து பாடம் படிப்பார்' என்று. இந்தத் தமிழ்ச் சமூகத்துக்கு அவ்வளவு செய்திருக்கும் அண்ணாவை யாரால் புறக்கணிக்க முடியும்? என்னுடைய அரசியல் கல்வி பாபு ராமானுஜ தாஸிடமிருந்து தொடங்குகிறது. யார் இந்த பாபு ராமானுஜ தாஸ்? மங்களூரைப் பூர்வீகமாகக் கொண்ட, காசியில் பிறந்து வளர்ந்த ஒரு பிராமணர். காந்தி மீது அவருக்கு ஏற்பட்ட பிடிப்பு சாதிக்கு எதிரான போராட்டத்தில் அவரை உந்தித்தள்ளுகிறது. ஹரிஜன சேவையில் தன்னை ஈடுபடுத்திக்கொள்கிறார். எங்கிருந்தோ எங்கள் ஊர் தேடி வருகிறார். என்னுடைய தந்தைவழிப் பாட்டனார் பிச்சாண்டியின் வீட்டில் தங்குகிறார். வீட்டிலுள்ள ஒரு பத்தாயம், அதுதான் பாபு ராமானுஜ தாஸ் மேசை, படுக்கை, இருப்பு எல்லாம். அவருடைய கைப்பையே தலையணை ஆகிவிடும். காலை நான்கு மணிக்கு எழுந்து விடுவார் – அதிகாலை கண் விழிக்கும் பழக்கம் எனக்கு அவரிடமிருந்து தான் வந்தது – அடித்தட்டு மக்களைத் தேடிச்சென்று வேலை செய்வார். ஒடுக்கப்பட்ட மக்களுக்குக் கல்வி மறுக்கப்பட்ட அந்நாட்களிலே எங்கள் ஊரில் முதன்முதலில் ஒரு பள்ளிக்கூடம் வந்தது – இரவுப் பாடசாலை; அதை உருவாக்கியவர் பாபு ராமானுஜ தாஸ். என்னுடைய பதினைந்து பதினாறு வயது வரை எனக்கு ஒரு ஆசான்போல அவர் இருந்திருக்கிறார்; அப்புறம் வேறு எங்கோ சென்றுவிட்டார். அடுத்து, பெரிய தாக்கம் உண்டாக்கியவர் டாக்டர் எம்பெருமாள் நாயுடு. அவர் லண்டனில் படித்தவர். காந்திய இயக்கத்தில் சேர்ந்ததால் கதர் மூட்டையைத் தூக்கிக் கொண்டு கிராமம் கிராமமாக மனைவியுடன் நடந்தவர். அவர்தான் ஹரிஜன சேவா சங்கத்தை இந்தப் பிராந்தியத்தில் வலுப்படுத்தினார். இடதுசாரிகளில் ஜி.எஸ்.மணி – கம்யூனிஸ்ட் கட்சியினுடைய முதல் மாவட்டச் செயலாளர், சட்டமன்ற உறுப்பினராகவும் இருந்தவர், அவர் தம்பி கொச்சுமணி – அவரும் சட்டமன்ற உறுப்பினராக இருந்தவர்; இருவருமே திருமணம் செய்துகொள்ளவில்லை; மக்களோடு மக்களாக வாழ்ந்தவர்கள்; பெரிய தியாக வாழ்க்கை; பொதுவுடைமை இயக்கம் நோக்கி என்னை ஈர்த்தவர்கள். இப்படித் தொடங்கி எல்லா அரசியல் இயக்கங்களையும் ஆளுமைகளையும் பார்க்கிறேன். தனித்தமிழ் இயக்கம், பொதுவுடைமை இயக்கம், தலித் இயக்கம், சிறுபான்மையினர் இயக்கம், இவற்றுக்கு இடையே தேர்தல் அரசியல் வாயிலாக கருணாநிதி,

எம்ஜிஆர் தொடங்கி இந்திரா காந்தி, மாயாவதி வரையிலான ஆளுமைகளுடனான தொடர்புகள், அவர்களுடைய அரசியல் அணுகுமுறைகள்... இன்று திரும்பிப் பார்க்கும்போது நான் தொடக்கக் காலத்தில் பெரிய முக்கியத்துவம் கொடுத்துப் பார்க்காத காந்தியும் அண்ணாவுமே பெரிய ஆளுமைகளாக எனக்கு இன்று தெரிகிறார்கள். நமக்கெல்லாம் அகப்படாத ஒரு கண் சாமானிய மக்களுக்கு இருப்பதாகத்தான் இன்று தோன்றுகிறது. காந்தியையோ அண்ணாவையோ அவர்கள் அத்தனை எளிதாக உள்வாங்கிக்கொண்டிருக்கிறார்களே! மீனாட்சிபுரத்தில் லட்சுமி தியேட்டரில் டிக்கெட் கொடுத்து அண்ணா பேச்சைக் கேட்ட கூலித் தொழிலாளிகளைப் பார்த்திருக்கிறேன். ஈத்தாமொழியில் பாலு என்று ஒரு சலூன்காரர் இருந்தார். அவர் அண்ணாவினுடைய தொண்டர். 'திராவிட நாடு'ம் 'முரசொலி'யும் அவர் கடைக்கு வரும். எங்களூரில் அவருடைய கடைதான் திமுக ஆட்களுக்கு அலுவலகம். ஷேவிங் கிரீமைத் தடவி விட்டு, "அண்ணாச்சி, நீங்க அண்ணாவைப் படிக்கணும், நம்மூர்ல பொறந்த உலகத் தலைவர் பார்த்தியளா?" என்று கேட்பார். "ஆமாம்பா பாலு... பாத்துப் பண்ணுப்பா. கழுத்துல கத்தியை வெச்சிக்கிட்டு இப்படிக் கேட்டா நான் என்ன பதில் சொல்ல?" என்று கிண்டலடித்துவிட்டு வருவோம். ஆனால், இன்று யோசிக்கையில் அந்த பாலுவுக்குத் தெரிந்தது நமக்கு அன்று தெரியவில்லையே என்றுதான் தோன்றுகிறது. இந்தியர் என்ற அடையாளத்தின் கீழ் காந்தி எல்லோரையும் ஒருங்கிணைக்க முயன்றார் என்றால், தமிழர் என்ற அடையாளத்தின் கீழ் எல்லோரையும் ஒன்றிணைக்க முயன்றார் அண்ணா. ஒடுக்கப்பட்டோர் விடுதலைக்கும் மேம்பாட்டுக்கும் அதில் முன்னுரிமை கொடுத்தார். திமுகவுக்கு என்று சொந்தத் தலைமையகமாகச் சென்னையில் அவர் உருவாக்கிய 'அறிவகம்' கட்டிடத்தை எங்கள் ஊர்க்காரர் ஜானை வைத்துத்தானே திறந்தார்! அது எவ்வளவு பெரிய நுட்பமான செய்தி! அன்றைக்கு யாருக்கும் அதன் பின்னுள்ள சூட்சுமம் புரியவில்லை. 'ஜான் ஆங்கிலம் சிறப்பாகப் பேசுவார். எப்போதும் 'தி இந்து' ஆங்கிலப் பத்திரிகையும் கையுமாகவே இருப்பார். அதனால்தான் அண்ணா அவருக்கு மரியாதை கொடுத்து கட்டிடத்தைத் திறக்கவைத்தார்' என்றெல்லாம்கூடப் பேசியவர்கள் உண்டு. ஆனால், இன்று யோசிக்கும்போதுதானே புரிகிறது! இத்தனைக்கும் இந்த மாவட்டத்தில் தாழ்த்தப்பட்டவர்கள் எண்ணிக்கை சார்ந்து பலமிக்கவர்கள்கூட அல்ல; ஒரு தாழ்த்தப்பட்டவரைக் கொண்டு தலைமையகத்தைத் திறக்கச் செய்கிறோம் என்றெல்லாம் அண்ணாவோ, அவருடைய இயக்கத்தினரோ அன்றைக்குப் பேசவும் இல்லை. வெண்மணிப் படுகொலை விவகாரத்தில் அண்ணாவைக் குறைசொல்லி இன்று பேசுபவர்களைப் பார்க்கிறேன். அது ஒரு அரசு இயந்திரத்தின் தன்மையை அறிந்திராதவர்களின் அறியாமையின் வெளிப்பாடு. காவல் துறை, நிர்வாகத் துறை, நீதித் துறை இப்படி அத்தனையும் வெகு நீண்ட காலமாக நிலப்பிரபுத்துவமும் சாதி ஆதிக்கமும் புரையோடிப்போன ஒரு அரசு இயந்திரத்தை ஒரு அண்ணாவால் ஒரு வருஷத்துக்குள் எவ்வளவு மாற்றிவிட முடியும் என்று யோசிக்க வேண்டும். அண்ணா மீதே பழி

நம்மூரில் அம்பேத்கருக்கும் காந்திக்கும் உள்ள முரண்பாட்டைத்தானே முதலில் ஊதிப் பெருக்கி நமக்கு அறிமுகப்படுத்துகிறார்கள்? உள் முரண்பாடுகள் தரும் வெறுப்பிலிருந்து அந்தத் தலைவர்களை அணுகும் பார்வையைப் பெறவே நாம் ஒரு சுயவிடுதலை அடைய வேண்டியிருக்கிறதே!

போட்டுவிடுவோம் என்றால், பிற்பாடு வெண்மணி படுகொலைக் குற்றவாளியை 'அவர் அப்படிச் செய்திருக்க வாய்ப்பில்லை' என்று விடுவித்தாரே ஒரு நீதிபதி, அதை எப்படி விளக்குவது? ஆனால், நிலச் சீர்திருத்தம் இங்கே அண்ணாவுக்குப் பின்புதான் பெரிய அளவில் நடக்கிறது; அரசு ஊழியர்களின் பின்னணி மாறுகிறது; கீழே உள்ள சமூகங்கள் மேல் நோக்கி நகர்ந்தன. இதையெல்லாம் நாம் கணக்கில் எடுக்க வேண்டும். ஜானுக்கு மட்டும் அல்ல; சத்தியவாணி முத்துவுக்கும் பெரிய இடம் கொடுத்திருந்தார் அண்ணா. திமுக மகளிர் அமைப்புக்கு சத்தியவாணி முத்து தலைமை வகிக்க, அண்ணாவின் மனைவி ராணி உட்பட ஏனைய தலைவர்களின் மனைவியர் அனைவரும் அவருக்குக் கீழே வீதியில் இறங்கிக் கட்சிப் பணியாற்றிப் பார்த்திருக்கிறேன். சிறுபான்மையினர் இடத்திலும் அப்படி ஒரு அக்கறையை அவர் காட்டினார். பிரிவினைக்குப் பின் முஸ்லிம்களோடு பொது மேடையில் ஏறிய முதல் தலைவர் அவர்தானே! காயிதே மில்லத் முன்மொழிந்த விஷயங்களுக்கெல்லாம் செயல்வடிவம் கொடுக்கத் தலைப்பட்டார். நமக்கு எல்லோரையும் காலதாமதமாகத்தான் புரிந்துகொள்ள முடிந்திருக்கிறது. நம்மூரில் அம்பேத்கருக்கும் காந்திக்கும் உள்ள முரண்பாட்டைத்தானே முதலில் ஊதிப் பெருக்கி நமக்கு அறிமுகப்படுத்துகிறார்கள்? இப்படியான உள் முரண்பாடுகள் தரும் வெறுப்பிலிருந்து விடுபட்டு அந்தத் தலைவர்களை அணுகும் பார்வையைப் பெறவே நாம் ஒரு சுயவிடுதலை அடைய வேண்டியிருக்கிறதே!

● எதனூடாகத் தலைவர்களை மறுமதிப்பீட்டுக்கு உள்ளாக்குகிறீர்கள்? புத்தகங்களா, அனுபவங்களா?

இரண்டும்தான். எதுவாக இருந்தாலும், நம் வாழ்வோடு ஒப்பிட்டுப் பார்ப்பது முக்கியம். சாமானிய இந்தியனுக்கான அரசியல் முன்னுதாரணம் என்று அண்ணாவையே சொல்வேன். எனக்கு என்னவோ எதிர்கால இந்தியாவில் மிகப் பெரிய தலைவராக அண்ணா உருவெடுப்பார் என்று தோன்றுகிறது!

ஓவியம்: சந்தோஷ் நாராயணன்

அண்ணா வரலாறு

அண்ணாவின் கதை

இரா.கண்ணன்
ஐக்கிய நாடுகள்
சோமாலியா ஹிர்ஷ
பெல்லே மாநில அலுவலக
துணைத் தலைவர்

எழுத்தாலும் பேச்சாலும் பாசத்தாலும் தமிழர்களின் இதயத்தில் நிரந்தரமாய் இடம்பிடித்த ஒரு சாமானியனின் சரித்திரமே அண்ணாவின் கதை. அந்தச் சரித்திரம் தமிழர்களின் எழுச்சிச் சரித்திரம். ஒன்றுபட்ட இந்தியாவில் தமிழர்களின் அடையாளம் தொலைந்து போகாமல் காத்த சரித்திரம். தமிழர்க்கு மொழி, இன உணர்வு ஊட்டி, தமிழினத்துக்கு முகவரி தந்த சரித்திரம்!

அந்த சரித்திர நாயகன் பிறந்ததோ காஞ்சியில் ஓர் எளிய நெசவுக் குடும்பத்தில். பங்காரு-நடராஜன் தம்பதிக்கு 1909-ல் பிறந்த அண்ணா நெய்தது பட்டை அல்ல, தமிழினத்தின் மறுமலர்ச்சியை. காஞ்சி பச்சையப்பன் பள்ளியில் ஆரம்பக் கல்வி பயின்ற அண்ணாவை, குடும்பச்சூழல் இன்டர்மீடியட்டுக்குப் பிறகு, காஞ்சி நகராட்சியில் குமாஸ்தாவாக்கி சோதனைசெய்தது. நல்லவேளை, பிற்பட்டோருக்கான கல்வி உதவித்தொகை ஒன்று கிட்ட, பச்சையப்பன் கல்லூரியில் பி.ஏ. ஹானர்ஸ் சேர்ந்தார் அண்ணா. பிராமணரல்லாதோர் இயக்கத்தின் நல்விளைவு அது.

பச்சையப்பனில் அண்ணா வென்ற கட்டுரைப் போட்டிகள் ஏராளம். 1932-ல் நடந்த ஏ.சேஷய்யா சாஸ்திரி கட்டுரைப் போட்டியில் முதல் பரிசுபெற்ற 'மாஸ்கோ மாப்பரேட்' கட்டுரை அவரது ஆங்கிலப் புலமையையும் பரந்த வாசிப்பையும் சொன்னது. அந்தக் கட்டுரையில், ரஷ்யப் புரட்சிக்கு முன்பே லண்டனில் எழுந்த ஃபேபியன் சோஷலிஸ இயக்கத்தைச் சுட்டிக்காட்டியிருந்தார் அண்ணா. ராபர்ட் ஓவன், பென்ஸன் ஆகியோரின் பொருளாதாரக் கருத்துகளை மட்டுமின்றி பெர்னார்ட்ஷா, தாகூர் ஆகியோரின் கருத்துகளையும் அக்கட்டுரையில் மேற்கோள்

பெரியார் புயலென்றால், அண்ணா தென்றல்.
இருவருக்கும் முப்பதாண்டு வித்தியாசம்.
பயணங்கள், மொழிபெயர்ப்பு, பெரியாரின் முரட்டு
கருத்துகளுக்குத் தேன் தடவி ஆதரவு தேடுவது
என்று அவரது தளபதியாய் வலம்வந்தார் அண்ணா!

காட்டியிருந்தார். கல்லூரி இறுதியாண்டில்தான் பேச்சாளரானார் அண்ணா.

1932-ல் கல்லூரி மாணவர் சங்கச் செயலாளராகவும் ஆங்கில மாணவர் கழகச் செயலாளராகவும் பொருளாதாரக் கழகச் செயலாளராகவும் இருந்தார். 1934-ல் 'ஆனந்த விகடன்' போட்டியில் வென்ற முதல் சிறுகதை 'கொக்கரகோ' அவரது எதிர்காலப் புனைவிலக்கியத்துக்குக் கட்டியம் கூறியது.

மாணவர்கள் மத்தியில் மட்டுமல்ல, ஆசிரியர்களிடத்திலும் ஜொலித்தார் அண்ணா. மாணவர் தலைவராக வலம்வந்தார். 1930-லேயே நீதிக் கட்சியில் சேர்ந்ததுடன், அக்கட்சிக் கூட்டங்களிலும் பேசினார். இந்த நேரத்தில், ஒரு வேலைக்காக சிபாரிசுக் கடிதத்துடன் சென்னையில் உள்ள சப் மாஜிஸ்திரேட்டைப் பார்க்கப்போனார். வேலை கேட்டு வந்தவரிடமே, "நீதிக் கட்சி சி.என்.அண்ணாதுரைதானே நீங்கள்? நீதிக் கட்சியின் ஏ.ஆர்.ராமசாமி முதலியாரிடத்தில் சொல்லி, எனக்கு ஜட்ஜ் வேலை வாங்கித்தர வேண்டும்" என்று மாஜிஸ்திரேட் முந்திக்கொண்ட விநோதம் நடந்தது. அந்தக் கடிதத்தைக் கிழித்துப் போட்டுவிட்டுத் திரும்பினார் அண்ணா.

அண்ணாவைப் பந்தாடிய வறுமை

1934-ல் அரசியல், பொருளாதாரம், வரலாறு பாடங்களில் பி.ஏ.ஹானர்ஸ் பட்டம் பெற்றார். 1935-ல் சென்னை சட்டக் கல்லூரியில் சேர்ந்தார். எனினும், வறுமை காரணமாக மூன்று மாதங்களுக்கு மேல் படிப்பைத் தொடர முடியவில்லை.

தமிழாசிரியர், பொப்பிலி அரசரின் இதழில் உதவி ஆசிரியர், அண்ணாமலைப் பல்கலைக்கழகத்தில் ட்யூட்டர், மேயர் பாசுதேவின் 'பாலபாரதி' இதழில் பணி, 'நவ யுகம்' இதழாசிரியர் என்று அண்ணாவின் வாழ்க்கை, பொருளாதாரச் சூழலால் பந்தாடப்பட்டது. 21 வயதில் பெற்றோர் பார்த்த ராணியை மணந்தார் அண்ணா. "அவர் என்றுமே நல்ல வேலை, வாழ்க்கையில் நல்ல நிலையை இலக்காக வைத்திருந்தவர் அல்லர். அவரது மனம் பொதுவாழ்க்கையையே விரும்பியது" என்பது அவரது துணைவியார் ராணி அம்மையாரின் நினைவுப்பதிவு.

அண்ணா பிறந்த 1909-ல் விதை போடப்பட்ட பிராமணரல்லாதோர்

இயக்கம் வளர்ந்து நீதிக் கட்சியாய் மலர்ந்திருந்தது. மதம், அரசியல், அரசுப் பணிகள், கலை, இலக்கியம் என்று மூன்றே சதவீத பிராமணர்களின் ஆதிக்கம் எங்கும் ஓங்கியிருந்தது. பிராமணரல்லாதோர் நிலை உயர வேண்டும் என்ற எண்ணம் மெதுவாய் அரும்பியிருந்தது. பச்சையப்பன் கல்லூரியின் பேராசிரியர் வரதராஜன் அண்ணாவை நீதிக் கட்சிக்கு அறிமுகப்படுத்த, பின்னர் 'சண்டே அப்சர்வர்' பி.பாலசுப்ரமணியம் அவரை முறையாய் அங்கு கொண்டுசேர்க்க அண்ணாவின் திராவிட இயக்க அரசியல் பயணம், 1930-ல் நீதிக் கட்சியுடன் தொடங்கியது. ஆனால், அந்த நீதிக் கட்சிக்கு நாம்தான் மூடுவிழா நடத்தப்போகிறோம் என்பதை அப்போது அண்ணாவேகூட எண்ணியிருக்க மாட்டார்.

நீதிக் கட்சியோ சீமான்களையும் கோமான்களையும் மட்டுமே கொண்ட, அடித்தட்டு மக்களோடு தொடர்பில்லாத கட்சியாக இருந்தது. பின்பு, ஏன் அண்ணா அதில் சேர வேண்டும்? அன்று, அதுதான் பிராமணரல் லாதோருக்கு இருந்த ஒரே அரசியல் களம். பேராசிரியர் வரதராஜன் வேறு பிராமணிய எதிர்ப்புணர்வை அண்ணாவுக்கு ஊட்டியிருந்தார். ஆனாலும், எங்கும் சுதந்திர தாகம் பொங்கி வழிந்த காலத்தில் காங்கிரஸ் இயக்கம் அவரைத் தொடாதது ஆச்சரியமே. அண்ணாவுக்கு காந்தியாரிடத்தில் மிகுந்த பற்று இருந்தது. 1942-ல் நடந்த 'வெள்ளையனே வெளியேறு' இயக்கத்தில் பங்குகொள்ளாததுபற்றி அண்ணாவே வருந்தியிருக்கிறார்.

பெரியாரை ஏன் அண்ணா தலைவராக ஏற்றார்?

1935-ல் தனது 26-ம் வயதில் அண்ணாவின் முதல் தேர்தல் முயற்சி தோல்வியில் முடிந்தது. பெத்துநாய்க்கன் பேட்டையில் நீதிக் கட்சி வேட்பாளராக உள்ளாட்சித் தேர்தலில் களமிறங்கினார் அண்ணா. "கோயில்களில் விளக்குகள், ஆனால் குடிசைகளில் இருட்டு" என்று அண்ணா முன்பு பேசியதைச் சுட்டிக்காட்டி, அவர் வென்றால் கோயில்களில் விளக்கிருக்காது என்று பிரச்சாரம் செய்தார்கள் எதிரிகள். தோற்றுப்போனார் அண்ணா.

தோல்வி ஆண்டாக இருந்தாலும், அண்ணாவைப் பொறுத்தவரையில் 1935 மறக்க முடியாத ஆண்டு. 'நான் கொண்ட ஒரே தலைவர்' என்று அவர் விவரித்த தந்தை பெரியாரைக் கண்டது அந்த ஆண்டில்தான். திருப்பூரில் இரண்டு நாள் செங்குந்தர் மாநாட்டில் நடந்த அந்தச் சந்திப்பில், 'வேலைக்குச் செல்லப்போகிறீர்களா?" என பெரியார் கேட்க, "இல்லை... பொதுவாழ்வே" என்று அண்ணா உரைக்க, தலைவரும் தந்தையுமானார் பெரியார்.

பத்தாண்டுகளுக்கு முன்பே (1925) அரசியலை விட்டு விலகி சுயமரியாதை இயக்கம் கண்டவர் பெரியார். அண்ணாவோ சமூகம், அரசியல் என்று இரு தளங்களில் பயணிக்க விரும்பியவர். பின்பு ஏன் அரசியலை ஒதுக்கிய பெரியாரைத் தலைவராக ஏற்றார் அவர்?

சமூகம், அரசியல், தமிழகத்தின் நிலை, வடக்கு-தெற்கு ஏற்றத்தாழ்வு, காங்கிரஸ் அரசின் தவறுகள், சங்க இலக்கியம், குறள், மொழி, பொங்கல், மாநில சுயாட்சி, கிரேக்க, ரோம இதிகாசம், வரலாறு, ஆங்கில இலக்கியம், பொருளாதாரம், திராவிட நாகரிகம், இனங்களின் விடுதலை வரலாறு என்று ஆழ்ந்த புலமையுடன் அண்ணாவின் பேச்சு இருந்தது.

அண்ணாவின் நுண்ணறிவு, பெரியாரே தமிழகத்தின் நம்பிக்கை என்பதைக் கண்டுணர்ந்தது.

பெரியாரின் சுயமரியாதை இயக்கம் அமிலமாய்த் தகித்தது. பெரியார் புயலென்றால், அண்ணா தென்றல். இருவருக்கும் முப்பதாண்டு வித்தியாசம். 1937 முதல் முழு நேரமாய் ஈரோட்டில் பெரியாரோடு வாசம். 'குடிஅரசு', 'விடுதலை' இதழ்களின் துணை ஆசிரியர். பயணங்கள், மொழிபெயர்ப்பு, பெரியாரின் முரட்டுக் கருத்துகளுக்குத் தேன் தடவி ஆதரவு தேடுவது என்று அவரது தளபதியாய் வலம்வந்தார் அண்ணா.

எதிரணியையும் மயக்கிய அண்ணாவின் பேச்சு

தமிழை இப்படியும் கையாள முடியுமா? அடுக்குமொழி, வார்த்தைப் பிரவாகம், கரகர குரல், மரபுசாரா சிந்தனை, புதிய புதிய சொற்றொடர்கள் என்று 5.3 அடி அண்ணா, பேச்சாளராய் விஸ்வரூபமெடுத்திருந்தார். ஆங்கிலத்தையும் தமிழைப் போலவே இனிமையாகக் கையாண்டார். அவரது எளிமையும் சகோதரப் பாசமும் இளைஞர்களை ஈர்த்தன. எதிரணியினரும் அவர் பேச்சுக்கு மயங்கினர். அவர் பேசாத தளம் இல்லை; தலைப்பில்லை என்றானது.

ஓரிடத்தில் தலைப்பு கேட்க, 'தலைப்பில்லை' என்று பதில் வர அதையே தலைப்பாக்கி அவர் பேசியது வரலாறானது. சமூகம், அரசியல், தமிழகத்தின் நிலை, வடக்கு-தெற்கு ஏற்றத்தாழ்வு, காங்கிரஸ் அரசின் தவறுகள், சங்க இலக்கியம், குறள், மொழி, பொங்கல், மாநில சுயாட்சி, கிரேக்க, ரோம இதிகாசம், வரலாறு, ஆங்கில இலக்கியம், பொருளாதாரம், திராவிட நாகரிகம், இனங்களின் விடுதலை வரலாறு என்று ஆழ்ந்த புலமையுடன் அவரது பேச்சு இருந்தது.

பெரியாரும் அண்ணாவும் காடு, மேடு, கழனி என்று தங்கள் பேச்சால், எழுத்தால், தமிழர்க்குச் சுயமரியாதை, மொழி, இன உணர்வு ஊட்டினர். திராவிட இனம், தமிழ் மொழி, தமிழர் என்று இவர்கள் 14 ஆண்டுகள் தமிழ்ச் சமுதாயத்துக்கு இணைந்து ஆற்றிய பணி, வரலாற்றில் பொன் எழுத்துகளால் பொறிக்கத்தக்கது. போராட்டமே வாழ்க்கையாய் இருந்த அந்த 14 ஆண்டுகளே தனது 'வசந்த காலம்' என்று முதல்வரான பிறகு 'விடுதலை' பெரியார் பிறந்த நாள் மலருக்கு எழுதிய கட்டுரையில்

குறிப்பிட்டிருக்கிறார் அண்ணா.

1937-ல் ராஜாஜி கொண்டுவந்த கட்டாய இந்தியை எதிர்ப்பதில் பெரியார் முன்னிற்க, அண்ணா அவருக்குத் துணை நிற்க நான்கு மாதங்கள் சிறை. தமிழகம் மெதுவாய் அண்ணாவை அறியத் தொடங்கியது. 1938-ல் ‘தனித் தமிழ்நாடு’, பின்னர் ‘திராவிட நாடு’ என்ற பிரிவினை முழக்கத்தைத் தொடங்கினார் பெரியார். பாகிஸ்தானுக்கு முன்பே திராவிடஸ்தான் கேட்டவர்கள் இவர்கள். ஆனால், தென்னகத்தில் போதிய ஆதரவு இல்லாததால் அம்முயற்சி கைவிடப்பட்டது.

1942-ல் அண்ணாவை ஆசிரியராகக் கொண்ட ‘திராவிட நாடு’ வார இதழ் வெளிவரத் தொடங்கியது. அவரது கட்டுரைகளுக்கும் எழுத்துகளுக்கும் இளைஞர்களிடத்தில் பெரும் வரவேற்பு இருந்தது. சுமார் 20 புனைபெயர்களில் கட்டுரை, சிறுகதை, விமர்சனம், ஓரங்க நாடகம் என்று அண்ணா ‘திராவிட நாடு’ முழுதும் நிறைந்திருந்தார். பரதன், சௌமியன், சமதர்மன், சம்மட்டி, ஒற்றன், வீரன், வீனஸ் என்பவை அவரது புனைபெயர்களில் சில. ‘கலிங்க ராணி’, ‘ரங்கோன் ராதா’, ‘குமாஸ்தாவின் பெண்’, ‘பார்வதி பி.ஏ.’ ஆகியவை ‘திராவிட நாடு’ இதழில் தொடர் கதையாகவும் பின்பு புத்தகமாகவும் வெளிவந்தன.

பெரியாரைப் போல் அல்லாமல் அண்ணாவுக்குக் கலைகளின் மீது ஒரு மரியாதை இருந்தது. காங்கிரஸைப் போலவே நாடகங்களை இயக்கக் கருத்துகளைப் பரப்பப் பயன்படுத்த எண்ணி, அண்ணாவே சமூகப் பிரச்சார நாடகங்கள் எழுதத் தொடங்கினார். கல் மனம் படைத்த நிலச்சுவான் தார்கள், போலி மடாதிபதிகள், காதல், பொருந்தா மணம், விதவை மணம், சாதிகளற்ற, ஏற்றத்தாழ்வற்ற சமுதாயம் போன்றவற்றைப் பற்றி அவரது நாடகங்கள் பேசின.

பெரியாரை நாடகங்களுக்கு அழைத்துச்சென்று, மக்களிடையே அவை ஏற்படுத்திய தாக்கத்தையும் காணவைத்தார் அண்ணா. கலையுலகிலும் கால்பதித்தார். கலைவாணர் என்.எஸ்.கிருஷ்ணன், எம்.ஆர்.ராதா, கே.ஆர்.ராமசாமி, டி.வி.நாராயணசாமி (டி.வி.என்.) என்று பலர் திராவிட இயக்க அனுதாபிகளாய் இருந்தனர்.

அண்ணாவின் முதல் நாடகமான ‘சந்திரோதய’த்தைப் பார்த்து ஒருவர் அண்ணா மீது மிகுந்த மரியாதை வைத்திருந்தார். அவரை 1944-ல் சிவாஜியாய் நடிக்க அண்ணாவிடம் அழைத்துப்போனார் டி.வி.என். மராட்டிய மாவீரன் சிவாஜி சூத்திரன் என்பதால் அவனுக்குப் பட்டம் கட்ட மறுத்த பிராமணர்களையும் அதன் பின் இருந்த பிராமணியத்தையும் கேள்விக்குள்ளாக்கியது நாடகம். அண்ணாவிடம் காஞ்சியில் தஞ்சம் அடைந்திருந்த நாடக நடிகர் கணேசன் ‘சிவாஜி கண்ட இந்து ராஜ்ய’த்தில் நடித்து, பெரியாரால் ‘சிவாஜி’ ஆனார். அதே நாடகத்தில் காகபட்டரின் வேடத்தில் நடித்திருக்கிறார் அண்ணா. ‘சந்திரோதயம்’ நாடகத்தில் ஜமீன்தாராக நடித்திருக்கிறார்.

‘சட்டம் ஓர் இருட்டறை. வழக்கறிஞரின் வாதம்தான் விளக்கு’, ‘கத்தியைத் தீட்டினாயே ஒழிய புத்தியைத் தீட்டவில்லை நீ’, ‘எதையும் தாங்கும் இதயம் வேண்டும்’ என்ற அவரது வசனங்கள் தமிழ்த்திரை உலகு அதுவரை கண்டிராத, கேட்டிராததைப் பேசின.

தீயாய்ப் பரவிய சொற்போர்

1942-44 ஆண்டுகள் பெரியார், கம்ப ராமாயணத்தையும் பெரிய புராணத்தையும் கடுமையாக எதிர்த்த நேரம். “தமிழர்கள் இந்துக்கள் அல்லர்; ஆனால், கம்ப ராமாயணமும் பெரிய புராணமும் அவர்களிடம் அப்படியொரு உணர்வை, தாக்கத்தை உண்டாக்குகின்றன – ஆரியத்தை வளர்த்தெடுக்கின்றன. ஆகையால், அடையாள நிமித்தம் அதை எரிக்கிறோம்” என்றார் அண்ணா. தமிழறிஞர்கள் ரா.பி.சேதுப் பிள்ளை, நாவலர் சோமசுந்தர பாரதியிடத்தில் அண்ணா, பெரியாரின் நிலைக்காகப் புரிந்த சொற்போர் பெரும் தீயாய்ப் பரவி, இளைஞர்களை அவர்பால் இழுத்தது. அந்த ஆயிரக்கணக்கானோரில் ஒருவர்தான் நாவலர் நெடுஞ்செழியன். சேதுப் பிள்ளையோடு பேசிய பேச்சே ‘தீ பரவட்டும்’ என்று பின்னர் ஒரு சிறு புத்தகமாய் வெளியிடப்பட்டு புரட்சிசெய்தது. இப்படி மேடைப்பேச்சுகள் புத்தகமாய் வெளிவந்ததும் அண்ணாவால் தான். இலகுவாக நூல் வடிவம் பெறும் வகையிலேயே அவர் பேசினார். இந்த நூல்களும் இளைஞர்களை அவர்பால் திருப்பின.

அண்ணாவின் பேச்சுக்கும் கருத்துக்கும் முன்பு இத்தமிழறிஞர்களின் வாதம் எடுபடவில்லை. ஆனாலும், அண்ணாவிடம் மிகுந்த தன்னடக்கமும் பெரியோரை மதிக்கும் பண்பும் அமைந்திருந்தது. திருச்சியில், ஒருசமயத்தில் அண்ணா பேசவிருந்த அதே நாளில், நேரத்தில் நாவலர் சோமசுந்தர பாரதி பேசுகிறார் என்பதற்காகத் தனது பேச்சை ரத்துசெய்யச் சொன்ன பெருந்தன்மையும் இருந்தது. சோமசுந்தர பாரதியின் பேச்சுக்கு யாரும் போக மாட்டார்கள் என்றார் கூட்டத்தை ஏற்பாடு செய்த டி.கே.சீனிவாசன். அதனால்தான், நமது கூட்டம் வேண்டாம் என்கிறேன் என அத்தமிழறிஞருக்கு எந்தச் சிறுமையும் வராமல் பார்த்துக் கொண்டார், முப்பத்து நான்கே வயதான அண்ணா.

நீதிக் கட்சியின் களங்கம் துடைத்த ‘அண்ணாதுரை தீர்மானம்’

தனது கடைசிக் கட்டத்தில் இருந்த நீதிக் கட்சிக்கு 1938-ன் இறுதியில் பெரியார் தலைவராகியிருந்தார். 1940-ல் கி.ஆ.பெ.விஸ்வநாதம் விலக அண்ணா பொதுச்செயலாளர் ஆனார். புரட்சிக் கவிஞர் பாரதிதாசனுக்கு ரூ.25,000 நிதி திரட்டி நாவலர் சோமசுந்தர பாரதி தலைமையில் வழங்கினார். பெரியாரின் தலைமை நீதிக் கட்சியைப் பிழைக்க வைத்தாலும், ஆங்கிலேயர்களுக்கு வால் பிடித்த கட்சி என்ற அவப்பெயரை நீதிக்

கட்சியால் உதற முடியவில்லை. 1944-ல் சேலத்தில் பெரியார் வரைந்து, அண்ணா கொண்டுவந்த 'அண்ணாதுரை தீர்மானம்' ஆங்கிலேயர் கொடுத்த பட்டங்களையும் பதவிகளையும் நீதிக் கட்சியினர் துறக்கச் செய்தது அந்த அவப்பெயரைச் சிறிது துடைத்தது. பெயர்களில் சாதியை எடுத்தது. சுயமரியாதை இயக்கமும் நீதிக் கட்சியும் இணைந்து ஒரு மக்கள் இயக்கமாய் மலரும் வகையில் நீதிக் கட்சியை 'திராவிடர் கழக'மாய் மாற்றியது.

கால ஓட்டத்தில் பெரியாருக்கும் அண்ணாவுக்கும் கருத்து வேறுபாடு கள் ஏற்படத் தொடங்கின. 1946-ல், 'கட்சியினர் கருப்புச் சட்டை அணிய வேண்டும்' என்று பெரியார் விதித்த விதிகள் முதல் விரிசலைக் கொணர்ந்தது. அதை அணிய மறுத்ததோடு, 'கருப்புச் சட்டை கழகத்தை மேலும் மக்களிடமிருந்து பிரிக்கும்' என்றார் அண்ணா. திராவிட நாடு கோரிக்கைக்கு ஜின்னாவிடம் பெரியார் ஆதரவு தேடிய விதம், அவ்வாண்டு அண்ணா கவிஞர் பாரதிதாசனுக்குப் பொற்கிழி தந்தது என்று ஒரு இடைவெளி உருவாகியிருந்தது. அண்ணா எதிலும் கலந்துகொள்ளாமல் ஒதுங்கியிருந்தார். இந்த இடைப்பட்ட காலத்தில் அவர் வரைந்த உருவகக் கதைகள் அவருக்கும் பெரியாருக்கும் இருந்த உறவையும் அது சிதைந்துபோனதையும் உணர்த்தும் வகையில் படிப்பவர் மனத்தைப் பிழிந்தது.

15 ஆகஸ்ட் 1947 இந்தியாவின் சுதந்திர தினம் இப்பிளவின் உச்சகட்டமானது. சுதந்திர தினத்தை 'துக்க தினம்' என்றார் பெரியார். அண்ணாவோ, "விடுதலைப் போராட்டம் நெடியது; இது நம் விடுதலைக் கான முதல் படி" என்று பெரியாரின் கருத்துக்கு மாற்றாய் எட்டுப் பக்க அறிக்கை ஒன்றை வெளியிட்டார். பெரியார் பொறுத்துக்கொண்டார். ஆனால், மே 1948-ல் தூத்துக்குடி கருப்புப்படை மாநாட்டில் அண்ணா கலந்துகொள்ளவில்லை.

ஜூன் 1948-ல் கட்டாய இந்தி, பிரிந்திருந்தோரை மீண்டும் தற்காலிகமாய் இணைத்தது. தந்தை மனம் மாறி தனயனை ஈரோடு 23-24, 1948 அக்டோபர் மாநாட்டுக்குத் தலைமை தாங்க அழைக்கவும் வைத்தது. அண்ணாவை சாரட் வண்டியில் அழைத்துவந்து "உரிமையாளரிடம் சாவியை ஒப்படைக்க முடிவு கட்டிக்கொண்டேன்" என்று சொன்னபோதும், பெரியாரின் போக்கில் ஒரு மாறுதல் தென்படுவதாக உணர்ந்தார் அண்ணா.

திரையுலகம் கண்ட புதுமை

'வேலைக்காரி', 'நல்லதம்பி' என்று படங்களுக்கு அண்ணா எழுதத் தொடங்கியிருந்தார். அவரது எழுத்தாற்றலைப் பிரதானப்படுத்தியே இப்படங்கள் எடுக்கப்பட்டன. 'சட்டம் ஓர் இருட்டறை. வழக்கறிஞரின் வாதம்தான் விளக்கு', 'கத்தியைத் தீட்டினாயே ஒழிய புத்தியைத் தீட்ட வில்லை நீ', 'எதையும் தாங்கும் இதயம் வேண்டும்' என்ற அவரது

17 செப்டம்பர் 1949 ராபின்சன் பூங்காவில், மழைக்கிடையே திமுக உருவானது. "பெரியாரே திமுகவுக்கும் தலைவர்" என்றார் அண்ணா. "திகவுக்கும் திமுகவுக்கும் வேறுபாடு இல்லை. திராவிட நாடே இறுதி லட்சியம்" என்றார்.

வசனங்கள் தமிழ்த்திரை உலகு அதுவரை கண்டிராத, கேட்டிராததைப் பேசின. 'திரைக்கதை வசனம் அண்ணாதுரை எம்.ஏ.' என்பதைத் திரையில் பார்த்து ரசிகர்கள் பரவசம் அடைந்தார்கள். "தணிக்கை ஏதும் செய்யாமலிருந்தால், ஒரே திரைப்படத்தின் மூலம் ஆட்சியைப் பிடித்துவிடுவேன்" என்று சொல்லும் அளவுக்குத் திரைப்படங்களின் மீது அவருக்கு நம்பிக்கையிருந்தது. அண்ணா எழுதிய 'ரங்கோன் ராதா' நாடகமும் 'வண்டிக்காரன்' சிறுகதையும் கருணாநிதியின் திரைக்கதை வசனத்தில் திரைப்படங்களாயின. 'தாய் மகளுக்குக் கட்டிய தாலி' சிறுகதைக்கு இராம.அரங்கண்ணல் திரைக்கதை வசனம் எழுதினார். அவரது கட்டுரைத் தலைப்புகளும்கூட பின்பு திரைப்படத் தலைப்புகளாயின.

ஆனால், பெரியாரோ அண்ணாவிடத்தில் முழு நேர அர்ப்பணிப்பு இல்லை என்று பின்பு குறை சொன்னார். 14 மே 1949-ல் ராஜாஜியைத் திருவண்ணாமலையில் ரகசியமாகச் சந்தித்த பெரியாரிடம் காரணத்தை விளக்க வேண்டும் என்று அண்ணா கேட்க, 'அது எனது சொந்த விஷயம்' என்றார் பெரியார். பின்பு 9 ஜூலை 1949-ல் சுமார் 30 ஆண்டுகள் இளைய மணியம்மையைத் திருமணம் செய்துகொண்டு, அவரைத் தனது வாரிசு என்றார் பெரியார். 'சாவி' கை மாறிப்போனது. உரிமையாளரும் மாறிப்போயிருந்தார். ஏன்? பெரியாருக்கு அரசியலின் மீது பெரும் அவநம்பிக்கை இருந்தது. அவர் சமூக மாற்றத்தை மட்டுமே விரும்பினார். அண்ணாவும் அவரது தம்பிகளும் அரசியல் கனவு கொண்டிருந்தனர் என்று அவர் புரிந்துகொண்டார்.

திராவிட நாடே இறுதி லட்சியம்!

சோர்ந்துபோய் காஞ்சிக்குச் சென்றுவிட்ட அண்ணாவை அழைத்து வந்து, திமுக தோன்ற ஒரு பெரும் காரணமாய் இருந்தார் பெரியாரின் அண்ணன் மகன் ஈ.வெ.கி.சம்பத். 17 செப்டம்பர் 1949 ராபின்சன் பூங்காவில், மழைக்கிடையே திமுக உருவானது. "பெரியாரே திமுகவுக்கும் தலைவர்" என்றார் அண்ணா. "திகவுக்கும் திமுகவுக்கும் வேறுபாடு இல்லை. திராவிட நாடே இறுதி லட்சியம்" என்றார்.

1949-ல் 'மாலைமணி' நாளேட்டின் ஆசிரியராகப் பொறுப்பேற்றுக் கொண்டார். திமுகவின் ஆரம்ப காலத்தில் அந்த நாளேடு முக்கியப் பங்காற்றியது. 1953-ல் திமுகவின் அதிகாரபூர்வமான நாளேடாக

'நம் நாடு' இதழைத் தொடங்கி, அதற்கும் ஆசிரியராக இருந்தார். இந்த இரண்டு ஏடுகளுமே வெகு காலம் தொடரவில்லை.

அண்ணா எழுதிய 'ஆரிய மாயை' நூல் 1951-ல் தடைசெய்யப்பட்டது. அண்ணாவுக்கு ஆறு மாதச் சிறைத்தண்டனையும் விதிக்கப்பட்டது. ஆனால், மக்களிடையே எழுந்த எதிர்ப்பு பத்து நாட்களில் அவரை சிறையிலிருந்து வெளியே கொண்டுவந்தது. தடைசெய்யப்பட்ட அண்ணாவின் மற்றொரு நூல் 'இலட்சிய வரலாறு'. அரசு அந்நூலுக்கு விதித்த ரூ.3,000 ஜாமீன் தொகை, பின்பு நீதிமன்றத்தால் ரத்துசெய்யப்பட்டது.

அண்ணாவும் அவரது தம்பிகளும் திமுகவை வளர்ப்பதில் பம்பரம் போல் சுழன்றனர். 'திராவிட நாடு' திமுகவின் தாரக மந்திரமாயிற்று. பெரியாரோ அவர்களை மிகக் கடினமாகத் தாக்கினார். குமாரசாமி ராஜாவின் காங்கிரஸ் அரசு அண்ணா, திமுகவினர் எழுத்துகளுக்கும் படைப்புகளுக்கும் தடைவிதித்து, வழக்குகள் தொடுத்து அவர்களுக்கு நல்ல விளம்பரம் தேடித்தந்தது. இதற்கிடையே கருணாநிதியும், மற்ற தம்பிகளும் தமிழ்த் திரைத் துறையைத் தங்கள் முத்திரை எழுத்துகளால் கைப்பற்றியிருந்தனர். வசனங்களும் காட்சிகளும் தணிக்கைக்குத் தப்ப சிலேடையாக, ஜாடைமாடையாக, அண்ணா, திமுகவைப் பற்றிய அறிமுகத்தைத் தந்துகொண்டே இருந்தன.

அன்பு மனம் கொண்ட அண்ணா

கலைவாணர், கே.ஆர்.ராமசாமி, சிவாஜி கணேசன், எஸ்.எஸ்.ராஜேந்திரன் என்று திமுக வானம் திரை நட்சத்திரங்களால் ஜொலித்தது. எம்ஜிஆர் வந்த பிறகு, சிவாஜி கணேசன் 1956-ல் திமுகவை விட்டு காங்கிரஸுக்குப் போய்விட்டார். அவரது 'கட்டபொம்மன்' நாடகத்துக்குத் தலைமை தாங்கி வாழ்த்தியபோது அண்ணா சொன்னதுதான் "எங்கிருந்தாலும் வாழ்க!" என்ற புகழ்பெற்ற வாழ்த்து.

அண்ணாவுக்கும் கருணாநிதிக்கும் முதலிலிருந்தே ஒரு நெருக்கமான உறவு இருந்தது. திமுகவில் இல்லையெனினும் கலைவாணர் திமுக மாநாடுகளில் வில்லுப்பாட்டு நடத்தினார். 'தீனா மூனா கானா' என்று அவரது படத்தில் பாட்டு வைத்தார். ராமசாமி தனது பணத்தையெல்லாம் கட்சிக்காகக் கொடுத்தார். டி.வி.என். அண்ணாவுக்குக் கிடைத்த முதல் மணியானார். கே.ஆர்.ராமசாமியும் சிறிது காலம் சிவாஜி கணேசனும் அண்ணாவின் ஆதரவில் காஞ்சியில் இருந்தனர். கே.ஆர்.ராமசாமி படத்தில் இல்லையேல், தனது கதையைப் படமாக்க வேண்டியதில்லை என்று சொன்ன மனம், அவருக்குப் பின்பு எம்.எல்.சி. தந்தது, 'பராசக்தி'யில் கணேசன் இருக்கட்டும் என்று வாதாடியது எல்லாம் அண்ணாவின் பெரிய மனதுக்குச் சில உதாரணங்கள்.

ஒரே இரவில் அண்ணா, ராமசாமிக்காக எழுதியதுதான் 'ஓரிரவு'. 49 காட்சிகளைக் கொண்ட 3 மணி நேர 'ஓரிரவு' நாடகத்தையும் ஒரே இரவில்தான் எழுதி முடித்தார். 'ஓரிரவு' ஆறு மாதங்கள் நடந்து, புரட்சி

அண்ணாவின் கடிதங்கள் மட்டுமே ஏறக்குறைய 3,000 பக்கங்கள் கொண்டவை. அவை உலக அரசியலிலிருந்து, தமிழர் நாகரிகம் வரை பேசின. கட்சி முன் இருந்த சவால்களை எடுத்துக்கூறின. தம்பிகளே திமுக என்றன!

செய்தது. நாடகத்தைக் காண நாகையிலிருந்து திருவாரூருக்கு மக்கள் ரயிலில் சென்ற அதிசயமும் நடந்தது. 'தென்னாட்டு பெர்னார்ட் ஷா' என்று அண்ணாவைப் பற்றி கல்கியைப் புகழ வைத்தது. பின்னர், அது திரைப்படமாக மாறியபோது, அதற்கான கதை வசனத்தையும் ஒரே இரவில் எழுதி முடித்தார் அண்ணா.

தனது பெயருக்கேற்ப அண்ணாவின் சகோதரப் பாசமே திமுகவைப் பெரிதும் வளர்த்தது. அவரது தலைமையில் திமுக ஒரு பெரிய குடும்பமாய் இயங்கியது. ஒவ்வொரு தொண்டனையும் முன்னணித் தலைவர்கள் தெரிந்துவைத்திருந்தார்கள். அவர்கள் வீடுகளில் தங்குவதும் அவர்களின் குடும்ப நிகழ்ச்சிகளில், அண்ணா, இதர முன்னணியினர் கலந்துகொள்வதும் பழக்கமானது. திமுக ஒரு பெரிய குடும்பமானது. ஆனாலும், ரத்த உறவுகள் சிதையாமல் பார்த்துக்கொள்வதில் அண்ணா கவனமாய் இருந்தார். 'ஹோம்லேண்ட்' துணை ஆசிரியர் எம்.எஸ்.வேங்கடாச்சலத்திடம் திருமணத்தை நடத்திவைக்கும் தனது காலில் விழக் கூடாது என்றும் அவரது பெற்றோர் காலில்தான் விழ வேண்டும் என்றும் தெளிவாய்ச் சொல்லிவிட்டார். அதற்கு ஒப்புக் கொண்ட பிறகே தேதி கொடுத்தார்.

அண்ணாவின் எளிமை மலைக்க வைக்கக் கூடியது. செருப்புகூட அணியாமல் அவர் பல காலம் இருந்ததாக அரங்கண்ணல் பதிந்திருக்கிறார். கைக்கடிகாரம் அணிந்ததில்லை. பல நேரங்களில் சவரம்கூடச் செய்துகொள்ளாத அண்ணாவாகவே அண்ணா இருந்தார். தொண்டர்களின் இல்லங்களிலேயே தங்கினார். முதல்வரான பிறகும் அந்த வாழ்க்கைமுறையே தொடர வேண்டும் என்று விரும்பினார். அவர்களிடையே வளையவந்தார். அவர்கள் குடும்ப சுக துக்கங்களை அறிந்தார், பங்கெடுத்துக்கொண்டார். செல்வந்தர்களையும் ஆடம்பரத்தை யும் விட்டு விலகியே இருந்தார்.

பிள்ளையாரையும் உடைக்க மாட்டேன், தேங்காயும் உடைக்க மாட்டேன்!

ராஜேந்திர பிரசாத், நேருவுக்கு எதிராகக் கருப்புக் கொடி, இந்தி எதிர்ப்புப் போராட்டம், திருத்தணியில் எல்லைப் போராட்டம், பொதுக் கூட்டங்களில் தடைசெய்யப்பட்ட கம்யூனிஸ்ட்டுகளுக்காகக் குரல் கொடுத்தல், மாவட்ட மாநாடுகள், 1952 தேர்தலில் திராவிட நாடு கொள்கைக்கு ஒப்புக்கொண்ட 45 வேட்பாளர்களுக்கு ஆதரவு,

மும்முனைப் போராட்டம் என்று கட்சி வளர்ச்சிக்குப் புதுப்புது உத்திகளைக் கண்டுபிடித்துச் செயல்படுத்தினார் அண்ணா. பிள்ளையார் சிலை உடைப்புப் போராட்டத்தை பெரியார் நடத்தியபோது, "பிள்ளையாரையும் உடைக்க மாட்டேன், பிள்ளையார்க்குத் தேங்காயும் உடைக்க மாட்டேன்" என்றார்.

1955-லிருந்து 'திராவிட நாடு' இதழில் 'தம்பிக்கு...' வாரந்தோறும் கடிதங்கள் வரையத் தொடங்கினார் அண்ணா. அதற்கு முன்பும் 1938-ல் 'விடுதலை' தொடங்கி 'திராவிட நாடு' வரை அவ்வப்போது கடிதங்களை எழுதிவந்திருக்கிறார் அண்ணா. ஜனவரி 1969 வரை அவர் எழுதிய 290 கடிதங்கள் அண்ணன் நேரில் வந்து பேசுவதுபோலவே இருந்தன. 'ஹோம்லேண்ட்', 'ஹோம்ரூல்' இதழ்களில் 'டியர் பிரதர்' என்ற தலைப்பில் அண்ணாவின் 26 ஆங்கிலக் கடிதங்கள் வெளியாயின. அண்ணாவின் கடிதங்கள் மட்டுமே ஏறக்குறைய 3,000 பக்கங்கள் கொண்டவை. அவை உலக அரசியலிலிருந்து, தமிழர் நாகரிகம் வரை பேசின. கட்சி முன் இருந்த சவால்களை எடுத்துக்கூறின. தம்பிகளே திமுக என்றன.

1957 தேர்தலில் 15 பேர் வென்றனர். இருவர் நாடாளுமன்றத்துக்குச் சென்றனர். திமுகவின் சட்டமன்றத் தலைமையை ஏற்று, எதிர்க்கட்சித் தலைவரானார் அண்ணா. அவ்வாண்டு 'ஹோம்லேண்ட்' ஆங்கில இதழைத் தொடங்கினார். 1959-ல் சென்னை மாநகராட்சி கைக்கு வந்தது. கூடவே, கட்சியில் இருந்த புகைச்சலும் வெளியே வந்தது. திரைத் துறையினர் கட்சியில் ஆதிக்கம் செலுத்துவதாகவும் கட்சி திசை மாறிப்போனதாகவும் சம்பத் குறை சொன்னார். அதன் தொடர்ச்சியாக, இடையில் நெடுஞ்செழியனைப் பொதுச்செயலாளர் ஆக்கியிருந்த அண்ணா, 1960 சென்னை பொதுக்குழுவில் கட்சி இரண்டாக நின்ற நிலையில், மீண்டும் அவரே பொதுச்செயலாளரானார். அண்ணா மடாதிபதிபோல் செயல்படுவதாகக் குற்றம் சுமத்தினார் சம்பத். 1961-ல் வேலூரில் நடந்த பொதுக்குழுவில் சம்பத் தான் தாக்கப்பட்டதாகச் சொன்னார். கட்சி இரண்டாக உடையத் தொடங்கியது. ஒட்டவைக்க எடுத்த முயற்சிகள் தோற்றன. 9 ஏப்ரல் 1961 அன்று சம்பத், கண்ணதாசன் போன்றோர் தமிழ் தேசியக் கட்சி கண்டனர். அண்ணாவுக்கு சம்பத் வெளியேறியது மிகுந்த வேதனையைத் தந்தது.

காங்கிரஸை அச்சுறுத்திய திமுகவின் வளர்ச்சி

இந்நிலையில், 1962 தேர்தலில் 50 இடங்களை திமுக வென்று எதிர்க்கட்சியானது. ஆனால், காஞ்சிபுரத்தில் அண்ணா தோற்றிருந்தார். அது அவர் மாநிலங்களவைக்குப் போகக் காரணமானது. தனது கன்னிப் பேச்சில் தான் ஒரு திராவிடன் என்று பேசி, நாடெங்கும் திமுகவைத் திரும்பிப்பார்க்க வைத்தார். அவர் கேட்ட திராவிட நாட்டை, நேரு பின்னர் அவையில் மறுத்தாலும் திமுகவின் வளர்ச்சி காங்கிரஸை அச்சுறுத்தவே செய்தது. 1963-ல் அரசியல் சட்டத்தைத் திருத்தி பிரிவினை கோருவதைத் தடைசெய்தது காங்கிரஸ். மாநிலங்களவையில்

அண்ணாவின் பேச்சுகள் அத்தனையும் முத்துகள். இந்தி வேண்டாம் என்பதற்கு அவர் எடுத்துவைத்த வாதங்கள் காலத்தைக் கடந்தும் நிற்பவை.

விலைவாசி எதிர்ப்புப் போராட்டத்தில் வேலூர் சிறையில் இருந்த அண்ணா, அக்டோபர் 1962 சீனப் படையெடுப்பைக் காரணம் காட்டி திராவிட நாடு கோரிக்கையை ஒத்திவைத்தார். பின்பு கைவிட்டார். திராவிட நாடு கோரிக்கையை திமுக விட்டுவிட வேண்டும் என்ற காங்கிரஸார், அவரை இப்போது ஏளனம் செய்தனர். அண்ணா சட்டை செய்யவில்லை. கட்சியைக் காப்பாற்ற அதுவே வழி என்றார்.

1963-ல் காமராஜர் இந்திய அரசியலுக்குப் போக பக்தவத்சலம் தமிழக முதல்வரானார். 1964-லிருந்து அரிசிப் பற்றாக்குறை ஒரு பெரும் பிரச்சினையானது. 1965-ல் மாணவர்களின் இந்திப் போராட்டத்தை காங்கிரஸ் கையாண்ட விதம் அக்கட்சிக்குப் பெரும் வெறுப்பைச் சம்பாதித்துத் தந்தது. 1967 தேர்தலில் வலது சுயராஜ்ய கட்சி, இடது கம்யூனிஸ்ட்டுகள் என்று முற்றிலும் மாறுபட்ட அரசியல் சித்தாந்திகளை திமுக அணியின் கீழ் அண்ணாவின் சாணக்கியம் கொண்டு வந்திருந்தது. எம்ஜிஆர் முதன்முறையாகப் பரங்கிமலையில் நிறுத்தப் பட்டார். அவரது முகத்தைக் காட்டினாலே முப்பதாயிரம் வாக்குகள் விழும் என்றார் அண்ணா. எம்ஜிஆரோ ராதாவால் சுடப்பட்டார். குண்டடிபட்ட எம்ஜிஆர் இன்னும் சக்தி வாய்ந்தவராயிருந்தார். மருத்துவமனையிலிருந்து அவர் வாக்கு கேட்டது திமுக வெற்றிக்குப் பெரும் துணை புரிந்தது.

இப்படியெல்லாமும் ஒரு அரசியல் தலைவர் இங்கே இருந்தார்!

திமுக 138 தொகுதிகளில் வெற்றிபெற்று, அறுதிப்பெரும்பான்மை பெற்றது. காமராஜர் தோற்றுப்போனார். அண்ணா வேதனைப்பட்டார். ஆட்சி வெகு சீக்கிரமே கைக்கு வந்துவிட்டதாக வருந்தினார். அந்தத் தேர்தலில் திமுகவைத் தோற்கடிப்பதையே முழுநேர வேலையாக இருந்த பெரியாரைக் கண்டு வாழ்த்துபெற, வெற்றிபெற்ற அண்ணா திருச்சிக்குப் புறப்பட்டார். பெரியாரோ நெகிழ்ந்துபோனார். ஆமாம், இப்படியெல்லாமும் ஒரு அரசியல் தலைவர் இங்கே இருந்தார்.

1967, மார்ச் மாதம் 6-ம் தேதி தமிழக முதல்வராகப் பொறுப்பேற்றுக் கொண்டார். தமிழிலேயே பதவியேற்பு உறுதிமொழியை எடுத்துக் கொண்டார். அண்ணாவையும் சேர்த்து ஒன்பது பேர் கொண்ட அமைச்சரவை. கருணாநிதி பொதுப்பணித் துறை அமைச்சர். அதுவரையில் பெரும் அதிகாரிகளையும் உயர் வர்க்க மக்களையும் மட்டுமே கண்டிருந்த தலைமைச் செயலகம் சாதாரண, சாமானிய ஊர் மக்கள் உரிமையோடு உள்ளே வருவதையும் போவதையும் கண்டது. சாமானியர்கள் ஆட்சிக்கு வந்திருந்தனர். மாவட்டங்களிலும் மக்கள் பிரதிநிதிகள், மாவட்டச் செயலாளர்கள் குறைகளை மாவட்ட

நிர்வாகத்துக்கு நேரடியாக எடுத்துச்சென்றனர்.

1967 ஏப்ரல் 14 சித்திரை முதல் நாளில், 'தமிழ்நாடு அரசு தலைமைச் செயலகம்' என்ற பெயர்ப் பலகையைத் திறந்துவைத்தார். ஜூன் 9 அன்று தலைமைச் செயலகத்தில் திருவள்ளுவர் படத்தையும் திறந்துவைத்தார். சுயமரியாதை மணங்களுக்கு சட்ட ஒப்புதல், தமிழ்நாடு என்ற பெயர் மாற்றம், இருமொழிக் கொள்கை என்று அண்ணா வேகமாகச் செயல்பட்டார். எனினும், திராவிட நாடு கேட்டதற்கான காரணங்கள் இன்னும் அப்படியே இருக்கின்றன என்றார். அவரது ரூபாய்க்குப் படி அரிசித் திட்டம் சென்னை, கோவையில் மட்டும் செயல்படுத்தப்பட்டு, பின்பு நிதியின்மையால் கைவிடப்பட்டது.

1968-ல் அண்ணா மேற்கொண்ட அமெரிக்கப் பயணம் பெரும் செய்தியானது. யேல் பல்கலைக்கழகம் அண்ணாவை சப் ஃபெல்லோ வாக்கி அமெரிக்காவுக்கு அழைத்து தமிழகத்தைப் பெருமைப்படுத்தியது.

நாகரிகத்தின் உச்சமல்லவோ அண்ணா

1968-ல் அண்ணாவின் அரசு நடத்திய உலகத் தமிழ் மாநாடு தமிழரின் தொன்மையை, தமிழின் பெருமையை உலகுக்குச் சொன்னது. தமிழறிஞர்களின் சிலைகளைக் கடற்கரைச் சாலைகளில் நிறுவினார். அண்ணா தனது இல்லத் திருமண விழாபோல் நேரில் சென்று காமராஜர், ராஜாஜி ஆகியோரை அழைத்தார். நாகரிகத்தின் உச்சமல்லவோ அண்ணா. யார் கண்பட்டதோ? அவருக்குப் புற்றுநோய் என்றனர் மருத்துவர்கள். சிகிச்சைக்கு அமெரிக்கா சென்றார் அண்ணா. அவரது உடல்நிலை கருதி தமிழ்நாடு பெயர் சூட்டு விழாவுக்குப் போக வேண்டாம் என்றனர் மருத்துவர்கள். "தமிழ்நாடு பெயர் மாற்ற மகிழ்ச்சி விழா நடைபெறும் இன்றைய தினம் பேசுவதாலேயே இந்த உடலுக்கு ஊறு நேரிடும் என்றால், இந்த உடல் இருந்தே பயனில்லை" என்று சொல்லிவிட்டார் அண்ணா. அவர் கடைசியாகக் கலந்துகொண்டது 1969 ஜனவரி 4 அன்று நடந்த கலைவாணர் சிலைத் திறப்பு விழாவில்தான்.

திரும்ப சென்னையில் நடந்த இரண்டாவது அறுவைச் சிகிச்சையை ஒத்திப்போட முடியுமா என்றார் அண்ணா. "நல்ல நாள் பார்க்கிறீர்களா" என்று கேட்ட டாக்டர் மில்லரிடத்தில் அண்ணா சொன்னார்: "இல்லை... இல்லை. ஒரு புத்தகத்தைப் படித்துக்கொண்டிருக்கிறேன். அதை நாளைக்குள் முடித்துவிடுவேன். அதற்குப் பின் இறந்தாலும் கவலை இல்லை."

3 பிப்ரவரி 1969 அண்ணா மறைந்தார். தமிழர்கள் கடலென வந்து அஞ்சலி செலுத்தினர். அதுபோன்ற கூட்டத்தை அதுவரை உலகு கண்டதில்லை. ஒரு சகாப்தம் முடிவுக்கு வந்தது. ஆனால், அவர் ஊட்டிய தமிழர் உணர்வும் அவர் முன்னெடுத்த தமிழ் அரசியலும் தமிழும் தமிழரும் உள்ளவரை நிலைத்திருக்கும்; கூடவே, அண்ணாவின் பெயரும்!

◯

மாபெரும் தமிழ்க் கனவு

அண்ணா 60

கே.கே.மகேஷ்

அண்ணா பிறந்தது சௌமிய ஆண்டு ஆவணித் திங்கள் 30–ம் நாள் (15.9.1909). பிற்காலத்தில் அவருடைய புனைபெயர்களில் ஒன்றாக சௌமியன் ஆனது. நமக்குத்தான் அவர் அண்ணா. குடும்பத்துக்குக் கடைக்குட்டித் தம்பி.

குள்ளமான உருவம், மலர்ந்த முகம், முள் தாடி, விரைந்த நடை, கசங்கிய வேட்டி – சட்டை, எளிமை – இதுவே அண்ணா. அலங்காரத்தைத் துளியும் பொருட்படுத்தியது கிடையாது. கைக்கடிகாரம், மோதிரம் எதுவும் அணிந்ததில்லை. சட்டைப் பையில் காசுகூட வைத்துக்கொண்டதில்லை.

இளம் வயதில் அடிக்கடி கோயிலுக்குப் போவதுண்டு. அண்ணாவுக்கு மொட்டை போட்டுப் பெயரிட்டதே, திருத்தணியில்தான். இளமைக் காலத்தில் நாத்திகம் பேசினார். பிற்காலத்தில் 'ஒன்றே குலம், ஒருவனே தேவன்' என்றாலும், நிறுவனமயமாக்கப்பட்ட மதம், சடங்குகள் சம்பிரதாயங்கள் வழியிலான மதவாதத்தைக் கடைசி வரை எதிர்த்தார். ஆட்சிக்கு வந்ததும் அரசு அலுவலகங்களில் கடவுளர் படங்களை நீக்கிட உத்தரவிட்டார்.

அண்ணா 60

சிறு வயதிலேயே புத்தகங்கள் உற்ற நண்பனாகிவிட்டன. அபாரமான வாசகர். அண்ணா அளவுக்குப் பரவலாக வாசித்தவர்கள், நூலகங்களைப் பயன்படுத்தியவர்கள் தமிழ்நாட்டில் எவருமில்லை. பிறருக்கு ஒரு மாதம் தேவைப்படும் புத்தகத்தை நான்கைந்து நாட்களில் வாசித்துவிடுவார். கூடவே, மனதில் அப்படியே பதிவேற்றிவிடும் ஆற்றலும் உண்டு. எந்தத் தலைப்பு கொடுத்தாலும் பிரமாதமாக உரையாற்றும் வல்லமை மிக்க அண்ணா, "புத்தக வாசிப்புதான் எழுத்தை நோக்கி என்னைத் தள்ளியது; எழுத்தாற்றல் பேச்சாற்றலாகவும் வெளிப்பட்டது. ஒரு எழுத்தாளன் பேசுவதற்கு என்று தனியே உரை தயாரிக்க வேண்டியதில்லை" என்று ரகசியம் சொன்னார்.

நாடாளுமன்றத்திலும் தமிழிலேயே கையெழுத்திட்ட அண்ணா, இளம் வயதில் இலக்கணத்தோடு மல்லுக்கட்ட வேண்டியதாகிவிட்டது. "எனக்கு இலக்கணம் கற்பிக்கத் தமிழாசிரியர்களான திருநாவுக்கரசும் மோசூர் கந்தசாமியாரும் அரும்பாடு பட்டனர். ஆனால், அவர்களால் வெற்றிபெற முடியவில்லை" என்று பிற்காலத்தில் சொன்னார் அண்ணா.

நெசவுக் குடும்பத்தில் பிறந்த அண்ணாவுக்கு நூற்பு, தையலில் ஆர்வம் உண்டு. அவர் விரும்பி அணியும் கையில்லா உள்பனியன்கள் பெருமளவில் அவராலேயே தைக்கப்பட்டவை. சிறையில் இருந்த காலமெல்லாம் அவருக்கு நூற்பு வேலையே ஒதுக்கப்பட்டது. சின்ன வயதில் தையல் கலைஞர்களுடன் பழகியதும், நெசவாளர்களுக்கு உதவியாக 'சீடா பையனாக' இருந்ததுமான அனுபவமே இதற்குக் கைகொடுத்தது.

ஒரு ஆச்சரியம்! தமிழ்நாடு கண்ட அபாரமான அறிவாளுமைகளில் ஒருவரான அண்ணா, எஸ்எஸ்எல்சி தேர்வில் இரண்டு முறை தவறியவர். கணிதம் காலை வாரியது. மூன்றாம் முறை தேர்வெழுதியவர், கணிதத்தில் நல்ல மதிப்பெண் எடுத்தார். ஆனால், அதற்கு மேல் படிக்க வீட்டுச் சூழல் இடம்கொடுக்கவில்லை. காஞ்சிபுரம் நகராட்சி அலுவலகத்தில் எழுத்தரானார். நீடிக்கவில்லை. எம்ஏ முடித்ததும் ஆசிரியரானார். அந்த வேலையையும் நான்கே நாட்களில் உதறினார். அரசியலும் தமிழ்ச் சமூகமும் அவருக்காகக் காத்திருந்தது.

பள்ளி இறுதித் தேர்வின்போது, பைக்குள் கைவிட்டு முகத்தை மறைத்தபடி அண்ணா ஏதோ செய்வதைப் பார்த்துவிட்ட ஆசிரியர் அவரைக் கையும் களவுமாகப் பிடித்தார். 'பிட்' என்று நினைத்த ஆசிரியரின் கையில் அகப்பட்ட பொட்டலத்தைப் பிரித்தால், மாட்டியது மூக்குப்பொடி! அந்த வயதிலேயே மூக்குப்பொடி அவரைப் பிடித்துவிட்டது. பொதுக்கூட்ட மேடையில் பத்தாயிரம் பேர் கண் சிமிட்டாமல் பார்க்கிறபோதே, ஒரு சிமிட்டா மூக்குப்பொடியை யாரும் அறியாமல் நாசூக்காகப் போட்டுக்கொள்ளும் திறமை அவருக்கு வந்தது இப்படித்தான். பள்ளிப் பருவத்தில் மூக்குப்பொடி பழகி, கல்லூரியில் வெற்றிலைப் பாக்குக்கு முன்னேறினார். பிற்காலத்தில் இவையெல்லாமும் சேர்ந்தே அவர் உயிரைச் சீக்கிரமே பறித்தன.

தன் உடல்நலனைப் பெரிதாகப் பொருட்படுத்துபவர் அல்ல என்றாலும், ஏனையோர் உடல்நலனில் பெரும் அக்கறையோடு இருந்தவர் அண்ணா. மதுவிலக்கைக் கொண்டுவருவதற்காக, காங்கிரஸாருடன் இந்தியா முழுவதும் பிரச்சாரம் செய்யவும் தயார் என்று சொன்னார். முதல்வரானதும், "சாராயக்கடை வருமானத்தில்தான் நான் ஆட்சியில் தொடர வேண்டும் என்றால், துண்டை உதறித் தோளில் போட்டுக்கொண்டு நடையைக் கட்டுவேன்" என்றார் அண்ணா.

அண்ணாவுக்கு 21-வது வயதில் திருமணம் நடந்தது. வீட்டார் விருப்பப்படி மணமகள் ராணியை வைதீக முறைப்படியே கல்யாணம் செய்துகொண்டார். அடுத்து, நான்காவது ஆண்டில் பெரியாரைச் சந்தித்தார். வைதீகத்தின் பின்னணியிலுள்ள அரசியலை வெகுவிரைவில் புரிந்துகொண்ட அண்ணா, தன்னுடைய நாளின் இறுதிவரை அதற்கு எதிராக இருந்தார்.

அண்ணாவின் முதல் கட்டுரையான 'மகளிர் கோட்டம்' அவருடைய 22-வது வயதில் 'தமிழரசு' இதழில் வெளியானது. முதல் சிறுகதையான 'கொக்கரகோ' 25-வது வயதில் 'ஆனந்த விகடன்' இதழில் வெளியானது. தொடர்ந்து எழுதுவதற்காக, சொந்தமாக அச்சகம் வைத்திருந்த காஞ்சி மணிமொழியாரோடு சேர்ந்து 'நவயுகம்' என்றொரு பத்திரிகையைத் தொடங்கினார் அண்ணா. பிற்காலத்தில், அரசியலில் தன் தம்பிகளைப் பயிற்றுவிக்கவும், எதிரிகளுக்குப் பதிலடி கொடுக்கவும் அந்த எழுத்தையே அவர் ஆயுதமாக்கிக்கொண்டார்.

ஆச்சரியமூட்டும் வகையில், சின்ன வயதிலிருந்தே பேச்சுப் போட்டிகளில் பங்கேற்றவர் அல்ல அண்ணா. மூன்றாமாண்டு பிஏ ஹானர்ஸ் படிக்கும்போதுதான் முதன்முறையாக ஆங்கிலத்தில் சொற்பொழிவாற்றினார். பிறகு, அதே ஆங்கில பாணியில், அதிக மேற்கோள்களுடன் கூடிய தமிழ்ச் சொற்பொழிவையும் கையிலெடுத்தார். மேடைகளில் அண்ணாவின் சகாப்தம் தொடங்கியதும், மற்ற பேச்சு நடைகளெல்லாம் விடைபெற்றன.

சட்டம் படிப்பது அண்ணாவின் பெருங்கனவாக இருந்தது. ஒருவழியாகக் கல்லூரியிலும் சேர்ந்துவிட்டார். ஆனால், பணமில்லாததால் மூன்று மாதங்களிலேயே விலக வேண்டியதாகிவிட்டது. ஆனாலும், ஒரு வாசகராகப் பல நாட்டு அரசியல் சட்டங்களையும் அரசியலுக்காகப் படித்தார் அண்ணா. இந்திய அரசமைப்பையே மாற்ற வேண்டும் என்ற அவருடைய அறைகூவல் பின்னாளில் வரலாற்று முழக்கமாகியது.

நீதிக் கட்சியில் சேர்ந்த அண்ணா ஒருமுறை அண்ணாமலைப் பல்கலைக்கழகத்தில் பேசச் சென்றிருந்தார். அண்ணாவின் சமதர்மப் பேச்சைக் கேட்ட மாணவர்கள் "சமதர்மத்தைப் பற்றிப் பேசுகிற நீங்கள், பணக்காரர்கள் கட்சியில் இருப்பது நியாயமா?" என்று கேட்டனர். "அந்தப் பணக்காரக் கட்சியை, ஜனநாயக சமதர்மக் கட்சியாக மாற்ற வேண்டும் என்பதற்காகத்தான் சேர்ந்திருக்கிறேன்" என்றார் அண்ணா. பின்னர், 1944-ல் நீதிக் கட்சியையும் சுயமரியாதை இயக்கத்தையும் இணைத்து 'திராவிடர் கழக'த்தை பெரியார் தொடங்கிய போது, அண்ணாவின் எண்ணம் நிறைவேறியது.

தனக்கு எதிர்த் தளத்தில் இருப்பவர்கள் எதிரிகள் அல்லர் என்ற புரிதல் உடையவர். நன்மதிப்பினூடாக மனிதர்களை அணுகியவர் அண்ணா. நகராட்சித் தேர்தலின்போது, "நெஞ்சில் இருக்கும் மஞ்சா சோறை எடுத்துடுவேன்" என்று தன்னை மிரட்டிய காங்கிரஸ் தலைவர் என்.வி.நடராஜனிடம் உள்ள நற்குணங்களையும்கூடப் புரிந்துகொள்ள முற்பட்டவர். காங்கிரஸ்காரராக இருந்தாலும், தமிழ் உணர்வால் இந்தி ஆதிக்க எதிர்ப்பில் முன்னின்றவர் நடராஜன். அவரை இந்தி ஆதிக்க எதிர்ப்புக் கூட்டத்துக்கு வரவழைத்த அண்ணா, பிறகு தன் அன்பால் நடராஜனை திமுகவின் தூண்களில் ஒருவராக மாற்றிவிட்டார்.

மாபெரும் தமிழ்க் கனவு

திராவிடர் கழகத்தின் தளபதியாக உயர்ந்த அண்ணா, 'கம்ப ராமாயணம்', 'பெரிய புராணம்' நூல்களைத் தீயிட்டுக் கொளுத்தச் சொன்னதும், இது தொடர்பாக 9.2.1943–ல் சென்னை சட்டக் கல்லூரியில் நாவலர் சோமசுந்தர பாரதி, ரா.பி.சேதுப்பிள்ளை ஆகியோருடன் அவர் நடத்திய சொற்போர், 'தீ பரவட்டும்' நூல் வடிவம் பெற்று பரபரப்பாக விற்றதும் எல்லோருக்கும் தெரியும். "தமிழர்கள் இந்துக்கள் அல்ல. தமிழர்களுக்கு என்று தனி வழியுண்டு. ஆனால், இந்த இரு நூல்களும் முறையே வைணவம் மற்றும் சைவர்கள் மத்தியில் ஆதிக்கம் செலுத்தி, தமிழர்களை இந்துக்களாக மடைமாற்ற உதவுகின்றன. இதைச் சுட்டிக்காட்டும் வகையிலும் கவனம் ஈர்க்கும் வகையிலுமே இந்நூல்களை எரிக்கிறோம்" என்று சொன்னார் அண்ணா. அதேசமயம், கலை – இலக்கியத்தை ஒதுக்க முடியாது என்பதையும் விரைவிலேயே உணர்ந்து, சங்க இலக்கியத்தைக் கையிலெடுத்தார்.

அண்ணாவின் எழுத்துத் திறனை 'விடுதலை'யில் கண்டு வியந்த ஜி.டி.நாயுடு, "பெரியார் கொடுக்கிற சொற்ப சம்பளத்தை வாங்கிக்கொண்டு இங்கே இருப்பதைவிட என்னோடு கோவைக்கு வந்துவிடுங்கள். அதுபோலப் பல மடங்கு சம்பளம் தருகிறேன்" என்று கூப்பிட்டார். "பெரியாரிடம் பணியாற்றுவது பணத்துக்காக அல்ல" என்று சொல்லிவிட்டார் அண்ணா. பெரியாரிடம் அவர் பணியாற்றியபோது அவருக்குக் கிடைத்த சம்பளம் வெறும் ரூ.60. அதிலும் ஒரு தொகையை பெரியார் வீட்டின் பின் பகுதியில் குடியிருந்ததற்கான வாடகையாகக் கொடுத்துவிடுவார். தன்னுடைய பொருளாதாரத்தைப் பற்றி என்றுமே அண்ணா கவலைப்பட்டது இல்லை.

பெரியார் – அண்ணா இடையே பிரிவுக்கு முன்னரே ஏராளமான முரண்பாடுகள் உண்டு. ஆனால், பரஸ்பர மரியாதையும் உண்டு. குறிப்பாக, அண்ணாவின் எழுத்தின் மீது பெரிய அபிமானம் கொண்டவர் பெரியார். ஈரோட்டில் பெரியார் வீட்டின் மூன்றாவது தளத்தில்தான் அண்ணா பணியாற்றும் இடம். மூச்சிரைக்க ஒருநாள் படியேறி வந்தார் பெரியார். "நீ எழுதின 'ரிப்பன் கட்டடத்துச் சீமான்கள்' கட்டுரை அருமை" என்றார். "ஐயா, இதற்காகவா மேலே வரணும்? நான் கீழே வர்றப்போ சொல்லியிருக்கலாமே?" என்றார் அண்ணா. "பாராட்டணும்னு தோணினதுமே பாராட்டிடணும். அப்புறம் மனசு மாறிடக் கூடாதுல்ல. அதான்" என்று சொல்லிவிட்டு இறங்கினார் பெரியார்.

மலரினினும் மெல்லிய இதயம் கொண்டவர் அண்ணா என்று எல்லோரும் சொல்வதுண்டு. ஆனால், வற்புறுத்தலுக்கு இணங்க மாட்டார். கருப்புச் சட்டையை திராவிடர் கழகம் கட்டாயமாக்கியபோது, அதில் உடன்பாடு இல்லாததால் ஏற்க மறுத்தவர் அண்ணா. 1948-ல் காந்தி சுட்டுக் கொல்லப்பட்டபோது, இந்தியா முழுவதும் ஆர்எஸ்எஸ் அமைப்பைத் தடைசெய்ததுபோலவே, தமிழகத்தில் கருஞ்சட்டைப் படைக்கும் தடைவிதித்தது காங்கிரஸ் ஆட்சி. அப்போது வேண்டுமென்றே பகலிலும் இரவிலும் கருப்புச் சட்டை அணிந்து தன் எதிர்ப்பை வெளிப்படுத்தினார் அண்ணா.

ஆதிக்கம் கூடாது என்பதைப் பேச்சில் மட்டுமல்ல; செயலிலும் காட்டியவர் அண்ணா. 30 வயதில் நீதிக் கட்சியின் பொதுச்செயலாளர், 35 வயதில் திக பொதுச்செயலாளர், 40 வயதில் திமுக பொதுச்செயலாளர். தம்பிகளைக்கூட நிற்கவைத்துப் பேசியதில்லை. கட்சி அலுவலகம் மட்டுமல்ல; தன்னிடம் பணியாற்றிய அச்சக ஊழியர்களையும்கூட தோழர்களாகவே நடத்தினார்.

மாபெரும் தமிழ்க் கனவு

குறும்புத்தனமும் உண்டு அண்ணாவிடம். திருப்பத்தூரில் ஈ.வெ.கி.சம்பத் திருமணத்தை நடத்திவைத்துப் பேசிய பெரியார், "பெண்களை வெறும் அலங்கார பொம்மையாக வைத்திருக்கக் கூடாது. நகைப் பைத்தியம் கூடாது" என்று பேசினார். அப்போது, பெரியார் விரலில் கிடந்த மோதிரத்தையே அண்ணா குறுகுறுவெனப் பார்க்க, கூட்டம் குபீரெனச் சிரித்தது. விஷயம் புரிந்ததும் பெரியாரும் சிரித்துவிட்டார். சிறையில் இருந்தபோது உதவுவதாகச்  சொல்லி, என்.வி.நடராஜனின் ஒற்றைப் பக்க மீசையை எடுத்து ரகளை செய்தார் அண்ணா.

தன் காலத்தில் தமிழ்நாட்டு இளைஞர்களை, அதிலும் குறிப்பாக சாமானியர்களைப் பெருமளவில் அரசியல்மயப்படுத்தியவர் அண்ணா. கல்லூரிகளில் இருந்துவருகிற அழைப்புகளுக்கு முன்னுரிமை கொடுத்தார். அன்றைய அரசியல் தலைவர்களெல்லாம், ஆர்வமாக அரசியல் பேச வருகிற இளைஞர்களை விவரமறியா விடலைகளாக  நடத்திய நேரத்தில், அண்ணாவோ அவர்களுடன் சரிக்குச் சமமாக உரையாடினார். விடுதியிலேயே தங்கி மாணவர்களோடு உரையாடியதும் உண்டு.

ஒரு பாய். அருகில் அரிக்கேன் விளக்கு. சம்மணம் போட்டு மடியில் தலையணையும், அதன் மீது நியூஸ் பிரின்ட் காகிதங்களையும் வைத்துக்கொண்டு எழுதுவது அண்ணாவின் பழக்கம். தன்னைச் சுற்றிலும் படித்த புத்தகங்களோ, எழுதிய பக்கங்களோ சிதறிக் கிடக்க, அப்படியே தூங்கிப்போவார். ராக்கோழி என்பதால், காலையில் தாமதமாகத்தான் எழுவார். பிற்பாடு, திமுகவின் சின்னமாக உதய சூரியன் கிடைத்தது. "கட்சிக்குச் சின்னமா சூரியன் கிடைச்சும் அது உதயமாறதைப் பார்க்க ஒருநாளும் எயிந்திருக்க மாட்டேன்றானே!" என்று சொல்லிப் புலம்புவார் அண்ணாவின் தாய். 'ஓர் இரவு' நாடகம் ஒரே இரவில் அண்ணா எழுதியது. தம்பிக்கு எழுதிய பல கடிதங்கள் இப்படி முடியும், "தம்பி, சேவல் கூவுகிறது, நான் உறங்கச் செல்கிறேன்!"

வேகமாக எழுதுபவர்தான். ஆனால், எளிதில் எழுதிட மாட்டார். காலம் கடத்துவார். தள்ளிப்போடுவார். ஆனால், மனதிலோ சொல்ல வேண்டிய விஷயங்கள் குறித்துத் தீராத சிந்தனையில் மூழ்கியிருப்பார். எழுதத் தொடங்கிவிட்டால் நிறுத்த மாட்டார். யாருடைய குறுக்கீடும் இருக்கக் கூடாது என்பதற்காகவே இரவு நேரத்தை எழுதத் தேர்ந்தெடுத்தார். அவர் பேசிய, எழுதிய பல விஷயங்கள் இன்றும் முன்னோடியானவை, காலத்தை முந்திக்கொண்டவை. அவ்வளவு தீவிரமான விஷயங்களைப் பெரிய படிப்பு இல்லாத ஒரு பெருங்கூட்டத்துக்குப் புரியும் வகையில் வெளிப்படுத்த வேண்டிய நிர்ப்பந்தம் அண்ணாவுக்கு இருந்தது. தொண்டர்களுக்குப் புரியாது என்று தீவிரமான விஷயங்களைத் தவிர்க்க மாட்டார். அவர்களைக் கற்பிப்பதற்கான கருவியாகவே எழுத்தை அவர் கையாண்டார்.

உச்சபட்சப் பொறுமைசாலி அண்ணா. "எப்படியண்ணா இப்படி?" என்று கேட்ட தம்பிகளிடம் சொன்னார், "ஒரு புடவையினூடாக நூற்றுக்கணக்கான நூலிழைகள் ஓடும். அடிக்கடி அறுந்துபோகும். பொறுமை இழந்தால் அறுந்த நூலை இணைக்க முடியுமா? ஒரு சேலையை நெய்து முடிக்க முடியுமா?" நெசவுத் தொழில் குடும்பப் பின்னணி அண்ணாவின் பொறுமையில் முக்கியமான அம்சத்தைப் பெற்றிருந்தது.

சைவத்தில் கீரையும் பாகற்காயும் விருப்பமானவை. அசைவத்தில் பிரியாணியும் மீனும் அண்ணாவுக்குப் பிடித்த உணவுகள். அதிலும் விரால் மீனும் நெத்திலிக் கருவாடும் அவருக்கு உயிர். சிறு வயதிலிருந்தே அசைவம் உண்ணும் அண்ணா, 13 வயதில் ஜீவகாருண்ய சொற்பொழிவைக் கேட்டு சுத்த சைவமானார். 32 வயதில் பெரியாரோடு காசிக்குப் போனபோது மீண்டும் அசைவரானார். நெடுஞ்செழியனுடன் ஒருமுறை சாப்பிடும்போது, அவர் அசைவ உணவு பற்றி மேல்தட்டு மனோபாவத்தில் அருவருப்புடன் ஒரு கருத்தைச் சொல்ல, கடுமையாகக் கண்டித்தார் அண்ணா.

மாபெரும் தமிழ்க் கனவு 113

அண்ணா 60

நாடகம், சினிமா மீதெல்லாம் பெரியாருக்குப் பெரிதாய் மதிப்பு கிடையாது. ஆனால், கலையை ஒரு முக்கியமான ஆயுதமாகக் கருதினார் அண்ணா. 'சிவாஜி கண்ட இந்து ராஜ்யம்' நாடகத்தைப் பார்த்தபோது தன்னுடைய கருத்தை மாற்றிக்கொண்டார் பெரியார். "நான் நூறு கூட்டத்தில் பேசுவதால் கிடைக்கக்கூடிய பலனும் அண்ணாதுரையின் ஒரு நாடகத்தால் கிடைக்கிற பலனும் ஒன்றுதான்" என்று மனம் திறந்து தனயனைப் பாராட்டினார் பெரியார். கணேசன் சிவாஜியானதும் இந்த நாடகத்தால்தான்!

ஒரு காலத்தையே கட்டியாண்டவர் என்று அண்ணாவைச் சொல்லலாம். அவருடன் கருத்து முரண்பட்டவர்களும் அவருடைய அறிவாளுமை, தமிழாளுமையை வியந்தனர். ஈரோட்டு மாநாட்டுத் தீர்மானங்களை விளக்கி, சென்னையில் நடந்த பொதுக்கூட்டத்தில் அண்ணாவுடன் பேசினார் திரு.வி.க. அண்ணாவின் பேச்சைக் கேட்டு வியந்தவர் சொன்னார், "வருங்காலத்தில் அண்ணாதுரை நடை, அண்ணாதுரை தமிழ் என்று ஒன்று வரப்போகிறது. எதிர்காலத்தில் தமிழ் மொழி மெல்ல அழிந்துவிடுமோ என்ற சஞ்சலம் எனக்கிருந்தது. தமிழைக் காப்பாற்ற இதோ அண்ணாதுரை வந்துவிட்டார். இனி நான் நிம்மதியோடு சாவேன்!" கல்கியும் அண்ணாவை பெர்னாட்ஷாவுடன் ஒப்பிட்டுப் புகழ்ந்திருக்கிறார்.

மனிதர்களுடனான உறவைக் கருத்து முரண்பாடுகளுக்கு அப்பாற்பட்டுப் பேணியவர் அண்ணா. திமுகவைப் பிளக்கும் முயற்சியில், அண்ணாவுக்கு எதிராக உண்ணாவிரதம் இருக்கிறார் சம்பத். அண்ணாவோ, "பசி தாங்க மாட்டானே தம்பி சம்பத்!" என்று பதறினார். "நான் என்ன செய்ய வேண்டும் என்கின்றாயோ அப்படியே செய்யலாம்" என்று பழரசத்துடன் போராட்ட மேடைக்குச் சென்று தம்பியை அணைத்துக்கொண்டார். எம்ஜிஆர் மேலவை உறுப்பினர் பதவியை ராஜிநாமா செய்தபோது, சிறையில் இருந்த அண்ணா கவலையில் நாள் முழுக்கப் பட்டினி கிடந்தார்.

தம்பிகளின் எழுத்துகளை மனதாரப் பாராட்டுவார். அவர் அளவுக்கு உட்கட்சி ஜனநாயகத்தைப் பேணியவர் இந்திய வரலாற்றில் இன்னொருவர் உண்டு என்றால், காந்தியைத்தான் சொல்ல வேண்டும். திமுகவைச் சேர்ந்தவர்களால் ஒருகட்டத்தில் முன்னூறுக்கும் மேற்பட்ட பத்திரிகைகள் நடத்தப்பட்டன. கட்சியின் கொள்கைகளை இவை காரசாரமாக விவாதிக்க அனுமதித்தார். அதேசமயம், எதிர்த்தரப்பின் மீது எல்லை தாண்டித் தாக்குதல் நடத்தினால் அதே உரிமையோடு கண்டிப்பார்.

பெரியாரை அண்ணா அளவுக்கு நேசித்தவர் எவரும் இல்லை. அண்ணாவின் அணுகுமுறை பல இடங்களில் காந்தியோடு பொருந்தத்தக்கது என்றாலும், "காந்தி மீது எனக்கு மதிப்புண்டு. ஆனால், என்னிடம் முழுத் தாக்கத்தையும் உண்டாக்கியவர் பெரியார்" என்றே சொன்னார். "என் வாழ்க்கையில் நான் கண்டதும் கொண்டதும் ஒரே தலைவர் – அவர் பெரியார்!" என்றார். பெரியாரிடமிருந்து பிரிந்து திமுக எனும் தனிக் கட்சியைத் தொடங்கியபோதும் கட்சியின் தலைமை நாற்காலியைப் பெரியாருக்காகக் காலியாகவே வைத்திருக்கிறோம் என்று சொல்லி, பொதுச்செயலாளர் பதவியையே ஏற்றார். அண்ணா காலமாகும் வரை திமுகவுக்குத் தலைவர் அறிவிக்கப்படவே இல்லை. திமுகவைத் தொடங்கிய நாளும், பெரியாரின் பிறந்த நாளும் ஒன்றே. செப்டம்பர்–17.

காமராஜர், பெரியார், நேரு, ராஜாஜி யாரையும் தரக்குறைவாகப் பேசியதில்லை அண்ணா. தம்மை இகழ்வோரைக்கூட அவர் இகழ்ந்ததில்லை. அண்ணாவை மிகத் தரக்குறைவாக வர்ணித்து அவருடைய அரசியல் எதிரிகள் சுவர் விளம்பரம் எழுதியபோது, "இதன் அருகிலேயே ஒரு அரிக்கேன் விளக்கை வையுங்கள். இதை எழுதியவர்களின் தரத்தை இரவிலும் மக்கள் தெரிந்துகொள்ளட்டும்" என்று சொல்லிக் கடந்தவர். அதேசமயம், எதிரணியில் இருந்த நிலையிலும், காந்தியை, காமராஜரைப் போற்றியவர். "மாற்றான் தோட்டத்து மல்லிகைக்கும் மணம் உண்டு" என்றவர் அப்படியேதான் நடைமுறையிலும் இருந்தார்.

இன விடுதலை, பிரிவினை கேட்ட பல இயக்கங்கள் ஆயுதப் போராட்டத்தையே கையில் எடுத்தன. ஆனால், அண்ணாவோ மக்கள் ஆதரவைத் திரட்ட அறிவாயுதத்தையே கையில் எடுத்தார். "திமுக ஆட்சிக்கு வந்தால், பிராமணர்களை நாட்டை விட்டு விரட்டிவிடுவார்கள். சட்டத்துக்குக் கட்டுப்பட மாட்டார்கள்" என்றெல்லாம் பிரச்சாரம் செய்யப்பட்டது. ஆனால், எல்லோருக்குமான ஆட்சியையே நடத்தினார் அண்ணா. "பிராமணர்களுக்கு அல்ல; பிராமணியத்துக்கே நாங்கள் எதிரிகள். பிராமணியத்தை பிராமணர்களின் கைகளாலேயே அழிக்கவைக்க முற்படுவோம்" என்றார். திகவைப் போல அல்லாமல் பிராமணர்களுக்கும் இடம் அளிக்கும் இயக்கமாக இருந்தது திமுக. "ஓ.பி.ராமன் முதல் வி.பி.ராமன் வரை எல்லோரையும் பிரதிநிதித்துவப்படுத்தும் இயக்கம் இது" என்று அவர் குறிப்பிட்டது, தலித்துகள் முதல் பிராமணர்கள் வரை எல்லோரையும் ஒன்றிணைக்கும் இயக்கம் என்பதைச் சுட்டுவதற்கே. பிராமணரான வி.பி.ராமன் திமுகவுக்கான கொள்கை வகுப்பாளர்களில் ஒருவராகச் செயலாற்றினார் என்பதன் மூலம்,  அண்ணாவின் வார்த்தைகளில் மிளிர்ந்த உண்மையை உணரலாம்.

காந்தி, நேருவைக் கடுமையாக விமர்சித்தவர் அண்ணா. ஆனால் காந்தி, நேரு மீது அளப்பரிய மதிப்பையும் கொண்டிருந்தார். காந்தி மறைந்தபோது ஒரு நாள் முழுக்கச் சாப்பிடவில்லை அவர். அந்த நாட்களில் காந்தியைப் பற்றி அவர் எழுதிய கட்டுரை காந்திக்கு எழுதப்பட்ட அஞ்சலிகளில் அற்புதமான ஒன்று. நேரு மறைந்தபோது சென்னை மத்திய சிறையில் இருந்த அண்ணா, "நெஞ்சில் சம்மட்டி அடி விழுந்ததுபோலாகிவிட்டது. நம்ப முடியவில்லை. நினைக்கவே நடுக்கமெடுத்தது" என்றார். நாள் முழுக்க உடைந்திருந்தார்.

காந்தியைக் கொன்ற கோட்ஸே ஒரு பிராமணர் என்பதால், தமிழ்நாட்டில் பிராமணர்கள் தாக்கப்படலாம் என்ற அச்சம் இந்திய அரசுக்கு அப்போது இருந்தது. அப்படி ஒரு அசாம்பாவிதம் நடப்பதைத் தடுத்திடும் வகையில், பெரியாரும் அண்ணாவும் வானொலியில் உரையாற்றலாமா என்று கேட்டது அரசு. இதற்கு முன்னரே "பிராமணர்கள் மீது எந்தத் தாக்குதலும் நடக்காமல் பார்த்துக்கொள்ளுங்கள்" என்று இயக்கத்தினருக்குச் சொல்லியிருந்த பெரியார், அண்ணா இருவருமே அரசின் வேண்டுகோளுக்கு உடனடியாகச் சம்மதித்தனர். வானொலியில் பேசியதோடு, "ஒரு சித்தாந்தக் கொலையாளியைக் கருவியாகக் கருத வேண்டுமே தவிர, அவர் சார்ந்த சமூகத்தோடு பொருத்திப் பார்க்கக் கூடாது" என்று பொதுத்தளத்திலும் பேசினார்கள்.

எழுதும்போது நீங்கலாக எஞ்சிய நேரமெல்லாம் நண்பர்கள் குழாம் சூழ இருப்பதையே விரும்புபவர் அண்ணா. சினிமா, வெளியூர் சுற்றுப்பயணம், டெல்லிப் பயணம் என்று எங்கே சென்றாலும் அண்ணாவோடு ஒட்டிக்கொண்டே வருபவர் சி.வி.ராஜகோபால். குடும்பத்தில் மனைவி ராணி, நண்பர்களில் ராஜகோபால்; இப்படிப் பத்திரிகை, கட்சி என்று தன்னைச் சுற்றியுள்ள ஒவ்வொரு வட்டத்திலும் ஒவ்வொருவர் மீது பேரன்பும் மதிப்பும் கொண்டிருந்தாலும், அந்த வட்டத்தைத் தாண்டி அவர்கள் வெளியே ஆதிக்கம் செலுத்த ஒருபோதும் அனுமதித்தவர் அல்ல அண்ணா. உயிர் நண்பர் என்றாலும் கட்சியில் ராஜகோபாலுக்கு உயர் பதவி, கட்சி நடவடிக்கைகளில் தலையீடு என்றெல்லாம் நிழல் அதிகாரமாக அவரை வளர்த்துவிடவில்லை அண்ணா. அதேபோல, குடும்பத்தில் எவரும் கட்சிச் செயல்பாடுகளில் தலையிடவும் அனுமதித்ததில்லை.

நீண்ட கட்டுரைகள், நெடிய உரைகளுக்கு மட்டும் பேர்போனவர் அல்ல அண்ணா; சுருங்கச் சொல்வதிலும் மன்னர். காங்கிரஸுக்கு நிதி திரட்டுவதற்காக படேல் தமிழகம் வந்தபோது அண்ணா எழுதிய கட்டுரையின் தலைப்பு, 'படேல் வருகிறார்... பணப்பை ஜாக்கிரதை!' நள்ளிரவுத் தேர்தல் பிரச்சாரத்துக்குச் சென்றவர் ஒரு கூட்டத்தை நான்கே வரிகளில் முடித்தார்: "மாதமோ சித்திரை... மணியோ பத்தரை... உங்களைத் தழுவிக்கொண்டிருப்பதோ நித்திரை... மறக்காமல் இடுவீர் எமக்கு முத்திரை!"

மாபெரும் தமிழ்க் கனவு 117

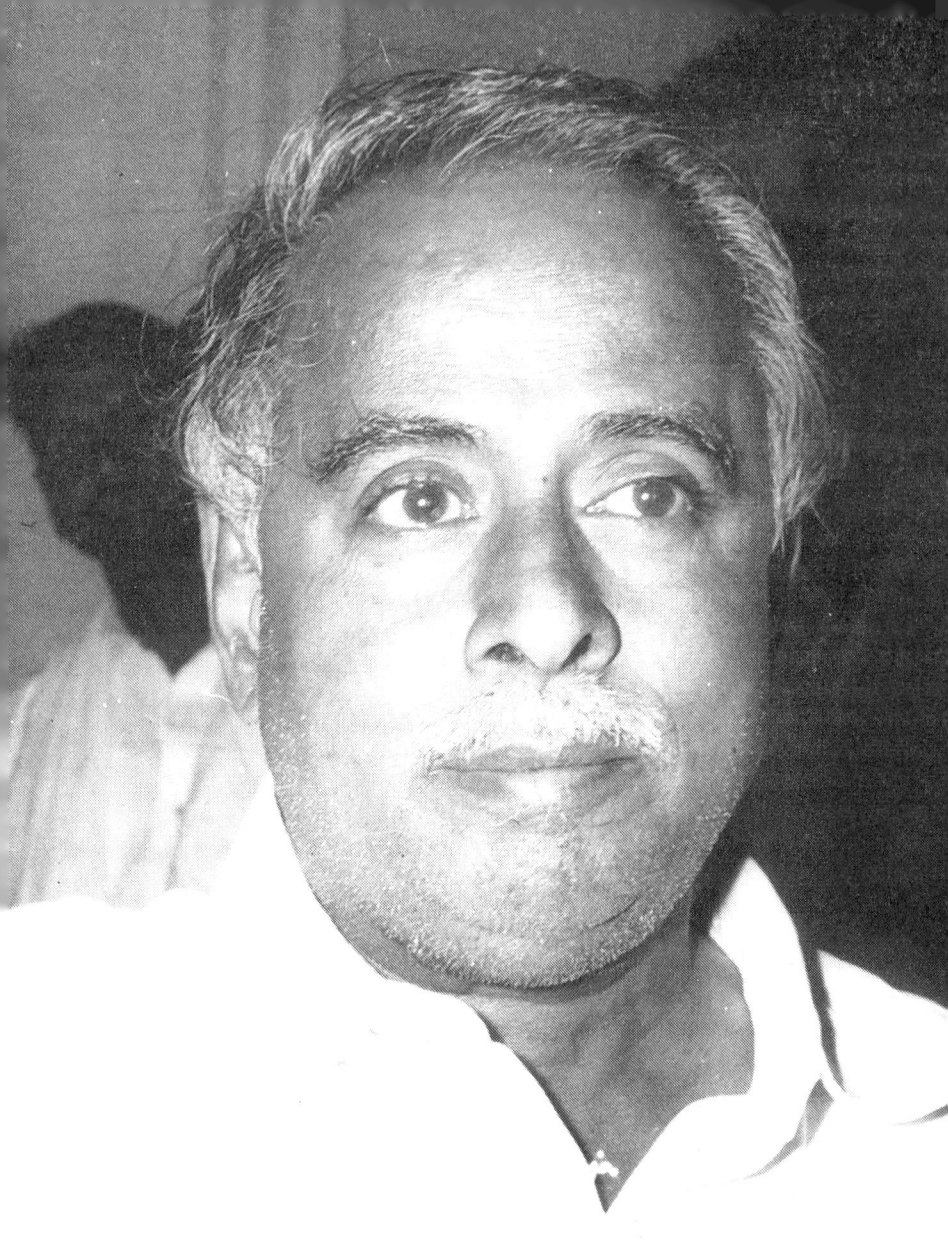

அண்ணா 60

ஒரு அரசியல் அமைப்பை அன்பைக் கொண்டு கட்ட முடியுமா? அன்பால் ஆள முடியும் என்று நிரூபித்தவர் அண்ணா. "எல்லோரையும் ஒரு தாய் வயிறு தாங்காது என்பதால்தான், நாம் வெவ்வேறு தாய்களின் வயிற்றில் தோன்றி, எங்கெங்கோ பிறந்து வளர்ந்துள்ளோம்" என்று தம்பியரிடம் சொன்னவர் அண்ணா. சொன்னதுபோலவே கட்சியில் ஒவ்வொருவரிடமும் தனிப்பட்ட அன்பு கொண்டிருந்தார். கட்சியில் சிறுசிறு தவறிழைப்பவர்கள் மீது கடும் நடவடிக்கை எடுக்க எப்போதும் தயங்குவார். "ஜனநாயகம் இந்த நாட்டுக்கே இப்போதுதான் அறிமுகமாகியிருக்கிறது. தமிழ்ச் சமூகத்துக்கு ஏதாவது செய்ய வேண்டும் என்ற நோக்கில், தன்னுடைய சொந்த வாழ்வையும் பொருட்படுத்தாமல் பொதுவாழ்வுக்கு வருபவர்களே அரசியலைத் தேர்ந்தெடுக்கிறார்கள். கீழ்நிலைச் சமூகங்களிலிருந்து வந்திருக்கும் அவர்களைக் கண்டித்துத் திருத்தலாம்; தண்டித்து அரசியல் வாழ்வை முடித்துவிடக் கூடாது" என்று சொல்வார். அதேசமயம், ரௌடித்தனம் உள்ளிட்ட மக்கள் விரோத வேலைகளில் இறங்கினால், அதன் பின்பு அவர்கள் முகத்திலேயே விழிக்க மாட்டார்.

திமுக வென்றதும் சென்னை மாநகராட்சி சார்பில் அண்ணாவுக்குச் சிலை வைக்க ஆசைப்பட்டார்கள் தம்பியர். அதை மறுத்து, காமராஜருக்குச் சிலை வைக்கச் சொன்னதோடு, நேருவை அழைத்து வந்து அந்தச் சிலையைத் திறக்க ஆலோசனையும் சொன்னார். முதல்வரான பிறகும் இப்படி மறுக்க, உலகத் தமிழ் மாநாட்டின்போது எம்ஜிஆரின் துணையோடு அண்ணா சிலை ஆசையை நிறைவேற்றிக்கொண்டார் கருணாநிதி. கட்சியினர் வற்புறுத்தலால் தவிர்க்க முடியாமல் ஏற்றார் அண்ணா.

மாபெரும் தமிழ்க் கனவு

முதல்வரான பிறகும் எளியராகவே இருந்தார். சென்னையில் கல்லூரி மாணவர்களுக்கும் பஸ் ஊழியர்களுக்கும் இடையே மோதல் ஏற்பட்டபோது, களத்துக்கே போய்ப் பேச்சுவார்த்தை நடத்தினார். இந்தி எதிர்ப்புப் போராட்டம் மீண்டும் வெடித்துக் கலவரத்தில் மாணவர்கள் இறங்கியபோது, அவர்களைச் சுட்டுத்தள்ள வேண்டும் என்றார்கள் காங்கிரஸார். உடல்நிலை குன்றிய நிலையிலும் ஒரு வாரத்துக்கும் மேல் இரவுதோறும் மாணவர்களிடம் பேச்சுவார்த்தை நடத்தித் தீர்வு கண்டார் முதல்வர் அண்ணா. ஒருமுறை பச்சையப்பா கல்லூரி மாணவர்களைக் கடுமையாக விமர்சித்து செய்தி வெளியிட்டது ‘இந்தியன் எக்ஸ்பிரஸ்’. இன்றைக்கு ‘எக்ஸ்பிரஸ் அவென்யு’ ஆகிவிட்ட அன்றைய ‘இந்தியன் எக்ஸ்பிரஸ்’ அலுவலகத்தைக் கொந்தளிப்புடன் முற்றுகையிட்டுக் கற்களை எறிகின்றனர் மாணவர்கள். முதல்வர் அண்ணாவுக்குத் தகவல் போகிறது. தன்னுடைய அலுவலகத்திலிருந்து வெளியே வந்தவர், அங்கே நின்றுகொண்டிருந்த மக்கள் தொடர்புத் துறை பிரச்சார ஜீப்பில் ஏறிக்கொண்டு, சம்பவ இடத்துக்கு விரைகிறார். ஜீப்பில் உட்கார்ந்தபடியே மைக் வழியே மாணவர்களிடம் பேசுகிறார். “ஒருவேளை பத்திரிகையே தவறிழைத்திருந்தாலும் அதைச் சுட்டிக்காட்ட எழுத்து வழியே தொடர்புகொள்ளலே ஜனநாயகம்” என்று சுட்டிக்காட்டுபவர், மாணவர்களைக் கலைந்துபோகச் செய்கிறார். எல்லாவற்றையும் சட்டம் – ஒழுங்குப் பிரச்சினையாக்கி, காவல் துறையை ஏவல் துறையாக்கிவிடக் கூடாது என்பதற்கு இன்றளவும் நினைவுகூரப்படும் உதாரணம் இது.

ஆட்சி மாறியதும் அதிகாரிகளைப் பந்தாடியவரல்ல அண்ணா. அன்றைக்குச் சென்னை காவல் துறையைத் தன் கையில் வைத்திருந்த ஐஜி அருள், காமராஜருக்கு வேண்டப்பட்டவர். இந்தி எதிர்ப்புப் போராட்டத்தில் அரசமைப்புச் சட்டப் பிரிவைக் கொளுத்தச் சென்றபோது, அண்ணாவையும் அவருடைய கட்சியினரையும் மிகக் கடுமையாக நடத்தியவர். தலைமைச் செயலாளரான சி.ஏ.ராமகிருஷ்ணன் மீதும் இப்படியான பேச்சுகள் உண்டு. போதாக்குறைக்கு அவர் பிராமணர். திமுக ஆட்சிப் பொறுப்பேற்றதும் இவர்கள் பதவி காலியாகிவிடும் என்று ஊரே பேசியது. அண்ணா இவர்களுடைய பணி நேர்மையை அறிந்திருந்தார். எனவே, அதே பணியில் தொடர்ந்திடக் கேட்டுக்கொண்டார்.

உயர் பதவிக்கு வந்தவர்களின் கடந்த காலத்தை நினைவூட்டுவது எதிர்க்கட்சியினரின் வழக்கம். அண்ணாவோ சட்டமன்றத்தில் தன்னுடைய கடந்த காலத்தைத் தானே நினைவுபடுத்திப் பேசினார். "பள்ளியை முடித்து கல்லூரிக்குச் செல்வேனா என்பதற்கே ஜோசியம் பார்க்கக்கூடிய அளவுக்கு வறுமையில் இருந்தவன் நான். அதையெல்லாம் மறந்துவிட்டு இன்று வந்த பதவியினால் தலை கனத்துப்போய், ஐம்பதாண்டாக நான் பயின்ற பண்பாட்டை இழக்க ஒருக்காலும் சம்மதிக்க மாட்டேன். பதவி வரும், போகும். பண்பாடு அப்படியா?" என்று கேட்டார்.

சினிமா பார்ப்பதில் அலாதி ஆர்வம் கொண்டவர். முதல்வரான பிறகும், முண்டாசு கட்டிக்கொண்டு போய் இரவுக் காட்சி பார்த்து வருவதை நிறுத்தவில்லை. "சினிமாவை மட்டும் நான் பார்ப்பதில்லை. சினிமாவை மக்கள் எப்படிப் பார்க்கிறார்கள் என்பதையும் சேர்த்தே பார்க்கிறேன். மக்களின் எண்ண அலைகளைப் புரிந்துகொள்ளவும், அவர்களது ஏக்கங்களைத் தெரிந்துகொள்ளவும் சினிமாவும் உதவுகிறது" என்று ஒருமுறை சொல்லியிருக்கிறார். திருச்சி பிளாசா திரையரங்கில் மாலைக் காட்சி பார்க்க ஒருமுறை போனார் அண்ணா. முண்டாசு அவிழ்ந்துவிட மக்களோடு மக்களாக உட்கார்ந்திருக்கும் முதல்வரைக் கொண்டாடித் தீர்த்தது கூட்டம்.

ஓவியம் மீது அலாதிப் பிரியம் அண்ணாவுக்கு. கட்சி மாநாடுகளிலெல்லாம் ஓவியக் கண்காட்சி நடத்த வேண்டும் என்று சொல்வார். இந்தி எதிர்ப்புப் போராட்டம், போலீஸ் துப்பாக்கிச்சூடு, தீக்குளிப்புக் காட்சிகள் போன்றவற்றைப் படமாகக் காட்சிப்படுத்தி, ஒரு பெருங்கட்டுரையின் தாக்கத்தைப் பாமர மக்களுக்கும் கடத்துவார். சில படங்களும் வரைந்திருக்கிறார்.

இந்தி மொழித் திணிப்பானது, இந்தி பேசாத மாநில மக்களை இரண்டாம் தரக் குடிமக்களாக்கிவிடும் என்ற சரியான கணிப்பு போக, இந்தி மீதான அண்ணாவின் எதிர்ப்புக்கு இன்னொரு காரணமும் இருந்தது – இந்தி முழுமையடைந்த, சாத்தியங்களை விஸ்தரிக்கும் மொழி அல்ல என்பதே அது. "ஆங்கிலம் சர்வதேச மொழி என்பதோடு, அறிவியல், சமூகவியல், பொருளாதாரம் என்று எல்லா துறைகளிலும் ஒவ்வொரு நாளும் புதுப்புது வார்த்தைகளோடு வளர்ந்துவருகிறது. அப்படி எந்தப் புதிய சாத்தியங்களும் இல்லாத இந்தியை நம் மக்கள் மீது திணிப்பது பெரிய வன்முறை; காலத்தே அவர்களைப் பின்னோக்கி இழுக்கும் வேலை" என்று கருதினார் அண்ணா. இரு மொழிக் கொள்கையை அமல்படுத்திய கையோடு, "தேசிய மாணவர் படையில் பயன்படுத்தப்படும் இந்திச் சொற்களை நீக்கினால் மட்டுமே இனி தேசிய மாணவர் படைக்கு இங்கே அனுமதி" என்று சொல்லிவிட்டார். கடிதம் எழுதி பிரயோஜனம் இல்லாததால், கடைசியில் என்சிசி உயர் அதிகாரியே அண்ணாவை நேரில் சந்தித்தார். "இந்த உத்தரவை மாற்றுவதற்கு ஒரே ஒரு வழிதான் உண்டு. என்னை மாற்றிவிடுங்கள்" என்று துணிந்து சொன்னார் அண்ணா.

சிறு வயதில் கேரம், வளர்ந்ததும் சீட்டாட்டம் இவையே அண்ணாவுக்குப் பிடித்த விளையாட்டுகள். தங்குமிடங்களில் மட்டுமின்றி ரயில் பயணங்களிலும் நண்பர்களோடு ஒரு கை போடுவார். முதல்வரான பிறகு அந்த விளையாட்டு விட்டொழிந்தது.

திருவள்ளுவர் மீதும், திருக்குறள் மீதும் எல்லையற்ற ஈடுபாடு அண்ணாவுக்கு உண்டு. குறிப்பிட்ட 100 திருக்குறள்களை திமுக மாநாடுகளில் பதாகைகளில் எழுதிவைக்கச் சொன்னார். திருவள்ளுவர் படத்தைச் சட்டமன்றத்தில் வைக்கக் குரல்கொடுத்தார். முதல்வரானதும் பள்ளிகள், அரசு அலுவலகங்கள் அனைத்திலும் வள்ளுவர் படத்தை வைக்க உத்தரவிட்டார். தமிழ்ச் சமூகத்தின் அறநெறிக்கான அடையாளமாக வள்ளுவரைப் பார்த்தார் அண்ணா. அதையே பிற்பாடு ஒரு கலாச்சாரமாக மாற்றினார் கருணாநிதி.

பெரியாரின் சிக்கனக் கச்சிதம் அண்ணாவிடமும் கொஞ்சம் உண்டு. கட்டுரைகளின் தலைப்பை பிளாக் செய்து பயன்படுத்தினால் செலவு பிடிக்கும் என்பதால், தலைப்பை வெறுமனே அடித்து, அழகுக்கு சுற்றி பார்டர்களை அடுக்கிக்கொள்ளச் சொல்லிவிடுவார். ஒருமுறை கவிஞர் கருணானந்தத்தை அழைத்து, குற்றாலத்தைப் பற்றிக் கவிதை எழுதச் சொன்னார். கவிதையைக் கருணானந்தம் கொடுத்தபோது, “குற்றாலம் ஐந்தருவியோட பிளாக் ஒண்ணு சும்மா கெடைச்சுது. அதை உபயோகப் படுத்தலாமேன்னுதான்யா உன்னைக் கவிதை எழுதச் சொன்னேன்” என்று காரணம் சொன்னார் அண்ணா.

அமைதியாகவே தம்பிகளை வழிக்குக் கொண்டுவருவதில் கில்லாடி அண்ணா. சிறை அறைக்குள் கைதிகள் பயன்படுத்திய சிறுநீர்ப் பானையை அவர்களே அவ்வப்போது வெளியே கொண்டுபோய்க் கொட்ட வேண்டும். போலீஸ் அதிகாரிகள் எவ்வளவு சொல்லியும், ஆசைத்தம்பி உள்ளிட்டோர் அதைச் செய்ய மறுத்துவிட்டார்கள். “அவர்கள் கொட்டாவிட்டால் என்ன, அவர்களது பானைகளை நானே சுத்தம்செய்கிறேன்!” என்று கிளம்பினார் அண்ணா. அலறிப்போய் அவர்களே பானையை எடுத்துவிட்டார்கள்.

இயக்கத்தினரைக் குடும்பத்தினராகக் கருதிச் செயல்பட்டவர் அண்ணா. சுயமரியாதை இயக்கத்தின் தளபதியாக இருந்த பட்டுக்கோட்டை அழகிரி, கடைசிக் காலத்தில் காசநோயால் பாதிக்கப்பட்டு உயிருக்குப் போராடினார். அப்போது, அவரது சிகிச்சைக்குப் பணம் திரட்டுவதற்காக, “என்னைக் கூட்டங்களுக்கு அழைப்போர் அழகிரியின் பெயரில் 100 ரூபாய்க்குப் பணவிடை அனுப்பிவிட்டு ரசீதை அனுப்பிவைக்க வேண்டும்” என்று கூறித் திரட்டினார். பாரதிதாசனுக்கும் இப்படி ஒரு பொற்கிழி கிடைக்க உதவினார். கலைவாணருக்கும் அண்ணாவுக்குமான உறவு உன்னதமானது. ‘நல்லதம்பி’ படத்துக்கு, சம்பளம் வாங்காமல் வசனம் எழுதிய அண்ணா, அதற்குப் பரிசாக என்.எஸ்.கே. தந்த காரையும் வாங்க மறுத்துவிட்டார். தன் மரணத்துக்கு முன் என்.எஸ்.கே. கடைசியாகப் பங்கேற்றது, அண்ணா படத்திறப்பு விழாவில். அண்ணா கடைசியாகப் பங்கேற்ற பொது நிகழ்ச்சி கலைவாணர் சிலை திறப்பு விழா.

புற்றுநோய்க்குச் சிகிச்சை எடுத்துக்கொள்ள வேலூர் சிஎம்சி மருத்துவமனைக்கு மருத்துவ நண்பர்கள் பரிந்துரைத்தபோது, "ஒரு முதல்வர் அரசு மருத்துவமனையைத் தாண்டி தனியார் நிர்வாகத்தில் உள்ள மருத்துவமனைக்குச் செல்லலாமா?" என்று யோசித்தவர் அண்ணா. பல்வேறு தரப்பினரின் தொடர் வலியுறுத்தலின் விளைவாகவே அமெரிக்காவுக்குச் சிகிச்சைக்காகச் சென்றார். அறுவைச் சிகிச்சை முடித்து அனுப்புகையில் "குளிர்சாதன வசதி கொண்ட அறையில் தங்குங்கள்" என்பது அண்ணாவுக்கு மருத்துவர்கள் கொடுத்த அறிவுரைகளில் ஒன்று. அண்ணாவின் வீட்டில் ஏசி கிடையாது. அமைச்சர்கள் வற்புறுத்தி, அவருக்கேற்ப ஒரு வீட்டை ஏற்பாடுசெய்து பார்வையிட அழைத்தார்கள். வீட்டைப் பார்த்த அண்ணா, "இது எனக்கு ஆடம்பரம்" என்று சொல்லிவிட்டுத் தன் வீட்டுக்கே வந்துவிட்டார். நோய் மேலும் முற்றிய நிலையில், "குலுமணாலியில் வீடு ஏற்பாடு செய்துதருகிறேன். தயவுசெய்து கொஞ்ச நாள் அங்கு போய் ஓய்வெடுத்து வாருங்கள்" என்று சொன்னார் மார்க்ஸிஸ்ட் தலைவர் பி.ராமமூர்த்தி. மறுத்துவிட்டார் அண்ணா.

அண்ணாவுக்கும் கோபம் வரும். பேச்சைத் தவிர்ப்பதும், முகங்கொடுக்க மறுப்பதுமே அதிகபட்ச எதிர்வினை. மனைவி ராணியிடம் மட்டும் உரிமையோடு கூடுதல் கோபம் காட்டுவார். "பொறுமையிலே அண்ணா ஒரு புத்தர். பிறருடைய கடுஞ்சொல்லையெல்லாம் தாங்கிக்கொள்வதனாலே புத்தர்; தனக்கு வந்த இழிவைப் பற்றியெல்லாம் கவலைப்படாத தன்மையிலே புத்தர்; இரக்க உணர்வு மிகுந்த, தியாகத் திருவுருவமாக இருந்த அண்ணா,  புத்தராக மட்டுமல்ல; புத்தரைவிட மேலானவராக இருந்தார்" என்பது, அண்ணா மறைந்தபோது கண்ணீரோடு பெரியார் கொடுத்த சான்று.

திமுக தலைவரான பிறகும்கூட, சென்னையில் அண்ணாவுக்குச் சொந்த வீடு இல்லாமலிருந்தது. தம்பிகளின் வீட்டில்தான் தங்குவார். 'வேலைக்காரி'  நாடகத்தைப் படமாக எடுக்க விரும்பி, ஜூபிடர் பிக்சர்ஸ் நிறுவனம் ரூ.45 ஆயிரம் கொடுத்தது. அதை வைத்துத்தான் நுங்கம்பாக்கம் வீட்டை வாங்கினார் அண்ணா.

அண்ணாவின் சிறுசிறு சொற்றொடர்களே நவீனத் தமிழ்நாட்டின் வரலாற்றில், அதிகமாக வெகுஜனக் கதையாடல்களில் ஒன்றுகலந்தவை. 'எதையும் தாங்கும் இதயம் வேண்டும்', 'கத்தியைத் தீட்டாதே... புத்தியைத் தீட்டு', 'ஏடா தம்பி... எடடா பேனா!', 'ஏழையின் சிரிப்பில் இறைவனைக் காண்போம்', 'கடமை கண்ணியம் கட்டுப்பாடு', 'எங்கிருந்தாலும் வாழ்க', 'மறப்போம் மன்னிப்போம்', 'வாழ்க வசவாளர்கள்', 'மாற்றான் தோட்டத்து மல்லிகைக்கும் மணமுண்டு', 'சட்டம் ஒரு இருட்டறை', 'மக்கள் தொண்டே மகேசன் தொண்டு' – இப்படிச் சொல்லிக்கொண்டே போகலாம்.

முதல்வர் ஆகும் வரையில் அண்ணாவுக்கு வங்கிக் கணக்கே கிடையாது. அவரது சம்பளம், பயணப்படி காசோலையை மாற்றுவதற்காக, முதல்வர் அலுவலக ஊழியரான பொ.க.சாமிநாதன்தான் அண்ணாவுக்கு வங்கிக் கணக்கு ஒன்றை ஏற்பாடு செய்துகொடுத்தார். மறையும்போது அண்ணாவின் வங்கிக் கணக்கின் இருப்பு வெறும் ரூ.5,000. பல ஆயிரங்கள் கடன் இருந்தது. எஸ்.எஸ்.ராஜேந்திரன் அந்தக் கடன்களை அடைக்க முற்பட்டபோது எம்ஜிஆர் தடுத்தார். "நாம் யாரோ ஒருவராக இந்தக் கடன்களை அடைக்கக் கூடாது. இப்படியும் ஒரு மனிதர் வாழ்ந்தார் என்பது மக்களுக்குத் தெரிய வேண்டும். அண்ணா குடும்பத்துக்கு என்று நிதி வசூலிப்போம். அதிலிருந்து கடன்களை அடைப்போம்" என்றார். அப்படியே நிதி வசூலித்துக் கடன்களை அடைத்தது போக, மீதியை ராணி அண்ணாவிடம் ஒப்படைத்தார் கருணாநிதி.

பக்தவத்சலம் காலத்தில் ஓசூர் கால்நடைப் பண்ணையில் ஊழல் செய்த ஐஏஎஸ் அதிகாரி, முதல்வர் அண்ணாவைப் பார்க்க வந்தார். "அண்ணா" என்று குழையவும், "அண்ணா என்றழைப்பதற்கு நீங்கள் என்ன கட்சிக்காரரா? சார் என்று கூப்பிடுங்கள்" என்று கண்டித்தார் அண்ணா. "என்னை மன்னித்துவிடுங்கள்" என்று காலில் விழப்போனவரைத் தடுத்து, "ஊழல் செய்த அந்த ஏழரை லட்சத்தையும் அரசுக்குத் திரும்பச் செலுத்துங்கள்" என்று உத்தரவிட்டார்.

மாபெரும் தமிழ்க் கனவு

பெரும் கனவுகளோடு முதல்வர் பதவிக்கு வந்த அண்ணாவுக்கு, 'முதலமைச்சர்' என்ற பதவி பெருமளவில் அதிகாரம் அற்ற பதவியாக இருந்தது, பெரும் மனவுளைச்சலைத் தந்தது. இதைப் பல தருணங்களில் வெளிப்படையாகவே பேசினார் அண்ணா. தமிழ்நாட்டு மக்கள் பெரிய எதிர்பார்ப்போடு அவரை அணுகிய நிலையில், தன்னால் பெரிய மாற்றங்களை முன்னெடுக்க முடியாததை எண்ணிப் புழுங்கினார். உலகமயமாக்கலுக்கு முந்தைய, அதுவும் கிட்டத்தட்ட ஒரு கட்சி ஆட்சி முறையை ஒத்ததாக இருந்த அன்றைய சூழல், எதையும் செய்யவிடாமல் தடுத்தது. மாநிலங்களை  மையப்படுத்தியதாக இந்திய அரசமைப்பைத் திருத்த வேண்டும் என்று தொடர் போர்க்குரலை அண்ணா எழுப்ப, இதுவே தொடர் நெருப்பைக் கொடுத்தது.

சிவாஜி கணேசனுடன் தனிப்பட்ட அன்பு கொண்டவர் அண்ணா. 1956 புயலை மத்திய அரசு கண்டுகொள்ளாதபோது, திமுக கலைஞர்களை வைத்து நிதி திரட்டினார் அண்ணா. அதிகம் வசூலித்த சிவாஜியை விட்டுவிட்டு, எம்ஜிஆரை முன்னிலைப்படுத்தினார்கள் சிலர். இந்த அவமதிப்பைத் தொடர்ந்து, திருப்பதிக்குப் போனதைக் காரணம் காட்டி சிவாஜி மீது தனிப்பட்ட தாக்குதலும் நடத்தினார்கள் திமுகவினர். "என்னை காங்கிரஸுக்குள் தூக்கிக்கொண்டுபோய்ப் போட்டது திமுகவினர்தான்" என்று சிவாஜி சொன்னார். "எங்கிருந்தாலும் வாழ்க" என்று வாழ்த்தினாலும் அண்ணாவின் மனம் தப்பு செய்துவிட்டோமே என்று வருந்தியது. புற்றுநோயால் உடல் இளைத்துப்போன நிலையிலும், சிவாஜியின் 125-வது படமான 'உயர்ந்த மனிதன்' விழாவுக்குக் கஷ்டப்பட்டுப் போய்க் கலந்துகொண்டார் அண்ணா. "இந்தக் கோலத்தில் நீங்கள் போக வேண்டாம்" என்று அரங்கண்ணல் தடுத்தும் கேட்கவில்லை. அந்த விழாவில் கணேசனைப் புகழ்ந்து 45 நிமிடங்கள் பேசினார் அண்ணா. "பராசக்தி வராமல் போயிருந்தாலும், சிறிது காலத்துக்குப் பிறகு அவர் புகழ்பெற்றிருப்பார். திமுகவால் அவர் வளரவில்லை. கொலம்பஸ் கண்டுபிடிக்காமல் போயிருந்தால், அமெரிக்கா கிடைத்திருக்காதா என்ன?" என்று சொன்னார் அண்ணா.

காமராஜருடனான உறவு இனிப்பும் கசப்பும் கலந்தது. அண்ணாவோ காமராஜரை உயர்வாகப் பார்த்தார். காமராஜரோ ஒட்டுமொத்த திமுகவையும் இழிவாகப் பார்த்தார். "எழுதுபவர்களின் கை கட்டைவிரலை வெட்டுவோம்" என்று சொன்ன காமராஜரை, "குணாளா... குலக்கொழுந்தே" என்று புகழ்ந்தவர் அண்ணா. "கோடு உயர்ந்தது குன்றம் தாழ்ந்தது" என்ற கட்டுரையும் காமராஜருக்காக எழுதியதுதான். 1962 தேர்தலில் காஞ்சியில் அண்ணாவைத் தோற்கடிக்க அத்தனை அமைச்சர்களையும் களமிறக்கினார் காமராஜர். ஆனால், அண்ணாவோ காமராஜர் போட்டியிட்ட சாத்தூர் தொகுதியில் தீவிரப் பிரச்சாரம் இல்லாமல் பார்த்துக்கொண்டார். முதல்வர் காமராஜர் மீது கம்யூனிஸ்ட்டுகள் கொண்டுவந்த நம்பிக்கையில்லாத் தீர்மானத்தைக்கூட 15 உறுப்பினர்களைக் கொண்ட திமுக ஆதரிக்கவில்லை.

நான்கு முழ வேட்டி. அதையும் நான்கு நாட்கள் உடுத்துவார். முதல் நாள் நேராக, அடுத்த நாள் அழுக்குப் பக்கத்தை மேலே வைத்துத் தலைகீழாக, மூன்றாவது நாள் வேட்டியின் உள்பக்கத்தை வெளியே வைத்து, நான்காவது நாள் அதையும் தலைகீழாகக் கட்டுவது அவர் கண்டுபிடித்த தொழில்நுட்பம். பல நாட்கள் சட்டைப் பொத்தானைச் சரியாகப் போட்டதில்லை. "தலைக்கு எண்ணெய் வைப்பதையோ, குளிப்பதையோ விரும்பவே மாட்டார். குழந்தையைப் போலக் கட்டாயப்படுத்தித்தான் குளிக்கவைக்க வேண்டும். போட்டுவைத்த வெந்நீர் ஆறிப்போன பிறகும், நண்பர்களுடன் பேசிக்கொண்டே இருப்பார். இப்படி நாலு முறை வெந்நீர் போட்டு, அழுத்தினால்தான் குளிக்கவே போவார்" என்றார் ராணி அம்மையார்.

ஒரு தலைவன் தன் உடல்நலனிலும் அக்கறை கொள்ள வேண்டும் என்ற விஷயத்தில் கோட்டைவிட்டவர் அண்ணா. 1964-ல் சட்ட எரிப்பு வழக்கில் கைதாகிச் சிறையில் இருந்தவர், இடது கை வலியால் கடுமையாக அவதிப்பட்டார். கட்சிக்காரர்கள் கொண்டுவந்து கொடுத்த தைலங்கள், சிறையில் கொடுத்த மாத்திரைகள் எதனாலுமே வலி சரியாகவில்லை. வலது கைக்கும் வலி பரவி, போலீஸ் பாதுகாப்புடன் மருத்துவமனையிலும் அனுமதிக்கப்பட்டார். காரணம் கண்டுபிடிக்க முடியாத டாக்டர்கள், "இது மெல்ல மெல்ல தன்னால்தான் போக வேண்டும். கொஞ்சம் தேகப்பயிற்சி செய்யலாம், வலி அதிகமாகும்போது ஒத்தடம் கொடுக்கலாம்" என்று சொல்லி அனுப்பிவிட்டார்கள். தினமும் மூன்று வேளை நோவால்ஜின் சாப்பிட்டு வலியைச் சமாளித்தார். மே மாதம் 7-ம் தேதி சலிப்படைந்துபோய் எல்லா மருத்துவ முறைகளையும் கைவிட்டார் அண்ணா. 3 ஆண்டுகள் கழித்து கழுத்தின் பின்புறம் கட்டிகள் வளர்வது கண்டுபிடிக்கப்பட்டது. காலம் கடந்துவிட்டதால், அறுவை சிகிச்சை பலனளிக்கவில்லை. அண்ணாவின் உறவினர் ஒருவர் புற்றுநோயால் இறந்ததைச் சொல்லி, காஞ்சிபுரத்தில் புற்றுநோய் மருத்துவமனை தொடங்க வேண்டும் என்று ஆசைப்பட்டவர் அண்ணா. அவரது மரணத்தைத் தொடர்ந்து அங்கே அவரது பெயரிலேயே புற்றுநோய் மருத்துவமனை அமைக்கப்பட்டது.

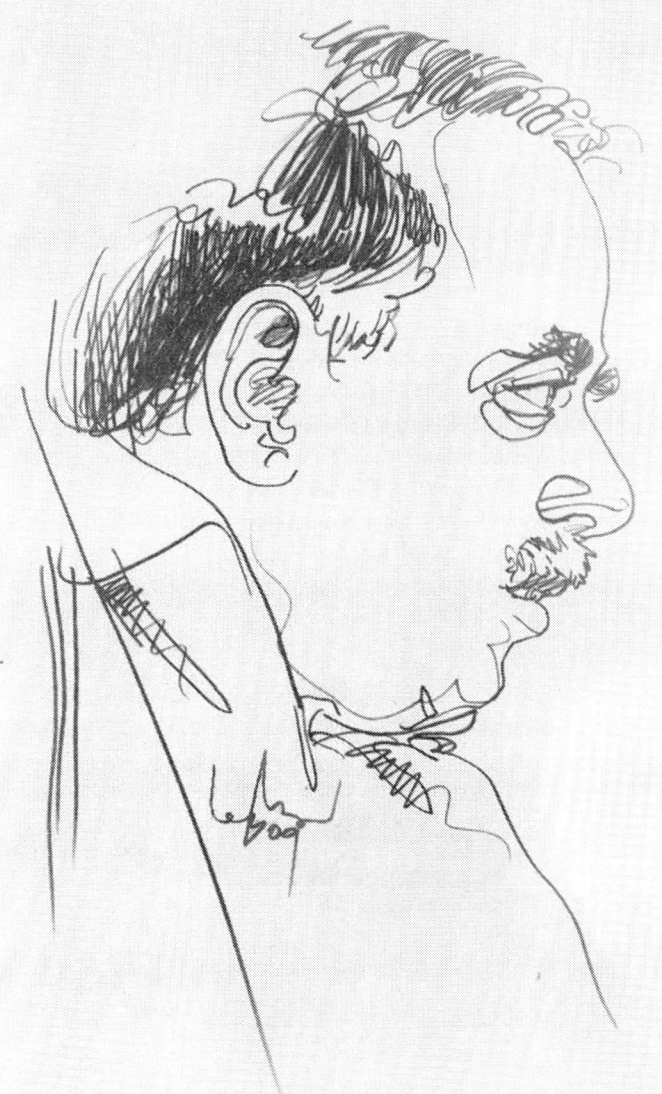

அண்ணாவின் திமுக:
சில கதைகள்

அண்ணாவின் திமுக கதை

■ கே.கே.மகேஷ்

அண்ணாவின் திமுக கதை என்பது ஒரு கட்சியின் கதை மட்டும் அல்ல; அது தமிழ் மக்களின் அரசியல் கதை. தமிழர்கள் ஜனநாயகம் பயின்ற கதை. பல்வேறு தேசிய இனங்களுடன் சுதந்திர இந்தியா என்கிற ஒன்றியம் உருவாகி, வரலாற்றில் புதிய சகாப்தம் ஒன்று தொடங்கியபோது, அதில் தமக்கான பிரதிநிதித்துவம் மட்டுமின்றி ஒவ்வொரு சமூகத்தின் சமமான பிரதிநிதித்துவத்துக்காகவும் தமிழினம் குரல் எழுப்ப முனைந்த கதை. தமிழினம் தன்னைத் தானே ஆண்டுகொள்ளும் கலை பழகச் சொல்லிக்கொடுக்க ஒரு தலைமகனைப் பெற்ற கதை.

தென்னிந்திய நல உரிமைக் கழகம்

திராவிட முன்னேற்றக் கழகம் தொடங்கப்பட்டது 1949 ஆக இருக்கலாம். ஆனால், அதற்கான விதை ஊன்றப்பட்டது 1916-ல். கல்வி, வேலைவாய்ப்பு, அரசியல் என்று அனைத்துத் துறைகளிலும் பிராமணர் சமூகம் ஆதிக்கம் செலுத்திய காலமது. பிராமணரல்லாத ஏனைய சமூகங்களுக்கு உரிய பிரதிநிதித்துவம் கேட்டு அன்றைய சென்னை மாகாணத்தில் 20.11.1916-ல் உதயமானது தென்னிந்திய நல உரிமைச் சங்கம். சமூக நீதிக்காக அந்த இயக்கம் நடத்திய ஆங்கிலப் பத்திரிகையின் பெயர் 'ஜஸ்டிஸ்'. பிற்காலத்தில் அதன் பெயராலேயே அந்தக் கட்சி அழைக்கப்படலாயிற்று. அதுவே நீதிக் கட்சி.

ஐந்து முன்னோடிகள்

பி.ட்டி.தியாகராயர் பெரும் செல்வந்தர்; கொடையாளர்; காங்கிரஸில் இருந்தார். அங்கும் பிராமணர் ஆதிக்கம் நிலவிய சூழலில், தனி இயக்கம் தொடங்கப்பட வேண்டிய தேவையை உணர்ந்தார். இதே சிந்தனையைக் கொண்டிருந்தவர்கள் டி.எம்.நாயர், சி.நடேசனார். இவர்கள் மூவரும் இணைந்து உருவாக்கி வளர்த்தெடுத்ததே நீதிக் கட்சி. டி.எம்.நாயர்தான் நீதிக் கட்சியின் சித்தாந்தவாதியாக அந்நாட்களில் செயல்பட்டார். சி.நடேசனார் மருத்துவர்; பிராமணரல்லாத மாணவர்களுக்கு விடுதியில் இடம் மறுக்கப்பட்ட அந்நாட்களில், 1914-லேயே அவர்களுக்கென்று 'திராவிட இல்லம்' என்ற பெயரில் உண்டு, உறைவிடத்துடன் கூடிய கல்வி விடுதியைத் தொடங்கியவர். பனகல் அரசர் நீதிக் கட்சியில் தன்னை இணைத்துக்கொண்டு, அதன் தூண்களில் ஒருவராக உருவெடுத்தவர். நீதிக் கட்சியின் புகழ்பெற்ற முதல்வராக இருந்தவர். இவர்களுக்கெல்லாம் முன்னோடி ஒருவருண்டு. சமூக நீதிப் பார்வையில் தமிழ் அரசியலைப் பேசிய நீதிக் கட்சியின் யுகத்துக்கு முன்னரே 'திராவிடன்', 'தமிழன்' போன்ற அரசியல் சொல்லாடலைச் சிந்தித்தவர் அயோத்திதாசர். 1914-லேயே மறைந்துவிட்ட அவர் 1885-ல் 'திராவிட பாண்டியன்' வார இதழையும் 1891-ல் 'திராவிட மகாஜன சபா' அமைப்பையும் 1907-ல் 'ஒரு பைசா தமிழன்' வார இதழையும் தொடங்கியவர். இங்கே குறிப்பிடப்பட்ட ஏனையரோடு அயோத்திதாசர் இணைந்து பணியாற்றியவர் இல்லை என்றாலும், இவர்கள் ஐவருக்கும் ஒரு முக்கியமான ஒற்றுமை இருக்கிறது. அது, சமூக நீதியில் நம்பிக்கை கொண்ட தமிழ் அரசியலுக்கான விதை நவீனத் தமிழகத்தில் தூவப்பட இவர்கள் காரணமாக இருந்தார்கள் என்பதேயாகும்.

மாபெரும் தமிழ்க் கனவு 131

ஞான சூரியன் தொடங்கிய இயக்கம்

திராவிட இயக்கத்தின் தந்தையான பெரியார், நீதிக் கட்சி தோன்றிய காலத்தில் அதில் இல்லை. தான் வகித்த 29 பதவிகளைத் தூக்கியெறிந்துவிட்டு 1919-ல் காங்கிரஸில் இணைந்த பெரியார், சமூக நீதி விஷயத்தில் காங்கிரஸ் காட்டிய அலட்சியப் போக்கால் அதிருப்தியுற்று அக்கட்சியிலிருந்து வெளியேறினார். 1925-ல் சுயமரியாதை இயக்கத்தைத் தொடங்கிய பெரியாரை இதிலிருந்து பத்தாண்டுகள் கழித்துதான் அண்ணா சந்தித்தார். பெரியாரைச் சந்திப்பதற்கு முன்பு நீதிக் கட்சியில் சேர்ந்திருந்தார் அண்ணா.

அண்ணாவின் அரசியல் பிரவேசம்

மிட்டாமிராசுகளின் கட்சியாகப் பார்க்கப்பட்ட நீதிக் கட்சிக்குள் பிற்காலத்தில் சாமானியர்களையும் கொண்டுவந்து சேர்த்த அண்ணா, 1929-ல் செங்கல்பட்டில் நடந்த சுயமரியாதைக் கட்சி மாநாட்டில் பார்வையாளராகப் பங்கேற்றார். 'சண்டே அப்சர்வர்' பி.பாலசுப்பிரமணியம், அண்ணாவை நீதிக் கட்சிக் கூட்டங்களுக்கு அழைத்துவரத் தொடங்கினார். 1932-ல் நீதிக் கட்சியைச் சேர்ந்த தொழிலாளர் தலைவர் சி.பாசுதேவின் ஆங்கில உரையை அழகுத் தமிழில் மொழிபெயர்த்தார் அண்ணா. அது அன்றைய சென்னை மாகாண முதல்வர் பொப்பிலி அரசர் வரையில் அண்ணாவுக்கு அறிமுகம் கிடைக்கச் செய்தது.

1935: ஒரு வரலாற்றுச் சந்திப்பு

பிற்காலத்தில் தமிழக வரலாற்றையே புரட்டிப்போட்ட, ஒரு மாபெரும் சந்திப்பு 1935-ல் ஈரோட்டில் நடந்தது. செங்குந்தர் மாநாட்டில் பங்கேற்ற நீதிக் கட்சியின் பேச்சாளரான அண்ணாவின் உரையை, புருவத்தை உயர்த்திப் பார்த்தார் சுயமரியாதை இயக்கத் தலைவர் பெரியார். சின்னதாய் விசாரிப்பு.

தலைவனின் தலைவராகிறார் பெரியார்

பெரியார் – அண்ணா நெருக்கத்துக்கு வித்திட்டவர் என்று ராஜாஜியைச் சொல்ல வேண்டும். 1938-ல் இந்தித் திணிப்புக்கு வித்திட்டதன் மூலம் இதைச் செய்தார். போராட்டத்தைத் தூண்டுகிறார் என்று அண்ணாவைக் கைதுசெய்து சிறையில் தள்ளியது அரசு. ஏற்கெனவே அதே குற்றச்சாட்டில் கைதாகிச் சிறையில் இருந்தார் பெரியார். அவரது அறைக்குள்ளேயே அண்ணாவையும் அடைத்தது காலம். இருவரும் மனதாலும் நெருங்கினார்கள். வெவ்வேறு இயக்கங்களில் இருந்தாலும், தன் தலைவர் பெரியார்தான் என்று முடிவெடுத்தார் அண்ணா. வீழ்ச்சியின் விளிம்பிலிருந்த நீதிக் கட்சி அதே காலகட்டத்தில்தான் பெரியாரின் தலைமை கோரியும் வருகிறது. சிறையிலிருந்து வெளிவந்ததும் நீதிக் கட்சித் தலைவர் பொறுப்பை ஏற்றுக்கொண்டார் பெரியார்.

தளபதி அண்ணா

யாரைத் தன் தலைவராக மனதில் நினைத்துக்கொண்டிருந்தாரோ, அவரே அதிகாரபூர்வத் தலைவராகிவிட்டதில் அண்ணாவுக்கு மகிழ்ச்சி. அண்ணாவின் பேச்சு, எழுத்தாற்றலை அறிந்திருந்த பெரியார், தனது 'விடுதலை', 'குடிஅரசு' இதழ்களுக்கு அவரையே உதவி ஆசிரியராக நியமித்தார். பெரியாரின் ஈரோடு வீட்டின் ஒரு பகுதியிலேயே குடியமர்ந்தார். நீதிக் கட்சித் தலைவர்களை எட்டியிருந்து பார்த்த அண்ணா, பெரியாருடன் நெருக்கமாக அமர்ந்து விவாதிக்கும் நிலைக்கு உயர்ந்தார். அதுவரை நீதிக் கட்சி பொதுச்செயலாளராக இருந்த கி.ஆ.பெ.விஸ்வநாதம் பெரியாரோடு மன வருத்தம் ஏற்பட்டு, கட்சியிலிருந்து வெளியேற, அண்ணாவை அந்தப் பொறுப்பில் அமர்த்தினார் பெரியார். தலைவரின் தளபதியானார் அண்ணா.

உருவானது திராவிடர் கழகம்

புரட்சிகரமான கருத்துகளைக் கொண்ட பெரியார் தலைவராகியும், மக்களிடம் நீதிக் கட்சி இழந்திருந்த செல்வாக்கை மீட்க முடியவில்லை. நீதிக் கட்சியின் பெயரையும் கொள்கையையும் மாற்றலாம் என்றார் அண்ணா. பெரியாரின் விருப்பமும் அதுவே. 'அண்ணாதுரை தீர்மானம்' மூலம் 1944-ல் நீதிக் கட்சியையும் சுயமரியாதை இயக்கத்தையும் இணைத்து 'திராவிடர் கழகம்' உருவாக்கப்பட்டது. கட்சியினர் பெயருக்குப் பின்னொட்டாக உள்ள சாதிப் பெயர்களை நீக்க வேண்டும், பிரிட்டிஷார் கொடுத்த சர், திவான் பகதூர், ராவ் பகதூர் போன்ற பட்டங்களைத் துறக்க வேண்டும் என்றும் வலியுறுத்தியது அந்தத் தீர்மானம். கூடவே, பகுத்தறிவுப் பிரச்சாரமும் 'திராவிட நாடு' கொள்கையும் இளைஞர்களை இயக்கத்தின்பால் ஈர்த்தது.

தந்தை - தனயன் கருத்து வேறுபாடு

திராவிடர் கழகத்தின் தளபதியாகச் செயலாற்றி, இயக்கத்துக்கு இளைஞர்கள் மத்தியில் செல்வாக்கு தேடித்தந்தார் அண்ணா. பெரியாரின் தலைமையின் கீழ் 300 கிளைகள், 60,000 உறுப்பினர்களைக் கொண்ட இயக்கமாக திக வளர்ந்திருந்த நேரத்தில், அண்ணாவுக்கும் பெரியாருக்கும் இடையே கருத்து வேறுபாடு ஏற்பட்டது. ஆயிரம் காரணங்கள் வெளியே பேசப்பட்டாலும் அடிப்படையான முரண்பாடு, பெரியார் சமூகத் தளத்தில் மட்டுமே பணியாற்ற விரும்பினார் - அண்ணா அரசியல் தளத்திலும் பணியாற்ற விரும்பினார் என்பதாகவே இருந்தது. மேலும், புதிதாக உருவாகிவந்த சுதந்திர இந்தியாவுக்கு முகங்கொடுப்பதில் இருவருக்கும் இடையே வெவ்வேறு பார்வைகள் இருந்தன. திராவிட நாடு கேட்டுக்கொண்டிருந்த பெரியார், 'பிரிட்டிஷாரிடமிருந்து பிராமணர்களை நோக்கிச் செல்லும் அதிகார மாற்றத்துக்கு வித்திடும் ஆகஸ்ட் 15 கருப்பு நாள்' என்றெண்ணினார். அண்ணாவோ, 'ஒரு நாட்டின் விடுதலைப் போராட்டம் பல படிகளைக் கொண்டது; அதில் இது முதல் படி' என்றெண்ணினார். தன்னைக்காட்டிலும் 41 வயது இளையவரான மணியம்மையாரை மணந்துகொண்டு சொத்துக்கும் கழகத்துக்கும் வாரிசாக அவரை பெரியார் தேர்ந்தெடுத்தபோது பிரிவு உறுதியானது.

கடலான கண்ணீர்த் துளிகள்

மனதால் விலகிவிட்டாலும் தடாலடியாக எந்த முடிவையும் எடுக்கவில்லை அண்ணா. பெரியாரின் திருமணம் முடிந்த ஐந்து வாரங்களுக்குப் பிறகு சென்னை பவழக்காரத் தெரு, ஏழாம் எண்ணுள்ள வீட்டில் திராவிடர் கழகத்தின் மத்திய நிர்வாகக் குழுக் கூட்டம் நடந்தது. அண்ணா, ஈ.வெ.கி.சம்பத் உள்ளிட்ட ஏராளமானோர் பங்கேற்ற இக்கூட்டத்தில், மொத்தமுள்ள நிர்வாகக் குழு உறுப்பினர்கள் 46 பேரில் 32 பேர் கூட்டத்தில் கலந்துகொண்டார்கள். திராவிடர் கழகத்தில் கிட்டத்தட்ட முக்கால்வாசி உறுப்பினர்களின் ஆதரவு இருந்தும்கூட, பாரதிதாசனே கழகத்தைக் கைப்பற்றச் சொல்லியும்கூட, அந்த முயற்சியில் ஈடுபடவில்லை அண்ணா. "பெரியாரோடு மோதுவதன் மூலம் இரு தரப்புக்கும் இழப்புகள்தான் மிஞ்சும்" என்று சொன்னவர், தனி இயக்கம் காண முடிவெடுத்தார். பிரிந்தவர்களை பெரியார் 'கண்ணீர்த் துளிகள்' என்றார். ஆனால், 'கண்ணீர்த் துளிகள்' அலைகடலானது.

திமுக உதயம்

1949, செப்டம்பர் 17 அன்று உதயமானது திமுக. பெரியாரின் பிறந்த நாளில் புதிய அமைப்பைத் தொடங்கிய அண்ணா, புதிய அமைப்பின் தலைவர் பதவியையும் பெரியாருக்கே மானசீகமாக அளித்து, பொதுச்செயலாளர் பொறுப்பை ஏற்றுக்கொண்டார். திராவிட முன்னேற்றக் கழகம் என்ற பெயர் சூட்டப்பட்ட புதிய கழகத்தின் பெயரிலேயே பெரிய மாற்றம் இருந்தது. 'திராவிடர்' என்றால், இனரீதியாக அது திராவிடர்களை மட்டுமே குறிப்பதாகவும், அவர்கள் மட்டுமே அங்கம் வகிப்பதாகவும் அமையும் என்று கருதப்படலாம்; 'திராவிட' என்றால், உணர்வால் திராவிடராய்த் தம்மை உணரும் இம்மண்ணைச் சேர்ந்த எவரையும் குறிப்பதாக அமையும்; எல்லோருக்குமான இயக்கமாக அமையும் என்ற எண்ணம் இதன் பின்னணியில் பிரதிபலித்தது.

மழையோடு தொடங்கிய முதல் கூட்டம்

அறைக்குள் கட்சி ஆரம்பிக்கப்பட்ட விஷயத்தை அகில உலகத்துக்கும் சொல்வதற்காக, 18.9.1949-ல் ராபின்சன் பூங்காவில் கட்சி தொடக்க விழா பொதுக்கூட்டம் நடந்தது. அலையலையாக வந்த மக்கள் கூட்டம், புதிய சகாப்தம் ஒன்றுக்குக் கட்டியம் கூறியது. கட்சி தொடங்கிய சில நாட்களிலேயே அண்ணா சிறைக்குப் போக வேண்டியதானது. எப்போதோ எழுதிய 'ஆரிய மாயை'க்கு அபராதம் விதித்தது நீதிமன்றம். அபராதம் கட்ட மறுத்ததால், திருச்சி சிறையில் அடைக்கப்பட்டார். 'பெரியாரின் பொன்மொழிகள்' நூல் தொடர்பான தீர்ப்பும் அதே நாளில் சொல்லப்பட்டு, பெரியாரும் அதே சிறைக்குச் செல்லும் நிலை ஏற்பட்டது. அடுத்தடுத்த அறைகள் என்றாலும், இருவரும் பேசிக்கொள்ளவேயில்லை.  "ஒருவேளை நாங்கள் பேசியிருந்தால், திமுக என்ற இயக்கமே இல்லாமல் போயிருக்கக்கூடும்" என்று பின்னாளில் சொன்னார் அண்ணா.

அரசமைப்புச் சட்டத்துக்கு முதல் திருத்தம்

திமுக தொடங்கப்பட்ட சில மாதங்களில் இந்தியா குடியரசானது (1950). சமூக நீதிக்கு முன்னோடியாகத் திகழ்ந்த தமிழ் நிலத்தின் வகுப்புவாரிப் பிரதிநிதித்துவம் மீது முதல் அடியைப் போட்டது இந்திய அரசு. கல்வி, வேலைவாய்ப்பில் வகுப்புவாரி ஒதுக்கீட்டுக்காக நீதிக் கட்சி காலம் தொடங்கி இங்கே அமலில் இருந்த 'கம்யூனல் ஜி.ஓ. செல்லாது' என்று புதிய அரசமைப்புச் சட்டத்தைக் காரணம் காட்டி, இடஒதுக்கீட்டுக்கு எதிரான ஒரு வழக்கில் தீர்ப்பளித்தது நீதிமன்றம். கிளர்ந்தெழுந்தன திகவும் திமுகவும். தனித்தனியேதான். ஆனால், தீவிரமான போராட்டம். நேரு அரசுக்கு நெருக்கடியாக மாறியது. விளைவாக, திருத்தத்துக்கு ஒப்புக்கொண்டார் நேரு. எந்த அரசமைப்பைக் கடுமையாகச் சாடினார்களோ அதில் முதல் திருத்தம் கொண்டுவரக் காரணமாக அமைந்தார்கள் பெரியாரும் அண்ணாவும்.  2.6.1951-ல் கொண்டுவரப்பட்ட அந்த முதல் திருத்தம் பிற்படுத்தப்பட்ட மக்களுக்கான இடஒதுக்கீடு தொடர்வதை உறுதிசெய்தது.

ஒரே ஆண்டில் 505 கிளைகள்

சாமானியர்களை அரசியல்மயப்படுத்தும் வகையில், ஒவ்வொரு கிராமத்திலும் நகரத்திலும் ஒவ்வொரு வட்டத்திலும் கிளைகளை உருவாக்கினார் அண்ணா. திமுக உறுப்பினர் கட்டணம் 50 காசுகள். குறைந்தது 25 பேர் கொண்ட அமைப்புகள் கிளைகளாகப் பதிவுசெய்யப்பட்டன. ஓராண்டுக்குள் 2,035 பொதுக்கூட்டங்களில் பேசினார்கள் திமுக தலைவர்கள். ஆளாளுக்குப் பத்திரிகைகளை உருவாக்கி நடத்தினார்கள். மாணவர்கள் தம் பங்குக்கு ஓய்வு நேரங்களில் பூங்காக்களிலும் தெருமுனைகளிலும் இயக்கப் பத்திரிகைகளை வாசித்துக் காட்டினார்கள். தமிழருக்கு என்று தனி நாடு என்ற கனவு எல்லோர் மனதிலும். விளைவாக, ஒரே ஆண்டில் 35 ஆயிரம் உறுப்பினர்கள், 505 கிளைகளைக் கொண்ட இயக்கமாக உருவெடுத்தது திமுக. கிட்டத்தட்ட விடுதலை இயக்கமாகத்தான் அப்போது திமுக பார்க்கப்பட்டது. திராவிட இயக்கத்தில் சேர்வது தீவிரவாத இயக்கத்தில் இணைவதுபோலக் கருதப்பட்ட காலத்திலும் இவ்வளவு பேர் ஆர்வமாகச் சேர்ந்தது வியப்போடு பார்க்கப்பட்டது.

முதல் தேர்தல், முதல் புறக்கணிப்பு

தேர்தல் அரசியலுக்கு அவசரப்படவில்லை அண்ணா. முதல் தேர்தலான 1952 தேர்தலைப் புறக்கணித்தார். அதேநேரத்தில், ஆதரவு கேட்டுவந்த காங்கிரஸ் அல்லாத கட்சிகளின் வேண்டுகோளைப் பரிசீலிக்கவும்செய்தார். "திராவிட நாடு கொள்கையை ஆதரிக்கிறேன். சட்டமன்றத்திலோ நாடாளுமன்றத்திலோ உறுப்பினரானால் திமுக கொள்கைகளுக்கு உடன்பட்டுப் பணியாற்றுவேன்" என்ற உறுதிமொழி தருவோரை ஆதரிப்பது என்று முடிவானது. உழைப்பாளர் கட்சியும் காமன்வீல் கட்சியும் உறுதிமொழிப் பத்திரத்தில் கையெழுத்திட்டன. திமுக ஆதரவுபெற்ற 43 பேர் சட்டமன்றத்துக்கும் 8 பேர் நாடாளுமன்றத்துக்கும் தேர்வானார்கள். சென்னை மாகாணத்தில் 375 தொகுதிகளில், 152 இடங்களில் வென்ற காங்கிரஸார் காமன்வீல் கட்சியை வளைத்தனர். ராஜாஜி முதல்வரானார். ஆதரவளித்தவர்கள் பதவிக்காக  உடனே நிலைப்பாட்டிலிருந்து மாறும் இந்த அனுபவம் தேர்தல் அரசியலில் திமுக நேரடியாக ஈடுபடுவதற்கான குரல்களை அதிகரித்தது.

மாபெரும் தமிழ்க் கனவு

‘அறும்’பெரும் தலைவர்கள்

1952 ஆகஸ்டில் ரயில் நிலையங்களில் இந்தி எழுத்துகளை அழிக்கும் போராட்டத்தை பெரியார் அறிவித்தபோது, அதில் திமுகவும் இணைந்துகொண்டது. அதே ஆண்டில், மாணவர்கள் அவரவர் குலத்தொழிலைக் கற்கும் வகையில் ராஜாஜியால் கொண்டுவரப்பட்ட புதிய கல்வித் திட்டத்தை, ‘குலக்கல்வித் திட்டம்’ என்று சாடி, திகவும் திமுகவும் போராட்டத்தில் இறங்கின. 1953–ல் புதிய கல்வித் திட்ட எதிர்ப்பு, டால்மியாபுரம் பெயருக்கான எதிர்ப்பு, ஆந்திரப் பிரிப்பின்போது எல்லைப் பிரச்சினைக்காகப் போராடியவர்களை ‘நான்சென்ஸ்’ என்று திட்டிய பிரதமர் நேருவுக்கு எதிர்ப்பு என்று மும்முனைப் போராட்டத்தை அறிவித்தது திமுக. முக்கிய தலைவர்களை அடக்கிவிட்டால் போராட்டங்கள் பிசுபிசுத்துவிடும் என்று நினைத்து, போராட்டத்துக்கு முந்தைய நாளே அண்ணா, சம்பத், நெடுஞ்செழியன், மதியழகன், நடராசன் ஆகிய ஐந்து பேரையும் கைதுசெய்ய உத்தரவிட்டார் ராஜாஜி. திமுகவின் ஐம்பெருந்தலைவர்கள் கைது என்று பத்திரிகைகள் எழுத, ‘இன்னொரு தலைவன் இருக்கிறான் – கலங்காதே’ என்று வெளிப்பட்டார் டால்மியாபுரத்தில் ரயில் பாதையில் குறுக்கே படுத்துப் போராடிய கருணாநிதி.

காமராஜரை முதல்வராக்கிய திமுக

திக, திமுக முன்னெடுத்த தீவிரப் போராட்டங்கள் ராஜாஜியின் பதவி விலகலுக்கு வழிவகுக்க, மாநிலத்தில் அலை அலையாக உருவாகிவந்த பிராமணரல்லாதோர் அரசியல் எழுச்சிக்குப் பதிலடி கொடுக்கும் விதமாக காமராஜரை முதல்வராக்கியது காங்கிரஸ். ஆட்சிப் பொறுப்பேற்ற கையோடு புதிய கல்வித் திட்டத்தைத் திரும்பப்பெற்ற காமராஜர் ஆட்சியைப் ‘பச்சைத் தமிழரின் ஆட்சி’ என்று பாராட்டினார் பெரியார். முதல்வரான பிறகு குடியாத்தம் தொகுதி இடைத்தேர்தலில் போட்டியிட்ட காமராஜரை ஆதரித்துத் தனித்தனியே பிரச்சாரம் செய்தன திகவும் திமுகவும்.

தேர்தலில் போட்டியிட முடிவு

தேர்தலில் போட்டியிடுவது என்ற முடிவுக்கு வந்தது திமுக. தொண்டர்களின் கருத்தை அறிவதற்காக 1955 மே மாதம் திருச்சியில் நடந்த மாநில மாநாட்டில், கருத்தெடுப்பு நடத்தினார் அண்ணா. திமுக போட்டியிட வேண்டும் என்பதற்கு ஆதரவாக 56,942 பேர், எதிராக 4,203 பேர் எண்ணங்களை வெளிப்படுத்தியிருந்தனர். 1957 தேர்தலில் 150 இடங்களில் போட்டியிடுவது என்று 1956 டிசம்பரில் முடிவெடுக்கப்பட்டது. வேட்பாளர்களைத் தேர்ந்தெடுக்கும் குழுவில் இரா.நெடுஞ்செழியன், என்.வி.நடராசன், ஈ.வெ.கி.சம்பத், மு.கருணாநிதி, கே.ஏ.மதியழகன், ஏ.வி.பி.ஆசைத்தம்பி, மதுரை முத்து ஆகியோர் இடம்பெற்றார்கள். தேர்தல் அறிக்கையைத் தயார்செய்யும் குழுவிலும் சம்பத்தும் கருணாநிதியும் இடம்பெற்றிருந்தார்கள்.

எல்லாம் சரி, நிதி?

தேர்தலில் போட்டியிட வேண்டும் என்றால் நிதி வேண்டுமே? எழுத்தாளர்கள் கதையோ கட்டுரையோ எழுதித்தர அதைக் கட்சியே புத்தகமாகப் பிரசுரித்து விற்று நிதி சேர்ப்பது, சினிமாவுக்குக் கதை எழுதுகிறவர்கள் அந்த வருவாயைத் தருவது, கே.ஆர்.ராமசாமி, டி.வி.நாராயணசாமி, எம்ஜிஆர், எஸ்.எஸ்.ராஜேந்திரன் போன்ற நடிகர்கள் தங்கள் சம்பளத்தைத் தருவது என்றெல்லாம் முடிவானது. பணம் மட்டும் தரவில்லை அவர்கள். தங்கள் எழுத்து, வசனம், சினிமா எல்லாவற்றையும் திமுகவுக்கான ஊடகமாகவும் மாற்றினார்கள். அந்த வருடம் மட்டும் திமுக நடிகர்களின் 9 திரைப்படங்கள் வெளியாகின. அதில், 'தாய்க்குப் பின் தாரம்' படத்தில் எம்ஜிஆர் காளையை அடக்குவது போன்ற ஒரு காட்சி உண்டு. காங்கிரஸின் சின்னமாக அப்போது இருந்த காளைகளை அடக்கும் குறியீடாக அது பார்க்கப்பட்டது. கலைவாணர் என்.எஸ்.கே. தன் படத்தில் "தீனா... மூனா... கானா" என்று பாடினார். எம்ஜிஆரோ 'சக்கரவர்த்தி திருமகள்' படத்தில் தன் பெயரையே 'உதயசூரியன்' என்று வைத்துக்கொண்டு நாயகனாக நடித்தார். இவற்றுக்கிடையே 'உதயசூரியன்' நாடகத்தின் மூலம் ஊர் ஊராகச் சின்னத்தைக் கொண்டுசென்றுகொண்டிருந்தார் கருணாநிதி.

மாபெரும் தமிழ்க் கனவு

பேச்சு... பேச்சு... பேச்சு...

எந்தக் கிளையிலிருந்து தலைமை நிலையத்தைத் தொடர்புகொண்டாலும் பேச்சாளர்களை அனுப்பிவைக்கத் தயாராக இருந்தது திமுக. காங்கிரஸ் தலைவர்கள் யாராவது வந்து தாறுமாறாகப் பேசிவிட்டுச் சென்றால், அதே இடத்தில் அடுத்த ஒரு வாரத்துக்குள் பதிலடி கொடுக்கும் வகையில் கூட்டம் நடத்துவது என்பது ஒரு வியூகமானது. "திமுக மட்டும்தான் இந்த மண்ணின் கட்சி. காங்கிரஸ், கம்யூனிஸ்ட், சோஷலிஸ்ட், பிரஜா சோஷலிஸ்ட், ஜனசங்கம் (இன்றைய பாஜக) உள்ளிட்ட ஏனைய கட்சிகள் யாவும் வெளிக்கட்சிகள். கழகத்தின் கொள்கைகள் தீட்டப்படுவதும் இங்கே, கழகத்தின் கொள்கைகளைச் செயல்படுத்துவோரும் இங்கே" என்ற மண்ணின் மைந்தர் முழுக்கம் பிரமாதமாக எடுபட்டது. பேசிப் பேசியே கட்சி வளர்த்தார்கள்.

மகளிரணி உதயம்

சேவல் பண்ணைபோலக் காட்சி தந்தது ஆரம்ப கால திமுக. பெண்களை உள்ளிழுக்க மகளிர் மன்றத்தை யோசித்தார் அண்ணா. பெண்கள் முன்னேற்றத்துக்கும் ஒடுக்கப்பட்டோர் முன்னேற்றத்துக்கும் ஒருசேரக் குறியீடுபோல சத்தியவாணி முத்துதான் மன்றத் தலைவர் என்றும் முடிவெடுத்துவிட்டார். சரி, யாரை முதலில் உள்ளே கொண்டுவருவது? திமுக தலைவர்களின் மனைவியரே முதல்கட்ட உறுப்பினர்கள் என்றானது. 21.8.1956–ல் என்.வி.நடராசன் வீட்டில் நடந்த அமைப்புக் கூட்டத்தில், மன்றத் தலைவராக சத்தியவாணி முத்து, செயலாளர்களாக ராணி அண்ணாதுரை, அருண்மொழி செல்வம், வெற்றிச்செல்வி அன்பழகன், புவனேசுவரி நடராசன் ஆகியோர் தேர்ந்தெடுக்கப்பட்டனர். தயாளு கருணாநிதி, நாகரத்தினம் கோவிந்தசாமி, சுலோச்சனா சிற்றரசு, பரமேசுவரி ஆசைத்தம்பி, என்.எஸ்.கே.யின் மனைவி டி.ஏ.மதுரம் உள்ளிட்டோர் செயற்குழு உறுப்பினர்களானார்கள். தலைவர்களே வீட்டோடு இயக்கத்தில் இறங்கியதன் விளைவு, தொண்டர்களும் அலையலையாகத் தங்கள் மனைவியை மன்றத்தில் உறுப்பினர்களாக்கினர். திமுக கூட்டங்கள் இப்போது குடும்பத்தோடு பங்கேற்கும் கூட்டமானது. பெண்கள் அரசியல்மயமானபோது கழகம் குடும்பமானது.

தொலைநோக்கு அறிக்கை

முதன்முறையாக, தேர்தல் களத்தில் குதித்த திமுக 22 திட்டங்கள் அடங்கிய தேர்தல் அறிக்கையை வெளியிட்டது. 'எந்த ஒரு மாநிலமும், எப்போது வேண்டுமென்றாலும் இந்திய ஒன்றியத்திலிருந்து பிரிந்து சென்று தனித்து இயங்கும் உரிமையைப் பெறும் வகையில் அரசியலமைப்புச் சட்டத்தைத் திருத்த வேண்டும். மக்கள்தொகை அடிப்படையில் மாநிலங்கள் பிரிக்கப்படாதபோது, தொகுதிகளை மட்டும் மக்கள்தொகை அடிப்படையில் பிரித்திருக்கிறார்கள். இதனால், பெரிய மாநிலங்களில் வசிக்கும் சில இனத்தவர்கள், சிறிய மாநிலங்கள் உள்ளிட்ட பல்வேறு இனத்தவர்கள் மீது ஆதிக்கம் செலுத்தும் நிலை உள்ளது. எனவே, மாநிலம் பெரிதோ, சிறிதோ ஒரே அளவு பிரதிநிதித்துவ உரிமை அளிக்கப்பட வேண்டும். அதிகாரமும் வரி வருவாயும் மத்திய ஆட்சிக்கே பெரிதும் கிடைப்பதுபோல உள்ள இன்றைய அதிகார வரம்பு திருத்தப்பட வேண்டும். தொழில் துறையில் தனியார் ஆதிக்கத்தைக் கட்டுப்படுத்தும் வகையில், தொழில்கள் அனைத்தையும் தேசியமயமாக்க வேண்டும். ஐந்தாண்டுத் திட்டத்தைத் தீட்டும் பொறுப்பு அந்தந்த மாநில அரசிடமே ஒப்படைக்கப்பட வேண்டும்' என்பன உள்ளிட்ட சீர்திருத்தங்கள் வலியுறுத்தப்பட்டிருந்தன. நிலச்சீர்திருத்தம், குறைந்தபட்ச ஊதிய நிர்ணயம், விவசாய முன்னேற்றம், மீனவர் நலன், அனைவருக்கும் பத்தாம் வகுப்பு வரை கட்டணமில்லா கல்வி, உடல் குறைபாடு உள்ளோருக்கும் சிறப்புக் கல்வி, தாய்மொழிவழிக் கல்வி, இந்தித் திணிப்பைத் தடுத்து, திராவிட ஆராய்ச்சிப் பல்கலைக்கழகம் நிறுவுதல், சம வேலைக்குச் சம ஊதியம், ராணுவச் செலவைக் குறைத்தல், தமிழர்கள் நிறைந்துள்ள நாடுகளின் தூதர்களாகத் தமிழர்களையே நியமித்தல், கிராம ஊழியர்களுக்குச் சம்பளம், கைத்தறிக்குப் பாதுகாப்பு, விற்பனை வரிக் குறைப்பு போன்ற திட்டங்கள் வாக்குறுதிகளாக இடம்பெற்றிருந்தன. இந்த வாக்குறுதிகளெல்லாம் 'கழக ஆட்சி அமைந்தால், நிறைவேற்றப் பாடுபடும்' என்று இல்லாமல், 'நாங்கள் சட்டமன்றத்துக்குத் தேர்வுசெய்யப்பட்டால் இந்தக் கோரிக்கைகளுக்காகப் போராடுவோம், குரல் கொடுப்போம்' என்றே இருந்தன.

சேரியுடன் உறவாடிய வேட்பாளர்கள்

திமுக சார்பில் சட்டமன்றத்துக்கு 123 வேட்பாளர்களும் நாடாளுமன்றத்துக்கு 13 வேட்பாளர்களும் களமிறங்கினார்கள். அண்ணா காஞ்சியிலும், நெடுஞ்செழியன் சேலத்திலும், கருணாநிதி குளித்தலையிலும், அன்பழகன் எழும்பூரிலும் போட்டியிட்டனர். திமுக வேட்பாளர்களில் பெரும்பாலானோருக்கு உதய சூரியன் சின்னம் கிடைத்தது. பொதுச்செயலாளர் நெடுஞ்செழியன் உள்ளிட்ட சிலருக்குச் சின்னம் கிடைக்காததால், சேவல், யானை போன்ற சின்னங்களோடு களமிறங்கினார்கள். பொதுவாக, காங்கிரஸ் வேட்பாளர்கள் கிராமத்துப் பெரிய தலைக்கட்டுகளிடம் மட்டும் பேசி ஓட்டுகளைக் கணக்கு பண்ணிவிட்டுத் திரும்பிக்கொண்டிருந்த அந்நாட்களில், சமூகரீதியாகவும் பொருளாதாரரீதியாகவும் கீழ்நிலையில் இருப்போரையும் வீடு தேடிச் சென்றார்கள் திமுகவினர். அவர்கள் வீட்டில் தண்ணீரோ டீ காபியோ கொடுக்கப்பட்டால் அருந்தினார்கள். தங்களைச் சார்ந்தோராகக் கருதி திமுகவினருக்கு ஆரத்தி எடுத்தனர் அடித்தட்டு மக்கள்.

15 எம்எல்ஏ, 16 லட்சம் வாக்குகள்

ஆட்சியைக் கைப்பற்றியது காங்கிரஸ்தான் என்றாலும், 1957 தேர்தலில் பதிவான மொத்த வாக்குகளில் 14%, அதாவது 16 லட்சம் ஓட்டுகளைப் பெற்றிருந்தது திமுக. 15 பேர் வென்றார்கள். அண்ணா சட்டமன்றக் குழுத் தலைவரானார். துணைத் தலைவராக க.அன்பழகனும், கொறடாவாக மு.கருணாநிதியும், பொருளாளராக சத்தியவாணி முத்துவும் தேர்ந்தெடுக்கப்பட்டார்கள். காங்கிரஸுக்கு அடுத்து அதிக செல்வாக்கு பெற்ற கட்சியான கம்யூனிஸ்ட் நான்காவது இடத்துக்குத் தள்ளப்பட்டதும், அதன் முக்கியத் தலைவர்களான ஜீவா, பி.ராமமூர்த்தி, மணலி கந்தசாமி போன்றோர் தோற்றுப்போனதும் கம்யூனிஸ்ட்டுகளுக்குக் கிடைத்த பேரதிர்ச்சி.

சட்டமன்றத்தில் திமுக

சட்டமன்றத்தில் திமுக கொண்டுவந்த முதல் தீர்மானமே வரலாற்றுத் தீர்மானம். அதைத் தோல்வியடையச் செய்ததன் மூலம் தனக்குத் தானே குழிபறித்துக்கொள்ளத் தொடங்கியது காங்கிரஸ். 'சென்னை மாநிலத்துக்கு 'தமிழ்நாடு' என்று பெயர் மாற்ற வேண்டும்' என்று அண்ணா முன்மொழிந்த தீர்மானத்துக்கு ஆதரவாக 42 வாக்குகள் மட்டுமே கிடைத்தன. அந்த ஐந்தாண்டு ஆட்சிக்காலத்தில், 12 தனிநபர் மசோதாக்களையும் பல ஒத்திவைப்புத் தீர்மானங்களையும் திமுக கொண்டுவந்தது. ஆனால், அதையெல்லாம் ஒரு பொருட்டாகவே காங்கிரஸ் மதிக்கவில்லை. திமுக உறுப்பினர்கள் 6,117 கேள்விகளை எழுப்பினார்கள்.  பெரும்பாலானவற்றுக்குச் சட்டமன்றத்தில் எந்தப் பலனும் கிடைக்கவில்லை. ஆனால், மக்கள் மன்றம் எல்லாவற்றையும் கவனித்துக்கொண்டிருந்தது.

சென்னை நமதே

1958 மார்ச் 2 திமுக வரலாற்றில் இன்னொரு முக்கியமான நாள். திமுகவை ஒரு மாநிலக் கட்சியாக அங்கீகரித்த தேர்தல் ஆணையம், 'உதய சூரியன்' சின்னத்தை அதற்கு அளித்தது. உற்சாகத்தோடு உள்ளாட்சித் தேர்தலில் களமிறங்கிய திமுக, சென்னை மாநகராட்சியைக் கைப்பற்றியது. சென்னையின் முதல் திமுக மேயராக அ.பொ.அரசும், துணை மேயராக ஒடுக்கப்பட்ட சமூகத்தைச் சேர்ந்த சிவசங்கரனும் தேர்வானார்கள். வெறும் 30 இடங்களில் போட்டியிடலாம் என்றிருந்த அண்ணாவை 90 இடங்களில் போட்டியிடச் சம்மதிக்கவைத்து, 45  இடங்களில் வெற்றிக்கும் பாடுபட்ட கருணாநிதிக்குக் கணையாழி அணிவித்தார் அண்ணா.

சம்பத் கிளப்பிய புயல்

ஈ.வெ.கி.சம்பத் மீது தனிப்பட்ட பாசம் வைத்திருந்தவர் அண்ணா. பெரியாரின் அண்ணன் மகன் என்றாலும், தன்னுடன் வந்துவிட்டவர் என்பது கூடுதல் பிரியத்துக்குக் காரணம். ஆற்றல்வாய்ந்த தலைவராக உருவாகிவந்த சம்பத், தனக்குக் கீழே திரண்டவர்களால் கோஷ்டி அரசியலுக்குள் சிக்கினார். தேர்ந்த ஜனநாயகரான அண்ணா, கட்சியின் பொதுச்செயலாளர் பொறுப்பில் தானே நீடிப்பதை விரும்பவில்லை. 'தம்பி வா... தலைமையேற்க வா!' என்று சொல்லி, நெடுஞ்செழியனிடம் அந்தப் பொறுப்பை ஒப்படைத்தார். அடுத்த முறை கருணாநிதியைப் பொதுச்செயலாளராகக் கொண்டுவர அண்ணா முயன்றபோது, புயலைக் கிளப்பினார் சம்பத். "பொதுச்செயலாளர் பதவியில் இருப்பவர்கள் சட்டமன்றத்திலோ நாடாளுமன்றத்திலோ உறுப்பினராக இருக்கக் கூடாது என்று கட்சியின் சட்ட விதியில் திருத்தம் கொண்டுவர வேண்டும்" என்றார். சட்டமன்ற உறுப்பினராக இருந்த கருணாநிதியைக் குறிவைத்தே அந்தத் திருத்தத்தை சம்பத் கோரினார் என்பது வெளிப்படையாக எல்லோருக்கும் தெரிந்தது. சுதாரித்த கருணாநிதி, தன் தரப்பில் சி.பி.சிற்றரசுவை முன்னிறுத்தினார். சம்பத் தன் சார்பில் கே.ஏ.மதியழகனை நிறுத்தினார். அப்படியே அடுத்தடுத்த நிலையில் அணிசேர்ப்பு நடக்க, இந்தப் போட்டி, கட்சியையே கூறுபோட்டுவிடும் என்று கருதிய அண்ணா, மீண்டும் அவரே பொதுச்செயலாளராக முடிவெடுத்துவிட்டதாகச் சொல்லிப் பிரச்சினைக்கு அணை போட்டார். அண்ணாவே பொதுச்செயலாளரானதால் சட்ட விதியை ரத்துசெய்ய ஒப்புக்கொண்டார் சம்பத். ஆனால், அண்ணா பொதுச்செயலாளர் ஆன பிறகும், கருணாநிதி – சம்பத் மோதல் ஓயவில்லை. கட்சியைப் பிளக்க வெளியே தருணம் பார்த்துக்கொண்டிருந்தவர்கள் சம்பத்துக்குத் தூபம் போட, ஒருகட்டத்தில் அண்ணாவையே தாக்கிப் பேசவும் எழுதவும் ஆரம்பித்தார் சம்பத்.

முதல் பிளவு

1961 ஜனவரியில் வேலூரில் திமுக பொதுக்குழு, செயற்குழு கூடியபோது, பொதுச்செயலாளர் (அண்ணா), பொருளாளர் (கருணாநிதி) ஆகியோரின் அதிகாரத்தைக் குறைக்கும் வகையிலும், அவைத் தலைவருக்கு (சம்பத்) கூடுதல் அதிகாரம் கிடைக்கிற வகையிலும் சில சட்டத் திருத்தங்களை முன்மொழிந்தார் சம்பத். அதன் மீதான விவாதம் அடிதடியில் முடிந்தது. இதைத் தொடர்ந்து வன்முறையாளர்களிடமிருந்து கழகத்தைக் காப்பதற்கான போராட்டம் என்று கூறி சென்னையில் உண்ணாவிரதம் தொடங்கினார் சம்பத். அண்ணா எவ்வளவோ முயன்றும், சம்பத் போராட்ட முடிவைக் கைவிடவில்லை. 3-வது நாளாக உண்ணாவிரதம் நீடித்தபோது, சம்பத்தின் உயிருக்கே ஆபத்தாகிவிடும் என்று கண்ணதாசன் உள்ளிட்டோர் அண்ணாவை அழைக்கச் சென்றார்கள். அங்கோ அண்ணாவும் உணவருந்தாமல் வாடிப்போய் இருந்தார். கண்ணதாசனோடு உண்ணாவிரதப் பந்தலுக்குப் புறப்பட்ட அண்ணா, "தன் குஞ்சு பட்டினி கிடப்பதைத் தாய்ப்பறவை ஒருபோதும் சகியாது... வன்முறையாளர்களைத் தண்டிக்கத் தயாராக இருக்கிறேன். இந்தப் போராட்டத்தில் சம்பத்துக்குத்தான் வெற்றி" என்று உண்ணாவிரதப் பந்தலில் அறிவித்தார் அண்ணா. அடுத்தடுத்து சம்பத்தின் வீட்டுக்கே போய் நலம் விசாரிக்கவும் செய்தார். திமுக மரபுப்படி, பிரச்சினை பற்றி விசாரிப்பதற்காக 26.2.61 அன்று சென்னை திருவொற்றியூரில் கழகக் காவலர் கூட்டம் நடைபெறும் என்று அறிவித்தார். விசாரணைக்காகத் தனது பொருளாளர் பதவியிலிருந்து விலகுவதாக அறிவித்தார் கருணாநிதி. கூட்டத்துக்கு அண்ணாவும் சம்பத்தும் ஒரே காரில் வந்தார்கள். அண்ணாவின் நோக்கம் இரு தரப்பினரையும் சமாதானப்படுத்துவதாக இருந்தது. சம்பத் தரப்பினர் கருணாநிதி, எம்ஜிஆர் உள்ளிட்டவர்களைக் கட்சியை விட்டே நீக்க வேண்டும் என்று எதிர்பார்த்தார்கள். அது நடக்காததால் ஏப்ரல் 9 அன்று கட்சியை விட்டே விலகினார் சம்பத். 'தமிழ் தேசியக் கட்சி' உருவானது. காங்கிரஸ்தான் சம்பத்தைப் பின்னிருந்து இயக்குகிறது என்று திமுகவினர் குற்றஞ்சாட்டிவந்த நிலையில், அடுத்த பத்தாண்டுகளில் அந்தக் கட்சியைக் காங்கிரஸுடன் இணைத்துவிட்டார் சம்பத்.

அடுத்த தேர்தலும் அறிக்கையும்

1962 தேர்தலில் இன்னும் முனைப்பாகப் போட்டியிட்டது திமுக. அரசமைப்புச் சட்டத்தை மாற்றுவது, இந்த அமைக்குள்ளாகவேகூட செய்யக்கூடிய முற்போக்கான காரியங்களைச் செய்யத் தவறிய காங்கிரஸின் எதேச்சதிகாரத்தை முறியடிப்பது, இந்தியைத் தொடர்ந்து எதிர்ப்பது, உணவு, உடை, இருப்பிடம், கல்வி, மருத்துவ நலம், ஓய்வு ஆகிய அடிப்படைத் தேவைகள் எல்லா மக்களுக்கும் கிடைக்கத்தக்க வழிகளைச் செய்வது, ஏழை, பணக்காரர் ஏற்றத்தாழ்வைக் குறைப்பது, தென்னாட்டைத் தொழில்மயமாக்குவது, தாழ்த்தப்பட்டோர், சிறுபான்மையினர் மேம்பாட்டை உறுதிப்படுத்துவது என்று திமுகவின் தேர்தல் அறிக்கை கூடுதல் நம்பிக்கைகளை மக்களிடம் விதைத்தது.

15 - 50

சட்டமன்றத்துக்கு 142 பேரையும் மக்களவைக்கு 18 வேட்பாளர்களையும் களமிறக்கியது திமுக. பலமான காங்கிரஸோடு சேர்த்து இன்னொரு எதிரியையும் எதிர்கொள்ள வேண்டியதிருந்தது திமுக. அதுதான் சம்பத்! அவரது தமிழ் தேசியக் கட்சி 15 தொகுதிகளுக்கு வேட்பாளர்களை அறிவித்திருந்தது. “சிங்கத்தை அதன் குகையிலேயே சந்திக்கப்போகிறேன்” என்று சொல்லி, திமுகவின் கோட்டையாகத் திகழ்ந்த தென்சென்னை மக்களவைத் தொகுதியில் களமிறங்கினார் சம்பத். கடைசியில் சம்பத் மட்டுமல்ல, அக்கட்சி நிறுத்திய 15 வேட்பாளர்களும் தோற்றார்கள். ஏற்கெனவே திமுக வென்ற 15 தொகுதிகளையும் குறிவைத்துப் பெரிய வலைப்பின்னலை அமைத்திருந்தார் காமராஜர். அதிகார பலம், பண பலம், சாதி பலம் மூன்றும் கைகோத்திருந்தன. அண்ணா உட்பட 14 பேர் தோற்றார்கள். தப்பிய ஒரே மனிதர் கருணாநிதி. ஆனாலும், திமுக சட்டமன்ற உறுப்பினர்களின் எண்ணிக்கை 50 ஆக உயர்வதை காங்கிரஸால் தடுக்க முடியவில்லை. தளபதியில்லாமல் தடுமாறிய தம்பிகளைப் பார்த்து, “நான் வெளியே நின்றால் என்ன? என் அணிவகுப்பு உள்ளே செல்கிறது. எப்படி பதினைந்து பேரை ஒழிப்போம் என்று கூறி, ஐம்பது இடங்களைக் கோட்டை விட்டார்களோ, அதேபோல அடுத்த தேர்தலில் இந்த ஐம்பது பேரையும் ஒழிப்போம் என்று கூறி இன்னொரு எழுபத்தைந்து இடங்களைக் கோட்டைவிடுவார்கள். உற்சாகத்தோடு பணியாற்றுங்கள்” என்று ஊக்கப்படுத்தினார் அண்ணா.

திராவிட நாடு கோரிக்கை

தேர்தல் தோல்வி அண்ணாவை தேசிய அரங்குக்கு உயர்த்தியது. ஆம், மாநிலங்களவை உறுப்பினராகி நாடாளுமன்றத்தை வெலவெலக்கச்செய்தார் அண்ணா. "எது நாடு என்ற சிந்தனையையே நாம் புனராலோசனை செய்வோம்" என்ற அண்ணாவின் முழக்கத்தையும் ஆங்கிலப் பிரயோகத்தையும் அதிர்ச்சியோடு பார்த்தார்கள் யாவரும். அரசமைப்புச் சட்டம் தொடங்கி அணிசேராக் கொள்கை வரை எல்லாவற்றிலும் உள்ள ஓட்டைகளை அம்பலப்படுத்திய அண்ணா, தன் வாதங்களால் எதிர் வாதங்களை நொறுக்கினார். 'திராவிட நாடு' பிரிவினைக் கோரிக்கையையும் திமுகவின் வளர்ச்சியையும் கலக்கத்தோடு பார்த்துக்கொண்டிருந்த காங்கிரஸ் அரசு, சீன ஆக்கிரமிப்புத் தருணத்தை திமுகவைக் கட்டம் கட்டுவதற்கான சரியான சந்தர்ப்பமாகப் பார்த்தது. ஆச்சரியமூட்டும் வகையில் அண்ணா சீன ஆக்கிரமிப்பைக் கடுமையாகச் சாடியதோடு, நேரு அரசுக்கு திமுக துணை நிற்கும் என்று அறிவித்தார். கூடவே, கூட்டங்கள் நடத்தி, யுத்த நிதி திரட்டி காங்கிரஸ் அரசிடம் ஒப்படைத்தது திமுக. 7.1.1963–ல் சீனப் படையெடுப்புக்கு எதிராகவும், இந்திய ஒற்றுமைக்காகவும் வானொலியில் குரல் கொடுத்தார் அண்ணா. 'வீடு இருந்தால்தானே, ஓடு மாற்ற முடியும்!' என்று விளக்கமும் கொடுத்தார்.

வந்தது பிரிவினைத் தடைச் சட்டம்

காங்கிரஸ் துளியும் அசராமல் காய் நகர்த்தியது. சர் சி.பி.ராமசாமி ஐயர் தலைமையில் தேசிய ஒருமைப்பாட்டுக் குழுவை உருவாக்கி, அதன் பரிந்துரையின் அடிப்படையில் பிரிவினைத் தடுப்புச் சட்டத்தைக் கொண்டுவந்தது. இதன்படி, தனி நாடு கேட்கும் அரசியல் கட்சிகள் தடைசெய்யப்படும். இந்த அடக்குமுறைச் சட்டத்துக்கு எதிராக மாநிலங்களவையில் முடிந்தவரையில் போராடினார் அண்ணா. ஆனால், திமுக நீங்கலாகவும் கேரளத்தைச் சேர்ந்த ஒரு உறுப்பினர் தவிர்த்தும் ஒட்டுமொத்த நாடாளுமன்றமும் இந்த விஷயத்தில் காங்கிரஸுடன் ஒன்றாக நின்றன. திமுகவை இத்தோடு ஒழித்துவிடலாம் என்றெண்ணி விரிக்கப்பட்ட இந்த வலையில் சிக்காமல் தவிர்க்க, 'திராவிட நாடு' முழக்கத்தைக் கைவிடுவதாக அறிவித்தார் அண்ணா. 'திராவிட நாடுதான் திமுகவின் குறிக்கோள்' என்றிருந்த கட்சி விதி மாற்றப்பட்டு, 'தமிழகம், கேரளம், ஆந்திரம், கர்நாடகம் ஆகிய நான்கு மொழிவழி மாநிலங்களும் இந்திய அரசுரிமை, ஒருமைத்தன்மை, அரசமைப்புச் சட்டம் ஆகியவற்றுக்குள் இயன்ற அளவு கூடுதலான அதிகாரத்தைப் பெற்று நெருங்கிய திராவிடக் கூட்டமைப்பாக நிலவப் பாடுபடுவது' என்று திருத்தப்பட்டது.

இந்தி ஆதிக்க எதிர்ப்புப் போர்

தமிழ் மக்களோடு திமுகவை இணைக்கும் உணர்ச்சிப் பிழம்பாக மாற்றியது இந்தி ஆதிக்க எதிர்ப்புப் போர். 1963 பிப்ரவரியில் ஆட்சிமொழி மசோதா நாடாளுமன்றத்தில் கொண்டுவரப்பட்டபோதே, இந்தியை ஆட்சிமொழியாக்கும் முயற்சியைக் கண்டித்து, மாநிலங்களவையில் முழங்கினார் அண்ணா. தொடர்ந்து, இந்தி பேசாத மக்களை இரண்டாம்தரக் குடிமக்களாக்க வழிவகுக்கும் இந்நடவடிக்கையை முறியடிக்கவும், தென்னக மக்களின் உரிமையை நிலைநாட்டவும் நேரடிப் போராட்டத்தில் இறங்கியது திமுக. கருணாநிதி தலைமையில் உருவாக்கப்பட்ட போராட்டக் குழு தீவிர நடவடிக்கையில் இறங்கியது. சென்னையிலிருந்து நெல்லை வரை பல ஊர்களிலும் இந்தி எதிர்ப்பு மாநாடுகள் நடத்தியதுடன், இந்தித் திணிப்புக்கு ஆதரவாக இருக்கிற அரசியல் சட்டத்தின் 17-வது பிரிவைத் தீயிட்டுக் கொளுத்தும் போராட்டத்தையும் நடத்தியது. அண்ணாவுக்கு 6 மாதங்கள் சிறைத் தண்டனையும், கருணாநிதிக்கு 6 மாதம் கடுங்காவல் தண்டனையும் விதிக்கப்பட்டாலும் போராட்டம் ஓயவில்லை.

பக்தவத்சலம் பராக், பராக்

சீனப் போர் உள்ளிட்ட காரணங்களால் செல்வாக்கிழந்திருந்த காங்கிரஸைப் பலப்படுத்துவதற்காக காமராஜ் திட்டத்தைச் செயல்படுத்தியது காங்கிரஸ். அதாவது, ஆட்சிப் பொறுப்பில் இருக்கும் காங்கிரஸ் மூத்த தலைவர்கள் அதிலிருந்து விலகிக் கட்சிப் பணியில் ஈடுபட வேண்டும். காமராஜர் முன்மொழிந்த இந்த யோசனையின்படி அவரே முதல்வர் பதவியிலிருந்து விலக, பக்தவத்சலம் முதல்வரானார். நேருவின் மறைவைத் தொடர்ந்து, இந்தித் திணிப்பு முயற்சிகள் தீவிரமான சூழலில், தமிழகத்தில் தன்னெழுச்சியாகத் திரண்டெழுந்தார்கள் மாணவர்கள். இந்தியைக் கைவிடக் கோரி முதல்வரைச் சந்திக்கப் பேரணியாகக் கோட்டைக்கு வந்தார்கள். மாணவர்களைச் சந்திக்க மறுத்த பக்தவத்சலம், "அவர்கள் கல்லூரிக்கு வராவிட்டால் போகட்டும். அரசுக்கு ஐந்து கோடி ரூபாய் மிச்சம்" என்ற தொனியில் பேச, இன்னொருபுறம் காவல் துறையோ மாணவர்கள் மீது தடியடி நடத்தியது. தமிழ் நிலம் உக்கிரமானது.

காங்கிரஸைப் பொசுக்கிய எதிர்ப்புத் தீ

திருச்சி கீழப்பழுவூரைச் சேர்ந்த சின்னச்சாமி, 25.1.1964-ல் தீக்குளித்துத் தன்னை மாய்த்துக்கொண்டார். 'ஏ தமிழே, நீ வாழ நான் துடிதுடித்துச் சாகிறேன்' என்று சொல்லி உயிர்துறந்த சின்னச்சாமியைத் தொடர்ந்து சென்னை கோடம்பாக்கம் சிவலிங்கம், விருகம்பாக்கம் ஓ.அரங்கநாதன், திருவல்லிக்கேணி அரங்கநாதன், திருச்சி அய்யம்பாளையம் வீரப்பன், கோவை சத்தியமங்கலம் முத்து, மயிலாடுதுறை சாரங்கபாணி, விராலிமலை சண்முகம், கீரனூர் முத்து, சிவகங்கை ராஜேந்திரன், பீளமேடு தண்டபாணி என்று அடுத்தடுத்து உயிர்த் தியாகங்கள் தொடர, தமிழ் நிலம் கொந்தளித்தது. பிரதமர் சாஸ்திரி 3.2.1965-ல் இந்தி விவகாரத்தில் மேலும் உறுதியாகப் பேச, மாணவர்களின் போராட்டம் வன்முறைப் பாதைக்குத் திரும்பியது. ஒரே நாளில் தமிழ்நாடு முழுக்க ஏழு இடங்களில் நடந்த துப்பாக்கிச்சூடுகளில் 25 பேர் பலியானார்கள்; போலீஸ் தரப்பிலும் 5 பேர் இறந்தார்கள். ராணுவம் வரவழைக்கப்பட்டது. ஆனாலும், தமிழ் மக்களின் கொந்தளிப்பு தொடர்ந்ததால் இந்தியோடு ஆங்கிலத்தைத் தொடர முடிவெடுக்கப்பட்டது. ஆனால், காங்கிரஸ் மீது  மக்களுக்கு ஏற்பட்ட வெறுப்பு திமுகவுக்கு ஆதரவான பேரலையாகத் திரண்டிருந்தது.

அண்ணா அமைத்த மகா கூட்டணி

1967 தேர்தலில் காங்கிரஸுக்கு எதிராகப் பெரும் கூட்டணிக்கு திமுகவைத் தயாராக்கியிருந்தார் அண்ணா. 1966 டிசம்பரில் சென்னையில் நடந்த திமுகவின் நான்காவது மாநில மாநாட்டில், அதுநாள் வரையில் திமுகவை எதிர்த்துவந்த சுதந்திரா கட்சியின் தலைவர் ராஜாஜி, தமிழரசுக் கழகத் தலைவர் ம.பொ.சி. ஆகியோர் அண்ணாவுடன் கைகோத்திருந்தனர்.  தேர்தல் நிதியாக 11 லட்சத்தைத் திரட்டியிருந்தார் பொருளாளர் மு.கருணாநிதி.

மாபெரும் தமிழ்க் கனவு

எலிக்கறிக்கா உங்கள் ஓட்டு?

திமுகவினர் உற்சாகமாகக் களத்தில் இறங்கினார்கள். பிரச்சார வாசகங்களும் கவர்ச்சிகரமாக இருந்தன. 'பசியும் பஞ்சமும் மூட்டியவர்களுக்கா உங்கள் ஓட்டு?', 'நாணயத்தின் மதிப்பைக் குறைத்தவர்கள் நாட்டை ஆளலாமா?', 'சேலம் இரும்பாலை எங்கே?', 'ஆதிக்க இந்தி ஒழிய, அன்னைத் தமிழ் வாழ, உதயசூரியனுக்கு வாக்களிப்பீர்' என்று பதாகைகளும் சுவரொட்டிகளும் வாக்கு கேட்டன. "சோறு சோறு என்று கேட்கும் மக்களைப் பார்த்து எலிக்கறியைத் தின்னுங்கள் என்றார்களே அவர்களுக்கா மீண்டும் உங்கள் ஓட்டு?" என்று வாக்காளர்களைப் பார்த்துக் கேள்வி கேட்டார் அண்ணா. தேர்தல் பிரச்சாரத்துக்காக திமுக பெரிதும் நம்பியிருந்த எம்ஜிஆர் துப்பாக்கியால் சுடப்பட, அவர் சிகிச்சைபெறும் புகைப்படமே திமுகவின் பிரச்சார சுவரொட்டியானது. தேர்தல் பிரச்சாரத்துக்காகச் சென்றபோது, கார் விபத்தில் காமராஜரும் காயமடைந்தார். சில நாட்கள் மருத்துவமனையில் உள்நோயாளியாகச் சிகிச்சைபெற்ற அவர் பத்திரிகையாளர்களிடம், "நான் படுத்துக்கொண்டே ஜெயிப்பேன்" என்றார். ஆனால், அந்தத் தேர்தலில் படுத்துக்கொண்டே ஜெயித்தவர் எம்ஜிஆர்தான். அதுவும் தமிழ்நாட்டிலேயே அதிக வாக்கு வித்தியாசத்தில்.

பெரியாருக்குக் காணிக்கை!

தேர்தலில் 138 இடங்களை வென்றது திமுக. கூட்டணிக் கட்சிகளும் கணிசமான தொகுதிகளில் வென்றன. வெறுமனே 49 இடங்களை மட்டுமே பெற்றது காங்கிரஸ். காமராஜரே தோற்றுப்போனார். மக்களவையிலும் போட்டியிட்ட 25 தொகுதிகளிலும் வென்றிருந்தது திமுக. முதல்வராகப் பொறுப்பேற்க வேண்டிய அண்ணாவோ, சட்டமன்றத் தேர்தலில் போட்டியிடாமல் தென் சென்னை மக்களவைத் தொகுதியில் போட்டியிட்டு வென்றிருந்தார். வெற்றிச் செய்தி வந்ததும் திருச்சி சென்று பெரியாரின் காலில் விழுந்து வணங்கினார் அண்ணா. "இந்த ஆட்சியை உங்களுக்குக் காணிக்கையாக்குகிறேன்" என்று சொன்ன தனயனை வாரியணைத்து உச்சி முகர்ந்தார் பெரியார்.

முதல்வர் அண்ணா

சென்னை ராஜாஜி மன்றத்தில் நடந்த திமுக சட்டமன்ற உறுப்பினர்கள் கூட்டத்தில், சட்டமன்ற திமுக தலைவராக அண்ணாவின் பெயரை நெடுஞ்செழியன் முன்மொழிய, கருணாநிதி வழிமொழிந்தார். 6.3.1967–ல் அண்ணா தலைமையிலான ஒன்பது பேர் அமைச்சரவை பதவியேற்றுக்கொண்டது. அண்ணா முதல்வர், இரா.நெடுஞ்செழியனுக்குக் கல்வித் துறை, கருணாநிதிக்குப் பொதுப்பணித் துறை, கே.ஏ.மதியழகனுக்கு உணவுத் துறை, ஏ.கோவிந்தசாமிக்கு வேளாண் துறை, மாதவனுக்கு சட்டத் துறை, சாதிக் பாட்சாவுக்கு சுகாதாரத் துறை, முத்துசாமிக்கு உள்ளாட்சித் துறை. முதன்முறையாக அரிஜன நலத் துறை அமைச்சகம் உருவாக்கப்பட்டு, சத்தியவாணி முத்து அதன் அமைச்சர் ஆக்கப்பட்டிருந்தார். சி.பா.ஆதித்தனார் சபாநாயகர் ஆக்கப்பட்டார். முதல்வரும் அமைச்சர்களும் கடவுளின் பெயரால் உறுதிமொழி எடுத்துக்கொள்ளாமல் உளமார உறுதியெடுத்துக்கொண்டனர்.

எம்எல்ஏ எம்ஜிஆர்

சித்தாந்தரீதியாகப் பலம்வாய்ந்த பல தலைவர்களைக் கொண்டிருந்த திமுகவுக்கு, அடித்தட்டு மக்களை ஈர்ப்பதற்கான ஒரு காந்த சக்தி 1953–ல் கிடைத்தது. காங்கிரஸ் மீது ஈர்ப்பும் இறை நம்பிக்கையும் கொண்ட எம்ஜிஆர், அண்ணாவால் ஈர்க்கப்பட்டதும் நண்பர்கள் டி.வி.நாராயணசாமி, மு.கருணாநிதி போன்றோரால் திமுகவின் பக்கம் திருப்பப்பட்டதும் நவீனத் தமிழ்நாட்டின் வரலாற்றில் ஒரு திருப்புமுனையானது. 1962–ல் அவர் செய்த பிரச்சாரத்துக்குப் பரிசாக, மேலவை உறுப்பினர் பதவியை வழங்கினார் அண்ணா. தன் படங்களில் திமுக கொடியையும் அண்ணாவின் படத்தையும் கட்சிக் கொள்கைகளையும் திரும்பத் திரும்பக் காட்டி, படிக்காத மக்களிடமும் கட்சியைக் கொண்டுபோய்ச்சேர்த்தார் எம்ஜிஆர். 1967–ல் பரங்கிமலை தொகுதியில் போட்டியிட்டு, சட்டமன்ற உறுப்பினரானார் எம்ஜிஆர். அமைச்சரவையில் எம்ஜிஆர் இல்லாவிட்டாலும், அமைச்சரவைப் பட்டியலை அவரிடமும் காட்டி கருத்து கேட்டார் ஜனநாயகர் அண்ணா.

மாபெரும் தமிழ்க் கனவு

அண்ணா ஆட்சியின் சாதனைகள்

சென்னை செயின்ட் ஜார்ஜ் கோட்டையில், 'தமிழ்நாடு அரசு தலைமைச் செயலகம்' என்ற பெயர்ப்பலகை வைக்கப்பட்டது. தமிழக அரசின் இலச்சினையான கோபுரச் சின்னத்தில் இருந்த 'கவர்ன்மென்ட் ஆஃப் மெட்ராஸ்' என்ற வாக்கியம் நீக்கப்பட்டு, 'தமிழக அரசு' என்று மாற்றப்பட்டது. அந்தச் சின்னத்தில் இடம்பெற்றிருந்த 'சத்யமேவ ஜயதே' என்ற வடமொழி வாக்கியம், 'வாய்மையே வெல்லும்' என்று தமிழில் மாறியது. கட்சி தொடங்கப்பட்டது முதல் என்னென்ன கோரிக்கைகளை எல்லாம் திமுக வலியுறுத்திவந்ததோ, அவற்றையெல்லாம் தனது முதல் ஆட்சிக் காலத்திலேயே நிறைவேற்ற முயன்றது அண்ணாவின் கட்சி. 'ஆகாஷ்வாணி' என்ற வார்த்தைக்குப் பதிலாக வானொலி என்ற வார்த்தையைப் பயன்படுத்த உத்தரவிடப்பட்டது. படி அரிசித் திட்டம் திமுகவின் தேர்தல் அறிக்கையில் இடம்பெறாத வாய்மொழி வாக்குறுதிதான் என்றாலும், 15.5.1967–ல் படி அரிசித் திட்டத்தை அமலுக்குக் கொண்டுவந்தார் அண்ணா (பின் வந்த அவரது தம்பி – தங்கையர் விலையில்லா அரிசியாக அதை விரிவுபடுத்தினர்). 27.6.1967–ல் 'மெட்ராஸ் ஸ்டேட்' என்ற பெயரை மாற்றி, அன்னைத் தமிழகத்துக்கு 'தமிழ்நாடு' என்று பெயர் சூட்டியது அண்ணாவின் அரசு. அடுத்த மாதமே சுயமரியாதைத் திருமணத்துக்கான சட்ட அங்கீகாரத்தை உருவாக்கியது. தமிழ்நாட்டில் இந்தித் திணிப்பை அறவே ஒழிக்க ஏதுவாக, இருமொழிக் கொள்கை சட்டத்தை நிறைவேற்றினார் அண்ணா.

தலைமகனை இழந்தது தமிழ்நாடு

புற்றுநோய் மெல்ல மெல்ல அண்ணாவைக் கொல்லலானது. அரசு மருத்துவமனையைத் தாண்டி எங்கும் செல்ல மாட்டேன் என்று சொல்லி, வேலூர் சிஎம்சி மருத்துவமனைக்கே செல்ல மறுத்த அண்ணாவை பெரியார், காமராஜர் உள்ளிட்ட யாவரும் வலியுறுத்தி அமெரிக்கா அனுப்பினர். அறுவைச் சிகிச்சை முடிந்து தமிழ்நாடு திரும்பிய அண்ணா, குளிரூட்டப்பட்ட அறையில் இருக்க வேண்டும் என்று வலியுறுத்தியிருந்தனர் மருத்துவர்கள். முதல்வரின் வீட்டிலோ 'ஏசி' இல்லை. கட்சித் தலைவர்கள் ஏற்பாடு செய்ததையும் 'ஆடம்பரம்' என்று சொல்லி மறுத்தார். பிப்ரவரி 3 அதிகாலை 12.25–க்கு அண்ணா மறைந்தார்.

தகுதி மிக்கவர் தலைவரானார்

அண்ணாவின் மறைவோடு திமுக ஒழிந்தது என்று கருதியவர்களின் எண்ணத்தைப் பொய்யாக்கி, உடனடியாக ஆட்சியைக் கைப்பற்றினார் வலிமைமிக்க கருணாநிதி. எம்ஜிஆரும் அதற்கு உதவினார். தனக்குப் பிறகு தலைமையேற்கும் தகுதியோடு ஒரு படையையே கட்சியில் உருவாக்கிவிட்டுச் சென்றிருந்தார் அண்ணா. திமுகவின் தலைமைப் பதவிக்குப் போட்டியிட்ட கருணாநிதி, நெடுஞ்செழியன் இருவரையும் சமாதானப்படுத்துவதற்கேற்ப பொதுச்செயலாளர் பொறுப்பில் நெடுஞ்செழியன் கொண்டுவரப்பட்டார்; அவைத்தலைவர் பதவி நீக்கப்பட்டு, தலைவர் பதவி உருவாக்கப்பட்டு, அந்த இடத்தில் கருணாநிதி அமர்ந்தார். இந்த மாற்றங்களுக்கு கருணாநிதியுடன் தோளோடு தோள் நின்ற எம்ஜிஆர் பொருளாளர் ஆனார்.

20 ஆண்டுகளாகத் தனக்காகக் காலியாக வைக்கப்பட்டிருந்த தலைவர் பதவிக்கு கருணாநிதி வந்ததில் பெரியாருக்குப் பெருமகிழ்ச்சி.

கருணாநிதி திமுகவின் ஐம்பெரும் முழக்கங்கள்

1970-ல் திருச்சியில் திமுக மாவட்ட மாநாடு நடந்தது. அதில் திமுகவின் ஐம்பெரும் முழக்கங்களை வெளியிட்டார் கருணாநிதி. 1) அண்ணா வழியில் அயராது உழைப்போம். 2) ஆதிக்கமற்ற சமுதாயம் அமைத்தே தீருவோம். 3) இந்தித் திணிப்பை என்றும் எதிர்ப்போம். 4) வன்முறை தவிர்த்து வறுமையை வெல்வோம். 5) மாநிலத்தில் சுயாட்சி, மத்தியில் கூட்டாட்சி. அடுத்த தேர்தல் 1971-ல் வந்தபோது, காங்கிரஸ் கட்சி இரண்டாகப் பிளவுபட்டிருந்தது. இந்திரா காங்கிரஸுடன் உடன்பாடு கொண்ட திமுக, சட்டமன்றத்தில் 201 தொகுதிகளிலும், நாடாளுமன்றத்தில் 24 தொகுதிகளிலும் போட்டியிட்டது. சட்டமன்றத்தில் 183 இடங்களிலும் நாடாளுமன்றத்தில் 23 இடங்களிலும் வென்று சாதனை படைத்தது திமுக.

எம்ஜிஆர் கண்ட அண்ணா திமுகவின் லட்சியம்

மீண்டும் முதல்வரானார் கருணாநிதி. அதற்கு உழைத்த எம்ஜிஆர், அமைச்சர் பதவி கேட்டார். "அமைச்சராக்குவதில் எனக்கு ஆட்சேபனையில்லை. ஆனால், படங்களில் நடிப்பதை நிறுத்திக்கொள்ள வேண்டும்" என்றார் கருணாநிதி. திமுகவை உடைக்கத் தருணம் பார்த்தவர்கள் எம்ஜிஆருக்குத் தூபம் போட, மத்தியில் உள்ள காங்கிரஸ் அரசும் பின்வேலையில் இறங்கியிருந்தது. மாநில சுயாட்சிக்காக மத்திய அரசுடன் உரத்த குரலில் கருணாநிதி பேசிக்கொண்டிருந்த நாட்கள் அவை. கட்சிக்குள் அண்ணா செழிக்கச் செய்திருந்த ஜனநாயகம் கரைந்து கொண்டிருப்பதைக் கண்டு, பலர் உள்ளுக்குள் புகைந்து கொண்டிருந்தார்கள். எல்லாம் ஒன்று சேர, கட்சியினரின் சொத்துக் கணக்கு கேட்டுக் கலகத்தைத் தொடங்கினார் எம்ஜிஆர். 8.10.1972–ல் சென்னை பொதுக்கூட்டத்தில், "இந்த ராமச்சந்திரனுக்கு ஒரு பங்களா இருந்தால் அது ஆட்சிக்கு வந்த பிறகு வந்ததா? அதற்கு முன்னால் வந்ததா? நான் சினிமாவில் நடிக்கிறேன், சம்பாதிக்கிறேன். நீ சம்பாதித்தால் கணக்குக் காட்டு" என்று கட்சியின் ஆட்சிப் பிரதிநிதிகளை நோக்கிக் கேட்டார் எம்ஜிஆர். அதையே காரணம் காட்டி, எம்ஜிஆரைக் கட்சியின் அனைத்துப் பொறுப்புகளிலிருந்தும் தற்காலிகமாக நீக்கினார்கள். பெரியார் மத்தியஸ்தையும் மீறி இரு தரப்பினரும் முஷ்டி முறுக்கினார்கள். 14.10.1972–ல் திமுகவிலிருந்து நீக்கப்பட்டார் எம்ஜிஆர். பிறகு, 17.10.1972–ல் அண்ணா திராவிட முன்னேற்றக் கழகத்தைத் தொடங்கினார். புதிய கட்சியின் கொடியில் திமுகவின் கொடி நடுவே வெள்ளை நிறத்தில் அண்ணாவின் படம் இருந்தது. "எனக்கு என்று ஒரு லட்சியம் என்றால், அது அண்ணா விட்டுச்சென்ற பணிகளை முடிப்பதே; அதிமுகவினருக்கு அடிப்படைக் கடமை என்றால், அது அண்ணாவின் லட்சியத்துக்கு நேரும் தடைகளை உடைப்பதே" என்றார். அவர் வழியில் அடுத்து ஜெயலலிதா நின்றார். விளைவாக, பிரதான எதிர்க்கட்சி என்ற இடத்திலிருந்தும் ஏனைய கட்சிகள் துடைத்தெறியப்பட்டன. அரை நூற்றாண்டைக் கடந்தும் அண்ணா வழிவந்த திமுக, அதிமுக இரு கட்சிகளே தமிழ்நாட்டை ஆள்கின்றன. "எம்ஜிஆர் பிரிந்ததும் ஒருவகையில் நல்லதுதான்; அண்ணாவின் பெயரைச் சொல்லாத அரசியல் கட்சி ஒன்று தலையெடுக்க முடியாத நிலை தமிழ்நாட்டில் உருவாக அதிமுகவின் உருவாக்கமே வழிவகுத்தது" என்று பின்னாளில் தன் நண்பர்களிடம் நினைவுகூர்ந்தார் கருணாநிதி. அண்ணா பெயரைச் சொல்லி நடைபோடுகின்றன திமுகவும் அதிமுகவும்!

தமிழரும் தமிழ்நாடும் மறக்க முடியாத தியாகம்

ஒவ்வொரு தமிழரும் மறக்க முடியாதது மொழிப் போர். மறக்கக் கூடாத தியாகமும் அது.

1937

பல கட்டங்களைக் கொண்ட மொழிப் போரின் முதல் கட்டம் தொடங்கிய ஆண்டு. சென்னை மாகாணத்தில் இந்தி கட்டாயப் பாடமாகத் திணிக்கப் பட்டபோது தொடங்கியது.

2

பேர் முதல் தியாகிகள். நடராஜன், தாளமுத்து. சிறைக் கொடுமையில் உயிரிழந்தார்கள்.

4

மாதங்கள் – முதல்கட்ட மொழிப் போரில் அண்ணா அனுபவித்த சிறைத் தண்டனை. நான்கு கட்ட மொழிப் போரிலும் பங்கேற்றவர் அண்ணா.

1964

நான்காம் கட்ட மொழிப் போர் தொடங்கிய ஆண்டு. இந்தியைக் கட்டாயப் பாடமாக்கும் முயற்சியைக் கண்டித்து 1948-ல் இரண்டாம் கட்ட மொழிப் போரும், இந்தியை ஆட்சி மொழியாக்குவதைக் கண்டித்து 1950-ல் மூன்றாம் கட்ட மொழிப் போரும் நடந்தாலும் இதுவே பெரும் கொந்தளிப்பை உண்டாக்கிய போர். இந்தி மட்டுமே ஆட்சிமொழி – ஆங்கிலத்துக்கு இடம் இல்லை என்ற சூழல் எழுந்தபோது, இந்தி பேசாத மக்களை அது அதிகாரமற்றவர்கள் ஆக்கிவிடும் – இரண்டாம்தரக் குடிமக்கள் ஆக்கிவிடும் என்று கிளர்ந்தெழுந்தது தமிழ்நாடு.

25

ஜனவரி 1964 அன்று கீழப்பழுவூர் சின்னச்சாமி திருச்சி ரயில் நிலைய வாசலில் 'ஏ, தமிழே! நீ வாழ நான் துடிதுடித்துச் சாகிறேன்; தமிழ் வாழ்க, இந்தி ஒழிக' என்று முழக்கமிட்டபடி தீக்குளித்து இறந்தபோது, தமிழகம் கொதித்தெழுந்தது. பல்லாயிரம் மாணவர்கள் வீதியில் இறங்கினர். மாணவர்கள் மீது துப்பாக்கிச்சூடு நடத்தியது காங்கிரஸ் அரசு. சிதம்பரத்தில், பொள்ளாச்சியில், திருப்பூரில் என்று நீண்ட துப்பாக்கிச்சூடுகளில் திருப்பூரில் 13 வயது மாணவர் கொல்லப்பட்டது கொடுமைகளின் உச்சம். நூற்றுக்கும் மேற்பட்டோர் உயிரிழந்தனர் – இவர்களில் 8 பேர் தீக்குளித்தும் விஷமருந்தியும் மாய்த்துக்கொண்டனர். எண்ணற்ற தமிழ்த் தியாகங்களின் நீட்சியாகவே ஆங்கிலம் இன்று இந்தியாவில் நீடிக்கிறது.

திமுக: பெயர் எப்படி உருவானது?

திராவிடர் கழகத்திலிருந்து பிரிந்து உருவான இயக்கம், திராவிடர் கழகத்தின் லட்சியத்தையே தன் லட்சியமாகவும் கொண்டது என்றாலும், அண்ணாவின் திராவிட முன்னேற்றக் கழகம் அதன் அணுகுமுறையில் பெரும் வேறுபாட்டுடனேயே தொடங்கியது. அதன் பெயரிலேயே இது தொடங்கிவிடுகிறது. 'திராவிட முன்னேற்றக் கழகம்' என்ற பெயர் உருவான கதையை அந்த நாட்களில் அண்ணாவோடு நெருக்கமாக இருந்தவர்களில் ஒருவரும், 'திராவிட நாடு' இதழில் எட்டரை ஆண்டுகள் துணை ஆசிரியராக இருந்தவருமான இராம.அரங்கண்ணல் எழுதியிருக்கிறார்.

"ஒருநாள் மாலை! எழுதும் நோக்கத்தோடு உட்கார்ந்து என்னோடு 'திராவிட நாடு' ஏட்டில் புதிதாகச் சேர்ந்த கே.டி.எஸ்.மணியும், ஆர்.கே.மூர்த்தியும் பேசிக்கொண்டிருந்தார்கள். அண்ணா ஏன் இப்படி அமைதியாயிருக்கிறார் என்பதைப் பற்றித்தான் பேச்சு. அப்போது சென்னையிலிருந்து நண்பர்கள் இரா.செழியனும் வாணனும் வந்து சேர்ந்தார்கள். மூவரும் தீவிரமாக அண்ணாவைப் பற்றிப் பேசிக்கொண்டிருந்தோம்.

"காட்டுவெள்ளம்! வண்டல் எல்லாம் சரி, இப்படியே கண்ணீர்த் துளிகளை எத்தனை நாளைக்கு விட்டுக்கொண்டிருப்பது, வேலாயுதம்?" என்று நான் கேட்டேன். செழியன் அண்ணாவின் பக்கம். வேலாயுதம் (வாணனின் இயற்பெயர்) வழக்கம்போல் நடுநிலை. இந்தச் சமயம் சென்னையிலிருந்து மதியழகனும் வந்து சேர்ந்தார். நானாவது கொஞ்சம் அமைதியாகப் பேசுவேன். மதியோ குரலில் காட்டு யானை ஆயிற்றே!

காரசாரமாக நாங்கள் யாரைப் பற்றி விவாதித்துக்கொண்டிருந்தோமோ அவர் வந்திருக்கிறார் - தன்னைப் பற்றிப் பேசுகிறார்கள் என்று தெரிந்துகொண்டு, மொட்டை மாடிக்கு வராமல் மாடிப் படிக்கட்டிலேயே நீண்ட நேரம் நின்றபடி கேட்டுக்கொண்டிருந்திருக்கிறார். அவருக்கு நன்றாகத் தெரியும். அவரைப் பற்றி விவாதிக்கும் நாங்கள் அவர் மீது எவ்வளவு ஆழமான அன்பு வைத்திருப்பவர்கள் என்று. திடீரென அண்ணா எங்கள் மத்தியில் நுழைந்ததும் எங்களது பேச்சு நின்றுவிட்டது; நாங்கள் அவரை எதிர்பார்க்கவில்லை!

"என்னப்பா அரங்கண்ணல், வண்டல், காட்டுவெள்ளம்?"

"அப்புறமா என்னண்ணா! சும்மா உதாரணத்தையும் கண்ணீர்த்

டிஎம்கே: 'தி இந்து' சூட்டிய பெயர்

திமுகவைத் தொடங்கியபோது, அதற்கு ஆங்கிலத்தில் அண்ணா சூட்டியிருந்த பெயர் 'டிரவிடியன் புரொக்ரஸிவ் ஃபெடரேஷன்' (Dravidian Progressive Federation). இந்தப் பெயரே திமுகவின் அதிகாரபூர்வ நாளேடான 'நம்நாடு' இதழின் முகப்பிலும் அச்சிடப்பட்டது, 'தி அஃபிஷியல் ஆர்கன் ஆஃப் டிபிஎஃப்' என்றே 'நம் நாடு' இதழில் குறிப்பிடப்பட்டிருந்தது. ஆனால், 'தி இந்து' நாளிதழும் அதைத் தொடர்ந்து ஏனைய ஆங்கில நாளிதழ்களும் 'திராவிடர் முன்னேற்றக் கழகம்' என்பதை ஆங்கிலத்தில் டிஎம்கே (DMK) என்றே குறிப்பிட்டதால், டிபிஎஃப் வழக்கொழிந்தது; அண்ணாவும் 'நம் நாடு' இதழிலேயே 'டிஎம்கே' என்றே குறிப்பிடலானார்.

துளிகளையும் காட்டிக்கிட்டேயிருந்தா போதுமா? ஒரு முடிவெடுக்க வேண்டாமா? போன இடங்களிலெல்லாம் என்னென்ன பேசறாங்க தெரியுமா?" இது மதி.

"இப்படிப் பேசறவங்க, கொட்டிட்டா அள்ள முடியுமான்னு தவிக்கிறான்னும் பிறகு பேசுவாங்கப்பா!" இது அண்ணா.

"இருந்தாலும் அண்ணா! ரொம்ப டிலே பண்றதும் சரியில்லே; அதுக்காக அவசரப்படணும்னு நான் சொல்லலே..." இது செழியன்.

"அப்போ ஒரு கட்சி ஆரம்பிக்கிற சூழ்நிலை வந்தாச்சு! அதுதானே உங்க எண்ணம். அரங்கண்ணல்! பேடைக் கொண்டா... சொல்லுங்கப்பா ஒரு பேர் கட்சிக்கு..."

"தமிழ்நாடு சோஷியலிஸ்ட் கட்சி - இது எப்படிண்ணா இருக்கு?" என்றார் வேலாயுதம்.

"இதெப்பாரு வேலாயுதம்! நாம புதுசா ஒரு கட்சி ஆரம்பிக்கிறதா இருந்தா அதிலே திராவிடர் என்பதும் இருக்கணும்; கழகம் என்பதும்

மாபெரும் தமிழ்க் கனவு

திராவிடர் என்றால் ஒரு குறுகிய வட்டத்துக்குள் அடங்கிவிடுவது. அதிலும் நாமெல்லாம் ரேஷனலிட்ஸ்ட்டுகள். பகுத்தறிவுக் கொள்கைகளை யார் ஒத்துக்கிட்டாலும் நம்ம கட்சியிலே இருக்கலாம். ஐயாவுக்கும் நமக்கும் இந்த விஷயத்திலே நிச்சயம் 'டிஃப்ரன்ஸ்' தெரிஞ்சே ஆகணும். அதனால 'திராவிட' என்று நிலப்பகுதி குறிக்கிறதுதான் ரொம்பப் பொருத்தம்!

இருக்கணும்... ஆமாம்... அது முக்கியம்."

திராவிட சோஷலிஸ்ட் கழகம், திராவிட சமதர்மக் கழகம், திராவிட சமுதாயக் கழகம், திராவிடத் தீவிரவாதிகள் கழகம்... இப்படி ஒவ்வொருவரும் மனதுக்குப் பட்டதைச் சொல்லலானோம். அண்ணா எல்லாவற்றையும் குறித்துக்கொண்டார்கள். பிறகு, ஆங்கிலத்தில் பெயர்களைச் சொல்லிப் பார்த்தோம். டிரவிடியன் ஃபார்வர்டு பிளாக் *(Dravdian forward Block)*, டிரவிடியன் புரொக்ரஸிவ் அசோசியேஷன் *(Dravidian Progressive Association)*, டிரவிடியன் வேன்கார்டு பார்ட்டி *(Dravidian Vanguard Party)* என்று பட்டியல் போட்டோம். அண்ணா கேட்டார்கள் இந்தப் பெயர் எப்படியிருக்கு?

"எந்தப் பெயர் அண்ணா?"

"டிரவிடியன் புரொக்ரஸிவ் ஃபெடரேஷன் *(Dravidian Progressive Federation)*; அதாவது, டிரவிடியனும் வருது; ஃபெடரேஷனும் வருது. தமிழில் திராவிடர் முன்னேற்றக் கழகம்.

"ரொம்ப நல்லாயிருக்கு!" என்று ஒரே குரலில் சொன்னோம்.

"அதிலும் கொஞ்சம் யோசிங்க! டிரவிடியன் என்று சொல்லலாமா? அதாவது திராவிடர் என்பதா; திராவிட என்பதா?" அண்ணா எங்களை யோசிக்கச் செய்தார்.

"ஆமாண்ணா! திராவிடர் என்றால் ஒரு குறுகிய வட்டத்துக்குள் அடங்கிவிடுவது. அதிலும் நாமெல்லாம் ரேஷனலிட்ஸ்ட்டுகள். பகுத்தறிவுக் கொள்கைகளை யார் ஒத்துக்கிட்டாலும் நம்ம கட்சியிலே இருக்கலாம். ஐயாவுக்கும் நமக்கும் இந்த விஷயத்திலே நிச்சயம் 'டிஃப்ரன்ஸ்' தெரிஞ்சே ஆகணும். அதனால 'திராவிட' என்று நிலப்பகுதியைக் குறிக்கிறதுதான் ரொம்பப் பொருத்தம்!" அண்ணாவின் யோசனைக்கு மதி விடையிறுத்தார்.

"அப்ப நம்ம கொள்கைகளை ஒத்துக்கிட்டா அவுங்களும் டிரவிடியன்ஸ்தானே?" அண்ணா.

கட்டுரை எழுத நான் வைத்திருந்த அட்டையில், 'திராவிட முன்னேற்றக்

கழகம்' என்கிற பெயர் முதன்முதலாக எழுதப்பட்டது! எல்லோரையும் கலந்து ஒரு முடிவுக்கு வரும் வரையில் இந்தப் பெயரை முடிவுசெய்ததாகக் கொள்ள வேண்டாம் என்றும் எங்களுக்குத் தெரிவித்தார் அண்ணா! சென்னைக்கு வந்து, தான் சந்தித்த ஒவ்வொருவரிடமும், என்ன பெயர் வைக்கலாம் என்று கேட்டுக் கருத்தறிந்தார். முடிவில், "இதுதாம்பா முடிவான பெயர்!" என்று ஒரு முடிவுக்கு வந்து எழுதினார்.

இப்படித்தான் 'திராவிட முன்னேற்றக் கழகம்' என்ற பெயர் உருவாயிற்று.

கட்சியின் பெயர் முடிவானது போலவே, கட்சிக் கொடியின் வடிவத்தையும் தத்துவார்த்தரீதியாக வடிவமைத்தார் அண்ணா. திராவிட முன்னேற்றக் கழகத்தின் கொடியை அமைப்புத் திட்டக் குழு கூடி முடிவுசெய்து, மாநில மாநாட்டில் ஏற்றுக்கொள்ளும் வரையில் தற்காலிகக் கொடியாக எதைப் பயன்படுத்துவது என்று அறிவித்தார் அண்ணா. கட்சி தொடங்கிய மறுநாள் (19.9.1949) 'மாலை மணி' ஏட்டில், இதுபற்றிய விளக்கம் வெளியானது:

"நீண்ட சதுர வடிவத்தில் மேல் சரிபாதி கறுப்பு நிறமாகவும், கீழ் சரிபாதி சிவப்பு நிறமாகவும் அமைந்திருக்க வேண்டும். கறுப்பு: அரசியல், பொருளாதார, சமுதாய வாழ்விலுள்ள இருண்ட நிலையை உணர்த்தி நிற்கும் அறிகுறியாகும். சிவப்பு: அம்மூன்று துறையிலும் உள்ள இருண்ட நிலையைப் போக்கி ஒளி நிலையை உண்டாக்கும் அறிகுறியாகும். இருண்ட நிலையை ஒளிநிலை அழித்துக்கொண்டுவர வேண்டும். அழித்துக்கொண்டுவருகிறது. 'இருண்ட வானின் அடியில் தோன்றி எழும்பும் இளம்பரிதி ஒளிபோலக் கறுப்பு மேலும் சிவப்பு கீழும் வைக்கப்படுகின்றன. உலகெங்கும் இழிவுக்கு - தாழ்வுக்கு - அடிமைக்கு - அறியாமைக்குக் கொண்டிருக்கும் நிறம் கறுப்பு. இயற்கைப்படி பார்த்தாலும் இருளின் நிறம் கறுப்பு; ஒளியின் நிறம் சிவப்பு.

இருண்டு கிடக்கும் திராவிடத்தை ஒளிபெற்ற திராவிடமாக ஆக்க வேண்டும். வீழ்ச்சியுற்ற திராவிடத்தை எழுச்சியுறச் செய்ய வேண்டும் என்பதை உணர்த்துவதன் பொருட்டுதான் மேலே கறுப்பு வண்ணமும் கீழே சிவப்பு வண்ணமும் கொடியில் மிளிர்கின்றன. திராவிடம் இன்று இருக்கும் நிலையைக் கறுப்பும், இனி இருக்க வேண்டிய நிலையைச் சிவப்பும் உணர்த்துகின்றன. செஞ்ஞாயிற்றின் ஒளி எழ எழ இருட்படலம் மறைவதுபோல் புரட்சி ஓங்க ஓங்க இழிவு ஒழிய வேண்டும் என்பதாகக் கொடி ஏந்தும் நிலையிலும், கொடி ஏற்றும் நிலையிலும் கூறுகிறது. இதையே கழகக் கொடியாக அமைத்துக்கொள்ளுமாறு கழகத் தோழர் களையும் கிளைக் கழகங்களையும் கேட்டுக்கொள்கிறேன்."

- சி.என்.அண்ணாதுரை
பொதுச்செயலாளர்
திராவிட முன்னேற்றக் கழகம்

பயல்கள் பரவாயில்லை என்று பெரியார் சொல்லும் நிலை வரத்தான் போகிறது!

சரித்திரப் புகழ்பெற்ற, திமுக தொடக்க விழாப் பொதுக்கூட்ட உரையின் தேர்ந்தெடுக்கப்பட்ட பகுதி இது. 17.9.1949 மாலை சென்னை ராயபுரம் ராபின்சன் பூங்கா திடலில் நடைபெற்ற இந்நிகழ்வில் கொட்டும் மழையில் ஆயிரக்கணக்கானோர் பங்கேற்றனர்.

மழை பெய்து நின்று, கருத்த வானம் வெளுத்திருப்பதுபோல், இன்று புதுக் கழகம் அமைத்து, முன்னேற்ற வேகத்துடன், மோதல் இன்றிப் பணியாற்றப் புறப்பட்டுவிட்டனர். கொள்கை பரப்புவதே நமது முதல் பணி. பகைமை உணர்ச்சியை அடியோடு விட்டொழிக்க வேண்டும். தவறு செய்தவர் தலைவரேயானாலும், 'தவறு தவறுதான்' என்று எடுத்துரைத்தோம். அவரோடு இருந்து பணியாற்ற முடியாத நிலையில் இருக்கிறோம். ஆகவே, விலகினோம் பெருந்தன்மையோடு. வேறு அமைப்பில் பணியாற்றுகிறோம், லட்சியத்தை நிறைவேற்ற!

இதோ நம் கண் முன் டெல்லி ஏகாதிபத்தியம் மக்களைப் பாழ்படுத்தும் பாசிஸம், பதுங்கிப் பாய நினைக்கும் பழைமை... இவைதான் ஒழிய வேண்டும். பழைமையையும் பாசிஸத்தையும் முறியடிக்கும் வரை ஓய மாட்டோம், உழைப்போம், உருவான பலனைக் காண்போம். அப்போது பெரியார் "பயல்கள் பரவாயில்லை! உருவான வேலைதான் செய்கிறார் கள்" என்று உள்ளம் மகிழும் நிலை வரத்தான் போகிறது.

பகையுணர்ச்சியை வளர்த்து, எதிரிகளுக்கு இடங்கொடுத்து ஏமாளியாகத் தேவையில்லை; நான் முன்னர் குறிப்பிட்டபடி 'கல்கி' பத்திரிகை என்ன தைரியமாக, எவ்வளவு சந்தோஷமாகத் தீட்டியிருக்கிறது, 'காங்கிரஸுக்கு எதிராக ஒரு கட்சியுமில்லை' என்று. 'இந்து மகா சபைக்கு ஒரு வேலையும் இல்லை; கம்யூனிஸ்ட்டுகள் கலகக்காரர்கள்; சமதர்மிகள் வெற்றிபெற மாட்டார்கள். திராவிடர் கழகத்தினர் தன்னாலேயே அழிந்துவிடுவர்' என ஆரூடம் அது கூறியிருக்கிறது. அப்பனே! இது ஆத்திரத்தின் மீது கட்டப் பட்ட முடிவு, ஆசையின் விளைவு, அதை விட்டுவிடு. மரம் அழியவில்லை.

அதிலிருந்து ஒட்டுமாஞ்செடி தோன்றியிருக்கிறது. இதை வெட்டிவிட முடியாது. திராவிட முன்னேற்றக் கழகம் ஒட்டுமாஞ்செடிதான். மண் வளம் ஏராளம். அதே பூமி; நீர் பாய்ச்ச, பதப்படுத்த, பாத்திகட்ட முன்னிற்போர் பலர். ஒட்டுமாஞ்செடி பூத்துக் காய்த்துக் கனி குலுங்கும் நாள் வந்தே தீரும்!

நம்மிடம் பணமில்லை. "இந்தப் பயல்களிடம் பணம் ஏது? கொஞ்ச நாட்களுக்குக் கூச்சல் போட்டு அடங்கிவிடுவார்கள். பணமில்லாமல் என்ன செய்ய முடியும்?" என்று பேசப்படுகிறதாம். அதேநேரத்தில், பணம் சம்பாதிக்கிறான். சினிமாவுக்குக் கதை எழுதுகிறான், நாடகமாடுகிறான், நல்ல பணம் சம்பாதிக்கிறான் என்றும் தூற்றப்படுகிறேன் நான்! இந்த இருவகைப் பேச்சுகளையும் காணும்போது, உண்மையிலேயே மகிழ்கிறேன், நம்மிடம் பணம் இல்லை, ஆனாலும் கட்சி நடத்த வழிவகை இருக்கிறது. பணம் சம்பாதிக்க முடியும் என்ற நம்பிக்கை தோன்றுகிறது; தைரியம் பிறக்கிறது.

பணம் என்பது ஒரு சாதனமே ஒழிய, அது சகல காரியங்களுக்கும் அத்தியாவசியமான ஒன்றல்ல. இருந்தே தீர வேண்டும் எல்லா காரியங்களுக்கும் என்ற நிர்ப்பந்தம் தேவையில்லை. நமது உழைப்பின் மூலம், உறுதியின் மூலம் எவ்வளவோ பணத் தேவையை நிறுத்தலாம்; குறைக்க முடியும்.

முதல் வேலையாக, எழுத்துரிமை, பேச்சுரிமை எதையும் அடக்கும் சர்க்கார் போக்கை எதிர்த்துப் போரிட திராவிட முன்னேற்றக் கழக முன்னணிப் படை அமைய வேண்டும். அதில் பங்குகொள்ள சமதர்மத் தோழர்களே, வாருங்கள் என்று வரவேற்கிறேன்! "பெரியாரே! நீங்களளித்த பயிற்சிப் பக்குவம் பெற்ற நாங்கள் உங்கள் வழியே சர்க்காரை எதிர்த்துச் சிறைச்சாலை செல்லத்தான் வேண்டுகோள் விடுக்கிறோம்; துவக்க நாளாகிய இன்றே! இன்றே!

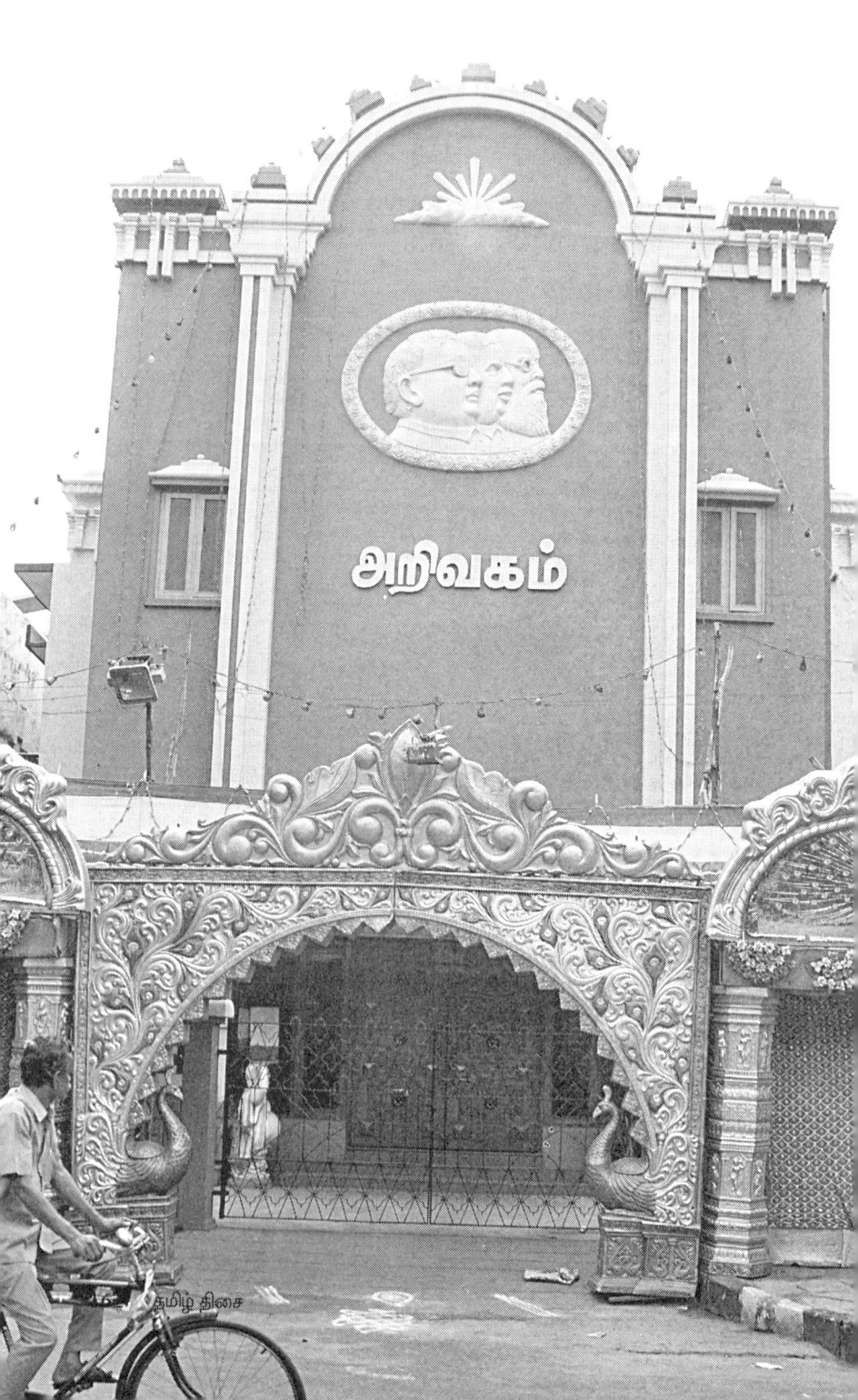

அறிவகம்
தமிழ் திசை

அறிவகத்தின் கதை

■ கே.கே.மகேஷ்

திமுகவின் முதல் அமைப்புக் கூட்டம் 17.9.1949 அன்று நடந்தது. திருவொற்றியூர் சண்முகம் பிள்ளைக்குச் சொந்தமான 7, பவழக்காரத் தெருவில் உள்ள வீட்டில் இக்கூட்டம் நடந்தது. தன்னுடைய வீட்டையே திமுகவின் தலைமையகமாக ஆக்கிக்கொள்ள அண்ணாவிடம் வேண்டுகோள் விடுத்தார் சண்முகம் பிள்ளை. அண்ணா மறுத்துவிட்டார். ஆரம்ப ஆண்டுகளில் அண்ணாவின் உறவினரான எட்டியப்பனின் 202, தங்க சாலைத் தெரு வீட்டிலிருந்து கட்சிப் பணிகள் நடந்தன. பிறகு, காஞ்சிபுரத்தில் 96, திருக்கச்சி நம்பித் தெருவில் இயங்கிக்கொண்டிருந்த 'திராவிட நாடு' அலுவலகத்திலிருந்து பணிகள் நடந்தன. கட்சிக்கு சென்னையில் சொந்த இடத்தில் அலுவலகம் தொடங்க வேண்டும் என்று தொடர்ந்து முனைப்புக் காட்டிவந்த அண்ணா 5.11.1951-ல் தன் கனவை நனவாக்கினார். ராயபுரம், சூரியநாராயண செட்டித் தெருவில் உள்ள கட்டிடத்தை ரூ.13,000-க்கு வாங்கினார்.

கட்சியின் முதல் மாநில மாநாட்டுக்கு முன்பு 2.12.1951 அன்று 'அறிவகம்' என்று பெயர் சூட்டப்பட்ட திமுகவின் தலைமையகம் திறக்கப்பட்டது. தலைமையகத்தின் திறப்பாளர் வி.எம்.ஜான். திமுகவின் குமரி மாவட்ட தூணாகச் செயல்பட்ட இவரைக் கொண்டு அறிவகத்தை அண்ணா திறந்த போது உள்ளபடி பலரும் ஆச்சரியப்பட்டார்கள். காரணம், திருவிதாங்கூர் சமஸ்தானத்துடன் பின்னிப் பிணைந்திருந்த குமரி மாவட்டத்தைச் சேர்ந்த இளைஞர் அவர். அது சின்ன மாவட்டம் என்பதோடு, ஏனைய பல மாவட்டங்களோடு ஒப்பிட திமுகவுக்குப் பெரிய செல்வாக்கும் இல்லாதது. வார்த்தைகளைக் காட்டிலும் தன்னுடைய செயல்பாடுகளால் குறிப்புணர்த்தும் அண்ணா, ஜானுக்கு அளித்த முக்கியத்துவம் மூலமாகவும் கட்சிக்குப் பெரியதொரு செய்தியைச் சொன்னார். தாழ்த்தப்பட்ட சமூகத்தைச் சேர்ந்தவர் ஜான். துடிப்பான செயல்பாட்டாளர் என்பதோடு, அலுவலகத் திறப்புக்காக நிதி திரட்டியும் அனுப்பியவர். தாழ்த்தப்பட்ட மக்களுடைய முன்னேற்றத்திலிருந்தே இந்தியச் சமூகத்தில் எந்தவொரு முன்னேற்றமும் தொடங்குகிறது என்பதைச் சொல்லாமல் சொன்னார் அண்ணா.

கட்சியின் தலைமையகமாகச் செயல்பட்டுவந்ததோடு, திமுகவின் அதிகாரபூர்வ பத்திரிகையான 'நம் நாடு' நாளேடும் இங்கிருந்துதான் வெளியிடப்பட்டுவந்தது. 1986-ல் அண்ணா சாலையில் 'அண்ணா அறிவாலயம்' திறக்கப்பட்டதற்குப் பின் 'அறிவகம்' திருமண மண்டபம் ஆக உருவெடுத்தது. இப்போதும் கட்சியின் வளர்ச்சிக்கு அது நிதி தந்து கொண்டிருக்கிறது. ❍

தம்பி வா! தலைமையேற்க வா!

■ வெ.சந்திரமோகன்

தான் தொடங்கிய அரசியல் இயக்கத்தின் தலைமைப் பொறுப்பைத் தொடர்ந்து வைத்துக்கொள்ளவிரும்பாதவர் அண்ணா. ஏற்கெனவே, திமுகவின் தலைவர் பதவியைப் பெரியாருக்காக காலியாக வைத்திருந்த அண்ணா, பொதுச்செயலாளர் பதவியிலிருந்தும் சீக்கிரமே விலகினார். தம்பிகளைத் தலைமை தாங்க அழைத்தார். காந்திக்கு அடுத்து, இந்தியா வில் ஒரு அரசியல் இயக்கத்தின் தலைமைப் பொறுப்பிலிருந்த ஒருவர் தலைமைப் பதவிக்கு வெளியிலிருந்து இயங்க முடிவெடுத்தது அண்ணா தான் என்று சொல்ல முடியும்.

இந்த முடிவை ஏற்க மறுத்தவர்களிடம் "நான் வலிவோடும் செல்வாக்கோடும் இருக்கும்போதே என்னுடைய மேற்பார்வையின் கீழ், கழகத்தின் முன்னணியினர் பயிற்சியும் பக்குவமும் பெற வேண்டும். அப்போதுதான் குறைகளை நீக்கவும், குற்றங்களைக் களையவும் முடியும். நான் வலுவிழந்த பிறகு, மற்றவர்கள் பொறுப்பேற்றால் அப்போது கழகத்தைச் சீர்படுத்தவோ செம்மைப்படுத்தவோ கட்டுப்படுத்தவோ என்னால் முடியாமல் போகும். வேறு யாராலும் முடியாமல் போய்விடும்" என்றார் அண்ணா.

திமுகவின் அடுத்த பொதுச்செயலாளராக நாவலர் நெடுஞ்செழியனை ஆக்கலாம் என முடிவெடுத்த அண்ணா, அதை அவரிடம் சொன்னதுடன், 'தம்பிக்கு கடிதம்' வாயிலாகத் தனது விருப்பத்தை எழுதவும் ஆரம்பித்தார்.

1955 ஏப்ரல் 24-ல் புதிய பொதுச்செயலாளரைத் தேர்ந்தெடுப்பதற்கான பொதுக்குழுக் கூட்டத்தைக் கூட்டினார் அண்ணா. ஒருமனதாகத் தேர்வு செய்யப்பட்டார் நெடுஞ்செழியன். 18.5.1956-ல் திமுகவின் இரண்டாவது மாநில மாநாடு திருச்சியில் நடந்தது. தலைமைப் பொறுப்புக்கு நெடுஞ்செழியனை அழைத்தார் அண்ணா: "தம்பி வா! தலைமை தாங்க வா!! உன் ஆணைக்கு எல்லோரும் அடங்கி நடப்போம். தலைமையேற்று நடத்த வா!"

நான்கு ஆண்டுகளுக்கு ஒரு முறை கிளைக் கழகம் முதல் தலைமைக் கழகம் வரையில் தேர்தல் நடத்துவது திமுக மரபு. அதன்படி, 25.9.1960-ல் தலைமைக் கழகத் தேர்தல் நடந்தபோது, பொதுச்செயலாளர் பதவிக்கு கே.ஏ.மதியழகனை முன்நிறுத்தினார் சம்பத். தென்னரசுவைத் தயார் படுத்தினார் கருணாநிதி. இந்தச் சண்டையை முடிவுக்குக் கொண்டுவர ஒரே தீர்வு அண்ணாவே மீண்டும் பொதுச்செயலாளர் பொறுப்பை ஏற்பதே என்று ஆனது. சம்பத் முன்மொழிய, கருணாநிதி வழிமொழிய அண்ணாவே மறுபடியும் பொதுச்செயலாளராகத் தேர்ந்தெடுக்கப்பட்டார். ❍

சாதி, கலவரம், படுகொலை: அண்ணாவின் நிலைப்பாடு

■ கே.கே.மகேஷ்

சாதி ஒழிப்பை லட்சியமாகக் கொண்ட இயக்கத்திலிருந்து வந்த அண்ணா, தேர்தல் அரசியலில் சாதியை மிக நுட்பமாகக் கையாண்டார். சாதி ஒழிப்பின் முதல் படியாக சமூகங்கள் இடையே சமத்துவத்தையும் நல்லிணக்கத்தையும் கொண்டுவருவதில் முனைப்புக் காட்டினார். கீழே உள்ள சமூகங்களைச் சேர்ந்தோருக்கு மேல் நோக்கி வருவதற்கான வாய்ப்புகளை உருவாக்கும்போதும், அவர்களுக்கு முக்கியத்துவம் அளிக்கும்போதும் அதைப் பிரகடனப்படுத்தாமல் குறிப்புணர்த்தலாகச் செயல்படுவது அண்ணாவின் இயல்பு. இரு உதாரணங்கள், திமுக தலைமையகமாக அவர் உருவாக்கிய 'அறிவகம்' திறப்பு விழாவைத் தாழ்த்தப்பட்ட சமூகத்தைச் சேர்ந்தவரான ஜானைக் கொண்டு திறக்கவைத்ததும், சத்தியவாணி முத்துவுக்குக் கட்சியில் அவர் அளித்த முக்கியத்துவமும்.

தேர்தல்களில் ஏனையோர்போல எந்தெந்தத் தொகுதிகளில் யார் பெரும்பான்மைச் சமூகத்தைச் சேர்ந்தவர்களோ அவர்களை வேட்பாளர் களாக நிறுத்தாமல், யார் பொதுப் பணிகளில் தன்னை அர்ப்பணிக்கிறாரோ, கட்சியிலும் மக்கள் மத்தியிலும் செல்வாக்குடையவராக இருக்கிறாரோ, அவருக்கு முன்னுரிமை அளிப்பது அவருடைய வழக்கம். இதை அவரது காலத்தில் கட்சியில் வேட்பாளர்களாக நிறுத்தப்பட்டவர்களின் பட்டியல் நிரூபிக்கிறது. பின்னாளில், ஒரு பேட்டியில் இதை வெளிப்படையாகச் சொல்லவும் செய்திருக்கிறார் அண்ணா.

சாதிப் பாகுபாடு விஷயத்தில் பொருளாதார ஏற்றத்தாழ்வுகளுக்கும் முக்கியப் பங்கிருப்பதை உணர்ந்திருந்த அண்ணா, அடிப்படைச் சீர்திருத்தங்களுக்கு முக்கியத்துவம் அளித்தார். உதாரணமாக, தஞ்சை மாவட்டத்தில் கூலி உயர்வுப் பிரச்சினை பெரிதானபோது கூலியை உயர்த்துவதற்கு அளிக்கும் முக்கியத்துவத்தை நிலச் சீர்திருத்தத்துக்கு அளிக்க வேண்டும் என்று எண்ணினார். இந்தியச்சமூகத்தில் நிலங்களுக்கும் சாதிக்கும் உள்ள பிணைப்பையும் அவர் உணர்ந்திருந்ததால், நிலங்கள் பகிரப்படும்போது பண்ணையாளர்களின் ஆதிக்கமும் சாதி மேலாண்மை யும் இயல்பாகக் கட்டுக்குள் வரும்; விவசாயக் கூலித் தொழிலாளர்களின்

திமுக பிற்பாடு கொண்டுவந்த நிலச் சீர்திருத்தம், விவசாயத் தொழிலாளர்களுக்கான கூலிச் சட்டம், நிலமற்றோருக்கு இரண்டு ஏக்கர் நிலம் வழங்கும் திட்டம் போன்றவற்றுக்கான பாடத்தை வெண்மணியே திமுகவுக்கு வழங்கியது!

பேர வல்லமை அதிகரிக்கும் என்று நம்பினார். அதனாலேயே திரும்பத் திரும்ப நிலச் சீர்திருத்தத்தை அவர் பேசினார். பிற்பாடு திமுக தன்னுடைய ஆட்சியில் இதைச் செய்தது.

இரு சாதிப் படுகொலைகளை அண்ணா எப்படிக் கையாண்டார் என்பது இங்கே பேசப்பட வேண்டியதாகும். ஒன்று, முதுகுளத்தூர் கலவரச் சாவுகள் – இது அவர் எதிர்க்கட்சி வரிசையில் இருந்தபோது நடந்தது. இன்னொன்று, கீழ்வெண்மணிப் படுகொலை. அப்போது அண்ணா முதல்வராக இருந்தார்.

முதுகுளத்தூர் கலவரம்

ஒரே நேரத்தில் சட்டமன்ற, மக்களவை உறுப்பினர் தேர்தல்களில் வென்ற பசும்பொன் உ.முத்துராமலிங்கத் தேவர், தன்னுடைய சட்டமன்ற உறுப்பினர் பதவியை ராஜிநாமா செய்ய 1957-ல் முதுகுளத்தூர் தொகுதிக்கு இடைத்தேர்தல் வந்தது. முன்னரே அங்கு சாதி நெருப்பு உக்கிரமாக கனன்றுகொண்டிருந்த நிலையில், தேர்தல் தகராறுகள் சாதி மோதலுக்கு வழிவகுத்தன. தொடர்ந்து தாழ்த்தப்பட்ட மக்களின் போராளியாக அங்கே செயல்பட்டுவந்த இம்மானுவேல் சேகரன் கொல்லப்பட்டார். முதுகுளத்தூர் கலவரம் மூண்டது. தாழ்த்தப்பட்டோர் கொலை, வீடுகள் தீவைப்பு, கீழத்தூவல் போலீஸ் துப்பாக்கிச்சூட்டில் மறவர் சமூகத்தைச் சேர்ந்த ஐந்து பேர் மரணம் என்று இது நீண்டது.

இன்றைய 'என்கவுன்டர்'களுக்கு முன்னோடியாகக் கருதப்படும் இந்தத் துப்பாக்கிச்சூட்டைக் கண்டிக்கும் விதமாக, இந்திய கம்யூனிஸ்ட் கட்சி காமராஜர் அரசின் மீது நம்பிக்கையில்லாத் தீர்மானத்தைக் கொண்டுவந்தது. "தேர்தல் மோதலை, சாதி மோதலாக்கியவர்கள் முதல்வர் காமராஜரும் அமைச்சர் கக்கனும்தான்" என்றார் அக்கட்சியின் செயலாளரான கல்யாணசுந்தரம். அப்போது அவையில் திமுகவுக்கு 15 உறுப்பினர்கள் இருந்தார்கள். இந்தப் பிரச்சினையில் அண்ணா என்ன பேசப்போகிறார் என ஒட்டுமொத்தத் தமிழகமும் ஆவலோடு எதிர்பார்த்தது. இரு பக்கமும் சாயாமல் பேசினார் அண்ணா. "25 ஆண்டுகளாக நான் பொதுவாழ்வில் இருக்கிறேன். பரமக்குடிக்கு அப்பால் போய்ப் பேசியதில்லையே, அங்கெல்லாம் கழகம் பரவவில்லையே என வருந்தியிருக்கிறேன். அந்தப் பகுதியில் சுயமரியாதை இயக்கம் பரவியிருந்தால், கலப்புத் திருமணங்கள் அதிகமாக நடந்திருக்கும். சாதி துவேஷங்கள் குறைந்திருக்கும். ஆனால், நீங்கள் (காங்கிரஸ்) என்ன செய்தீர்கள், தென்பாண்டி மண்டலத்தில் அவரது

(தேவர்) செல்வாக்கைக் கொண்டுதானே ஆதிக்கம் பெற்றீர்கள்? அவரைக் காட்டித்தானே நீதிக் கட்சியை மிரட்டினீர்கள்? இன்று பலாத்கார மனிதர் என்று சொல்கிறீர்கள். அவ்வளவு பயங்கரமான மனிதரை ஏன் இவ்வளவு தூரத்துக்கு வளர்த்துவிட்டீர்கள்?" என்று கேட்டார்.

ஓட்டுக்காக சாதி உணர்வையும் அரசியலையும் வளர்த்துவிட்டது என காமராஜரின் காங்கிரஸைச் சாடியவர், "இந்த அவையில் நீண்ட நேரம் பேச வேண்டும், நன்றாகப் பேச வேண்டும் என ஆசைப்படுபவன் நான். ஆனால், இச்சமயத்தில் எனக்குப் பேசாமல் இருக்க சந்தர்ப்பம் கிடைத்திருந்தால், எத்தனையோ மகிழ்ச்சியுடையவனாக இருந்திருப்பேன். இந்தப் பிரச்சினை பற்றி பொதுமேடைகளிலும் சரி, பத்திரிகைகளிலும் சரி சந்தர்ப்பம் கிடைக்கிற நேரத்தில், மிக ஜாக்கிரதையாகப் பேசாமல் நழுவ விட்டிருக்கிறேன். காரணம், எந்தப் பக்கத்தில் நியாயம் என்பதைத் தெரிந்துகொள்ள முடியாத நிலையிருப்பது மட்டுமல்ல, அந்தப் பகுதி மக்கள் சீக்கிரத்தில் உணர்ச்சிவசப்படக் கூடியவர்கள். எந்தப் பக்கத்தை ஆதரித்து நம்முடைய செல்வாக்கை அதிகப்படுத்திக்கொள்ளலாம் என்று சிலரைப் போல தந்திரமாகச் செயல்பட விரும்பவில்லை" என்றார்.

துப்பாக்கிச்சூட்டைக் கண்டித்த அண்ணா, அதேசமயத்தில் வாக்கெடுப்பின்போது வெளிநடப்புசெய்தார். "இந்தப் பிரச்சினைக்கு காமராஜர், கக்கன் ஆகிய இரு மந்திரிகள்தான் பொறுப்பாளிகள் என்று நாங்கள் ஒப்பவில்லை. அதேநேரத்தில், இந்த துப்பாக்கிப் பிரயோகத்தின் மீது நீதி விசாரணை தேவை என்று வற்புறுத்தினோம். அதற்கு ஒப்புக் கொள்ளாத இந்த சர்க்காரின் போக்கைக் கண்டித்து வெளிநடப்பு செய்தோம்" என்றார். நம்பிக்கை இல்லாத தீர்மானத்துக்கு ஆதரவாக 28 வாக்குகளும், எதிராக 146 வாக்குகளும் பதிவாகின.

கீழ்வெண்மணிப் படுகொலை

அண்ணா ஆட்சி மீது விழுந்த கரும்புள்ளி என்று கீழ்வெண்மணி படுகொலையைச் சொல்லலாம். கீழ்வெண்மணி கிராமத்தில் கூலி உயர்வு கேட்டுப் போராடிய தாழ்த்தப்பட்ட மக்கள் 44 பேரை டிசம்பர் 25, 1968 இரவில் உயிரோடு தீயிட்டுக் கொளுத்தியது ஆதிக்க சாதி கும்பல். புற்றுநோயால் பாதிக்கப்பட்டிருந்த அண்ணா அமெரிக்கா சென்று அறுவை சிகிச்சை செய்துகொண்டு திரும்பியிருந்த நேரத்தில், அவரைத் தாக்கிய பெரும் சோகம் இது. இக்கொடுமையைக் கேள்விப்பட்டதும் துடித்துப் போன அண்ணா, சம்பவ இடத்துக்குப் போகும் நிலையில் அவரது உடல்நிலை இல்லாததால், அமைச்சர்களை உடனடியாக அங்கு அனுப்பி வைத்தார்; சம்பந்தப்பட்டவர்களை உடனே கைதுசெய்யவும் உத்தர விட்டார்.

இந்த விஷயம் தொடர்பாக அண்ணாவைச் சந்திக்க கம்யூனிஸ்ட் தலைவர்கள் சென்றபோது, 'அண்ணா கண்ணீர் விட்டார்' என்று குறிப்பிடுகிறார், அப்போது அவரைச் சந்தித்தவர்களில் ஒருவரான இந்திய கம்யூனிஸ்ட் கட்சியின் முதுபெரும் தலைவர் நல்லகண்ணு. குற்றவாளிகள் மீது கடும் நடவடிக்கை எடுக்கவும், எதிர்காலத்தில் இப்படியொரு நிகழ்வு நடந்திடாவண்ணம் உறுதியான நடவடிக்கை எடுக்கவுமான எந்த யோசனைகளையும் கேட்க அண்ணா தயாராக இருந்தார் என்று அவர் சொன்னார். அண்ணா காலத்திய கம்யூனிஸ்ட் தலைவரான பி.ராமமூர்த்தி யும் இதுகுறித்து எழுதியிருக்கிறார், 'இந்தப் பிரச்சினை தொடர்பாக நீதி விசாரணை நடத்தினால் காலம் கடக்கும்; படுகொலைக்குக் காரணமானவர்கள் தப்பித்துக்கொள்ள அவகாசம் கொடுப்பதாகிவிடும். எனவே, துப்பறியும் இலாகாவில் இருக்கும் நேர்மையான அதிகாரிகளிடம் இந்த வழக்கை ஒப்படைக்க வேண்டும் என்று கேட்டுக்கொண்டேன். அண்ணாவும் அதை ஏற்றுக்கொண்டார்' என்று பதிவுசெய்திருக்கிறார் பி.ராமமூர்த்தி.

வெண்மணி சம்பவம் நடந்த அடுத்த 40 நாட்களில் அண்ணா மறைந்தார். எனினும், திமுக பிற்பாடு கொண்டுவந்த நிலச் சீர்திருத்தம், விவசாயத் தொழிலாளர்களுக்கான கூலிச் சட்டம், நிலமற்றோருக்கு இரண்டு ஏக்கர் நிலம் வழங்கும் திட்டம் போன்றவற்றுக்கான பாடத்தை வெண்மணியே திமுகவுக்கு வழங்கியது என்று சொல்லலாம்.

திராவிட நாடு: எண்ணச் சிதறல்கள்

திராவிட நாடு என்கிற அண்ணாவின் கனவு வெற்று முழக்கம் என்று அறியாமையில் பலர் பேசுவது உண்டு. திராவிட நாடு எனும் கனவை எப்படிப்பட்ட குடியரசாக அண்ணா கனவு கண்டார் என்பதற்கும், அவரிடமிருந்த துல்லியமான செயல்திட்டத்துக்குமான சான்றுகள் பின்வரும் பக்கங்களில் இருக்கின்றன.

இந்திய சுதந்திர நாள் துக்க நாள் அல்ல

இந்திய சுதந்திர நாளையொட்டி 'விடுதலை' 27.7.1947, 6.8.1947 இதழ்களில் இரு கட்டுரைகளை எழுதினார் பெரியார். 'பிரிட்டிஷாரிடமிருந்து ஆரியருக்கு அதிகாரத்தைக் கைமாற்றும் ஏற்பாடே இந்த சுதந்திர நாள்; மேலதிகம் வடநாட்டுக்காரர்கள் நம் மாகாணத்தைச் சுரண்ட அதிகாரத்தை ஏற்படுத்திக்கொடுத்திருக்கும் இந்த ஏற்பாட்டை அவர்கள் கொண்டாடலாம்; மானமுள்ள திராவிடன் இனித் திண்டாட வேண்டித்தானே இருக்கப்போகிறது? ஆகவே, இது துக்க நாள்' என்பது பெரியாரின் வாதம். அண்ணா இதை மறுத்தார். 'இன்ப நாள்' என்றார். 'திராவிட நாடு' 10.8.1947 இதழில் அவர் எழுதிய கட்டுரையின் தேர்ந்தெடுக்கப்பட்ட பகுதிகள் இங்கே கொடுக்கப்பட்டிருக்கின்றன.

எந்தக் காலத்திலும், எந்த நாட்டிலும், விடுதலைப் போர் – இரண்டொரு சம்பவங்களுடனோ இரண்டொரு வெற்றிகளுடனோ முடிந்துவிடுவதில்லை – அது நீண்டதோர் பயணம். விடுதலைப் போரில் பல கட்டங்கள் உண்டு – ஆகஸ்டு 15–ம் தேதி, அத்தகைய கட்டத்திலே ஒன்று – ஆரம்பக் கட்டம் – முதல் வெற்றி – முக்கியமான வெற்றி – அதைத் திருநாளாகக் கொண்டாடிவிட்டு மற்றவர்கள் பின்தங்கிவிட்டாலும் திராவிடர்கள், விடுதலைப் போரைத் தொடர்ந்து நடத்தி, திராவிடத் தனி அரசு பெறுவதற்குப் பாடுபட முடியும்!

ஆகஸ்டு பதினைந்து!

ஆகஸ்டு பதினைந்தாம் தேதி, இந்திய சுதந்திர தினம். புதிய இந்திய சர்க்காரின் அமைப்பு நாள். அந்நாளிலே, இந்தத் துணைக் கண்டத்திலே 200 ஆண்டுகட்கு மேலாகப் பறந்துகொண்டிருந்த பிரிட்டிஷ் ஏகாதிபத்தியக் கொடி, பாகிஸ்தான், இந்தியா, ஆகிய இரு அரச வட்டாரங்களிலிருந்தும் கீழே இறங்குவதுடன், இரு இடங்களிலும் சுதந்திரக் கொடிகள் பறக்க விடப்படுகின்றன.

இந்திய பூபாகத்திலே, பிரிட்டிஷ் ஆட்சி கூடாது, சுயாட்சியும் சுயநிர்ணயமும் வேண்டும் என்பதற்காகப் போராடிய காங்கிரஸ், முஸ்லீம் லீக் ஆகிய கட்சிகளால் மட்டுமல்ல - இரு சர்க்காராலும் விழா கொண்டாடப்படுகிறது. இரு கட்சிகளுக்கும் வெற்றியிலே சிறிதளவு களங்கமும் மன வேதனையும் இருக்கிறது. யாரார் கோரியது, எந்தெந்த அளவு கிடைத்தது என்பது ஒருபுறமிருக்க, மொத்தத்திலே பிரிட்டிஷ் ஆட்சி வாபசாகிறது என்ற அளவில், விடுதலை விழாவாக ஆகஸ்டு 15 கொண்டாடப்படுகிறது.

நம்முடைய விருப்பமும் அதுவே

பல வருட காலமாகவே, அந்நிய ஆட்சி நீங்கத்தான் வேண்டும், அது தான் எமது விருப்பம். ஆனால், ஆங்கில ஆட்சியை ஒழித்துவிட்டு அந்த இடத்திலே ஆரிய ஆட்சியை ஏற்படுத்தவே காங்கிரஸ் முயலுகிறது. அதற்காகவே நாங்கள் காங்கிரஸை எதிர்க்கிறோம். "நாங்கள் காங்கிரஸை எதிர்க்கிறதாலேயே சுயராஜ்யத்துக்கு விரோதிகளல்ல, அந்நிய ஆட்சியை விரும்புபவர்கள் அல்ல" என்பதை ஆயிரமாயிரம் மேடைகளிலே பேசி இருக்கிறோம். "வெள்ளைக்காரனை நீ நாளைக்குப் போ என்று சொன்னால், நாங்கள் இன்றே போ என்று கூறுகிறோம்" - என்று பேசி இருக்கிறோம். வெள்ளைக்காரனே, ஆரியத்துக்கு அபயம் அளித்தான் என விளக்கியிருக்கிறோம். வெள்ளைக்காரனைக் கண்டிக்கவும் வெறுக்கவும் விரட்டவும் ஆரியர்களுக்கோ காங்கிரஸ்காரர்களுக்கோ இருக்கும் உரிமையைவிட, எங்களுக்கே அதிக உரிமை இருக்கிறது என்று கூறிவந்திருக்கிறோம். வெள்ளைக்கார ஆட்சி, இந்நாட்டிலே மனுதர்மப் படி நடக்கும் ஆட்சியாகவே இருந்துவந்திருக்கிறது என்றும் நியாயமான நமது குறைகளைக் கேட்டுக் களையவோ நீதி வழங்கவோ முன்வந்தது இல்லை என்றும் இந்நாட்டிலே ஆரியர்களுக்கே சகல வசதிகளும் கிடைக்கும்படியும் தனக்குப் பிறகு காங்கிரஸே வாரிசாக இருக்கும்படியும் செய்துவந்திருக்கிறது என்றும் எடுத்துக்காட்டி, வெள்ளை ஆட்சியைக் கண்டித்திருக்கிறோம்.

ஒழிந்த ஆட்சி, உண்மையில் ஒளிந்துகொண்டிருக்கிறது என்பதையோ அந்த ஆட்சி இருந்த இடத்தில் வடநாட்டு ஆட்சி அமருகிறது என்பதையோ, நாம் கூறாமலிருக்க வேண்டியதில்லை. அதற்காக, வெள்ளைக்கார ஆட்சி நீங்கியதனால், ஏற்படும் மகிழ்ச்சியிலும்,

ஏன் அவர்கள் மகிழும் நேரமாகப் பார்த்து நாம் இந்தக் காரியத்தை நடத்த வேண்டும்? கடைசி வரை நாமும் காங்கிரஸ் திராவிடர்களும் வேறு வேறு முகாம்களில் இருந்துகொண்டிருக்கச் செய்வதற்குத்தான் இது பயன்படுமே தவிர, இலட்சிய சித்திக்கு வழியல்ல.

பெருமையிலும் நமக்குரிய பங்கை நாம் இழக்க வேண்டும் என்பதில்லை. ஆகஸ்டு 15-ம் தேதி, அந்நிய ஆட்சி ஒழிந்த நாள், நம்மை நலியவைத்த வெள்ளையர் ஆட்சி நீங்கிய நாள், ஏகாதிபத்தியப் பிடி ஒழிந்த நாள் (மிச்சமிருப்பது பனியா ஏகாதிபத்தியம்) என்பதிலே நமக்கு மகிழ்ச்சியும் பெருமையும் கொள்ளக் காரணமும் அவசியமும் இருக்கிறது.

காங்கிரசாருக்கும் நமக்கும் என்ன வேறுபாடு?

காங்கிரஸார் அந்த நாளை விழாவாகக் கருதி, வெற்றிபெற்ற களிப்புடன் நிற்பர் - நாமோ, அந்நாள், வெள்ளை ஏகாதிபத்தியம் சென்ற வழியேதான் சுரண்டும் எந்த ஆட்சியும் சென்று தீரும் என்ற உண்மையை உணரச் செய்து, உறுதி பிறக்கச் செய்யும் நாளாகக் கொள்வோம்.

ஆகஸ்டு 15-ம் தேதி, அறுபது வருடப் பயிரின் அறுவடை என்றும் பட்ட கஷ்டங்கள், சிந்திய இரத்தம், வியர்வை ஆகியவற்றின் வெற்றி என்றும் காங்கிரஸார் கூறவும் பெருமைப்படவும் பூரிப்படையவும் உரிமை இருக்கிறது. உவகையின் காரணமாக அவர்கள் முழு உண்மையைத் தெரிந்துகொள்ளாதிருக்கும்போது, 60 ஆண்டுகளாகப் பாடு பட்டு அவர்கள் அடைந்த பலனை ஜனாப் ஜின்னா ஆறு ஆண்டுகளிலே அடைந்ததை எடுத்துக்காட்டி, 'ஒரு இன மக்கள், தங்கள் உரிமையைப் பெற உறுதிகொண்டுவிட்டால், வெற்றியைத் தடுக்க யாராலும் முடியாது' என்ற உண்மையை எடுத்துக்காட்டி, இன்று வெற்றி பெறாதிருக்கும் திராவிடத் தனி அரசுக் கோரிக்கையும் அறுபது ஆண்டுப் பயிராகாது, ஆறு ஆண்டுப் பயிராகவேகூட ஆகச் செய்ய முடியும் என்ற நல்ல நம்பிக்கையைக் கொள்ளும் நாளாக, இதே ஆகஸ்டு பதினைந்தாம் நாளை நாம் செய்துகொள்ள முடியும்.

வீர வணக்கம் செலுத்துவோம்

நாட்டு மக்கள் அனைவராலும் ஒப்புக்கொள்ளப்படுவதும் மக்களின் பிறப்புரிமையுமாகிய சுயராஜ்யத்துக்காக, தாங்கள் சரி என்று கொண்ட திட்டங்களின்படி நடந்து, அதனால் ஏற்பட்ட கஷ்டநஷ்டங்களை, சிறை வாசத்தை, தீவாந்திர சிட்சையை, தூக்குமேடையைக்கூட மனமுவந்து ஏற்றுக்கொண்ட தியாகிகளுக்கு வீரத்தை, தியாகத்தை, கொண்ட கொள்கைக்காக நஷ்டம் ஏற்க வேண்டுமென்ற கோட்பாட்டை, மதிக்கும் திராவிடர் கழகத்தாராகிய நாம், வீர வணக்கம் செலுத்த வேண்டும்.

எனவே, ஆகஸ்டு 15-ம் தேதியின் முக்கியத்துவத்தை உணரவும் அந்நாள், நமது கழகம் என்னவிதமான போக்கு கொள்ள வேண்டும் என்பதைக் கவனிக்கவும் அதற்குப் பிறகு, நமது வேலை முறை எப்படி இருக்க வேண்டும் என்பதற்காகவும் நமது கழகத்தின் நிர்வாகக் கமிட்டியோ முக்கியஸ்தர்களோ கூடி யோசித்திருக்க வேண்டும். அம்முறையில் ஏதும் செய்யப்படவில்லை.

ஆனால் தலைவர், தமது அறிக்கை மூலம் நாட்டுக்கு ஏற்பட்டுள்ள புதிய நிலைமையை விளக்க, 9-ம் தேதியிலிருந்து 12-ம் தேதி வரையில், பிரச்சாரம் செய்ய வேண்டுமென்று கூறினார். நமது கழகத் திட்டத்தை விளக்கியும் பிரிவினையின் அவசியத்தை வலியுறுத்தியும் அந்த இன்றியமையாத திட்டத்தைக் கவனியாமலே, எதிர்கால அரசு அமைக்கப்படுகிறது என்பதை விளக்கியும் நாடெங்கும், ஜூலை முதல் தேதிதான் கூட்டங்கள் நடத்தியிருக்கிறோம்.

காங்கிரஸ் திராவிடர்கள் மனதைப் புண்ணாக்குவானேன்?

அங்ஙனமிருக்க, சுதந்திர தினம் கொண்டாடப்படுகிற நேரமாகப் பார்த்து, மீண்டும், அது விஷயத்தை விளக்கப் பிரச்சாரக் கூட்டங்களின் பலனாக, ஆகஸ்டு 15-ம் தேதிய கூட்டம் நடத்தத் திட்டமிடும் காங்கிரஸ் திராவிடர்களின் மனதுக்கு அனாவசியமான எரிச்சலை உண்டாக்கி, அவர்களின் விரோதத்தைக் காரணமின்றிச் சம்பாதித்துக்கொள்வதன்றி வேறென்ன விளைவு காண முடியும்? காங்கிரஸ் திராவிடர்கள் அனைவரும், எந்த நாளைத் தாங்கள் பட்டபாடுகளுக்கெல்லாம் பலன் கிடைத்த நாள் என்று கருதிக் கொண்டாடுகிறார்களோ, அதேசமயமாகப் பார்த்து, அவர்களின் மனதைப் புண்ணாக்கிவிட்டுப் பிறகு, காங்கிரஸ் திராவிடர்களை நாம் வருந்தி வருந்தி அழைத்தால்தான் அவர்கள் வரச் சம்மதிப்பாரா? நிரந்தரமான விரோத மனப்பான்மையை வளர்க்கும் காரியமாக அல்லவா இது இருக்கிறது? பதினைந்தாம் தேதிக்குப் பிறகோ அல்லது எப்போதும்போல, நாம் நடத்தும் இயக்கப் பிரச்சாரத்தின் மூலமாகவோ நாம் நமது கொள்கையையும் திட்டத்தையும் வலியுறுத்த முடியாதா - கூடாதா - நாள் இல்லையா? ஏன் அவர்கள் மகிழும் நேரமாகப் பார்த்து நாம் இந்தக் காரியத்தை நடத்த வேண்டும்? அவர்களை நமது இயக்கக் கருத்துகளை உணரச் செய்யவும் அவற்றை ஆதரிக்கும்படி அழைக்கவும் இது முறை அல்ல; நிச்சயமாக இதுவல்ல முறை. கடைசி வரை நாமும் காங்கிரஸ் திராவிடர்களும் வேறு வேறு முகாம்களில் இருந்துகொண்டிருக்கச் செய்வதற்குத்தான் இது பயன்படுமே தவிர, இலட்சிய சித்திக்கு வழியல்ல.

கடந்த சில காலமாக, நமது கூட்ட நிகழ்ச்சிகள் பற்றிப் பத்திரிகைகளில் குறிப்பிடும்போது, 'காங்கிரஸ் திராவிடர்களும் வந்திருந்தனர்' என்று மகிழ்ந்து எழுதுகிறோம். அந்த நிலைமை நல்லது - வளர வேண்டும். ஆனால், இப்போது கழகம் கொள்ளும் முறை, குறைந்தது இரண்டாண்டுக் காலத்துக்குக் காங்கிரஸிலுள்ள திராவிடர்களை நம்மை விரோதிகளாகக்

எதில் கலந்தாலும் தனியாக விளங்கக் கூடியதும் எப்படியும் நிலைக்கக் கூடியதுமான ஜீவசக்தி நம் கொள்கைக்கு உண்டு என்பதிலே நமக்கு நம்பிக்கை இருக்குமானால், நாம் விழாவிலே கலந்துகொள்வதாலே நமது கொள்கையை இழந்துவிட மாட்டோம் என்பதிலே நம்பிக்கை இருக்கும்.

கருதவைக்கவும் அதன் பலனாக, நாம் கூறுவதை அலட்சியப்படுத்தவும் எதிர்க்கவும் செய்ய வைக்குமே தவிர, நாம் கோருவதும் அவசியமாகவும் அவசரமாகவும் தேவைப்படுவதுமான ஐக்கிய முன்னணி உண்டாக்க உதவாது.

துக்க நாள் சரியா, முறையா?

இவ்வளவு சாதகமான நிலைமையையும், நாம் ஆகஸ்டு 15-ம் தேதி பற்றிக் கொண்டுள்ள போக்கு கெடுத்துவிடும் - வீண் பழியும் அவசியமற்ற விரோதமும் வளரும் - அதன் பலனாக, நமது காரியம் கைகூடுவதற்கு நாமாகவே கேடுகளை வருவித்துக்கொள்பவராகிறோம். ஜூலை முதல் தேதி நம் கழகம் நடத்திய பிரிவினை விளக்கக் கூட்டத்துக்கு வரும்படியும், கலந்துகொள்ளும்படியும் காங்கிரஸ் திராவிடர்களை (தலைவரின் அறிக்கை) அன்புடன் அழைத்தும் இருக்கிறோம். ஆனால், அவர்களும் நாமும், இந்நாட்டு மக்கள் யாவரும் சேர்ந்து மகிழ வேண்டிய ஒரு மகத்தான நாளில், கலந்துகொள்ளக் கூடாது - அது நமக்குத் துக்க நாள் என்று நாம் கூறுகிறோம். சரியா? முறையா? ஒன்றுபடச் செய்யும் திட்டமா? காங்கிரஸ் எது செய்தாலும் எதிர்ப்பதே இவர்கள் வேலை என்று நம்மைப் பற்றிக் கூறப்படும் குற்றத்தை நாமே வலியச் சென்று ஏற்றுக்கொள்ளும் செயல் அல்லவா இது?

கும்பலோடு கலந்துவிட்டால், நாமும் அவர்களோடு சேர்ந்து விழா நடத்தினால் பிறகு, நமக்கென்று உள்ள கட்சி, நமக்கென்று உள்ள கொடி, நமக்கென்று உள்ள திட்டம் என்ன ஆகும் என்று கேட்கப்படுகிறது. எதில் கலந்தாலும் தனியாக விளங்கக் கூடியதும் எப்படியும் நிலைக்கக் கூடியது மான ஜீவசக்தி நம் கொள்கைக்கு உண்டு என்பதிலே நமக்கு நம்பிக்கை இருக்குமானால், நாம் விழாவிலே கலந்துகொள்வதாலேயே நமது கொள்கையை இழந்துவிட மாட்டோம் என்பதிலே நம்பிக்கை இருக்கும்.

அந்த விழா ஒரு குறிப்பிட்ட காரியத்துக்காக உள்ளது. வெள்ளையர் ஆட்சி விலகுவதை உலகுக்கு அறிவிக்கும் விழா, இதிலே கலந்துகொள்வதால், நாம் நமது கொள்கையை விட்டுவிடுவதாக முடியாது. தொட்டால் துவண்டுவிடக் கூடிய, மோதினால் நொறுங்கிவிடக் கூடிய வலிவற்ற கொள்கை அல்ல நாம் கொண்டிருப்பது.

நிர்வாகத் தலைவரின் அறிக்கை ஆகஸ்டு 15 துக்க நாள் என்று குறிக்கப்பட்டது. அதற்குப் பிறகு, ஆகஸ்டு 15-ல் கலந்துகொள்ளக் கூடாது என்று 'விடுதலை' அறிவித்தது. இந்தப் போக்கு விளக்கம் தருவதாகவோ

நம் எதிர்காலத்தைச் செம்மைப்படுத்தும் முறையாகவோ தோன்ற வில்லை. நாம் 'திராவிட நாடு திராவிடருக்கு' என்ற கோரிக்கையை மக்களுக்கு எடுத்துக்கூறும் அளவிலேயேதான் இன்றும் இருக்கிறோம். நமக்கு ஆதரவு பெருகிவருகிறது. ஆனால், போதுமான அளவு என்று கூற முடியாது.

தேர்தலின் முக்கியத்துவம்

அறுபது வருட காங்கிரஸ் பணியை ஆறு ஆண்டு காலத்திலே ஜனாப் ஜின்னா சிறியதாக்கிவிட்டதற்குக் காரணம், இந்த ஆறு ஆண்டுகளிலே லீக் வலுத்துவிட்டது. லீகையே முஸ்லீம்களிலே பெருவாரியானவர்கள் ஆதரிக்கிறார்கள் என்பதை விளக்க, உலகுக்கு மெய்ப்பிக்க, திட்டத்தை விளக்கிச் செய்த பிரச்சாரத்தை மட்டுமல்ல காரணமாகக் காட்டியது. முனிசிபல்தேர்தலிலிருந்துடில்லிசட்டசபைத்தேர்தல்வரையிலேலீகுக்கே வெற்றி கிடைத்தது என்பதை ஆதாரமாகக் காட்டியதால்தான். நாமோ தேர்தலுக்கே நிற்கவில்லை, நாட்டுப் பிரிவினைக்காக பிரிட்டிஷார் எடுத்துக்கொண்ட எந்தக் காரியத்திலும் இடம்பெறவில்லை. இடம்பெற்ற காங்கிரஸ் திராவிடருடன் தொடர்புகொள்ளவும் முயலவில்லை.

ஒரு திட்டத்துக்கு ஒரு இன மக்களில் பெருவாரியானவர்கள் ஆதரவு இருக்கிறது என்பதை ஜனநாயக முறைப்படி, ஜனாப் ஜின்னா காட்டியே வெற்றிபெற்றார். அதுபோலவே, காங்கிரஸும் சுயராஜ்ய கோரிக்கைக்கு சகலரும் ஆதரவளிக்கிறார்கள் என்பதை ஜனநாயக முறையான தேர்தல் முறைப்படியும் விடுதலைப் போர் நடத்தியும் காட்டிவிட்டது. நாம் ஆரம்பக் கட்டத்தில், திட்டத்தை விளக்குவதில், அதற்கு ஆதரவு திரட்டுவதில் இருக்கிறோம். கிளர்ச்சி இல்லை, போர் இல்லை. இன்னமும் நமது உடலிலே இதற்காக தியாகத் தழும்பு ஏற்படவில்லை. குமரன் இல்லை, சிதம்பரம் பிள்ளை இல்லை. இந்தி எதிர்ப்புப் போரிலே உயிரைத் தியாகம் செய்த தாளமுத்து, நடராஜன் போன்றவர்களைத் தரக் கூடிய திராவிடச் சமுதாயத்தில், இவர்கள் போன்றோர்கள் ஆகவும் தயாராக உள்ள வீரர்களைப் படை திரட்டும் பணியிலேயே இருக்கிறோம். எனவே, துவக்காத போர் - ஆகவே, வெற்றியா தோல்வியா என்ற பிரச்சினைக்கே இடமில்லை. இந்நிலையில், துக்க நாள் அவசியமா?

நியாயம் மட்டுமே சுயாட்சியைத் தந்துவிடுவதில்லை

நமது கொள்கை நியாயமானது. ஆனால், நியாயத்தை மட்டுமே கவனித்து எந்த நாட்டிலும் ஆட்சியாளர்கள் நடப்பதில்லை. நியாயத்தை நிலைநாட்ட பலம் துணையாக இருக்கிறது என்றால் மட்டுமே காரியம் பலிக்கும். ஒரு நாட்டை மற்றொரு நாடு ஆளுவது அக்ரமம் - எந்த நாடும் சுயாட்சி கேட்பது நியாயம். இந்த நியாயத்தை எடுத்துக்கூறின உடனே காங்கிரஸை மதித்து சுயராஜ்யம் கொடுக்க எந்த கிரிப்சும், மவுன்ட் பேட்டனும் முன்வரவில்லை. ஏளனம் பேசும் சர்ச்சில்களாகவேதான் சகல பிரிட்டிஷாரும் இருந்தனர். நியாயத்தின் பக்கபலமாக தியாகம்,

அந்நிய ஆட்சியாராகிய வெள்ளை ஆட்சி நீங்கிய உடனே வடநாட்டார்தான் முதலிலே பீடத்தில் அமருவார்கள் என்பது நாம் அறியாததுமல்ல, எதிர்பாராததுமல்ல. எனவே, இன்று அமையும் ஆட்சியைக் கண்டு நாம் திடுக்கிடவோ திகைக்கவோ காரணமில்லை. இப்படித்தான் நேரிடும் என்பது நாம் ஏற்கெனவே அறிந்ததுதான்.

கிளர்ச்சி, பண பலம், பத்திரிகை பலம், இவ்வளவுக்கும் மேலாக, உலகச் சூழ்நிலையில் மாறுதல், பிரிட்டிஷ் பலச்சரிவு என்பவை ஏற்பட்டதால்தான் மந்திரிகள் பறந்துவந்தனர் - நியாயம் வழங்க.

இதே முறையிலேதான், நமது நியாயமான கோரிக்கையான திராவிட நாடு பிரிவினையும், தியாகப் பாதையிலே நடக்கும் தீரர்களின் இரத்தம் சிந்தப்பட்ட பிறகே வெற்றிபெற முடியுமே தவிர, கொள்கையை ஆதார பூர்வத்தோடு விளக்கிவிடுவதால் மட்டும் கிடைத்துவிடாது. விடுதலைப் பாதை, விவேக சிந்தாமணியால் மட்டுமே கிடைப்பதில்லை. 'மாங்குயில் கூவிடும் பூஞ்சோலை என்னை மாட்ட நினைக்கும் சிறைச்சாலை' என்று எண்ணற்ற வீரர்கள் கூறிடும் அளவு வீரத் தியாக உணர்ச்சி ஏற்பட்ட பிறகே கிடைக்கும். இவற்றைச் செய்து அலுத்து, மனம் நொந்து, வெந்துபோன பிறகும் நாம் வஞ்சிக்கப்பட்டால், நமது எண்ணம் ஈடேறாவிட்டால், போர் பயனற்றுப் போய்விட்டால், துக்கம் கொண்டாடுவது முறையாக இருக்கும். துவக்க நிலையிலே துக்கம் கொண்டாடுவது அவசியமல்ல.

வரலாற்றுப் பழி சுமக்கப்போகிறோமா?

மேலும், அந்நிய ஆட்சியாராகிய வெள்ளை ஆட்சி நீங்கிய உடனே வடநாட்டார்தான் முதலிலே பீடத்தில் அமருவார்கள் என்பது நாம் அறியாததுமல்ல, எதிர்பாராததுமல்ல. எனவே, இன்று அமையும் ஆட்சியைக் கண்டு நாம் திடுக்கிடவோ திகைக்கவோ காரணமில்லை. இப்படித்தான் நேரிடும் என்பது நாம் ஏற்கெனவே அறிந்ததுதான்.

எதிர்பாராத தாக்குதல், இணையற்ற போருக்குப் பிறகும் தோல்வி, இவற்றின்போதுமட்டுமே ஏற்படக்கூடியதுதுக்கம். நாம் எதிர்பார்த்த, அதைத் தடுக்கும் வலிவை நாம் பெறவில்லை என்பதையும் நாம் அறிந்திருக்கிற நிலையில், ஏற்பட்ட ஆட்சிமுறைக்காக, துக்கிக்க வேண்டிய அவசியம் இல்லை.

நம்முடைய வீர இளைஞர்கள் மீது, இதுநாள் வரையிலே சுமத்தப்பட்ட பழிச்சொல், 'நாம் பிரிட்டிஷாரின் அடிமைகள்' என்பது. அந்த பிரிட்டிஷாரின் ஆட்சி முடியும்போது, நாம் துக்கம் கொண்டாடுவது, அந்தப் பழிச்சொல்லை, நாமாகவே நம் மீது சுமத்தும்படி, அவர்களை வற்புறுத்தி அழைப்பதாகும்.

நமது வாழ்நாளில், நாம் பிரிட்டிஷ் ஏகாதிபத்திய ஆட்சியை ஏற்க விரும்பாதவர்கள்; அது ஒழிய வேண்டும் என்ற நோக்கமுடையவர்கள்! காங்கிரஸார் பழி சுமத்தியதுபோல நாம் பிரிட்டிஷாரின் அடிமைகளல்ல என்பதை விளக்க, நமக்கு இருக்கும் ஒரு நாள், கடைசி நாள் ஆகஸ்டு 15.

சுதந்திர விழாவை காங்கிரசுக்கு மட்டுமானதாக்கிடக் கூடாது

நாம் ஆகஸ்டு 15-ம் தேதி ஒதுங்கியிருப்பது அல்லது துக்க நாளாகக் கருதுவது என்ற போக்கு, எந்நாட்டிலேயும் – துணைக் கண்டத்திலே மட்டுமல்ல; உலகிலேயே – நம்மைப் பற்றித் தவறான கருத்துகொள்ள, நாமாகவே இடமளிப்பதாக வந்துசேரும். சுதந்திர தின விழாவை அசல் காங்கிரஸ் விழாவாக மாறும்படி நாமே செய்தவர்களாவோம் - அந்த விழாவுக்குப் பாத்யதை கொள்ளக் கூடியவர்கள் காங்கிரஸாரே என்று நாமே அவர்களுக்குப் பட்டயம் தருவதாகவே முடியும் - அந்த நாளோ உண்மையில், இந்தத் துணைக் கண்டத்தினர் அனைவருக்கும், விடுதலை விரும்பிகள் அனைவருக்கும் மகிழ்ச்சி தரும் நாள்.

எந்தக் காலத்திலும் எந்த நாட்டிலும் விடுதலைப் போர் - இரண்டொரு சம்பவங்களுடனோ இரண்டொரு வெற்றிகளுடனோ முடிந்துவிடுவது இல்லை - அது நீண்டதோர் பயணம். விடுதலைப் போரில் பல கட்டங்கள் உண்டு - ஆகஸ்டு 15 அத்தகைய கட்டத்திலே ஒன்று - ஆரம்பக் கட்டம் - முதல் வெற்றி - முக்கியமான வெற்றி - அதைத் திருநாளாகக் கொண்டாடிவிட்டு மற்றவர்கள் பின்தங்கிவிட்டாலும் திராவிடர்கள், விடுதலைப் போரைத் தொடர்ந்து நடத்தி, திராவிடத் தனி அரசு பெறுவதற்குப் பாடுபட முடியும்.

திராவிடர் கழகத்தாராகிய நாம் அடிக்கடி காங்கிரஸிலுள்ள திராவிடர்களை அழைக்கிறோம், நம்முடன் 'சேர வாரீர்' என்று. முத்தரங்கங்களெல்லாம்கூட 'எமது முகாமுக்கு வாரீர், பாரீர்' என்று கூறுகிறோம். அவ்விதம் காங்கிரஸிலுள்ள திராவிடத் தோழர்கள் நமது கொள்கையை உணர்ந்து வர வேண்டுமென்றால், அவர்கள் மனதிலே நம்மைப் பற்றி ஏற்கெனவே உள்ள தப்பபிப்ராயங்களைத் துடைக்க வேண்டியது முறையாயிருக்க, ஆகஸ்டு 15-ம் தேதியைத் துக்க நாள் என்று அறிவிப்பதன் மூலம் நாமாகவே காங்கிரஸ் திராவிடர் மனதிலே, நம்மைப் பற்றி வேறோர், தவறான எண்ணம் கொள்ளும்படி செய்கிறோம். இந்தப் போக்கு, திராவிடர் கழகத்துக்கும் கொள்கைக்கும் ஆதரவு திரட்டும் காரியமாகாது - காங்கிரஸ் திராவிடர்களின் ஆதரவைப் பெற முடியும் என்ற நம்பிக்கையை, நமது போக்கினால் நாமே நொறுக்குபவர்கள் ஆவோம்.

சர். சண்முகத்துக்கும் சாமான்யன் அண்ணாதுரைக்குமான வித்தியாசம்

சில ஆண்டுகளுக்கு முன்பு, கம்பராமாயணத்தைக் கொளுத்துவதற்கு என பெரியார் அறிக்கை வெளியிட்டு, விசேஷ மாநாடு சேலத்தில் கூட்டப்பட்டது; நான் தலைமை வகித்தேன். காலை நிகழ்ச்சியிலேகூட, கம்பராமாயணம் கொளுத்தப்பட வேண்டியதன் அவசியத்தை

தலைவரும் கட்சியும் என் போக்கு தவறு என்று கருதி, என்னைக் கட்சியைவிட்டு நீக்கினாலும் நான், சமூகச் சீர்திருத்தம், பொருளாதாரச் சமத்துவம், திராவிடத் தனி அரசு எனும் அடிப்படைக் கொள்கைகளைக் கட்சிக்கு வெளியே இருந்தாகிலும் செய்துவருவேன்!

வலியுறுத்தியே சொற்பொழிவுகள் நடைபெற்றன. பிற்பகலிலே, சர். சண்முகம் தந்தி கொடுத்தார், 'கொளுத்த வேண்டாம்' என்று. அதன் படியே அத்திட்டம் கைவிடப்பட்டது. அது சரியா, தவறா என்பது அல்ல, இப்போது பிரச்சனை. அந்தக் கடைசி நேரத்திலேயும் செய்ய வேண்டும் என்று கருதப்பட்ட காரியம், வேறு ஒருவரின் யோசனையின்படி கைவிடப்பட்டது.

ஆகவே, ஆகஸ்டு 15-ம் தேதி பற்றி திராவிடர் கழகம், தன் கருத்தை எந்நேரத்திலும் மாற்றிக்கொள்ள முடியும் - மாற்றிக்கொள்ளலாம் - முறையுங்கூடத்தான் – அதற்கு முன்மாதிரியாகச் சேலம் சம்பவம் இருக்கிறது. ஆனால், ஒரு வித்தியாசம். சேலத்திலே கம்பராமாயணத்தைக் கடைசி நேரத்தில் ஒரே தந்தியின் மூலம் கொளுத்த வேண்டாமென்று கூறியவர், ஒரு சர். நான் ஒரு சாமான்யன். அவர் கட்சிக்காக, ஓய்வு நேரத்திலும் உழைத்ததில்லை - நான் உழைத்து அலுத்தவன். அவர் இன்று இந்திய சர்க்காரிலே நிதி மந்திரி! நானோ, இதே அறிக்கையின் விளைவாகவே உங்களில் பலராலேகூட சந்தேகத்துக்கும் நிந்தனைக்கும் ஆளாகக் கூடிய நிலையில் உள்ளவன். ஆனால், நான் கூறுவது உள்ளத்தில் இருந்து வருபவை.

இவ்வளவு கூறும் நான், இதற்கு முன்பு கழகம் எடுத்துக்கொண்ட எந்த முக்கியமான திட்டத்துக்கும் வேலை முறைக்கும் கட்டுப்படாமல் இருந்துவந்தவனல்ல. கழகம் நெருக்கடியான கட்டத்திலே இருந்த போதெல்லாம் விட்டுவிட்டு ஓடினவனல்ல; பட்டம் பதவிகளை வைத்துக் கொண்டு, விட்டுவிட முடியாது என்று கூறினவனல்ல; தேர்தலுக்கு நிற்கக் கூடாது என்று கட்சி தீர்மானித்த பிறகு, மீறித் தேர்தலுக்கு நின்றவனல்ல; சிறை புக வேண்டிய திட்டம் வந்தபோது, ஒளிந்து கொண்டவனுமல்ல; அடிக்கடி, கட்சி பலவற்றைத் தேடிக்கொண்டவனும் அல்ல; கட்சிக்குள்ளாகவே சேலம் மாகாண மாநாட்டின்போது, செல்வான்களின் மயக்கமொழியில் வீழ்ந்தவனல்ல - இதுவரை வழுக்கி விழுந்ததில்லை; திட்டங்களைக் கண்டித்ததோ அகற்ற வேண்டுமென்று கூறினதோ; கட்டுக்கு அடங்க மறுத்ததோ இல்லை - ஆனால், இந்த ஆகஸ்டு 15-ம் தேதி பற்றிய பிரச்சினை உண்மையாகவே என்போல் எண்ணற்றவர்கட்கு மன வேதனை தரக்கூடிய விதத்திலே, தவறான முறையிலே திருப்பப்பட்டிருக்கிறது.

மகிழ்ச்சி தரும் நாள் இது

ஆகவேதான், ஆகஸ்டு 15-ம் தேதியை 'துக்க நாள்' என்று அறிவித்து, அதற்காக அறிக்கைகள் வெளியிட்டுவருவது தவறு என்று தெரிவிக்கலானேன். ஆகஸ்டு 15-ம் தேதி நாமும் கலந்துகொண்டாட வேண்டிய மகிழ்ச்சி தரும் நாள், உலகத்தின் முன்பு நம் மதிப்பை உயர்த்தும் நாள் என்று நான் மனபூர்வமாக நம்புகிறேன். நம்புவதுடன், ஆகஸ்டு 15-ம் தேதி விழா கொண்டாடுவது, எந்த வகையிலும் தவறோ துரோகமா அல்ல என்றும் எண்ணுகிறேன்.

இது கட்சிக் கட்டுப்பாட்டையும் தலைவரின் அறிக்கையையும் மீறுவதாகும் என்று கருதப்பட்டு, என் மீது ஒழுங்கு நடவடிக்கை எடுக்க, முன்வருவதானாலும் என் வாழ்நாளில், பிரிட்டிஷ் ஆட்சி கூடாது என்ற கொள்கையைக் கொண்டவனே நான் என்பதை மக்களுக்குக் கூற எனக்கிருக்கும் ஒரே நாளான, கடைசி நாளான, ஆகஸ்டு 15-ம் தேதியின் முக்கியத்துவத்துக்காக வேண்டி, கட்சியின் கடுமையான நடவடிக்கைக்கும் சம்மதிக்க வேண்டியவனாகிறேன்.

தலைவரும் கட்சியும் என் போக்கு தவறு என்று கருதி, என்னைக் கட்சியை விட்டு நீக்கினாலும் நான் சமூகச் சீர்திருத்தம், பொருளாதாரச் சமத்துவம், திராவிடத் தனி அரசு எனும் அடிப்படைக் கொள்கைகளைக் கட்சிக்கு வெளியே இருந்தாகிலும் செய்துவருவேன் என்பதைக் கூறி, இந்த அறிக்கையை முடிக்கிறேன்.

○

சம்பளத்தை மதிய உணவுத் திட்டத்துக்குக் கொடுத்த அண்ணா

காமராஜர் ஆட்சியில் பள்ளிக்கல்வித் துறை இயக்குநராக இருந்தவர் நெ.து.சுந்தரவடிவேலு. காஞ்சிபுரம் நகரில் உள்ள பள்ளிகளுக்கெல்லாம் சேர்த்து ஒரே இடத்தில், தனியார் பங்களிப்புடன் கூடிய மதிய உணவு மையத் தொடக்க விழாவுக்கு அவர் அத்தொகுதியின் சட்டமன்ற உறுப்பினரான அண்ணாவை அழைத்தார். "நான் வந்தால், உங்கள் மீது அரசியல் சாயம் பூசிவிடுவார்களே?" என்று தயங்கிய அண்ணா, விழா தொடங்கும் நேரத்தில் வந்துவிட்டார். விழாவில் பேசிய அவர், "நான் சட்டமன்ற உறுப்பினராகத் தேர்வுசெய்யப்பட்டதால், எதிர்பாராது மாதம் நூற்றைம்பது ரூபாய் கிடைக்கிறது. அதில் ஐம்பது ரூபாயை மாதந்தோறும் இத்திட்டத்துக்கு நன்கொடையாகத் தருகிறேன்" என்று அறிவித்துவிட்டார். சொன்னபடியே நிதி தரவும் செய்தார்.

திராவிட நாட்டின் கூட்டு ஆட்சிமொழியாகவும் சர்வதேச மொழியாகவும் ஆங்கிலம் இருக்கும்

தமிழ்நாட்டுக்கு 1950-ல் வந்த இந்தி நல்லெண்ணக் குழுவினர் அண்ணாவைச் சந்தித்தார்கள். வரலாற்றுச் சிறப்புமிக்க ஒரு கலந்துரையாடல் இது. இந்தி சாகித்ய சம்மேளனத் தலைவரான சந்திரபள்ளி பாண்டே தலைமையில் வட நாட்டிலிருந்து வந்த குழுவினர் காஞ்சனலதா, சபர் மாலா, பாபா ராகவதாஸ், பண்டிட் சீதாராம் சதுர்வேதி, சந்திர காந்தர் ஆகியோரோடு சென்னை தட்சிண பாரத இந்திப் பிரச்சாரச் சாலையின் தலைவரான பால்சந்திர ஆப்தேவும் சேர்ந்து அண்ணாவைச் சந்தித்தனர். சுமார் ஓராண்டுக்கு முன் திராவிடக் கழகத்திலிருந்து பிரிந்து, திமுக எனும் புதிய இயக்கத்தைத் தோற்றுவித்திருந்த அண்ணா, அந்நாட்களில் வலியுறுத்திவந்த 'திராவிட நாடு', அவருடைய கனவில் எத்தகையதாக உருப்பெற்றிருந்தது என்பதையும், அவருடைய விழுமியங்கள் எவ்வளவு உயர்வாக இருந்தன என்பதையும் இந்த உரையாடல் வெளிப்படுத்துகிறது. இந்தக் கலந்துரையாடல் 'திராவிட நாடு' பத்திரிகை அலுவலகத்தில் நடைபெற்றதாகத் தெரிகிறது. சுருக்கமான வடிவம் இங்கே.

சதுர்வேதி: எங்கள் தூதுக் குழு அரசியல் சார்பற்றது. சமாதானம், நட்பு ஆகியவற்றைப் பலப்படுத்தும் நோக்கத்துடனேயே வந்திருக்கிறோம். தாங்கள் இந்தி மொழி பரவுதல் கூடாது எனக் கூறுவதாகக் கேள்விப் பட்டோம். 'இந்தி ஆரிய மொழி' என்று தாங்கள் கூறுவதாகவும் அறிந்தோம். பல மொழிச் சேர்க்கையால் உருவான மொழியே இந்தி. இதுவே பொது மொழியாக இருக்கும் நிலையில் இருப்பது என்று கருதுவதோடு, அவ்வாறு இருக்க அது அருகதையுள்ளது என்றும் உறுதியாக நம்புகிறோம். ஆகவே, இதுபற்றிய தங்கள் கருத்துகளை அறிய விரும்புகிறோம்.

அண்ணா: மகிழ்ச்சி. நாங்கள் அரசியல் காரணங்களுக்காக எதிர்ப்பதாக வும் பார்ப்பன துவேஷத்தால் எதிர்ப்பதாகவும் தங்களிடம் மாதவ மேனன் போன்றோர் தப்பாகக் கூறியிருக்கிறார்கள். ஆனால், இந்தி திணிக்கப்பட வேண்டாம் என்று நாங்கள் கூறுவதற்குப் பல காரணங்கள் உள்ளன. இந்தியா சுதந்திரம் அடைவதற்கு முன்னரே நாங்கள் இந்தியை எதிர்த்திருக்கிறோம். கட்டாய இந்தி கூடாது என்ற கிளர்ச்சி செய்திருக்கிறோம். இதற்கான காரணம், எங்கள் குழந்தைகள் தாய்மொழி தமிழ், அகில உலக மொழி ஆங்கிலம், இந்தி ஆகிய மூன்று மொழிகளைக் கற்க வேண்டியுள்ளது. இது கடினம். அதோடு, எங்கள் மொழி என்றால் எல்லோரும் போற்றும் ஒரு சிறந்த மொழி. இலக்கிய வளமும் சிறந்த அழகும் வாய்ந்தது. இன்னொரு மொழி கட்டாயமாக எம் மீது திணிக்கப்பட்டால், தனிப்பெருமை உடைய எங்கள் தாய்மொழி பின்தள்ளப்படும். 'இந்தி அழகுள்ளதல்ல; இலக்கிய வளங்கொண்டதல்ல' என்று தங்களைப் போன்றோரே ஒப்புக்கொண்டு உள்ளீர்கள். ஆகவே, அத்தகைய ஒரு மொழி, எங்கள் மீது ஏன் சுமத்தப்பட வேண்டும்? எங்கள் எதிர்ப்புக்கு அரசியல்ரீதியிலும் காரணங்கள் உண்டு. இந்தி அரசாங்க மொழியாக வேண்டும் என்று நீங்கள் விரும்புகிறீர்கள். அதாவது, இப்போது ஆங்கிலத்துக்கு இருக்கும் இடம் இந்திக்கு இருக்க வேண்டும் என்று கருதுகிறீர்கள். இதை எங்களால் ஒப்ப முடியாது. இந்தி தேவை என்றால், வேண்டுபவர்கள் அதைக் கற்றுக்கொள்ள விரும்புவதில் எங்களுக்கு எதிர்ப்பில்லை. ஆனால், அது அரசாங்க மொழி என வலியுறுத்தப்படுவதில் வேறு பொருள் உள்ளது. இந்தியா ஒரே நாடு என்ற எண்ணத்திலேயே இந்தி மொழி ஆதரவாளர்கள் அது அரசியல் மொழியாக வேண்டும் என்று வலியுறுத்துகின்றனர்.

காஞ்சனலதா: அப்படி என்றால் இந்தியா ஒரு நாடில்லையா?

அண்ணா: இல்லை சகோதரி! இந்தியா ஒரு நாடல்ல. உபகண்டம். பல இனங்கள் வாழும் ஒரு பரந்த நிலப்பரப்பு. இங்கே ஒரே ஆட்சி நிலவுவது என்பது முடியாதது. அதேபோல, ஒரே மொழி அரசாங்க மொழி ஆவதும் இயலாது. இந்த இடத்தில் உங்களுக்கு ஒன்று கூற விரும்புகிறேன். வியாபார விஷயங்களுக்காகவோ வேறு எவ்விதத் தொடர்புக்காகவோ இந்தி வேண்டுமென்று கருதுபவர்கள், இந்தியைப் பயன்படுத்த எங்களுக்கு மறுப்பில்லை. ஆனால், அது அரசாங்க மொழி, ஆட்சிமொழி என்று கூறப்பட்டு, இந்த உப கண்டத்திலுள்ள எல்லா மக்களும் கற்றுக்கொள்வது அவசியம் என்று வலியுறுத்தப்படுவதை நாங்கள் ஒப்ப முடியாது.

வியாபார விஷயங்களுக்காகவோ வேறு எவ்விதத் தொடர்புக்காகவோ இந்தி வேண்டுமென்று கருதுபவர்கள், இந்தியைப் பயன்படுத்த எங்களுக்கு மறுப்பில்லை. ஆனால், அது அரசாங்க மொழி, ஆட்சிமொழி என்று கூறப்பட்டு வலியுறுத்தப்படுவதை நாங்கள் ஒப்ப முடியாது.

சதுர்வேதி: *அதுபற்றி நாங்கள் தெளிவுபெற விளக்க முடியுமா? தாங்கள் திராவிடஸ்தான் கோருவதாகக் கேள்வியுற்றோம். அது சாத்தியமாகுமா? இந்தியாவைக் கூறுபோட்டு இரண்டாக்கி, பாகிஸ்தான் என்ற ஒரு தனி நாட்டை உருவாக்கியதால் எவ்வளவு தொல்லையாக இருக்கிறது. பிரிவினையால் பொருளாதாரத் துறையில் நமது நாடு எவ்வளவு சங்கடப்படுகிறது? இதை எல்லாம் கவனிக்கும்போது, தனி நாடாகப் போவதிலுள்ள கஷ்டங்கள் விளங்கவில்லையா? இந்தியாவை ஆரிய வர்த்தம் என்றும் சீக்கிஸ்தான் என்றும் திராவிடஸ்தான் என்றும் பிரிப்பதால், இப்போது நாம் பாகிஸ்தானைப் பிரித்ததால் ஆளான கஷ்ட நஷ்டங்கள் உண்டாகாதா?*

அண்ணா: *உண்மைதான். ஆனால், எங்கள் கோரிக்கை வேறுவிதமானது. பாகிஸ்தான், சீக்கிஸ்தான் போன்றதல்ல. ஏனெனில், பாகிஸ்தான் ஒரு புது படைப்பு. சீக்கிஸ்தான் ஒரு புதுக் கோரிக்கை. திராவிடஸ்தான் என்பது தனியாக இருந்த நாடு, இருக்கும் நாடு.*

பாண்டே: *அப்படி என்றால்?*

அண்ணா: *நாங்கள் கோரும் திராவிட நாடு பூகோளரீதியிலும் சரித்திரரீதியிலும் எப்போதும் தனியாகவே இருந்ததாகும். வட இந்தியாவைப் போன்றதல்ல. பெரிய பெரிய சாம்ராஜ்யங்கள் வடக்கே இருந்திருக்கின்றன. சந்திரகுப்தர், அக்பர், ஔரங்கசீப் போன்றோருடைய சாம்ராஜ்யங்கள் வடக்கில் இருந்திருக்கின்றன. அப்போதும் நாங்கள் கூறும் திராவிட நாடு, தென்னாடு - தனியாகத் தனி அரசுடனே இருந்ததாகும். பிரிட்டிஷார் இந்தியாவுக்கு வந்து, இந்திய நாட்டைத் தங்கள் வசப்படுத்திய பின்னரே இந்தியா உருவாயிற்று. நிர்வாக வசதிக்காகத் தென்னாடும் இணைக்கப்பட்டு டெல்லி ஆட்சி ஏற்பட்டது. அதற்கு முன்னதாகத் தென்னாடு - தக்காணம் - ஒரு சுதந்திர நாடாகத்தான் இருந்தது.*

சதுர்வேதி: *தாங்கள் தனி நாடு கோருவதன் நோக்கம் என்ன?*

அண்ணா: *எல்லா அதிகாரங்களும் எம்மிடமே இருக்க வேண்டும் என்பதுதான். இப்போது எதற்கெடுத்தாலும் டெல்லிக்குப் போக வேண்டி இருக்கிறது. அந்நிலை இல்லாமல், எங்களது வர்த்தகத்தை நாங்களே நடத்த உரிமை இருக்க வேண்டும். இதுபோன்ற எங்களது விவகாரங்களில்*

இன்னொருவர் தலையீடு இருக்கக் கூடாது. எல்லாம் எங்களாலேயே கவனித்துக்கொள்ளப்பட வேண்டும்.

பாண்டே: பொருளாதாரரீதியில் அது சாத்தியமா?

அண்ணா: சாத்தியம்தான். எங்களை நாங்கள் ஆண்டுகொள்வதற்கான அத்துணை வசதிகளும் உள்ளன.

சதுர்வேதி: அதாவது, திராவிடஸ்தான் பொருளாதார வசதி நிறைந்த ஒரு தனிப்பகுதி என்று தெரிந்துகொண்டேன். அப்படித்தானே?

அண்ணா: ஆமாம்!

சதுர்வேதி: அப்படி இருந்தாலும் இதுபற்றி என் சொந்தக் கருத்தைக் கூற விரும்புகிறேன். ரயில்வே, தபால் போக்குவரத்து போன்ற சில முக்கிய சாதனங்கள் பொதுவாக இருப்பதுதானே நல்லது. நான் பிரயாகையில் புறப்பட்டு கன்னியாகுமரிக்கு வருகிறேன். பொதுவாக, ஒரே நிர்வாகத்தில் இருந்தால் நான் நேராக வர முடியும். அப்படி இல்லை என்றால், ஒவ்வொரு பிரதேசத்தில் நுழையும்போதும், இறங்கி பாஸ்போர்ட் போன்றவற்றைக் காண்பித்துவிட்டுச் செல்ல வேண்டும். இதுபோன்ற கஷ்டங்கள் தபால் போக்குவரத்திலும் ஏற்படும். இது ஒரே நிர்வாகத்தில் இருந்தால் ஏற்படாது அல்லவா?

அண்ணா: உண்மைதான். ஆனால், ஜெர்மனியிலிருந்து பிரான்ஸ், பிரான்ஸிலிருந்து இத்தாலி என்று செல்லும்போது, இறங்கி பாஸ்போர்ட்டைக் காட்ட வேண்டியிருக்கும் என்ற கஷ்டத்துக்காக ஐரோப்பிய மக்கள் எல்லாவற்றையும் ஒரே நிர்வாகத்தில் கொண்டுவர வேண்டும் என்றா விரும்புகிறார்கள்? பல நன்மைகளை நினைத்துத் தனி நாடு வேண்டுமெனக் கேட்டால், சில்லரைச் சங்கடங்களை ஏற்கத்தானே வேண்டும்.

காஞ்சனலதா: ஒரே உலகம் ஏற்பட வேண்டும்; உலகத்துக்கே ஒரு பொதுப் பாராளுமன்றம் ஏற்பட வேண்டும் என்றெல்லாம் பேசப்படும் இந்தக் காலத்தில், 'தனியாகப் போகிறேன்' என்று கூறலாமா? ஒற்றுமையைக் குலைக்கலாமா? ஒரு குடும்பத்தில் வசிக்கும் சகோதரர்கள் அல்லவா நாம்?

அண்ணா: தங்கள் உவமானம் தவறு எனக் கூற வருந்துகிறேன். நாம் ஒரே குடும்பத்தில் வசிக்கும் சகோதரர்கள் அல்ல. ஒரே வீட்டில் குடியிருக்கும் நண்பர்கள். அதிலும் அழகான ஒரு தனி வீடு இருக்கும்போது, கட்டாயப் படுத்தி ஒரே வீட்டில் வைக்கப்பட்டிருக்கும் நண்பர்கள். உலக ஒற்றுமை பற்றிக் கூறினீர்கள். நாங்கள் தனி நாடாகப் பிரிவதால், உலகத்தோடு துண்டித்துக்கொள்ள மாட்டோம். உலக விவகாரங்களில் அக்கறை காட்டு வோம். வெளிநாட்டு விஷயங்களில் முழுமையுள்ள இந்தியக் கருத்து எப்படிச் செல்கிறதோ அப்படியே அதை ஒட்டி நாங்களும் இருப்போம்.

நாங்கள் தனி நாடாகப் பிரிவதால், உலகத்தோடு துண்டித்துக்கொள்ள மாட்டோம். உலக விவகாரங்களில் அக்கறை காட்டுவோம். வெளிநாட்டு விஷயங்களில் முழுமையுள்ள இந்தியக் கருத்து எப்படிச் செல்கிறதோ அப்படியே அதை ஒட்டி நாங்களும் இருப்போம்.

சதுர்வேதி: அதாவது, வெளிநாட்டு விவகாரங்களில் பொதுவாக இருந்து, இந்திய ஆட்சியினர் எடுக்கும் நடவடிக்கைகளோடு ஒத்துழைப்பீர்கள்... அப்படித்தானே?

காஞ்சனலதா: அது எப்படி இயலும்?

அண்ணா: முடியும்! இப்போது உலக விவகாரங்களைக் கவனித்துக்கொள்ள ஐக்கிய நாடுகள் இல்லையா? அதைப் போல இந்திய உபகண்டம் முழுமைக்கும், நாம் ஒரு சபையை ஏற்படுத்திக்கொண்டு, வெளிநாட்டு விவகாரங்கள் பற்றிய பொதுக் கொள்கையை நிர்ணயித்துக்கொள்ளலாம்.

காஞ்சனலதா: வெளிநாட்டு விவகாரம் தவிர்த்து ஏனைய பொறுப்புகளும் அதிகாரங்களும் உங்கள் வசமே இருக்க வேண்டும் என்று விரும்புகிறீர்கள். இதை மத்திய சர்க்காரிடம் தெரிவித்து உங்கள் அதிகாரங்களைப் பெருக்கிக்கொள்ளலாமே? உங்கள் மாகாணத்துக்கு அதிக அதிகாரங்கள் வேண்டுமெனக் கோரி, அவை சர்க்காரால் மறுக்கப்பட்டால், அப்போது நீங்கள் பிரிவினை குறித்துப் பேசலாம் அல்லவா? இப்போது இந்திய சர்க்காருடன் இணைந்திருப்பதால் எவ்வளவு நன்மைகள் இருக்கின்றன?

அண்ணா: நன்மைகள் எவையும் இல்லை. தாங்கள் சொல்வதெல்லாம் நாங்கள் கேட்டு சலித்துப்போனவை.

பாண்டே: ஆந்திரம், கேரளம், கர்நாடகம், தமிழகம் ஆகியவை திராவிடஸ்தானில் அடங்கியிருக்க வேண்டும் என்று கூறுகிறீர்கள். அது எப்படி?

அண்ணா: அந்தப் பிரதேசங்களில் வாழ்வோர் இனவாரியாகப் பார்த்தால் திராவிடர்கள்.

ஆப்தே: அப்படி என்றால் மகாராஷ்டிரம்? அங்கும் திராவிடர்கள் இருக்கிறார்கள். பஞ்ச திராவிடர் என்று கூறப்படுகிறார்கள்.

அண்ணா: ஆமாம். அவர்களே விரும்பினால் தனிநாடு அமைத்துக் கொள்ள வேண்டியதுதான்.

காஞ்சனலதா: வங்காளம்?

அண்ணா: அவர்கள் விரும்பினால்!

காஞ்சனலதா: இப்படியே பிரிந்துகொண்டே போனால்?

அண்ணா: ஏன் விதர்ப்பம்போல 42 ராஜ்யங்கள் இருந்திருக்கின்றனவே!

ராகவதாஸ்: அது சரி. மொழிவாரி மாகாணங்கள் பிரிக்கப்பட வேண்டும் எனக் கூறப்படுகிறதே!

அண்ணா: அது நிர்வாகம் சுலபமாக இருப்பதற்குத்தான். நாங்கள் கூறும் வகையில் அல்ல.

ராகவதாஸ்: தாங்கள் கூறும் திராவிடஸ்தானில் ஆந்திரம், கேரளம், கர்நாடகம் ஆகியவற்றின் பொதுமொழி என்ன?

அண்ணா: ஆந்திரத்தில் தெலுங்கு, கர்நாடகத்தில் கன்னடம், கேரளத்தில் மலையாளம் முறையே அவர்கள் சொந்த மொழியாக இருக்கும். கூட்டு ஆட்சிமொழியாகவும் சர்வதேச மொழியாகவும் (Federal and International) ஆங்கிலம் இருக்கலாம்.

ராகவதாஸ்: ஆங்கிலம் படித்தவர்கள் இன்று எத்தனை பேர்?

அண்ணா: 10% அல்லது 20% இருக்கலாம்.

காஞ்சனலதா: அதாவது, வட்டார மொழி அறிந்தவர்களைவிடக் குறைவு.

ராகவதாஸ்: உதாரணமாக, நான் ஒரு சாதாரண குடிமகன். எனக்கு ஆங்கிலம் தெரியாது. அப்படியானால் உங்கள் பாராளுமன்றத்தில் எனக்கு இடம் கிடையாது!

அண்ணா: மன்னிக்க வேண்டும். வட்டார மொழி அறிந்தவர்கள் சட்ட சபை போகத் தடை இல்லை. அந்தந்தப் பகுதியில், அந்தந்த வட்டார மொழிதான் அரசியல்மொழியாக, ஆட்சிமொழியாக இருக்கும்.

ராகவதாஸ்: அப்படியானால், ஆங்கிலம்?

அண்ணா: அகில உலகத் தொடர்புக்கும் கூட்டாட்சி விவகாரங்களுக்கும் அது பயன்படும் என்று குறிப்பிட்டேன்.

ராகவதாஸ்: பொதுஜனமாகிய எனக்கு உலகம் வேண்டியதில்லை! நீங்கள் என்னைப் போன்றவருக்கும் சர்க்காருக்கும் இடையிலிருந்து மொழிபெயர்ப்பு வேலை செய்பவர்களாக ஆவீர்கள்!

அண்ணா: ஒரு ஜனநாயக ஆட்சியில் பொதுஜனம் கட்டிப் பொருளல்ல. ஜனநாயகத்தின் உயர்நோக்கமே அவர்களை முன்னேற்றுவதுதானே! ஆகவே, அறியாமை அதிக நாட்கள் நீடிக்க வேண்டுமா? பொதுஜனம் எப்போதுமே பொதுஜனமாகவே இருக்க வேண்டும் என்பது தங்கள் விருப்பமா?

சதுர்வேதி: பார்ப்பனர்- பார்ப்பனரல்லாதோர் பற்றி தங்கள் கருத்தென்ன?

மாபெரும் தமிழ்க் கனவு

அண்ணா: இங்குள்ள பார்ப்பனர் - பார்ப்பனரல்லாதோர் பிரச்சினை வேறு. வடநாட்டிலுள்ள இந்து - முஸ்லிம் விஷயம் வேறு. பார்ப்பனர் தங்களை உயர்ந்தவர் என்று கருதுகிறார்கள். சமுதாயத்தில் அவர்கள் செல்வாக்கு அதிகம். ஆகவே, அரசியலிலும் பொருளாதாரத்திலும் அவர்களுக்கே செல்வாக்கு இருக்கிறது.

ராகவதாஸ்: திராவிட நாட்டில் பார்ப்பனர்கள் நிலை என்ன?

அண்ணா: உரிமைகளோடு வாழ்வார்கள். அவர்களை விரட்டுவதல்ல எங்கள் நோக்கம்.

பாண்டே: பார்ப்பனத் தலைவர்கள் இங்குள்ள இந்தப் பிரச்சினையைத் தீர்க்க முயலவில்லையா?

அண்ணா: முயன்றிருந்தால் பிரச்சினை வெகு சீக்கிரம் முடிந்திருக்கும். உதாரணத்துக்குச் சொல்கிறேன். இந்த 1950-ல்கூட, எங்களால் பார்ப்பனர் வசிக்கும் அக்கிரகாரத்தில் ஒரு வீடு வாங்க முடியாது. அது மட்டுமல்ல; கோயில் இருக்கிறது. அங்கு பூசை முதலிய காரியங்களை அவர்கள் மூலம்தான் செய்ய வேண்டியிருக்கிறது. எங்களால் செய்ய முடிவதில்லை. அதேபோலத்தான் எங்கள் சடங்குகளும்.

காஞ்சனலதா: ஐரோப்பாவில்கூட மதகுருமார்கள் இருக்கத்தான் செய்கிறார்கள்?

அண்ணா: அங்கு யாரும் மதகுருவாகலாம். அதேபோல இங்கு நான் விரும்பினால் அப்துல் லத்தீப் ஆகிவிடலாம். ஆனால், அனந்தாச்சாரி ஆக முடியாது. எவ்வளவு வேதசாத்திரங்களைக் கற்றாலும், இங்கு நான் புரோகிதர் ஆக முடியாது.

காஞ்சனலதா: உண்மை. இதே நிலைதான் வடநாட்டிலும் இருக்கிறது.

ராகவதாஸ்: தனிப்பட்ட பிராமணர்கள் இந்த விஷயத்தில் சிரத்தை எடுத்துக்கொள்ளவில்லையா?

அண்ணா: எடுத்துக்கொண்டார்கள். அது அவர்களுடனேயே நின்றுவிட்டது. உதாரணமாக, ராஜகோபாலாச்சாரியார் போன்றவர்கள், தங்களைப் பொறுத்தவரையில் சீர்திருத்தவாதிகள்தான். ஆனால், அவர்கள் சீர்திருத்தம் அவர்களுடனேயே நின்றுவிட்டது. தங்களைச் சேர்ந்தோரையும் தங்களைப் போல ஆக்கத் தவறிவிட்டார்கள்.

சதுர்வேதி: மனிதாபிமானம் நிறைந்தோர் இக்கொடுமைகள் ஒழிய வேண்டும் என்றே விரும்புவர். சமூக நீதி கிடைக்க வேண்டும் என்பதை யாரும் மறுக்க முடியாது. இதற்கு மகாத்மா காந்தியின் தத்துவமே போதுமே! பிரிவினையா கேட்க வேண்டும்?

அண்ணா: காந்தியார் நல்ல தத்துவம் தந்தார். ஆனால், இங்குள்ளோர் தங்களுக்கேற்ற வகையில் அதைத் திரித்துக்கொண்டனரே! 'ராம ராஜ்யமாக

நாடு இருக்க வேண்டும், அது நல்ல நாடாக இருக்க வேண்டும்' என்னும் பொருளில் சொன்னார். ஆனால், அதைப் பரப்பும் வசதி கொண்டவர்களோ, 'ராம ராஜ்யம் என்றால், இந்து ராஜ்யம். அதாவது, வருணாசிரம தர்மம் இருக்க வேண்டும், நாலு சாதிகள் இருக்க வேண்டும்' என்றல்லவா திரித்துப் பேசுகிறார்கள்.

சதுர்வேதி: உண்மைதான்.

அண்ணா: காந்தியார் தங்கத்தைத் தந்தார். ஆனால், அதைத் தங்கள் இஷ்டத்துக்கேற்றவாறு நகைகளாகச் செய்துகொண்டனர் அவரது சகாக்கள். ஆனால், இங்குள்ளோரோ அதைக் கொண்டு விலங்கைச் செய்து எங்கள் கைகளில் அல்லவா பூட்டியிருக்கிறார்கள்.

சதுர்வேதி: டெல்லியில்கூட மதராஸிகள் (தென்னகத்தைச் சார்ந்தவர்கள்) என்றால் வெறுப்பு இருக்கிறது. எல்லா உத்யோகங்களையும் அவர்களே பிடித்துக்கொள்வதாக ஓர் அதிருப்தி உலவுகிறது. பிரிவினை ஏற்பட்டால் அவர்கள் பலாத்காரத்தோடு வெளியேற்றப்படலாம் அல்லவா?

அண்ணா: அதை நாங்கள் எதிர்பார்க்கிறோம். நாட்டுப் பிரிவினை என்றால் இவற்றையெல்லாம் எதிர்பார்க்கத்தானே வேண்டும்? நாங்கள் பாகிஸ்தானுக்கு முன்பிருந்தே தனிநாடு கோருகிறோம். ஆனால், வடநாட்டிலிருக்கும் உங்களுக்கு வேண்டிய அளவுக்கு எங்கள் கோரிக்கை விளக்கம் பெறவில்லை. காரணம், ஆங்கிலப் பத்திரிகைகள் அவர்கள் வசமிருப்பதால், இப்பிரச்சினையை யாரும் எடுத்துச் சொல்லவில்லை!

◯

ஒடுக்கப்பட்டோரை உள்ளிழுத்தவர்

ஒடுக்கப்பட்டோரை உள்ளிழுக்கும் அரசியலை காந்திக்குப் பிறகு தீவிரமாகச் செயல்படுத்தியவர் அண்ணா. இந்தியாவில் 'சாதி ஒழிப்பு – பிராமணிய ஒழிப்பு' எனும் செயல்திட்டத்தைக் கட்சியின் அடிப்படை லட்சியங்களில் ஒன்றாக்கி, தேர்தல் களத்தில் தொடர் வெற்றியும் பெற்ற ஒரே இயக்கம் திமுக. இதற்கான அடிப்படையைத் தொடக்கத்திலிருந்தே அண்ணா உருவாக்கினார். கட்சிக் கிளைகளைக் கட்டும்போது சேரிகளுக்கு முக்கியத்துவம் கொடுத்தார். தாழ்த்தப்பட்டோர் தோளில் துண்டணிவதையே பொறுக்க மாட்டாதவர்கள் நிறைந்த காலத்தில், திமுக மேடைகளில் சாதிக்கு அப்பாற்பட்டு, ஒருவருக்கொருவர் துண்டு போர்த்துகிற மரபைக் கொண்டுவந்தவர். பெயருக்குப் பின்னால் சாதியைப் போடுவதை திராவிட இயக்கம் ஒழித்தது என்றால், பெயரை வைத்து சாதியைக் கண்டுபிடிக்கிற முறையை தமிழ்ப் பெயர்களைச் சூட்டி ஒழித்தவர் அண்ணா.

மொழிவழி ராஜ்ஜிய அமைப்பும் திராவிட நாடு திட்டத்தின் ஒரு பகுதியே!

மொழிவழி மாநிலத் திட்டம் என்பது சுதந்திரத்துக்கு ஓராண்டு முன்பிருந்தே பேசப்பட்ட விஷயம் என்றாலும், 1956-ல்தான் அது சாத்தியமானது. 'திராவிட நாடு' கோரிக்கையை அண்ணா உயர்த்திப் பிடித்திருந்த அந்தக் காலகட்டத்தில், ஏறத்தாழ அண்ணா குறிப்பிட்ட அதே எல்லைக்குட்பட்ட இன்றைய தென்னகத்தை 'தட்சிண பிரதேசம்' என்று அமைக்கலாமா என்று இந்திய அரசு யோசித்தது; மொழிவழி மாநிலச் சிந்தனைக்கு எதிரான காங்கிரஸின் இந்த யோசனையைக் கடுமையாக எதிர்த்தார் அண்ணா. மொழிவழி மாநிலங்களுக்காகக் குரல்கொடுத்தார்.

மொழிவழி மாநிலங்களுக்கான குரல்கள் நாடு முழுக்க கேட்டுக்கொண்டிருந்த நிலையில், மொழிவாரி மாநிலங்களைப் பிரிப்பது தொடர்பாக மாநிலப் புனரமைப்புக் குழு ஒன்றை 1953 டிசம்பர் 23 அன்று நேரு அரசு அமைத்தது. சென்னையில் அந்தக் குழுவின் ஆணையரிடம் திமுக சார்பில் கொடுக்கப்பட்ட கருத்துரு 'திராவிட நாடு' என்ற சிந்தனையை அண்ணா எப்படியானதாகக் கற்பனைசெய்தார் என்பதற்கு ஒரு சாட்சியமாக விளங்குகிறது. அதாவது, மொழிவழி அமையும் ஒவ்வொரு மாநிலமும் அதன் முழு அதிகாரத்துடனும் செயல்பட வேண்டும்; நாடு என்பது கூட்டரசாகச் செயல்பட வேண்டும் என்பதையே அண்ணா கொண்டுவந்த அந்த அறிக்கை நமக்குச் சுட்டுகிறது.

மொழிவழி மாநிலம் அமைந்த 1.11.1956 நாளை அன்றைய சென்னை மாநில அரசு – காமராஜர் அரசு கொண்டாடாத நிலையில், திமுக கொண்டாடியது. மேலும், திராவிட நாடு திராவிடருக்கே எனும் தனது திராவிட நாட்டுக் கோரிக்கைக்கு இந்த மொழிவழி மாநில அமைப்பானது துணைசெய்யும் என்று 'நம் நாடு' இதழில் தலையங்கம் எழுதினார் அண்ணா. அதோடு, 'நம் நாடு' இதழில் திராவிட நாட்டின் வரைபடம் தேசப்படம்போல வெளியிடப்பட்டதில் புதிதாக அமைக்கப்பட்ட மொழிவழி மாநில அமைப்பு பயன்படுத்தப்பட்டிருந்தது. புதிய மாநிலங்களுக்கு வாழ்த்து தெரிவித்து அந்த மாநில முதல்வர்கள், தலைமைச் செயலர்களுக்குக் கடிதமும் அனுப்பியது திமுக.

முன்னதாக, மொழிவாரி மாநிலங்களைப் பிரிப்பது தொடர்பாக மத்திய அரசு மாநிலப் புனரமைப்புக் குழுவுக்குத் திமுக அனுப்பியிருந்த கருத்துருவின் சுருக்கம்:

"மொழிவழிப் பிரிவினையை திராவிட முன்னேற்றக் கழகம் பாராட்டுகிறது. அதற்காகப் போராடுகிறது. இந்த சந்தர்ப்பத்தில் சென்னை ராஜ்ஜியம் ஏற்கெனவே இருந்தபடி தமிழ், தெலுங்கு, மலையாளம், கன்னடம் ஆகிய நான்கு மொழிவழிப் பிரிவுகளை அமைப்பதுதான் உடனடித் தேவை என்பதை திமுக எடுத்துக்காட்ட விரும்புகிறது. இதைச் செய்யும்போது, எந்தவொரு மொழிப் பிரிவும் மற்றொரு மொழிப் பிரிவின் நிலப்பரப்பை அபகரித்துக்கொள்ளாதவாறு அதிகாரத்தில் உள்ளோர் முழுக் கவனம் செலுத்த வேண்டும்.

விசால ஆந்திரம், சம்யுக்த கர்நாடகம், ஐக்கிய கேரளம், ஐக்கிய தமிழகம் என்ற பெயரால் உலவும் கோரிக்கைகளைத் திமுக முழு மனதுடன் வரவேற்பதுடன், ஆதரவளித்தும்வருகிறது. ராஜ்ஜியங்கள் திருத்தி அமைக்கப்பட வேண்டியது நிலப்பரப்பைப் பொறுத்து மட்டும் அல்ல; ராஜ்ஜியங்களுக்கு ஒதுக்கப்படும் அதிகாரங்களைப் பொறுத்தும் மாறுதல் வேண்டும் என்பதைத் திமுக வற்புறுத்துகிறது. அதிகாரங்கள் பரவலாக்கப்பட வேண்டும்; மொழிவழிப் பிரிவினை வேண்டும் ஆகிய இரண்டின் சேர்க்கையே திராவிட நாடு கோரிக்கை!"

திராவிட நாடு மத்திய அதிகாரத்தின் கீழ் இருக்காது

பண்ணையாளர்கள், நிலவுடைமையாளர்களிடமிருந்து பெற்று ஏழை விவசாயிகளுக்கு நிலத்தைத் தானமாக அளிக்கும் 'பூதான இயக்க'த்தை நடத்திய வினோபா பாவே தமிழ்நாடு வந்திருந்தபோது 1956-ல் அண்ணாவைச் சந்தித்தார். தமிழில் பரிச்சயம் உடையவரான வினோபா பாவேவுக்கு அண்ணா மீது நல்லெண்ணமும் மதிப்பும் இருந்ததை உணர முடிகிறது. அண்ணாவை அவர் சந்திக்க விரும்பினார். காங்கிரஸை அண்ணா கடுமையாக எதிர்த்துக்கொண்டிருந்த காலகட்டம் அது என்பதோடு, 'திராவிட நாடு' கோரிக்கையைத் தீவிரமாக வலியுறுத்திக் கொண்டிருந்த காலகட்டமும் அது. மேலும், பெரும் பண்ணையாளர்களிடமிருந்து நிலங்களைக் கையகப்படுத்தி, குடியானவர்களுக்கு வழங்கும் நிலச் சீர்திருத்தத்துக்காகவும் உக்கிரமாக அண்ணா குரல் கொடுத்துவந்தார். காந்தியரான வினோபா பாவே மீது பெரும் மதிப்பு அண்ணாவுக்கு இருந்தது. அதேசமயம், நிலச் சீர்திருத்தத்தைத் தள்ளிப்போட்டு வந்த காங்கிரஸ், வினோபா பாவேயின் பூதான இயக்கத்தை ஒரு கவசம்போலப் பயன்படுத்திவருகிறது என்கிற எண்ணமும் அவருக்கு இருந்தது. இது போக, அண்ணாவை வினோபா பாவே சந்திப்பதை அவர் அருகில் இருந்த அன்றைய காங்கிரஸ் நிலவுடைமையாளர்கள் சிறிதும் விரும்பவில்லை. இத்தகைய சூழலில்தான் இந்தச் சந்திப்பு நடந்தது. தமிழ்நாட்டில் பிற்காலத்தில் தலித்துகளுக்கு வீடு, நிலம் கிடைப்பதற்காகத் தம் வாழ்க்கையையே அர்ப்பணித்துக்கொண்ட காந்தியர்களான ஜெகந்நாதன் – கிருஷ்ணம்மாள் தம்பதி இந்தச் சந்திப்பின்போது உடனிருந்தனர். சந்திப்புக்கான ஏற்பாடுகளை முன்னின்று செய்தவர் ஜெகந்நாதன். இந்தச் சந்திப்பு தொடர்பாக, 'திராவிட நாடு' பத்திரிகையில் நீளமான கட்டுரை ஒன்றை எழுதிய அண்ணா, அதில் வினோபா பாவே உடனான உரையாடலையும் வெளியிட்டார். வினோபா பாவே இந்தியில் பேசியிருக்கிறார். அண்ணா தமிழில் பேசியிருக்கிறார். மொழிபெயர்ப்பாளர் ஊடாக நடைபெற்ற அந்த உரையாடல் வடிவத்தை மட்டும் இங்கே தருகிறோம்.

வினோபா: உங்கள் கழகத்தின் நோக்கம்?

அண்ணா: நாங்கள், திராவிட நாடு கேட்கிறோம் – அறிவீர்களே!

வினோபா: உங்கள் கழகத்தில் யார் வேண்டுமானாலும் சேரலாம் அல்லவா... உதாரணமாக, நான் சேர விரும்பினால்?

அண்ணா: எங்களுடையது அகில இந்தியக் கட்சி அல்லவே. எனவே, இயல்பாகவே திராவிட நாட்டிலுள்ளோர்தான் உறுப்பினராகச் சேர விரும்புவர்.

வினோபா: திராவிட நாடு என்றால், தனி நாடாகவேவா?

அண்ணா: ஆமாம். தமிழ், தெலுங்கு, மலையாளம், கன்னடம் ஆகிய நான்கு மொழிவழி அரசுகள் அமைத்து, பிறகு அவற்றின் கூட்டாட்சியாகத் திராவிட நாடு ஏற்படுத்துவது.

வினோபா: மத்திய சர்க்காருக்கு என்ன அதிகாரம்?

அண்ணா: மத்திய சர்க்காரின் கீழ் இருக்கும் நிலைமையே எழாது. தேவைப்படும்போது வெளிநாட்டு விவகாரம் குறித்துக் கலந்து பேசலாம்; கூடிப் பணியாற்றலாம்.

வினோபா: அப்படி என்றால், தனி நாடு. அதாவது தனி அரசு, சிலோன்போல.

அண்ணா: ஆமாம்.

வினோபா: பாகிஸ்தான்போல் ஆகிவிடும்.

அண்ணா: நியாயமான கோரிக்கை மறுக்கப்பட்டால், பாகிஸ்தான் போல்தான் ஆகிவிடும்.

வினோபா: தனி நாடு என்றால், தனி ராணுவம்கூட இருக்கும்...

அண்ணா: ஆமாம், தனிப் படை இருக்கும்.

வினோபா: தமிழ், தெலுங்கு, மலையாளம், கன்னடமெல்லாம் ஒன்றாக இருக்குமா?

அண்ணா: எங்களுக்கு நம்பிக்கை உண்டு. ஏனெனில், நான்கு மொழிகளும் ஒரே மூலம் கொண்டவை.

வினோபா: நான் நான்கு மாதம் ஆந்திரத்தில் சுற்றுப்பயணம் செய்திருக்கிறேன். தமிழர்களுடன் ஒன்றுகூடி அரசு அமைக்க விரும்பும் எண்ணம் ஆந்திரர்களிடம் இருப்பதாக எனக்குத் தெரியவில்லையே?

அண்ணா: இப்போதைக்கு அவ்விதமான எண்ணம் அங்கு இருக்கலாம். தாங்கள் ஆந்திரம் சென்ற தருணம், ஆந்திரர்கள் தமிழர்களுடன் ஒரே அரசில் இருந்ததால், தங்கள் வளர்ச்சி தடைப்பட்டது என்று எண்ணிக் கசப்பு அடைந்திருக்கும் நேரமாக இருந்தது. அவர்கள் இப்போது தனியாகி விட்டார்கள். இப்போது அவர்களுக்கும் மத்திய சர்க்காருக்கும்தான் தொடர்பு. இப்போதும் தங்களுக்கு வளர்ச்சி இல்லை என்றால், அதற்குக் காரணம் தமிழரல்ல, மத்திய சர்க்கார்தான் என்று அறிந்துகொள்வார்கள். இப்போதே மைசூர், ஆந்திரம், கேரளம் ஆகிய பகுதிகளில் ஐந்தாண்டுத் திட்டங்களில் சரியான முறையில் தமக்குக் கிடைக்க வேண்டியது கிடைக்கவில்லை என்று எண்ணுகிறார்கள்.

வினோபா: மத்திய சர்க்கார் அநீதியாக நடப்பதால்தானே பிரிந்துபோக விரும்புகிறீர்கள்? நீதியாக நடந்துகொண்டால்?

அண்ணா: அப்படிப் பார்ப்பதைவிட இதுபோல் எண்ணக் கேட்டுக் கொள்கிறேன். மத்திய சர்க்கார் அநீதியாக நடப்பதால் கசப்படைகிறோம் என்று கூறுவதைவிட, மத்திய சர்க்கார் என்று ஒன்று இருந்தால், அநீதிதான் நடக்கும் என்று கொள்ள வேண்டுகிறேன். மேலும், நீதியாக நடக்கக் கூடிய கடைசித் தலைமுறையே இப்போது வடநாட்டில் உள்ளது என்றும் நாங்கள் நினைக்கிறோம். இனி வரக்கூடிய தலைமுறைகளில், அநீதி இன்னும் அதிகமாக இருக்கும்.

வினோபா: நீங்கள் நான்கு மொழிப் பிரதேசத்தையும் கூட்டாட்சி ஆக்கின பிறகு, உங்கள் ஆட்சியிலே அதிருப்தி யாருக்கேனும், எந்தப் பகுதிக்கேனும் ஏற்பட்டால் என்ன செய்வீர்கள்?

அண்ணா: பிரிந்துபோக உரிமை தருகிறோம்.

வினோபா: தனி நாடு ஆகும்.

அண்ணா: ஆகலாம்.

வினோபா: அதாவது, அன்புடன் ஒன்றாக இருக்கலாம். இல்லையானால், பிரிந்துபோக வேண்டியது. அதுதானே?

அண்ணா: ஆம் ஐயா! ஒன்றுசேர்ந்து இருப்பது என்பது ஒரு விஷயம் – அந்தப் பெயரைக் கூறிக்கொண்டு ஒன்றின் கீழ் ஒன்று என்ற நிலைமை ஏற்படுவது வேறோர் விஷயமல்லவா?

வினோபா: இதை நான் புரிந்துகொண்டேன். இது அஹிம்சா முறையில் தானே நடைபெற வேண்டும். வன்முறை கூடாதல்லவா?

அண்ணா: வன்முறை கூடாது. வன்முறை என்றால், ஆயுத வன்முறை மட்டுமல்ல; தத்துவ வன்முறை புகுத்துவதும் கூடாது.

வினோபா: அப்படியென்றால்?

அண்ணா: தேச ஒற்றுமை, தேசியம் போன்ற ஏதேனும் தத்துவங்களையே கருவியாக்கி வன்முறைப்படுத்துவது கூடாது!

வினோபா: அஹிம்சைதானே முறை?

அண்ணா: ஆமாம்.

வினோபா: அப்படியானால், தனி நாடு, அதிலே தனியாகப் படையும் இருக்கும் என்கிறீர்களே, ஏன் படை?

அண்ணா: மற்றவர்களிடம் படை இருப்பதால் ஏற்படும் ஆசைதான் அதற்குக் காரணம். தாங்கள் இப்போது, மாநாட்டிலே இந்திய சர்க்காருக்குக் கூடக் கூறியிருக்கிறீர்கள், படை குறைக்க. பாபு ராஜேந்திர பிரசாத்கூடக் கேட்டுக்கொண்டிருந்தார். பார்ப்போம், அவர்கள் படை குறைவதை!

வேறொருவர்: பாபு ராஜேந்திர பிரசாத் அவ்விதம் கூறவில்லையே?

வினோபா: இல்லை – நான் கூறியபோது பாபு ராஜேந்திர பிரசாத் இருந்தாரல்லவா? சரி... இதேபோல வங்காளம், மராட்டியம் இவையெல்லாம் பிரிந்துபோக விரும்பினால்?

அண்ணா: பிரியலாம். ஆனால், அது அந்தந்த இடத்து மக்களின் உணர்ச்சியைப் பொறுத்திருக்கிறது.

வினோபா: இப்படிச் சிறுசிறு நாடுகளாகிவிட்டால், சிறிய நாடுகளைப் பெரிய நாடுகள் பிடித்து அழிக்குமல்லவா?

அண்ணா: அப்படிக் கூறிவிடுவதற்கில்லை. சிறிய நாடுகளைப் பெரிய நாடுகள் தாக்காதபடி தங்களைப் போன்றவர்கள் உபதேசிக்கும் அஹிம்சை யும் ஆத்ம சக்தியும் பயன்படுமல்லவா?

வினோபா: அரசியல் விஷயத்தில் உங்கள் எண்ணம் அறிந்து கொண்டேன். சமுதாய சம்பந்தமாக உங்கள் கட்சிக் கொள்கை என்ன?

அண்ணா: தங்களுக்குத் திருமூலர் தெரியுமென்று எண்ணுகிறேன். 'ஒன்றே குலம்... ஒருவனே தேவன்' என்பதைத்தான் நாங்கள் கொள்கை யாக்கிக்கொள்கிறோம்.

வினோபா: பொருளாதாரத் திட்டம் என்ன?

அண்ணா: மனிதனுடைய அடிப்படைத் தேவைகளான உணவு, உடை, குடியிருக்கும் இடம் ஆகியவை சர்க்காரால் அனைவருக்கும் உறுதி அளிக்கப்பட வேண்டும்.

வினோபா: அதாவது, சுரண்டல் கூடாது?

அண்ணா: அப்படிச் சொல்வதைவிட, நான் வேறுவிதமாகக் கூற விரும்புகிறேன். இந்த மூன்று அடிப்படைத் தேவைகளைப் பொறுத்த தொழில்கள் லாப நோக்கத்துக்காக நடத்தப்படக் கூடாது.

வினோபா: அப்படியானால், அந்தந்தக் கிராமத்து நிலம், கிராமச் சொத்தாக இருக்க வேண்டும்?

அண்ணா: ஆமாம் – அதிலே உழைத்துப் பெறக் கூடியது, அந்தந்தக் கிராம மக்களுக்குப் போதுமானதாக இல்லாவிட்டால், சர்க்கார் தேவைப்படும் அளவு தர வேண்டும்.

வினோபா: அதிகமாக இருந்தால் சர்க்கார் எடுத்துக்கொள்ளலாம்.

அண்ணா: ஆமாம்.

வினோபா: (அரியநாயகம் என்பவரைப் பார்த்து) பார்த்தாயா, நான் சொன்னேனே! நம் கொள்கையேதான். (என்னைப் பார்த்து) கட்சி முறையில், பூமி தான இயக்கத்துக்கு என்ன செய்கிறீர்கள்?

அண்ணா: கட்சி அடிப்படையில் நாங்கள் ஈடுபடுவதற்கு இல்லை. சங்கடம் உண்டு, எம் கட்சி இதில் ஈடுபட்டால். அதனாலேயே வேறு சில கட்சிகளுடைய பகை, தங்கள் இயக்கத்துக்கு ஏற்பட்டுவிடக் கூடும்.

ஜெகந்நாதன்: தனிப்பட்ட முறையில் கழகத் தோழர்கள் பல இடங்களில் நமக்குத் துணையிருக்கிறார்கள்.

வினோபா: நீங்கள் தனிப்பட்ட முறையில் என்ன செய்கிறீர்கள்?

அண்ணா: தங்கள் நல்ல நோக்கத்தை மக்களுக்குக் கூறுகிறேன். 'நல்லவர், அவரை ஏமாற்றிவிடாதீர்கள்!' என்றுகூடச் சொல்லிவருகிறேன்.

வினோபா: தனிப்பட்ட முறையில் ஏதேனும் உதவுகிறீரா?

அண்ணா: என்னாலான உதவிகளை மக்களுக்குச் செய்து கொண்டிருக்கிறேன்.

வினோபா: என்னோடு பாத யாத்திரை வாருங்களேன், ஒரு தடவை. பழக்கம் உண்டா?

அண்ணா: பழக்கமில்லாமலென்ன, வருகிறேன்.

ஜெகந்நாதன்: மறுபடியும் வாருங்கள் பார்க்க.

அண்ணா: அதற்கென்ன... இன்னும் ஒரு மாதம் கழித்து மறுபடி வந்து பார்க்கிறேன்.

பிரார்த்தனைக் கூட்டத்துக்கு வினோபா புறப்பட்டார். நான் அவரிடம் விடைபெற்றுக்கொண்டு, சில நிமிஷ நேரம், மற்ற நண்பர்களிடம் அளவளாவிவிட்டு, ஜீப்பின் துணையால் ஆற்றைக் கடந்து ஊர் வந்து சேர்ந்தேன். உள்ளமோ வினோபா பாவேவின் முயற்சி பற்றியும், அதற்குத் துணைநிற்பதாகக் கூறிடும் துதி பாடகர்களாலேயே, எந்தெந்த வகையில் அது குலைக்கப்பட்டுவருகிறது என்பது பற்றியும் எண்ணிற்று, அதுபற்றிப் பிறகு!

அன்பன்,
அண்ணாதுரை
17.6.1956

திராவிட நாடு கோரிக்கையை ஏன் கைவிட்டார் அண்ணா?

சீன அச்சுறுத்தலின் விளைவாக எழுந்த தேசியவாத அலையைப் பயன்படுத்தி, உள்நாட்டில் தன் அரசியல் எதிரிகளை எதிர்கொள்ளும் ஒரு உத்தியாகவே ‘பிரிவினைவாதத் தடுப்புச் சட்ட’த்தைக் கொண்டுவந்தது காங்கிரஸ் அரசு. இந்தியாவிலிருந்து பிரிவினை கோரும் எந்த இயக்கத்தையும் முடக்கும், அவர்கள் சுதந்திரம் கேட்பதைத் தேச விரோதம் ஆக்கும், தேர்தலிலிருந்து அவர்களை அகற்றும் சட்டம் இது. அண்ணாவைத்தான் அது குறிவைத்தது. ஒன்று, திராவிட நாடு முழக்கத்தைக் கைவிட வேண்டும் அல்லது திமுக முடக்கப்படுவதை அனுமதிக்க வேண்டும் என்ற சூழலிலேயே திராவிட நாடு முழக்கத்தைக் கைவிட்டார் அண்ணா. 1963 ஜூனில் நடைபெற்ற திமுக பொதுக்குழுவில் இது குறித்த விவாதத்தில் பேசிய அண்ணா முன்னதாகக் கூட்டத்தில் பேசுவதற்காக உரையைத் தன் கைப்பட எழுதினார். 301 பக்கங்களுக்கு நீண்ட அது, பின்னாளில் ‘எண்ணித் துணிக கருமம்’ என்ற பெயரில் நூலாக வெளிவந்தது. ‘என்னைப் பொறுத்தவரையில் கழகத்தை வளர்த்துவருவதிலே நான் கண்ட, கொண்ட மகிழ்ச்சி, பெருமையைவிட வேறு எதிலும் கண்டதுமில்லை, கொண்டதுமில்லை... கொள்கையைக் காத்திட கழகம் அழிந்துபடட்டும் என்று கூறுவதும் சரி, கழகம் காத்திட கொள்கை அழியட்டும் என்று சொல்லுவதும் சரி, வேதனை தரத்தக்கன...’ என்று எழுதியவர், கொள்கைகளையும் பாதுகாத்து, கழகமும் அழியாமல் இருக்கச் செய்வதற்கான உத்தியாகவே திராவிட நாடு கோரிக்கையைக் கைவிட்டு, ‘மாநில சுயாட்சி’ முழக்கத்தைக் கையில் எடுத்தார்.

Ind

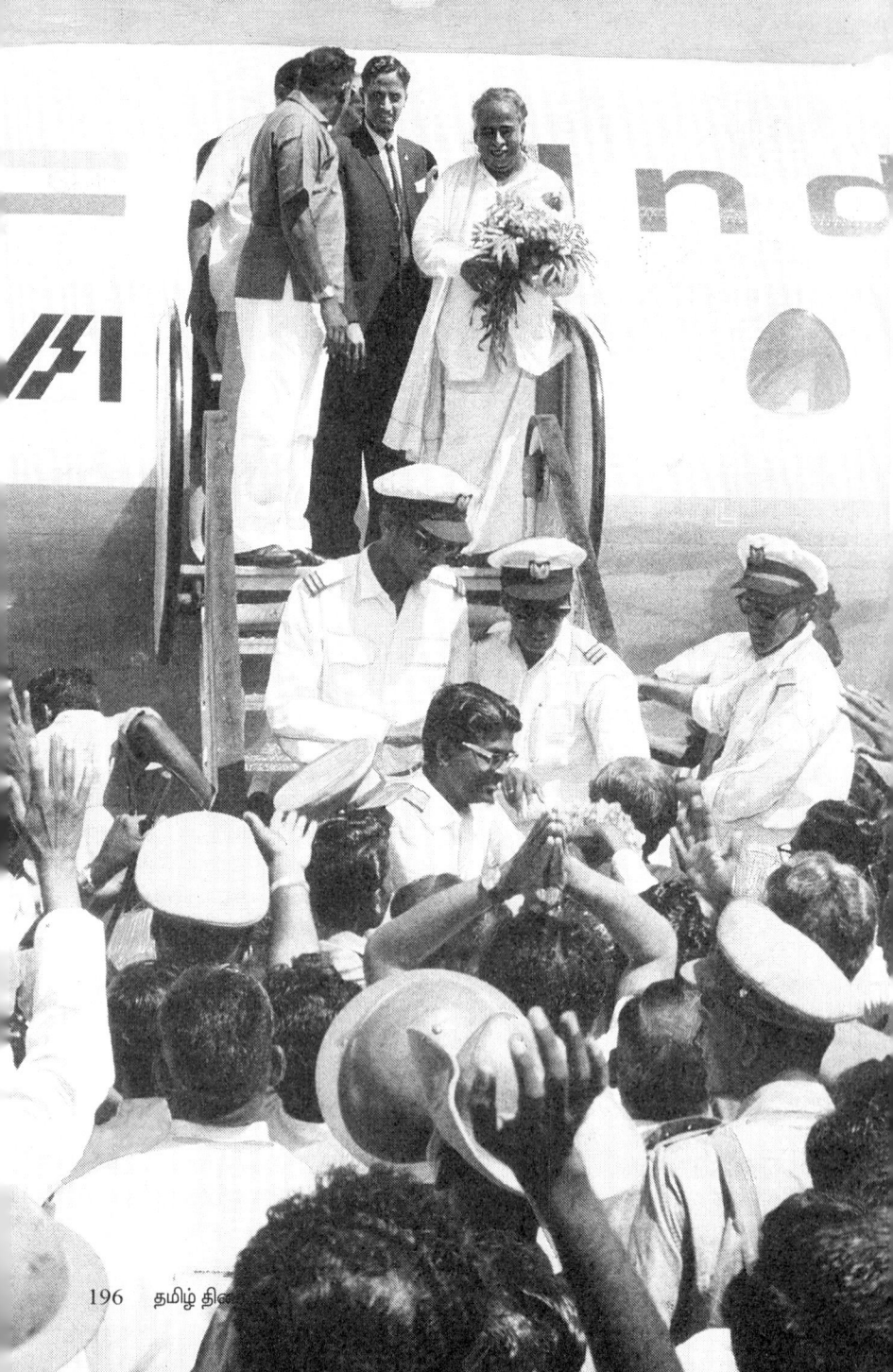

திராவிட நாட்டைக் கட்டமைக்க தமிழ்நாட்டுக்கு வெளியே அண்ணா மேற்கொண்ட பயணம்

இரா.வினோத்
பெங்களூரு
செய்தியாளர்
இந்து தமிழ் திசை

திராவிட எனும் சொல் கிபி ஏழாம் நூற்றாண்டுக் கல்வெட்டு, மனு ஸ்மிருதியின் குறிப்பு ஆகியவற்றிலேயே இடம்பெற்றிருந்தாலும், காலனிய ஆட்சிக் காலத்தில்தான் அது அரசியல் சொல்லாடலாக அறியப்படலானது. எல்லீஸ், ஹாட்சன் ஆகியோர் பயன்படுத்திய இச்சொல்லை, 1856-ல் 'திராவிட மொழிகளின் ஒப்பிலக்கணம்' நூலை வெளியிட்டு, பரவலாக அறியச்செய்தவர் கால்டுவெல். 1885-ல் ரெவரெண்ட் ஜான் ரத்தினம், பண்டிதர் அயோத்திதாசருடன் இணைந்து 'திராவிடர் கழகம்' என்ற ஆதி திராவிடர்களுக்கான அமைப்பையும், அதற்கென 'திராவிட பாண்டியன்' என்ற ஏட்டையும் உருவாக்கியபோது அச்சொல் புத்துயிர் பெற்றது. பிராமணரல்லாதோர் உரிமைகளுக்காகத் தொடங்கப்பட்ட நீதிக் கட்சியின் வழித்தோன்றல்கள் 1920-களில் அச்சொல்லைப் பயன்படுத்தலானார்கள். மொழியையும் இனத்தையும் குறிக்கப் பயன்படுத்தப்பட்ட இச்சொல், பெரியார் காலத்தில் வடக்கை எதிர்கொள்ளும் தெற்கின் அடையாளமாக உருவெடுத்தது. 1930-களின் இறுதியில் இந்தித் திணிப்புக்கு எதிரான போராட்டம் வலுப்பெற்றபோது, நீதிக் கட்சியினரால் கோரிக்கை வைக்கப்பட்டபோது, 'திராவிட நாடு' முழக்கம் உயிர் பெற்றது. அப்போதைய மெட்ராஸ் மாகாணமானது தமிழ், தெலுங்கு, மலையாளம், கன்னடம் பேசுபவர்களின் தொகுதியாக இருந்ததால், இந்த முழக்கம் கூடுதல் பொருத்தம் பெற்றது.

திராவிட நாடு முழக்கத்தின் தொடக்கத்திலிருந்தே அண்ணாவுக்குப் பங்கிருந்தது. 1940 திருவாரூர் நீதிக் கட்சி மாநாட்டில் 'திராவிட நாடு திராவிடருக்கே' என்ற முழக்கம் வைக்கப்பட்டபோதும் சரி, 1942-ல்

திராவிட நாடு இப்படித்தான் இருக்க வேண்டும் என்று அண்ணாவுக்கு நிச்சயமான செயல்திட்டம் இருந்தது. திமுகவின் தொடக்க நாட்களிலேயே பெங்களூரு, சித்தூர், திருவனந்தபுரம் ஆகிய பகுதிகளில் கிளைகள் உருவாகின.

பெரியார் தலைமையில் கிரிப்ஸ் குழுவிடம் திராவிட நாடு கோரிக்கை முன்வைக்கப்பட்டபோதும் சரி; அண்ணாவும் உடனிருந்தார். திராவிடர் கழகத்திலிருந்து விலகி 1949-ல் திமுகவைத் தொடங்கிய அண்ணா தமிழ்நாட்டைத் தாண்டி அதற்கெனப் பெரிய முனைப்புகளைக் காட்டவில்லை என்று இன்று பலரும் பேசுகிறார்கள். அது சரியல்ல. டி.எம்.நாயர், பெரியார் போன்றவர்கள் திராவிட நாடு கோரிக்கையை முன்வைத்தாலும், அதனை அடைவதற்கான செயல்திட்டங்களை கொண்டிருக்கவில்லை. திராவிட நாடு கனவு சார்ந்து தன்னுடைய சாத்தியங்களுக்கு உட்பட்ட வகையில் நிறைய செயல்பாடுகளை முன்னெடுத்தார் அண்ணா. திராவிட நாடு இப்படித்தான் இருக்க வேண்டும் என்று அவருக்கு நிச்சயமான செயல்திட்டம் இருந்தது.

அண்ணாவின் அணுகுமுறை

இந்தியாவில் மொழிவாரி மாநிலங்களை அமைப்பது என்ற முடிவை நேரு அரசு எடுத்ததன் பின்னணியில், அண்ணாவின் திராவிட நாடு திட்டத்தை உருக்குலைக்கும் வியூகமும் இருந்தது. இன்றைய கர்நாடகம், ஆந்திரம், கேரளத்தின் பகுதிகள் புவியியல்ரீதியாக மெட்ராஸ் மாகாணத்துடன் இணைந்திருந்த நிலையில், மொழிவாரியாக மாநிலங்களைப் பிரிக்கும்போது இயல்பாக திராவிட நாடு கோரிக்கை பிசுபிசுக்கும் என எண்ணியது அரசு.

இதைப் புரிந்துகொண்ட அண்ணா, மொழிவாரி மாநிலங்களாகப் பிரிக்கும் அரசின் திட்டத்தை வரவேற்றார் - அதாவது எதிர்ப்புத் தெரிவித்து கேரள, ஆந்திர, கன்னட மக்களை அவர் பகைத்துக்கொள்ளவில்லை. "திராவிட நாட்டின் அங்கமான தமிழ், தெலுங்கு, மலையாளம், கன்னடம் பேசும் நிலங்கள் நான்கு மாநிலங்களாக உருவாவது உடனடித் தேவை. இவ்வாறு உருவாவதன் மூலம், ஒரு மாநிலம் இன்னொரு மாநிலத்தின் நிலத்தை அபகரித்துக்கொள்ளாதவாறு தடுக்க முடியும்" என்று அறிக்கை வெளியிட்டது திமுக. அதேசமயம், மொழிவாரி மாநிலங்களாக தமிழகம் உள்ளிட்ட நான்கு மாநிலங்களும் பிரிந்த பின்னர், சுயநிர்ணய அடிப்படையில் சுயாட்சி பெற்ற மாநிலங்களாக இயங்க வேண்டும் என அண்ணா விரும்பினார்.

இந்த நான்கு மாநில அரசுகளையும் இணைத்துக் கூட்டாட்சி முறையில்

சுதந்திர திராவிடக் குடியரசை உருவாக்க எண்ணினார்.

1953 அக்டோபர் 1 அன்று ஆந்திரா பிரிந்து சென்றபோது திமுக சார்பில் அனுப்பப்பட்ட வாழ்த்துக் கடிதம் இதைத் துல்லியமாக்குகிறது. *"ஆந்திரப் பிரிவினையை மனதாரப் பாராட்டுகிறோம். திராவிட இனவழி மக்களைக் கொண்ட ஜனநாயகக் கூட்டாட்சிக் குடியரசில் ஆந்திராவும் ஒரு உறுப்பினராக இணைந்திடும் நாளை ஆர்வத்தோடு எதிர்பார்க்கிறோம்."*

அதாவது, நான்கு மாநிலங்களும் சம உரிமை பெற்றவையாக இருக்கும். நான்கு மொழிகளும் ஆட்சிமொழிகளாக இருக்கும். கூடவே, ஆங்கிலமும் இணைப்புமொழியாக இருக்கும். திராவிட நாட்டில் ஒரு மாநிலத்தின் மீது இன்னொரு மாநிலம் ஆதிக்கம் செலுத்தாத வகையில் சம அதிகாரம் இருக்கும். திராவிட மொழிகளில் தமிழ்தான் மூத்தது என்றாலும் கன்னடம், தெலுங்கு, மலையாளம் ஆகியவற்றுக்கும் சம உரிமை கிடைக்க வேண்டும் என்று யோசித்ததன் மூலம், நான்கு இனங்களுக்கும் சமஉரிமை கிடைப்பதற்கான சிந்தனையை வளர்த்தெடுத்தார்.

வலுவான கட்டமைப்பு வலைப்பின்னல்

திமுகவின் தொடக்க நாட்களிலேயே பெங்களூரு, சித்தூர், திருவனந்தபுரம் ஆகிய பகுதிகளில் கிளைகள் உருவாகின. இந்தக் கிளைகள் அந்தந்த மாநில அமைப்புகளுடன் நெருக்கமான உறவைக் கொண்டிருக்கும் விதமாக அமைக்கப்பட்டன. ஆனால், கர்நாடகத்தில் தமிழர்களின் எண்ணிக்கை அதிகமாக இருந்ததால் திமுகவின் வேகம் அங்கே அதிகம் இருந்தது. விளைவாக, தமிழ்நாட்டுக்கு வெளியே முதலில் வலுவான அமைப்பை உருவாக்க வாய்ப்புள்ள மாநிலமாக கர்நாடகத்தைக் கருதிய அண்ணா அங்கே கட்சியைக் கட்டியெழுப்பி, அதே மாதிரியை ஏனைய இரு மாநிலங்களுக்கும் கொண்டுசெல்ல முற்பட்டார்.

சென்னையில் திமுக தொடங்கப்பட்ட அதே நாளில் கோலார் தங்க வயலிலும், பெங்களூருவிலும் அதன் கிளைகள் உதயமாகின. மாவட்டம், வட்டம், நகரம், பகுதி, ஒன்றியம், வட்டாரம் என அத்தனை நிலைகளிலும் வலுவான உள்கட்டமைப்பு உருவாக்கப்பட்டது. அலுவலகம், கொடிக் கம்பம், உட்கட்சித் தேர்தல், இதழ், படிப்பகம், இலக்கிய மன்றம், நாடக மன்றம், மாநாடு, பிரச்சாரம், பேரணி, பொதுக்கூட்டம், போராட்டம் என அனைத்துத் தளங்களிலும் கட்சி தீவிரமாக இயங்கியது.

அண்ணா நாடகச் செயல்பாடுகளில் தீவிரமாக இருந்த காலகட்டத் திலேயே அடிக்கடி பெங்களூரு வந்து சென்றவர், மாதக்கணக்கில் தங்கியிருந்தார். காந்தி நகர் குப்பி வீரண்ணா அரங்கில் கே.ஆர்.ராமசாமி நாடகக் குழுவின் சார்பில் அண்ணா எழுதிய நாடகங்கள் அரங்கேறிய போது கூட்டம் அலைமோதும். ஆகையால், அப்போதைய சந்திப்புகள் கன்னட மக்கள், மொழி, பண்பாடு, வரலாறு குறித்து அவருக்கு ஒரு புரிதலை உருவாக்கியிருந்தது எனலாம்.

கர்நாடகத்தில் தமிழர்களின் எண்ணிக்கை அதிகமாக இருந்ததால் திமுகவின் வேகம் அங்கே அதிகம் இருந்தது. விளைவாக, தமிழ்நாட்டுக்கு வெளியே முதலில் வலுவான அமைப்பை உருவாக்க வாய்ப்புள்ள மாநிலமாக கர்நாடகத்தைக் கருதிய அண்ணா, அங்கே கட்சியைக் கட்டியெழுப்பி அதே மாதிரியை ஏனைய இரு மாநிலங்களுக்கும் கொண்டுசெல்ல முற்பட்டார். கர்நாடகத்தில் கட்சியினருக்கு என்று 'நம்ம நாடு' என்ற கன்னட பத்திரிகையைத் தொடங்கினார் அண்ணா.

கர்நாடகம் பெயர் மாற்றத்துக்குக் குரல் கொடுத்த அண்ணா

தமிழ் நிலத்துக்குத் 'தமிழ்நாடு' என்று பெயரை மீட்டுக்கொடுத்தவர் அண்ணா என்பது உலகறிந்தது. இன்று பலருக்குத் தெரியாத உண்மை, கர்நாடகம் அதன் பெயரைப் பெறுவதற்கும் குரல் கொடுத்தவர் அண்ணா என்பதாகும். "இந்த மாநிலத்தை 'மைசூரு மாநிலம்' என்ற பெயரில் அழைப்பது தவறு. 'கருநாடகம்' என்று இம்மாநிலத்துக்குப் பெயர் சூட்ட வேண்டும்" என்று கூறிய அண்ணா, இதற்கு ஆதாரமாக தமிழ் இலக்கியங்களில் மேட்டுப் பகுதியில் இருக்கும் இந்த நிலப்பரப்பு 'கருநாடகம்' என்றே குறிப்பிடப்பட்டிருப்பதைச் சுட்டிக்காட்டினார். திமுக இதைத் தீர்மானமாக நிறைவேற்றியது.

திமுக தொடங்கிய பின்னர் முதல் முறையாக 1956-ல் சிவாஜி நகரில் - அன்றைக்கு கருப்பர் டவுன் என்றழைக்கப்பட்ட பகுதி இது - நடந்த அக்கட்சியின் முதல் பெங்களூரு மாவட்ட மாநாட்டில் இதற்கான தீர்மானமும் நிறைவேற்றப்பட்டது (பிற்பாடு 1972-ல் 'கர்நாடகா' என்ற பெயரை முதல்வர் தேவராஜ் அர்ஸ் சூட்டியபோதும் அதை வழிமொழிந்து பேசியவர் திமுக சட்டமன்ற உறுப்பினர் திராவிடமணி). அண்ணாவின் இந்தப் பிரகடனம், கன்னடர்களிடையே பெரும் வரவேற்பை பெற்றது.

கன்னடத்துக்கு அண்ணா கொடுத்த முக்கியத்துவம்

பெங்களூரு மாவட்ட திமுக கூட்டங்களில் உள்ளூர் தமிழ்த் தலைவர்களான எஸ்.வி.பதி, கி.சோழன், தி.திராவிட மணி, எஸ்.ஜே.உசேன் கோலோச்சினர். தமிழில் இவர்கள் மணிக்கணக்கில் பேசிய நிலையில், கட்சிக்குள் இருந்த கன்னடத் தலைவர்களான கே.எம்.சம்பங்கி இராமய்யா, தாஸப்பா, லிங்கைய்யா, குமார் வெங்கண்ணா, எஸ்.என்.நாராயண், எம்.ராமன், ராஜு உள்ளிட்டோருக்குப் பேசப் போதிய வாய்ப்பு இல்லை. இந்தத் தகவல் அண்ணாவின் காதை எட்டியபோது, "கழக மேடைகளில் அவரவர் தாய்மொழிக்கு முக்கியத்துவம் தரப்பட வேண்டும்" என்று

கட்சியினருக்கு உத்தரவிட்டிருக்கிறார் அண்ணா.

கன்னடரான கே.எம்.சம்பங்கி இராமய்யா "தமிழில் கட்சிக்கென வரும் 'நம் நாடு' பத்திரிகையைப் போலவே கன்னடத்திலும் வெளியிட வேண்டும்" என்றபோது, அதை ஏற்ற அண்ணா கன்னட நாளிதழுக்கு என்று நிதிதிரட்டுவதற்காக ஒரு பொதுக்கூட்டத்தையே பெங்களூரில் நடத்தினார். கன்னடத்தில் 'நம்ம நாடு' என்ற பெயரில் பத்திரிகை வெளியாகும் என்பதற்கான அறிவிப்பை வெளியிட்டார். மேலும், "என் அனுமதி இல்லாமலேயே எனது நூல்களைக் கன்னடத்தில் மொழிபெயர்த்து வெளியிடலாம்" என்றும் தெரிவித்தார்.

திராவிட நாட்டின் தலைநகர் பெங்களூரு

1958-ல் சுபாஷ் நகரில் (மெஜஸ்டிக் பேருந்து நிலைய மைதானம்) நடந்த பெங்களூரு மாவட்ட திமுக மாநாட்டின் பந்தலுக்கு கன்னட இலக்கிய வாதியான 'டி.பி.கைலாசம்' பெயரே சூட்டப்பட்டது. இம்மாநாட்டில் ஏ.வி.பி.ஆசைத்தம்பி பேசுகையில், "பெங்களூரில் தமிழ், கன்னடம், தெலுங்கு, மலையாளம் உள்ளிட்ட அனைத்து மொழியினரும் சரிசமமாக வாழ்கின்றனர். நான்கு மாநிலங்களிலிருந்தும் வந்து செல்வதற்குத் தேவையான போக்குவரத்து வசதி, அடிப்படைக் கட்டமைப்பு, சீரான தட்பவெப்ப நிலை இருப்பதால் திராவிட நாடு அமையும்போது இதுவே அதன் தலைநகராக இருக்கும்" என்றார்.

இதற்குப் பதிலளிக்கையில், "இப்போதுதான் பெண் பார்க்க ஆரம்பித்திருக்கிறோம். அதற்குள் குழந்தைக்குப் பெயர் வைக்க வேண்டிய அவசியம் இல்லை. திராவிட நாடு அமைந்தால் நான்கு மாநிலங்களும் சம அதிகாரம் பொருந்திய தனி மாநிலங்களாக இருக்கும். அதன் தலைநகர் குறித்து, அனைத்துத் தரப்பினருடன் கலந்து பேசி முடிவெடுப்போம்" என்று குறிப்பிட்டார் அண்ணா. இந்த மாநாட்டிலும், கர்நாடகப் பெயர் மாற்றத்தை வலியுறுத்தி தீர்மானம் நிறைவேற்றப்பட்டது.

ஒருகட்டத்தில் 'தமிழகத்தில் மட்டுமின்றி, மைசூரு மாநிலத்திலும் திமுக தீவிரமாக வளர்ந்துவருகிறது. வட இந்தியர்கள் இந்த வளர்ச்சியைக் கண் மூடி கவனிக்காமல் இருந்துவிடக் கூடாது' என்று பம்பாயிலிருந்து வெளிவந்துகொண்டிருந்த புகழ்பெற்ற ஏடான 'கரன்ட்' எச்சரிக்கை விடுக்கும் அளவுக்கு அண்ணாவின் வளர்ச்சி இருந்தது.

தமிழர்கள் கன்னடம் கற்றுக்கொள்ளுங்கள்

பெங்களூரில் 1960-களில் நடந்த கூட்டங்களில் பேசுகையில், "தமிழில் இருந்து உருவான கன்னட மொழியை எனக்குப் பிடிக்கும். ஒரு தாய் வயிற்றில் பிறந்த சகோதரர்கள் என்ற முறையில் கன்னடர்களை நான் பெரிதும் நேசிக்கிறேன். இங்கு வாழும் தமிழர்கள் கன்னடர்களை நேசிக்க வேண்டும். அவர்களுடன் இணைந்து ஒற்றுமையாக வாழ வேண்டும். இந்த மண்ணின் நலனில் அக்கறை உள்ளவர்களாக வாழ வேண்டும். தமிழர் -

கன்னடர் உறவு சகோதரத்துவம் மிக்கதாக இருக்க வேண்டும். அந்தந்த மாநிலங்களின் மொழிக்கு முக்கியத்துவம் தரப்பட வேண்டும். இங்கு வாழும் தமிழர்கள் கன்னடம் கற்று, அந்த மொழியின் வளர்ச்சிக்குத் துணை நிற்க வேண்டும்'' என்றதை இன்றும் நினைவுகூர்வோர் இருக்கின்றனர்.

பிற்பாடு திராவிட நாடு கோரிக்கையைக் கைவிட்டபோதிலும் திமுகவைத் தமிழ்நாட்டைத் தாண்டி வளர்ப்பதில் காட்டிய கவனத்தை அண்ணா கைவிடவில்லை. 1967-ல் திமுக தமிழகத்தில் ஆட்சியைப் பிடித்ததைத் தொடர்ந்து, அதன் தாக்கம் மைசூர் மாநிலத்திலும் எதிரொலித்தது.

இதுகுறித்து நிருபர்கள் அப்போதைய கர்நாடக முதல்வர் ஹனுமந்தய்யாவிடம் கேட்டபோது, அதற்கு அவர் ''கர்நாடக திமுகவில் கன்னடர்கள் பெரும்பான்மையாக இல்லாதபோது அந்தக் கட்சி எப்படி கர்நாடகாவில் வளரும்?'' என்று கேள்வி எழுப்பினார்.

அண்ணாவிடம் இதுகுறித்துக் கேட்டபோது அண்ணா சொன்னார், ''ஹனுமந்தய்யா சொல்வது உண்மைதான். கர்நாடக திமுகவில் தமிழர்கள் மட்டுமே இருந்தால் அது மேஜை மீது வைக்கப்பட்ட காகித மலராகவே இருக்கும். கன்னடர்களும் வந்து சேர்ந்தால்தான் திமுக மணக்கும் மலராக மாறும். திமுகவில் சேருமாறு கன்னடச் சகோதரர்களுக்கு இதன் மூலம் அழைப்பு விடுக்கிறேன்!''

சேரிகளில் திமுக

கன்னட மொழிக்கு முக்கியத்துவம் கொடுத்ததுபோலவே கட்சி அமைப்பில் தலித்துகளுக்கு உரிய பிரதிநிதித்துவம் கொடுப்பதிலும் உறுதி காட்டினார் அண்ணா. ஒடுக்கப்பட்ட மக்களின் மேம்பாடே எல்லா மேம்பாடுகளிலும் முக்கியம் என்பதைக் கட்சியினரிடமும் வலியுறுத்தி வந்தார். பின்னாளில், திமுகவின் வளர்ச்சி குறித்து ஒருமுறை கேள்வி எழுப்பப்பட்டபோது, ''திமுகவா? அது சேரியில் மட்டும்தான் இருக்கிறது!'' என்றார் கர்நாடக முதல்வர் நிஜலிங்கப்பா. அந்த அளவுக்குக் கட்சியில் பல்வேறு நிலைகளிலும் தலித் சமூகத்தைச் சேர்ந்தவர்கள் இடம் பெற்றிருந்தனர். 1967-ல் முதல் முறையாக மைசூர் மாநிலச் சட்ட மன்றத்துக்குள் காலடி எடுத்துவைத்தது திமுக.

அண்ணாவுக்குப் பின் திமுக இரண்டாக உடைந்த நிலையில், தமிழ் நாட்டுக்குள்ளேயே அதன் அரசியல் சுருங்கியது. இன்றைக்குத் தமிழகக் கட்சிகளின் கிளைகளாகப் பெயருக்குச் செயல்படும் அமைப்புகளாக அண்ணா வழிவந்த கட்சிகள் சுருங்கிவிட்டாலும் அண்ணா எழுப்பிய குரல் திடீர் திடீர் என்று உத்வேகம் பெறத்தான் செய்கிறது. 'ஒரே நாடு, ஒரே மொழி, ஒரே மதம்' என்ற ஒற்றையாட்சிக் குரல் வலுக்கும்போதும், தென்னகம் புறக்கணிக்கப்படும்போதும், மாநில உரிமைகள் நசுக்கப்படும் போதும் கர்நாடகத்தில் எதிர்க்குரல்கள் உயிர் பெறுகின்றன. அந்தக் குரல்கள் அண்ணாவை எதிரொலிக்கின்றன! ❍

அண்ணா: சில நினைவலைகள்

யார் மேலே கோபம் வந்தாலும் என் மேலேதான் காட்டுவார்

ராணி அண்ணா, குடும்பத்தினருடன் ஓர் உரையாடல்

ஒரு கட்சியையே குடும்பமாக்கிய அண்ணாவின் குடும்பத்தைக் காண்பதில், அவர்களோடு கலந்துரையாடுவதில் மனதுக்குத்தான் எத்தனை மகிழ்ச்சி!

"வாங்க... வாங்க"- டாக்டர் பரிமளம்! அண்ணாவின் சாயலில் அந்த வாய் நிறைந்த சிரிப்பு. வாசற்படிக்கு மேல் அண்ணாவின் திருவுருவப் படம். வணங்கிவிட்டு உள்ளே செல்ல, அண்ணியார் (ராணி அண்ணா)

அன்பொழுக வரவேற்கிறார். தொடர்ந்து அண்ணாவின் மருமகள் சரோஜா பரிமளம், குழந்தைகள் கண்மணி, மலர்...

"அண்ணி! நீங்கள் அண்ணா பேசிய கூட்டங்களுக்குப் போயிருக்கிறீர்களா? அவரது பேச்சை அடிக்கடி கேட்டதுண்டா?"

"எப்போதாவது மாநாடுகளிலேதான் அவரது பேச்சைக் கேட்பேன். பேசி முடித்துவிட்டு என்னைச் சந்திக்கிறபோது 'வாயைப் பிளந்து என்னுடைய பேச்சைக் கேட்டுக்கிட்டிருந்தியே... பேசினது புரிஞ்சுதா?' என்று கேலியாகக் கேட்பார்."

"காலையிலேயே எழுந்துவிடுவாரா?"

"ராத்திரியெல்லாம் படிச்சிக்கிட்டும் எழுதிக்கிட்டும் இருக்கிறவர் அஞ்சு மணிக்குத்தானே படுக்கவே போவார்!"

"அண்ணி! அண்ணா எதை விரும்பிச் சாப்பிடுவார்?"

டாக்டர் பரிமளம் குறுக்கிடுகிறார் - "அமீன் ஓட்டலிலிருந்து இடியாப்பம் - கைமா. எப்போதாவது பாயாவும் சாப்பிடுவார்."

"வதக்கிய வெங்காயத்தில் இறால் செய்தால் பிடிக்கும்!" - சரோஜா பரிமளம்.

"சைவத்தில் என்ன பிடிக்கும்?"

சரோஜாவே தொடர்ந்து சொன்னார். "மாமாவுக்குக் கீரையென்றால் ரொம்பப் பிடிக்கும். பாகற்காயை விரும்பிச் சாப்பிடுவார்."

"அப்பா சாப்பிடறது ரொம்ப வேடிக்கையா இருக்கும். சின்னப் புள்ளைங்க மாதிரி உடம்பெல்லாம் பூசிக்குவார்" – பரிமளம்.

"அண்ணா படித்துக்கொண்டிருந்தபோதே கல்யாணம் நடந்ததா?"

"ஆமா! காஞ்சிபுரத்திலே மச்சி வீட்டில்தான் கல்யாணம் நடந்தது."

"அண்ணி! அண்ணா உங்கள சினிமா, நாடகத்துக்கெல்லாம் அழைச்சிட்டுப் போவாங்களா?"

"தனியா அழைச்சிக்கிட்டுப் போக மாட்டார். நண்பர்களோடத்தான் போவார்."

"அண்ணா எழுதின நாடகங்கள், சினிமாக்களை நீங்க பார்த்திருக்கீங்களா?"

"'ஓர் இரவு' நாடகம் பார்த்திருக்கேன். சில சினிமாக்களையும் பார்த்திருக்கேன்."

அண்ணா நடை உடை பாவனைகளைப் பற்றி பேச்சு திரும்பியது.

"அவர் ரொம்ப சாதாரணமாதான் இருப்பார். முதலமைச்சரா ஆன பிறகுதானே வெள்ளையாவே போட ஆரம்பிச்சார்! தலையிலே எண்ணெய் தேய்ச்சிக்கக்கூட விரும்ப மாட்டார். கட்டாயப்படுத்தித்தான் குளிக்கவே வைப்போம்" – அண்ணியார்.

"வெந்நீரை வைக்கச் சொல்லிவிட்டு வர்றவங்களோடு பேசிக்கிட்டிருப் பார். வெந்நீர் சூடாறிப்போனதும் 'அது வேண்டாம்'னு சொல்லிடுவார். வெளியூர்களுக்குப் போகிறப்போ வழியிலே இருக்கிற டீக் கடையிலே விற்கிற மசால் வடை, பக்கோடாவை வாங்கிவரச் சொல்லிச் சாப்பிடுவார். கடைக்காரர்கள் ஆசையோடு ஓடிவந்து 'அண்ணா! வீட்டுக்கு வாங்க சாப்பிட்டுட்டுப் போகலாம்'னு கூப்பிடுவாங்க. 'இல்ல இல்ல... இந்த இடம் போதும்!' என்று சொல்லி அவர்களைச் சமாதானப்படுத்துவார்" – பரிமளம்.

"நாய்க்குட்டி, மயில், மானோடயெல்லாம் அண்ணா படமெடுத்துக் கிட்டிருக்காரே, அதையெல்லாம் வளர்த்தாரா?"

"எங்க வீட்டிலே இருந்த புறா, மான், மயில், முயல், நாய், கோழி, கிளி, லவ் பேர்ட்ஸ் இதுக்கெல்லாம் அண்ணா தீனி போடுவார். தண்ணி வைப்பார். ரொம்பப் பிரியமா இருப்பார்" – அண்ணி.

"அண்ணாவுக்குக் கோபம் வருமா?"

சிரித்தார் அண்ணி. "யார் மேலே கோபம் வந்தாலும் என் மேலேதான் காட்டுவார்."

"கோபம் வந்தால் என்ன செய்வார்?"

"முகங்கொடுத்துப் பேச மாட்டார். சரி என்னமோ கோபமா இருக்கார்னு புரிஞ்சுக்குவோம். கோபம் யார் மேலே இருந்தாலும் அவங்க எதிரிலே இருக்கக் கூடாது. அந்தக் கோபம்கூட பத்து நிமிஷத்துக்கு மேலே இருக்காது. பழையபடி ஆயிடுவார்!"

"அண்ணா சிரிச்சு - சந்தோஷமா பேசுவாரா?"

"ரொம்ப சந்தோஷமா பேசுவார். அதையெல்லாம் இப்ப நாங்க ஞாபகப்படுத்தினா தாத்தா இப்ப இல்லையேன்னு குழந்தைகள்லாம் கேட்கறாங்க."

எவ்வளவோ சொல்ல நினைத்தாலும், சொல்லக் கூடிய அளவுக்கு சுவையான, மறக்க முடியாத சம்பவங்கள் இருந்தாலும் சொல்ல முடியாத தவிப்பில் அண்ணியார் மௌனமாகிறார். அது கலைக்கப்பட வேண்டிய மௌனமல்ல என்பதால், அர்த்தமுள்ள அந்த மௌனத்தை வணங்கி விடைபெறுகிறோம்!

அண்ணா பவள விழா மலரில் வெளியான பேட்டி

வன்முறையை ஒருபோதும் அண்ணா ஆதரித்ததில்லை

எம்.பக்தவத்சலம்
அண்ணாவுக்கு முன்
ஆட்சியிலிருந்த முதல்வர்

அண்ணா அவர்களை நான் முதன்முதலில் சந்தித்தது ஒரு பொதுக்கூட்டத்தில். அது சென்னை, எஸ்பிளனேடில் உள்ள ஒய்எம்சிஏ கட்டிடத்தில் நடந்தது. பின், காஞ்சிபுரத்திலுள்ள பச்சையப்பன் கல்லூரி அபிவிருத்தி விஷயமாக நானும் அவரும் ஒரே மேடையில் பேசியிருக்கிறோம். கருத்து வேறுபாடு ஏற்பட்டதில்லை. அவர் சட்டமன்ற உறுப்பினரான பின் - அவர் எதிர்க்கட்சியில் இருந்தபோதும் - எப்போதுமான சுமுக உறவு இருந்துவந்தது. நாங்கள் மதுவிலக்குத் திட்டத்தைக் கொண்டுவந்திருந்தோம். அது வெற்றிகரமாக நடைபெறுவதிலே அண்ணாவுக்கும் அக்கறை உண்டு. அதுபற்றி கிராமங்களில் நான் கூட்டத்துக்கு ஏற்பாடுசெய்யும்போதெல்லாம் தனக்கும் அழைப்பு அனுப்பினால் வந்து கலந்துகொள்வதாகச் சொல்லி, அவரும் கலந்துகொண்டார். முதல்வரான பிறகும்கூட ஒருமுறை திட்டவட்டமாக அறிவித்தார் - "மதுவிலக்குத் திட்டம் சரிவர நடக்கவில்லை என்றாலும், அதனால் ஏற்படக்கூடிய நஷ்டத்தை ஈடுசெய்வதற்கு மத்திய அரசு உதவவில்லை என்றாலும், மதுவிலக்குத் திட்டத்தினால் அரசு வருமானம் குறையும் என்றாலும், எந்த நிலையிலும் நான் மதுவிலக்குத் திட்டத்தைக் கைவிட மாட்டேன்!" அதில் அண்ணா உறுதியாக இருந்தார்.

இந்தி எதிர்ப்புப் போராட்டத்தின்போது அதில் மாணவர்கள் கலந்து கொண்டார்கள். சமூக விரோத சக்திகளுக்குத் தங்கள் கட்சிப் பொறுப்பு இல்லை என அண்ணா தெரிவித்தார். அண்ணாவின் ஆதரவு வன்முறைச் செயல்களுக்கு இருந்ததில்லை. அண்ணா ஆட்சி செய்தபோது அவருக்கு இருந்த முக்கியமான கவலை, தவறு ஒன்றும் நேரக் கூடாது என்பது. அறிஞர் அண்ணா நோய்வாய்ப்படாமல் இன்னும் கொஞ்ச காலம் பதவியில் நீடித்திருந்தால், அது நாட்டுக்கு நலனை விளைவிப்பதாக இருந்திருக்கும்!

○

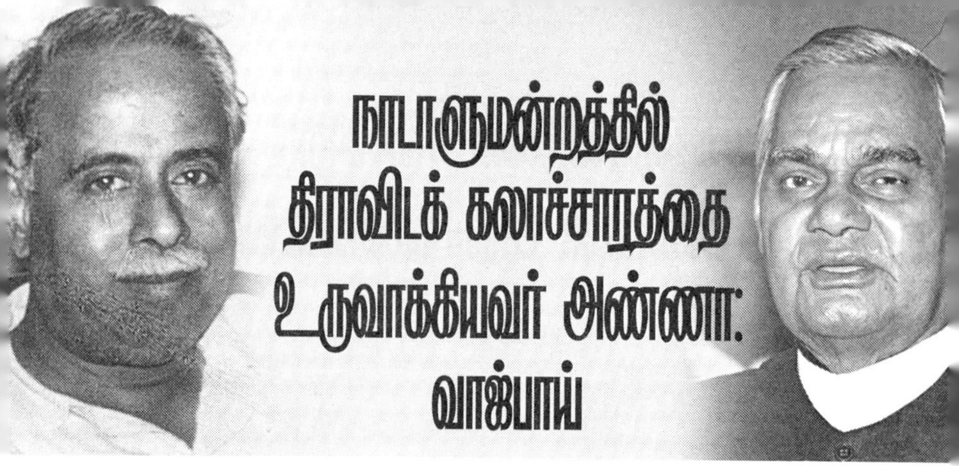

நாடாளுமன்றத்தில் திராவிடக் கலாச்சாரத்தை உருவாக்கியவர் அண்ணா: வாஜ்பாய்

நாடாளுமன்றம் போன கொஞ்ச நாட்களில் விவாதங்கள் வழியே இரு நண்பர்களைப் பெற்றார் அண்ணா. ஒருவர், இடதுசாரி – வங்கத்தைச் சேர்ந்த பூபேஷ் குப்தா. இன்னொருவர், வலதுசாரி – உத்தர பிரதேசத்தைச் சேர்ந்த வாஜ்பாய். அண்ணாவின் நாடாளுமன்ற உரைகளில் அடிக்கடி இவர்கள் இருவரின் பெயர்களும் இடம்பெறுவதைப் பார்க்க முடியும். அண்ணாவுக்கு இவர்கள் இருவர் மீதும் மிகுந்த மரியாதை இருந்தது; அவர்களும் அண்ணா ஒரு முக்கியமான ஆளுமை என்பதை உணர்ந்திருந்தனர்.

அவைக்கு வெளியே சந்திக்கும்போது ஏதாவது விளையாட்டாகப் பேசிக்கொள்ளும் அளவுக்கு இந்த நட்பு இருந்தது. ஒருமுறை, அண்ணாவிடம் பேசிக்கொண்டிருக்கும்போது, "உங்கள் திறமையே தனி. சிறுவர்களை வைத்தே கட்சி நடத்துகிறீர்களே!" என்று வேடிக்கையாகச் சொன்னார் வாஜ்பாய். பள்ளி, கல்லூரி மாணவர்களே திமுகவில் அந்நாட்களில் அதிகம் என்பதை அவர் அறிந்திருந்தார். பின்னொரு நாளில் 'சேலம் பெரியார்' என்றழைக்கப்பட்ட ஜி.பி.சோமசுந்தரத்தை மாநிலங்களவை உறுப்பினராக்கினார் அண்ணா. அவரை வாஜ்பாயிடம் அழைத்துப்போய் அறிமுகப்படுத்திய அண்ணா, "இவரும் என் கட்சிதான். இவருடைய வயது 70+. இப்போது என் கட்சி எப்படி?" என்றார். உடனே வாஜ்பாய், "சரிதான். நான் என் கருத்தைத் திரும்பப் பெற்றுக்கொள்கிறேன்" என்று சொல்லிச் சிரித்தார்!

டெல்லியில் தங்கியிருந்தபோது, எங்காவது பொதுக்கூட்டம் நடந்தால், கூட்டத்தோடு கூட்டமாகச் சென்று அதைப் பார்ப்பது அண்ணாவின் வழக்கம். இதுபற்றி டெல்லியில் மத்திய அரசு ஊழியராக இருந்த டெல்லி சம்பத் தனது புத்தகத்தில் இப்படி எழுதியிருக்கிறார்: 'பொதுக்கூட்டத்தில், பெரும்பாலும் இந்தியில்தான் பேச்சாளர்கள் பேசுவார்கள். ஆனாலும், மேடையையும், கூட்டத்தையும் கொஞ்ச நேரமாவது அண்ணாகவனிப்பார். வாஜ்பாய் கூட்டம் என்றால், தரையில் சப்பணமிட்டு அமர்ந்து முழு கூட்டத்தையும் பார்ப்பார். வாஜ்பாய் பேசுவதை எனக்குத் தெரிந்தவரை மொழிபெயர்த்துச் சொல்வேன். வாஜ்பாய் பேசும் விதத்தையும், அவரது

உடல்மொழியையும் பாராட்டுவார் அண்ணா. வாஜ்பாயை ராஜ்யசபாவில் நேரில் பார்க்கும்போது, அவரது கூட்டத்திற்கு வந்திருந்ததையும், நன்றாகப் பேசியதாகவும் சொல்லிப் பாராட்டுவார்.'

பிற்பாடு இந்தியாவின் பிரதமரான வாஜ்பாய், தன் கவிதைத் தொகுதி தமிழில் மொழிபெயர்க்கப்பட்டபோது அதை அண்ணாவுக்குத்தான் சமர்ப்பித்தார்! பல ஆண்டுகள் கழித்தும்கூட அண்ணாவை நினைவுகூர்ந்தார். "தமிழ்நாடு என்றாலே, மதிப்புக்குரிய நண்பரான திராவிட இயக்க ஜாம்பவான் அண்ணாதுரைதான் எனக்கு முதலில் நினைவுக்கு வருவார். தமிழ் மக்களின் உணர்வுபூர்வ வீரராக அவர் திகழ்ந்தார். எளிமையான, மிக அன்பான, உயர்ந்த எண்ணம் கொண்ட மாமனிதர் அண்ணா. நாடாளு மன்றத்தில் திராவிடக் கலாச்சாரத்தை உருவாக்கியவர். மிகச் சிறந்த நாடாளுமன்றவாதி!"

○

பாஜக மொழிக்கொள்கையைத் தீர்மானிக்க உதவிய அண்ணா: இது அத்வானி சொன்னது!

பாரதிய ஜனதா கட்சியின் மூத்த தலைவரும், முன்னாள் துணைப் பிரதமருமான எல்.கே.அத்வானி, அண்ணாவைப் பற்றி எழுதியது இது: "1965-ல் இந்தியைத் தேசிய மொழி மற்றும் அலுவல் மொழியாக்குவதற்கு எதிராக, தமிழ்நாட்டிலிருந்து பலத்த எதிர்ப்புக் கிளம்பியது. வட இந்தியாவைச் சேர்ந்த சிலர் இந்தியை ஆதரித்தார்கள். தென் இந்தியாவைச் சேர்ந்த சிலர் அதை எதிர்த்தார்கள். இவர்கள் மேற்கொண்ட பிடிவாதமான நிலைப்பாடு, நாட்டின் ஒற்றுமைக்கும் ஒருமைப்பாட்டுக்கும் பெரும் அச்சுறுத்தலை உண்டாக்கிவிடுமோ என்கிற அளவுக்கு வளர்ந்தது. இந்தியுடன், ஆங்கிலமும் மத்திய அரசின் ஆட்சிமொழியாகத் தொடரும் என்று அரசு அறிவித்த பிறகே, இந்தி எதிர்ப்புப் போராட்டம் தணிந்தது. இந்தச் சிக்கலான விஷயத்தில் என்ன முடிவெடுப்பது என்பது எங்கள் ஜனசங்கத்துக்குப் பெரும் சவாலாக இருந்தது. இந்தச் சங்கடமான சூழலில் தீன் தயாள்ஜி கட்சிக்கு வழிகாட்டினார். ஒரே சமயத்தில் இந்தி மொழியை வளர்ப்பதில் அக்கறை காட்டுவது, மற்ற எல்லா இந்திய மொழிகளையும் மதிப்பது; ஆங்கிலத்தின் முக்கியத்துவத்தையும் மதிப்பது என்ற கொள்கைரீதியிலான பாதையை அவர் வகுத்துக்கொடுத்தார். ஜனசங்கத்தின் சம பார்வை கொண்ட இந்த மொழிக்கொள்கை உருவாக வாஜ்பாயின் நண்பரும், தமிழ்நாட்டுமக்களின் பேரன்பைப் பெற்றவருமான அண்ணாதுரையும் காரணமாக இருந்தார். ஜனசங்கம் பாஜக ஆன பின் அதே மொழிக் கொள்கை தொடர்கிறது."

மாபெரும் தமிழ்க் கனவு

அண்ணாவுடன் தலைமைச் செயலராகப் பணிபுரிந்தது என்னுடைய பேறு

சி.ஏ.ராமகிருஷ்ணன்

அண்ணா முதல்வராக இருந்தபோது தலைமைச் செயலாளராக இருந்தவர்

தமிழ்நாட்டின் முதலமைச்சராக 1967 முதல் 1969 வரையில் சுமார் இரண்டு ஆண்டுகள் பதவி வகித்தார் அண்ணா. அவர் முதல்வராக இருந்த காலம் முழுவதும் நானும் தலைமைச் செயலாளராகப் பணிபுரிந்திருக்கிறேன். அதை எனக்குக் கிடைத்த பெரும் பேறாகவே கருதுகிறேன்.

உண்மையில், நான் 1965 நவம்பர் முதல் 1969 நவம்பர் வரையில் நான்காண்டுகள் தலைமைச் செயலாளராக இருந்தேன். எனது பதவிக் காலத்தின் முதல் ஒன்றரை ஆண்டுகள் எம்.பக்தவத்சலம் முதல்வராக இருந்தார். எனது பதவிக் காலத்தின் கடைசி ஓராண்டில் மு.கருணாநிதி முதல்வராக இருந்தார். இவர்கள் இருவருக்கும் இடையில் அண்ணா முதல்வராக இருந்தார். அவரும் நானும் சம வயதினராக இருந்தது ஓர் அபூர்வ ஒற்றுமை. அண்ணாவுக்கு அரசு நிர்வாகத்துடனான முதல் தொடர்பே, அவர் முதலமைச்சராகப் பதவி ஏற்றபோதுதான் ஏற்பட்டது.

முதல் சந்திப்பு

தமிழ்நாடு சட்டமன்றப் பொதுத்தேர்தல் முடிவுகள் வெளியான ஓரிரு நாட்களுக்குப் பிறகு, நுங்கம்பாக்கத்தில் இருந்த அவருடைய இல்லத்தில் அண்ணாவைச் சந்தித்தேன். அதற்கும் முன்னால் அவரைச் சந்திக்கும் வாய்ப்பு ஏற்பட்டதில்லை. அவருடைய இல்லத்திலும் வெளியிலும் ஏராளமான பார்வையாளர்களும் கட்சித் தொண்டர்களும் கூடியிருந்தனர். அண்ணா மிகுந்த கனிவுடன் என்னை வரவேற்று அந்த இல்லத்தின் தனியொரு இடத்தில் என்னைச் சந்தித்தார்.

என்னை அறிமுகப்படுத்திக்கொண்டு, அவரும் அவருடைய கட்சியும் தேர்தலில் பெற்ற வெற்றிக்காக வாழ்த்துகளைத் தெரிவித்தேன். தானும் இயல்பாக இருந்து என்னை வரவேற்றதுடன் என்னையும் அவ்வாறே இருக்கச் செய்த பண்பு என்னை மிகவும் கவர்ந்தது. “நானும் என்னுடைய கட்சிக்காரர்களும் ஆட்சிக்கும் அரசு நிர்வாகத்துக்கும் புதியவர்கள்; நீங்கள்

அனுபவம் மிக்க நிர்வாகி. மதுரை, தஞ்சாவூர் மாவட்டங்களில் ஆட்சியராக இருந்தபோது நீங்கள் சிறப்பாகச் செயல்பட்டதாகப் பல தகவல்களை நான் கேட்டிருக்கிறேன். நான் முதலமைச்சராகப் பதவி ஏற்கும்போது உங்களுடைய வழிகாட்டலையும் ஆலோசனையையும் நம்பியிருப்பேன்" என்று மிக்க பெருந்தன்மை மிளிரக் குறிப்பிட்டார்.

அண்ணாவின் எளிமை, நல்லியல்பு, மனமார்ந்த பண்பு ஆகியவை என்னை வெகுவாகக் கவர்ந்துவிட்டன.

கண்ணியமான அணுகுமுறை

பார்வையாளர்களும் கட்சித் தொண்டர்களும் எப்போதும் அவரைச் சந்தித்துக்கொண்டே இருப்பார்கள் என்பதால், வெகு அபூர்வமாகத்தான் என்னை அவரது அறைக்கு அழைப்பார். அப்படி அவர் அழைத்தாலும் சரி; அவசரம் கருதி நானாக அவருடைய அறைக்குச் சென்றாலும் சரி; மிகுந்த அன்புடனும் கண்ணியத்துடனும் என்னை நடத்துவார்.

துரதிர்ஷ்டவசமாக, மிகக் குறைந்த காலத்துக்கே அவரால் முதலமைச்சராகப் பதவி வகிக்க முடிந்தது. உடல் நலம் கெட்டது. நிர்வாகப் பணியில் அவரால் முழுக் கவனம் செலுத்த முடியவில்லை. அப்போது சில சமயங்களில் அவரை, அவருடைய இல்லத்துக்கே சென்று சந்தித்திருக்கிறேன். அவர் தன்னை மிகவும் வருத்திக்கொள்கிறார் என்றே அப்போது எனக்குத் தோன்றியது. மேல் சிகிச்சைக்காக அவர் அமெரிக்கா சென்றபோது, 'கெட்ட நேரத்திலும் ஒரு நல்ல நேரம், இனி அவரால் நன்றாக ஓய்வெடுக்க முடியும்' என்றுதான் எனக்குத் தோன்றியது.

அமெரிக்காவிலிருந்து திரும்பிய பிறகு மீண்டும் உடல் நலம் கெட்டு, அடையாறு புற்றுநோய் மருத்துவமனையில் சேர்க்கப்பட்டார். சில நாட்களுக்குப் பிறகு இயற்கை எய்தினார். வரலாறு கண்டிராத வகையில் அவருடைய இறுதி யாத்திரை நிகழ்ச்சிகள் அமைந்தன.

முரண்பாடான கருத்துகளுக்குப் பாராட்டு

தலைமைச் செயலாளராக அவரிடம் பணிபுரிந்த காலத்தில் கருத்து வேறுபாடுகளோ கசப்பான சம்பவங்களோ எங்களுக்குள் ஏற்பட்டது கிடையாது. அரசு நிர்வாகத்தில் அவரவருக்குரிய பங்கு என்ன என்பதை நாங்கள் இருவருமே உணர்ந்திருந்தோம். மாநிலத்தில் புதிய சகாப்தம் தோன்றியிருப்பதையும் புதிய கட்சி மக்களுக்கு அளித்த வாக்குறுதிகளை நிறைவேற்ற விழைகிறது என்பதையும் உணர்ந்தேன். புதிய அரசின் எந்தத் திட்டம் என் கவனத்துக்குக் கொண்டுவரப்பட்டாலும் அத்துடன் தொடர் புள்ள சட்ட, நிதி, அமலாக்கல் அம்சங்களை எடுத்துரைப்பேன். அப்படி நான் சொல்வது எதிர்க்கப்படவில்லை, மாறாகப் பாராட்டப்பட்டது. மிகச் சிறந்த கண்ணியவானுடன், மிகச் சிறந்த மக்கள் தலைவருடன் பணியாற்றுகிறேன் என்ற பெருமித உணர்வே எனக்குள் இருந்தது.

○

மாபெரும் தமிழ்க் கனவு

இரவெல்லாம் கோப்புகளைப் பார்த்த முதல்வர்

பொ.க.சாமிநாதன்
காமராஜர், அண்ணாவிடம்
நேர்முக உதவியாளராகப்
பணியாற்றியவர்

பேரறிஞர் அண்ணா தமிழக முதலமைச்சராக இருந்தபோது, அவரது நேர்முக உதவியாளராகப் பணியாற்றும் பேறு எனக்குக் கிடைத்தது. அண்ணாவுக்கு முன் பெருந்தலைவர் காமராஜர் உள்ளிட்ட காங்கிரஸ் முதல்வர்களிடம் நான் நேர்முக உதவியாளராகப் பணியாற்றியுள்ளேன். 1967-ல் திராவிட முன்னேற்றக் கழகம் ஆட்சியைக் கைப்பற்றியது. பேரறிஞர் அண்ணா தலைமையில் புதிய அமைச்சரவை பதவி ஏற்றது. தம்முடைய அமைச்சர்களை அவரவர் அறைக்கு அழைத்துச் சென்று உட்காரவைத்துவிட்டு, முதலமைச்சரின் அறைக்கு வந்து அண்ணா தம்முடைய இருக்கையில் அமர்ந்தார்.

முன்னதாக, காங்கிரஸ் கட்சி முதலமைச்சர்களிடம் பணியாற்றிப் பழகிய என்னையும் மற்றவர்களையும் தொடர்ந்து தன் உதவியாளர்களாக அண்ணா வைத்துக்கொள்ள மாட்டார் என்று சிலர் சொன்னார்கள்; வேறு சிலர் தங்களை நியமித்துக்கொள்ளப்போவதாகச் சொல்லிக்கொண்டு, அவரது அறைக்கு வந்து சூழ்ந்திருந்தார்கள். முதலமைச்சரின் அறைக்கு வந்த தொலைபேசி அழைப்புகளைக்கூட நாங்கள் எடுத்துப் பேசக் கூடாது என்றுகூட அவர்கள் உத்தரவிட்டிருந்தனர். இது ஓரளவு நியாயமாகவே எங்களுக்கும் தோன்றியது. அண்ணா எங்களைத் தன்னுடன் வைத்துக் கொள்ள மாட்டார் என்றே நாங்களும் நினைத்தோம். நாங்கள் அவரிடம் விடைபெற்றுக்கொண்டு, வெவ்வேறு துறைகளுக்குத் திரும்பிச்செல்லவே எண்ணியிருந்தோம்.

அண்ணா ஆட்சிப் பொறுப்பேற்றிருந்த அன்று, புனித ஜார்ஜ் கோட்டையை அன்று வரை காணாதோரும், கண்டும் உள்ளே

நுழையாதோரும் நுழைந்தும் முதலமைச்சர் அறையை நாடிச் செல்லா தோரும் காட்டாற்று வெள்ளம்போல் முதலமைச்சரின் அறையை நோக்கி அலைஅலையாக வந்தவண்ணம் இருந்தனர்.

அண்ணா தம் அறைக்கு வந்தவுடன் எங்களை அவர்களுக்கு அறிமுகப்படுத்திவைத்தார்கள். அண்ணாவின் அருகில் இருந்தவர்கள் அவர் காதில் மட்டும் விழும்படியாக ஏதோ சொன்னார்கள். எங்களுக்கு நெஞ்சு படபடவென அடித்துக்கொண்டது. அண்ணா சிரித்துக்கொண்டே அமைதியாக, புன்னகை தவழும் முகத்தோடு அவர்களிடம் சொன்னார், "இவர்களுடைய நெடிய அனுபவத்தை இழக்க நான் தயாரில்லை; இம்மாதிரியான பதவிக்கு அரசியல் சிந்தனை உள்ளவர்களை நியமிக்கக் கூடாது. இவர்கள் பத்தாண்டுகளுக்கும் மேல் பணி அனுபவம் உள்ளவர்கள் என்று அறிகிறேன். இந்தப் பதவிக்கு நான் புதியவன். ஐசிஎஸ் அதிகாரிகள் முன்பு பிரிட்டிஷ் ஆட்சியாளர்களிடம் பணிபுரிந்தனர். பிறகு, நீதிக் கட்சி ஆட்சியிலும் பணிபுரிந்தனர். பிறகு, ஐசிஎஸ், ஐஏஎஸ் அதிகாரிகள் காங்கிரஸ் ஆட்சியில் பணிபுரிந்தனர். இப்போது திமுக ஆட்சியில் பணிபுரியப்போகின்றனர். நாளை கம்யூனிஸ்ட்டுகள் ஆட்சியைப் பிடித்தால் அவர்களுக்குக் கீழேயும் இவர்கள் பணிபுரியட்டும்."

எத்தகைய உயர்ந்த அரசியல் அனுபவம் முதிர்ந்த அறிவு! உள்ளார்ந்த தன்னம்பிக்கை!

அண்ணாவைச் சுற்றி அமைச்சர்கள், சட்டமன்ற உறுப்பினர்கள், கட்சித் தலைவர்கள், தொண்டர்கள், பொதுமக்கள் என்று எப்போது பார்த்தாலும்

நான் இனி தொடர்ந்து முதலமைச்சராக
இல்லாவிட்டாலும் கவலைப்பட மாட்டேன்.
நமது மாநிலத்துக்குத் 'தமிழ்நாடு' என்று பெயர்
சூட்டிவிட்டேன். சீர்திருத்தத் திருமணங்கள்
செல்லுபடியாகச் சட்டம் இயற்றிவிட்டேன்.
தமிழகத்தில் தமிழ்தான் செங்கோலோச்சும்;
இந்திக்குத் தமிழ்நாட்டில் இடமில்லை என்பதை
நினைவூட்ட இருமொழிக் கொள்கைத் திட்டத்தைக்
கொண்டுவந்துவிட்டேன்!

பெரும் கூட்டத்தினர் சூழ்ந்தே இருப்பார்கள். இதனால், பல சமயங்களில் கோப்புகளைப் பார்ப்பதற்கேகூட பகலில் அவருக்கு நேரம் கிடைக்காது. நள்ளிரவு ஒன்றரை மணிக்கு மேலும்கூட உட்கார்ந்து "கோப்புகளை எடுங்கள்" என்று சொல்லி, ஒவ்வொன்றாகப் பார்ப்பார். எல்லாவற்றையும் பார்ப்பதற்குள் பொழுது விடிந்துவிடும். கோப்புகளைப் பார்த்த பின்னர் தான், சிறிது படுக்கப் போவார். அரசுப் பணியில் இருப்பவர்கள், குறித்த நேரத்துக்கு எல்லாம் வீடு திரும்பிப் பழகியவர்கள். எங்களுக்கெல்லாம் இது புது அனுபவமாகவே இருந்தது. என்றாலும் அவருடன் சேர்ந்து பணி யாற்றுகிறோம் என்கிற நினைவில் நாங்கள் சோர்வே அடைந்ததில்லை.

சட்டமன்றம் நடைபெறும் நாட்கள் என்றால் சொல்ல வேண்டிய தில்லை. ஒவ்வொரு உறுப்பினர்கள் பேச்சையும் கூர்ந்து கேட்டு, தாமே குறிப்பு எடுத்துக்கொள்வார். அரசு அதிகாரிகள் பலரிடம் கலந்து பேசி, அவற்றுக்குத் தாமே பதிலும் அளிப்பார். எப்படிப் பேச வேண்டும், என்ன பேச வேண்டும் என்பன போன்ற விஷயங்களை உறுப்பினர்களுக்கு எடுத்துக் கூறுவார். சட்டமன்றத்தில் அளிக்கப்பெற வேண்டிய அறிக்கை களைத் தாமே தயார் செய்வார். மன்றக் கூட்டம் முடிந்தவுடன் அமைச்சர் கள், உறுப்பினர்கள், நிருபர்கள் புடைசூழ அவர் தம் அறைக்குக் கம்பீரமாக வருவது பார்க்க அவ்வளவு அழகாக இருக்கும்.

ஒருநாள், சட்டமன்றத்திலிருந்து தம்முடைய அறைக்குத் திரும்பி வந்த வுடன், தன்னுடன் வந்தவர்களிடம் அவர் சொன்ன வார்த்தைகள் இன்னும் என் நினைவில் இருக்கின்றன. "நான் இனி தொடர்ந்து முதலமைச்சராக இல்லாவிட்டாலும் கவலைப்பட மாட்டேன். நமது மாநிலத்துக்குத் 'தமிழ்நாடு' என்று பெயர் சூட்டிவிட்டேன். சீர்திருத்தத் திருமணங்கள் செல்லுபடியாகச் சட்டம் இயற்றிவிட்டேன். தமிழகத்தில் தமிழ்தான் செங்கோலோச்சும்; இந்திக்குத் தமிழ்நாட்டில் இடமில்லை என்பதை நினைவூட்ட இருமொழிக் கொள்கைத் திட்டத்தைக் கொண்டுவந்து விட்டேன்!"

தமிழ்நாடு உள்ளளவும் அண்ணா நினைக்கப்படுவார்!

மனிதநேய ஆன்மிகர்

தவத்திரு குன்றக்குடி அடிகளார்

பேரறிஞர் அண்ணா நோய்வாய்ப்பட்டிருந்த காலம். மருத்துவர்கள் அவரை ஓய்வெடுத்துக்கொள்ளும்படி வற்புறுத்திய காலம். அண்ணாவோ தொண்டு களத்திலேயே சாவை அணைத்துக்கொள்ள விரும்புகிறார்.

அண்ணா தாங்கிக்கொண்ட இழிச்சொற்களும் பழிச்சொற்களும் அளப்பில. தம்மைச் சார்ந்தவர் யாராவது மற்றவர்களைப் பழித்துக் கூறிவிட்டால், அண்ணா பதறிப்போவார். உடனே, அவர் பழித்துக் கூறப் பட்டவர்களிடம் தாம் மன்னிப்புக் கோருவார். இது அண்ணாவிடம் இருந்த உயரிய பண்பு. அண்ணாவிடமிருந்து, ஈ.வெ.கி.சம்பத் பிரியும் காலம். பிரிவதற்கு முன்னோடியாக சம்பத் உண்ணா நோன்பிருக்கிறார். உண்ணா நோன்பிருந்த இடத்துக்கு அண்ணா நேரில் சென்று, சம்பத்தைச் சமாதானப்படுத்த முயல்கிறார். சம்பத் உடன்பாட்டுக்கு வரவில்லை. தமிழ்நாட்டின் தென்கோடியிலிருந்து அன்று இரவு 11 மணிக்கு காஞ்சிபுரத்திலுள்ள அண்ணா வீட்டுக்குத் தொலைபேசியில் அழைப்பு. அழைத்தவர் கேட்கிறார் - "சம்பத்துடன் பேசிய சமாதான முயற்சி என்ன ஆயிற்று?" அண்ணாவின் பதில்: "தம்பி சம்பத் ஒத்துவரவில்லை." இரவு 11 மணி. இருபாலும் வேறு யாருமில்லை. தனிமையில் தொலைபேசியில் உரையாடல் நடக்கிறது. அந்த நேரத்திலும்கூட 'தம்பி சம்பத்' என்ற இனிய பண்பு நிறைந்த சொற்களையே கூறினார் அண்ணா. இதுவன்றோ மனிதநேயம்! மேலும், சம்பத் பிரிந்துசென்றது தொடர்பாகப் பத்திரிகை களுக்குக் கொடுத்த செய்தியிலும் "எங்கிருந்தாலும் வாழ்க!"

அண்ணா ஆட்சிப் பொறுப்பு ஏற்றுக்கொண்ட நாளன்று கோட்டையில் அரசின் அனைத்து அலுவலர்களையும் கூட்டி, அரிய உரை நிகழ்த்தினார். அரசு அலுவலர்களிடம் அண்ணா கேட்டுக்கொண்டார். "கோப்புகளைத் தேக்கிவைக்காதீர்கள்... கோப்புகள் தேங்க அனுமதிக்காதீர்கள்! நீங்கள் கையாண்டு இயக்குவது வெறும் கோப்புகள் மட்டுமல்ல; ஒவ்வொரு கோப்பிலும் மனித உயிர்களின் வாழ்க்கை ஏதோ ஒருவகையில் சம்பந்தப்பட்டிருக்கிறது என்பதை அன்புகூர்ந்து மறந்துவிடாதீர்கள்!"

மனிதநேயத்தின் வழி இறைவனைக் கண்டவர் அண்ணா.

அண்ணா செல்லும் விமானத்தையாவது பார்க்கிறேன்... அழைத்துச்செல்லுங்கள் என்றார் பெரியார்

கி.வீரமணி பேட்டி

■ செல்வ புவியரசன்

அடிப்படை லட்சியத்தில் திகவும் திமுகவும் இரட்டைக் குழல் துப்பாக்கிகள் என்ற அண்ணாவுக்கும் திராவிடர் கழகத்தின் இன்றைய தலைவர் வீரமணிக்கும் இயற்கையாகவே ஒரு பிணைப்பு இருந்தது. பள்ளிச் சிறுவனாக திராவிட இயக்க மேடையில் வீரமணி ஏறிப் பேசிய முதல் கூட்டத்திலேயே அண்ணாதான் சிறப்பு விருந்தினர். அங்கு தொடங்கி பெரியாருக்கும் அண்ணாவுக்கும் இடையே ஏற்பட்ட கருத்து வேறுபாடு, பிரிவு, இணைவு எல்லாவற்றுக்கும் சாட்சியமாக இருந்தவர் வீரமணி. பெரியார் – அண்ணா உறவை நினைவுகூர்ந்தார்.

● ***அண்ணா பங்கேற்ற உங்கள் முதல் கூட்டத்தை நினைவுகூர முடியுமா?***

எப்படி மறக்க முடியும்! அறிஞர் அண்ணாவை என்னுடைய 11-வது வயதில் இன்றைக்குச் சரியாக 75 ஆண்டுகளுக்கு முன்னால் சந்தித்தேன். கடலூரில் எங்களையெல்லாம் திராவிட இயக்கத்துக்கு ஆளாக்கிய எனது பள்ளி ஆசிரியர் ஆ.திராவிடமணி 'திராவிட நாடு' பத்திரிகைக்குப் பணமுடிப்பு வழங்குவதற்காக நடத்திய கூட்டம் அது. அண்ணா தொடங்கிய 'திராவிட நாடு' பத்திரிகைக்கு நூறு ரூபாய் நிதியும், அச்சகப் பொருட்களும் அளித்த பெரியார் ஏனையோரும் அந்த முயற்சிக்கு உதவிட வேண்டுகோள் விடுத்திருந்தார். எங்களூரில் ரூ.123 பணமுடிப்பு கொடுத்தோம். அதையொட்டி நடந்த கூட்டத்தில்தான் மேஜையின் மீது ஏற்றி என்னைப் பேசவைத்தார்கள். அண்ணா முன்னிலையில் பேசினேன்.

● ***உங்கள் பார்வையில் பெரியார் - அண்ணா பிரிவுக்கான அடிப்படைக் காரணம் என்ன?***

சமூகச் சீர்திருத்தப் பணியைத் தாண்டி தேர்தல் அரசியலிலும் காலடி எடுத்துவைக்க வேண்டும்; சமூக மாற்றங்களைக் கொண்டுவர அரசியலதிகாரம் முக்கியம் என்று எண்ணினார் அண்ணா. பெரியார் சமூகச் சீர்திருத்தத்திலேயே நம்பிக்கை கொண்டிருந்தார். இதுதான் மிக அடிப்படையான முரண்பாடு. அணுகுமுறைகளில் இருந்த முரண்பாடு 1947 ஆகஸ்ட் 15 நாளை அணுகுவதில் அப்பட்டமாக வெளிப்பட்டது. பெரியார், 'இது துக்க நாள்; ஏனென்றால், சனாதனிகளுக்கு அதிகாரம் மாற்றியளிக்கப்பட்டிருக்கிறது, அவ்வளவுதான்' என்று எண்ணினார். அண்ணாவோ, 'மூன்று எதிரிகளில் ஒருவனான வெள்ளைக்காரன் போய்விட்டான்; பல கட்ட சுதந்திரப் போராட்டத்தில் இது முதல் படி; அதனால் கொண்டாடுவோம்' என்று அறிக்கை வெளியிட்டார். காங்கிரஸில் இருந்த காலகட்டத்திலேயே தேர்தல் அரசியல் வேண்டாம் என்று முடிவெடுத்தவர் பெரியார். காந்தியாரும்கூட அப்படித்தானே செயல்பட்டார்! மணியம்மையாரைப் பெரியார் திருமணம் செய்து கொள்ள முடிவெடுத்தபோது, அண்ணா வெளியேறுவதற்கான சூழலாக அதை மாற்றிக்கொண்டார். கருத்து முரண்பாடு பிரதானமாக இருந்ததே தவிர, மணியம்மையார் மீது அவருக்கு எந்தக் காழ்ப்பும் இல்லை; சொல்லப்போனால், மணியம்மையாரின் அனுசரணையான கவனிப்பால் தான் பெரியார் ஆரோக்கியமாக இருந்தார் என்பதைப் பிறபாடு அங்கீகரித்தும்கூட எங்களிடம் பேசியிருக்கிறார்.

● **பெரியார் – அண்ணா ஒன்றுகூடலை நினைவுகூர முடியுமா?**

நான் அப்போது சென்னையில் இருந்தேன். தேர்தலில் அண்ணா வென்ற பிறகு, பதவியேற்பதற்கு முன்பு பெரியாரைச் சந்தித்து ஆசி பெற

"வீரமணி, நான் எம்ஏ படித்திருக்கிறேன். நீ என்னைவிடக் கூடுதலாகச் சட்டம் படித்திருக்கிறாய். ஆனால், நம் யார் கண்ணுக்கும் தெரியாத, 'அண்டு - ஆர்' இரண்டுக்கும் உள்ள வேறுபாட்டை பெரியார் கவனித்திருக்கிறார். அவர்தான் பெரியார்" என்றார்.

விழைந்தார். திருச்சியிலிருந்த பெரியாரைச் சந்திக்க அண்ணா, கருணாநிதி, நெடுஞ்செழியன் மூவரும் இங்கிருந்து சென்றிருக்கிறார்கள். இரவு 10 மணிக்கு நடந்த சந்திப்பு அது. மணியம்மையார்தான் அப்போது பெரியாருடன் இருந்தார்கள். அந்தச் சந்திப்பு முடிந்தவுடனேயே பெரியார் சொல்லி மணியம்மையார் என்னைத் தொலைபேசியில் அழைத்துப் பேசினார். எனக்கு அந்த நேரத்தில் ஒரு கேள்விதான் இருந்தது. பிரிவு தொடங்கி 'கண்ணீர்த் துளிகள்' என்றே நாங்கள் அவர்களைக் குறிப்பிட்டு வந்தோம்; திமுக என்று குறிப்பிடுவதில்லை. "நாளையிலிருந்து எப்படி எழுதுவது? ஐயாவிடம் கேட்டுச் சொல்லுங்கள்" என்றேன். மணியம்மையார் பெரியாரிடம் கேட்டுவிட்டு, "திமுக என்றே ஐயா குறிப்பிடச் சொல்கிறார்கள்" என்றார். பெரியார் இது தொடர்பாக எழுதினார். அந்தச் சந்திப்பு ராஜாஜி உட்பட பலருக்கு அதிர்ச்சியைத் தந்தது. ஒன்பது மந்திரிகள் பதவியேற்றார்கள். ஒருவர்கூடப் பார்ப்பனர் கிடையாது. எவரும் கடவுளின் பெயரால் சத்தியப் பிரமாணம் எடுத்துக் கொள்ளவில்லை. "ஒரு நாத்திக மந்திரி சபை வந்தது உலகத்திலேயே பெரிய விஷயம்; மகிழ்ச்சியாக இருக்கிறது" என்று எழுதினார் பெரியார். விமர்சித்தவர்களுக்கும் பதிலடி கொடுத்தார். "எனக்கு அடிப்படையான கொள்கை மூன்று. சமூக நீதி, சாதி ஒழிப்பு, பார்ப்பனீய ஒழிப்பு. இந்தக் கொள்கைகளில் நான் மாறியதே இல்லை. இவற்றை நடைமுறைப் படுத்துவதற்காக எந்த அரசாங்கம் வந்தாலும் அவர்களை ஆதரிப்பேன். இன்று திமுகவை ஆதரிக்கிறேன்" என்று சொல்லியிருந்தார். உள்ளபடி யாகவே பெரிய மகிழ்ச்சியில் அவர் ஆழ்ந்திருந்தார்.

● ***பெரியாரின் மகிழ்ச்சி சரி; ஆனால், 18 ஆண்டுகள் அண்ணாவை எதிர்த்துச் செயல்பட்டுவந்த அடுத்த தலைமுறைத் தலைவர்கள், தொண்டர்கள் மத்தியில் எப்படியான மனநிலை இருந்தது?***

பெரியார் – அண்ணா இருவரிடையே தனிப்பட்ட அன்பு ஆழமாக இருந்தது என்பது இரு இயக்கங்களில் இருந்தவர்களுக்கும் நன்றாகவே புரிபட்டிருந்தது. பிரிவுக்குப் பின் இருவரும் பேசிக்கொள்ளவே இல்லை. அந்தச் சூழலிலும்கூட 1950-51-ல் திருச்சியில் ஒரே சிறையில் அருகருகே அடைக்கப்பட்டிருந்தபோது, தன்னைச் சந்திக்க வந்தோர் கொண்டு வந்திருந்த சாக்லேட், பிஸ்கட்டுகளை அண்ணாவுக்கு அனுப்பிவைத்தார் பெரியார். அரசியல் களத்தில் அண்ணாவை எவ்வளவு கடுமையாக விமர்சித்தபோதும் பெரியாரை ஒருநாளும் பதிலுக்குப் பேசியதில்லை அண்ணா. முதல்வரான பின்னர், உடல்நிலை குன்றியிருந்த பெரியாரைச்

சந்திக்க மருத்துவமனைக்கு வந்திருந்தார். பெரியாரின் முன் ஈரோட்டில் அவருடன் பணியாற்றிய காலகட்டத்தில் எப்படியான மரியாதையோடு நிற்பாரோ அப்படித்தான் – ஒரு மகனைப் போல – நின்றார் அண்ணா; பெரியார் முன் உட்கார மறுத்தார். நாகரசம்பட்டியில் 'பெரியார் ராமசாமி கல்விக்கூடம்' என்ற பெயரில் ஒரு பள்ளிக்கூடம். அதன் புதிய கட்டிடத் திறப்பு விழாவில் பெரியாரும் அண்ணாவும் பங்கெடுத்துக்கொள்கிறார்கள். "பிரிந்திருந்தவர்கள் சேர்ந்திருக்கிறோம் என்று இங்கே பேசினார்கள். அவருடைய உள்ளத்தில் நான் இருந்தேன். என்னுடைய உள்ளத்தில் அவர் இருந்தார். நாங்கள் எப்போதும் பிரிந்திருந்ததே இல்லை" என்று அந்த நிகழ்வில் பேசிய அண்ணா, "அதிகாரமற்ற இந்தப் பதவியிலிருந்து அதிகம் சாதித்துவிட முடியும் என்ற நம்பிக்கை எனக்கு இல்லை. நீங்கள் கட்டளை இட்டால், முன்புபோல உங்கள் பின்னாலே வந்து சமூகப் பணியைத் தொடரத் தயாராக இருக்கிறேன்" என்றார். பெரியார் பேசினார், "நீங்கள் ஆட்சிக்கு வந்துவிட்டீர்கள். மக்கள் உங்களைத் தேர்ந்தெடுத்திருக்கிறார்கள். உங்களால் முடிந்த வேலையைச் செய்யுங்கள். என் வேலையை நான் செய்கிறேன். ஒரு நாள், ஒரு மணி நேரம்கூடக் குறைத்துக்கொள்ளக் கூடாது; இதிலிருந்து நீங்கள் விலகக் கூடாது." ஆக, பழைய மனக்கசப்புகள் நீங்கிவிட்டன என்பது மட்டுமல்ல, பழைய உறவைக் காட்டிலும் ஒருபடி மேலாகவே உறவு அமைந்தது.

- **பிரிவுக்குப் பின் நீங்கள் எப்போது அண்ணாவைச் சந்தித்தீர்கள்? எப்படி இருந்தது அந்தச் சந்திப்பு?**

திருச்சி மருத்துவமனையில் குழந்தைகளுக்குத் தனி சிகிச்சைப் பிரிவு இல்லாமல் இருந்த காலம் அது. பெரியார் நிதியளித்து உதவினால் குழந்தைகள் பிரிவு தொடங்கலாம் என்று அப்போதைய மருத்துவத் துறை இயக்குநர் கேட்டுக்கொண்டிருந்தார்கள். பெரியாரும் ஒரு லட்ச ரூபாய் தருவதாக அறிவித்துவிட்டார். இடையில் தேர்தல், ஆட்சி மாற்றம் நிகழ்ந்துவிட்ட நிலையில், அண்ணாவிடம் காசோலையைக் கொண்டு போய்க் கொடுத்துவரச் சொன்னார் பெரியார். எனக்கோ மனம் கனமாக இருக்கிறது. ஏனென்றால், பிரிவுக் காலகட்டத்தில் அவரைக் கடுமையாக விமர்சித்துவந்தவன் நான். அண்ணா எப்படி நம்மை நடத்துவார் என்பது யோசனையாக இருந்தது. தயக்கத்துடன் சென்றவனைத் துளிக் கசப்பின்றி வரவேற்றார் அண்ணா. "நான் முதலமைச்சராகி முதன்முதலாக ஐயாவிடமிருந்து நிதியுதவி பெறுவது எனக்குப் பேறு" என்று சிரித்துக் கொண்டே சொன்னார். சாதிக் பாட்ஷாதான் அப்போது சுகாதாரத் துறை அமைச்சர். அவரிடம் சொன்னார், "சாதிக், ஐயா ஒரு லட்சம் கொடுத்தால், அது ஒரு கோடிக்குச் சமம்." இதற்குப் பிறகு, திருச்சியில் மாவட்ட ஆட்சியர்கள் மாநாடு நடந்தது. வழக்கமாக சென்னையில்தான் அந்த மாநாடு நடத்தப்படும். மாநிலத்தின் மையமான திருச்சிக்கு அதை மாற்றியிருந்தார் அண்ணா. அந்தச் சமயத்தில் கட்சி நிகழ்ச்சி ஒன்றிலும் பேசினார். அதில் சொன்னார், "தமிழ்நாட்டில் எந்தக் கட்சித் தலைவராக இருந்தாலும் ஒன்று, பெரியாரிடத்திலே ஆதரித்துப் பயிற்சி பெற்றிருப்பார்

மாபெரும் தமிழ்க் கனவு 219

அண்ணா மறைந்தபோது "அண்ணாவின் மறைவு தமிழ்நாடு கண்ட பேரிழப்பு" என்று சொன்னார் பெரியார். அண்ணாவின் இரங்கல் செய்தியை என் வீட்டிலிருந்துதான் எழுதினார் பெரியார். அந்த அறிக்கையின் தலைப்பு 'அண்ணா மறைந்தார், அண்ணா வாழ்க!'

அல்லது எதிர்த்துப் பயிற்சி பெற்றிருப்பார். பெரியாரை விட்டு வேறு தலைவர்கள் தமிழ்நாட்டில் இல்லை. இன்னும் கேட்டால், தமிழ்நாட்டுத் தலைவர்களெல்லாம் பெரியார் புகழின் சிதறல்கள்" என்றார். சுயமரியாதைத் திருமணச் சட்டத்தைப் பெரியாருக்குச் செலுத்தும் காணிக்கையாகவே கருதினார் அண்ணா. அதன் வரைவை பெரியார் பார்வைக்கு அனுப்பியிருந்தார். அந்தச் சமயம், அரசு மருத்துவமனையில் இருந்த பெரியார் மூன்று சட்ட வல்லுநர்களிடம் அதைக் காட்டிக் கருத்துக் கேட்டிருந்தார். என்றாலும், மிக முக்கியமான ஒரு திருத்தத்தை அவரே செய்தார். ஒவ்வொரு பிரிவாகச் சட்ட வரைவைப் படித்துக்காட்டியபோது 'மாலையும் தாலியும்' (and tied Thali) என்றிருந்ததை 'மாலை அல்லது தாலி' (or tied Thali) என மாற்றச் சொன்னார். அதாவது, தாலி கட்டாமல் திருமணம் செய்துகொள்ள விரும்புபவர்களைத் தாலியிலிருந்து விடுவித்தார். அண்ணாவிடம் அதைக் கொண்டுபோய் கொடுத்தபோது, "வீரமணி, நான் எம்ஏ படித்திருக்கிறேன். நீ என்னைவிடக் கூடுதலாகச் சட்டம் படித்திருக்கிறாய். ஆனால், நம் யார் கண்ணுக்கும் தெரியாத, 'அண்டு - ஆர்' இரண்டுக்கும் உள்ள வேறுபாட்டை பெரியார் கவனித்திருக்கிறார். அவர்தான் பெரியார்" என்றார். அண்ணாவின் இத்தகைய இயல்பு எங்கள் பிணைப்பை உறுதியாக்கிவிட்டது.

※ அண்ணாவின் மரணத்தை எப்படி எதிர்கொண்டார் பெரியார்?

உருக்குலைந்து போய்விட்டார்! அண்ணா உடல்நலம் குன்றிய நிலையிலிருந்தே கடுமையான பாதிப்புக்குள்ளாகியிருந்தார் பெரியார். அமெரிக்காவுக்கு அண்ணா புறப்படும் முன்னரே மருத்துவமனைக்குச் சென்று பார்த்து வந்தவர், வீட்டுக்கு வந்தும் பதைபதைப்பிலேயே இருந்தார். "நாம் ஒருமுறை விமான நிலையம் போய்ப் பார்த்துவிட்டு வருவோமா?" என்று கேட்டார். எங்கள் கணிப்புப்படி அண்ணா விமானம் ஏறும் முன் நாங்கள் அங்கு சென்றடைவது சாத்தியமே இல்லை. ஏனென்றால், மவுன்ட் ரோடு நெடுகிலும் அண்ணாவை வழியனுப்ப கூட்டம் திரண்டிருந்தது. அவர் ஏற்கெனவே புறப்பட்டுவிட்ட தகவலும் தெரியவந்தது. பெரியாரிடம் சொன்னபோது, "அண்ணா விமானத்துக்குள் சென்றுவிட்டால் என்ன, அண்ணா செல்லும் விமானத்தையாவது பார்த்து விட்டு வருகிறேனே!" என்றார். வேகமாக வண்டியில் பறந்தோம். நல்ல வாய்ப்பாக, அண்ணா விமானப்படிகளில் ஏறுவதற்காகச் சென்றபோது அவரை அடைந்துவிட்டோம். பெரியாரைப் பார்த்தவுடனே திரும்பிய

அண்ணா அவர் அருகில் வந்து வணங்கினார். இருவரின் கண்களிலுமே நீர் கோத்திருந்தது. அமெரிக்காவிலிருந்து திரும்பிய அண்ணாவுக்கு மீண்டும் உடல்நலம் குன்றியபோது, அவரை வீட்டில் சென்று சந்தித்துவந்தார் பெரியார். துக்கம் தாளாமல் அண்ணாவின் கன்னங்களைத் தடவிய பெரியார் கண்ணீர்விட்டார். அருகிலிருந்த அத்தனை பேரும் உடைந்து போய் அழுதோம். திரும்பும் வழிநெடுகிலும், "அண்ணா போட்டிருந்த சட்டை எப்படி தொளதொளவென்று ஆகிவிட்டது – எவ்வளவு உடல் மெலிந்துவிட்டது" என்று சொல்லிச் சொல்லி ஆத்துப்போனார் பெரியார். இறுதி நாட்களில் அண்ணா அடையாறு மருத்துவமனையில் இருந்த போது பெரியார் என்னுடைய அடையாறு வீட்டிலேயே தங்கிவிட்டார். அங்கு வீட்டுப் படியேறுவது பெரியாருக்குப் பெரும் சிரமம். ஆனாலும், அண்ணாவை அடிக்கடி போய்ப் பார்க்க வேண்டும் என்பதற்காகச் சிரமங்களை ஏற்றார். அண்ணா மறைந்தபோது "அண்ணாவின் மறைவு தமிழ்நாடு கண்ட பேரிழப்பு" என்று சொன்னார் பெரியார். அண்ணாவின் இரங்கல் செய்தியை என் வீட்டிலிருந்துதான் எழுதினார் பெரியார். அந்த அறிக்கையின் தலைப்பு 'அண்ணா மறைந்தார், அண்ணா வாழ்க!'

❍

முருகனின் சாதி மறுப்புத் திருமணம்

விருதுநகரில் ஒரு கூட்டத்தில் சாதி மறுப்புத் திருமணத்தை ஆதரித்துப் பேசிய அண்ணா, "நீங்களெல்லாம் கும்பிடுகிற சுப்பிரமணிய சுவாமியே ஒரு வேட்டுவப் பெண்ணைக் கட்டிக்கிறப்ப, நீங்களும் அவர் வழியில நடக்கிறதுல என்ன தப்பு ?" என்று கேட்டார். ஒரு கல்லில் இரண்டு மாங்காய். ஒன்று, சாமியைக் கேலிசெய்கிறார். அடுத்து தான் பேசுகிற கருத்துக்கு அதையே ஆதாரமாகக் காட்டுகிறார். "இப்படிப் பேச அண்ணாவை விட்டால் வேறு யாரு ?" என்று சிலிர்த்துக்கொண்டது கூட்டம். சாதி மறுப்புத் திருமணங்கள், சடங்கு மறுப்புத் திருமணங்களை ஒரு அரசியல் செயல்பாடாகவே திராவிடர் கழகமும் திமுகவும் அக்காலகட்டத்தில் தொடர்ந்து செய்தாலும், சமூகங்கள் இடையேயான முட்டல் – மோதலாக அதை அவர்கள் மாற்றவில்லை. கட்சிக்குள்ளேயேகூட காதலித்துத் திருமண முடிவை எடுப்பவர்களிடம் "கூடுமானவரை பெற்றோர் ஒப்புதலையும் ஆசியையும் பெற முயற்சியுங்கள். அங்கிருந்துதான் உங்கள் குடும்ப வாழ்வின் எல்லா வெற்றிகளும் தொடங்குகின்றன" என்பாராம் அண்ணா. பெரும்பாலான சுயமரியாதைத் திருமணங்கள் குடும்பத்தார் சூழ நடைபெறும் சூழலை உருவாக்கியது சுய மரியாதைத் திருமண இயக்கத்தின் முக்கியமான வெற்றிகளில் ஒன்று.

தமிழ்நாட்டின் முன்னோடி தலித் பெண் தலைவர்களில் ஒருவர் சத்தியவாணி முத்து. அம்பேத்கர் நடத்திய தாழ்த்தப்பட்டோர் சம்மேளனத்தில் (ஷெட்யூல்டு காஸ்ட் பெடரேஷன்) பங்கெடுத்து, அங்கிருந்து பெரியாரின் சுயமரியாதை இயக்கம் நோக்கி வந்தவர். கணவர் முத்துவோடு இணைந்து திராவிடர் கழகத்தில் பணியாற்றியவர். பெரியாரிடமிருந்து பிரிந்து திமுகவை அண்ணா தொடங்கியபோது, அதன் முன்னணித் தளகர்த்தர்களில் ஒருவராகத் திகழ்ந்தவர். உரிய முக்கியத்துவத்தை அண்ணா அவருக்குத் தந்தார். திமுக மகளிரணியின் முதல் தலைவர் அவர்தான். அண்ணாவின் அமைச்சரவையில் இடம்பெற்றபோது, முதல் தலித் பெண் அமைச்சர் என்ற பெருமையைப் பெற்றார் சத்தியவாணி முத்து. தாழ்த்தப்பட்டோர் மேம்பாட்டுக்கு அவர்கள் சம உரிமை பெறுவதும், அதிகாரம் பெறுவதும் முக்கியம் என்று நம்பிய அண்ணாவின் ஆட்சியில் அதற்கான செயல்திட்டத்தை முன்னெடுக்க, தளகர்த்தராகப் பணியாற்றியவர் சத்தியவாணி முத்து. அவர் எழுதிய 'எனது போராட்டம்' சுயசரிதையிலிருந்து தேர்ந்தெடுக்கப்பட்ட பகுதிகளை இங்கே தந்திருக்கிறோம். தாழ்த்தப்பட்டோர் முன்னேற்றத்துக்கும் சாதி ஒழிப்புக்கும் பிற்படுத்தப்பட்டோர் - தாழ்த்தப்பட்டோர் நல்லிணக்கத்துக்கும் அண்ணா எவ்வளவு முக்கியத்துவம் அளித்தார் என்பதற்கான சான்றாக இருக்கின்றன அண்ணாவுடனான சத்தியவாணி முத்துவின் அனுபவங்கள். கூடவே, தமிழ்நாட்டில் சமூக நீதி இயக்கங்கள் கடந்துவந்த பாதையையும் சொல்கின்றன.

தாழ்த்தப்பட்ட மக்களுக்குச் சலுகைகள் அல்ல உரிமைகளே முக்கியம் என்றெண்ணினார் அண்ணா

■ **சத்தியவாணி முத்து**

சாதிகள் ஒழிக்கப்பட வேண்டும். சமுதாயத்தில் உயர்ந்தவன் தாழ்ந்தவன் என்ற பாகுபாடு இருக்கக் கூடாது என்பது வள்ளுவர் காலத்திலிருந்தே வகுக்கப்பட்ட விதி என்றாலும், உண்டாக்கப் பட்டுள்ள சாதிகளையும் சாதிகளினால் உருவான ஏற்றத்தாழ்வுகளையும் உடைத்தெறிந்து, பேதமற்ற சமுதாயத்தை உருவாக்க ஒரு கடுமையான போராட்டத்தை மேற்கொண்டவர் தந்தை பெரியார்.

சுயமரியாதைக்காரர்கள் பணி

தந்தை பெரியார் தீண்டாமை ஒழிப்புக்காக திருவனந்தபுரம் அருகே உள்ள வைக்கம் என்ற ஊரில் தீண்டாமை தலைவிரித்தாடி, வீதியில் தாழ்த்தப்பட்ட மக்கள் நடக்கக் கூடாது என்று தடை இருந்ததை உடைத்து எறிய, வைக்கம் வீதியிலுள்ள சாக்கடைகளில் குறுக்கே படுத்து அந்தச் சாக்கடை நீரை சாதி இந்துவின் வீட்டில் புகச் செய்து, "தாழ்த்தப்பட்ட மக்கள் வீதியிலே நடக்கத் தடையிருக்கக் கூடாது, அவர்களும் மனிதர் களாக நடமாடுவதை ஏற்றுக்கொள்ள வேண்டும்" எனப் போராடி, அதிலே வெற்றியும் பெற்றார். சாதிப் பாகுபாடும் தீண்டாமையும் ஒழிய வேண்டும் என்று அவர் கூறியதைக் கேட்கும்போது எரிச்சல்பட்ட மற்ற உயர் சாதியினர், அவர் சொன்னதில் உண்மை இருக்கிறது என்பதை ஏற்றுக் கொண்டார்கள். இருப்பினும் அதை ஏற்றுக்கொண்டு நடத்த ஒரு சிலரால் தான் முன்வர முடிந்தது. அந்த ஒரு சிலர்தான் சுயமரியாதைக்காரர்கள்.

தாழ்த்தப்பட்ட மக்களுக்காக, அவர்கள் மனிதனாக ஏற்றுக்கொள்ளப் பட வேண்டும் என்பதற்காக, சமுதாயத்திலுள்ள பெரும்பான்மை மக்களைத் தனது பகைவராக்கிக்கொண்டார் பெரியார். காந்தியார் சமாதான முறையில் தீண்டாமை ஒழிய வேண்டும், தாழ்த்தப்பட்ட மக்கள் முன்னேற வேண்டும் என்று முயன்றார். ஆனால், தந்தை பெரியார் சமுதாயத்தில் புரையோடிப்போயிருக்கும் சாதி வேற்றுமை என்ற

பெரியார் தென்னகத்தில் எவ்வளவு தீவிரமாக இந்து மதத்தையும் சாதி இந்துக்களையும் கண்டித்தாரோ அதே கொள்கையைத்தான் வடநாட்டில் அம்பேத்கர் தீண்டாமையை ஒழிக்கத் தாழ்த்தப்பட்ட சம்மேளனம் மூலம் பேசியும் எழுதியும் போராட்டத்தை நடத்திவந்தார்.

ரணத்தைக் கீறி ஆற்றுவதன் மூலம்தான் சமுதாயத்திலுள்ள தீண்டாமை என்ற புண்ணை ஆற்ற முடியும் என்ற நம்பிக்கையில் மிகத் தீவிரமான முறையில் பிரச்சாரம் செய்து, சமுதாயத்தில் இந்துக்களின் பெரும் எதிரியானார். தாழ்த்தப்பட்ட மக்கள் அவர் மீது நம்பிக்கை வைத்து அந்த இயக்கத்தில் பங்குபெற்றனர். திருமணத்தில் வைதீகமற்ற சுயமரியாதை முறையைப் புகுத்தினர். ஆலயம் சென்று ஆண்டவனை வழிபடும் முறையைக் கைவிட்டனர். கடவுள் பெயரைத் தன் பெயராக வைத்திருந்த பலர் அதை மாற்றி தமிழ்ப் பெயர்களை வைத்துக்கொண்டனர்.

அம்பேத்கரின் இயக்கத்திலிருந்து ஏன் வெளியேறினேன்?

அம்பேத்கர் தாழ்த்தப்பட்டோர் சம்மேளனம் ஒன்றை அகில இந்திய அளவில் துவக்கினார். தாழ்த்தப்பட்டோர் முன்னேற்றத்திற்காக அதன் மூலம் பாடுபட்டார். அச்சம்மேளனத்தின் சென்னை மாநகர் மகளிர் பிரிவின் தலைவியாகப் பணியாற்றி, டாக்டர் அம்பேத்கர் துவங்கிய பூனா ஒப்பந்த எதிர்ப்பு சத்தியாகிரகத்தில் பங்கு பெற்றேன். அவ்வமயம் அடிபட்டு இறந்த கெங்காதரன், சென்னை பெரம்பூரில் என் தலைமையில் நடந்த பொதுக்கூட்டத்துக்கு ஊர்வலத்தில் வந்தவர்தான். பெரியார் தென்னகத்தில் எவ்வளவு தீவிரமாக இந்து மதத்தையும் சாதி இந்துக்களையும் கண்டித்தாரோ அதே கொள்கையைத்தான் வடநாட்டில் அம்பேத்கர் தீண்டாமையை ஒழிக்க தாழ்த்தப்பட்டோர் சம்மேளனம் மூலம் பேசியும் எழுதியும் போராட்டத்தை நடத்திவந்தார்.

ஆனால், அம்பேத்கரால்கூட தாழ்த்தப்பட்ட சம்மேளனத்தின் பிரதிநிதியாகத் தேர்தலில் நின்று வெற்றிபெற முடியவில்லை. அதாவது, பம்பாயில் சோஷலிஸ்ட் கட்சியைச் சேர்ந்த அசோக் மேத்தா பொதுத் தொகுதியிலும், அம்பேத்கர் தனித் தொகுதியிலும் தேர்தலில் போட்டியிட்டனர். அசோக் மேத்தா வெற்றிபெற்றார்; அம்பேத்கர் தோல்வியுற்றார். சக்திவாய்ந்த கட்சியுடன் இணைந்து போட்டியிட்டாலும் தாழ்த்தப்பட்ட சம்மேளனத்தின் பிரதிநிதி தேர்தலில் வெற்றிபெற முடியாது என்ற உண்மையை அம்பேத்கர் அப்போதுதான் உணர்ந்தார்.

தோல்வியுற்ற பின்னர், தாழ்த்தப்பட்ட மக்களுக்கு என உள்ள சம்மேளனம் என்றால் இடையூறாய் இருக்கும் என்பதை உணர்ந்து, இந்தியக் குடியரசுக் கட்சி என்ற பொதுக் கட்சியைத் துவக்கினார். ஆனால், கட்சியைத் துவக்கியவர் அம்பேத்கர் என்பதால், இன்னமும் இக்கட்சி

தாழ்த்தப்பட்டோர் கட்சியாகக் கருதப்படுகிறதே தவிர, பொது உணர்வு பெறவில்லை. இந்த அடிப்படையைக் கூறக் காரணம், தாழ்த்தப்பட்ட சமுதாயத்தைப் பற்றியும் அவர்கள் முன்னேற்றத்தின் அவசியத்தைப் பற்றியும் ஓர் உணர்வு, சுதந்திரம் கிடைக்கும் முன்னரும் பின்னரும் நாட்டு மக்களிடையே நிலவிவந்தது என்பதை உணர்த்தவேதான்.

தீண்டாமை ஒழிய வேண்டுமானால் சாதிகள் இருக்கக் கூடாது என்ற ஒரு புரட்சிகரமான பிரச்சாரம் வடக்கிலும் தெற்கிலும் ஏக காலத்தில் தீவிரமாக நடந்துவரும்போதுதான், தமிழகத்தைச் சேர்ந்த தாழ்த்தப்பட்ட இனத்தவர்கள் சுயமரியாதை இயக்கத்திலும் தாழ்த்தப்பட்டோர் சம்மேள னத்திலும் பணியாற்ற முன்வந்தனர். பெரியாரின் பகுத்தறிவுக் கொள்கை யிலும் பிரச்சாரங்களிலும் சுட்டிக்காட்டப்பட்ட 'தீண்டாமை ஒழிப்பு' என்கிற கொள்கையால் ஈர்க்கப்பட்ட என் தந்தை க.நாகைநாதர், பெரியாரின் கொள்கைக்கு ஆதரவு அளித்துப் பணியாற்றினார். நீதிக் கட்சி, சுயமரியாதைக் கட்சி, தென்னிந்திய பௌத்த சங்கம், அகில இந்தியப் பகுத்தறிவாளர் சங்கம் ஆகியவற்றில் எனது தந்தை தீவிரமாகப் பங்குகொண்டார். அவர் செல்லும் கூட்டங்களுக்கெல்லாம் பின் தொடர்ந்து சென்றதினால் இந்தக் கொள்கைகள் என் பிஞ்சு உள்ளத்தில் பதிய வாய்ப்பாக இருந்தது. பல மாநாடுகளுக்கும் பல பொதுக்கூட்டங் களுக்கும் என் தந்தையோடு சென்றுவருவேன். சமுதாய முன்னேற்றத்தில் அக்கறை கொண்ட என் தந்தையார் இந்தக் கொள்கையில் அதிக ஈடுபாடு கொண்டு சுயமரியாதைக் கொள்கைகளை ஏற்றுக்கொண்ட ஒருவருக்கே என்னைத் திருமணம் செய்துவைத்தார்.

சுயமரியாதை இயக்கத்தில் இணைந்தோம்

எனது துணைவர், மறைந்த எம்.எஸ்.முத்து தீவிர காங்கிரஸ்வாதியாக இருந்தவர். ஆனால், 1938-ல் தந்தை பெரியார் தொடங்கிய இந்தி எதிர்ப்புப் போராட்டத்தில் கலந்துகொள்ள காங்கிரஸை விட்டு விலகி, சுயமரி யாதை இயக்கத்தில் சேர்ந்தார். சுயமரியாதை இயக்கத்தின் சென்னை மாநகரச் செயலாளராகப் பணியாற்றினார். பின்னர், 1944-ல் தென்னிந்திய நல உரிமைச் சங்கம் திராவிடர் கழகமாக மாறிய சேலம் மாநாட்டில், நாங்கள் அனைவரும் கலந்துகொண்டோம். திராவிடர் கழகக் கூட்டத் திலும் மாநாட்டிலும் நிறையப் பங்கேற்றுள்ளேன். நான் கொடியேற்றாத மாநாடே கிடையாது எனலாம். அந்த அளவுக்குக் கழகப் பிரச்சாரம் செய்துள்ளேன்.

பெரியாரின் பேச்சும் எழுத்தும் பார்ப்பனர் அல்லாத மக்களை ஒன்றுசேர்த்தது. அவர்களுக்கு ஒரு தனி சமுதாய உணர்வை ஊட்டியது. பலர் கட்சிப் பாகுபாடு பாராது பெரியாரை ஆதரிக்கவும் முன்வந்தனர். பல அரசியல் கட்சித் தலைவர்களும் தந்தைக்குப் பெரும் மதிப்பளித்தனர். அதனால், சுயமரியாதை இயக்கம் நல்ல வளர்ச்சியடைந்து முன்னேற்றம் அடைந்தது.

'நாங்கள் இன்னும் இருட்டில் வைக்கப்பட்டுள்ளோம்; எங்கள் வாழ்வில் ஒளி இல்லை; நாங்கள் மகிழ்ச்சியாகவே வாழவில்லை; துக்கமே எங்களுக்குத் துணையாக இருக்கிறது' என்பதை உலகத்துக்குப் பறைசாற்றத்தான் கருஞ்சட்டை அணியச் செய்தார் பெரியார்.

இருண்டு கிடக்கின்ற இந்தச் சமுதாயத்தில் திராவிடர் கழகம் என்ற ஒளி மூலம் மக்கள் அறியாமையை நீக்கப் பாடுபட அமைந்ததுதான் திராவிடர் கழகக்கொடியாகும். 'நாங்கள் இன்னும் இருட்டில் வைக்கப்பட்டுள்ளோம்; எங்கள் வாழ்வில் ஒளி இல்லை; நாங்கள் மகிழ்ச்சியாகவே வாழவில்லை; துக்கமே எங்களுக்குத் துணையாக இருக்கிறது' என்பதை உலகத்துக்குப் பறைசாற்றத்தான் கருஞ்சட்டை அணியச் செய்தார் பெரியார். சமுதாயத்தில் எப்படி மனிதனுக்கு மனிதன் ஏற்றத்தாழ்வு இருக்கக் கூடாது எனக் கருதினாரோ அதேபோல் ஆணுக்குப் பெண் அடிமை இல்லை என்பது அவர் சித்தாந்தமாகும். "ஆண் - பெண் சம உரிமை பெற்றால்தான் சமுதாயம் முன்னேற முடியும். பெண் அடிமை கூடாது. அவர்களுக்கு கல்வி மிகவும் அவசியம், ஆண்கள் தரும் உல்லாச வாழ்வுக்கும் ஆடம்பர அணிகலன்களுக்கும் அடிமையாகக் கூடாது. பெண்கள் பகுத்தறிவு உடையவர்களாக இருத்தல் வேண்டும். அலுவலகத்தில் முதலாளிக்கும் தொழிலாளிக்கும் ஏற்றத்தாழ்வு இருக்கக் கூடாது என எண்ணுகிறோமோ அதுபோல வாழ்வில் இணைந்து வாழ வேண்டிய ஆணுக்கும் பெண்ணுக்குமிடையே ஏற்றத்தாழ்வு இருத்தல் கூடாது" என்றவர் பெரியார்.

பெரியார் உண்டாக்கிய மாற்றங்கள்

வைதீகத் திருமணத்தை அறவே ஒழித்து சுயமரியாதை முறை திருமணத்தைப் புகுத்தினார். விதவைகள் திருமணம் செய்ய விரும்புவதை யாராவது எதிர்த்தால், அந்த எதிர்ப்பைச் சமாளித்து அத்திருமணம் நடக்கத் துணைபுரிய வேண்டும் என்று போதித்தார். பொருந்தாத் திருமணத்தைக் கடுமையாக எதிர்த்தார். அதாவது, வயதான கிழவர் ஒருவருக்கு கட்டாய மாக வாலிபப் பெண் ஒருத்தி மணம் செய்யப்பட்டால், அந்த மணம் நடைபெறவிடாது தடுத்து, அந்தப் பெண் விடுவிக்கப்பட வேண்டும் என்று போதித்தார். காதல் திருமணம், கலப்புத் திருமணம் அதிகமாக நடந்தால்தான் சாதி ஒழியும்; மூடப் பழக்கவழக்கங்கள் அழியும்; புதிய தோர் சமுதாயம் உருவாகும் என்று பிரச்சாரம் செய்தார். இவ்வழியில் அதிதீவிர நடைபோட்டவர்கள் நாங்கள் அனைவரும்.

ஆண்டவன் பெயரைத் தங்கள் பெயராக வைத்துக்கொண்டவர்கள், அதை மாற்றி தமிழ்ப் பெயராக மாற்றிக்கொண்டார்கள். சைவ உணவையே தங்கள் உணவாகக் கொண்டவர்கள், அசைவ உணவையும் உண்டால் என்ன தவறு என்று கருதி, அசைவ உணவை உட்கொள்ள

ஆரம்பித்துத் தேவையில்லாத ஒரு கட்டுப்பாட்டை உடைத்து எறிய வேண்டும் என்று தங்கள் பழக்கவழக்கங்களை மாற்றிக்கொண்டனர். ஆலயத்துக்குச் செல்வதில்லை; ஆண்டவனை வழிபடுவதில்லை. தேர்த் திருவிழாக்களில் கலந்துகொள்வதில்லை. நாங்கள் இந்துக்கள் அல்ல, திராவிடர்கள்தான் என்று கூறிக்கொண்டுவந்தோம். அப்போதெல்லாம் தந்தை பெரியார் நடத்திய 'விடுதலை' பத்திரிகையையும் பேரறிஞர் அண்ணா நடத்திய 'திராவிட நாடு' பத்திரிகையையும் என்.வி.நடராசன் நடத்திய 'திராவிடன்' பத்திரிகையையும் புரட்டிப்பார்த்தால் பத்திரிகை பதிவுபெற்றுள்ள உரிமைச் சீட்டில் சாதி என்ற இடத்தில் 'திராவிடம்' என்றும் மதம் என்ற இடத்தில் 'வெற்றுக் கீறு' போட்டிருந்தது அந்தப் பத்திரிகைகளைப் படித்தவர் அனைவருக்கும் நினைவிருக்கும்.

வகுப்புவாரிப் பிரதிநிதித்துவத்தின் முக்கியத்துவம்

தாழ்த்தப்பட்ட மக்களில் பெரும்பான்மையோர் தந்தை பெரியாரின் பாசறையில் சேர்ந்ததற்குக் காரணம், அவர் செய்யும் பிரச்சாரம் ஆண்டவனை எதிர்த்தது. அவர் வகுக்கும் பாதைகள் அத்தனையும் முதலில் தாழ்த்தப்பட்ட மக்களுக்கு உயர்வு அளிக்கும் பாதை என்பதால்தான்.

நீதிக் கட்சி ஆட்சியில் இருக்கும்போது, சாதி அடிப்படையில் பிரதிநிதித்துவம் என்ற முறையைக் கொண்டுவந்து அதனால் பார்ப்பனர், பார்ப்பனர் அல்லாதார், தாழ்த்தப்பட்ட மக்கள், கிறிஸ்தவர்கள், முஸ்லிம்கள் என்ற அடிப்படையில் அரசு, மாநகராட்சியில் வகுப்புவாரிப் பிரதிநிதித்துவ முறை வகுக்கப்பட்டது. அதனால், சென்னை மாநகராட்சியில் பார்ப்பனர், பார்ப்பனர் அல்லாதார், முஸ்லிம், கிறிஸ்தவர் என்ற அடிப்படையில் மேயர் பதவியில் பல்வேறு இன மக்களும் பதவிவகிக்கும் வாய்ப்பு கிடைத்தது. இவற்றை நான் கூறக் காரணம், சாதியின் அடிப்படையில் பிரதிநிதித்துவம் என்று கொண்டுவரப்பட்ட முறை தமிழகத்தில் சாதியின் பெயரால் யாரும் தாழ்ந்தவர் அல்ல என்பதற்காகத்தான். அத்துடன் எல்லோருக்கும் சம பங்கு அளிக்க வேண்டும் என்பதற்காகத்தான்.

இருண்டு கிடக்கும் சமுதாயத்துக்கு ஒளி விளக்கு காட்டி, குருடர்களாக இருப்பவரைக் கண் திறந்து பார்க்கச் செய்துவந்த தந்தை பெரியாரைப் பிரிந்து, எங்களைப் போன்றவர்கள் பேரறிஞர் அண்ணாவின் தலைமையில் நிற்க வேண்டியதான பிரிவு, விரும்பி ஏற்ற பிரிவு அல்ல. அது எப்படியோ வந்துசேர்ந்த பிரிவு. அந்தப் பிரிவு கண்ணீரை விட்டு வந்த பிரிவு. அந்தப் பிரிவின் காரணமாக 1949-ல் அமைக்கப்பட்டதுதான் திராவிட முன்னேற்றக் கழகம்.

திமுகவானோம்

திராவிட முன்னேற்றக் கழகத்தை அண்ணா அரசியல் கட்சியாக, திராவிட நாடு கோரும் அரசியல் இயக்கமாக மாற்றினார்கள். பிறகு, திராவிட முன்னேற்றக் கழகக் கிளைகள் பட்டிதொட்டிகளில் உருவாக்கப்

“அம்பேத்கரின் வாழ்க்கை வரலாற்றைப் பாடப் புத்தகமாக்க வேண்டும். அம்பேத்கரைப் போல் தாழ்த்தப்பட்டவர்கள் ஒவ்வொருவரும் சமுதாய உணர்வு பெற்று, இழிவைப் போக்கப் பாடுபட வேண்டும்” என்றார் அண்ணா.

பட்டன. “அடைந்தால் திராவிட நாடு இன்றேல் சுடுகாடு” என வீர முழக்கமிட்டோம். “சமுதாயக் கொள்கையில் திராவிடக் கழகமும் திராவிட முன்னேற்றக் கழகமும் இரட்டைக் குழாய் துப்பாக்கியாய் இருந்து பணியாற்றும்” என்றார் அண்ணா. பதவி ஆசையால் நாங்கள் வெளிவரவில்லை. இன்றைக்கும் எங்களுக்குத் தலைவர் தந்தை பெரியார் தான். எனவே, திராவிடர் கழகத்துக்குத் தந்தை பெரியார் தலைவராக இருந்தாலும் திராவிட முன்னேற்றக் கழகத்தின் தலைவர் பதவியையும் பேரறிஞர் அண்ணா தந்தை பெரியாருக்கு ஒதுக்கிவைத்துவிட்டு, தான் பொதுச்செயலாளர் பொறுப்பையே ஏற்றுக்கொண்டார்.

அண்ணாவின் அணிவகுப்பில் ஏராளமான இளைஞர்கள். தாய்மார்கள், பட்டதாரிகள், கலைஞர்கள், கவிஞர்கள், பாட்டாளிகள், மாணவர்கள், தொழிலாளர்கள் என்று பல்வேறு அணியினர், அணிஅணியாகச் சேர்ந்து பணியாற்றத் துவங்கினர். திராவிட முன்னேற்றக் கழகம் காங்கிரஸ் கட்சிக்குச் சவால்விடும் நிலையை அடைந்தது. திராவிட இன உணர்வை யும், திராவிட வரலாற்றையும் ஊட்டி, திராவிட நாடு பிரிய வேண்டியதன் அவசியத்தையும் வடநாட்டவர் ஆதிக்கத்தையும் சுட்டிக்காட்டி திராவிட முன்னேற்றக் கழகத்தை வெகுவேகமாக வளர்த்தார் அறிஞர் அண்ணா.

முதுகுளத்தூர் கலவரம்

1957-ல் காமராஜர் முதலமைச்சராக இருந்தபோது நாங்கள் அண்ணா வின் தலைமையில் 15 பேர் சட்டமன்றத்தில் எதிர்க்கட்சி வரிசையில் அமர்ந்தோம். அப்போதுதான், தமிழக மக்களை அதிரச் செய்த முதுகுளத்தூர் படுகொலைச் சம்பவம் நடைபெற்றது. மறவர்களுக்கும் தாழ்த்தப்பட்ட மக்களுக்குமிடையே கலவரம் ஏற்பட்டு, தாழ்த்தப்பட்ட மக்கள் கொலைசெய்யப்பட்டு, குடிசைகள் தீயிடப்பட்டு, குழந்தைகள் தீக்குண்டத்தில் தூக்கி எறியப்பட்டு, கொலைசெய்யப்பட்டனர். அப்போது காவல் துறையினர் மறவர் சமூகத்தைச் சேர்ந்த ஐந்து பேரைச் சுட்டுக் கொன்றனர்.

துப்பாக்கிச்சூட்டைக் கண்டிக்கும் வகையில், ஜனநாயகக் காங்கிரஸ் தலைவர் வி.கே.ராமசாமி, கம்யூனிஸ்ட் தலைவர் கல்யாணசுந்தரம் மற்றும் இதர எதிர்க்கட்சிகளைச் சேர்ந்தவர்கள் ஒன்று சேர்ந்து, காங்கிரஸ் அரசு மீது நம்பிக்கையில்லாத் தீர்மானம் ஒன்றைக் கொண்டுவந்தனர். குறைந்தது 25 சட்டமன்ற உறுப்பினர்களாவது சபையில் எழுந்து நின்று ஆதரவு

தெரிவித்தால்தான், அரசுக்கு எதிராக நம்பிக்கையில்லாத் தீர்மானம் ஏற்றுக் கொள்ளப்படும். எனவே, நாங்களும் எதிர்க்கட்சியினர் என்ற முறையில் தீர்மானத்தைச் சபையில் விவாதிக்க ஆதரவளித்தோம். ஆனால், அரசை எதிர்த்து நம்பிக்கை இல்லாத் தீர்மானத்தை ஆதரித்து திராவிட முன்னேற்றக் கழகம் வாக்களிக்க அண்ணா ஆதரவு தரவில்லை. இது ஒரு பெரும் பரபரப்பை ஏற்படுத்தியது.

அந்த நம்பிக்கையில்லாத் தீர்மானத்தின் மீது திராவிட முன்னேற்றக் கழகத்தின் சார்பில் அறிஞர் அண்ணாவும் நானும் சந்தானமும் பேசினோம். சந்தானமும் நானும் தாழ்த்தப்பட்ட சமுதாயத்தைச் சேர்ந்தவர்கள். படுகொலைக்கு ஆளான தாழ்த்தப்பட்ட மக்கள் சார்பில் என் கண்ணீரைக் காணிக்கையாக்கி என் பேச்சை முடித்தேன். அதைத் தொடர்ந்து பேசிய அண்ணா காங்கிரஸ் அரசு, அந்தப் பகுதியில் இருந்த சாதி வேறுபாட்டையும் நீண்ட நாள் கசப்புணர்வையும் போக்க, தக்க சமயத்தில் உரிய நடவடிக்கை எடுத்திருந்தால் படுகொலையையும் கலவரத்தையும் தடுத்து இருக்கலாம்; அதைச் செய்ய அரசு தவறிவிட்டது எனக் கடுமையாகச் சாடிப் பேசினார். ஆனால், நம்பிக்கையில்லாத் தீர்மானத்தை ஆதரித்து வாக்களிக்கவில்லை, இது மறக்க முடியாத ஒரு சம்பவமாகும்.

அம்பேத்கர் சிலை திறந்த அண்ணா

சென்னை மாநகராட்சியில் அம்பேத்கர் சிலையைத் திறந்துவைத்துப் பேசிய அண்ணா, "அம்பேத்கரின் வாழ்க்கை வரலாற்றைப் பாடப் புத்தக மாக்க வேண்டும். அம்பேத்கரைப் போல் தாழ்த்தப்பட்டவர்கள் ஒவ்வொரு வரும் சமுதாய உணர்வு பெற்று, இழிவைப் போக்கப் பாடுபட வேண்டும்" எனப் பேசியது இன்னும் எனது நினைவில் பசுமையாக இருக்கிறது.

தாழ்த்தப்பட்ட மக்களுக்குச் சலுகைகள் தருவதால், அச்சமுதாயம் முன்னேற்றம் அடைந்துவிடும் என்பதில் அண்ணாவுக்கு நம்பிக்கை கிடையாது. காரணம், தாழ்த்தப்பட்ட மக்கள் வெறும் பொருளாதாரத்தால் தாழ்ந்தவரல்ல; சமுதாயத்தின் அடிப்படையில் தாழ்ந்து கிடப்பவர்கள். பொருளாதாரரீதியில் தாழ்ந்து கிடப்பவர்கள், தாழ்த்தப்பட்ட சமுதாயத் தில் மட்டுமல்ல; பிற சமுதாயங்களிலும் இருக்கத்தான் செய்கின்றனர். ஆனால், அவர்களெல்லாம் தீண்டாமை என்ற கொடுமையால் பாதிக்கப் படுவதில்லை.

சமுதாயத்தில் ஐந்தில் ஒரு பிரிவினராக இருக்கும் தாழ்த்தப்பட்ட மக்கள், சமுதாயத்தில் அனைவரும் பெறும் உரிமையைப் பெறாது இருப்பதைக் கண்டித்தார். "தாழ்த்தப்பட்ட சமுதாயத்தையும் சேர்த்துத் தான் 40 கோடி மக்கள் நாம் என்று பேசுகிறோம். ஆனால், அவர்களுக்குச் சம உரிமையைக் கொடுக்க மறுக்கின்றோம். அவர்களை 'ஐயோ பாவம்' என நினைத்துச் சில உபகாரங்களைச் செய்ய முன்வருகிறோமே தவிர, உரிமைகளைத் தர மறுக்கிறோம். இந்த நிலை மாற்றியமைக்கப்பட வேண்டும், தாழ்த்தப்பட்ட மக்களுக்குத் தேவையானது சலுகையல்ல;

பெரியார் எப்படி பார்ப்பனர் அல்லாதார், சூத்திரர் ஆகியோரது உயர்வுதான் தமது இலட்சியம் என்று பணியாற்றிவந்தாரோ, அதேபோல் அண்ணாவும் தாழ்த்தப்பட்ட, பின்தங்கியவர்களின் உயர்வுதான் தமது இயக்கத்தின் இலட்சியம் என வலியுறுத்திவந்தார்.

உரிமைகள். சலுகைகள் தருவதன் மூலம் அவர்களை உயர்த்திவிட முடியாது. இன்றைக்கும் அந்த உரிமைகள் பறிக்கப்பட்டுவருகின்றன'' இது அண்ணாவின் கருத்தாகும்.

திராவிட முன்னேற்றக் கழகம் காஞ்சியில் நடத்திய பொதுக்குழுக் கூட்டத்தில், கட்சியில் மாணவர்களும் மகளிரும் தொழிலாளர்களும் அதிகமாகச் சேர்க்கப்பட்டு, தனித் தனிப் பிரிவுகளாகத் துவக்கப்பட வேண்டும் என்ற தீர்மானம் ஒப்புக்கொள்ளப்பட்டது. அதன்படி, பெண்கள் அமைப்புக்காக மகளிர் மன்றமும் தொழிலாளர்களுக்காக திராவிட முன்னேற்றக் கழகத் தொழிற்சங்கமும் மாணவர்களுக்காக மாணவர் முன்னேற்றக் கழகமும் துவக்கப்பட்டன.

யாரும் தோற்கக் கூடாது என்ற எண்ணம் கொண்டவர் அண்ணா

ஈ.வெ.கி.சம்பத், வேலூரில் நடந்த செயற்குழுவில் ஏற்பட்ட கருத்து வேறுபாடுகள் காரணமாக, திராவிட முன்னேற்றக் கழகத்தின் அவைத் தலைவர் பதவியிலிருந்து ராஜினாமா செய்தார். அவர் வெளியேறியதைத் தொடர்ந்து, காலி செய்யப்பட்ட அவைத் தலைவர் பதவிக்கு, திருப்பரங் குன்றம் மாநாட்டை ஒட்டி நடந்த பொதுக்குழுக் கூட்டத்தில் தேர்தல் நடந்தது. எம்ஜிஆர், கலைஞர் கருணாநிதி, எம்.எஸ்.சிவசாமி ஆகியோர் அந்த அவைத் தலைவர் பதவிக்கு நான் தேர்ந்தெடுக்கப்பட வேண்டும் என விரும்பினார்கள். ஆகவே, நானும் போட்டியிட்டேன். அதே பதவிக்கு மறைந்த ஏ.கோவிந்தசாமியும் போட்டியிட்டார். தேர்தல் பணி இரண்டு தினங்களாகக் கடுமையாக நடந்தது. நாங்கள் யாரும் விட்டுக்கொடுக்க முன்வரவில்லை. அந்தக் கட்டத்தில்தான் அண்ணா இருவரில் யார் தோற்றாலும் அது அவர்களைப் போய்ச் சேராது; அவர் சேர்ந்த சமுதாயத்தைப் போய்ச் சேரும். கோவிந்தசாமி வன்னிய சமுதாயத்தைச் சேர்ந்தவர்; நான் தாழ்த்தப்பட்ட இனத்தைச் சேர்ந்தவள்; தோல்வியை இருவரும் தழுவக் கூடாது என்ற ஆழ்ந்த சிந்தனையில் இருந்தார்.

அண்ணாவின் இக்கட்டான நிலையை உணர்ந்த அன்பழகன், தான் வகித்துவந்த தொழிற்சங்கச் செயலாளர் பதவியிலிருந்து ராஜினாமா செய்து, கொள்கை பரப்புச் செயலாளர் பதவி வகித்துவந்த நாவலர் நெடுஞ்செழியன் அவைத் தலைவராகவும், நான் கொள்கைப்பரப்புச் செயலாளராகவும், கோவிந்தசாமி தொழிற்சங்கச் செயலாளராகவும் ஏகமன தாகத் தேர்ந்தெடுக்கப்பட வாய்ப்பை ஏற்படுத்தித் தந்தார். அதனை

அப்படியே ஏற்று, அண்ணா பொதுக்குழுவின் முடிவாக அறிவித்தார். இதை நான் இங்கு கூறக் காரணம், சமுதாய அடிப்படை உருவாகி வளர்ந்து வரும் இந்த இயக்கத்தில், பின்தங்கிய, தாழ்த்தப்பட்ட மக்களுக்கு எவ்வித அநீதியும் ஏற்பட்டுவிடக் கூடாது என்பதில் அண்ணா கண்ணும் கருத்துமாய் இருந்தார் என்பதைச் சுட்டிக்காட்டவேதான்.

பெரியார் எப்படி பார்ப்பனர் அல்லாதார், சூத்திரர் ஆகியோரது உயர்வுதான் தமது இலட்சியம் என்று பணியாற்றிவந்தாரோ, அதேபோல் அண்ணாவும் தாழ்த்தப்பட்ட, பின்தங்கியவர்களின் உயர்வுதான் தமது இயக்கத்தின் இலட்சியம் என வலியுறுத்திவந்தார் என்பதற்கு மேற்கூறிய சம்பவம் ஒரு எடுத்துக்காட்டாகும்.

ஒருமுறை பெரியாரிடம் எனது துணைவர் எம்.எஸ்.முத்து, "திராவிடர் கழகத்தில் ஆதிதிராவிட மக்கள் சேர்வதால் வரப்போகும் பயன் என்ன?" என்று கேட்டார். பெரியார் சற்று ஆத்திரத்துடன், "நஷ்டம்தான்" என்றார். "என்ன நஷ்டம்?" என்று கேட்டதற்கு, "இப்போது ஆதிதிராவிடர்களாக இருப்பவர்கள் பிறகு திராவிடர்களாக ஆவார்கள். அதன் மூலம் ஆதி என்ற இரண்டு எழுத்துகள் உங்களுக்கு நஷ்டமாகும்" என ஓங்கி அடித்துப் பேசினார். எனவே, தாழ்த்தப்பட்ட மக்கள் அவரை நம்பி இருந்ததில் தவறு ஏதுமில்லை. இதுபோன்ற தாழ்த்தப்பட்ட, பின்தங்கிய ஏழைத் தொழிலாளர்கள், பாமர மக்கள், திராவிட முன்னேற்றக் கழகத்தின் அசைக்க முடியாத சொத்தாக இருந்து, 1967-ல் அண்ணாவை அரியாசனத்தில் அமர்த்தினர்.

முதல் முறையாக அமைச்சகமாக்கப்பட்ட அரிசன நலத் துறை

அண்ணா முதலமைச்சரானார். நான் செய்தித் துறை மற்றும் அரிசன நலத் துறை அமைச்சரானேன். முதன்முறையாக 'அரிசன நலத் துறை' ஒரு தனி அமைச்சகமாக்கப்பட்டது. அரிசன நலமும் பின்தங்கியவர் நலமும் தனித் துறைகளாக இருந்தனவே தவிர, தனி அமைச்சகமாகச் செயல்படவில்லை. எனவே, அண்ணா முதலமைச்சர் ஆனதும் அரிசன நலத் துறைக்கு முக்கியத்துவம் கொடுத்து, அந்த மக்களுக்குப் பல நன்மைகள் செய்ய என்னையே அமைச்சர் பொறுப்பு ஏற்கச் செய்தார்.

என்னைத் தேர்ந்தெடுத்த பெரம்பூர் சட்டமன்றத் தொகுதியில் நடந்த பாராட்டுக் கூட்டத்தில் பேசிய அண்ணா குறிப்பிட்டார். "மார்ச் 6, 1967-ல் நான் பதவி ஏற்க இருக்கிறேன், 5-ம் தேதி இரவெல்லாம் நான் தூங்க வில்லை. என் கண் முன்னால் இதோ நிற்கிறீர்களே, உங்களைப் போன்ற ஏழைத் தாய்மார்கள், வத்தல் தொத்தலான உருவத்தோடு, குழி விழுந்த கண்களோடு, கையில் குழந்தையைச் சுமந்துகொண்டு, கீற்றுக் கொட்டகை யின் கீழ் நின்றுகொண்டிருக்கும் உங்கள் உருவங்கள்தான் நின்றன. உங்களது நம்பிக்கையில்தான் ஆட்சிக்கு வந்தோம். உங்களுக்கு நான் என்ன செய்யவிருக்கிறேன் என்பதை அறிய ஆவலோடு இருக்கிறீர்கள். ஆனால், நான் பொறுப்பேற்ற நேரமோ, வெள்ளைக்காரன் வைத்துச் சென்ற கையிருப்பும் காலி செய்யப்பட்டு, கஜானா காலியாக இருக்கும்

மாபெரும் தமிழ்க் கனவு

எங்கள் ஆட்சியில் தாழ்த்தப்பட்ட மக்கள் உயர்வடைவார்கள். இந்தக் குடிசைகளெல்லாம் மாற்றி அமைக்கப்படும். விலைவாசி இறக்கப்பட்டு வயிராற உணவு கிடைக்க எனது அரசு வழிவகுக்கும்!

நேரம். கொள்முதல் கொள்கையில், ஏனோதானோ என இருந்ததன் விளைவாக களஞ்சியத்தில் நெல் இல்லை. மக்கள் உதயசூரியன் உதித்துவிட்டான். அண்ணா முதலமைச்சராகிவிட்டார். நமக்கு நல்வாழ்வு கிடைக்கும் என நம்பி என்னை அரியாசனத்தில் உட்கார வைத்த இந்த மக்களுக்கு நான் என்ன செய்யப்போகிறேன் என ஏங்கி நிற்கிறேன். பதவி ஏற்காது விட்டுவிடுவோமா என்றுகூட நினைத்தேன். ஆனால், என்னோடு இருந்தவர்கள் - சத்தியவாணி முத்து உட்பட – 'மக்களால் கொடுத்த பதவி, நாம் ஏன் வேண்டாமென்று சொல்ல வேண்டும் அண்ணா? ஏற்றுக்கொள்வோமே!' என்று கூறினார்கள். அதை நானும் ஏற்று உங்கள் முன் நிற்கிறேன். எங்கள் ஆட்சியில் தாழ்த்தப்பட்ட மக்கள் உயர்வடைவார்கள். இந்தக் குடிசைகளெல்லாம் மாற்றி அமைக்கப்படும். விலைவாசி இறக்கப்பட்டு வயிராற உணவு கிடைக்க எனது அரசு வழிவகுக்கும்'' என்றார்.

ஒரு படி அரிசித் திட்டம் என் கையால் தொடங்கியது

1967 மே 15-ம் தேதி சென்னையில் ஒரு ரூபாய்க்கு ஒரு படி அரிசி போடும் திட்டத்தை எனது தொகுதியில், பட்டாளம் மார்க்கெட் பகுதியில், நானே படியால் அளந்து ஒரு கடையில் விநியோகிக்கும் வாய்ப்பை எனக்கு அளித்தார் அண்ணா. என் தொகுதி மக்கள் அண்ணாவை வாழ்த்தினார்கள்.

அடுத்து கூடிய அமைச்சரவைக் கூட்டத்தில், அரிசன மக்களுக்கு மட்டும் ரூபாய்க்கு ஒரு படி அரிசி போடுவதானால் என்ன செலவாகும் என்று அப்போது உணவு அமைச்சகச் செயலாளர் திரவியத்திடம் கேட்டார். அதற்கு அவர் விரைவில் ஆராய்ந்து விவரம் அறிவிப்பதாகத் தெரிவித்தார். திட்டத்தை அமைக்க வாய்ப்பு உண்டா என்பதை அண்ணா ஆலோசித்தார். ஆனால், அவரது ஆசை நிறைவேறவில்லை. இது அப்போது அமைச்சராய் இருந்த எல்லோருக்கும் தெரியும்.

பசி தீர்க்க, படி அரிசித் திட்டத்தை எவ்வளவு துரிதமாகக் கொண்டு வந்தாரோ, அதேபோல் சுயமரியாதைத் திருமணத்தைச் செல்லுபடியாக்க சட்டம் கொண்டுவந்தார். சாதிப் பாகுபாடு ஒழிய கலப்புத் திருமணம் அவசியம் என்பதை வலியுறுத்தி, கலப்புத் திருமணத் தம்பதியருக்கு தங்கப் பரிசு கொடுக்க வேண்டும் என்ற சட்டத்தைப் போட்டார்.

சென்னை சேரிகளை எரித்தழித்த கயவர்கள்

சென்னை மாநகரப் பகுதியில், பொதுத் தேர்தலில் திராவிட முன்னேற்றக் கழகம் வெற்றி பெற்றதற்கு, குடிசையில் வாழும் தாழ்த்தப்பட்ட, பாமர மக்கள்தான் காரணம் என்று எதிரிகள் நினைத்தார்கள். எனவே, அவர்கள் குடிசைகளைத் தீயிட்டுக் கொளுத்தினர். விநோதமான முறையில் குடிசைகள் திடீர் திடீரெனத் தீப்பற்றி எரியும். ஒரு பகுதியில் எரிந்து சாம்பலாகிக்கொண்டிருக்கும்போது வேறொரு பகுதியில் தீப்பற்றி எரிய ஆரம்பிக்கும். இதில் வேடிக்கை என்னவென்றால், தீப்பற்றி எரியும் பகுதி, நேரம் விவரம் முன்கூட்டியே கரியால் சுவரில் எழுதப்பட்டிருக்கும். அதேபோல், குறித்த நேரத்தில் குடிசைகள் தீப்பற்றி எரியும். சொல்லிச் சொல்லியே குடிசைகள் தீக்கு இரையாக்கப்பட்டன. மக்களெல்லாம் அதிர்ச்சியிலும் ஆச்சரியத்திலும் ஆழ்ந்தனர்.

இதற்குக் காவல் துறையினர் தந்த காரணம், "எதிரிகள் குடிசையில் பாஸ்பரஸ் என்ற எரிபொருளைத் தூவிவிட்டு எரியும் நேரத்தையும் சுவர்களில் குறித்துவிடுகிறார்கள்." பாஸ்பரஸ் தண்ணீரை விட்டு வெளியே எடுக்கப்பட்டுவிட்டால், குறிப்பிட்ட நேரத்திற்குப் பின் தீப்பற்றிக் கொள்ளும் தன்மையுடையது. திராவிட முன்னேற்றக் கழகத்துக்கு வாக்களித்த தாழ்த்தப்பட்ட மக்களைப் பழிவாங்க இது போன்ற சதிகளை எதிரிகள் செய்தார்கள்.

குடிசைகளுக்கு மாற்றைச் சிந்தித்தார் அண்ணா

சென்னையில் பல இடங்களில் தாழ்த்தப்பட்ட மக்கள் வாழும் குடிசைகள் தீப்பற்றி எரிந்துவந்ததை அண்ணாவால் தாங்கிக்கொள்ள முடியவில்லை. பதவியேற்றவுடன் இந்தக் குடிசைவாழ் மக்களுக்கு எப்படி நன்மை செய்யலாம் என எண்ணிக்கொண்டிருந்த அண்ணாவுக்கு இந்தத் தீ விபத்துகள் பெரும் சோதனையாக அமைந்தன. எனவே, சென்னையில் குடிசைகளே இருக்கக் கூடாது. சிறிய வீடுகளானாலும் தீப்பற்றாத வீடாக மலிவான விலையில் கட்டி முடிக்கப்பட வேண்டும் என அண்ணா திட்டம் தீட்டினார்கள். அதன்படி, தீப்பற்றி எரிந்த இடங்களிலெல்லாம் வரிசை வரிசையாக வீடுகள் கட்டப்பட்டன. குடிதண்ணீர், கழிப்பிடம், சீரான பாதைகளுடன் புதிய வீடுகள் கட்டப்பட்டு, தீ விபத்தால் அவல நிலைக்கு ஆளான மக்களின் கண்ணீரைத் துடைத்தார் அண்ணா. இதைத் தொடர்ந்து குடிசை மாற்று வாரியம் அமைக்கப்பட்டு, மாடி வீடுகள் கட்டும் திட்டமாக உருவாகியதை நினைவுபடுத்த விரும்புகிறேன்.

காங்கிரஸ் ஆட்சிக் காலத்தில் அகில இந்திய காங்கிரஸ் கட்சி, 'அரிசன சேவா சங்கம்' என்ற ஒரு நாடு தழுவிய இயக்கத்தை உருவாக்கி, அரசுக் கட்டிலில் அமர்ந்த பின்னர், இந்த அரிசன சேவா சங்கத்துக்கு நிதியுதவி தந்து, தாழ்த்தப்பட்ட மக்களுக்கு காங்கிரஸ் கொள்கைகளையும் காந்தியும் காங்கிரஸும் தாழ்த்தப்பட்ட, மலைவாசி மக்களுக்குச் செய்துவரும் நன்மைகளைத் தெரியப்படுத்திவந்தது. காங்கிரஸ் கட்சி ஆட்சிக்கு வந்த

மாபெரும் தமிழ்க் கனவு

டாக்டர் அம்பேத்கர், பேரறிஞர் அண்ணா, தந்தை பெரியார் ஆகியோரின் கொள்கைப்படி தாழ்த்தப்பட்ட மக்களுக்குக் கொடுக்கப்பட வேண்டியது உபகாரமல்ல; உரிமையாகும்.

பின், இச்சங்கம் மூலம் மக்களிடம் தொடர்புகொண்டு பணியாற்றி வந்தனர். அரிசனர் அல்லாத பிராந்திய வட்டார காங்கிரஸ் தலைவர்களே பெரும்பாலும் இந்த அரிசன சேவா சங்கத்தைப் பொறுப்பேற்று நடத்தி வந்தனர். இன்றும் அது தொடர்ந்து நடைபெற்றுவருகிறது.

காங்கிரஸ் ஆட்சிக்கு வந்த பின்னர், 'டிப்ரஸ்டு கிளாசஸ் லீக்' என்ற ஒரு அமைப்பு அகில இந்திய அளவில் துவக்கப்பட்டு, மாநிலமெங்கும் அரிசன நல அமைச்சர் தலைமையில் அதிகாரபூர்வமாக ஒரு அமைப்பு உருவாக்கப்பட்டது. பெரும்பாலும் தாழ்த்தப்பட்ட மக்களே பொறுப் பேற்று நடத்தினர். அரசு இந்த நிறுவனத்துக்கும் நிதியுதவி வழங்கி வந்தது. இந்த அமைப்பின் மூலம் தீண்டாமை ஒழிப்புப் பிரச்சாரமும் தாழ்த்தப் பட்ட மக்களுக்கு அரசு செய்துவரும் பல்வேறு நன்மைகளும் இசை, நாடகம், சொற்பொழிவுகள் மூலம் பிரச்சாரம் செய்யப்பட்டும்வந்தது. இதில் பெரும்பாலும் காங்கிரஸ் இயக்கத்தைச் சேர்ந்த தாழ்த்தப்பட்ட மக்களே பங்குபெற்றுவந்தனர். மாநில அளவில் சம்பந்தப்பட்ட மாநில அரிசன நலத் துறை அமைச்சர்கள் தலைவர்களாக இருந்து அரிசன நல நிதியிலிருந்து இந்த லீகுக்கு நிதியுதவியும் வழங்கப்பட்டுவந்தது.

திராவிட முன்னேற்றக் கழகம் ஆட்சிக்கு வந்த பிறகு, அதற்கு முன் அரிசன நலப் பிரிவை வகித்துவந்த கக்கன் நிதியுதவி கேட்டுக் கடிதம் எழுதியிருந்தார். அக்கோரிக்கை என் பரிசீலனைக்கு வந்தது. காங்கிரஸ் தாழ்த்தப்பட்ட மக்களைக் கொண்டு நடத்திவரும் இந்த லீகுக்கு நிதியுதவி அளித்து, அரிசன முன்னேற்றத்தைப் பற்றிப் பிரச்சாரம் செய்வது எனது கவனத்தை ஈர்த்தது. தீண்டாமை ஒழிப்பு, தாழ்த்தப்பட்ட மக்களின் முன்னேற்றம் இவற்றுக்கான திட்டங்கள் செயல்படுத்தும் முறைகளை மாற்றி அமைக்க வேண்டும் என நான் கருதினேன்.

அண்ணாவின் கொள்கைப்படி, தாழ்த்தப்பட்ட மக்களுக்கு உபகாரம் பெரிதல்ல; அவர்களுக்கு உரிமைகள் வழங்கப்பட வேண்டும். அந்த உரிமையைத் தாழ்த்தப்பட்ட மக்களும் கோர வேண்டும்; ஆட்சியில் இருப்பவர்களும் கொடுக்க முன்வர வேண்டும். எந்த உரிமையும் கேட்காது தரப்பட மாட்டாது. மனித உரிமைகளை ஒன்றுபட்டுக் குரல் எழுப்பிப் போராடினால் அன்றி அந்த உரிமைகளைப் பெற முடியாது. யாரோ வந்து கொடுப்பார்கள் எனக் காத்திருப்பது சரியில்லை என்பதை விளக்க புரட்சிக் கவிஞர் பாரதிதாசன், "அக்கா வந்து கொடுக்க சுக்கா மிளகா சுதந்திரம் கிளியே" என்றார்.

தாழ்த்தப்பட்டோர் நல உரிமைக் கழகத்துக்கான முன்னெடுப்பு

காங்கிரஸ்காரரர்களின் தீண்டாமை ஒழிப்பு என்பதோ தாழ்த்தப்பட்ட மக்களின் முன்னேற்றம் என்பதோ, அண்ணாவின் கருத்துப்படி, அய்யோ பாவம் எனக் கருதி, சில உபகாரம் செய்வதாகும். ஆனால், டாக்டர் அம்பேத்கர், பேரறிஞர் அண்ணா, தந்தை பெரியார் ஆகியோரின் கொள்கைப்படி தாழ்த்தப்பட்ட மக்களுக்குக் கொடுக்கப்பட வேண்டியது உபகாரமல்ல; உரிமையாகும். மற்றவர்களைப் போல் அவர்களும் மனிதர்களாகக் கருதப்பட வேண்டும் என்ற மனித நீதி இங்கே முக்கியமானது.

ஆகவே, தாழ்த்தப்பட்டோர் லீகுக்கு நிதியுதவி செய்வது சரியல்ல என அண்ணா கருதினார். அதனால், முதலில் கக்கனின் கோரிக்கைக்கு நிதி உதவி செய்ய இயலாது என எழுதிவிடச் சொன்னார். தாழ்த்தப்பட்டோர் லீகுக்குப் பதிலாக வேறொரு அமைப்பைத் தாழ்த்தப்பட்ட மக்களைக் கொண்டே துவக்கி, லீகுக்குக் கொடுத்த நிதியை அந்தப் புதிய அமைப்புக்கு வழங்கி, திராவிட முன்னேற்றக் கழகத்தின் கொள்கை அடிப்படையில் பிரச்சாரம், திரைப்படம், நாடகம் முதலியவற்றை நடத்தத் திட்டம் ஒன்று வகுக்கப்பட்டது. இதன் அடிப்படையில்தான் நான் அரிசன நல அமைச்சராக இருந்தபோது, தாழ்த்தப்பட்டோர் நல உரிமைக் கழகம் என்ற ஒன்றைத் துவக்கினேன். அதை அமைக்கும் பணிகளில் நான் முழு மூச்சுடன் ஈடுபட்டிருந்தேன். அந்த நேரத்தில்தான் பேரறிஞர் அண்ணா எதிர்பாராத நிலையில் நம்மை விட்டுப் பிரிந்தார். அண்ணாவின் மறைவு ஒரு பேரிழப்பானது!

மாற்றத்தில் எல்லோருக்கும் பங்கிருக்கிறது

கிருஷ்ணம்மாள் ஜெகந்நாதன் பேட்டி

■ சமஸ்

அண்ணாவின் ஆட்சியில் விழுந்த கரும்புள்ளி கீழ்வெண்மணிப் படுகொலை. கூலி உயர்வுக்கும் சாதிய அடக்குமுறைக்கும் எதிராகப் போராடிக்கொண்டிருந்த ஒடுக்கப்பட்ட சமூகத்தைச் சேர்ந்த, விவசாயக் கூலித் தொழிலாளர்கள் 44 பேர் – குழந்தைகள், பெண்கள் உட்பட – நிலவுடைமையாளர்களால் குடிசைக்குள் வைத்து எரித்துக் கொல்லப்பட்ட அந்தப் படுகொலையானது மரணத்தோடு போராடிக்கொண்டிருந்த அண்ணாவை மீளாத் துயரில் தள்ளியது (இதிலிருந்து ஒரு மாதம் கழித்து அவர் இறந்தார்). இந்தியச் சமூகப் பின்னணியில் விவசாயத்தை மீட்டெடுக்கவும், கீழிருக்கும் சமூகங்களை அதிகாரத்தை நோக்கி நகர்த்தவும் நிலச் சீர்திருத்தம் முக்கியம் என்று பேசிக்கொண்டிருந்த அண்ணாவையும் அவரது கட்சியையும் அது நோக்கி வேகமாக உந்தியது இந்தச் சம்பவம். அண்ணாவைப் பொறுத்த அளவில் கீழ்வெண்மணிப் படுகொலை பெருவலி என்றால், அதே பெருவலி உண்டாக்கிய வைராக்கியத்திலிருந்து இரு விடிவெள்ளிகளைத் தமிழ்நாடு பின்னர் அடையாளம் கண்டது – காந்தியத் தம்பதியான கிருஷ்ணம்மாள் - ஜெகந்நாதன். தென் மாவட்டக் குக்கிராமம் ஒன்றில், ஒடுக்கப்பட்ட சமூகத்தில் பிறந்தவரான கிருஷ்ணம்மாள் காந்திய இயக்கத்தில் பணியாற்றிக்கொண்டிருந்தவர். அதே தென் மாவட்டத்தின் ஆதிக்கச் சாதியைச் சேர்ந்த ஜெகந்நாதனை காந்திய இயக்கத்தில் சந்தித்த கிருஷ்ணம்மாள், அவரைத் தன் வாழ்க்கைத் துணையாக அடையாளம் கண்டார். “இந்தியா சுதந்திரம் அடைந்த பிறகுதான் திருமணம்; ஒரு தலித் பெண்ணைத்தான் திருமணம் செய்து கொள்வேன்; வாழ்க்கையைச் சமூக சேவைக்குத்தான் அர்ப்பணித்துக் கொள்வேன்” என்பன உள்ளிட்ட பல வைராக்கியங்களைக் கொண்டிருந்த ஜெகந்நாதன், ஒரு லட்சியத் திருவுருவாகவே கிருஷ்ணம்மாளைப் பார்த்தார். ஏனென்றால், பூ – பொட்டுகூட வைப்பது கிடையாது; கட்டிக்கொள்ள ஒரு புடவை – மாற்றுக்கு ஒரு புடவை; வாழ்க்கை

சமூகத்துக்கானது – குறிப்பாக, பெண்களின் முன்னேற்றத்துக்கானது என்ற லட்சியங்களைக் கொண்டிருப்பவர் கிருஷ்ணம்மாள். இருவரும் தங்களின் லட்சியங்களுக்கு ஏற்ப சுதந்திரத்துக்குப் பிறகே திருமணம் செய்து கொண்டனர்; வினோபாவின் பூமி தான இயக்கத்தில் தங்களைப் பிணைத்துக்கொண்டு பணியாற்றிவந்தனர். 1968, டிசம்பர் 25 அன்று இரவு நடந்த கீழ்வெண்மணிப் படுகொலையைக் கேள்விப்பட்ட அடுத்த நாள் கிருஷ்ணம்மாள் - ஜெகந்நாதன் தம்பதி அங்கே சென்றனர். கொடுமையின் ரத்தச் சுவடுகளைப் பார்த்தவர்கள் இனி தங்கள் வாழ்க்கையின் ஒரே இலக்கைத் தீர்மானித்துக்கொண்டனர் - அவர்கள் தொடங்கிய 'உழுபவரின் நிலவுரிமை இயக்கம்' (லாஃப்டி) அடுத்த ஐம்பது ஆண்டுகளில் தமிழ்நாடு முழுக்க ஆயிரக்கணக்கான ஏக்கர் நிலங்களை மீட்டுப் பல ஆயிரம் மக்களை நிலவுடைமையாளர்களாக்கி இருக்கிறது. சில ஆண்டுகளுக்கு முன் ஜெகந்நாதன் காலமாகிவிட்டார். நூற்றாண்டை நோக்கி நடந்து கொண்டிருக்கும் கிருஷ்ணம்மாள் இன்றும் அதே பாதையில் நடைபோடு கிறார். தமிழ்நாட்டில் பூமி தான இயக்கத்தில் பங்கேற்றபோது அதன் ஒரு பகுதியாக அண்ணாவையும் சந்தித்தார் வினோபா பாவே. அப்போது அந்தச் சந்திப்புக்கு ஒழுங்குசெய்தவர் ஜெகந்நாதன்; உடனிருந்தவர் கிருஷ்ணம்மாள். அந்தச் சந்திப்பையும் அதற்குப் பின் அண்ணாவின் இயக்கம் இன்றளவும் சர்வோதய இயக்கத்துடன் கொண்டிருக்கும் உறவையும் பகிர்ந்துகொள்கிறார் கிருஷ்ணம்மாள்.

● கீழ்வெண்மணிப் படுகொலைக்கு ஐம்பதாண்டுகளுக்குப் பின் அதைப் பார்க்கும்போது உங்களுக்கு எத்தகைய உணர்வு ஏற்படுகிறது?

இன்றைக்கு கீழ்வெண்மணியில் கிட்டத்தட்ட எல்லோரையும் நிலவுடைமையாளர்கள் ஆக்கியிருக்கிறோம். ஆளுக்கு ஒரு ஏக்கர் நிலம் தான் என்றாலும், அது அவர்களை அதிகாரப்படுத்தியிருக்கிறது. அதுவும் பெண்கள் பெயரில்தான் நிலங்களை நாம் கொடுத்தோம். அடுத்தடுத்த தலைமுறைகள் படித்து நகரங்களை நோக்கி நகர்ந்திருக்கிறார்கள். நிலம் பெரிய அதிகாரம் என்பது நிரூபிக்கப்பட்டிருக்கிறது. நாங்கள் தேர்ந்தெடுத்துக்கொண்ட பணி சார்ந்து சின்ன திருப்தி இருக்கிறது; கூடவே, இதுபோல நாடு முழுக்கச் செய்தால் முழுத் திருப்தி ஏற்படும்; அதற்கான வயதும் வலுவும் இல்லையே என்ற ஏக்கமும் வருத்தமும் இருக்கிறது.

● அண்ணாவைச் சந்தித்த தருணத்தை நினைவுகூர முடியுமா? அண்ணா எப்படியான மனிதராக உங்களுக்குத் தோன்றினார்?

அண்ணாதுரையைப் பற்றி ஞாபகப்படுத்தும்போது, அவர் பாபா முன் மரத்தடியில், மண் தரையில் உட்கார்ந்து எளிமையாகப் பேசிக் கொண்டிருந்ததுதான் முதலில் ஞாபகத்துக்கு வருகிறது. ஐயாதான் (ஜெகந்நாதன்) பாபாவிடம் அண்ணாதுரையைக் கூட்டிக்கொண்டு வந்தார். பூமி தான இயக்கத்தில் இணைந்துகொள்ளும்படி அண்ணாதுரையிடம் பாபா கேட்டார். பாபாவின் நல்லெண்ணத்திலும் முயற்சியிலும் தனக்குப் பெரும் மதிப்பிருப்பதாகவும், ஆனால் தங்களால் இதில்

எங்கள் இயக்கத்தின் சார்பில் பத்திரப் பதிவுசெய்யும்போது அதற்குக் கட்டணம் செலுத்த வேண்டியதில்லை என்று ஒரு அரசாணை பிறப்பித்தார் கருணாநிதி. அது எங்களுக்கு அவர் செய்த வாழ்நாள் உதவி!

பங்கெடுத்துக்கொள்ள முடியாது என்றும் அண்ணாதுரை கூறினார். போராட்டத்தில் அவர் பங்கெடுத்துக்கொள்ளவில்லை. அன்றைக்குப் பெருநிலவுடைமையாளர்கள், மிராசுதாரர்கள் பலரும் காங்கிரஸைச் சார்ந்தவர்களாக இருந்தபடியாலும் அவர்களிடம் நிலம் கோரும் இடத்தில் திமுகவினர் இணைந்து நின்றால், அவர்கள் இதன் பொருட்டே கொடுக்க மறுக்கக்கூடும் என்றும் அண்ணாதுரை நினைத்தார். மேலதிகம், நிலச் சீர்திருத்தம் நடப்பதே தீர்வு என்றும் அவர் எண்ணினார். அதேசமயம், எங்களுக்கு எங்கேனும் பிரச்சினை ஏற்படுமாயின் தன்னுடைய இயக்கத்தினர் துணை நின்று உதவுவார்கள் என்றும் உறுதியளித்தார்.

● **பிற்காலத்தில் திமுகவினர் அப்படி உங்களுக்கு உதவுபவர்களாக இருந்தார்களா?**

அண்ணாதுரைக்குப் பின் கருணாநிதி. அவர் மன்னை நாராயணசாமியை எங்களுக்குக் காட்டிவிட்டார். அப்போது மன்னை நாராயணசாமிதான் தஞ்சைப் பிராந்தியத்தின் திமுக தலைவராக இருந்தார். பல சமயங்களில் எங்களுக்கு அவர் உதவியிருக்கிறார். ஒரு போராட்டத்தின்போது இரவில் எங்களுக்கு உதவி தேவைப்பட்டது. அப்போது மன்னை நாராயணசாமி அமைச்சராக இருந்தார். நாங்கள் மன்னார்குடிக்குப் போனோம். அமைச்சர் தரங்கம்பாடியில் இருப்பதாக எங்களுக்குச் சொன்னார்கள். நாங்கள் நள்ளிரவில் தரங்கம்பாடியை அடைந்தோம். அந்த நேரத்திலும் எங்களுக்கு உதவக் கிளம்பி ஓடிவந்தார். பிற்பாடும் இந்தப் பகுதி திமுக மாவட்டச் செயலாளராக யார் இருக்கிறார்களோ அவர்கள் எங்களுக்கு உதவும்படி கருணாநிதி சொல்லிவைத்திருந்தார். தவிர, எந்தச் சமயத்தில் நான் சென்றாலும், உடனே சந்திக்க அனுமதிக்கும்படி கருணாநிதி அவருடைய உதவியாளர்களுக்குச் சொல்லியிருந்தார். முதல்வராக இருக்கும்போது எத்தனையோ சமயங்களில் நான் கருணாநிதியைச் சந்திக்கச் சென்றிருக்கிறேன். அவரே எழுந்துவந்து வரவேற்பார், "தயாளு இங்கே வா; அம்மாவுக்கு காபி கொண்டுவா" என்று தன் மனைவியை அழைத்து எனக்கு அவர் கையால் காபி போட்டுத் தரச்சொல்வார். எங்கள் இயக்கம் மூலம் நிலங்களைப் பத்திரப் பதிவுசெய்யும்போது அதற்குக் கட்டணம் செலுத்துவதற்குப் பணம் புரட்டுவதென்பது எங்களுக்குப் பெரிய சவால். கருணாநிதியிடம் இதைச் சொன்னபோது, எங்கள் இயக்கத்தின் சார்பில் பத்திரப் பதிவுசெய்யும்போது அதற்குக் கட்டணம் செலுத்த வேண்டியதில்லை என்று ஒரு அரசாணை பிறப்பித்தார். அது எங்களுக்கு

அவர் செய்த வாழ்நாள் உதவி. தன் மகன் ஸ்டாலினிடமும் எனக்கு எக்காலத்திலும் உதவ வேண்டும் என்று சொல்லியிருக்கிறார் கருணாநிதி. ஒருசமயம், வீடற்றவர்களுக்கு வீடு கட்டிக்கொடுக்க நெய்வேலி நிலக்கரிச் சுரங்கத்திலிருந்து எங்களுக்கு உதவினார்கள். அதாவது, கற்கள் செய்துகொள்வதற்கான 'ஃபிளையர்ஸ்' பொருளை எங்களுக்கு அவர்கள் தந்தார்கள். அங்கிருந்து அதை எடுத்துச்செல்ல வேண்டியது எங்கள் பொறுப்பாக இருந்தது. லாரி ஓட்டுநர்கள் நிறையப் பணம் கேட்டார்கள். கொஞ்சம் குறைந்த கட்டணத்தில் லாரிக்குச் சொல்லிவிட யாரையாவது அணுக வேண்டும் என்றிருந்தபோது சம்பந்தமே இல்லாமல் ஸ்டாலின் நினைவுக்குவந்தார். அவரிடம் பேசினேன். "கவலையை விடுங்கள், நீங்கள் பணமே கொடுக்க வேண்டாம். அது உங்களை வந்துசேர வேண்டியது என் பொறுப்பு" என்று சொல்லி ஏற்பாடு செய்தார். நாங்கள் அறவழி இயக்கத்தினர் என்றாலும் நாங்கள் எதிர்த்து நின்ற பண்ணையாளர்களும் பெருமுதலாளிகளும் எந்த வழிக்கும் செல்லக்கூடியவர்கள்தான் என்பதால், என் வாழ்க்கை நெடுக வன்முறையை எதிர்கொள்ள வேண்டிய நிலையிலேயே நான் இருந்திருக்கிறேன். அப்படியான சூழல்களில் திமுகவினரின் ஆதரவு எனக்கு இருந்திருக்கிறது.

● **இன்றைக்குத் திரும்பிப் பார்க்கும்போது அண்ணாவையும் அவர் அரசியலையும் எப்படிப் பார்க்கிறீர்கள்?**

என்னுடைய இருபது வயதில் – 1946-ல் – காந்திக்கு அருகிலிருந்து மூன்று நாட்கள் பணிவிடை செய்திருக்கிறேன். பல ஆண்டுகள் பாபாவுடன் இணைந்து பயணித்திருக்கிறேன். எப்போதும் எனக்கு நெஞ்சில் அருள்வழி காட்டும் ஜோதியாக வள்ளலார் சுவாமிகள் இருந்திருக்கிறார். மனிதர்களை என்னால் ஓரளவுக்கு மதிப்பிட முடியும். அண்ணாதுரைக்கு அன்றைய சமூகச் சூழலை மாற்றுவதில் தீர்க்கமான ஒரு பிடிமானம் இருந்தது. ஒவ்வொருவரும் ஒவ்வொரு வழியில் உழைத்தோம்; நான் வேலை செய்த இடம் தமிழ்நாட்டின் உணவுக் களஞ்சியம் என்று சொல்லப்பட்டாலும் அந்த உணவை விளைவிப்பவர்கள் கொத்தடிமைகளாகத்தான் அன்று இருந்தார்கள். அவர்கள் உற்பத்திசெய்த அரிசி அவர்களுடைய மூன்று வேளை உணவாக அன்று இல்லை. வயல் நண்டுகளையும் எலிகளையும் பிடித்து உண்டு பசியைப் போக்கிக்கொள்ளும் நிலை இருந்தது. கிராமத்துப் பொதுக் கிணற்றில் தண்ணீர் எடுக்க முடியாத சூழல் இருந்தது. எதிர்க் கேள்வி கேட்டவர்களை மரத்தில் கட்டிவைத்து அடிக்கும், வாயில் சாணியைக் கரைத்து ஊற்றும் நிலை இருந்தது. இவையெல்லாம் இன்று மாறியிருக்கின்றன என்றால், இங்கு உழைத்த ஒவ்வொரு தரப்பினரின் அர்ப்பணிப்புக்கும் அதில் பங்கிருக்கிறது. ஆனால், காந்தியர்களைத் தாண்டியும் காந்தி இந்த மண்ணில் எல்லோர் மத்தியிலும் ஊடுருவி இருக்கிறார் என்பதை மட்டும் உறுதியாகச் சொல்வேன்.

○

மாபெரும் தமிழ்க் கனவு 239

மக்களிடம் இருங்கள் - அண்ணா எப்போதும் சொல்லும் மந்திரம்

'விஐடி' விஸ்வநாதன் பேட்டி

■ சமஸ்

இந்தியாவில் இளவயதில் நாடாளுமன்ற உறுப்பினர் ஆனவர்களில் ஒருவர் ஜி.விஸ்வநாதன். 1967-ல் அண்ணா தலைமையிலான திமுக வரலாற்று வெற்றியைப் பெற்று, சட்டமன்றத்தில் ஆளுங்கட்சியாக உள்ளே நுழைந்தபோது, கூடவே நடந்த மக்களவைத் தேர்தலிலும் புதிய வரலாறு ஒன்றைப் படைத்திருந்தது. போட்டியிட்ட 25 தொகுதிகளிலும் அக்கட்சி வென்றிருந்தது. நாடாளுமன்றத்தில் விஸ்வநாதன் காலடி எடுத்து வைத்தபோது அவருக்கு வயது 26. அண்ணாவால் நம்பிக்கையோடு பார்க்கப்பட்டவராக இருந்ததோடு, பின்னாளில் கருணாநிதி, எம்ஜிஆர் இருவரோடும் கருத்துகளுக்காக மோதுபவராகவும் இருந்தார். பிற்காலத்தில் அரசியலிலிருந்து ஒதுங்கி, கல்வித் துறையோடு பிணைத்துக் கொண்டவர். இன்று இந்தியாவின் மதிப்புமிக்க கல்வி நிறுவனங்களில் ஒன்றாகத் தனது விஐடியை வளர்த்தெடுத்திருக்கிறார். விஸ்வநாதன் உடனான உரையாடல், கட்சியை அண்ணா எப்படிக் கையாண்டார் என்பதை நெருக்கமாகப் புரிந்துகொள்ள உதவுகிறது.

● அண்ணாவை நோக்கி நீங்கள் பயணப்பட்ட பாதையைச் சொல்லுங்கள்...

குடியாத்தம் பக்கம் கொத்தகுப்பம்தான் என் ஊர். விவசாயக் குடும்பம். அப்பாவுக்கு எழுதப் படிக்கத் தெரியும். அம்மாவுக்கு அதுவும் தெரியாது. வீட்டில் ஆறாவது பிள்ளை. ஊரிலேயே நான்தான் முதல் பட்டதாரி. கம்யூனிஸ்ட்டுகள் நிறைந்த ஊர் அது. என்னிடமும் அதன் தாக்கம் இருந்தது. ஆறாவது படிக்கும்போதே ரஷ்ய அதிபர் ஸ்டாலின் படத்தை வீட்டில் மாட்டியிருந்தேன். ஸ்டாலின் மறைந்தபோது பள்ளிக்கூடத்தில் இரங்கல் கூட்டம் நடத்த முயன்றோம். பெரியார், சம்பத் கூட்டங்கள்

எல்லாம் கேட்டிருந்தாலும் அண்ணாவின் கூட்டம்தான் தாக்கத்தை உண்டாக்கியது. 1954-ல் வேலூர் முனிசிபாலிட்டி சார்பில் நடந்த காந்தி சிலை திறப்பு விழாவில் - இந்த நகர்மன்றம் என்ற சொல்லெல்லாம் அன்றைக்குக் கிடையாது; அண்ணா உருவாக்கியது அது - அவர் பேச்சைக் கேட்டேன். வேலூர் முனிசிபாலிட்டி தலைவராக இருந்த சீதாபதி, காந்தி சிலையை அண்ணா தலைமையில் திறக்க ஏற்பாடு செய்துவிட்டார். காங்கிரஸாரோ கடுமையாக எதிர்த்தனர் - கடையடைப்புப் போராட்டம் கூட நடத்தினர். நான் அப்போது ஒன்பதாவது மாணவன். பஸ்ஸுக்குக் காசு இல்லாததால் நானும் நண்பர்களும் சைக்கிளிலேயே போயிருந்தோம். 'மாற்றான் தோட்டத்து மல்லிகைக்கும் மணமுண்டு' என்று அண்ணா பேசியது அந்தக் கூட்டத்தில்தான் – காந்தியைத்தான் அப்படிக் குறிப்பிட்டார். இதற்குப் பின் அண்ணாவின் தம்பிகள் ஆகிவிட்டோம். பள்ளிக்கூடத்தில் இறைவழிபாட்டுக் கூட்டத்துக்குச் செல்வதை நாங்கள் நிறுத்தினோம். எங்கள் ஆசிரியர் கோபால் ஐயர் ஆளுக்கு ஒரு ரூபாய் அபராதம் போட்டார். நாங்கள் தலைமையாசிரியரிடம் போனோம். அவர் ஒரு கிறிஸ்தவர், கொஞ்சம் தாராளர். டபிள்யு.சி.சுந்தரானந்தம் என்று பெயர். "எங்களுக்குப் பிரார்த்தனையில் நம்பிக்கை இல்லை" என்றோம். "அது உங்கள் விருப்பம். ஆனால், பொது ஒழுங்காகச் சில விஷயங்கள் இருக்கையில் நீங்கள் அதைக் கடைப்பிடிக்க வேண்டும்" என்றார். அபராதத்தை ரத்துசெய்தார். எஸ்எஸ்எல்சி படித்தபோது, வகுப்புக்குப் பெயர் வைத்து, மாணவர்களுக்குள் அணிகள் பிரிப்பது அந்நாள் வழக்கம். அப்போது எங்கள் வகுப்புக்கு நாங்கள் 'நம் நாடு' என்றும், அணிகளுக்கு 'அறிஞர் அணி', 'நாவலர் அணி', 'கலைஞர் அணி' என்றும் பெயர் வைத்தோம். ஆசிரியர் இதையும் எதிர்த்தார். தலைமையாசிரியரிடம் போனோம். "பசங்க ஏதோ ஆசைப்படுறாங்க. விடுங்க" என்றார். ஆசிரியரும் இதையெல்லாம் ஏற்றுக்கொண்டார் என்பதையும் சொல்ல

மாபெரும் தமிழ்க் கனவு 241

எஸ்எஸ்எல்சி படித்தபோது, வகுப்புக்குப் பெயர் வைத்து, மாணவர்களுக்குள் அணிகள் பிரிப்பது அந்நாள் வழக்கம். அப்போது எங்கள் வகுப்புக்கு நாங்கள் 'நம் நாடு' என்றும், அணிகளுக்கு 'அறிஞர் அணி', 'நாவலர் அணி', 'கலைஞர் அணி' என்றும் பெயர் வைத்தோம். ஆசிரியர் இதையும் எதிர்த்தார். தலைமையாசிரியரிடம் போனோம். "பசங்க ஏதோ ஆசைப்படுறாங்க. விடுங்க" என்றார்.

வேண்டும். பள்ளிக்குப் பக்கத்திலேயே 'வள்ளுவர் படிப்பகம்' என்று இருந்தது. திமுகவினர் சின்னதாக ஒரு குடிசை போட்டு அதை நடத்தினார்கள். செய்தித்தாள்கள் மட்டும் கிடைக்கும். பள்ளிக்குப் போகும்போதே செய்திகளைப் படித்துவிட்டுத்தான் போவேன். அண்ணாவின் கருத்துகள் ஏனைய தலைவர்களையும் மதிக்கும்படி செய்யும். பி.டி.ரனதிவே, பி.சி.ஜோஷி போன்ற தலைவர்கள் யார் குடியாத்தம் பக்கம் வந்தாலும் அவர்களுடைய கூட்டங்களுக்கும் போய்விடுவோம். 1955-ல் நான் வேலூரில் கல்லூரியில் சேர்ந்தேன். 1957 தேர்தலில் ம.பா.சாரதி வேலூரில் திமுக வேட்பாளர். அவரை ஆதரித்து வேலூர் தொகுதியில் ஒரே நாளில் ஏழு கூட்டங்கள் பேசினார் அண்ணா. சாயந்திரம் 4 மணிக்குப் பிரச்சாரத்தை ஆரம்பித்து, இரவு 10 மணிக்கு முடித்தார். எல்லா கூட்டங்களுக்கும் போனேன். ஒரு கூட்டத்தில் பேசியதை இன்னொரு கூட்டத்தில் பேசவே இல்லை அண்ணா. நாமும் அண்ணா மாதிரி ஆக வேண்டும் என்றால், நிறைய வாசிக்க வேண்டும், கூட்டங்கள் கேட்க வேண்டும், விவாதிக்க வேண்டும் என்ற எண்ணம் எல்லோரிடமுமே இருந்தது. இன்டர்மீடியேட் முடித்துவிட்டு, பிஏ படிப்பதற்காக சென்னை லயோலா கல்லூரியில் சேர்ந்தேன். அடுத்த வருடம் முரசொலி செல்வம் அங்கு வந்து சேர்ந்தார். அவர்தான் என்னை அழைத்துச்சென்று கருணாநிதிக்கு அறிமுகப்படுத்தி வைத்தார். இப்படித்தான் அண்ணாவுக்கும் நான் அறிமுகமானேன்.

● **நேரடி அரசியலுக்குள் எப்போது வந்தீர்கள்?**

வேலூரிலிருந்து சென்னை வரும்போதும் திரும்பும்போதும், காஞ்சி புரத்தில் இறங்கி அண்ணாவைப் பார்ப்பது எங்களுக்கு ஒரு வழக்கம். எங்களுக்கு என்று இப்போது குறிப்பிடுவது, நான், தோப்பூர் திருவேங்கடம், துரைமுருகன் மூவரும். வீட்டில் வெறும் பனியன், வேட்டியோடுதான் இருப்பார் அண்ணா. வீட்டில் நாற்காலிகள்கூட அதிகம் இருக்காது. பாயை விரித்து அதில் உட்கார்ந்துதான் பேசிக்கொண்டிருப்போம். மாணவர்களோடு பேசுகையில் ஆங்கிலத்தில் பேசுவதைத்தான் அவர் விரும்புவார். நாங்களும் எங்களை அப்படி வளர்த்துக்கொள்ள வேண்டும் என்ற எண்ணம் அவருக்கு இருந்திருக்க வேண்டும் என்று இப்போது தோன்றுகிறது. மாணவர்களுக்கு அன்று அவர்தான் முன்மாதிரி. நானே அவரைப் பார்த்துதான் வலது வகிடு

எடுத்துத் தலை சீவினேன். அண்ணாபோல படிக்க வேண்டும் என்று எண்ணித்தான் எம்.ஏ. படித்தேன். தனக்குத் தெரிந்த எல்லா செய்தி களையும் மாணவர்களோடு பேசுவார். சரிக்குச் சமமாகக் கருத்துகளை மதிப்பளித்துக் கேட்பார். விவாதிக்க அனுமதிப்பார். இப்படியெல்லாம் உறவிருந்தாலும் மாணவர்கள் நேரடியாக அரசியலுக்கு வருவதை அவர் ஊக்குவிக்கவில்லை. "அரசியலுணர்வோடு இருங்கள்; படிப்பு முடிந்ததும் உங்கள் வாழ்க்கையைத் தீர்மானியுங்கள்" என்றே சொன்னார். அதனால் *1961*-ல் எம்.ஏ. முடிக்கிற வரை அரசியலுக்கு வெளியேதான் இருந்தேன். அப்போது லயோலாவில் படிக்கிற மாணவர்கள் நிறையப் பேர் ஐஏஎஸ், ஐபிஎஸ் ஆக முயற்சிப்பார்கள். எம்.ஏ. முடித்த கையோடு சட்டக் கல்லூரி யில் சேர்ந்தவன், அங்கிருந்தபடியே குடிமைப்பணித் தேர்வு எழுதினேன். *1962*-ல் ஐபிஎஸ் தேர்வானேன். வடகிழக்குக்குப் போகச் சொன்னார்கள். அப்பா வேண்டாம் என்று சொல்லிவிட்டார். சட்ட மாணவனாகவே தொடர்ந்த நிலையில்தான் திராவிட மாணவர் முன்னேற்றக் கழகத்தின் செயலாளரானேன் – பதினெட்டு வயதைக் கடந்தவர்கள் இந்த அமைப்பில் சேரலாம் என்றிருந்த இந்த அமைப்பு திமுக சார்பு கொண்டது என்றாலும், திமுக நேரடியாக இதன் முடிவுகளைக் கட்டுப்படுத்தாது. அப்போது எல்லாம் விடுதலை இயக்கத்தில் இருப்பதான ஒரு உணர்வில்தான் அண்ணாவைப் பின்தொடர்ந்தவர்கள் இருந்தோம். *1962* வரையில் தனி நாடு கேட்ட இயக்கம்தானே திமுக? சட்டக் கல்லூரியில் பழனிச்சாமி என்று ஒரு பேராசிரியர். "திராவிட நாடு கிடைத்த பிறகு, நான் ஐநா சபைக்கு அம்பாசிடராகப் போய்விடுவேன்" என்பார். அந்த அளவுக்கு நம்பிக்கையும் அர்ப்பணிப்பும் இருந்தது. *1963*-ல் சட்டக் கல்லூரி முடித்து விட்டு, வேலூரில் வழக்கறிஞர் வி.சி.ராஜகோபாலாச்சாரியாரிடம் பயிற்சி வழக்கறிஞராகச் சேர்ந்தேன். அண்ணாவைப் போய்ப் பார்ப்பது, கட்சிக் கூட்டங்களில் பங்கேற்பது, சின்னச் சின்ன காரியங்களை எடுத்துச்செய்வது என்று போய்க்கொண்டிருந்தது. கட்சியில் நிதி திரட்டுவதற்காக அவ்வப் போது சிறப்புக் கூட்டங்களை நடத்துவார்கள். அதாவது, சினிமாவுக்குப் போவது மாதிரி காசு கொடுத்து டிக்கெட் வாங்கி கூட்டம் கேட்க வேண்டும். அப்படி குடியாத்தம் லட்சுமி டாக்கீஸில் *1965*-ல் நடந்த ஒரு கூட்டத்துக்கு அண்ணா பேச வந்தார். அந்தக் கூட்டத்தில்தான் அண்ணா முன் சில நிமிடங்கள் பேசினேன். அதுதான் வாழ்வின் திருப்புமுனை.

◉ *1967* தேர்தல் வாய்ப்புக்கு வித்திட்டதும் அந்தக் கூட்டப் பேச்சுதான் இல்லையா?

ஆமாம். அறிவார்ந்த விவாதங்களை அண்ணா வெகுவாக ரசிப்பார். அந்தக் கூட்டத்துக்குப் பிறகு, "பையன் நல்லாப் பேசுறான்; நாடாளு மன்றத்துக்கு அனுப்பலாம்யா" என்று சொன்னதோடு, என்னைப் பற்றி கட்சிக்காரர்களிடம் விசாரித்துமிருக்கிறார். இது அடுத்து வந்த *1967* மக்களவைத் தேர்தலில் சீட் கேட்கலாம் என்ற எண்ணத்தைக் கொடுத்தது. வேலூர் தொகுதி தனித்தொகுதி என்பதால், வந்தவாசி தொகுதியைக் கேட்கலாம் என யோசித்தோம். ஆனால், அதில் சிக்கல் இருந்தது.

திமுகவின் நிறுவனர், பொதுச்செயலாளர், அவர் எடுக்கும் முடிவை யாரும் எதிர்க்க மாட்டார்கள் என்றாலும்கூட தன்னிச்சையாக எந்த முடிவையும் எடுக்காத ஜனநாயகர் அண்ணா.

ஏற்கெனவே அந்தத் தொகுதியின் மக்களவை உறுப்பினராக இருந்து கொண்டிருந்த தர்மலிங்கம்தான் எங்கள் மாவட்டச் செயலாளரும். 1957 தேர்தலிலேயே திமுகவில் வென்ற இருவரில் ஒருவர். இன்னொருவரான சம்பத் கட்சியை விட்டுப் போன பிறகு, திமுகவின் ஒரே மக்களவை உறுப்பினராக இருந்தார். 1962 தேர்தலிலும் அவர் தேர்ந்தெடுக்கப்பட்டு இருந்தார். தவிர, அண்ணாவுக்கு நல்ல நெருக்கம். இருந்தும் மோதினேன். என்ன தைரியம் என்றால், திமுகவின் நிறுவனர், பொதுச்செயலாளர், அவர் எடுக்கும் முடிவை யாரும் எதிர்க்க மாட்டார்கள் என்றாலும்கூட தன்னிச்சையாக எந்த முடிவையும் எடுக்காத ஜனநாயகர் அண்ணா.

● 1967 தேர்தலில்தான் வேட்பாளர் தேர்வில் அமெரிக்க முறையை அண்ணா பரீட்சித்துப் பார்த்தார் இல்லையா?

ஆமாம், இந்தியாவில் அது புது முயற்சி. அமெரிக்காவில் கட்சிக்கு உள்ளேயே கட்சியினரைக் கொண்டு வேட்பாளரைத் தேர்ந்தெடுக்கும் முறை இருப்பதுபோல - பிரைமரிஸ் என்று சொல்வார்கள்; இதையும் அங்கே தேர்தல் ஆணையம் செய்கிறது - நாம் திமுகவில் அதைச் செய்து பார்ப்போம் என்றார் அண்ணா. மூன்று தலைவர்களைக் கொண்ட ஆய்வுக் குழுக்களை அமைத்து, ஊர் ஊராக அவர்களை அனுப்பிக் கட்சியினரிடம் கருத்து கேட்டார். அதன் அடிப்படையில் வேட்பாளர்களைத் தேர்ந்தெடுத்தார். சத்தியவாணி, கே.ஏ.மதியழகன், ஏ.கோவிந்தசாமி மூன்று பேரும் வந்தவாசிக்கு ஆய்வுப் பணிக்கு வந்தார்கள். ஆறு சட்டமன்றத் தொகுதிகளுக்கும் சென்றார்கள். கட்சியினரிடம் எனக்குத்தான் பெரிய செல்வாக்கு இருக்கிறது என்பதை அண்ணாவிடம் அவர்கள் கொடுத்த அறிக்கையில் தெரிவித்திருக்கிறார்கள். 1.1.1967 அன்று வேட்பாளர் பட்டியலை வெளியிட்டார் அண்ணா. ஆனால், வந்தவாசி தொகுதிக்கு மட்டும் வேட்பாளர் பெயர் அறிவிக்கப்பட வில்லை. எனக்கு ரொம்ப ஏமாற்றம். கருணாநிதியைச் சென்று பார்த்தேன். "அண்ணாவைப் போய்ப் பார்" என்றார். அண்ணாவைப் பார்த்தேன். "நீ ப.உ.சண்முகத்தைப் பார்" என்றார். ப.உ.சண்முகம் எங்கள் மாவட்டத்தில் பெரிய தலைவர். அவருக்கும் எனக்கும் ஒரு உரசல் இருந்தது. அவரைப் பார்க்கச் சொல்கிறாரே என்று நினைத்தபடி போனேன். ப.உ.சண்முகம் ஒரு மணி நேரம் காக்கவைத்தார். வேண்டாவெறுப்பாக அழைத்தார். "என்ன விஷயம்?" என்றார். வந்த கதையைச் சொல்லி "அண்ணா உங்களைப் பார்க்கச் சொன்னார்" என்றேன். "பார்த்துவிட்டாய் அல்லவா? கிளம்பு!" என்றார். மீண்டும் அண்ணாவைச் சந்தித்து இதைச் சொன்னேன். "அப்படியா, கொஞ்சம் பொறு. நான் தர்மலிங்கத்துடனும் பேச

வேண்டும்" என்றார். ஒரு வாரம் கழித்து என்னை வேட்பாளராக அறிவித்தார். திறமை எங்கிருந்தாலும் அதைக் கண்டுபிடிப்பதிலும் அங்கீகரிப்பதிலும் அதேசமயம், கட்சிக்குள் அனுபவமும் திறமையும் எதிரும் புதிருமாகிவிடாமல் எல்லோரையும் அரவணைப்பதிலும் அவ்வளவு அக்கறையோடு இருந்தவர் அண்ணா.

● சாதி, பண பலம் பார்த்து ஆட்களை நிறுத்தும் காங்கிரஸின் வியூகத்தை அண்ணா எப்படி எதிர்கொண்டார்?

எனக்குத் தெரிய இந்தியத் தேர்தல் களத்தில் சாதி – பண பலத்தை உடைக்க முற்பட்ட ஒரே தலைவர் என்று அண்ணாவையே சொல்வேன். திமுகவில் ஆரம்ப கால வேட்பாளர் பட்டியலைப் பார்த்தால் இது துலக்கமாக உங்களுக்குத் தெரியும். என் தொகுதியையே எடுத்துக் கொள்ளுங்கள், வன்னியர் சமூகம் பெரும்பான்மையினராக உள்ள தொகுதி அது. காங்கிரஸ் நிறுத்தியிருந்த வேட்பாளர் கிருஷ்ணசாமி – அவர் என் கல்லூரித் தோழரும்கூட – வன்னியர் சமூகத்தைச் சேர்ந்தவர். அண்ணா இதையெல்லாம் பொருட்படுத்தவே இல்லை. பிற்பாடு எம்ஜிஆர் தொடங்கித்தான் திராவிடக் கட்சிகளின் வேட்பாளர் தேர்வில் இந்த சாதிக் கணக்கு உருவானது; அவருக்கு ஈடாக கருணாநிதியும் தொடங்கியபோது இது பரவலானது. அண்ணாவைப் பொறுத்த அளவில் தலித்துகள் முதல் பிராமணர்கள் வரை 'தமிழர்' என்ற அடையாளத்தின் கீழ் எல்லோரையும் ஒன்றாக்க முற்பட்டார். சமூகங்கள் இடையேயான நல்லிணக்கத்துக்கும் அவர்களுக்கான வாய்ப்புகளைச் சமமாக்கவும் முயன்றார். "உங்கள் சொந்த சமூக வரையறையிலிருந்து முதலில் வெளியேறுங்கள்" என்பார். "நீங்கள் மக்களுக்காக அர்ப்பணிப்போடு உழைத்தால், அவர்களுக்கு நீங்கள் தேவை என்பதை உணர்த்திவிட்டால், உங்களை எல்லா வரையறைகளுக்கும் அப்பாற்பட்டு மக்கள் நேசிப்பார்கள்" என்று சொல்வார்.

● சாமானியர்களின் கட்சியாகத் தொடங்கப்பட்ட திமுக அந்நாட்களில் தேர்தல் செலவுகளை எப்படி எதிர்கொண்டது? ஓட்டுக்குப் பணம் கொடுக்கப்படும் வழக்கம் இருந்ததா?

அண்ணா இருந்தவரை அப்படியான சூழல் பொதுவில் இல்லை. ஏனென்றால், அண்ணாவின் முக்கியமான பிரச்சாரங்களில் ஒன்று, காங்கிரஸ் ஓட்டுக்கு எட்டணா; குடும்பத்துக்கு ஐந்து ரூபாய் பணம் கொடுப்பதைக் கண்டித்து, தேர்தல் சமயங்களில் தொடர்ந்து அவர் பேசிவந்தது. காமராஜரை நேரடியாகவே குற்றஞ்சாட்டியவர், நாடாளு மன்றத்திலும் இது தொடர்பில் காங்கிரஸை விளாசியிருக்கிறார். நிதி வசூலித்துதான் அன்றைக்கெல்லாம் எல்லா காரியங்களும் நடந்தன. 1967 தேர்தலையே கருணாநிதி பொருளாளராகத் திரட்டித்தந்த ரூ.11 லட்சத்தை வைத்துதான் கட்சி எதிர்கொண்டது. மக்களவைத் தொகுதிக்கு கட்சி சார்பில் ஒவ்வொரு வேட்பாளருக்கும் அண்ணா ரூ. 4,000 கொடுத்தார். பக்கா கணக்கு, காசோலையாகத்தான் என்னிடம் அது வந்தது. அதற்கு மேல் ரூ.20,000 வரை வேட்பாளர்கள் செலவழித்தார்கள். எனக்கு ரூ.45,000

காங்கிரஸ் ஓட்டுக்கு எட்டணா; குடும்பத்துக்கு ஐந்து ரூபாய் பணம் கொடுப்பதைக் கண்டித்து தேர்தல் சமயங்களில் தொடர்ந்து அவர் பேசிவந்தது, அண்ணாவின் முக்கியமான பிரச்சாரம். காமராஜரை நேரடியாகவே குற்றஞ்சாட்டியவர் நாடாளுமன்றத்திலும் இது தொடர்பில் காங்கிரஸை விளாசியிருக்கிறார்.

செலவானது. எல்லாமே வசூல், சொந்தக் காசுதான். என்னுடைய மாமனார் ராமஜெயம், 'ஸ்ரீராமஜெயம்' என்ற பெயரில் பஸ் கம்பெனி வைத்திருந்தார். 25 பஸ்கள் ஓடின. திமுக மேடையில், "இதோ இருக்கிறாரே விஸ்வநாதன், யார் இவர்? ராமஜெயத்தின் மருமகன். நாளைக்கு திமுக ஆட்சிக்கு வந்தால் போக்குவரத்து நாட்டுடைமை ஆக்கப்படும். விஸ்வநாதனின் மாமனார் பஸ்களும் விதிவிலக்கல்ல" என்றே பேசப்பட்ட காலம் அது. அண்ணாவுக்குத் தெரிய எந்தத் தவறும் நடக்க முடியாது.

* கட்சிக்காரர்கள் தவறிழைத்தால் என்ன செய்வார்?

கூடுமானவரை திருந்த வாய்ப்பு கொடுப்பார். 'சாதாரணக் குடும்பங்களிலிருந்து வந்திருப்பவர்கள், இப்போது ஜனநாயகம் பழகுகிறார்கள்; பொது வாழ்க்கைக்கு வந்தவர்களை முடக்கிவிடக் கூடாது' என்பார். ரௌடித்தனம், அராஜகம் என்றால் வெளியே அனுப்பிவிடுவார்.

* நாடாளுமன்றத்தில் இப்படிதான் பேச வேண்டும் என்றெல்லாம் அண்ணா ஏதும் வலியுறுத்துவாரா?

முன்னுதாரணமாகத் தான் நடந்துகொள்வதன் மூலமாகவே ஒரு கலாச்சாரத்தை உருவாக்க வேண்டும் என்று நினைப்பார் அண்ணா. அண்ணாவின் நாடாளுமன்ற உரைகளே எங்களுக்குப் பெரிய பாடம்தான். நிறைய வாசிக்கச் சொல்வார். மலினமாக எதுவும் பேசிவிடக் கூடாது என்பதை மட்டும் வலியுறுத்துவார். கூட்டாட்சி – அதாவது, மாநிலங்களின் சுயாட்சி – விவகாரத்தில் மிக உறுதியான நிலைப்பாட்டை எதிர்பார்ப்பார். மற்றபடி நம் சுதந்திரம்தான். எல்லா கட்சியினருடனும் நட்பாக இருக்கச் சொல்வார். இந்திரா காந்தி, ஒய்.வி.சவான், கிருபளானி, லோகியா, வாஜ்பாய், ஏ.கே.கோபாலன், டாங்கே, இந்திரஜித் குப்தா, ஜார்ஜ் பெர்னாண்டஸ், மதுலி மாய், பிலு மோடி, ஜெகஜீவன் ராம், கரண் சிங், கே.எல்.ராவ் இப்படி எல்லோரிடமும் பேசுவோம். ஒருகட்டத்தில் கம்யூனிஸ்ட் கட்சியும் ஜனசங்கமும் சந்தித்துப் பேச வேண்டும் என்றால், அதற்கான இடமாக நாடாளுமன்ற வளாகத்திலுள்ள திமுக அலுவலகம் இருந்தது. நாடாளுமன்ற நடைமுறைகள் இரா.செழியனுக்கு நிறையத் தெரியும். அவரைச் சொல்லிக்கொடுக்கச் சொல்வார். நாடாளுமன்ற நூலகம் ரொம்ப நல்ல நூலகம். ஒவ்வொரு விவகாரம் தொடர்பாகவும் அதுபற்றி அதுவரை யார் யாரெல்லாம், என்னென்னவெல்லாம் பேசியிருக்கிறார்கள்

என்று அதன் ஆய்வுத் துறையைப் பயன்படுத்திக்கொள்ளலாம். அப்படிப் பயன்படுத்தியதன் விளைவாகவே 'மிக அதிகமான துணைக்கேள்விகள் கேட்ட உறுப்பினர்' என்று பெயர் பெற்றேன். மாநிலங்களவைத் துணைத் தலைவராக இருந்த வயலட் ஆல்வாவுடன் ஒருநாள் நான் பாதையில் நின்று பேசிக்கொண்டிருந்தேன். அப்போது அங்கு வந்த ஒரு காங்கிரஸ்காரர், "இந்தப் பையன் யார்?" என்று கேட்டார். பதிலுக்கு வயலட் ஆல்வா சொன்னார், "இவர் பையனல்ல. இவர் உங்களைப் போன்ற ஒரு எம்பியும்கூட. இனி நீங்கள் நாடாளுமன்றத்தில் யாரேனும் ஒரு இளைஞரைப் பார்த்தால், அவர் திமுக உறுப்பினர் என்று தீர்மானித்து விடுங்கள்!" அப்படி ஒரு இளைஞர் கூட்டம்; ஆனால், அண்ணா அத்தனை நம்பினார், சுதந்திரம் கொடுத்தார்.

● உங்களது தனிப்பட்ட வாழ்க்கையில் அண்ணா என்னவாக இருக்கிறார்?

என்னுடைய முன்மாதிரி அண்ணா. அண்ணாவின் மறைவுக்குப் பின் மரியாதையோடுதான் என்னைக் கட்சியில் வைத்திருந்தார் கருணாநிதி. ஏன் வெளியேறினேன்? வேலூர் சிஎம்சி மருத்துவமனை நிர்வாகத்துக்கும் திமுக அரசுக்கும் இடையே ஒரு பிரச்சினை வந்தபோது, சொந்தக் கட்சியையும் ஆட்சியையும் தலைவரையும் எதிர்த்து உள்ளூர் மருத்துவமனையின் பக்கம் நியாயத்துக்காக நின்றேன். திமுகவிலிருந்து வெளியேறிய பிறகு, அதிமுகவுக்கு எம்ஜிஆரே கூப்பிட்டார். நல்ல மரியாதை கொடுத்துதான் வைத்திருந்தார். கட்சியின் பெயரை அகில இந்திய அண்ணா திராவிட முன்னேற்றக் கழகம் என்று மாற்றியதோடு, கட்சி விசுவாசத்தைக் காட்ட உடலில் பச்சை குத்திக்கொள்ளும் முறையை ஊக்குவிக்க அவர் முற்பட்டபோது, இவற்றை நேரடியாகக் கடுமையாக எதிர்த்துக் கட்சியிலிருந்து வெளியேறினேன். பிற்பாடு மீண்டும் அதிமுகவுக்குத் திரும்பினேன், சட்டமன்ற உறுப்பினரானேன். இருந்தாலும்கூட அரசியலில் தொடர்ந்து நீடிக்க முடியாமல்போக அண்ணா கற்றுக்கொடுத்த விழுமியங்களே காரணம். இன்று நான் கல்வித் துறைக்கு மாறி வந்திருக்கலாம். அங்கு நான் அடைந்திருக்கும் வெற்றியையும்கூட அண்ணா ஏற்படுத்திய தாக்கங்களுடனேயே பார்க்க வேண்டும். என்றும் என் தலைவர் அண்ணாதான்.

● உங்கள் மேஜையில் வைத்திருக்கும், அண்ணா தன் கைப்பட எழுதிய - சீன ஞானி லாவோ ட்சு சொன்ன - குறிப்பு உங்களுக்காக எழுதித்தந்ததா?

"மக்களிடம் செல்லுங்கள், அவர்கள் மத்தியில் வாழுங்கள், அவர்களிடம் இருந்து கற்றுக்கொள்ளுங்கள், அவர்களிடம் என்ன இருக்கிறதோ அதிலிருந்தே உருவாக்குங்கள்!" இது அவர் எனக்காக எழுதியதில்லை. உலகச் சிந்தனைகளை இப்படி அவர் அறிமுகப்படுத்தும்போது, யாராவது எழுதிக் கையொப்பமிட்டுக் கேட்டால் கொடுப்பார். அப்படி யாருக்கோ எழுதியது. எனக்கும் பிடித்த வாசகம் என்பதால், மேஜையில் படமாக்கி வைத்திருக்கிறேன். "மக்களிடம் இருங்கள்!" இதைத்தான் அடிக்கடி எல்லோருக்கும் அவர் சொல்வார். எவ்வளவு பெரிய மந்திரம்!

❍

தெளிவான சிந்தனையாளராகவும் முதிர்ச்சியான ராஜதந்திரியாகவும் வெளிப்பட்டார் அண்ணா

என்.ராம் பேட்டி

■ சமஸ்

அண்ணாவின் அமெரிக்கப் பயணத்தின்போது அவரை அறிந்து கொண்டவர்களில், பின்னாளில் இந்திய அளவில் ஊடகத் துறையில் ஜொலிப்பவராக மாறிய ஒரு தமிழ்நாட்டுக்காரரும் இருந்தார். ‘தி இந்து’ குழுமத்தின் தலைவரான என்.ராம்தான் அவர். அப்போது அவர் கொலம்பியா பல்கலைக்கழகத்தில் ஊடகவியல் படிப்பதற்காக இந்தியாவிலிருந்து சென்றிருந்த முதல் தலைமுறையைச் சேர்ந்த மாணவர். அண்ணாவுடனான சந்திப்புதான் ராமுக்கு, அண்ணா மீது மட்டுமல்லாமல், திராவிட இயக்கத்தின் மீதான வலுவான ஈர்ப்புக்கும் காரணமாகிறது. திராவிட இயக்கத்தை ஆய்வுநோக்கில் ஆராயத் தொடங்கியவர், காலப் போக்கில் அந்த இயக்கத்துக்கான தேவையையும் நியாயத்தையும் பேசுபவர் ஆனார். திராவிட இயக்கத்தவரால் ‘மவுண்ட் ரோடு மஹாவிஷ்ணு’ என்று குறிப்பிடப்பட்ட ‘தி இந்து’ நாளிதழின் வரலாற்றுப் போக்கில் பிற்பாடு ஒரு திருப்புமுனையை உண்டாக்கியவரான ராம், அண்ணாவின் அமெரிக்கப் பயணத்தை நினைவுகூர்ந்தார்.

● அண்ணா முதல்வராகப் பொறுப்பேற்ற *1967*-ல் நீங்கள் கொலம்பியா பல்கலைக்கழகத்துக்குள் செல்கிறீர்கள். *1968*-ல் அமெரிக்கா வரும்போது அவரைச் சந்திக்கிறீர்கள். அண்ணா அப்போது எப்படித் தெரிந்தார்?

அமெரிக்காவில்தான் முதல் முறையாக அண்ணாவைச் சந்தித்தேன். இந்த வாய்ப்பு எப்படிக் கிடைத்தது என்றால், அங்கே ஜி.பார்த்தசாரதி வீட்டில் அண்ணா தங்கினார். ஜிபி அப்போது ஐ.நா. சபைக்கான இந்தியத் தூதுவராக இருந்தார். உறவினர் என்பது போக, எங்கள் குடும்பத்தில் எல்லோராலும் மதிப்போடு பார்க்கப்பட்டவர் அவர். ‘தி இந்து’வில் வேலைபார்த்தவர். அண்ணா வருகையையொட்டி நியூயார்க்கில் இந்தியர்களுக்காக ஒரு

பொதுக்கூட்டம் ஏற்பாடுசெய்திருந்தார்கள். அதற்கும் நான் போயிருந்தேன். அண்ணா வாஷிங்டன் டிசி போனபோது அங்கும் நான் போனேன். அண்ணாவைக் காண வந்த கூட்டம், அண்ணாவின் பேச்சு, அவருடைய எளிமையான அணுகுமுறை இவற்றையெல்லாம் கூர்ந்து கவனித்தேன். ஒரு பிராந்திய தலைவராகத்தான் அப்போது அவர் அறியப்பட்டிருந்தார். அப்படிப்பட்டவரிடமிருந்து வெளிப்பட்ட தத்துவ அடிப்படையிலான, ஆழ்ந்த அறிவார்த்த பேச்சு என்னை வெகுவாகக் கவர்ந்தது. காங்கிரஸை வீழ்த்தி அவர் ஆட்சிக்கு வந்திருந்தார்; ஆனால், இந்தியாவுக்கு வெளியே வந்திருந்தவர் அங்கு காங்கிரஸ் மீதோ, பிரதமர் இந்திரா மீதோ, இந்திய அரசின் மீதோ கடுமையான விமர்சனங்கள் எதையும் வைக்கவில்லை. இலங்கை விவகாரம் உள்ளிட்ட இந்தியாவுக்கு வெளியேயிருந்த எந்த விவகாரத்திலும் மிகுந்த நிதானமான கருத்துகளைச் சொன்னார். தெளிவான சிந்தனையாளராகவும் முதிர்ச்சியான ராஜதந்திரியாகவும் அவர் வெளிப்பட்டார். அவரது ஆளுமையைக் கண்டு, குறிப்பாக அவருடைய ஆங்கிலத்தைக் கண்டு எல்லோரும் திகைத்தார்கள்; நானும்தான். பெரிய ஆகிருதி என்பது அப்பட்டமாகத் தெரிந்தது. சர்வதேச அளவில் பல தலைவர்களைச் சந்தித்தவரான ஜிபியே ரொம்ப நேரம் அண்ணாவை மெச்சிப் பேசிக்கொண்டிருந்தார். இதையெல்லாம் தாண்டி எல்லோர்க்கும் இனியவராகவும் பழக எளிமையானவராகவும் அண்ணா தெரிந்தார். அவரைச் சந்திக்கச் சென்றிருந்த நாளில் அவர் சவரம் செய்திருக்கவில்லை. "அவசியம், ஷேவ் பண்ண வேண்டுமா?" என்று என்னிடம் வந்து கேட்டார். "செய்யணும்" என்றேன். யாரிடம் வேண்டுமானாலும் இதுபோன்ற விஷயங்களைக் கேட்பார் என்று புரிந்துகொண்டேன். ரொம்ப எளிமை. அது எனக்குப் பிடித்துவிட்டது.

மாபெரும் தமிழ்க் கனவு

ஒரு பெரிய பாரபட்சமும், பக்கச் சார்பும் அண்ணாவுக்கு எதிராக இருந்தது. நீங்கள் அவசியம் இதைப் பதிவுசெய்ய வேண்டும். நம்முடைய ‘தி இந்து’ நாளிதழே அப்படி இருந்திருக்கிறது!

● சென்னையில் நீங்கள் கல்லூரி மாணவராக இருந்த காலகட்டத்தில்தான் அண்ணா பெரும் மக்கள் தலைவராகி ஆட்சி அதிகாரத்தை நோக்கி நகர்ந்துகொண்டிருக்கிறார். மாணவர்கள்தான் அண்ணா மற்றும் திமுகவின் வளர்ச்சியில் முக்கியப் பங்காற்றுபவர்களாக இருக்கிறார்கள். ஆக, இயல்பாக நீங்கள் தமிழ்நாட்டிலிருந்தபோதே அண்ணாவை எங்கோ ஒரு புள்ளியில் சந்தித்திருக்க வேண்டும். அப்படி நடக்காமல்போக, அதாவது தமிழ்நாட்டில் இருக்கும்போதே அண்ணாவை நீங்கள் நெருங்காமல்போக என்ன காரணம்?

முக்கியமான காரணம், அண்ணாவை, திமுகவை, திராவிட இயக்கத்தை இவற்றையெல்லாம் எப்படிப் பார்க்க வேண்டும் என்ற ஒரு பார்வையை நான் அமெரிக்காவிலிருந்த காலகட்டம்தான் எனக்குள் உருவாக்கியது. 1968 என்பது ஒரு கொந்தளிப்பான காலகட்டம். வியட்நாம் போருக்கு எதிரான போராட்டம் நடந்துகொண்டிருந்தது. அப்போது ‘பிளாக் பவர் மூவ்மென்ட்’ நடந்துகொண்டிருந்தது. இவை எல்லாம் எனக்குள் பெரும் தாக்கத்தையும் உத்வேகத்தையும் உண்டாக்கின. உள்ளபடி அதற்கு முன்னே தமிழ்நாட்டில் இருந்த காலகட்டத்தில் எல்லாம் திமுகவைப் பற்றி நான் நிறையத் தெரிந்துகொள்ளாமல் இருந்தேன். அண்ணாவினுடைய பேச்சையே முதல் முறையாக அமெரிக்காவில்தான் கேட்டேன்.

● அப்படியென்றால், கொலம்பியாதான் உங்கள் கண்திறப்பு...

ஆமாம். அதுதான் திருப்புமுனை.

● மாணவப் பருவத்தில் உங்கள் அரசியல் நிலைப்பாடு என்னவாக இருந்தது?

அப்போது நான் நேரு அபிமானி. இப்போதும் நேரு எனக்குப் பிடித்தமானவர்தான். ஆனால், பிற்பாடு காங்கிரஸ் மீதான அபிமானம் போய்விட்டது; இடதுசாரி இயக்கத்தை நோக்கி நான் நகர்ந்தேன். இந்தி ஆதிக்க எதிர்ப்புப் போராட்டங்கள் நடந்தபோது அதில் பங்கெடுக்கவில்லை எனினும், போராட்ட நியாயத்துக்கு ஆதரவு மனநிலையிலேயே இருந்தேன். என்னைப் பொறுத்தவரை எல்லா மொழிகளும் சமம்; வெறுக்க ஏதும் இல்லை; ஆனால், திணிப்போ, ஆதிக்கமோ எதிர்க்கப்பட வேண்டியவை.

● அண்ணா வளர்ந்துவந்த காலகட்டத்தில் பிரதான ஊடகங்கள், குறிப்பாக ‘தி இந்து’ உள்ளிட்ட ஆங்கில ஊடகங்கள் பலவும் பாரபட்சமாகவே அவரை அணுகியிருக்கின்றன என்பதை அவருடைய உரைகள், எழுத்துகளைப் படிக்கும்போது புரிந்துகொள்ள முடிகிறது. இன்றிலிருந்து அந்தக்

காலகட்டத்தைத் திரும்பிப்பார்க்கையில் நீங்கள் எப்படி உணர்கிறீர்கள்?

இது ரொம்ப நியாயமான விமர்சனம், குற்றச்சாட்டுதான். ஒரு பெரிய பாரபட்சமும் பக்கச் சார்பும் அண்ணாவுக்கு எதிராக இருந்தது. நீங்கள் அவசியம் இதைப் பதிவுசெய்ய வேண்டும். நம்முடைய 'தி இந்து' நாளிதழே அப்படி இருந்திருக்கிறது. முக்கியமான காரணம், இந்துவினுடைய இந்திய தேசிய உறுதிப்பாடும், காங்கிரஸ் சார்பும். அண்ணா 'திராவிட நாடு' கேட்டார் இல்லையா? தொடக்கம் முதலாகவே ஒரு எதிர் நிலைப்பாடு இருந்திருக்கிறது. பெரியார் சம்பந்தமான செய்திகள்கூட ஒன்றிரண்டு எப்போதாவது பிரசுரிப்பார்கள்; அண்ணாவை ஓரங்கட்டிவிடுவார்கள். பிறகு இதெல்லாம் மாறியது. காலச் சூழல், முன்அபிப்பிராயங்களெல்லாம் கொஞ்சம் கொஞ்சமாகத் தகர்ந்தது. என்னுடைய சித்தப்பாவும் 'தி இந்து' முன்னாள் ஆசிரியருமான ஜி.கஸ்தூரி, அண்ணாவின் கூட்டத்தை சென்னை உட்லண்ட்ஸில் ஒரு முறை கேட்டிருக்கிறார். அதில் சின்ன குறிப்புகூட இல்லாமல் கச்சிதமான ஆங்கிலத்தில் ஒன்றரை மணி நேரம் பேசினாராம் அண்ணா. இதைச் சொல்லிச் சொல்லி ரொம்ப மெச்சினார் கஸ்தூரி. அதற்குப் பின் அண்ணாவைத் தொடர்ந்து கவனிக்க ஆரம்பித்தவர், அண்ணாவின் மேதமைக்கு அபிமானியாகிவிட்டார். திராவிட இயக்கத்தை இனவாத இயக்கம் என்றெல்லாம் சொல்ல முடியாது. பிராமணியத்தை எதிர்ப்பார் களே ஒழிய, தனிமனித பிராமண வெறுப்பு அவர்களிடம் கிடையாது. திராவிட இயக்கத்தின் தேவையையும் அதற்கான நியாயத்தையும் புரிந்து கொள்ள நமக்கே ரொம்ப காலம் பிடித்தது. எல்லோரும் இப்படி மாறி விட்டார்கள் என்று சொல்ல மாட்டேன்.

அண்ணா வழிவந்தவர்களின் வழியில்தான் அரை நூற்றாண்டாக தமிழகம் செயல்பட்டுவருகிறது. அண்ணாவின் கோட்பாடுகள், அவர் முன்னெடுத்த திட்டங்களை இன்றைய இந்தியாவோடு எப்படி ஒப்பிடுவீர்கள்?

மிகக் குறைந்த காலமே அண்ணா முதல்வராக இருந்தார் என்பது ஒரு சோகம். ஆனால், தீர்க்கமான மாற்றங்களுக்கு அவர் வித்திட்டிருக்கிறார். அண்ணா முன்னெடுத்த சமூக நீதி - சமூக நல அரசியல் தமிழ்நாட்டைத் தாண்டி இன்று இந்தியா முழுவதும் செல்வாக்கு செலுத்துகிறது. கட்சி வேறுபாடுகளுக்கு அப்பாற்பட்டு, அவருடைய பாணியை நகல் எடுக் கிறார்கள். அண்ணாவின் முக்கியமான முழக்கமான மாநில சுயாட்சியின் தேவை இன்று அதிகமாக உணரப்படுகிறது. என்ன, இரு திராவிடக் கட்சிகளுமே தத்துவார்த்த அடிப்படையில் அண்ணாவின் கொள்கைகளைப் பலவீனமடையும்படி விட்டுவிட்டார்கள். தன்னுடைய ஆரம்ப ஆட்சியில் மாநில சுயாட்சிக்காக நிறைய மெனக்கெட்டார் கலைஞர். ஆனால், பிற்பாடு ஒரு தொய்வு ஏற்பட்டுவிட்டது. என்றாலும் திமுகவுக்கு இன்னமும் மாநில சுயாட்சி மீது ஒரு பிடிமானம் இருக்கிறது . ஒன்றும் மோசமாகிவிடவில்லை; இரு கட்சிகளுமே அண்ணாவின் கொள்கைகளைத் தேசிய அரங்கு நோக்கிக் கொண்டுசெல்ல முடியும். ஏனென்றால், அண்ணா இன்னும் உயிர்ப்போடுதான் இருக்கிறார்.

அண்ணா - சம்பத்: அரிய உறவு

அண்ணாவுக்குத் தம்பிகளாக எவ்வளவோ பேர் இருந்தாலும், சம்பத்துக்கும் அண்ணாவுக்கும் இடையேயான உறவோடு யாருடைய உறவையும் ஒப்பிட முடியாததுதான். அண்ணாவின் காலத்திலேயே கட்சியைப் பிளக்க முறப்பட்ட வரலாறும் சம்பத்துக்கு உண்டு.

பெரியாரின் அண்ணன் மகனாக இருந்தாலும், பெரியாரை விட்டுப் பிரிந்தபோது தன்னோடு வந்துவிட்டார் என்பதாலேயே சம்பத் மீது தனிப் பிரியம் உண்டு அண்ணாவுக்கு. இதைத் தாண்டி சிறந்த பேச்சாளர், மிகச் சிறந்த வாசகர் என்று பல சிறப்புகள் கொண்டவர் சம்பத். "நட்பின் இலக்கணம் என்று அண்ணா – சம்பத் உறவைச் சொல்லலாம். இருவரும் ஒரு இலையில் சாப்பிடுவார்கள். சம்பத் எதையெல்லாம் விரும்பிச் சாப்பிடுவாரோ அதையெல்லாம் இலையில் அவருக்கே விட்டுவிடுவார் அண்ணா. பொதுக்கூட்டங்கள் முடித்து இரவில் திரும்பும்போது எங்கள் வீட்டுக்கு வரும் நாட்களில், தண்ணீர் சாதம் இருந்தாலும் சாப்பிட்டுச் செல்வார் அண்ணா!" – இப்படிச் சொன்னவர் சம்பத்தின் மனைவி சுலோச்சனா.

கட்சிக்குள் நடந்த மோதலைக் கண்டித்து சம்பத் உண்ணாவிரதம் இருந்தபோது, காஞ்சியிலிருந்து ஓடோடி வந்து விரதத்தைக் கைவிட சம்பத்தைச் சந்தித்து சமாதானம் பேசினார் அண்ணா. சம்பத் சம்மதிக்காதபோது, அண்ணாவும் சாப்பிடாமல் வீட்டில் புலம்பியபடி இருந்தார். மூன்றாவது நாளில் சம்பத்தின் உடல்நிலை மோசமாகிக் கொண்டிருப்பதை கண்ணதாசன் சொன்னபோது, அவருடன் கண்ணீர் விட்டபடி புறப்பட்டுச் சென்றவர், "யார் மீது நடவடிக்கை எடுக்கவும் தயார் – தயவுசெய்து விரதத்தை நிறுத்து" என்று மன்றாடினார். அண்ணா தந்த பழச்சாறை சம்பத் குடித்தபோது, அவரை நெற்றியில் முத்தமிட்டு, அவர் வீட்டுக்குக் கூட்டிச்சென்றார்.

கட்சியிலிருந்து பிரிந்த பின், சம்பத் என்னென்னவோ சொல்லி அண்ணாவைத் தாக்கியபோதும் ஒரு சுடுசொல்லையும் அண்ணா திரும்பச் சொல்லவில்லை. அண்ணா காலமானபோது சம்பத் உடைந்துபோனார், அவர் எழுதினார்: "என் அண்ணனே, நல்லண்ணனே! நீ வென்ற இதய சாம்ராஜ்யத்துக்கு இணையும் உண்டோ?"

அண்ணாவை எப்படிப் புரிந்துகொள்வது?

■ ஆர்.விஜயசங்கர்

பேராசிரியர் கார்த்திகேசு சிவத்தம்பி இலங்கை ஈந்த மிகச் சிறந்த தமிழ் அறிஞர். தமிழர்களின் சமூக-கலாச்சார வரலாறு தொடங்கி அரசியல் வரை இவருடைய ஆய்வுத் தளங்கள் பரந்து விரிந்தவை. ஐம்பதுக்கும் மேற்பட்ட சிறு பிரசுரங்களையும் நூல்களையும் வெளியிட்டு உள்ள இவரது சங்க காலம் பற்றிய ஆய்வு, மிகச் சிறந்த ஆய்வுகளில் ஒன்றாகக் கருதப்படுகிறது. யாழ்ப்பாணம் பல்கலைக்கழகத்தில் தொடங்கி, பிற்பாடு சென்னைப் பல்கலைக்கழகம், ஜவாஹர்லால் நேரு பல்கலைக் கழகம், கேம்ப்ரிட்ஜ் பல்கலைக்கழகம் என்று விரிந்த கல்விப் பணி இவருடையது. திராவிட இயக்கம் தொடர்பாக இரு தருணங்களில் இவரை 'பிரெண்ட்லைன்' இதழுக்காகக் கண்ட பேட்டிகளிலிருந்து தேர்ந்தெடுக்கப்பட்ட சில பகுதிகள் இங்கே தரப்படுகின்றன. தமிழகத்தில் திராவிட இயக்கமும் அண்ணாவும் ஏற்படுத்திய மாற்றங்களை மார்க்ஸிய வெளிச்சத்தில் நாம் பார்க்க இது உதவலாம்.

● **திராவிடம் ஒரு சித்தாந்தமாக உருவெடுத்த வரலாற்றுப் பின்னணி என்ன?**

திராவிட இயக்கத்தின் பாதையை நாம் திரும்பிப் பார்த்தோம் எனில், பிராமணரல்லாத பல சாதிகள் ஒருங்குசேர்ந்த ஒரு புதிய வர்க்கம் அன்றைய சென்னை மாகாணத்தில் உருவான மிக முக்கியமான, முதன்மையான நிகழ்வைக் காண இயலும். பிள்ளைமார்கள், நாயர்கள், கம்மா, காபூ, ரெட்டியார்கள் உள்ளிட்டோரின் கூட்டணி அது. அவர்களுக்கு ஏற்பட்ட அன்றைய தேவைகள் அவர்களை ஒருங்கிணைக்கக் கூடிய சங்கிலிகளை இனம் காண்பதற்கு உதவியாய் இருந்தன. தத்துவார்த்த ஈர்ப்பு என்பது அன்றைய சமூக, அரசியல் அல்லது சித்தாந்தத் தேவையாக

தமிழர்களுடைய குமுறல்களின் வெளிப்பாடு திராவிட இயக்கம்

கார்த்திகேசு சிவத்தம்பி பேட்டி

இருந்தது. குறிப்பிட்ட குழுவைச் சார்ந்த மொழிகளின் ஒரு பிரிவு என்ற பொருளுடன் முதலில் தொடங்கி, அவ்வாறே ஏற்றுக்கொள்ளப்பட்ட நிலையிலிருந்து திராவிட இயக்கச் சித்தாந்தம் மேலும் வளர்ச்சியடைந்தது. இதுவே ஒருங்குசேர்தலுக்கு வழியும் வகுத்தது. அடுத்த முக்கியக் காரணி, பிரிட்டன் ஆட்சியின் தாக்கமும் அது உருவாக்கிய சமூகப் பிறழ்நிலைகளுமாகும் *(Social Dislocations)*. பிரிட்டனுக்கு உட்பட்ட இந்தியாவில், இந்தியாவை ஒரே கலாச்சாரக் கோட்பாட்டுக்குள் கொண்டுவர வேண்டிய தத்துவார்த்த தேவை அன்று இருந்தது. அதற்காக இந்து மதம் ஆற்றிய பங்கு அல்லது இந்து மதத்துக்கு அளிக்கப்பட்ட பாத்திரம், சம்ஸ்கிருத நூல்கள் மற்றும் புனித நூல்கள், மாக்ஸ் முல்லரில் தொடங்கி குறிப்பாக, அன்னிபெசன்ட் போன்றோரைக் கொண்ட இறையியல் கழகங்கள் ஆகியன புதிய புரிதலைத் தந்ததாக அனைத்து வரலாற்று ஆசிரியர்களாலும் பதிவுசெய்யப்பட்டுள்ளன. இவற்றுக்கு எதிராக இரண்டு இயக்கங்கள் எழுந்தன. ஒன்று, தனித்தமிழ் இயக்கம். இது ஆரிய, திராவிடத் தத்துவங்களை, விவரிக்கிற ஏற்பாடு போன்றே அமைந்தது. ஏனெனில், இதை உருவாக்கிய மறைமலை அடிகள் மொழிபெயர்ப்புகளை எதிர்ப்பவரல்லர். அவர் தனது தமிழ் நூல்களுக்கு நீண்ட ஆங்கில முன்னுரைகளை எழுதினார். ஆனால், மிக முக்கியமானது ‘பகுத்தறிவுவாதம்’ என்று அழைக்கப்படுவதாகும். அயோத்திதாசர் போன்றோரே இதனைத் தொடங்கினர். உண்மையில், இவ்வியக்கத்தை ஒருசிலரைத் தவிர, நவீன இந்திய வரலாற்று ஆசிரியர் மட்டத்திலுள்ள மற்றவர்கள் சரியாகக் கவனித்து மதிப்பிடவில்லை. குறிப்பாக, ஒடுக்கப்பட்ட வர்க்கங்களைச் சார்ந்த மக்களில் தொடங்கி பகுத்தறிவு இயக்கம் வளரத் தொடங்கியது. இதில் நிறைய சாதிக் குழுக்கள் இருந்தன. கீழ்ச் சாதிகள் என அழைக்கப்பட்டோரின் அமைப்புகள் இருந்தன. ஆதித் தமிழர்கள், பறையர்கள்,

1949-ல் திராவிடர் கழகத்திலிருந்து பிரிந்து திமுக உருவானது. அப்போது சமூகத்துக்குள் ஒரு வகையான மாற்றங்கள் நிகழ்ந்துகொண்டிருந்தன. இவ்வியக்கத்தை நேரு அலட்சியப்படுத்தினார். ஆனால், நான்கு ஆண்டுகளுக்குள் அது முக்கியமான சக்தியாக வளர்ந்துவிட்டது!

பள்ளர்கள் அல்லது ஆதிதிராவிடர்கள் ஆகிய வகுப்புகளைச் சார்ந்தவர்களின் அமைப்புகளே அவை. இவற்றுக்கு எதிராக பிராமணியத்துக்குப் புதிய ஊக்கம் தரப்பட்டது. புத்துயிர் ஊட்டப்பட்டது.

இப்போது நாம் பிரச்சினையின் மைய அம்சத்துக்கு வருவோம். அதாவது, அப்போதைய சென்னை மாகாண காங்கிரஸ் அரசால் அரசியல் கோரிக்கைகளைச் சமூகப் பிரச்சினைகளுடன் தொடர்புபடுத்த இயலவில்லை. எனவே, சமூக முரண்பாடுகள் மூடி மறைக்கப்பட்டன. ஒரு பிராமணர் அல்லாத காங்கிரஸ்காரர் என்னிடம் கூறியதுபோல, சென்னையில் சுயமரியாதை இயக்கம் தோன்றுவதற்கு காந்தியடிகளே காரணமாக இருந்தார். ஏனெனில், வைக்கம் தமிழகத்தின் போராட்டத்தின்போது மக்கள் மனதுக்குள் கனன்றுகொண்டிருந்த எண்ண ஓட்டங்களை அவர் அறிந்திருக்கவில்லை. இன்னொருபுறம், திரு.வி.க. போன்ற தலைவர்கள் தமிழகத்தின் மொத்த வரலாற்றையே சமூக, அரசியல் விடுதலையோடு இணைக்க முயன்றுகொண்டிருந்தனர். எனவே, வைக்கம் சத்தியாகிரகத்தின்போது இந்த உணர்வுகள் பொங்கி எழுந்தன. இதே வேளையில், பகுத்தறிவு இயக்கம், உலக சோஷலிஸ இயக்கத்துடனான தொடர்புகளின் காரணமாக மேலும் அறிவியல்பூர்வமாகச் செயல்படத் தொடங்கியிருந்தது. அது வெறும் இங்கர்சால் வழியிலான பகுத்தறிவுவாதமாக மட்டும் இருக்கவில்லை. அது மேலும் மேலும் அறிவியல்ரீதியாக வளர்ந்தது. சோஷலிஸத்தைப் பேசியது. இப்படியாக முன்னேறியது. இது சிங்காரவேலருக்கும் ஈ.வெ.ரா.வுக்கும் ஏற்பட்ட உடனடி இணைப்பில் வெளிப்பட்டது. விடுதலைப் போராட்ட வீரர்கள் மிகப் பெரும் அரசியல் வெற்றியைச் சந்தித்த நேரத்தில், தமிழகத்தில் சமூக முரண்பாடுகள் முன்னுக்கு வந்தன. 1949-ல் திராவிடர் கழகத்திலிருந்து பிரிந்து திமுக உருவானது. அப்போது சமூகத்துக்குள் ஒருவகையான மாற்றங்கள் நிகழ்ந்துகொண்டிருந்தன. அதுபோல இவ்வியக்கத்தின் பலம் உணரப்படாததாக, கேள்விப்படாததாக, அங்கீகரிக்கப்படாததாக இருந்தது. இவ்வியக்கத்தை நேரு அலட்சியப்படுத்தினார். ஆனால், நான்கு ஆண்டுகளுக்குள் அது முக்கியமான சக்தியாக வளர்ந்துவிட்டது.

● **சமூகப் பிரச்சினைக்குத் தேசியவாதம் முன்வைத்த தீர்வின் தன்மையா அல்லது அதற்கு உரிய பிரதிபலிப்பே இல்லாதிருந்ததா? இதில் எது திராவிட இயக்கத்தின் வளர்ச்சிக்கான முக்கியக் காரணியாக அமைந்தது?**

நேருவின் நடைமுறைகள் யதார்த்தத்துக்கு உகந்ததாய் அமையவில்லை.

காங்கிரஸின் தெற்கத்திய தலைவர்கள் இப்பிரச்சினைகள் குறித்து கண்டுகொள்ளத் தவறினார்கள். சில காங்கிரஸ் தலைவர்கள் அரசியலில் முற்போக்கான கருத்துகளைக் கொண்டிருந்தாலும், சமூகப் பிரச்சினை களின் மீது அவர்கள் அவ்வளவு முற்போக்காக இருக்கவில்லை. இந்தியா விடுதலை பெற்று வளர்ச்சிப் பாதையில் அடியெடுத்துவைத்த பிறகு, சென்னை மாகாணத்தில் காங்கிரஸின் மேலாதிக்கம் கேள்விக்குள்ளானது. பிரதேசவாதம் முதன்முறையாக இங்கு முன்னுக்கு வந்தது. தமிழகத்தில் நிலவிய சாதிய ஒடுக்குமுறைகள் பற்றியும், பாரம்பரிய, சமூக ஒடுக்குமுறைகள் குறித்தும் சரியான பார்வை காங்கிரஸுக்கு இல்லா திருந்ததும், சமூக ஏற்றத்தாழ்வுகள் பற்றிய கண்ணோட்டங்களுக்கு உரிய முக்கியத்துவம் அளிக்காத நிலையில், சமூகத்தின் சில பிரிவினர்களின் சமூக, அரசியல் குமுறல்களின் வெளிப்பாடாக திராவிட இயக்கம் உருவெடுத்தது. இந்த வெளிப்பாடு திமுகவின் உருவாக்கத்தினால் முழு அரசியல் வடிவத்தை எடுத்தது. இது தமிழகத்தின் அரசியல் வரலாற்றில் புதிய மாற்றத்தை, புதிய பாணியிலான தலைமை, உறுப்பினர் சேர்ப்பு - திரட்டலில் புதிய வடிவங்களைக் கொணர்ந்தது. தமிழகத்தின் புதிய அரசியல் அகராதியையே திமுக உருவாக்கியது.

◉ காங்கிரஸ் அணுகுமுறையில் முற்போக்கான அரசியல், பிற்போக்கான சமூகப் பார்வை என்ற இரட்டைத்தன்மை இருந்ததா?

ஆம். திராவிட இயக்கத்தின் வேகமான வளர்ச்சியை இப்பின்னணியில் தான் புரிந்துகொள்ள வேண்டும். அடிப்படையில், குமுறல்களின் வடிவமாகவே திராவிட இயக்கம் உருவெடுத்தது. இந்தக் குமுறல்களுக்குக் காரணங்களாகக் கருதப்படுவது எவையெனில் ஒன்று, சாதிய ஏற்றத் தாழ்வுகள். அடுத்தது, ஏற்றத்தாழ்வுகளை அங்கீகரித்து, அதன் காரணமாக பிரிட்டிஷ் ஆட்சி வழங்கத் தயாராகவிருந்த அரசுப் பதவிகளின் பகிர்மானம் ஏற்படுத்திய பிரச்சினைகள். அடுத்து, நீதிக் கட்சியின் அரசியலும் ஓர் அம்சமாகும். அரசுப் பதவிகளிலும் கல்வியிலும் பங்கு என்பது மட்டுமே நீதிக் கட்சியின் கோரிக்கையாக இருந்தது. பெரியார்தான் நீதிக் கட்சிக்கு தத்துவத் திசைவழியை அளித்தார். பெரியாரியத்தைத் திரும்பிப் பார்க்கும் போது, அதன் அடிப்படைகளை ஆராய்கையில், அது தனிமனிதனின் சுய மரியாதையை அதாவது, தனிமனித உரிமைகள் மதிக்கப்படுவதை முன் வைப்பதாகவே இருந்தது. இவையெல்லாம் இதர இயக்கங்களால் தயக்கமின்றிச் செய்யப்பட்டிருக்க வேண்டும். ஆனால், தமிழகத்தின் நவீனத் தொழில் வளர்ச்சிப் பாதையில் ஏற்பட்ட வர்க்க வேறுபாடுகளே இப்பிரச்சினையில் முக்கியத் தடைகளாக முன்னுக்கு வந்தன என நான் கருதுகிறேன். இவ்வர்க்கங்களிலிருந்து வந்த நவீன அறிவாளர்கள், வர்க்கத்தையும் சாதியையும் பற்றித் தெளிவாக இல்லை. எனவே, திராவிட இயக்கமானது குமுறல்களின் வெளிப்பாடாக மட்டுமே அமைந்தது.

◉ கலாச்சாரத்தை அரசியலாக்குவதென்ற கருத்தாக்கம் பற்றி...

கலாச்சாரத்தை அரசியலாக்குவது என்பதை நீங்கள் புரிந்துகொள்ளாமல்

அடிப்படையில் குமுறல்களின் வடிவமாகவே திராவிட இயக்கம் உருவெடுத்தது. இந்தக் குமுறல்களுக்குக் காரணங்களாகக் கருதப்படுவது எவையெனில் ஒன்று, சாதிய ஏற்றத்தாழ்வுகள். இரண்டாவது, ஏற்றத்தாழ்வுகளை அங்கீகரித்து அதன் காரணமாக பிரிட்டிஷ் ஆட்சி வழங்கத் தயாராகவிருந்த அரசுப் பதவிகளின் பகிர்மானம் ஏற்படுத்திய பிரச்சினைகள்!

திமுகவின் வளர்ச்சி, பலம், பலவீனங்களைப் புரிந்துகொள்ள முடியாது. இது அடிப்படையில் தகவல்தொடர்பு முறையிலான திட்டம். மேடைப் பேச்சுகள், நாவன்மை, நாடகம், பத்திரிகை மற்றும் சினிமா மூலமானவை.

சமூக முரண்பாடுகளின் விளைவாகப் புறந்தள்ளப்பட்ட பிரச்சினை களெல்லாம் விடுதலை இந்தியாவில் தற்போது முன்னுக்கு வந்துள்ளன. அப்பிரச்சினைகளெல்லாம் அரசியலாக்கப்பட்டன. தமிழ்ப் பண்டிதர்களுக்கு உரிய அங்கீகாரம் கிட்டாமை, தமிழர் திருநாளான பொங்கல், மகா சங்கராந்தியாகக் கருதப்படுவது, தமிழுக்கு உரிய இடம் இல்லாத நிலை போன்றவையாகும். தமிழ் மதத்தை மீட்பதை திமுக நோக்கமாகக் கொண்டிருக்கவில்லை. மதத்தை மீட்பதற்குப் பதிலாகத் தமிழ்க் கலாச்சாரத்தை மீட்பதிலேதான் கவனம் செலுத்தினர். சங்க காலத்தைப் புனிதமானதாகச் சித்தரித்தனர். சிலப்பதிகாரத்தைப் புனிதமானதாக வர்ணித்தனர். சிலப்பதிகாரம் முழுவதும் மந்திர வித்தைகள் நிறைந்தது. அதே காலத்தில் வேறு எந்த இலக்கியப் படைப்பும் இவ்வளவு வித்தைகள், அதிசயங்கள், அற்புதங்களை உள்ளடக்கியதாக இருக்க வில்லை. ஆனால், அதன் உள்ளடக்கத்தில் அரசியலுக்கான அம்சத்தைக் கண்டெடுக்க முடிந்தது. அது மூன்று அரசாட்சிகளின் பெருமைகளைப் பற்றிய அடையாளமாய்த் திகழ்ந்தது. சேர, சோழ, பாண்டிய ஆட்சிகளே அவை. இப்படிக் கலாச்சாரத்தை அரசியலாக்கிய வகையிலும், பொருளா தாரப் பார்வையின்றித் தனிநபர் குமுறல்களை வெளிப்படுத்துகிற பின்னணியிலும் தத்துவம் காணாமல்போய்விட்டது. ஒட்டுமொத்தப் புரிதலைக் கொண்டிருந்த அந்த மனிதர் இருக்கும்வரை எல்லாம் சரி தான். ஆனால், அண்ணாதுரை மறைந்தார். எம்ஜிஆர் பதவிக்கு வந்தவுடன், அதாவது மேலாதிக்க அதிகாரம் அவர் கைக்கு வந்தவுடன், தத்துவம் பின் இருக்கைக்குப் போய்விட்டது. எம்ஜிஆர் தலைமையிலான அதிமுகவின் வளர்ச்சி திராவிட இயக்கத்தில் மேலும் முக்கியமான தத்துவார்த்தத் திருப்பங்களுக்கு வழிவகுத்தது. ஒன்று, நடைமுறைத் தந்திரம்தான் எனினும், விரிந்த தேசிய வட்டத்துக்குள் அஇஅதிமுக நுழைந்தது. இது திமுகவின் மாநிலச் சுயாட்சி கோரிக்கையினின்று ஏற்பட்ட விலகலுக்கான பெரும் தொடக்கமாகும். மேலும், திராவிடத் தத்துவத்தின் நாத்திகத்தில் இருந்தும் திருப்பம் ஏற்பட்டது. வேலைகளுக்கான இடஒதுக்கீட்டில்

உயர்வு, பள்ளிக் குழந்தைகளுக்கான சத்துணவுத் திட்டம் போன்றவை பெரும் சமூக விளைவுகளை உருவாக்கினாலும் திராவிட இயக்கத்துக்கே உரிய சமூக, அரசியல், தத்துவ அணுகுமுறை பெருமளவில் நீர்த்துப்போகிற நிலை ஏற்பட்டது.

● **இன்று பெருமளவில் தத்துவத்துக்கு விடைகொடுத்துவிட்ட நிலையிலும், திராவிடக் கட்சிகளின் ஒட்டுமொத்த சக்தி தமிழக அரசியல் வாக்கு வங்கியைப் பொறுத்தவரையில் பெரும் பலமிக்கதாக நீடிக்கிறதே?**

திராவிட இயக்கம் வெளிப்படுத்திய சமூகக் குமுறல்கள் உண்மையானவை என்பதே காரணம். திராவிட இயக்க உணர்வுகள் மேலோங்கியதற்கு மிகவும் முக்கியக் காரணமாக இருப்பது தீர்க்கப்பட முடியாத சமூகக் குமுறல்கள் அளவின்றிக் குவிந்ததுதான். இடைநிலை சாதிக் குழுக்களின் சமூக முன்னேற்றத்துக்கு இவ்வியக்கம் வழிகளைத் திறந்துவிட்டது. எனவே, திராவிடக் கட்சிகள் இப்பகுதியினர் மத்தியில் செல்வாக்குடன் திகழ்கின்றன.

● **திராவிட இயக்கம் தனது அடிப்படைத் தத்துவார்த்தப் பிடிமானங் களிலிருந்து நீண்ட தூரம் விலகி, தன் தொடக்க காலப் பிரகாசத்தை இழந்துள்ளபோதிலும், தமிழ்நாட்டில் திராவிடக் கட்சிகள்தான் தேர்தல் சக்திகளாக உள்ளன. சிறிதும், பெரிதுமாகச் சில பிளவுகளைச் சந்தித்துள்ள போதிலும் தமிழகத்தில் இரண்டு திராவிடக் கட்சிகளும் பெரும்பான்மை வாக்குகளைப் பெறுகின்றன. நடைமுறையில், மாநிலத்தில் இரு கட்சி ஆட்சியமைப்பு என்ற நிலைக்கு இட்டுச்சென்றிருக்கின்றன. இதை விளக்க முடியுமா?**

அகில இந்திய அளவில் எடுத்துக்கொண்டால், எல்லா மாநிலங்களி லுமே தேசியக் கட்சிகள் என்பனவற்றுக்கும் பிரதேச அல்லது மாநிலக் கட்சிகளுக்கும் இடையே ஒரு சீரான சமநிலை இருப்பதைப் பார்க்கலாம். மாநில அளவிலான கட்சிகளின் அரசியல் பெரிய அளவில் உருவாகி உள்ளது. தமிழ்நாட்டில் திமுகவின் வளர்ச்சி பெருமளவில் நாடு விடுதலை பெற்ற காலத்துடன் இணைந்தே வந்தது. குறிப்பாக, இந்த ஆரம்ப கட்டத்தில் தமிழ்ச் சமூகத்தின் கலாச்சார அடையாளம், தன்னை நிலை நிறுத்திக்கொண்டுவந்த வேளையில், அந்த அம்சத்தைத் தமிழகத்தின் காங்கிரஸ் தலைவர்கள் சரியாகக் கவனிக்கத் தவறிவிட்டனர். பின்னால், காமராஜர் இதை உணர்ந்தபோதிலும், அவரால் திமுக மாணவர் தலைவர்களுக்கு எதிராகத் தாக்குப்பிடிக்க முடியவில்லை. 1956-ல் மொழிவழி மாநிலங்கள் அமைப்பது பற்றி அகில இந்திய அளவில் முடிவுகள் எடுக்கப்பட்டபோது, மக்கள் மத்தியில் கலாச்சார, மொழி ரீதியாக ஒரு ஈர்ப்பு இருப்பது தெளிவானது. அப்போது, இது தவறான பாதை என மார்க்ஸிஸ்ட்டுகளான நாம் நினைத்தோம் - ஜவாஹர்லால் நேருவும் நினைத்தார். இப்போது எங்கு பார்த்தாலும், மாநிலக் கட்சிகள். ஆந்திரமோ உத்தர பிரதேசமோ பிஹாரோ எங்குமே அந்தந்தப் பகுதிகளுக்கான அடையாளங்களை முன்னிறுத்தும் அரசியல் உள்ளது.

மாபெரும் தமிழ்க் கனவு

சர்வதேசப் புகழ்பெற்ற ஒரு பொறியாளரும், அகில இந்திய அளவில் புகழ்பெற்ற ஒரு மருத்துவரும், பெரியார் இல்லாமல் நாங்கள் இந்த அளவு வந்திருக்க முடியாது என்கிறார்கள். இதுபோன்ற கலாச்சாரரீதியான உரிமை நிலைநிறுத்தம், அரசியல் இயக்கம் - மக்களுக்குச் சக்தியைத் தந்துள்ளது!

திராவிடச் சித்தாந்தத்தால் உருவான அரசியலின் தன்மையை நாம் மறக்கலாகாது. தமது சுயமான சமூக, கலாச்சாரங்களின் அடையாளங்கள் மற்றும் விருப்பங்களின் அடிப்படையில் மக்கள் திரட்டப்பட்டனர். பொதுவாகவும் சாதி அடிப்படையிலும் மக்கள்தொகையில் கிட்டத்தட்ட எண்பது சதம் உள்ள பிற்படுத்தப்பட்ட மக்களின் எழுச்சி அமைந்தது. தேசியக் கட்சிகளால் – காங்கிரஸும் சரி, கம்யூனிஸ்ட்டுகளும் சரி – இந்த யதார்த்தத்தைப் புரிந்துகொள்ள இயலவில்லை. காங்கிரஸைப் பொறுத்த மட்டில், இப்பிரச்சினையில் அவர்களின் அணுகுமுறை தவறு என்று நான் கருதுகிறேன். தனது தவறை மிகத் தாமதமாக உணர்ந்த பின் அதைச் சரிசெய்ய காமராஜரை முன்னிறுத்தியது. அதுவும் பயன்படவில்லை. மார்க்ஸிஸ்ட்டுகளைப் பொறுத்தமட்டில், அவர்களுக்குப் பல பிரச்சினைகள் இருந்தன. இப்போதுதான் தமிழக விவசாயிகளுக்குள்ளிருந்து மார்க்ஸிய மரபுகளைப் புதுப்பிக்கும் வகையில் முயன்றுவருகிறார்கள். ஆரம்பத்தில் அவர்கள் தொழிலாளிகளை வைத்தே சிந்தித்துவந்தார்கள். திராவிட இயக்கம் தொடர்வதன் காரணம், இந்தச் சமூக – கலாச்சார உரிமையை நிலைநிறுத்துவதுதான். இதுதான் பெரியாரின் அரசியல் அணித்திரட்டலின் பலன்; திமுக செய்ததும்கூட. இந்த இயக்கம் இன்றும் பொருத்தமாய் நீடிப்பதற்கு நான் இன்னுமொரு காரணத்தையும் பார்க்கிறேன். சென்னையில் உள்ள தமிழகத்தின் தலைசிறந்த நிபுணர்களுடன் தொடர்புகொள்ளும் வாய்ப்புகள் எனக்கு உண்டு. அவர்கள் அனைவரும் அடிப்படையில் பெரியாரியர்களாக இருப்பது கண்டு வியந்திருக்கிறேன். சர்வதேசப் புகழ்பெற்ற ஒரு பொறியாளரும், அகில இந்திய அளவில் புகழ்பெற்ற ஒரு பெரிய மருத்துவரும், பெரியார் இல்லாமல் நாங்கள் இந்த அளவு வந்திருக்க முடியாது என்கிறார்கள். இதுபோன்ற கலாச்சாரரீதியான உரிமை நிலைநிறுத்தம், அரசியல் இயக்கம் - மக்களுக்குச் சக்தியைத் தந்துள்ளது. இந்த மக்களுடைய உணர்வுகளின் அடிப்படையிலேயே பேசியதால், திராவிட இயக்கத்தால் இம்மக்களைத் திரட்ட முடிந்தது.

● அதாவது, இந்த இயக்கத்தோடு மக்கள் தங்களை அடையாளப்படுத்திக் கொள்கிறார்கள்?

ஆமாம், திராவிட இயக்கத் தலைவர்கள் மக்களிடம் இந்த அடையாளத்தை உணரவைத்தார்கள். அண்ணா, கருணாநிதி ஆகியோரின் ஆரம்ப காலங்களில் இது தேசிய உணர்வுக்கு எதிரானதாகக் கருதப்பட்டது.

ஆனால், இன்று இது தேசிய நீரோட்டத்துக்கு எதிராகச் செல்ல வேண்டிய தேவை இல்லை என்று தெளிவாக்கப்பட்டுள்ளது. உங்கள் திராவிடத் தன்மையை ஒரு துளிகூட இழக்காமல், அகில இந்தியச் சட்டகத்தின் ஒரு பகுதியாக நீங்கள் இருக்கலாம். கருணாநிதியோ எம்ஜிஆரோ செய்தது இதைத்தான். கருணாநிதியிடம் இதை இன்னும் தெளிவாகப் பார்க்கலாம். தமிழ், சங்க இலக்கியம் பற்றிப் பேசும் அதேசமயத்தில், அகில இந்தியக் கூட்டின் ஒரு பகுதியாகவும் இருக்கிறார். எப்படியும் கலாச்சார உரிமைகளை அவர்கள் நிலைநிறுத்தியிருக்கிறார்கள் - விளைவாகவே, மக்கள் திராவிடக் கட்சிகளுக்கு வாக்களிக்கிறார்கள் என்று தோன்றுகிறது. முக்கியமாக, திராவிட இயக்கத்தால் மக்களிடம் அவர்களின் உணர்வுகளின் அடிப்படையிலேயே பேச முடிகிறது. சில சமயங்களில் அவர்களது சாதிப் பழக்கவழக்கங்களின் அடிப்படையிலான வகையிலும் பேச முடிகிறது. இதற்கும் மேலாக, பெரியாராலும் அண்ணாவாலும் வளர்க்கப்பட்ட திராவிட இயக்கம், தமிழர்கள் மத்தியில் குறைவாக இருந்த சுயமரியாதையை உயர்த்தியது என்பதை நாம் மறந்துவிடக் கூடாது. சுயமரியாதை இயக்கமானது, அக்காலகட்டத்தில் ஒட்டுமொத்த தமிழ்ச் சமூகத்தின் சுயகௌரவத்தை உயர்த்தியது. சாதித் தடைகளைத் தாண்டி இதைச் செய்தது. அந்த உணர்வு இன்றளவும் உள்ளது. இன்று இந்தியக் கலாச்சாரத்தில் தமிழர்களின் பங்கு முழுமையாக இல்லாவிடினும், பெருமளவு மதிக்கப்படுகிறது.

◉ திராவிட இயக்கத்தின் எழுச்சிக்கான வலுவான தளம் சமூகநீதி, மொழிவழி தேசியம் ஆகியவற்றின் இணைப்பால் ஏற்பட்டதையும், விடுதலைக்குப் பின்னால் திராவிட இயக்கம் தத்துவார்த்த மேலாதிக்கம் அடைந்து, காங்கிரஸ், இடதுசாரிகளைக் கடந்து முன்னேறியதையும் கிராம்சியின் அரசியல் கருத்துகளின் வாயிலாகக் கொஞ்சம் விளக்க இயலுமா?

கம்யூனிஸ்ட்டுகள் கூறுவதை அவர்களுக்கு எதிராகத் திருப்பிவிடுவதில் அண்ணா வல்லவராக இருந்தார். உழவர் தினம்தான் (பொங்கல்) தமிழர்களின் மே தினம் என்றார் அவர். இதுபோல் கம்யூனிஸ்ட்டுகள் பேசிய விஷயங்களையெல்லாம் அவர் அற்புதமாகத் திருப்பினார். கூடவே, அந்தக் காலகட்டத்தில் கம்யூனிஸ்ட் கட்சிக்கு வேறு சில பிரச்சினைகளும் இருந்தன. 1944-ல் சுயமரியாதை இயக்கத்தையும் நீதிக் கட்சியையும் இணைத்து 'திராவிடர் கழகம்' எனும் புதிய இயக்கத்தைத் தொடங்கி பெரியார் மாபெரும் தவறைச் செய்தபோது, அண்ணா பெரியாரிடம் இருந்து விலகினார். அந்த இணைப்பு நடந்திருக்கக் கூடாது. தாலி கட்டுவதற்கு முன்பே விவாகரத்து ஆகிவிட்டதுபோலானது. சுயமரியாதை இயக்கமும் நீதிக் கட்சியும் தனித்தனியாகவே இருந்தன. இதுவும் மக்களிடம் ஒரு எதிர்பார்ப்பைத் தூண்டிய பின் நடந்தது. சுதந்திரம் வந்தபோது, பெரியார் ஒரு கடுமையான நிலை எடுத்தார். வெளியேறுவதற்கு இதுதான் சரியான சந்தர்ப்பம் என அண்ணா நினைத்தார். என்ன செய்தார் தெரியுமா? மொழி - கலாச்சார அடையாளங்களை எடுத்துக்கொண்டதோடு, மக்களின் சமூகப் பொருளாதாரப் பிரச்சினை

களையும் சேர்த்துக்கொண்டார். அண்ணாவைப் படித்துப் பாருங்கள். இளைஞனாக, அண்ணாவின் 'பணத்தோட்ட'த்தைப் படித்தது எனக்கு நினைவுக்கு வருகிறது. அதில் கூறப்பட்டுள்ள மாதிரியான சமத்துவத்தை நம்மால் கற்பனையே செய்ய முடியாது. அது பிராமணியத்துக்கு எதிரானது. மனிதகுலம் முழுவதும் சமம் என்று கூறுவது. சமுதாய சமத்துவத்துக்கு மட்டுமல்லாது, பொருளாதாரச் சமத்துவத்துக்கும் குரல் கொடுப்பது. அண்ணா இந்தத் தளத்தில் இருந்துதான் பேசினார்... நீங்கள் பணத்தோட்டத்தை அவசியம் படிக்க வேண்டும். அண்ணாதுரை ஒரு முதுகலைப் பட்டதாரி. அவருக்குப் பொருளாதாரம் தெரியும். அவர் ஒருவிதமான சோஷலிஸத்தை, ஒருவித சமத்துவத்தை நினைத்தார். மக்களும் அதை அடைந்துவருவதாக நினைத்தார்கள்.

- **நீங்கள் என்ன நினைக்கிறீர்கள்?**

1950-களில் குறிப்பாகத் தமிழகத்தில் பொருளாதாரச் சமத்துவம் கோருவது ஒரு கவர்ச்சிகரமான கோஷமாக இருந்தது. அண்ணா தனக்குப் பொருளாதாரம் தெரியும் என்று நம்பினார். அண்ணா முதல்வரான பின் அவர் செயல்பட்ட விதம் தொடர்பாக எனக்கு மிகுந்த மரியாதை உண்டு. தான் நினைத்ததை நிறைவேற்ற அவர் உண்மையாக முயன்றார். ஆனால், கட்சிக்குள் உட்பூசல் அதிகமாக இருந்ததால் அவரால் ஒன்றும் செய்ய முடியவில்லை. எதிர்பார்த்ததைவிட மிகச் சீக்கிரமாகவே திமுக பதவிக்கு வந்துவிட்டதாக அவர் மார்க்ஸிஸ்ட் தலைவர் பி.ராமமூர்த்தியிடம் கூறியிருக்கிறார். நான் இதை வேறுவிதமாகக் கூறுகிறேன். திராவிட இயக்கம் என்பது என்னவென்று என் சிங்கள நண்பர்களுக்காக ஆங்கிலத்தில் ஒரு சிறிய கட்டுரை எழுதினேன். நாம் போர் கோஷத்தின் அடிப்படையில் ஒரு தமிழர் இயக்கத்தை உருவாக்குவதாக அவர்கள் நினைக்கிறார்கள். ஆனால், அப்படியல்ல என அவர்களுக்கு எடுத்துக் கூறினேன். தமிழ்க் கலாச்சாரம் புறக்கணிக்கப்பட்ட நிலையில், தமிழர்களுக்கு அரசியல் நீதி கிடைக்க வேண்டும் என்பதற்காக உருவாக்கப்பட்டதே திராவிட இயக்கம் என்பதை அக்கட்டுரையில் விளக்கமாகக் கூறினேன்.

- **ஆனால், காங்கிரஸ் கட்ட முயன்ற தேசியம், சீரற்ற வளர்ச்சி ஆகியவற்றில் மற்ற கலாச்சாரங்களும் பாதிக்கப்பட்டன அல்லவா?**

ஓர் இலங்கைவாசியாக இதைச் சொல்கிறேன். இவை எல்லாவற்றையும் மீறி இந்திய அமைப்புக்குள் ஓர் உள்ளார்ந்த ஏற்பாடு இருந்தது. அதன்படி 1947-க்குப் பிறகு, அது உடனடியாக அரசியல் நிர்ணய சபை உருவாக உதவியது. வேறொரு விஷயத்தில் காந்தியுடன் மோதிய அம்பேத்கர் சட்ட அமைச்சர் ஆக்கப்பட்டார். 1956-ல் பணிக்கர் கமிஷன் மாநில மறுசீரமைப்பு அறிக்கை வெளிவந்தது. இதுதான் இன்றைக்கு இந்தியாவின் ஒற்றுமையைத் தாங்கி நிற்கிறது.

- **எந்தவொரு அடையாளமும் மாறாமலோ, ஒற்றைப் பரிமாணம் கொண்டதாகவோ இருக்க முடியாது. சமூகப் பொருளாதார மாற்றங்களால்**

ஏற்பட்ட தமிழ் அடையாளங்களின் மாற்றத்துக்குத் தகுந்தாற்போல் திராவிட இயக்கம் தன்னைத் தகவமைத்துக்கொண்டுள்ளதா? ஒரு புதிய வர்க்கம் உருவாகியுள்ளது. திராவிட இயக்கம், இன்றைக்கும் காலத்துக்குப் பொருத்தமாகத் தொடர்வதற்குக் காரணம், தன்னைத் தகவமைத்துக் கொள்ளும் தன்மையாலா?

நீங்கள் கேட்ட கேள்வியில் காரண, காரியங்களைச் சற்று மாற்றிப் போட்டிருக்கிறீர்கள் என நினைக்கிறேன். பெரியாரின் சுயமரியாதை இயக்கமோ திராவிடர் கழகமோ அண்ணா வைத்திருந்த திராவிட அடையாளங்களைக் கொண்டிருக்கவில்லை. பெரியாரைப் பொறுத்த வரை அழுத்தம் பிராமணரல்லாதாரின் கலாச்சாரத்தில்தான் இருந்தது. பார்க்கப்போனால், அண்ணாவும் அவரது வழித்தோன்றல்களும் கட்டமைத்த தமிழ் அடையாளம் சற்று சுவையானது. பல்லவர், சோழர் காலங்கள் இதில் வருகின்றன. ஓவியங்கள், கட்டிடக்கலை, சிற்பக் கலை, வெண்கலத்தின் பயன்பாடு, ஏன் பக்தி இலக்கியம் உள்ளிட்ட பல அம்சங்கள் இந்தக் காலத்தைக் குறிப்பவை. ஆனால், இவை குறித்த அம்சங்கள் எதுவும் வெளிக்கொணரப்படவில்லை; மாறாக, அதைத் தாண்டி அவர்கள் மதச்சார்பில்லாத சங்க இலக்கியத்துக்குச் சென்று விட்டார்கள். தமிழ்க் கலாச்சாரம் மதச்சார்பில்லாதது என்று உயர்த்திக் காட்டப்பட்டது. திருக்குறளும் சங்க இலக்கியங்களும் சம்ஸ்கிருத மயத்துக்கு முந்தையவை என அவர்கள் கருதியதால், இவை உயர்த்தப் பட்டன. இதுதான் அந்த அடையாளம். மொழி பயன்படுத்தப்பட்டதைக் கூர்ந்து கவனித்தால், பெரும் மாற்றம் நிகழ்ந்ததைப் பார்க்க முடியும். எது தமிழ், யார் தமிழன் என்பதற்குத் தனி அடையாளம் தரப்பட்டது.

- **தமிழர்கள் இவற்றைப் பற்றிப் பெருமிதம் கொள்வதுண்டா?**

ஆம். உ.வே.சாமிநாதையரும் தாமோதரம் பிள்ளையும் சங்க இலக்கியம் குறித்து ஒரே மாதிரி பெருமிதம் கொள்வார்கள். மக்களிடம் அதற்குக் கவர்ச்சி இருந்தது. அதனால்தான், ஒரு மதச்சார்பற்ற மரபுக்குத் திராவிட இயக்கத்தினர் சென்றார்கள். இலக்கிய மரபுக்கும் சென்றார்கள். எம்ஜிஆர் வருகையுடன் அரசியலில் வேறுவிதமான திருப்பம் ஏற்பட்டது அண்ணாவும் கருணாநிதியும் அரசியலுக்கு மக்களை ஈர்க்கும் கவர்ச்சியைத் தந்தார்கள். அதற்கான சொல்லைப் பயன்படுத்துவதற்கு என்னை அனுமதித்தால், அதை அறிவார்ந்த கவர்ச்சி (Intellectual Populism) என்பேன். இதுகுறித்தெல்லாம் எம்ஜிஆர் அதிகம் அலட்டிக்கொள்ள வில்லை. எனவே, இயக்கத்தை வெகுஜனக் கவர்ச்சியை நோக்கி நகர்த்தினார். அந்த உத்தி இன்று வரை செல்லுபடியாகிறது. ஏனென்றால், அது மக்களின் வாக்குகளைப் பெற உதவுகிறது.

திராவிட இலக்கியம் எனும் கலக இலக்கியம்

ராஜ் கௌதமன்
எழுத்தாளர்
சமூக அறிவியலாளர்

மிகவும் பவித்திரமானவற்றுக்கு எதிரானது சிரிப்பு என்பார் பக்தின். ரொம்பவும் சீரியஸானது, பவித்திரமானது என்று உயர்த்திப் பிடிக்கிற பண்பாட்டில் அச்சம், மடமை, பலவீனம், ஒடுக்குமுறை, பொய், கபடம், வன்முறை, எச்சரிக்கை, தணிக்கை, தடை, அச்சுறுத்தல் ஆகிய அம்சங்கள் உள்ளூர உறைந்திருக்கும். இவை அதிகாரத்தைக் கட்டமைப்பவை. இவை கபட வேஷ முகமூடியை அணிந்திருக்கும் என்பார் பக்தின்.

இந்த முகமூடியைக் கிழித்துவிடும் ஆற்றல் கொண்டவை: சிரிப்பு, வசை, முட்டாள்தனம், இங்கிதமின்மை, கேலி, கிண்டல், பகடி. இவற்றால் கும்மாளமிடுகிற சிரிப்பு, ஒருக்காலும் மக்களை ஒடுக்காது; குருடாக்காது. இந்தச் சிரிப்புதான், என்றைக்கும் மக்களின் கைகளில் ஒரு சுதந்திரமான ஆயுதமாக இருக்கும். அதிகாரபூர்வமான, பவித்திரமான, புனிதமான, 'சீரியஸான' பண்பாட்டால் விலக்க, பழிக்க, ஒடுக்கப்பட்ட மக்கள் தொகுதியின் சிரிப்பு, அவர்களைப் புறவயமான தணிக்கையில் இருந்து மட்டுமின்றி, அதற்கு முந்தி மாபெரும் அகவயமான தணிக்கையிலிருந்தும் விடுவிக்கிறது. ஆயிரக்கணக்கான ஆண்டுகளாகப் புனிதம், விலக்கு, அதிகாரம் பற்றி அம்மக்களிடம் வளர்ந்துவந்த 'அச்சத்திலிருந்து' அவர்களை விடுவிக்கிறது.

பக்தின் மேற்கோளிடுகிற ஹெர்சன் என்பவர் சிரிப்பைப் பற்றிக் கூறும்போது, 'சம அந்தஸ்துடையவர்களே தமக்குள் சிரிக்கத் தகுதி உள்ளவர்கள்; உயர்ந்தவர்களுக்கு முன் தாழ்ந்தவர்கள் சிரித்தால், சிரிக்க அனுமதிக்கப்பட்டால், உயர்ந்தவர்களின் மரியாதை விடைபெற்றுவிடும்' என்பார். 'எபிஸ்' கடவுளுக்கு முன் மனிதர்கள் சிரிக்கிறபோது அந்தக் கடவுளின் புனிதப் பெறுமதி அகன்றுபோகிறது, அதோடு, அந்த 'எபிஸ்' கடவுள் ஒரு சாதாரண மாடாக இறங்கிவிடுகிறது என்பார் ஹெர்சன்.

உன்னதமானவற்றை உன்னதமில்லாதவர்கள் கேலிசெய்து சிரிக்கிற

அங்கீகரிக்கப்பட்டவற்றையும் அதிகாரபூர்வமானவற்றையும் எதிர்த்துப் பேச முடியும். அப்படிப் பேசுவது ஒன்றும் பாவம் அல்ல, அது குதூகலமானதுதான் என்கிற ஒருவிதப் பண்பாட்டுக் களிப்பை ஏற்படுத்தியவை திராவிட இலக்கியங்களே!

போது, உடன் நிகழ்ச்சியாக உன்னதங்கள் தலைகீழாகப் புரட்டப் படுகின்றன. சர்வ வல்லமை பெற்றவையாக உள்ளவை இந்தப் பகடியின் மூலமாக சாமானியமானவையாக ஆக்கப்படுகின்றன. உயர்ந்தவற்றின் அசாதாரணத்தன்மைகள் அகற்றப்படுகின்றன. மாற்றத்துக்காகக் குரலிடும் சாமானியர்களின் மருகிப்போன தன்னிலைகள் களிப்படைகின்றன. மனச்சுமை, குத்தல், குற்ற உணர்வு, பயம் எல்லாம் கழன்று, தன்மானமும் சுயமரியாதையும் ஏற்படுகின்றன. குழு உணர்வும் போர்க் குணமும் இணக்கமும் கைகூடுகின்றன.

பகடி மூலம் தலைகீழாக்கிய பெரியாரின் சொல்லாடல்

இந்தியச் சூழலில், திராவிடர்கள், தலித்துகள், பெண்கள் ஆகியோரின் கேலிக்கு உள்ளாக்கப்படுகிற புனிதங்கள் யாவும் ஒற்றுமை கொண்டவை யாக இருக்கின்றன. மூன்று தரப்பினரும் மனுதர்மம், பௌராணிக வைதீகம், ஆணாதிக்கப் பார்ப்பனியம் ஆகியவற்றைத் தங்களது குறியிலக்காகக் கொண்டு தாக்குகின்றனர். அதாவது, பெரியார் செய்த பகடிக்கு இலக்கானவர்களும் - இலக்கானவையும், தலித் மற்றும் பெண்ணியவாதிகளின் பகடிக்குள்ளாகக் கூடியவர்களாக இருக்கிறார்கள் என்று சொல்லலாம். பார்ப்பனியத்தையும் வைதீக இந்து மதத்தையும் அதன் வருணாசிரமத்தையும் பகடி மூலம் தலைகீழாக்கிய பெரியாரின் சொல்லாடலில் தவிர்க்க முடியாதபடி, பெண்ணியத்துக்கும், தலித்தியத் துக்குமான கூறுகள் இடம்பெற்றுள்ளன.

தங்களை ஒடுக்கப்பட்ட சூத்திரர் என்றும் (வேசையின் புத்திரர்கள்), திராவிடர் என்றும் (மொழிக் குடும்பம்), தமிழர் என்றும் (தேசிய இனம்) அணி திரட்டிய இயக்கத்தாரின் (வேளாளர் குறிப்பாக) இலக்கியத்தில் கௌரவமும் புனிதமும் பவித்திரமும் கொண்ட பார்ப்பனக் கடவுள், வேதம், மடாதிபதி, தம்பிரான், பூசாரி, இதிகாச மாந்தர் அனைவரும் பகடியின் மூலம் பலத்த நகைப்புக்கு உள்ளாக்கப்படுகிறார்கள். இந்துப் பண்பாட்டில் சீரியஸானவையாகக் கருதி, மதிக்கப்பட்ட அனைத்தையும் அனைவரையும் நகைப்புக்குள்ளாக்கும் கலகத்தைத் திராவிட இலக்கி யமே தொடங்கிவைத்தது. இதற்கு முன் தமிழகத்தில் சித்தர்கள் இதனைச் செய்தார்கள்தான். ஆனால், இவர்களின் பகடி, மதத்துக்குள்ளேயே மற்றொரு மாற்று மதத்தை உண்டாக்கும் இலக்கினையே கொண்டிருந்தது. ஆனால், திராவிட இலக்கியத்தின் பகடி, இந்து மதத்தையே நிர்மூலம்

ஆக்கும் இலக்கைக் கொண்டிருந்தது, ஆட்சி அதிகாரம் என்ற மதத்தைக் கைப்பற்றும் வரை.

அண்ணாவின் இலக்கியக் கலகம்

அண்ணாவின் 'வேலை போச்சு' என்ற சிறுகதையில் வைதீகம், புரோகிதம், சந்நியாசம் முதலான பவித்திரங்கள், ஒரு திருமண அழைப்பிதழில் கவனக்குறைவாக நேர்ந்துவிட்ட அச்சுப் பிழைகளின் மூலமாக நக்கல் செய்யப்படுகின்றன. 'சாமி காவடியானந்தா' என்பது 'காமி சாவடியானந்தர்' என்றும், 'வேதம்' 'பேதம்' என்றும், பிழையாக அச்சாகின்றன. இந்தப் பெயர்களில் புனையப்பட்டுள்ள பெருமைகள் எல்லாம், எழுத்துகளை இடம்பெயர்த்துவைத்த மாத்திரத்தில் தலைகீழான பண்பை அடைந்துவிடுகின்றன. கனம் ஏற்றப்பட்ட வார்த்தைகளின் அமைதியை - ஒழுங்கை - வரிசையை - இலக்கணத்தை நையாண்டித்தன மாகச் சீர்குலைக்கிறபோது, அப்படிப்பட்ட வார்த்தைகளுக்கும் அதிகாரத்துக்கும் (இந்த வார்த்தை இன்று பழுத்துப் பழசாகிவிட்டது) இடையில் கட்டமைக்கப்பட்ட சம்பந்தம் துண்டிக்கப்படுகிறது. கூடவே, இவற்றால் கட்டப்பட்ட, ஒடுக்கப்பட்ட மக்களின் மனங்களும் அவிழ்க்கப்படுகின்றன. கலக இலக்கியத்தின் பிரதானப் பணி இதுதான்.

கதாபாத்திரங்களுக்குப் பெயர் சூட்டுவதிலும் அண்ணா உன்னதங் களைத் தலைகீழாக்கியுள்ளார். புவனேஸ்வரி, கல்யாணி, தமயந்தி, திலகா, கோகிலம், ரமாமணி முதலிய வடமொழிப் பெயர்கள், வைதீகப் பெண் கடவுள் மற்றும் பதிவிரதையைக் குறிப்பன. புனிதம், தெய்வீகம், அழகு, மேன்மை போன்ற உன்னதங்களைக் குறிக்கும் இப்பெயர்களை அண்ணா, வேசைகளுக்கு இட்டுள்ளார். 'வேலை போச்சு' கதையில் வரும் 'வியாசர்' பத்திரிகை ஆசிரியர் அனுமந்தராவ், இவர் மனைவி சீதை, துணை ஆசிரியர் கருடாழ்வார். அனுமந்தராவ் உண்மையில் எதைக் குறிக்குமோ தெரியாது. ஆனால், படித்ததும் அனுமனை உணர்த்திவிடுகிற பெயர். இவ்விதத்தில் அனுமன், சீதை, கருடன் என்பவை வைணவ இதிகாசப் பாத்திரங்கள். ராமன் என்ற அவதார புருஷனுக்கு (புருடன் - தனித்தமிழ்) தர்மபத்தினி சீதை. ஆனால், அண்ணாவின் கதையில் இவள், ராமனின் சேவகன். அனுமனின் 'பத்தினி'.

திராவிட இலக்கியத்தின் உதயத்தோடுதான் இலக்கியச் சொல்லாடலுக்குள், விபச்சாரிகள், விடன், திருடன், மில் தொழிலாளி, வண்டிக்காரன், வேலைக்காரி, கூலிக்காரன், ஏழை ஆகியவர்கள் வந்தார் கள். அங்கீகரிக்கப்பட்டவற்றையே ஏற்றுப் பழகிப்போனவர்களுக்கு அங்கீகரிக்கப்படாதவர்களாக, தரமற்றவர்களாக, திறனற்றவர்களாக, ஒழுங்கற்றவர்களாக இவர்கள் தோன்றுவார்கள். இவர்களும் இவர்களைப் பற்றிப் பேசுபவர்களும் அதிகாரபூர்வமானவர்களின் பார்வையில் போக்கிரிகளாக, கிறுக்கர்களாக, ஒழுங்கீனர்களாகத் தோன்றுவார்கள். பண்டித ஜவாஹர்லால் நேருவுக்குப் பெரியார் எப்படித் தோன்றினார்? அன்று பெரியார், அண்ணா, கருணாநிதி, பாரதிதாசன் போன்றவர்கள்,

அக்கால காங்கிரஸார் - பார்ப்பனர்கள் பார்வையில் நீசர், ஒழுங்கீனர், கீழ்ச்சாதியர், கண்ணியக் குறைவானவர் என்றுதான் பட்டார்கள்.

இவர்களின் படைப்புகள் தரமற்றவை, தகுதியற்றவை, வெறும் பிரச்சாரம் என்ற உன்னதக் கலை இலக்கியப் பீடத்தார்களால் தீர்ப்பிடப் பட்டன. தமிழ் இலக்கிய வளர்ச்சிக்குக் குந்தகமாகிவிட்டன; இதனால், தரமான இலக்கியம் வளர முடியாமல் போய்விட்டது என்ற ஒப்பாரி எழுந்தது; இது இன்னமும் ஓய்ந்தபாடில்லை.

உன்னத இலக்கியம் எனும் ஒடுக்குமுறை

கடவுள், அரசன், புரோகிதன், பதிவிரதை போன்ற உன்னதங்களின் வரிசையில் இலக்கியம் என்ற ஒன்றும் இடம் பிடித்துக்கொண்டது. இது இன்னொரு விக்கிரகம்போல வழிபடப்படுகிறது. அதிகாரபூர்வப் பண்பாட்டில் வகை வகையாகத் தரம் பிரிக்கப்பட்டு, ஒரு ஏறுவரிசையில் நிறுத்தப்பட்டு, ஒவ்வொரு வகைக்கும் ஓர் இலட்சிய உன்னதம் முன்மாதிரியாக நிறுத்தப்படுவதைப் போல, அதிகாரபூர்வத்தை எதிர்க்கிற வர்களின் பண்பாட்டில் வகைபாடுகளைக் காணவியலாது. இவர்களின் இயக்கத்தில் அரசியல், பண்பாடு, கலை இலக்கியம் முதலானவை தனித்தனியாக வகையுறாமல் கலவையாகவே இருக்கின்றன. எனவே, அதிகாரபூர்வ இலக்கியத்தைக் கொண்டு கலக இலக்கியத்தை அளக்க முடியாது. அதிகாரபூர்வ இலக்கியத்தை நோக்கி வளர்வது கலக இலக்கியம் அல்ல; உன்னத - விக்கிரக - இலக்கியங்களை எள்ளி நகையாடி குப்புற வீழ்த்துவது ஒருபுறமும், அப்படிச் செய்வதன் மூலமாக உரிமையைப் பெறும் பொருட்டு, அங்கீகரிக்கப்படாதவர்களிடம் மறு படைப்பையும் புத்தாக்கத்தையும் ஏற்படுத்துவது ஒருபுறமும் கலக இலக்கியங்களால் சாத்தியமாகின்றன. அத்துமீறுதலும் ஐக்கியப்படுதலும் ஒருசேர நிகழ்கின்றன.

உன்னத இலக்கியமும் ஒடுக்குமுறையின் ஓர் அங்கம்தான். பரதநாட்டியம், கர்நாடக சங்கீதம், சக்தி வழிபாடுபோல, இது மிகுந்த சடங்குகளையும் சம்பிரதாயங்களையும் சமத்காரங்களையும் புனித மதிப்பீடுகளையும் சாத்திரக் கட்டுப்பாடுகளையும் தணிக்கை முறைகளையும் கொண்டு மாபெரும் விக்கிரகமாக ஆக்கப்பட்டுள்ளது. இந்த விக்கிரகத்தை உடைப்பதிலிருந்தே பாதிக்கப்பட்ட தொகுதி யினருக்கான கலக இலக்கியம் தொடங்குகிறது. திராவிட இயக்கத்தின் படைப்பாளிகள் குறிப்பிட்ட வரையறைகளோடுதான் உன்னத இலக்கிய விக்கிரகத்தை உடைத்துள்ளார்கள்.

திராவிடக் கலக இலக்கியம் வித்தியாசமானது. கதை, கட்டுரை, பிரச்சார வேகம், அத்துமீறல், அங்கீகரிக்கப்படாதவற்றின் ஊடுருவல், மொழி உடைப்பு, இலக்கண மீறல், குசும்பு, சேட்டை, கூச்சமின்மை, ஆசிரியக் குறுக்கீடு, அபத்த வருணிப்பு, எதார்த்தமின்மை, மிகை, நளினமற்ற முரட்டுப் பேச்சு ஆகியவற்றின் கலவையாக இது அமைகிறது.

திராவிட இயக்கத்தின் உலகப் பார்வை

ஒடுக்குகிற உன்னத இலக்கியத்தை, வேதத்தை, அதன் மூலம் பார்ப்பனியத்தைத் தூக்கிப்பிடிப்பவர்களே, திராவிட இயக்கம், தமிழ் இலக்கிய வளர்ச்சிக்கு ஊறுவிளைவித்துவிட்டதாகக் கூக்குரலிடுவார்கள். அங்கீகரிக்கப்பட்டவற்றையும் அதிகாரபூர்வமானவற்றையும் எதிர்த்துப் பேச முடியும், அப்படிப் பேசுவது ஒன்றும் பாவம் அல்ல, அது குதூகல மானதுதான் என்கிற ஒருவிதப் பண்பாட்டுக் களிப்பை ஏற்படுத்தியவை திராவிட இலக்கியங்களே!

அங்கீகரிக்கப்பட்டவர்களின் உன்னதங்களைக் கேலிசெய்வதன் மூலம் அவற்றைத் தலைகீழாகப் புரட்டிய திராவிட இலக்கியவாதிகள், இதன் நீட்சியாக மற்றொரு காரியத்தையும் செய்தார்கள். அங்கீகாரம் பெற்ற அதிகாரபூர்வப் பண்பாடு, எவற்றையெல்லாம் மரியாதை குறைவானவை, பாவமானவை, அருவருக்கத்தக்கவை என விலக்கிவைத்துள்ளதோ, அவற்றையே, முன்வந்து ஏற்றுக் கலகப் பாங்கில் வாழ்வதன் மூலமாக, அதிகாரபூர்வப் பண்பாட்டை அதிரவைத்து, அதன் முகத்திரையைக் கிழிப்பது கலக இலக்கியத்தின் மற்றொரு பரிமாணம். 'குமாஸ்தாவின் பெண்' என்கிற கதை மூலம் அண்ணா இதைச் சாதித்துள்ளார்.

பார்ப்பன ஆதிக்கத்தை இறக்குவதைக் குறி இலக்காகக் கொண்ட திராவிட இயக்கத்தின் உலகப் பார்வை, இதன் இலக்கியத்தில் மிக வெளிப்படையாகவே மொழியப்பட்டுள்ளது. இந்தப் பார்வையில் நாத்திகத்தை உட்கொண்ட பகுத்தறிவு நோக்கும் கற்பனாவாத சோஷலிஸ நோக்கும் கலந்துள்ளன. அண்ணா, கொலம்பஸின் தனிமனித சாகசத்தைப் போற்றுவதிலும், பாரதிதாசன் ஜார் காலத்து ரஸ்புதீனைத் தூற்றுவதிலும் இந்த உலகப் பார்வையை இனங்காணலாம். பூர்ஷ்வாவின் தனிமனித சாகசம், சுதந்திரம், முன்னேற்றம், பொருள் சார்ந்த கருத்தியல் ஆகிய வற்றுக்கு கொலம்பஸ் ஒரு பிரதிநிதிபோல காணப்படுகிறான். தமிழ்ச் சூழலில், இவன், தமிழர் - திராவிடர் - சூத்திரர் என்போரின் குறியீடு போலப் படைக்கப்பட்டிருக்கிறான்.

ராஜ் கௌதமன் 1994-ல் ஓசூரில் ஏற்பாடுசெய்திருந்த திராவிட இலக்கியம் தொடர்பான ஒரு கருத்தரங்கில் வாசித்து, பின்னர் 'நிறப்பிரிகை' பத்திரிகைக்காகத் திருத்தம்செய்து எழுதிய 'திராவிட இலக்கியம் கலகக் கூறுகளும் உலகப் பார்வையும்' கட்டுரையிலிருந்து தேர்ந்தெடுக்கப்பட்ட பகுதிகள் இவை. கலக இலக்கியத்தை எப்படிப் புரிந்துகொள்வது என்பது தொடர்பில், தமிழில் முன்னோடியாக எழுதியவர்களில் முக்கியமானவர் ராஜ் கௌதமன். முழுக் கட்டுரை நீளமானது என்பதால், சில பகுதிகள் மட்டும் கொடுக்கப்பட்டிருக்கின்றன.

திராவிட இயக்கம் மேலிருந்த தீண்டாமைக்குத் தமிழிலக்கியவாதிகளுடைய பிராமணியப் பார்வைதான் காரணம்

கி.ராஜநாராயணன் பேட்டி

■ சமஸ்

தமிழ்நாட்டின் வெகுமக்கள் மொத்தமாக அண்ணாவைப் பேரறிஞர் என்று கொண்டாடியிருந்திருக்கலாம். ஆனால், நவீனத் தமிழிலக்கிய கர்த்தாக்களில் பெரும் பகுதியினர் மத்தியில் அவர் மீது கீழான பார்வையே அக்காலத்தில் இருந்தது. "அண்ணாவின் குப்பைப் புத்தகங்களெல்லாம் அவரது மரணத்தை எருவாகக் கொண்டு, குருக்கத்திப் பூக்களாய் மலர்ந்து விடப்போவதில்லை. அவரை அறிஞர் என மூடர்களே அழைக்கலாயினர். அவரைப் பேரறிஞர் என்று பெருமூடர்களே அழைக்கலாயினர்" என்று அண்ணாவின் மரணத்தையொட்டி - எழுத்துலகில் மட்டும் அல்லாமல், சமூக அரசியல் தளத்திலும் கொண்டாடப்பட்ட எழுத்தாளுமையான - ஜெயகாந்தன் எழுதிய குறிப்பை இங்கே ஓர் உதாரணமாகக் கொள்ளலாம். அண்ணாவைப் பற்றியோ, அவர் வழிவந்த திராவிடக் கட்சிகளின் தலைவர்களைப் பற்றியோ ஆக்கபூர்வமான மதிப்பீடுகள், விமர்சனங்கள், இடையீடுகள் நம்முடைய அறிவுசார் தளத்தில் நடக்காமல் போனதும் திராவிட இயக்கத்தினருக்கும் நவீன இலக்கியவாதிகளுக்கும் அக்கால கட்டத்தில் ஒரு நல்லுறவு உருவாகாமல்போனதும் பெரும் துரதிர்ஷ்டம் தான். ஆனால், திட்டவட்டமான ஒரு தீண்டாமை இதன் பின்னணியில் இருக்கவே செய்தது. நம் காலத்தின் தலைசிறந்த கதைசொல்லியான கி.ராஜநாராயணனுடன் இது தொடர்பாக உரையாடினேன்.

● **அண்ணாவை நீங்கள் நேரில் பார்த்திருக்கிறீர்களா? பேச்சைக் கேட்டிருக்கிறீர்களா?**

அண்ணாதுரையோட பேச்சை முதல்ல கேட்டது விருதுநகர்லதான். கூட்டத்துக்குள்ள போகல. ஆனா, கூட்டத்தில் மைக் வச்சிருப்பாங்கல்ல, தூரத்திலிருந்தே கேட்கலாம்னு நிக்கிறேன். கூட்டத்துக்குக் குதிரை

வண்டியில வந்திறங்குனார் அண்ணாதுரை. தனியாத்தான் வாராரு. அப்படித்தான் பார்த்தது. எனக்கு அண்ணாதுரையோட பேச்சுல பெரிய ஆர்வமில்லை. ஆனா, அண்ணாதுரையைப் பத்தி பல விஷயங்களும் காதுல விழுந்துக்கிட்டே இருக்கும். 'தனியா இருக்கும்போது அண்ணா நல்லாப் பாடுவாரு', 'பெரியார் எல்லாரையும் கருப்புச் சட்டை போடச் சொன்னப்போ அண்ணா மட்டும் முடியாதுன்னு சொல்லிட்டாரு...' இப்படி ஏதாவது காதில் விழுந்துக்கிட்டே இருக்கும். அவர் காலகட்டம் முழுக்க அவர் பேசப்படுறவரா இருந்தார்ங்கிறது நெஜம். எல்லா தரப்புலேயும் பேசினாங்க.

● உங்களுடைய இடைச்செவல் கிராமத்துக்குள் அண்ணாவும் அவர் கட்சியும் எப்படி வந்தார்கள்?

கிராமத்துல பெருந்தனக்காரர்களுடைய வீட்டுப் பிள்ளைகள் எந்தக் கட்சியில இருக்காங்களோ அந்தக் கட்சிதான் ஊர்ல செல்வாக்கா இருக்கும். பெரிய ஆட்கள் நீதிக் கட்சியைத்தான் முதல்ல ஆதரிச்சாங்க. வெள்ளைக் காரங்களைப் பத்தி ரொம்ப சிலாகித்துப் பேசுவாங்க. "இந்த ரயில் போட்டிருக்கானேடா, இந்த மாதிரி எவன்டா செய்வான்?; ஒரு தபால் கார்டு டெல்லியில போட்டா, அடுத்த மூணு நாள்ல இங்கெ கிடைக்குதேடா, இப்படி யாராலடா செய்ய முடியும்?" அப்படின்னு கேட்பாங்க. அதனால இளந்தாரிங்க எல்லாம் நீதிக் கட்சிக்கு எதிரியாயிட்டாங்க. காங்கிரஸ் செல்வாக்கானுச்சு. அடுத்து, கம்யூனிஸ்ட் கட்சி எங்க ஊருக்கு வந்த பிறகு, காங்கிரஸ் காணாமபோயிடுச்சு. திமுக ரொம்ப நாள் கழிச்சுதான் வந்துச்சு. எப்படி வந்துச்சுன்னா, 'வேலைக்காரி' சினிமா இருக்குல்லியா, அதுவழியா வருது.

● உங்கள் ஊருக்குள் திமுகவில் முதலில் இணைந்தவர்கள் யார்? எந்தச் சமூகத்தைச் சேர்ந்தவர்கள்?

எல்லாம் கீழ்த்தட்டுல இருக்கிறவங்கதான் – ஆனா, இன்ன சமூகம்னு இல்லை. "நாங்க ஒரு கொடி கட்டிக்கிறோம்"னு கேட்டாங்க. "ஏதாவது ஒரு மரத்துல கட்டிக்கோங்கப்பா"னுட்டோம். அப்படித்தான் முதன்முதலில் திமுக கொடி எங்க ஊரில் பறந்தது.

● மக்கள் மத்தியில் திமுக செல்வாக்கு பெற்றதை நீங்கள் அப்போது எப்படி அர்த்தப்படுத்திக்கொண்டீர்கள்?

நான் இடதுசாரி இயக்க ஆளுங்கிறதுனால, கீழ கட்சியோட அடிப்படைக் கட்டுமானம் எப்படி இருக்குன்னு பார்ப்பேன். டீக்கடை, சைக்கிள் கம்பெனி, சலூன்னு திராவிட இயக்கப் பத்திரிகைகள் பார்க்கக் கிடைக்காத இடம் கிடையாது. கூட்டம் எங்கேயாவது பேசிக்கிட்டே இருப்பாங்க. கீழ்நிலை வரை அமைப்பை வலுவா கட்டினாங்க. கொள்கைகளைப் பரப்புறது, கட்சி அமைப்பு, தெருமுனைப் போராட்டம் இந்த மாதிரி விஷயங்கள்லாம் கம்யூனிஸ்ட் கட்சியைப் பார்த்து அவங்க எடுத்துக்கிட்டது. ஆனா, எல்லாத்தையும் தமிழ்ப்படுத்தினாங்க.

● உங்களுடைய இலக்கிய வட்டாரத்தில் யாருக்காவது அண்ணா மீது பிரியம் உண்டா?

யாருக்குமே பிரியம் கிடையாது. காரணம் என்னன்னு கேட்டா, அவருடைய தமிழ் இருக்குது பாத்தியளா, அது ரொம்ப அலங்காரமா இருக்கும். பெரியார் பேச்சுத் தமிழ்ல பேசுவார். ஆனா, அண்ணாதுரை எழுத்துக்கூட்டி சிங்காரப்படுத்திப் பேசுவார். மிகைப்படுத்திப் பேசுவார். அது தமிழ் எழுத்தாளர்களுக்கு அந்நியப்பட்டுப்போச்சு. அப்பவே இதெல்லாம் நிலைக்குமான்னு நாங்கள்லாம் விவாதிச்சிருக்கோம். இது நாடகம், சினிமா மூலமா வந்துச்சு; அதுகளுக்கு மவுசு குறையும்போது, இதுவும் காணாமப்போயிடும்னு நெனைச்சோம். ஆனா, பொதுவுல அண்ணாதுரைக்கு மட்டுமில்லாம, அவர் கட்சி உருவாக்கின பேச்சாளர்கள் அத்தனை பேருக்குமே ஒரு மவுசு இருந்துச்சு. நான் நாகர்கோவில்ல எட்டு மாசம் தங்கி காசநோய்க்காக சிகிச்சை எடுத்துக்கிட்டிருந்தேன். அப்ப நாஞ்சில் மனோகரன் பேச்சைக் கேட்டிருக்கேன். பெரிய கூட்டம் கூடும். இவ்வளவுக்கும் அவர் பத்தாம் வகுப்புதான் படிச்சுக்கிட்டிருந்தார். ஆனா, அப்படி ஒரு கூட்டம். பின்னால அண்ணாதுரை ஆட்சிக்கு வந்தாரு பாருங்க, அப்போ அவர் மேல பெரிய மரியாதை வந்துச்சு. என்ன காரணம்னா, முதல்வர் பதவிக்கே வந்தாலும், அதை வெச்சி தனிப்பட்ட முறையில எந்த ஆதாயமும் தேடலை. ரொம்பப் பெரிய மனசோட நடந்துக்கிட்டார். எல்லாரையும் அரவணைச்சார். அவர் மட்டும் கூடுதல் ஆண்டுகள் இருந்திருந்தால் ரொம்ப நல்ல விஷயங்கள் நடந்திருக்கும். வேண்டாத விஷயங்கள் இவ்வளவு அதிகமா நடந்திருக்காது. இதை எல்லாருமே பேசினாங்க. உதாரணத்துக்கு ஒரு விஷயம் சொல்றேன். என்னுடைய 'கதவு' சிறுகதை தமிழ்நாடு அரசுப் பரிசுக்குத் தேர்ந்தெடுக்கப்பட்டதே, அப்ப முதல்வர் கருணாநிதிதான் அந்தப் பரிசைக் கொடுத்தார். பள்ளிக்கூட நிகழ்ச்சியில பரிசு கொடுக்குற மாதிரி வரிசையா கொடுத்தார்; நானும் வரிசையில நின்னு வாங்கிக்கிட்டு இறங்கினேன். அப்போ சா.கந்தசாமி சொன்னார், "அண்ணாதுரை மாத்திரம் உங்களுக்கு இந்தப் பரிசு கொடுத்திருந்தா, நிச்சயமாக இந்தப் பொஸ்தகத்துலேருந்து ஒரு வரியாவது மேற்கோள்காட்டிப் பாராட்டியிருப்பாரு"ன்னு. ஒவ்வொரு இடத்திலேயும் இந்த மாதிரி இழப்பை அவரோட சாவுக்குப் பின்னாடி தமிழ்நாடு பேசுச்சு.

● தமிழ் இலக்கியவாதிகளும் சரி; பெரும்பான்மை சிறுபத்திரிகைகளும் சரி; திராவிட இயக்கத்தைப் புறக்கணித்தும் எதிர்த்துமே செயல்பட்டிருக்கின்றன. நவீனத் தமிழ் இலக்கியம் என்பது பிராமண, பிள்ளைமார் சமூகத்தினர் ஆதிக்கம் செலுத்திய இடம் என்பதும் இந்த இரண்டு சமூகங்களுமே திராவிட இயக்கத்தால் தங்கள் மேலாதிக்கத்தில் சரிவு கண்ட சமூகங்கள் என்பதும் இந்தப் போரிலிருந்து பிரித்துப் பார்க்கக் கூடியவை அல்ல. தமிழ்நாட்டில் இன்று அரசியல் மீது ஒரு வெறுப்பும் தீண்டாமை உணர்வும் நிறுவப் பட்டிருக்கிறது என்றால், நவீனத் தமிழ் இலக்கியவாதிகளுக்கு அதில் முக்கியமான ஒரு பங்கிருக்கிறது. நான் விமர்சனங்கள் கூடாது என்று சொல்லவில்லை. ஆனால், அவை ஒரு இடையீடாக இல்லை என்று

சொல்கிறேன். ரஷ்ய அதிபர் ஸ்டாலின் மேல் எவ்வளவோ குற்றச்சாட்டுகள் இருந்தாலும், பாப்லோ நெருடா அவருக்கு ஒரு மகத்தான இடத்தைக் கொடுத்து எழுதுகிறார். அப்படியான ஓரிடம் இங்கே உருவாகவில்லை. தவறு ஒரு தரப்பினுடையது என்று மட்டும் நான் சொல்லவில்லை. ஆனால், இலக்கியவாதிகளின் பின் ஒரு சாதி அரசியல் இருந்தது. திராவிட இயக்கத்தினர் மீது மலிந்த பார்வை இருந்தது. இதற்கான அடிப்படை பிராமணியம்தான் என்ற குற்றச்சாட்டை எப்படிப் பார்க்கிறீர்கள்?

சரிதான். இந்தப் பிராமணியத்தைப் பத்திச் சொன்னீங்க பாருங்க, அந்தக் கருத்துல ரொம்ப ரொம்ப உடன்பாடு உண்டு எனக்கு. அது 'மணிக்கொடி' ஆட்கள்கிட்டேயிருந்தே தொடங்கிட்டுது. நானும் கு.அழகிரிசாமியும் அந்தக் காலத்துலேயே இதைப் பேசியிருக்கோம். இன்னைக்கு நீங்க சொன்ன ரெண்டு சாதிகளைக் கடந்தும் நிறையப் பேர் எழுத வந்திருக் காங்க. ஆனா, பிராமணிய மனோபாவம், பார்வை இப்பவும் எல்லா சாதிகள்கிட்டயும் தொடர்றதாதான் எனக்குத் தோணுது.

◉ பிராமணிய மனோபாவம் என்பது ஒரு சாதிக்கு மட்டும் சொந்தமானது இல்லையே! எனக்கு இந்த விஷயத்தில் உங்கள் மீதே தாக்கீது இருக்கிறது. உங்களுடைய நடத்தை எந்த வகையில் மேற்கண்ட குற்றச்சாட்டிலிருந்து மாறுபட்டது என்று சொல்ல முடியும்? தவிர, கு.அழகிரிசாமியோ நீங்களோ கூட இதையெல்லாம் விமர்சித்து இதுவரை எங்கும் பேசியதாகத் தெரியவில்லையே?

நெஜம்தான். ஆனா, எங்களுக்கு பிராமணிய மதிப்பீடு இருந்துச்சுன்னு சொல்ல மாட்டேன். நாங்க பண்ணின தப்பு இதை வெளியே பேசாம இருந்தது, வேறொரு மதிப்பீட்டை முன்வைக்காம இருந்தது. அதுக்குக் காரணம் இருந்துச்சு. நாங்க ரெண்டுலேயும் சேத்தியில்லாம இருந்தோம். இந்தப் பக்கம் செல்லப்பா வழிவந்தவங்கன்னா, அந்தப் பக்கம் அண்ணாதுரை வழிவந்தவங்க. எங்களுடைய பாடு ரொம்பக் கஷ்டம். எங்களால 'மணிக்கொடி' பக்கமும் போக முடியல, 'திராவிட நாடு' பக்கமும் போக முடியல. ரெண்டு மேலேயுமே விமர்சனம் இருந்துச்சு. திராவிட இயக்க எழுத்து மேல என்ன பயம்னா, அவங்க மொழியை திருவள்ளுவர் காலத்துக்குக் கொண்டுபோயிடுவாங்களோன்னு பயமா இருந்துச்சு. 'நவீன உரைநடை இலக்கியம் காலாற நடந்து போற மாதிரி இருக்கணும், நாட்டிய நடை கூடாது' அப்படிங்கிறதுல நாங்க ரொம்பக் கவனமா இருந்தோம். அங்கெ என்ன பிரச்சினைன்னா மொழிநடைல அவங்களுக்கு விழிப்பு இருந்துச்சு; ஆனா, சரக்குக்குள்ள வெடி இருந்துச்சு. நாம இது ரெண்டையுமே சொல்லக்கூடிய நிலையில இல்லை. சொன்னா, முழுசா கட்டம் கட்டப்பட்டிருப்போம்கிறதுதான் உண்மை நிலை. ஆனா, இன்னைக்குத் தோணுது, நீங்க கேட்கும்போது, அண்ணா துரையைப் பத்தி நாலு வார்த்தை பேசக்கூட நமக்கு வரலியேன்னு. நொந்துக்க ஏதுமில்ல, காலம் இப்படித்தான்!

❍

‘ஓர் இரவு’ கதை வசனம்: ஏவிஎம்மின் நினைவுக் குறிப்பு

அண்ணா ஒரே நாள் இரவில் எழுதிய ‘ஓர் இரவு’ நாடகத்தை ஏவிஎம். நிறுவனம் சினிமாவாக எடுத்ததை அறிவோம். அந்த அனுபவத்தை இப்படிப் பதிவுசெய்திருக்கிறார் ஏவி.மெய்யப்ப செட்டியார்: பத்தாயிரம் ரூபாய் பேசி அண்ணாவைக் கதை வசனம் எழுதித்தரச் சொன்னோம். என்னுடைய பத்தாம் நம்பர் ரூமிலேயே தங்கிய அண்ணா, கதை வசனம் எழுதத் தொடங்கினார். இரவு டிபன் சாப்பிட்டதும் சொன்னார், “எனக்கு ஒரு சொம்பில் தண்ணீர், டம்ளர், வெற்றிலை, பாக்கு, புகையிலை இவற்றைக் கொண்டு வாருங்கள். பாயும் எழுதுபலகையும் கொடுத்துவிடுங்கள். நீங்கள் யாரும் எனக்காகக் காத்திருக்க வேண்டாம். இந்தக் கதையை எழுதி முடித்துவிட்டுக் காலையில் உங்களுக்குச் சொல்லியனுப்புகிறேன். நான் காலம்பர கொஞ்சம் லேட்டாகத்தான் எழுந்திருப்பேன். அப்போது என்னை வந்து சந்தித்தால் போதும்” என்று சொன்னார். இரவு பத்து மணிக்குப் பேப்பருடன் உட்கார்ந்தவர், ஓர் அடித்தல் திருத்தல் இல்லாமல் சுமார் முந்நூறு பக்கங்களில் ‘ஓர் இரவு’ கதையை, சினிமாவுக்கு வேண்டிய முறையிலேயே எழுதி முடித்துவிட்டார்.

குடும்பத்தில் ஒருவர்

அண்ணாவின் இறுதி ஊர்வலம் கின்னஸ் சாதனைப் புத்தகத்தில் இடம்பெறுகிற அளவுக்குப் பிரம்மாண்டமாக, ஒன்றரைக் கோடிப் பேர் பங்கேற்றதாக இருந்தது என்பது எல்லோரும் அறிந்ததே. இன்றைய தலைமுறையினருக்குத் தெரியாத விஷயம், பல ஆண்டுகள் அன்றாடம் ஆயிரக்கணக்கானோர் வந்து, கிராமக் கோயில்களில் குலசாமியைப் பூஜிப்பதுபோல தேங்காய் உடைத்து, ஊதுபத்தி கொளுத்தி, சூடம் ஏற்றி அண்ணாவை வணங்கிவிட்டுச் செல்லும் வழக்கம் இருந்தது என்பதாகும்! குறிப்பாக, அவர் காலமான முதலாண்டு மொட்டை போட்டுக்கொண்டு, அண்ணா சமாதிக்கு வந்து காரியம் செய்து செல்வது பெரிய அளவில் இருந்தது. சென்னை வர முடியாத பலர், அண்ணா மறைந்த அன்று தங்கள் ஊரிலேயே அண்ணாவுக்கு சமாதி கட்டி, மொட்டையிட்டு தங்கள் குடும்பத்தில் ஒருவர் மறைந்தால் என்னென்ன சடங்கு, சம்பிரதாயங்களைச் செய்வார்களோ அத்தனையும் செய்தார்கள். ‘ஒன்றே குலம், ஒருவனே தேவன்’ என்றவரையே குலசாமியாகப் பார்த்தது தமிழினம்!

ஓவியம்: சந்தோஷ் நாராயணன்

அண்ணாவும் தமிழ்நாடும்

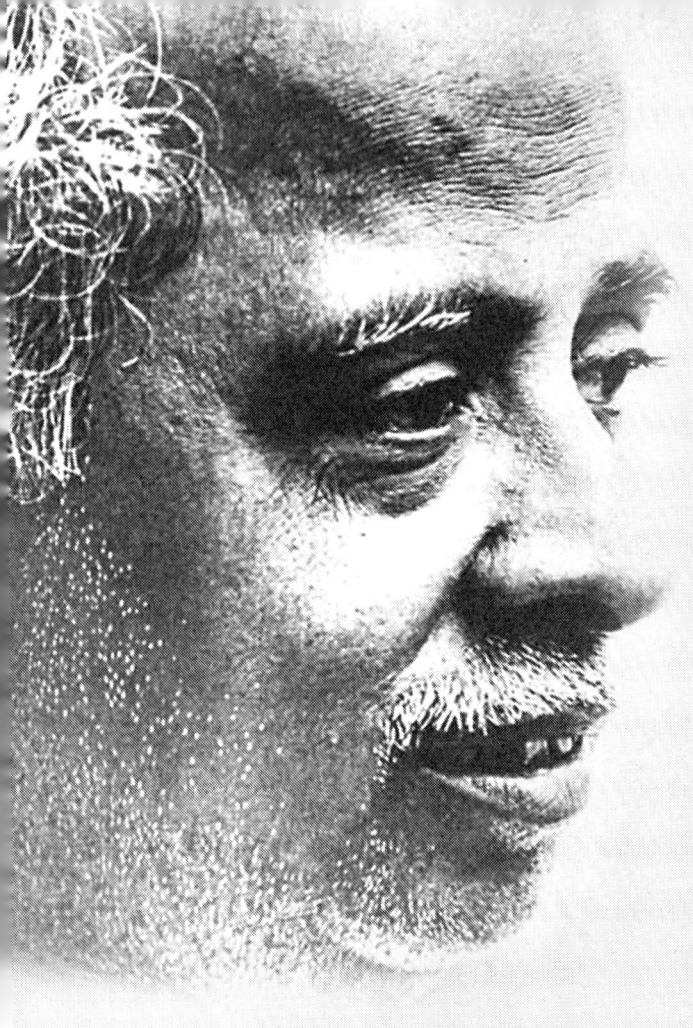

காந்தி புதுவிதச் சிந்தனையாளர் என்பார் ஆஷிஸ் நந்தி. அம்பேத்கர் புதுவிதச் சிந்தனையாளர் என்பார் இலியோனார் சிலாட். தென்பகுதியைச் சேர்ந்த அண்ணா, மூன்றாவது சிந்தனை மாதிரி ஒன்றை இன்றைய இந்தியாவின் உருவாக்கத்துக்கு அளிப்பார்!

அண்ணாவை அறிதல்

தமிழவன்
சமூக அறிவியலாளர்
தமிழறிஞர்

அண்ணா, இந்தியா என்ற கருத்துக்கு, பிராந்தியங்களின் சிந்தனை மூலம் வந்தவர். இந்தியா என்ற 20-ம் நூற்றாண்டின் உருவாக்கம், தமிழ், கன்னடம், மலையாளம், தெலுங்கு, அஸ்ஸாமி, பஞ்சாபி, வங்காளம், மராத்தி போன்ற பரஸ்பரம் மாறுபட்ட மொழிகளின் பண்பாக்கங்களால் அமைவு பெற்றது. அதுவரை இல்லாத புதிய முறை சிந்தனையாகும் இது. அதாவது, இந்தியா ஒரு சிந்தனையுமாகும்.

தமிழ் மொழி இரண்டாயிரம் ஆண்டுகளாய் சேமித்து உருவாக்கிய அறிவைப் பயன்படுத்திய புத்திஜீவிச் செயல்பாட்டாளர் அண்ணா. அவரது அறிவமைப்பு இரு கூறுகள் கொண்டது. ஒன்று, ஓரளவு பெரியார் மூலம் வந்த மேற்கத்திய புத்தொளிக் காலத்தியது. இரண்டு, தமிழ்ப் பாரம்பரியம் தன் நீண்ட வரலாற்றிலிருந்து சேமித்தது. மேற்கும் கிழக்கும் இப்படிப் பரஸ்பரம் படைப்புரீதியாய் வினைபுரிந்து, நவீன காலத்துக்கும் அரசியலுக்கும், தக்க விதமாய் ஏற்பன ஏற்றும், இழப்பன இழந்தும் உருவான ஒரு சிந்தனையாளர், செயல்பாட்டாளர் அண்ணா.

மரபை மாற்றும் மரபு

மில்டன்சிங்கர் என்று ஓர் அமெரிக்க மானுடவியல்வாதி இருந்தார். சர்வதேச அளவில் மதிக்கப்பட்ட ஆளுமையான அவர் சென்னைக்கு வந்திருந்தபோது, அதன் சமூகச் செயல்முறையைப் பற்றி ஆராய்ந்து சில கருத்தாக்கங்களைக் கூறினார். "மாற்றத்தைத் தரும் நவீனம், மூன்றாம் உலக நாடுகளில் மரபை மரபானதாக்குகிறது" என விசித்திரமான ஒரு கருத்தாக்கத்தை அவர் முன்வைத்தார். அதாவது, மரபானது நவீன மாற்றத்தை மேற்கொள்கையில், அது அதே மரபுக்குள் புகுந்து மரபை மாற்றுகிறது.

இந்த விதமான மாற்றத்தை அண்ணா அறிந்திருந்ததாலேயே இந்திய

அண்ணா கண்டுபிடித்த தமிழரசியல் ஓர் அகில உலகத் தொடர்புள்ள தென்கிழக்காசிய நிகழ்வு. அண்ணாவை ஒரு தென்கிழக்காசிய நிகழ்வு (Phenomenon) என வடிவமைப்பதே சரியான பார்வை என்பது என் நிலைப்பாடு!

சுதந்திரம் பற்றி பெரியாரோடு முரண்பட்டார். திராவிட நாடு கோரிக்கையை, 1962-ல் அதற்காக நாடாளுமன்றம் போய் வாதிட்ட பின்பு கைவிட்டார். 'ஒன்றே குலம், ஒருவனே தேவன்' என்று திராவிட இயக்கத்தின் கடவுள் கொள்கையில் மாற்றத்தைக் கொண்டுவந்ததையும், "பார்ப்பனியம் எல்லா சாதியிலும் உண்டு" என்று அவர் கூறியதிலும் அண்ணாவின் இயங்கியல் தன்மைசார் சிந்தனை செயல்படுகிறது. இயங்கியல் என்பது ஹெகலின் சிந்தனை மட்டுமல்ல என சுய மரபோடு இணைந்ததாக்குகிறார் அண்ணா.

காந்தி புதுவிதச் சிந்தனையாளர் என்பார் ஆஷிஸ் நந்தி. அம்பேத்கர் புதுவிதச் சிந்தனையாளர் என்பார் இலியோனார் சிலாட். தென்பகுதியைச் சேர்ந்த அண்ணா, மூன்றாவது சிந்தனை மாதிரி ஒன்றை இன்றைய இந்தியாவின் உருவாக்கத்துக்கு அளிப்பார். இப்படி அண்ணாவைப் புதுமுறையில் குணவிளக்கம் செய்ய, போதிய, விரிவான, சிந்தனைப் பக்குவம் உள்ள தத்துவத் துறையோ, வரலாற்று, அரசியல் துறையோ தமிழ்நாட்டுப் பல்கலைக்கழகங்களில் இல்லாதது துரதிர்ஷ்டம்.

நாம் அண்ணாவை விளக்க, அணுக, ஒருவகைச் சிந்தனைக் கட்டுமானத்தை உருவாக்க வேண்டும். அது வெறும் மேற்கின் நகலாகவோ, அரசியல் கட்சிக் கூட்டம் தரும் கோஷத்தின் தொடர்ச்சியாகவோ இருக்கக் கூடாது.

ஒரு தெற்காசிய நிகழ்வு

உலகம் முழுவதும் வாழும் பத்துக் கோடித் தமிழர்கள் தமிழகத்தின் நவீனத் தமிழ் அரசியலால் இலங்கை, மலேசியா, சிங்கப்பூர் என்று தாக்கம் பெற்றனர். அதனால், இலங்கை அரசியலும், மலேசியா, சிங்கப்பூர் அரசியலும் சில பொதுமைப் பண்புகளை 20, 21-ம் நூற்றாண்டுகளில் ஏற்றன. எனவே, அண்ணா கண்டுபிடித்த தமிழரசியல் ஓர் அகில உலகத் தொடர்புள்ள தென்கிழக்காசிய நிகழ்வு. அண்ணாவை ஒரு தென்கிழக் காசிய நிகழ்வு *(Phenomenon)* என வடிவமைப்பதே சரியான பார்வை என்பது என் நிலைப்பாடு.

இதன் மூலம் இந்தியாவுக்கு வேறு ஒரு உரு கொடுக்க முடியும். அதாவது, இல்லாத ஒரு பண்பான சம்ஸ்கிருத ஏகத்துவத்துக்கு மாறாக,

இருக்கிற தமிழ், கன்னடம், மலையாளம், தெலுங்கு, மராத்தி, பஞ்சாபி, காஷ்மீரி, வங்காளம், அஸ்ஸாமி பண்பாடுகளின் தொகுப்பாய், கூட்டாகப் பார்க்க அண்ணாவின் எழுத்துகளை இப்பிராந்தியங்கள் கற்க வேண்டும்.

இந்திய அரசியல் என்பது, அதன் பிராந்தியங்களின் பண்பாட்டு அரசியலே என்ற புதுப் பார்வையை உலக சிந்தனையில் முதன்முதலில் அறிமுகப்படுத்தியவர் அண்ணா. அரசியலில் பாரம்பரியப் பண்பாடு, சமய வழியன்றி பிராந்தியப் பகுத்தறிவு வழி செயல்படுவதைக் காட்டியவர்.

அண்ணா எங்கிருந்து வருகிறார்?

காஞ்சிபுரத்தில் பல நூற்றாண்டு காலமாகத் தமிழ்ப் பண்பாட்டினுள் வாழ்வின் மதிப்பீடுகளைக் கண்ட ஒரு குடும்பத்தில் பிறந்தார். அதற்கு முன்பு இருந்த தமிழகத்தில், எட்டுத்தொகை, பத்துப்பாட்டில் வெளிப் பட்ட தமிழ்ப் பண்பாடானது அகம், புறம் என்று இரண்டாய் உலகைப் பிரித்து அறியும் சிந்தனையாக இருந்தது. அந்த அறிவைத் தமிழ் ஆதிப் பழங்குடிச் சமுதாயம் அளித்தது. பின்னர், சம்ஸ்கிருதம் புகுந்த பின்பு இந்த அகம்/புறம் பார்வை மாறுகிறது. அகத்தில் புறமும் புறத்தில் அகமும் இணைகிறது.

மாற்றத்துக்கு சதா உட்பட்ட தமிழ் மரபு, சங்க இலக்கியத்தை அடித்து வீழ்த்தி, கோயில் கலாச்சாரத்தை மையமாக்கிய பக்தி இலக்கியத்தைக் கொண்டுவருகிறது. பின்பு, இன்னும் பல மாற்றங்கள் வந்தன. கடைசியாய் ராமலிங்க சுவாமிகள் என்கிற வள்ளலார் மறைஞானம், பக்தி, அரசியல், சீர்திருத்தம், வறுமை ஒழிப்பு எனக் கிழக்கு மேற்கின் ஒருங்கிணைந்த சுயசிந்தனையாளராய்த் தோன்றுகிறார்.

இருபதாம் நூற்றாண்டின் முதல் பத்தாண்டுகளில் பிறந்த அண்ணா, இந்தத் தமிழ்ப் பண்பாட்டு நிலத்தில் வேர் விட்டு வளர்ந்த மரம். இருபது நூற்றாண்டுகளாய்த் தமிழ் நாகரிகத்துக்கு ஏதேனும் உயிர்த்துவமும் உள்வளர்ச்சியும் இருந்ததென்றால்தான், அதில் பிறந்த ஒரு மனிதரான அண்ணா இப்படி சுயமண்ணின் வளத்தைச் செரித்த விதமாய் வர முடியும்.

வரைபடத்துக்கு அப்பால் சிந்தித்தல்

ஒருவித விருப்புவெறுப்புக்கு உட்பட்ட வரைபடத்தை உருவாக்கி, அண்ணாவை இழுத்துவந்து அப்படத்துக்குத் தக்கவிதமாய் வெட்டிக் குறுக்கிப் பொருத்தி விளக்கும் தவறை நாம் செய்யக் கூடாது.

பெரியார், அண்ணாவுக்கு மாறான பக்தி மரபின் தொடர்ச்சியாய் சைவமும் வைணவமும் மத்திய காலத் தமிழகத்தில் ஒருவித வித்தியாச உலகப் பார்வையைக் கொண்டுவந்தன.

சங்க கால வாழ்க்கை மதிப்பீடுகளின் வேர் முற்றாய் அறுபடாமல், சைவமும் வைணவமும் வந்த அதே நேரத்தில், புது மன வடிவமைப்பு களைத் தமிழ் பெறுகிறது. இதன் தொடர்ச்சியாய் 16, 17-ம் நூற்றாண்டு

மாபெரும் தமிழ்க் கனவு

அண்ணா, ஒரு தமிழ் மந்திரத்தைச் செய்துகொண்டு அலைந்ததால்தான், மகுடி நாதத்தைக் கேட்ட பாம்புபோல் லட்சக்கணக்கான தமிழர்கள் அடங்கி, ஒடுங்கி அவர் பின்னால் சென்றார்கள்!

களில் சைவ சித்தாந்தம் என்று மெய்கண்டார் போன்றோர் புது விஷயங்களைச் சிந்திக்கிறார்கள். இது இஸ்லாம், கிறிஸ்தவச் சொல்லாடல்களைத் தமிழில் மீண்டும் இலக்கியத்தை அடிப்படையாய் வைத்து 16, 17-ம் நூற்றாண்டுகளில் கொண்டுவருகிறது.

இந்தத் தொடர் சிந்தனை என்ற நதியின் பாய்ச்சலில் 19-ம் நூற்றாண்டில் ஆங்கிலேய ஆட்சியில் சென்னையில் நாத்திகம் பரவுகிறது. லண்டனில் இருந்த நாடாளுமன்ற உறுப்பினரும் நாத்திகவாதியுமான சார்லஸ் பிராட்லாவுக்காக சென்னையில் ஊர்வலம் போகிறது. இது நடந்தது 1870-களில். ஆக, மொத்தமாய் இடையில் வெட்டப்படாத ஒரு தொடர் பாய்ச்சலில் பழங்குடிச் சிந்தனை, பக்தி, முஸ்லிம், கிறிஸ்தவச் சிந்தனை; அதன் பின்பு, நாத்திகம்.

ஓரினமே காத்திருந்தது தலைமகனுக்கு!

1856-ல் இடையன்குடியில் இருந்த கால்டுவெல் என்ற புரொட்டஸ்டண்ட் பாதிரியார், முதன்முதலாய் தென்னிந்தியாவின் பல மொழிகள் ஒரு இன மூலத்திலிருந்து (Race) பிறந்தன எனத் தனக்கு மேற்கில் கிடைத்த அறிவுப் பயிற்சியின் மூலம் ஒரு பிரம்மாண்டமான மொழி, இனக் கோட்பாட்டை முன்வைக்கிறார். எல்லிஸ் தொடங்குகிறார். அறிவுக்கு ஏங்கி, பழமையையும் புதுமையையும், அவற்றின் பல்வேறு கூறுகளைப் பிரித்தும் இணைத்தும், தள்ளியும் கொண்டும், வாழ்வு என்னும் சம்மட்டியால் அடித்துப் பரிசோதித்து 2,000 ஆண்டுகளாய் வாழ்ந்த ஒரு பழங்குடி, மீண்டும் ஓர் அசுரப் பிரயத்தனத்தின் மூலம் வானம் அளவு உயர்ந்து பூதாகாரமாய் எழுந்தபோது, அதற்கு ஒரு தலைமகன் கிடைத்தான். அந்தத் தலைமகனின் பெயர் சி.என்.அண்ணாதுரை என்ற அண்ணா.

அண்ணாவுக்குள் இருந்த தமிழ் மொழி என்ற ஒரு பழங்குடி இனத்தின் உயிர் சேர்ந்த இதயத் துடிப்பு லட்சக்கணக்கான மக்களோடு முன் இரவுகளில் மைக் மூலம் உரையாடியது. அண்ணா அந்த உரையாடலுக்கு நவீனத் தொழில்நுட்பங்களான திரைப்படத்தையும் ஒலிபெருக்கி மூலம் நிகழ்த்தப்படும் சொற்பொழிவையும் அதுவரை தமிழில் யாரும் பயன்படுத்தாத வகையில் உரு சமைத்தார்.

ஆதிக் குடியின் மந்திரச் சொல்

பெர்னாட் பார்னி பேட் என்ற அமெரிக்க மானுடவியல் அறிஞர்,

அண்ணாவின் சொற்பொழிவை ஆய்ந்தபோது, அது ஒலிபெருக்கியின் மூலம் பிற்காலத்தில் நூற்றுக்கணக்கானவர்கள் கத்திக் கூச்சலிட்ட தவளை யின் கூச்சல் அல்ல எனக் கண்டார்; அது ஒரு ஆதிக் குடியின் மந்திரச் சொல் என்பதை மானுடவியல் சொல்லாட்சியில் பொதிந்து விளக்கினார்.

தமிழில் மிக அதிகமான இலக்கண நூல்கள் காணக் கிடைக்கின்றன. தொல்காப்பியர் தொடங்கி வெள்ளைக்காரரான பெஸ்கி என்ற வீரமாமுனிவர் வரை, தமிழ் மொழியின் சப்தத்துக்கும் சப்தத்தால் உரு வான சொல்லுக்கும் வாக்கியத்துக்கும் வாக்கிய அமைப்பை உடைத்தும் உடைக்காமலும் செய்யும் செய்யுளுக்கும் இலக்கணம் எழுதிக்கொண்டே வாழ்ந்திருக்கிறார்கள். சோறு, துணி, வீடு, வேலை என்று மட்டும் யோசிக்காமல், தங்கள் மொழியைப் பற்றியும் யோசித்து, வாழ்ந்த காலம் முழுவதும் இலக்கணம் எழுதிக்கொண்டே இருந்திருக்கிறது இந்த இனம். இலக்கணம் என்பது விதிமுறைகளைக் கணிதம்போல யோசிக்கும் இன்றைய கணினியின் மென்பொருள் எழுதுதல் போன்ற ஒரு காரியம்.

அண்ணாவின் அடுக்குமொழி, தமிழர்களுக்குத் தனி நாடு கேட்ட அடுக்குமொழி. தனி அடையாளத்தை எழுதிய ஒரு வகை இலக்க ணத்தைத் தொல்காப்பியம் எழுதியது. இன்னொரு வகை மொழி இலக்கணத்தை அண்ணாவின் கதைகள், பழமொழிகள், உதாரணங்கள், எதுகை, மோனைக் கட்டமைப்பு கொண்ட சொற்பொழிவு, பட்டிதொட்டி எங்கும் அவர் வாழ்நாள் முழுவதும் பரப்பிக்கொண்டே இருந்தது.

அண்ணாவின் சொற்பொழிவு முதன்முதலாக தமிழ் மொழியின் மாத்திரை என்ற ஒலியமைப்பால் 'கட்டப்பட்ட ஒரு மந்திரம்'. (க் - அரை மாத்திரை; க - ஒரு மாத்திரை; கா - இரண்டு மாத்திரை; ஃ - அரை மாத்திரை). இப்போது புரியும் ஒலியின் பல்வேறு அழுத்தம், குறுக்கல், நீட்டல் போன்றவை மூலம் அண்ணா, ஒரு தமிழ் மந்திரத்தைச் செய்துகொண்டு அலைந்ததால்தான், மகுடி நாதத்தைக் கேட்ட பாம்புபோல் லட்சக் கணக்கான தமிழர்கள் அடங்கி, ஒடுங்கி அவர் பின்னால் சென்றார்கள்.

எங்கிருந்து வருகிறது அண்ணாவின் அறிதல்?

அண்ணாவின் அறிதல் கொள்கை எது என்ற கேள்வி அடுத்து வருகிறது. தமிழ் மொழிக்குள் ஒருவிதமான இலக்கணத் தாக்கம் இருக்கிறது. அதுபோல 18, 19-ம் நூற்றாண்டுகளில் ஆங்கிலேயர் இந்தியாவின் மீது ஆதிக்கம் செலுத்தியபோது, இந்தியாவில் ஆங்கிலப் பண்பாட்டுக்கு எதிரான பண்பாட்டுப் பதில்வினை ஏற்பட்டது. வேதமும் சம்ஸ்கிருதமும் அந்த எதிர்வினையில் முன்நின்றன. வங்காளத்திலிருந்து ஆரிய சமாஜம் போன்ற இயக்கங்கள் பரவின. திரு.வி.க. போன்றவர்கள் தமிழ் இலக்கியம் வழியாக அத்தகைய பார்வையைத் தமிழில் பரப்ப, மாறான திராவிட அறிதல் கொள்கையை அண்ணா ஏற்றதாகத் தெரிகிறது. அது என்ன திராவிட அறிதல் கொள்கை?

இது மேற்கத்திய விஞ்ஞானத்தையும் அதன் தத்துவத்தையும் அப்ப

மானுடவியல்வாதிகள் பெருமரபு என்றும் சிறுமரபு என்றும் மனிதக் குழுக்களைப் பிரிப்பதன் மூலம் அவற்றின் உள்உந்துதல்களை வரையறைசெய்து கண்டுபிடிப்பார்கள். தமிழ்ச் சமூகத்தின் பெருமரபு எது, சிறுமரபு எது என்பதை அண்ணா துல்லியமாய்க் கண்டுபிடித்தார் என்பது என் துணிபு.

டியே ஏற்றதுபோல் தெரிந்தாலும், ஆழமாகப் பார்த்தால், மேற்கத்திய விஞ்ஞானத்தின் அழிவுகளுக்குக் காரணமான அதன் கருவிமயப் *(Instrumental)* பார்வையை அண்ணா ஏற்றதாகக் கூற முடியாது என்பதே என் வியாக்கியானம்.

மேற்கில் பிராங்ஃபர்ட் மார்க்ஸியர்கள் இதனை வேறு வகையில் செய்தனர். விஞ்ஞானிகள் கடவுள் பூசனை செய்வதை, அண்ணா பல இடங்களில் கேலிசெய்தாலும், இயற்கையோடு சார்ந்த தமிழ்ப் பார்வை, சிறையில் இருந்தபோது எழுதிய அவருடைய நாட்குறிப்புகளிலும் அதிமுக்கியமாய் பாரதிதாசனுக்கு 1945-லேயே (பெரியார் விரும்பா விட்டாலும்) கொடுத்த பணமுடிப்பிலும் வெளிப்படுகிறது.

காந்திக்கும் அம்பேத்கருக்கும் இடையே!

அண்ணா தமிழ் சார்ந்த இயற்கைக் கவித்துவத்தை நவீனத் தமிழ் வரலாற்றுக்குக் கொண்டுவந்த பாரதிதாசனின் அறிதல் கொள்கையையே ஏற்றார் என்பதற்கு நிறையச் சான்றுகள் உள்ளன என்பேன். மேற்கத்தியப் பார்வைக்குள் அப்படியே அண்ணாவைத் திணித்தால், அவரைத் தமிழ் வேரிலிருந்து முளைத்த ஒரு தலைவர் என்று வாதிட வழியில்லாமல் போகும். ஆனால், காந்திபோலவே இயற்கை சார்ந்த கோட்பாடு கொண்டாலும், அவர்போல ராம வழிபாடும் வர்ணாசிரமமும் எதிர் விஞ்ஞானப் பார்வையும் கொண்டவர் அல்ல அண்ணா.

காந்திக்கும் புத்த மதத் தத்துவத்தையும் நவீன அரசமைப்புச் சிந்தனையையும் தந்த அம்பேத்கருக்கும் நடுவில் இயற்கைவழிச் சிந்தனை சார்ந்த நவீன மக்கள் அரசியலை ஏற்றவர் அண்ணா. இது ஒரு புது முறை. இயற்கை இலக்கியமான சங்க இலக்கியம் மீதான அவரது ஈடுபாடும் பாரதிதாசன் அறிமுகப்படுத்திய ‘அழகின் சிரிப்பு’ கவிதைத் தத்துவமும் அண்ணாவின் இதுவரை ஆராயப்படாத ஒரு பெரிய மனப் பரிமாணத்தைக் கொண்டிருக்கின்றன.

நம் செவ்வியல் மரபுக்குள் சனாதனத்தை எதிர்க்கும் பௌத்த காப்பியமான மணிமேகலை, சூளாமணி போன்ற இலக்கியப் பிரதிகள் உள்ளன. தமிழ் மொழிக்குள் மணிமேகலையின் ‘உண்டி கொடுத்தோர் உயிர் கொடுத்தோரே’ என்ற சனாதன, கடவுள்/ஆன்மிகம் என்ற

அப்பாலைத் தத்துவத்துக்கு எதிரான போக்கு வரலாறுகள் தாண்டி, தமிழ்ப் பார்வையாகப் பாய்ந்துகொண்டிருப்பது தெரியும். அண்ணா அந்தப் புறவயமான, பௌத்த பார்வையையும் உள்ளேற்றவர்.

அண்ணா தமிழ் மக்களின் உள்தன்மைகளைப் புரிந்துகொண்டிருந்தார். மானுடவியல் துறை, சர்வதேச அளவில் மனிதக் குழுக்கள் இயங்கு வதற்கான அடிப்படைகளைக் கண்டுபிடிக்கும் ஓர் அறிவுத் துறை. அப்படிப்பட்ட மானுடவியல்வாதிகள் பெருமரபு என்றும் சிறுமரபு என்றும் மனிதக் குழுக்களைப் பிரிப்பதன் மூலம், அவற்றின் உள் உந்துதல்களை வரையறைசெய்து கண்டுபிடிப்பார்கள். தமிழ்ச் சமூகத்தின் பெருமரபு எது, சிறுமரபு எது என்பதை அண்ணா துல்லியமாய்க் கண்டுபிடித்தார் என்பது என் துணிபு.

அண்ணாவை எப்படிக் கட்டமைப்பது?

அண்ணாவைப் புதுநோக்கில், உலக நோக்கில் வரையறை செய் வதற்கும், அவரை வைத்து இன்றைய தமிழக அரசியல், இலக்கியம், பண்பாட்டுச் சிக்கல்களுக்கு விடை காண்பதற்கும் நிறையத் தொடர்பு இருக்கிறது. அண்ணா மறைந்து இன்று அரை நூற்றாண்டு கடந்துவிட்டது. அண்ணாவின் அரசியலைப் பரிசீலனை செய்யும்போது அவரது மொழி, பண்பாடு, இலக்கிய, வெகுஜனத்திரள் போன்றவையும் சேர்த்துத்தான் அணுகப்பட வேண்டும்.

ஐந்திணைக் கோட்பாடு, நாட்டுப்புறவியல் தமிழ் வெளிப்பாடுகள் என்றெல்லாம் பெரிய அறிவுச் சுரங்கம் வழி அண்ணாவின் அறிதல் கொள்கையைக் கட்டமைக்க வேண்டும். நவீனத் தமிழ்ச் சிந்தனை யாளர்களின் தத்துவமாய்ப் பல்கலைக்கழகங்களில் அண்ணாவின் நவ தத்துவவியல் புதிய ஆய்வுக்கு உட்படுத்தப்படவும் கட்டமைப்பு செய்யப்படவும் வேண்டும். அதாவது காந்தி, அம்பேத்கர் போல அண்ணாவின் சொற்பொழிவுகள், சட்டமன்ற உரைகள், கடிதங்கள், நாவல், சிறுகதைகள், முக்கியமான அவரது சிறை அனுபவ நாட்குறிப்பு கள் போன்றவை சரியான ஆய்வுக்கு இந்தப் புதிய நோக்கான அறிவுக் கொள்கையின் கோணத்தில் பெரிய படிப்புக்கும் ஆய்வுக்கும் தத்துவம், வரலாறு, கோட்பாடு என்ற சர்வதேசச் சிந்தனை வகைகளின் கோணத்தில் உட்படுத்தப்பட வேண்டும்.

சமகாலத்தைப் புரிந்துகொள்ளவும் எதிர்கொள்ளவும் தமிழ்நாட்டைத் தாண்டி இன்று அண்ணா தேவைப்படுகிறார். நம்முடைய குறுகிய எல்லைகளிலிருந்து நாம் விடுபட்டு, அண்ணாவை அணுகுவதற்கான கதவுகள் திறந்துவிட்டன.

■ என்.சுவாமிநாதன்

தமிழ்ப் பண்பாட்டு ஆய்வாளர்களில் முக்கியமான ஒருவரான பேராசிரியர் தொ.பரமசிவன், நாட்டார் வழக்காறு சார்ந்த பார்வையில் புது வெளிச்சம் பாய்ச்சியவர். 'திராவிடம்' எனும் சிந்தனை எப்படித் தமிழ் மண்ணில் உருக்கொண்டது, அதற்கான வரலாற்று – பண்பாட்டுப் பின்னணி என்ன என்று தர்க்கபூர்வமாக நிலைநாட்டியவர். பண்பாட்டுத் தளத்தில் அண்ணாவின் பங்களிப்புகளை நம்மிடம் பகிர்ந்துகொண்டார்.

● **உங்கள் வாழ்வில் அண்ணா எப்படி நுழைந்தார்?**

நான் அவரை நேரில் பார்ப்பதற்குப் பல ஆண்டுகள் முன்னரே எழுத்து வழியாக என் வாழ்க்கைக்குள் வந்துவிட்டார். எங்களுடையது அரசியலுணர்வு மிகுந்திருந்த காலகட்டம். நானெல்லாம் பத்து வயதிலேயே 'திராவிட நாடு', 'முரசொலி' வாசிக்க ஆரம்பித்துவிட்டேன். பெரும்பாலான பையன்களுக்குப் பாடப்புத்தகங்களைத் தாண்டி இப்படியான வாசிப்பு இருக்கும். 1962 தேர்தலில் அண்ணா தோற்றபோது நானும் என்னுடைய வகுப்பு நண்பர்களும் பள்ளி மைதானத்தில் நின்று அழுதது ஞாபகம் வருகிறது. அப்போது எட்டாவது படித்துக் கொண்டிருந்தோம். அப்படியென்றால் பாருங்கள். கல்லூரியில் நான் படிக்கும்போது, வகுப்பிலுள்ள 63 மாணவர்களில் 60 பேருக்கு ஏதேனும் ஒரு கட்சி சார்பு இருந்தது. தனது வீடு, தெரு, சாதி தாண்டி மாணவனுக்கென ஒரு பொது உலகம் இருந்தது. அவர்கள் பேசுவதற்கும் சண்டை போடுவதற்கும் ஏதோ ஒரு தத்துவம் இருந்தது. கட்சி வேறுபாடுகளைத் தாண்டியும் அண்ணா எல்லோர் மத்தியிலும் செல்வாக்கோடு இருந்தார்.

தமிழ்ப் பண்பாட்டுக்குப் புத்துயிரளித்தவர்

தொ.பரமசிவன் பேட்டி

தமிழால், தமிழ் அரசியலால் அவர் எல்லோரையும் இணைத்தார்.

● **திராவிட அரசியலும் தமிழ் அரசியலும் வேறுவேறு இல்லையா?**

தமிழ்தான் இங்கே திராவிட அரசியலுக்கான உயிர். திராவிடம் என்று எதைச் சொல்கிறோம்? இரு விளக்கங்கள் கொடுக்கலாம். இனம் சார்ந்து ஆரியர், திராவிடர் என்று இங்குள்ள இரு இனங்களில், எல்லா இடங்களையும் தன்னுடைய ஆதிக்கத்தின் கீழ் கொண்டுவர முற்படும் ஆரியப் பண்பாட்டுக்கு மாற்றாக, பன்மைத்துவத்தைப் பேசுகையில் திராவிடம் பேசுகிறோம். அடுத்து, இடம் சார்ந்து தென்னகத்தை – கர்நாடகம், ஆந்திரம், தெலங்கானா, கேரளம், தமிழ்நாடு – இணைந்த பகுதியைக் குறிப்பிடுகையில் திராவிடம் பேசுகிறோம். ஆரியம் – திராவிடம் வரலாற்று வேறுபாடுகள் அறிவியல்பூர்வமாக நிரூபிக்கப்பட்டவை. பண்பாட்டுத் தளத்திலும் இந்த வேறுபாடுகள் பல விஷயங்களில் இன்றளவும் நீடிக்கின்றன. தென் மாநிலங்களிலும் திராவிட மொழி பேசுபவர்களுக்கென்றும் தனித்த பண்பாடு இருக்கிறது. பிராமணர்கள் அல்லாத எல்லா சாதிகள் மத்தியிலும் பொதுவான அம்சங்கள் நிறையவும், ஒவ்வொரு சாதிக்குமான சின்னச் சின்ன பண்பாட்டு அசைவுகள் இருப்பதையும் பார்க்கிறேன். ஓர் உதாரணத்துக்கு, இந்தச் சமூகங்களில் தாய்மாமனுக்குள்ள மரியாதையைச் சொல்லலாம். தாய்வழிச் சமூகத்தின் எச்சப்பாடாகத் தொடர்கிறது இது. ஆரியப் பண்பாட்டில் இது கிடையாது. அடுத்து, இறந்தவருக்கு, சடலத்துக்குக் கொடுக்கப்படும் மரியாதை. நிறைய சொல்லலாம். திராவிட அரசியல் என்பதன் அடிநாதம் அவரவருக்குரிய பிரதிநிதித்துவம், அதிகாரத்தை அவரவருக்குக் கொடு என்பதுதான். இங்கே அரசியல், பண்பாடு எல்லாவற்றிலும் பிராமணியத்தின் ஆதிக்கம்

சமூக மாற்றம் என்பது வெறும் அரசியல் தளத்தில் மட்டும் நிகழ்வது கிடையாது என்பதும் பண்பாட்டுத் தளத்தில் வேர் பிடிக்காத மாற்றம் நீடித்து நிலைக்காது என்பதும் அண்ணாவுக்குத் தெரிந்திருந்தது. அதனுடைய விளைவாகத்தான் தமிழர் திருநாளான பொங்கல் பண்டிகைக்குப் புத்துயிர் கொடுத்தார் அண்ணா. எல்லோரையும் 'தமிழர்கள்' என்ற அடையாளத்தின் கீழ் ஒன்றுதிரட்டும் இலக்கும் சமத்துவ லட்சியமும் அதன் பின்னே இருந்தன.

இருப்பதால், பிராமணியத்துக்கு எதிரான இயக்கமாக அது உருவெடுத்தது. ஆனால், தொடக்கம் முதலாகவே பிராமணர்களை எதிரியாக்கவில்லை. இன்னும் ஒருபடி மேலே போய் பிராமணர்களையும் இயக்கத்தினுள் கொண்டுவந்தார் அண்ணா. சமூகரீதியாக பிராமணர்கள் மட்டும் அல்லாது, இங்கேயே வந்து தங்கிவிட்ட மாற்றுமொழியினரையும் உள்ளடக்கும் விதமாகத் தமிழையும் தமிழுணர்வையும் இணைப்புச் சங்கிலியாக்கினார். 'திராவிட நாடு' என அவர் முன்வைத்த நாட்டினுடைய நிர்வாகமும்கூடத் தெளிவாக மலையாளிகளுக்கு, தெலுங்கர்களுக்கு, கன்னடர்களுக்கு, தமிழர்களுக்கு என்று அவரவருக்கான தனி நிலத்தையும் அங்கே அவரவர் சுயாட்சியையும் உறுதிப்படுத்துவதாகவே இருந்தது. ஒரு கூட்டரசாக அது இயங்கலாம் என்று அவர் நினைத்தார். ஆகையால், திராவிட அரசியலும் தமிழ் அரசியலும் வேறுவேறு அல்ல. தமிழ் அரசியலுக்குக் கூடுதல் தத்துவ பலத்தைத் தருவது என்று திராவிட அரசியலைச் சொல்லலாம்.

● அண்ணா உண்டாக்கிய முக்கியமான பண்பாட்டு மாற்றங்கள் என்று எவற்றைச் சொல்வீர்கள்?

இந்தியத் துணைக் கண்டத்தில் சாதிக்கும் பிராமணியத்துக்கும் உள்ள செல்வாக்கை அவர் முழுமையாக உணர்ந்திருந்தார். அதனால்தான், அரசியல் தளத்தில் பங்கெடுக்கும் ஒரு இயக்கத்தின் லட்சியத்தில் சாதி ஒழிப்பையும் முக்கியமான ஒன்றாக்கினார். சகலத்திலும் பிராமணியம் கலந்திருப்பதால்தான் ஒவ்வொரு தளத்திலும் அதற்கு மாற்றான ஒன்றை நிறுவ முற்பட்டார். தமிழ்நாட்டு அரசியல் களத்திலிருந்து சாதிப் பெயரை ஒழித்ததே அண்ணாவின் சாதனைகளில் ஒன்றுதான். 'இஸ்ரோ'வின் தலைவராக இருந்த விஞ்ஞானியே மாதவன் நாயர் என்று சாதியைக் கூடச் சூடிக்கொள்ளும் நாடு இது. அரசியலில் சொல்ல வேண்டுமா? மேனன்கள், கவுடாக்கள், ராவ்கள், சர்மாக்கள், முகர்ஜிக்கள்... இந்தியாவில் எங்கே சாதி ஒட்டு இல்லாத அரசியல்வாதி இருக்கிறார், தமிழ்நாடு தவிர? எங்களுடைய நெல்லை மாவட்டம் சாதி உக்கிரத்தில் உழன்ற ஊர். அண்ணாவின் அரசியல் எப்படிச் சூழலை மாற்றியது என்பதற்கு நானெல்லாம் நேரடி சாட்சியம். 'சாதி கேட்பது கேவலம்' என்ற உணர்வை ஒரு தலைமுறைக் காலகட்டத்துக்குள் இங்கே அவர் கொண்டுவந்துவிட்டார். பெரிய சாதனை இல்லையா இது? சங்க

இலக்கிய மரபை அவர் மீட்டெடுத்தார். அதன்வழி புதிய மதிப்பீடுகளை உருவாக்கினார். தமிழ்நாட்டின் அரசியலுக்கு என்று தனிக் கலாச்சாரத்தை உருவாக்க முற்பட்டார். எல்லோரையும் உள்ளணைத்துச் செல்ல வேண்டும் என்ற எண்ணம் அவருக்கு இருந்தது. பொங்கல் பண்டிகைக்குப் புது உருவம் கொடுக்க முற்பட்டாரே! ஒரு சமூகம் இளைப்பாறிக்கொள்கிற நிகழ்ச்சி திருவிழா. பண்டிகையும் அப்படித்தான். இது அந்தந்தப் பகுதி மக்களோடும் உற்பத்தியோடும் மண்ணோடும் பிணைக்கப்பட்டிருக்கிறது. சமூக மாற்றம் என்பது அரசியல் தளத்தில் மட்டுமே நிகழ்வது கிடையாது என்பதும் பண்பாட்டுத் தளத்தில் வேர் பிடிக்காத மாற்றம் நீடித்து நிலைக்காது என்பதும் அண்ணாவுக்குத் தெரிந்திருந்தது. அதனுடைய விளைவாகவே தமிழர்த் திருநாளான பொங்கல் பண்டிகைக்குப் புத்துயிர் கொடுத்தார் அண்ணா. எல்லோரையும் 'தமிழர்கள்' என்ற அடையாளத்தின் கீழ் ஒன்று திரட்டும் இலக்கும் சமத்துவ லட்சியமும் அதன் பின்னே இருந்தன. பிற்பாடு, கருணாநிதி ஆட்சியின்போது தமிழ்ப் புத்தாண்டு என்று தை முதல் தேதியிலிருந்து கணக்கைத் தொடங்க முயற்சி மேற்கொள்ளப் பட்டதும்கூட இதன் தொடர்ச்சிதான். 'இந்து – இந்தி – இந்துஸ்தான்' எனும் ஒரே மதம், ஒரே மொழி, ஒரே நாடு என்கிற கொள்கையின் கீழ் இந்தியாவைக் கொண்டுவரும் பண்பாடுகள் அனைத்துக்கும் மாற்று வழிகளைச் சிந்தித்தவர் என்று நீங்கள் அண்ணாவைப் படிக்கும்போது விளங்கிக்கொள்ளலாம். அண்ணாவைப் பொறுத்த அளவில் இந்தியக் கலாச்சாரம் என்று ஒன்று கிடையாது; வேண்டுமானால், இந்தியக் கலாச்சாரங்கள் என்று சொல்லலாம். ஏனென்றால், கலாச்சாரங்களின் தொகுப்பே இந்தியா. இதற்கு வழிகாட்டும் நிலமாகவே தமிழ்நாட்டை அண்ணா கனவுகண்டார். அதற்கான பாதையாக ஒரு குறிப்பிட்ட வட்டத்துக்குள் இருந்த பேச்சு, எழுத்து, உரையாடல்கள், வாசிப்பு வெளியை வெகுமக்கள் நோக்கி நகர்த்தினார்.

● கடவுள் எதிர்ப்பு திராவிட இயக்கத்துக்கு ஒரு சுமைதானே?

அப்படிக் கிடையாது. பெரியாரை, அண்ணாவை முழுமையாகப் படித்தவர்கள் எவரும் கடவுளர்களை அவர் தாக்கிப் பேசியதன் நோக்கம் சாதி ஒழிப்பு என்பதைத் துல்லியமாகப் புரிந்துகொள்வார்கள். பெரியார், அண்ணா இருவருமே நிறுவனமயமாக்கப்பட்ட மதங்களைச் சமூகக் கேடுகளாக நினைத்தனர். அதனாலேயே தாக்கினார்கள். "நிறுவனமய மாக்கப்பட்ட மதத்தை நான் வெறுக்கிறேன்" என்பதைப் பல இடங்களில் பேசியிருக்கிறார் அண்ணா. பெரியார் கடவுள் மறுப்பைத் தூக்கிப் பிடித்தது வைதீக எதிர்ப்பு, பிராமணிய எதிர்ப்புக்காகத்தானே தவிர, ஆன்மிக எதிர்ப்பு என அதைப் பார்க்க முடியாது. பிள்ளையார் சிலையைத் தான் பெரியார் உடைத்தார், சுடலைமாடன் சிலையை அல்ல.

● பெருந்தெய்வ – சிறுதெய்வ அரசியலெல்லாம் இன்னும் எவ்வளவு காலத்துக்கு இருக்கும்?

பிராமணியம் உள்ளவரை நீடிக்கும். நாட்டு தெய்வங்களை மக்களின்

இனவுணர்வை மதவுணர்வு வெல்லவே முடியாது. ஏனென்றால், இனம் உங்கள் பிறப்போடும், உடலோடும், உயிரோடும் கலந்திருக்கிறது. மதம் நீங்கள் நினைத்த மாத்திரத்தில் மாற்றிக்கொள்ளக் கூடியதாக இருக்கிறது.

தெய்வங்களாகப் பார்க்கிறேன். இந்த ஆன்மிகம் மக்களுடைய ஆன்மிகம். அதாவது, இது நிறுவனமயமாக்கப்பட்டது கிடையாது. அதிகாரச் சார்பற்ற ஆன்மிகம். இன்றைக்கும் கிராம தெய்வங்களுக்கான திருவிழாவில் மத எல்லைக்கு அப்பாற்பட்ட கூடுகை, பங்கேற்பைப் பார்க்க முடியும். கடவுளுக்கும் மக்களுக்கும் குறுக்கே யாரும் இல்லாமல் வழிபட முடியும். கிராம எல்லையில் நிற்கிற வீரனை நீங்கள் தொட்டுக் கும்பிடலாம். படையல் போடும்போது குடும்பப் பெரியவர்தான் பல இடங்களில் பூஜைசெய்கிறார். இந்த ஜனநாயகம் நிறுவனமயமாக்கப்பட்ட பெருந் தெய்வ வழிபாட்டில் கிடையாது. அது நமக்கும் கடவுளுக்கும் இடையே ஒரு ஆளை நிறுத்துகிறது; சம்பிரதாயங்களை நிறுத்துகிறது. இதன் மூலம் கிடைக்கும் ஆன்மிக அதிகாரத்தையும் அதன்வழியாகக் கிடைக்கும் அரசியல் அதிகாரத்தையும் கொண்டே பிராமணியம் வாழ்கிறது. எப்போது வரை மேல், கீழ் என்ற அடுக்குமுறை இருக்கிறதோ அப்போது வரை அதற்கு எதிரான கலகங்களும் நீடிக்கத்தான் செய்யும். நான் என்ன சாப்பிடுகிறேனோ, அதை என் தெய்வம் சாப்பிடுகிறது. நான் கறி சாப்பிட்டால் என் தெய்வமும் கறி சாப்பிடும், நான் மது குடித்தால் அதுவும் மது குடிக்கும். இதுவும்கூட ஒரு உயர்தர சமத்துவம்தானே? அப்படிப்பட்ட மக்களின் தெய்வத்தை எப்படி நீங்கள் அழிக்க முடியும்?

அண்ணாவின் பெருமையாக நீங்கள் தமிழ் அரசியலைக் குறிப்பிட்டீர்கள். ஆனால், தமிழகத்தில் தமிழரல்லாதோர் – தெலுங்கர்கள், மலையாளிகள், கன்னடர்கள் உள்ளிட்டோரும் – அரசியலில் கோலோச்சுகிறார்கள். இதை எப்படிப் புரிந்துகொள்வது?

இவையெல்லாம்தான் பெரியாரின், அண்ணாவின், திராவிட இயக்கத்தின் சாதனை என்று சொல்கிறேன். தமிழ் அரசியலுக்குப் புத்துயிர் கொடுத்தவர் அண்ணா. அப்படிக் கொடுக்கும்போது மத, இன வெறி யூட்டாமல், இந்த மண்ணின் உணர்வைப் பெறும், தமிழுணர்வைப் பெறும் ஒவ்வொருவரும் தமிழர் என்பதை அடிப்படையாக்கினார். பிராமண ரல்லாதோர் இயக்கமாகப் புகழ்பெற்ற ஒரு இயக்கத்தின் வழிவந்த கட்சியில் ஜெயலலிதா என்ற பிராமணர் எப்படித் தலைமைக்கு வந்தார் என இதைப் பார்க்கக் கூடாது. அந்த இயக்கத்தை அவரும் உள்வாங்கினார் என்றும் அதனால் தலைமை ஏற்றார் என்றும்தான் பார்க்க வேண்டும். தமிழ்நாட்டின் 69% இடஒதுக்கீடு சாதனையில் ஜெயலலிதாவுக்கும் பங்கு இருக்கிறது, இல்லையா? எம்ஜிஆர் தன்னை ஒரு மலையாளியாக

நினைக்கவே இல்லையே! டெல்லி ஆதிக்கத்துக்கு எதிராக எம்ஜிஆரும் ஜெயலலிதாவும்கூடப் பேசியிருக்கிறார்கள்.

- **இனவுணர்வை மதவுணர்வு வெல்ல முடியுமா?**

முடியவே முடியாது. ஏனென்றால், இனம் உங்கள் பிறப்போடும், உடலோடும் உயிரோடும் கலந்திருக்கிறது. மதம் நீங்கள் நினைத்த மாத்திரத்தில் மாற்றிக்கொள்ளக் கூடியதாக இருக்கிறது. மேலும், மதம் எந்தக் காலத்திலும் இனத்துக்கான அடையாளமாக இருக்கவே முடியாது. ஏனென்றால், மதம் மாறும்போது அடையாளம் மாறுவதில்லை. இத்தாலியில் இருக்கும் கிறிஸ்தவமும் தமிழ்நாட்டில் இருக்கும் கிறிஸ்தவமும் ஒரே இன அடையாளமாக என்றுமே மாற முடியாது.

- **சரி, அண்ணாவின் மிகப் பெரிய சாதனையாக எதைச் சொல்வீர்கள்?**

தமிழ் நிலப்பரப்புக்குத் தமிழ்நாடு எனப் பெயரிட்டது. இந்த உலகம் உள்ளளவும் தமிழ்நாடு என அவர் சூட்டிய பெயர் நிலைக்கும். அது அவரது கனவைக் காலமெல்லாம் அடுத்தடுத்த தலைமுறைகளுக்குக் கொண்டுசெல்லும்!

9 மாதங்களில் 2,300 கூட்டங்கள்

1949 செப்டம்பரில் திமுகவைத் தொடங்கிய அண்ணா, அடுத்த 9 மாதங்களில் அதாவது, 1950 மே மாதத்துக்குள் 2,300–க்கும் அதிகமான கூட்டங்களில் பேசியிருக்கிறார். 2 வருடத்துக்குள் 3,500 கூட்டம் நடந்துள்ளது. சராசரியாக, மாதம் 145 கூட்டங்கள். ஒரே நாளில் 27 கூட்டங்களில்கூடப் பேசியிருக்கிறார். மாலை 5 மணிக்கு ஓர் ஊரில், 6.30 மணிக்கு இன்னொரு ஊரில், 8 மணிக்கு மற்றொரு ஊரில், 9.30 மணிக்கு வேறு ஊரில் என்று விடிய விடிய மேடை ஏறினார் அண்ணா. ஆனால், ஒரு ஊரில் பேசிய விஷயத்தை இன்னொரு ஊரில் பேசியதில்லை. பேசியதையே திரும்பத் திரும்பப் பேசும் வழக்கம் அண்ணாவுக்குக் கிடையாது. கோவா விடுதலைப் போராட்டம் பற்றியும் பேசுவார், நெப்போலியன் போனபார்ட் பற்றியும் பேசுவார், கோசிமின் பற்றியும் பேசுவார். தம்பிகளுக்கு அரசியல் ஞானம் வேண்டும் என்று சொல்லிக்கொடுத்துக்கொண்டே இருந்தவர் அண்ணா. தன்னைப் போலவே இரண்டாம் கட்டத் தலைவர்கள் படையையும் தயார்படுத்தி, நாடு முழுக்கவும் கூட்டங்களுக்கு அனுப்பியவர் அண்ணா.

தமிழால் ஆண்டார்

கலாப்ரியா
கவிஞர்

அண்ணா அமரரான அன்று அந்த அதிகாலை நேரம் நினைவுக்கு வருகிறது. ஆங்காங்கே உள்ள தேநீர்க் கடைகளின் வானொலிச் செய்தி வழியவிட்ட துயரம், ரத வீதியெங்கும் மெல்ல மெல்லப் பரவுகிறது. ஒருவருக்கொருவர் ஏதோ தனிப்பட்ட துக்கம்போல் குசலம் விசாரித்துக்கொள்கிறார்கள். ஒருபுறம் குழுக்கள் குழுக்களாகக் கூடி நின்று அண்ணாவின் அறிவு விசாலம், பேச்சு வன்மை, ஆட்சித் திறன், நேர்மை யான வாழ்முறை பற்றியெல்லாம் பகிர்ந்துகொள்கிறார்கள். இன்னொரு புறம் சென்னை போவதற்கான ஏற்பாடுகள் நடைபெறுகின்றன.

என்றைக்குமாகத் தங்களை விட்டு நீங்கிவிட்ட ஒரு எளிமையான உரு எல்லோர் நெஞ்சிலும் நீக்கமற நிறைந்திருப்பது, அவர்களது ஏமாற்ற நிழல் படிந்த முகக் கண்ணாடியில் தெரிகிறது. எதிர்க்கட்சிக்காரர்கள்கூட, பாராட்டான வார்த்தைகளைச் சொல்லித் தங்களை மொத்த மக்கள் கருத்துக்கு ஒப்புக்கொடுக்கிறார்கள்.

சென்னை செல்வதற்குப் பண உபயம் செய்யக்கூடிய நண்பர்களின் வீடுகள் இருக்கும் தெருக்களுக்கெல்லாம் சைக்கிளில் பறக்கிறோம். ஆச்சரியகரமாக எல்லா தெருக்களின் ஒவ்வொரு வீட்டு வாசலிலும், ஒரு ஸ்டூல் போட்டு, அதில் சிறிதும் பெரிதுமான, கண்ணாடிச் சட்டமிடப்பட்ட அண்ணாவின் படம், முன்னே கரைந்துகொண்டிருக்கும் ஊதுபத்தி. சில வீடுகளில் 'தங்கள் வீட்டு' நீத்தாரின் சடங்கில் படைப்பதுபோல, வாழை இலை போட்டு நாழியில் நிறை நெல், விளக்கு, பழம், தேங்காய் என்று வரிசையாக வீடுகள்தோறும் வைத்திருக்கிறார்கள்.

துயரத்தின் நடுவிலும் வியப்பு மேலிட்டது. எப்படிப்பா இவ்வளவு படங்கள் கிடைத்தன, அப்படியானால் ஒவ்வொருவர் வீட்டுக்குள்ளும் அண்ணாவின் படம் கண்டிப்பாக இருந்திருக்குமோ! இப்படிச் செய்யுங் கள் என்று யார் யாருக்குச் சொன்னார்கள்? எப்படி இவ்வளவு பேரின் சிந்தையிலும் வாக்கிலும் ஒருவர் இடம்பிடித்தார்? எப்போதிலிருந்து அவர் தங்களைக் கவர்ந்தார் என்று ஆங்காங்கே பேசிக்கொண்டிருந்தார்கள். எல்லோரின் மனதிலும் ஒரே கேள்விதான் இருந்தது. இவ்வளவு நல்ல மனுஷன் ஏன் சீக்கிரமே விடைபெற்றுக்கொண்டுவிட்டார்!

MDH 5042

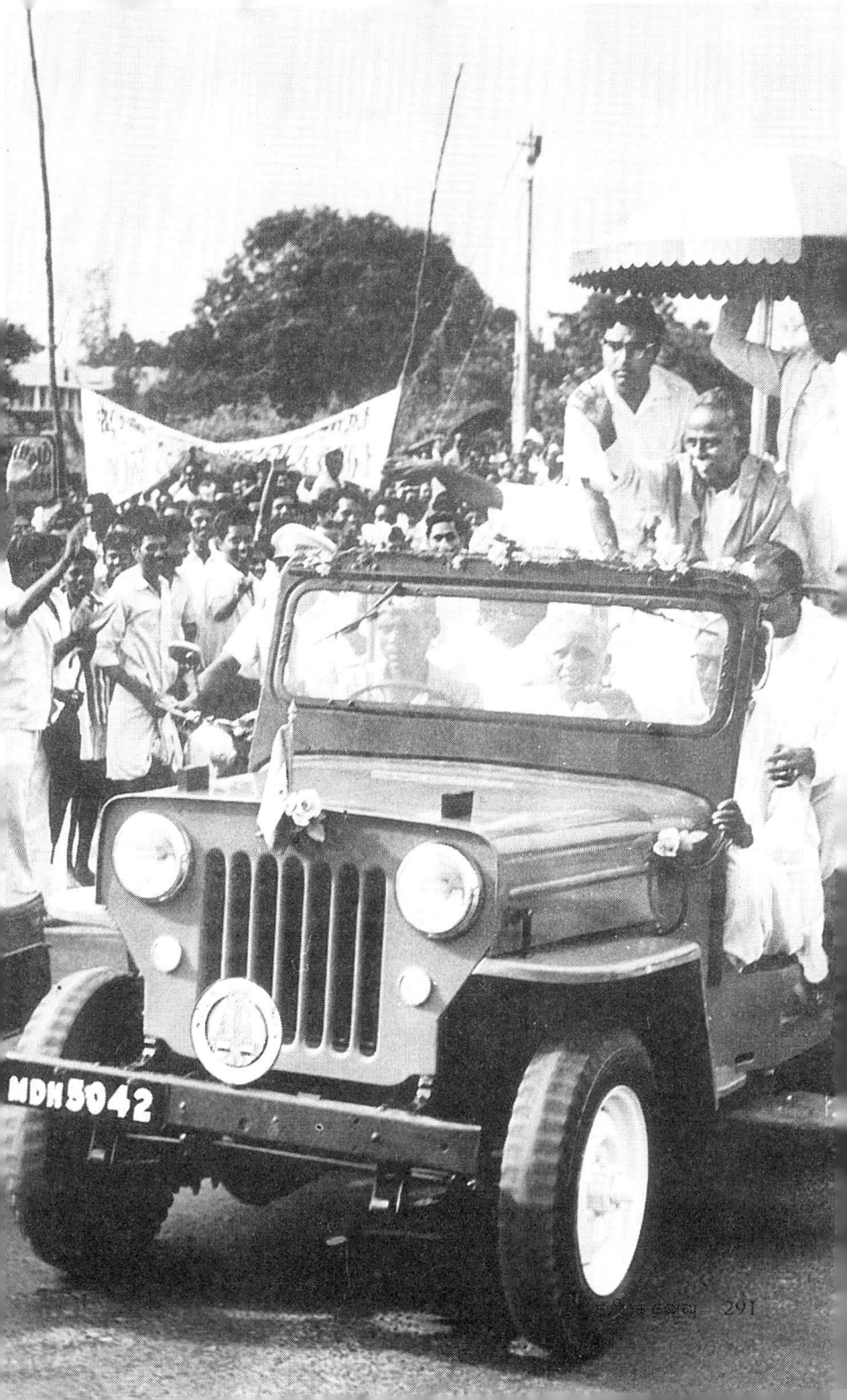

நல்ல தமிழ் பேச வேண்டுமா? நாவலர் இருக்கிறார்!
சண்டமாருதமாகப் பேச வேண்டுமா? சண்முகம்
இருக்கிறார்! உருக்கமாகப் பேச வேண்டுமா?
கருணாநிதி இருக்கிறார்! மாணவர்களுடைய
தொடர்பு வேண்டுமா? மதியழகன் இருக்கிறார்!

நெல்லை வந்த இந்தி அரக்கி

அறிஞர் அண்ணாவை, ஓரளவு பிரக்ஞையுடன் முதன்முதலில் நான் பார்த்தது நெல்லையில் 1963-ல் நடந்த இந்தி ஆதிக்க எதிர்ப்பு மாநாட்டில் தான். 1963 தமிழக அரசியல் வரலாற்றில் பல தடங்களைப் பதித்திருக்கிறது. இந்தி ஆட்சிமொழி மசோதா நாடாளுமன்றத்தில் கொண்டுவரப்பட்டது, அதைக் கடுமையாக எதிர்த்தார் அண்ணா. பலவகைப் போராட்ட வடிவங்களை வகுத்தார், அவற்றுள் தலையாயது இந்தி ஆதிக்க எதிர்ப்பு மாநாடுகள்.

இந்தி ஆதிக்க எதிர்ப்பு மாநாடுகளை அவர், கொங்கு மண்டலம், சோழ மண்டலம், பாண்டி மண்டலம் என்று தமிழ்நாட்டைப் பழந்தமிழ் நிலங்களின் பாணியில் பிரித்து, அந்தந்த மண்டலங்களின் தலையாய ஊர்களில் நடத்தினார். சேலம், தஞ்சைக்கு அடுத்து நெல்லை. (இதுவே பின்னாளில் பல்லவன், சோழன், பாண்டியன், சேரன் என்று போக்குவரத்துக் கழகங்களுக்குப் பெயர் சூட்ட உந்துதலாயிருந்திருக்கும் என்று நினைக்கிறேன்.)

நெல்லை மாநாட்டின் ஊர்வலம் திருநெல்வேலிக்கு மிகவும் புதிது. நெல்லை சந்திப்பிலிருந்து மாநாடு நடைபெறும் பேட்டை வரை சுமார் ஐந்து மைல் தூரத்துக்கு நடந்த பிரம்மாண்டமான ஊர்வலம். மாட்டு வண்டிகளில், உயிரோட்டமான காட்சிகள் (Tableau) சங்கத் தமிழ்க் காட்சிகள், இந்தி அரக்கி தமிழ் மாணவர்களின் கழுத்தைப் பிடித்து நெரிப்பதுபோல ஒரு காட்சி.

உயரமும் சதையும் ஒன்றுபோல் பெருத்த சுமை தூக்கும் தொழிலாளி யான மாக்கான் அண்ணன், மேலெல்லாம் கருப்பு மை பூசி, கோரைப்பல் வைத்துக்கொண்டு, நிஜமாகவே வெயில் முழுவதையும் தன் உழைத்துக் கறுத்த மேனியில் தாங்கிக்கொண்டு, அரக்கிபோல ஒப்பனை செய்து கொண்டு அசையாமல் நடித்தார் (அண்ணா அவருக்கு அன்றைய மாநாட் டில் மோதிரம் அளித்து மரியாதை செய்தார். இளைஞர் காங்கிரஸ் என்ற கூடாரத்தின் கீழ் பத்து பொக்கைவாய்த் தாத்தாக்கள், வெறும் வாயை மென்றபடி, வேடிக்கை பார்ப்பவர்களை முதலில் வியப்பில் ஆழ்த்தி, பின்னர் யோசிக்கவைத்து, இறுதியாய்ப் பலரையும் ஊர்வலத்துக்குள் இழுத்துக்கொண்டது.

அதிகாரப் பற்றற்ற தூதுவன்

ஊர்வலத்தில் பங்குபெறுபவர்களின் கூட்டம் நீளத்திலும் அகலத்திலும் 'வீங்கி'க்கொண்டேபோனது. ஊர்வலமும் மாநாடும் தொண்டர்களின் ஓயாத ஈடுபாடு மிக்க உழைப்பு என்றாலும், அதற்கான ஆணை அண்ணா விடமிருந்து வந்தது. அந்த மாநாட்டில் அவர், "போராட்ட ரயில் புறப்பட்டு விட்டது. இந்தி ஆதிக்கம் நீடிக்கிற வரையில் அது நிற்காது" என்று பேசினார். நெல்லை மாநாட்டில் எங்களது அணில் பங்களிப்பாக, நாடாளு மன்றத்தில் அண்ணா பேசியதை, 'காஞ்சி' இதழில் வந்த உரையினை, ஒரு துண்டுப் பிரசுரமாக வெளியிட்டு அதை விநியோகித்தோம். அதில் தன்னைப் பற்றிக் குறிப்பிடுகையில், திராவிட முன்னேற்றக் கழகத்தின் அதிகாரபூர்வப் பிரதிநிதி என்று அல்லாமல், 'இந்தித் திணிப்பையும் அதன் விளைவுகளையும் உணர்ந்த தென்னக மக்களின் அதிகாரப் பற்றற்ற தூதுவன்' என்று குறிப்பிட்டிருந்தார் அண்ணா.

நாங்கள் துண்டறிக்கையாக அதை மெய்ப்புப்பார்த்து அச்சிடும்போது 'அதிகாரப் பற்றற்ற தூதுவன்' என்ற வார்த்தையைக் குறித்து எங்கள் மூத்த தோழர்கள் வியந்து வியந்து பேசினார்கள். அன்றிலிருந்து அண்ணாவின் பேச்சுக்களையும் கடிதங்களையும் தாங்கிவரும் 'காஞ்சி' இதழைப் படிக்க திருநெல்வேலி சைவ சித்தாந்த நூற்பதிப்புக் கழகம் நடத்தும் காசில்லாப் படிப்பகத்துக்குச் சென்று படிப்போம். வேறு எந்த நூலகத்துக்கும் அது வராது. 'திராவிட நாடு' இதழே 'காஞ்சி'யாக மாறியது.

வாரம் தவறாமல் 'காஞ்சி'யில் அண்ணா கடிதம் எழுதுவார், "ஒரே குடும்பத்திலுள்ள நாம் அனைவரும் ஒவ்வொரு துறையிலும் சிறப்பானவர்கள். நல்ல தமிழ் பேச வேண்டுமா? நாவலர் இருக்கிறார்! சண்டமாருதமாகப் பேச வேண்டுமா? சண்முகம் இருக்கிறார்! உருக்கமாகப் பேச வேண்டுமா? கருணாநிதி இருக்கிறார்! மாணவர்களுடைய தொடர்பு வேண்டுமா? மதியழகன் இருக்கிறார்!" என்று குறிப்பிட்டிருப்பார். நாவலர் முதலில் அதிகமும் இலக்கியமே பேசுவார். அண்ணா அதைச் சுட்டிக் காட்டிய பின், இலக்கியத்துடன் புள்ளிவிவரங்களையும் அரசியலையும் சேர்த்துக்கொண்டதாக நாவலர் சொல்லியிருக்கிறார். 'திராவிட நாடு' இதழிலும் கடிதம் எழுதியிருக்கிறார் அண்ணா.

தமிழும் தனையனும்

தமிழால் அண்ணா வளர்ந்தார், தமிழை அண்ணா வளர்த்தார். அண்ணா தன்னுடைய அரசியல் பாணியை மக்களிடம் கொண்டுசெல்ல மொழியை ஒரு அபாரமான கருவியாகக் கையாண்டார். பெரியாரின் தீவிரத் தன்மையிலிருந்து சற்றே மட்டுப்பட்டு, தன் கட்சியின் கொள்கைகளை அமைத்தவர், 'கடவுள் இல்லை' என்ற பெரியாரின் முழக்கத்திலிருந்து மாறுபட்டு, 'ஒன்றே குலம், ஒருவனே தேவன்' எனும் திருமூலர் வாக்கை, திமுகவின் கொள்கைப் பிரகடனமாக்கினார். அதை எளிய மக்களுக்கு எடுத்துச் சொல்லும்போது, "நாங்கள் பிள்ளையாரையும் உடைக்க

மாட்டோம், பிள்ளையாருக்குத் தேங்காயும் உடைக்க மாட்டோம்'' என்றார்.

சமயோசிதமான பேச்சில் தனக்கு எதிரானதைக்கூடச் சாதகமாக்கி விடும் வல்லமை அவருக்கு இருந்தது. தூத்துக்குடியில் பேசியதாகச் சொல்வார்கள். அவர் பேசும் மேடைக்கு எதிரே மின்கம்பத்தில் விளக்கு மாற்றையோ அல்லது படத்தையோ கட்டியிருந்தார்களாம் காங்கிரஸ்காரர்கள். அதைக் கண்ட திமுகவினர் ஆத்திரப்பட்டனர். அவர்களைச் சமாதானப் படுத்திய அண்ணா சற்றும் சளைக்காமல் இப்படிச் சொன்னார்: ''அவர்கள் ஒன்றும் தவறாக வைக்கவில்லை. அவர்கள் செய்யும் ஊழல்களை என்னை நன்கு விளக்குமாறு பணித்திருக்கிறார்கள்!''

ஒரு கூட்டத்தில், ''மின்னல் கண்ணைப் பறிக்கும், இருளைப் போக்காது; அகல் விளக்காயினும் போதும், இருளைப் போக்கிட'' என்று பேசியது, இன்னும் நினைவிருக்கிறது. இந்த மின்னல் படிமம், பிற்காலத்தில் தன்னிச்சையாக, ஏதோ புதிதுபோல எனக்குத் தோன்றும். அப்போது அண்ணா ஏற்கெனவே சொல்லியிருக்கிறாரே என்றும் தவறாமல் நினைவுக்கு வரும். கூட்டத்தாரைத் தொடக்கத்திலேயே தன்வயப்படுத்தி விடுவதில் அவருக்கு நிகர் எவரும் இல்லை. அண்ணா ஒரு ஊருக்குப் பேசப் போகிறார். மேடையில் இருந்த குழல் விளக்குகள் முழுவதும் ஒரே பூச்சிகளாகப் பறந்துகொண்டிருக்கின்றன. மேடையேறிய அண்ணா பேச்சை இப்படித் தொடங்குகிறார், ''இந்த ஊரில் பேச்சுக்கு வாய் திறப்பதா? பூச்சிக்கு வாய் திறப்பதா என்று தெரியவில்லையே!''

அண்ணாவின் பேச்சு பெருமுழக்கமாக இருக்காது. அவருக்கு முன் பலரும், பல விதமான குரல்களில் பேசி முடித்த பின், ஆற்றொழுக்கான நடையில் அவர் பேச ஆரம்பிப்பார், ''இந்த மன்றத்தில் எனக்கு முன்னே நாவலர் சோமசுந்தர பாரதியாரும் பாவேந்தர் பாரதிதாசனாரும், புலவர் மணி ஔவை துரைசாமிப்பிள்ளையும் பேசினார்கள்...'' மன்றம் என்றதும் தான் நினைவுக்குவருகிறது, இந்த மன்றம் என்ற சொல்லை அண்ணாதான் மீட்டெடுத்துச் சரியான விதத்தில் பயன்படுத்தினார். அண்ணாவால் இப்படி மீட்டெடுக்கப்பட்ட, பொதுவெளியில் புழக்கத்துக்காகக் கொண்டுவரப்பட்ட சொற்கள் ஏராளம். சட்டசபை, சட்டமன்றம் ஆயிற்று. பார்லிமென்ட், நாடாளுமன்றம் ஆயிற்று. கோர்ட், நீதிமன்றம் ஆயிற்று. சங்கீத நாடக சங்கம், இயல் இசை நாடக மன்றம் ஆயிற்று. இப்படி அவர் பேசிப் பேசித்தான் 'இந்த மன்றத்தில் தென்றல் ஓடி வந்தது...' 'வாய்மை வென்றது.'

ஸ்ரீ போய் திரு வந்தது

இன்றைக்கு இருபது முப்பது வயதுள்ளவர்கள் வெகு இயல்பாக சென்னைக்குப் போகிறோம் என்கின்றனர். எங்கள் தலைமுறை ஆட்கள் இன்னும், ''மெட்ராஸுக்குப் போகிறோம்'' என்றுதான் சொல்கிறோம். இந்தப் புதிய தலைமுறைக்கு அபேட்சகர், அக்கிராஸனாதிபதி, கனம் ஸ்தல ஸ்தாபன மந்திரி, அரிஜன நல இலாகா, மராமத்து இலாகாவெல்லாம்

என்னவென்றே தெரியாது, அவர்களுக்கு வேட்பாளரைத் தெரியும். தலைவர் தெரியும், மாண்புமிகு உள்ளாட்சித் துறை அமைச்சர் தெரியும். பொதுப்பணித் துறை, ஆதிதிராவிடர் நலத் துறை தெரியும், கக்கூஸ் என்றால் தெரியவே தெரியாது, முகச்சுளிப்புக்கு இடமின்றிக் கழிப்பறை என்கிறார்கள். நமஸ்காரத்துக்கு வணக்கம் சொல்லி விடைகொடுத்த தலைமுறை இது.

ஸ்ரீயும் ஸ்ரீமதியும் திரு, திருமதி ஆனார்கள். விவாஹம் திருமணம் ஆயிற்று. ஸ்ரீலஸ்ரீ அருள்மிகு, அருள்தரும் என்றெல்லாம் அருள் பொங்கிற்று. எட்டடி பாய்ந்த அண்ணாவின் பட்டறையில் பட்டை தீட்டப்பட்ட கருணாநிதி, பதினாறு அடி பாய்ந்து மாற்றுத் திறனாளி, திருநங்கை போன்ற புதிய சொற்களை வார்த்தெடுத்தார். அண்ணா மேடைப் பேச்சில் மட்டுமல்ல, கடிதத்தில், கட்டுரையில், கதையில், கவிதையில், நாடகத்தில், திரைப்படத்தில் எல்லாவற்றிலும் புதிய நடையைப் புகுத்தி, புதிய தமிழையும் மீட்டெடுத்தார். அவருடைய ஆங்கில வாசிப்பின் பலம் தமிழ் நாடக மேடையை வெற்றிகொண்டு திரைப்படத்திலும் கொடியைப் பறக்கவிட்டது.

இருபது நாள் இடைவெளிக்குள், ‘வேலைக்காரி’, ‘நல்ல தம்பி’ இரண்டு படங்கள் வெளிவந்து, இரண்டும் மாபெரும் வெற்றிபெற்றன. ஸ்வாமி, பிராணநாதா என்று புராணப் படங்களின் ‘ஆரிய மாயை’யில் ஆழ்ந்து கிடந்த தமிழ் சினிமாவைப் பகுத்தறிவு பேசும் சமூகத் திரைப்படங்களாக மடைமாற்றிய பெருமை அண்ணாவையே சேரும். தமிழ்ப் படங்களில் முதன்முதலாக நீண்ட உரையாடல்களுடைய நீதிமன்றக் காட்சி ‘வேலைக்காரி’ படத்திலேயே வந்தது. அண்ணாவின் உரையாடல்களில் தொண்டை நரம்பு புடைக்கிற தொனி இருக்காது; எளிய அடுக்கு மொழியிலேயே அவர் மக்களை வசப்படுத்திவிடுவார். “இனி இந்த வாளே வழக்கு மன்றம், கைகளே சட்டம்.” “கத்தியைத்தான் தீட்டினாயே ஒழிய உன் புத்தியைத் தீட்டவில்லை.”

அண்ணாவின் ‘வேலைக்காரி’ படத்தில் காளி கோயிலில் கே.ஆர்.ராமசாமி பேசும் வசனமே பிற்பாடு வந்த கருணாநிதியின் ‘பராசக்தி’ பட வசனத்துக்கு முன்னோடி எனலாம். அண்ணாவின் வாசிப்பும் அதைத் தமிழ் மண்ணுக்கேற்ப மாற்றும் வல்லமையுமே அவரின் தனித்த அடையாளங்கள். அடையாறு புற்றுநோய் மருத்துவமனையில் நோயின் கடுமைக்கிடையேகூட அவர் மேரி கொரெல்லியின் ‘மாஸ்டர் கிறிஸ்டியன்’ (புரட்சித் துறவி) நாவலைப் படித்துக்கொண்டிருந்தார்.

அதற்காகவே, ‘அண்ணா படித்த கடைசி நூல்’ என்று குறிப்பிட்டே அதை ‘குமுத’த்தில் மொழிபெயர்த்து எழுதினார் ரா.கி.ரங்கராஜன். பெரும் வரவேற்பு பெற்றது அது.

தன் கவிதைகள் குறித்து தாழ்மையான அபிப்பிராயமே கொண்டிருந்தார். ஏனென்றால், அப்போதெல்லாம் யாப்பு அணிசெய்கிற மரபுக் கவிதையே

கவிதை என்கிற காலம். அதனால், அவையடக்கத்தோடு, "பாடுகிறான் அண்ணன் ஒருகவிதையென்று/ பரிவாலே எண்ணிடாதீர் உடன் பிறந்தாரே/ சீர் அறியேன் அணி அறியேன் சிந்தை உந்தும்/ செய்திதனைத் தெரிவித்தேன்: ஆசையாலே" என்கிறார். இன்னும் ஒரு படி மேலே போய் அண்ணா, "எதுகை மோனை எழில் தரும் உவமை/ வசீகர வர்ணனை, பழமைக்கு மெருகு/ இத்தனையும் தேடி எங்கெங்கோ ஓடி/ வார்த்தை முடையும் வலைஞன் அல்ல கவிஞன்" என்று வால்ட்விட்மன் சொன்னதை மொழிபெயர்த்து, அவரைத் தன் கட்சிக்குச் சாட்சியாக அழைக்கிறார். இது அண்ணா புதுக்கவிதை நோக்கி நகர்ந்திருக்கிறாரோ என எண்ணவைக்கிறது. இந்த பாணிக் கவிதையையே கருணாநிதியும் பின்பற்றி பெரும் வெற்றிபெறுகிறார்.

அண்ணா பேசும்போது, மூக்குப்பொடி அதிகம் உபயோகிப்பதாலோ என்னவோ, அவர் அதிகமும் மூக்கினாலேயே பேசுவார். "கெஞ்சிக் கெஞ்சிக் கேட்டாலும் கிஞ்சித்தும் பயனில்லை..." என்பதுபோல அவர் பேசுகிற அழகைக் கேட்டுக்கொண்டே இருக்கலாம். அவர் மேடையில் வைத்து, நாசூக்காக யாரும் அறியாவண்ணம் பொடி போட்டுக்கொள் வதைப் பற்றி மூத்த தோழர்கள் வியந்துகொள்வார்கள். நான் எவ்வளவோ கூட்டங்களில் கவனித்திருக்கிறேன். என்னால் அதைப் பார்க்க முடிந்ததே இல்லை.

மூக்குப்பொடி போடும் நாசூக்கை யார் யார் கவனித்தார்களோ இல்லையோ, கட்சியை அண்ணா நாசூக்காகக் கையாண்ட விதத்தை அகில இந்தியாவும் கவனித்தது. அனைவரிடமும் மாறுபாடின்றி ஒரு சகோதர உணர்வைப் பேணினார். அவருடைய மொழியே இந்த சகோதர உணர்வைக் கொண்டிருந்தது. ஒவ்வொருவரையும் போற்றத்தக்க இடத்தில் இருத்தினார். எம்ஜிஆரைப் பாராட்டுகையில் சொல்வார், "நம்முடைய புரட்சி நடிகரின் திரைப்படச் சாதனைகளை முறியடிக்க ஒரே ஒரு திலகத்தால்தான் முடியும். அது..." என்று ஒரு இடைவெளி கொடுத்துவிட்டு, "அது மக்கள் திலகத்தால் மட்டுமே முடியும்" என்பார் (இரண்டு பட்டங்களுமே எம்ஜிஆருக்கு உரியன). கேட்பவர்கள் ஆனந்தக் கூத்தாடக் கேட்பானேன்!

அப்பாவுக்கும் அண்ணா, பிள்ளைக்கும் அண்ணா

பொதுவாகவே, அண்ணா பல தொடர் போராட்டங்களின் மூலமாகவே ஜனநாயகத்துக்கு எதிரான, சமூக அநீதிக்கு எதிரானவர்களை மக்களுக்கு அடையாளம் காட்டினார். எப்போதுமே தன் போராட்ட பீரங்கிகள், நமுத்துப் போகாமல் உலர்ந்த நிலையிலேயே வைத்திருந்தார். அண்ணல் அம்பேத்கர் 'கற்பி, ஒன்றுசேர், போராடு' என்று சொன்னார் என்றால், அண்ணா அதைச் செய்தார். தமிழ் மக்களைத் தன் பேச்சால், எழுத்தால் கலைத் திறத்தால் ஒன்றுகூட்டினார். அதே திறமைகள் கொண்ட தன் தளபதிகளைக் கொண்டும் ஒன்றுசேர்த்துக் கற்பித்தார். தொண்டர்களைத் தன் அன்பதிகாரத்தால் கட்டிப்போட்டிருந்தவர் போராட்டங்களால்

எதிரிகளைக் கிடுகிடுக்க வைத்தார். ஒட்டுமொத்த தமிழ்ச் சமூகமும் அவரை அண்ணா என்றது.

ஒரு கடிதத்தில் அண்ணா குறிப்பிட்ட வேடிக்கையான ஒரு நிகழ்வை இங்கே சுட்டலாம். அண்ணா சிறையில் இருக்கும்போது நடிகர் எஸ்.எஸ்.ராஜேந்திரன் தன் மகன் ரவியுடன் அவரைப் பார்க்கச் சென்றாராம். அப்போது அந்தச் சிறுவன் சொல்கிறானாம், "அண்ணா இந்தக் கம்பிகளையெல்லாம் உடைத்துவிட்டு வெளியே வந்துவிடுங்கள் அண்ணா!" அடுத்த வரியில் அண்ணா எழுதுகிறார், "நான் அவனுக்கும் அண்ணா, அவனுடைய அப்பாவுக்கும் அண்ணா, இந்த வேடிக்கையை எண்ணிச் சிரிப்பேன் நான்."

அண்ணா அன்பானவர், ஆனால், தலைவனுக்கேயுரிய கண்டிப்பும் உடையவர். அவருடைய வார்த்தைகள்தான் கடைசி என்று சில நேரங்களில் கண்டிப்பும் காட்டுவார். தேர்தல்களில் வேட்பாளராகவோ, கட்சியில் நிர்வாகிகளையோ நியமிக்கும் சூழல் ஏற்படுகையில், அண்ணா தன் தளகர்த்தர்கள் எல்லோரையும் ஒன்றுகூட்டிக் கலந்தாலோசிப்பார். எல்லோரும் ஒத்த கருத்துடன் ஏற்பது மாதிரியான ஒரு பெயர் முடிவானால் சரி. அப்படியல்லாமல் எப்போதாவது அபிப்பிராய பேதம் நீடித்தால், ஒன்றும் சொல்லாமல் எழுந்து போய்விடுவார். தேர்தல் அன்று மூடி முத்திரையிட்ட ஒரு காகித உறையை அனுப்புவார். அதில் யார் பெயர் எழுதியிருக்கிறதோ அவரே இறுதியானவர். யாரும் மூச்சுக் காட்ட மாட்டார்கள் அதற்குப் பின். திமுக ஆட்சிக்கு வந்தால், 'ரூபாய்க்கு ஒரு படி அரிசி' என்றுதான் அண்ணா முதலிலிருந்தே சொல்லிவந்தார். அது எதிர்க்கட்சி மேடைகளில் ரூபாய்க்கு மூன்று படி என்று திரித்துக்கூறப்பட்டு, ஒரு உண்மைபோல சிருஷ்டிக்கப்பட்டது. அண்ணா பார்த்தார், அதையே பெரும் முழக்கம் ஆக்கினார் "மூன்று படி லட்சியம், ஒரு படி நிச்சயம்."

செகம் பூரா ஆளலாமே, திரும்பி நல்லாச் சாகலாமே!

பெரியாரின் பல கனவுகளை நடைமுறைச் சாத்தியமாக்க அண்ணாதான் விதைகளை ஊன்றினார். அந்த விதைகளே தரு நிழலாகி, அவருக்குப் பின்னும் அரை நூற்றாண்டுக் காலமாக அவர் பெயரைச் சொல்லுகிறவர்களே தமிழ்நாட்டை ஆள முடியும் என்ற நிலையை இன்று உருவாக்கி இருக்கிறது. அவர் இன்னும் சில காலம் உயிருடன் இருக்க நேர்ந்திருந்தால் என்னென்னவோ நடந்திருக்கும். ஆனால் அவரை, சாவு வாரிக்கொண்டு போய்விட்டது. தமிழ்நாட்டின் சாமானிய மக்கள் இதை நன்றாகவே உணர்ந்திருந்தார்கள்.

எங்கள் திருநெல்வேலிப்பக்கம் துக்க வீட்டில், ஒரு பாடல் பாடுவார்கள், "செவ்வந்திபோல் இருந்தியளே, சிரிக்காமச் சொல்லாமப் போறீயளே... செகம் பூரா ஆளலாமே, திரும்பி நல்லாச் சாகலாமே" என்று. அண்ணா மறைந்த அன்று அந்தப் பாடல் ஒலித்தபோது அந்தப் பாடலே அவருக்காகப் புனையப்பட்டதாகத் தோன்றியது! ❍

■ சமஸ்

நவீன அரசியலில் தமிழ்நாடு எழுச்சி பெற்ற நூற்றாண்டின் சாட்சியங்களில் ஒருவர் பேராசிரியர் ஆ.சிவசுப்பிரமணியன். நம் காலத்தின் முக்கியமான சமூகவியல் ஆய்வாளர்களில் ஒருவரும் இடதுசாரி அறிவுஜீவியுமான சிவசுப்பிரமணியன் தமிழ்நாட்டின் வெகு மக்களுக்கு எப்படி ஜனநாயகத்தைக் கற்பிப்பதாகவும் வளர்த்தெடுப்ப தாகவும் அண்ணாவின் அரசியல் இருந்தது என்பதையும் திராவிட இயக்கம் எப்படி இங்கே ஒரு அறிவொளியை உண்டாக்கியது என்பதையும் மிக விரிவாகப் பேசினார். பேட்டியின் சுருக்கமான வடிவம் இது.

● அண்ணாவின் காலத்துக்குக் கொஞ்சம் முன்பிருந்து நாம் கதையைத் தொடங்கலாமா?

அரசியல், ஜனநாயகம் இவையெல்லாம் வெகுமக்களுக்குப் புதிதுதானே! சுதந்திர இந்தியாவில்தான் சாமானியருக்கு ஓட்டுரிமை வழங்கப்பட்டது. சரியாக, ஜனவரி 26, 1950-ல் இந்தியா குடியரசாகிறது; நான்கு மாதங்களுக்கு முன்னால் செப்டம்பர் 17, 1949 அன்று திமுக பிறக்கிறது. முதல் தேர்தலில் திமுக போட்டியிடவில்லை, 1957-ல் நடந்த இரண்டாவது தேர்தலில்தான் அது போட்டியிட்டது என்றாலும் ஒரு முழு அரசியல் கட்சிக்கான ஆகிருதியோடுதான் முன்பிருந்தே அது நடந்துகொண்டது. பேச்சு, எழுத்துக்கு அது தீவிரமான கவனம் கொடுத்தது.

என்னுடைய சிறுவயது நினைவிலிருந்து சொல்கிறேன். திருநெல்வேலியில் அப்போதே மாணவர்கள் மத்தியில் திராவிட இயக்கப் பத்திரிகைகளுக்குப் பெரிய செல்வாக்கு இருந்தது. ‘திராவிட நாடு’, ‘முரசொலி’, ‘நம் நாடு’, ‘மன்றம்’, ‘தென்றல்’, ‘இன முழக்கம்’, ‘போர்வாள்’ இப்படி நிறையப் பத்திரிகைகள் வரும். பள்ளிக்கூட

தமிழ்நாட்டில் அறிவியக்கத்தின் மூலம் ஜனநாயகத்தைப் பரவலாக்கியவர்

ஆ.சிவசுப்பிரமணியன் பேட்டி

மாணவர்களே சொந்தக் காசிலிருந்து 'திராவிட நாடு' வாங்கும் அளவுக்கு அந்தக் காலகட்டத்தில் அண்ணாவுக்கு ஒரு மவுசு இருந்தது. வாங்குவது மட்டுமல்ல; மனப்பாடமே செய்துவிடுவார்கள். அண்ணாவின் மொழி நடையும் இயல்பாகவே மனப்பாடமாகும். நான் பத்தாம் வகுப்பு படித்தபோது என்று நினைக்கிறேன். சிலப்பதிகாரத்தைப் பற்றி தேர்வில் ஒரு கேள்வி வந்தது. 'சேரநாடு செந்நெல்லும் செங்கரும்பும் செழித்து வளர்ந்து வளம் கொஞ்சும் நாடு... எழிலுறத் திகழும் பொழில்கள், அப்பொழில்களைச் சுற்றி அடுக்கடுக்கான மாளிகைகள். அம்மாளிகை களின் உள்ளே கலகலவென ஒலியெழுப்பிக் களிப்படையும் காரிகைகள், இத்தனையும் படைத்துச் செல்வத் திருநாடாய் இன்பத் திருவீடாய் இருந்தது சேர நாடு...'' இப்படி! (கடகடவென ஒப்பிக்கிறார்)

விடைத்தாள் கொடுக்கும்போது ஆசிரியர் என்னை அழைத்தார். எனக்கோபயம். "திராவிட நாட்டைப் படிச்சி மனப்பாடம் பண்ணுனியா?" என்றார். தலையாட்டினேன். விடைத்தாளைக் கையில் கொடுத்து விட்டார். இப்படி ஆசிரியரும் மாணவரும் ஒன்றுபோல் படிக்கும் சூழல் அன்றிருந்தது. பேச்சுப் போட்டி என்றால், திமுக பாணியில்தான் மாணவர்கள் பேசுவார்கள். நாடகப் போட்டி என்றால் அண்ணா, கருணாநிதி எழுதிய நாடக வசனங்களைத்தான் பேசினார்கள். பொதுவாக, அந்நாட்களில் மூன்று இயக்கங்கள் மாணவர்களிடம் செல்வாக்குப் பெற்றிருந்தன. பெரிய அளவில் திமுக, சிறு துளி மாதிரி தமிழரசுக் கழகம், இரண்டுக்கும் நடுவே பொதுவுடமை இயக்கம். காங்கிரஸுக்குப் பெரியவர்கள் மத்தியில் இருந்த செல்வாக்கு, மாணவர்கள் மத்தியில் இருந்ததாகச் சொல்ல முடியாது. பெரியாருக்குத் தீவிர ஆதரவாளர்கள் இருந்தார்கள். அதேசமயம், அது பெருங்கூட்டம் என்று சொல்ல முடியாது. திராவிடர் கழகத்தின் வளர்ச்சியிலேயே அண்ணாவுக்குப் பங்கிருந்தது.

தமிழ் உணர்வு, சமத்துவம் இவற்றை மட்டும் பேசாமல் ஏனையோர் பேசத் தயங்கிய சமூக நீதியையும், பகுத்தறிவுக் கோட்பாட்டையும் திராவிட இயக்கப் பத்திரிகைகள் பேசின. கடவுளையே விமர்சிக்கலாம் என்ற சூழலை உருவாக்கியதன் மூலம், எதையும் விமர்சிக்கலாம் என்று கருத்துச் சுதந்திரத்தின் எல்லையை விரிவுபடுத்தின.

ஒரு சரியான தருணம் முகிழ்ந்தபோது சமூக மறுமலர்ச்சி இயக்கமான அதிலிருந்து அரசியல் இயக்கத்தை உருவாக்கிய அண்ணா, அரசியல் களத்தை முழுவதுமாகத் தனதாக்கிக்கொண்டார். திமுக கூட்டங்களிலும் சரி, பத்திரிகைகளிலும் சரி, பெரிய வசீகரம் தமிழ்.

தமிழ்நாட்டின் அறிவியக்கத்தில் பொதுவுடமை இயக்கம், தனித்தமிழ் இயக்கம் இவற்றினூடாக திராவிட இயக்கம் – குறிப்பாக, அண்ணாவின் திமுக – செய்த முக்கியமான மாற்றம் என்று எதைச் சொல்வீர்கள்? நவீன தமிழ்ச் சமூகத்தின் பரிணாம வளர்ச்சியில் அண்ணா நடத்திய அறிவியக்கம் எத்தகைய மாற்றங்களை உண்டாக்கியது?

திராவிட இயக்கம்தான் தன்மான உணர்வை அடித்தட்டு மக்கள் வரை கொண்டுசேர்த்தது. எங்கள் கிராமத்தில் ஒரு சின்ன அக்ரகாரமுண்டு. ஆனாலும், 'சூத்திரர்கள்' என்ற வார்த்தையை நான் கேட்டதில்லை. நான்காம் வகுப்பு படிக்கையில் சென்னை மயிலாப்பூர் கோயிலுக்குப் போனபோதுதான் முதல் முறையாக 'சூத்திரா ஒத்திக்கோ' என்று பிராமணர்கள் சொல்லக் கேட்டேன். விதவை மாமிகள் அப்படிச் சொல்லிக்கொண்டே வந்தார்கள். அப்போது அதற்கு எனக்கு என்ன அர்த்தம் என்று தெரியவில்லை. அப்பாவிடம் கேட்டேன். "சூத்திரர் என்றால் பிராமணர் அல்லாதவர்" என்று சுருக்கமாகச் சொல்லிக் கடந்துவிட்டார். ஆனால், படிக்கப் படிக்க சாதியின் பின்னுள்ள அரசியல் புரிபட்டது. "சூத்திரன் என்றால் தேவடியா மகன்னு அர்த்தம்டா. யாராச்சும் சூத்திரன்னு சொன்னா, யார்டா தேவடியா மகன்னு எதிர்த்துக் கேளு" என்று பெரியார் அன்று சொன்னது நேரடி அர்த்தப்பாட்டுக்குப் பொருத்தமற்றதாக இருக்கலாம்; ஆனால், அவ்வளவு சாதிய இழிவுகள் அன்று பிராமணரல்லாதோர் மீது சுமத்தப்பட்டிருந்தன. இன்றைக்கு யாருமே 'சூத்திரா ஒத்திக்கோ' என்று சொல்ல மாட்டார்கள்; திராவிட இயக்கத்தின் விளைவு அது. அதேபோலதான் புராணம் என்ற பெயரிலான மூடநம்பிக்கைகளையும் அதை அடிப்படையாகக் கொண்டு நடந்த ஊழல் சமூக அமைப்பையும் கேள்வி கேட்கவைத்தார் பெரியார். பேச்சு வழியாக மட்டும் அல்லாமல், இதையெல்லாம் பத்திரிகைகள், சிறு பிரசுரங்கள் வழியாகவும் பேசியது திராவிட இயக்கம். மேலைச் சிந்தனையாளர்களையும் தமிழுக்கு அறிமுகப்படுத்தியது. ஆக, திராவிட

இயக்கப் பத்திரிகைகளின் முக்கியமான அம்சம் என்னவென்றால், அவை தமிழ் உணர்வு, சமத்துவம் இவற்றை மட்டும் பேசாமல் ஏனையோர் பேசத் தயங்கிய சமூக நீதியையும், பகுத்தறிவுக் கோட்பாட்டையும் பேசின. கடவுளையே விமர்சிக்கலாம் என்ற சூழலை உருவாக்கியதன் மூலம், எதையும் விமர்சிக்கலாம் என்று கருத்துச் சுதந்திரத்தின் எல்லையை விரிவுபடுத்தின. பத்து, பன்னிரெண்டு வயதுப் பையன்கள் எல்லாம் தீவிரமான பத்திரிகைகளைப் படிக்கும் சூழல் இந்தப் பின்னணியில்தான் ஏற்பட்டது.

பெரியார் காலத்திலேயே திராவிட இயக்கக் கூட்டங்களில் முக்கிய அம்சமாக, புத்தக விற்பனை வந்துவிட்டது. புத்தகங்களை விற்றுவிட்டு தான் பெரியார் பேச்சையே தொடங்குவார். இன்றைய புத்தகங்களின் பின் அட்டையில் அதைப் பற்றிய சிறு குறிப்பு எழுதுகிறோம் இல்லையா, அந்த மாதிரி புத்தகத்தைப் பற்றிச் சுருக்கமாக சின்ன அறிமுகத்தைச் சொல்லிவிட்டு, "இந்தப் புத்தகத்தின் விலை ரெண்டணா. இந்தக் கூட்டத்தில் ஒன்றரையணாவுக்குக் கொடுக்கிறேன்" என்பார். அதைப் பகுத்தறிவாளர்கள் மட்டுமில்லை, ரொம்ப வைதீகமான ஆட்கள்கூட வாங்குவார்கள். கூட்டத்துக்கு நடுவே புத்தகங்களைச் சுமந்துகொண்டு வந்து திராவிட இயக்கத்தினர் விற்பார்கள். அதேபோல, ஒரு விஷயத்தைப் பேசும்போது ஆதாரபூர்வமாகப் பேசுகிறோம் என்பதை உணர்த்துவதற்காக சம்பந்தப்பட்ட புத்தகத்தைக் காட்டி, அதில் உள்ள பகுதியைப் பக்க எண் குறிப்பிட்டு வாசிக்கும் பழக்கத்தையும் பெரியார் கொண்டுவந்து விட்டார். ஆக, புத்தக வாசிப்பின் மேல், அறிவின் மேல் ஒரு பசியை உண்டாக்குவது என்பது பெரியார் காலத்திலேயே திராவிட இயக்க மேடைகளில் தொடங்கிவிட்டது. வாசிப்பின் மீதான ஆர்வத்தை அடுத்து எழுத்தின் மீதான ஆர்வம் எல்லோரையும் தள்ளியது.

அண்ணா தலையெடுத்த பின் அவரை முன்னுதாரணமாகக் கொண்ட ஒவ்வொருவரும் மேடைப் பேச்சும், பத்திரிகை எழுத்தும் அரசியலுக்கான தகுதிகள் என்பதுபோல உணரலானர். ஆளாளுக்குப் பத்திரிகைகளைத் தொடங்கினர். இது திராவிட இயக்க இதழ்களின் எண்ணிக்கையை விஸ்வரூபம் எடுக்கவைத்தது. சுமார் 400-க்கும் மேற்பட்ட பத்திரிகைகள் திராவிட இயக்கத்தவரிடமிருந்து மட்டும் அப்போது வந்தன. தனித்தமிழ் இயக்கம் சார்பில் வெளிவந்த முதல் பத்திரிகை, பெருஞ்சித்திரனார் நடத்தி கடலூரிலிருந்து வெளிவந்த 'தென்மொழி'; முக்கியமான பத்திரிகை. போலவே இளைஞர்களுக்காக 'தேன்சிட்டு' என்று நடத்தினார்கள். பிறகு லெனின் தங்கப்பா போன்றவர்கள் மாவட்டத்துக்கு ஒரு பத்திரிகையை நடத்தினார்கள். ஆனால், அது பெரிய மக்கள் இயக்கமாக மாறவில்லை. பொதுவுடைமை இயக்கத்தில் முதலில் 'ஜனசக்தி' வந்தது. 1958 டிசம்பரில் 'தாமரை' முதல் இதழ் வந்தது. தொழிலாளர்கள் காத்திருந்து வாசிக்கும் இதழாக 'ஜனசக்தி' இருந்திருப்பதைப் பார்த்திருக்கிறேன். மாணவர்கள் மத்தியில் திராவிட இதழ்கள் போன அளவுக்கு எதுவும் போகவில்லை. பொதுவுடைமை இயக்கம் ஆகட்டும்; ஏனைய இயக்கங்கள் ஆகட்டும்;

டீக்கடைகள், சைக்கிள் கடைகள், சலூன்கள் என்று திராவிட இயக்கப் பத்திரிகைகளை வாய்விட்டு ஒருவர் வாசிக்க... ஏனையோர் கேட்கும் சூழல் இருந்தது. எல்லாமுமாகச் சேர்ந்து சாமானியர்கள் மத்தியில் அரசியல் மீதான ஒரு ஈர்ப்பையும் மதிப்பையும் நம்பிக்கையையும் உண்டாக்கின.

தனிநபர்கள் பத்திரிகைகள் நடத்துவதற்கு நிறையக் கட்டுப்பாடுகள் இருந்தன. அவரவர் இஷ்டப்படி நடத்துகிறார்கள் என்று தடை போட்டார்கள். ஆனால், அண்ணா எல்லா கருத்து முரண்பாடுகளையும் விவாதங்களையும் அனுமதித்தார். பத்திரிகைகளின் எண்ணிக்கை அதிகரித்ததோடு, ஒரு குறிப்பிட்ட பிரச்சினையில் எதிர்த் தரப்பினரின் வாதத்தையும் திராவிட இயக்கத்தினரின் வாதத்தையும் ஒன்றாகப் பிரசுரித்து 'எழுத்துப் போர்' என்றெல்லாம் சிறுவெளியீடுகளை நடத்தும் கலாச்சாரம் உருவானது. ஊருக்கு ஊர் பூங்காக்கள் தொடங்கி டீக்கடைகள், சைக்கிள் கடைகள், சலூன்கள் வரை திராவிட இயக்கப் பத்திரிகைகளை வாய்விட்டு ஒருவர் வாசிக்க... ஏனையோர் கேட்கும் சூழல் இருந்தது. எல்லாமுமாகச் சேர்ந்து சாமானியர்கள் மத்தியில் அரசியல் மீதான ஒரு ஈர்ப்பையும் மதிப்பையும் நம்பிக்கையையும் உண்டாக்கின. ஏனைய கட்சிகளிடமும் தாக்கத்தை உண்டாக்கின.

● **தமிழ்நாட்டின் அரசியல் மேடைகளை அண்ணா எந்த வகையில் மாற்றியமைத்தார்?**

மேடைகளின் வடிவம் எனக்கு நன்றாக ஞாபகம் இருக்கிறது. 1950-களில் எல்லா கட்சி மேடைகளும் ஒரே மாதிரியாக, எளிமையாக இருந்தன. ஒரு பிளாட்பாரம், ஒரு சின்ன ஏணியுடன் மேடைகள் இருக்கும். மேலே மேற்கூரை இருக்காது. பக்கவாட்டில் இரண்டு கம்பு, மேலே இரண்டு கம்பு. மொத்தம் ஐந்தாறு டியூப் லைட் அவ்வளவுதான். மின் விசிறிகூட இருக்காது. இரவில் ஒரு கட்டத்துக்கு மேல், நிறைய பூச்சிகள் வந்து விழும். இதற்காகவே விளக்கருகே எண்ணெய்த்தாளைத் தொங்கவிட்டிருப்பார்கள்.

பெரியாரிடம் ஒரு ஈர்ப்பு சக்தி இருந்தது. தள்ளாத வயதிலும் தொடர்ந்து ஊர் ஊராகப் போய் கூட்டம் பேசினார். அவருடைய நேர்மையை எல்லா தரப்புகளிலும் ரசிப்பவர்கள் இருந்தார்கள். சிதம்பரத்தில் நான் படித்துக் கொண்டிருந்த காலகட்டத்தில் ஒரு கூட்டம். பெரியார் பேசிக் கொண்டிருக்கும்போதே மின்சாரம் போய்விட்டது. சட்டென்று ஒரு கமென்ட் அடித்தார், "பார்ப்பனர்களை விமர்சிக்க ஆரம்பிச்சா, கரென்ட் கூடப் போயிடுது. என்ன செய்ய? நம்மாள் போஸ்ட்ல ஏறி இறங்குனாலும் சுவிட்ச் இன்னமும் பார்ப்பனர்கள் கையிலதானே இருக்கு?" கூட்டம் விழுந்து விழுந்து சிரிக்கும். கூட்டத்தில் பங்கேற்ற பிராமணர்களும் கூடத்தான்!

அப்புறம் பெரியார் பேச்சின் இன்னொரு விசேஷ அம்சம் என்னவென்றால், எந்த ஊரில் அவர் பேசினாலும், கொஞ்சம் உள்ளூர் விஷயங்களையும் எடுத்துக்கொள்வார். திருநெல்வேலியில் கூட்டம் என்றால், நெல்லையப்பர் திருவிழாவின் மோசமான புராணக் கதைப் பின்னணியைச் சொல்லித் திட்டுவார். நெல்லையப்பர் மானூர் என்ற ஊரில் எழுந்தருள்வதற்கு வைப்பாட்டி வீட்டுக்குப் போவதாக ஒரு கதை உண்டு. "வைப்பாட்டி வீட்டுக்குப் போகுது சாமி. முட்டாப் பசங்களா, அதுக்கு விழாவா?" என்று திட்டுவார். ஆனால், சிரிச்சுக்கிட்டே மக்கள் கேட்டுக்கொள்வார்கள். காங்கிரஸில் விபூதி வீரமுத்து என்று ஒருவர் இருந்தார். பெரியார் படத்தைக் கையில் வைத்துக்கொண்டு பொதுக் கூட்ட மேடையில் நின்றபடி, "செருப்பால் அடிப்பேன்" என்பார். சொன்னபடியே, பெரியார் படத்தைச் செருப்பால் அடிக்கவும் செய்வார்; பெரியார் படத்தைக் கொளுத்தவும் செய்வார். பெரியார் எந்த அதிர்ச்சியும் அடையவில்லை. "நானே நிறைய படம் அடிச்சி வெச்சிருக்கேன். என்கிட்டயே வாங்கிக்கோ" என்று இயல்பாய்ச் சொல்வார். கூட்டம் இதையெல்லாம் வெகுவாக ரசிக்கும்.

அந்தக் காலத்தில் அரசியல் கூட்டம் நடந்தால், பார்வையாளர்களிடம் இருந்து கேள்விகள் எழும். எப்படியென்றால், துண்டுச்சீட்டில் கேள்வியை எழுதி தலைவருக்குக் கொடுத்தனுப்புவார்கள். பெரியார் இப்படியான கேள்விகளுக்குப் பதிலளிப்பதில் ஆர்வமாக இருப்பார். பாளையங் கோட்டையில் ஒரு கூட்டத்தில் திமுககாரரர் ஒருவர், பெரியாரிடம் ஒரு கேள்வியைக் கேட்டிருந்தார். "தந்தை பெரியார் அவர்களே, எங்கள் தலைவர் அண்ணா புத்தியைத் தீட்டச் சொல்கிறார்; நீங்களோ கத்தியைத் தீட்டச் சொல்கிறீர்கள். இதிலிருந்தே இரண்டு பேருக்குமுள்ள வேறுபாடு தெரிகிறதல்லவா?" கேள்வியை முழுமையாக வாசிக்கும் பெரியார், "இப்படி ஒருத்தர் கேள்வி கேட்டிருக்கார். ஏன்யா, எவன் எவனுக்கு எது எது பஞ்சமோ அதைத்தானே தீட்டணும்!" என்று போகிறபோக்கில் அடித்துவிட்டுப் போய்விடுவார். அப்போது சிரித்தேன். பல வருடங்கள் கழித்து யோசித்தபோது, அந்த ஆள் திமுகவில் இருந்தாலும் பெரியாருக்கு எவ்வளவு மரியாதை கொடுத்து, 'தந்தை பெரியார் அவர்களே...' என்று கேள்வி கேட்டிருக்கிறார்; இந்த மரியாதையை எப்படி திமுகவினரிடம் அண்ணா உருவாக்கினார் என்று யோசித்திருக்கிறேன்.

அரசியல் மேடைப் பேச்சுகளை வெறும் பிரஸ்தாபமாக அல்லாமல், இலக்கிய நடையோடும் புள்ளிவிவரங்களோடும் பேசும் தீவிரமான இடமாக அண்ணா உருமாற்றினார்; தமிழின் பெருமையையும் தமிழர்களின் வீழ்ச்சியையும் மேடைப் பேச்சின் மையத்துக்குக் கொண்டு வந்தார். நிறையப் புள்ளிவிவரங்களைப் பேச்சில் தருவார். தமிழ்நாடு எந்தெந்த விஷயங்களிலெல்லாம் புறக்கணிக்கப்படுகிறது என ஆதார பூர்வமாகப் பெரிய பட்டியலே போடுவார் (இதை மீண்டும் சிந்திக்கும் காலத்தில் இன்றைக்கு இருக்கிறோம்). அவருடைய இயக்கத்துக்கு அப்பாற்பட்ட ஆட்களும் பங்கேற்கும் கூட்டங்களாக அண்ணாவின்

கிராமத்து மேடைகளில் பொருளாதாரத்தை எளிமையாகப் பேசினார் அண்ணா. மாணவர்கள் மத்தியில் அதை மேலும் விரிவாக்கினார். அறிவுஜீவிகள் மத்தியிலான விவாதத்துக்கான தேவையை உணர்ந்து ஆய்வுக் கட்டுரைகளாக எழுதியபோது அதைப் புத்தகமாக்கினார். ஒரே விஷயத்தை வெவ்வேறு தளங்களில், வெவ்வேறு ஆழத்தில் விரிவாக அவரால் விவாதிக்க முடிந்தது.

கூட்டங்கள் அமைந்தன. நட்சத்திரப் பேச்சாளர் என்றால், அவர்தான். அண்ணா கூட்டங்களுக்கு வெள்ளம்போல மக்கள் வருவார்கள்.

எங்கள் அப்பா நேரு பக்தர். நேரு இறந்தபோது இரு நாட்கள் அவர் சாப்பிடவில்லை. அப்படி ஒரு நேசம். வரலாற்று ஆர்வம் காரணமாக, நேரு எழுதிய 'உலக சரித்திரம்' புத்தகத்தை 'புக்ஸ் இண்டியா' கம்பெனியில் வாங்கினேன். அந்தப் புத்தகத்தை ரூ.5, ரூ.7.50 என்று இரண்டு தரத்தில் வெளியிட்டிருந்தார்கள். நான் ஐந்து ரூபாய் பதிப்பை வாங்கி வந்தபோது, என்னுடைய அப்பா "பைண்டட் வால்யூம் வாங்கிவா" என்று சொல்லிக் கூடுதலாகக் காசு கொடுத்தார். அந்தப் புத்தகத்தைப் படித்த பிறகு, "எப்படி இருக்கிறது?" என்று கேட்ட அப்பாவிடம், "அண்ணாவின் பேச்சு இதற்கு இணையானது" என்று சொன்னபோது, அவரது கடுமையான கோபத்துக்கு ஆளானேன். ஆனால், அதுதான் உண்மை. மாசிடோனியா என்ற நாட்டின் பெயரே அண்ணாவின் பேச்சின் மூலம்தான் எனக்குத் தெரியவந்தது.

நேருவின் அரசியல், அவரது ஆதரவாளர்கள் எல்லாவற்றிலும் மேட்டுக்குடித்தன்மை உண்டு. ஆனால், அண்ணா கீழ்நிலை மக்களிடம் அதைக் கொண்டுசென்றார். நேருவின் வாழ்க்கைச் சூழல், பொருளாதாரச் சூழல், உலக அனுபவங்கள் இது எதுவும் அண்ணாவுக்குக் கிடையாது. ஆனால், நேருவின் இடத்தை சிந்தனையில் எட்டிப்பிடித்தவர் அண்ணா. ஐரோப்பியப் பண்பாட்டு ஆய்வாளர் ஒருவர் - 'ஸ்கூல் ஆஃப் ஓரியன்டல் ஆப்ரிக்கன்ஸ்' அமைப்பில் செயல்பட்டவர் - ஒரு பொதுப் பேச்சுக்கும் ஆய்வுக் கட்டுரைக்கும் உள்ள தொடர்பை அற்புதமாக வரையறுக்கிறார். அதைப் படித்தபோது எனக்கு அண்ணாவின் 'பணத்தோட்டம்' நினைவு தான் வந்தது. காலனிய கால வங்கிகள், காப்பீட்டு நிறுவனங்கள், முதலீடுகளைத் துல்லியமாகப் பட்டியலிட்டு, தெற்கின் மக்கள் முதலீடுகள் எப்படி வடக்கின் தொழில் முதலீடுகளாக மடைமாற்றப் படுகிறது என்பதை விவாதிக்கும் புத்தகம் அது. கிராமத்து மேடைகளில் அவர் பொருளாதாரத்தை எளிமையாகப் பேசினார். மாணவர்கள் மத்தியில் சென்றபோது அதை மேலும் விரிவாக்கினார். அறிவுஜீவிகள் மத்தியிலான விவாதத்துக்கான தேவையை உணர்ந்து ஆய்வுக் கட்டுரை களாக எழுதியபோது அதைப் புத்தகமாக்கினார். ஒரே விஷயத்தை

வெவ்வேறு தளங்களில், வெவ்வேறு ஆழத்தில் விரிவாக அவரால் விவாதிக்க முடிந்தது.

இரவில் வெகுநேரம் படிப்பது, எழுதுவது; காலையில் தாமதமாக எழுந்திருப்பது; ஒரே நாளில் பல கூட்டங்களில் பங்கேற்பது என்ற பழக்கம் அண்ணாவிடம் இருந்தது. இது உண்டாக்கிய குறைபாடு என்னவென்றால், கூட்டத்துக்குச் சரியான நேரத்துக்கு அண்ணா வர மாட்டார். குறைந்தபட்சம் இரண்டு மணி நேரம், மூன்று மணி நேரம் தாமதமாகும். அதனால், அண்ணா வரும் வரை கூட்டத்தைத் தக்கவைக்க இயக்கப் பாடல்கள், நாடகம் போன்ற கலை வடிவங்களைத் திமுகவினர் மேடையில் புகுத்தினார்கள். கூடவே, கட்சியின் உள்ளூர் தலைவர்களுக்கு அந்த நேரத்தில் பேச வாய்ப்பளிக்கும்படி அண்ணா சொன்னார். மேடையில் அவர் உண்டாக்கிய இன்னொரு கலாச்சாரம், கூட்டத்துக்குப் பங்களித்தவர்கள் ஒவ்வொருவரையும் பெயர் சொல்லி விளித்து அங்கீகரிப்பது. 'நாவலர் நெடுஞ்செழியன் அவர்களே', 'கலைஞர் கருணாநிதி அவர்களே' என்று ஆரம்பித்து, கட்சியின் சாதாரண நிர்வாகிகள் வரை 'பழக்கடை பாண்டி அவர்களே', 'பூக்கடை முருகன் அவர்களே' என்று எல்லோரையும் விளிப்பார்கள். இது சாமானிய மக்களிடத்திலே ஒரு பெரிய அங்கீகாரமாக அமைந்தது. அதுவரை எந்தக் கட்சியிலும் இது கிடையாது; பெரியாரிடத்திலும்கூடக் கிடையாது. மேடையில் துண்டு போர்த்தும் கலாச்சாரத்தின் மூலம் சாதிகளுக்கு அப்பாற்பட்டு ஒருவரையொருவர் கட்சியின் பெயரால் அணைத்துக்கொள்ளும் கலாச்சாரத்தையும் அண்ணா ஊக்குவித்தார். இவையெல்லாம் திமுகவைத் தாண்டியும் எல்லா கட்சி மேடைகளையுமே மேலும் ஜனமயப்படுத்தின!

○

கட்சியிலும் ஆட்சியிலும் சகோதரத்துவம்

அண்ணாவுக்குப் பின்தான் தமிழ்நாட்டில் அரசியல் தலைவர்களை உறவு சொல்லி விளிக்கும் கலாச்சாரம் பரவலானது. 'ஐயா', 'சாமி' என்றெல்லாம் அதுவரை அழைக்கப்படுபவர்களாக இருந்தனர் தலைவர்கள். இயக்கத்தினரை முற்பகுதியில் 'தோழர்' என்றும் பிற்பகுதியில் 'தம்பி' என்றும் குறிப்பிடலானார் அண்ணா. இது அவரை எல்லோரும் 'அண்ணா' என்று அழைக்க வழிகோலியது. அடுத்தடுத்து வந்த திராவிடக் கட்சிகளின் தலைவர்களான கருணாநிதி 'உடன்பிறப்பு' என்றும், எம்ஜிஆர் 'ரத்தத்தின் ரத்தங்களே' என்றும் அழைக்க திராவிடக் கட்சிகளில் கீழ்மட்டம் வரை அது பரவலானது. பிற்பாடு ஜெயலலிதாவைக் காட்டிலும் வயதில் மூத்த பெண்களும்கூட இயல்பாக அவரை 'அம்மா' என்றே நம்மூரில் அழைத்த ஆச்சரியப் பின்னணி இதுதான்!

■ தே.ஆசைத்தம்பி

தமிழ்ப் பண்பாட்டுக் களத்தில் மிகவும் முக்கியமான ஆளுமை தங்க.ஜெயராமன். அண்ணாவுக்கு முந்தைய முதல்வரான பக்தவத்சலத்தின் சிஷ்யர். பக்தவத்சலத்தின் இறுதிக்காலம் வரை அவருடன் அன்றாட உறவில் இருந்த குடும்ப நண்பரும்கூட. அண்ணாவின் ஆளுமையை எதிர்த்திசையில் நின்று பார்த்தவர் தன் நினைவுகளைப் பகிர்ந்துகொண்டார்.

● ***அண்ணா பற்றி பக்தவத்சலம் எத்தகைய மதிப்பீட்டைக் கொண்டிருந்தார்?***

தத்துவார்த்தரீதியாக இருவரும் எதிரெதிர் நிலையில் நின்றார்களே தவிர, இருவருமே பரஸ்பரம் நன்மதிப்பைக் கொண்டிருந்தார்கள்.

● ***அண்ணாவை நீங்கள் எப்போது முதன்முதலில் பார்த்தீர்கள்? ஏன் அவர் உங்களை ஈர்க்கவில்லை?***

மன்னார்குடி தேரடியில் நடந்த கூட்டத்தில் அண்ணாவின் பேச்சை முதன்முதலில் கேட்டேன். ஈர்க்கவில்லை என்று சொல்ல முடியாது. எவரையும் ஈர்க்கக்கூடிய பேச்சு அவருடையது. ஏற்கெனவே காங்கிரஸ் சார்ந்த ஈர்ப்போடு நான் இருந்ததால் அண்ணாவின் பின் செல்லவில்லை.

● ***தமிழ் மேடைப் பேச்சுப் பண்பாட்டில் அண்ணா உண்டாக்கிய மாற்றம் என்று எதைச் சொல்வீர்கள்?***

திராவிட இயக்கத்துக்குள் அவர் உண்டாக்கிய மாற்றம் என்றால், அண்ணாவின் பேச்சுக்குப் பிறகுதான் அந்த இயக்கத்துக்கு அப்பாற்பட்ட பொதுமக்கள் அலை அலையாகக் கூட்டத்துக்கு வர ஆரம்பித்தனர். மன்னார்குடியில் அந்நாட்களில் திராவிட இயக்கத்தினரின் கூட்டங்களை ஊருக்குள் நடத்த அனுமதிக்க மாட்டார்கள். பாமணி ஆற்றங்கரைக்கு

மேடைப் பேச்சைக் கலையாக்கியவர்

தங்க.ஜெயராமன் பேட்டி

அப்பாலுள்ள திறந்தவெளியில்தான் நடக்கும்; கூட்டமும் ஆயிரத்துக்குள் தான் அடங்கும். மாலையில் பேசும் பேச்சாளரைக் காலையில் நகரின் கடை வீதி வழியே குதிரையில் வைத்து ஊர்வலமாக அழைத்துச் செல்வார்கள் – அப்போதுதான் கூட்டம் மக்களுக்குத் தெரியவரும் என! அண்ணாவுக்கு வந்த பெருங்கூட்டம் இதையெல்லாம் உடைத்துப் போட்டது; அவர் ஒரு சகாப்தம்தான். தமிழ் மேடைப் பேச்சைப் பொறுத்தவரை ஏற்கெனவே அதற்கு ஒரு நீண்ட மரபு இருந்தது. சத்திய மூர்த்தி வரை அதற்குப் பங்களித்திருக்கிறார்கள். வீட்டில் பேசுவதுபோல மேடையில் பேச மாட்டார்கள். முன்தயாரிக்கப்பட்டது போன்ற – தேர்ந்தெடுக்கப்பட்ட சொற்களுடன் அமைந்த, எழுதி மனப்பாடம் செய்யப்பட்டதுபோன்ற – உரையாகவே அது இருக்கும். இந்த மரபின் உச்சத்தைத் தொட்டவர் அண்ணா. மேடைப் பேச்சை ஒரு கலையாக, இன்னும் சொல்லப்போனால் ஒரு நுண்கலையாக அண்ணா மாற்றினார். பழந்தமிழ் இலக்கியமும் நவீன தத்துவ விசாரங்களும் புள்ளிவிவரங்களும் அடங்கிய அவருடைய உரைகள், பாமரரும் கேட்கத் தக்கதாகவும், கேட்கும் போது ஒரு உச்சாடனம்போலவும் அமைந்தது மாயாஜாலம்தான். இன்றைக்கெல்லாம் மேடையில் இயல்பாகப் பேசும் நடைக்கு நாம் மாறிக்கொண்டிருக்கிறோம். அண்ணாவின் பேச்சை நினைவுகூரும் இத்தருணத்தில் ஒரு கலையை நாம் அழித்துக்கொண்டிருக்கிறோம் என்றுதான் தோன்றுகிறது.

- ***இந்திய அரசியலில் அண்ணா உண்டாக்கிய முக்கிய மாற்றம் எது?***

உதிரிகளாகப் பார்க்கப்பட்டவர்களை அரசியல் நோக்கி இழுத்ததும், சாதி, மத வரையறைகளுக்கு அப்பாற்பட்டு, தேசிய இன அடையாளத்தின் வழி அவர்களை அரசியல்மயப்படுத்தியதும், அரசியல் அதிகாரத்தை அவர்களுக்குக் கடத்தியதும் அவருடைய முன்னுதாரணப் பங்களிப்பு.

❍

அண்ணாவுக்குப் பின் மாறிய தமிழகப் பொருளாதாரமும் சமூகநிலையும்

ஜெ.ஜெயரஞ்சன்
பொருளியல்
அறிஞர்

இரண்டு ஆண்டுகள்கூட ஒரு மாநிலத்தின் முதலமைச்சராகப் பதவியை நிறைவுசெய்திராத ஒருவர், அதுவும் இந்திய அரசமைப்பு தந்திருக்கும் அதிகாரங்களின்படி 'சூழ்நிலைக் கைதிக்குத்தான் இங்கு முதலமைச்சர் என்று பெயர் வைத்திருக்கிறார்கள்' என்று சொன்ன ஒருவர் உண்டாக்கிய ஆட்சி மாற்றம், ஐம்பதாண்டுகளில் தமிழ்நாடு போன்ற பெரிய மாநிலத்தில் ஒரு சமூகப் புரட்சியையே உருவாக்கியிருக்கிறது என்பதை வெளியிலிருந்து பார்க்கும் எவரும் அதிசயித்துப்போவார்கள். ஆனால், ஆய்வுகள் மிகத் துல்லியமாக இந்தச் சமூக மாற்றத்தை வரையறுக்கின்றன. அண்ணா தோற்றுவித்த திமுகவும் வழித்தோன்றலான அதிமுகவும் அரை நூற்றாண்டுக் காலமாக ஆண்டுகொண்டிருக்கும் 'தமிழ்நாடு' என்றாலே, 'அது ஒரு இலவச பூமி' என்றோ 'வாக்கு வங்கி அரசியல் நிலம்' என்றோ வகைப்படுத்துவது டெல்லி அரசியல் வாதிகளுக்கும் ஆய்வாளர்களுக்கும் ஊடகங்களுக்கும் வாடிக்கையாக இருந்த காலம் ஒன்றுண்டு. ஆனால், யாரெல்லாம் இப்படி ஏகடியம் பேசினார்களோ அவர்கள் அத்தனை பேரும் இன்று இந்தியா முழுவதும் அண்ணாவைத்தான் பிரதியெடுக்கிறார்கள்.

பாப்புலிஸம் தவறா?

தமிழக அரசியல் களத்தை ஆராய முற்படும் அரசியல் அறிவியலாளர், சமூக அறிவியலாளர்களெல்லாம் திமுக, அதிமுக ஆகிய இரண்டு கட்சிகளையும் 'பாப்புலிஸ்ட் கட்சிகள்' (ஜனரஞ்சக அரசியல் கட்சிகள்) என வகைப்படுத்துவதே வழக்கம். இந்தச் சொல்லாடலும் வரையறையும் எந்த அளவுக்குச் சரி? அரசியல் கட்சிகள் அரசாட்சி செய்கின்றன. ஐந்து ஆண்டுகளுக்கு ஒருமுறை தேர்தலைச் சந்திக்கின்றன. வெற்றியும் தோல்வியும் மாறிமாறி வருகின்றன. இது மட்டும்தானா இந்தக் கட்சிகள்? ஒரு அரசின் திட்டம் என்பது வாக்குகளுக்கு மட்டுமா? அப்படியே

இருந்தாலும்கூட இத்திட்டங்களினால் விளைவுகள் தோன்றாதா? இந்தக் கேள்விகளை மேற்கூறிய ஆய்வாளர்கள் தங்களையே கேட்டுக்கொள்ளத் தவறினார்கள்.

சமூகம் என்பது மனிதர்களாலானது. அம்மனிதர்களிடையேயான உறவு தான் சமூகத்தைக் கட்டமைக்கிறது. அதன் தன்மையையும் தீர்மானிக்கிறது. உண்மையில் சமூகம் பல அடுக்குகளைக் கொண்டதாகவும் சிக்கலான உறவுகளாலும் கட்டமைக்கப்பட்டுள்ளது. அரசின் திட்டங்கள், செயல்பாடுகள், சட்டங்கள் ஆகிய அனைத்தும் மனிதனைச் சென்றடைகின்றன அல்லது அவனுக்கானவைதான் இவை அனைத்தும். இத்தகைய செயல்பாடுகள் மனிதர்களுக்கிடையேயான உறவுகளில் மாற்றங்களை உறுதியாக ஏற்படுத்த வல்லவை. இத்தகைய உறவு மாற்றமே சமுதாய மாற்றம். அப்படியென்றால், இந்தக் கட்சிகளின் அரசு வழிச் செயல்பாடுகளை வாக்குகளாகவும் தேர்தல்களாகவும் சுருக்கி விடாமல் அவற்றின் செயல்பாடுகள் சமுதாய உறவுகளில் எத்தகைய மாற்றத்தை விளைவித்தன? அதன் விளைவாக, சமூகம் எத்தகைய மாற்றம் கண்டது? ஒரு அரசியல் தலைவர் அல்லது அவர் வழிவந்த அரசியல் இயக்கம் என்ன சாதித்திருக்கிறது என்ற கேள்விக்கு இப்படியான ஆராய்ச்சி வழியே பதில் தேடுவதே அறமாகும்.

உணவு அரசியல்

தமிழ்நாட்டில் அண்ணாவின் சிந்தனை, அவர் வழிவந்த திராவிடக் கட்சிகள் உண்டாக்கிய மாற்றத்தில் மிக முக்கியமானதும் அடிப்படை யானதும் உணவு அரசியல். உணவு அரசியலில் முழுப் பரிமாணமும் நாம் கவனத்தில் கொள்ள வேண்டுமானால், காலத்தில் சிறிது பின்னோக்கி நகர வேண்டும். அரை நூற்றாண்டுக்கு முன்பு வரை தமிழ்நாட்டின் நிலை எப்படி இருந்தது?

பசித்த வயிறுகள்தான் நிலமற்றவனைப் பண்ணையில் பண்ணையாளாக இணைத்தது. பண்ணையாள் என்பது ஒரு ஆள் மட்டுமல்ல; அவனது குடும்பமே அடிமையாக இருக்க வேண்டும். குடும்பப் பெண் பண்ணையின் மாட்டுத் தொழுவத்துக்குப் பொறுப்பு. சிறுவர்கள் பண்ணையின் மாடுகளை மேய்க்க வேண்டும். சாட்டையடியும் சாணிப்பாலை வாயில் ஊற்றுவதும் சாதாரண தண்டனைகள்.

அன்று தமிழக மக்களில் பெரும் பகுதியினர் கிராமப்புறப் பகுதிகளில் வாழ்ந்தனர். வேளாண்மைதான் பெரும்பாலானவர்கள் மேற்கொண்ட தொழில். நிலவுடைமை சமமின்றி, தாறுமாறாக இருந்தது. நிலம் பெரும்பாலும் மேல்சாதிக்காரர்களிடமிருந்தது; இடைச்சாதியினரும் தாழ்த்தப்பட்டோரும் பெரும்பாலும் நிலமற்றே இருந்துவந்தனர். வேறு வேலைவாய்ப்புகள் மிகவும் குறைவு. இந்நிலையில், நிலம் படைத்த மேல் சாதியினரை அண்டித்தான் இடைச்சாதியினரும் தாழ்த்தப்பட்டோரும் பிழைக்க வேண்டியிருந்தது.

வேளாண்மை என்பது பருவநிலையை நம்பி நடக்கும் தொழில். ஒரு ஆண்டில் மூன்றில் ஒரு பங்கு நாட்களுக்குத்தான் வேலை இருக்கும். இதில் வரும் வருவாயைக் கொண்டு மற்ற நாட்களில் பசியாற வேண்டும். பருவ மழை பொய்க்கும்போது அதிலும் சங்கடம் நேரிடும். விவசாயத் தொழிலாளர்களின் தினசரிக் கூலி அவர்களது குடும்ப உணவுத் தேவை எவ்வளவோ அவ்வளவாகவே தொடர்ந்ததை ஆய்வுகள் நிறுவுகின்றன.

கூலிதானியமாகக் கிடைத்தபோதும், பணமாக மாறியபோதும் இதுதான் நிலை. தொழிலாளியின் உடல்நிலை குன்றியபோதோ வேலைவாய்ப்பு குறைந்த காலத்திலோ வயிற்றுப்பாடு பெரும்பாடு. அப்போதெல்லாம் இவர்கள் முழுவதுமாகத் தாங்கள் வேலைசெய்த நிலச்சுவான்தார்களின் கடைக்கண் பார்வையில் பிறந்த கருணையில் மட்டுமே பசியாற முடியும். ஒரு மனிதன் வேறொரு மனிதனிடம் உணவுக்காக இறைஞ்சும் அவலம் காலமெல்லாம் தொடர்ந்தது என்பது எவ்வளவு பெரிய அவலம்! இதில் சாதி வேறு! இத்தகைய சமுதாயத்தில் சுயமரியாதை எங்கிருக்கும்?

இந்த ஆண்டான் அடிமைச் சமூகத்தில் மாயக்கயிறு பசித்த வயிறுகள் தான். இந்தப் பசித்த வயிறுகள்தான் நிலமற்றவனைப் பண்ணையில் பண்ணையாளாக இணைத்தது. பண்ணையாள் என்பது ஒரு ஆள் மட்டும் அல்ல; அவனது குடும்பமே அடிமையாக இருக்க வேண்டும். குடும்பப் பெண் பண்ணையின் மாட்டுத் தொழுவத்துக்குப் பொறுப்பு. சிறுவர்கள் பண்ணையின் மாடுகளை மேய்க்க வேண்டும். சாட்டையடியும் சாணிப் பாலை வாயில் ஊற்றுவதும் சாதாரண தண்டனைகள்.

இந்த அவலத்திலிருந்து தப்பவே பல லட்சம் பேர் வேறு வேலைகளைத் தேடப் புலம்பெயர்ந்தனர். இந்த இழிநிலையை எதிர்த்து திராவிடர்

கழகமும் கம்யூனிஸ்ட் கட்சிகளும் இயங்கிப் போராடின. தீவிர தொடர் போராட்டங்களை இடதுசாரிகள் முன்னெடுத்தனர். விளைவாக, அடிமைத் தனத்தின் கொடுமைகள் குறைந்தன. ஆனால், பசித்த வயிறுகள் தொடர்ந்து பசித்துக்கொண்டுதான் இருந்தன. அவைதான் விவசாயத் தொழிலாளர்களை ஆண்டைகளுடன் இணைக்கும் மாயக்கயிறுகளாக இருந்தன. இந்த மாயக்கயிற்றில்தான் அண்ணா முதலாவதாகக் கையை வைத்தார். "ரூபாய்க்கு மூன்று படி அரிசி லட்சியம்; ஒரு படி அரிசி நிச்சயம்" என்ற அவருடைய அறிவிப்பு, அவர் காலத்தில் முழுமை பெறாமல் இருக்கலாம். ஆனால், அவர் வழிவந்த கட்சிகள் இந்த ஐம்பதாண்டுகளில் தமிழ்நாட்டில், ஒரு குடும்பத்துக்கான அரிசியை விலையே இல்லாமல் அளிக்கும் சாதனையை நிகழ்த்தியிருக்கின்றன.

படிப்படியாகத்தான் நடந்தது இச்சாதனை. பசிப்பிணியைத் தீர்க்கும் முயற்சிகள் 1970-களில் தொடங்கின. உணவு தானிய விநியோகக் கட்டமைப்பு அண்ணாவின் கனவுகளில் ஒன்று. அண்ணாவுக்குப் பின் முதல்வரான கருணாநிதி, 'தமிழக நுகர்பொருள் வாணிபக் கழகம்' மூலம் அதை நனவாக்கினார். இந்திய உணவுக் கழகத்துக்கு இணையாக அதுவும் நெல் கொள்முதல் செய்து சேமிக்கத் தொடங்கியது. கிட்டங்கிகள் கட்டப்பட்டன. நவீன அரிசி ஆலைகள் தொடங்கப்பட்டன. இதில் முத்தாய்ப்பான முயற்சி என்பது பொதுவிநியோகத்தை ஊரகப் பகுதிகளுக்கும் விரிவு படுத்தியதுதான். அதுவரை பொதுவிநியோகம் நகர்ப்புறங்களில் மட்டுமே செயல்பட்டுவந்தது. குறிப்பாக, சென்னையிலும் கோவையிலும் மட்டுமே. 1974-ல்தான் வீடுதோறும் குடும்ப அட்டை விநியோகிக்கப்பட்டு, அரசோ அல்லது கூட்டுறவு அமைப்போ பொதுவிநியோக அங்காடிகளை மாநிலம் எங்கும் திறந்தன. இதுதான் மாயக்கயிற்றின் முதல் முடிச்சை அவிழ்த்தது.

கருணாநிதிக்குப் பின் ஆட்சிப் பொறுப்பேற்ற எம்ஜிஆர் பொது விநியோகக் கடைகளைக் கூட்டினார். பொருட்கள், குறிப்பாக அரிசி தடையின்றிக் கிடைப்பதற்கான வேலைகள் தொடர்ந்தன. அதன் பின் ஆட்சிப் பொறுப்பேற்ற ஜெயலலிதாவும் பொதுவிநியோக முறையை அதிகப்படுத்தினார். மாயக்கயிறு முற்றிலுமாக அறுபட்டுப்போனது, கருணாநிதி கொண்டுவந்த கிலோ அரிசி ரூ.2 என்ற திட்டத்தின் செயலாக்கத்தால்தான். ரூ.40 செலவில் ஒரு குடும்பம் 20 கிலோ அரிசியைப் பெற்றபோதும் பின்னர் அதே அளவு அரிசி ரூ.20-க்குக் கிடைத்தபோதும் பழைய உறவுகளை இணைத்த கண்ணிகள் அறுந்துபோயின. ஜெயலலிதா தன்னுடைய ஆட்சியில் முற்றிலுமாக விலையில்லாமல் அரிசியை வழங்கத் தொடங்கியபோது மாயக்கயிறு முற்றிலுமாக மறைந்தேபோனது.

பசி என்ற அடித்தளத்தின் மேல் கட்டப்பட்ட சமூக உறவு எப்படி நீடிக்க முடியும்? எவரும் எவரிடமும் கைகட்டி நின்று உணவு என்று இறைஞ்ச வேண்டியதில்லை என நிலை மலர்ந்தது. இந்த உறவு மாற்றம் வரலாற்று முக்கியத்துவம் வாய்ந்தது. படிப்படியான இந்த மாற்றங்களின் ஊடாக தமிழகக் கிராமங்களின் முகமும் மாறியது. பலர் பண்ணையடிமை

எவரும் எவரிடமும் கைகட்டி நின்று உணவு என்று இறைஞ்ச வேண்டியதில்லை என நிலை மலர்ந்தது. இந்த உறவு மாற்றம் வரலாற்று முக்கியத்துவம் வாய்ந்தது. படிப்படியான இந்த மாற்றங்களின் ஊடாக தமிழக கிராமங்களின் முகமும் மாறியது.

முறையிலிருந்து வெளியேறினர். படித்த தலைமுறை நகரங்களுக்கு நகர்ந்தது. கிராமத்தில் இருந்தவர்கள் பேர வல்லமை பெற்றனர். தமிழ்நாடு வளர்ந்த மாநிலங்களில் ஒன்றாகத் தலைநிமிர்ந்து நிற்பதன் அடித்தளமிது. இத்தகைய மகத்தான மாற்றத்தை உணராமல்தான் 'இலவசங்களின் பூமி' என்றும் 'கவர்ச்சிகர ஓட்டரசியல்' என்றும் வலதுசாரிகள் கூறுகிறார்கள்.

நிலவுடைமை அரசியல்

தமிழகத்தில் நிலவுடைமையானது சமமாக இருக்கவில்லை (இப்போதும்தான்). பெருநிலச்சுவான்தாரர்களும் சாதிய அடுக்கில் மேல் இருந்த நிலவுடைமையாளர்களும் நேரடியாகக் கழனியில் பாடுபட்டு உணவை விளைவிக்க மாட்டார்கள். மாறாக, தங்களது நிலங்களைக் குத்தகைக்கோ வாரத்துக்கோ விட்டுவிட்டு, அதில் வரும் வருமானத்தில் வாழ்வதை வாடிக்கையாகக் கொண்டனர். மிகப் பெரும் பட்டாளம் நிலமற்று இருந்ததால், குத்தகையின் அளவு மிகக் கூடுதலாக இருந்த மைக்குச் சான்றுகள் உள்ளன. மேலத் தஞ்சைப் பகுதியில் 1950-களில் குத்தகைக்காரர் செலவுகள் போக, தங்கள் உழைப்புக்கான வருவாயாகப் பெற்றது மொத்த விளைச்சலில் 7-10% மட்டுமே என்பதை ஆய்வாளர்கள் பதிவுசெய்துள்ளனர். அதுமட்டுமல்ல, எப்போது வேண்டுமானாலும் நில உரிமையாளர் குத்தகைக்காரரை வயலிலிருந்து வெளியேற்ற முடியும்.

நெடுங்காலமாகத் தொடர்ந்த இந்நிலையை எதிர்த்து இயக்கம் கட்டியது கம்யூனிஸ்ட் கட்சி. பல செறிவான போராட்டங்களை முன்னெடுத்தது. திராவிட இயக்கமும் குரல்கொடுத்தது. அண்ணா எப்போதெல்லாம் விவசாயம் தொடர்பாகப் பேசினாரோ அப்போதெல்லாம் நிலச்சீர்திருத்தம் தொடர்பாகவும் பேசினார். விளைவாக, தமிழகத்தை ஆண்ட காங்கிரஸ் அரசு நிலச் சீர்திருத்தச் சட்டங்களுடன் குத்தகைப் பாதுகாப்புச் சட்டங் களைக் கொண்டுவந்தது. ஆனால், இச்சட்டத்தால் குத்தகைக்காரர்கள் சொற்ப பலனே பெற்றனர்.

முக்கியமான பிரச்சினை, தான்தான் குத்தகைக்காரர் எனச் சட்டத்தின்படி நிரூபிக்கும் பொறுப்பைக் குத்தகைக்காரர் தலையில் சுமத்தியது இந்தச் சட்டம். வாய்மொழி ஏற்பாட்டு நடைமுறையில் உள்ள குத்தகை உரிமையை எந்த ஆவணங்களைக் கொண்டு ஒரு குத்தகைக்காரர் நிரூபிக்க முடியும்? இந்தச் சூழலில் 1967-ல் ஆட்சிக்கு வருகிறார் அண்ணா. தொடர்ந்து குத்தகைதாரர் பதிவுச் சட்டம் ஒன்று நிறைவேற்றப்படுகிறது. வாய்மொழி சாட்சியங்கள் வழியாக மட்டுமேகூட குத்தகையைப் பதிவுசெய்துவிட

முடியும். பதிவுசெய்துவிட்டால், சட்டம் அளித்த பாதுகாப்பு கிடைத்து விடும். இத்தகைய சட்டப் பாதுகாப்பு ஒருபுறம் இருக்க, ஆட்சியில் இருந்த திமுகவினால் இடைச்சாதியினரும் ஒடுக்கப்பட்டோரும் வலுப்பெற்றனர். மேல்சாதியினரின் அரசியல் செல்வாக்கு சரியத் தொடங்கியது. சாதியப் படிநிலையிலிருந்து பிறந்த அதிகாரத்தைக் கொண்டு, நிலப்பிரபுத்து வத்தைக் கட்டிக் காக்க இயலாமல்போனது. நிலவுடைமையாளர்கள் குத்தகைக்காரர்களை எப்படி வேண்டுமானாலும் நடத்தலாம் என்ற கொடுமை முடிவுற்றது.

சட்டத்தின் வாயிலாகக் குத்தகைக்காரரை வெளியேற்ற உத்தரவு பெற்றுவந்தாலும் அதனைச் செயலாக்க முடியாத சமுதாயச் சூழல் உருவானது. குத்தகைக்காரரின் உரிமையைச் சமூகம் முழுமனதாக அங்கீகரித்ததன் விளைவாகப் பிறந்ததே உழவடைப் பாத்தியம் எனும் உரிமை. குத்தகை பார்ப்பது குத்தகைக்காரர் உரிமை. அந்த உரிமையைத் துறந்து அவர் வெளியேற வேண்டுமானால், அவர் இழப்பீடு பெற வேண்டும். மூன்றில் ஒரு பங்குதான் இழப்பீடு. இவை அனைத்தின் விளைவாக மேல்சாதி நிலப் பிரபுக்களிடமிருந்து நிலம் குத்தகைக்காரர் கைக்கு மாறியது.

அரசியல் அதிகாரம்

1967-க்குப் பிறகு நடந்த இன்னொரு பெரிய சமூக மாற்றம், அரசியலிலும் அரசு வேலைகளிலும் பிற சாதிகளின் பங்களிப்பு உயர்ந்தது. பட்டியல் இனத்தவரும் பிற்படுத்தப்பட்டோரும் பெரும் அலையென அரசு நிர்வாகத்துள் வருகிறார்கள். இவர்கள் எல்லாம் கிராமப்புறங்களிலிருந்து வந்ததுடன், கிராமப்புறங்களின் பிரச்சினைகளையும் நன்கு உணர்ந்திருந் தார்கள். புதிய அரசின் அக்கறைகளும் இந்த ஊழியர்களின் அக்கறைகளும் ஒன்றாக இருந்தன. இது தவிர, 1967 வரை காலனிய காலத்து நிர்வாக முறையே தொடர்ந்தது. மாவட்ட ஆட்சியரும் அதிகாரிகளும் பெரும் அதிகாரத்தைக் கையில் வைத்திருந்தனர். ஆனால், மக்கள் இயக்கத்தில் இருந்து தோன்றிய திமுக ஆட்சி நிர்வாகத்துக்கு வந்தபோது, நிலைமை மாறியது. திமுக மாவட்டச் செயலாளர்கள் கட்சித் தலைமையுடன் நேரடித் தொடர்பில் இருந்தனர். மாவட்டத்தின் தேவைகள் குறித்து மாவட்டச் செயலாளர்களே மாவட்ட ஆட்சியருடன் நேரடியாக விவாதித்தனர். அதன் பின்னர் ஆட்சிக்கு வந்த அதிமுக ஆட்சியிலும் இது தொடர்ந்தது. மக்கள் பிரச்சினைகள் விரைவாகத் தீர்க்கப்பட வழி கிடைத்தது.

இந்த மூன்று எடுத்துக்காட்டுகளிலிருந்து தமிழ்ச் சமூக உறவுகளின் மாற்றத்தில் இந்த ஐம்பதாண்டு கால ஆட்சிகளின் இடையீடுகள் எவ்வளவு துல்லியமாகப் பங்காற்றியுள்ளன என்பது தெளிவாகும். இந்த இரண்டு கட்சிகளில் ஒன்று, அண்ணா தொடங்கிய திமுக. மற்றொன்று அக்கட்சியிலிருந்து பிரிந்து அண்ணாவின் பெயரால் தொடங்கப்பட்ட அதிமுக. அண்ணா மறைந்து ஐம்பது ஆண்டுகள் ஆனபோதும் தமிழ்ச் சமூக உறவுகளின் மாற்றங்களுக்கு அவர் கால்கோளிட்டுச் சென்றிருக்கிறார்!

திராவிடக் கட்சிகளின் அமைப்பு வலைப்பின்னலை அண்ணா அன்று எப்படி உருவாக்கினார்?

க.திருநாவுக்கரசு
வரலாற்றாய்வாளர்

அண்ணாவையோ, அவர் வழிவந்த திராவிடக் கட்சிகளையோ எதிர்ப்பவர்களும்கூட அரசியல் களத்தில் வியப்போடு குறிப்பிடும் அம்சம், திராவிடக் கட்சிகளுக்கு அவர் அமைத்த களம். தமிழ்நாட்டில் ஆட்சிக்கு வந்து ஐம்பதாண்டுகளுக்குப் பிறகும் அசைக்க முடியாத இடத்தில் திமுக, அதிமுக இரு கட்சிகளும் நிற்க அக்காலத்தில் அவர் அமைத்த வலைப்பின்னலே காரணம். இந்திய அளவில் ஏனைய அரசியல் கட்சிகளால் மெச்சப்படும் அமைப்பு பலத்தை அண்ணா மிக வலுவாக இங்கே கட்டியமைத்தார்.

ஓராண்டு சாதனை

செப்டம்பர் 1949-ல் திமுகவைத் தொடங்கியதுமே தமிழ்நாட்டிலும், அண்ணா ‘திராவிட நாடு’ என்று கோரிய பின்னாளைய ஆந்திரம், கேரளம், கர்நாடகத்தின் பகுதிகளிலும் திமுகவின் கிளைகள் உருவாக்கப்பட்டன. தொடர்ந்து தமிழ்நாட்டின் பல்வேறு பகுதிகளிலும் தொடர் கூட்டங்கள் நடத்தப்படலாயின. தன்னுடைய தளகர்த்தர்களைப் பகுதிவாரியாக மாநிலத்தின் பல்வேறு பகுதிகளுக்கும் பிரித்து அனுப்பினார் அண்ணா. ஒரு நகரத்தில் மாலையில் கூட்டம் என்றால், காலையில் தொடங்கி சுற்றுப்புறக் கிராமங்களில் கிளை தொடக்க நிகழ்ச்சி, கொடியேற்றும் நிகழ்ச்சி, சிறு உரை என்று ஒவ்வொரு தலைவரும் பத்து முதல் இருபது வரையிலான கூட்டங்களில் ஒவ்வொரு நாளும் பங்கேற்றனர்.

கட்சி தொடங்கிய நான்காவது மாதத்தில் - *1.1.1950* அன்று திருச்சியில்

திமுகவின் முதல் மாவட்ட மாநாடு நடைபெற்றது. திமுக தொடங்கப் பட்ட ஓராண்டில், 35,000 உறுப்பினர்கள் சேர்க்கப்பட்டிருந்தனர். கட்சியில் சேர திமுகவின் கொள்கைகளை ஏற்றுக் கையொப்பமிட்டுக் கொடுப் பதோடு, எட்டணா கட்டணமும் செலுத்த வேண்டும். முதலாண்டிலேயே 505 கிளைக் கழகங்கள், 12 மாவட்டக் கழகங்கள், 2,035 பெரும் பொதுக் கூட்டங்கள் நடத்தப்பட்டிருந்தன. இயக்கத்தைக் கட்டமைப்பதில் காட்டப்பட்ட அதே ஆர்வம் சமூகச் சீர்திருத்த, கலாச்சார வளர்ச்சி செயல் பாடுகளிலும் காட்டப்பட்டது. இந்து சட்டத் திருத்த பெண்கள் மாநாடுகள் ஏழும், கோவையில் முத்தமிழ் வளர்ச்சி மாநாடும் நடத்தப்பட்டிருந்தன. திமுக தொடங்கிய 17 மாதங்களுக்குள் 12 மாவட்டங்களிலும் ஆயிரக் கணக்கானோர் பங்கேற்ற மாவட்ட மாநாடுகள் நடத்தப்பட்டிருந்தன. இயக்க உறுப்பினர்களைத் தாண்டி, கட்சியின் ஆதரவாளர்களும் குடும்பத் தினரும் பங்கேற்கும் மாநாடுகளாக இவை வளர்த்தெடுக்கப்பட்டன.

ஜனநாயகத்தை வளர்த்தெடுத்தல்

திமுகவின் முதல் மாநில மாநாடு சென்னையில் 1950 டிசம்பர் 13-16 தேதிகளில் நடைபெற்றது. அம்மாநாட்டில் உரையாற்றிய அண்ணா "நான் ஜனநாயகத்தில் நம்பிக்கை கொண்டவன். அரசியலில் கண்ணியத்தை விரும்புபவன். கட்டளையிடுபவனல்ல! ஜனநாயகம் வளர்ந்துள்ள இந்த நாளில் கட்டளையிடும் தலைவர்கள் தோன்ற முடியாது; தோன்றவும் கூடாது! ஜனநாயகம் இல்லாவிட்டால், அரசியலால் பலன் ஏதும் இல்லை" என்று குறிப்பிட்டார். அவை வெறும் வார்த்தைகள் இல்லை. அவர்

மாபெரும் தமிழ்க் கனவு

திமுக தொடங்கப்பட்ட ஓராண்டில், 35,000 உறுப்பினர்கள் சேர்க்கப்பட்டிருந்தனர். 505 கிளைக் கழகங்கள், 12 மாவட்டக் கழகங்கள், 2,035 பெரும் பொதுக்கூட்டங்கள் நடத்தப்பட்டிருந்தன!

ஏற்றுக்கொண்ட அரசியல் லட்சியம் என்று சொல்லலாம்.

1952 மார்ச்சில் திமுகவின் சட்டதிட்டங்கள் மற்றும் விதிமுறைகள் பொதுக்குழுவின் அங்கீகாரத்துக்குப் பின் உறுப்பினர் சேர்ப்புக்கான அறிவிப்பு வெளியிடப்பட்டது. 'ஒவ்வொரு கிளைக் கழகமும், தமக்கென ஓரிடம் அமைத்துக்கொண்டு, பொதுமக்களின் இடைவிடா தொடர்போடு பணியாற்றுதல் வேண்டும். ஏப்ரல் முதல் வாரத்தில் எல்லா கிளைக் கழகங்களுக்கும், புது சட்டதிட்டத்தின்படி நிர்வாகிகள் தேர்தல் நடத்தப் பெறுதல் வேண்டும்' என்று அறிக்கை விடுத்தார் அண்ணா. இந்தியாவில் முறையாகத் தேர்தல் நடத்தி நிர்வாகிகளைக் கீழ் நிலையிலிருந்து தேர்ந்தெடுக்கும் விரல்விட்டு எண்ணிவிடக்கூடிய அமைப்புகளில் ஒன்றாகவே தன் கட்சியை அவர் வளர்த்தெடுத்தார்.

எல்லா நிலைகளிலும் கருத்துகளைக் கேட்டார். எப்போதும் யாரும் அணுகக்கூடியவராகத் தன்னை வைத்துக்கொண்டார். வெளியூர் செல்கையில் கட்சியினர் வீடுகளிலேயே தங்கினார். கட்சிக்கும் கட்சியினர் குடும்பத்துக்கும் நேரடிப் பிணைப்பை உருவாக்கினார். இதன் வாயிலாக அவருக்குக் கீழ் உருவானவர்களும் அப்படி நடந்துகொள்ளும் கலாச்சாரத்தை வளர்த்தெடுத்தார்.

எழுத்தியக்கம்

உறுப்பினர் சேர்ப்பு, கிளை அமைத்தல், தேர்தல்களின் மூலம் நிர்வாகிகளைத் தேர்ந்தெடுத்து அமைப்பைக் கட்டுதல், உட்கிளை தொடங்கித் தலைமை வரை நிர்வாகச் சங்கிலியை உருவாக்குவதோடு அண்ணா நின்றுவிடவில்லை. கிளைக் கழக அலுவலகங்களைப் படிப்பகங்களாகவும் விவாத அரங்குகளாகவும் மாற்றினார். ஒவ்வொரு படிப்பகத்திலும் மாதம்தோறும் திமுகவின் முன்னணிப் பேச்சாளர்களைக் கொண்டு பேச்சுப் பயிற்சிக்கான பட்டறைகள் நடத்தப்பட்டன. அண்ணாவைப் பின்பற்றி பேச்சும் எழுத்தும் தலைமைப் பண்புக்கான அடிப்படைத் தகுதியாக அமைத்துக்கொள்ளும் கலாச்சாரம் உருவானது.

அண்ணாவைப் பின்பற்றி இரண்டாம் கட்டத் தலைவர்களும் பத்திரிகைகளை நடத்தினார்கள். ஈ.வெ.கி.சம்பத் (விடிவெள்ளி), நெடுஞ்செழியன் (மன்றம்), கருணாநிதி (முரசொலி), ஆசைத்தம்பி (தனி அரசு), சி.பி.சிற்றரசு (இன முழக்கம்), கண்ணதாசன் (தென்றல்) என்று விரிந்த இந்தப் பத்திரிகை அலை ஒவ்வொரு ஊரிலும் பத்திரிகைகள் தோன்ற வழிவகுத்தன. ஒருகட்டத்தில் திமுகவினர் நடத்திய பத்திரிகைகளின்

எண்ணிக்கை நானூறைத் தாண்டியது. ஏனைய இயக்கங்களைப் போல, கருத்து முரண்பாடுகளுக்காகப் பத்திரிகைகளை முடக்காமல், எல்லா பத்திரிகைகளையுமே ஊக்குவித்தார். இதேபோல, ஒரு விஷயத்தில் திமுக வுக்கும் இன்னொரு கட்சிக்கும் இடையே வேறுபாடு இருக்கும்போது, இரு தரப்பாரின் கருத்துகளையும் கண்ணியத்தோடு ஒரு புத்தகத்தில் வெளியிட்டு 'எழுத்துப் போர்' விவாதங்களை வெளியிடுவதும் ஊக்கு விக்கப்பட்டது. படிக்காதவர்கள் மத்தியில், அன்றாடம் பத்திரிகைகளைப் பொது இடங்களில் வாசித்துக்காட்ட இளைஞர்கள் ஊக்குவிக்கப்பட்டனர்.

கல்லூரிக் கூட்டங்கள் முதல் சுவரெழுத்துப் பிரச்சாரம் வரை

படித்தவர்களிடையே வாசிப்பு இயக்கத்தை வளர்த்தெடுத்த அண்ணா, பாமரரிடம் தனது கருத்துகளை மேடைப் பேச்சுகளின் வாயிலாக எடுத்துச்சென்றார். அதிகம் கல்லூரிகளுக்குச் சென்று பேசினார். முதல் தலைமுறையாகக் கல்லூரிக்குள் அடியெடுத்துவைத்த இளைஞர் கூட்டம் அண்ணாவின் எழுத்துவாயிலாக உலக அளவிலும் தேசிய அளவிலும் அரசியலையும் பொருளாதாரத்தையும் அறிந்துகொண்டது. தமிழர்களின் தொன்மைமிக்க வரலாற்றுச் சிறப்புகளை அறிந்து பெருமிதம் கொண்டது.

பொழுதுபோக்காக மட்டுமே இருந்துவந்த நாடகம், சினிமா இரண்டையும்கூட கருத்துகளைக் கொண்டுசேர்க்கும் ஊடகங்களாக்கிக் கொண்டார் அண்ணா. 'வேலைக்காரி' (1949), 'ஓர் இரவு' (1951) என்று சினிமாவைப் பிரச்சார வாகனமாக்கும் அண்ணாவின் பயணத்தைப் போலவே கருணாநிதி உள்ளிட்ட அவருடைய தளகர்த்தர்களும் முன்னெடுத்தனர். சினிமா வெளிச்சத்தால் பிரபலமடைந்திருந்த நடிகர் களையும் திமுகவுக்கு அழைத்துவந்தார். புராணக் கதைகளாகவும் ஆங்கில நாடகங்களின் தழுவல்களாகவும் இருந்துவந்த நாடக மேடைகள் சமூகச் சீர்திருத்தமும் அரசியல் விமர்சனமும் பேச ஆரம்பித்தன.

புத்தகங்கள், பத்திரிகைகள், மேடைப் பேச்சுகள் மட்டுமின்றி சுவரெழுத்து, சுவரொட்டி, பேரணி முழக்கங்கள் வரைக்கும் அண்ணாவின் வழிகாட்டுதல் இருந்தது. 1957 தேர்தலின்போது எப்படிப் பிரச்சாரம் செய்வது என்பதை எழுதிக்காட்டினார். அப்போது தோழர்கள் திராவிட நாட்டை மடித்து வைத்துக்கொண்டு அதில் எழுதியிருப்பதைத்தான் வேனில் பேசிக்கொண்டே வந்தார்கள். குழந்தைகள் ரைம்ஸ் சொல்வது போல அரசியல் முழக்கங்களை உருவாக்கினார். "காகிதப்பூ மணக்காது, காங்கிரஸ் சமதர்மம் இனிக்காது" என்பது போன்று அவர் உருவாக்கிய முழக்கங்கள் தேர்தலின்போது அதிர்வலைகளை எழுப்பின.

அண்ணாவுக்குப் பின்னும் தொடரும் கலாச்சாரம்

அண்ணாவுக்குப் பின்னும் அவர் உருவாக்கிய அமைப்புரீதியான கட்டுமானம் ஏதோ ஒருவகையில் அவர் வழிவந்த இரு கட்சிகளிலுமே நீடிக்கிறது. அதுவே அவர்களுடைய வெற்றிக்கான காரணமாகவும் இருக்கிறது.

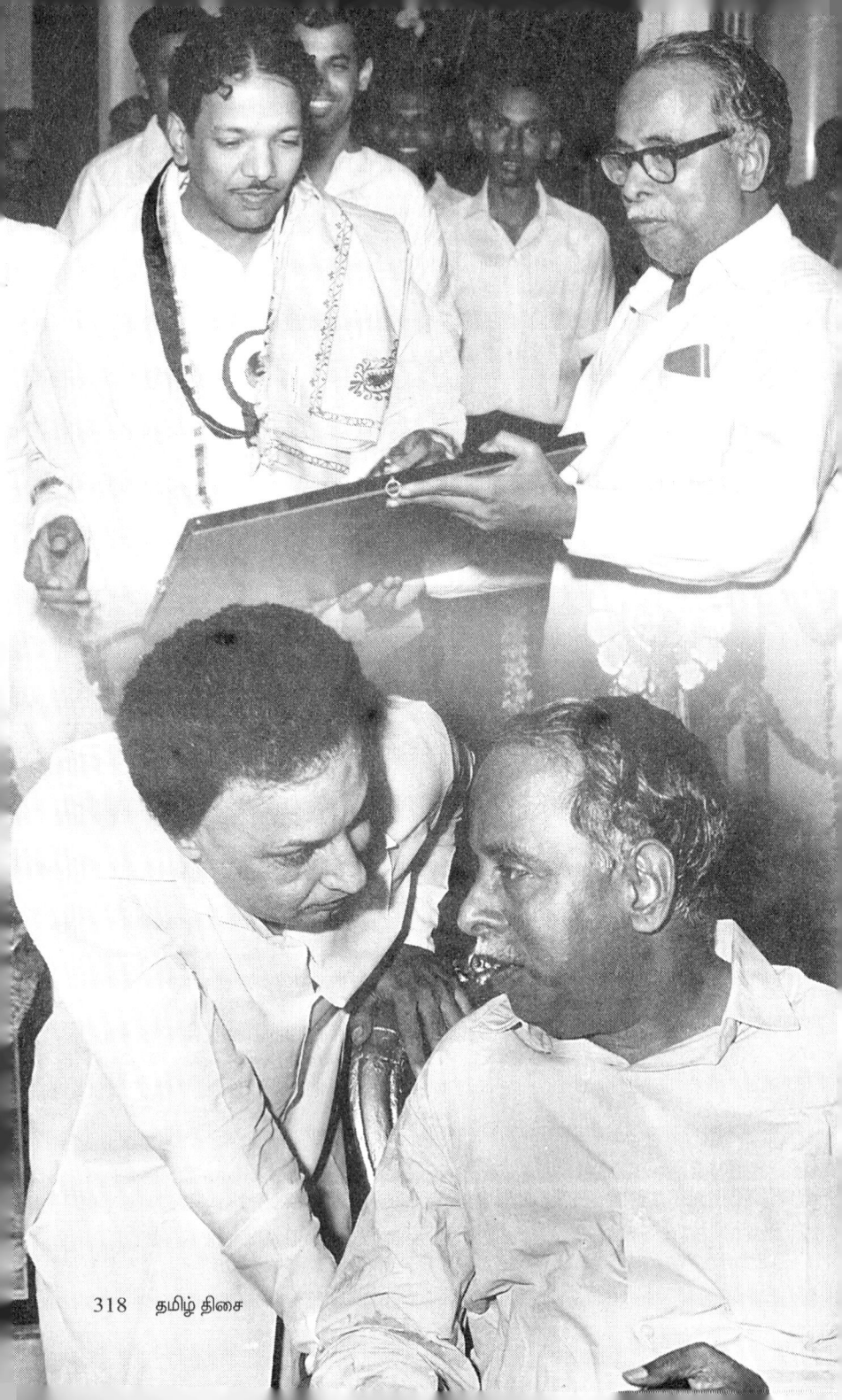

தங்கள் நிறுவன பலத்தை எங்கிருந்து பெறுகின்றன திராவிடக் கட்சிகள்?

சுபகுணராஜன்
திராவிட இயக்க ஆய்வாளர்
'காட்சிப்பிழை'
பத்திரிகையின் ஆசிரியர்

அண்ணா எனும் சாமானியர்களின் தலைவன் ஒட்டுமொத்த இந்திய அரசியல் போக்கையும் புரட்டிப்போட்டுவிட்டு, அசைக்க முடியாத பேராற்றலைத் தமிழ்நாட்டில் நிலைநாட்டியது இன்றைக்கும் பலருக்கும் ஆச்சரியமூட்டும் வரலாறு என்றாலும், அது ஏதோ ஓர் இரவில் நிகழ்ந்துவிட்ட அற்புதம் அல்ல. அண்ணாவின் மறைவுக்கு அரை நூற்றாண்டுகள் பின்னரும் தமிழ்நாட்டில் அவர் வழிவந்த திமுக, அதிமுக இரு கட்சிகளே கோலோச்சுகின்றன (2016 சட்டமன்றத் தேர்தல் கணக்குப் படி இவை இரண்டின் மொத்த வாக்குவீதம் 72.41%. சட்டமன்றத்தில் பிரதிநிதித்துவம் 223) என்றால், அதற்கு முக்கியமான காரணங்களில் ஒன்றாக அண்ணா இங்கு விதைத்துச் சென்ற, அவற்றுக்கான அமைப்புக் கட்டுமானத்தைக் குறிப்பிட்டுப் பேசாத ஆய்வாளர்கள் இல்லை. எல்லா சமூகங்களும் அரசியல் களத்தில் தங்களுக்கான பிரதிநிதித்துவத்தைப் பெறுவதற்கேற்ப, அலையலையாகச் சாமானியர்களை அரசியல் அதிகாரம் நோக்கி அண்ணா அழைத்துவந்த வரலாற்றை நாம் பேச வேண்டும் என்றால், கதையை நாம் 1937 முதலாகத் தொடங்க வேண்டும்.

வரலாற்றில் முக்கியமான 1937

திராவிட இயக்கத்துக்கான அடிக்கட்டுமானம் அமைக்கப்பட்ட ஆண்டுகள் என்று தென்னிந்திய நலவுரிமைச் சங்கம் தொடங்கப்பட்ட 1916-ம் ஆண்டையும் நீதிக் கட்சி ஆட்சிக்கு வந்த 1920-ம் ஆண்டையும்

பல்வேறு தரப்புகளால் முன்னெடுக்கப்பட்ட இந்தி எதிர்ப்புப் போரை எளிய மனிதர்களே முன்னெடுப்பதானது. பெரியார் தலைமை ஏற்பும் எளிய, சாமானிய மனிதர்கள் பங்கேற்பும் ஒருசேர நிகழ்ந்தது!

காங்கிரஸிலிருந்து பெரியார் பிரிந்துவந்து சுயமரியாதை இயக்கத்தைத் தோற்றுவித்த 1926-ம் ஆண்டையும் குறிப்பிடலாம் என்றால், வரலாற்றின் ஆட்டத்தில் இந்தத் தூண்கள் ஒன்றோடு ஒன்று இயல்பாக இணைந்து அடிக்கட்டுமானம் மேலெழும்பத் தொடங்கிய ஆண்டு என்று 1937-ஐச் சொல்லலாம்.

அந்த ஆண்டில்தான் நீதிக் கட்சியின் ஆட்சி பறிபோனது. ஆட்சியாளர்களாக இருந்தவரை நீதிக் கட்சியைத் தங்கள் கட்டுப்பாட்டில் வைத்திருந்த மன்னர்கள், ஜமீன்கள், மிட்டாமிராசுகளும், 'சர்'களும், திவான்களுமான கனவான்கள் ஆட்சியதிகாரம் பறிபோன 1937-க்குப் பிறகு, அரசியலையே கைகழுவிவிட்டு இடம்பெயர்ந்தார்கள்; பலர் காங்கிரஸுக்குப் புலம்பெயர்ந்தார்கள். அப்போதுதான் சிறையில் இருந்த சுயமரியாதை இயக்கக்காரரான பெரியாருக்கு நீதிக் கட்சியின் தலைமைப் பொறுப்பு கைமாற்றப்பட்டது.

அதிலும் மிக முக்கியமான மடைமாற்றத்தை நிகழ்த்திக் காட்டியது 1937 இந்தி எதிர்ப்புப் போராட்டம். பல்வேறு தரப்புகளால் முன்னெடுக்கப்பட்ட இந்தி எதிர்ப்புப் போரை எளிய மனிதர்களே முன்னெடுப்பது ஆனது. நடராஜன், தாளமுத்து உயிர்த் தியாகம் நிகழ்ந்த அந்தப் போராட்டம், இயக்கத்தின் முகத்தை மாற்றியது. பெரியார் தலைமை ஏற்பும் எளிய, சாமானிய மனிதர்கள் பங்கேற்பும் ஒருசேர நிகழ்ந்தது.

பெரியாரின் மதவாத எதிர்ப்புப் பகுத்தறிவுச் சிந்தனைகளோடு மாறுபாடு கொண்டிருந்த கி.ஆ.பெ.விசுவநாதம், அமைப்பின் பொதுச்செயலாளர் பதவியிலிருந்து விலக, சி.என்.அண்ணாதுரை என்னும் எளிய மனிதர் அந்தப் பொறுப்பை ஏற்றதும் அது முழுமையடைந்தது. அதற்குப் பின்னர் அங்கு தொடர்ந்த ஓரிரு கனவான்களும் அசலான ஓட்டத்தில் இல்லை. எனவே, அதன் பெயர் 'திராவிடர் கழகம்' என்று மாற்றப்பட்டது இயல்பானதானது. அதன் பிறகு, அது சாமானியர்களின் கழகம் ஆனது. திமுகவை அண்ணா தொடங்கியபோது, அரசியல் களத்தில் தங்களுடையதாக அதைச் சாமானியர்கள் ஓடோடி வந்து வரித்துக்கொண்டார்கள்.

கட்சிச் செயலகங்களான சலூன்கள்

திமுக உருவானபோது திராவிடர் கழகத்தின் பொதுக்குழு உறுப்பினர்களில் மூன்றில் இரண்டு பகுதியினர் அண்ணாவின் பக்கம் ஏன் நின்றனர்

என்பது இன்று நாம் எழுப்பிக்கொள்ள வேண்டிய முக்கியமான கேள்வி. ஏனென்றால், அவர்கள் பெரியார் சிந்தனைகளை மறுத்தவர்கள் இல்லை. ஆனால், சமூக மாற்றத்தை நேரடி அரசியல் களப் பங்கேற்பின்வழி செயல்படுத்த வேண்டிய உடனடியான தேவையை அந்த எளிய மனிதர்கள் கொண்டிருந்தனர். தேர்தல் அரசியலுக்கு வேண்டிய பொருளாதாரம் அவர்கள் முன் பெரும் சவாலாக நின்றது. அதையும் மக்களிடமிருந்தே பெறும் மகத்தான சாதனையை அந்த எளிய மனிதர்களின் வாழ்வும், களச் செயல்பாடும் நடத்திக்காட்டின.

அன்றைக்கு திமுகவின் செயலகங்களாக எவையெல்லாம் செயல் பட்டன என்பது இன்றைய தலைமுறைக்கு எடுத்துச் சொல்ல வேண்டிய செய்தி. சலூன்கள், டீக்கடைகள், வாடகை சைக்கிள் கடைகள் போன்றவையே அண்ணாவின் தம்பிகள் இயல்பாகக் கூடுமிடங்கள். அந்தக் கடைகளின் உரிமையாளர்கள், ஒரே வேளையில் களச் செயல் பாட்டுக்கான மையத்தையும், கள வீரர்களின் வாசிப்பனுபவத்தை வளர்க்கும் 'திராவிட நாடு', 'முரசொலி' உள்ளிட்ட வார இதழ்களையும், களைப்பைப் போக்கும் டீயையும் வழங்கினர். சலூன்களின் முன்னால் உள்ள பெஞ்சுகள் போட்ட சிறுவெளி, திறந்தவெளி வாசிப்பகம் ஆனது. கல்லூரி மாணவர் அல்லது கொஞ்சம் எழுதப் படிக்கத் தெரிந்தவர் ஒருவர் சத்தமாக வாசிக்க ஏனையோர் அதைக் கேட்டு, வாசிப்பு முடிந்ததும் எல்லோரும் கூடி விவாதிப்பது நடக்கும். அடுத்து, தாங்கள் செய்ய வேண்டிய பணிகளுக்கான திட்டமிடல்கள் தொடங்கும். இப்படி யெல்லாம்தான் கட்சி வளர்க்கப்பட்டது, வளர்ந்தது.

அண்ணாவின் படை வேகவேகமாக வளர்ந்த வரலாற்றையும் அரை நூற்றாண்டைக் கடந்தும் இங்கே அசைக்க முடியாத சக்திகளாக அவர் வழிவந்த இரு கழகங்களும் நிலைநிற்பதை வரலாறாகப் படிப்பதைக் காட்டிலும், காட்சிகளாகவும் கதைகளாகவும் கொடுப்பது வாசகர்களுக்குக் கூடுதல் புரிதலையும் சுவாரஸ்யத்தையும் தரும் என்று நினைக்கிறேன். இனி இரண்டு அமர்வுகள். ஆறு காட்சிகள். கட்சி எங்கெல்லாம், எப்படி யெல்லாம் வளர்க்கப்பட்டது என்றும் யாருக்கெல்லாம் அதிகாரத்தைத் தந்தது என்றும் பார்ப்போம்.

அமர்வு 1

காட்சி 1: புதுப்பாளையம் மாரியம்மன் கோயில் கொடை விழா

திண்டுக்கல் 'சோலை ஹால்' திரையரங்கு அருகிலுள்ள நாடக நடிகர் சங்கம். எரியோடு புதுப்பாளையம் முத்துமாரியம்மன் கோயில் திருவிழா வுக்கு நாடகக் குழு ஏற்பாடு செய்ய ஏழுமலையும் ராஜவேலுவும் வந்திருக்கிறார்கள். கோயில் பொறுப்பாளர்கள் அவர்களது அப்பாக்கள் சிக்கண்ண கவுண்டரும் ராஜீ பிள்ளையுமே. ஆனால், இவர்கள் அந்தப் பொறுப்பை ஏற்றிருப்பது ஒரு காரணம் கருதியே. அவர்கள் பபுன் காமிக் நடிகர் ராஜசேகரனுக்காகக் காத்திருக்கிறார்கள். அதற்குள் இரண்டு முறை

மாபெரும் தமிழ்க் கனவு 321

ராஜபார்ட்கள் இன்னும் காந்தி, நேரு புகழ் பாடிக்கொண்டிருக்க, பபுன் காமிக் மற்றும் ஸ்திரிபார்ட்கள் திராவிடம் பாடத் தொடங்கியிருந்தனர். முத்துமாரியம்மன் கோயில் கொடை வள்ளித் திருமணம் நாடகத்தில் பகுத்தறிவின் தேவை பாடப்பட்டது.

அங்கிருந்தவர்கள் விவரம் கேட்டபடி இருக்கிறார்கள்.

ஒன்றிரண்டு ராஜபார்ட்கள் ஏதோ ஒரு பாட்டை முணுமுணுத்தபடி சுவரில் சாய்ந்து இவர்களை நோட்டம் விட்டபடி இருக்கிறார்கள். பெரியவர் ஒருவர் அவனை உடனே பார்க்க வேண்டுமானால், மேட்டுப்பட்டியில் இருக்கும் அவன் தம்பியின் சலவைக் கடையில் பார்க்கலாம் எனச் சொல்கிறார். ஒருவழியாகத் தகவல் கிடைத்து ராஜ சேகரன் வந்துசேருகிறார். தேதி, நாள், நாடகம் முடிவானதும் முக்கியமான விடயம். ஆம், ராஜசேகரன் தனது வாத்தியார் வணங்காமுடி புதிதாக 'பகுத்தறிவு வேண்டும் பகுத்தறிவு' என்ற வரிகளுடன் தொடங்கும் இயக்கப் பாடல் ஒன்றை எழுதிக் கொடுத்துள்ளதாகவும், அதுபோக கலைவாணரின் 'தீனா மூனா கானா' பாடலில் இரண்டொரு சங்கதிகள் சேர்த்துள்ளதாகவும், எனவே கவலை வேண்டாம், பிரமாதமாய்ப் பண்ணி விடலாம் என்றும் சொல்கிறார். அதுபோக, அவர் சொன்ன செய்திதான் வெல்லக்கட்டி. புதிதாக நடிக்க வந்திருக்கும் ஸ்திரிபார்ட் ரஞ்சனி திராவிட இயக்கப் பாடல்கள் பாடுகிறார். எஸ்.எஸ்.ராஜேந்திரன் கலைக் குழுவில் நடித்துக்கொண்டிருந்தவர், திருமணமாகி இங்கே வந்திருக்கும் தஞ்சாவூர் பெண் என்கிறார். அவரையே நாம் இந்தத் தேதிக்கு புக் பண்ணிக்கொள்ளலாம் என்கிறார்.

ராஜபார்ட்கள் இன்னும் காந்தி, நேரு புகழ் பாடிக்கொண்டிருக்க, பபுன் காமிக் மற்றும் ஸ்திரிபார்ட்கள் திராவிடம் பாடத் தொடங்கியிருந்தனர். முத்துமாரியம்மன் கோயில் கொடை வள்ளித் திருமணம் நாடகத்தில் பகுத்தறிவின் தேவை பாடப்பட்டது.

காட்சி 2: காப்பிளியபட்டி பொங்கல் விழா

திண்டுக்கல்லை அடுத்த காப்பிளியபட்டி கிராமத்தில் வள்ளுவர் மன்றம் கூடியிருந்தது. வருகின்ற பொங்கல் திருவிழாவைத் தமிழர் திருநாளாகக் கொண்டாடத் தீர்மானம். திண்டுக்கல் நகர திமுக துணைச் செயலாளர் மு.காதர் ஷாவை அழைப்பது எனத் தீர்மானமானது. விழாவுக்கான போட்டிகளில் வழக்கம்போல் 1) திருக்குறள் ஒப்பித்தல்; 2) பாவேந்தர் பாரதிதாசன் பாடலை இசையுடன் பாடும் போட்டி; 3) 'தமிழ் எங்கள் உயிர்' என்ற தலைப்பில் கட்டுரைப் போட்டி; 4) 'நாட்டுக்கு நலம் பயக்கும் நல்ல சிந்தனைகள்' என்ற தலைப்பில் பேச்சுப் போட்டி; 5) மு.வில்லவன் கோதை எழுதிய 'இன்னுயிர் ஈந்தேனும் இம்மண் காப்போம்' நாடகம் மாலையில். வள்ளுவர் மன்றம் திமுக கிளையின் மாணவர் அமைப்பு.

திமுக கிளைக் கழகத் தலைவர் மூக்கனாசாரியாக இருந்து பைந்தமிழ் பாரியாகப் பெயர் மாற்றம் கண்டவர், செயலாளர் நாயுடு பதவியை விட்ட, ரெங்கராஜன் எனும் பெயரை அரங்கராஜன் ஆக்கிக்கொண்டவர். அதன் ஆலோசகர்கள் தென்பாண்டியனும், வில்லவன் கோதையும். இது வீரணன் மற்றும் முனுசாமி ஆகியோரின் புனைபெயர்கள். காரணம், ஒருவர் திண்டுக்கல் அரசு உதவி பெறும் தனியார் பள்ளியில் தமிழாசிரியர், மற்றவர் உள்ளூர் ஊராட்சி ஒன்றிய துவக்கப் பள்ளியின் தலைமையாசிரியர்.

காட்சி 3: திண்டுக்கல் தேர்தல் களம்

1967 பொதுத் தேர்தல். திமுக வாக்குச் சாவடி தென்னை ஓலைப் பந்தலில் முற்றிலுமாக இளைஞர் பட்டாளம். காங்கிரஸ் முறையாகக் கீற்று வேயப்பட்ட பந்தலில் சேர்களில் பெரிய மனிதர்கள். திமுக பந்தலில் ஒரே பெஞ்சு. அநேகமாக அங்கே காங்கிரஸ் கூடாரத்தில் அப்பாக்களும் அவர்களின் மகன்கள் திமுக கூடாரத்திலும் இருந்தனர். அப்பாக்கள் தெலுங்கில் ஏசும் ஏச்சுகளுக்குத் தமிழில் பதிலுக்குக் கத்தினர் பிள்ளைகள். திண்டுக்கல் தொகுதி கூட்டணிக் கட்சியான மார்க்சிஸ்ட் கட்சிக்கு வேட்பாளர் ஏ.பாலசுப்ரமணியம். காப்பிளியபட்டியில் மார்க்சிஸ்ட்டுகள் யாரும் இல்லை. ஆனால், திமுக மாணவர் அணி பம்பரமாய்ச் சுற்றி வாக்காளர்களை, குறிப்பாகப் பெண்களைக் கொண்டுவந்து சேர்க்கிறது. இந்த வேகத்துக்கு ஈடுகொடுக்க முடியாத காங்கிரஸ்காரர்களுக்குக் கோபம் வந்தது. ஆனால், அதற்கெல்லாம் அசைவதாய் இல்லை அண்ணன் பைந்தமிழ் பாரி.

தேர்தல் முடிவுகள் வெளிவரத் தொடங்கின. ஏ.பாலசுப்ரமணியம் பெருவாரியான வாக்குகள் வித்தியாசத்தில் வென்றார். 1962-ல் 50 தொகுதிகளில் வென்ற திமுக, இப்போது தனியாக 123 தொகுதிகளில் வென்றது. அதன் கூட்டணி 179 தொகுதிகளில் வென்றது. திமுகவின் 1967-ம் ஆண்டு தேர்தலில் வெற்றிபெற்றவர்களின் பட்டியல் ஒரு செய்தியை வலியுறுத்திச் சொல்லியது, அந்தக் கட்சி அனைத்துத் தரப்பினருக்குமானது என்று!

அமர்வு 2

காட்சி 1: மணி கதை

தஞ்சாவூர் ஆடுதுறை கிராமம். பேருந்திலிருந்து அண்ணாவும் உடன் ஓரிரு தோழர்களும் இறங்குகின்றனர். அவர் காலையில் சிதம்பரம் அண்ணாமலைப் பல்கலைக்கழக மாணவரிடையே உரையாடிவிட்டு, மாலைக் கூட்டத்துக்காக ஆடுதுறை வந்திறங்கியிருக்கிறார். பேருந்து நிலையத்தில் வாடகை சைக்கிள் கடை வைத்திருக்கும் கட்சித் தோழர், அண்ணாவை அழைத்துச்சென்று கடையில் அமர்த்தி, சர்பத் வாங்கிக் கொடுக்கிறார். அன்றைய கூட்ட அமைப்பாளர் மணி எங்கே எனக் கேட்க கடைத் தோழர், "இன்னைக்கு மணியோட கழனியில கதிரடிப்பு. களத்து மேட்டுல இருப்பார். ஆனா, மேடையெல்லாம் நேத்தே போட்டாச்சு.

மணியின் சைக்கிளில் பின்னால் அமர்ந்து கூட்டத்துக்குக் கிளம்புகிறார் அண்ணா. போகிற வழியில் மணியிடம் கிராமக் கூட்டுறவுச் சங்க நடவடிக்கைகள் குறித்து அறிந்துகொள்கிறார். மணி பின்னாளில் கோ.சி.மணி என்று அறியப்பட்டார். தமிழக அமைச்சர்களில் ஒருவரானார்.

அண்ணா" என்கிறார். "சரி, வாப்பா மணியைப் போய்ப் பார்ப்போம்" என அண்ணா அழைக்கிறார்.

சைக்கிள் கடைத் தோழர் அண்ணாவை சைக்கிள் கேரியரில் அமர வைத்துக் கழனி நோக்கி விரைகிறார். அவர்கள் கழனியை நெருங்கும் போது, மணி களத்தில் நெல் தாள் வாங்கி அடித்துக்கொண்டிருப்பது தெரிகிறது. அண்ணா களத்துமேட்டை அடையும்போதுதான் அவரைக் கவனிக்கிறார் மணி. பதறிப்போய், "என்ன அண்ணா... நீங்க போய் இங்கே வந்திருக்கிறீங்க!" என்கிறார். தொடர்ந்து "வாங்கண்ணா, ஊருக்குள்ள போவோம்" எனப் புறப்படுகிறார். "பரவாயில்லப்பா, வேலைய முடிச்சினு போலாம்" என அங்குள்ள கட்டிலில் அமர்கிறார் அண்ணா. வேலை தொடர்கிறது. மெல்ல கட்டிலில் சாய்ந்து, படுத்துத் தூங்குகிறார். மணி அவரை எழுப்பும்போது அண்ணாவின் கூட்டத்துக்கான அறிவிப்பொலி கேட்கிறது. அது அந்த சைக்கிள் கடைத் தோழரின் குரல். மணியின் சைக்கிளில் பின்னால் அமர்ந்து கூட்டத்துக்குக் கிளம்புகிறார் அண்ணா. போகிற வழியில் மணியின் கிராமக் கூட்டுறவுச் சங்க நடவடிக்கைகள் குறித்து அறிந்துகொள்கிறார். மணியிடம் கூட்டுறவுச் சங்கங்கள் கும்பகோணம் வட்டாரத்தில் வேகமாக உருவாகிவருவதாகச் சொல்கிறார்.

மணி பின்னாளில் கோ.சி.மணி என்று அறியப்பட்டார். தமிழக அமைச்சர்களில் ஒருவரானார்.

காட்சி 2: தர்மலிங்கம் கதை

திருச்சி மாவட்டம், லால்குடி. பாரவண்டி (மாட்டு வண்டி) ஓட்டுவோர் சங்கம். அதுதான் லால்குடி திமுக கிளை அலுவலகமும். தர்மலிங்கம் அமர்ந்திருக்கிறார். அவர் இப்போதுதானே பாரவண்டி ஓட்டுவதைச் செய்ய முடிவதில்லை. திமுக மாவட்டத் தொண்டரணி அமைப்பாளர் பணியே அவரது நேரத்தை எடுத்துக்கொள்கிறது. ஆனாலும், அதற்கான கூட்டமைப்பொன்றை திமுக கிளையின் பகுதியாக நடத்திவருகிறார். பாரவண்டிக் கூலி, பேட்டை நுழைவுக் கட்டணம் குறித்த விவகாரம் பேசப்படுகிறது. அடுத்து, பண்ணைக் கூலிகள் தங்களது சிக்கல் குறித்துப் பேசக்காத்திருக்கிறார்கள். மாநாட்டு அமைப்புக்குழுவினர், அடுத்து நடக்க இருக்கும் மாநாட்டுக்கான தீர்மானங்களைத் தயார்செய்யும் வேலையில் மும்முரமாய் இருக்கிறார்கள்.

பண்ணைக் கூலிகள் விவகாரம் அறிந்துகொண்டு அவர்களை அனுப்பிவிட்டு, மாநாட்டுக் குழுவினரிடம், வரும் மாநாட்டில் வடநாட்டு மார்வாரி சிமென்ட் ஆலை தொடங்கி 'டால்மியாபுரம்' எனப் பெயர் வைத்ததை எதிர்த்துப் போராட்டம் நடத்த தலைமையிடம் அனுமதி கோரித் தீர்மானம் எழுத ஆலோசனை சொல்கிறார் தர்மலிங்கம். 'கல்லக்குடி' பெயர் மாற்றப் போராட்டத்துக்கு திருவாரூர் மு.கருணாநிதியைத் தலைமை ஏற்று நடத்த வேண்டுமென்ற வேண்டுகோளும் தலைமையிடம் வைக்கப்படுகிறது.

தர்மலிங்கம் பின்னாளில் அன்பில் தர்மலிங்கம் என்று அறியப்பட்டார். தமிழக அமைச்சர்களில் ஒருவரானார்.

காட்சி 3: முத்து கதை

மதுரை ஹார்வி ஆலையில் மாலை ஐந்து மணி சங்கு ஒலிக்கிறது. பகல் ஷிஃப்ட் முடிந்ததற்கான அறிகுறி. இனி, ஆலைத் தொழிலாளார்கள் பெருங்கூட்டமாக வெளியேறுவார்கள். ஏற்கெனவே அடுத்த ஷிஃப்ட்டுக்குப் போக வேண்டியவர்கள் கையிலிருக்கும் டீ கிளாஸை வளையச் சுற்றி ஆற்றி வாயில் சாய்ப்பார்கள். அது அழகரடி முத்து டீக்கடை. மில் வாசலுக்கு நேர் எதிரே வடக்கே போகும் ஆரப்பாளையம் கிராஸ் ரோடு, கரிமேடு ரோடு முனை.

டீ பட்டறையிலோ கல்லாவிலோ முத்து இருப்பார். வேலை செய்தபடியே உள்ளே போகும் தொழிலாளி ஒருவரிடம் திராவிட பஞ்சாலைத் தொழிலாளர் சங்க உறுப்பினர் சேர்க்கையைப் பற்றிப் பேசிக்கொண்டிருப்பார். ஏற்கெனவே கொடுத்த ரசீது புத்தக நிலவரம் விசாரிப்பார். பகல் ஷிஃப்ட் ஆட்கள் வெளியேறி முடிந்ததும், கடையில் கூட்டம் கொஞ்சம் மட்டானதும், குடும்பத்தினர் அல்லது நண்பர்கள் யாரையாவது பார்த்துக்கொள்ளச் சொல்லிவிட்டு, மேலமாசி வீதி அலுவலகம் போக வேண்டும். அவருக்காக பெஞ்சில் அமர்ந்து காத்திருக்கும் கழகத் தோழர்கள் அடுத்த மாதம் நடைபெறவிருக்கும் திமுகவின் இரண்டாவது பொதுக்குழுவுக்கான ஏற்பாடுகள் பற்றிப் பேசிக்கொண்டிருப்பார்கள்.

அவர்கள் பேச்சு, சென்ற முறை அண்ணா கலந்துகொண்ட பொதுக்கூட்ட நிகழ்வு குறித்ததாக இருக்கும் அல்லது சென்ற முறை கைதாகிச் சிறைபட்டு ஆறு நாட்கள் உள்ளே இருக்க நேர்ந்தவர்களை இந்த முறை அழைக்கக் கூடாது என்பதாகவோ அல்லது அரை மைல் தொலைவில் இருக்கும் மத்திய சிறைச்சாலை அனுபவங்களாகவோ இருக்கும். அவர்கள் மாவட்டக் கழகப் பொறுப்புக் குழுவினராய் இருப்பார்கள். கல்லாவில் பத்து ரூபாயை எடுத்து, சட்டைப் பையில் வைத்துக்கொண்டு முத்து அண்ணன் கிளம்புவார். அவரோடு இணைந்து போகிறவர்களில் உத்தரவாதமாக பகல் ஷிஃப்ட் முடிந்து வந்த தொழிலாளிகளில் ஒருவராவது இருப்பார்கள்.

முத்து பின்னாளில் மதுரை முத்து என்று அறியப்பட்டார். மதுரை மாநகராட்சியின் முதல் மேயர் அவர்!

MOCK AT HINDI
KNOCK OUT HINDI
EXCELLENT TRADING

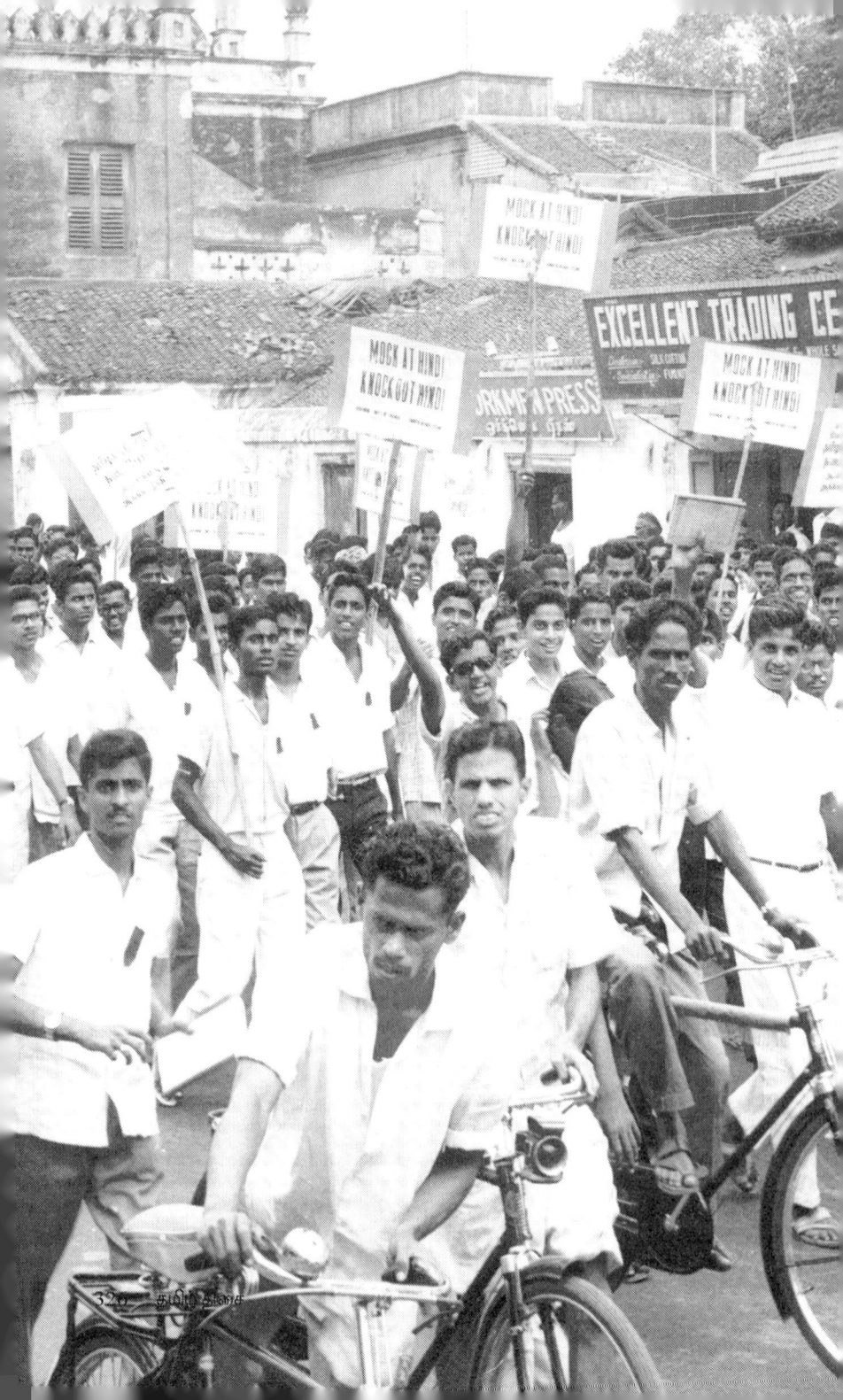

அண்ணா அளவுக்கு மாணவர்களை அரசியல் களம் நோக்கி இழுத்துவந்த தலைவர் இந்திய வரலாற்றில் இல்லை

எல்.கணேசன் பேட்டி

■ கே.கே.மகேஷ்

திமுகவில் பேச்சுக்கு இணையாக எழுத்தையும் ஆயுதமாகக் கொண்டவர்களில் ஒருவர் எல்.கணேசன். சாதாரண விவசாயக் குடும்பப் பின்னணியிலிருந்து வந்தவரான கணேசன் சட்டம் பயின்றவர். சுதந்திர இந்தியாவை அதிரவைத்த மாணவர் போராட்டமான இந்தி ஆதிக்க எதிர்ப்புப் போராட்ட வரலாற்றில் கணேசன் முக்கியமான ஒரு பங்கு வகித்தவர். மாணவர்களுக்கும் திமுகவுக்கும் இடையே பாலமாகவும் போராட்ட ஒருங்கிணைப்பாளராகவும் செயல்பட்டவர். அண்ணாவைத் தலைவராகவும் திராவிட சித்தாந்தத்தைக் கொள்கையாகவும் ஏற்றுக் கொண்ட மாணவர்கள் அவர்கள்; அதேசமயம், கட்சிக்கு வெளியே இருந்தார்கள்; வெளியிலிருந்து கையாள வேண்டிய சிக்கலான உறவு அது. அந்த வரலாற்றுச் சூழலையும் தன் பொறுப்பையும் அண்ணாவுடனான மகத்தான சந்திப்பையும் நினைவுகூர்கிறார் கணேசன்.

● உங்கள் குடும்பப் பின்னணியைச் சொல்லுங்களேன்...

சொந்த ஊர் தஞ்சை மாவட்டம் கண்ணந்தங்குடி. அந்த ஊரிலேயே கீழையூர், மேலையூர் என்று இருந்தது. மேலையூர் கிராமம் மொத்தமும் ஒரு வேளாளருக்குச் சொந்தமானது. அது இனாம்தாரி. கீழையூரானது ஒரு ரயத்வாரி. இனாம்தாரி என்பது மன்னர்கள் காலத்தில், எதையாவது பாராட்டி ஒரு மனிதருக்கு பத்து ஊர், நூறு ஊர் என இனாமாக அளிக்கப்படும் நிலம். அதற்கு 'இறையிலி' என்றும் பெயருண்டு. ரயத்வாரி என்பது அரசுக்கு

தம்பி, விட்டுக்கொடுக்கச் சொல்வதால், நீ கூட என்னைக் கோழை என்று நினைக்கலாம். வீரம்தான் வெற்றிக்கான வழிமுறை என்றால், தமிழினத்துக்கு சாம்ராஜ்யம் இருக்க வேண்டும். ஆனால், நாடுகூட இல்லை. சில சூழல்களில் பின்வாங்குவதும் விட்டுக்கொடுப்பதும் கோழைத்தனமில்லை.

வரி கட்டும் குடிகள் வசிக்கும் பகுதி. நானிருந்த கீழையூர் ரயத்வாரி. மேலையூரில் விவசாயக் கூலியாக இருந்தவர்கள், அந்த வேளாளரை அடித்து விரட்டுவதற்காகக் கீழையூர்க்காரர்களையும் சேர்த்துக்கொள்ள இருவரும் ஒன்றானார்கள். கூலிகளாக இருந்து அதிகாரம் பெற்ற ஊர் என்பதால், ஒரு முற்போக்குச் சிந்தனை இருக்கும். அதன் விளைவாகத்தான் திராவிட இயக்கம் எங்களூரில் செல்வாக்கு பெற்றிருந்தது. நான் திராவிட இயக்கத்தில் சேர்ந்தவன் அல்ல; அதாவது, என் குடும்பமே திராவிட இயக்கக் குடும்பமாகத்தான் இருந்தது. அதில் நான் 1934-ல் பிறந்தேன். அண்ணன்கள், மாமாக்கள் இப்படிச் சுற்றியிருந்தவர்களுடனான உரையாடல் தீவிர ஈடுபாட்டைக் கொண்டுவந்தது. சின்ன வயதிலேயே அண்ணா எழுதிய நூல்கள் பெரும்பாலானவற்றைப் படிக்க ஆரம்பித்து விட்டேன். கல்லூரிக் காலத்தில் கம்யூனிஸ்ட் கட்சி அறிமுகமானது. அவர்களுடைய கூட்டங்களுக்குப் போவது, 'ஜனசக்தி' படிப்பது என்று ஆரம்பித்தேன். ஒருகட்டத்தில் 'இதுவா, அதுவா?' என்று ஒரு பெரிய போரே மனதுக்குள் நடந்தது. இறுதியில் திமுகழகமே வென்றது. இன்றைக்கு ஆழ்ந்து யோசித்தால், திமுக என்னைத் தக்கவைத்துக்கொண்டது அதன் 'தமிழர்க்குத் தனி நாடு' கொள்கைதான் என்று புரிகிறது. அன்றைக்குப் பெருவாரியான மாணவர்களை அரசியல்படுத்தியதும் அரசியலுக்கு ஈர்த்ததும் அண்ணாவின் எழுத்துகளும் இந்தக் கொள்கையும்தான்.

அண்ணாவை முதன்முதலில் எப்போது பார்த்தீர்கள்?

பதினெட்டு வயது இருக்கும், எஸ்.டி.சோமசுந்தரம் தன்னுடைய ஊரான செண்டாங்காட்டுக்கு அண்ணாவைக் கூட்டிக்கொண்டுவந்தார். நல்ல மழை. ராஜாமடத்தில் இருந்தேன், மழையில் நனைந்தபடி மூன்று மைல் நடந்தே போனோம். கொட்டும் மழையில் பேசிக்கொண்டிருந்தார் அண்ணா. பெரும் கூட்டம் மழையில் நனைந்தபடி நின்றிருந்தது.

இந்தி ஆதிக்க எதிர்ப்புப் போராட்டத்தில் மாணவர்கள் முழு மூச்சில் நின்றபோது, "திமுக அவர்களை முன்னின்று நடத்தவில்லை" என்று சொன்னவர் அண்ணா. ஆனால், உங்களைப் போன்றவர்கள் பின்னணியில் இருந்திருக்கிறீர்கள். இதை எப்படிப் புரிந்துகொள்வது?

தமிழ்நாட்டில் மொழிப் போராட்டத்துக்கு என்று நெடிய வரலாறு இருக்கிறது. அதை முழுக்கச் சொன்னால்தான் உங்களுக்குப் புரியும். 1938-ல் முதல் போர். அப்போதே நீதிக் கட்சியில் இருந்த அண்ணா, இந்தி

ஒழிப்புப் போராட்டத்தில் கைதாகி, சிறைத் தண்டனையை அனுபவித் திருக்கிறார். அடுத்தது 1948-ல் நடந்தது. அந்தப் போரில் சர்வாதிகாரி பொறுப்பு வகித்து தலைமை வகித்தவர் அண்ணா. அடுத்தது 1950-ல் நடந்தது. அடுத்தது 1963-ல் நடந்தது. அப்போதெல்லாம் திமுக தோன்றி விட்டது. அண்ணா அவற்றிலும் முக்கியப் பங்கு வகித்தார். நீங்கள் புரிந்து கொள்ள வேண்டியது என்னவென்றால், இந்த நான்கு போர்களிலுமே அண்ணா சார்ந்திருந்த நீதிக் கட்சி/ திராவிடர் கழகம்/ திமுக மட்டும் அல்லாது வேறு தமிழ் அமைப்புகளும் பங்கெடுத்துக்கொண்டன. எந்த அமைப்பிலும் இல்லாத மாணவர்களும் பங்கெடுத்துக்கொண்டிருக் கின்றனர். மாணவர்களில் திமுக சார்ந்தவர்களும் இருப்பார்கள், சாராதவர்களும் இருப்பார்கள்; ஆனால், மொழியுணர்வும் இனவுணர்வும் இரு தரப்பாருக்கும் இடையில் ஒரு உறவை உண்டாக்கியிருந்தது. மாணவர்கள் விஷயத்தில் தலையிடக் கூடாது என்று அண்ணா நினைப்பார். ஆனால், தன் போக்கில் செல்லும் மாணவர்கள் விபரீதமாக வன்முறையில் ஏதும் இறங்கிவிடாத வண்ணம் ஒரு பார்வை அவர்கள் மீது கொண்டிருக்க வேண்டும் என்றும் எண்ணுவார். இந்தப் பின்னணியில்தான் என்னைப் போன்றவர்கள் பணியாற்ற நேர்ந்தது.

● **மொழிப் போர் காலகட்டத்தில் உங்களுடைய பணி என்னவாக இருந்தது? கொஞ்சம் விளக்க முடியுமா?**

மொழிப் போர் காலத்தில், இரு வகையில் நான் பங்களித்திருக்கிறேன். முதலாவது, ஒரு மாணவனாக. அதாவது, 1962-ல் நான் சட்டக் கல்லூரி மாணவன். 'அகில இந்திய இந்தி ஆதிக்க எதிர்ப்புக் குழு' (ஆல் இண்டியா ஆன்ட்டி இந்தி அஜிடேஷன் கவுன்சில்) என்ற பெயரில் அமைப்பு தொடங்கிப் போராடிக்கொண்டிருந்தோம். 1965-ல் இரண்டாவது பொறுப் புக்கு நகர்ந்தேன். அதாவது, இந்தப் போராட்டத்தை ஒருங்கிணைக்கும் பொறுப்பு என்னிடம் வந்தது. அப்போது நான் மாணவர் திமுக செயலாளர். தமிழகம் முழுவதும் கல்லூரி கல்லூரியாகச் சுற்றுவோம், மாணவர்களுடன் பேசுவோம், அப்போது என்னுடன் சுற்றியவர்களில் துரைமுருகனும் ஒருவர். 'தமிழ் மொழி காக்கப்பட இந்தித் திணிப்பை எதிர்ப்பது முக்கியம்; அதேசமயம், வன்முறைப் பாதை நோக்கிச் சென்றுவிடக் கூடாது' என்பதைத் தீவிரமாக வலியுறுத்துவோம். மாணவர்கள் அரசியலுணர்வும் உலக அறிவும் பெறுவதில் ஆர்வம் கொண்டிருக்க வேண்டிய அதே நேரத்தில், படிப்பைப் பின்னுக்குத் தள்ளிவிடும் அளவுக்கு நேரடி அரசியலுக்கு வந்துவிடக் கூடாது என்பதை எடுத்துச் சொல்வோம். அண்ணாவின் அக்கறைகளைத் தெரியப்படுத்துவோம்.

● **வன்முறை எதிர்ப்பில் அந்த அளவுக்கு அக்கறை கொண்டவரா அண்ணா?**

என்ன, இப்படிக் கேட்டுவிட்டீர்கள்? 1965 மொழிப் போர் பாதியில் நிறுத்தப்பட அண்ணாதான் காரணம் தெரியுமா? இந்திய அரசமைப்பு ஏற்பாட்டின்படி 1965, ஜனவரி 26 அன்று இந்தி ஒன்றே அலுவல் மொழியாவதுதான் ஏற்பாடு – அதாவது, ஆங்கிலத்துக்கு அன்றோடு விடை

கொடுப்பது என்று முடிவெடுத்துவிட்டார்கள். இந்தச் சூழலில்தான் அந்தப் போராட்டம் நடந்தது. கொந்தளிப்பான சூழல். மாணவர்கள் பெரும் தன்னெழுச்சியோடு நிற்கிறார்கள். மத்தியிலும் மாநிலத்திலும் இருந்த காங்கிரஸ் ஆட்சி பொறுப்பற்ற வகையில், போராட்டங்களை உதாசீனப்படுத்தியது. தீப்பிழம்புபோல இருக்கிறார்கள் மாணவர்கள். தடியடி, துப்பாக்கிச்சூடு என்று காவல் துறை வெறியாட்டம் ஆடுகிறது. அடுத்த கட்டமாக, மாணவர்களைக் கட்டுக்குள் கொண்டுவர ராணுவத்தை வரவழைத்துவிட்டது பக்தவத்சலம் அரசு. மாணவர்கள் தரப்புத் தலைவர் களில் அப்போது முக்கியமானவர் சீனிவாசன் – இவர்தான் பிற்பாடு காமராஜரைத் தேர்தலில் தோற்கடித்தார். அண்ணாவிடமிருந்து எனக்கு அழைப்பு வந்தபோதே தெரிந்துவிட்டது, அண்ணா போராட்டத்தை நிறுத்தச் சொல்லப்போகிறார் என்று. என்னை அழைக்க வந்த என்.வி.என்.சோமு உள்ளிட்டவர்களிடம் "இடையில் ஒரு வேலை இருக்கிறது" என்று சொல்லிவிட்டு, கலைஞரைப் பார்க்கப் போனேன். அவர் எங்கள் மாவட்டக்காரர் என்பதால் நல்ல பழக்கம். "அண்ணே, மாணவர்கள் தன்னெழுச்சியாப் போராடுறாங்க. நாம ஆதரிச்சா நாளைக்கு நமக்கு ஆதரவு கிடைக்கும். நாம தடுத்தாலும் அவங்க நிறுத்தப் போறதில்லை. ஆனா, கெட்ட பேர் பின்னாடி வரும். அண்ணாகிட்ட நீங்களாவது சொல்லுங்க" என்று சொன்னேன். "நான் அண்ணாவிடம் பேசுகிறேன். நீ 'முரசொலி' அலுவலகத்தில் இரு. அண்ணாவிடம் பேசிவிட்டுக் கூப்பிடுகிறேன், நீ வா" என்று சொன்னார். காத்திருந்தேன். தொலைபேசியில் அழைப்பு. அண்ணா வீட்டுக்குச் செல்கிறேன். அன்று அண்ணா பேசியதை வாழ்நாள் முழுக்க மறக்க மாட்டேன்.

அப்படி என்ன பேசினார் அண்ணா?

நாற்காலியில் உட்கார்ந்துகொண்டிருந்த அண்ணா, என்னைப் பார்த்ததும் படாரென எழுந்தார். என்னையும் உட்காரச் சொல்லவில்லை. அவரும் உட்காரவில்லை. ஒரு மணி நேரம் பேசினார், முழுக்க ஆங்கிலத்தில். ஆங்கிலம் நன்கு தெரிந்தவர்களிடம், குறிப்பாக மாணவர் களிடம் அப்படிப் பேசுவது வழக்கம். அவரைப் போலவே நாங்களும் பேச அது உத்வேகம் அளிக்கும் என்றுகூட நினைத்திருப்பார். "இனி அரசியல் களத்தில் கையாள வேண்டிய விவகாரம் இது. மாணவர்கள் எங்களை நம்பிக் கையளிக்க வேண்டும். தம்பி, விட்டுக்கொடுக்கச் சொல்வதால், நீகூட என்னைக் கோழை என நினைக்கலாம். வீரம்தான் வெற்றிக்கான வழிமுறை என்றால், தமிழினத்துக்கு சாம்ராஜ்யம் இருக்க வேண்டும். ஆனால், நாடுகூட இல்லை. சில சூழல்களில் பின்வாங்குவதும் விட்டுக்கொடுப்பதும் கோழைத்தனமில்லை. நாம் நாடு வாங்குகிறோமோ இல்லையோ, உயிர்களை இழக்கக் கூடாது. இரு தரப்பிலுமே சரி. அதிலும் மாணவர்கள் நம் பிள்ளைகள். பயமறியாதவர்கள். அதே அளவுக்கு ஆபத்தில் சிக்கிக்கொள்ளக்கூடியவர்களும்கூட. பிள்ளைகளைப் பலிகொடுக்கவா இயக்கம் நடத்துகிறோம்? நம் எதிரில் இருக்கும் ஆட்சியாளர்களுக்குக் கண் இல்லை; ஆனால், நமக்கு இதயம் இருக்கிறது" என்றார்.

● **போராட்டத்தைக் கைவிட்டீர்களா?**

இல்லை. அப்போதே நான் என்ன சொன்னேன் என்றால், "இதையே லால் பகதூர் சாஸ்திரி சொல்லியிருந்தால், நடக்கும் கதை வேறு. ஆனால், நீங்கள் என் தலைவர். அதனால் தாங்கிக்கொள்கிறேன். எனக்குக் கொஞ்சம் அவகாசம் தாருங்கள்" என்று சொல்லிவிட்டுத்தான் வந்தேன். இப்படியெல்லாம் பேசுவதற்கான இடத்தை அவர் தந்திருந்தார். அடுத்து கலைஞரிடம் போனேன். "எனக்கும் போராட்டத்தைக் கைவிட விருப்பம் இல்லை. ஆனால், அண்ணா உறுதியாக இருக்கிறார்" என்றார். "நான் போராட்டத்தைக் கைவிடப் பேசச் சொன்னால், போராட்டத்தைத் தொடர சிபாரிசுக்கு என்னிடமே வருகிறாயே?" என்று என்னால் கலைஞரையும் திட்டி அனுப்பியிருந்தார் அண்ணா. அங்கிருந்து வெளியேறி தலைமறை வாகிவிட்டேன். போராட்டத்தைத் தொடர்வதையே மாணவர்களும் விரும்பினார்கள்; அண்ணாவுக்கு எதிராக அவர்கள் பக்கமே நிற்பது என்று நானும் முடிவெடுத்தேன். ஆனால், ராணுவம் வந்திறங்கிய பின் கடுமையான நெருக்கடி. சிக்கிய மாணவர்களையெல்லாம் கொடிய தாக்குதலுக்கு உள்ளாக்கினார்கள். இரண்டே நாட்கள். அண்ணா சொன்ன முடிவை நாங்களாகவே எடுக்கும் சூழல் வந்தது. பிற்பாடு கட்சியில் தீவிரமானேன். அப்போதும் பெரும்பாலான தவறுகளை அண்ணா மன்னிப்பார். வன்முறை, ரௌடித்தனம் போன்றவற்றைத் துளியும் சகித்துக்கொள்ள மாட்டார்.

● **அண்ணா காலத்தில் சட்டமன்ற உறுப்பினராக இருந்தவர் நீங்கள். எப்படி நடந்துகொள்வது என்று வழிநடத்துவாரா?**

முழுச் சுதந்திரம் கொடுப்பார். ஆனால், ஜனநாயக நெறி கெடாமல் நடந்துகொள்ள வேண்டும் என்று சொல்வார். நிறைய வாசிக்க வேண்டும், நாகரிகமாகப் பேச வேண்டும், எதிர்த்தரப்பினரின் கருத்துகளுக்கும் மதிப்பளிக்க வேண்டும் என்று அடிக்கடி சொல்வார்.

● **அண்ணாவின் பிரத்யேகப் பண்பு என்று எதைச் சொல்வீர்கள்?**

அண்ணாவுக்குள் ஒரு ஆசிரியர் இருந்தார். அரசியல் களத்தில் ஏனைய தலைவர்களோடு ஒப்பிட, அவர் கற்பிப்பவராகவே இருந்தார். இந்திய வரலாற்றில் அண்ணா அளவுக்கு அரசியல் களம் நோக்கி மாணவர்களை இழுத்துவந்த தலைவர் கிட்டத்தட்ட யாரும் கிடையாது. ஆனால், அரசியலை மாணவர்கள் எப்படி அணுக வேண்டும் என்பதற்கான எல்லையை அவர் நினைவூட்டிக்கொண்டே இருப்பார். அந்த வயதில் அவர்கள் சட்டென்று உணர்வதற்கு ஏற்ப "அரசியல், முறைப்பெண் மாதிரி" என்று சொல்வார். அதாவது, அரசியல் மீது ஈர்ப்பு இருக்கலாம்; காதல் இருக்கலாம்; ஆனால், திருமணத்துக்கான பருவம் அதுவல்ல என்பதே அவர் உணர்த்தியது.

நாடகக்காரர் அண்ணா மாற்றியமைத்த மேடைகள்

மு.இராமசுவாமி

நாடகவியலாளர்

திராவிட இயக்கப் பேரூற்றின் மேற்பரப்பை *1920-1930*-களில் நிரப்பி இருந்த பெரும்பான்மைத் தலைவர்கள், தமிழ்ப் பண்பாட்டுத் தளத்தின் பெரும் பகுதிப் பார்வையாளர்- வாசகர் மனவெளிகளில் ஊடும் பாவுமாய்ப் பின்னிப் பிணைந்திருந்த ஊடக வலைப்பின்னல்களைத் தங்களின் அக வெளிப்பாட்டுக்கான ஆக்கக் கருவிகளாய்த் தொடர்ச்சியாகவும் வெற்றிகர மாகவும் ஆக்கி, அதில் பயணித்துக்கொண்டே சமூக, அரசியல் களங்களில் தங்களை நிலைநிறுத்தியிருந்திருக்கின்றனர் என்பதில் இரண்டு கருத்துகள் இருக்க முடியாது. *1970*-கள் வரை மிக அழுத்தமாகத் தமிழின் பெரும்பான்மைப் பார்வையாளர் - வாசகர் மனத்தின் தேட்டத்தை நிறைவுசெய்யக்கூடியதாக அவர்களின் கருத்தியல்களும் செயல்பாடுகளும் அமைந்திருந்தன என்பதே உண்மை!

ஒவ்வொன்றுக்கும் ஒரு மாற்று

பேச்சு, எழுத்து, அச்சு, இசை, கூத்து, திரைப்படம் என்று தகவல் தொடர்பின் அன்றைய அனைத்துத் தடங்களையும் தங்களுக்கானதாய் ஆக்கிக்கொண்டதாலேயே - கைரேகைகளாய் அனைத்துத் தடங்களும் அவர்களின் கைகளுக்குள் அடங்கிக் கிடந்ததாலேயே - அவையெல்லாம் அவர்களுக்குச் சாத்தியமாகியிருந்தன. மேற்கூறிய தகவல் தொடர்பு ஊடகங்களில் ஒன்றிலோ இரண்டிலோ பலவற்றிலோ அல்லது அனைத்திலுமோ ஈடுபாடும் செயல்திறனும் கொண்டவர்களாய்த் திராவிட இயக்கத்தின் அன்றைய தலைவர்கள் பலர் இருந்திருக்கின்றனர் என்பது வியப்பைத் தரவல்லது. அது இயல்பாக நடந்தேறியது என்பதைவிடவும் அளப்பரிய படைப்பாற்றல் கொண்ட அவர்களுக்குள் உள்முகமாய்க் குமுறிக்கொண்டிருந்த சமூகக் கோபத்தின் இயங்கியல் பருண்மைக் கட்டுமானமாய் ஒருங்கமைந்ததே ‘திராவிட இயக்கம்’ என்று கொள்வது பொருத்தமானது!

அதனாலேயே அவர்களின் அனைத்துச் சமூகச் செயல்பாடுகளிலும் 'பழமைக்குப் பயணச்சீட்டு; புதுமைக்கு நுழைவுச்சீட்டு' என்கிற குண ரீதியான முரண் மாற்றங்கள் சமூகத்தளத்தில் முன்வைக்கப்பட்டிருக் கின்றன. மனுநீதிக்கு எதிரான சமநீதி! ஆதிக்கத்துக்கு எதிரான சமத்துவம்! சுரண்டலுக்கு எதிரான தோழமை! வைதீகத்துக்கு எதிரான சுயமரியாதை! கட்சி, உறுப்பினர் என்பதன் பதிலியாய், ரத்த சொந்தமாய் வந்தமர்ந்த 'ஐயா - பிள்ளைகள்', 'அண்ணன் - தம்பி' உறவுநிலை! புராணங்களுக்கு எதிராக அறத்தைப் பேசும் திருக்குறள்! வெறும் விவரணப் பேச்சுக்குப் பதிலியாக விவரிப்பு சார்ந்த விவரணப் பேச்சு! சாதிய - வட்டார மொழி நடைக்குப் பதிலாக எதுகையும் மோனையும் சிந்துபாடும் அலங்கார மொழிநடை! வாசிப்புக்குக் கட்டியம் கூற அச்சுக்கும் அறிவுக்கும் தீனிபோடும் மலிவு விலைப் பகுத்தறிவு நூல்கள் - பத்திரிகைகள்! கர்னாடக இசைக்குப் பதிலியாகத் தமிழிசை! இந்த வரிசையில்தான் கடவுளர்களைக் கதாபாத்திரங்களாக்காமல் மனிதர்களைக் கதாபாத்திரங்களாக்கிய சமூக நாடகங்களும் திரைப்படங்களும் வருகின்றன. எந்தச் சாமியின் அருளும் இல்லாமல், ஒருவரே இத்தனை உருவத்துக்குள்ளும் உருமாறி உருமாறிப் பயணிப்பது அண்ணாவுக்குச் சாத்தியமாகியிருந்தது. அவர் வழிவந்த பலருக்கும் சாத்தியமாகியிருந்தது.

இரணியன் தொடங்கிவைத்த இயக்கம்

நாடகமும் திரைப்படமும் பெரும் முதலீடுகள் சார்ந்த துறைகள்; இந்த அமைப்புகளுக்குள்ளும் தங்கள் எழுத்தாயுதங்களால் இலகுவில் ஊடுருவி, அந்நிறுவனங்களையே தங்கள் கையகப்படுத்திய அசகாய சக்தி அவர்களிடம் இருந்திருந்தது. இந்தியாவில் வேறெந்த மாநிலத்திலும் (வங்கத்துக்கு இடதுசாரிகள் நீங்கலாக) கட்சி தனது செயல்திட்டத்தில் நாடகக் குழுவையும் அங்கமாக்கியது வேறெங்கும் நடந்ததாகத் தெரியவில்லை. அண்ணாவின் காலம் வரை திராவிட இயக்கத்தின் செயல்பாடுகளில் ஒரு பகுதிச் செயல்பாடாய் - மக்களை ஈர்த்த பெரும் செயல்பாடாய் - நாடகச் செயல்பாடு குறிப்பிடும்படி அமைந்திருந்தது.

திராவிட இயக்கச் சிந்தனைகளின் முதல் நாடக விளைச்சலாக இயக்கச் சிந்தனையாளர்களால் - நாடக வல்லுநர்களால் சுட்டப்பெறுவது 09.11.1934-ல் சென்னை விக்டோரியா பப்ளிக் ஹாலில், பெரியார் தலைமையில் நிகழ்ந்த பாரதிதாசனின் 'இரணியன் அல்லது இணையற்ற வீரன்' நாடகம்தான்! தொன்மக் கதைகளை எடுத்துக்கொண்டு அதற்குப் புதிய உள்ளொளி பாய்ச்சிய வகையிலும் இது முக்கியமான ஒன்று. இந்நாடகம் பல பகுதிகளுக்கும் கொண்டுசெல்லப்படுகிற நிலையில், அரசால் இந்நாடகம் தடைசெய்யப்பட்டதென்பது இதன் முக்கியத்துவத்தைக் கூட்டுகிறது. இதுவே, பின்வந்த இயக்க நாடகங்களான 'கீமாயணம்' (எம்.ஆர்.ராதா), 'நீதிதேவன் மயக்கம்' (அண்ணா), 'கிந்தனார்' (என்.எஸ்.கிருஷ்ணன்), 'வீர வாலி' (ஜலகண்டபுரம் கண்ணன்), 'இலங்கேஸ்வரன்' (துறையூர் மூர்த்தி) போன்ற புத்தொளி பாய்ச்சிய நாடகங்களுக்கு மூல வேராகும்.

திசை மாற்றத்துக்கு வித்திட்ட அண்ணாவின் உரை

இதற்கடுத்து, இருபதாம் நூற்றாண்டில், திராவிட இயக்கச் சிந்தனைகள் வலிமை பெறுகிற ஒரு காலகட்டத்தில், தமிழ் நாடக உலகில் நிகழ்ந்த – அதற்குப் பின் இதுவரையும் நிகழாதிருக்கிற ஒரு முக்கிய நிகழ்வைத் தொட்டுச்செல்லாமல் தமிழ் நாடகத்தின் திசைமாற்றம் பற்றிப் பேச இயலாது. தமிழ் நாடகக் கலை வளர்ச்சிக்கென்று தமிழ்நாட்டில் 11.02.1944-ல் ஈரோடு சென்ட்ரல் தியேட்டரில் கூட்டப்பட்டது 'தமிழ் மாகாண நாடகக் கலை அபிவிருத்தி மாநாடு'. பம்மல் சம்பந்தனார் தமிழ் நாடகக் கொடியேற்றித் தொடங்கிவைக்க, தியாகராஜ பாகவதர் இம்மாநாட்டைத் திறந்துவைக்கிறார்.

இந்த மாநாட்டை எதிர்த்து, பெரியாரின் சிந்தனைகளின்பால் ஈர்க்கப்பட்டு, தொழில்முறை நாடகக் குழுக்களிலிருந்து வெளியேறிய சிலர், 'முத்தமிழ் நுகர்வோர் சங்கம்' எனும் பெயரில் மறியல் போராட்டம் நடத்தத் திட்டமிட்டிருந்தனர். புராண நாடகங்கள் மட்டுமே தொழில்முறை நாடகக் குழுக்களால் நடத்தப்படுவதை எதிர்த்தே இந்த மறியல் நடத்தப்பட இருந்தது. ஆனால், 23.04.1943-லேயே ஈரோட்டில் பெரியார் தலைமையில், தான் எழுதி, நடித்து, நெறிப்படுத்தியிருந்த 'சந்திரோதயம்' எனும் சீர்திருத்த நாடகத்தை 'திராவிட நடிகர் கழகம்' எனும் தன் குழுவைக் கொண்டு அரங்கேற்றி, அதன் வெற்றியால் முன்வரிசை நாடகக்காரராகவும் அன்று அறியப்பட்டிருந்தார் அண்ணா!

அண்ணாவின் தலையீட்டால் அப்போராட்டம் நின்றுபோனது. அதுமட்டுமன்றி, அம்மாநாட்டிலும் 'கலையின் நிலைமை' எனும் பொருளில் புராண நாடகங்களின் சமகாலப் பொருத்தமின்மை மற்றும் சீர்திருத்த நாடகங்களின் தேவைகுறித்து அண்ணா உரை நிகழ்த்தினார். மாநாட்டின் பெரும் பகுதியை அண்ணா உரை ஏற்படுத்திய விவாதங்களே நிரப்பித் தீர்த்தன. எந்தத் தீர்மானங்களும் நிறைவேற்றப்படாமலேயே அந்த முதல் மாநாடு முடிவுற்றது. அதுவே ஒருவகையில் திராவிட இயக்கத்த வரின் வெற்றியாகப் பேசப்படலாயிற்று.

நடிப்பிசைப் புலவரின் நாடகக் குழுவான 'கிருஷ்ண நாடக சபா' அண்ணாவின் நாடகங்களான 'ஓர் இரவு', 'வேலைக்காரி' போன்றவற்றைத் தொடர்ச்சியாக நடத்திவந்தது. கட்சி நிதிக்காக இந்நாடகங்கள் பெரிதும் உதவியிருக்கின்றன. அண்ணாவின் 'சந்திரமோகன் அல்லது சிவாஜி கண்ட இந்து சாம்ராஜ்யம்' 1946-ல் அரங்கேறியது. அதில் 'சிவாஜி'யாக நடித்த நடிகர் 'கணேசன்' பின்னாளில் சிவாஜி கணேசன் ஆனார். நாடகத்தின் தொடர்ச்சி யாகவே திரைத் துறையையும் கைப்பற்றியது திராவிட இயக்கம்.

கலையை அண்ணா அணுகிய விதம்

அண்ணாவும் அவர் வழிவந்தவர்களும் நாடகத்தை எப்படிப் பயன்படுத்தினர் என்பதை நாம் உணர வேண்டும் எனில், கலை சம்பந்தமாக அண்ணாவுக்கு இருந்த தீர்க்கமான கருத்துகளை நாம் அறிந்துகொள்ள

வேண்டும். 22.08.1944-ல் அவர் ஆற்றிய 'கலையின் நிலைமை' உரையில் குறிப்பிட்டிருக்கிற கீழ்க்காணும் முக்கியமான கருத்துகள் இதுகுறித்து நமக்கு ஒரு பார்வையை வழங்குகின்றன:

1. இயலை வளர்க்கவும் இசையை வளர்க்கவும் அமைப்புகள் இருக்கின்றன. நாடகக் கலை வளர்ச்சிக்கான அமைப்பும் முயற்சியும் இல்லை. எனவே, எனது நண்பர் தோழர் சிவதாணு இதற்கான ஒரு தனி மாநாட்டை, முதன்முறையாகக் கூட்டியதுபற்றி நான் அவரைப் பாராட்டுகிறேன்.

2. திருச்சி நகரசபை ஒன்றில் மட்டுமே நாடகத்துக்கெனத் தனி தியேட்டர் அமைக்கப்பட்டிருக்கிறது. அதுபோல, ஒவ்வொரு நகரசபையும் செய்ய முயற்சி எடுத்துக்கொள்ள வேண்டும். சர்க்காரும் செல்வவாணர்களும் நாடகக் கலை அபிவிருத்திக்கு உதவி அளிக்க வேண்டும். இவற்றுக்காகப் பொதுமக்கள் முயல வேண்டும்.

3. நாடகக் கலை அபிவிருத்தி அடைய வேண்டுமென்றால், நாடகக் கலையின் முக்கிய அம்சமாக விளங்கும் நடிகர்களுக்கு நல்ல சம்பளம், வாழ்க்கை வசதி முதலியன கிடைக்க வேண்டும். லாபப் பங்கீடும் தரப்பட வேண்டும்... பங்குதாரர்களைக் கொண்ட ஒரு லிமிடெட் கம்பெனி அமைக்கப்பட வேண்டும். அதிலே சீர்திருத்த நாடகங்கள் நடத்தப்பட வேண்டும். அதன் வருவாயை நாடகத் தொழிலாளருக்கு லாபப் பங்கீடாகத் தர வேண்டும்.

4. சர்க்காரும் பொதுமக்களும் நாடகக் கலைக்கு உதவ வேண்டுமென்று நான் சொன்னேன். அந்த உதவியை நாடகக் கலையினர் பெற வேண்டுமென்றால், அதற்கு ஈடாக அவர்கள் பயனுள்ள காரியத்தைச் செய்ய வேண்டும். அறிவு வளர்ச்சிக்கான, சமூகச் சீர்திருத்தத்துக்கான நாடகங்களை நடத்துவதே அது. கலை அபிவிருத்தியும் அதுவே.

5. இராமாயணம், பாரதம், பெரியபுராணம் போன்றவை புளுகுகள்தான்; என்றாலும், அவற்றிலே கலை இருக்கிறது என்று கூறிவிட்டு, அவற்றைக் கொளுத்தினால், மூடப்பழக்கவழக்கங்களைப் போக்கடிக்க முடியாது என்று சர்.சண்முகம் பேசினார். கலை விஷயமாக, எனக்கும் என்னைச் சார்ந்தவர்களுக்கும் உள்ள அபிப்பிராயத்துக்கும் தலைவர் சண்முகம் அவர்களின் அபிப்பிராயத்துக்கும் பேதம் இருக்கிறது. இராமாயணம், பெரியபுராணம் ஆகியவை புளுகுகள்; அவை மக்களின் மனதைப் பாழ்செய்கின்றன, ஒரு இனத்தை ஒரு இனம் ஆதிக்கம் செய்ய வேலை செய்கின்றன; அவற்றை மக்கள் ஒதுக்க வேண்டும் என்பதைக் காட்டும் ஒரு கண்டனக் குறியாகவே அவற்றைக் கொளுத்த வேண்டும் என்று நாங்கள் கூறுகிறோமேயன்றி, அவற்றைக் கொளுத்திவிடுவதாலேயே மூடப்பழக்க வழக்கம் போய்விடும் என்று நாங்கள் சொன்னதில்லை; அவ்வளவு பைத்தியக்காரர்களல்ல நாங்கள் !

6. சிலப்பதிகாரத்தின் சுவையை உணர, அந்த நூல் தோன்றிய காலமாகிய

2,000 ஆண்டுகளுக்கு முன் பிறந்த கண்ணையும் மனதையும் கொண்டு பார்க்க வேண்டும் என்று சர்.சண்முகம் கூறினார். அத்தகைய கண்ணையும் மனதையும் பெற நான் அசக்தனாக இருக்கிறேன். இனி 2,000 ஆண்டு களுக்குப் பிறகு உலகம் எப்படி இருக்கும் என்ற சிந்தனையும், கண்ணும் கொள்ள வேண்டுமென்றே எனக்கு விருப்பமிருக்குமே ஒழிய, 2,000 ஆண்டுகளுக்கு முன்பு இருந்ததைப் பற்றிய அக்கறை இராது. சீர்திருத்த விஷயமாக நான் கொண்டுள்ள அபிப்பிராயம், சர்.சண்முகம் அவர்கள் முன்னாளில் செய்த சொற்பொழிவுகளைக் கேட்டதால் ஏற்பட்டவை என்பதையும் தெரிவித்துக்கொள்ளுகிறேன்.

7. பொதுவாகவே, கலை விஷயமாக நாங்கள் கொண்டுள்ள கருத்து இதுதான் - கலை மக்கள் உள்ளத்துக்குக் களிப்பூட்டும் கருவியாக இருப்பின், அதனிடம் எங்களுக்கு ஆட்சேபணை இல்லை. ஆனால், கலை ஒரு இனம் மற்றோர் இனத்தை அடக்கியாள உபயோகமாகும் வலையாக இருக்கிறது. எனவே, அந்த வலையின் பின்னால் எத்தனைப் பெரிய சக்திகள் இருந்தாலும், ஒன்று, வலையைச் சின்னாபின்னப்படுத்துவது அல்லது அந்த முயற்சியிலே, நாங்கள் சின்னாபின்னமானாலும் கவலை இல்லை என்ற முடிவுக்கு வந்திருக்கிறோம்.

8. எலும்பு பெண்ணுருவான அருட்கதைகள் பற்றிப் பாடியும் ஆடியும் வந்தது போதும். நமது பெண் மக்கள் எலும்புருவானது தவிர பலன் எதுவுமில்லை. இனி பெண்கள் எலும்புருவாகும் பரிதாப வாழ்வைச் சித்தரிக்கும் நாடகங்களை நடத்துங்கள். கண்ணைப் பெயர்த்தெடுத்து அப்பிய கண்ணப்பர் கதையை ஆடியது போதும்; இனி, கோயில் கட்டிக் கும்பாபிஷேகம் செய்பவன் ஊரிலே கொள்ளையடிக்கும் விஷயத்தை விளக்கும் நாடகத்தை நடத்திக்காட்டுங்கள். வாழ்க்கையைச் சித்தரித்துக் காட்டுங்கள். ஏழையின் கண்ணீர், விதவையின் துயரம், மதத் தரகரின் மமதை ஆகியவற்றை விளக்கும் அறிவு வளர்ச்சி நாடகங்களை நடத்துங்கள்.

இவையே அண்ணாவினுடைய உரையின் சாரப் பகுதிகள்.

அரசியலற்ற படைப்பு உண்டா?

புதிய சூழலுக்கு ஏற்றதான அழகியல் வெளியை ஈடுசெய்யும் நாடக உருவாக்கம்பற்றி, அதன் வடிவாக்கம்பற்றிப் பேசப்படாவிடினும், இன்றைக்கும் இயக்கம் சார்பில் கருத்தியலைக் கைவாளாய்க் கொண்டு செயல்படும் நாடகக்காரர்கள் கைக்கொள்ளத்தகும் கருத்தியல் கலையை இவ்வுரை முன்மொழிகிறது. அரசியலை விட்டொழிந்த ‘படைப்பு’ என்பது எதுவுமில்லை; படைப்புகள் வழி செல்லாத ‘வெற்று அரசியல்’ என்பதுமில்லை என்ற புரிதலின் ஊடாகவே கலையைக் கைக்கொண்டார் அண்ணா. கலையை அணுகுவதற்கு அவர் சொல்லிச்சென்ற பாதையும் அதுவே!

காட்சி, கற்பனை, அரசியல்:
அண்ணாவும் தமிழ்ப் பிரக்ஞையும்

ராஜன் குறை
மானுடவியல் ஆய்வாளர்
விமர்சகர்

ஒரு நாட்டில் ஆயிரம் பேர் கோடீஸ்வரர்களாக இருக்கிறார்கள். சிலர் உலக அளவில் பெரும் செல்வந்தர்களாக இருக்கிறார்கள். அதேசமயம், கோடிக்கணக்கானவர்கள் அன்றாடம் வேலை செய்து பிழைப்பவர்களாக இருக்கிறார்கள்; அதற்கான வேலையும் கிடைக்காமல் இருக்கிறார்கள். ஆனால், நாட்டின் சராசரி வருவாய் உயர்கிறது. நாடு பொருளாதார வளம் பெற்றுவிட்டது என்று சொல்கிறோம். ஏனெனில், சிறுபான்மையினரின் பொருளாதார வளம் நாட்டின் வளமாகப் பார்க்கப்படுகிறது. அதேபோல தான் தமிழ்ப் பிரக்ஞை எனும்போதும் நிகழக்கூடும். படித்தவர்கள் சில ஆயிரம் பேர் உலகச் சிந்தனைகளில் தேர்ந்தவர்களாக இருக்கலாம். அவர்கள் அருமையான ஆழ்ந்த கருத்துள்ள நூல்களை எழுதலாம். அதனடிப்படையில் நாம் தமிழ்ப் பிரக்ஞை கூர்மையாகவும் நுட்பமாகவும் செயல்படுகிறது என்று கூறிவிட முடியும். ஆனால், பெருவாரியான மக்கள் எவ்விதமான விழிப்புணர்வைப் பெற்றுள்ளார்கள், தகவல்களைப் பெற்றுள்ளார்கள், எவ்வாறு யோசிக்கிறார்கள் என்பதைக் கணக்கில் கொள்ளும்போதுதான் ஒரு மொழியின் உண்மையான பிரக்ஞையை நாம் அறிந்துகொள்ள முடியும்.

அறிஞர் அண்ணா அரசியலில் முழுமையாக ஈடுபடத் தொடங்கியது 1930-களில். அப்போது பெரும் தனவந்தர்கள் பலருக்கும் தங்கள் நலன்களைப் பேணுவதுதான் அரசியலாக இருந்தது. அதன் பொருட்டே அவர்கள் அரசியலில் ஈடுபட்டனர். மக்களுக்கோ நவீன அரசியல் சிந்தனை, அவர்கள் உரிமைகள் குறித்தெல்லாம் பிரக்ஞையில்லாமல் இருந்தது. தொண்ணூறு சதவீதத்துக்கும் அதிகமானவர்களுக்கு எழுதப் படிக்கத் தெரியாது எனும்போது அவர்கள் பெரும்பாலும் கேள்வி ஞானம் என்பதைக் கொண்டே வாழ்ந்தார்கள். இப்படிப்பட்ட சூழலில்

அண்ணாவின் 'வேலைக்காரி' தொடங்கிய இயக்கம் திரைப்படங்களில் சமூக மாற்றங்களின் தொடர்மக் குறிகளாக இன்றுவரை பல்வேறு மாற்றங்களுடன் தொடர்கிறது என்பதே சரியான மானுடவியல் ஆய்வுப் பார்வையாக இருக்க முடியும்.

மக்களிடையே அரசியல் அதிகாரத்தில் அவர்களுக்குப் பங்கிருக்கிறது, அவர்கள் உழைப்பைச் சுரண்டுபவர்களிடம் அவர்கள் உரிமைகளைப் பேசலாம், நியாயத்துக்காக ஒருங்கிணைந்து குரல்கொடுக்கலாம் என்ற விழிப்புணர்வைத் தோற்றுவிக்க வேண்டிய அவசரத் தேவை இருந்தது. அதன் மூலமாகவே தமிழ்நாட்டு மக்கள் சுயாட்சியுடன் தங்களுக்குரிய அரசியலை வடிவமைத்துக்கொண்டு வாழ முடியும் என்பதை பெரியாரும் அண்ணாவும் உணர்ந்திருந்தார்கள்.

காட்சி வடிவத்தை அண்ணா கையில் எடுத்தது ஏன்?

பெரியார் கடுமையான விமர்சனங்களை, கேள்விகளை மக்கள் மத்தியில் பரப்புவதன் மூலம் அவர்களைச் சிந்திக்கவைக்கும் முறையைக் கையாண்டார். அண்ணாவுக்கோ மக்களை அரசியல் ரீதியாக அணிதிரட்டு வது, கட்சியமைப்பது, ஆட்சிசெய்வது ஆகியவற்றின் மூலமாகத்தான் லட்சியத்தை நோக்கி நகர முடியும் என்ற எண்ணம் இருந்தது. எனவே, மக்கள் பிரக்ஞையை வடிவமைக்க வேண்டிய அவசியம் தோன்றியது. இதற்கு அரசியல் பிரசங்கங்களுக்கு இணையாகக் கலை வடிவங்கள், அதிலும் காட்சி வடிவங்களுக்குக் கவனம் அளிப்பது முக்கியம் என்று அவர் கண்டார். காரணம், தமிழகமெங்கும் இசை நாடகங்களுக்கும் பாய்ஸ் கம்பெனிகளின் புராண நாடகங்களுக்கும் மக்கள் கட்டுண்டு கிடப்பதை அவர் பார்த்தார்.

நாடகங்கள், கருத்துகளுக்குக் கற்பனை நிகழ்வுகள் மூலம் வடிவம் கொடுப்பவை. ஒரு ஜமீன்தாரை, அவருடைய பிராமண காரியதரிசியைக் கதாபாத்திரங்களாக உருவாக்கி, அவர்கள் எப்படி யோசிக்கிறார்கள், செயல்படுகிறார்கள் என்பதை நிகழ்த்திக்காட்டுவது, அதைக் குறித்து சொற்பொழிவில் பேசுவதைவிடப் பன்மடங்கு வீரியம் மிக்கது. ஷேக்ஸ்பியரின் 'ஹாம்லெட்' நாடகத்தில் ஹாம்லெட் கூற்றாக ஒரு புகழ்பெற்ற வரி இடம்பெற்றது: "நாடகம்தான் நான் போடும் தூண்டில்... அதைக் கொண்டு மன்னனின் மனசாட்சியை நான் பிடிப்பேன்" *(Play is the thing...wherein I will catch the conscience of the King).* மக்களாட்சியில் மக்களே அரசர்கள் என்பதால், அவர்கள் மனசாட்சியைத் தட்டி எழுப்ப நாடகக் கலையைப் பயன்படுத்த அண்ணா முடிவெடுத்தார்.

உதாரணமாக, வங்கத்தைச் சேர்ந்த வரலாற்றாசிரியர் ஜாதுநாத் சர்க்கார்

மராத்திய மன்னர் சிவாஜி குறித்து எழுதிய நூலைப் படிக்கிறார். அதில் சிவாஜி சத்திரியர் இல்லை என்பதால், அவரைச் சக்ரவர்த்தியாக ஏற்க பிரபுக்களும் பிராமண அதிகாரிகளும் மறுத்தார்கள், அதனால் காசியில் இருந்து காக பட்டர் என்ற சாஸ்திர வல்லுநர் வந்து 'ஹிரண்ய கர்ப்பம்' என்ற சடங்கைச் செய்வித்து அவருக்கு மகுடாபிஷேகம் செய்தார் என்ற தகவல் இடம்பெறுவதைக் காண்கிறார். இதை நாடகமாக்க முடிவு செய்கிறார். காட்சிகளையும் வசனங்களையும் அமைக்கிறார். அதில் சாதியச் சமூகத்தின் செயல்பாட்டை முழுமையாக அம்பலப்படுத்துகிறார்.

சந்திரமோகன் என்று ஒரு தளபதி கதாபாத்திரத்தை உருவாக்குகிறார். சிவாஜி, நாட்டு நலனுக்காக இந்தச் சடங்கைச் செய்ய முன்வந்தாலும் பெரிதும் மன வருத்தம் கொண்டு சந்திரமோகனிடம் இதுபோன்ற மூட நம்பிக்கைகளுக்கு எதிராக மக்களிடம் பிரச்சாரம் செய்யச்சொல்வதாக காட்சியை உருவாக்குகிறார். இங்கே பிராமணர்களின் சடங்குரீதியான அதிகாரமென்பது காட்சியாகவும் கற்பனையாகவும் உருவாகி, அதுகுறித்த விமர்சனம் மக்களின் பிரக்ஞையில் உருவாக வழிசெய்யப்படுகிறது. அண்ணாவே காக பட்டராகப் பல சமயங்களில் இந்த நாடகத்தில் நடித்துள்ளார். சக்ரவர்த்தி சிவாஜியாக விழுப்புரம் சின்னையா பிள்ளை கணேசன் நடிக்க நேர்ந்ததும், அதன் பொருட்டே அவர் 'சிவாஜி கணேசன்' என்றும் சுருக்கமாக 'சிவாஜி' என்றும் அழைக்கப்படலானதும் வரலாறு.

தமிழகத்தின் பெர்னாட் ஷா: புரிந்துகொள்வது எப்படி?

இவ்வாறு நாடகங்களை உருவாக்குகையில் அதற்கு முக்கியமான தேவை, சம்பவங்களைக் காட்சிகளாக அமைப்பதும் கதாபாத்திரங்களின் எண்ணங்களை, கருத்துகளை வசனங்கள் மூலம் வெளிப்படுத்துவதும். ஏட்டுப் படிப்பு சாத்தியமற்ற மக்களுக்கு இந்த வசனங்கள் இலக்கிய அனுபவத்தையும் மொழிப் பயிற்சியையும் கொடுப்பவையாகவும் மாறின. அதன் காரணமாகவே அவை அன்றாடப் பேச்சுமொழியில் அமையாது பல சமயங்களில் அலங்கார நடையைக் கொண்டிருப்பவை யாகவும் இருப்பது அவசியம். அதை எதுகை மோனையுடன் ஒலி நயத்துடன் உருவாக்கினால் மக்கள் மனதில் எழுத்தாகப் பதியும். இதுவே அண்ணா கையாண்ட முறை.

புராணக் கதைகளிலிருந்து வெளியேறி, எப்படி சமூகக் காட்சிகளை நாடகமாக்குவது என்று நாடகக் குழுக்கள் தெளிவற்று இருந்தபோது, அண்ணாவின் உள்நுழைவு புது ரத்தம் பாய்ச்சியது. காங்கிரஸ்காரரும் நவீன ரசனையின் தலைமை முகவராகவும் இருந்த கல்கி கிருஷ்ணமூர்த்தி அண்ணாவின் 'ஓர் இரவு' நாடகத்தைப் பார்த்துவிட்டு, ''தமிழகத்தில் இப்ஸன் இல்லை, பெர்னாட் ஷா இல்லை என்று இனி புலம்ப வேண்டாம். இங்கே ஒரு அண்ணாதுரை இருக்கிறார்'' என்றதைப் புரிந்துகொள்ள வேண்டும். 1930-களின் பிற்பகுதியில் கல்கி எழுதிய 'வள்ளித் திருமணம்' இசை நாடக விமர்சனத்தைப் படிக்க வேண்டும். ஹார்மோனியம் தேவுடு ஐயரும் முருகனாக நடிக்கும் சுப்பையா பாகவதரும் பாடல்

'வேலைக்காரி' (1949) திரைப்படம் தமிழ் சினிமாவின் திருப்புமுனை என்றால் மிகையாகாது. சாதி, செல்வம், அந்தஸ்து ஆகியவற்றின் அடிப்படையில் ஏற்றத்தாழ்வு, மூடநம்பிக்கையால் எழும் போலிச்சாமியார் பிரச்சினை, நீதிமன்றம் என்பதன் சாத்தியங்கள், எல்லைகள் ஆகியவற்றையும் எடுத்துரைக்கும் படமாக அமைந்தது.

போட்டியைத் தொடங்கி நடத்த, பார்வையாளர்கள் கைதட்டி ஆரவாரிக்க, 'வள்ளித் திருமணம்' அப்படியே பாதியில் நின்று இசைக் கச்சேரியாக மாறிவிட்ட அலங்கோலத்தைச் சிரிக்கச் சிரிக்க எழுதியிருப்பார். அப்படிப் பட்ட காலத்தில் நிகழ்வுகளைக் காட்சிகளாக வரிசையாகக் கோத்து, வசனங்களில் பாத்திரங்களின் குண இயல்புகளை வெளிப்படுத்தி, கருத்துள்ள கதையை நிகழ்த்திக்காட்டி, அதை மக்களையும் ரசிக்க வைப்பது என்பது மிகப் பெரிய சாதனை என்றுதான் சொல்ல வேண்டும்.

அண்ணாவின் 'வேலைக்காரி' உண்டாக்கிய மாற்றம்

தமிழ் சினிமாவுக்கும் இதே பிரச்சினை இருந்தது. இசை நாடகங்களை ரசித்துப் பழகியிருந்த மக்களிடம் காட்சி மூலமே கதை சொல்வது என்பதெல்லாம் சாத்தியமற்று இருந்தது. நாடகத்திலாவது காட்சி நேர்க்காட்சியாக இருக்கும். மனிதர்கள் ரத்தமும் சதையுமாக முன் தோன்றி நடிப்பார்கள். சினிமாவிலோ காட்சி என்றோ எங்கோ நிகழ்ந்தவற்றின் பிம்பப் பதிவுகளின் அசைவியக்கமாக இருக்கும். வெளியைப் பலவகைப் பட்ட பிம்பங்களாகப் பதிவுசெய்து வெட்டித் தொகுக்கும் சாத்தியம் கொண்ட சினிமாவின் மூலம் உணர்வுகளைப் பாடலாக வெளிப் படுத்துவதை ரசித்துப் பழகிய மக்களை எப்படிச் சென்றடைவது?

இங்கும் அண்ணாவின் காட்சிகளை வடிவமைக்கும் திறனும் வசனங் கள் மூலம் பாத்திரங்களின் உணர்வுகளைச் சொல்லும் திறனும் பெரிதும் கைகொடுத்தன. 'வேலைக்காரி' (1949) திரைப்படம் தமிழ் சினிமாவின் திருப்புமுனை என்றால் மிகையாகாது. சாதி, செல்வம், அந்தஸ்து ஆகியவற்றின் அடிப்படையில் ஏற்றத்தாழ்வு, மூடநம்பிக்கையால் எழும் போலிச்சாமியார் பிரச்சினை, நீதிமன்றம் என்பதன் சாத்தியங்கள், எல்லைகள் ஆகியவற்றையும் எடுத்துரைக்கும் படமாக அது அமைந்தது. அந்தப் படத்தில் வக்கீலாகத் தோன்றும் கதாநாயகன் தன் வாதங்களுக்கு இடையில் "வேடமணியாத வேதாந்தி, ஜோடியில்லாத மாடப்புறா, சேடி இல்லாத ராஜகுமாரி இருக்க முடியாதாம்" என்று கூறுவது அண்ணாவின் அலங்கார நடைக்கான சிறந்த உதாரணம். யதார்த்தவாத நோக்கில், நீதிமன்றத்தில் வழக்கறிஞர் இப்படிப் பேசுவாரா என்றெல்லாம் கேட்பது பொருளற்றது. எப்படியானாலும் வழக்கறிஞர் வாதத்திறன் என்பது சொற்களின் பயன்பாட்டில்தான் இருக்கிறது.

ஆங்கிலத்தில் 'ரிடரிக்' எனப்படும் 'சொல்லணி ஆற்றல்' வழக்குகளில் வெற்றிபெற உதவக்கூடியது. ஏனெனில், எழுதப்பட்ட பொதுவான சட்டங்களுக்கும் குறிப்பிட்ட வழக்குக்கும் உள்ள தொடர்புகள் எப்படி சட்டத்தினைப் பொருள் கொள்கிறோம் என்பதைப் பொருத்ததே. அந்தப் பொருட்கோடலைச் செயல்படுத்துவது சொல்லணி ஆற்றலே. இதையே "சட்டம் ஒரு இருட்டறை; அதில் வக்கீலின் வாதம் கைவிளக்கு" என்ற தன் புகழ்பெற்ற வசனத்தின் மூலம் எடுத்துச் சொல்கிறார் அண்ணா. மேலே சொன்ன வேடமணியாத வேதாந்தி சொற்றொடரில் எத்தனை ஒலிகள் மீண்டும் ஒலிக்கின்றன என்பதைக் கவனிக்க வேண்டும். முதலில் 'வே-வே, டி-டி-டி, த-த-த' என்று தாளகதியில் ஒலிக்கும் இந்த வரி மந்திரம்போல் வசீகரிக்கிறது. இதன் காரணமாக இந்த வரி திரைப்படத்தின் போஸ்டர்களிலேயே இடம்பெற்றதாகத் தெரிகிறது.

நாடகங்களின்காட்சியமைப்பைவிட, திரைப்படங்களின்காட்சிஅமைப்பு பல விதங்களில் முக்கியத்துவம் உடையது. அருகமைக் காட்சி என்பதன் மூலம் கதாபாத்திரங்களின் முகத்தைப் பெரியதொரு திரையில் காணுவதும் அவர்கள் உள்ளத்து உணர்ச்சிகள் அதில் வெளிப்படக் காணுவதும் திரைப்படத்தின் தனி வசீகரம். அப்படி அருகமைக் காட்சியில் ஒரு பாத்திரம் வசனங்களை, அவை உள்ளத்து உணர்ச்சிகளைப் படம்பிடித்துக் காட்டும் வார்த்தைகளாக மாறுகிறது. அகமனம் என்பது புறக்காட்சியாகிறது. இதுபோன்ற மந்திரம்போல ஒலியமைப்பைக் கொண்ட வசனங்கள் கதாபாத்திரத்தின் தனிப்பட்ட ஆற்றலாக மாறுகின்றன.

இந்த வசனத்தின் ஆற்றல் என்பது கதாநாயகனின் ஆற்றலாக மட்டும் இருக்கவில்லை. அது மக்களின் பழம் நம்பிக்கைகளால் மூடுண்டு கிடந்த மனங்களுக்குள் உடைத்து, உள்நுழைந்து புதிய கருத்துகளை, சிந்தனைகளை விதைப்பதாகவும் இருந்தது. சுருக்கமாகக் குறியியக்கச் சிந்தனையைப் பயன்படுத்திச் சொன்னால், புதிய சமூக மாற்ற சிந்தனை களைத் தர்க்கங்களாக மட்டும் பேசிக்கொண்டிருக்காமல், பிம்பம் என்ற காட்சிப்படுத்தலாகவும் *(icon)*, பிம்பம் – ஒலிக்கோவை தொடர்பினால் தொடர்மமாகவும் *(index)* தர்க்கத்தை வலுப்படுத்தும் முறையைத் தனது நாடகங்கள் மற்றும் திரைப்படங்களில் அறிமுகப்படுத்தினார் என்பது தமிழ் அரசியல் விழிப்புணர்வின் புதிய துவக்கமாக அமைந்தது எனலாம். அந்தப் பாதையில் மேலும் பல சாதனைகளை கருணாநிதி செய்வதற்கு அண்ணாவின் வெற்றிகரமான நாடக, திரைப்படப் படைப்புகள் வழியமைத்துக் கொடுத்தன. அதன் பின் பெரும்பாலான நாடகங்களும் சினிமாவும் புராண, இதிகாசங்களிலிருந்து விடுபட்டு சமூகக் களத்துக்கு வந்தன; பல்வேறு கோணங்களில் சமூக மாற்றத்தை விவாதித்தன. இன்றுவரை அரசியல் விழிப்புணர்வைத் தொடர்ந்து பேணிவருகின்றன. அண்ணாவின் 'வேலைக்காரி' தொடங்கிய இயக்கம், திரைப்படங்களில் சமூக மாற்றங்களின் தொடர்மக் குறிகளாக இன்றுவரை பல்வேறு மாற்றங்களுடன் தொடர்கிறது என்பதே சரியான மானுடவியல் ஆய்வுப் பார்வையாக இருக்க முடியும். ❍

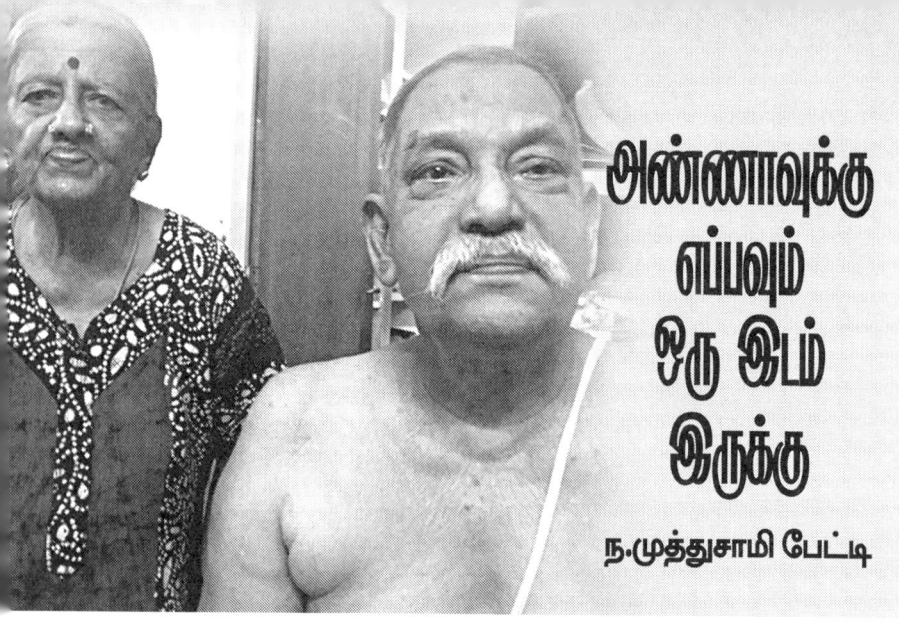

அண்ணாவுக்கு எப்பவும் ஒரு இடம் இருக்கு

ந.முத்துசாமி பேட்டி

■ சமஸ்

நவீன நாடகம் – சிறுகதை இரண்டிலும் அபாரமான சாதனைகளை நிகழ்த்திய ஆளுமை ந.முத்துசாமி. இங்கே பலரையும் திராவிட இயக்கத்தின் ஒவ்வாமை சூழ்ந்திருந்த நாட்களில், தன்னுடைய வீட்டின் வரவேற்பறையில், அண்ணாவுடனான புகைப்படத்தை மாட்டி வைத்திருந்தவர்; தன்னை அண்ணாவின் தொண்டராகவும் திமுக ஆதரவாளராகவும் வெளிப்படையாகக் காட்டிக்கொண்டவர். அவருடைய மரணத்துக்கு முன் எடுக்கப்பட்ட கடைசிப் பேட்டி இது. சமீப ஆண்டு களாகவே உடல்நலக் குறைவால் பாதிக்கப்பட்டிருந்தார். ஆனால், வழக்கத்துக்கு மாறான உற்சாகத்துடன் இந்தப் பேட்டியில் அவர் பேசினார்; முத்துசாமியின் உற்ற உயிரான அவருடைய மனைவி அவயாம்மாளும் பேட்டியில் தன்னை இணைத்துக்கொண்டார்.

● திமுக மீது எப்போது உங்களுக்கு அபிப்பிராயம் வந்தது?

எனக்கு அபிப்பிராயம் தந்ததே திமுகதான்.

● அப்படியா, எந்த வயதில்?

சின்ன வயசிலேயே. நான் அரசியல் ஆர்வம் பெற்றதே திமுகவினால் தான்.

● யார் அல்லது எது காரணம்?

அண்ணா.

● அண்ணாவை முதன்முறையாக எப்போது பார்த்தீர்கள்?

அண்ணாவை நான் அண்ணாமலைப் பல்கலைக்கழகத்தில் சந்திச்சுருக்கேன். அவருக்கு மாலை போட்டுருக்கேன். புகைப்படம்கூட இருக்கு.

அண்ணாவிடம் உங்களுக்குப் பிடித்த கொள்கை என்று எதைச் சொல்வீர்கள்?

மொத்தக் கொள்கைகளும்தான்.

உங்களுடைய நாடகங்களில் அண்ணாவினுடைய கொள்கைகளின் தாக்கம் ஏதாவது இருக்கிறதா?

எல்லாமே ஒண்ணோடு ஒண்ணா சேர்ந்ததுதான் இல்லையா? ஒரு காலகட்டத்துல கீழ்த்தட்டு மக்களோட வாழ்க்கையைப் புரிஞ்சுக்கணும், அவங்ககூட சேர்ந்து வாழணும்னுலாம் இருந்திருக்கேன்.

அண்ணாவின் நாடகங்களைப் பார்த்திருக்கிறீர்களா?

ம்...

உங்களுடைய நாடக உலகத்துக்கும் அண்ணாவினுடைய நாடக உலகத்துக்கும் உள்ள வித்தியாசம் என்ன? அவருடைய நாடகங்களை எப்படி மதிப்பிடுகிறீர்கள்?

அன்னிக்குப் பார்த்தப்போ இருந்த மதிப்பீடுதான் இன்னைக்கும். அவருக்கு எப்பவும் ஒரு இடம் இருக்கு.

அண்ணாவிடம் தனிப்பட்ட வகையில் உங்களுக்குப் பிடித்த விஷயம் என்ன, பிடிக்காத விஷயம் என்ன?

அண்ணாவை மொத்தமாவே பிடிச்சது. என்னுடைய திருமணத்தையே அண்ணாதான் நடத்தணும்னு சொன்னேன். வீட்டுல ஒப்புக்கலை. எல்லோரும் எதிர்த்தாங்க. சாஸ்திரிகள்தான் வந்து நடத்திவெச்சார். ஆனா, என் மனைவியும் திமுகதான். பாரதிதாசன் மாயவரம் வந்திருந்தார். 'நடராஜன் வாசகசாலை'க்கு. பேசிக்கிட்டிருந்தப்போ, "நண்பருடைய மகள் இருக்கா. அவளைக் கல்யாணம் செஞ்சுக்கோ"ன்னார். நான் சொன்னேன், "நான் காதலிக்கிறேன்"னு. "அப்படியா, அப்போ உன் காதலியை அழைச்சுக்கிட்டு வா, நானும் பார்க்கிறேன்"னு சொல்லி அவர் தங்கியிருந்த விலாசத்தைத் தந்தார். அழைச்சுக்கிட்டுப் போனேன். (தன் மனைவியைக் காட்டி) இவங்க கறுப்பு சிவப்பு புடவை கட்டியிருந்தாங்க. அப்போ அவர் எங்களுக்கு என்னமோ பரிசு கொடுத்தார். பிறகு, அங்கேயே சாப்பாடு சாப்பிட்டோம். அவருடைய சாப்பாட்டில் ஈ விழுந்துடுச்சு. அதைத் தூக்கிப் போட்டுட்டுச் சாப்பிட்டார். எல்லோரும் சங்கடமா பார்த்தாங்க. "என்னய்யா ஆடு, மாடு, கோழியெல்லாம் சாப்பிடறீங்க, சாப்பாட்டுல இந்த ஈ வந்து விழுந்ததுதான் பிரச்சினையா?"ன்னு கேட்டுட்டு சாப்பிட்டார். இவங்களுக்கும் கட்சியைப் பிடிச்சுப்போச்சு.

எனக்குக் கடவுள் பக்தி ஜாஸ்தி. ஆனா, கடவுளை அவா விமர்சிச்சது சாதிக்காகத்தான்கிறது நல்லா தெரியும்போது சங்கடப்பட என்ன இருக்கு? நம்மகிட்ட சாதிப் புத்தி இல்லே, எல்லோரையும் சமமா நெனைக்கிறோம்னா விமர்சனத்தை நாமளும் சேர்ந்து ஆதரிக்க வேண்டியதுதானே!

உங்கள் மனைவிக்கு எப்படி திமுக மீது ஈர்ப்பு வந்தது?

அவங்ககிட்டேயே அதைக் கேளுங்க. ("நீ சொல்லு" என்கிறார். முத்துசாமியின் மனைவி அவயாம்மாள் பேசுகிறார்) - "நான் முழுக்க கடவுள் பக்தியோடு வளர்ந்தவ. கோயிலுக்குப் போறது, திருவாசகம் பாடுறதுன்னு இருந்தவ நான். அப்பா - அம்மா சின்ன வயசிலேயே போய்ட்டாங்க. பாட்டிதான் வளர்த்தா. இவரோட நட்பு ஏற்பட்ட பிறகு, இவர் பேசுற விஷயங்கள் ஆர்வமா இருக்கும். அண்ணாவோட புஸ்தகங்களைக் கொடுப்பார். அதெல்லாம் படிக்கப் படிக்க எனக்கே ஆர்வம் வந்துடுச்சு. தமிழ்தான் எல்லாத்துக்கும் காரணம். 'திராவிட நாடு' கடைக்கு வந்தவுடேனே முதல் ஆளாப் போய் வாங்கிடுவேன். தடை செஞ்சுருந்த காலத்துலகூட பத்திரிகை கொஞ்ச காலம் வந்துச்சு. நான் தைரியமாகப் போய் வாங்கிட்டு வந்துருவேன். 'ஆனந்த விகடன்', 'கல்கி', 'குமுதம்'கூடப் படிக்கக் கூடாதும்பாங்க வீட்டுல. பாடப் புஸ்தகத்துல ஒளிச்சு வெச்சிக்கிட்டு 'திராவிட நாடு' படிச்சுக்கிட்டிருப்பேன். அண்ணா வோட பேச்சு, செயல்கள் எல்லாம் எனக்கும் பிடிக்கும். கடைசியாக நிலச் சீர்திருத்தத்துக்காக, 'நிலத்தைச் சாகுபடி செஞ்சுக்கிட்டிருந்த குத்தகைக் காரங்களுக்கு, அத்தாட்சி ஆவணம் எதுவும் காட்டாமலே அவங்க நிலத்தைக் கொடுக்கலாம்'னு ஒரு ஏற்பாடு செஞ்சார் பாருங்க, அதுல நானும்கூடப் பயனடைஞ்சேன். காஞ்சிவயல் கிராமத்துக்குப் போய் என் நிலத்தை மீட்டுவந்தேன். ஒருத்தருக்கும் தீங்கு நினைக்காதவர் அண்ணா.

பிராமணரல்லாதோர் இயக்கத்தின் தொடர்ச்சிதான் திமுக. நீங்கள் பிராமணர்கள். அண்ணா பிராமணியத்தை விமர்சிக்கையில், அது சார்ந்த பிராமணர்களையும்கூட விமர்சித்திருக்கிறார். திமுக மேடைகள், பத்திரிகை கள் எல்லாவற்றிலுமே இந்தக் குரல் இருந்திருக்கும். அதையெல்லாம் எப்படிப் பார்த்தீர்கள்? நீங்கள் கூட்டங்களுக்குச் செல்லும்போது அவர்கள் எப்படிப் பார்த்தார்கள்?

அதெல்லாம் ஒரு பிரச்சினையும் இல்லை. பிராமணியம் – சாதியம். அதையும் அதைக் கடைப்பிடிக்கிறவங்களையும் விமர்சிச்சா நமக்கென்ன வந்துச்சு? (முத்துசாமியின் மனைவியும் சேர்ந்துகொள்கிறார்) எனக்குக் கடவுள் பக்தி ஜாஸ்தி. ஆனா, கடவுளை அவா விமர்சிச்சது சாதிக்காகத் தான்கிறது நல்லா தெரியும்போது, சங்கடப்பட என்ன இருக்கு? நம்ம கிட்ட சாதிப் புத்தி இல்லே, எல்லோரையும் சமமா நெனைக்கிறோம்னா விமர்சனத்தை நாமளும் சேர்ந்து ஆதரிக்க வேண்டியதுதானே. ❍

வி.பி.ராமன்: பிராமணரல்லாதோர் இயக்க வரலாற்றின் வீதிகளில் கலந்த பிராமணர்

HOME LAND

MOVE AND MOTIVE of Madras Govt. Exposed

■ த.ராஜன்

அண்ணாவின் அரசியல் கனவுக்குள் ஓர் ஆங்கிலக் கட்டுரை வழியே அறிமுகமானார் வி.பி.ராமன். டெல்லியின் மையப்படுத்தப்பட்ட ஒற்றை அரசியல் கனவை விமர்சித்தும் அரசமைப்புச் சட்டத்தைச் சாடியும் அண்ணாவைப் போலவே ராமனும் எழுதிவந்தார். வெகு விரைவில் அண்ணா, சம்பத் இருவருக்கும் நண்பரானார்; திமுகவிலும் இணைந்தார்; 'திராவிட நாடு' கேட்டுப் போரிட்டுக்கொண்டிருந்த திமுகவின் பிரச்சார பீரங்கிகளில் ஒருவராகவும் ஆனார். பிரிவினைவாதச் சட்டத்துக்குப் பின் திராவிட நாடு கோரிக்கையைக் கைவிட்டுப் புதிய சட்ட வடிவை திமுக ஏற்றதன் பின்னணியில் ராமனுக்கும் பங்கிருந்தது.

'உணர்வால் திராவிடராய் இணையும் எவர் ஒருவரும் திராவிடரே' என திமுகவைத் தொடங்கும்போது தன் சகாக்களிடம் கூறிய அண்ணா, அதை நிரூபிப்பதற்கான வாய்ப்பாகவே ராமனைக் கருதினார். ராமனுக்குத் தமிழைக் காட்டிலும் ஆங்கிலமே இயல்பான மொழியாக இருந்த நிலையில், வேறொருவர் தமிழில் மொழிபெயர்க்க திமுக மேடைகளில் ஆங்கிலத்திலேயே ராமனைப் பேசச் சொன்னார் அண்ணா. தனக்கு இணையாக அடுத்தகட்டத் தலைவர்களுக்கு முக்கியத்துவம் அளிக்கும் உயரிய பண்பு கொண்ட அண்ணா, ராமனின் கட்டுரைகளையும் பேச்சுகளையும் முழுப் பக்கத்துக்கு அவருடைய படங்களுடன் 'ஹோம்லேண்ட்' இதழில் வெளியிட்டார். கட்சிக்குள் "வி.பி.ராமன் முதல் ஓ.பி.ராமன் வரை எல்லோருக்குமான கட்சி திமுக" என்றும் பெருமையாகச் சொல்லிவந்தார் (ஓ.பி.ராமன் திமுகவின் அந்நாளைய புகழ்பெற்ற தலித் தலைவர்களில் ஒருவர்).

காலக்கொடுமை! சம்பத்தோடு கட்சியை விட்டு வெளியேறினார் வி.பி.ராமன். சம்பத் போலவே ராமனின் அரசியலும் திமுகவிலிருந்து வெளியேறியதோடு சரிவில் விழுந்தது! திமுகவில் தொடர்ந்திருந்தால், பிராமணர்களை திராவிட இயக்கத்தோடு இணைக்கும் பாலங்களில் ஒருவராக ராமன் இருந்திருப்பார் என்று சொல்வோர் உண்டு. பின்னாளில் ஜெயலலிதா அதைச் செய்தார், இணைத்தார். ❍

அண்ணா மீதான அவதூறுகளும் உண்மையான வரலாறும்

■ செல்வ புவியரசன்

நவீனத் தமிழ்நாட்டின் வரலாற்றில் எவ்வளவோ பெருமைகளுக்குரிய அண்ணாவின் புகழை மூடி மறைக்க அவர் மீது மலிவாகக் கூறப்படும் எவ்வளவோ அவதூறுகள் உண்டு. திராவிடக் கட்சிகள் ஆட்சிக்கு வந்த பின்னர்தான் தமிழ்நாட்டின் அரசியல் மோசமாகிவிட்டது என்று பிரச்சாரம் செய்ய முற்படுவோர் அண்ணா மீது இப்படிச் சுமத்தும் அவதூறுகளில் முக்கியமான மூன்று, தேர்தல் தொடர்பானவை. 'தேர்தலில் பணம் கொடுத்து வாக்குகளை வாங்குவது, ரவுடியிஸம், எதிர்க்கட்சித் தலைவர்களைக் கொச்சைப்படுத்தும் அநாகரிக மேடைப் பேச்சுகள். மூன்றையும் திராவிடக் கட்சிகளே தொடக்கிவைத்தன' என்பவையே அவை. எந்த அளவுக்கு இவற்றில் உண்மை இருக்கிறது?

1. உண்மையில், தேர்தலில் பணநாயகம் செல்வாக்கு செலுத்துவதையும் வாக்குக்குப் பணம் கொடுக்கும் நடைமுறையையும் கடுமையாக எதிர்த்து நின்றவர் அண்ணா. அன்று அண்ணாவும் அவருடைய இயக்கத்தினரும் எதிர்த்து நின்றவர்கள் பலரும் மிட்டா மிராசுகளாகவும் தொழிலதிபர்களாகவும் பெருவியாபாரிகளாகவும் இருந்தார்கள். சமூக ரீதியாகவும் பொருளாதாரரீதியாகவும் பின்தங்கியச் சூழலிலிருந்து வந்த அண்ணாவின் இயக்கத்தினர், தேர்தல் செலவுக்கு மக்களிடம் கையேந்தினார்கள். ஊருக்கு ஊர் கூட்டம் நடத்தி தேர்தல் நிதி வசூலித்துத்தான் தேர்தலைச் சந்தித்தார்கள். 1957 ஜனவரி 9-ல் சென்னை கடற்கரையில் திராவிட மகளிர் சார்பாக, திமுகவுக்குத் தேர்தல் நிதியாக ரூ.1,011 அளிக்கப்பட்டது. கூட்டத்தில் அண்ணா பேசுகிறார், "நோட்டுகளையும் தந்து, ஒரு கழகத்துக்கு ஓட்டுகளையும் மக்கள் தருகிறார்கள். வேறு எந்தக் கட்சிக்கு இப்படித் தருகிறார்கள்? காட்ட முடியுமா?" கூடவே, காமராஜரை எச்சரிக்கவும் அவர் தயங்கவில்லை. "ஓட்டுகளைப் பணம் கொடுத்து வாங்கிவிடலாம் என்ற எண்ணத்தில் இருக்கும் காங்கிரஸாருக்குச் சொல்லுவேன் - நாங்கள் ஒன்றும் ஏமாளிகள் அல்ல; பணம் கொடுப்பதை, இம்முறை நமது தோழர்கள் படம் எடுப்பார்கள்; நினைவிலிருக்கட்டும்!" ஓட்டுக்கு காங்கிரஸ் பணம் கொடுப்பதைப் பல சமயங்களில் சாடியவர் அண்ணா. இன்று அவர் வழிவந்த கட்சிகளும் அதே நிலைக்குச் சென்றது இழிவுதான். ஆனால், அதைத் தொடக்கிவைத்தவர் அவர்கள் அல்ல.

வரும் பொதுத்தேர்தல்

நவசக்தி 1961

நவசக்தி 14.12.1961

2. அண்ணாவும் திமுகவும் கடுமையான அடக்குமுறைகளைச் சந்தித்தே வளர வேண்டியிருந்தது. சட்டரீதியான அடக்குமுறைகள் ஒருபுறம் என்றால், திமுக கூட்டங்களில் பாம்பை விடுவது, திடீரென்று புகுந்து சோடா பாட்டில் வீசுவது, தகராறு செய்து அடிதடியில் இறங்குவது என்று மோசமான ஒரு கலாச்சாரத்தை காங்கிரஸ் அந்நாட்களில் வைத்திருந்தது. 1951 ஜூலை 4 அன்று தேனியில் திமுக நடத்திய கூட்டத்தில் நடத்தப்பட்ட தாக்குதலைக் கண்டித்து, தமிழகம் முழுவதும் 578 கூட்டங்கள் நடத்தினார் அண்ணா. விபூதி வீரமுத்து, அணுகுண்டு அய்யாவு போன்றவர்கள் இதற்கெனவே பெயர்பெற்றவர்களாக இருந்தார்கள். எதிரணியினருக்கு ஈடுகொடுக்கிறேன் என்ற பெயரில் தன்னுடைய தம்பியரும் அதே கதியில் இறங்கிவிடக் கூடாது என்றெண்ணி அண்ணா வலியுறுத்தியதே 'கடமை கண்ணியம் கட்டுப்பாடு!'

3. பேச்சில் மட்டும் அல்ல; எழுத்துகளிலும் ஆபாசத்தையும் கொச்சைத் தனத்தையும் அரங்கேற்றும் கலாச்சாரத்தைப் பத்திரிகைகளிலேயே வெளிப்படையாகச் செய்யும் கலாச்சாரம் காங்கிரஸ் காலத்தில் இருந்தது. அண்ணாவையும் அவரோடு கூட்டணி சேர்ந்த ராஜாஜியையும் பிச்சைக் காரர்களாகப் படம் போடும் அளவுக்குத் தரம் இறங்கத் தயாராக இருந்தன 'நவசக்தி' உள்ளிட்ட காங்கிரஸ் ஆதரவு நாளிதழ்கள். எவ்வளவு மோசமான தாக்குதல் நடத்தின என்பதை விரிவாகப் பதிவுசெய்து 'கார்டூனாயணம்' என்றொரு நூலே பின்னாளில் வெளியானது.

இவையெல்லாம் திமுக, அதிமுகவுக்கு வக்காலத்து வாங்கும் நோக்கில் இங்கு சொல்லப்படவில்லை. இப்படியான கலாச்சாரம் தமிழ்நாட்டில் திராவிடக் கட்சிகளுக்கு முன்பும் இருந்தன; அவற்றில் சில பிறகும் தொடர்கின்றன என்பதைச் சுட்டவே சொல்லப்படுகின்றன. அதேபோல, இவை தமிழ்நாட்டுக்கு மட்டும் பிரத்யேகமான இழிவுகளும் அல்ல; இந்தியா முழுமையிலும் இவற்றின் சுவடுகளைப் பார்க்க முடியும். ஆக, இந்த இழிவுகளைச் சுட்டும்போது பொதுவாகச் சுட்டுவது வேறு. தமிழ்நாட்டின், திராவிடக் கட்சிகளின் இழிவுகளாகச் சுட்டுவது மோசமான அரசியல். அதிலும், இவற்றோடு எந்தச் சம்பந்தமும் இல்லாத அண்ணாவைப் பொருத்திப் பேசுவது அவதூறே தவிர வேறல்ல. ○

மாபெரும் தமிழ்க் கனவு

அண்ணாவுக்கு கோட் சூட் தைத்துக்கொடுத்த தம்பிகள்

■ எஸ்.கிருஷ்ணமூர்த்தி

தமிழ்நாட்டில் அண்ணா அளவுக்குத் தொண்டர்கள் உரிமையோடும் பாசத்தோடும் அணுகிய ஒரு தலைவர் கிடையாது; தலைவர்-தொண்டர் உறவில் அவர் உருவாக்கிய புது இலக்கணத்துக்கு உதாரணம் இச்சம்பவம்.

அண்ணா மாநிலங்களவை உறுப்பினராகத் தேர்ந்தெடுக்கப்பட்டிருந்த காலம் அது. மதுரையில் ஒரு கூட்டத்தில், "கசங்கின வேட்டிச்சட்டையோடு இந்த ஆள் போனா, டெல்லிக்காரன் தமிழனைப் பார்த்தாலே சிரிப்பான்" என்று காங்கிரஸார் பேசிய தொனி, அண்ணாவின் தம்பியர் இருவரைக் காயப்படுத்தியது. அதற்குப் பின் என்ன நடந்தது? இருவரில் ஒருவரான அ. குருசாமி (87) நம்மிடம் சொன்னார். "அது 1962. திமுகவின் உட்கிளையான இளங்கோ மன்றச் செயலாளரா இருந்தேன். அண்ணா உடையைப் பத்தி அவங்க பேசுனதை என்னால தாங்கிக்க முடியலை. நானும் மன்றத் தோழர் க.மீனாட்சிசுந்தரமும் எங்க காசுல... எங்க அண்ணாவுக்கு கோட்டுத் தைச்சுக்கொடுக்க முடிவுசெஞ்சோம். மதுரையில அன்னைக்கு 'பாம்பே டெய்லர்' ராஜுதான் பிரபல்யம். இருநூறுபா ஆகும்னாரு. அது அப்போ பெருங்காசு. எங்கிட்டுப் போறது? வீட்டுக்காரி பாப்பம்மாள் நகையை அடகுவெச்சி நூறு ரூபா தேத்துனேன். அதேமாதிரி மீனாட்சி சுந்தரமும் நூறு தேத்துனாரு. அண்ணா எங்கே இருக்கார்னு தெரிஞ்சுக்கிட்டு, கையோடு ராஜுவையும் கூட்டிக்கிட்டு, திருச்சி போனோம். ஏதோ எழுதிக்கிட்டு இருந்தவர்கிட்ட தகவல் சொல்லி அனுப்பினோம். சிரிச்சுக்கிட்டே வந்தவரை அளவெடுக்கும்போது அதிகாலை நாலு மணி. கொஞ்ச நாள்ல, மதுரைக்கு வந்த அண்ணாவுக்கு, 'மாடர்ன் ரெஸ்டாரன்ட்'ல ஒரு விருந்து கொடுத்து, கோட் - சூட்டைக் கொடுத்தோம். அண்ணா அதைப் போட்டுக்கிட்டதைப் பார்த்தப்போதான் அவர்கிட்ட 'ஷூ' இல்லங்கிறது உறைச்சுது. மறுநாள் அவர் கொடைக்கானல் கூட்டத்துல இருந்தார். 'ஷூ' வாங்கிக்கிட்டுப் போய்க் கொடுத்தோம். அவ்வளவு பெரிய மனுஷன்; எங்க அன்புத் தொல்லை எல்லாத்தையும் ஏத்துக்கிட்டார்!"

குருசாமி, அவர் நண்பர் மீனாட்சிசுந்தரம் இருவருமே மதுரை நகராட்சி அலுவலகத்தில் கடைநிலை ஊழியர்களாகப் பணியாற்றியவர்கள் என்பது இங்கே குறிப்பிடத்தக்கதாகும்!

இந்தியாவுக்கு வெளியே அண்ணா

முதல்வராகப் பொறுப்பேற்ற அண்ணா வெளிநாடுகளில் மேற்கொண்ட பயணங்களில் அமெரிக்கப் பயணம் முக்கியமானது. எழுத்தாளர் எம்.எஸ்.உதயமூர்த்தி தன்னுடைய 'அமெரிக்காவில் அண்ணா' நூலில் இதைப் பதிவுசெய்திருக்கிறார். தமிழர்களைத் தாண்டியும் இந்தியச் சமூகத்திடம் அண்ணாவின் அமெரிக்க வருகை ஏற்படுத்திய தாக்கம், அங்கு அவருக்குக் கிடைத்த பிரம்மாண்ட வரவேற்பு, யேல் பல்கலைக்கழகத்தில் மாணவர்களுடன் அவர் பங்கேற்ற கலந்துரையாடல் என எல்லாவற்றையும் இந்நூலில் ஆவணப்படுத்தி இருக்கிறார் உதயமூர்த்தி. அதிலிருந்து தேர்ந்தெடுக்கப்பட்ட பகுதிகளை இங்கே தருகிறோம். தமிழ்நாட்டை மேம்படுத்த மேலை நாடுகளின் அனுபவங்களிலிருந்து என்னவெல்லாம் புதிய பாடங்களைப் பெறலாம் என்பதை அறிய இந்தப் பயணங்களில் அண்ணா எவ்வளவு கவனம் செலுத்தினார், தமிழ்நாட்டுக்காக என்னவெல்லாம் கனவு கண்டார் என்பதை அமெரிக்காவில் அவர் அளித்த பேட்டி வெளிப்படுத்துகிறது.

அமெரிக்காவில் அண்ணா

■ எம்.எஸ்.உதயமூர்த்தி

குளிரும், மழையும், பனியுமாகப் பெய்யும் அமெரிக்காவின் விசித்திரமான வசந்த பருவ காலத்தில், அன்று அசாதாரணமாக வெயில் எரித்துக்கொண்டிருந்தது. அமெரிக்கர்கள், "என்ன அழகான வெயில்" என்று கூறி அனுபவிக்கும் ஒரு நாள்.

நியூ யார்க் நகர, ஜான் எஃப் கென்னடி விமான நிலையத்தை வலம் வந்தவண்ணம், பாரீஸிலிருந்து வரும் 'ட்வா' விமானம் வந்திறங்குகிறது. திரளான இந்தியர்கள் விமான நிலையத்தில் அங்குமிங்கும் சென்று கொண்டும், பேசிக்கொண்டும் நிற்கிறார்கள். "வந்துவிட்டது", "வந்து விட்டது" என்ற குரல்கள். வரும் வழியை நோக்கி ஓட்டம். பெண்கள் பலர்; குடும்பங்களுடன் சிலர். அதோ ஐநா தூதுவர் திரு.பார்த்தசாரதி தமக்கே உரிய இனிய புன்முறுவலைத் தவழவிட்ட வண்ணம் நின்றுகொண்டிருக்கிறார். இந்தியாவின் நியூ யார்க் பிரதிநிதி டாக்டர் குப்தா நின்றுகொண்டிருக்கிறார். பற்பல அதிகாரிகள்; பேராசிரியர்கள்; காமராவைப் பிடித்தவண்ணம் நிருபர்கள்.

குள்ளமான, சிறு தொந்தி படைத்த மனிதர் ஒருவர், ஏறுகொண்ட நடையுடன், பீடு கொண்ட பார்வையுடன், அகன்ற மீசை, அகல வெள்ளைப் பற்கள் முறுவலிக்க கைகூப்பி வருகிறார். "அண்ணா!" "அண்ணா!" "அதோ பாருங்கள், வருகிறார்" என்று பேசும் குரல்கள். அவர் வரும் திசையை நோக்கின. பூமாலை போடுகிறார்கள். அவர்கள் முகத்தில்தான் எத்தனை மகிழ்ச்சி!

"அண்ணா என்ற சொல் ஒரு மந்திர வார்த்தை" என்கிறார், ஒரு தமிழர், அருகிலுள்ள வெள்ளைக்காரரிடம். "நான் நம்புகிறேன்" என்கிறார் வெள்ளைக்காரர். "அண்ணாதுரை", "அண்ணாதுரை" என்ற வார்த்தைகள் ஏப்ரல் முதல் தேதியிலிருந்து அமெரிக்காவில் தமிழர்கள் இருக்கும் இடமெல்லாம் எதிரொலித்தன. கலிபோர்னியாவிலிருந்து நியூயார்க் வரை, டெக்சாஸிலிருந்து மில்வாக்கி வரை, தமிழர்களில் பலர் ஒருவருக் கொருவர் போன் மூலம் கூப்பிட்டுக்கொண்டிருந்தார்கள்.

■■■

அந்த கார் 'இந்தியா ஹவுஸ்' முன் போய் நிற்கிறது. வானுயர்ந்த, கம்பீரமான கட்டடம். அண்ணாவுக்கென, அண்ணாவைப் பார்க்க விரும்பும் இந்தியர்கள் அனைவருக்குமாகத் தம் சொந்தப் பொறுப்பில் நம்

“ஏன் காங்கிரஸ் தோற்றது?” என்ற கேள்விக்கு அண்ணா பதிலளிக்கையில், “நீண்ட நாட்களாகப் பதவியில் இருந்ததால்” என்று கூறிவிட்டு உடனே, “எந்தக் கட்சியும் அதிகமாகப் போனால், பத்து ஆண்டுகளுக்கு மேல் பதவியில் இருக்கக் கூடாது.” என்கிறார்.

தூதுவர் பார்த்தசாரதி பெரிய பார்ட்டி ஒன்றை ஏற்பாடு செய்திருக்கிறார். பாரதி சங்கத்தின் உறுப்பினர்களான ராஜன், சர்மா, விஸ்வநாதன் அனைவரும் அளவு கடந்த உற்சாகத்துடன் இந்தியக் குடும்பங்களைக் கொண்டு ருசி மிக்க சிற்றுண்டிகளைத் தயாரித்துவைத்திருக்கிறார்கள் மற்றும் மது வகைகள்; பழச்சாறுகள்; டொமேடோ ஜூஸ்!

“அண்ணாதுரையுடன் சேர்ந்து நிற்கவும் பேசவும் ஆசைப்படும் இத்தகைய கூட்டத்தை இந்தியா ஹவுஸ் இதுவரை கண்டதில்லை” என்கிறார் ஒரு வடக்கத்திக்காரர். “உங்களுக்கு அண்ணாதுரையைப் பற்றி என்ன தெரியும்?” என்றேன் பர்மியத் தூதுவரைப் பார்த்து. “அவர் சென்னையின் ஹீரோ அல்லவா? எல்லாம் சென்னையின் அரசியலைக் கவனித்துக்கொண்டுதான் வருகிறோம்” என்று ஒரு நமுட்டுச் சிரிப்பைச் சிரிக்கிறார் அவர்.

எல்லோரையும் தள்ளிக்கொண்டு ஓர் அமெரிக்கர் கையை நீட்டுகிறார். “மிஸ்டர் அண்ணாதுரை, நான் நியூ யார்க் பல்கலைக்கழகத்தில் தென் கிழக்கு ஆசியாவைப் பற்றி ஆராய்ந்துவரும் பேராசிரியர். உங்கள் ஊருக்கு வந்திருக்கிறேன். நான் உங்களை இந்நாட்டுக்கு வரவேற்கிறேன். பலர் உங்களிடம் வந்து பல எக்கச்சக்கமான கேள்விகளைக் கேட்பார்கள். தைரியமாக அவர்களைப் பார்த்து ‘நரகத்துக்குப் போ’ என்று சொல்லுங்கள். நீங்கள் புதிய தலைமுறையின் தலைவர். மாறுபட்ட கருத்துகள் கொண்டவர்.”

என்ன அப்பட்டமான பேச்சு!

■■■

திங்கட்கிழமை மாலை இரண்டு மணிக்கு யேல் பல்கலைக்கழகத்தின் தகவல் இலாகாவின் மாடியில் அண்ணா நிருபர்களைச் சந்திப்பார் என்று தகவல் வருகிறது. அமெரிக்காவில் அண்ணா முதன்முறையாக நிருபர்களைச் சந்திப்பது இதுதான். நியூ யார்க்கிலிருந்து ‘பிடிஐ’, ‘ஹிந்துஸ்தான் ஸ்டாண்டர்டு’, ‘ஏபி’, ‘யுபிஐ’, ‘இந்தியன் எக்ஸ்பிரஸ்’, ‘ஆனந்த விகடன்’, ‘நியூ ஹேவன் ரிஜிஸ்தர்’, ‘ஏர் டெய்லி நியூஸ்’ ஆகியவற்றின் நிருபர்கள், போட்டோகிராபர்கள் - ஆக ஒரே கூட்டம்! ‘ஏன் இவரை அழைத்திருக்கிறார்கள்?’ என்பதிலிருந்து, ‘நமது வெளிநாட்டுக் கொள்கைபற்றி இவர் என்ன சொல்வார்!’ என்ற கவலை

வரை, பல எண்ணங்கள். அமெரிக்க நிருபர்கள் உள்ளங்களிலோ, 'வியத்நாமுக்கு என்ன பதில்?' என்ற கேள்வி.

அதோ, சற்று தாமதமாக வருகிறார் அண்ணா! கம்பீரமான தோற்றம்; முறுவலிக்கும் பற்கள். கைகூப்புகிறார். 'எப்போ வந்தீர்கள்?' என்ற அன்பு மொழி. அவரது ஒவ்வொரு சொல்லிலும் செயலிலும் அவரது பண்புகளும் குணங்களும் பரிமளிக்கின்றன. "ஏன் காங்கிரஸ் தோற்றது?" என்ற கேள்விக்கு அவர் பதிலளிக்கையில், "நீண்ட நாட்களாகப் பதவியில் இருந்ததால்" என்று கூறிவிட்டு உடனே, "எந்தக் கட்சியும் அதிகமாகப் போனால், பத்து ஆண்டுகளுக்கு மேல் பதவியில் இருக்கக் கூடாது. அமெரிக்காவில் நீங்கள் வைத்திருக்கிறீர்களே, ஜனாதிபதி இரண்டு தடவைக்கும் மேல் பதவிக்கு நிற்கக் கூடாது என்று, அது நல்ல திட்டம். பதவியில் இருக்க இருக்க அதிகார போதை ஏறிவிடுகிறது. நான் அதைத் தான் கடவுளைத் தினம் வேண்டிக்கொள்கிறேன்; அதிகார போதை என் மண்டையில் ஏறாமல் இருக்க வேண்டும் என்று" என்கிறார்.

■■■

சிகரம் வைத்தாற்போல் ஒரு நிகழ்ச்சி நடந்தது. பேராசிரியர் லிண்பிளாம், அண்ணாவை டாக்டர் பட்டத்துக்குப் படிக்கும் இருபத்தி இரண்டு மாணவர்கள் கொண்ட வகுப்புக்கு அழைத்துச்செல்கிறார். யேல் பல்கலைக்கழகம் அமெரிக்காவிலேயே புகழ்பெற்ற ஐவி லீக் *(Ivy League)* பல்கலைக்கழகம். அதன் மாணவர்கள் - அதிலும் டாக்டர் பட்டத்துக்குப் படிப்பவர்கள் என்றால் மணியான மாணவர்கள் என்று அர்த்தம் - அந்த மாணவர்கள் இந்தியப் பிரச்சினைகளைச் சிறப்பாகப் படித்து அலசி வைத்திருப்பவர்கள். அண்ணாவோ அப்போதுதான் மூன்றாம் ஆண்டு கல்லூரி மாணவர்களுடன் மதிய உணவு அருந்திவிட்டு விவாதம் நடத்திவிட்டுச் செல்கிறார்.

பேராசிரியர் லிண்பிளாம், அண்ணாவை நோக்கி "ஒரு பத்து நிமிடம் பேசுங்களேன். பின் விவாதம் தொடங்கலாம்" என்கிறார். அண்ணாவோ "விவாதமே தொடங்குவோம். ஏன் பேச்சு?" என்கிறார். அடுத்து, பேராசிரியர் லிண்பிளாம் "ஒன்றும் லேசாக எடுத்துக்கொள்ளாதீர்கள்" என எச்சரிப்பதுபோலவும், அறிவிப்பதுபோலவும் "மாணவர்களெல்லாம் நன்கு விஷயம் தெரிந்தவர்கள்" என்கிறார். "அப்படியானால் ரொம்ப நல்லதாய்ப்போயிற்று. கேள்விகள் குறைவாக இருக்கும்!" என்று கூறுகிறார் அண்ணா. பேராசிரியர் முகத்திலோ ஈயாடவில்லை .

அண்ணா வரும் முன்னரே யேல் பல்கலைக்கழகம் பத்திரிகைக்கு ஓர் அறிக்கை வெளியிட்டிருந்தது. அதில் அவர் மூன்றரைக் கோடி மக்களின் தலைவர் என்பதையும், திமுகவின் அசாதாரண வெற்றியையும், அண்ணா பத்திரிகையாளராக வாழ்வைத் தொடங்கியதையும், தமிழ்த் தேசிய உணர்வின் மூலம் அரசியலில் புகுந்ததையும், பச்சையப்பன் கல்லூரியில் படித்ததையும் குறிப்பிடப்பட்டிருந்தது.

பிரச்சினையிலிருந்து நழுவப்பார்ப்பவர்கள் 'உள்நாட்டுப் போர் வந்துவிடும்' என்று பயமுறுத்திப் பிரச்சினையில் இருந்து தப்பிக்கப்பார்க்கிறார்களோ என்றுதான் நான் அஞ்சுகிறேன். நாம் பிரச்சினைகளைத் தீர்க்க வேண்டும். அவற்றிடமிருந்து நழுவ முயலக் கூடாது.

யேல் பல்கலைக்கழகத்தின் ஒரு பகுதியான டிமோதி டுவைட் கல்லூரி அவருக்கு 'சப்' (Chubb) உறுப்பினர் என்ற கௌரவத்தை அளித்தது. இதுவொரு தனிக் கௌரவம். இதன்படி, 'சப்' உறுப்பினர் ஐந்து நாட்கள் கல்லூரியில் தங்கி மாணவர்களுடனும் ஆசிரியர்களுடனும் பேசவும் விவாதிக்கவும் செய்வார்கள்.

யேலில் தங்கியபோது, பி.ஏ. படிக்கும் மாணவர்கள், டாக்டருக்குப் படிக்கும் மாணவர்கள், அரசியல் பேராசிரியர்கள், இந்தியா சென்றுவந்த அமெரிக்கர்கள் என வெவ்வேறு கூட்டங்களில், வெவ்வேறு சமயங்களில் அண்ணா பேசினார். இரவில் தினந்தோறும் எங்காவது விருந்து!

■ ■ ■

மாணவர்கள் அன்பினால், ஆர்வத்தினால் அண்ணாவைத் துளைத்து எடுத்தார்கள். அண்ணா கூறினார்: "இத்தாலியில் போப்பைப் பார்த்து விட்டு வந்தேன். அங்கே சுமார் 30 மாணவர்கள் என்னைப் பார்க்க வந்திருந்தார்கள். பாரீஸுக்குப் போனேன். அங்கே சுமார் ஆறு ஏழு இந்தியர்கள், வேலையில் இருப்போர் வந்திருந்தனர். இங்கோ நான் எதிர்பார்க்கவில்லை. இவ்வளவு பேர் வந்திருக்கிறீர்கள்."

"அண்ணாதுரையிடம் நீங்கள் என்ன சொல்லப்போகிறீர்கள்?" என்று கேட்கிறேன். டாக்டர் சக்குபாயும் ஆறுமுகமும் கூறுகிறார்கள்: "மொழிக் கொள்கையில் உறுதியாக இருங்கள் என்று கூறப்போகிறோம்."

அண்ணாவின் அருகில் வசதியான இடத்தைப் பிடித்து உட்கார்ந்து கொண்ட கண்ணாடிக்காரர், "மொழிப் பிரச்சினை உள்நாட்டுப் போரில் முடியுமோ என அஞ்சுகிறேன்" என்கிறார்.

"இத்தாலியில் வடக்கு வளத்துடனும், தெற்கு ஏழ்மையிலும் இருக்கிறது. செல்வம் கொழிக்கும் அமெரிக்காவில்கூட ஏழ்மையும், இன வேறுபாடும் கொண்ட கருப்பர்கள் வாழும் பகுதிகள் இருக்கின்றன. இந்தப் பிரச்சினைகள் - வேறுபாடுகள் - உள்நாட்டுப் போரையா கொண்டுவந்துவிட்டன? பிரச்சினையிலிருந்து நழுவப்பார்ப்பவர்கள் 'உள்நாட்டுப் போர் வந்துவிடும்' என்று பயமுறுத்திப் பிரச்சினையில் இருந்து தப்பிக்கப்பார்க்கிறார்களோ என்றுதான் நான் அஞ்சுகிறேன். நாம் பிரச்சினைகளைத் தீர்க்க வேண்டும். அவற்றிடமிருந்து நழுவ முயலக் கூடாது."

“உங்கள் கொள்கைகளால் இந்திய ஒற்றுமை பாதிக்கப்படுகிறதே” என்கிறார் ஒருவர் கவலை தொனிக்க.

“நாங்கள் பிரிவினைக் கொள்கையை நிச்சயமாகக் கைவிட்டு விட்டோம். நான் ராஜ்ய சபையில் அதுபற்றிப் பேசியபோது, ராஜ்ய சபை மெம்பர்கள் என்னை வானளாவப் புகழ்ந்தார்கள். ‘இனி எல்லோரும் ஒற்றுமையாகச் சேர்ந்து வாழ்வோம்’ என்றார்கள்... நான், ‘மலபாரில் ஜன நெருக்கம் மிக மிக அதிகமாகியிருக்கிறது. மக்கள் வாழ, பயிர் செய்ய இடமில்லாது இருக்கிறார்கள். ஆகவே, ஒரு கோடி மக்களை பிஹாருக்கோ, ராஜஸ்தானுக்கோ குடியேற்றுவோம். என்ன சொல்லுகிறீர்கள்?’ என்றேன். ‘அது பெரிய அபாயமான புதிய பிரச்சினைகளைக் கொண்டுவரும்’ என்றார்கள்! நீங்கள் ஒற்றுமையைப் பற்றிப் பேசுகிறீர்கள் - ஏதோ நாங்கள் குறுக்கே நிற்பதுபோல! அஸ்ஸாமிலே ‘அஸ்ஸாம் அஸ்ஸா மியருக்கே...’ ‘இந்தியர்களே வெளியேறுங்கள்’ என்று போர்டு போட்டுக் கிளர்ச்சி நடந்தது.”

“உங்கள் கல்விக் கொள்கைகளைக் காட்டி, டில்லி அரசாங்கம் ஒன்றும் இடையூறு கொடுக்காதா?”

“கல்வி ஒரு மாநில விஷயம். டில்லிக்கு அதில் உரிமை ஏதும் கிடையாது” என்று அழுத்தம் திருத்தமாகக் கூறுகிறார்.

“நாட்டின் ஒற்றுமைக்கு நீங்கள் கூறும் யோசனைகள் என்ன?”

“வருகிற இருபத்தைந்து ஆண்டுகளுக்கு விவாதத்துக்குரிய பிரச்சினை

மொழிப் பிரச்சினையைப் பற்றிக் கேட்டார்கள். வியத்நாம் பற்றிக் கேட்டார்கள். இஸ்ரேல் பற்றிக் கேட்டார்கள். இந்தியாவின் பஞ்சம் பற்றிக் கேட்டார்கள். மக்கள் பெருக்கம் பற்றிக் கேட்டார்கள். சாதி பற்றிக் கேட்டார்கள். ஒவ்வொரு கேள்விக்கும் அண்ணா மிக அழகாக எதிரியும் ஏற்றுக்கொள்ளும்படி பதில் கூறினார்.

களில் தலையிடாதீர்கள் என்பேன்... தலையிட்டால் - விளைவு தடுக்க முடியாத ஒன்று.''

'என்.ஸி.ஸி.', 'மாணவர் - பஸ்காரரர்கள் சண்டை' - இவை பற்றிப் பற்பல கேள்விகள்.

இரவு மணி எட்டரை. அண்ணா கைகூப்பிய வண்ணம் காரில் ஏறுகிறார்.

■■■

நியாகராவுக்குப் பின் கன்னெடிக்கட் ராஜ்யத்தில் உள்ள லேக்வில் என்ற கிராமத்தில் உள்ள ஒரு பண்ணையில் இரவைக் கழித்தார் அண்ணா. பண்ணையின் சொந்தக்காரர் மிஸ்டர் பிரிஸ்கோ, முன்னாளைய ஆசிரியர், இப்போது ராஜ்ய விவசாய போர்டில் தலைவராக இருக்கிறார்.

கிராம வாழ்க்கையில் நேரம் ஒரு பொருட்டல்ல. அண்ணா சாவதானமாக எழுந்து, காலை உணவைக் குடும்பத்துடன், மேஜையில் அருந்துகிறார். விவசாய சம்பந்தமான பல பிரச்சினைகளை மிஸ்டர் பிரிஸ்கோவிடம் கேட்கிறார். பின்னால் நிகழ்ந்த பல பேட்டிகளில், விவாதங்களில் அவருடைய கருத்துகள் வெளிவருகின்றன.

''உங்கள் பண்ணையில் இரண்டாயிரம், மூவாயிரம் ஏக்கர் என்று வைத்துக்கொண்டு பெரிய இயந்திரங்களுடன் விவசாயம் பண்ணுகிறீர்கள். எங்கள் நாட்டிலோ 30 ஏக்கருக்கு மேல் ஒருவர் நிலம் வைத்துக்கொள்ளக் கூடாது என்று சட்டம் கொண்டுவந்திருக்கிறோம். எங்கள் ஊரில் மக்கள்தொகை அதிகம். ஆகவே, உங்கள் முறைகளைக் காப்பியடிக்க முடியாது. எங்கள் நிலங்களுக்கேற்ப விவசாய அபிவிருத்தி செய்கிறோம்!'' என்கிறார் அண்ணா.

■■■

யேலில் செவ்வாய் மாலையிலிருந்து வியாழன் மாலை வரை மாணவர்கள், பேராசிரியர்கள் என்று பேச்சும் விவாதமுமாக நாட்கள் சென்றன. மாணவர்கள் திரும்பத் திரும்ப மொழிப் பிரச்சினையைப் பற்றிக் கேட்டார்கள். வியத்நாம் பற்றிக் கேட்டார்கள். இஸ்ரேல் பற்றிக் கேட்டார்கள். இந்தியாவின் பஞ்சம் பற்றிக் கேட்டார்கள். மக்கள் பெருக்கம் பற்றிக் கேட்டார்கள். சாதி பற்றிக் கேட்டார்கள். பஸ்

தொழிலாளர்களுக்கும்-மாணவர்களுக்கும் ஏற்பட்ட சமீப மோதல் பற்றிக் கேட்டார்கள்.

ஒவ்வொரு கேள்விக்கும் அண்ணா மிக அழகாக எதிரியும் ஏற்றுக்கொள்ளும்படி பதில் கூறினார். அவரது ஆங்கிலப் பேச்சு வன்மை-தமிழ் நாவன்மையை மிஞ்சும்படியாக இருந்தது.

"அண்ணாதுரை எங்கு ஆங்கிலம் பேசக் கற்றுக்கொண்டார்?" என்று ஓர் ஆங்கில நிருபர் வந்து கேட்கிறார்.

"அண்ணாதுரை ஓர் எம்.ஏ. பட்டதாரி" என்கிறேன். எனினும், அமெரிக்கருக்கு வியப்பு அடங்கவில்லை.

"டில்லியில் திமுக சேர்ந்த கூட்டு மந்திரிசபை அமைக்கும் நாளை நீங்கள் எதிர்பார்க்கவில்லையா?"

"ஆசையூட்டும் எண்ணம்; அடைவதோ நெடுந்தொலைவில்" என்கிறார்.

திராவிட நாடு குறித்த கேள்விகள். எல்லோரும் காதை நீட்டிக் கேட்கிறார்கள். முடிவில் பெருத்த சிரிப்புக்கிடையே அண்ணா கூறுகிறார்: "என் பழைய ஆசைகளைக் கிளப்பாதீர்கள். நான் அவற்றால் இழுத்துச் செல்லப்பட மறுக்கிறேன்!"

"அண்ணாதுரையினுடைய காரியதரிசி மிஸ்டர் சொக்கலிங்கம் ஒரு பிராமணரா?" என்று கல்லூரித் தலைவர் பர்கின்சின் மனைவி என்னைக் கேட்டபோது, நான் ஒரு கணம் திகைத்தேன். 'யாருக்குத் தெரியும்? இது என்ன கேள்வி!' என்று நானே எண்ணிக்கொண்டு "ஏன் அதுபற்றி அக்கறையுடன் கேட்கிறீர்கள்?" என்றேன். "இல்லை, அவர் மாமிசம், முட்டை, மீன் எல்லாம் சாப்பிடுவதில்லை. அதனால் அவர் பிராமண ராகத்தான் இருக்க வேண்டும் என்று எண்ணினேன்" என்றார் அவர்.

நம் உள்ளங்களில் இக்கேள்விகள் எழுப்பும் எண்ணங்களை அமெரிக்கர்கள் அறிய முடியாது. வேறு வழியில்லாது போனால், ஏதோ ரகசியமாகக் கூறிக்கொள்ள வேண்டிய விஷயம்போல் நாம் இதை அணுகுவதை அவர்களிடம் விளக்க நமக்கு நேரமும் போதாது. இந்தச் சம்பவம் பற்றி ஏதும் அறியாத அண்ணா, ஒரு சமயம் இது பற்றி மிக அழகாகப் பேசினார்.

"சாதிப் பிரிவுகள் இன்னும் இந்தியாவில் இருக்கின்றனவா, அவை எவ்வளவு தூரம் அரசியலில் நுழைந்திருக்கின்றன?" என்ற கேள்விக்குப் பதிலளிக்கையில், "சாதி மனப்பான்மை கொஞ்சம் கொஞ்சமாக செத்துக்கொண்டுவருகிறது. முழுவதும் செத்துவிட்டது என்று நான் கூற மாட்டேன். மக்கள் மனோபாவம் மாறிக்கொண்டுவருகிறது. ஒரு அமெரிக்கப் பல்கலைக்கழகத்தில், 'எப்படிச் சாதி அரசியலில் புகுகிறது' என்பதையும், 'எப்படிப் படையாச்சி சாதி தமிழ்நாட்டு அரசியலில் பெரும் பங்கு வகிக்கப்போகிறது' என்றும் ஆராய்ச்சிசெய்து எழுதியிருந்தார்கள்.

மாபெரும் தமிழ்க் கனவு

தென்னாற்காடு மாவட்டத்தில்தான் வன்னியர் இன மக்கள் அதிகம். அங்கே எப்போதும், எல்லா கட்சிகளும் சாதிக்காரரையே வேட்பாளராக நிற்கச் சொல்வார்கள். ஆனால், நாங்களோ அந்தத் தொகுதியில் வன்னியர் அல்லாத மக்களை நிறுத்தி வெற்றிபெற்றோம்.

அரசியலில் புகுமுன்னரே எங்கள் கட்சி, சாதிக் கொடுமைகளைப் பேசிப் பிரசாரம் செய்தது. தென்னாற்காடு மாவட்டத்தில்தான் வன்னியர் இன மக்கள் அதிகம். அங்கே எப்போதும், எல்லா கட்சிகளும் சாதிக்காரரையே வேட்பாளராக நிற்கச் சொல்வார்கள். ஆனால், நாங்களோ அந்தத் தொகுதிகளில் வன்னியர் அல்லாத மக்களை நிறுத்தி வெற்றிபெற்றோம். மக்கள், சாதிக்காக ஓட்டுப் போடுவதில்லை. கொள்கைக்காக, மனிதருக் காகத்தான் ஓட்டுப் போடுகிறார்கள் என்பதை எங்கள் வெற்றி நிரூபித்தது!

சாதி மனோபாவம் மாற, கலப்பு மணங்களை ஆதரிக்கிறோம். கலப்பு மணம் செய்துகொள்கிறவர்களுக்குத் தங்கமெடல் தருகிறோம். 'இது ஒன்றும்வெட்கப்பட வேண்டிய விஷயம் அல்ல; பெருமைப்பட வேண்டிய விஷயம்' என்ற மனோபாவத்தை இப்படி வளர்க்கிறோம்."

"உங்கள் நாட்டுக்கு ஜனநாயகம் புதிதாகையால், எப்படி ஜனநாயகம் நிலைக்கப்போகிறது என்கிற பயம் பலர் மனத்தில் இருக்கிறது" என்று ஒருவர் கூறுகிறார்.

"ஜனநாயகம் எங்களுக்குப் புதிதல்ல. 2000 ஆண்டுகட்கு முன்பே பனை ஓலையில் தாங்கள் விரும்புவோரின் பெயரை எழுதி, ஒரு மண் பானையில் போட்டு (குடவோலை) நாட்டாண்மைக்காரரைத் தேர்ந்தெடுத்தார்கள். ஆகவே நீங்கள் நினைப்பதுபோல ஜனநாயகம் எங்களுக்குப் புதிதல்ல" என்று அண்ணா மேலே தொடருகிறார். 'காவிரி நதி ஓரத்தில் விளையாடினான். கங்கை நதி தீரத்தில் புகழ் பாடினான்' என்றும், புகழ் பெற்ற கடாரங்கொண்ட சோழனைப் பற்றியும் பேசுகிறார். தமிழ்நாட்டின் பழைய சரித்திரத்தை முன்வைக்கிறார்.

விவாதம் பிறகு இந்தி மொழியைப் பற்றித் திரும்புகிறது. வட இந்திய மாணவர்கள் சிலர் பொறுமையுடனும் பொறுப்புடனும் கேள்விகளைக் கேட்கிறார்கள். இந்தி மாநில மக்களே இந்தி பற்றித் தெரிந்துகொள்ள வேண்டிய பல செய்திகள் அண்ணாவிடமிருந்து வெளிவருகின்றன.

"இந்தி பொதுவாக மூன்று மாநிலங்களில் பேசப்படுகிறது. அங்கும் இதுவரை இந்தி மொழி ஓர் ஒருமைப்பாட்டைப் பெறவில்லை. ராஜஸ்தான் வழியே ரயிலில் பயணித்துக்கொண்டிருந்தோம். எங்களுடன் கூட ஓர் இந்தி மொழிபெயர்ப்பாளர் இருந்தார். ஆனால், ராஜஸ்தான் மக்கள் பேசிய மொழியை அவரால் அறிந்துகொள்ள முடியவில்லை. ஒரு

முறை, இந்தி மொழிபெயர்ப்பிலிருந்து அர்த்தம் கண்டுபிடிப்பது நேருவுக்கே கஷ்டமாகப் போய்விட்டது. பார்லிமென்டில் பின்னால் கோபமாக இதுபற்றிப் பேசினார். இந்தி ஒரு சிறந்த மொழியா, அதற்கேற்ற வளர்ச்சியை அது பெற்றதா, என்பதையெல்லாம் நாம் முதலில் கவனிக்க வேண்டும்!''

''டில்லியில் காங்கிரஸ் அரசாங்கமும், சென்னையில் எதிர்க்கட்சி அரசாங்கமும் இருப்பதை நீங்கள் வரவேற்கிறீர்களா?'' என்ற கேள்விக்கு அண்ணா பதிலளித்தார்: ''இந்திரா காந்தி திறமையாக நிர்வாகம் செய்துவருகிறார். மொழி விஷயத்தில்தான் சிறிது அவசர முடிவை எடுத்துவிட்டார். டில்லியில் அரசாங்கப் பொறுப்பை ஏற்கும் அளவுக்கு மற்ற எதிர்க்கட்சிகள் வளரவில்லை. இந்நிலையில், நாட்டின் எதிர் காலத்தைப் பொறுத்தவரை, மீண்டும் காங்கிரஸ் ஆட்சி வருவதையே விரும்புவேன்''.

''அண்ணாதுரை ஓர் எதிர்க்கட்சித் தலைவர். ஆகவே, காங்கிரஸுக்குச் சமாதி கட்டுவதையே விரும்புவார் அல்லது அப்படி மறைமுகமாகவேனும் கூறுவார்'' என்று எண்ணினோர் ஏமாறும் வகையில் அவர் பேச்சில் நாட்டு நலமும் பெருந்தன்மையும் மிளிர்ந்திருந்தன.

அண்ணா தன் எல்லையைப் பூரணமாக அறிந்திருந்தார். வெளிநாட்டுக் கொள்கையைப் பற்றி அறிந்திருந்தார். வெளிநாட்டுக் கொள்கையைப் பற்றிக் கேட்டபோதெல்லாம், ''அது டில்லி விஷயம். அதில் மாநில அரசாங்கத்துக்கு ஏதும் உரிமை இல்லை. எனினும், இந்திய அரசாங்கத்தின் வெளிநாட்டுக் கொள்கையுடன் பொதுவாக எங்களுக்கு உடன்பாடு உண்டு'' என்று அழகுடனும் அடக்கத்துடனும் கூறினார்.

டில்லி - சென்னை உறவு பற்றியும், பொதுவாக மத்திய - மாநில உறவு பற்றியும் பேசியபோது தன் சங்கடங்களைத் தெரிவித்தார். ''டில்லி ஐந்தாண்டுத் திட்டங்களை அகில இந்தியாவுக்குமாகத் தீட்டித் தருகிறது. அதைவிட மொத்தப் பணத்தை எல்லா மாநிலங்களுக்குமாக ஒரு கணக்குப்படி பங்கிட்டுக் கொடுத்தால், நமக்கு வேண்டியதை நாம் விரைவில் செய்ய முடியும். மாநிலங்களுக்கிருக்கும் தடைகளை இந்திரா காந்தி உணராமல் இல்லை. ஆனால், அவர் ஒன்றும் செய்ய முடிவதில்லை. ஏனெனில், அப்படி ஓர் அரசியல் அமைப்பு நாட்டில் புழக்கத்தில் இருக்கிறது. அதை மாற்ற வேண்டும்.''

''பாருங்கள், சென்னையில் காங்கிரஸ் கட்சி ஆட்சியில் இருந்தபோதே, சேலத்துக்கு ஓர் உருக்காலை வேண்டுமெனக் கேட்டார்கள். டில்லி அரசாங்கம் பணமில்லை என்று தட்டிக்கழித்தது. பின் சென்னை அரசாங்கம் 'நாங்களே பணம் போட்டுத் தொடங்கிக்கொள்கிறோம்; லைசென்ஸ் மட்டும் தாருங்கள்' என்றார்கள். பதிலில்லை, நாங்கள் வந்த பின்னும் அது பற்றி விரிவாக எழுதினோம். டில்லியிலிருந்து பதிலில்லை. கடந்த நான்கு ஆண்டுகளாக அந்த 'பைல்கள்' டில்லியில் தூங்குகின்றன.''

பேச்சை நிறுத்துகிறார். எங்கும் ஓர் அமைதி நிலவுகிறது.

அண்ணா மேலும் தொடருகிறார்: "அடுத்த ஐந்தாண்டுத் திட்டத்துக்கு, சென்னைக்குத் தேவைப்படும் செலவைக் குறிப்பிடுங்கள் என்றார்கள் டில்லியில். 120 கோடி தேவை என்று திட்டம் சமர்ப்பித்தோம். 'இல்லை, இல்லை, அவ்வளவு பணமில்லை, குறைத்துக்கொண்டு வாருங்கள்' என்றார்கள். 120-ஐ 98 கோடியாக வெட்டிக்கொண்டு போனோம். மீண்டும் 'அவ்வளவுக்கு வழியில்லை' என்றார்கள். பின் 98-ஐ 80 கோடியாக்கித் திட்டங்களைக் குறைத்துக்கொண்டு போனோம். 'இதோ பாருங்கள்! நாங்கள் 42 கோடிதான் தரப்போகிறோம். நீங்கள் என்ன செய்துகொள்ளுவீர்களோ, தெரியாது!' என்று கூறிவிட்டார்கள்."

மாநில அரசாங்கம் ஏதோ பெரிய பஞ்சாயத்துபோர்டு போல நம் கண் முன் நிற்கிறது. அண்ணா அதனால்தான், 'மாநிலங்கள் அதிக சுதந்திரம் பெற வேண்டும். டில்லியின் இறுக்கம் குறைய வேண்டும். அமைப்பு மாற்றப்பட வேண்டும்' என்று அடிக்கடி கூறிக்கொண்டிருந்தார்.

சென்னைக்கான திட்டங்கள் பற்றிக் கூறியபோது, அமெரிக்க விஜயத்தின் எதிரொலியை அவர் கருத்துகளில் காண முடிந்தது.

"ஊருக்குச் சென்றதும், நம் நாட்டிலுள்ள படித்தவர்களை விவசாயத்திலும், பால் பண்ணையிலும், கோழி, ஆடு வளர்ப்புத் துறை களிலும் ஈடுபடுமாறு கேட்டுக்கொள்ளப்போகிறேன். சென்னையைச் சுற்றிக் கடல் இருக்கிறது. ஆகவே, கடல் சம்பந்தமான தொழில்களைத் தொடங்கப்போகிறோம். பிரான்ஸில் நமக்குப் பல 'டோரிஸ்' மின் விசைப் படகுகளைத் தந்தார்கள். இன்னும் தருவதாக வாக்களித்திருக்கிறார்கள். விஞ்ஞான முறையில் மீன் பிடிக்கும் முறையை நம் மீனவர்களுக்குக் கற்றுத்தரப்போகிறோம். சென்ற ஆண்டு விஷயம் தெரியாமல் சிறிய மீன்களையெல்லாம் பிடித்துச் சில இடங்களில் மீன் அதிகம் இல்லாமல் செய்துவிட்டார்கள்! உணவைப் பாதுகாக்கப் பல இடங்களில், பல குளிர்சாதன அறைகளைக் கட்டப்போகிறோம். தூத்துக்குடி துறைமுகத்தை அபிவிருத்தி செய்யப்போகிறோம். தெற்கே விசாகப்பட்டினம், கொச்சி தவிர மற்ற துறைமுகங்கள் உபயோகத்துக்குக் கொண்டுவராமல் இருக்கின்றன... மொரீஷஸ் தீவுகளில் நிறையத் தமிழர்கள் இருக்கிறார்கள். அவர்களுக்கு உதவ தமிழ் சொல்லிக்கொடுக்க என்ன செய்யலாம் என்று அறிந்துவர விரைவில் நமது மந்திரிகள் செல்லப்போகிறார்கள்!"

அண்ணா பேசி முடிக்கிறார். "தமிழகத்தில் இன்னும் பல துறைகளில் பல காரியங்கள் செய்ய வேண்டியிருக்கிறதே" என்று குறிப்பிட்டு அண்ணாவின் முகத்தை ஆதுரத்தோடு நோக்குகிறார் ஒருவர். கண்கள் எங்கோ நோக்க, அண்ணா கூறுகிறார்: "ஓர் ஆயிரங்கோடி ரூபாய் இருந்தால் எல்லாவற்றையும் உடனே செய்துவிடலாம்!" என்கிறார்.

அவர் முகத்தில் ஒரு மென் சிரிப்பு மலர்கிறது!

அணு ஆயுதப் போட்டிக்குள் இந்தியா நுழையக் கூடாது என்றார் அண்ணா

■ ச.சிவசுப்பிரமணியன்

போர், வன்முறைக்கு எதிரான சிந்தனையைக் கொண்டவராகவும் சமாதான விரும்பியாகவுமே அண்ணா இருந்தார். 1965-ல் தெற்காசியப் பயணமாக சிங்கப்பூர், மலேசியா, கம்போடியா, ஹாங்காங், பிலிப்பைன்ஸ், ஜப்பான் ஆகிய நாடுகளுக்குச் சென்றிருந்தபோது, அவரை நோக்கி அதிகம் கேட்கப்பட்ட கேள்வி அணு ஆயுதக் குவிப்பு, போர், ராணுவப் போட்டி ஆகியவை தொடர்பானதே. சீன ஆக்கிரமிப்பின் பின்னணியில் இந்தக் கேள்விகள் கூடுதல் முக்கியத்துவம் பெற்றிருந்தன. சீனா அணு ஆயுதங்களைத் தயாரித்துவரும் நிலையில், இந்தியாவின் நிலைப்பாடு தொடர்பாகக் கேள்விகள் எழுப்பப்பட்டபோது அண்ணா சொன்னார், "ஒருமுறை இந்த அணு ஆயுதப் போட்டியில் நாங்கள் நுழைந்துவிட்டோம் என்றால், ராணுவப் போட்டி அரசியலுக்குள் நாங்கள் முழுவதுமாக இறங்கிவிடுகிறோம் என்றுதான் பொருள்படும். ஆகவே, இந்தப் போட்டியில் ஈடுபட இந்தியா ஒருகாலும் விரும்பாது என்றே தனிப்பட்ட முறையில் நானும் எனது இந்தியச் சகோதரர்கள் பலரும் நம்புகிறோம்." அணு ஆயுதப் போட்டியில் இந்தியா இறங்காதபட்சத்தில், ஒரு உலகப் போர் உருவானால், இந்தியாவால் தாக்குப்பிடிக்க முடியுமா என்ற கேள்வியைப் புறந்தள்ளினார். "அணு ஆயுதங்களைத் தவிர்ப்பதால் இந்தியா எந்தப் பாதிப்பையும் அடையாது. அணு ஆயுத உற்பத்தியில் நாம் இறங்கவில்லையே என அது வருந்தவும் செய்யாது" என்றார். அவர் சென்ற எந்த நாட்டைப் பற்றி கேள்வி எழுப்பப்பட்டபோதும், "நான் இந்நாட்டைத் தெரிந்துகொள்ள ஒரு மாணவனாகவே வந்திருக்கிறேன்; மேலதிகம் என்னை நீங்கள் மதிப்பிட விரும்பினால், இந்தியாவின் நல்லெண்ணத் தூதுவனாகக் கருதுங்கள்" என்று பணிவுடன் சொன்னார். அந்தந்த நாடுகளில் வாழும் தமிழர்களுக்கு என்ன சொல்ல விரும்புகிறீர்கள் என்று கேட்டபோது சொன்னார், "இங்கு வாழும் தமிழர்களுக்கு இதுவே அவர்களது சொந்த நாடு. அவர்கள் இந்நாட்டின் குடிமக்கள். ஆகவே, அவர்கள் இந்நாட்டின் மீதே பற்றும் விசுவாசமும் கொள்ள வேண்டும்!"

போப்பிடம் அண்ணா வைத்த வேண்டுகோளும் கதறியழுத விடுதலை வீரரும்

■ வ.ரங்காசாரி

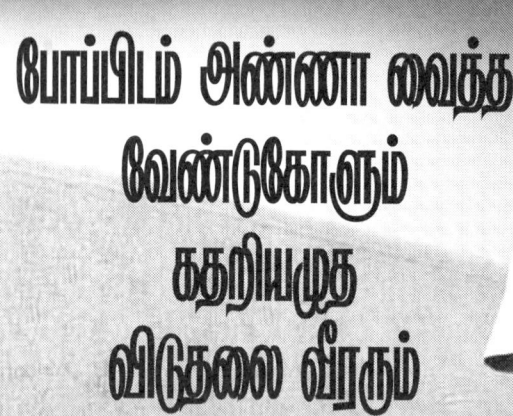

அண்ணா நினைவிடத்தில் கதறியழுதுகொண்டிருந்த அந்த மனிதர் கொஞ்சம் வித்தியாசமானவராகத் தெரிந்ததில் ஆச்சரியம் இல்லை தான். அவர் மோகன் ரானடே, ஒருகாலத்தில் போர்ச்சுக்கீசியர்களை எதிர்த்து கோவாவின் சுதந்திரத்துக்காகப் போராடிய விடுதலைப் போராட்ட வீரர் அவர்! எங்கோ பிறந்த ரானடே ஏன் அண்ணாவின் மறைவுக்காகக் கண்ணீர்விட்டார்?

கோவா விடுதலைக்குப் போராடிய அவரைத் தனிமைச் சிறையில் அடைத்துவைத்திருந்தது போர்ச்சுக்கீசிய அரசு. போர்க் குற்றவாளி ஆக்கப்பட்ட அவர் ஆயுள் தண்டனையில் இருந்தார். 1961-ல் கோவா விடுதலை அடைந்து, இந்தியாவின் ஒரு பகுதியாக இணைந்துவிட்டது என்றாலும்கூட, தொடர்ந்து போர்ச்சுக்கல் நாட்டிலுள்ள காக்சியா சிறையிலேயே அடைக்கப்பட்டிருந்தார் ரானடே. தமிழக முதல்வரான பின் 1968-ல் அமெரிக்கப் பயணம் மேற்கொண்டார் அல்லவா? அந்தப் பயணத்தினூடாக, போப் ஆண்டவரையும் சந்தித்தார் அண்ணா. அப்போது போப்பிடம் அவர் முன்வைத்த வேண்டுகோள், "எங்கள் நாட்டின் விடுதலை வீரர் மோகன் ரானடேவை விடுவிக்க போர்ச்சுக்கல் அரசிடம் நீங்கள் பேச வேண்டும்" என்பது. உள்ளபடி, அண்ணாவுடன் சென்ற பலரையும் இது ஆச்சரியப்படவைத்தது.

புன்னகைத்த போப், "நம்பிக்கையுடன் சென்றுவாருங்கள்" என்றார். கத்தோலிக்க நாடான போர்ச்சுக்கல் விரைவில் ரானடேவை விடுவித்தது. 1969-ல் சிறையில் இருந்து விடுவிக்கப்பட்ட ரானடே முதலில் சந்திக்க விரும்பிய மனிதர் அண்ணா. ஆனால், அதற்குள் அண்ணா மறைந்திருந்தார். சென்னை வந்த ரானடே கதறியழுதார்.

அண்ணாவின் மக்கள் மன்ற உரைகள்

சட்டமன்றத்துக்கும் நாடாளுமன்றத்துக்கும் வெளியே அண்ணா பேசிய உரைகளில் தேர்ந்தெடுக்கப்பட்டவை இவை. அரசியல்வாதிக்கும் மக்கள் தலைவருக்கும் இடையேயான வேறுபாட்டை - பொறுப்புணர்வை, தொலைநோக்கை வெளிப்படுத்துகின்றன இந்த உரைகள்.

எந்த ஆட்சி வந்தாலும் சரி, தமிழைக் காத்திடுங்கள்

முசிறி மாவட்டம், துறையூரில் 22-8-1937-ல் நடைபெற்ற சுயமரியாதை மாநாட்டுக்குத் தலைமை வகித்து அண்ணா ஆற்றிய முதல் மாநாட்டுப் பொழிவிலிருந்து தேர்ந்தெடுக்கப்பட்ட பகுதிகள் இங்கே. அப்போது அண்ணாவுக்கு வயது 28.

தோழர்களே!

சுயமரியாதை இயக்கத்தில் அறிவு, அனுபவம், ஆண்டு யாவற்றாலும் என்னிலும் மிக்கார் பலரிருக்க, மிகச் சமீப காலத்திலே இயக்கத்தில் ஈடுபட்டுத் தொண்டனாக இருந்துவரும் என்னை, இந்த மகாநாட்டிற்குத் தலைவராக இருக்கும்படி கட்டளையிட்டது எனக்கு வியப்பையே அதிகமாகத் தருகிறது. என் போன்ற வாலிபருக்கு இதுபோன்ற கௌரவம் கிடைத்திருப்பது, காலப்போக்கையும் நமது இயக்கத்தின் வேகத்தையுமே காட்டுகிறது. என்னை இம்முறையில் கௌரவித்த உங்களுக்கு என் மனமார்ந்த வந்தனத்தைச் செலுத்துகிறேன்.

நமது இயக்கமே கண்டோர், கேட்டோர் வியக்கும் விதமாகத் தோன்றி வளர்ந்துள்ளது. பத்து ஆண்டுகளுக்கு முன்னர் இவ்வளவு தீவிரமான ஒரு இயக்கம் தமிழ்நாட்டில் தோன்றுமென யாரும் எண்ணியிருக்க மாட்டார்கள்.

சங்க காலத்திலே ஆராய்ச்சியின் அரணாக விளங்கிய தமிழ்நாடே எனினும், தத்துவங்கள் எத்தனை தித்திக்கும் இயல்பினதாயினும்

துருவிப்பார்க்கும் குணங்கொண்ட தமிழ்நாடே எனினும், 'நெற்றிக் கண்ணைக் காட்டினும் குற்றங்குற்றமே' என்ற நக்கீரர் வாழ்ந்த நாடே எனினும், கபிலர் தோன்றிய நாடே எனினும், வள்ளுவர் வாழ்ந்த தமிழ் நாடே எனினும் இந்தப் பத்து ஆண்டுகளாகப் பணியாற்றிவரும் சுயமரியாதை இயக்கத்திற்கீடான முயற்சி, தமிழ்நாட்டிலே இதற்கு முன் தோன்றவேயில்லை.

வாதங்கள் நிகழ்ந்தன. வியாக்கியானங்களும் விருத்தியுரைகளும் வெளிவந்தன. ஒரு சீர்திருத்தவாதி ஒரு மதத்தின் கோட்பாடுகளை நிலை நாட்டவும், மற்றொரு சீர்திருத்தவாதி வேறொரு மதத் தத்துவத்தின் மகிமையைப் போதிக்கவும் தோன்றினர். ஆனால், அடிப்படையான ஊழலைக் கண்டுபிடித்து அலசிக் காட்டின இயக்கத்தைத் தோற்றுவித்துத் தமது தளரா உழைப்பினால் வளர்த்து இன்று எவ்வளவு பலமான சண்ட மாருதத்தின் எதிர்ப்பையும் சமாளிக்கும் நிலைக்குக் கொண்டுவந்த தனிப்பெருமை நமது தலைவர் தோழர் ஈ.வெ.ரா. உடையதே ஆகும்.

எதிரிகள் கலக்கம்

ஏன் என்ற கேள்வியை எந்த விஷயத்திற்கும் எழுப்பி, பகுத்தறிவு விதையை ஆதிகாலத்திலேயே கிரீஸ் தேசத்திலே சாக்ரடீஸ் தூவினார். அதைப் போன்ற இயல்புடையாரே, நமது ஈ.வெ.ரா. அவரது அரிய முயற்சியால் தோற்றுவிக்கப்பட்ட நமது இயக்கத்தைக் கண்டு திடுக் கிட்டது தமிழ்நாடு. அவர் எழுப்பிய கேள்விகளுக்குப் பதில் கூற முடியாது, பழைய ஏடுகளைப் புரட்டிக்கொண்டே திகைத்தனர் பலர். ஏசினர், ஏளனம் செய்தனர். ஆனால், ஆயிரக்கணக்கில் வாலிபர் இந்த இயக்கத்திலே ஈடுபட்டனர். எதிரிகள் கலங்கிவிட்டனர்.

நமது இயக்கத்தை நசுக்க முடியாதென்பதை உணர்ந்தனர். நமது கொள்கைகளில் பலவற்றை ஏற்றுக்கொள்ள, நான் முன்னே நீ பின்னே எனப் பலர் ஓடிவந்தனர். பண பலமின்றி, செல்வாக்கின்றி, ஓர் இயக்கம் எதிரிகளின் கொட்டத்தையும், விஷமிகளின் ஆர்ப்பாட்டத்தையும், முதலாளிகளின் எதிர்ப்பையும், கங்காணிகளின் கிறுக்கையும், சமாளித்துப் பத்தே ஆண்டுகளில் சரித்திரத்திலும் சமுதாயத்திலும் மதிப்பான ஒரு இடம்பெற்றதென்றால், அது நமது இயக்கமே என்பதில் யாருக்கும் சந்தேகமிராது என நம்புகிறேன்.

நமது இயக்கம் எல்லா துறைகளிலும், புத்தம் புதிய கருத்துகளைத் தமிழருக்குத் தந்தது. மனப் புரட்சியை உண்டாக்கிற்று. வாலிபருலகைச் சிருஷ்டித்தது. மாதருலகைக் காட்டிற்று. எங்கும் அறிவு, எங்கும் ஆராய்ச்சி என்ற நிலை ஏற்பட்டது. கருத்துகளே, சமூகச் சிற்பிகளானால், சமூகமே தலைகீழாக மாறிவிட்டிருக்கும். உணர்ச்சியும் உற்சாகமும் பெருக்கெடுத் தோடின. மேனாட்டுப் படிப்பின் அறிகுறியான பட்டமும் கீழ்நாட்டுக் கோளாறுகளையுமே அணிகலனாகக் கொண்டிருந்த வாலிபர், இந்த இயக்கத்திலே ஈடுபட்ட பிறகு புதியதொரு சக்தி பெற்றனர்.

ஜாதி விலக்குகளைத் தகர்த்தோம். மத ஆபாசங்களை அலசினோம். புராணக் குப்பையைக் கொளுத்தினோம். மாதரைச் சிறை மீட்டோம். விடுதலை முரசு கொட்டினோம். படை திரண்டெழுந்தது. போர் பல புரிந்தோம். வெற்றி யாவுங் கண்டோம்.

இவ்வளவு அரும்பெரும் பணிகளாற்றிய நமது இயக்கம், எதிர்காலத்திலும் சளைக்காது உழைக்குமென்பதற்குச் சந்தேகமில்லை. அதனிடத்திலே, தோழர்களைக் கூவி அழைக்கும் சக்தி இருக்கிறது. அதனின்றும் எந்தப் பகுத்தறிவாளியும் தப்ப முடியாது. அதனிடத்திலே, விஷமிகளை விரட்டும் சக்தி இருக்கிறது. ஆகவே, அதனை அடக்க அழிக்க எவராலும் முடியாது. நமது இயக்கத்தின் சக்தியைப் பற்றி எண்ணுகையில் வீரமே உருக்கொண்டு விளங்கி, நமது படையை நடத்திவந்த நமது ஆருயிர்த் தோழர், அஞ்சா நெஞ்சினர், மாயவரச் சிங்கம், தோழர் நடராஜனைப் பற்றி எண்ணி, மனங் கசியாதார் இங்கு யாரிருப்பார்? நமது அருமைத் தோழரை இழந்தோம். இனி அவர் போன்றோரைக் காண்பது அரிது. சுயமரியாதை உலகம் அவரை என்றும் மறக்காது, என்றும் மறக்காது. அத்தகையோர் சேவை, தியாகம், இவைகளல்லாது நமது இயக்கத்துக்கு உறுதுணைகள் வேறென்ன வேண்டும்?

சமூகச் சனியன்கள் தாண்டவம்

தோழர்களே, நாம் சுதந்திரச் சகோதரத்துவத்தை விளக்குகிறோம். இவ்விரண்டும் சமுதாயத்திற்குத் தேவையாக இருக்க, அவற்றை நாம் நுகர முடியாதபடி, நம்மைத் தடுக்கும் காரணங்களை ஆராய்ந்து கண்டு பிடித்தோம். நமது நாட்டிலே, ஆரியர் பிரவேச கால முதற்கொண்டு சமூகச் சனியன்கள் தாண்டவமாட ஆரம்பித்தன. பழங்குடி மக்களான திராவிடர் நாகரிகத்தில், பாஷையில், அரசியலில், சமுதாயத் துறையில், கலைகளில் உச்சநிலை அடைந்திருந்தனர். திராவிட நாகரிகத்தின் மேம்பாடு, சமீபத்திலேயே 'மகன்ஜதாரோ - ஹரப்பா' கல்வெட்டுகளினின்றும் நன்கு தெரியவருகிறது. அவ்வளவு உச்சநிலையில் இருந்து வந்த நாம், ஆரியரின் சேர்க்கைக்குப் பிறகு, நடைப்பிணங்களாக மாறினோம்.

திராவிடர் அடிமைப்படுத்தப்பட்டனர். இரும்பு விலங்குகளாலல்ல. ஆனால் மத சாஸ்திரங்களால் திராவிடர்கள் கொலைசெய்யப்பட்டனர். அவர்களது அரசியல் ஆதிக்கம் அழிக்கப்பட்டது. சமூகத்திலே அவர்கள் ஆரியதாசர்களாக்கப்பட்டனர். ஆரியர் அன்று வகுத்த திட்டம் மிருகத் தனத்தை, சுயநலத்தை, சூழ்ச்சியையே அடிப்படையாகக் கொண்டது. ஆரியரின் ஆணவத்திற்கு, மனுவைவிட வேறு உதாரணமும் வேண்டுமோ? மனு மாண்டான்; மனு நீதி மறைந்தது என்றும் கூறுபவருளர். ஆனால், மனுவின் மனப்பான்மை இன்றும் நீங்கியபாடில்லை. அன்று அவர்கள் போட்ட திட்டம், வழிவழியாகத் தொடர்ந்துவந்தே, நமது நாட்டை அடிமைக் குழியில் அஞ்ஞானச் சேற்றில் அமிழ்த்தி அந்நியரின் ஏளனத்

துக்கு இலக்கானதாக்கிற்று. அந்த உண்மையை, அச்சம், தயை தாட்சண்யம் இன்றி மக்களுக்கு எடுத்துக்கூறிவருவது நாமே. நமது இயக்கத்தின் வேகத்தைத் தாங்க மாட்டாது நமது எதிரிகள், நம்முடன் நேர்முகமாக நின்று போர்புரிய ஆண்மையின்றிப் பின்புறமாக வந்து நமது முதுகிலே ஈட்டியால் குத்தினர். அந்தக் காயத்தினின்றும் ஒழுகும் இரத்தம்கூட இன்னும் உலரவில்லை. அந்த நிலையில்தான் நாம் இன்று கூடியுள்ளோம்.

எந்த ஆட்சி வந்தாலும் சரி; தமிழர் காப்பாற்றிக்கொள்ள வேண்டியவை சில உள்ளன. அவர்களுக்கு எந்தக் கட்சி மீது அபிமானம் இருப்பினும், தமிழரின் ஜீவநாடி தளரவிடலாகுமா? அந்த ஜீவநாடிகளுக்கு ஆபத்து வரக்கூடுமா? காலம் மாறுகிறதல்லவா? புதிய புதிய ஆபத்துகள் வரலாம். ஆகவே, கீழ்க்கண்டவற்றைத் தமிழ்நாட்டவர், எப்பாடுபட்டாகிலும் காப்பாற்றியே தீர வேண்டும்.

அந்த ஜீவநாடிகள்: தமிழ் மொழி - இதுவே நாம் தமிழர் என்பதைக் காட்டுவது. இதற்கு ஆபத்து வந்துவிட்டால், நமது ஒற்றுமை, கலை, நாகரிகம், யாவும் நாசம்! ஆகவே தமிழைக் காப்பாற்றுங்கள்.

வகுப்புவாரிப் பிரதிநிதித்துவம் - இது சமூகத்திலே ஒரே வகுப்பார் ஏகபோக மிராசு செலுத்தும் ஆபத்தைப் போக்குவது; சகல வகுப்பாரின் பிள்ளைக் குட்டிகளுக்கும், இது உரிமை தருவது. இது அழிந்தால் எங்கும் ஒரே வகுப்புதான் அதிகாரம் செலுத்தும். மற்ற வகுப்புகள் தாசர்களாகத் தான் வாழ வேண்டும். அது நியாயமா? ஆகவே, வகுப்புவாரிப் பிரதிநிதித் துவத்தைக் காப்பாற்றியே தீர வேண்டும்.

இந்து மத தர்ம பரிபாலனச் சட்டம் - நமது தமிழ்நாட்டிலே கோடிக்கணக் கில் பணம் தர்மத்திற்காக, கோயில்களிடம் ஒப்படைத்து வைக்கப்பட்டிருக் கிறது. தர்மம் தழைக்க வேண்டுமென்று நமது பெரியவர்கள் அதைச் செய்தனர். அந்த தர்மச் சொத்து நியாயமாகக் கொடுக்கப்பட வேண்டும் அல்லவா? வேறு யாரும் சொந்த உபயோகத்துக்கு எடுத்துக்கொள்ளாமல் நாம் பார்த்துக்கொள்ள மேற்படி சட்டம் ஏற்படுத்தியிருக்கிறது. இதற்கு ஆபத்து வந்தால், தர்ம சொத்தில் கண்டவர் கைவைத்துவிடுவார்கள். ஆகவே, அந்தச் சட்டத்தைக் காப்பாற்றுங்கள்.

இனாம் சட்டம் - உலகத்திலே எங்கு பார்த்தாலும் சமதர்மம் பேசப்பட்டுவருகிறது! அந்தச் சமதர்மத்தின் அடிப்படையான கொள்கை தான் இந்தச் சட்டம். லட்சக்கணக்கான குடியானவர்களுக்கு, இந்தச் சட்டத்தால், நில பாத்யதை உரிமை ஏற்பட்டது. பரம்பரையாக பாவம் இந்தக் குடியானவர்கள் உழுது உழுது, ஒரு குழி நிலம்கூடத் தங்களுக்கு என்று இல்லாமல் வாடினார்கள். அப்படிப்பட்ட குடியானவர்களில் லட்சக் கணக்கானவர்களுக்கு இந்தச் சட்டம் நன்மை தந்தது. இதை ஒழிக்கக் கங்கணங்கட்டிக்கொண்டு பலரிருக்கிறார்கள்.

தமிழர்களே! சமதர்மிகளே! வாலிபர்களே! இனாம் சட்டத்தைக் காப்பாற்றத் தயாராக இருங்கள்! ❍

கம்ப ராமாயணத்தையும் பெரிய புராணத்தையும் ஏன் கொளுத்த வேண்டும்?

அண்ணாவின் புகழ்பெற்ற உரைகளில் ஒன்று 'தீ பரவட்டும்!' ராமாயணம், பெரிய புராணம் பிரதிகளை எரிக்கும் போராட்டத்தில் ஈடுபட்டது ஏன் என்பதை விளக்க இரு இடங்களில் அவர் ஆற்றிய நெடிய உரை இது. சொற்போராக நடைபெற்ற இந்நிகழ்ச்சிகளில் இரு தரப்பாரும் பேசினர். முதலாவது நிகழ்ச்சி, 19.2.43 அன்று சென்னை சட்டக் கல்லூரி மண்டபத்தில் நடைபெற்றது - கூட்டத்துக்கு இந்துமத பரிபாலன நிலையத் தலைவர் தோழர் இராமச்சந்திர செட்டியார் தலைமை வகித்தார். உரையாடலில், அண்ணா, எம்.ஏ.ஈழத்தடிகள், ரா. பி.சேதுப்பிள்ளை, சீனிவாசன் ஆகியோர் பங்கேற்றனர். இரண்டாவது நிகழ்ச்சி 14.3.43 அன்று சேலம் செவ்வாய்ப்பேட்டை தேவாங்கப் பாடசாலை மண்டபத்தில் நடைபெற்றது. மேற்படி ஏடுகள் ஒழிக்கப்பட வேண்டும் என்று அண்ணாவும், ஒழிக்கப்படக் கூடாது என்று பேராசிரியர் எஸ்.சோமசுந்தர பாரதியாரும் பேசினர். சேலம் கல்லூரித் தலைமைப் பேராசிரியர் தோழர் ஏ.இராமசாமி தலைமை வகித்தார். அந்த நெடிய உரைகளிலிருந்து தேர்ந்தெடுக்கப்பட்ட சிறு பகுதி இங்கே:

தலைவர் அவர்களே, தாய்மார்களே, தோழர்களே! சட்டக்கல்லூரித் தமிழ்க் கழகத்தினர் இவ்விவாதத்தை அமைத்து, என்னை அழைத்தமைக்கு என் நன்றியறிதலைத் தெரிவித்துக்கொள்கிறேன். அமைச்சர் கூறியவண்ணம், நான் இந்திரஜித்தன்; ஏதோ மாயாஸ்திரங்களை ஏவுவேன் என்று கருதிவிடத் தேவையில்லை. இன்று நடைபெறப்போவது யுத்த காண்டமும் அல்ல.

எனக்குப் பிறகு பேச இருக்கும் நண்பர் தோழர் சேதுப்பிள்ளை அவர்கள் புராணப் பண்டிதர்கட்கும் பகுத்தறிவாளருக்குமிடையே உள்ள பிளவை, தமது பெயருக்கேற்ப சேது பந்தனம் செய்தல் வேண்டும்; அணைக்கோலல் வேண்டும் என்ற அவாவுடையேன். விவாதங்கள் என்றால், நான் வெகுண்டுவிடுபவனல்ல; வரவேற்பவனே; அதிலும் கற்றுணர்ந்த நம் சேதுப்பிள்ளை அவர்களிடம், தமிழ்ப் பெரியாரும் சைவத் திருவினருமான தோழர் இராமச்சந்திரன் செட்டியார் அவர்களின் தலைமையில், நீதிமன்றங் களுக்கு நீதிமான்களையும், நீதியுரைப்போரையும் தயாரித்துத் தரும் சட்டக் கல்லூரி மன்றத்தில், விவாதம் நிகழ்த்துவது மிக்க சந்தோஷம். விவாதம் மிக மேலான முறையினதாக இருக்கும்.

இராமாயணம், பெரிய புராணம் முதலியவற்றைக் கண்டித்தால், அறிவிற் சிறந்தோர் கூடியுள்ள இங்கு, நாங்கள் கண்டிப்பது, அவற்றிலே புகுந்துள்ள பொய்மைகள், ஆபாசங்கள் ஆகியவற்றையே என்பதை அறிவர். சாதாரண மக்கள் கொண்ட கூட்டத்திலோ இராமாயணத்தைக் கண்டிக்கின்றனர் என்றால், உடனே ஆத்திரப்படுவர். வழக்கொன்றுண்டு, இராம காதை படிக்குமிடந்தோறும் அனுமன் வந்திருப்பான் என்று. இராமாயணக் கண்டனம் என்றதும், ஆர்ப்பரிக்கும் அனுமன் இங்கு இரான். ஆகையினால், விவாதம் மிக மேலான முறையிலேயே செல்லும் என்று கூறுகிறேன்.

கம்ப இராமாயணம், பெரிய புராணம் ஆகியவற்றைக் கொளுத்த வேண்டும் என்று எனது தலைவர் ஈ.வெ.இராமசாமி கூறியது கண்டு, மக்களுக்குக் கோபம் வருவது இயற்கை என்று அமைச்சர் உரைத்தார். உண்மை, மக்கள் கோபிப்பர் என்பதை நாங்களறிவோம். நாங்கள் துவக்கிய எக்காரியத்துக்கும், நாங்கள் புகுத்திய எக்கருத்துக்கும் எதிர்ப்பு ஏற்பட்டு, மக்கள் கோபித்துப் பின்னர் எம்முடன் சேர்ந்து, எமது பாசறைகளுக்கு வந்துள்ளனர் என்பதை அவர் அறிய வேண்டுகிறேன். ஆனால், யாரையும் புண்படச் செய்ய வேண்டும் என்பதற்காக இக்காரியத்தைத் துவங்கினோம் இல்லை.

கலையில் புரட்சி உண்டாக்க விழைகிறோம்

கலையை அழிக்கின்றனர், கம்பன் புகழை மறைக்கின்றனர் என்று கூறப்படும் பழிச்சொல்லை, நாங்களறிவோம். கலையிலே தேர்ந்து, அதிலே ஆழ்ந்த நம்பிக்கை கொண்டு, கம்பனின் இராமாயணமும், சேக்கிழாரின் பெரிய புராணமும் கலை என்று கருதும் அன்பர்கள், ஒரு பெரியாரின்

தமிழன் ஆரியத்துக்கு மட்டுமல்ல; கடவுளுக்கே மனிதன் அடிமையாக இருக்கக் கூடாது என்ற கொள்கை உடையவன் நான்!

போரால், ஓர் அண்ணாதுரையின் அனலால் அக்கலை அழிந்துபடும் என்று கருதுவரேல், அவ்வளவு சாமான்யமானது கலையாகாது. அத்தகைய கலை இருத்தலுமாகாது என்றுரைக்க ஆசைப்படுகிறேன். கலையைக் குலைக்கும் செயலல்ல எமது, கலையிலே புரட்சி உண்டாக்க விழைகின்றோம் – தக்க காரணங்களோடு.

கலை, ஓர் இன மக்களின் மனப் பண்பு. இவ்வின மக்களிடையே தோன்றும் தெளிவு, வீரம், ஆகியவற்றின் எடுத்துக்காட்டு. எனவே, கலை இன வளர்ச்சிக்கு ஏற்றபடி மாறியும் விரிந்தும் வரும் என்பதே நுண்ணறிவினரின் துணிபு. கலை உலகில் அவ்வப்போது மாறுதல் உண்டாகும். இனத்துக்கோர் கலையும் இடத்தின் இயல்பு, தட்பவெப்பம் ஆகியவற்றுக்கு ஏற்ற முறையிலும், கலை உண்டாகும், வளரும், மாறும்!

தமிழர் இந்துக்களல்லர்!

இராமாயணம் வைணவருக்கு மேலான நூல்; பெரிய புராணம் சிவனடியார்களின் பக்தியை விளக்கிடும் நூல். சைவம், வைணவம் எனும் இரு மார்க்கங்களையும் பின்பற்றும் தமிழ் மக்கள், முறையே பெரிய புராணம், கம்ப இராமாயணமாகிய இரு நூற்களையும் தமது மார்க்க நூல்களாகக் கொள்கின்றனர். வைணவம், சைவம் எனும் இரண்டும் இந்து மார்க்கத்தின் கிளைகள்.

தமிழர் இந்துக்களல்லர். தமிழருக்குத் தனி நெறி உண்டு, என்றாலும் இவ்விரு மார்க்கங்களையும் தழுவிக்கொண்டு, தமிழர் தம்மை இந்துக்கள் என்று கருதிவருகின்றனர். தம் நெறியை விட்டு ஆரிய நெறியாகிய இந்து மார்க்கத்தைக் கொண்டு, தம்மை இந்துக்கள் என்று கருதிக்கொள்வதால் தமிழர் தாங்கள் தனிஇனம் என்பதை மறந்து, இந்துக்களில் ஒரு பகுதி என்று எண்ணித் தன்மானத்தையும் தன்னரசையும் இழந்தனர். இதற்குக் கம்ப இராமாயணமும் பெரிய புராணமும் பயன்படுகின்றன. எனவே, அவற்றைக் கொளுத்திக் காட்டித் தமிழரே, இவை இந்துக்களுக்கு மார்க்க நூற்கள், தமிழருக்கல்ல; தமிழருக்குத் தனி நெறியும் கலையும் உண்டு என்று இன எழுச்சி உண்டாக்கி, தமிழருக்குத் தனியரசு கிடைக்கச் செய்ய வேண்டும் என்பது எமது திட்டம்.

நான், தமிழன் ஆரியத்துக்கு மட்டுமல்ல, கடவுளுக்கே மனிதன் அடிமையாக இருக்கக் கூடாது என்ற கொள்கை உடையவன்!

அச்சம் கொள்ளாதீர்... அது தண்ணீப் பாம்புதான்!

ஆரம்பக் காலத்தில் திராவிடர் கழகக் கூட்டங்களில் கல்லெறிவதும் பாம்பு உள்ளிட்ட விஷ ஜந்துகளை ஏவிவிட்டுக் கூட்டத்தைக் கலைப்பதும் எதிரிகளின் வாடிக்கைகளில் ஒன்று. அண்ணாவுக்கு இது சகஜமாகிவிட்டது. காரைக்குடி ராமசுப்பையா சிவகங்கையில் ஒரு கூட்டம் நடத்தினார். அதில் அண்ணா பேசிக்கொண்டிருந்தபோது திடீரென சலசலப்பு. எதிரிகள் பாம்பைப் பிடித்துக் கூட்டத்தில் விட்டுவிட்டார்கள் என்று சொல்லி, கூட்டம் கலைய ஆரம்பித்தது. அண்ணா பொறுமையாகச் சொன்னார். "ஒருவன் பாம்பைக் கையில் பிடிக்கிறான் என்றால், அது தண்ணீப் பாம்பாகத்தான் இருக்கும். நல்ல பாம்பைப் பிடிக்கிற அளவுக்கு வீரன் இப்போது எவருமில்லை. அதுவும் நம் எதிரிக் கூட்டத்தில் நிச்சயமாய் இல்லை. ஆகவே, தோழர்களே, அஞ்சாதீர்கள்!"

அண்ணா அமைத்த சீரணி

முதல்வர் அண்ணா 16.8.1967-ல் சீரணி என்ற தன்னார்வக் குழுவைத் தொடங்கிவைத்தார். திமுகவையே தீவிரவாத இயக்கம் என்று சொன்னவர்கள் சீரணியும் ஒரு படையோ என்று சந்தேகம் கிளப்பினர். அதற்குப் பதிலளித்த அண்ணா, "சீரணியின் நோக்கம் உழவும் தொழிலும் வளர உறுதுணையாக நிற்றல், கல்வியறிவும் பொது அறிவும் வளர வகைசெய்தல், துப்புரவுப் பணி மேற்கொள்ளல், தீண்டாமைக்கொடுமைகளை அகற்றுதல், சமூகக்கேடுகளை அன்புவழியில் களைதல், திக்கற்றவர்களுக்குத் துணை புரிதல்! வாலிபர்கள், மாணவர்கள், பெண்கள், பல்வேறு கட்சிகளைச் சேர்ந்தவர்கள், எந்தக் கட்சியையும் சாராதவர்கள், பல்வேறு வகுப்பினர், வகுப்புகளே வேண்டாம் என்ற முற்போக்கு எண்ணம் கொண்டவர்கள் அனைவரும் இதில் சேரலாம்" என்றார். ஊதியம், பயன், பணி உயர்வு கோராத ஒருவிதப் படை ஒவ்வொரு நாட்டுக்கும் தேவை. அப்படியான படையே இது" என்றவர், காந்தியைப் போலத் தூய்மைப் பணியையே போதித்தார். அண்ணாவின் மனைவி உட்பட திமுகவினர் குடும்பத்தோடு இதில் சேர்ந்தார்கள். இந்தத் தொண்டர்கள் கட்டியதுதான் சென்னை கடற்கரையில் இருந்த சீரணி அரங்கம்.

மாபெரும் தமிழ்க் கனவு 373

சாதி, மத பேதமற்ற அன்பு மார்க்கத்தை ஏற்போம்... அதுதான் காந்திக்கு நாம் செலுத்த வேண்டிய அஞ்சலி

1948-ல் மகாத்மா காந்தி கொல்லப்பட்டபோது, அகில இந்திய வானொலியில் அண்ணா ஆற்றிய உரை இது. அரசியல் நிலைப்பாட்டில் காந்திக்கும் காங்கிரஸுக்கும் எதிர் நிலைப்பாட்டில் செயல்பட்டபோதிலும் காந்தியின் மகத்துவத்தை அண்ணா எந்த அளவுக்குப் புரிந்துகொண்டிருந்தார் என்பதையும் அவர் மீது எத்தகைய மதிப்பைக் கொண்டிருந்தார் என்பதையும் புலப்படுத்தும் இந்த உரை காந்திக்குச் செலுத்தப்பட்ட மிகச் சிறந்த அஞ்சலிகளில் ஒன்று.

உலக உத்தமர் மறைந்ததால், உள்ளம் நொந்து கிடக்கும் நாம், ஒருவருக்கொருவர் ஆறுதல் மொழி கூறிக்கொள்ளும் நிலையிலே இருக்கிறோம். மாநிலம் போற்றும் மகாத்மாவைக் கொலைசெய்து உலகம் இன்றும் அழுதுகொண்டுதான் இருக்கிறது. அவருடைய மாண்புகளைப் பற்றிப் பேசாத நாடில்லை; எழுதாத ஏடில்லை. எங்கும் கலக்கம், ஏக்கம், எவருக்கும் தாங்கொணாத் துக்கம். அதை மாற்ற அவரைப் பற்றிப் பேச முனைகிறோம். ஒவ்வொரு பேச்சும் மீண்டும் மீண்டும், கண்ணீரைக் கொண்டுவரவே உதவுகிறது. மூண்ட தீ அணையவில்லை; துக்கம் தரும்

நிலை அது. ஆனால், அவர் புகழ் ஒளி பரவுகிறது. அதை எண்ணுவோம், ஆறுதல் பெற முயற்சிப்போம்.

காந்தியின் பிறப்புக்கும் மறைவுக்கும் இடையேயான மாற்றங்கள்

நாம் அரசுரிமை இழந்திருந்தபோது அவர் பிறந்தார். அவர் மறையும் போது நாம் அரசுரிமை பெற்று வாழ்கிறோம். அவர் பிறந்தபோது நமது நாடு உலகிலே இழிவும் பழியும் தாங்கிய நாடாக இருந்தது. அவர் மறைந்திடுவதற்கு முன்னர் மாஸ்கோவிலிருந்து நியூ யார்க் வரையிலே உள்ள சகல நாடுகளிலும் நமக்கு விடுதலையை விளக்கும் விருது பெற்று தூதுவர்களும் வீற்றிருக்கும் நிலை உண்டாகிவிட்டது. அவர் பிறந்த போது உலக மன்றத்திலே, நமக்கு இடம் கிடையாது. இன்று நாம் இருந்தால், உலக மன்றத்திலே புதியதோர் பலம் என்று பல நாடுகள் எண்ணும் நிலை ஏற்பட்டுவிட்டது. அவர் பிறந்தபோது இங்கு தேவைப் படும் எந்தச் சாமானுக்கும், வெளிநாட்டின் தயவை நாடி, ஏங்கிக் கிடந்தோம். இன்று வெளிநாடுகள் நமது சரக்குகளைப் பெற நம்முடன் ஒப்பந்தங்கள் செய்துகொள்வதற்குத் தமது ராஜதந்திரத்தை உபயோகிக் கும் அளவு மாறுதலைக் காண்கிறோம். அவர் பிறந்தபோது கோயில்கள் மூடிக்கிடந்தன. தீண்டாதார் என்று தீயோரால் அழைக்கப்பட்டுவந்த தியாகப் பரம்பரையினருக்கு அவர் கண் மூடுமுன், மூடிக்கிடந்த கோயில் கள் எல்லாம் திறந்துவிட்டன. குடித்துக் கிடப்பது மிகச்சாதாரணம்; சகஜம் என்று யாரும் எண்ணிக்கொண்டிருந்த நாட்கள் அவர் பிறந்த காலம். மது விலக்குச் சட்டம் அமல் நடத்தப்படுவதைக் கண்டான பிறகே அவர் மறைந்தார். அவர் பிறந்த காலத்திலே, சூரியனே அஸ்தமிக்க அஞ்சும் படியான அளவுள்ளதாக இருந்தது பிரிட்டிஷ் சாம்ராஜ்யம். அந்தச் சாம் ராஜ்யத்தின் ஆதிக்கப் போக்கு அழிந்ததைக் கண்டான பிறகே, அவர் கண்களை மூடினார். அவர் பிறந்த நாட்களிலே, பிரிட்டனிலிருந்து, கவர்னர்களும், மற்ற அதிகாரிகளும் இங்கு வந்தவண்ணம் இருந்தனர். அடிமை இந்தியாவை ஆள்வதற்கு வெளியே அவர்கள் போகும் காட்சியைப் பார்த்துவிட்ட பிறகே உத்தமர் உயிர் நீத்தார்.

இவ்வளவையும் அவர் மந்திரக்கோல் கொண்டோ, யாக குண்டத்துக்கு அருகே நின்றோ சாதிக்கவில்லை. மக்களிடையே வாழ்ந்து மக்களின் மகத்தான சக்தியைத் திரட்டிக் காட்டிச் சாதித்தார். புதிய வாழ்வு தந்தார். புதிய அந்தஸ்து தந்தார். இவ்வளவு தந்தவருக்கு, அந்தத் துரோகி தந்தது மூன்று குண்டுகள்; சாக்ரடீஸ்க்கு விஷம் தந்தது போல. அவர் சாதித்தவை மகத்தானவை. ஆனால், அவர் சாதிக்க எண்ணியிருந்தவை வேறு பல. அவை மேலும் மகத்தானவை.

காந்தி காண விரும்பிய சமூகம்

நாட்டிலே உள்ள மற்ற கொடுமைகளை – சாதிச் சனியன், வறுமை, அறியாமை ஆகியவற்றை - அடியோடு களைந்தெறிந்துவிட்டு, உலகினர் கண்டு பின்பற்றத்தக்க முறையிலே, உன்னதமான இலட்சியங்களைக்

எந்த நாட்டுக்கும் அனைவரும் ஏக காலத்தில் கிடைக்க மாட்டார்கள். ஒரு தலைமுறையிலே வீரன் தோன்றி விடுதலை தருவான். மற்றோர் தலைமுறையிலே நிபுணர் தோன்றி நல்லாட்சி அமைப்பார். பிறிதோர் சமயம் பேரறிஞர் தோன்றி மக்களுக்கு நல்வழிகாட்டுவார். உத்தமர் காந்தியாரின் உள்ளம் இந்த மூன்று பண்புகளையும் ஏக காலத்தில் ஒன்றுக்கொன்று குறையாத அளவில் கொண்டிருந்தது. மூன்று தலைமுறைகள் மூன்று தனித்தனித் தலைவர்கள் கொள்ள வேண்டிய குணத்தை அவர் ஒருவர் கொண்டிருந்தார். உலக வரலாற்றிலே இதற்கு வேறு ஈடு கிடையாது.

கொண்ட ஓர் சமுதாயத்தைக் காண விரும்பினார். அதற்காக அரும் பாடுபட்டுவந்தார். அந்த நேரத்தில் ஆத்திரத்தில் அறிவை இழந்தவனால் அவர் கொலைசெய்யப்பட்டார்.

அவர் கண்ட அந்த நாள் இந்தியா, வீரர்களைக் கோழையாக்கிவிடக் கூடியது. விவேகிகளை விசாரத்திலாழ்த்தக்கூடியது. முப்பது கோடிக்கு மேற்பட்ட மக்கள், அவர்களின் முதுகெலும்பு முறிந்ததுபோலிருந்தது. அடிமைச் சுமையினால் நம்பிக்கை தகர்ந்துபோயிருந்த நேரம். முடி தரித்த மன்னர்களெல்லாரும், ஆங்கில ஆட்சியின் பிடியிலே கோட்டை, கொத்தளம் கட்டிக் காத்தவர்களெல்லாரும், 'நாட்டை இனி மீட்டிட முடியாது' என்றெண்ணி வாட்டமுற்றுக் கிடந்தனர். 'எப்படியோ ஆட்சி நடக்கட்டும். இதை எதிர்ப்பதோ முடியாத காரியம். எனவே, இதற்குப் பயபக்தி விசுவாசம் காட்டி, ஏதேனும் பலன் பெற்றுக் காலந்தள்ளுவோம்' என்று பலர் எண்ணிவிட்டனர். அவர்களிடம் ஆயுதம் இல்லை – ஆட்சியாளர்களோ ஆயுத பலமுள்ளவர்கள். அவர்களிடம் நம்பிக்கை இல்லை – ஆட்சியாளர்களிடமோ நம்பிக்கை, ஆணவமாகிவிட்ட நிலை.

இந்த நிலையிலே தோன்றினார் விடுதலைப் போர் தொடுக்க. யார் அந்தச் சமயத்திலே நாட்டை நோக்கினாலும் நம்பிக்கை துளியும் பிறக்காது. இவர் நம்பிக்கையுடன் பணியாற்றலானார். நாட்டு மக்களிடம் நம்பிக்கை ஊட்டினார். அவர்களின் நம்பிக்கைக்குப் பாத்திரமானார். நானிலத்தின் நன்மதிப்பைப் பரிசாகப் பெற்றார். முடியுமா என்ற சந்தேகத்தை விரட்டினார். 'நாடு விடுதலை பெற வேண்டும் அல்லவா?' என்று தன்னைத் தானே கேட்டுக்கொண்டார். 'ஆம்!' என்றது அவருடைய தூய்மையான உள்ளம் – உள்ளம் உரைத்ததை ஊராருக்கு அறிவித்தார். ஊரார் சந்தேகமும் பயமும் கொண்டனர். "விடுதலை வேண்டும். நாடு மீளவும், கேடு தீரவும், நாம் இனி மனிதராய் வாழவும் கட்டாயமாக விடுதலை வேண்டும். ஆனால், நம்மால் முடியுமா?" என்று கேட்டனர்.

விடுதலை வேண்டும் என்று மனம் கட்டளையிட்டுவிட்ட பிறகு மறு கேள்வி ஏது? அவர் கேட்டார். "அவர்கள் பலசாலிகள்" மக்கள் கூறினர். "நாம் பலம் பெற வேண்டும்; பெறுவோம்" அவர் உரைத்தார், உறுதியுடன்.

"சிறையிலே தள்ளுவார்களே" – பயத்துடன் கூறினர் மக்கள். "தள்ளுவர் – ஆனால், இப்போது உள்ள இடமும் சிறைதான்; அது பெரிய சிறை" அவர் பதில் சொன்னார் நகைச்சுவையுடன். "தடியடி, துப்பாக்கி, தூக்குமேடை, அந்தமான் தீவு என்பன போன்ற எத்தனையோ ஆபத்துகள் அடுத்தடுத்து வரும்" – உரிமைப் போரிலே உள்ள ஆபத்துகளை அவர் ஒளிக்காமல், குறைக்காமல் கூறினார். "இவ்வளவையும் நான் பொருட்படுத்தப் போவதில்லை. மரண பயமின்றி இக்காரியத்திலே ஈடுபடத் தீர்மானித்து விட்டேன் – ஆயுத பலத்தை நம்பி அல்ல, மன உறுதியை நம்பி – நாம் நமது பிறப்புரிமைக்காகப் போராடுகிறோம். இது தர்மம் என்ற பலத்தை நம்பிப் போரைத் தொடுக்கிறேன்" என்றார். தொடுத்தார்.

உலகிலேயே முன்மாதிரியாக ஒரு செயல்திட்டம்

வயலோரத்திலிருந்து வாட்டமுற்ற உழவன் முதற்கொண்டு வசீகர வாழ்விலே இருந்துவந்த சீமான் வீட்டுச் செல்லப்பிள்ளை வரையிலே அவர் முகாமில் வந்து குவிந்தனர். வேறு நாடுகளிலே விடுதலைப் போர் தொடுத்தவர்கள் இரகசியமாகவோ பகிரங்கமாகவோ சொந்தத்திலேயோ வேறு நாட்டின் துணை கொண்டோ, இராணுவத்தைத் திரட்டுவது; போர்ப் பொருளைக் குவிப்பது; மறைந்திருந்து தாக்குவது, சதி செய்வது என்று பல முறைகளைக் கையாண்டனர். தாய்நாட்டின் விடுதலைக்காக இவை யாவும். எனவே, சரியா தவறா என்ற கேள்விக்கும் இடம் இல்லை என்றனர்.

உலக வரலாற்றிலேயே முதன்முறையாக இந்தத் திட்டம் வேண்டாம் என்று ஒதுக்கிவிட்டுப் புதியதோர் தத்துவத்தைக் கொண்ட திட்டத்தை, ஆயுதமின்றி இரகசியமின்றி, வெளிப்படையாகத் தூய்மையுடன் விடுதலைப் போர் நடத்தலானார்; அதிலே வெற்றி கண்டார். அந்த வெற்றி வீரனுக்கு, வெறியன் தந்த பரிசு மூன்று குண்டுகள் – அடிமைகளின் விடுதலையைப் பெற்றுத்தந்த ஆபிரகாம் லிங்கன் மீது ஆங்கோர் வெறியன் குண்டு வீசியதுபோல!

இவ்வளவு பெரிய துணைக் கண்டத்துக்கு விடுதலையை வாங்கித் தந்தவர், நாட்டு மக்களின் ஏழ்மைக் கோலத்தைக் கண்டார் – கருத்திலே அக்காட்சி கலந்தது. அவர், அவர்களில் ஒருவராகவே வாழலானார். "எல்லாம் மாயம்; உலகமே இந்திரஜாலம்" என்று உபதேசிக்கும் குருமார் கள் தங்கப் பாதக் குறடும், வைரம் இழைத்த குண்டலங்களும் அணிந்து கொண்டிருக்கக் கண்ட மக்கள், முன்பு எவ்வளவு சுகமும் வசதியும் நினைத்தால் பெறுவதற்கு உரிமையும் வாய்ப்பும் பெற்றிருந்தும் ஏழை வாழ்வை நடத்திட உத்தமர் உலவினார். மக்களின் மனம் என்னென்ன எண்ணியிருக்கும்; குண்டலமணிந்த குருமார்களையும், குறுந்தடி பிடித்து உலவிய உத்தமரையும், ஏக காலத்தில் கண்டபோது, 'கண்டறியாதன கண்டோம்' என்று களித்தனர். கிராதகனுக்குக் கண்ணிலேயும் கருத்திலே யும் கடும் விஷம் – அவன் காணச் சகிக்கவில்லை இந்தக் காட்சியை – கொன்றான் உத்தமரை. அருளொழுகும் கண்ணுடையவர் என்று மக்கள் கூறக் கேட்டும் ஏசுவைச் சிலுவையில் அறைந்த வஞ்சகர்போல!

மாபெரும் தமிழ்க் கனவு 377

எவ்வளவு பெரிய நஷ்டம் இது!

அவரைக் கொன்றானே கொடியோன், அப்பொழுது அவர் மனதிலே இருந்து வந்த எண்ணங்கள் யாவை, என்பதை எண்ணும்போதுதான், நாம் எவ்வளவு பெரிய நஷ்டத்துக்கு ஆளாக்கப்பட்டிருக்கிறோம் என்பது விளங்குகிறது. கல்லும் கட்டிகளும் காகிதக் குப்பையும் ஏற்றிக்கொண்டு சென்ற கலம் கவிழ்ந்தால் நஷ்டம் என்ன? முத்துப் பவளமும் முழுமதி போன்ற துகிலும் பிறவும் கொண்டுசெல்லும் கலம், கடலிலே மூழ்கிவிட்டால் நஷ்டமும் மனக் கஷ்டமும் நெஞ்சை வெந்திடச் செய்யும் அல்லவா? அதுபோல, காந்தியாரைக் கயவன் கொன்றபோது அவருடைய மனதிலே அருமையான திட்டங்கள், நாட்டுக்கு நலன் தரும் புதிய முறைகள் ஊசலாடிக்கொண்டிருந்தன. அதை எண்ணும்போதுதான் எவ்வளவு பெரிய நஷ்டம் இந்தச் சம்பவம் என்பது விளங்குகிறது.

விடுதலை பெற்றுத்தந்ததோடு வேலை முடிந்தது என்று அவர் முடிவு கட்டவில்லை. நாட்டை மீட்க வேண்டும்; நல்லாட்சி அமைக்க வேண்டும்; மக்களை நல்லவர்களாக்க வேண்டும்; வீரம், திறம், விவேகம் மூன்றையும் விரும்பினார் – மக்களை நல்லவர்களாக்க வேண்டும் என்பதே அவருடைய இறுதி லட்சியம்!

நல்ல மனிதர்களால்தான் நல்லாட்சி நடத்த முடியும். நாட்டுக்கும் விடுதலையும் கொடுத்து மக்கள் நல்லவர்களாகாமல் கொலைப் பாதகர்கள், கொள்ளைக்காரர்கள், ஆதிக்க வெறியர்கள், ஆள் விழுங்கிகள், ஆஷாட பூதிகள் ஆகியோரின் ஆதிக்கம் அழிந்துபடாதிருந்தால், விடுதலையால் என்ன பலன்? வேடனிடமிருந்து மீட்டுவந்த புள்ளிமானை, வேங்கையின் முன்பு துள்ளி விளையாட விடுவதா?

அதை எண்ணினால், நாடு விடுதலை பெற்றதும் நல்லாட்சி அமைக்கும் வழிவகை கூறி அந்தப் பொறுப்பை உடனிருந்தோரிடம் தந்தார். மக்களை நல்லவர்களாக்கும் நற்பணி புரியலானார். நல்ல மனிதர்களெல்லாரும் திடீர் திடீரென்று பொல்லாத செயல்புரியக் கிளம்பியது கண்டார். மனம் மிக நொந்தார். மனிதனுக்குள் இருக்கும் மிருகம் வெளிப்படக் கண்டு மிகவும் வேதனைப்பட்டார். இந்தச் சூழ்நிலையை மாற்றியாக வேண்டும் என்று தீர்மானித்துப் பணிபுரியலானார். அந்த அரும்பணியாற்றுகையிலே தான் அநியாயமாய்க் கொல்லப்பட்டார்.

முத்தனித் திறன்களை ஒருங்கே பெற்றவர்

நாட்டை மீட்க ஒரு ரணகளச் சூரரையும், நல்லாட்சி அமைக்கப் பல கலைவாணரையும் மக்களை நல்வழிப்படுத்த அறநெறி கூறுவோரையும் நாடியாக வேண்டும். எந்த நாட்டுக்கும் அனைவரும் ஏக காலத்தில் கிடைக்க மாட்டார்கள். ஒரு தலைமுறையிலே வீரன் தோன்றி விடுதலை தருவான். மற்றோர் தலைமுறையிலே நிபுணர் தோன்றி நல்லாட்சி அமைப்பார். பிறிதோர் சமயம் பேரறிஞர் தோன்றி மக்களுக்கு நல்வழி காட்டுவார். உத்தமர் காந்தியாரின் உள்ளம் இந்த மூன்று பண்புகளையும் ஏக

காலத்தில் ஒன்றுக்கொன்று குறையாத அளவில் கொண்டிருந்தது. மூன்று தலைமுறைகள் மூன்று தனித்தனித் தலைவர்கள் கொள்ள வேண்டிய குணத்தை அவர் ஒருவர் கொண்டிருந்தார். உலக வரலாற்றிலே இதற்கு வேறு ஈடு கிடையாது.

விடுதலை வாங்கித்தந்தவர்கள் உண்டு; போர்த்திறனால்! நல்லாட்சி நிறுவியவர்கள் உண்டு; அறிவின் மேம்பாட்டினால்! மக்களை நல்லவர் களாக்கினவர்கள் உண்டு; தூய்மையினால்! மூன்று அரும்பணிகளையும் ஒருசேரச் செய்த ஒப்பற்ற சிறப்பு உத்தமர் காந்தியார் ஒருவருக்கேதான் உண்டு. நாடு விடுதலை பெற, அன்னியருடன் போராட வேண்டியிருந்தது. போராட்டங்கள் செய்தார்; வெற்றிபெற்று நாட்டுக்குச் சிறப்பை வாங்கித் தந்தார். நல்லாட்சி நிறுவுவதற்காகத் திட்டங்களை நிபுணர்களைக் கொண்டு தீட்ட வேண்டும். அந்தக் காரியத்தை நடத்த அகிலம் அறிந்த பண்டித நேரு இருக்கிறார் என்ற களிப்பும் நம்பிக்கையும் கொண்டார். மக்களை நல்லவர்களாக்குவதற்கு அவர்கள் மனதிலே உள்ள மாசுகளைப் போக்க வேண்டும். மக்கள் மனதிலே பல காலமாக மூண்டு போய்க் கிடக்கும் மத வெறி, அதன் கிளைகளான பேத புத்தி, வகுப்பு துவேஷம், கொடுமை ஆகியவற்றைக் களைந்தாக வேண்டும். மக்கள் மனதிலே குரோதத்தை, துவேஷத்தை, சுயநலத்தைத் தூவும் முறையிலே உள்ள போதனைகளை, ஏற்பாடுகளை, எண்ணங்களை அகற்றியாக வேண்டும் என்று அவர் எண்ணினார்.

இந்து மதத்திலே ஏறிப்போய் ஊறிப்போயிருந்த கேடுகளைத் தமது பரிசுத்த வாழ்க்கையாலும், தூய்மையான உபதேசத்தாலும், புதிய விளக்க உரைகளாலும் நீக்கும் காரியத்தில் ஈடுபடலானார். 'அன்புநெறி தழைக்க வேண்டும்' என்றார். 'அவர் இந்த மதம், இவர் அந்த மதம் என்று குரோதம் கொள்ளாதீர்' என்றார். 'இது பெரிது; இன்னொன்று தாழ்ந்தது என்று எண்ணாதீர்' என்றார். 'தீண்டாமை போக வேண்டும்' என்றார். அமளிக் கிடையே நின்று படுகொலைகள் நடைபெற்ற இடத்துக்கெல்லாம் சென்று கூறிவந்தார்.

இன்னும் எத்தனை கோட்சேக்கள் கிளம்புவர்?

மிக மிக எளிய வாழ்க்கையில் இருந்துகொண்டு இன்சொல் பேசி, எந்த முறையையும் ஐதீகத்தையும் ஒரே அடியாக ஒழித்துவிடும் புரட்சித் திட்டமும் கூறாமல் மக்களை நல்லவர்கள் ஆக்கும் அளவுக்குப் பழைய முறைகளிலே உள்ள தூசு தட்டி, மாசு போக்கி பயனுடைய மனித மேம்பாட்டுக்கு உதவக்கூடிய ஏற்பாட்டினைச் செய்ய வேண்டுமென்று பாடுபடலானார். இதற்கு இவரைக் கொலை செய்தான் மாபாவி. எண்ணும் போதே நெஞ்சு பதறுவது மட்டுமல்ல; இவருடைய இன்சொல் முறைக்கே மதவெறி இவரைப் பலி கேட்டது என்றால், நாட்டிலே தலைகீழ் மாற்றம், செங்கோல், ஜபமாலை இரண்டும் செலுத்தும் ஆதிக்கம் ஆகியவற்றை ஒழிக்க வேண்டுமே இனி. நமது நாட்களில் அப்போதுதான் தன்னாட்சி நல்லாட்சியாக முடியும். அந்தக் காரியம் செய்யும்போது உத்தமர் உயிரைக்

'அவர் மறைந்தார். விதையோ இருக்கிறது; பூந்தோட்டம் காண்பேன்; அந்த உருவில் அவரைக் காண்பேன்; அந்த மணத்திலே அவர் பெருமை தெரியக்கண்டு மகிழ்வேன் – அவர் செய்து வந்த பணியை நான் மேற்கொள்வேன்' என்று கூற வேண்டும்.

குடித்த மத ஆதிக்க வெறி உலவுமானால், எத்தனை கோட்சேக்கள் கிளம்புவரோ என்பதை எண்ணும்போதே நெஞ்சு திடுக்கிடுகிறது.

மக்களை நல்லவர்களாக்க வேண்டுமானால், அவர்கள் மனத்திலே உள்ள மாசு, மதவெறி, ஜாதி ஆணவம், சுயநலம், ஆதிக்க எண்ணம் ஒழிந்தாக வேண்டும் என்று பேசிவந்தபோதும் நாட்டை மீட்க வேண்டும் என்று அவர் அன்னியருடன் போரிட்டபோதும் கிளம்பாத பயங்கரச் சக்தியொன்று கிளம்பியது, கோட்சே உருவில். அதுதான் மத ஆதிக்க வெறி; அதனால், கொலையுண்டார்.

தோட்டத்தை மண் மேடாக்கியவனிடமிருந்து மீட்டு அதைப் புன்னகைப் பூந்தோட்டமாக்குவதற்காக, அழகிய மலர்ச் செடிகளுக்கான விதைகளைத் தூவ அங்கு சென்றபோது, புதருக்குள்ளிருந்து பாம்பொன்று வந்து கடித்துக் கொல்வதுபோல், நாட்டை மீட்டு நல்லாட்சி அமைத்து, மக்களை நல்லவர்களாக்குவதற்காகக் கருத்தைப் பரப்பும்போது, கோட்சே கிளம்பினான். இந்தப் பழியைத் துடைத்தாக வேண்டும். பாரெங்கும் பேசுவர், "நாட்டை மீட்டுத் தந்த உத்தமனை, உள்நாட்டு மத ஆதிக்க வெறி கொன்றது" என்று.

மேட்டினைப் பூந்தோட்டமாக்க விதை கொண்டுவந்த வேளையில், பாம்பொன்றினால் இறந்த தோட்டக்காரனைக் கண்டு புலம்புவதும், பாம்பை அடித்துக் கொல்வதும் மட்டுமல்ல, குடும்பத்தாரின் கடமை. 'அவர் மறைந்தார். விதையோ இருக்கிறது; பூந்தோட்டம் காண்பேன்; அந்த உருவில் அவரைக் காண்பேன்; அந்த மணத்திலே அவர் பெருமை தெரியக்கண்டு மகிழ்வேன் – அவர் செய்து வந்த பணியை நான் மேற்கொள்வேன்' என்று கூற வேண்டும். மறைந்த உத்தமர் மத ஆதிக்க வெறியால் கொல்லப்பட்டார். அந்தக் கொடும் பாம்பை ஒழித்தாக வேண்டும். அவர் அனைவரும் ஒன்று எனும் அன்பு மார்க்கக் கருத்தைத் தூவிவந்தார். அதை நாம் செய்து முடிப்போம் என்பதே, நமது உறுதியாக இருக்க வேண்டும். புத்தர் காலத்திலே நடந்தேறியதுபோல, புதிய வழியைக் கொள்வோம் என்ற உறுதி கொண்டு உழைப்பதே, நாம் அந்த உத்தமருக்கு எழுப்பக்கூடிய நிலையான ஞாபகச் சின்னம்!

புதிய சமுதாயம் என்று பிறக்கும்?

சென்னையில் 11,12-7-1953-ல் நடைபெற்ற
சென்னை மாவட்ட திமுக மாநாட்டில்...

தாளமுத்து நடராசனைத் தந்தோம். பிணமாகத் தந்தார்கள்; சாதாரணப் போர் என்று சொல்லிவிட முடியுமா? என் கண்ணாலே பார்த்தேன். கும்பகோணத்தில் 144 தடை உத்தரவை மீற நான் சர்வாதிகாரியாகத் தேவைப்பட்ட காலம். கையிலே கொடி ஏந்தி, தடை உத்தரவு ஒழிக என்று ஒலித்துச் சொல்வார்கள்; போலீஸ் வேனிலே வந்து இறங்குவார்கள். வீதி வழியே இப்படிப் போகக் கூடாது என்பார்கள்; நண்பர்கள் போய்க் கொண்டே இருப்பார்கள். உடனே தடி பேசும். தோழர்கள் கீழே விழுந்தார்களே தவிர, திரும்பி ஓடியதில்லை. இரத்த ஆற்றிலே நீந்தினார்கள். கடைசியிலே அடித்தடித்து போலீஸார் ஓய்ந்தனரே தவிர, படை வீரர்கள் ஓடவில்லை. ஒருநாள், நண்பர் போலீஸ் இன்ஸ்பெக்டர் ஆதித்தன் என்னிடம் வந்தார். "என்ன அண்ணாதுரை உன் தொண்டர்களை அடிக்க வேண்டுமென்றால், நாங்கள் கண்களையல்லவா மூடிக்கொண்டு அடிக்க வேண்டியிருக்கிறது? மண்டை பிளந்து ரத்தம் ஓடினாலும் தாளமுத்து நடராசா என்றுதானே கீழே வீழ்கிறார்கள்! நான் இருக்கிற ஊரிலே இந்தப் போராட்டத்தை ஏனய்யா வைத்துக்கொண்டாய்?" என்று கேட்டார். கண்களிலிருந்து கீழே விழக் காத்திருக்கும் கண்ணீருடன் கேட்ட அவருக்கு நான் சொன்னேன். "உங்கள் கடமை அடிக்கிறீர்கள். எங்கள் தொண்டரின் மண்டையிலிருந்து வரும் செந்நீரும் சட்டத்துக்குப் பயந்து, பாதுகாவலராக இருக்கும் உங்கள் கண்களிலே பொங்கிய கண்ணீரும் சேர்ந்தால் - அப்படி என்று சேர்கிறதோ - அன்றுதான் ஒரு புதிய சமுதாயம் பிறக்கும்!"

காந்தி: மாற்றான் தோட்டத்து மல்லிகை

வேலூர் ஆட்சிமன்றத்தில் 3-1-1954 அன்று காந்தி சிலையைத் திறந்துவைத்தார் அண்ணா. முன்னதாக இதற்கு எதிர்ப்புத் தெரிவித்திருந்தனர் காங்கிரஸார். அதற்குப் பதில் அளிக்கும் வகையில் பேசிய உரையிலிருந்து தேர்ந்தெடுக்கப்பட்ட பகுதிகள் இங்கே.

வேலூர் மாநகர் ஆட்சி மன்றத்தார் மணி மண்டபத்தில் விளங்கும் உத்தமரின் சிலையைத் திறக்கும் பணியினை எனக்கு அளித்தார்கள். இதுபற்றிக் குறிப்பிட்ட மன்றத் தலைவர் வேலூர் வரலாற்றிலேயே, இன்று ஒரு பொன்னாள் எனக் குறிப்பிட்டார். என்னைப் பொறுத்த வரையிலேயே என்னுடைய வாழ்க்கையில் - ஏன் - தமிழ்நாட்டின் அரசியலில் ஒரு முக்கியமான கட்டம் என்று கூறுவேன். காந்தியாரின் உருவச் சிலையை நான் திறக்கிறேன் - இந்தச் செய்தியால், அரசியல் வட்டாரத்தில் ஏற்பட்டுள்ள அதிர்ச்சியை நாடு அறியும்.

எனக்குக் கிடைத்துள்ள இந்த வாய்ப்பு - என்னைப் பொறுத்தவரையில் - முதல் முறையல்ல;இரண்டாவது தடவை. இதற்கு முன்னரே, சேலம் மாவட்டத்தைச் சேர்ந்த இடைப்பாடியிலே, ராஜாஜி பூங்காவிலேயுள்ள காந்தியாரின் சிலையை நான் திறந்துவைக்கும் வாய்ப்பைப் பெற்றிருக்கிறேன்; ஆனால் அங்குள்ள காங்கிரஸ் நண்பர்கள், இங்குபோல் கிலேசம் அடையவில்லை; பீதியடையவில்லை; “இவனாவது திறப்பதாவது!” என்று கூறவில்லை.

காந்தியாரின் உருவச் சிலையை நான் திறக்கிறேன் - திறக்க வேண்டும் என்று நகராட்சி மன்ற நண்பர்கள் பெரிதும் விரும்பியிருக்கிறார்கள். காரணம் என்ன?காந்தியாரின் சிலையைத் திறக்க நான் மட்டுமே தகுதி உள்ளவன் என்பதாலா? அல்ல! அல்ல! ‘மாற்றான் தோட்டத்து மல்லிகை என்பதால், அதன் மணத்தை ரசிக்கிறானா அல்லது ரசிக்க மறுக்கிறானா’

காந்தியின் அடிப்படைக் கொள்கைகளை அலசிப் பார்த்ததால்தான், அவருடைய எண்ணங்களுக்கும் எங்களது இயக்கத்தின் அடிப்படை ஆசைகளுக்கும் இடையே ஒற்றுமைகளிருப்பதைக் கண்டோம்.

என்று பார்த்திருக்கலாம். என்னைப் பொறுத்தவரை மல்லிகை மாற்றாரிட மிருப்பதால், அதற்கு மணமிருக்காது என்று உரைப்பவனல்ல. அதனால் தான், நண்பர்கள் வந்து என்னை அழைத்ததும் ஒப்புக்கொண்டேன்.

உலகத்தின் ஒளியானவர் காந்தி

மாற்றார், காந்தியாரைப் பற்றி எண்ணுமளவுக்கு, அவருடைய தொண்டு இருந்ததால்தான், அவர் உலகத்தின் ஒளியானார்! காந்தியாரின் புகழை, காங்கிரஸ்காரர்கள் மட்டுமல்ல; எல்லாரும் புகழ்கிறார்கள்; உலக மக்களெல்லாம் போற்றுகிறார்கள். அவ்விதம், பிறர் போற்றுவதுதான், ஒரு தலைவருக்குக் கிடைக்கும் தனி மரியாதையாகும்.

உத்தமர் காந்தியார் வெறி கொண்ட ஒருவனால் சுட்டுக் கொல்லப் பட்டார் எனும் செய்தியை, ரேடியோ மூலமாகக் கேள்விப்பட்டேன், பதறினேன். அப்போது என்னை வானொலி நிலையத்தார் அழைத்தார்கள். காந்தியடிகளைக் கொன்றவன் மராட்டியப் பார்ப்பனனான கோட்சே என்பவன். அதனால் மக்களின் ஆத்திர வெறி அக்குலத்தார் மீது பாய்ந்துவிடுமோ என்று அஞ்சிய காரணத்தால் என்னை அழைத்துப் பேசச் சொன்னார்கள். கயவனாயிருந்தால், கட்சி வெறி கொண்டவனாயிருந்தால், அந்த நேரத்தைப் பயன்படுத்திக்கொண்டு, நாட்டில் விபரீதங்கள் பல ஏற்படுவதைக் கண்டிருக்க முடியும். அப்படிப்பட்ட விபரீதங்களைக் கண்டு கைகொட்டும் கருத்தற்றவனல்ல நான்.

உத்தமரை, ஒருவனின் வெறி கொன்றுவிட்டது; அதற்குப் பார்ப்பன மக்கள் மீது பழி சுமத்தக் கூடாது என்று எடுத்துரைத்தேன், உத்தமரின் சேவைகளை எடுத்துரைத்தேன். அந்த நேரத்தில், எந்த காங்கிரஸ்காரருக்கும் ஏற்படாத அதிர்ச்சி இப்போது ஏன் ஏற்பட வேண்டும்?

காந்தியார், காங்கிரஸைக் கட்டிக் காத்தார் - வளர்த்தார் - நாட்டுக்கு விடுதலை வாங்கித்தந்தார். காங்கிரஸில் நாலணா மெம்பராகக்கூட அவர் இருந்ததில்லை. தான் விரும்பிய விடுதலை கிடைத்துவிட்டதென்றதும், "காங்கிரஸ் தேவையில்லை; கலைக்கலாம்" என்றும் சொன்னார். காங்கிரஸ் இலாப வேட்டைக்காரர்களின் கூடாரமாகிவிட்டது என்று கூறி மனமும் நொந்தார்.

நான், காந்தியார் பெயரைச் சொல்லி லாபம் பெறாதவன்! அவர்களால் அழுத்திவைக்கப்பட்டிருப்பவன்.

சுதந்திரம் காகிதப்பூவாக இல்லாமல் மணமுள்ள பூவாக இருக்க

வேண்டுமானால் மாற்றுக் கட்சிகள் யாவும், வந்த சுதந்திரத்தை அனுபவிக்கும் சந்தர்ப்பம் அளிக்கப்பட வேண்டும். அவர் விரும்பியது இந்த நாட்டுக்குச் சுயராஜ்யம் மட்டுமல்ல - அவர் விரும்பிய சுயராஜ்யம் அல்ல இன்று இங்கே இருப்பதும். ''ஏழை - பணக்காரன் கூடாது; மதத்தின் பெயரைச் சொல்லி ஒருவரையொருவர் பகைத்துக்கொள்வது கூடாது! மோதலை உண்டாக்கக் கூடாது - ஜாதி ஆணவம் கூடாது'' என்றார் அவர். அத்தகைய விடுதலை பூமியைக் காண விரும்பினார். அதனாலேயே, ஒருமுறை அவரைக் கேள்வி கேட்டபோது கேட்பவருக்கு விளக்கினார்.

அவர், அன்றோர் நாள் தென்னாட்டுக்கு வந்திருந்த நேரத்தில் நானும் என்னைச் சார்ந்த இயக்கத்தினரும் ராமாயண எரிப்புக் கிளர்ச்சியில் ஈடுபட்டிருந்தோம். அதைப் பற்றி அவர் குறிப்பிட்டபோது, உத்தமர் குறிப்பிட்ட வார்த்தைகளைத் தேசிய நண்பர்களுக்குச் சுட்டிக்காட்ட விரும்புகிறேன்; அவர் சொன்னார். ''நான் கூறும் இராமன் வேறு; இராமாயணத்தில் வால்மீகியும் கம்பரும் வருணிக்கும் இராமன் வேறு; என்னுடைய இராமன் சீதையின் புருடனல்ல! தசரதனின் மகனுமல்ல! இராவணனைக் கொன்றவனுமல்ல! அவன் அன்பின் சொரூபம்! உண்மையின் உருவம்!'' அப்போது நான் 'திராவிட நாடு' இதழில் தீட்டினேன், 'எரியிட்டார் – என் செய்தீர்?' என்று.

காந்தியின் எண்ணங்களுக்கும் எங்கள் இயக்கத்துக்கும் ஒற்றுமையுண்டு

இதுபோல அவருடைய அடிப்படைக் கொள்கைகளை அலசிப் பார்த்ததால்தான், அவருடைய எண்ணங்களுக்கும் எங்களது இயக்கத்தின் அடிப்படை ஆசைகளுக்கும் இடையே ஒற்றுமைகளிருப்பதைக் கண்டோம், அதனால்தான் காந்தியார் சுட்டுக்கொல்லப்பட்டதும், எனது இயக்கத் தலைவர் பெரியார், ஒரு அறிக்கை விடுவித்தார், ''இந்த நாட்டின் பெயரை, இந்தியா என்பதற்குப் பதில் 'காந்தி நாடு' என்றழையுங்கள் – 'இந்து மதம்' என்பதற்குப் பதில் 'காந்தி மதம்' என்று மாற்றுங்கள். இவ்வண்ணம் செய்தால், ஏற்கத் தயார்!''

யார் முன்வந்தார்கள்? இன்றிருக்கும் காங்கிரஸ் தலைவர்களைக் கேட்கிறேன், யார் ஏற்றுக்கொண்டார்கள்? அது மட்டுமா? காந்தியார் அடிக்கடி சொன்னார் – ''உண்மையே என் கடவுள்!''

இதனை யார் ஏற்றுக்கொண்டார்கள்? இதுபோல, அவர் கூறிச் சென்ற பல வழிகளை உங்களால், ஜீரணிக்க முடியவில்லை. ஆனால், மாற்றுக் கட்சியிலிருக்கும் நாங்கள் ஏற்றுப் பணி செய்துவருகிறோம், அந்த நற்பணியின் பேரால் மணிமண்டபம் கட்டி, உருவச் சிலையைத் திறந்து வைக்கும் இந்த நேரத்தில், உங்களை நான் கேட்டுக்கொள்வேன் அவரது பெயரால், அரசியல் நாகரிகத்தை வளர்க்கப் பாடுபடுங்கள்; ஜாதி பேதம் ஒழியப் போராடுங்கள், இல்லாமைக் கொடுமைகளை ஒழிக்க ஒத்துழையுங்கள்; மத நம்பிக்கையால் விளையும் கேடுகளை ஒழித்துக் கட்ட முன்வாருங்கள்!

உலக வழிகாட்டி திருவள்ளுவர்

தமிழகத்துக்கு மட்டும் அல்லாமல், வையகம் முழுமைக்கும் வாழ்க்கைக்கு உரிய நெறியைத் தந்தவர் திருவள்ளுவர். நாம் உலகத்தின் பொதுச்சொத்தாக திருக்குறளை எண்ணி உலகெங்கும் அதைப் பரப்ப வேண்டும்.

அமெரிக்காவோடும் ரஷ்யாவோடும் நாம் இன்று போர்க்கருவிகளிலே போட்டியிட முடியாது; விஞ்ஞான வளர்ச்சியிலே போட்டியிட முடியாது. ஆனால், இலக்கியத்திலே என்றும் போட்டியிட முடியும். அப்படிப்பட்ட இலக்கியச் செல்வம் நம்மிடத்திலே இருக்கிறது. அதில் தலையாய செல்வம் - திருக்குறள்.

திருவள்ளுவரைப் போல, தமிழர்களிலே நிறையப் புலவர்கள் இருந்திருக்கிறார்கள். இருந்தாலும், இரண்டு வரிகளுக்குள் வாழ்க்கையை எப்படி வாழ வேண்டும் என்ற முறையை வகுத்துக் கொடுத்த பெரியார் வள்ளுவர்தான். ஷெல்லி, பைரன், கீட்ஸ், கால்ரிட்ஜ், எமர்சன், பேக்கன் போன்ற ஆங்கில பாவாணர்களும், பேரியலக்கியவாதிகளும் அளித்துள்ள காவியங்களும், எழுத்தோவியங்களும் ஆங்கிலத்திற்கோ, ஆங்கில நாட்டாருக்கோ மட்டும் உரித்தானவை அல்ல. அப்படித்தான் தமிழ் மறையாம் திருக்குறளைத் தீட்டிய திருவள்ளுவர், தமிழருக்கு மட்டும் வழிகாட்டியல்ல; அவர் ஒட்டுமொத்த உலகிற்கும் சொந்தம். ‘பிறப்பொக்கும் எல்லா உயிர்க்கும்’ என்று சொல்லும் திருக்குறள் ஒரு உலக வழிகாட்டி. ஆதலால், தமிழர்கள் ஒவ்வொருவர் மனையிலும் ‘திருக்குறள்’ இருக்க வேண்டும்; திருவள்ளுவர் விழாவை அரியதொரு விழாவாகக் கருதிக் கொண்டாட வேண்டும்.

அண்ணா பல்வேறு உரைகளிலும் திரும்பத்திரும்ப வலியுறுத்தியது

'1967'

அண்ணாவின் அபாரமான உரைகளில் ஒன்று, '1967'. எந்தத் தலைப்பைக் கொடுத்தாலும் அண்ணா பேசக் கூடியவர் என்பது யாவரும் அறிந்த ஒன்று. ஆனால், ஒரு தலைப்பை எப்படிக் கடந்த காலத்துக்கும் எதிர்காலத்துக்கும் இடையே பயணிக்கும் வாகனத்துக்கான கடவுச் சொல்லாகக் கையாள்வார் என்பதற்கு மிகச் சிறந்த உதாரணம் இந்த உரை. இந்திய சுதந்திரம் 1947-ல் கிடைத்த சூழலில், அதற்குப் பத்தாண்டுகள் கழித்து 1957-ல் இக்கூட்டம் நடக்கிறது; அடுத்த பத்தாண்டுகளில் நிலைமை எப்படியிருக்கும் என்பதைப் பேசுவதற்கான தலைப்பாகவே 1967 கொடுக்கப்படுகிறது. அண்ணாவோ கூட்டத்தினரை 1917-க்குக் கொண்டு செல்கிறார். அங்கிருந்து 1967-க்குக் கூட்டிவருகிறார். 1967-ல் திட்டவட்டமாக எதிர்காலம் தம் கையில் இருக்கும் என்பதை உறுதிபடச் சொல்கிறார். தனி நாடு கேட்ட அவர் அதற்கான நம்பிக்கை விதைகளைத் தூவ முற்படும் இந்தப் பேச்சினூடாகவே திராவிட இயக்கத்தின் ஒரு நூற்றாண்டு வரலாற்றையும் இன்றைய தலைமுறையைச் சேர்ந்த ஒருவர் சுருக்கமாகப் புரிந்துகொள்ள முடியும். கூடவே, அண்ணாவின் அற்புதமான தமிழ்ச் சொல்லாடலையும்! 11.08.1957 அன்று மதுரையில் அவர் பேசியது இது.

நா**ன்** இங்கே பேச வேண்டும் என்று நம்முடைய நண்பர்களாகக் கொடுத்திருக்கிற தலைப்பு '1967' என்பது. நானாகத் தேர்ந்தெடுத்துக் கொண்ட தலைப்பு அல்ல; நம்முடைய நண்பர்களாகத் தேர்ந்தெடுத்துக் கொண்டது. அவர்களாகத் தேர்ந்தெடுத்தது என்றுகூட நான் கருதவில்லை. நம்முடைய மாநில நிதியமைச்சர் அவர்கள் ஒரு பத்து ஆண்டுகளுக்கு நீங்களெல்லாம் 'சும்மா' இருங்கள் என்று சட்டசபையிலே சொன்னதை மனதிலே வைத்துக்கொண்டு தேர்ந்தெடுத்தார்கள் என்று கருதுகின்றேன். நாட்டுப் பிரிவினையில் இந்தப் பத்து ஆண்டு, 1957-லிருந்து கூட்டினால் 1967 ஆகின்றது. இந்தப் பத்தாண்டில் என்ன நடைபெறக் கூடும் என்பதைக் கேட்கத்தான் இந்தத் தலைப்பைக் கொடுத்திருக்கக் கூடும் என்று கருதுகின்றேன்.

முக்கியத்துவம் வாய்ந்த 1917

நம்முடைய தலைவர் அவர்கள் செவியில், '1957 – 1967' என்ற சொற்கள் விழுந்தவுடன் '1917'-க்கு அவருடைய சிந்தனை சிறகடித்துப் பறந்ததை இங்கே எடுத்துச் சொன்னார்கள். உண்மையிலேயே தமிழகத்தில், 1917-ல் ஒரு பெரிய புரட்சிக்கு முதல் கூட்டம் நடத்தப்பட்டது. அது ஒரு பெரிய புரட்சி என்பது நமக்கெல்லாம் தெரியாமல் போனதற்குக் காரணம், நம்மிலே பல பேர் 1917-ல் அரசியல் அலுவல்களைக் கவனிக்கக் கூடிய பருவத்திலே இருந்தவர்கள் அல்ல. அதிலும் குறிப்பாகத் தி.மு.கழகத் திலே இன்றைய தினம் ஈடுபாடு கொண்டவர்களிலே பல பேர் அந்த நாட்களிலே தொட்டிலிலே படுத்துத் தூங்கிக்கொண்டிருந்த குழந்தை களாக இருந்திருப்பார்கள். ஆனால், இன்றைய தினம் நம்மிடையே என்னென்ன மாதிரியான எழுச்சிகள் காணப்படுகின்றனவோ, இன்றைய தினம் எங்கெங்கு வாலிபத் தோழர்கள் உற்சாகமாக ஒரு கொள்கைக்காகத் தங்களைத் தாங்களே ஒப்படைத்திருக்கிறார்களோ அதைப் போல் அப்போது 1917-ல் ஒரு மாபெரிய மன எழுச்சி நம்முடைய தமிழகத்திலே ஏற்பட்டது. அது தொடர்ந்து நடைபெறாமல் போனதற்குக் காரணங்கள் பல இருக்கின்றன. அந்தப் புரட்சி, பிற்காலத்திலே ஒடுக்கப்பட்டதற்கான சூழ்நிலைகள் நம்மாலே சரியான முறையிலே இன்னும் கணிக்கப் படவில்லை.

1917-ல்தான் நம்முடைய தலைவர் அவர்கள் எடுத்துச் சொன்னபடி தமிழ்நாடு உண்மையிலேயே தன்னை உணரத் தலைப்பட்டது. தான் ஒரு தனி இனம் என்பதையும் தன்னுடைய இனம் தாழ்த்தப்பட்டிருக்கிறது என்பதனையும், அந்த இனம் தாழ்த்தப்பட்டிருந்தாலும், அது மறுபடியும் தளைகளை உடைத்துக்கொண்டு முன்னேற முடியும் என்ற தன்னம்பிக்கை யையும் 1917-லே பெற்றது. நாமெல்லாம் எப்படி திராவிட இயக்கத் திலே ஈடுபாடு கொண்டிருக்கிற நேரத்தில், கல்லூரிகளிலே படிக்கிற மாணவர்களாகவும், உயர்நிலைப் பள்ளிகளிலே படிக்கிறவர்களாகவும்

● 11.11.1916-ல் சென்னை வழக்கறிஞர் எத்திராஜ் முதலியார் வீட்டில் திராவிடத் தலைவர்கள் கூடி நீதிக் கட்சியைத் தொடங்கினர். தியாகராயர் செயலாளர்.

பார்ப்பனரல்லாதார் எந்தெந்தத் துறையிலே முன்னேற வேண்டும், அவர்கள் அந்தந்தத் துறைகளிலே முன்னேறாமல் போனதற்குக் காரணங்கள் என்ன, அந்தக் குறைபாடுகளையெல்லாம் நீக்கி நிறைபடுத்தி, மறுபடியும் பார்ப்பனரல்லாதார் சமுதாயம் எப்படி முன்னேற முடியும் என்பதற்கான வழிவகைகளையும் அன்றைய தினமே ஆய்ந்தறிந்திருக்கிறார்கள்.

இருந்து இதிலே ஈடுபாடு கொண்டோமோ, அதைப் போல இந்த 1917-லே இன்றைய தினம் தலைமை வகித்திருக்கின்ற நம்முடைய நண்பர், சென்னையிலே சட்டக்கல்லூரியிலே படித்துக்கொண்டிருக்கிற மாணவராக இருந்து, அதிலே ஈடுபாடு கொண்டிருந்தார்கள். இதைப் போல் எண்ணற்றவர்கள் தமிழ்நாட்டிலே பார்ப்பனரல்லாதோர் இயக்கத்துக்கு உறுதுணையாக இருந்தார்கள்.

அப்படித் தோற்றுவிக்கப்பட்ட அந்த இயக்கம் பார்ப்பனரல்லாதார் இயக்கம் என்று பொதுப்படையாக ஆரம்பிக்கப்பட்டாலும் அதனுடைய அடிப்படையிலே மூன்று கருத்துகள் அப்போதே கருவுருவில் இருந்தன. பார்ப்பனரல்லாதார் முன்னேற வேண்டும் என்பதை அவர்கள் வெளிப்படையாகவும் மிகைப்படுத்தியும் பேசிக்கொண்டிருந்தார்கள் என்று கூறப்பட்டாலும் பார்ப்பனரல்லாதார் எந்தெந்தத் துறையிலே முன்னேற வேண்டும் என்பதையும், அவர்கள் அந்தந்தத் துறைகளிலே முன்னேறாமல் போனதற்குக் காரணங்கள் என்ன என்பதனையும், அந்தக் காரணங்களைக் கண்டுபிடித்தான பிறகு, அந்தக் குறைபாடுகளையெல்லாம் நீக்கி நிறைபடுத்தி, மறுபடியும் பார்ப்பனரல்லாதார் சமுதாயம் எப்படி முன்னேற முடியும் என்பதற்கான வழிவகைகளையும் அன்றைய தினமே ஆய்ந்தறிந்திருக்கிறார்கள்.

அந்த நேரத்தில் அவர்கள் அரசியல் துறையை மறந்துவிடவில்லை - பொருளாதாரத் துறையையும் இழந்துவிடவில்லை - சமுதாயத் துறையைப் பற்றியும் அக்கறை காட்டாமலில்லை.

டாக்டர் நாயரை எப்படி மறந்தது தமிழினம்?

டாக்டர் நாயர் அவர்கள் இத்தனை கருத்துகளையும் ஒருருவாகத் திரட்டி எடுத்த ஒரு மாபெரும் புரட்சித் தந்தையாக அன்றைய தினம் விளங்கினார்கள். ஆனால், தமிழ்நாட்டில் எப்படி நாம் நம்முடைய மன்னர்களை மறந்துவிட்டிருக்கின்றோமோ, எப்படி ஒரு மன்னனுடைய மகன் யாரென்று சரித்திரப் புத்தகங்களைப் புரட்டினால் வரகுண பாண்டியன் மகன் இரண்டாவது வரகுண பாண்டியன் என்று போட்டு, இது இல்லை என்பாரும் உண்டு என்று அடியிலே குறிப்பு தரும் வகையில் குழப்பமான வரலாற்றை வைத்திருக்கிறோமோ, அதே முறையிலேதான் டாக்டர் நாயரைக்கூட

இன்றைய தினம் நாம் சரியாக உணர்ந்துகொள்ளவில்லை.

அதற்குக் காரணங்கள் இரண்டு என நான் நினைக்கின்றேன். 1917-ல் ஏற்பட்ட பரபரப்பான அரசியல் நிகழ்ச்சிகளைவிட, மிகப் பரபரப்பான அரசியல் நிகழ்ச்சிகள் இடைக்காலத்தில் ஏற்பட்டன. மற்றும் ஒன்று நம்முடைய தமிழ்ப் பண்புக்கு ஏற்றபடி நம்முடைய அருமை பெருமை களை, நாம் குறித்துவைத்திருக்கின்ற பழக்கத்தை நெடுங்காலமாக இழந்துவிட்டோம். இன்றைய தினம் ரோம் நாட்டு வரலாற்றை நீங்கள் துருவிப்பார்க்க வேண்டுமென்றால், ஜூலியஸ் சீசர் அணிந்துகொண் டிருந்த கால் செருப்பின் அளவிலேயிருந்து, கிளியோபாட்ரா அணிந்திருந்த காதணி வரை வரலாற்றுக் குறிப்பு உண்டு. ஆனால், தமிழகத்தின் வரலாற்றை நீங்கள் பார்க்க வேண்டுமென்றால், இந்த மண்டலத்திலே ஆண்டுகொண்டிருந்த மன்னன் இன்னாருடைய மகன் என்று கூறுவதற்கு, இரண்டு மூன்று வரலாற்று ஆசிரியர்களும், நான்கைந்து தமிழ்ப் புலவர்களும், பத்துப் பதினைந்து திங்கள் சேர்ந்து உட்கார்ந்தாலும், ஆளுக்கொரு செய்தியைத்தான் தர முடியுமே தவிர, அத்தனை பேரும் ஒத்த கருத்தைத் தர முடியாத ஒரு நிலை இருக்கிறது. அதற்குக் காரணம், புலவர்களிடையே புலமைக் குறைவு என்று அர்த்தமல்ல!

நம்முடைய முன்னோர்கள், மனிதர்களுடைய செயல்களைக் குறித்து வைப்பது இழுக்கு என்ற ஒரு தவறான கருத்திலே குறித்துவைக்காமல் போய்விட்டார்கள். 1917-லே துவக்கப்பட்டு தென்னகம் முழுவதிலும் பெரும் காட்டுத்தீ* என்று எதிரிகள் சொன்னதைப் போலப் பரவி, இங்கிலாந்திலே சாய்வு நாற்காலியிலே சாய்ந்துகொண்டிருந்த அரசியல் தத்துவ ஆசிரியர்களைக்கூட, கண்களை அகலத் திறக்கச்செய்த டாக்டர் நாயருடைய வரலாறு நமக்குக் கிடைக்காமல் இருப்பதிலே ஆச்சரிய மில்லை.

வரலாற்றைத் தொகுக்கத் தவறிவிட்டோம்

டாக்டர் நாயர் குறித்து இன்றைய தினம், புதிதாக திராவிட இயக்கத் திலே ஈடுபாடு கொண்டிருப்பவர்களுக்கு, ஏதோ நான் சொல்லுகிறேன் என்பதற்காக உபசாரத்துக்குக் கேட்டுக்கொண்டிருக்கிறார்களே தவிர, டாக்டர் நாயரைப் பற்றி எண்ணுகின்ற நேரத்தில் என்னுடைய மனதிலே ஏற்படுகின்ற மன எழுச்சி, என்னுடைய மனதிலே ஏற்படுவதைவிட நம்முடைய தலைவர் மனதிலே ஏற்படுகின்ற மன எழுச்சி, உங்களில் பலருக்கு ஏற்படாது. ஏற்படாதது உங்களுடைய குறையல்ல - நாம் நம்முடைய வரலாற்றைத் தொகுத்து வைக்காததால் ஏற்பட்ட குறை தான்! டாக்டர் நாயர் அவர்கள் அரசியல் துறையிலேயும் பொருளாதாரத் துறையிலேயும் சமுதாயத் துறையிலேயும் சேர்ந்து பணியாற்றிய ஒரு பெரும் தலைவர் ஆவார்கள்.

---

* 1917 ஆகஸ்ட் - டிசம்பர் ஐந்து மாதக் காலத்துக்குள் ஏழு மாநாடுகளும் நூற்றுக்கணக்கான சிறப்புக் கூட்டங்களும் நடைபெற்றதை 'ஜஸ்டிஸ்' இதழ் கூறுகிறது.

மாபெரும் தமிழ்க் கனவு

பிற்காலத்திலே வந்த ஜஸ்டிஸ் இயக்கம் இந்த மூன்றையும் ஒன்றாக அழைத்துச்செல்லத் தவறியதனால்தான் நாட்டு மக்களாலே ஓரளவுக்குப் புறக்கணிக்கப்பட்டது. டாக்டர் நாயர் இந்த மூன்றையும் சம எடையில், ஒருசேர இழுத்துச்சென்றும் மூன்று துறைகளிலேயும் புரட்சி மனப் பான்மை ஊட்டிய காரணத்தாலேதான், அந்த நாட்களிலே கல்லூரிகளிலே படித்துக்கொண்டிருந்த மாணவர்கள் டாக்டர் நாயர் பேசுகிறார் என்றால், திருவல்லிக்கேணி கடற்கரைக் கூட்டத்தில் திராவிடர் இயக்கக் கூட்டங்கள் நடைபெற்றால், எவ்வளவு ஆர்வத்தோடு வருகிறார்களோ அத்தனை ஆர்வத்தோடு வந்தார்கள்.

இன்றைய தினம் திராவிடர் இயக்கத்தை எப்படி காங்கிரஸ் தலைவர் கள் கருவறுத்துவிட வேண்டும் என்று கூசாது, அஞ்சாது பல பழிகளைச் சுமத்துகிறார்களோ, அப்படிப்பட்ட பல பழிச் சொற்களையெல்லாம் டாக்டர் நாயர் பேரிலும் சுமத்தியிருக்கின்றார்கள். எப்படி இத்தனை பழிச்சொற்களைத் தாண்டி திராவிடர் இயக்கம் இன்றைய தினம் உயிர் வாழ்ந்துகொண்டிருக்கிறதோ, உயிர் வாழ்வது மட்டுமல்ல, புது வலுவைப் பெற்றுக்கொண்டு வளர்ந்துவருகின்றதோ அதைப் போலவே டாக்டர் நாயர் அவர்களும் அந்தப் பழிச்சொற்களையெல்லாம் தாண்டி, அவர் வாழ்ந்திருந்த காலம் வரையில் - அவர் தமிழ்நாட்டினுடைய துர்பாக்கிய வசத்தால் அதிக காலம் வாழ்ந்திருக்கவில்லை - வாழ்ந்திருந்த காலம் வரையிலே மாற்றார்கள் வீசியெறிந்த கணைகளைத் தாங்கக்கூடிய நெஞ்சுரத்தைப் பெற்றிருந்தார்.

ஒருதடவை டாக்டர் நாயர் அவர்களை காங்கிரஸ் இயக்கத்தைச் சார்ந்த பெரும் தலைவர்கள் - மயிலாப்பூரையும் திருவல்லிக்கேணியையும் சேர்ந்தவர்கள் - கேலியாகச் சொன்னார்கள், "டாக்டர் நாயரைப் போன்றவர் களெல்லாம் வெள்ளைக்காரனுக்குத் துதிபாடிக்கொண்டிருக்கிறார்கள்; வெள்ளைக்காரனுக்குத் தாசனாக இருக்கின்றார்கள்; வெள்ளைக்கார ஏகாதிபத்தியத்தைத் தாங்குகின்றார்கள்" என்று. இதற்கு டாக்டர் நாயர் சொன்ன வாசகத்தை நான் அவர்களுடைய வரலாற்றுக் குறிப்பு களிலேயிருந்து படித்துப்பார்த்திருக்கிறேன். அவர் சொல்லியிருக்கின்றார் "தேசியம் பேசுகின்ற என்னுடைய காங்கிரஸ் நண்பர்கள் இந்தியாவிலே சம்பாதிக்கின்ற பணத்தை, இங்கிலாந்திலே கொண்டுபோய்ச் செலவழிக் கிறார்கள் - நான் இங்கிலாந்திலே வைத்தியசாலை நடத்தி, இங்கிலீஷ் காரன் பணத்தைச் சம்பாதித்துக்கொண்டுவந்து இந்தியாவிலே செலவழிக் கிறேன். நான் உண்மையான தேசியவாதியா, இவர்கள் உண்மையான தேசியவாதிகளா?"

ஏனென்றால், டாக்டர் நாயர் அவர்களுக்கு இங்கிலாந்து நாட்டில் பிரபலமான மருத்துவர்கள் குடியிருக்கின்ற வீதியில் ஒரு மருத்துவமனை இருந்தது. அவர் அறுவை மருத்துவத்திலே சிறந்த நிபுணர். ஆகையினாலே அவருடைய வருகைக்காக ஆங்கிலேயர்கள்கூட அங்கே காத்துக்கொண்டு இருப்பார்கள். ஆண்டிலே மூன்று நான்கு திங்கள் அவர் இங்கிலாந்துக்குச் சென்று நோயாளிகளைக் கண்டு மருத்துவம் செய்து, அரசியல் நிலைமை

களையும் அறிந்துகொண்டு பணத்தைச் சம்பாதித்துக் கொண்டுவந்து இங்கே செலவழித்தார்கள். இதனை அவர் எடுத்துச் சொன்னார் என்று நான் படித்துப்பார்க்கின்ற நேரத்தில், எவ்வளவு பெரிய நெஞ்சுரம் படைத்தவர், 1917-ல் தமிழர்களுக்குக் கிடைத்திருந்தார்கள் என்பதை எண்ணி எண்ணி மனம் பூரிப்பாலே மகிழ்ந்தேன், மகிழ வேண்டியிருக்கிறது.

மற்றொரு தடவை - டாக்டர் நாயர் அவர்கள் இந்த நாட்டுத் தேசியவாதிகளாலே கண்டிக்கப்பட்ட நேரத்தில், அவர் வெளிப்படையாகச் சொன்னது, அந்தக் காலத்து ஆங்கிலப் பத்திரிகையிலே வெளிவந்தது. திராவிட நாட்டினுடைய - கருத்துக் கருவூலம் அதிலே இருப்பதை நான் கண்டிருக்கிறேன். அவர் எழுதியிருக்கிறார், "எந்த நேரத்திலானாலும் சரி, 'நீ லண்டனிலே அடிமைப்பட்டிருக்கிறாயா? டெல்லிக்கு அடிமைப்பட்டிருக்கிறாயா?' என்று கேட்டால், தென்னிந்தியர்களாகிய நாங்கள் வேண்டுமானால் லண்டனுக்கு அடிமைப்பட்டிருந்து விடுதலை பெறுவோமே தவிர, டெல்லிக்கு அடிமைப்பட்டிருக்க மாட்டோம்" என்று டாக்டர் நாயர் அவர்கள் அன்றைய தினமே எழுதிவைத்திருக்கிறார்கள்.

நீதிக் கட்சி எங்கே சறுக்கியது?

டாக்டர் நாயர் அவர்கள்தான் திராவிட இன உணர்ச்சி தமிழகத்திலே பரவுவதற்கு வித்தூன்றினார். அவர் பிறந்தது கேரளம், அவர் வாழ்ந்தது தமிழகம், அவர் உழைத்தது தமிழருக்கு! டாக்டர் நாயரைத் தமிழகத்திலே அறிந்திருப்பதைப் போல், கேரள நாட்டிலேகூட அதிகம் அறிந்திருக்க மாட்டார்கள். ஏனென்றால், அவர் வாலிபப் பருவம் அடைந்ததும் கேரள நாட்டை விட்டுத் தமிழகத்திலேயே குடியேறினவர். அந்த நாட்களிலே நம்முடைய நீதிக் கட்சித் தலைவர்கள் மலையாள நாட்டைச் சேர்ந்த டாக்டர் நாயரும், ஆந்திர நாட்டைச் சேர்ந்த பெருந்தலைவர்களும், தமிழ்நாட்டைச் சேர்ந்த தலைவர்களும் கன்னட நாட்டைச் சேர்ந்தவர்களும், அப்போது ஒரிசாவும் நம்மோடு ஒன்றாக இணைந்திருந்த காரணத்தால், ஒரிய நாட்டுத் தலைவர்களும் என இத்தனை பேரும் ஒன்றாகச் சேர்ந்து பணியாற்றினர். அவர்கள் இயக்கத்துக்கு இட்ட பெயரே 'சௌத் இண்டியன் லிபரல் ஃபெடரேஷன்' (South Indian Liberal Fedaration) - தென்னிந்திய விடுதலைச் சங்கம் (நல உரிமைச் சங்கம்) என்பதுதான். தென்னிந்தியா என்பதைத்தான் வலியுறுத்தினார்கள்.

ஆனால், பிற்காலத்தில் நீதிக் கட்சி விரிவடைவதாகக் கருதிக்கொண்டு, தென்னிந்தியா என்பதை அவர்கள் இன்னமும் விரிவுபடுத்தி பம்பாய்க்குச் சென்று ஒரு மாநாட்டையும், கோலாப்பூருக்குச் சென்று ஒரு கிளையையும், கல்கத்தாவில் ஒரு கிளையையும் வைத்துத் தென்னிந்திய என்கிற சிறப்பைத் தாங்களாகவே இழந்தார்கள். அதனாலேதான் நீதிக் கட்சி பிற்காலத்திலே கெட்ட நிலைமை அடைய நேரிட்டதே தவிர, அதற்கு வித்து ஊன்றியவர் நல்ல வித்துதான் ஊன்றியிருக்கிறார். நல்ல கருத்துகளைத்தான் தந்திருக்கிறார் என்பதை இன்றைய தினம் நம்முடைய தலைவர் அவர்கள் எடுத்துச் சொல்லிக்கொண்டு வந்த நேரத்தில் நான் எண்ணிப்பார்த்தேன்.

நீதிக் கட்சி பிற்காலத்தில் மக்கள் இயக்கத்திலேயிருந்து கொஞ்சம் கொஞ்சமாக விடுபட வேண்டியிருந்தது. அதற்குக் காரணம் நீதிக் கட்சி எடுத்துச் சொல்லிக்கொண்டிருந்த தத்துவங்களை, கருத்துகளைப் புரிந்துகொள்ளும் அளவுக்கு நாட்டிலே அந்த நாட்களில் கல்வியறிவு பரவவில்லை.

பதவி வேட்கை பிடித்தவர்கள் பண்பை மாற்றிவிட்டார்கள்

நீங்களெல்லாம் மிக நன்றாக அறிவீர்கள். காங்கிரஸ் தலைவர்கள், திராவிட இயக்கத்தவரையும் அதிலும் குறிப்பாக என்னையும் தூற்று வதற்காகக் கிளம்புகின்ற நேரத்தில், அவர்கள் சொல்லுகின்ற ஒரே ஒரு குற்றச்சாட்டு, அந்த அண்ணாதுரையை நாங்கள் அறிய மாட்டோமா - இவன் நீதிக் கட்சிக்காரன் - என்று சொல்லியிருப்பதை நீங்கள் கேட்டிருக் கிறீர்கள். அவர்கள் சொன்ன அத்தனை நேரத்திலேயும், தெளிவாக, திட்டமாகச் சொல்லியிருக்கின்றேன். 'நான் நீதிக் கட்சியிலே ஈடுபாடு கொண்டிருந்தவன்' என்று எடுத்துச் சொல்லிக்கொள்வதிலே வெட்கப் படவுமில்லை, வேதனையடையவுமில்லை என்று. நான் தமிழகத்து மேடைகளிலே பல தடவை சொல்லியிருக்கிறேன். அது மட்டுமல்ல; நீதிக் கட்சி இயக்கம் எந்தக் கட்டத்தை அடைய வேண்டுமோ அந்தக் கட்டத்தை அடைவதற்கு என்னாலான பணியை நான் செய்திருக்கின்றேன் என்பது என்னுடைய உள்ளத்துக்கும் தெரியும். தமிழ்நாட்டு அரசியல் நிலைமை களை ஆராய்ந்தவர்களுக்கும் தெரியும். ஆகையினாலே, தி.மு.கழகம் நீதிக் கட்சியினுடைய வழிவழி வந்தது என்று காங்கிரஸ்காரர்கள் சொன்னால், அதைக் குறித்து நான் வருத்தப்படுவதுமில்லை; வெட்கமடைவதுமில்லை.

ஏனென்றால், நீதிக் கட்சி இயக்கம் என்பது பிற்காலத்தில் அது பட்டம் பதவிகளைத் தேடுகின்றவர்களும் சட்டத்தினுடைய துணையைத் தேடு கின்றவர்களும் சட்டசபையிலே இடம்பெற்றால் மட்டும் போதுமென்ற எண்ணம் கொண்டவர்களும் மட்டும் கொண்டதாகிவிட்டது. ஒருகாலத் தில், அதாவது, துவக்கப்பட்ட காலத்திலே, பாமர மக்களை ஈடேற்று வதற்காகவும், பார்ப்பனரல்லாத சமுதாயத்தைக் கடைத்தேற்றுவதற் காகவும் பார்ப்பனரல்லாத சமுதாயம் பொருளாதாரத் துறையிலேயும் அரசியல் துறையிலேயும் விடுதலையடைந்து முன்னேற்றம் அடைய வேண்டும் என்பதற்காகவும் துவக்கப்பட்ட ஒரு இயக்கமே தவிர, வெறும் பட்டத்துக்காக மட்டும் துவக்கப்பட்ட இயக்கமல்ல அது. ஆகையினாலே, அந்த இயக்கத்தைச் சேர்ந்தவர்களென்று ஒப்புக்கொள்வதிலே எந்த வகையிலும், யாருக்கும் இழுக்கு இல்லை. அந்த இயக்கம் பிற்காலத்தில், யானைகூடச் சேற்றிலே அழுந்திவிட்டால், ஒரு கால் சேற்றில் இறங்கி விட்டால், அதை மூன்று காலாலே தூக்க ஆரம்பித்தால், அந்த மூன்று

கால்களும் சேற்றிலே அழுந்தி யானை வெளியிலே வராமல் இருப்பதைப் போல், நீதிக் கட்சி பிற்காலத்தில் மக்கள் இயக்கத்திலேயிருந்து கொஞ்சம் கொஞ்சமாக விடுபட வேண்டியிருந்தது. அதற்குக் காரணம், நீதிக் கட்சி எடுத்துச் சொல்லிக்கொண்டிருந்த தத்துவங்களை, கருத்துகளைப் புரிந்து கொள்ளும் அளவுக்கு நாட்டிலே அந்நாட்களில் கல்வியறிவு பரவவில்லை.

எனக்கே நன்றாக நினைவிலே இருக்கின்றது. கடப்பையில் நடைபெற்ற ஒரு மாநாட்டில், நான் அப்போது தமிழ்நாட்டில் மிக அதிகமாகப் பேசப் பட்டுவந்த திலகர் சுயராஜ்ய நிதி மோசடி வழக்கைப் பற்றி ஒரு மணி நேரம் பேசினேன் - ஆங்கிலத்தில்; அப்போது எனக்குப் பக்கத்திலே, ஜஸ்டிஸ் கட்சியிலே அப்போது தலைவராக இருந்த பொப்பிலி அரசரும் வேறு பல ஜஸ்டிஸ் கட்சித் தலைவர்களும் வீற்றிருந்தார்கள். ஜஸ்டிஸ் கட்சியினு டைய பிரமுகர் ஒருவர் பக்கத்திலே அமர்ந்திருந்தார். ஒரு மணி நேரம் நான், திலகர் சுயராஜ்ய நிதி என்ற பெயராலே ஒரு கோடி ரூபாயை வசூலித்து, அந்த ரூபாயிலே பெருத்த மோசடிகள் ஏற்பட்டதையும், அந்த மோசடி களை விளக்கி மராட்டிய நாட்டிலேயிருந்து வெளியிடப்பட்ட 'மராட்டா' என்ற பத்திரிகையில் தொடர்ச்சியாகத் தலையங்கம் எழுதப்பட்டதையும் எடுத்துச் சொன்னேன். சொல்லிவிட்டு, மாநாடு பிற்பகலுக்குக் கலைந்து சாப்பாட்டுக்குப் போகிற நேரத்தில், ஜஸ்டிஸ் கட்சியினுடைய பிரமுகர் என்னுடைய தோளிலே கைபோட்டுக்கொண்டு சொன்னார் "அண்ணா துரை! நீ நன்றாகத்தான் பேசுகிறாய்... ஆனால், எதற்காக இவ்வளவு பெரிய அண்டப்புளுகு சொன்னாய்?" என்று என்னைக் கேட்டார். நான் அப்படியே அதிர்ச்சி அடைந்து, "ஐயா, நான் என்ன பேசினேன் - நீங்கள் எதைக் கூறுகிறீர்கள்" என்றேன். "என்ன, ஒரு கோடி ரூபாயை காங்கிரஸ் காரர்கள் வசூலித்தார்கள். அதை ஏப்பம் விட்டுவிட்டார்கள் என்று சொன்னாயே... இப்படிச் சொல்லலாமா... எப்போது அவர்கள் வசூலித்தார்கள்... எங்கே ஏப்பம் விட்டார்கள்?" என்று கேட்டார். நான் சொன்னேன், "ஐயா, நம்முடைய ஜஸ்டிஸ் பத்திரிகையிலே டி.ஏ.வி.நாதன் அவர்கள் அருமையாக ஆறு தலையங்கம் எழுதியிருக்கிறாரே, படிக்கவில்லையா?" என்றேன். "நான் ஜஸ்டிஸ் பத்திரிகை படிக்கிற வழக்கமில்லை" என்றார். அப்படிப்பட்ட தலைவர்கள் வந்த பிறகுதான் ஜஸ்டிஸ் கட்சி கீழே விழுந்ததே தவிர, வேறில்லை.

ஜஸ்டிஸ் கட்சியை அப்படிப்பட்ட தலைவர்கள் கரத்திலேயிருந்து விடுவிக்க வேண்டுமென்றுதான் சேலத்திலே நான் முயன்றேன்; ஜஸ்டிஸ் கட்சியின் கொள்கையை அழிக்க வேண்டுமென்றல்ல.

பார்ப்பனர்களுக்கும் அவர்களுக்கு உரிய பங்கு

பார்ப்பனரல்லாதார் இயக்கம் சமநீதி காணும் நோக்குடன் துவக்கப் பட்டதே தவிர, அது பார்ப்பனர்களைத் தனிப்பட்ட முறையிலே வெறுத்த தில்லை. என் பேரிலும் இப்போது பழி சொல்லுகிறார்களல்லவா? 'அண்ணாதுரை இப்போது ஆறு மாத காலமாகத் திடீரென்று பார்ப்பனர்களுக்கு வேண்டியவனாகிவிட்டான்' என. நான் வேண்டி

யவனாக இருக்கிறேனோ இல்லையோ அது வேறு விவகாரம். ஆனால், உண்மையிலேயே பார்ப்பனர்களைத் தனிப்பட்ட முறையிலே வெறுக்க வேண்டிய அவசியமில்லை என்றும் பார்ப்பனர்களுக்கு என்று இருக்கிற உரிய பங்கைத் தந்து, பார்ப்பனரல்லாதாருக்கு என்று இருக்கிற உரிய பங்கு பார்ப்பனரல்லாதாருக்குக் கிடைக்க வேண்டும் என்ற நீதியை அடிப்படையாகக் கொண்டதால்தான் ஜஸ்டிஸ் கட்சிக்கு நீதிக் கட்சி என்றே தமிழில் பெயரிடப்பட்டது. ஜஸ்டிஸ் கட்சியினுடைய அமைச்சரவை அமைக்கப்பட்ட நேரத்தில், சேதுரத்தினம் ஐயர் என்ற ஒரு பார்ப்பனரும் மந்திரியாக இருந்தார். அதை உங்களுக்கு நான் கவனப்படுத்துகிறேன்.

இப்படித் துவக்கப்பட்ட ஜஸ்டிஸ் கட்சி எதைச் செய்யத் தவறிவிட்டது என்றால் பார்ப்பனரல்லாதாரை, படித்து, பட்டம் பெற்று உத்தியோகத்துக்குப் போகின்ற பார்ப்பனரல்லாதார் மட்டும்தான் இருக்கிறார்கள் என்று தப்பாகக் கணக்கிட்டது. பார்ப்பனரல்லாத சமுதாயத்தில் பி.ஏ. படித்து விட்டு வேலை கிடைக்காமல் - எம்.ஏ. படித்துவிட்டு மேல் உத்தியோகத்துக்குப் போக வேண்டியவன், - தாசில்தாராக இருந்து கலெக்டர் உத்தியோகத்துக்கு 'புரமோஷன்' கிடைக்க வேண்டியவன் - இப்படிப்பட்ட சிலர்தான் பார்ப்பனரல்லாத சமுதாயத்திலே இருக்கிறார்கள் என்று கணக்குப் போட்டார்களே தவிர, கைவண்டி இழுக்கின்ற கந்தன், கடை வைத்துப் பிழைக்கின்ற வரதன், வயலிலே வேலை செய்கின்றவன், ஒரு வேலையும் கிடைக்காதவன், உச்சிப் பொழுது வரையிலும் பாடுபட்டாலும் ஒரு கவளம் சோற்றுக்கு வழியில்லாமல் மிராசுதாரரிடத்திலே அடிபடுபவன், கங்காணியினுடைய சவுக்கடியைத் தாங்குபவன், இங்கே பிழைப்பதற்கு வழி இல்லாமல் சிலோனுக்குக் கூலியாக ஓடுபவன், இப்படிப்பட்ட பார்ப்பனரல்லாத பெருங்குடி மக்கள், ஏழைகள் இருப்பதை அவர்கள் காண மறுத்தார்கள்.

காண மறுத்ததற்குக் காரணம் இரண்டு இருக்கலாமென்று நானாக நினைக்கிறேன். ஒன்று, நம்முடைய ஆட்சி ஏற்பட்டால், அவர்களை ஈடேற்றிவிடலாம் என்று கருதியிருக்கக் கூடும். மற்றொன்று, அவர்களைப் பற்றிய பிரச்சினைகளை ஏற்றுக்கொண்டால், இந்தப் பிரச்சினை கெட்டு விடும் என்று அவர்கள் எண்ணியிருக்கலாம். ஆனால், நான் காஞ்சிபுரத்திலே கருட சேவை விழா நடக்கிறபோது பார்த்திருக்கிறேன். பார்ப்பனர்கள் அங்கே தாங்க முடியாத ஒரு பெரிய குடையை அந்த வாகனத்தின் பக்கத்திலே வைத்துக்கொண்டு பிடித்துக்கொண்டிருப்பார்கள். வாகனமோ பளுவானது. அதைத் தூக்குகின்றவர்களோ, ஆடியசைந்து தூக்கிக் கொண்டு போவார்கள். லட்சக்கணக்கான மக்கள் எதிரிலே நின்று கொண்டிருப்பார்கள். எள் விழ இடமில்லை என்பார்களே பழமொழி, அதைப் போலிருக்கும். அந்தக் குடை கொஞ்சம் காற்றிலே ஆடினால் கீழே கவிழ வேண்டும்.

அந்த நேரத்தில் பார்ப்பனர்களை நான் உற்றுப்பார்த்திருக்கிறேன். அதிலும் வெற்றிலைப் பாக்கு போடுகின்ற பழக்கமுள்ள பார்ப்பனர், குடையே விழாமல் வெற்றிலைப் பாக்கு போட்டதை நான் பார்த்திருக்

கிறேன். ரொம்ப லாகவமாகப் போடுவார். இரண்டு விரலாலே மட்டும் வெற்றிலையை எடுப்பார், மற்றொரு விரலாலே சுண்ணாம்பைத் தடவுவார், இப்படியே தடவிக்கொண்டிருப்பார். அதே நேரத்திலே வழியிலே தெரிந்த பக்தர்கள் - கொஞ்சம் பசையுள்ள பக்தர்கள் - பார்த்தால் அவர்களுக்கும் புன்னகையைப் பரிசாக அளிப்பார். வரதராஜப் பெருமாளுடைய மகரக் கண்டிகையையும் பார்த்துக்கொள்வார். அதே நேரத்திலே புகையிலைக் காம்பு எங்கே இருக்கிறது என்பதையும் தேடிக் கொள்வார்.

நீதிக் கட்சி அந்த வித்தையைச் செய்யத் தவறிவிட்டது.

நீதிக் கட்சியைச் சாமானியர்கள் கட்சியாக்கினோம்!

நீதிக் கட்சி, படித்த பார்ப்பனரல்லாதாரை மட்டும் பார்த்தது. நான் சொன்ன உதாரணத்தின்படி, அதே நேரத்தில் ஏழை பார்ப்பனரல்லாதாரையும், இல்லாத கொடுமையினாலே வாட்டப்படுகின்ற பார்ப்பனரல்லாதாரையும் பார்ப்பதற்குத் தவறிவிட்டது. அதனாலேதான், இனி அவர்களிடத்திலே அது இருந்தால், ஜஸ்டிஸ் இயக்கம் பாமர மக்கள் இயக்கம் ஆகாது என்று சொல்லி, அரண்மனையிலே பிறந்த குழந்தையானாலும் எப்படி சித்தார்த்தர் அரண்மனையிலே பிறந்தாலும் அவர் புத்த மார்க்கத்தை ஏற்படுத்துவதற்கு முன்னால் அரசமரத்தடிக்கு வந்தாரோ அதைப் போல அரண்மனையிலே இருந்த ஜஸ்டிஸ் கட்சி, வெட்ட வெளிக்கு ஆல மரத்தடிக்கு வந்தால்தான் அது மக்களுக்குப் பயன்படும் என்று கருதி, சேலத்திலே நடைபெற்ற மாநாட்டில், அரண்மனையிலே இருந்த ஜஸ்டிஸ் கட்சியைப் பெரியார் மிகப் பாடுபட்டு எங்களையெல்லாம் துணைக்கு வைத்துக்கொண்டு, ஆலமரத்தடிக்குக் கொண்டுவந்தார்.

ஆலமரத்தடிக்குக் கொண்டுவந்த பிறகு ஜஸ்டிஸ் இயக்கம் இன்றைய தினம் நீண்ட நாளைக்கு ஆலமரத்தடியிலே இருந்துவிடக் கூடாதென்று நான் மேலும் கொஞ்சம் விரிவான திடலுக்கு அழைத்துவந்திருக்கிறேன். பெரியார் ஆலமரத்தடியிலே இருந்துகொண்டால் போதுமென்று எண்ணி விட்டார். இவ்விதமான அரசியல் நிலைமை இன்று 1967-ல் என்ன ஆகும், எப்படி இருக்கும் என்று அறிய நமது நண்பர்களுக்குக் கொஞ்சம் எண்ணம் பிறந்தது.

பத்தாண்டுகளிலே பெருவளர்ச்சி பெறப்போகிறோம்

நான் 1917 முதலாக 1957 வரை நடைபெற்றதைச் சொன்னதற்குக் காரணம், எப்படி நம்முடைய தலைவர்கள் போட்ட வித்து இடையிலே நன்றாக முளைவிட்டுச் செழுமையான செடியானாலும் இடைக்காலத்திலே அதை அழிப்பதற்கு எத்தனையோ பேர் முயன்றாலும், எப்படி அது நல்ல முறையிலே வளர்ந்திருக்கிறதோ அதைப் போலத்தான் 1957-லே நமக்கிருக்கின்ற இந்த வளர்ச்சி 1967-ல் நாமே கண்டு ஆச்சரியப்படத்தக்க அளவுக்கு மிக அதிகமான வளர்ச்சியாகப்போகின்றது. இதிலே யாருக்கும் ஐயம் தேவையில்லை. 1957-ல் திராவிட முன்னேற்றக் கழகத்துக்கும்

அரண்மனையிலே இருந்த ஜஸ்டிஸ் கட்சியைப் பெரியார் மிகப் பாடுபட்டு ஆலமரத்தடிக்குக் கொண்டுவந்தார். பிறகு நீண்ட நாளைக்கு ஆலமரத்தடியிலே இருந்துவிடக் கூடாதென்று நான் மேலும் கொஞ்சம் விரிவான திடலுக்கு அழைத்துவந்திருக்கிறேன்.

திராவிட முன்னேற்றக் கழகத்தினுடைய கருத்துகளைக் கேட்டு வாழுகின்ற தமிழகத்துக்கும் கிடைத்திருக்கின்ற நிலைமைகள் காரணமாக, இன்னும் ஒரு பத்தாண்டு காலத்தில் - இந்தப் பத்தாண்டு காலத்திலேதான் - மிக அதிகமான அளவுக்கு நல்ல பலன் - உருவாகக்கூடிய பலன் நம்முடைய சமுதாயத்திலே ஏற்பட இருக்கிறது.

இதை யூகித்துத்தானோ என்னமோ நிதியமைச்சர் சுப்பிரமணியம் அவர்கள்கூட, "அண்ணாதுரையை, திராவிட முன்னேற்றக் கழகத்துக் காரரை நான் கேட்டுக்கொள்ளுகின்றேன், நாட்டுப் பிரிவினையை விட்டு விடுங்கள், விட்டுவிட முடியாவிட்டால் ஒரு பத்தாண்டு காலத்துக்காவது அதை வலியுறுத்தாமல் இருங்கள்" என்று சொன்னார்கள்.

நான் அதைச் சொல்லுகின்ற நேரத்திலே காங்கிரஸ்காரர்கள் சொல்லக் கூடும்; அதைத்தான் சுப்பிரமணியம் அவர்கள் மறுத்துவிட்டாரே, பத்திரிகை யிலே வந்ததே என்று. எப்போது மறுத்தார் என்பதை நீங்கள் கவனிக்க வேண்டும், ஏன் மறுத்தார் என்பதையும் கவனிக்க வேண்டும். தான் சொன்னதைத் தானே மறுக்க வேண்டிய அவசரத்திலே அவர் ஏன் பேசினார் என்பதை நீங்கள் எண்ணிப்பார்க்க வேண்டும். நாங்கள் அவசரப்பட்டுப் பேசுகிறோம் என்றால், அதிலே அர்த்தம் இருக்கிறது. நாங்கள் அனுபவம் இல்லாதவர்கள். நிதியமைச்சர் சுப்பிரமணியத்துக்கு அனுபவம் இல்லை என்று சொல்ல முடியாது. அரசியல் நிர்ணய சபையிலும், முன்னாலே இருந்த அமைச்சரவையிலும் இருந்திருக்கின்றார். ஆகவே, நிரம்ப அனுபவம் பெற்றவர்தான். இவ்வளவு அனுபவம் இருக்கின்ற அவர் அவசரப்பட்டு அன்றைய தினம் பேசியிருக்கக் கூடாது என்பதைப் பின்னாலே உணர்ந்தார்.

அவர் சொன்னதும், கல்கத்தாவிலே இருக்கிற பத்திரிகைகளும், பம்பாய், டெல்லி போன்ற வட நாட்டுப் பத்திரிகைகளும் தலையங்கம் எழுதி அவரைக் கண்டித்தன. "எப்படி நீ பத்தாண்டு ஒப்பந்தம் கேட்கலாம்? அவர்களோ நாட்டைப் பிரிப்பவர்கள்; அவர்களோ பதினைந்து பேர், நீங்களோ 150 பேர் இருக்கிறீர்கள்; என்ன அவர்களுடைய ஒத்துழைப்புக் காக இந்தியாவின் ஆத்மாவைப் பறிகொடுக்கலாமா? இதற்கா நீ மந்திரி யாக இருக்கிறாய்?" என்றெல்லாம் கண்டபடி எழுதிவிட்டன.

நானும் மெத்த வருத்தப்பட்டேன். 'ஐயோ பாவம்! இப்போதுதான்

கொஞ்சம் உண்மை பேச ஆரம்பிக்கின்றார் - இன்னும் ஒரு ஐந்தாறு தடவையாவது பேசி அதற்குப் பிறகு இந்தப் பாவிகள் ஏதாவது சொல்லியிருந்தாலும் பரவாயில்லை. முதல் தடவையிலே சொல்லி விட்டார்களே! இனி கொஞ்சம் விழிப்போடு இருப்பாரே!' என்று கொஞ்சம் வருத்தப்பட்டேன். அதற்குப் பிறகு நிதியமைச்சர் சுப்பிரமணியம் தன்னுடைய நிலைமையைச் சரிப்படுத்திக்கொள்ள வேண்டியதாயிற்று.

ஒரு உறுப்பினர் எழுந்து கேட்டார், "அதென்ன நாட்டுப் பிரிவினையைப் பத்தாண்டுக்குத் தள்ளிப்போடச் சொல்லுகின்றீர்களே; நாட்டுப் பிரிவினையை நீங்கள் ஒப்புக்கொள்ளுகின்றீர்களா?" என்று. உடனே, நிதியமைச்சர் பதில் உரைப்பதற்கு முன் சட்டசபைத் தலைவர், "இது அப்போது நடைபெற்ற விஷயம். இப்போது அதைப் பற்றி கேள்வி கேட்பானேன்? இப்போது வேண்டாம்" என்றார். உடனே நிதியமைச்சர் தானே எழுந்து, "இல்லை இல்லை; தலைவரவர்கள் அனுமதித்தால் நானே ஒரு விஷயத்தைச் சொல்லலாம் என்று இருக்கிறேன். நான் நாட்டுப் பிரிவினையை ஏற்றுக்கொண்டவனல்ல. நேற்றும் ஏற்றுக்கொள்ள வில்லை, இன்றும் ஏற்றுக்கொள்ளவில்லை, என்றைக்கும் ஏற்றுக்கொள்ள மாட்டேன். இந்தியா ஒன்று, அது பிரிக்க முடியாதது. நான் நாட்டுப் பிரிவினையைப் பத்தாண்டுக்கு ஒத்திவைக்கச் சொல்லிக் கேட்கவே இல்லை. நான் பத்தாண்டு ஒத்திவைக்கச் சொன்னது எதனையென்றால் நாச வேலையை!" என்று அவர் சொல்லியிருக்கிறார்.

காங்கிரஸாரே, எங்களைக் காட்டியாவது காரியம் சாதியுங்கள்

இது நியாயமா? நாசவேலையைச் செய்யாதீர்கள் என்று சொன்னால் அர்த்தம் இருக்கிறது! நாசவேலையைப் பத்தாண்டு செய்யாதீர்கள் என்றால், பதினோராவது ஆண்டில் அதற்கு உரிமை கொடுக்கின்றார் என்று பொருளா? 'நான் சாப்பிட்டுவிட்டு வருகிறேன்; அதற்குப் பிறகு கொட்டு!' என்றா தேளுக்குச் சொல்லுவார்கள்? தேள் கொட்டும் என்று தெரிந்தால், அது கொட்டாமல் இருக்கப் பாதுகாப்பு தேட வேண்டும்? நாசவேலை நாட்டிலே நடக்கும் என்று தெரிந்தால் நாசவேலை அடியோடு கூடாது என்று சொல்ல வேண்டுமே தவிர, பத்தாண்டுகளுக்கு நாசவேலை வேண்டாம் என்றால் என்ன பொருள்? ஏன் அவர் அந்த அளவுக்கு பொருளற்ற முறையில் சொல்ல வேண்டி நேரிட்டதென்றால், ஏதாவது கூறிவிட்டால் வடக்கே இருக்கிறவர்கள் அவரைச் சந்தேகிக்கின்றார்கள் என்பதை முதல் தடவை நான் பேசுகின்ற கூட்டத்திலேயே நம்முடைய அமைச்சர் அவர்களிடத்திலே சொன்னேன். "ஐயா, நீங்கள் ஆயிரம் தடவை தூற்றுங்கள். ஆனால், எங்களைக் காட்டியாவது வட நாட்டிலிருந்து நீங்கள் அதிகாரத்தைப் பெற அதைப் பயன்படுத்துங்கள்" என்று சொல்லி, நான் அதற்கு சாப்பர்ஸ் அண்ட் மைனர்ஸ் *(Sappers and Miners)* உதாரணத்தைச் சொன்னேன். பட்டாளத்தில் இருக்கின்ற பல பிரிவுகளில் அதுவும் ஒன்று. பின்னாலே பீரங்கிப் பட்டாளம் வருகின்ற நேரத்திலே பாதையைச் சரிப்படுத்துவது அவர்களது வேலை. "எங்களை அந்தப் பட்டாளத்தைப் போலப் பயன்படுத்துங்கள்!" என்று கூறினேன்.

அதற்கு நிதி மந்திரி சுப்பிரமணியம் சொன்னார்: "அண்ணாதுரை சொன்னார், உண்மைதான். அப்படிச் செய்யலாமா என்றுகூடத்தான் ஆசை இருக்கிறது. ஆனால், இவரை எப்படி நம்புவது? எதிரியினுடைய பாதையைச் சரிப்படுத்திவிட்டுப் போய் இவர் ஏதாவது புதிதாகச் சுரங்க வெடி வைத்துவிட்டால் நான் என்ன செய்ய முடியும்? ஆகையினால் ஜாக்கிரதையாகத்தான் வருவேன்" என்று பாதுகாப்போடு சொல்லிவிட்டு இன்னொன்று சொன்னார், "இதை இவர் இப்போது வெளிப்படையாகச் சொல்லிவிட்டாரே. இதை வடநாட்டான் கேட்டுக்கொண்டுதானே இருப்பான்? கேட்டுக்கொண்டிருந்தால் நானும் அண்ணாதுரையும் ஒன்று என்று அவன் சந்தேகப்படுவானே? இதற்கு நான் என்ன செய்வேன்?" என்ற கருத்துபடப் பேசி சட்டசபையிலே அவர் பரிதாபப்பட்டார். அப்படிப்பட்ட சந்தேகம் அவர் பேரிலே ஏற்படக் கூடாது என்பதற்குத்தான் பத்து ஆண்டுகளுக்கு நான் ஒப்பந்தம் கேட்கவில்லை என்று அவர் சட்ட சபையிலே பிறகு மறுத்துப் பேசினார்.

இந்தப் பத்து ஆண்டுகளில் என்ன நடக்கும் என்று நீங்கள் கேட்கிறீர்கள். தொடர்ந்து வரும், யாரார் பேரிலோ சந்தேகப்படுவார்கள். அவர்கள் யார் பேரிலே சந்தேகப்படுகிறார்கள் என்று இப்போது சொல்ல முடியாது. திடீரென்று ஒருநாளைக்கு காமராஜர் பேரிலேகூட அவர்களுக்குச் சந்தேகம் வரலாம். அது நாங்கள் கையாளுகின்ற முறையினாலே என்று நீங்கள் கருத வேண்டாம். காலம் காட்டுகிற குறி அப்படிச் செல்லுகிறது. ஏனென்றால், எதை ஒப்புக்கொண்டாலும் ஒப்புக்கொள்ளாவிட்டாலும் இன்றைய தினம் காங்கிரஸிலே இருக்கிற பெருந்தலைவர்களேகூட உள்ளூர உணரு கின்றார்கள். தென்னாட்டுக்குத் தேவையான அளவுக்கு முன்னேற்றம் இனி கிடைக்க வேண்டும் என்றால், மக்களை ஈடேற்ற வேண்டும் என்றால், இப்போது இருப்பதைவிட அதிகமான அதிகாரம் கிடைத்தாலொழிய அந்தக் காரியத்திலே வெற்றிபெற முடியாது என்பதை காங்கிரஸிலே இருக்கிறவர்களே உணருகின்றார்கள்.

காமராஜரிடம் இல்லை அதிகாரம்... டெல்லியில் இருக்கிறது.

அவர்கள் நம்மைத் தூற்றுகின்றார்கள், நாம் உணர்ந்திருக்கின்றோம். நாம் நாட்டைப் பிரிக்கச் சொல்லுகின்றோம், நாசக்காரர்கள் என்றெல்லாம் ஏசுகின்றார்கள்- ஏசி முடிந்த பிறகு அவர்கள் தனியாக இருக்கின்ற நேரத்தில் அவர்களுக்கே மனதில் தோன்றுகின்ற எண்ணம், 'உண்மைதானே இவர்கள் சொல்வது! - எதற்கெடுத்தாலும் வட நாட்டுக்குத்தானே போக வேண்டி யிருக்கிறது. எல்லா அதிகாரமும் அங்கேதானே குவிக்கப்பட்டிருக்கிறது. நம்மிடத்திலே என்ன இருக்கிறது?' என்ற அந்தக் கழிவிரக்கம் அவர்கள் உள்ளத்திலே இருக்கிறது.

நாலு நாளைக்கு முன் எங்கள் தொகுதிக்கு வந்த முதலமைச்சர் காமராஜரை அங்கே உள்ளவர்கள், "காஞ்சிபுரத்துக்கு ஒரு நூல் ஆலை தேவை" என்று கேட்டார்கள். "அதற்கென்ன வைக்கலாம்" என்றார்.

இப்படிச் சொல்லிவிட்டு உடனே, "வைக்கலாம். ஆனால், 'கதர்' கிடைக்காது. அது கொடுப்பதெல்லாம் டெல்லியிலே இருந்து உத்தரவு வர வேண்டும்" என்று சொன்னார். இதெல்லாம் முடிந்ததும் நான் அந்தக் காஞ்சிபுரம் நண்பரைப் பார்த்துக் கேட்டேன், "காமராஜர் என்ன சொன்னார் கேட்டீர்களா? அவர் நல்லவர், அவர் செய்ய வேண்டும் என்று தான் ஆசைப்படுகின்றார். ஆனால், அதிகாரம் அவரிடத்திலே இல்லை, எல்லாம் டெல்லியிலே இருக்கிறது!" என்ற உடனே அவர் திராவிட முன்னேற்றக் கழகத்தவரானார். இந்தக் கருத்து யாருக்குப் புரிகின்றதோ அவர்களெல்லாம் திராவிட முன்னேற்றக் கழகம். இது நாளாக நாளாக வளருமே தவிர குறையாது. ஏனென்றால், வடநாடு வளர்ந்திருப்பது - நன்றாகத் தெரிகிறது. தேய்ந்திருக்கிற தென்னாடு மறுபடியும் முன்னேற வேண்டும் என்றால், முன்னாலே வளர்ந்திருக்கிற வடநாடு அதற்கு ஏற்றபடி இடமளிக்காது என்பதும் இப்போது ஓரளவுக்கு நன்றாகத் தெரிந்துகொண்டுவருகின்றது.

எப்போதுமே உங்களுக்கு ஒன்று நான் சொல்லுவேன், காளியாயி வரம் கொடுக்காது என்பது பக்தனைவிடப் பூசாரிக்குத்தான் நன்றாகத் தெரியும். பூசாரி ஏதோ உடுக்கை அடிக்கிறானே என்று நீங்கள் எண்ணுகிறீர்கள். அவன் வயிற்றுப் பிழைப்புக் கொடுமையாலே உடுக்கை அடிக்கிறானே தவிர, அவனையே நீங்கள் தனியாகக் கேளுங்கள். காளியாயி வரப்பிரசாதமா என்று - உங்களது மடியை முதலிலே பார்ப்பான். பார்த்த உடனே நீங்கள் தேங்காய் கற்பூரம் வைத்துக்கொண்டிருந்தால், "ஆஹா! இது கண்கண்ட தெய்வமாயிற்றே! கந்தசாமிக்குக் காளியாயிதான் கை கொடுத்தாள்! சாமிக்கண்ணுக்கும் காளிதான் கண் கொடுத்தாள்!" என்று சொல்லுவான். மடியிலே ஒன்றுமில்லாமல் விசாரிக்க மட்டும் கேட்டால், உடனே திருப்பி அவனே கேட்பான், "என்னடா பைத்தியக்காரனாக இருக்கிறாய்? காளி சக்தி வாய்ந்தவளானால் என்னை ஏன் இந்த நிலையிலே வைத்திருக்கிறது? எங்கள் தகப்பன் பூசாரி, நானும் பூசாரி, என் மகனும் பூசாரி... இதுதான் இந்தக் காளியினுடைய சக்தி. என்னையே கைதூக்கிவிடாத இந்தக் காளி, உன்னை எங்கே கை தூக்கிவிடப்போகிறது?" என்று பூசாரி சொல்வான். அதைப் போல டெல்லியிலே இருக்கிறது தேவதை. அது வரங்கொடுக்குமா, கொடுக்காதா என்பது நம்மைப் போன்றவர்களுக்குக்கூடத் தெரியாது. உடுக்கை அடிக்கிறார்கள் அல்லவா காங்கிரஸ் பூசாரிகள் அவர்களுக்கு நன்றாகத் தெரியும்!

காங்கிரஸ் பூசாரிகளுக்கு டெல்லி தேவதை என்ன கொடுத்தாள்?

மூன்று தடவை அடித்துப் பார்த்தார்கள். தேவிகுளம் பீர்மேடு பிரச்சினை இருக்கிறதே அதைப் போல் தமிழர்களுக்கு நியாயமான, அப்பழுக்கற்ற பிரச்சினை வேறு ஒன்றுமே கிடையாது. தமிழர்கள்தான் அங்கே வாழுகின்றார்கள் என்று நம்முடைய சென்னை சர்க்காரும், புள்ளிவிவரங்களைக் காட்டியிருக்கிறது. தமிழ்நாடு காங்கிரஸ் கமிட்டி தேவிகுளம் பீர்மேடு தமிழர்களுக்குத்தான் சொந்தம் என்று தீர்மானம் போட்டிருக்கிறார்கள்; நாங்களே வாங்கிக்கொடுப்போம் என்று இதே

இந்தப் பத்தாண்டுகளிலே நாம் செய்கின்ற செயல் எந்த அளவுக்குப் பலிக்கின்றதோ அதைப் பொறுத்துத்தான் அடுத்த தலைமுறைக்குத் தன்மானமுள்ள வாழ்வு. நாம் செய்கின்ற முயற்சி தோற்றுவிட்டால், பிறகு ஆப்பிரிக்க நாட்டிலே இருக்கிற கருப்பினத்தவர்களும் அமெரிக்க நாட்டிலே இருக்கிற சிவப்பிந்தியர்களும் எந்தக் கதியை அடைந்தார்களோ, அதே கதிதான் தமிழனுக்கு!

மதுரையில்கூட காமராஜர் பேசியிருக்கிறார். டெல்லி என்ன செய்தது? "கேரளத்தார் கேட்கிறார்கள். ஆகையினால், அங்குதான் இருக்க வேண்டும்!" என்றார்கள். என்ன செய்தார்கள் காமராஜர்கள்? இவர்கள் ஒன்றும் வடநாடு, தென்னாடு என்று பேச வேண்டாம்; "நாங்கள் ஒன்றும் வடநாட்டுக்கு அடிமையல்ல... எங்களாலே நிமிர்ந்து நிற்க முடியும்; நெற்றிக்கண்ணைத் திறந்தாலும் குற்றம் குற்றமே" என்று சொன்ன நக்கீரன் பரம்பரை என்றெல்லாம் மாலை நேரத்திலே பேசுகின்றார்கள் - மதிப்புக்குரிய காங்கிரஸ் தோழர்கள்; இவர்கள் தேவிகுளம் பீர்மேடு பிரச்சினையிலே நம்முடைய அப்பழுக்கற்ற நியாயத்தை டெல்லி ஒப்புக்கொள்ளாத நேரத்தில் என்ன செய்தார்கள்? ஒரு கணம் புருவத்தை நெரித்துப்பார்த்தார்களா? தேவிகுளத்தைப் பெறாமல் திரும்ப மாட்டேன் என்று சொன்ன அமைச்சர் யார்? தேவிகுளம் கிடைக்காவிட்டால் அமைச்சராக இருக்க மாட்டேன் என்று சொன்னவர் யார்?

நீதிக் கட்சியாரைப் பார்த்து அப்போது ஆயிரம் மேடையிலே கேட்டிருக்கின்றார்கள், "பிசின் போட்டா ஒட்டியிருக்கிறது?" என்று. இன்றைய தினம் இவர்கள் பிசின் போடாமலே அல்லவா ஒட்டிக்கொண் டிருக்கிறார்கள்? நீதிக் கட்சிக்குப் பிசின் போட்டார்கள்; வெள்ளைக்காரன் போட்ட பிசினில் ஒட்டிக்கொண்டார்கள். இப்போது பிசின் போடுவதற்கு ஆளே கிடையாது. பிசின் போடுவதற்கு ஆளே இல்லாத நேரத்தில் இவர்கள் ஒட்டிக்கொண்டிருக்கிறார்கள் என்றால், அதற்கு ஏதாவது நான் உதாரணம் சொல்ல வேண்டும் என்றால், அட்டையைப் போல் ஒட்டிக்கொண்டு இருக்கிறார்கள் என்றுதானே சொல்லுவேன்? அதைத் தள்ளிவிடுங்கள். அது நாட்டுப் பிரச்சினை. இவர்களுடைய ஏட்டிலேயே கணக்கெழுதினார்கள், இரண்டாவது திட்டத்தில், '400 கோடி தேவை' என்று! என்ன கொடுத்தார்கள் - கிடைத்தது என்ன? இவர்கள் எங்கே வடநாட்டு ஆதிக்கத்திலேயிருந்து விடுபட்டார்கள்? கைத்தறிக்கு, "கரை போட்ட வேட்டியும் சேலையும் ஒதுக்குங்கள்" என்று சாதாரணப் பேச்சல்ல; சட்டசபைத் தீர்மானம் நிறை வேற்றி அனுப்பினார்களே, என்ன ஆயிற்று? டெல்லி என்ன மதிப்பளித்தது? ஆகையினாலேதான் வடநாடு, தென்னாட்டிலே உள்ளவர்களை எப்படி யெப்படி மட்டந்தட்டுகின்றது என்பதை அவர்கள் நன்றாகத் தெரிந்து கொண்டிருக்கிறார்கள் நம்மைவிட.

அதை இன்றைய தினம் வெளியே சொல்லாமல் இருப்பதற்குக் காரணம், நான் உங்களுக்குச் சொன்ன கதையை நினைவுபடுத்திக்கொண்டால் தெரியும். காளி வரம் அளிப்பவள் அல்ல என்று பூசாரி சொல்லிவிட்டால், பிறகு உடுக்கை அடித்துப் பிழைக்கின்ற பிழைப்பு என்ன ஆகும்? அதைப் போல காங்கிரஸ் அமைச்சரே பார்த்து எங்களுக்கு ஒரு அதிகாரமுமில்லை, எல்லாம் வடக்கேதான் இருக்கிறது என்று சொன்னால், பிறகு இவர்களை யார் மதிப்பார்கள்? ஆகையினால்தான் பூசாரிக்கு வேலை கிடைக்க வேண்டும் என்பதற்காக உடுக்கை ஒலி கேட்கிறதே தவிர, காளியினுடைய வரம் ஒன்றும் கிடைக்கவில்லை. அது கிடைக்க வேண்டும் என்றால் இந்தப் பத்தாண்டிலே கிடைத்தால்தான் உண்டு. இந்தப் பத்தாண்டுகளிலே நாம் செய்கின்ற செயல் எந்த அளவுக்குப் பலிக்கின்றதோ அதைப் பொறுத்துத் தான் அடுத்த தலைமுறைக்குத் தன்மானமுள்ள வாழ்வு.

இந்தப் பத்தாண்டிலே நாம் செய்கின்ற முயற்சி தோற்றுவிட்டால், பிறகு நீங்கள் கல்லின்பேரிலே பொறித்து வைத்துக்கொள்வதைப் போல் தெளிவாக எழுதி வைத்துக்கொள்ளலாம். ஆப்பிரிக்க நாட்டிலே இருக்கிற கருப்பினத்தவர்களும் அமெரிக்க நாட்டிலே இருக்கிற சிவப்பிந்தியர்களும் எந்தக் கதியை அடைந்தார்களோ, அதே கதிதான் இங்கே பிறந்து வாழ்ந்து வருகின்ற பழந்தமிழ் மகனுக்குக் கிடைக்குமே தவிர, வேறு எந்த மாதிரியான முற்போக்கும் கிடைக்காது. பால் பொங்கிவருகின்ற அந்தப் பக்குவமான நேரத்தில் தாய்மார்கள் குழந்தை அழுதாலும் எழுந்து போக மாட்டார்கள். பால் பொங்குவது தெரிந்தால் கருத்துள்ள தாய் அழுகின்ற குழந்தையைக்கூட பின்னாலே பார்த்துக்கொள்ளலாம் என்று பொங்கு கின்ற பாலில் கொஞ்சம் தண்ணீர் தெளித்து பால் பானையைக் கீழே இறக்கி வைத்துவிட்டுத்தான் தொட்டிலிலே அழுதுகொண்டிருக்கிற குழந்தைக்குத் தன்னுடைய பாலைத் தருவதற்குச் செல்லுவார்கள்.

என் கட்சி பருவம் அடைந்திருக்கிறது; ஆபத்துகளை அறியாமல் இல்லை!

இந்தப் பத்தாண்டு பால் பொங்குகின்ற காலம், இந்தப் பத்தாண்டிலே தான் யார் யார் நம்முடைய கருத்துகளைக் கேட்க மறுக்கின்றார்களோ அவர்களுடைய செவிவழி நமது கருத்துகள் நுழைந்து உள்ளத்திலே தங்கி, அவர்களையெல்லாம் நம் பக்கத்திலே ஈர்த்துக்கொண்டுவருகின்ற பக்குவமான காலம்.

பதினைந்து பேர் தி.மு.கழகத்தைச் சேர்ந்தவர்கள் சட்டசபைக்குப் போனோம். போனவுடனே திராவிட நாடு பிரிவினை விஷயம் இதற்கு முன்னாலே பத்து வருஷத்திலே எவ்வளவு வளர்ந்ததோ அந்தப் பத்தாண்டு வளர்ச்சியை இந்த மூன்று திங்கள் நமக்குத் தந்திருக்கின்றது என்று நான் சொன்னால் நீங்கள் வியப்படைவீர்கள். ஆனால், அது மிகைப்படுத்திச் சொல்வதல்ல. வெளிநாட்டுப் பத்திரிகை இப்போதுதான் எழுதுகிறது. "திராவிட நாட்டுப் பிரிவினை என்று கேட்டுக்கொண்டு, திராவிட முன்னேற்றக் கழகம் என்று ஒரு கட்சி பத்துப் பதினைந்து பேர் சட்டசபையிலே இருக்கிறார்களாம்!" என்று எழுதுகிறது.

பருவம் அடைதல் என்பது மனிதர்களுக்கு மட்டுமல்ல, கட்சிகளுக்கும் உண்டு. அந்தப் பருவம் அடைகிற பக்குவம் இருக்கிறதே, ஒரு கட்சி அரசியல் நடவடிக்கைகளுக்கு உள்ளே நுழைகிறபோதுதான் அந்தப் பருவம் அடைகிறது என்று பொருள். அதேநேரத்தில், பருவம் அடைகிற நேரத்தில்தான் ஆபத்தும் வருகிறது என்பதை உணராமல் இல்லை. அது உடலுக்கும் சரி, அரசியலுக்கும் சரி - அதுதான் ஆபத்து அளிக்கக்கூடியது.

ஆனால், ஒன்றை நீங்கள் தெளிவாக நம்பலாம். ஆபத்துகள் வராமல் பாதுகாப்பதற்கும், வரக்கூடிய ஆபத்துகளைத் தவிர்ப்பதற்கும் ஆபத்தை மூட்டலாம் என்று எண்ணிக்கொண்டு வருகின்றவர்கள், ஆபத்திலே சிக்கிக் கொண்டோமே என்று பின்னாலே அல்லல்படுகின்ற அளவுக்கும் எனக்கு இயற்கையாக இருக்கிற அறிவோடுகூட பெரியார் நல்ல பயிற்சி அளித்திருக்கின்றாரே, அதுவும் சேர்ந்து தக்கபடி பயன்படும். சுலபத்திலே நான் ஏமாற மாட்டேன். அவராலேயே என்னை சபலமடையச் செய்ய முடியவில்லை என்றால், தமிழ்நாட்டிலே வேறு யாரிடத்திலே நான் ஏமாறுவேன்!

ஆகையினாலே நல்ல பக்குவப்பட்டிருக்கின்ற இந்த நேரத்தில் தி.மு.கழகம், பிறர் வசப்படும்படியோ பிறருக்கு அஞ்சும்படியோ நாங்கள் எந்தக் காலத்திலும் நடந்துகொள்ள மாட்டோம். அதேபோலவே, "நாங்கள் சென்றிருப்பது காங்கிரஸ் அமைச்சர்களை ஏசுவதற்கு அல்ல!" என்பதை சட்டசபையிலும் சொன்னேன்; இங்கேயும் சொல்லுகிறேன்.

சட்டசபை உறுப்பினருக்கான மூன்று கடமைகள்

திராவிட முன்னேற்றக் கழகத் தோழர்கள் சட்டசபைக்குப் போனால், அவர்களுக்கு மூன்று கடமைகள் இருக்கின்றன. ஒன்று, அவர்கள் எந்தத் தொகுதியிலே தேர்ந்தெடுக்கப்பட்டார்களோ அந்தத் தொகுதி மக்களுக்குச் செய்ய வேண்டிய நன்மையைச் சாதிக்க வேண்டிய கடமை இருக்கிறது. மற்றொன்று, அந்தச் சட்டசபையிலே விவாதத்துக்கு வருகின்ற எல்லா பிரச்சினைகளின்பேரிலும் இயக்கத்துக்கு மாறுபாடில்லாத கருத்துகளைத் தந்துதீர வேண்டும். மூன்றாவது கடமை, அவர்கள் எந்த இயக்கத்தின் தூதுவர்களாக அங்கே சென்றிருக்கிறார்களோ, அந்த இயக்கத்தினுடைய அடிப்படைக் கொள்கை, மூலாதாரமான கோட்பாடு சிறிதும் கெடாத வகையிலே பணியாற்ற வேண்டும்.

சட்டசபைக்குப் போகின்றவர்கள் யாராக இருந்தாலும் சரி, எந்தக் கட்சியாக இருந்தாலும் சரி, மூன்று காரியங்கள் அவர்களுக்கு இருக்கின்றன. தொகுதியினுடைய முன்னேற்றத்தைக் கருதிக் கொள்கையை விட்டுவிடக் கூடாது. கொள்கையை மட்டும் மனதிலே வைத்துக்கொண்டு தொகுதி எக்கேடு கெட்டாலும் எனக்குக் கவலையில்லை என்றும் இருக்கக் கூடாது. தொகுதியையும் பார்த்து, சட்டத்தைப் பற்றிய விவாதத்திலேயும் கலந்து கொண்டு திராவிட முன்னேற்றக் கழகத்தினுடைய அடிப்படைக் கருத்து களை இழந்துவிடக் கூடாது. இந்த மூன்றையும் ஒருசேர நடத்திக்கொண்டு

செல்வதுதான் பக்குவமான நாடாளுமன்றப் பண்பு.

இதைத் திராவிட முன்னேற்றக் கழகம், இதுநாள் வரையில் சரியான முறையில் நடத்திக்கொண்டுவருகிறது என்பதுதான், அரசியல் வட்டாரத் திலே அனுபவப்பட்டவர்கள் எங்களிடம் எடுத்துச் சொல்லியிருப்பது - நாங்களும் மனதார நம்பி இருப்பது. அங்கு கொண்டுவரப்படுகின்ற எந்த விவகாரமானாலும், எந்தச் சட்டங்களானாலும், அவற்றிலே இருக்கின்ற நெளிவுசுளிவுக்கு ஏற்றபடி திராவிட முன்னேற்றக் கழக உறுப்பினர்கள் தங்களுடைய கருத்துகளைத் தரத் தயங்குவதில்லை. கருத்துகளைத் தருகின்ற நேரத்திலேயும் அவர்கள் அதற்கான மாற்று நோக்கங்களையும் சொல்லாமலிருக்கவில்லை. அதேநேரத்தில், காரணமற்று காங்கிரஸ் காரர்களைப் பகைத்துக்கொள்வதில்லை.

தமிழ்நாடு என்ற பெயர் சூட்டிட எதிர்ப்புத் தெரிவிக்கிறீர்களே, நீங்கள் யார்?

நீங்கள் கூர்ந்துபார்த்தால் தெரிந்திருக்கும், எல்லா விவாதங்களிலேயும் எதிர்த்தரப்பிலே இருந்து பேசிய தி.மு.கழகம், இரண்டே இரண்டு பிரச்சினைகளிலேதான் ஓட்டுக்கு விட வேண்டுமென்று கேட்டோம். மற்றவற்றிலெல்லாம் அவர்களுக்குப் பெரும்பான்மை இருக்குமென்று எங்களுக்குத் தெரியும் - நாங்கள் 15 பேர்தான் என்பது உலகறிந்த உண்மை. ஆகையினாலே கணக்கிடு என்று கேட்கவில்லை. அந்த இரண்டு பிரச்சினைகளிலே கணக்கெடுக்கச் சொன்னதற்குக் காரணம், இது எங்கள் கட்சிக்குச் சம்பந்தப்பட்ட பிரச்சினை மட்டுமல்ல, நாட்டுக்குச் சம்பந்தப் பட்ட பிரச்சினை என்பதாலே நாங்கள் ஓட்டெடுக்கச் சொன்னோம்.

அதிலே ஒன்று, இந்த நாட்டுக்குத் 'தமிழ்நாடு' என்று பெயர் வைக்க வேண்டும் என்ற பிரச்சினை. அதன் பேரில் அதற்காக நாங்கள் கொடுத்த வெட்டுப் பிரேரேபணையில் எல்லா நண்பர்களும் பேசிய பிறகு, அதற்குக் காங்கிரஸ்காரர்கள் மறுத்துப் பேசிய பிறகு, சட்டமன்றத் தலைவர் எழுந்து, இந்த வெட்டுப் பிரேரேபணையை நீங்களெல்லாம் வாபஸ் வாங்கிக் கொள்ளுகிறீர்களா என்றார். நான் தி.மு.கழகத்தின் சார்பில் எழுந்து சொன்னேன். "எல்லா வெட்டுப் பிரேரேபணையையும் நான் வாபஸ் வாங்கிக்கொள்கிறேன். 'தமிழ்நாடு' என்று பெயரிடும் பிரேரேபணையை மட்டும் வாபஸ் வாங்கிக்கொள்ளத் தயாராக இல்லை - அதன் பேரிலே ஓட்டெடுக்க வேண்டும்" என்று. கம்யூனிஸ்ட்டுகளும் "ஆம்" என்றார்கள். சோஷலிஸ்ட்டுகளும் "ஆம்" என்றார்கள். பிரஜா சோஷலிட்ஸ்டுகளும் "சரி" என்றார்கள். காங்கிரஸ் சீர்திருத்தக் கட்சியினர், சுயேச்சையாளர்கள் எல்லோரும் "ஆம்" என்றார்கள். ஓட்டெடுத்தால் எதிர்த்தரப்பிலே இருந்த அத்தனை பேரும் 'தமிழ்நாடு' என்ற பெயர் தேவை என்பதற்காக எழுந்து நின்றோம். காங்கிரஸ்-தரப்பிலே இருந்த 150 பேரும் 'தமிழ்நாடு' வேண்டாம் என்பதற்கு எழுந்து நின்றார்கள்.

ஏன் நாங்கள் அது ஒன்றின்பேரிலே மாத்திரம் ஓட்டெடுத்தோம்?

நாங்கள் எதிர்கால வரலாற்றை எழுதிக்கொண்டிருக்கிறோம், கண்ணீரால் எழுதுகிறோம்; எங்கள் ரத்தத்தால் எழுதுகிறோம்; அந்த வரலாற்றில் எழுதப்படுகின்ற ஒவ்வொரு வாசகமும் எதிர்காலத்தில் நம் நாட்டினுடைய எதிர்காலத் தலைமுறைக்கு ஏற்படுகின்ற மன எழுச்சிக்கு உறுபடையாக அமையும்.

எங்களுக்குத் தெரியும் தோற்றுவிடுவோம் என்று. ஆனால், யார் யார் தமிழர், தமிழ்நாட்டுக்கு 'தமிழ்நாடு' என்று வேண்டாமென்று சொல்கின்றவர்கள் என்பதை நாடு பார்க்க வேண்டாமா? நம்முடைய மதுரையம்பதி உறுப்பினர் இருக்கின்றாரே, நண்பர் சங்கரன், அவர்கூட எழுந்து நின்றார். அவர் எழுந்து நிற்பதற்கு இரண்டு நாட்களுக்கு முன்னாலேதான் எங்களுக்குக் கூட புத்தி சொன்னார், "தமிழ், தமிழ்நாடு என்றாலே இவ்வளவு தீவிரமாகப் பேசுகின்ற இந்த தி.மு.கழகத்தார் தங்களுடைய கழகத்தின் பெயரைத் தமிழ் முன்னேற்றக் கழகம் என்று மாற்றிவிடக் கூடாதா?" என்று!

அப்படி எங்களுக்குச் சிபாரிசு செய்த நம்முடைய நண்பர் சங்கரன் அவர்களும் எழுந்து நின்றார். நான்கூட அவரைப் பார்த்து, அவர் நின்ற போது, என்ன கம்பீரமாக நிற்கின்றாரா இல்லையா என்று பார்த்தேன். தலைகுனிந்துதான் நின்றார்!

ஏனென்றால், அவருக்குத் தெரியுமல்லவா. தமிழ்நாட்டிலே பிறந்து, அவர் தொட்டிலிலே படுத்த காலத்திலே பேசியது தமிழ் மொழி, அவர் இன்றைய தினம் கட்டிலிலே பேசுவதும் தமிழ் மொழி! கோர்ட்டிலே பேசுவது வேண்டுமானால் ஆங்கிலமும் தமிழும் கலந்ததாக இருக்கலாம். அப்படிப்பட்டவர், இந்த நாட்டுக்குத் தமிழ்நாடு என்ற பெயர் வேண்டாமென்று கட்சிக் கட்டுப்பாட்டுக்குத்தானே எழுந்து நின்றார்? அவர் எழுந்து நின்றதுகூட அவ்வளவு ஆச்சரியமில்லை. தமிழருடைய எல்லையில் ஒரு ஆங்கிலம் நுழையக் கூடாது என்றெல்லாம் பாடுபடுகின்றவர், நண்பர் விநாயகம் அவர்கள். அவரும் எழுந்து நின்றாரே! அவர் எழுந்து நின்றபோது கூட நான் திரும்பிப் பார்த்தேன், "ஏனய்யா நீ கூடவா?" என்றேன். அவர் என்னைத் திரும்பிப் பார்த்தால்தானே!

வயதான ஒரு கணவனுக்கு இளம் பெண்ணைக் கல்யாணம் செய்து கொடுத்தால், அந்த இளம் பெண் கணவனின் முகத்தை உற்றா பார்த்துக் கொண்டிருப்பாள்? தரையிலேயே பார்த்துக்கொண்டிருப்பதைப் போல், பாவிகள் நம்மை இப்படியெல்லாம் அலட்டிவைக்கிறார்களே என்று எண்ணிக் குனிந்துகொண்டார்கள். நாங்களெல்லாம் நிமிர்ந்து பார்த்துக் கொண்டோம். தமிழன் தன்னுடைய நாட்டுக்கு 'தமிழ்நாடு' என்றுதானே

பெயர்வைப்பான் என்று காட்டுவதற்கு எழுந்து நின்றோம். 'தமிழ் நாட்டுக்குத் 'தமிழ்நாடு' என்று பெயர்வைப்பதுகூட வேண்டாமென்று சொல்லுகிற தமிழர்கள் இவ்வளவு பேர் இருக்கிறோமே' என்ற வெட்கத் திலே அவர்கள் எழுந்து நின்றார்கள். ஆகையால், காமராஜரை உட்கார்ந்து கொண்டே கேட்டேன், "தமிழ்நாடு வேண்டாமென்று சொல்லுகிற தமிழர்கள் இவ்வளவு பேரை அழைத்துக்கொண்டு வந்தீர்களே, நல்ல சாமர்த்தியசாலி ஐயா நீங்கள்!" என்றேன். அதற்கு அவர் "பரவாயில்லை பார்க்கலாம், பார்க்கலாம்" என்றார்.

வரலாறு இதைப் பேசும்

அப்பிரச்சினையிலே ஓட்டெடுத்ததாலே என்ன சாதித்துவிட்டீர் என்று கேட்கலாம். பெரியார்கூட இப்படிக் கேட்பதாக நான் கேள்விப்படுகிறேன், "என்னவோ இந்தப் பயல்கள், நான் இவ்வளவு எதிர்த்தும் என் பேச்சைக் கூடக் கேட்காமல் உள்ளே போய்விட்டார்களே! என்னத்தைச் சாதித்தார் களாம்?" என்று. நாங்கள் உடனடியாக எதையும் சாதிக்கவில்லை. நாங்கள் எதைச் சாதித்தோம் என்றால், தமிழ்நாட்டு வரலாற்றில் ஒரு புது அத்தியாயத்தை எழுதியிருக்கிறோம். அது இப்போது தெரியாது - நம்முடைய பேரன் படிக்கப்போகிறான். அவன் படிக்கிறபோது ஒரு பக்கத்தில் இந்த நாட்டுக்கு சென்னை என்று பெயர் இருந்தது என்று எழுதி யிருக்கும். அவன் பக்கத்திலே இருக்கிற நண்பனைப் பார்த்துக் கேட்பான் - நம்முடைய பெரியவர்கள் பார்த்தாயா எவ்வளவு பைத்தியக்காரர்களாக இருந்திருக்கிறார்கள். நம் நாட்டுக்கு மதறாஸ் என்று பெயராமே, ஏன் என்று கேட்பான். இல்லை இதற்குத் தமிழ்நாடு என்றுதான் பெயர் - மெட்ராஸ் என்று பெயரிட்டார்கள் - பிறகு தமிழ்நாடு என்று மாற்றிப் பெயரிட்டார்கள். "அப்படி மாற்றுவதற்கு யார் பாடுபட்டவர்கள்?" "இன்னின்னார் பாடுபட்டார்கள்", "எந்த முறையிலே பாடுபட்டார்கள்?" "சட்டசபையிலே தீர்மானம் கொண்டுவந்தார்கள்." "கொண்டுவந்தபோது மெஜாரிட்டி கிடைத்ததா?" "கிடைக்கவில்லை!" "யார் யார் வேண்டும் என்றார்கள்?" "15 பேர் வேண்டும் என்றார்கள்." "யார் யார் தமிழ்நாடு வேண்டாம் என்றார்கள்?" "150 பேர் வேண்டாம் என்றார்கள்". "தமிழ்நாடு வேண்டாம் என்ற தமிழன்கூடவா அந்தக் காலத்தில் இருந்தான்?" "ஆமாம் ஐயா! இருந்தான்". "அவன் இப்போது எங்கே இருக்கிறான்?" "அவர் இப்போது இல்லை... அவருடைய பேரன் அதோ பார் இருக்கிறான்!"

நண்பர்களே, நீங்கள் தெளிவாக எழுதிவைத்துக்கொள்ளுங்கள். 15 பேராக இருக்கிற நாங்கள் இந்தக் காலத்து வரலாற்றை எழுதவில்லை; எதிர்கால வரலாற்றை எழுதிக்கொண்டிருக்கிறோம், கண்ணீரால் எழுதுகிறோம்; எங்கள் ரத்தத்தால் எழுதுகிறோம்; எங்கள் வியர்வையால் எழுதுகிறோம்; அது உலர்வதற்குப் பத்து ஆண்டுகள் பிடிக்கலாம்; இருபது ஆண்டுகள் பிடிக்கலாம். ஆனால், அந்த வரலாற்றில் எழுதப்படுகின்ற ஒவ்வொரு வாசகமும் எதிர்காலத்தில் நம் நாட்டினுடைய எதிர்காலத் தலைமுறைக்கு ஏற்படுகின்ற மன எழுச்சிக்கு உறுபடையாக அமையும்.

அதைப் போலவே இரண்டாவதாக நாங்கள் ஓட்டுக்கு விட்டது கைத்தறியாளர் பிரச்சினை. அதற்கும் காங்கிரஸ்காரர்கள் எழுந்து நின்றார்கள். கைத்தறி நெசவாளர்களது ஓட்டு வாங்கிய காங்கிரஸ்காரர்களும் எழுந்து நின்றார்கள். இந்த (தெற்கு), பக்கத்திலிருந்து வந்திருக்கின்ற காங்கிரஸ் உறுப்பினர்கள் எல்லாம்கூட கைத்தறி நெசவாளர்களைப் பற்றி, கசிந்து கண்ணீர் மல்கிப் பேசினார்கள். அவர்களுடைய நல்ல எண்ணத்தை நான் பாராட்டுகிறேன். நல்ல உணர்ச்சியை நான் மதிக்கிறேன். ஆனால், கட்சிக் கட்டுப்பாடு காரணமாக அவர்கள்கூட எழுந்து நின்று அதற்கு எதிர்த்துத்தான் ஓட்டளித்தார்கள்.

இந்த இரண்டு விவகாரங்களில் மட்டும் நாங்கள் ஓட்டெடுத்தோம். மற்றவற்றிலெல்லாம் ஓட்டெடுக்கவில்லை. இதிலேயிருந்து நீங்கள் தெரிந்துகொள்ளலாம், தி.மு.கழகத்தினுடைய உறுப்பினர்கள் சட்ட மன்றத்தில் அடிப்படைக் கொள்கைகளை மறக்காமல் பணியாற்றுகின்றார்கள் என்று. அதேநேரத்தில், தங்கள் தொகுதிக் காரியத்தையும் கவனித்துக்கொண்டுவருகின்றார்கள். தொகுதிக் காரியங்களைக் கவனிப்பதற்குத்தான் முதல் அமைச்சர் காமராஜரை நான் என்னுடைய தொகுதிக்கு அழைத்துக்கொண்டு போனேன். சில நாட்களுக்கு முன்னால் சட்ட சபையிலே இருக்கும்போது ஒருநாள் பேச்சோடு பேச்சாகக் கேட்டேன், "எங்கள் தொகுதிக்கு வருகிறீர்களா?" என்று. "அதற்கென்ன வருகிறேன்" என்றார். வருகிறேன் என்று அவர் சொன்ன நேரத்திலே அவருடைய மனதிலே ஒரு எண்ணம் இருந்திருக்கக் கூடும், 'அந்தத் தொகுதிக்குப் போவோம்; யார் யார் இந்த அண்ணாதுரைக்கு உதவுகிறார்கள் என்றும் பார்க்கலாம். இவர்களுக்கு யார் யார் செல்வாக்களிக்கிறார்களோ, அவர்களை நாமே நேரிலே சந்தித்து நமக்காக அந்தச் செல்வாக்கைத் தேடிக் கொள்ளலாம்!' என்ற எண்ணத்திலே அவர் வந்திருக்கக் கூடும் - அதை நான் அறியாதவனல்ல. ஆனால், என்னிடத்திலே இருக்கின்ற சரக்கு சாயம் போகாத சரக்கு என்கிற காரணத்தினால், நீ துவைத்துப் பார்த்துக்கொள் என்று சொல்லிவிட்டுவிட்டேன்.

காமராஜர் நல்லது நினைக்கிறார்; ஆனால், அமைப்பை மாற்றுபவர் இல்லை!

நான் காமராஜரை அழைத்ததனுடைய காரணம் என்ன? நானோ, நான் சார்ந்திருக்கிற கட்சியோ மெஜாரிட்டி கட்சியல்ல; மைனாரிட்டி கட்சி. ஆகையால், தொகுதிக்குச் செய்ய வேண்டிய காரியத்தை நாங்களே உத்தரவு போட்டுச் செய்ய முடியாது. யார் கையிலே பேனா இருக்கிறது, உத்தரவு போட வேண்டிய பெருமகன் யாரென்பதை எங்களுடைய தொகுதி மக்களுக்குக் காட்ட நான் கடமைப்பட்டிருக்கிறேன். ஆகையால், நான் அழைத்துக்கொண்டுபோய் அவரை உட்காரவைத்து ஜனங்களுக்குக் காட்டினேன், "இதோ பாருங்கள், இவர்தான் முதல் மந்திரி, இவர்தான் உடைந்துவிட்ட ஏரிக்கரையைச் சரிப்படுத்த வேண்டும், இவர்தான் அந்த மதகை 'ரிப்பேர்' செய்ய வேண்டும்; இவர்தான் வாய்க்கால் உடைப்பைச் சரிசெய்ய வேண்டும். நீங்கள் வரி கொடுப்பது இவரிடத்திலேதான். இதைச்

செய் என்று கேட்பதுதான் என்னுடைய வேலை. என்ன ஐயா நீங்கள் சொல்லுங்கள்" என்றேன். இது, அந்தத் தொகுதிக்குச் சம்பந்தப்பட்டவன் என்ற முறையில் நான் செய்யக் கடமைப்பட்டிருக்கிறேன்.

ஆனால், அந்தத் தொகுதிக்கு நல்ல காரியங்களைச் செய்தால் நானும் மனதாரப் பாராட்டுவேன். அவர் செய்யத் தவறிவிட்டால், என்னுடைய தொகுதி மக்களிடத்திலே மறுபடியும் போய் நான் சொல்லுவேன், "என்னய்யா செய்யச் சொல்லுகிறீர்கள்... அவரையும்தான் அழைத்துக் கொண்டுவந்து காட்டினேன். நேரடியாகவே பார்த்தாரே!" என்பேன். அவர்களே சொல்லுவார்கள், "அந்த மனிதன் அன்று வந்தபோது ஒழுங்காத்தானே பேசினார், ஏழைகளுடைய கஷ்டம் எனக்குத் தெரியுமென்று சொன்னாரே! இன்னும் தெரியவில்லையே!" என்று அவர்கள் சொல்லுவார்கள். அதற்குப் பிறகு, ஐந்து வருஷத்துக்குப் பிறகு தேர்தலில் பதில் அளித்துவிடுவார்கள். அது அவர்கள் சம்பந்தப்பட்டது. நான் சம்பந்தப்பட்டதல்ல! ஆகையினாலே அந்தப் பிரச்சினையிலும் நான் கலந்துகொண்டேன்.

அதைப் போலவே இரண்டாவது பிரச்சினையிலும் நான் கலந்துகொண்டேன். அங்கே வருகின்ற சட்டங்களின்பேரில் எங்களுடைய கருத்துகளைச் சொல்ல வேண்டும். இப்போது நடைபெற்ற சட்டசபை நடவடிக்கையைப் பொறுத்தவரையில், புதிதாக எந்தச் சட்டமும் வரவில்லை. புதிதாக ஏதாவது நாட்டு மக்கள் உள்ளத்தினை உலுக்கக்கூடிய சட்டம் வந்தால், தி.மு.கழகத்தினுடைய கருத்துகள் அதிலே எடுத்துச் சொல்வதற்கு வழியிருக்கும். இப்போது நாங்கள் செய்திருப்பதெல்லாம் - சத்திரத்திலே இருக்கின்ற ஐயர் பத்து பேருக்குச் சமையல் செய்து இருபது பேருக்கு அதைச் சம அளவில் பங்கிடுகின்ற அந்த முறைப்படி - காமராஜர் வெறும் நிர்வாகத்தை நடத்திக்கொண்டுபோகிறார். புதிதாக எந்தச் சட்டத்தையும் இன்னமும் கொண்டுவரவில்லை.

ஆச்சாரியார் கொண்டுவந்ததைப் போல் கேடு தருகின்ற சட்டமானாலும் சரி; அல்லது நாமெல்லாம் எதிர்பார்க்கின்றபடி நல்லது தருகின்ற சட்டமானாலும் சரி; நாட்டு மக்களுடைய உள்ளத்தை உலுக்கக்கூடிய ஒரு சட்டம் வருமானால், அந்தச் சட்டத்தில் நாங்கள் தெளிவாக எங்களுடைய கருத்துகளை அப்போது எடுத்துச்சொல்லக் கடமைப்பட்டிருக்கின்றோம். ஆனால், காமராஜர் ஆட்சியில் அப்படிப்பட்ட அடிப்படைச் சட்டங்கள் வருமா என்பதில் எனக்குக் கொஞ்சம் ஐயப்பாடு உண்டு. ஏனென்றால், காமராஜருடைய கருத்து அத்தனையும், உள்ளே இருக்கின்றவரையில் காலத்தை ஓட்டிக்கொண்டு போகலாம் என்று எண்ணுகின்றவராகத்தான் எனக்குத் தெரிகின்றதே தவிர, நம்முடைய காலத்திலே இதைச்சாதித்தோம்; நம்முடைய காலத்திலே இதை நிறைவேற்றினோம் என்று சுட்டிக்காட்டிப் பெருமைப்பட்டுக்கொள்ள வேண்டும் என்ற மனப்பான்மையோடு அவர் இருப்பதாக எனக்குத் தெரியவில்லை. அவரிடத்திலே நான் காணுகின்ற குணமெல்லாம், 'மக்களுக்கு நன்மை செய்ய வேண்டும்; நன்மை செய்யலாம்' என்ற அந்த அளவுக்குத்தான் இருக்கிறதே தவிர, மக்களுக்கு

மாபெரும் தமிழ்க் கனவு 407

நாம் சாமானியர்கள்; நாம் எடுத்துக்கொண்டிருக்கிற பிரச்சினை மிகப் பெரியது; அது எவ்வளவு வலு உள்ளவர்களாலும் அழிக்க முடியாத பிரச்சினை; அதற்கு நல்ல தியாக உள்ளம் வேண்டும்; அந்தத் தியாக உள்ளத்தை நாம் பெற வேண்டும் என்றால், மற்ற இடத்தில் உள்ள தியாகிகளை நாம் மதிக்க வேண்டும்!

நன்மை செய்ய வேண்டுமானால், அதற்கு எதையெதை அடிப்படையிலே மாற்ற வேண்டும் என்பதில் அவர் தீவிரமான கருத்தைக் கொண்டவராக எனக்குத் தெரியவில்லை.

1967 என்பது, நாம் இப்போது நடந்துகொண்டு செல்லுகின்ற பாதையில் நம்மை ஒரு முக்கியமான கட்டத்துக்கு அழைத்துவர இருக்கின்றது. பத்து ஆண்டுக் காலத்தில் நான் உங்களிடத்திலே உள்ளத்தைத் திறந்து சொல்லுகின்றேன், மாபெரும் போராட்டங்கள் நம்முடைய நாட்டு விடுதலைக்காக நேரிடுவதற்கான சூழ்நிலைகள் உருவாகும். அந்த மாபெரும் போராட்டங்களில் நம்முடைய கழகத்திலே ஈடுபாடு கொண்ட, ஆர்வமுள்ள இளைஞர்கள் தங்களை இன்றைய தினம் முதற்கொண்டே பக்குவப்படுத்திக்கொள்ள வேண்டும். நாம் சட்டசபையிலேயே உறுப்பினர்களாக இந்தப் பத்து வருஷத்தில் வீற்றிருப்போம் என்று நீங்கள் கருதத் தேவையில்லை. சட்டசபையிலே எத்தனை நாளைக்கு இருப்போம் என்பதும் அந்த ஆர்வம் எத்தனை காலத்துக்கு ஓடும் என்பதும் முன்கூட்டிக் கண்டுபிடித்துவிட முடியாது!

வடநாட்டு ஏகாதிபத்தியத்தை எதிர்த்துத் தமிழ்நாட்டிலே நடத்தப்படுகிற இந்தப் பெரும் அறப் போராட்டங்கள் இந்த 1967வருவதற்குள்ளே ஏற்படுகின்ற நேரத்தில் ஆர்வமுள்ள திராவிடத் தோழர்களை நான் வேண்டிக் கேட்டுக்கொள்ளுவேன், இந்த மாமன்றத்திலேயிருந்து, இந்த மதுரையிலேயிருந்து, நான் பல பகத் சிங்குகளை எதிர்பார்க்கிறேன்; பல திருப்பூர் குமரன்களை அழைக்கிறேன்; பல வ.உ.சிதம்பரனார்களை விரும்பி அழைக்கிறேன்! அவர்களைப் போன்றவர்கள் நம்முடைய நாட்டிலே நல்ல தியாக எண்ணம் படைத்தவர்கள் திராவிடத்திலே தோன்றினாலொழிய, அதுவும் இந்தப் பத்து ஆண்டுகளிலே கிடைத்தாலொழிய, இந்த மாமன்றத்திலே நாம் எடுக்கின்ற முடிவின்படி நம்முடைய தாய்த்திரு நாட்டை மீட்பதென்பது இயலாத காரியமாகிவிடும்.

தியாகத்துக்குத் தயாராகுங்கள்

நாம் சாமானியர்கள்; நாம் எடுத்துக்கொண்டிருக்கிற பிரச்சினை மிகப் பெரியது; அது எவ்வளவு வலு உள்ளவர்களாலும் அழிக்க முடியாத பிரச்சினை; அதற்கு நல்ல தியாக உள்ளம் வேண்டும்; அந்தத் தியாக உள்ளத்தை நாம் பெற வேண்டும் என்றால், மற்ற இடத்தில் உள்ள தியாகி

களை நாம் மதிக்க வேண்டும்; அந்த இடத்திலேதான் நான் காங்கிரஸிலே இருக்கிற உண்மையான தியாகிகளை இன்றைய தினமும் மதிக்கின்றேன். என்றும் அவர்களை நான் போற்றிப் புகழ்ந்திருக்கின்றேன்; தடியடிபட்ட காங்கிரஸ்காரர்களை நான் வாழ்த்தியிருக்கின்றேன்; சிறைச்சாலைக்குச் சென்றவர்களை நான் போற்றியிருக்கிறேன்!

அந்தத் தியாகிகளெல்லாம் நாட்டு விடுதலைக்காகத் தங்களுக்குத் தோன்றிய வழியிலே பாடுபட்டவர்கள்; அவர்கள் விடுதலையினுடைய அத்தியாயம் முடிந்துவிட்டதென்று கருதுகின்றார்கள். ஆனால், விடுதலை யினுடைய இறுதி அத்தியாயம் எழுதப்படவில்லை என்பதை அவர்கள் இன்னும் தெரிந்துகொள்ளாமல் இருக்கின்றார்கள். விடுதலையினுடைய கடைசி அத்தியாயம் திராவிட நாடு விடுதலை பெற்றால்தான் எழுதப்பட முடியும். அந்த விடுதலை அத்தியாயத்தை எழுதுவதற்கு நீங்கள்தான் தகுதியானவர்கள்; அதற்காகத்தான் தி.மு.கழகம் உங்களிடத்திலே பாடுபடு கின்றது; ஆகையாலே அந்தத் தியாக உள்ளத்தை நீங்களெல்லாம் பெற வேண்டுமென்று கேட்டுக்கொண்டு, அதைப் பெறுவதற்கு நீங்களும் நானும் நல்ல மனப் பக்குவப்பட்டுக்கொண்டு வருகிறோம்; அந்தப் பக்குவம் பத்து வருஷத்திலே நல்ல பலனளிக்குமென்று கூறி, 1957-ல் சட்ட சபையை எட்டிப் பார்த்திருக்கின்ற நாம், 1967-ல் சட்டசபையிலேயோ வெளியிலேயோ டெல்லியிலே இருக்கின்ற அந்த நாட்களிலே அரசாளு கின்றவர்கள் அங்கே நம்மை வரவழைத்தோ அல்லது இங்கேயே அவர்கள் வந்தோ அல்லது நாம் அங்கே போவது இழுக்கு அல்லது அவர்கள் இங்கே வருவது இழுக்கு என்று கருதி, இடை நடுவிலே எங்காவது ஓரிடத்திலே அமர்ந்தோ "திராவிட நாட்டை ஏன் கேட்கிறீர்கள்?" என்று அவர்கள் நம்மைக் கேட்க, "இன்னின்ன காரணத்தாலே கேட்கிறோம்" என்று நாம் சொல்ல, "அந்தக் காரணங்களிலே அதை ஏற்றுக்கொள்ளலாம்; இதை ஏற்றுக்கொள்ள முடியாது" என்று அவர்கள் சொல்ல, "இல்லை, நீங்கள் கட்டாயம் ஏற்றுக்கொள்ள வேண்டும்" என்று நாம் வாதாட, "அப்படி யானால், திராவிட நாடு பிரிந்த பிறகு நிலைமை எப்படி இருக்கும்?" என்று அவர்கள் நம்மைக் கேட்க, "பிரிந்த பிறகு இப்போது இருப்பதைவிட நேசம் அதிகமாக இருக்கும்" என்று நாம் அவர்களுக்கு உறுதியளிக்க, "அதை நாங்கள் நம்பலாமா?" என்று அவர்கள் கேட்க, "பரிபூரணமாக நம்பலாம்" என்று நாம் சொல்ல, "எதன் மீது ஆணையிட்டுச் சொல்லுகின்றீர்கள்?" என்று அவர்கள் கேட்க, "எங்கள் தமிழ்ப் பரம்பரையின் மீது ஆணையிட்டுச் சொல்லுகின்றோம்" என்று நாம் சொல்ல, அப்படிப்பட்ட ஒரு ஒப்பந்தம் பேசுகின்ற ஒரு மாமன்றம் கூடுவதற்கு 1967-ல் வழிபிறக்கக் கூடுமானால், உங்களிலே பல பேர் இன்றைய தினம் உழைத்த உழைப்பு அன்றைய தினம்தான் பலன் தரும் என்று நான் கருதுகின்றேன்!

உழைப்பாளர்களையும் உடைமையாளர்கள் ஆக்குவதே எங்கள் முதல் லட்சியம்

1967-ல் முதல்வராகப் பொறுப்பேற்ற பின், மன்னார்குடியில் நடைபெற்ற விவசாயக் கருத்தரங்கில் அண்ணா பேசியதன் தேர்ந்தெடுக்கப்பட்ட பகுதி. விவசாயம், நிலச்சீர்திருத்தத்தில் அண்ணா கொண்டிருந்த புரட்சிகரப் பார்வையை இந்த உரை துல்லியமாக்குகிறது.

நண்பர்களே, இதைப் போன்ற பல கருத்தரங்கங்கள் தமிழகத்திலே இன்று பல்வேறு பகுதிகளிலே நடத்தப்பட்டுவருகின்றன. அதற்கு மிக முக்கியமான காரணம், இன்று ஆட்சிப் பொறுப்பை ஏற்றுக் கொண்டிருக்கின்ற நாங்கள் 'எங்களுக்குத் தெரியாத விஷயங்கள் பல இருக்கின்றன' என்பதைத் தெரிந்துவைத்திருக்கிறோம். ஆகையினாலே, எங்களுக்குத் தெரியாத பல விஷயங்களைப் பற்றித் தெரிந்தவர்கள்மூலமாக, யார்யார், எந்தெந்தப் பிரச்சினைகளோடு நெருங்கிய தொடர்புகொண்டிருக் கிறார்களோ அவர்களையெல்லாம் ஒருங்கு அழைத்து, அவர்கள் மூலமாக அந்தத் தொழிலிலே உள்ள நுட்பங்களையும் ஏற்பட்டிருக்கிற சிக்கல்களை

யும் அவற்றை நீக்குவதற்கான வழிமுறைகளையும் அறிந்துகொள்வதிலே மிகுந்த ஆர்வத்தைக் கொண்டிருக்கிறோம். இது நல்ல பலனையும் தருகிறது.

நல்ல கருத்துகளைக் கொடுத்தது மட்டுமல்லாமல், சென்னையிலே ஏற்பட்ட தீ விபத்தின் காரணமாகத் துயரப்பட்டிருக்கின்ற மக்களுக்கு ஆறுதல் அளிக்கின்ற முறையில் திரட்டப்பட்டுவருகிற நிதிக்காக இந்த மாவட்டத்திலே உள்ள நண்பர்கள் சேர்ந்து பெரிய தொகையையும் தந்திருக்கிறீர்கள். அதற்காக முதலில் நன்றி தெரிவித்துக்கொள்ளக் கடமைப்பட்டிருக்கிறேன்.

தஞ்சைத் தரணியின் புகழ்

உங்களிடத்திலே நான் கேட்பதற்கு உரிமை பெறுகிறேன். நான் இன்றைய தினம் உங்களிடத்திலே கேட்டுக்கொள்வது துயர் துடைக்கிற காரியத்தில் அதாவது, உணவு நெருக்கடி என்ற துயர் துடைக்கிற காரியத்தில், பசிப்பிணியைப் போக்குகிற காரியத்தில் தமிழகத்தில் தஞ்சைத் தரணியைத் தான் நாங்கள் மிக அதிகமாக நம்பிக்கொண்டிருக்கின்றோம். நாங்கள் மட்டுமல்ல; 'விவசாய உற்பத்தித்துறையில் ஒரு மாபெரும் புதிய புரட்சி நடப்பது தஞ்சைத் தரணியிலே' என்று இந்தியா முழுவதிலேயும் எதிர்பார்த்துக் கொண்டிருக்கிறார்கள். இந்தியா முழுவதிலும் மட்டுமல்ல, நமக்குக் கடன் கொடுக்கிற வெளிநாட்டுக்காரர்கள்கூட 'தஞ்சையிலே சாகுபடி எப்படி இருக்கிறது, தஞ்சையிலே குறுவை எப்படி இருக்கிறது, தாளடி எப்படி இருக்கிறது, சம்பா எப்படி இருக்கிறது' என்று கேட்டுவிட்டுத்தான் கடன் கொடுக்கிறார்களே தவிர, யார் மந்திரியாக இருக்கிறார்கள் என்று கேட்டு அந்தக் கடனைக் கொடுப்பதில்லை. அந்த அளவுக்குத் தஞ்சைத் தரணி உலகப் புகழ்பெற்றிருக்கிறது. புகழ் பெருகப்பெருகப் பொறுப்பு பெரிதாகி விடும். பொறுப்புகளை ஏற்றுக்கொள்கிறபோது பல சங்கடங்கள் வரும்.

இந்த சங்கடங்களிலே சிலவற்றைத்தான் நம்முடைய நண்பர் பெரியவர் துரைசாமி ஐயர் சொன்னார்கள். அது தனிப்பட்ட முறையிலே ஏற்பட்ட சங்கடங்கள் அல்ல. பொறுப்புகளை ஏற்றுக்கொள்கிறபோது அந்தச் சங்கடங்கள் நிச்சயமாக ஏற்பட்டுத்தான் தீரும். ஒருசமயம், இந்தத் தலைமுறை முழுவதுமே சங்கடத்துக்கென்றே பிறந்த தலைமுறை என்று சொன்னாலும் தவறு இல்லை. இந்தத் தலைமுறையிலே நாம் பல சங்கடங்களைத் தாங்கிக்கொண்டால், வருங்காலத் தலைமுறைகள் நம்மை விட நிம்மதியாக வாழ்வதற்கு வழிதேடிக்கொள்ள முடியும்.

விதை சாகாமல் பயிர் முளைப்பதில்லை

உழவர் பெருங்குடி மக்களாகிய உங்களுக்கு நான் அதிகம் சொல்லத் தேவையில்லை. விதை செத்துதான் பயிர் முளைக்கும். விதை சாகாமல் பயிர் முளைப்பதில்லை. விதையை அப்படியே நாம் உண்டுவிட்டோமானால் பயிர் கிடையாது. அதைப் போல உற்பத்தியாகிற செல்வம் அவ்வளவும் இந்தத் தலைமுறையே தின்று தீர்த்துவிடுவது என்றால், அடுத்த தலைமுறைக்கு மிச்சம் எதுவுமிருக்காது. ஆகையால்தான் நாம்

இந்த நிலத்திலே உழுகிறவன் இவன் என்று பேதம் பிரித்துக்காட்ட முடியாத அளவுக்கு நில உடைமையாளர்கள் அவருடைய வீட்டுப் பிள்ளைகள், எம்.ஏ. படித்தாலும் பி.ஏ. படித்தாலும் பி.எஸ்ஸி. படித்தாலும் பி.காம். படித்தாலும் டிராக்டர்களை ஓட்டிக்கொண்டு தங்கள் நிலத்தைத் தாங்களே உழுகிற காலம்தான் நம் நாட்டின் பொற்காலமாக இருக்க முடியும்!

உழைக்கிற உழைப்பு நம்முடைய நல்வாழ்வுக்கு மட்டுமல்ல; இந்தத் தலைமுறையின் நல்வாழ்வுக்கு மட்டுமல்ல; வருங்காலத் தலைமுறைக் காகவும் நாம் உழைக்கிறோம் என்பதை நாம் எண்ணிப்பார்ப்போமானால், வழிவழி வருகிற தலைவர்களுக்காக நாம் இந்தத் தலைமுறையில் சில சங்கடங்களை ஏற்றுக்கொள்ள வேண்டும் என்பதை தேசியக் கடமையாக ஒவ்வொருவரும் கருத வேண்டும் என்று நான் பணிவன்போடு கேட்டுக் கொள்கிறேன்.

ஒன்றை நாம் ஒப்புக்கொண்டுதான் தீர வேண்டும். உலகத்திலே விவசாயத்திலே தேறியிருக்கிற எல்லா நாடுகளையும்விட, நம்முடைய நாடு உற்பத்தித் திறனில் கடைசிக் கட்டத்திலே இருக்கிறது. நம்மைவிடக் குறைவான நிலம் வைத்துக்கொண்டு, நம்மைவிடக் குறைவான ஆட்களை வேலைக்கு வைத்துக்கொண்டு, பிற நாடுகள் நம்மைவிட அதிக அளவுக்கு உற்பத்திசெய்து, நமக்கே உணவுப்பொருளைக் கடன் கொடுக்கக்கூடிய அளவுக்கு வளர்ந்திருக்கின்றன என்பதை நாம் மறந்துவிடுவதற்கில்லை.

பட்டதாரிகள் உழுகிற காலமே நம் நாட்டின் பொற்காலம்

வீட்டு வாசலில் காத்திருக்கத் தயாராகயிருக்கிறேன். நம்முடைய நண்பர்கள் துரைசாமி ஐயரும் ஞானசம்பந்தமும் சேர்ந்து ஒப்புக்கொள்கிற ஒரு உண்மை, 'உற்பத்தி பெருகியாக வேண்டும்' என்பது. உற்பத்தியை எப்படிப் பெருக்குவது, உற்பத்தி பெருகாமல் இருப்பதற்குக் காரணம் என்ன என்று துரைசாமி ஐயருடைய வாதம் ஒன்றாக இருக்கலாம், ஞானசம்பந்தத்தின் வாதம் ஒன்றாக இருக்கலாம். நான் இரண்டு பேருக்கும் சேர்த்து சர்க்கார் நடத்துகிறவன். ஆகையினால், எனக்கிருக்கிற அக்கறையெல்லாம் நீங்கள் ரெண்டு பேரும் எப்படியாவது ஒன்றுபட்டு, உற்பத்தியைப் பெருக்கிக் கொடுங்கள் என்று நான் கேட்டுக்கொள்கிறேன். நீங்கள் இருவரும் ஒன்றுபடுவதற்கு என்னுடைய துணை தேவை என்றால், நான் உங்கள் வீட்டு வாசல்படியில் காத்துக்கொண்டிருக்கத் தயாராக இருக்கிறேன். ஆனால், அவரவர்கள் தங்கள் தங்கள் பிரச்சினைகளைச் சொல்லிவிட்டு, துரைசாமி ஐயர் 'குத்தகை பாக்கி வரவில்லை' என்று சொல்லி, ஞானசம்பந்தம் 'விவசாயக் கூலிக்குப் போதுமான வருவாய் இல்லை' என்று சொல்லி, என்னைப் பட்டினி போடாதீர்கள் என்று மட்டும் உங்களை நான் பணிவன்போடு கேட்டுக்கொள்கிறேன்.

நான் கருதுகிறேன், இன்னும் ஒரு பத்து வருடம் பதினைந்து வருடங்களுக்குப் பிறகு, நிலத்துக்குச் சொந்தக்காரன் இவன் என்றும், இந்த நிலத்திலே உழுகிறவன் இவன் என்றும் பேதம் பிரித்துக்காட்ட முடியாத அளவுக்கு, நில உடைமையாளர்கள் அவருடைய வீட்டுப் பிள்ளைகள், எம்.ஏ. படித்தாலும் பி.ஏ. படித்தாலும் பி.எஸ்ஸி. படித்தாலும் பி.காம். படித்தாலும் டிராக்டர்களை ஓட்டிக்கொண்டு, தங்கள் நிலத்தைத் தாங்களே உழுகிற காலம்தான் நம் நாட்டின் பொற்காலமாக இருக்க முடியும். 'மிராசுதாரர் என்றால் நிலத்துக்கு உடைமையாளர். உடைமையாளராக இருப்பதற்கு அந்தஸ்து என்ன என்றால், உழைக்காமல் இருப்பது' என்ற பழைய மரபு நிச்சயமாக அழிந்துவருகிறது. காரணம் என்னவென்றால், ஏராளமான நிலம் ஒருவரிடத்திலே இருந்த காலத்தில் அவருக்கே எங்கே நிலம் இருக்கிறது என்று தெரியாமல், எந்த நிலத்திலிருந்து எது வந்தது என்று தெரியாமல்; அவர் மோட்டார் ஏறிப் போகிறபோது டிரைவர் சொல்வார் "நமக்கு இந்தப் பக்கத்திலே நாலு வேலி உண்டு" என்று. "இந்தப் பக்கத்திலே ஏதுடா?" என்று கேட்பார் அவர். "உண்டுங்க, அம்மா சொன்னார்கள்" என்பார். "அப்படியா? அப்படியானால் இருக்கும்" என்று எண்ணிக்கொண்டு வந்த மிராசுப் பரம்பரை, கடைசி தடவையாக உலகத்திலே வாழ்ந்துகொண்டிருக்கிறது.

ஏராளமான நிலம் இருப்பது ஆபத்தின் அறிகுறி

இனி, எந்த அளவுக்குத் தங்களிடத்திலே நிலம் இருந்தால் நேரடியாகப் பார்க்க முடியுமோ அந்த அளவுக்கு நிலத்தை வைத்துக்கொண்டிருப்பது தான் பாதுகாப்புக்கும் நல்லது. பயிர் வளர்ச்சிக்கும் நல்லது. குடும்பத்துக்கும் நல்லது. நாட்டுக்கும் நல்லது. ஏராளமான நிலம் இருப்பது, ஒரு காலத்திலே அந்தஸ்துக்கு அறிகுறி. ஏராளமான நிலம் இப்போது இருப்பது வாழ்க்கை யினுடைய ஆபத்துக்கு அறிகுறி.

ஆகையினாலே, இன்று உடைமையாளர்களாக இல்லாமலிருக்கிற விவசாயக் கூலிகளுக்கெல்லாம் நிலம் கிடைக்கிற ஒரு திட்டம் வெற்றி கரமாக நிறைவேற்றப்படுகிறபோது, அவர்களும் உடைமையாளர்கள் ஆகிற காலம் வரும். உடைமையாளர்கள்- உழைப்பாளர்கள் என்று இரண்டு வர்க்க நிலை மாறும். இன்று பேசி நாளை தீர்ந்துவிடுகிற பிரச்சினை இதுவல்ல என்றாலும், அந்த லட்சியத்தை இந்த அரசு முதல் லட்சியமாகக் கொண்டிருக்கிறது. அதை நிறைவேற்றுவதற்கான வழிவகைகளைப் பற்றித் தீவிரமாக ஆராய்ந்துகொண்டிருக்கிறது. அப்படி ஆராய்ந்துகொண்டிருக்கிற திட்டங்களை நடைமுறைக்குக் கொண்டுவருவதற்கு அக்கறையும் ஆதரவும் நிரம்ப நாட்டிலே இருப்பதையும் இந்த அரசு அறிந்திருக்கிறது.

ஆனால், இப்போது நமக்கு இருக்கின்ற முக்கியமான பிரச்சினை, நாம் உற்பத்தியைப் பெருக்குவதற்குச் செய்ய வேண்டிய காரியங்களைச் செய்திருக்கிறோமா? 'நாம்' என்று நான் குறிப்பிட்ட நேரத்தில் நிலத்துக்கு உடைமையாளர்கள், அதிலே பாடுபடுகிற விவசாயப் பெருங்குடி மக்கள், இவர்களுக்குப் பொறுப்பாக விவசாயத்துக்குத் தேவையான வசதிகளைத்

இன்று உடைமையாளர்களாக இல்லாமலிருக்கிற விவசாயக் கூலிகளுக்கெல்லாம் நிலம் கிடைக்கின்ற ஒரு திட்டம் வெற்றிகரமாக நிறைவேற்றப்படுகிறபோது, அவர்களும் உடைமையாளர்கள் ஆகின்ற காலம் வரும். உடைமையாளர்கள் - உழைப்பாளர்கள் என்று இரண்டு வர்க்க நிலை ஒன்றாக மாறும்!

தேடிக்கொடுக்க வேண்டிய பொறுப்பிலே உள்ள அரசு, ஆகிய இத்தனையும் சேர்ந்ததுதான் 'நாம்' என்று குறிப்பிடுகிறேன். இதிலே மழையையும் சேர்த்துக்கொள்ள வேண்டும். ஆனால், அது எந்த அரசுக்கும் கட்டுப்பட்டதல்ல. ஆகையினால் அதை நான் இந்தப் பட்டியலிலே சேர்க்கவில்லை.

அரசைப் பொறுத்தவரையில் ஒன்றை நான் திட்டவட்டமாகத் தெரிவிக்க விரும்புகிறேன். விவசாயிகளுக்குச் செய்ய வேண்டிய அனைத்தையும் செய்துவிட்டதாக இந்த அரசு ஒப்புக்கொள்ளத் தயாராக இல்லை. நாங்கள் செய்யத் தவறியவை மிகமிக அதிகமான அளவுக்கு இருக்கின்றன. அதிலே நம்முடைய நண்பர் பட்டுக்கோட்டை சீனிவாச ஐயர், அதிலே நானும் அவரும் சட்டசபையில் இருந்த நாட்களில் ஒவ்வொரு நாளும் பேசுவார். அவருடைய கட்சியினுடைய தலைவர்களுக்கேகூட அவர்களிடத்திலே அப்போது கோபம் வரும். நான்தான் அப்போது அந்தத் தலைவர்களுக்கு "பரவாயில்லை... இன்னும் கொஞ்சம் பேசட்டும், பல விஷயங்கள் அவர் சொல்லுவார்" என்று சொல்வேன். இன்றைய தினம் அவர்கள் பேசுகிற போதுகூட நான் 1957-58-ல் எதையெதை அவர் பேசக் கேட்டேனோ அதைத்தான் கேட்டேன். எதற்காக இதைச் சொல்கிறேன் என்றால், பிரச்சினைகள் அப்படியே இருப்பதாலேயே அவற்றை அவர் திரும்பத் திரும்பச் சொல்ல வேண்டியிருக்கிறது. அதையேதான் என்னுடைய நண்பர் கே.பி.எஸ்.மணியும் சொன்னார்கள், மாரிமுத்துவும் சொன்னார்கள்.

நாட்டுப் பொருளாதாரம் விவசாயத்தின்பேரிலே கட்டப்படுகிறது!

பசிப் பிணியைத் தீர்ப்பதை, பசியைப் 'பிணி' என்று சொன்னதே தமிழர்கள்தான். மற்ற பிணிகளைப் போல பசி என்பது ஒரு பிணி என்று சொல்லி, சங்க இலக்கியத்திலே வள்ளல்களை, 'பசிப் பிணி மருத்துவர்' என்றே அழைத்திருக்கின்றார்கள். 'வள்ளல்களுக்கு வள்ளல்கள்' என்று பெயரிடுவது மட்டுமல்லாமல், பசிப் பிணி மருத்துவர், பசி என்ற நோயைத் தீர்க்கின்ற மருந்து கொடுக்கின்றவர் என்றே அழைத்திருக்கின்றார்கள். தஞ்சைத் தரணி தமிழகத்துக்குப் பசிப் பிணி தீர்க்கின்ற மருத்துவர்களாக உங்களை நீங்கள் கருதிக்கொள்ள வேண்டும்.

நீங்கள் இப்போது சொல்லியிருக்கின்ற பல கருத்துகளில் ஒன்றைக்கூட என்னாலே மறுத்துப் பேச முடியவில்லை. எல்லாம் நியாயமானவை. எல்லாம் உண்மையானவை. நான் கேட்டுக்கொள்வதெல்லாம், இந்த நியாயத்தை நடத்துவதற்குக் கொஞ்சம் காலம் கொடுங்கள். வாய்தாதான்

வாங்குகிறேன். கொஞ்சம் காலம் கொடுங்கள். அதிகாரியிடத்திலே கலந்து பேசி, எவை எவற்றை நல்ல முறையிலே தீர்க்க முடியுமோ, அவற்றைத் தீர்ப்பதற்காக நான் நிச்சயமாக அக்கறை காட்டுவேன்.

நாம் செய்துவிட்ட பெரிய குறையே பதினைந்து இருபது வருடங்களாக ஆட்சியில் இருந்துவந்தவர்கள் - அவர்கள் என்னைவிட அறிவுத் தெளிவிலே மிக்கவர்கள். அதிலே எனக்கே ஐயப்பாடு கிடையாது - எதைப் பார்த்து எதைச் செய்யத் தவறிவிட்டார்கள் என்றால், 'நம் நாட்டுப் பொருளாதாரம் விவசாயத்தின்பேரிலே கட்டப்படுகிறது' என்ற அடிப்படை உண்மையை அவர்கள் மறந்துவிட்டார்கள். பொருளாதாரம் வளர வேண்டும் என்பதற்காகப் புதிய புதிய தொழில்களை ஆரம்பிப்பதிலேயும் உடனடியாகப் பலன் தர முடியாத பெரிய பெரிய அணைகளையும் தேக்கங்களையும் தொழிற்சாலைகளையும் அமைப்பதிலே நம் நாட்டினுடைய சக்தியையும், நம்முடைய நிபுணர்களின் நேரத்தையும், நம்முடைய விஞ்ஞானிகளின் கவனத்தையும், நாம் கொடுத்த வரிப் பணத்தையும் அவர்கள் முடக்கிப்போட்டதாலேயே நமக்கு இந்தத் தொல்லை வந்தது. கோதுமைக்கு நாம் கப்பலை எதிர்பார்த்திருக்கலாமா?

மனித சக்திக்குத்தான் முதலிடம் தர வேண்டும்

நம்முடைய நண்பர்கள் ஞானசம்பந்தமும் கே.பி.எஸ்.மணியும் மாரிமுத்துவும் சுப்பையாவும் சொன்னதைச் சாதாரண விஷயம் என்று தள்ளிவிடக் கூடாது. விவசாயக் கூலியினுடைய மனம் திருப்தியாக இருந்தால் ஒழிய, அவனுடைய வாழ்க்கை நிம்மதியானதாக இருந்தால் ஒழிய, அவனுடைய வயிற்றுப்பாட்டுக்குத் தேவையான அளவுக்கு உழைப்பின் மூலம் அவனுக்குக் கிடைத்தாலொழிய நிச்சயமாக விவசாயத்தை வளரச் செய்ய முடியாது. மனித சக்திக்குத்தான் முதலிடம் தர வேண்டும் என்பதன் முக்கியமான கருத்து, மற்ற எந்த சக்தியும் மனித சக்தியினாலேதான் உண்டாக்கப்படுகிறது - பராமரிக்கப்படுகிறது. அப்படிப்பட்ட மனித சக்தியை வீணாக்காமலும், அந்த மனித சக்தி நொந்த நிலை அடையாமலும் பார்த்துக்கொள்ள வேண்டுமானால், கூடுமானவரையில் அவர்களுக்குத் தருகிற ஊதியத்தை நீங்கள் தாராள மனப்பான்மையோடு கொடுப்பது மட்டுமல்லாமல், பொருளாகவே கொடுப்பது என்பதை ஒரு மரபாக்கிக் கொள்வீர்களானால், அதனாலே மிகமிகப் பலன் கிடைக்கும்.

நம்முடைய நண்பர் ஞானசம்பந்தம்கூடச் சொன்னார்கள், "சர்க்காருடைய காதுக்குக்கூட வருவதற்குக் கொஞ்சம் நேரமாகலாம், மாவட்ட கலெக்டருக்கு அந்தப் பிரச்சினையைத் தெரிவிப்பது சுலபத்திலே நடக்கின்ற காரியம்." அவரையும் துணை வைத்துக்கொண்டு, நிலத்துக்குச் சொந்தக்காரர்களும், விவசாயத்திலே பாடுபடுகிறவர்களும் அவரவர்கள் தொழிற்சங்கத்துக்குத் தலைவர்களாக உள்ளவர்களும் உட்கார்ந்து, அந்த விவசாயக் கூலியை நிர்ணயம் செய்துகொண்டு, அதைப் பொருளாகக் கொடுப்பது என்று நீங்கள் ஏற்பாடு செய்வீர்களானால் தமிழகத்துக்கு மட்டுமல்ல, இந்தியாவுக்கே வழிகாட்டியவர்களாவீர்கள்.

விவசாயக் கூலியினுடைய மனம் திருப்தியாக இருந்தாலொழிய, அவனுடைய வாழ்க்கை நிம்மதியானதாக இருந்தாலொழிய, அவனுடைய வயிற்றுப்பாட்டுக்குத் தேவையான அளவுக்கு உழைப்பின் மூலம் அவனுக்குக் கிடைத்தாலொழிய நிச்சயமாக விவசாயத்தை வளரச்செய்ய முடியாது.

பதுக்கலாமா, நமக்கு அறம் வேண்டாமா?

நம்முடைய நண்பர் கே.பி.எஸ்.மணி சமுதாய ஒழுக்கக் கேடுகள் நடப்பதைப் பற்றி மனக்குறை பட்டுக்கொண்டு எடுத்துப் பேசினார்கள். அதிலும் இந்தப் பதுக்கலைப் பற்றிப் பேசினார்கள். இந்தப் பதுக்கல் என்பது சர்க்காரினுடைய நடவடிக்கையினாலே மட்டும் தீர்ந்துபோகும் என்று நான் கருதவில்லை. 'பதுக்குபவன் சமூக விரோதி' என்ற ஒரு எண்ணம் மக்களுக்கே வர வேண்டும். அது இன்னும் வரவில்லை. நம்முடைய நாட்டில் ஒருவனிடத்திலே எப்படியாகிலும் பணம் சேர்ந்து விட்டால், அவனை மதிக்கிற பழக்கம் நம்முடைய மக்களுக்கு வருகிறது. பேசிக்கொள்கிறபோதுகூடக் கேவலமாகப் பேசுவார்கள், "எப்படி அவனுக்குப் பணம் வந்தது?" "எல்லாம் இலங்கையிலிருந்து வந்தது". "இவனுக்கெப்படிப் பணம் வந்தது?" "பதுக்கலாலே வந்தது" என்று பேசுவார்களே தவிர, அதை ஒரு சமுதாய அநீதி என்று உணர்கிற தன்மை நமக்கு வரவில்லை.

மேல் நாடுகளிலே அப்படி இல்லை. இங்கிலாந்து நாட்டில் இரண்டாம் உலகப் போரின்போது, சாமான்களுக்கெல்லாம் பங்குபோட்ட நேரத்தில், 'ஒரு ஆளுக்கு இவ்வளவுதான் துணி - சட்டைக்கு' என்று பங்குபோட்ட போது, இங்கிலாந்து நாட்டிலே உள்ள வாலிபர்களும் முதியோர்களும் சட்டை தைக்கிறபோது பின்பக்கத்திலே முழுவதும் வைக்காமல் தோள்பட்டையோடு நிறுத்தி, அதிலே மிச்சமான துணியை நாட்டுக்குக் கொடுத்தார்கள் என்று நான் படித்தேன். அதற்கு நேர்மாறு நம்முடைய நாட்டில். ஒன்றுக்குப் பங்கீடு என்று சொன்னவுடன் எவ்வளவு கிடைக் கிறதோ அதை நம் வரையிலே வாங்கிவைத்துக்கொள்ளலாம் என்று நமக்கு ஒரு துடிப்பு வருகிறது.

இங்கிலாந்து நாட்டில் இரண்டாவது உலகப் போரின்போது லண்டன் நகரத்தில் முட்டைகளே கிடையாது - யாருக்கும். எவ்வளவு பணக்காரன் ஆனாலும் அவனுக்குக் கோழி முட்டை தர மாட்டார்கள். கிராமத்திலே உள்ளவர்களுக்கு மட்டும்தான் கோழி முட்டை ஏனென்றால், நகரத்திலே உள்ளவன் வேறு பொருளாலே தனக்கு வலிவைத் தேடிக்கொள்ளலாம். கிராமத்திலே உள்ளவனுக்குக் குறைந்த விலையில் நிறைந்த வலிவு தருவது கோழி முட்டை என்பதாலே, கிடைக்கின்ற முட்டை அவ்வளவும் கிராமத்திலே உள்ளவனுக்குக் கொடுத்துவிட்டு, நகரத்திலே உள்ளவர்

களுக்கு இல்லை என்று சொல்லிவிட்டார்கள். அப்படி ஏதாகிலும் பொருள் தட்டுப்பாடு ஏற்பட்டு, நாம் ஒரு சட்டம் போட்டால், அந்தச் சட்டம் போட்டவுடன் யார் வசதியோடு இருக்கிறார்களோ அவர்கள் வீட்டில் தடுக்கப்பட்ட பொருள் அத்தனையும் எப்போதும்போல இருக்கிறது. எப்போதும்போல மட்டுமல்ல, முன்னாலே இருந்ததைவிட அதிகம் இருக்கிறது. இருப்பது மட்டுமல்ல, அதைப் பெருமையாகவும் சொல்லு கிறார்கள்.

தமிழ்ப் பெரும் புலவர் சொன்னார் அறம் என்பதற்குப் பொருள், 'இம்மைச் செய்தது மறுமைக்கு ஆமெனும் அறவிலை வாணிபன் ஆய்அல்லன்' என்று! ஆய் என்றொரு வள்ளல் இங்கே அறம் செய்கிறான். தர்மம் என்று சொல்கிறோமே அந்த அறம் செய்கிறான் என்றால், இம்மைச் செய்தது மறுமைக்கு ஆம் என்ற அறவிலை வாணிபன் அல்ல என்று குறிப்பிட்டதுபோல, நீங்கள் சமுதாயத்துக்குச் செய்கின்ற அறம் அந்த அறத்தின் மூலமாக வாணிபம் நடத்துவதாகப் பொருளல்ல, அது கொடுத்த இடத்திலேயே அதிகமான அளவுக்கு நமக்குக் கிடைக்கும்.

விவசாயி உங்களோடு அல்ல; பசியோடு போராடுகிறான்

ஒன்று எனக்கு ரொம்பப் பிடித்தது. நம்முடைய ஞானசம்பந்தம் சொன்னது. "விவசாயக் கூலி உங்களோடு போராடவில்லை. அவன் பசியோடு போராடுகிறான்" என்று சொன்னதை நீங்கள் ஒவ்வொருவரும் நில உடைமையாளர்கள் வீட்டிலே எழுதிவைத்துக்கொண்டு, ஒவ்வொரு நாளும் பார்க்க வேண்டும். பசியோடு போராடுகிறான். பசியோடு போராடுபவனுக்குப் பழமொழி சொல்லுவார்கள் 'ஆத்திரத்துக்குச் சாத்திரம் இல்லை' என்று, 'பசி வந்திடப் பத்தும் பறந்துபோகும்' என்று. அப்படிப் பசியோடு போராடுகிறபோது, அவன் கடினமாக நடக்கிறான் என்று பின்னாலே குறைபட்டுக்கொள்வதைவிட, அவனைப் பசியாத வயிறுள்ளவனாக்கி, அதற்குப் பிறகு பாருங்கள் உற்பத்தி எப்படிப் பெருகுகிறது என்று. இவற்றையெல்லாம் தஞ்சைத் தரணியிலே உள்ள நில உடைமையாளர்களுக்கு நான் அதிகம் சொல்லத் தேவையில்லை. அவர்கள் அவற்றையெல்லாம் நன்றாக அறிந்திருக்கிறார்கள். அந்த முறை யிலே நடந்துகொள்வார்கள் என்பதில் எந்தவிதமான ஐயப்பாடும் இல்லை.

ஆனால், தொடக்கத்திலே நான் சொன்னபடி சர்க்கார் தரப்பிலிருந்து செய்யப்பட வேண்டியவற்றில் உடனடியாக நாங்கள் இன்றைய தினம் உரத்தினுடைய அளவு அதிகப்படுவதற்கு வழிவகை தேடி, பெருமளவுக்கு தஞ்சைத் தரணிக்குத் தரும்படியாகப் பெற்றிருக்கிறோம். ஆனால், அதற்குக் கொடுத்துக்கொண்டுவந்த மானியத்தை மத்திய சர்க்கார் இன்றைய தினம் நீக்கிவிட்டதாலே உரத்தின் விலை ஏறியிருக்கிறது. இதை நீங்கள் என்னிடத்திலே எப்படிச் சொல்லிக் குறைபட்டுக்கொண்டீர்களோ அதே போல் முதலமைச்சர்கள் மகாநாட்டிலேயும் தனியாக மொரார்ஜியைப் பார்த்த நேரத்திலேயும், "நீங்கள் இந்த நேரமாகப் பார்த்தா இந்தக் காரியத்தைச் செய்வது? நீங்கள் என்னுடைய திட்டத்துக்குக் குழி

"விவசாயக் கூலி உங்களோடு போராடவில்லை. அவன் பசியோடு போராடுகிறான்" என்று சொன்னதை நீங்கள் ஒவ்வொருவரும் நில உடைமையாளர்கள் வீட்டிலே எழுதிவைத்துக்கொண்டு ஒவ்வொரு நாளும் பார்க்க வேண்டும்!

பறிக்கிறீர்கள்" என்று நானும் குறைபட்டுக்கொண்டேன். நாளைய தினமும் அவரை நான் பார்க்கவிருக்கிறேன். நாளைய தினமும் நான் உங்களுக்காக வாதாடுவேன்.

கிராமங்களுக்குச் சாலைகள் மிக முக்கியம்

இரண்டொரு நண்பர்கள் முக்கியமான ஒரு விஷயத்தைச் சொன்னார்கள். "கிராமங்களுக்குப் பாதைகள் இல்லாமல் எப்படி எங்களுடைய காரியம் நடக்கும்?" என்று கேட்டார்கள். நியாயமான கேள்வி. விளையலாம், எதுவும் வாங்கலாம் கிடங்குகளில், வாங்கியதைக் கொண்டுபோய் நிலத்திலே கொட்ட வேண்டும் என்றாலும், விளைந்ததை அறுத்து எடுத்துக்கொண்டு வர வேண்டும் என்றாலும் பாதைகள் நல்ல முறையிலே இருக்க வேண்டும். அந்தப் பாதைகள் நம்முடைய தஞ்சையிலே நல்ல முறையிலே அமையாமல் இருந்ததற்கு யார் காரணம் என்று பார்த்தால், சர்க்கார் மட்டுமல்ல, ஒவ்வொரு நிலச் சொந்தக்காரனும் இந்த மண்வெட்டியினாலேயே சர்வே செய்திருக்கிறார்கள். கொஞ்சம்கொஞ்சமாகச் சரித்துச் சரித்து, பாதையைக் குறுக்கிக் குறுக்கி, நிலத்தோடு சேர்த்துச் சேர்த்து, வரப்பளவுக்கு மட்டும் விட்டுவைத்திருக்கிறார்கள். அதை சர்க்கார் ஏன் அனுமதித்தது என்று நானாக ஆராய்ந்தேன். அவர்கள் நிலமென்றால் உற்பத்திக்கு மட்டும்தான் என்று கருதினார்களே தவிர, பாதை இருந்தால்தான் தொடர்பு இருக்கும்; தொடர்பு இருந்தால்தான் விளைவதற்கு நல்ல விலை கிடைக்கும்; தேவைப்படுகிற நேரத்தில் தேவைப்படுகிற இடத்துக்குக் கொண்டு செல்ல முடியும் என்பதை உணராமல் இருந்தார்கள். இனி, அந்தப் பாதை அமைப்பை நல்ல முறையிலே கவனிப்பதற்குத் தனிக் கவனத்தைச் செலுத்தும்படி அதற்குரிய அதிகாரிகளை நான் கேட்டுக்கொள்ள விரும்புகிறேன்.

இன்னொன்று என்னுடைய மனதுக்கு ரொம்பப் பிடித்த ஒரு விஷயம், "பஞ்சாயத்து யூனியனிடத்திலே பணம் நிரம்ப இருந்தும் அவர்கள் அதிலே விவசாயக் கருவிகள் வாங்குவதற்கும் டிராக்டர்கள் வாங்குவதற்கும் இன்றைய தினம் ஏதோ சட்டம் குறுக்கிடுகிறது" என்று சொன்னார்கள். அப்படிச் சட்டம் குறுக்கிடுவதானால், அதற்குச் 'சட்டம்' என்ற அந்தஸ்தே கூட இருக்கக் கூடாது. சட்டம் என்பது தாராளமாகக் காரியங்களை நடத்துவதற்கு அது பயன்பட வேண்டுமே தவிர, பணத்தை முடக்கிவைப்பதற்கு ஒரு சட்டம் இருக்கக் கூடாது. ஆகையினாலே இவற்றுக்காகவெல்லாமும் நான் நிச்சயமாக உங்கள் சார்பிலே வாதாடுவேன்.

அண்டை மாநிலங்களோடு நல்லுறவு, நம்பிக்கை, எதிர்காலத்தைப் பற்றி நம்முடைய பட்டுக்கோட்டை சீனிவாசய்யர் நாமெல்லாம் பயப்படும் படியாகச் சொன்னார்கள். "இந்தக் காவேரி ஒப்பந்தத்தினுடைய மறு பரிசீலனை 1974-ல் வருகிறது. ஜாக்கிரதை... ஜாக்கிரதை!" என்றார்கள். உள்ளபடி ஜாக்கிரதையாகத்தான் இருக்க வேண்டும். ஏனென்றால், காவேரி நமக்குப் பயன்படுகிறதே தவிர, அதனுடைய உற்பத்தி இடம் நம்மிடத்திலே இல்லை.

நான் அந்த இரண்டு மூன்று மாநில அமைச்சர்களிடத்திலேயும் கேரளத்திலே உள்ளவர், ஆந்திரத்திலே உள்ளவர், கர்நாடகத்திலே உள்ளவர் இவர்களிடத்திலே பேசிப்பார்த்த அளவுக்கு, அவர்களெல்லாம் நிச்சயமாக இந்த நாலு இடங்களும் ஒன்றுபட்டு இயற்கை வளங்களைப் பங்கிட்டுக் கொள்ள வேண்டும் என்ற பொதுத் தத்துவத்தை ஏற்றுக்கொண்டிருக் கிறார்கள். ஆகையினாலே, இந்த ஒப்பந்தம் வருகிறபோதுகூட அதிகமான தகராறுகள் இருக்காது என்று நான் கருதுகிறேன். ஆனால், ஒவ்வொரு மாநிலத்துக்கும் ஒவ்வொரு அதிகாரி இருக்கிறார். இந்த அதிகாரி சொல்வதை மறுப்பதிலேதான் தன்னுடைய திறமை 'தெரியும் என்று அந்த அதிகாரி மறுக்கக்கூடும். ஆக, இந்த அதிகாரிகளின் திறமைகள் சில வேளைகளிலே பிரச்சினைகளை இழுக்கும். ஆனாலும், அவற்றிலே குறுக்கிட்டு அந்த மாநில முதலமைச்சர்கள் நமக்கு நன்மை செய்ய வேண்டும் என்ற நல்ல கருத்தோடு இருக்கிறார்கள் என்பதை நான் நம்பிக்கையோடு தெரிவித்துக்கொண்டு, அந்த மாநில முதலமைச்சர்களுக் கெல்லாம்கூட நன்றி தெரிவித்துக்கொள்ள விரும்புகிறேன்.

கேரளத்துக்கு அரிசி கொடுப்போம்

நான் கேரளத்து முதலமைச்சருக்கே சொன்னேன் "திருப்பித் திருப்பி எங்களுக்கு அரிசி கொடுங்கள்... அரிசி கொடுங்கள் என்று கேட்கிறீர்கள். கடலிலே வீணாகக் கலந்துபோகிற தண்ணீரை எங்களுக்குக் கொடுங்கள். அரிசி நான் கொடுக்கிறேன். எத்தனை லட்சம் டன் வேண்டும் என்றாலும் தருகிறேன்" என்று அவர்களிடத்திலே சொன்னேன். இரண்டு நாளைக்கு முன்னாலே பத்திரிகையிலே பார்த்தேன். அது உண்மையான செய்தியாக இருக்க வேண்டும் என்று பெரிதும் விரும்புகிறேன். 'தண்ணீரைக் கொடுத்து அரிசி வாங்கிக்கொள்ளப்போகிறோம்' என்று கேரளத்திலே உள்ள அரசினர் கருதுவதாகப் பத்திரிகைச் செய்தி வந்தது. அப்படி அவர்கள் வருவார் களானால், நிச்சயமாக அந்தக் காரியத்திலே நான் மிகுந்த அக்கறை காட்டுவேன்.

இப்போதேகூட தமிழகத்திலே இருக்கின்ற கேரள மக்கள் பல லட்சம். கேரளத்திலே இருக்கிற தமிழ்நாட்டு மக்கள் பல ஆயிரங்கள் இருக்கலாம். அதைத்தான் நான் சொன்னேன், "இப்போதே கேரளாவுக்கு அரிசி அனுப்பினால்தானா? இங்கேயே கேரள மக்களுக்கு நான் சோறு போட்டுக் கொண்டுதான் இருக்கிறேன்" என்று அவர்களுக்குச் சொன்னேன். கேரளா வுக்கு அரிசி கொடுப்பதிலே நான் ஒரு துளியும் தயக்கம் காட்டவில்லை.

ஒருவரைக் கெடுத்து இன்னொருவரை வாழவைக்க நான் என்ன பைத்தியக்காரனா? ஒருவர் தங்களுடைய தேவைக்குப் போக மீதமிருப்பதைக் கொடுத்து இன்னொருவரை வாழ வைக்கிற திட்டம் என்ற முறையில் அதிலே எந்தவிதமான குற்றமும் இல்லை என்பதனை நான் தெரிவித்துக்கொள்ள விரும்புகிறேன்.

அதைப் போலவே நமக்குத் தண்ணீர் கொடுப்பதற்கு அவர்களும் தயக்கம் காட்ட மாட்டார்கள், காட்டக் கூடாது என்று நாமெல்லாம் விரும்புகிறோம்.

அதைப் போலத்தான் ஆந்திரம். நம்முடைய நண்பர் சீனிவாச ஐயர் சென்னையினுடைய குடிதண்ணீர் பிரச்சினையைப் பற்றிச் சொன்னார்கள். இந்த கிருஷ்ணா - பெண்ணாறு திட்டத்தைப் பற்றி. இந்த கிருஷ்ணா - பெண்ணாறு திட்டம் உடனடியாக முடியக்கூடியதாக இருந்தால், எனக்குக் காவேரி திட்டம்கூடத் தேவையில்லை. ஆனால், அது உடனடியாக முடிவதாக இல்லை. ஏனென்றால், கிருஷ்ணாவிலேயிருந்து தண்ணீரைப் பெண்ணாற்றுக்குக் கொண்டுவருவதற்குள் அவர்கள் கோதாவரியிலிருந்து கிருஷ்ணாவுக்குத் தண்ணீர் வேண்டும் என்று கேட்கிறார்கள். ஆக, இது இரண்டு மாநிலப் பிரச்சினையாக மட்டும் இல்லை. நாலைந்து மாநிலத்தினுடைய பிரச்சினையாக வடிவமெடுத்திருக்கிறது.

சென்னை யாருடையது? வீராணம் தண்ணீரைக் குடிப்போர் யார்?

ஆக, கிருஷ்ணாவிலிருந்து தண்ணீரைக் கொண்டுவருவதானாலும் வழிநெடுக அதற்காக வெட்டப்பட வேண்டிய வாய்க்காலுக்கு யார் பணம் செலவழிப்பது என்ற தகராறு இருக்கிறது. அப்படி வாய்க்காலிலே தண்ணீர் வந்தாலும் அது குடி தண்ணீருக்கு மட்டுமல்லாமல், ஆந்திரப் பகுதியிலே விவசாயத்துக்குப் பயன்பட வேண்டும் என்றும் சொல்கிறார்கள். இந்தப் பிரச்சினைகளெல்லாம் இருப்பதாலேதான் வீராணத்திலேயிருந்து தண்ணீர் எடுக்க வேண்டும் என்ற திட்டத்தை - காவேரி திட்டத்தைத் தமிழக அரசு மேற்கொண்டிருக்கிறது. "அது தஞ்சை ஜில்லாவைப் பாதிக்கும், சிதம்பரம் தாலுக்காவைப் பாதிக்கும்" என்று நம்முடைய நண்பர் சொன்னார்; வீராணம் ஏரியிலேயிருந்து நாம் தண்ணீர் எடுக்கிறோம் என்றால், வீராணத்துக்கென்று தண்ணீர் கிடையாது. வீராணத்துக்குத் தண்ணீர் காவேரியிலேயிருந்து நாம் கொஞ்சம் தருகிறோம். வீராணம் என்பது ஒரு பாத்திரமே தவிர, அது ஊற்று அல்ல. அந்தப் பாத்திரத்திலே தண்ணீர் விட்டுத் தேவையான அளவுக்கு எடுத்துக்கொள்கிறோம். அதைப் பருகு கின்றவர்கள் சென்னை மக்கள். அப்படிப் பார்த்தால், சென்னை மக்கள் என்றே ஒன்று கிடையாது. அவருக்குத் தெரியும், சீனிவாச ஐயருக்கு!

சென்னை என்பது என்ன? அந்தக் கடலோரத்திலே இருந்த மீனவர்கள்

கொஞ்சம் பேரும், வெளிநாட்டிலிருந்து வந்த வெள்ளைக்காரர்களும் சேர்ந்து இருந்த ஒரு இடம் சென்னை. இப்போது சென்னை அதுவா? வாரத்திலே இரண்டு நாளாகிலும் தஞ்சாவூரிலே உள்ளவர்கள் சென்னைப் பட்டணத்துக்கு வருகிறீர்கள். அண்ணன் தஞ்சாவூரிலே இருந்தால், தம்பி சென்னைப் பட்டணத்திலே இருக்கிறீர்கள். நீங்கள் காவேரியிலிருந்து கொடுக்கிற தண்ணீரில் என்னுடைய கணக்கின்படி மூன்றிலே இரண்டு பங்கு தண்ணீர் தஞ்சாவூர்க்காரர்தான் சாப்பிடுகிறார். நீங்கள்தான் அங்கே நிரம்ப இருக்கிறீர்கள். எங்களுடைய மாவட்டச் செயலாளரை எடுத்துக் கொள்ளுங்கள், மன்னை நாராயணசாமியை; அவர் குடிக்கிற தண்ணீரில் முக்கால்வாசித் தண்ணீர் சென்னைப் பட்டணத்துத் தண்ணீர்!

சீனிவாச ஐயர் திருப்தி முக்கியம், ஏன்?

ஆகையினால், விவசாயத்தைப் பாதிக்காத முறையில், சிதம்பரம் தாலுகாவைப் பாதிக்காத முறையில், தஞ்சைத் தரணியைப் பாதிக்காத முறையில், அந்தத் திட்டம் நிறைவேற்றப்பட இருக்கிறது என்பதனை நான் சீனிவாச ஐயருக்குத் தெரிவித்துக்கொள்கிறேன். ஏனென்றால், அவர் ஒருவருக்குத் திருப்தி ஏற்பட்டுவிட்டால் போதும் எனக்கு. அவர் ஒரு நாளைக்கு ஒரு நூறு பேரிடத்திலாகிலும் அதைச் சொல்லுவார். "நான்கூட அப்படித்தான்டா நினைத்தேன், அண்ணாதுரை சொன்னான் சரியாதான் இருக்கு. இருக்கட்டும்... இருக்கட்டும்!" என்று சொல்வாராகையினால், நான் அந்தப் பிரச்சினையைக் கவனமாக அவருக்குச் சொல்ல விரும்பு கிறேன். ஏனென்றால், சீனிவாச ஐயரைப் போன்றவர்கள் ஒரு சந்தேகத்தைக் கிளப்பி விட்டால்கூடப் பலருக்குப் பயம் வந்துவிடும். "ஐயர் சொன்னாரே... ஐயர் சொன்னாரே... நமது சீர்காழி கெட்டுவிடுமாமே, சிதம்பரம் கெட்டுவிடுமாமே!" என்று. பயப்படாதீர்கள், ஒருவரைக் கெடுத்து இன்னொருவரை வாழவைக்க நான் என்ன பைத்தியக்காரனா?

ஒருவரைக் கெடுத்து இன்னொருவரை வாழவைத்தால், லாப - நஷ்டக் கணக்குப் பார்த்தால் இருப்பு நிகரமாகத்தான் இருக்கும். இது ஒருவரைக் கெடுத்து இன்னொருவரை வாழவைப்பதல்ல. ஒருவர் தங்களுடைய தேவைக்குப் போக மீதமிருப்பதைக் கொடுத்து இன்னொருவரை வாழ வைக்கிற திட்டம் என்ற முறையில் அதிலே எந்தவிதமான குற்றமும் இல்லை என்பதனை நான் தெரிவித்துக்கொள்ள விரும்புகிறேன்.

மற்றவர்களெல்லாம் எடுத்துச் சொன்னவற்றை நான் குறிப்பிடாத தாலேயே அவற்றை நான் தள்ளிவிட்டேன் என்று யாரும் அருள்கூர்ந்து தவறாக எண்ணிக்கொள்ளாதீர்கள். இவற்றைப் பற்றியெல்லாம் ஆற அமர சிந்தித்துப்பார்த்து, ஆக வேண்டிய காரியங்களை முறையாகச் செய்து தருவேன் என்பதைக் கூறி, வாழ்க உங்களுடைய விவசாயம், வளர்க நாட்டின் வளம், என்று சொல்லி உங்களுக்கு நன்றி கூறி விடைபெறுகிறேன். வணக்கம்!

உங்களுக்காக நான் அல்ல மக்களே... உங்களால் நான்

1967-ல், தமிழ்நாட்டின் முதல்வராகப் பொறுப்பேற்ற பிறகு, அகில இந்திய வானொலியில் அண்ணா ஆற்றிய உரையிலிருந்து தேர்ந்தெடுக்கப்பட்ட பகுதிகள்.

நண்பர்களே! உங்களால் தேர்ந்தெடுக்கப்பட்டவர்கள் இன்று சட்டமன்றத்திலே உறுதிமொழி தெரிவித்து, பொறுப்பை ஏற்றுக்கொண்டுள்ளனர். மன்னர்களாகிய உங்களிடம் எமது வணக்கத்தையும் நன்றியறிதலையும் தெரிவித்துக்கொள்கிறோம்.

எத்தனை எத்தனை சிக்கல்கள் தமிழ்நாட்டில்?

பொறுப்பேற்றுக்கொண்டிருப்பது தமிழ்நாட்டில்... வழிவழி வந்த மன்னவர்கள், வித்தகர்கள் நிரம்பிய தமிழ்நாட்டில். காவிரி, தென் பெண்ணை, பாலாறு, வைகை போன்ற ஆறுகளும் அருவிகளும் பண்பாடி வளமெடுத்திடும் தமிழ்நாட்டில். ஆயிரமாயிரம் தொழில்களில் ஈடுபட்டு நாட்டுக்குச் செல்வத்தை ஈட்டித்தரும் பாட்டாளிகள் நிரம்பிய தமிழ் நாட்டில். பாட்டுமொழியாம் தமிழ்மொழியுடன் இணைந்துள்ள பண்பாடு சிறந்திடும் தமிழ்நாட்டில். பாருக்குள்ளே நல்ல நாடு என்று பாவலர் கொண்டாடிடும் தமிழ்நாட்டில். அதனை எண்ண எண்ண இனிக்கிறது. ஆனால் - 'ஆனால்' என்னும் கவலை கொண்டிடும் சொல் வரத்தான் செய்கிறது.

எத்தனை எத்தனை சிக்கலுள்ள பிரச்சினைகள் நெளிந்துகொண்டுள்ள

தமிழ்நாடு என்பதை எண்ணும்போது, கவலை ஏற்படத்தான் செய்கிறது. இந்தப் பிரச்சினைகளைச்சந்திக்கவும், சிக்கல்களைத் தீர்க்கவும் போதுமான உறுதியும் திறமையும் துணையும் தோழமையும் தொடர்ந்து கிடைத்திட வேண்டுமே என்பதனை எண்ணும்போது, நீங்கள் உடனிருக்கிறீர்கள் என்ற நினைவுதான் கவலையை ஓட்டுகிறது; கடமையைச் செய்வோம் என்ற உறுதியைத் தருகிறது.

'உங்களுக்காக நான்' என்பது மட்டுமல்ல நண்பர்களே, உண்மையைச் சொல்வதானால் 'உங்களால் நான்'. அதை உணர்கிறேன்; மறந்திடுபவனும் நானல்ல. ஆனால், என்னிடம் நீங்கள் ஒப்படைத்திடும் வேலையின் கடினத்தையும், ஆண்டு பலவாகக் குவிந்து குவிந்து கெட்டிப்பட்டுவிட்ட சீர்கேடுகளையும் சிக்கல்களையும் மறந்துவிடாதீர்கள். கடமையை நான் செய்து முடித்திட உங்கள் ஒவ்வொருவருடைய முழு ஒத்துழைப்பும் தேவையென்பதை மறந்துவிடாதீர்கள். 'ஆட்சி நடத்திட ஆணை பிறப்பித்துவிட்டோம்; இனி நாமில்லாமலேகூட ஆட்சி செம்மையாக நடந்திடும்' என்று இருந்துவிட மாட்டீர்கள் என்று நம்புகிறேன்.

யாவரும் சேர்ந்து நடத்துவதே அரசு

நீங்கள் ஒவ்வொருவரும் அவரவர் துறையிலிருந்து நற்பணியாற்றினால் மட்டுமே என் வேலை நடந்திடும்; நாடு சீர்படும். நாட்டாட்சி செம்மை யானதாகிட நானும் எனது நண்பர்களும் அமைச்சரகத்தில் அமர்ந்து பணியாற்றினால் மட்டும் போதாது. ஆட்சி உண்மையில் செம்மையானதாக அமைந்துவிட வேண்டுமென்றால் வயலில், தொழிற்சாலையில், அங்காடி யில் பணிபுரிந்திடும் உழைப்பாளர்கள், உற்பத்தியாளர்கள் அனைவரும் ஆட்சி நடத்திடுபவன் நாமே என்ற உணர்வுடன் தத்தமது கடமையைச் செய்ய வேண்டும். கற்றறிவாளர் எம்மை நல்வழி நடந்திடச் செய்ய வேண்டும். இதை நடாத்துவோன் உடனிருந்து முறை கூறிட வேண்டும். இவர் யாவரும் சேர்ந்து நடத்துவதே அரசு.

எல்லா முனைகளிலும் பற்றாக்குறை மிரட்டியபடி இருப்பதைக் காண் கிறேன். பல்வேறு முனைகளில் தவறான நோக்கம், தனக்குத்தான் என்ற எண்ணம் மேலோங்கி இருக்கக் காண்கிறேன். 'பொதுநன்மையில் மட்டுமே தனிமனிதன் நலன் காண முடியும் என்பது ஏட்டுக்கு; நாட்டுக்கு அல்ல' என்ற எண்ணம் கொண்டோர் உலவிடக் காண்கிறேன். பிளவுகள் ஏற்படு வதற்கான முறைகள், எண்ணங்கள் இவற்றை விட்டொழிக்க மனமற்று இருப்பவர்களைக் காண்கிறேன். கூட்டுமுயற்சிக்குப் பல தடைக்கற்கள் போடப்பட்டிருப்பதைக் காண்கிறேன். இவற்றை நீக்கிடும் நாடே எழில் பெறும். உங்களை அழைக்கிறேன் நண்பர்களே, நம்பிக்கையுடன் அழைக்கிறேன், 'இந்தத் தூய தொண்டாற்ற வாரீர்!' என அழைக்கிறேன். ஒவ்வொருவரிடமும் உள்ள அறிவும் ஆற்றலும், கிடைத்திடும் வசதியும் வாய்ப்பும், பெற்றிடும் நேரமும் நினைப்பும் இதற்காகவே பயன்படுத்தப் பட வேண்டும். உங்களோடு சேர்ந்து இதற்காக உழைத்திட நானும், பொறுப்பேற்றுக்கொண்டுள்ள என் நண்பர்களும் காத்திருக்கிறோம்.

வயலில், தொழிற்சாலையில், அங்காடியில் பணிபுரிந்திடும் உழைப்பாளர்கள், உற்பத்தியாளர்கள் அனைவரும் ஆட்சி நடத்திடுபவன் நாமே என்ற உணர்வுடன் தத்தமது கடமையைச் செய்ய வேண்டும்!

நாமாகத் தேடிப் பெற்றுக்கொண்ட அரசு இது; நம்முடைய துணையை நம்பியே ஏற்கும் அரசு இது. எனவே, இது செம்மையாக நடந்திட நாம் தான் துணையிருக்க வேண்டும் என்று ஒத்துழைத்திட முனைந்து நின்றிட வேண்டுகிறேன்.

மாநிலங்கள் அதிகாரம் பெற அரசமைப்பைத் திருத்துங்கள்

புதிய அரசு அமைந்திருக்கிறது இங்கு. புதிய அரசு மட்டுமல்ல, அரசிய லிலே புதிய பிரச்சினையை எழுப்பிவிடும் நிலையில் உள்ள அரசு. இங்கும் கேரளத்திலும் வங்கத்திலும் பீகாரிலும் பஞ்சாபிலும் ஒரிசாவிலும் ஆட்சிப் பொறுப்பில் காங்கிரஸ் அல்லாத கட்சியினர் உள்ளனர். வேறு சில மாநிலங்களில் காங்கிரஸ் கட்சி அரசு அமைத்திருக்கிறது. மத்திய சர்க்காரில் காங்கிரஸ் கட்சி அரசோச்சுகிறது. இந்த நிலை கடந்த 20 ஆண்டுகளாக நாடு காணாத நிலைமை. இந்த நிலை காரணமாகச் சிக்கல்கள், எரிச்சல்கள், மோதல்கள் ஏற்பட்டுவிடுமோ... ஒற்றுமைக்கு ஊறு நேரிடுமோ குழப்ப நிலை வளர்ந்திடுமோ என்று அச்சமும் ஐயப்பாடும் கொண்டிடுவோர் உள்ளனர். தமிழகத்தில் அரசோச்சும் திராவிட முன்னேற்றக் கழகத்தின் சார்பில் கூறிக்கொள்கிறேன், இங்கு அமைந்துள்ள அரசு மேற்கொள்ளும் நடவடிக்கை அந்த நிலைமையை நிச்சயமாக உண்டாக்காது.

மாநில அரசுகளுக்கும் மத்திய அரசுக்கும் உள்ள உறவு முறைகள், அந்த முறைகள் செயல்படுத்தப்படும் வகைகள் என்பன பற்றிய புதிய சிந்தனையைக் கிளறவும், செம்மையானதாக்கப்படவும் இன்று பல இடங்களில் காங்கிரஸ் அல்லாத அரசு அமைந்திருப்பதை ஒரு நல்ல, தேவையான மெச்சத்தக்க வாய்ப்பாகக் கருத வேண்டுமே தவிர, கைபிசைந்துகொண்டு கலக்கமடைவது தேவையற்றதாகும். என்றென்றும் எல்லா மாநில அரசுகளும் மத்திய அரசும் ஒரே கட்சி ஆட்சியில்தான் இருக்கும் என்று அரசியல் நுட்பமறிந்த யாரும் கூற மாட்டார்கள், கருதிட மாட்டார்கள், எதிர்பார்த்திட மாட்டார்கள்.

மிகச் சிறந்த பண்புமிக்க ஆட்சி முறை, நுண்ணறிவு இதற்குத் தேவை. மற்றவர்களின் கருத்தறிவதிலே ஒரு அக்கறை, அவர்களின் முறையீட்டைக் கேட்பதிலே ஒரு கனிவு, அவர்களுக்கான காரியமாற்றுவதிலேயும் துணை நிற்பதிலேயும் ஒரு ஆர்வம்... இவை எல்லாவற்றையும்விட ஒருவர்மனதை மற்றவர் புரிந்துகொள்வதிலே தனித் திறமை, இன்சொல், நட்பு, பரிவு ஆகியவை மிகமிகத் தேவை. இந்தியப் பிரதமராக வந்திருக்கும் திருமதி

இந்திரா காந்தி, இந்தப் பண்புடன் நடந்துகொள்வார்கள் என்ற நம்பிக்கை கொண்டிருப்பவர்களில் நானும் ஒருவன்.

மாநிலங்களின் தேவைகள் நாளுக்கு நாள் வளர்கின்றன. அடிப்படைத் தேவைகளை மட்டுமே கூறுகிறேன். இவற்றை மக்கள் பெறுவதற்கான முறையில் மாநில அரசு செயல்பட இயலாது தடுத்திடும் குறைபாடுகள் நீக்கப்பட்டாக வேண்டும். நிதிநிலை, வருவாய்ப் பெருக்கம், உதவி, கடன் என்பவற்றை மட்டுமல்ல நான் குறிப்பிடுவது; செயலாற்றுவதற்குத் தேவைப்படும் அதிகாரம் பற்றியும் குறிப்பிடுகிறேன். அரசியல் சட்டத்தில் தரப்பட்டுள்ள அதிகார வரம்பும் வகையும் மாற்றியமைக்கப்பட்டால்தான் மாநில அரசு முழு வளர்ச்சி பெற முடியும், மக்களின் வாழ்வைச் செம்மைப்படுத்த முடியும் என்றால், அந்த நோக்கத்துடன் அரசமைப்புச் சட்டத்தைத் திருத்தத் தயக்கம் காட்டக் கூடாது.

தென்னக மாநிலங்களின் தோழமை வலுப்பெறட்டும்

எனது நண்பரும் கேரளத்து முதலமைச்சருமான நம்பூதிரிபாட், இதே கருத்தைக் கொண்டவர்கள். அவருடைய சீரிய முயற்சி இந்தப் பிரச்சினைக்குப் பெரிதும் தீர்வளிக்கும் என்று நம்புகிறேன். வங்கத்து முதல்வர் அஜாய் குமார் முகர்ஜி, காங்கிரஸ் அல்லாதார் நடத்திடும் அரசுகளின் கூட்டு மாநாடு நடத்திட விரும்புகிறார். அத்தகைய மாநாடும் இந்தப் பிரச்சினையை ஆராய உதவும் என்பதால், அந்த முயற்சியை வரவேற்கிறேன். அதுபோலவே, தென்மாநிலங்களான தமிழகம், ஆந்திரம், கேரளம், கர்நாடகம் ஆகியவை தோழமைத் தொடர்பை வலுவாக்கிக் கொள்வது தேவை. எத்தனையோ துறைகளில் இந்த மாநிலங்கள் தமக்கு உள்ள இயற்கை வளங்களை இணைப்பதன் மூலம் புதிய பொலிவும் வலிவும் பெற்றிட முடியும். அதற்கான முயற்சிக்கு ஆக்கம் தர வேண்டும் என அந்த அரசுத் தலைவர்களைக் கேட்டுக்கொள்கிறேன்.

உள்ளத்திலே தோன்றிடும் யோசனைகள் பலப் பல. சிலவற்றை மட்டுமே இங்கு கூறுகிறேன். ஆனால், எல்லா எண்ணங்களும் ஒரு அடிப்படையான லட்சியத்தைச் சுற்றியே வட்டமிடுகின்றன. மக்களுக்கு நல்வாழ்வு தர வேண்டும் என்ற லட்சியம். தூய்மையான அந்த லட்சியம் வெற்றிபெற்றால் மட்டுமே அறநெறி அரசு அமைந்ததாகப் பொருள்படும். அந்த லட்சியத்துக்காகப் பணியாற்றப் புறப்படுகிறேன், உமது நல்லெண்ணத்தின் துணை கொண்டு. லட்சியம் மிகப் பெரியது; நான் மிகச் சாமானியன். ஆனால், உங்கள் தோழன். ஆகவே, என்னுடைய திறமையை நம்பியல்ல. உங்கள் எல்லோருடைய திறமையையும் நம்பி இந்தப் பணியில் ஈடுபடுகிறேன். கேடு களைந்திட, நாடு வாழ்ந்திட, சுயநலம் அழிந்திட, பொதுநலம் மலர்ந்திடத் தொண்டாற்றுவோம்!

பதில் சொல் இந்தியப் பேரரசே...
சேலம் உருக்காலை...
முடியுமா, முடியாதா?

1968-ல் சேலம் உருக்காலை மற்றும் தூத்துக்குடி ஆழ்கடல் திட்டங்களை வலியுறுத்தி, தமிழ்நாடு முழுவதும் எழுச்சி நாள் கூட்டங்கள் நடத்தப்பட்டன. சிவகங்கைக் கூட்டத்தில் பங்கேற்ற முதல்வர் அண்ணா பேசியதன் சுருக்கமான வடிவம்.

தாய்மார்களே, நண்பர்களே, இன்றைய தினம் தமிழகமெங்கும் நடத்தப்படுகிற எழுச்சி நாள் கூட்டத்தில் நான் சிவகங்கையிலே கலந்துகொள்வதில் உள்ளபடி மிக்க மகிழ்ச்சி அடைகிறேன். சிவகங்கைச் சீமையில் திராவிடர் கழகத் தோழர்கள் இதிலே கலந்துகொள்வதிலே தனி மகிழ்ச்சி அடைகிறேன். திராவிடர் கழகத் தோழர்கள் வேண்டுமானால், தங்களைத் தனியான ஒரு கழகம் என்று எண்ணிக்கொண்டிருப்பார்கள். என்னைப் பொறுத்தவரையில் அதையும் நான் என்னுடைய கழகம் என்று கருதுகிறவனே தவிர, அது வேறொரு கழகம் என்று கருதுகிறவனல்ல. அந்தக் கழகத்துக்குப் பெயர் வைத்தவனும், அதற்குக் கொடி அமைத்துக் கொடுத்தவனும் நான் என்ற முறையில், திராவிட முன்னேற்றக் கழகத்தின் சார்பில் அவர்களும் நானும் வேறுவேறாக அரசியலிலே முகாமிட்டாலும் அவர்களையும் நான் என்னுடைய கழகம் என்றுதான் கருதிக்கொள்வது வாடிக்கை. அதை அவர்கள் மெய்ப்பிக்கிற வகையில், இங்கே திராவிடர் கழகத் தோழர்களும் இந்த எழுச்சி நாளிலே பங்குகொள்வதில் நான் மிகுந்த பெருமைப்படுகிறேன்.

பல்லக்கில் உட்காரவைத்தால் பார்த்துக்கொண்டிருப்பேனா?

இப்படி எல்லா கட்சித் தோழர்களும் இந்த எழுச்சி நாளைக் குறிப்பிட்டு

சேலம் உருக்காலை, தூத்துக்குடி ஆழ்கடல் துறைமுகத் திட்டங்களுக்காக என்று கொண்டாடுவதைப் பற்றி, "ஒரு அரசு நடத்துகிறவர்கள் இப்படி எழுச்சி நாள் கொண்டாடலாமா?" என்று கேட்கின்றார்கள். ஒருவன் பல்லக்கிலே சவாரிசெய்யலாம். ஆனால், பல்லக்கிலே அவன் சவாரிசெய்து கொண்டிருக்கிற நேரத்தில், பாதை ஓரத்தில் ஒரு அழகான குழந்தையை அடித்துக் கொல்வதற்காக ஒரு ஓநாய் வருமானால், 'நான்தான் பல்லக்கிலே போகிறேனே; அந்தக் குழந்தையை ஓநாய் அடித்தாலென்ன; வேங்கை அடித்தாலென்ன; நான் பல்லக்கிலே இருக்கிறவன்' என்று அவன் கருதுவானானால், அவனுக்குப் பல்லக்குக் கொடுத்ததே பாதகங்களிலே ஒன்று என்று உலகம் தீர்மானிக்கும். ஆகையால், அரசுக் கட்டிலிலே ஏறினாலும் தூத்துக்குடி துறைமுகம், சேலம் உருக்காலைத் திட்டங்களில் மத்திய சர்க்கார் அக்கிரமமாக, அநீதியாக, நியாயத்துக்கு ஒவ்வாத முறையில் நடந்துகொள்கிற நேரத்தில், 'அரசு அமைத்துவிட்டோம்' என்ற எண்ணத்தினாலே அவற்றை நான் கண்டிக்கத் தவறினால், 'ஏதோ நடந்து விட்டுப்போகட்டும்... ஐந்து வருடம் அமைச்சராக இருந்தால் போதும்' என்று நான் எண்ணுவேனானால் என்னைவிட அற்பன் உலகத்திலே வேறு யாரும் இருக்க முடியாது.

ஆகையால்தான், இந்த எழுச்சி நாள் கூட்டத்திலே நாங்கள் கலந்து கொள்கிற நேரத்தில் அமைச்சர்கள் ஆகிவிட்டாலும் அக்கிரமங்களைத் தடுக்கிற நேரத்தில், அநீதிகளை நீக்குகிற நேரத்தில், அமைச்சர் பதவி இதற்குக் குறுக்கே நிற்கக் கூடாது என்ற துணிவோடும் முடிவோடும் இந்த எழுச்சி நாள் கூட்டத்தில் அமைச்சர்களெல்லாம் கலந்துகொள்கிறார்கள்.

ஏன் தேர்ந்தெடுத்தேன் சிவகங்கையை?

தமிழ்நாடெங்கும் இந்தக் கூட்டங்கள் நடக்கும் நிலையில், நான் எந்த ஊர் கூட்டத்திலே கலந்துகொள்ள வேண்டும் என்று ஒரு வார காலம் வரையில் நண்பர்களெல்லாம் என்னிடத்திலே கலந்து பேசினார்கள். "தொழில் நிரம்பிய இடம் கோவை, அங்கு வாருங்கள்" என்று அழைத்தார்கள். சேலம் திட்டம் என்றவுடன், "சேலத்துக்கு வர வேண்டும்" என்று சொன்னார்கள். "தூத்துக்குடி ஆழ்கடல் துறைமுகத் திட்டத்தைத் தூத்துக்குடியில் வந்து பேசுங்கள்" என்று சொன்னார்கள். "தமிழகத்துக்குத் தலைநகரம் சென்னை, அங்கு பேசலாம்" என்றார்கள். "தமிழகத்துக்கு மையமான இடம் திருச்சி, அங்கு வந்து பேசுங்கள்" என்றார்கள். ஆனால், நான் ஒரு கணம் எண்ணிப்பார்த்து சிவகங்கைச் சீமையை நான் போக வேண்டிய ஊராகத் தேர்ந்தெடுத்தேன்.

ஏன் அப்படி நான் தேர்ந்தெடுத்தேன் என்ற விவரத்தைச் சொல்லி மற்ற ஊர்க்காரர்களுக்கு உங்கள் பெயரிலே பொறாமை வரும்படி செய்ய விரும்பவில்லை. ஆனால், உங்களை நாடி வந்தேன். இந்த ஊரைத் தேடி வந்தேன். காரணம் என்னவென்றால், சிவகங்கைச் சீமையும் அதைச் சுற்றியுள்ள இடமும் வீரத்துக்கு விளைநிலம். உறுதிக்குப் பெயர்பெற்ற இடம். நல்ல காரியத்துக்குத் துணை நிற்கும் இடம். ஆகையினால்,

'இது முன்னேற்றக் கழகத்தின் திட்டமல்ல; இது வலதுசாரி கம்யூனிஸ்ட்டுகளின் திட்டமல்ல; இது இடதுசாரிகளின் திட்டமல்ல; இது சுதந்திராக் கட்சியின் திட்டமல்ல; இது இத்தனைக் கட்சிகளையும் உள்ளடக்கிய பொதுமக்களுடைய திட்டம்' என்பதை வெளிப்படுத்த வேண்டும் என்பதற்காகவே 'எழுச்சி நாள்' என்று பெயரிட்டோம்.

நம்முடைய நியாயத்தை முதலிலே சிவகங்கைச் சீமையிலே சொல்லலாம் என்ற முறையில் நியாயத்தைச் சொல்வதற்கு உங்களை நான் நாடி வந்திருக்கிறேன்.

ஏன் எழுச்சி நாள் என்று பெயரிட்டோம்?

இந்த நாளுக்கு நாங்கள் கிளர்ச்சி நாள் என்று பெயர் வைக்கவில்லை. கிளர்ச்சிசெய்து பழக்கம் இல்லாததால் அல்ல; கிளர்ச்சிசெய்ய வேண்டிய கட்டம் வரவில்லை என்பதாலே! இந்த நாளுக்குக் கண்டன நாள் என்று கூடப் பெயர்வைக்கவில்லை. மக்களுக்கு விவரத்தைச் சொல்லாமல் கண்டிப்பது அரசியல் பேதமை என்பதாலே! இதற்கு நாங்கள் வைத்திருக்கிற பெயர் எழுச்சி நாள். திராவிட முன்னேற்றக் கழகம் ஒவ்வொன்றுக்கும் பெயர்வைக்கிற நேரத்தில், பொருத்தம் அறியாமல் பெயர்வைக்கிற வாடிக்கை இல்லை. இந்த நாளை எழுச்சி நாள் என்று பெயரிட்டதற்குக் காரணம், வடக்கே உள்ள இந்தியப் பேரரசு சேலம் உருக்காலை, தூத்துக்குடி துறைமுகத் திட்டம் ஆகிய இரண்டும் யாரோ 10 அரசியல்வாதிகள் பேசிக்கொண்டிருக்கிற பிரச்சினையே தவிர, ஏதோ சில அரசியல் கட்சிகள் இதைப் பற்றிப் பேசுகின்றனவே தவிர, தமிழ்நாட்டு மக்களுக்கு சேலம் உருக்காலையைப் பற்றி... தூத்துக்குடி துறைமுகத்தைப் பற்றி அக்கறை இல்லை என்று தவறாக எண்ணிக்கொண்டிருக்கிறார்கள். 'இல்லை இல்லை; இது அரசியல்வாதிகளின் வேலை அல்ல; அரசியல் கட்சிகளின் பொழுதுபோக்கல்ல; இது மக்கள் மனதிலே எழுந்திருக்கிற எழுச்சித் திட்டங்கள்' என்பதைப் பேரரசு உணர வேண்டுமானால், ஒரு எழுச்சி நாள் நடத்தி, அதிலே லட்சக் கணக்கான மக்கள் தமிழகத்திலே கலந்துகொண்டு, 'இது முன்னேற்றக் கழகத்தின் திட்டமல்ல; இது வலது சாரி கம்யூனிஸ்ட்டுகளின் திட்டமல்ல; இது இடதுசாரிகளின் திட்டமல்ல; இது சுதந்திராக் கட்சியின் திட்டமல்ல; இது இத்தனைக் கட்சிகளையும் உள்ளடக்கிய பொதுமக்களுடைய திட்டம்' என்பதை வெளிப்படுத்த வேண்டும் என்பதற்காகவே 'எழுச்சி நாள்' என்று பெயரிட்டோம்.

இங்கிலாந்து போன சேலம் இரும்பு

நம்முடைய நாடாளுமன்ற உறுப்பினர் கிருஷ்ணன், சேலம் திட்டத்தைப்

பற்றி உங்களிடத்திலே கோடிட்டுக் காட்டினார்கள். சேலம் உருக்காலை திட்டத்தைப் பற்றி சில விவரங்களை மட்டும் நான் தர வேண்டும் என்று எண்ணுகிறேன். சேலம் மாவட்டம், கஞ்சமலை பகுதியில் கனிமவளம் நிறைய இருப்பதாக ஆராய்ச்சியாளர்கள் நெடுங்காலமாகச் சொல்லிக் கொண்டுவருகிறார்கள். அந்த கஞ்சமலைப் பகுதியில் கிடைக்கக்கூடிய இரும்பு 200 வருடங்களுக்கல்ல; 200 வருடங்களுக்கு மேலும் வெட்ட வெட்டக் குறையாமல், எடுக்க எடுக்கக் குறையாமல் கிடைக்கக் கூடிய அளவுக்கு இருப்பதாக ஆராய்ச்சியாளர்கள் - இன்றல்ல, நேற்றல்ல, 10 ஆண்டுகளுக்கு முன்பல்ல, 20 ஆண்டுகளுக்கு முன்பல்ல - 200 ஆண்டு களாக ஏடுகளிலே எழுதிக்காட்டியிருக்கிறார்கள். வெள்ளைக்காரர்கள் இந்த நாட்டை ஆண்ட காலத்தில் அந்தக் கஞ்சமலை இரும்பை எடுத்து தென்னாற்காடு மாவட்டத்தில் ஒரு சின்ன உலைக் களத்தை வைத்து, அதிலிருந்து உருக்குத் தயாரித்து, அந்த உருக்கை இங்கிலாந்துக்கு அனுப்பி இங்கிலாந்திலே ஒரு ஆற்றுக்குப் பாலத்தையே அமைத்திருப்பதாக அதைப் பற்றி ஏட்டிலே எழுதியிருக்கிறார்கள்.

இதை ஒரு தடவை சட்டமன்றத்தில், "சேலத்து இரும்பை எடுத்துப் பாலம் அமைத்தார்களாம் சீமையில், உண்மையா?" என்று கேட்டபோது, அப்போது தொழில் அமைச்சராக இருந்த வெங்கட்ராமன் வேடிக்கை பேசுவதாக எண்ணிக்கொண்டு, "இந்த சேலம் அல்ல, அமெரிக்காவிலே சேலம் என்ற ஒரு இடம் இருக்கிறது; அதுவாக இருக்கலாம்" என்று பேசினார். அது நகைச்சுவையாக இருந்தால் பொருளற்ற நகைச்சுவை. உண்மையிலேயே அவர் நம்பிக்கொண்டு அப்படிச் சொல்லியிருப்பார் என்றால், இவ்வளவு விவரம் அறியாதவர் நாட்டை ஆண்டாரே என்று நாம் பரிதாபப்பட வேண்டும். மறுதினம், அதே சட்டமன்றத்தில் இந்த சேலம் இரும்பைப் பற்றி அவர்களே எழுதி, சர்க்காரே எழுதி சட்டமன்றத்தின் படிப்பகத்திலேயே வைத்திருந்த ஒரு புத்தகத்தை நான் சான்றுக்கு எடுத்து அதைப் படித்துக் காட்டினேன். இந்தச் சேலம்தான் அதுவென்று. "இந்தச் சேலத்து இரும்பா?" என்றார்கள்.

ஜப்பானியர்கள் அங்கீகரித்த உண்மை

அது எப்படியோ போகட்டும்... ஆனால், சேலத்திலே கிடைக்கிற கஞ்சமலை இரும்பை எடுத்து உருக்காக்கி சீமைக்கு அனுப்பியிருக்கிறார் கள். அப்போது கலெக்டராக இருந்த ஒரு வெள்ளைக்காரப் பெருமகன் அந்தக் காரியத்தைச் செய்தான். ஆனால், ஏராளமான அளவில் உருக்கு வேண்டும் என்றால், கஞ்சமலை இரும்பை விஞ்ஞான முறைப்படி வெட்டியெடுக்க வேண்டும். அப்படி வெட்டியெடுக்கிற இரும்பை உருக்க வேண்டும். அப்படி உருக்க வேண்டுமானால், அவர்களுடைய காலத்திலே உருக்கியது வெறும் விறகைப் போட்டு. விறகுடைய வெப்பத்தில் அதை உருக்க முடியாது என்பதாலே, விறகைவிட வெப்பம் தரத்தக்க முறையில் நிலக்கரி கிடைக்கட்டும் என்று சில காலம் காத்துக்கொண்டிருந்தார்கள். நிலக்கரி கிடைத்தது. இங்கே அல்ல, வடக்கே கிடைத்தது. "அப்படி வடக்கே இருக்கும் நிலக்கரியைக் கொண்டுவந்து சேலத்து இரும்பை

மாநில சர்க்கார் மத்திய சர்க்காரைக் கேட்பது, மத்திய சர்க்கார் போடுகிற தபாலை மாநில சர்க்கார் படிப்பது, சட்டமன்றத்திலே எதிர்க்கட்சி கேள்வி கேட்டால், எதிர்க்கட்சியின் வாயை அடக்குவதற்காக எதையாவது சொல்வது - இப்படி அவர்கள் மூடிபோட்டு வைத்தார்கள். நான் அந்த மூடியைத் திறக்கிறேன்!

உருக்காக்கலாமா?" என்று கேட்ட நேரத்தில், "ஏ.. அப்பா! இங்கேயிருந்து எங்கே நிலக்கரியைக் கொண்டுவருவது... எவ்வளவு செலவாகும்!" என்று கணக்குச் சொன்னார்கள். ஆனால், இவர்களே ஆரம்பித்திருக்கிற வேறு பல உருக்கு ஆலைகளில் பக்கத்திலே நிலக்கரி இல்லை. நூறு மைல், இருநூறு மைல் தொலைவிலே இருந்து நிலக்கரியைத் தருவித்துதான் உருக்காலை அமைத்திருக்கிறார்கள். என்றாலும், பெரியவர்கள் சொல்கிறார்கள் கேட்டுக்கொள்ளலாம் என்ற முறையில், நிலக்கரி கிடைக்கவில்லை ஆகையால், உருக்காலை இப்போது இல்லை என்று தமிழ்நாட்டு மக்கள் தாங்கிக்கொண்டார்கள்.

அதற்குப் பிறகு தென்னாற்காட்டிலே நெய்வேலியிலே நிலக்கரி கிடைத்தது. நம்முடைய சேலத்து இரும்பும் நெய்வேலி நிலக்கரியும் போகாத நாடில்லை. அதற்குப் பிறகும் சேலம் உருக்காலை வரவில்லை. ஏன் என்று கேட்டதற்கு அமெரிக்காவில் கட்டையும் போடாமல், கரியும் போடாமல் மின்சாரத்தாலேயே இரும்பை உருக்குகிறார்களாம்; அதைப் போய்ப் பார்த்துவிட்டு வருகிறேன் என்று சொல்லி, தொழில் அமைச்சராக இருந்த வெங்கட்ராமன் அவர்கள் அமெரிக்காவுக்குச் சென்றார்கள். அமெரிக்காவைச் சுற்றிப்பார்த்துவிட்டு அகமகிழ்ச்சியோடு வந்தார்கள். "இந்த இரும்பு உருக்காலை நிச்சயம் வரும். அதற்கான விவரமெல்லாம் நான் சேமித்துக்கொண்டு வந்துவிட்டேன்" என அறிவித்தார்கள். அதற்குப் பிறகும் வந்ததா என்றால், வரவில்லை. ஏனென்றால், இந்த இரும்பையும் இந்த நிலக்கரியையும் எடுத்துக்கொண்டு ஜப்பான் நாட்டுக்குச் சென்றார். ஜப்பான் நாட்டிலே உள்ள நிபுணர்கள் அதைப் பரீட்சித்துப்பார்த்து, "இது தரமானது; உருக்காலைக்கு ஏற்றது. இந்தியாவிலே உள்ள மற்ற எந்த உருக்காலையும் எந்த விலைக்கு இதைத் தயாரிக்க முடியுமோ அதைவிடக் குறைவான விலைக்கு சேலத்திலே தயாரிக்கலாம். மற்ற இடத்திலே கிடைப்பதைவிட சேலத்து உருக்காலையில் மலிவாகத் தயாரிக்க முடியும். ஆதாயம் அதிகம் கிடைக்கும். இதற்கு வேண்டுமானால் நாங்களேகூட உதவுகிறோம்" என்று சொன்னார்கள்.

காங்கிரஸ்காரர்கள் செய்த தவறு என்ன?

இப்போது நான் 1957-லிருந்து 1965 வரையில் வேகவேகமாக நடைபோட்டுக் காட்டியிருக்கிறேன். இந்த 1957-லிருந்து 1965 வரையில்

காங்கிரஸ் கட்சிதான் நாடாண்டிருக்கிறது. இங்கே மட்டுமல்ல; டெல்லியிலேயும் சேர்த்து. ஆக, இன்றைய தினம் நான் பேசுவதெல்லாம் அவர்கள் சொன்னதை மறந்ததாலே, சொன்னதைச் செய்யாமல் விட்டதாலே, வாக்களித்தபடி நடக்காததாலே. நான் அவர்கள் சொன்னதை நிறைவேற்றுகிற முறையில் அவர்கள் வாக்களித்ததை அவர்கள் செய்யத் தவறினாலும் நாமாகிலும் செய்யலாம் என்ற பொறுப்புணர்ச்சியோடுதான் இந்த எழுச்சி நாள் கொண்டாடப்படுகிறது.

இதிலே காங்கிரஸுக்கு வருத்தம். ஏனென்றால், இந்தப் பழைய விவரமெல்லாம் வெளியே வருமே என்பதிலே அவர்களுக்கு வருத்தம். அவர்கள் வந்து எங்களோடு கலந்துகொண்டிருந்தால் இதைக்கூட நான் சொல்லியிருந்திருக்க மாட்டேன். இப்போதும்கூட நான் அவர்களைக் கடுமையாகத் தாக்க வேண்டும் என்று எண்ணவில்லை. ஏனென்றால், தொழிலமைச்சராக இருந்த வெங்கட்ராமன் அவர்களுக்கு இந்தப் பிரச்சினையிலே முழுக்க முழுக்க அக்கறை உண்டு என்பதை அவருடைய நண்பன் என்ற முறையில் நான் நன்றாக அறிந்திருக்கிறேன். அவர் முயற்சி எடுத்துக்கொண்டார். ஆனால், அவர்கள் செய்த தவறு என்னவென்றால் - அந்தத் தவறை நான் செய்யக் கூடாது என்று ஜாக்கிரதையாக இருக்கிறேன் - சர்க்காருக்கு சர்க்கார் கடிதம் எழுதிக்கொண்டார்கள். மாநில சர்க்கார் மத்திய சர்க்காரைக் கேட்பது, மத்திய சர்க்கார் போடுகிற தபாலை மாநில சர்க்கார் படிப்பது, சட்டமன்றத்திலே எதிர்க்கட்சி கேள்வி கேட்டால் எதிர்க்கட்சியின் வாயை அடக்குவதற்காக எதையாவது சொல்வது - இப்படி அவர்கள் மூடிபோட்டு வைத்தார்கள். நான் அந்த மூடியைத் திறக்கிறேன்!

பண நெருக்கடியை யார் கொண்டுவந்தது?

அவர்கள் செய்த தவறு இதுதான். அமைச்சர்கள் ஆகிவிட்டதாலே உண்மையை மக்களுக்குச் சொல்ல வேண்டாம் என்று மூடிபோட்டு வைத்தார்கள். அப்போதே அவர்கள் மக்களைக் கூட்டி எல்லா கட்சிகளையும் ஒன்றாக இணைத்து இதைப் போல எழுச்சி நாள் கூட்டம் நடத்தி, "சேலம் இரும்பாலை வரவில்லை என்றால் எங்கள் மக்கள் திருப்தியடைய மாட்டார்கள்; அவர்கள் கொதித்தெழுவார்கள்" என்று இந்தியப் பேரரசு உணரும்படியாகச் செய்திருந்தால், *1960*-ல் இந்தத் திட்டம் வெற்றிகரமாகத் தொடங்கப்பட்டிருக்கும். அப்படித் தொடங்கப்படும் என்ற எண்ணத்தில் கிட்டத்தட்ட *25,000* ஏக்கர் நிலம் கஞ்சமலையைச் சுற்றி விவசாயத்திலே இருந்த நிலத்தைக்கூட சர்க்கார் எடுத்துக்கொண்டு, அதை சர்க்காருடைய உடைமையாக்கிக்கொண்டிருக்கிறது. அதற்காக ஒரு தனி இலாகா ஏற்படுத்தி, அதிகாரிகளைப் போட்டுப் பல லட்ச ரூபாயைச் செலவழித்திருக்கிறது. இங்குள்ள அரசு இவ்வளவு செய்தும் மத்திய சர்க்கார், "ஒவ்வொரு திட்டமாக அடுத்த திட்டத்திலே பார்க்கலாம், அதற்கு அடுத்த திட்டத்திலே பார்க்கலாம்" என்று சொல்லிக்கொண்டே வந்த நேரத்தில், "ஆகட்டும்... ஆகட்டும்..." என்று இவர்களும் ஒப்புக்கொண்டதாலேதான் இன்றைய தினம் பிரச்சினை இவ்வளவு சிக்கலுள்ளதாகிவிட்டது.

"ஐயா, எனக்குப் பசிக்கிறது, ஒருவேளை சோறு போடு" என்று ஒருவன் வீட்டிலே வந்தபோது, "ஊரிலே பட்டினி கிடப்பவன் ஒன்பதாயிரம் பேர் இருக்கிறான். போ... போ..." என்று சொன்னால் அவனை நல்லவன் என்றா உலகம் சொல்லும்?

இப்போது சொல்கிறார்கள், "திட்டத்தை நிறைவேற்ற முடியாமைக்குப் பணக் கஷ்டம்" காரணமாம். 1957-லே பணக் கஷ்டமா? 1960-லே பணக் கஷ்டமா? அந்நியச் செலாவணி கஷ்டம் என்கிறார்கள். 1957-லே அந்தக் கஷ்டமிருந்ததா? 1960-லே அந்தக் கஷ்டமிருந்ததா? 1962-லே அந்தக் கஷ்டமிருந்ததா? இல்லை, இப்போதுதான் அந்தக் கஷ்டம் வந்திருக்கிறது. ஒருவன் கொலை செய்துவிட்டானாம். அவனைக் கையும் பிடியுமாகப் பிடித்து வழக்குமன்றத்திலே நிறுத்தினார்கள். அவன் யாரைக் கொலை செய்தானென்றால், தன்னைப்பெற்ற தகப்பனையும், தாயையும். தாயையும் தகப்பனையும் கொலைசெய்துவிட்ட கொடியவன் வழக்கு மன்றத்திலே நிறுத்தப்பட்டபோது, அவனுக்குத் தூக்குத் தண்டனை விதித்தாராம், வழக்கு மன்றத்தின் அதிபர். அவன் 'கோ'வென்று அழுது சொன்னானாம், "ஐயா, நான் அநாதை என்னைத் தூக்கிலே போடாதீர்கள்" என்றானாம். "என்னடா அநாதை?" என்று கேட்டதற்கு, "எனக்குத்தான் தாயும் இல்லையே, தகப்பனும் இல்லையே, நான் அநாதை அல்லவா!" என்றானாம்.

அந்தக் கதையிலே வருவதையும் விஞ்சத்தக்க விதத்தில், அந்நியச் செலா வணித் துறையைக் கெடுத்தவர்கள்; ரூபாயின் மதிப்பைக் குறைத்தவர்கள்; வாங்க வேண்டிய அளவுக்கு மேல் வெளிநாடுகளிலே கடன் வாங்கி அதைப் பயன்படுத்த வேண்டிய முறையிலே பயன்படுத்தாமல் பொருளாதாரச் சீர்குலைவை உண்டாக்கிவிட்டவர்கள் சொல்கிறார்கள், "பண நெருக்கடி, அந்நியச் செலாவணி சரியாக இல்லை" என்கிறார்கள். "ஆகையால், சேலம் இல்லை" என்று வாதாடுகிறார்கள்.

யாராலே இப்படி விலை ஏறிற்று? இந்தியப் பேரரசாலே ஏறிற்று. ஏன் பேரரசாலே ஏறிற்று? கண்மண் தெரியாமல் நோட்டுகளை அச்சடித்ததாலே ஏறிற்று. கண்மண் தெரியாமல் நோட்டுகளை ஏன் அச்சடித்தார்கள்? செலவழிப்பதற்கு அச்சடித்தார்கள். செலவழித்ததாலே என்ன ஏற்பட்டது? பொருளின் விலை ஏறிற்று. ஆக, இவர்களே பொருளின் விலையை ஏற்றி விட்டு, இவர்களே சேலம் திட்டத்துக்கான திட்டச் செலவை அதிகரித்து விட்டு இன்றைய தினம், "விலை ஏறிவிட்டது, ஆகையினாலே இதற்குப் பணம் இல்லை" என்று கையை விரிப்பது உண்மையிலேயே நியாயமல்ல. அப்படியே பணம் இல்லை என்று வைத்துக்கொள்ளுங்கள்... சேலம் உருக்காலை ஆரம்பித்தால் 100 கோடி ரூபாயுமா இந்த வருடம் செலவழிக்கப் போகிறார்கள்? அது முடிகிற காரியமல்ல. அந்தத் திட்டத்துக்கான மொத்தச் செலவு 100 கோடி ரூபாயாக இருக்கலாம். ஆனால், தொடக்க வருடத்தில் 10 கோடி செலவழிக்க வேண்டிவரலாம். அதற்கு அடுத்த வருடத்தில் 15 கோடி

செலவழிக்க வேண்டிவரலாம். ஆகையினால், அது 100 கோடி ரூபாய் என்றால், இந்த ஒரு வருடத்திலேயே 100 கோடி ரூபாய் தேவை என்று விவரம் தெரியாதவர்கள் பேசுவார்கள். விவரம் தெரிந்தவர்கள் அதனுடைய உண்மையை அறிந்துகொள்வார்கள்.

சேலத்து இரும்பு உருக்காக வேண்டும் என்று நான் கேட்கிற நேரத்தில், "விசாகப்பட்டினத்தைப் பார்... ஓசூரைப் பார்" என்றால், "ஓசூருக்கு வேண்டாம், விசாகப்பட்டினத்துக்கு வேண்டாம்" என்று நான் சொல்ல வேண்டும். சொன்னதுமே ஆந்திரர்களிடம் அதைக் காட்டி "பார்த்தீர்களா, பார்த்தீர்களா... அண்ணாதுரை சேலம்தான் கேட்கிறான். விசாகப்பட்டினம் வேண்டாம் என்கிறான்" என்று அங்கே கலகம் மூட்டலாம் என்று நினைக்கிறார்கள் என்றால், அது சின்னப்புத்தி இல்லையா? நாங்கள் அப்போதும் சொன்னோம், "சேலத்திலே ஆரம்பிப்பதைப் போல் விசாகப் பட்டினத்திலும் ஆரம்பியுங்கள், வாழ்த்துகிறோம்!" என்றும் கேட்டுப் பார்த்தோம்.

காமராஜரையாவது மதிக்கிறதா இந்திய அரசு?

நாங்கள் சொன்னால் கேட்க மாட்டார்கள்; எங்களைவிடப் பெரியவர்கள் சொல்ல வேண்டும் என்று யாராகிலும் எண்ணுவார்களானால் இதே யோசனையை அகில இந்திய காங்கிரஸ் தலைவர் காமராஜரும் சொன்னார். என்னுடைய பேச்சுக்குக் கிடைத்த மதிப்புதான் அவருடைய பேச்சுக்கும் கிடைத்தது. எனக்குக் கிடைக்காதது அவருக்கு என்ன கிடைத்ததென்றால், அகில இந்திய காங்கிரஸ் தலைவர் பதவி. அதுதான் கிடைத்ததே தவிர, மற்ற மதிப்பைப் பொறுத்தவரையில் என்னுடைய பேச்சுக்கு இந்தியப் பேரரசு என்ன மதிப்பு கொடுத்ததோ அதே மதிப்பைத்தான் அவரது பேச்சுக்கும் கொடுத்திருக்கிறது. ஆகையினாலே இப்போது அவர்கள் பணம் இல்லை, அந்நியச் செலாவணி நெருக்கடி என்ற காரணங்களைக் காட்டினால், விவரம் தெரிந்த தமிழ்நாட்டு மக்கள் ஒப்புக்கொள்ள மறுக்கிறார்கள். ஒப்புக்கொள்ள மறுப்பது மட்டுமல்ல, தமிழ்நாட்டிலே ஒரு பகுதியினர் "அவர்கள் ஆரம்பிக்காவிட்டால் என்ன... நீங்களே ஆரம்பியுங்கள்" என்று சொல்கிறார்கள்.

இப்படிப்பட்ட நிலைக்குத் துரத்தப்பட்ட பிறகு, நான் முன்னாலே சொன்னபடி வெங்கட்ராமன் அமைச்சராக இருந்தபோதே டெல்லிக்கு மனு போட்டார். சொ.மு.கந்தப்பச் செட்டியாரும் வெங்கடேசத் தம்பிரானும் டெல்லிக்கு மனு போடுவார்களே, "எங்களுக்குச் சிமிட்டித் தொழிற்சாலை வைக்க அனுமதி கொடுங்கள். சர்க்கரைத் தொழிற்சாலை வைக்க அனுமதி கொடுங்கள்" என்று. அப்படித் தனிப்பட்ட முதலாளி கள் மனு போடுவதைப் போல தொழிலமைச்சரான வெங்கட்ராமன் டெல்லிக்கு மனு போட்டார். போடலாமா? ஒரு அமைச்சரா அப்படிப் போடுவது? ஒரு நாட்டை ஆளுகிற அமைச்சர் ஒரு தொழிற்சாலை கட்ட வேண்டிய முதலாளியைப் போல 50 ரூபாய் ரெஜிஸ்டர் கட்டணம் கட்டி, எல்லோரும் அனுப்புவதைப் போல அவர் மனு அனுப்பினார். என்ன மனு

'மந்திரி ஆகிவிட்டதாலேயே மக்கள் முன்னாலே பிரச்சினையை வைக்கக் கூடாது' என்று எந்த ஜனநாயகமும் எனக்குச் சொல்லவில்லை. நான் படித்த ஜனநாயகம் மக்கள் முன்னாலே வைத்துவிடும்படியாகத்தான் சொல்லியிருக்கிறது. அந்த முறையிலே இந்தப் பிரச்சினை மட்டுமல்ல; வேறு எந்தப் பிரச்சினை ஏற்பட்டாலும் மக்களிடத்திலே அறிவிக்க வேண்டிய பிரச்சினையை அறிவிப்பதற்கு நான் கடமைப்பட்டிருக்கிறேன்.

அது? "சேலத்திலே உருக்காலை வைக்க எங்களுக்கு அனுமதி கொடுங்கள். லைசென்ஸ் கொடுங்கள்!"

தனிப்பட்ட முதலாளி மனு போட்டால், அடுத்த வாரமே ஏரோப்ளேன் ஏறி டெல்லிக்குச் சென்று பார்க்க வேண்டியவர்களைப் பார்த்து, சிரிக்க வேண்டிய முறையிலே சிரித்து, குலவ வேண்டிய முறையிலே குலவித் திரும்பி வருகிறபோது லைசென்ஸோடு வருவதாக ஊரிலே பேசிக் கொள்கிறார்கள். ஆனால், நாட்டினுடைய அமைச்சராகிய வெங்கட்ராமன், 1964-ல் மனு போட்டார். 1965-ல் மனு போட்டார். நாளது தேதி வரைகூட அதற்குப் பதில் வரவில்லை. நான் ஆட்சிப் பொறுப்பை ஏற்றுக்கொண்ட பிறகு அவருடைய கடிதத்தையே குறிப்பிட்டு, இப்போது நான் கேட்டுக்கொண்டிருக்கிறேன், "அந்த மனு என்ன ஆயிற்று? என்ன ஆயிற்று?" என்று. பதில் வரவில்லை!

உங்களால் முடியாவிட்டால் தமிழக சர்க்கார் தயார்!

ஆகவேதான், இந்த எழுச்சி நாளின் மூலம் இந்தியப் பேரரசுக்கு இதை அறிவிக்கிறோம். 'மந்திரி ஆகிவிட்டதாலேயே மக்கள் முன்னாலே பிரச்சினையை வைக்கக் கூடாது' என்று எந்த ஜனநாயகமும் எனக்குச் சொல்லவில்லை. நான் படித்த ஜனநாயகம் மக்கள் முன்னாலே வைத்து விடும்படியாகத்தான் சொல்லியிருக்கிறது. அந்த முறையிலே இந்தப் பிரச்சினை மட்டுமல்ல; வேறு எந்தப் பிரச்சினை ஏற்பட்டாலும் மக்களிடத்திலே அறிவிக்க வேண்டிய பிரச்சினையை அறிவிப்பதற்குக் கடமைப்பட்டிருக்கிறேன்.

இப்போது இருக்கிற நிலைமையில் அவர்களால் எடுத்து நடத்த முடியாது என்று திட்டவட்டமாகத் தெரிவித்துவிட்டால், அதை எடுத்து நடத்துவதற்குத் தமிழக சர்க்கார் தயாராக இருக்கிறது என்பதைத் தெரிவித்துக்கொள்ள விரும்புகிறேன். ஆனால் முதலில், "எங்களாலே எடுத்து நடத்த முடியாது" என்று தெரிவிக்க வேண்டுமே தவிர, "பண நெருக்கடி காரணமாக, அந்நியச் செலாவணி நெருக்கடி காரணமாக" என்று வளையக் கூடாது. வெட்டு ஒன்று, துண்டு இரண்டு. உண்மையைச் சொல்... நீ கொடுத்த வாக்குறுதியின்படி நாலாவது ஐந்தாண்டுத் திட்டத்திலாகிலும் சேலம் உருக்காலை உண்டா, இல்லையா?

திட்டவட்டமான பதில் தேவை.

ஆனால், யார் எந்தக் கேள்வியை நாடாளுமன்றத்திலே எழுப்பினாலும், நேரடியான பதில் நமக்குக் கிடைப்பதில்லை. "சேலம் உருக்காலை எப்போது கிடைக்கும்?" "நிலைமை சரியானதும்!", "நிலைமை எப்போது சரியாகும்?", "நிலைமையைச் சரிப்படுத்திவருகிறோம்." இப்படிப்பட்ட பதில் இருக்கிறதே, இது பேச்சில் அவர்கள் வல்லவர்களாகிக் கொண்டுவருகிறார்கள் என்பதை வேண்டுமானால் விளக்கப் பயன்படுமே தவிர, பிரச்சினையைத் தீர்ப்பதற்கு நிச்சயமாகப் பயன்படாது.

தமிழ்நாட்டு மக்கள் இன்றைய தினம், ஒரு திட்டவட்டமான பதிலை மத்திய சர்க்காரிடமிருந்து எதிர்பார்க்கிறார்கள். நீங்கள் சேலத்து உருக்காலைத் திட்டத்தை ஐந்தாண்டுத் திட்டத்தில் தொடங்குவதற்குத் தயாராக இருக்கிறீர்களா, இல்லையா? இல்லை என்று சொல்வீர்களானால், அதற்குப் பிறகு மறுபடியும் பொதுமக்களிடத்திலே நான் வந்து நமக்கு நியாயமாகச் செய்ய வேண்டியதை மத்திய சர்க்கார் செய்யத் தவறி இருக்கிறது; இது மாற்றாந்தாய் மனப்பான்மையின் விளைவு என்பதை எடுத்துச் சொல்லி, அதற்குப் பிறகு மறுபடியும் உங்களை நான் ஆணை யிடும்படி கேட்பேன். நாமே நடத்தலாமா? இவ்வளவு செலவாகும்; இன்னின்ன வழியிலே பணம் திரட்டலாம் என்று உங்களிடத்திலே ஆணை கேட்டு, உங்களுடைய ஆணை கிடைக்குமானால், அதை ஆரம்பிப்பதென்பது இயலாத காரியம் அல்ல. ஏனென்றால், ஜப்பான் நாட்டு நிபுணர்கள் தயாராக இருக்கிறார்கள்.

சேலம் இரும்பாலைக்குத் தங்களாலான எல்லா விதமான ஒத்துழைப்பையும் ஜப்பானியர்கள் தருவதற்குத் தயாராக இருக்கிறார்கள். இதற்கு அந்நியச் செலாவணி மட்டும் 30 கோடி ரூபாய்க்குக் கிட்டத்தட்ட தேவை. இந்த 30 கோடி ரூபாய் அந்நியச் செலாவணியை அவர்கள் தருவதற்கும் அதற்குத் தேவையான கருவிகளை நம்மிடத்திலே கொடுப்பதற்கும் ஜப்பான் நாட்டுத் தொழிலமைப்பாளர்கள் தயாராக இருக்கிறார்கள். நான் இந்த இரண்டு மூன்று மாதங்களிலேயே அவர்களை நாலைந்து தடவை பார்த்துப் பேசியாகிவிட்டது. அவர்கள் 30 கோடி ரூபாய்க்கு மேல் அந்நியச் செலாவணி பகுதிக்குப் பொறுப்பேற்றுக் கொள்ளத் தயாராக இருக்கிறார்கள். மீதம் நமக்குத் தேவைப்படுவது 70 கோடி ரூபாய். இந்த 70 கோடி ரூபாயை இங்கே உள்ள தொழில் நிறுவனங்கள், இங்கே உள்ள பேங்குகள் இவற்றிலிருந்து கடனாகப் பெற்றுக்கொள்ள தமிழக அரசாலே முடியும். ஆனால், இதைக் கடனாகப் பெற்றுக்கொள்ள வேண்டுமானால், அதற்கும் மத்திய சர்க்காருடைய ஒப்புதல் வேண்டும். "சரி, என்னாலே ஆரம்பிக்க முடியவில்லை; நீ ஆரம்பித்துக்கொள். அதற்குத் தேவையான 60 கோடியோ... 70 கோடியோ உனக்கு வல்லமை இருந்தால் இதை நீ கடனாகப் பெற்றுக்கொள்!" என்று இவர்கள் அறிவிப்பார்களானால், சேலம் இரும்பாலையை இந்த ஓராண்டிலே தொடங்குவதற்கு தமிழக அரசாலே முடியும்!

❍

மக்களிடம் கருத்துகளை எடுத்துச்செல்ல கலைத் துறையை வெகுவாக நம்புகிறேன்

1968-ல் சென்னையில் நடைபெற்ற உலகத் தமிழ் மாநாட்டில் முதல்வர் அண்ணா ஆற்றிய உரையிலிருந்து தேர்ந்தெடுக்கப்பட்ட பகுதிகள்.

அன்புள்ள தலைவர் அவர்களே, கலையுலகத்து நண்பர்களே, தாய்மார்களே, பெரியோர்களே! உலகத் தமிழர் மாநாடு மிகச் சிறப்பான முறையில் நம்முடைய தற்கால வரலாற்றிலே இடம்பெற உறுதுணையாக இருந்தது அதையொட்டி நடத்தப்பட்ட ஊர்வலமாகும்.

ஊர்வலம் எனும் வரலாற்று நினைவு

இந்த ஊர்வலத்தைக் காண வேண்டும் என்று இந்திய குடியரசுத் தலைவர் அவர்களை நான் நேரிலே சென்று அழைத்தபோது அவர்கள் முதலில் ஊர்வலத்தைப் பற்றிக்கூட அதிகமான அளவுக்கு அக்கறை செலுத்தக்கூடிய நிலையிலே இல்லாமல் இருந்தார்கள். "ஊர்வலம் என்றால் மக்கள் திரண்டு வருவார்கள் அல்லது வேறு ஏதாகிலும் வாத்திய வகைகளெல்லாம் கொண்டுவரப்படும்; வேடிக்கைக் காட்சிகளெல்லாம் இருக்கும். இதை நான் உட்கார்ந்து வெகுநேரம் பார்த்துக்கொண்டிருக்க வேண்டும் என்று விரும்புகிறீர்களா?" என்று என்னைக் கேட்டார்கள். அப்போது நான் அவர்களிடத்திலே குறிப்பிட்டுச் சொன்னேன், "நீங்கள் அந்த ஊர்வலத்தைக் காணுவதன் மூலம் பழந்தமிழகத்தைக் காணப் போகிறீர்கள்; தமிழர்களுடைய பண்பாட்டைப் பார்க்கப்போகிறீர்கள்; தமிழர்களுடைய வரலாற்றுத் துண்டுகளைப் பார்க்கப்போகின்றீர்கள். ஆகையினாலே இது வழக்கமாகக் காணுகின்ற ஊர்வலங்கள் அல்ல; இது தமிழகத்தினுடைய வரலாற்றை உருவகப்படுத்துகின்ற ஒரு நினைவை உங்களுக்குக் கொடுக்கும்."

இவ்வளவு அருமையான முறையிலே ஊர்வலக் காட்சி அமைத்துக் கொடுத்த நம்முடைய நண்பர் எஸ்.எஸ்.வாசன் அவர்கள், அவருக்குத் துணையாக இருந்த நம்முடைய நண்பர்கள் நாகி ரெட்டியார் அவர்கள், ஏவி.எம் அவர்கள், ஏ. எல். எஸ். அவர்கள் மற்றும் நம்முடைய நண்பர்கள் பீம் சிங் அவர்கள் மற்றும் உள்ள நண்பர்கள் அத்தனை பேரும் இதிலே காட்டிய அக்கறையை நான் பல கட்டங்களில் கண்டு கண்டு பெருமைப்பட்டேன்.

எழுத்தறிவு அதிகம் இல்லாத இந்த நாட்டில் எடுத்துச் சொல்லப்பட வேண்டிய நற்கருத்துக்களையெல்லாம் கலைத் துறையின் மூலம் பயனுள்ள முறையில், சுவையுள்ள முறையில் எடுத்துச்சொல்ல முடியும் என்ற அடிப்படைக் கருத்தில் நான் மிகுந்த நம்பிக்கை கொண்டிருக்கின்றேன். நான் கொண்டிருப்பதிலேகூட வியப்பில்லை. அது பல்லாயிரக் கணக்கானவர்களுக்குத் தொழில் தருகிற ஒரு தொழில் என்ற முறையிலே மட்டுமல்லாமல், மக்களுக்குப் பொழுதுபோக்குச் சாதனம் என்ற முறையிலே மட்டுமல்லாமல், நம்முடைய நாட்டைப் பொறுத்த வரையில் நற்கருத்துக்களைத் தருவதற்கான சிறந்த சாதனம் என்று முற்போக்கு நாடுகளெல்லாம் இன்றைய தினம் ஒப்புக்கொண்டிருக் கின்றன. நம்முடைய நாட்டிலும் கலைத் துறையின் மூலம் நாம் பெறக் கூடிய பலன் மிகுதியாக இருக்கிறது என்பதில் எங்களுக்குத் தளராத நம்பிக்கை இருக்கின்றது.

வயிற்று வலியால் பாதிப்பு

இந்தக் களிப்பான நிகழ்ச்சியிலே இருக்கிறபோதுகூட நான் சற்றுக் கவலையோடு இருப்பதனை நம்முடைய நண்பர் வாசன் அவர்கள் கண்டறிந்தார்கள். ஒரு ஐந்தாறு நாட்களாக எனக்குக் கடுமையான வயிற்று வலியினாலே தொல்லைப்பட்டுக்கொண்டிருக்கின்றேன். மருத்துவமனை சென்றுகூடப் பார்த்துக்கொள்ள வேண்டும் என்ற எண்ணம் இருந்தாலும் இப்பொழுது பட்ஜெட் கூட்டத் தொடர்வரிசை இருப்பதாலே நான் செல்வதற்கு இயலாத நிலையில் மருத்துவர்களிடத்திலே மருந்து பெற்று அதைப் பருகிக்கொண்டு நோயைக் குறைத்துக்கொள்கின்ற முறையில் இருக்கின்றேன். உள்ளபடி அந்த வயிற்றுவலி மட்டும் இப்போது அதிக மான அளவுக்கு இல்லாமல் இருந்திருக்குமானால் நான் ஒரு திருநாள் போல் கொண்டாடியிருக்க வேண்டிய மகிழ்ச்சிகரமான நிகழ்ச்சி இது.

நண்பர் வாசன் அவர்கள் சொன்னபடி ஜனநாயகத்திற்கு ஊறு நேரிடுமோ என்ற கவலை எனக்கேற்பட்டாலும் நம்முடைய நண்பர்களுடைய உற்சாக மான, ஊக்கமான, உறுதியான துணையோடு அதைக் காப்பாற்றுகின்ற கடமையிலேயிருந்து நான் விலகிச்செல்வேன் என்று அவர்கள் எண்ணிக் கொள்ளத்தேவையில்லை என்பதனையும் நான் அவர்களுக்குத் தெரிவித்துக் கொண்டு இந்த மகிழ்ச்சிகரமான நிகழ்ச்சிக்கு அவர்கள் இன்றைய தினம் நடுநாயகமாக இருந்ததற்கு அவர்களுக்கு நான் என்னுடைய நன்றியைத் தெரிவித்துக்கொள்கின்றேன். தமிழகத்து மக்களுடைய நன்றியைத் தெரிவித்துக்கொள்கின்றேன். வணக்கம்.

○

உலகின் இணைப்புமொழியாகட்டும் தமிழ்

1968-ல் சென்னையில் நடைபெற்ற உலகத் தமிழ் மாநாட்டில் முதல்வர் அண்ணா ஆற்றிய தலைமையுரையிலிருந்து தேர்ந்தெடுக்கப்பட்ட பகுதி.

மதிப்புமிக்க இந்தியக் குடியரசுத் தலைவர் அவர்களே, தமிழகத்தினுடைய ஆளுநர் அவர்களே, அமைச்சர் பெருமக்களே, முன்னாள் முதலமைச்சர் பக்தவத்சலனார் அவர்களே, அகில இந்திய காங்கிரஸ் தலைவர் காமராஜர் அவர்களே, பெரியோர்களே, தாய்மார்களே, நண்பர்களே, வணக்கம்! தமிழின் மாண்புகள் தமிழகத்தோடு மட்டும் இல்லாமல் கீழ்த்திசை நாடுகளிலெல்லாம் பரவியிருந்ததற்கு ஆதாரமும் அதைப் போலவே உலகத்திலுள்ள பல்வேறு நாடுகளிலேயும் தமிழ்க் கலாச்சாரச் சின்னங்கள் இங்குமங்குமாக இருப்பதையும் ஆராய்ச்சி யாளர்கள் இன்றைய தினம் ஓரளவுக்கு அறிந்திருக்கின்றார்கள். அதைப் பெருமளவுக்கு அறிதல் வேண்டும். முழு அளவுக்கு அறிதல் வேண்டும். உலகம் ஒப்புக்கொள்ளத்தக்க அளவு அதனை அறிதல் வேண்டும் என்ற முறையில் நம்முடைய நண்பர்கள் நடத்திக்கொண்டு வருகின்ற பல நாடுகளைச் சார்ந்தவர்கள் தமிழ் ஆராய்ச்சியாளர்கள் வைத்திருக்கிற ஒரு பெருமன்றத்தின் சார்பில் இந்த மாநாடு நடைபெறுகின்றது.

தமிழுக்கு ஏன் ஏனைய மாநிலங்களில் இடமில்லை?

உலகின் பல நாடுகளில் அறிமுகமாகியிருக்கிற நம்முடைய தமிழ்

மொழி, இந்தியாவுக்குள்ளேயே இன்னும் பல பகுதிகளில் அது இடம் பெற முடியாமல் இருப்பது எண்ணி எண்ணி வருந்தத்தக்கதாகும். தமிழ் மொழியினுடைய நுண்ணறிவை ரஷ்யாவில் உள்ள பேரறிவாளர்கள் பாராட்டுகிறார்கள். தமிழ்மொழியினுடைய அருமை பெருமையை செக்கோஸ்லோவிய நாட்டு மக்கள் உணர்ந்துவருகிறார்கள். இங்கிலாந்து நாட்டுப் பல்கலைக்கழகங்கள், அமெரிக்க நாட்டுப் பல்கலைக்கழகங்கள் இங்கெல்லாம் தமிழ்மொழி ஆராயப்பட்டுவருகிறது. அப்படிப்பட்ட தமிழ்மொழிக்கு நாம் சொந்தக்காரர்கள் என்பதை எண்ணுகிற நேரத்தில், நாம் எங்கோ அழைத்துச்செல்லப்படுகிறோம். ஆனால், இன்றுள்ள நிலைமையை நாம் எண்ணிப்பார்க்கிறபோதுதான் இருக்கிற இடத்துக்கு வந்துசேர்கிறோம்.

இருக்கிற இடத்திலேயிருந்து எங்கோ மனக்கண்ணாலே பார்க்கிறோமே அப்படிப்பட்ட ஒரு இடத்துக்கு நாம் செல்ல வேண்டும். அப்படிச் செல்கிற காலமும் அப்படிச் செல்கிற கட்டமும் எப்போது தோன்றும் என்றால், தமிழர்கள் தமிழ்ப் பண்பாட்டை உணர்ந்து, தமிழர்கள் தமிழ் வரலாற்றை அறிந்து, தமிழர்கள் தமிழ் ஆற்றலை உணர்ந்து ஒன்றுபட்டுப் பணி யாற்றுகிற காலத்தில் அப்படிப்பட்ட கட்டத்துக்கு நாம் நிச்சயம் சென்றுசேர்வோம் என்பதில் எள்ளளவும் ஐயப்பாடு இல்லை.

ஈராயிரம் மூவாயிரம் ஆண்டுகளுக்கு முன்னாலே உலகத்திலே பல நாடுகளில் மொழி ஆற்றலும் மொழி அறிவும் மொழி இலக்கணமும் வகுக்கப்படாத காலத்தில் நம்முடைய தமிழகத்தில், ‘நற்றிணை நல்ல குறுந்தொகை ஐங்குறுநூறு ஒத்த பதிற்றுப்பத்து ஓங்கு பரிபாடல் கற்றறிந் தார் ஏத்தும் கலியோடு அகம்புறம் என்று எட்டுத்தொகை’யைப் பெற்றிருந்தோம். பாட்டுமொழி நம்முடைய மொழி என்பதை மெய்ப்பிக்கிற வகையில், பத்துப்பாட்டைப் பெற்றிருந்தோம். உலகத்துப் பெருமக்களெல்லாம் போற்றி வரவேற்கிற திருக்குறளுக்குச் சொந்தக்காரர் என்று மார்தட்டிக்கொள்கிறோம். ‘எப்பொருள் யார்யார்வாய்க் கேட்பினும் அப்பொருள் மெய்ப்பொருள் காண்பதறிவு’ என்ற தத்துவத்தை உலகுக்குத் தரத்தக்க அளவுக்கு மாண்பு படைத்த திருக்குறளுக்குச் சொந்தக்காரர்கள் நாம். அப்படிப்பட்ட நல்ல நிலைமையிலே உள்ள தமிழ் உலகத்துப் பெரு மக்களாலே ஆராயப்பட்டு, இன்னும் புதிய பொலிவையும் புதிய வலிவையும் அது பெறுவதற்கு இந்த மாநாடு வழிவகுக்கும் என்பதில் எள்ளளவும் ஐயப்பாடு இல்லை.

தமிழர்கள் தம் அடையாளத்தை இழக்க மாட்டார்கள்

தமிழகமே விழாக்கோலம் பூண்டிருக்கிற இந்த நல்ல நாளில், தமிழகத்தை நோக்கித் தமிழ் ஆராய்ச்சியாளர்கள் உலகத்திலே எட்டுத் திக்கிலே இருந்தும் இங்கு வந்திருக்கிற இந்த நேரத்தில், தமிழ்ப் பண்பாட்டை நான் ஓரிரு வார்த்தைகளில் சொல்வது பொருத்தம் என்று கருதுகிறேன்.

உலகின் எந்தக் கோடியில் உள்ளவர்களையும் நாங்கள் தோழர்களாகக் கருதுகிறோம். உலகத்திலே எந்தப் பக்கத்திலேயிருந்து வருபவர்களையும் நாங்கள் வாழ்த்தி வரவேற்கிறோம். உலகத்திலே எந்த மொழிகளையும் நாங்கள் மதிக்கத் தயங்குவதில்லை. உலகத்தில் அறிவு எந்தக் கோடியில் இருந்தாலும் அதை எடுத்துக்கொண்டு வருவதிலே தமிழர்கள் யாருக்கும் பின்வாங்கியவர்கள் அல்ல. ஆனால், தமிழர்கள் தனக்கென்று உள்ளதை ஒருக்காலும் இழக்கச் சம்மதிக்க மாட்டார்கள்.

ஆழ்கடல் கொந்தளித்துக்கொண்டிருக்கிறது. ஆனால், அதை நல்ல நாவாயின் மூலமாகக் கடத்தல் முடியும். அதைப் போல் தமிழர்களை அணைத்து அழைத்துச்சென்றால், அகில உலகத்திலே உள்ளவர்களுக்கும் அவர்கள் தோழர்களாக இருப்பார்கள். அதைத்தான் 'யாதும் ஊரே யாவரும் கேளிர்' என்று ஈராயிரம் ஆண்டுகளுக்கு முன்னால் தமிழ்ப் பெருமகன் எடுத்துச் சொன்னான்.

யாதும் ஊரே யாவரும் கேளிர் என்றானே என்னே பெருமை!

1967-வது ஆண்டிலேயும் எல்லா நாடுகளையும் ஒன்றுபடச் செய்வதற்காக அமெரிக்காவில் ஐக்கிய நாடுகள் மன்றத்தில் பல நாட்டுக் கொடிகளை பட்டொளி வீசிப் பறக்கவிட்டாலும், அங்கே பேசிவிட்டு வெளியே வருகிறபோது எந்த நாட்டின்பேரில், எந்த நாடு எங்கு படையெடுக்கும் என்று பேச்சு பேசிக்கொண்டிருக்கும் இன்றைய உலகத்துக்கு ஈராயிரம் ஆண்டுகளுக்கு முன்னாலே, 'யாதும் ஊரே யாவரும் கேளிர்' என்று எடுத்துச் சொன்ன தமிழன் எவ்வளவு பெருந்தன்மையை... எவ்வளவு சிறந்த அரசியல் பண்பாட்டைப் பெற்றிருந்தான் என்பதை எண்ணி நெஞ்சம் விம்முகிறது. 'யாதும் ஊரே யாவரும் கேளிர்' என்ற அடிக்கு அடுத்த அடி 'தீதும் நன்றும் பிறர்தர வாரா!' மற்றவராலே நமக்குத் தீங்கும் வராது... மற்றவராலே நமக்கு நல்லதும் வராது. நல்லது வர வேண்டும் என்றாலும் நம்மாலேதான் வர வேண்டும். கெட்டது வர வேண்டும் என்றாலும்

440 தமிழ் திசை

நம்மாலேதான் வர வேண்டும் என்று ஈராயிரம் ஆண்டுகளுக்கு முன்னாலே நமக்கு எடுத்துச் சொல்லப்பட்டிருக்கிறது.

ஆகையினால், தீது வருமோ என்ற ஐயப்பாடு யாருக்காகிலும் இருந்தால், தீதும் நன்றும் பிறர்தர வாரா. நாமாக வரவழைத்தால் அந்தத் தீமை வருமே தவிர, நாம் வேண்டாம் என்றால் தமிழனைத் தீது தீண்டாது. அதைப் போலவே நல்லதும் இன்னொருவர் கொடுத்து நமக்கு வராது. நாமேதான் நல்லதைத் தேடிக் கொண்டுவர வேண்டும் என்பதை ஈராயிரம் ஆண்டுகளுக்கு முன் தமிழர்களுக்கு நன்னெறியாக அளிக்கப்பட்டிருக்கிறது.

உலக இணைப்புமொழியாக வேண்டும் தமிழ்

கருத்தரங்கத்திலே கிடைக்க இருக்கிற நற்கருத்துகள், ஏற்கெனவே நமக்கு இருக்கிற மொழி ஆர்வத்தைப் பன்மடங்கு அதிகமானதாக்கி, நம் மொழியினுடைய வளத்தை மற்றவர்களும் அறிந்து, இப்படிப்பட்ட வளமுள்ள இந்தத் தமிழ் மொழி அல்லவா எங்களுக்கும் மொழியாக இருக்க வேண்டும். எங்களுக்கு மட்டுமல்ல; உங்களுக்கும் எங்களுக்கும் சேர்த்து இதல்லவா மொழியாக இருக்க வேண்டும்! 'இதல்லவா இணைப்பு மொழி, இதல்லவா பொதுமொழி, இதல்லவா ஆட்சிமொழி!' என்று சொல்லத்தக்க ஒரு காலம் வர வேண்டும். அந்தக் காலம் வரும் என்பதில் நான் மிகுந்த நம்பிக்கை கொண்டிருக்கிறேன்.

ஆகையினால், அப்படிப்பட்ட நன்னெறியைப் பெற்றிருக்கிற நம்முடைய மொழியான தமிழ்மொழி, உரிய ஏற்றத்தைப் பெறுமென்ற சிறந்த நம்பிக்கையை நான் பெற்றிருப்பதைப் போலவே இங்கே குழுமியிருக்கிற லட்சக்கணக்கான மக்களும் பெற்று நம்முடைய மொழிக்கு நல்ல ஏற்றத்தை உண்டாக்கிக் கொடுத்து, இதை மற்றவர்களும் அணுகி வந்து அறிந்துகொள்ள வேண்டும் என்ற ஆர்வத்தைப் பெற்று இதனை அரியாசனத்தில் அமர்த்தக் கூடிய ஒரு நன்னாளை எதிர்நோக்கி இந்த நாளில் நாம் உறுதிகொள்வோம்!

CAST

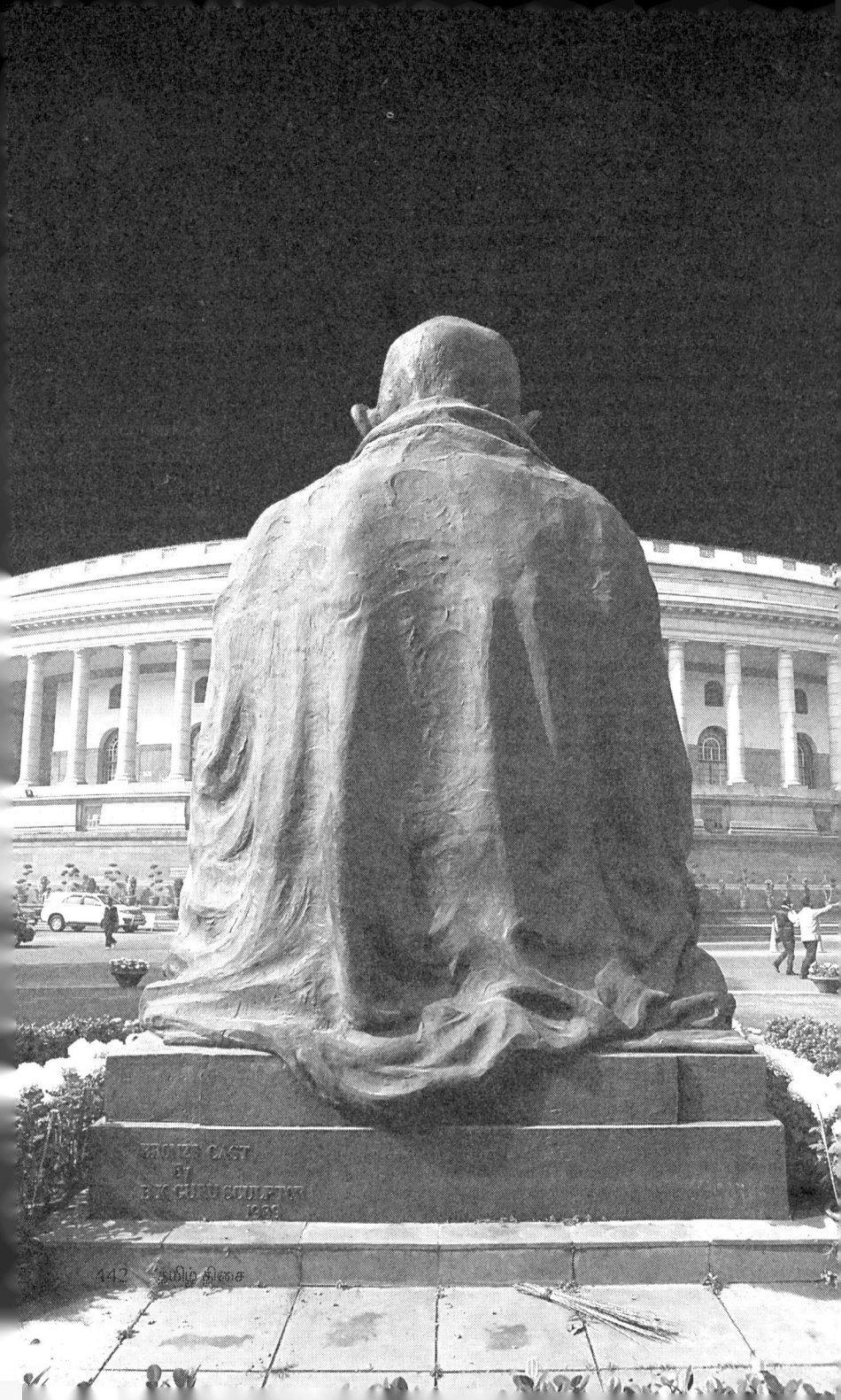

அண்ணாவின் நாடாளுமன்ற உரைகள்

அண்ணாவின் உரைகளில் உச்சம் அவருடைய நாடாளுமன்ற உரைகள். திராவிட நாடு கனவோடு டெல்லி சென்ற அண்ணா, பிற்பாடு இந்திய ஒன்றியத்தின் மீது அந்தக் கனவை எப்படிப் பொருத்தினார், இந்தியாவை எப்படிப்பட்ட குடியரசாகக் கற்பனைசெய்தார் என்பதற்கான விவரணைகள் இந்த உரையில் இருக்கின்றன. அண்ணா எவ்வளவு பெரிய சர்வதேச ஆளுமை என்பதையும் அவை சுட்டுகின்றன.

பெருமிதம் கொள்கிறேன் நான் திராவிடன்...
எங்கள் நாட்டுக்கு சுயநிர்ணய உரிமை தேவை

இந்திய நாடாளுமன்றத்தில் அண்ணாவின் 'முதல் முழக்க'மாக அமைந்த இந்த உரைதான் ஒட்டுமொத்த இந்தியாவையும் அண்ணாவைத் திரும்பிப் பார்க்கவைத்த உரை. 'திராவிட நாடு' கோரிக்கையை வலியுறுத்திய அந்நாட்களில் 'திராவிட நாடு' என்று குறிப்பிடும் தென்னகத்துக்கு என்று திட்டவட்டமாகப் பிரத்யேகக் கலாச்சாரம் ஒன்று இருப்பதை உறுதிபடப் பேசுகிறார் அண்ணா. "எங்களுடைய எதிர்காலத்தைத் தீர்மானிக்க எம்மக்களுக்கு சுயநிர்ணய உரிமை வேண்டும்" என்று முழங்கிய அண்ணா, "பிரிவினை கேட்பதாலேயே ஏனைய சமூகங்களுக்கு நாங்கள் எதிரிகள் அல்லர்" என்றும் குறிப்பிடுகிறார். ஏப்ரல் 1962-ல் 'தாக்குதல் தொடங்குகிறது' (Launching the Offensive) என்ற பொருளை மையப்படுத்தி ஆற்றிய உரையின் தேர்ந்தெடுக்கப்பட்ட பகுதிகளை இங்கே கொடுக்கிறோம்.

நான் என்னை திராவிட இனத்தைச் சேர்ந்தவன் என்று சொல்லிக்கொள்ளும்போது திராவிடர்களுக்கு, இந்த உலகுக்கு வழங்கத் திட்டவட்டமான, தெளிவான, மற்றவற்றிடமிருந்து வேறுபட்ட சில அம்சங்கள் இருக்கின்றன என்று உறுதியாகக் கருதுகிறேன்!

சி.என்.அண்ணாதுரை: பெருமதிப்புக்குரிய அவைத் தலைவர் அவர்களே, கம்பீரம் நிறைந்த இந்த அவையிலே பேசப்படும் கருத்துகளோடு என் கருத்துகளையும் உடன் எடுத்துச்சொல்ல வாய்ப்பு தந்த உங்களுக்குப் பெரிதும் நன்றி செலுத்திக்கொள்கிறேன்.

இந்தக் கூட்டத் தொடரில் நடைபெறும் விவாதத்தில் கலந்துகொள்ள முதலில் கொஞ்சம் தயங்கினேன். ஏனெனில், என்னுடைய ஆசை, இந்த அவையைக் கவனித்துக் கற்றுக்கொள்வதுதான், பேசிப் பிரச்சினைகளைக் கிளறுவதல்ல. ஆனால், கம்பீரம் மிக்க இந்த அவையில் இணக்கமான சூழ் நிலையைக் காண்கிறோம். இந்தப் பெருநாட்டின் குடியரசுத் தலைவரைப் புகழும் வளமிகு வாழ்த்துரையில் நானும் சேர்ந்துகொள்ளும்படி அது தூண்டிற்று. குடியரசுத் தலைவரின் சுயநலமற்ற பணிக்கு எனது வாழ்த்து களைத் தெரிவித்துக்கொள்கிறேன்.

நான் இப்படி ராஜேந்திர பிரசாத் அவர்களை வாழ்த்தும்போது, நான் அவரின் அடியொற்றிச்செல்லும் தொண்டனல்ல என்பதையும் கூறிக் கொள்கிறேன். அவர் நெஞ்சம் திறந்து ஏற்றுக்கொண்டுள்ள அரசியல் கட்சியின் தத்துவங்களுக்கும் எனக்கும் எந்த ஒற்றுமையும் இல்லை. வெகு தூரத்தில் நின்றுகொண்டு, குடியரசுத் தலைவரின் சிறந்த பணிகளைப் பாராட்டுகிறேன். இப்படிப் பாராட்டும் நிலை எனக்கு ஒருவிதத்தில் பலத்தையும் தருகிறது. இன்னொரு விதத்தில் பலவீனத்தையும் தருகிறது. அவருடன் ஒன்றாகப் பணியாற்றினோம் என்று கூறிக்கொள்பவர்களுக்கு ஏற்படும் தெம்பு எனக்கு ஏற்படாதது மனதின் பலவீனமாக இருக்கலாம்; ஒரு கடமையுணர்ச்சியுள்ள ஒரு கட்சிக்காரரை இன்னொரு கட்சித் தோழர் பாராட்டுவதாக இல்லாமல், வெகு தூரத்திலிருந்து குடியரசுத் தலைவரின் பணியைக்கண்டு மகிழ்ந்து உண்மையாகப் பாராட்டுவதாக எனது பாராட்டு இருக்கிறது. இது உண்மை அடிப்படையில் அமைந்த பலம்.

குடியரசுத் தலைவர் உரையா, கம்பெனி ஆண்டறிக்கையா?

நான் இப்படிப் பாராட்டும்போது, துரதிர்ஷ்டவசமாகக் குடியரசுத் தலைவர் ஆற்றிய உரையில் பெரிதும் ஏமாற்ற உணர்ச்சியையே பெற்றேன். அரசியல் சட்ட சரித்திரத்தின் மாணவர்கள் என்ற முறையில், குடியரசுத் தலைவர் பேசினால், அதன் மூலம் அரசாங்கம் பேசுகிறது என்பதை நாம் அறிவோம். எனவே, அந்த உரையில் ஏதாவது குற்றங்குறைகளை எடுத்துச் சொன்னால், அது குடியரசுத் தலைவரைப் பற்றி தனிப்பட்ட முறையில் கூறுவதாகக் கருதப்படாது என்றே நம்புகிறேன். அரசு சரியானபடி உள்ளதை உள்ளபடி சொல்லவில்லை. எனவே, தலைவர் அவர்களே, எதிர்த்தரப்பு உறுப்பினர்கள் அதைப் பற்றிச் சில கருத்துகளை எடுத்துச் சொல்ல வேண்டியிருக்கிறது.

திட்டங்களைப் பற்றி 'திட்டத்தின் தந்தை' எனப் புகழத்தக்க கனம் டி.டி.கிருஷ்ணமாச்சாரியார் எடுத்துரைத்ததைக் கேட்கும் பேறு பெற்றேன். குடியரசுத் தலைவர் உரையைப் படித்துப் பார்த்தால், அது ஒரு கம்பெனி

> காங்கிரஸின் பலம் அதனிடம் இல்லை;
> எதிர்க்கட்சிகளின் பலவீனத்தில்தான் இருக்கிறது.
> எனவே, வெற்றியில் பெருமிதம் கொள்வதைக்
> காட்டிலும் ஆளுங்கட்சி, பணிவையும்
> பெருந்தன்மையையும் தாராளத்தன்மையையும்
> ஜனநாயகத்தையும் கற்றுக்கொள்ள வேண்டும்.

யின் ஆண்டறிக்கைபோல் இருக்கிறதே தவிர, நம்பிக்கையையும் குறிக்கோளையும் எடுத்துரைப்பதாக இல்லை. கம்பெனியின் ஆண்டறிக்கை என்று நான் குறிப்பிடுவதன் காரணம், அந்த கம்பெனி இப்போது உறுப்பினர்களைத் தேடி அலைகிறது; பணத் தேவை மிகுந்துவிட்ட கம்பெனியாகவும் தென்படுகிறது.

குடியரசுத் தலைவர் உரை மீது பேசிய ஆளுங்கட்சியினர் பேச்சில் ஒரு பெருமிதமும் செருக்கும் வெளிப்பட்டது. 'ஓ, மும்முறை நாம் தொடர்ந்து தேர்ந்தெடுக்கப்பட்டிருக்கிறோம், எனவே, எதைச் சொன்னாலும் சரியாகத்தான் இருக்கும்; எதைச் செய்தாலும் சரியாக இருக்கும். எனவே, சிறிய கட்சிகளுக்கு நம்மைத் தட்டிக்கேட்க உரிமை இல்லை' என்று எண்ணுவது போல இருந்தது.

பொதுத் தேர்தலில் வெற்றி அடைந்த பிறகு எந்தக் கட்சியும் பெருமிதம் கொள்ள உரிமையுண்டு. நல்ல அமைப்பு முறையும் நல்ல பண வசதியும் படைத்த காங்கிரஸ் போன்ற கட்சி, பல்வேறு அக்கறைகளையும் கொள்கைகளையும் கொண்ட எதிர்க்கட்சிக் குழுக்களை எதிர்த்து வெற்றி பெறுவது ஆச்சரியத்திற்குரியது அல்ல என்பதையும் உங்கள் அனுமதியோடு சுட்டிக்காட்ட விரும்புகிறேன். உள்ளபடி, காங்கிரஸின் பலம் அதனிடம் இல்லை; எதிர்க்கட்சிகளின் பலவீனத்தில்தான் இருக்கிறது. எனவே, வெற்றியில் பெருமிதம் கொள்வதைக் காட்டிலும் ஆளுங்கட்சி, பணிவையும் பெருந்தன்மையையும் தாராளத்தன்மையையும் ஜனநாயகத்தையும் கற்றுக்கொள்ள வேண்டும்.

டாடா, பிர்லாக்களிடமிருந்துதானே பண ஆயுதங்களைப் பெறுகிறீர்கள்?

தேர்தலில் நடைபெற்ற ஊழல் முறைகளைப் பற்றி இத்தரப்பு உறுப்பினர்கள் பேசியபோது, ஆளுங்கட்சி உறுப்பினர்கள் அவற்றை நிரூபிக்க முடியுமா என்று கேட்க எழுந்தார்கள். ஆதாரங்கள் மட்டும் எங்கள் கைக்குக் கிட்டும் நிலைமை இருந்தால் ஐயா, நாங்கள் இந்தக் கம்பீரமிக்க மன்றத்தில் இதுகுறித்துப் பேசிக்கொண்டிருக்க மாட்டோம்; அவர்களை (ஆளுங்கட்சியினரை) நீதிமன்றத்துக்கு இழுத்துச்சென்றிருப்போம் என்பதைச் சுட்டிக்காட்ட விரும்புகிறேன். போதுமான வசதிகளற்ற வகையில் வைக்கப்பட்டுள்ள மற்ற கட்சிகளுக்குத் தக்க ஆதாரம் காட்டி நிரூபிப்பது அவ்வளவு எளிதான காரியமல்ல. நாங்கள் இதில் சட்ட

பூர்வமான அம்சங்களை வலியுறுத்துவதைவிட, தார்மீகமான அம்சங்களையே சுட்டிக்காட்ட விரும்புகிறோம்.

ஆளுங்கட்சி பெரும் தொழில் நிறுவனங்களிலிருந்து நன்கொடை பெறுவது சட்டபூர்வமானதுதான் என்றாலும், அது அறநெறியற்ற செயல் என்று நீதிமன்றங்கள் கண்டனம் தெரிவித்தன. நமக்குத் தெரியாதா? அதற்குப் பிறகும் டாடா, பிர்லாக்களின் ஆயுதச்சாலைகளிலிருந்தே அவர்கள் பண ஆயுதம் பெற்றனர். இது தங்களுடைய கண்ணியத்துக்கு இழுக்கு என்று நினைக்காமல் தொழிலதிபர் முந்த்ராவிடம்கூட நன்கொடைக்காகச் சென்றுள்ளனர். எங்கிருந்து இவர்கள் தேர்தல் நிதியைச் சேர்த்துக்கொண்டார்கள் என்பதை நாடு மறந்துவிட்டதா? இந்த அடிப்படையில்தான் ஆளுங்கட்சி பெருமை கொள்கிறதா? ஆளுங்கட்சி உறுப்பினர்கள் கூறலாம், மற்ற கட்சிகளிடமும்கூட இந்த ஒழுங்கீனம் உள்ளதென்று. இந்தப் பரந்த துணைக்கண்டத்தின் மூத்த பெரும் கட்சி என்ற முறையில் உயர்ந்த மரபுகளை ஏற்படுத்துவது காங்கிரஸின் தலையாய கடமை அல்லவா? இந்த நேரத்தில் என்னுடைய சொந்த ஊரான காஞ்சிபுரத்தில் சம்ஸ்கிருத அறிஞர்கள் கூறும் பழமொழி ஒன்று நினைவுக்கு வருகிறது - 'யதா ராஜா, ததா பிரஜா' ('அரசன் எவ்வழி – குடிகள் அவ்வழி').

எனவே, எங்கள் முதல் கருத்தே இந்தத் தேர்தல் சுமுகமாகவும் சுதந்திரமாகவும் நடைபெறவில்லை என்பதுதான். மக்களின் எண்ணமும், நியாயபூர்வமாகத் தெரிந்துகொள்ளப்படவில்லை என்பதுதான். எனவே, அடுத்த தேர்தலிலாவது பஸ் முதலாளிகளுடனும் லாப வேட்டைக்காரர்களுடனும் பர்மிட்காரர்களுடனும் தொடர்புகொள்ளாமல் - திரு.கங்கா சரண் சின்ஹா இங்கே குறிப்பிட்டதுபோல - பொதுத் தேர்தலுக்கு ஆறு மாதங்களுக்கு முன் ஆளுங்கட்சி உறுப்பினர்களும் மந்திரிகளும் பதவியை ராஜிநாமா செய்துவிட்டு, மீண்டும் பதவிக்கு வர முடியுமா என்று நான் அறைகூவல் விடுக்கிறேன். எனவே, குடியரசுத் தலைவர் பேச்சின் ஒரு பகுதியில், நாம் அனைவரும் ஜனநாயக மரபுகளைக் கட்டிக் காக்க வேண்டுமென்று -

ராமா ரெட்டி (மைசூர்): இதற்கு ஏதாவது முன்னுதாரணம் உண்டா?

மன்றத் தலைவர்: ஆறு மாதங்களுக்கு முன் ராஜிநாமா செய்வதற்கு உதாரணம் உண்டா என்று கேட்கிறார்...

பூபேஷ் குப்தா (மேற்கு வங்கம்): ஒருவரது கன்னிப்பேச்சில் குறுக்கிடுவதற்கு முன்னுதாரணம் இல்லை.

சி.என்.அண்ணாதுரை: ஆம், இது என்னுடைய கன்னிப்பேச்சுதான், ஆனால், குறுக்கீடுகளால் கூச்சமடைகிறவன் அல்ல நான். எனவே, குறுக்கீடுகளை நான் விரும்புகிறேன். குடியரசுத் தலைவரின் உரையில் நான் மூன்று உன்னதத் தத்துவங்கள் மிளிருவதைக் காண்கிறேன்: ஜனநாயகம், சோஷலிஸம், தேசியம் என்பவையே அவை.

லாஸ்கியின் கூற்றுப்படி, 'சமத்துவம் என்பது எல்லோரையும் ஒரே மாதிரியாக நடத்துவது அல்ல. எல்லோருக்கும் சமவாய்ப்பு தருவது.' ஆனால், இங்கே சமவாய்ப்பு தரப்பட்டது; தந்துகொண்டிருக்கிறோம் என்று கூற முடியுமா? அப்படியென்றால், தாழ்த்தப்பட்டோர், பிற்படுத்தப்பட்டோர் என்பதெல்லாம் இங்கே எதைக் குறிக்கிறது?

ஜனநாயகத்தின் பலனை எப்போது பெற முடியும்?

ஜனநாயகத்தைப் பொறுத்தவரையில், விகிதாச்சாரப் பிரதிநிதித்துவ முறையும், அரசாங்கத்தின் குறிப்பிட்ட செயலுக்குப் பொதுமக்களின் ஆதரவு உண்டா இல்லையா என்பதைத் தெரிந்துகொள்ளும் பொது வாக்கெடுப்பு முறையும் இந்தப் பெரிய உபகண்டத்தில் அமலாகாத வரை ஜனநாயகத்துக்கான எந்தப் பலனையும் எதிர்பார்க்க முடியாது. கடந்த பத்து அல்லது பதினைந்து ஆண்டுகளில் ஜனநாயக ஆட்சி முறையிலேயே ஏற்பட்ட குறைகள் உரையில் இடம்பெறவில்லை என்பதற்காக வருந்து கிறேன். எனவே, இந்த அவை ஜனநாயகத்தின் முக்கிய அம்சங்கள் குறித்து கவனம் செலுத்தக் கோருகிறேன்.

நீங்கள் செயல்படுத்துவதற்குப் பெயர் சோஷலிஸமா?

சோஷலிஸத்தைப் பொறுத்தவரை, இந்த அவையில் ஒரு புதுவிதப் பொருள் தரப்பட்டது. கனம் ராமமூர்த்தி - டாடா, பிர்லா போன்றோரின் நிறுவனங்களைப் பற்றி எடுத்துரைத்தபோது மற்றொரு மதிப்புக்குரிய உறுப்பினர் பங்குகளைப் பற்றியும் லாபங்களைப் பற்றியும் வியத்தகு விளக்கம் தந்ததைக் கண்டேன்.

கோடிகோடியாக லாபம் குவிக்கப்பட்டாலும், டாடா, பிர்லாக்களின் பணப்பெட்டிக்குள் போகாமல், பங்குதாரர்களுக்குப் போய்விடுவதாக எடுத்துச் சொன்னார். இதுதான் பொருளாதார விளக்கம் என்றால் நமக்கேன் பொதுத் துறை, தனியார் துறை என்ற இரண்டு? எனது மதிப்புக்குரிய நண்பர் தனியார் துறைதான் பொதுத் துறை என்றும், டாடா - பிர்லாக் களால் நிர்வகிக்கப்படும் தொழிற்சாலைகள் அனைத்தும் பொதுத் துறையைச் சேர்ந்தவை என்றும் கருதினால் பொதுத் துறை, தனியார் துறை என்று ஏன் வேறுபாடு காட்ட வேண்டும்? பங்குகளும் லாபங்களும் பிரிக்கப்பட்டு முதலீட்டாளர்களுக்குத் தரப்படுகிறது என்று குறிப்பிட்ட போது அவர் குறிக்கோளை விட்டு வேறு குறிக்கோளை நோக்கி எங்கேயோ போய்விட்டார்.

இந்தப் பிரச்சினையைப் பற்றி ஆராய நாம் அமைத்த குழுக்கள்,

பலமுள்ள தொழில் சாம்ராஜ்யங்கள் ஏகபோக நிறுவனங்களாக வளர்ந்திருப்பதாக அறிவித்திருக்கின்றன. பிரதம மந்திரிகூட இந்தப் பிரச்சினையைப் பற்றிக் கவனிக்க வேண்டும் என்று கூறியுள்ளார். இரண்டு ஐந்தாண்டுத் திட்டங்களால் உற்பத்தியான வளம் எங்கே, எப்படிப் போயிற்று என்பதைக் கண்டுபிடிக்க ஒரு குழு நியமிக்கப்பட்டுள்ளதாக அறிகிறேன்.

எனவே, இங்குள்ள சோஷலிஸம் வேறு வகையானது என்று வாதிடுவதை விட, வேறு ஏதாவது பெயர் தந்துவிடலாம். சோஷலிஸத்தின் பெயரை ஏன் இழுக்கிறீர்கள்? அதற்கு உங்கள் சொந்த விளக்கத்தை ஏன் தருகிறீர்கள்?

சோஷலிஸம் என்பது சேமநலம் மட்டுமல்ல, சேமநலத்துக்கு உறுதி தருவது மட்டுமல்ல. சமத்துவத்தை உண்டாக்கப் பாடுபடுவது சோஷ லிஸம். லாஸ்கியின் கூற்றுப்படி, ‘சமத்துவம் என்பது எல்லோரையும் ஒரே மாதிரியாக நடத்துவது அல்ல. எல்லோருக்கும் சமவாய்ப்பு தருவது.’ ஆனால், இங்கே சமவாய்ப்பு தரப்பட்டது; தந்துகொண்டிருக்கிறோம் என்று கூற முடியுமா? அப்படியென்றால், தாழ்த்தப்பட்டோர், பிற்படுத்தப் பட்டோர் என்பதெல்லாம் இங்கே எதைக் குறிக்கின்றன?

ஹைதராபாதில் பழங்குடி மக்கள், தாழ்த்தப்பட்டோர் மாநாடு நடைபெற்றது. அதில் பிரதம மந்திரியும் ஜெகஜீவன்ராமும் கலந்து கொண்டனர். ஐக்கியமாக எக்கருத்தையும் சொல்லாமல், பல்வேறுபட்ட கருத்துகளைச் சொன்னார்கள். பிரதம மந்திரி அங்கே கூறினார், “தாழ்த்தப் பட்டோர், பிற்படுத்தப்பட்டோர் என்ற பிரிவுகளெல்லாம் இனிமேலும் நீடிக்கக் கூடாது” என்று! ஆனால், ஜெகஜீவன்ராம், இயல்பாகவே எழுந்து சொன்னார், “சமுதாயத்தின் கடைசித் தளத்துக்கு விரட்டப்பட்ட அவர் களுக்கு இன்னும் சலுகைகள் வேண்டும்” என்று. ஒரே கட்சியிலுள்ள இரண்டு ஜாம்பவான்கள் மத்தியிலேயே இத்தகைய கருத்துவேறுபாடு இருக்கும் என்றால், ஆளுங்கட்சிக்கும் மற்ற கட்சிகளுக்கும் கொள்கை வேற்றுமை இருப்பதில் ஏதாவது வியப்பு இருக்க முடியுமா? எனவே, இங்கு சோஷலிஸத்துக்குத் தரப்படும் பொருளும் செயல்படும் முறையும் நம்மை உண்மையான சோஷலிஸத்தை நோக்கி அழைத்துச்செல்லவில்லை.

உங்களுடையது தபாலாபீஸ் சோஷலிஸம்

இந்தியாவின் நண்பரும் இந்த அரசாங்கத்தின் ஆதரவாளரும் அமெரிக்காவின் தூதரும் பொருளாதார நிபுணராயுமிருக்கிற டாக்டர் கால்பிரெய்த், நமது சோஷலிஸத்தைப் பற்றிக் கூறியுள்ளதை இங்கு கூற விரும்புகிறேன். அவர் இதை ‘தபாலாபீஸ் சோஷலிஸம்’ என்று கூறியுள் ளார். ஏன் பேராசிரியர் கால்பிரெய்த் அவ்வாறு கூறினார்? ஏன் அப்படிக் கூறினார் என்றால், இந்தியாவைப் போன்ற வளர்ந்துவரும் நாடுகளில் சர்க்கார் ஏற்று நடத்தும் தொழில்கள் உயர்ந்த அளவு லாபத்தோடு இயங்க வேண்டும் என்பதை வலியுறுத்தவே கூறியுள்ளார். அமெரிக்காவும் ரஷ்யாவும் இதைத்தான் செய்கின்றன என்றும் கூறுகிறார். கிடைக்கும்

சுதந்திரம் பெற்று பதினைந்தாண்டுகள் கழித்தும், தேசிய அரசாங்கம் ஒன்று பதினைந்தாண்டுகள் ஆட்சிசெய்த பின்னரும், தேசிய ஒருமைப்பாட்டுக்கு முயற்சி எடுத்துக்கொள்வதானது, இதுவரை செய்துவந்த, சிந்தித்துவந்ததற்கெல்லாம் எதிரிடையானது என்றுதானே பொருள்? தேசியத் தலைவர்கள் இத்தனை நாள் செய்துவந்த முயற்சி அனைத்தும் கனிய வில்லை என்றுதானே பொருள்? ஐயா, ஒருமைப்பாடு பெற்ற மக்கள் சமுதாயம்தான் நாடாகிறது. அப்படி ஒரு நாடு உருவாகியிருந்தால் ஒருமைப்பாட்டுக்கு இப்போது என்ன அவசியம் வந்தது?

லாபத்தை மீண்டும் தொழிலிலேயே போட்டு மறு முதலீடாக்கி மக்கள் நன்மைக்குப் பயன்படுத்த வேண்டும் என்பது அந்தப் பேச்சின் கருத்து.

ஆனால், கனம் டி.டி.கிருஷ்ணமாச்சாரி, "பாசனத் திட்டமானாலும் மின்சாரத் திட்டமானாலும் தொழில் திட்டமானாலும் சர்க்கார் துறையில் எதிர்பார்க்கும் அளவுக்கு லாபம் வருவதில்லை" என்கிறார். இப்படி ஏன் இருக்கிறது என்றால், நாம் சோஷலிஸத்துக்குத் தரும் வேறுபட்ட விளக்கத்தினால்தான். ஏராளமான முதலீடு பொதுத் துறையில் போடப் பட்டிருந்தாலும் போட்ட முதலுக்கேற்ற வருமானமும் கிடைப்பதில்லை, குறிப்பிட்ட காலத்துக்குள் திட்டத்தை நிறைவேற்றவும் முடிவதில்லை. இதற்கான காரணத்தைக் கண்டுபிடிக்க வேண்டும். பொதுமக்களின் பணம் வீணாகவிடக் கூடாது.

இப்படிக்கூறுவதன்மூலம் நான் ஐந்தாண்டுத் திட்டங்களுக்கோ, பொதுத் துறை நிறுவனங்களுக்கோ எதிரானவன் என்று நினைத்துவிடக் கூடாது. என் ஆதரவு அனைத்தும் திட்டமிடலுக்கும் பொதுத் துறைக்கும்தான். சேதாரம் இல்லாதபடி பொதுத் துறையை நாம் பார்த்துக்கொள்ள வேண்டும். ஊழலைப் பற்றிய வதந்திகள் நிறைய உலவுகின்றன. அதுபற்றி புள்ளிவிவரங்கள் தரும் நிலையில் நான் இல்லை. ஆனால், ஊழலும் தவறான நிர்வாகமும், இதர கேடுகளும் பொதுத் துறையில் இருப்பதாக வதந்திகள் பரவலாக இருக்கின்றன. ஆகையால், சோஷலிஸம் என்ற குறிக்கோள் இருந்தாலும் நாம் அதை நோக்கி முன்னேறிச் செல்லவில்லை என்று குடியரசுத் தலைவர் தனது உரையில் குறிப்பிட்டிருக்க வேண்டும் என்றே உணர்கிறேன்.

தேசிய ஒருமைப்பாட்டுக்கு என்ன தேவை?

மூன்றாவது, தேசியம் எந்தக் கட்சியைச் சார்ந்திருக்க நான் பெருமை கொள்கிறேனோ அந்தக் கட்சிக்கு இது மிகவும் நெருங்கிய தொடர்பு உள்ளதாகும். இப்போது அதிக வழக்கத்திலிருக்கும் வார்த்தையை உபயோகிக்க வேண்டுமானால் அதை 'தேசிய ஒருமைப்பாடு' என்று

அழைக்கலாம். அதைப் பற்றிப் பேசும் முன் ஒன்று கூற விரும்புகிறேன். சுதந்திரம் பெற்று பதினைந்தாண்டுகள் கழித்தும், தேசிய அரசாங்கம் ஒன்று பதினைந்தாண்டுகள் ஆட்சிசெய்த பின்னரும், தேசிய ஒருமைப்பாட்டுக்கு முயற்சி எடுத்துக்கொள்வதானது, இதுவரை செய்துவந்த, சிந்தித்து வந்ததற்கெல்லாம் எதிரிடையானது என்றுதானே பொருள்? தேசியத் தலைவர்கள் இத்தனை நாள் செய்துவந்த முயற்சி அனைத்தும் கனிய வில்லை என்றுதானே பொருள்? ஐயா, மக்கள் ஒன்றுபட்டுவிட்டால், பின் ஒருமைப்பாட்டுக்கு என்ன வேலை?

தென்னகத்திலிருந்து, குறிப்பாகத் தமிழகத்திலிருந்து வந்திருக்கும் நாங்கள், ஆங்கிலம் தெரிந்த உறுப்பினர்கள் இந்தியில் பேசுவதையும் கேள்வி கேட்பதையும் பதில் பெறுவதையும் பார்க்கிறோம். அப்படிப் பேசும்போது அவர்கள் கண்கள் ஜொலிப்பதைப் பார்க்கிறேன். அதன் பொருள் என்ன? நீங்கள் இந்தியைக் கற்றுக்கொள்ளுங்கள். இல்லையேல் இங்கு பேசாமல் இருங்கள் என்பதுதானே? இதுதான் தேசிய ஒருமைப் பாட்டுக்கான வழியா? தேசிய ஒருமைப்பாடு என்று சொல்வது முன்னுக்குப் பின் முரணான வாசகம் என்றுதான் கூறுகிறேன். ஒருமைப்பாடு பெற்ற மக்கள் சமுதாயம்தான் நாடாகிறது. அப்படி ஒரு நாடு உருவாகியிருந்தால் ஒருமைப்பாட்டுக்கு இப்போது என்ன அவசியம் வந்தது?

அரசமைப்பை மறு பரிசீலனை செய்வோம்

நான் சொல்கிறேன், கால வெள்ளத்தில் மறைந்துபோய்விட்ட தத்துவங்களின் வறுமைதான் தேசிய ஒற்றுமை. எனவே, இதுபற்றி புனராலோசனை செய்வோம். நமக்கென்று அரசமைப்பு இருக்கிறது. பெரிய திறமைசாலிகள்தான் அரசமைப்பை உருவாக்கியுள்ளார்கள் எனினும், நாடு என்றால் என்ன என்று மறுபடியும் எண்ணிப்பார்க்க வேண்டிய, புனராலோசனை செய்ய வேண்டிய, புது விளக்கம் அளிக்க வேண்டிய நேரம் வந்துவிட்டது. மறு சிந்தனைக்கான நேரம் வந்துவிட்டது. மறு மதிப்பிடலுக்கான நேரம் வந்துவிட்டது. நாம் சிறந்த அரசியல் சட்டத்தைக் கொண்டிருக்கிறோம். இந்நாட்டின் பெரிய அறிஞர்கள் அமர்ந்து அதை உருவாக்கினார்கள். ஆனால், தேசம் என்றால் என்ன என்ற மறு சிந்தனைக்கு, மறு மதிப்பிடலுக்கு, மறு வியாக்கியானத்துக்கான நேரம் வந்துவிட்டது.

பெருமிதம் கொள்கிறேன், நான் திராவிடன்

இப்போது இந்தியாவின் ஒரு பகுதியாக இருக்கிற ஒரு நாட்டிலிருந்து நான் வந்திருக்கிறேன். அதில் வேறுபட்ட இன மக்கள் வாழ்கிறார்கள். ஆனால், அவர்கள் மற்ற இனத்தவருக்குப் பகையாளிகள் அல்ல. நான் சார்ந்துள்ள இனம் பிற இனங்களுக்கு இணக்கமான அல்லது தோழமை உள்ள இனமே தவிர, எதிரான இனமல்ல. நான் திராவிட இனத்தைச் சார்ந்தவன். நான் என்னை திராவிடன் என்று அழைத்துக்கொள்ளப் பெருமைப்படுகிறேன். இப்படிக் கூறுவதால் நான் வங்காளிக்கோ

நான் திராவிட இனத்தைச் சார்ந்தவன். நான் என்னைத் திராவிடன் என்று அழைத்துக்கொள்ளப் பெருமைப்படுகிறேன். இப்படிக் கூறுவதால் நான் வங்காளிக்கோ மராட்டியருக்கோ குஜராத்தியருக்கோ எதிர்ப்பானவன் அல்ல. ராபர்ட் பர்ன்ஸ் சொன்னதுபோல, 'மனிதன் எப்படியிருந்தாலும் மனிதன்தான்.'

மராட்டியருக்கோ குஜராத்தியருக்கோ எதிர்ப்பானவன் அல்ல. ராபர்ட் பர்ன்ஸ் சொன்னதுபோல, 'மனிதன் எப்படியிருந்தாலும் மனிதன்தான்.'

நான் என்னைத் திராவிட இனத்தைச் சேர்ந்தவன் என்று சொல்லிக்கொள்ளும்போது திராவிடர்களுக்கு, இந்த உலகுக்கு வழங்க திட்டவட்டமான, தெளிவான, மற்றவற்றிடமிருந்து வேறுபட்ட சில அம்சங்கள் இருக்கின்றன என்று உறுதியாகக் கருதுகிறேன். அதனால், எங்களுக்குச் சுயநிர்ணய உரிமை தேவை என்று விரும்புகிறோம்.

நான் இங்கு வந்த பிறகு, கனம் உறுப்பினர்களின் அன்பைப் பல சமயங்களில் கண்டேன். நான் இங்கு வந்து இவ்வளவு அன்பைப் பெறுவேன் என்று எதிர்பார்க்கவில்லை. சில இந்திக்காரர்களால் ஏற்படுத்தப்படும் விரும்பத்தகாத செயல்களை இது மறக்கடிக்க முயல்கிறது. உங்களோடு ஒரு நாடாக இருக்கக்கூட ஆசைதான். ஆனால், ஆசை வேறு, உண்மைகள் வேறு. நாங்கள் ஒரே உலகத்தை விரும்பு கிறோம். ஒரே அரசாங்கத்தை விரும்புகிறோம். எனினும், நாங்கள் தேசிய எல்லைகளை மறக்கத் தயாராக இல்லை.

பிரிட்டிஷார் செய்ததையே நீங்களும் செய்கிறீர்கள்

இங்கு கனம் தயாபாய் பட்டேல், குஜராத் பற்றிப் பேசும்போது கனல் தெறிக்கப் பேசினார். தொழில் முன்னேற்றமடைந்த பகுதியிலிருந்து வந்த அவர், 'குஜராத்திலிருந்து வந்திருக்கிறேன். குஜராத்தைப் பற்றிப் பேசுகிறேன்' இப்படியெல்லாம் பேசினார். எனது தமிழ்நாட்டை எடுத்துக்கொள்ளுங்கள். ஒவ்வொரு வகையிலும் அது பின்தங்கி இருக்கிறது. இங்கே உங்களுக்கு நான்கு எஃகு ஆலைகள் இருக்கின்றன. பத்தாண்டுகளுக்கு மேலாக நாங்கள் ஒரு எஃகு ஆலை வேண்டும் என்று கூக்குரலிட்டுவந்துள்ளோம். ஆனால், என்ன தந்தார்கள்? அந்தக் கனரக இயந்திர இலாகாவை எங்கள் மந்திரிக்குத் தந்தார்கள். தொழிற்சாலையை அல்ல.

ஒருவேளை கனம் சுப்பிரமணியம் இங்கு மந்திரியாக வராமலிருந்தால் எஃகு ஆலை வேண்டும் என்று தமிழ்நாட்டிலிருந்து வலியுறுத்திக் கொண்டிருப்பார். இதுதான் ராஜதந்திரமா, விவேகமா, அரசியல் உத்தியா?

எதுவென்று எனக்குப் புரியவில்லை! அவரை இங்கு அழைத்துவந்து, தென்னகத்தின் கோரிக்கைக்கு அவரையே பதில் சொல்ல வைத்து இருக்கிறீர்கள். இதைத்தான் பிரிட்டிஷாரும் செய்துவந்தார்கள்! ‘பிரி - ஆட்சிசெய்’, ‘பண்டமாற்று நடத்து - பணம் சம்பாதி’, ‘புள்ளிவிவரங்களை அள்ளி வீசு - வாதங்களை நிர்மூலமாக்கு...’ என்று பிரிட்டிஷார் இதைத் தானே செய்தார்கள்?

தவறான அடிப்படையில், குரோத மனப்பான்மையால் நாங்கள் பிரிவினை கேட்கவில்லை.

பிரிவினை என்றவுடனே வட நாட்டில் வாழ்வோரின் எண்ணத்தில், பாகிஸ்தான் பிரிவினையின்போது நடந்த சம்பவங்கள் நினைவுக்கு வரும். பிரிவினையால் ஏற்பட்ட கொடும் விளைவுகளை நான் அறிவேன். அவர்களுக்கு என் அனுதாபம் உண்டு. எங்கள் பிரிவினை, பாகிஸ்தான் பிரிவினையிலிருந்து மாறுபட்டது. எங்கள் லட்சியம் பரிசீலனை செய்யப்பட்டால், அனுதாபத்தோடு அது கவனிக்கப்பட்டால், அப்போது நம் இரு சாரார் இடையே குரோத உணர்ச்சி ஏற்படுவதற்கு அவசியம் இருக்காது. அப்போது (பாகிஸ்தான் பிரிவினையால் ஏற்பட்டது போன்ற) பின்விளைவுகள் ஏதும் இருக்காது.

நல்லவேளையாக, தெற்கு ஒரு தனி பூகோள அமைப்பு கொண்டது. அதை நாம், ‘தக்காண பீடபூமி’ என்றும், ‘தக்காண தீபகற்பம்’ என்றும் அழைக்கிறோம். எனவே, பிரிவினையால் ஒரு இடத்திலிருந்து மற்றொரு இடத்துக்கு மக்கள் குடிபெயர மாட்டார்கள். எனவே, அகதிகள் பிரச்சினை இருக்காது. எனவே, இதுபற்றி அமைதியாக ஆழ்ந்து, அனுதாபத்தோடு இந்தப் பிரச்சினைகளைக் காணுங்கள்.

ஜோஸப் மேத்தன் (கேரளா): தென்னகத்தின் மொழி என்னவாக இருக்கும்?

சி.என்.அண்ணாதுரை: மொழி மற்றும் இதர விவரங்கள் அரசியல் நிர்ணய சபையில் தீர்மானிக்கப்படும்.

இன்றைய நிலையை நீங்கள் எப்படிப் புரிந்துகொண்டாலும் சரி, தெற்குக்கு ஒன்று கிடைக்காவிட்டால், அதற்கு இந்திய அரசுதான் காரணம் என்றே எம் மக்கள் நினைக்கிறார்கள். புதிய தொழிற்சாலைகள் உடனே ஏற்படுத்த முடியாததற்குச் சில இயல்பான காரணங்கள்கூட இருக்கலாம். ஆனால், எந்த நொடி இரும்பாலை சேலத்தில் வைக்க மறுக்கப்படுகிறதோ, எந்த நொடி புதிய ரயில் பாதை மறுக்கப்படுகிறதோ, எந்த நொடி எண்ணெய் சுத்திகரிப்பு ஆலை மறுக்கப்படுகிறதோ, அந்த நொடியே தென்னகத்து மனிதன் உடனே வீதிக்கு வந்து கூறுகிறான். ‘இதுதான் டெல்லியின் போக்கு. வடக்கு ஏகாதிபத்தியத்தின் போக்கு இப்படித்தான். அந்த ஏகாதிபத்தியத்திலிருந்து வெளியேறாதவரை, உங்கள் நாட்டை நீங்கள் செழிப்பை நோக்கி, பாதுகாப்பை நோக்கி, முன்னேற்றத்தை நோக்கி, உபரியை நோக்கிக் கொண்டுசெல்ல முடியாது.’

டில்லிக்கு நான் வந்து பத்து நாட்கள் ஆகின்றன. மரமடர்ந்த சாலைகளுக்கு, புதுத் தெருக்களுக்கு, சோலைகளுக்குச் சென்றேன். சாலைகளுக்குத் தென்னாட்டார் பெயர் வைக்க வேண்டும் என்ற எண்ணம் இந்திய அரசுக்குத் தோன்றாதது ஏன்? இது தென்னாட்டு மக்கள் இரண்டாந்தர மக்கள் என்பதைக் காட்டவில்லையா?

சுயநிர்ணய உரிமை என்பது காங்கிரஸே சொன்னதுதானே?

ஆகவே, நான் இந்தச் சபையில் பிரிவினையைப் பற்றிப் பேசுகிறேன் என்றால், விழிப்புற்றவர்களின் சார்பில் பேசுகிறேன் என்று பொருள். மீராபென் அம்மையார் கொஞ்ச நாட்களுக்கு முன் கூறியதுபோல், 'பிரிட்டிஷாரை எதிர்த்தபோது உருவாகிய இயற்கை ஒற்றுமை நிலையானது என்று நினைக்கக் கூடாது.' பிரிவினைத் தத்துவத்தை அதற்குரிய சரியான மொழியில் கூற வேண்டுமென்றால், 'சுயநிர்ணய உரிமை' உலகப் புகழ்பெற்ற தலைவர்களால், ஏன் இந்த உபகண்டத்தின் நமது பிரதம மந்திரியாலேயே ஒப்புக்கொள்ளப்பட்டிருக்கிறது! என் நினைவு சரியாக இருக்குமானால் கபுர்தலா மைதானத்தில் நேரு அதிகாரபூர்வமாகக் கூறினார், "இந்தியாவின் ஒவ்வொரு பிராந்தியமும் இந்திய ஒன்றியத்தில் தொடர்ந்து நீடிக்க வேண்டும் என்றே காங்கிரஸ் முயலும். ஆனால், ஏதாவது ஒரு பிராந்தியம் பிரிந்துபோக எண்ணினால், அவர்களுடைய சுயநிர்ணய உரிமையை காங்கிரஸ் அங்கீகரிக்கும்" என்றார்.

இப்போது பிரதமராகப் பதவிவகித்தாலும் அவரிடம் அதே சுதந்திர உணர்வும் தாராள மனப்போக்கும் இருக்கும் என்ற உணர்வில் துணிவுடன் இக்கோரிக்கையை முன்வைக்கிறேன். பிரிவினையால் இந்தியா தரித்திர நாடாகிவிடாது என்று உறுதி இருக்கும்போது, ஏன் தக்காண தீபகற்பத்துக்கு சுயநிர்ணய உரிமை தரக் கூடாது? அப்படி முடிவெடுப்பது இந்தியாவின் தரத்தை உயர்த்துவதாக இருக்கும். இந்தியாவை ஒரே நாடாகவும் பிளவுபட முடியாததாகவும் வைத்திருக்க நினைக்கும் நண்பர்களுக்கு ஒன்று கூறிக்கொள்ள விரும்புகிறேன். அதிருப்தி கொண்டிருக்கும் அமைதியற்ற மாநிலங்களாகச் சேர்ந்திருப்பதைவிட, நேச உணர்வும் ஒற்றுமையும் பாராட்டும் நாடுகளின் கூட்டமைப்பாக நாம் தொடரலாம்.

இங்கு உறுப்பினர்கள் எழுந்து அந்தத் திட்டம் வேண்டும்... இந்தத் திட்டம் வேண்டும் என்று பிரித்து வாதாடும்போது, இந்தியா ஒன்று என்பதையும் அது பிரிக்க முடியாதது என்பதையும் மறந்துவிடவில்லையா? மராட்டிய நண்பர்கள் மராட்டிய மாநிலம் வேண்டியபோது இந்தியா ஒன்று என்பதை மறந்துவிடவில்லையா? பெருபாரி பாகிஸ்தானுக்குத் தரப்படும்போது வங்காளத் தோழர்கள் கொதிப்

படையவில்லையா? ஒரிசாவின் கோரிக்கை கண்டு பிஹார் கொதிப் படையவில்லையா? அசாம், வங்கம் ஆகிய இரு பகுதிகளின் மொழித் தகராறில் வெறுப்பு ஏற்படவில்லையா? இவையெல்லாம் பிராந்திய நோக்கு என்று ஒரேயடியாக மறுப்பது பூசிமெழுகுவதே ஆகும்.

திராவிட நிலத்துக்கு சுயநிர்ணய உரிமை தாருங்கள்

எனவே, இந்தப் பிரச்சினையைத் தெளிவாகப் பார்க்க வேண்டும் என்று இச்சபையைக் கேட்டுக்கொள்கிறேன். நான் எங்கிருந்து வந்தேனோ அந்த திராவிட நிலத்துக்கு சுயநிர்ணய உரிமை தாருங்கள்.

என்.எம்.லிங்கம்: உங்கள் வாதப்படி சுயநிர்ணய உரிமை தருவதானால், இந்தியாவிலுள்ள எல்லா மாநிலங்களுக்கும் சுயநிர்ணய உரிமை கேட்பதுதானே பொருத்தமாக இருக்கும்?

சி.என்.அண்ணாதுரை: கனம் உறுப்பினர் அதற்கு வாதாடலாம். ஆனால் நான், எனது திராவிட நாட்டுக்குக் கேட்கிறேன். அப்படிக் கேட்பது ஏதோ குரோதத்தால் கேட்கவில்லை. அப்படி நாடு பிரிக்கப்பட்டால் சிறிய, ஒன்றுபட்ட, ஒரே மாதிரியான மக்கள் வாழும் நாடாக மாறும். எல்லா பகுதிகளிலும் கலந்து பழகி, வளர்ச்சிபூர்வமாக ஒன்றுபடுவார்கள். அப்போது பொருளாதார முன்னேற்றத்தையும் சமுதாய முன்னேற்றத்தை யும் மிக நல்ல முறையில் எய்தலாம். டெல்லிக்கு நான் வந்து பத்து நாட்கள் ஆகின்றன. எல்லா இடங்களிலும் நான் சுற்றித் திரியவில்லை என்றாலும், நான் மரமடர்ந்த சாலைகளுக்கு, புதுத் தெருக்களுக்கு, சோலைகளுக்குச் சென்றேன். சாலைகளுக்குத் தென்னாட்டார் பெயர் வைக்க வேண்டும் என்ற எண்ணம் இந்திய அரசுக்குத் தோன்றாதது ஏன்? இது தென்னாட்டு மக்கள் இரண்டாந்தர மக்கள் என்பதைக் காட்டவில்லையா?

திருமதி.லட்சுமி மேனன் (வெளியுறவுத் துறை இணை அமைச்சர்): தியாகராஜர் ரோடு என்ற ஒரு சாலை இருக்கிறது.

ராமரெட்டி: சங்கீத வித்வான் தியாகராஜாவின் பெயரில் ஒரு சாலை இருக்கிறதே?

ஒரு உறுப்பினர்: இதைவிட உங்களுக்கு இன்னும் என்ன வேண்டும்?

(மேலும் பல குறுக்கீடுகள்)

சி.என்.அண்ணாதுரை: கனம் லிங்கம் அவர்களின் வாதத்தைப் பார்த்து நான் வியக்கிறேன். ஒரு தியாகராயர் சாலையினால் - அது சர் தியாகராயர் பெயரில் அமைந்ததோ அல்லது கீர்த்தனை புகழ் தியாகராயர் பெயரால் அமைந்ததோ என்றுகூடத் தெரியவில்லை - அவர் திருப்தி அடைவாரே யானால், அவருக்கும் சேர்த்து நான் சொல்லிக்கொள்ள விரும்புகிறேன், அது மட்டும் தெற்குக்குப் போதாது. தெற்கே வாருங்கள், மோதிலால் நேரு சோலையில் உலவலாம். நேரு வாசகசாலையில் நுழையலாம், கமலா நேரு

நான் ஒரு தேசியக் கொள்கைக்காக வாதாடுகிறேன். குறுகிய மனப்பான்மைக்காக அல்ல, கட்சிக் கொள்கைக்காக அல்ல. என்னுடைய பெருமைக்குரிய நாட்டுக்கு சுயநிர்யண உரிமை கேட்கிறேன். அதன் மூலம், அந்நாடு உலகுக்குத் தன் பங்கைச் செலுத்தும்.

மருத்துவமனைக்குப் போகலாம்... அபுல்கலாம் ஆசாத் சாலையில் போகலாம். அத்தகைய நிலை இங்கு ஏன் இல்லை? தெற்கே உள்ளவர்களின் எண்ணத்தைப் பாருங்கள். தெற்கைப் பற்றிப் பேசும்போது தெற்கத்திய நண்பர்களே எழுந்து, "அப்படிப் பேசாதே. எல்லாம் சரியாக இருக்கிறது" என்கிறார்கள்.

இது பய உணர்ச்சியால் வருவது. 'தென்னகப் பிரதிநிதிகளாக இருப்பதால், ஏதாவது கேட்டால் பிரிவினைவாதிகளான திமுகவில் சேர்ந்துவிட்டனரோ!' என்று பிறர் அஞ்சுவார்களோ, அதனால் நமது அரசியல் எதிர்காலம் பாழ்பட்டுவிடுமோ என அஞ்சுகிறார்கள். எனவே தான் எழுந்து, அந்தச் சாலை இருக்கிறது என்கிறார்கள். இது எனக்குத் தெரியாதா? தென்னகத்திலிருந்து வந்திருக்கிற பிற அரசியல் கட்சிகளின் உறுப்பினர்கள் அறிந்திருப்பதுபோலவே நானும் அறிந்திருக்கிறேன். நான் ஒரு தேசியக் கொள்கைக்காக வாதாடுகிறேன். குறுகிய மனப்பான்மைக்காக அல்ல, கட்சிக் கொள்கைக்காக அல்ல. என்னுடைய பெருமைக்குரிய நாட்டுக்கு சுயநிர்ணய உரிமை கேட்கிறேன். அதன் மூலம், அந்நாடு உலகுக்குத் தன் பங்கைச் செலுத்தும்.

எங்களுக்கென்று ஒரு தனிக் கலாச்சாரம் இருக்கிறது

ஐயா, எங்களுக்கென்று ஒரு தனிக் கலாச்சாரம் உண்டு. திராவிட நாட்டிலிருக்கும் கலாச்சாரத்துக்கும் பிற பகுதிகளிலுள்ள கலாச்சாரத்துக்கும் மேலெழுந்தவாரியாக ஒற்றுமை நிலவலாம். மன்றத் தலைவர் அவர்களே, கன்னியாகுமரியிலிருந்து இமயம் வரை ராமனும், கிருஷ்ணனும் தொழப்படுவதால் இந்தியா ஒற்றுமைப்பட்டுள்ளது என்று தாங்கள் முன்பொரு தடவை கூறிய பாண்டித்யம் மிக்க வாசகங்கள் என் நினைவுக்குவருகின்றன. அதுபோலவே, உலகம் முழுவதும் மரியாதையுடனும் பக்தியுடனும் இயேசு கிறிஸ்து தொழப்படுகிறார். இருந்தாலும் ஐரோப்பாவில் பலப் பல தேசிய நாடுகள் இருக்கின்றன. புதுப்புது தேசிய நாடுகள் உலகில் உருவாகிக்கொண்டே இருக்கின்றன.

ஆகையால், தென்னகத்தில் கொதித்தெழும் புதிய தேசியம் பற்றி குடியரசுத் தலைவர் எதுவும் குறிப்பிடாதது பற்றி நான் மெத்த வருந்துகிறேன். ஜனநாயகம், சோஷலிஸம், தேசியம் ஆகிய இந்த மூன்றில்

ஜனநாயகம் உருக்குலைக்கப்பட்டிருக்கிறது. சோஷலிஸம் சாரமற்ற தாக்கப்பட்டிருக்கிறது. தேசியத்துக்குத் தவறாகப் பொருள் கொள்ளப் பட்டிருக்கிறது.

வரும் ஆண்டுகளில், புது எண்ண ஓட்டத்தின் விளைவாகத் தென் னகத்தின் தேவையும் தத்துவமும் புனராலோசனை செய்யப்படும் என்று நினைக்கிறேன். நான் சார்ந்திருக்கும் திராவிட நாட்டுக்கு சுயநிர்ணய உரிமை வழங்கப்படும் என்று கருதுகிறேன்.

❍

வேலைக்குப் போ...

பொறியியல் பட்டம் முடித்த கையோடு அரசியலில் ஈடுபடும் ஆசையோடு அண்ணாவைச் சந்தித்தார் பண்ருட்டி எஸ்.ராமச்சந்திரன், 1959–ல். "அரசியல் உனக்கு இப்போது வேண்டாம். நன்கு படித்திருக்கிறாய். நீ வேலையில் சேர்ந்துவிடு. ஒருவேளை நாம் ஆட்சிக்கு வரும்போது, நிர்வாக அனுபவம் உள்ளவர்கள் தேவைப்படலாம். அப்போது அழைத்துக்கொள்கிறேன்" என்றார் அண்ணா. மின்வாரியத்தில் வேலைக்குச் சேர்ந்தார் ராமச்சந்திரன். 1967 தேர்தல் நேரத்தில், மீண்டும் அவர் அண்ணாவைச் சந்தித்த போது "வேலையை ராஜிநாமா செய்துவிடு" என்றார் அண்ணா. இயக்கத்தில் காலடி எடுத்துவைத்தார் ராமச்சந்திரன். அண்ணாவைப் பொறுத்தளவில், அவர் ஒரு அரசியல்வாதியாகச் சிந்தித்ததைக் காட்டிலும், தலைவராகச் சிந்தித்ததே அதிகம். தன் நலனுக்காக அல்ல; சமூகத்தின் நலனுக்காகத் தொண்டர்களைப் பயன்படுத்திக் கொள்வதே அவரது குணமாக இருந்தது.

பழி தனக்கு... பாராட்டு தம்பிகளுக்கு!

எல்லா விஷயங்களிலும் ஒரு தலைவன் முன்னுதாரணமாக இருக்க வேண்டும் என்ற விஷயத்தில் மிகுந்த கவனத்தோடு இருப்பார் அண்ணா. மேலும், தன்னடக்கம் அவருடைய இயல்பிலேயே இருந்தது. 1962 தேர்தலில் திமுக தோற்றபோது சொன்னார், "என்னால் கழகம் தோற்றுவிட்டது!" 1967–ல் திமுக வெற்றிபெற்று முதல்வரானதும் சொன்னார், "கழகத்தால் நான் வெற்றிபெற்றேன்!"

பிராந்தியங்கள் இடையேயான ஏற்றத்தாழ்வு பிளவுக்கே வழிவகுக்கும்

ஐந்தாண்டுத் திட்டங்களையும், இந்திய அரசின் திட்டமிடலையும் கடுமையாக விமர்சித்துவந்த அண்ணா, ஜூன் 1962-ல் நிதி மசோதா விவாதத்தில் ஆற்றிய உரையின் சுருக்கம் இது. 'எதை நோக்கிச் சென்றுகொண்டிருக்கிறீர்கள்?' (Quo Vadis?) என்ற பொருளை மையப்படுத்திய இந்த உரையில், மறைமுக வரிவிதிப்பு சாமானிய மக்களை எப்படிப் பாதிக்கும் என்பதைப் பேசும் அண்ணா, முறையான திட்டமிடல் இல்லாமல் ஏற்படும் தோல்விகளிலிருந்து விடுபட மக்கள் மீது மேலும் மேலும் வரிகளை விதிப்பதைக் கொள்ளை என்று குறிப்பிடுகிறார். மேலும், பொருளாதாரத்தில் - மாநிலங்களுக்கான திட்டங்கள், நிதி ஒதுக்கீட்டில் - பிராந்தியங்கள் இடையே காணப்படும் ஏற்றத்தாழ்வு, இந்தியா என்ற உணர்வையே பிளப்பதாக எப்படி மாறிவிடும் என்பதையும் சுட்டிக்காட்டுகிறார்.

"

ஒவ்வொரு பிராந்தியத்திலும் ஏற்றத்தாழ்வு நிலவுகிறது என்ற உண்மையான கவலை அனைத்து அரசியல் கட்சி உறுப்பினர்களின் மனதிலும் இருக்கிறது. நான் இதைப் பிரிவினைக்காகச் சுட்டிக்காண்பிக்கவில்லை, ஒருபக்கச் சார்பான வளர்ச்சியால் நாம் இந்த நாட்டின் அதிகபட்ச உற்பத்தியைப் பெறத் தவறிவிட்டோம் என்பதற்காகவே சுட்டிக்காட்டுகிறேன்!

சி.என்.அண்ணாதுரை: மதிப்புக்குரிய துணைத் தலைவர் அவர்களே, நிதி மசோதா இன்னொரு அவையில் விவாதிக்கப்பட்டுவிட்டது; இப்போது இந்த அவையில் விவாதிக்கப்பட்டுக்கொண்டிருக்கிறது. அவையின் இந்தப் பக்கத்திலும் அந்தப் பக்கத்திலும் உள்ள உறுப்பினர்கள் வழங்கிய பல நல்ல ஆலோசனைகளைக் கேட்டுக்கொண்டிருக்கிறேன். இந்த விவாதத்தைக் கவனித்ததில் மக்கள் மீது வரி விதிக்கப்படும் விதத்தின் மீது யாருக்குமே திருப்தி இல்லை என்பதைப் புரிந்துகொள்ள முடிகிறது. புதிய வரிகளை விதிப்பதன் அவசியத்தைப் பற்றிய வாதங்கள் எத்தகையதாக வேண்டு மானாலும் இருக்கலாம். இந்த அவையின் எந்தப் பிரிவினரும், அவைக்கு வெளியே உள்ள பொதுமக்களின் எந்தப் பிரிவினரும் புதிய சுமைகளைச் சுமக்க விரும்பவில்லை. மேலும், மத்திய அரசின் இந்தப் புதிய வரிவிதிப்புக்கு முன் ரயில்வே அமைச்சகமும் சில வரிகளை விதித்துள்ளது. விரைவில் மாநில அமைச்சகங்களும் இதையே பின்பற்றுவார்கள். எனவே, நிதி மசோதாவைப் படித்துப் பார்த்த ஒருவருக்கு கிடைக்கும் முதல் பார்வை, தனது தவறுகளால் குழம்பியுள்ள இந்த அரசு, மக்களைத் தேவையற்ற சுமைகளைச் சுமக்கச் சொல்கிறது என்பதே!

மக்கள் ஏன் உங்கள் திட்டச் சுமைகளைச் சுமக்க வேண்டும்?

தன்னிடம் நிறைவேற்றப்பட வேண்டிய ஒரு திட்டம் இருப்பதால் அதன் ஒவ்வொரு சுமையையும் மக்கள்தான் சுமந்தாக வேண்டும் என்று சொல்வதைத் தவிர தனது தோல்விகளுக்கும் செய்யக் கூடாதவற்றைச் செய்ததற்கும் செய்திருக்க வேண்டியவற்றைச் செய்யத் தவறியதற்கும் இந்த அரசால் வேறு எந்த விளக்கமும் தர இயலவில்லை. தங்களது திட்டமிட லுக்கான அளவுகோல்கள் என்ன, தங்கள் திட்டமிடல் சோஷலிஸம் சார்ந்ததாக இருக்கப்போகிறதா அல்லது வேறு மாதிரியாக இருக்கப் போகிறதா என்று விமர்சகர்கள் கேள்வி எழுப்பியபோது, "நாங்கள் மிக நல்ல மனிதர்கள்; இங்கிருந்து கொஞ்சம் அங்கிருந்து கொஞ்சம் எடுத்து அவற்றை ஒன்றாகக் கலந்து அதைக் கலப்புப் பொருளாதாரம் என்று அழைப்போம்" என்று அவர்கள் சொல்கிறார்கள்.

நமது நிதி அமைச்சரோ கலப்படத்தை வெகு வன்மையாகக் கண்டிக் கிறார். இன்னொரு அவையில் அவர் பேசுகையில், "கலப்படம் செய்தவர் களுக்குச் சவுக்கடி கொடுக்க வேண்டும். அது மட்டும் போதாது" என்றார்.

மொரார்ஜி ஆர்.தேசாய்: நான் அப்படிச் சொல்லவில்லை. கலப்படம் செய்பவர்களுக்குச் சவுக்கடி கொடுக்க வேண்டும் என்று பரிந்துரைக்கப் பட்டது.

சி.என்.அண்ணாதுரை: அப்படியென்றால் நிதி அமைச்சர், அவர்களைத் தண்டிக்கக்கூட விரும்பவில்லை. எப்படி இருந்தாலும் கலப்படம் செய்வது குற்றம். பொருளாதாரக் கொள்கைகளைக் கலப்படம் செய்யும் குற்றத்துக்கு இப்போதைய தலைமுறை மட்டுமல்லாமல் வருங்காலத் தலைமுறை களும் விலை கொடுத்தாக வேண்டும். எனவே நடப்பு அரசு, பொருளியல்

2.7 கோடி மக்களுக்கு ஒரு நாளுக்கு ஒரு மணி நேர வேலைதான் கிடைக்கிறது என்ற நிலை தொடர்கிறது. திட்டமிடலுக்காகப் பல கோடிகளைச் செலவிட்ட பின்னும், திட்டங்களுக்காக மக்களிடமிருந்து கொள்ளையடித்த பின்னும் இந்த நிலை தொடர்வதை நாம் எப்படிக் கணக்கிடுவது?

விதிமுறைகளுக்கு உட்பட்ட கொள்கையை வகுக்க வேண்டும் என்று நான் விரும்புகிறேன். அவர்களோ எந்தப் பொருளியல் கோட்பாட்டுக்கும் ஒரு புதிய விளக்கம் கொடுத்துக்கொள்கிறார்கள். அவர்களுக்குப் பொருந்தாத போது பழைய விளக்கத்தை ஏற்றுக்கொள்கிறார்கள். அவை பொருந்தும் போது, "நாங்கள் கோட்பாட்டு வெறியர்கள் அல்ல. மிகவும் நடைமுறை வாதிகள்" என்று சொல்கிறார்கள். இந்த அரசுக்கு ஒரு தத்துவார்த்த பின்புலம் இல்லை என்பதிலிருந்தே இந்த ஒட்டுமொத்தப் பிரச்சினையும் எழுகிறது.

காங்கிரஸுக்கு என்று பொருளாதாரத் தத்துவம் இருக்கிறதா?

நாட்டில் இயங்கும் ஒவ்வொரு அரசியல் கட்சியிடமிருந்தும் ஒரு யோசனையைத் திருடிக்கொள்கிறார்கள். கம்யூனிஸ்ட் கட்சியிடமிருந்து ஒரு யோசனையைத் திருடிக்கொள்ள விரும்புகிறார்கள். சுதந்திரா கட்சி யிடமிருந்தும் ஒரு யோசனையைத் திருடிக்கொள்ள விரும்புகிறார்கள். இதுபோல் மற்ற அனைத்துக் கட்சிகளிடமிருந்தும் ஒரு யோசனையைத் திருடிக்கொண்டு, "இங்கு வேறெந்த அரசியல் கட்சியும் இருக்கத் தேவையில்லை. ஏனென்றால், நாங்களே சோஷலிஸவாதிகள். நாங்களே முதலாளித்துவவாதிகள், எங்களிடம் கலப்புப் பொருளாதாரமும் உள்ளது" என்று கூறிவிடுவார்கள். ஆகையால், நடப்பு அரசின் கொள்கையின் தாக்கங்களுக்குப் பின்னால் ஒரு தெளிவாக விளக்கப்பட்ட பொருளாதாரத் தத்துவம் இருந்தால், மற்ற கட்சிகளும் தங்களது சொந்தத் தத்துவங்களை உருவாக்கிக்கொள்ளலாம்.

ஆனால், நிதிக் கொள்கைகளுக்கு எத்தகைய தத்துவார்த்தப் பின்புலம் இருந்தாலும் நான் ஒரு வெளிப்படையான உண்மையைச் சுட்டிக்காட்ட விரும்புகிறேன். நேரடி மற்றும் மறைமுக வரிவிதிப்பில் ஏற்படுத்தப் பட்டுள்ள மாற்றங்கள் மூலம் மொத்த ஆண்டுக்கு ரூ.71.7 கோடி வருவாய் கிடைக்கும். அதில் ரூ.44.5 கோடி மறைமுக வரியிலிருந்தும் ரூ.27.2 கோடி நேரடி வரியிலிருந்தும் கிடைக்கும். இந்தப் பரிந்துரைகள் வருவாயை ஈட்டித் தரும் என்று சொல்லும்போது நிதி அமைச்சரிடம் ஒரு உள்ளார்ந்த மகிழ்ச்சி வெளிப்பட்டதுபோல் இருந்தது. ஆனால், தங்களால் சுமக்க முடியாத வரிகளைக் கட்ட நிர்ப்பந்திக்கப்படும்போது மக்களுக்கு ஏற்படக் கூடிய உணர்வுகளை அவர் புரிந்துகொள்ளவில்லை.

மேலும், அவர் சந்தேகத்துக்கிடமின்றி பணக்காரர்கள் வரிவிதிப்பின் அதிக பங்கைச் சுமக்க வேண்டும் என்றும் ஏழைகள் வளர்ச்சியின் மூலம் முன்னேற்றத்தின் பயன்களை அடைய வேண்டும் என்றும் இது சோஷலிஸவாத அரசு என்ற தங்களது கொள்கையின் ஒரு பகுதி என்றும் தத்துவார்த்தமாகக் கூறுகிறார். நிதி அமைச்சர் இந்த இரண்டு கூற்றுகளையும் நிரூபிக்கக் கோருகிறேன். வரிவிதிப்பின் அதிக பங்கைப் பணக்காரர்கள் சுமக்கும் வகையிலும் அதனால் விளையும் பயன்களை ஏழைகள் அனுபவிக்கும் வகையிலுமா அவர் தனது நிதிக் கொள்கையை உருவாக்கியிருக்கிறார்?

ஏன் மக்களுக்கு வேலைகளை உருவாக்க முடியவில்லை?

அரசின் நிதியில் இயங்கும் தேசிய மாதிரி ஆய்வு அமைப்பிலிருந்து (விவசாயப் பணிகள் ஆய்வு) பெறப்பட்ட தகவல்களை இங்கே தருகிறேன். "2.7 கோடிப் பேருக்கு ஒரு நாளைக்கு ஒரு மணி நேர வேலை கிடைக்கிறது, 2 கோடிப் பேருக்கு ஒரு நாளைக்கு இரண்டு மணி நேர வேலையும், 4.5 கோடிப் பேருக்கு நான்கு மணி நேர வேலையும் கிடைக்கிறது. மற்ற நேரங்களில் இவர்களுக்கு வேலை இருப்பதில்லை."

நம் மக்களிடமிருந்தும், கடனாகவும் உதவியாகவும் வெளியிலிருந்தும் பெறப்பட்ட கோடானு கோடி தொகையைச் செலவழித்த பின்னும், சுதந்திரம் கிடைத்து 15 ஆண்டுகள் ஆகிவிட்ட பின்னும், 12 ஆண்டு திட்டமிடலுக்குப் பின்னும் 2.7 கோடி மக்களுக்கு ஒரு நாளுக்கு ஒரு மணி நேர வேலைதான் கிடைக்கிறது என்ற நிலை தொடர்கிறது. திட்டமிடலுக்காகப் பல கோடிகளைச் செலவிட்ட பின்னும், திட்டங்களுக்காக மக்களிடம் இருந்து கொள்ளையடித்த பின்னும் இந்த நிலை தொடர்வதை நாம் எப்படிக் கணக்கிடுவது?

வருமான வரி வசூலில் அக்கறையின்மை

நமது அந்நியச் செலாவணிக் கையிருப்பு குறைந்துவிட்டது, ஏற்றுமதி வீழ்ந்துவிட்டது, அந்நிய நாடுகளில் நிதி உதவிகளும் குறைக்கப்படவிருக்கின்றன, மறைமுக வரிவிதிப்பு அதிகரித்துக்கொண்டிருக்கிறது, விலைவாசி உயர்ந்துகொண்டிருக்கிறது, நேரடி வரி ஏய்க்கப்படுகிறது, கறுப்புப் பணம் அதிகரித்துவருகிறது. மேலும் ரூ.118 கோடி வருமான வரி நிலுவையில் இருப்பதாக இங்கே கூறப்பட்டது. இவ்வளவு பெரிய தொகை ஏன் வசூலிக்கப்படாமல் இருக்கிறது என்பதற்கு நான் நிதி அமைச்சரிடம் பதில் கோரலாமா? எந்தத் தைரியத்தில் அவர் மக்களிடம் வந்து திட்டங்கள் இருப்பதால் அவர்கள் வரிகளைச் செலுத்தித்தான் ஆக வேண்டும் என்று சொல்ல முடியும்? நிலுவையில் இருக்கும் ரூ.118 கோடி வருமான வரிக்காக அவர் ஏன் அபராத நடவடிக்கைகளை எடுக்கக் கூடாது? இந்த ரூ.118 கோடித் தொகையில் பாதியையேனும் வசூலிக்க அவர் போதுமான அக்கறை செலுத்தியிருந்தால் போதுமான, கடுமையான நடவடிக்கைகளையும் எடுத்திருந்தால் மக்கள் மீது இப்படி வரிவிதிப்பதற்கான தேவை ஏற்பட்டிருக்காது. ஆனால், இந்த இடை

வெளியை இட்டு நிரப்புவதற்கு மட்டும் அவர் மக்கள் மீது வரிவிதிக்கவில்லை, இந்த மாற்றங்கள் ரூ.71 கோடி வருவாயைக் கொண்டுவரும் என்று உரிமை சாசனம் பெற்றவரைப் போல் சொல்கிறார். எனவே, அவருக்கு ஒரு வசூலிப்பாளரின் மனம்தான் இருக்கிறதே தவிர, நமது இந்தத் துணைக் கண்டத்தின் வளர்ச்சிக்கான அலுவலரின் மனம் இல்லை.

எனது நண்பர் பூபேஷ் குப்தா, இந்தப் பொருளாதாரத் தாக்கங்களுக்குப் பின்னாலுள்ள தத்துவத்தைத் தெரிந்துகொள்ள விரும்பினார். நான் வைக்கத் துணியும் முதல் குற்றச்சாட்டு ஒரு அரசியல் தத்துவம் இல்லாததால் நீங்கள் இந்த நாட்டைக் கண்களைக் கட்டிவிட்டு முட்டுச்சந்துகளுக்கு இட்டுச் செல்கிறீர்கள் என்பதே. இந்த வரிகளின் விளைவுகள் என்னவாக இருக்கப் போகின்றன என்று எங்களுக்குத் தெரியாது. வரிவிதிப்பும் வரிவிதிப்பு உயர்வும் வளமையின் குறியீடு என்று அவர்கள் சொல்லிவருகிறார்கள். அது வளமையின் குறியீடு என்பதை நான் ஏற்றுக்கொள்கிறேன். ஆனால், யாருடைய வளமை, எந்தப் பிரிவினருக்கான வளமை என்ற கேள்விக்கு விடை கிடைக்க வேண்டும். அந்த விடைகள் கிடைக்கவில்லை.

நிதி அமைச்சர் திரும்பி நின்று "ஆனால், நான் பணத்தை ஈட்டியாக வேண்டும்" என்று சொல்லலாம். நான் இதைச் சொல்லலாம் என்றால், பணத்தை ஈட்டுவதற்கான ஒரு வழி நிலுவையில் இருக்கும் வருமான வரியை வசூலிப்பது, வரி ஏய்ப்பாளர்களைக் கண்டுபிடிப்பது மற்றும் அனைத்து ஓட்டைகளையும் அடைப்பது ஆகியவைதான். நடைமுறையில் உள்ள அமைப்பிலேயே, நீங்கள் பல்வேறு நிர்வாகத் துறைகளில் சிக்கனத்தைக் கடைப்பிடித்தால், பல்வேறு நிர்வாகப் பிரிவுகளில் உள்ள ஓட்டைகளை அடைத்தால், நிர்வாகத்தை நடத்துவதற்கும் திட்டத்தைச் செயல்படுத்துவதற்கும்கூட உங்களுக்குப் போதுமான பணம் கிடைக்கும் என்று சொல்வேன்.

இந்தியாவிலிருந்து பிரிந்து திராவிட நாடு என்ற தனிநாடு கேட்கும் கட்சியைச் சேர்ந்தவன் நான் என்பதைத் தாண்டி, தொழில் துறை மறு சீரமைப்பை நீங்கள் திட்டமிட்டிருக்கும் விதம், ஒட்டுமொத்த துணைக் கண்டத்திலிருந்து அதிகபட்ச உற்பத்தியைப் பெறுவதைச் சாத்தியமற்ற தாக்கிவிடும் என்பதைச் சுட்டிக்காட்ட விரும்புகிறேன். பொருளாதாரச் செயல்பாடுகள் ஒருபக்கச் சார்படைந்துவிட்டன. தொழில் துறை அமைப்பு ஒருபக்கச் சார்படைந்துவிட்டது. தாமதமாகத்தான் இந்த...

பூபேஷ் குப்தா: நீங்கள் திராவிட நாடு கோரிக்கையைக் கைவிடுவதாக இருந்தால், நாங்களும் உங்களுடன் இருந்து இந்தியக் குடியரசுக்கு உள்ளாகவே தமிழ்நாட்டுக்கு அதிகத் தொழிற்சாலைகள் கிடைக்கப் போராடத் தயாராக இருக்கிறோம். நாம் ஒப்பந்தம் செய்துகொள்வோம். ஒப்புக்கொள்கிறீர்களா?

சி.என்.அண்ணாதுரை: நண்பர் பூபேஷ் குப்தா என்னுடன் இணைவதற்

காக வெளிப்படுத்திய ஆர்வத்துக்கு நன்றி தெரிவித்துக்கொள்கிறேன். ஆனால், என் லட்சியத்தை விட்டுக்கொடுத்து அவருடைய கூட்டாளியாக நான் விரும்பவில்லை.

நான் சொல்ல வந்தது, இந்த அரசு தனது தொழிற்கொள்கை ஒருபக்கச் சார்படைந்துவிட்டது என்பதை மிகத் தாமதமாகத்தான் உணர்ந்தது. அவர்கள் இப்போது பல அரசியல் தத்துவங்களைப் பின்னணியாகக் கொண்ட ஒரு பொருளாதாரக் கொள்கையைக் கடைப்பிடித்திருக்கிறார்கள். அதன் பொருளை அவர்கள் யாரும் முழுமையாகக் கூறுவதில்லை. அவர்கள் பிராந்தியப் பொருளாதார மறுசீரமைப்பைப் பற்றிப் பேசுகிறார்கள். குறிப்பிட்ட சில பிராந்தியங்கள் இன்று பொருளாதார முன்னேற்றம் கண்டுவிட்டதாகவும் எனவே தொழிற்சாலைகளைப் பொறுத்தவரை, ஒட்டுமொத்த நாட்டில் கண்டுகொள்ளாமல் விடப்பட்ட பகுதிகளில் அதிக கவனம் செலுத்துவதே அரசின் கொள்கை என்றும் அவர்கள் சொல்கின்றனர். இதன் பொருள், நீங்கள் இந்த *12* ஆண்டுத் திட்டமிடலில் குறையுடைய திட்டமிடலைச் செய்திருக்கிறீர்கள், ஒருபக்கச் சார்புடைய பொருளாதாரத் திட்டமிடல்.

பிராந்தியங்களை முட்களாக மாற்றிவிடாதீர்கள்

உறுப்பினர் தேவகி (கோபிதாஸ்), வளர்ச்சி விவகாரங்களில் கேரளம் எப்படித் தவிர்க்கப்படுகிறது என்பதை எளிமையாக விளக்கிக்கொண்டிருக்கும்போது, “திட்டங்கள் வகுக்கப்படுகையில் கேரளத்தின் பிரத்யேகத் தன்மைகளையும் பிரத்யேக நிலைகளையும் கணக்கில் கொள்ளப்பட்டுத் தீர்வுகள் கண்டுபிடிக்கப்பட வேண்டும்; இல்லையென்றால் இந்திய ஒன்றியம் மேலும் வளர்ச்சியடைவதற்கான பாதையில் கேரளம் ஒரு முள்ளாகவே இருக்கும்” என்றதை நினைவூட்டுகிறேன். இந்தியா ஒன்றாக, பிரிக்க முடியாததாக இருக்க வேண்டும் என்று நம்பும் ஒருவரிடமிருந்து வெளிப்பட்ட கூற்று இது. கேரளத்தின் பிரத்யேகத்தன்மைகளையும் பிரத்யேக நிலைகளையும் கருத்தில் கொள்ளாவிட்டால் கேரளம் ஒரு முள்ளாகவே இருக்கும்.

நாம் முட்களை வைத்துக்கொண்டு என்ன செய்வோம்? அவற்றை அப்புறப்படுத்திவிடுவோம். அதைத்தானே நாம் செய்வோம். நாட்டு மக்களிடமோ நம் உடலிலோ ஒரு முள் இருந்தால் நாம் என்ன செய்வோம் என்றால், அந்த முள்ளை நீக்கிவிடுவோம். எனவே, துணைத் தலைவர் அவர்களே, இந்திய ஒருமைப்பாட்டில் உறுதியான நம்பிக்கை கொண்டவர்களும் அவர்கள் வாழும் ஒரு குறிப்பிட்ட பிராந்தியம், தொழில் ரீதியாக ஒழுங்கற்ற முறையில் இருந்தால் ஒற்றுமையாக இருப்பதில் உள்ள பிரச்சினைகள் தீர்க்கப்படாது என்று நினைக்கிறார்கள்.

பூபேஷ் குப்தா (மேற்கு வங்கம்): உங்களது பிரிவினை இயக்கம் தமிழ்நாட்டின் ஜனநாயக இயக்கத்தை நலிவுறச் செய்து, தமிழ்நாட்டின் வாய்ப்புகளைக் கெடுத்துவிடும் என்று நினைக்கிறேன். அது நீங்கள்

சரக்குகள் முறையாக விநியோகிக்கப்பட்டிருந்தால், செல்வம் முறையாக விநியோகிக்கப்பட்டிருந்தால், நமது நாட்டில் இவ்வளவு வறுமை இருந்திருக்காது. விநியோகம் என்ற விஷயத்தில் போதுமான கவனம் செலுத்தப்படவில்லை என்பதுதான் இவ்வளவு வறுமைக்குக் காரணம்.

விரும்புவதையும் பெற்றுத்தராது - நிச்சயமாக நீங்கள் விரும்புவதை நாங்கள் விரும்பவில்லை - அந்தப் பகுதிக்குத் தொழில் வளர்ச்சியையும் பெற்றுத்தராது.

சி.என்.அண்ணாதுரை: நண்பர் பூபேஷ் குப்தாவின் அறிவுரையை நான் சீரிய கவனத்தில் கொள்கிறேன். நாங்கள் எந்த அளவு முடியுமோ அந்த அளவு ஜனநாயகமாக இருப்போம்.

நான் கட்டமைக்க முயல்வது, ஒவ்வொரு பிராந்தியத்திலும் ஏற்றத்தாழ்வு நிலவுகிறது என்ற உண்மையான கவலை அனைத்து அரசியல் கட்சி உறுப்பினர்களின் மனத்திலும் இருக்கிறது என்பதைத்தான். நான் இதைப் பிரிவினைக்காகச் சுட்டிக்காண்பிக்கவில்லை, ஒருபக்கச் சார்பான வளர்ச்சியால் நாம் இந்த நாட்டின் அதிகபட்ச உற்பத்தியைப் பெறத் தவறிவிட்டோம் என்பதையே சுட்டிக்காட்ட விரும்புகிறேன்.

மதராஸுக்கு எவ்வளவு, உத்தர பிரதேசத்துக்கு எவ்வளவு?

விவசாய வருமானத்தின் மாநிலவாரி விநியோகம் தொடர்பான புள்ளிவிவரங்கள், பொருளாதார ஏற்றத்தாழ்வை நிரூபிக்கின்றன. 1958-59-ல் மதராஸுக்குக் கிடைத்தது ரூ.343.3 கோடி, மேற்கு வங்கம் பெற்றது ரூ.427 கோடி, உத்தர பிரதேசம் பெற்றது ரூ.1,146 கோடி. மேற்கு வங்கமோ, உத்தர பிரதேசமோ பணக்கார, செல்வம் மிக்க பிராந்தியங்களாவதை நான் வெறுக்கவில்லை. ஆனால், திட்டங்களில் இது போன்ற ஒருபக்கச் சார்பான பொருளாதார ஏற்பாடு இருந்திருக்கவில்லை என்றால், விவசாயத்தைப் பொறுத்தவரை நாங்கள் உத்தர பிரதேசத்தைவிட மிக அதிகமாகப் பெற்றிருப்போம் என்பதைச் சுட்டிக்காட்ட விரும்புகிறேன். நீர்ப்பாசனத் திட்டங்கள் எதுவும் எங்களுக்கு இல்லை. பக்ராநங்கல் அல்ல; சிறு திட்டங்கள்கூட எங்களுக்கு இல்லை என்றபோதிலும் இப்போதும் ஒரு ஏக்கருக்கான விளைச்சல் இந்தியாவிலேயே தமிழ்நாட்டில்தான் அதிகம்.

இந்த அளவு வலிமையும் புத்திசாலித்தனமும் புரிந்துகொள்ளும் திறனும் கொண்ட விவசாயிகள் அங்கு இருக்கிறார்கள் என்றால், விவசாயத் துறை தொடர்பான திட்டமிடலில் தெற்குப் பக்கம் தங்கள் பார்வையை அதிகமாகச் செலுத்துவது திட்டமிடுபவர்களின் கடமை அல்லவா? தெற்கில் கடலுணவுத் துறையை வளர்த்திருக்க முடியும். தெற்கில் போக்குவரத்துத் துறையை வளர்த்திருக்க முடியும். அங்கு இன்னும் பல

விஷயங்களைச் செய்ய முடியும். ஆட்சியாளர்கள் இந்த வாய்ப்புகளை மட்டும் தவற விடவில்லை; இப்படிப்பட்ட ஒரு விஷயம் எங்கே உருவானாலும் அதற்கு உடனே முட்டுக்கட்டை போடவும் செய்கிறார்கள்.

இத்தாலிய உதாரணம்

எப்போது இந்தப் பிரச்சினை எழுப்பப்பட்டாலும் "கச்சாப் பொருட்கள் எங்கு கிடைக்கின்றனவோ அங்குதான் தொழிற்சாலைகள் தொடங்கப்பட வேண்டும் என்ற உறுதியான பொருளாதாரக் கொள்கை இருக்கிறது" என்றுதான் அவர்கள் சொல்வார்கள். ஆனால், இப்போது பிராந்திய ஏற்றத் தாழ்வுகள் ஒரேயடியாக நீக்கப்பட வேண்டும் என்ற கொள்கையை ஏற்க முன்வந்திருக்கிறார்கள். இந்த அவையின் தகவலுக்காகச் சொல்கிறேன், இதே பிரச்சினை இத்தாலியில் எழுந்தது. வடக்கு இத்தாலியை ஒப்பிடுகையில் தெற்கு இத்தாலி தொழில்ரீதியாக மிகவும் பின்தங்கியது. இதையடுத்து, இத்தாலிய அரசு தெற்குக்கான சிறப்புத் திட்டங்களை உருவாக்கும் மிக புத்திசாலித்தனமான, மிகத் துணிச்சலான, மிகவும் புரட்சிகரமான நடவடிக்கைகளை எடுத்தது. தெற்கு இத்தாலியில் புதிய தொழிற்சாலைகளைத் தொடங்குவோருக்கு வரிச் சலுகைகளை அறிவித்தனர். இத்தாலியின் அந்தப் பகுதியை மேம்படுத்துவதற்காக கடன்களையும் நிதி உதவிகளையும் வழங்கினர்.

நாங்களும் அந்த உதாரணத்தைப் பின்பற்றுவோம் என்று எழுந்து சொல்ல வைக்கும் ஆவலை உங்களுக்கு ஏற்படுத்துவதற்காக நான் இதைச் சொல்லவில்லை. நீங்கள் அதைப் பின்பற்றலாம். அதைப் பின்பற்றாதீர்கள் என்று நான் சொல்லப்போவதில்லை. அதைப் பின்பற்றுங்கள். ஆனால், அதற்காக நான் சார்ந்திருக்கும் அரசியல் கட்சி தனது தத்துவத்தை விட்டுக்கொடுத்துவிடும் என்ற உத்தரவாதத்தை நான் அளிக்கக் கூடாது, அளிக்க முடியாது, அளிக்கத் தேவையும் இல்லை. அதன் தத்துவம் இது போன்ற சமரசங்களுக்கும் உதவிகளுக்கும் அப்பாற்பட்டது. தெற்கின் பொருளாதாரங்கள் கருத்தில் கொள்ளப்பட்டிருந்தால் நாம் இந்நேரம் கூடுதல் செல்வத்தை உருவாக்கியிருக்க முடியும் என்பதே நான் சொல்ல வந்தது.

தெற்கில் உள்ள கடற்கரை ஒட்டுமொத்த உலகில் மிகச் சிறந்த கடற்கரைகளில் ஒன்று என்று சொல்ல விரும்புகிறேன். பல துறைமுகங்கள் பயன்படுத்தப்பட்டும் பயன்படுத்தப்படாமலும் இருக்கின்றன. அவரது மாநிலத்துக்கு கண்ட்லா துறைமுகம் கிடைத்துவிட்டது; எங்களுக்கோ தூத்துக்குடி கிடைக்கவில்லை. இதைச் சொன்னால் என் நண்பர் தயாபாய் படேல் என்னுடன் சண்டைக்கு வர மாட்டார் என்று நம்புகிறேன்.

தனது பிரதேசத்தின் நலனுக்காக அல்லாமல் வேறொரு பிரதேசத்தின் நலனுக்காகத் தங்கள் மீது மிக அதிக வரி விதிக்கப்படுவதாகத் தெற்கு உணர்கிறது. எனவேதான், இந்த வரிவிதிப்பு அவர்களுக்கு இரட்டை இடி ஆகிறது. எனவே, நிதி அமைச்சருக்கும் அவர் வாயிலாக மற்ற அமைச்சகங்

களுக்கும் என் கோரிக்கை என்னவென்றால் அவர்கள் தெற்கைப் பொருளாதாரரீதியாக எப்படி மறுசீரமைப்பது மற்றும் மறுகட்டமைப்பது என்பதற்கான வழிகளை ஆராய வேண்டும். இதன் மூலம் அதிக செல்வத்தை ஈட்ட முடியும்; வரிவிதிப்பையும் குறைக்க முடியும்.

ஆளுங்கட்சியினரால் மற்றொரு தவறான பார்வை உருவாக்கப் படுகிறது. "லாபங்கள் விநியோகிக்கப்பட வேண்டும் என்று இப்போது கேட்காதீர்கள். நீங்கள் உற்பத்தி செய்துகொண்டே இருங்கள். உற்பத்தி செய்வது உங்களது கடமை. எனவே, மேலும் மேலும் உற்பத்தி செய்யுங்கள். விநியோகத்தைப் பற்றி இப்போது பேசாதீர்கள். உற்பத்திக்குப் பிறகுதான் விநியோகம் வருகிறது" என்று அவர்கள் சொல்கிறார்கள்.

விநியோக அமைப்புதான் தோல்விக்கான காரணம்

நான் ஒன்றைச் சுட்டிக்காட்ட விரும்புகிறேன். பொருளியல் நூல்களில் மட்டும்தான் உற்பத்தி முதலாவதாகவும் விநியோகம் இரண்டாம் பாடமாகவும் இடம்பெறுகின்றன. ஆனால், நடைமுறையில் உற்பத்தி நடக்கும்போதே விநியோகமும் செய்தாக வேண்டும். நீங்கள் உற்பத்தி செய்துகொண்டே இருந்துவிட்டு, சரக்குகளை மலைபோல் குவித்துவிட்டு திடீரென்று ஒரு நாள் காலையில் வந்து "இப்போது நாம் விநியோகத்தைத் தொடங்கலாம்" என்று சொல்ல முடியாது. பொருளாதாரச் செயல்பாடுகள் அந்த வழியில் நடைபெறுவதில்லை. பொருளியல் நூல்கள் எழுதப்பட வேண்டிய முறை மட்டுமே அது. எனவே, ஆளுங்கட்சியின் உறுப்பினர்கள் அதுபோன்ற வலுவற்ற வாதத்தை முன்வைக்கக் கூடாது.

அவையின் இந்தப் பக்கத்தில் இருக்கும் நாங்கள், உற்பத்தி செய்யப்படுபவை முறையாக விநியோகிக்கப்படுவதில்லை என்று சொல்கிறோம். சரக்குகள் முறையாக விநியோகிக்கப்பட்டிருந்தால், செல்வம் முறையாக விநியோகிக்கப்பட்டிருந்தால், நமது நாட்டில் இவ்வளவு வறுமை இருந்திருக்காது. நமது விநியோக முறை எப்படி இருக்கிறதென்றால், எனது மாநிலத்தில் ஆதரவற்ற முதிய ஆடவருக்கும் மகளிருக்கும் ஓய்வூதியத்தை அரசு வழங்க வேண்டிய நிலை உள்ளது. எனது மாநில அரசு இப்படி ஒரு யோசனையை முன்வைத்திருப்பதில் எனக்கு மகிழ்ச்சிதான். ஆனால், நமது நாட்டில் ஆதரவற்றவர்களாக விடப்படு பவர்களின் அளவுக்கான குறியீடு இது. இவ்வளவு செல்வத்தை ஈட்டிவிட்ட பிறகும் நாம் ஏன் இவ்வளவு வறுமையைக் காண்கிறோம்? விநியோகம் என்ற விஷயத்தில் போதுமான கவனம் செலுத்தப்படவில்லை என்பது தான் இதற்குக் காரணம்.

இங்கு நான் பயன்படுத்துவது மிகக் கடினமான வார்த்தையா என்று தெரியவில்லை; கள்ளச் சந்தை மற்றும் கறுப்புப் பணம் ஆகிய இரண்டு வார்த்தைகள் தற்போதும் பயன்பாட்டில் இருப்பது ஒரு தேசிய அரசுக்கான அவமானம் என்று சொல்வேன். நாம் இந்த வார்த்தைகளை சர்வ சாதாரணமாகப் பயன்படுத்திவருகிறோம். ஒரு பொருளைப் பற்றிப்

பேசும்போதுகூட "வெளிச் சந்தையில் அதன் விலை என்ன, கள்ளச் சந்தையில் அதன் விலை என்ன?" என்று கேட்கிறோம்.

கள்ளச் சந்தை இருந்தால் கறுப்புப் பணமும் இருக்கும். கறுப்புப் பணத்தைத் தொழில் துறைக்குள் மீண்டும் கொண்டுவர முடியாது. ஒரு தனியார் நிறுவனம் வெளிப்படையாக லாபம் ஈட்டினால் அந்நிறுவனம் அந்த லாபத்தை மீண்டும் அதே வணிகத்தில் முதலீடு செய்ய முடியும். ஆனால், அவர்கள் கணக்கில் காட்டப்பட முடியாத கறுப்புப் பணத்தை ஈட்டினார்கள் என்றால் அதை அவர்கள் வெளியே கொண்டுவந்து தொழில் துறையில் முதலீடு செய்ய முடியாது. எனவே, அது பகட்டு வாழ்க்கைக்கு வழிவகுக்கிறது.

திட்டங்களின் பெயரால் மனிதர்களைக் கொள்ளையடிக்காதீர்கள்

இந்த நிதி மசோதா ஒரு கொள்ளை மசோதா. கம்பளிகளுக்காகச் செம்மறி ஆடுகளிடம் கொள்ளையடிப்பதைப் புரிந்துகொள்ள முடிகிறது. ஆனால், நீங்கள் மனிதர்களிடம், ஏழை மக்களிடம் கொள்ளையடிக்கிறீர்கள். திட்டத்தின் பெயரால் மக்களிடமிருந்து கொள்ளையடிக்கிறீர்கள். திட்டம் என்பதை மக்கள் மிரட்சியுடன் பார்க்க வைத்துவிட்டீர்கள். திட்டத்துக்காக இந்த வரிகள் விதிக்கப்படுகின்றன என்று நீங்கள் சொல்லும்போதெல்லாம், அவர்கள் வரிகளை மட்டும் கண்டிப்பதில்லை. திட்டத்தின் தேவை மீதே சந்தேகம் எழுப்புகின்றனர். ஒருவகையில் நீங்கள் ஆதரித்த திட்ட அமைப்புக்கே குழிதோண்டுகிறீர்கள்.

நான் நிதி அமைச்சரைப் புள்ளிவிவரங்களுடன் கூடிய வாதங்களையும் புத்திசாலித்தனமான தர்க்கங்களையும் முன்வைக்காமல் வறுமையால் பாதிக்கப்பட்ட மக்கள், அவர்களது நெருக்கடி, வேலைவாய்ப்பின்மை உள்ளிட்ட பிரச்சினைகளைக் கருத்தில்கொள்ளக் கேட்டுக்கொள்கிறேன். அவர்களுக்கு வரி விதிப்பதற்கான உச்சத்தை ஏற்கெனவே அடைந்தாகி விட்டது. எனவே, நீங்கள் மறைமுக வரிகளை - குறிப்பாக, அத்தியாவசியப் பொருட்கள் மீதான வரிகளை - நீக்கி வேறு வழிகளின் மூலம் பணம் ஈட்ட முயல வேண்டும்.

ஆனால், நான் உங்களுக்கு ஒரு உறுதியை அளிக்கிறேன். நீங்கள் இந்த வரிகளை நீக்கிய பிறகும்கூட நிதியமைச்சருக்கு அதிகப் பணம் கிடைக்கும். ஏனென்றால், அவர் எப்போது நிதிநிலை அறிக்கை தாக்கல் செய்தாலும் குறைந்த அளவு வருவாய் மதிப்பீட்டையே தாக்கல்செய்வார். அதன் மூலம் அவர் மீண்டும் வந்து நாடாளுமன்ற அவையின் முன்னிலையில் ஒரு மந்திரவாதியைப் போல் நின்று "நான் ரூ.23 கோடி கிடைக்கும் என்றுதான் எதிர்பார்த்தேன். ஆனால், ரூ.32 கோடி கிடைத்துவிட்டது" என்பார். எனவேதான், இப்படி ஒரு மறைமுக வரி விதித்து மக்களைக் கொள்ளை அடிப்பதற்கான தேவை எதுவும் இல்லை என்று சொல்கிறேன்.

ஆக்கிரமிப்பாளன் நுழைந்துவிட்டான்... ஜனநாயக சக்திகள் ஒன்றுதிரள வேண்டும்

சீன ஆக்கிரமிப்பின்போது அண்ணா ஆற்றிய உரை இது. பெரும் கலகக்காரராக அறியப்பட்ட அண்ணா, நாடு சீனாவின் ஆக்கிரமிப்புக்குள்ளான சூழலை ஒரு சராசரி எதிர்க்கட்சி அரசியல்வாதியாக தனக்குச் சாதகமாக்கிக்கொள்ள முற்படவில்லை; மாறாக, ஆக்கிரமிப்பாளனைத் துரத்த எல்லா ஜனநாயக சக்திகளும் ஒன்றுசேர அறைகூவல் விடுத்தார். பிரதமர் நேரு மீதான நம்பிக்கையை வெளிப்படுத்தி தார்மிக ஆதரவைத் தந்தவர், போர்ச் சூழலில் அரசு முன்னெடுக்க வேண்டிய நடவடிக்கைகள் தொடர்பில் யோசனைகளையும் தெரிவித்தார். அதேசமயம், இந்திய வெளியுறவுக் கொள்கையின் சரிவைச் சுட்டிக்காட்டவும் அவர் தவறவில்லை. நவம்பர் 1962-ல் 'ஒன்றுபட்டு அணிவகுப்போம்' (Let Us March as One People) என்ற பொருளை மையப்படுத்தி ஆற்றிய உரையின் தேர்ந்தெடுக்கப்பட்ட பகுதிகளை இங்கே கொடுக்கிறோம்.

“

நாட்டின் எதிர்காலத்தையும் கௌரவத்தையும் பாதுகாப்பையும் காப்பாற்றும் இந்தப் போரின் பெருமைக்குரிய அணிவகுப்புப் பெயர்ப் பட்டியலில் திமுகவின் பெயரைப் பொறிக்கிறேன்!

சி.என்.அண்ணாதுரை: அவைத் தலைவர் அவர்களே!

என் சார்பாகவும், நான் சார்ந்திருக்கப் பெருமைப்படும் திமுகவின் சார்பாகவும் உள்துறை அமைச்சர் கொண்டுவந்த தீர்மானத்தை ஆதரிக் கிறேன். அரசாங்கத்துக்கு அளவற்ற அதிகாரங்களை நாடாளுமன்றங்கள் வழங்குவது அபூர்வமானதாகும். நாட்டின் கௌரவத்தையும் சுதந்திரத்தை யும் சுயாட்சியையும் காப்பாற்றுகிற ஒரு பெரும் உன்னத லட்சியத்துக் காக நாடே ஒன்றுதிரண்டு எழும்போது கோஷ்டி, அரசியல் வேறுபாடுகள் மறைந்துபோய்விடுகின்றன என்பதற்குச் சிறந்த உதாரணம் எல்லா கட்சிகளும் இணைந்து அரசாங்கத்துக்கு அசாதாரண அதிகாரங்களைத் தரும் செயலாகும்!

ஐயா, வேலூர் மத்திய சிறையிலுள்ள ஓர் அறையில் நான் அடைபட்டுக் கிடக்கும்போது, சீன ஆக்கிரமிப்பைப் பற்றிய செய்தியைப் படித்துக் கொண்டிருந்தேன். அப்போது இயற்கையாகவே ஆளுங்கட்சி மீது சிறிது ஆத்திரம் கொண்டிருந்தேன்.

ஆக்கிரமிப்பாளர்களை அடித்துத் துரத்துவோம்

ஆனால், என்னுடைய சிறை வாழ்வின் மிகக் கொடுமையான நாட்கள் கடைசி நான்கைந்து நாட்கள்தான். அப்போதுதான் சீன ஆக்கிரமிப்பாளர்கள் அலையலையாக வந்து எல்லையைத் தாண்டியதையும் நமது போர் வீரர்கள் வீரச்சமர் புரிந்தாலும் சில இடங்களையும் சிலபல காவல் நிலைகளையும் விட்டுவிட வேண்டிய நிலைமையைப் பற்றிய செய்திகளையும் படித்தேன். சூழ்நிலை பற்றி விரிந்த விளக்கங்கள் தருவதற்கு இது நேரமில்லை. தீர்மானத்தைப் பற்றி விவாதிப்பதற்கும் இது நேரமில்லைதான். உள்துறை அமைச்சர் கொண்டுவந்த இத்தீர்மானம் விவாதிப்பதற்கோ சொற்போர் புரிவதற்கோ உரியதல்ல என்று நான் கருதுகிறேன்.

நமது எல்லைப் பகுதிகளிலுள்ள ஆக்கிரமிப்பாளர்களை அடித்துத் துரத்தும் ஒரு மகோன்னதக் கடமைக்கு நம்மைத் தயாரித்துச் சூளுரைக்க இன்று நாம் கூடியுள்ளோம்!

எனவேதான், கடந்த திங்கள் 24-ம் நாள் நான் விடுதலை அடைந்ததுமே, நான் சார்ந்திருக்கப் பெருமைப்படும் திமுகவின் சார்பில் ஓர் அறிக்கை வெளியிட்டேன். அறிக்கையின்படி, திமுக தன் செயற்திட்டங்களை ஒத்தி வைக்கும் என்றும் ஆக்கிரமிப்பாளரை விரட்டும் இந்திய அரசினருக்கு ஆதரவாகத் தனது சக்தி முழுவதையும் தரும் என்றும் அறிவித்திருந்தேன்.

இங்கே ஓர் ஆக்கிரமிப்பாளன் நுழைந்துவிட்டான். யாரும் இதில் சந்தேகப்படத் தேவையில்லை. ஆக்கிரமிப்பாளனின் குறிக்கோள் எதுவாக இருந்தாலும் நமது குறிக்கோள் மிகமிகத் தெளிவானது. நாம் நாட்டின் கௌரவத்தைப் பாதுகாக்க விரும்புகிறோம்; அதேபோன்று ஜனநாய கத்தின் பயனையும் கௌரவத்தையும் பாதுகாக்க விரும்புகிறோம். இந்தப்

மாபெரும் தமிழ்க் கனவு

சீன ஆக்கிரமிப்புச் செய்தி என்னைப் போன்ற மனிதர்களை அதிரச் செய்யும் விதத்தில் இருந்தது. என்னைப் போன்ற மனிதன் என்று கூறுகிறபோது இதுபோன்ற பெருமை மிக்க சபைகளிலே முன்பு பேசும் வாய்ப்பைப் பெறாததைக் குறித்துத்தான் சொல்கிறேன். நான் சாமானியர்களின் பிரதிநிதி!

பெரிய சச்சரவுக்கான காரணங்களை இந்த நேரத்தில் கிளப்புவது வழக்கமல்ல.

இது ஒரு சித்தாந்தப் போராட்டம்

எனினும், நான் இதை வெறும் எல்லை மீறலாகக் கருதவில்லை; வெறும் ஆக்கிரமிப்பாகவும் கருதவில்லை. தெரிந்தோ தெரியாமலோ நாம் இப்போது ஒரு சித்தாந்தப் போராட்டத்தில் இறங்கியிருப்பதாகவே கருதுகிறேன். இன்றைக்கு உலகம் இரண்டு முகாம்களாகப் பிரிந்திருக்கிறது. ஒன்று ஜனநாயக முகாம், இன்னொன்றை ஜனநாயகமற்ற முகாம் என்று கூறுவேன். அந்த முகாமில் உள்ள நாடுகளின் பெயரை நான் சொல்லப்போவதில்லை. எனினும், ஜனநாயகமற்ற முகாம் என்று மட்டும் இருப்பதைச் சுட்டிக்காட்ட விரும்புகிறேன்.

கூடி வாழும் தத்துவம் இருப்பது நமக்கெல்லாம் தெரியும். ஜனநாயகம் அதனுடன் மாறுபட்ட அரசாங்கங்களோடு ஒத்துப்போவதுபோல், நெருக்கடிநிலை வரும்போது மாறுபட்ட அமைப்புடைய அரசாங்கங்களை விட அதிகமான பலம் உள்ளது என்பதைக் காட்ட முடியாவிட்டாலும், அந்த அரசாங்கத்தைப் போல் ஜனநாயக அரசும் பலம் படைத்ததுதான் என்பதை நிரூபித்தாக வேண்டும்.

எனவேதான், ஜனநாயக அமைப்புகள் தங்கள் அரசியல் வேற்றுமை களை மறந்து, பூசல்களைக்கூடப் பின்னணியில் வைத்துவிட்டு, ஒன்று சேர்ந்து முன்வந்து, ஒரே குரலில் "ஆக்கிரமிப்பு தோற்கடிக்கப்பட வேண்டும், சீனர்கள் அவர்கள் எல்லைக்குள் விரட்டியடிக்கப்பட வேண்டும்" என முழங்குகின்றன.

நான் சாமானியர்களின் பிரதிநிதி

சீன ஆக்கிரமிப்புச் செய்தி என்னைப் போன்ற மனிதர்களை அதிரச் செய்யும் விதத்தில் இருந்தது. என்னைப் போன்ற மனிதன் என்று கூறுகிறபோது, இதுபோன்ற பெருமை மிக்க சபைகளிலே முன்பு பேசும் வாய்ப்பைப் பெறாததைக் குறித்துத்தான் சொல்கிறேன். நான் சாமானியர் களின் பிரதிநிதி!

இந்த நாட்டை ஆக்கிரமிக்க யாருக்கும் தைரியம் வராது என்றே நாமெல்லாம் நினைத்துவந்திருக்கிறோம். ஏனெனில், நமது அணிசேராக்

கொள்கையையும் நடுநிலைக் கொள்கையையும் உலகில் உள்ள அறிவாற்றல் நிரம்பிய நாடுகளெல்லாம் பாராட்டியுள்ளன. இந்தியாவின் பிரதமரால், சீன - இந்திய நட்பானது வலுவாக ஏற்படுத்தப்பட்டிருந்ததன் மேலும் நாம் நம்பிக்கையோடிருந்தோம்.

சீனாவின் நலனுக்குப் போராடியவர் இந்தியப் பிரதமர். நண்பர்களற்ற நிலையில் சீனா இருந்தபோதும் ஐ.நா. சபையிலும் அகில உலக அரங்குகளிலும் இந்தச் சபையிலும் - நாடாளுமன்றத்திலும்கூட சீனாவின் சுதந்திரத்துக்காகப் பரிந்து வாதாடிய ஒரே மனிதர் பண்டித நேருதான்! அவர் ஒருவர்தான் ஐ.நா. சபையில் சீனாவை அனுமதிக்க வேண்டும் என வாதாடியவர். எனவே, நாம் மிக உறுதியாக நம்பினோம், இந்தியாவுக்கும் சீனாவுக்குமிடையில் எந்த மோதலும் ஏற்படாது என்று!

பாண்டுங் மாநாட்டு உணர்வை சீனாவின் மனதில் பண்டிதர் ஏற்றி யிருப்பார் என்று நாம் நினைத்தோம். பாண்டுங் மாநாட்டு உணர்வு சீன நெஞ்சங்களில் குடியேறியிருக்கும் என நம்பினோம். ஆனால், நாம் சீன வரலாற்றை அறிந்திருப்பதால் அவர்கள் நம்மால் விளங்கிக்கொள்ளப் படுவதைவிடவும் புதிராகத் தோன்றுவதே அதிகம் என்பதையும் அறிந்திருக்கிறோம்.

கட்சி பேதமின்றி ஒன்றுதிரள வேண்டும்

என் அளவுக்கு அதிர்ச்சியடையாத கட்சிகளும் இந்தச் சபையிலும் நாடாளுமன்றத்திலும் இருக்கின்றன என்பதையும் நான் உணர்கிறேன். அந்தக் கட்சியினர் அடிக்கடி “நமது அரசாங்கத்தின் நடுநிலைக் கொள்கை, அணிசேராக் கொள்கை, ராணுவக் கூட்டுக்கெதிரான கொள்கை நமது நாட்டை மகிழ்ச்சி மணம் கமழும் நாடாக்காது, அபாயம் விளையும் பூமியாக்கும்” எனக் கூறிவந்தனர். அவர்கள் இப்போது எழுந்து, “இதுவரை நாங்கள் நடக்கும் என்று பயந்தது நடந்துவிட்டது” என்று கூறினார்கள். அந்தக் கூற்றிலேகூடப் பொறுப்புணர்ச்சியும் தன்னடக்கமும் இருந்தன. இந்த அவையில் மூன்று அல்லது நான்கு நாட்களாக நடைபெற்றுவரும் விவாதங்களும் உணர்ச்சியுள்ள பேச்சுகளும் நமது பொறுப்புணர்வைக் காட்டுகின்றன. இவை பெருந்தன்மை மிக்க ஜனநாயகச் சபைகளில்தான் காணப்படும்.

இவை எல்லாவற்றையும்விடப் பிரதமர் முன்வந்து, பாதுகாப்பில் முன்னெச்சரிக்கை இல்லாமல் இருந்ததற்கும், அதற்கு யார் பொறுப்பு என்பதைப் பற்றி தக்க காலத்தில் விசாரிக்கப்போவதாகவும் தெரிவித்தாரே, அந்தத் தைரியமான அறிவிப்புதான் மிகவும் பெருமைப்படத்தக்கது. இதைப் பற்றி விசாரணை நடத்தக் கட்டளையிடுவது என்பது மிக தைரியசாலிகளுக்குத்தான் வரும்!

எதிர்க்கட்சிகள் என்ற முறையில் பண்டித ஜவாஹர்லால் நேருவிடம் நமக்குக் கருத்துவேறுபாடுகள் இருக்கலாம். நிர்வாகத் தலைவர், காங்கிரஸ் தலைவர் என்ற முறையிலும் அவரிடம் கருத்துவேறுபாடு ஏற்படலாம்.

தவறான இலக்கண அறிவு படைத்தவர்கள் சீனர்கள் என்று நான் கூறுவேன்! நாம் சண்டையிட மாட்டோம் என்றுதான் தொடர்ந்து கூறிவந்திருக்கிறோம். இப்படி நாம் கூறியதற்குப் பொருள் நம்மால் சண்டையிட முடியாது என்பதல்ல!

ஆனால், அவர்தான் இந்தப் பூபாகத்தின் பாதுகாவலன் என்பதிலும் இந்த நாட்டை உயிர்த்தெழச் செய்தவர் என்பதிலும் சுதந்திரம், சமத்துவம், சகோதரத்துவம் ஆகிய சீரிய லட்சியங்களின் களஞ்சியம் என்பதிலும் யாருக்கும் சந்தேகம் இருக்க முடியாது. எனவேதான், நம்மில் சிலர் கூறிய யோசனைகளைப் பெருந்தன்மையான உணர்வுடன் சந்திக்க, அந்த ஜனநாயகத் தலைவர் பாதி வழி இறங்கிவந்து ஏற்றுக்கொண்டார்.

தவறான இலக்கண அறிவு படைத்தவர்கள் சீனர்கள்

அவசியம் போர் முயற்சிகளைப் பலப்படுத்த வேண்டும் என்பதை நாம் உணர வேண்டும். சீன ஆக்கிரமிப்புக்கான உள்நோக்கத்தை நாம் கண்டுபிடிக்க வேண்டும். எல்லைப் பிரச்சினையைப் பற்றிக் கூடிப் பேச இந்த நாடு தயாராக இருக்கும்போது, எல்லையில் ஏன் சீன நாடு போரிட வேண்டும்? அலை அலையாக வந்து தவாங் அருகில் சில பல இடங்களைப் பிடித்துக்கொண்டு, போர் முகாம்களை அமைத்துக்கொண்டு தவாங்கைப் பாசறை வீடாக்கி, மேலும் பெரியதொரு பாய்ச்சலுக்கு ஏன் சீனர் தயாராக வேண்டும்? சீனம் சினம் கொள்ளும்படி இந்த நாடு எந்தச் செயலைச் செய்தது? உத்தரப் பிரதேசத்துக்கு அருகில்கூடத் தங்கள் எல்லை இருப்பதாக ஏன் சீனர்கள் எண்ண வேண்டும்? சீனரின் இச்செயலுக்கான உள்நோக்கத்தைக் கவனிக்கும்போது நான் முன்பே சொன்னதுபோல் இது ஒரு தத்துவப் போராட்டம் என்று தோன்றுகிறது.

நமது அணிசேராக் கொள்கையைப் பலவீனம் எனப் பொருள் கொள்கின்றனர் சீனர்கள்! நமக்கு நண்பர்களே இல்லை என்று அவர்கள் நினைக்கிறார்கள். பஞ்ச சீலத்தை நாம் மேற்கொண்டிருப்பதால், நம்மால் சண்டை போட இயலாது என்று நினைக்கிறார்கள். நாம் சண்டையிட மாட்டோம் என்றுதான் தொடர்ந்து கூறிவந்திருக்கிறோம். இப்படி நாம் கூறியதற்குப் பொருள் நம்மால் சண்டையிட முடியாது என்பதல்ல!

அழிவின்மையின் பள்ளத்தாக்கில் நமது போர் மறவர்கள் தங்கள் உயிரை விட்டிருக்கிறார்கள். அங்கே இப்போது தாக்கும் சக்தி பெற்ற வீரர்கள் இருக்கிறார்கள். அவர்கள் மூலம் சீனர்களுக்கு “நாங்கள் சண்டையிட மாட்டோம் என்றால், சண்டையிட முடியாது என்று பொருளல்ல” என்ற பாடத்தைப் புகட்டுவோம்.

ஆகையால், போர் வீரர்களுக்கு மேன்மேலும் ஆயுதங்கள் தரப்பட

வேண்டும். எல்லையில் போராடும் ராணுவத்துக்கு ஆதரவாக நாடே திரண்டு நிற்க வேண்டும்! யுத்த காலத்தில், போர்க்களத்தைப் போலவே உள்நாட்டுத் துறையும் மிக முக்கியமானது. இன்றைய தினம் மக்கள் மனதில் குறிப்பிடத்தக்க உறுதியும் தெளிவும் ஏற்பட்டிருப்பதைக் காணலாம். துணிச்சல் நிறைந்த போர் வீரர்களிடம்தான் இத்தகைய உணர்வு இருக்க முடியும். மக்கள் தம் உணர்வையும் செல்வத்தையும் அள்ளியள்ளித் தருகின்றனர். இது மட்டும் போதுமா என்று நாம் எண்ணிப்பார்க்க வேண்டும்.

சீனர்கள் தவறான பிரச்சாரத் தாக்குதலை நடத்துகிறார்கள்

இந்தப் போர் மாதக் கணக்கிலோ வருடக் கணக்கிலோ நடைபெறும் போர் அல்ல என்றும் இது நீண்ட காலப் போர் என்றும் பண்டிதர் கூறியிருக்கிறார். இது நீண்ட காலப் போராக இருக்குமானால், நம்முடைய கொள்கைகளை அதற்கேற்றபடி அமைத்துக்கொள்ள வேண்டாமா? போர்ப் பிரகடனம் செய்ய சீனா எண்ணும் வேளையிலாவது அதைச் செய்வது சரியல்லவா? "இந்தியாவுக்கும் சீனாவுக்குமிடையே போரே இல்லை; இந்திய - சீன மக்களின் நட்பு குலைக்கப்படவில்லை; சீனர்கள் எல்லையைப் பிடித்துக்கொண்டவர்கள் அல்ல" என்றெல்லாம் சீனர்கள் இப்போதும் தவறான பிரச்சாரம் செய்கிறார்கள். போர்க்களத் தாக்குதலை விடப் பயங்கரமான முறையில் சமாதானப் பிரச்சாரத் தாக்குதலைச் சீனர்கள் நடத்துகிறார்கள். நாட்டின் வளங்களை எவ்வளவு தூரம், எப்படி, எங்கு பயன்படுத்த வேண்டும் என்பதுபற்றி நம் மனதில் தெளிவாக்கிக் கொள்ள வேண்டும்.

நாட்டிலுள்ள கீழ்மட்டத்தில் இருப்போரானாலும் மேல்மட்டத்தில் இருப்போரானாலும் முன்வந்து உதவிகளையும் நன்கொடைகளையும் அளித்துள்ளனர் என்பது உண்மையே. ஏழை மனிதன் முன்வந்து வாரி வழங்கும்போது, சமஸ்தான வாரிசுகளும் மன்னர் பரம்பரைகளும் தரும் நன்கொடை மிகக் குறைவாய் உள்ளது. எனவே, மன்னர் மானியத்தை ஓராண்டுக்காகிலும் குறைத்து, பாதுகாப்பு நிதிக்கு அளிக்க வேண்டும். ஓராண்டுக்காகிலும் இதைச் செய்தால்தான் தரவாரியாக ஒவ்வொருவரும் தியாகம் செய்யத் தயாராக வேண்டும் என்பதைச் சாதாரணமான மனிதன் உணர்ந்துகொள்ள முடியும்.

ஆனந்த் சந்த் (இமாசலப் பிரதேசம்): முழுத் தொகையையும் குறைத்து விட்டால், வசதியேதும் அற்றவர்கள் எப்படி வாழ்வார்கள்?

ஓர் உறுப்பினர்: அவர்களுக்குப் புனர்வாழ்வு அளிக்க வேண்டும்.

சி.என்.அண்ணாதுரை: அரச வாரிசுகள் நிலை அவ்வளவு மோசமாகப் போய்விட்டதென்றால், நாம் கண்டிப்பாக அவர்களுக்கு உதவுவோம்.

ஆனந்த் சந்த்: மிகவும் நன்றி!

அணிசேராக் கொள்கை மூலம் ராணுவக் கூட்டணிக்கு நாம் இழுத்துச் செல்லப்படவோ இடம்பெறவோ மாட்டோம் என்றால், அதை என்னால் புரிந்துகொள்ளவும் பாராட்டவும் முடிகிறது. எந்த ராணுவ ஒப்பந்தத்திலும் இந்தியா இழுக்கப்படுவதை நான் விரும்பவில்லை.

சி.என்.அண்ணாதுரை: இந்தச் சபையிலிருந்து அரச வாரிசுகளுக்கு வேண்டுகோள் விடப்படுமானால், எனது நண்பர் குறைகூறியதுபோல் அவர்கள் கூற மாட்டார்கள். ஏனெனில், அரச வாரிசுகள் பெயரளவுக்கு மட்டும் முடிசூட்டிக்கொண்டவர்கள் அல்லர். அவர்கள் இயல்பில் நடத்தையில் அரச வாரிசுகளாகவும் பெருமகனாகவும் இருக்க வேண்டும்!

இப்போதைய போர், நீண்ட போராக இருக்குமானால் நான் இன்னொரு யோசனையும் கூற விரும்புகிறேன். நமது வீரர்களுக்கு ஆயுத உதவி அளிக்க எந்த வழிவகையைப் பின்பற்ற வேண்டும் என்பதை நாம் ஆராய வேண்டும். போர்முனை பெரிதாகி இன்னும் போர் நீடிக்குமென்றால், அவ்வளவு காலம் எப்படி நம் வீரர்களுக்கு ஆயுத உதவி அளிக்கப் போகிறோம்? எவ்வகையான ஆயுதங்களை அவர்களுக்கு அளிக்கப் போகிறோம்?

நாட்டுக்காகவே கொள்கை, கொள்கைக்காக நாடு அல்ல

பிரதம மந்திரி நேற்றைய தினம் கூறினார்கள். ஆயுதங்கள் வேகமாக உற்பத்திசெய்யப்படுவதாக! தொழிற்சாலைகள் வேலை முழுமூச்சுடன் நடப்பதாகவும்! தானே இயங்கும் ஆயுதங்கள் உற்பத்திசெய்யப் படுவதாகவும் கூறினார். நாம் இப்படி ஆயுதங்களை உற்பத்தி செய்துகொண்டிருக்கும்போது, சீனா கையைக் கட்டிக்கொண்டு உட்கார்ந் திருக்காது என்பதை நாம் உணர வேண்டும். உள்ளபடியே சீனர்கள் ஏராளமான ஆயுதங்களை உற்பத்திசெய்கிறார்கள்! அவர்கள் இரும்புத் திரைக்குப் பின்னால் இருக்கும் காரணத்தால், அவர்களுடைய உண்மை யான பலம் நமக்குத் தெரியாது. அவர்களின் மறைந்துள்ள சக்தியும் நமக்குத் தெரியாது, அவர்களுக்கு மறைந்துதவும் நண்பர்கள் யார் என்றும் நமக்குத் தெரியாது. எனவே, நமக்கு உதவத் துடிக்கும் நாற்பதுக்கும் அதிகமான நாடுகளின் நல்லெண்ணத்தை நாம் பெற வேண்டும்! அதற்குக் குந்தகம் விளைவிப்பதாக நமது அணிசேராக் கொள்கை இருக்காவண்ணம் பார்த்துக்கொள்ள வேண்டும். இந்த நாட்டுக்காகத்தான் அணிசேராக் கொள்கையே தவிர, அணிசேராக் கொள்கைக்காக நாடு இல்லை. கொள்கை அளவில் குறைகூற முடியாத ஒன்று அணிசேராக் கொள்கை. ஆனால், நடைமுறையில் அக்கொள்கையைக் கடைப்பிடிக்கும்போது உலகின் வல்லரசு நாடுகள் சிலவற்றின் மனதில் கடும் சந்தேகத்தைத் தோற்று வித்துவிட்டது. அணிசேராக் கொள்கை என்பது போர்வை - மிகவும்

சௌகரியமான போக்கு - என்று சில நாடுகள் நினைக்கின்றன. அப்படி நினைப்பதற்கு அவர்களுக்கு உரிமை உண்டு!

யாரோ ஒருவர் கூறினார் - அவர் பெயர் எனக்கு நினைவில்லை – "அணிசேராக் கொள்கை என்பது உலகின் இரு முகாம்களிலிருந்து உதவி பெறும் ஒரு கொள்கை அல்லது ஒரு வழிமுறை" என்று! இதுதான் அணிசேராக் கொள்கையின் நடைமுறைப் பயன். அணிசேராக் கொள்கையின் அடிப்படைத் தத்துவத்தை ஐ.நா. சபை போன்ற சபைகளில் இருக்கும் நமது பிரதிநிதிகள் சரியாக எடுத்துக்கூறி, வல்லரசுகளின் மனதைக் கவரத் தவறிவிட்டார்கள். அவர்கள் பெயரை நான் சொல்ல விரும்பவில்லை.

கடந்த பத்துப் பதினைந்து வருடங்களாக நம்முடைய செயல்களும் சொற்களும் நம் மீது சந்தேகத்தைத் தோற்றுவித்திருக்கின்றன. எனவே, அணிசேராக் கொள்கையைத் தப்பபிப்பிராயம் எழாதபடி விளக்கக் கூடியவர்களை ஐ.நா. சபைக்கு அனுப்ப வேண்டும் என்று அரசாங்கத்தை நான் கேட்டுக்கொள்வேன். யாரை அனுப்ப வேண்டும் என்பதும் யாரை அனுப்பக் கூடாது என்பதும் நாட்டுக்கு நன்றாகத் தெரியும். யாரை அனுப்ப வேண்டும் என்பதைவிட யாரை அனுப்பக் கூடாது என்று நாட்டினருக்கு மிக நன்றாகத் தெரியும்!

ஆயுத உதவி பெறும் அணி அமைக்கப்பட வேண்டும்

அணிசேராக் கொள்கை என்பது கொள்கை அளவில் சரியாக இருந்தாலும், அதில் சில நேரம் விட்டுக்கொடுக்கும் தன்மை இருக்க வேண்டும். அணிசேராக் கொள்கையைக் கடைப்பிடிப்பதில் என்ன வழிகாட்டுதல் நமக்கு இருக்கிறது? அகராதி கூறுகிறது, கூட்டுசேர்வது நல்லது என்று! மோட்டார் கார்களில் பழக்கமுள்ளவர்களுக்கு நன்றாகத் தெரியும். கூட்டுச் சக்தி இல்லையென்றால், கார் நகராது. எனவே, அணிசேராக் கொள்கை என்பது எதிர்மறைச் செயலாகும். அது நமது முன்னேற்றத்தைத் தடுக்கக் கூடாது. அணிசேராக் கொள்கை மூலம் ராணுவக் கூட்டணிக்கு நாம் இழுத்துச் செல்லப்படவோ, இடம்பெறவோ மாட்டோம் என்றால், அதை என்னால் புரிந்துகொள்ளவும் பாராட்டவும் முடிகிறது. எந்த ராணுவ ஒப்பந்தத்திலும் இந்தியா இழுக்கப்படுவதை நான் விரும்பவில்லை.

ஆகையால், எல்லா ஜனநாயக சக்திகளும் ஒன்றுதிரள வேண்டும் என்று நான் கூற விழைகிறேன். நமது நாட்டுக்கு உதவத் துடிக்கும் நாற்பதுக்கும் மேற்பட்ட நாடுகளுக்கு நல்லெண்ணத் தூதுக் குழு ஒன்றை அனுப்ப வேண்டும் என்று கருதுகிறேன். அமெரிக்கா, பிரிட்டன், கனடா போன்ற நம் மீது நட்புரிமை கொண்டாடும் நாடுகளுக்கு அக்குழு சென்று, ஆயுத உதவி பெறும் அணியை நிறுவ வேண்டும். நமக்குத் தேவைப்படும் எல்லா ஆயுதங்களுக்கும் நாம் விலை கொடுக்க இயலாது. சீனர்கள் மேலும் மேலும் ஆக்கிரமிக்கும்போது நாம் மேன்மேலும் ஆயுதங்களை உற்பத்தி செய்துதான் உபயோகிக்க வேண்டும் என்றும் நான் கருதவில்லை. எனவே, ஆயுத உதவி பெறும் அணி அமைக்கப்பட வேண்டும். அமெரிக்கா,

நல்லெண்ணத் தூதுக் குழு ஜனநாயக நாடுகளுக்குச் சென்று நிதி சேர்த்து, ஆயுதங்கள் சேர்த்து, தொண்டர்கள் சேர்த்து அனுப்ப வேண்டும் என விரும்புகிறேன். இதன் மூலம் நமது நடுநிலைக் கொள்கை எதிர்மறையானதல்ல, நமது அணிசேராக் கொள்கை எதிர்மறையானதல்ல என்பதை சீனா உணர வேண்டும்.

பிரிட்டன், கனடா போன்ற நாடுகளுக்கு நல்லெண்ணத் தூதுக் குழு அமைக்கப்பட வேண்டும். அந்தத் தூதுக் குழுவில் ஆளுங்கட்சியினர் மட்டுமல்ல, எதிர்க்கட்சியினரும் இடம்பெற வேண்டும்.

இதன் மூலம் சர்க்காரின் கொள்கையை ஆளுங்கட்சி மட்டுமல்ல; நாட்டிலுள்ள எல்லா எதிர்க்கட்சிகளும் கடைப்பிடிப்பதில் உற்சாகமாய் உள்ளன என்பதை உலகுக்குக் காட்ட முடியும் என்பதால் இதைக் கூறுகிறேன்.

நம் மீது ஆதரவு எண்ணம் கொண்டிருக்கும் பிற நாடுகளிலிருந்தும் தொண்டர் படை திரட்டப்படலாம் எனக் கருதுகிறேன். இதில் தவறு மில்லை, இழுக்குமில்லை! நம்முடைய போர்க்களங்களில் வேற்று நாட்டு வீரர்கள்தான் போரிட வேண்டும் என்று நான் கூறவில்லை! ஜனநாயகத் துக்காகத் தங்கள் இன்னுயிர் தருகின்ற மக்கள் எங்குமிருக்கிறார்கள் என்பதை உலகம் உணர வேண்டும் என்ற எண்ணத்திலேயே இதைக் கூறுகிறேன். எனவே, நான் கூறியபடி இந்த நல்லெண்ணத் தூதுக் குழு ஜனநாயக நாடுகளுக்குச் சென்று நிதி சேர்த்து, ஆயுதங்கள் சேர்த்து, தொண்டர்கள் சேர்த்து அனுப்ப வேண்டும் என விரும்புகிறேன். இதன் மூலம் நமது நடுநிலைக் கொள்கை எதிர்மறையானதல்ல, நமது அணி சேராக் கொள்கை எதிர்மறையானதல்ல என்பதை சீனா உணர வேண்டும்.

நமது நியாயமான நடைமுறை ஜனநாயக நாடுகளின் மனதில் நல்லெண்ணத்தைத் தோற்றுவித்திருக்கிறது என்பதையும் உணர்த்த வேண்டும். நம் விருப்பத்துக்கேற்றபடி அகில உலகின் நல்லெண்ணத்தைப் பெற முடியும் என்பதையும் காட்ட வேண்டும். ஆளுங்கட்சியின் சிந்தனைக்குச் சில யோசனைகளை இதுவரை சொன்னேன்!

விலைவாசியைக் கட்டுப்படுத்துவது மிகமிக அவசியம்

விலைவாசி கட்டுப்படுத்தப்படும் என அரசாங்கத் தரப்பிலிருந்து வந்த உறுதிமொழி கண்டு மிகவும் மகிழ்ச்சி அடைகிறேன். விலைவாசியைக் கட்டுப்படுத்துவதுதான் உள்துறைப் பாதுகாப்புக்குத் தேவையானதாகும். அத்தியாவசியப் பண்டங்களின் விலை உயரும்போது, மக்களுக்கு அவை கிடைக்காமல் போகும்போதுதான் போர் தொடர்பாக பீதி அடைகிறார்கள்

மக்கள். அரசாங்கம் முன்வந்து விலைவாசியைக் கட்டுப்படுத்தும் என்றால், உள்துறை மிகவும் வலுப்பெற்றதாக இருக்கும். உணவுத் துறையைப் பொறுத்தமட்டில், "உணவு தானியக் கையிருப்பு போதுமான அளவுக்கு இருக்கிறது" என்று உணவு அமைச்சர் உறுதியளித்தார். கையிருப்பைவிட உற்பத்தி முக்கியமானது. உணவு உற்பத்தி பெருக வேண்டும். அதற்காக, கனம் டி.டி.கிருஷ்ணமாச்சாரியார் போன்றவர்கள் கூறியுள்ள சீரிய யோசனைகளைக் கவனிக்க வேண்டும்.

போர்க் காலத்துக்கேற்ற முறையில், சமாதானக் காலத்துக்கென அமைந்துள்ள பொருளாதார இயந்திர முறையைத் திருத்தியமைக்கும் நடவடிக்கைகள் எடுக்கப்பட வேண்டும். பொருளாதார இயக்குநர் அமைப்பு ஒன்று நிறுவப்பட வேண்டும் என்று விரும்புகிறேன். சமாதானக் காலப் பொருளாதாரம், வளத்தின் அடிப்படையில் அமைவது; போர்க் காலப் பொருளாதாரம் பற்றாக்குறையின் அடிப்படையில் அமைவது. எனவே, பொருளாதார இயக்குநரகம் ஒன்று நிறுவப்பட்டு, போர்க் காலத்திலும்கூடச் சமாதானக் காலப் பொருளாதாரச் செழிப்பு ஏற்படுத்த வேண்டும் என்று கூற விரும்புகிறேன். இந்த விஷயங்களைக் கவனிக்கும் போது ஆளுங்கட்சி எதிர்க்கட்சிகளையும் நம்பிக்கைக்கு உரியனவாக்கிக் கொள்ள வேண்டும். பாதுகாப்புக் குழுக்களைப் பற்றி நான் கூறவில்லை. வேறுபட்ட எதிர்க்கட்சிகளுக்கிடையேயும் ஆளுங்கட்சிக்கிடையேயும் நல்ல தொடர்பு ஏற்பட வேண்டும் என்ற பொருளில் கூறுகிறேன்.

மஞ்சள் அபாயமாக மாறி உலகைப் பயமுறுத்தியது சீனா

எந்த யோசனையும் வரவேற்கப்பட வேண்டும். எந்த நன்கொடையும் ஏற்றுக்கொள்ளப்பட வேண்டும். அப்படிச் செய்வதன் மூலம் அந்தக் கட்சி அல்லது இந்தக் கட்சிதான் சீனாவை எதிர்க்கிறது என்றில்லாமல், ஒரே கட்டுப்பாடான பேரணியாக நாம் திரண்டு சீனத் தாக்குதலைச் சந்திக்கலாம்! கருத்துவேறுபாட்டு அடிப்படையில் பேச நான் விரும்பவில்லை. ஓர் உறுப்பினர் கருத்துவேறுபாடுள்ள பிரச்சினையைத் தொடக்கிவிட்டார். "திபெத்தியர்கள் பிரச்சினையில் நாம் நடந்துகொண்ட விதம் தவறில்லை" என்றார் அவர். நான் அவருடன் மாறுபடுகிறேன். திபெத், பூடான், சிக்கிம், நேபாளம் ஆகிய நாடுகளில் நமக்கு அக்கறை உண்டு. ஏனெனில், அவை இயற்கையாக இந்தியாவின் எல்லை நாடுகள். மஞ்சள் அபாயத்தைப் பற்றிய தகவல்களை வரலாற்று ஏடுகளில் காணலாம். ஹுவான் வம்சங்கள் ஆண்டபோதானாலும் சரி; சன் யாட் சென்னின் புரட்சிக் காலமானாலும் சரி; சீனா மஞ்சள் அபாயமாக மாறி உலகம் முழுவதையும் பயமுறுத்தியது. உள்ளபடியே அங்கே இப்போது மஞ்சளுடன் சிவப்பும் கலந்திருக்கலாம். இந்தக் கலவையால் என்ன வண்ணம் வரும் என்று எனக்குத் தெரியாது. ஆனால், மஞ்சள் அபாயத்தைப் பற்றி எல்லோரும் அறிந்திருக்கிறார்கள்.

சீனா எப்போதெல்லாம் பலம் பெறுகிறதோ அப்போதெல்லாம் தனது எல்லையைப் பெருக்கவே முனைந்திருக்கிறது. திபெத் நிகழ்ச்சிக்குப் பின் சீனாவின் மிக உயர்ந்த பதவி படைத்தவர் பேசிய பேச்சொன்றைப்

பிரச்சாரம் என்பது மிகச் சிறந்த ஆயுதம். அதை நல்ல முறையில் ஜனநாயக நாடுகளைவிட ஜனநாயகமற்ற நாடுகள் பயன்படுத்துகின்றன. பிரச்சாரம் வேகமான முறையில் இயங்க வேண்டும். பிற கட்சிகளுக்கும் உரிய இடம் தரப்பட வேண்டும்.

படித்தேன். திபெத் சீனாவுக்குச் சொந்தம் என்று கூறுவதற்குப் பதிலாக, ஒரு விசித்திர வாதத்தைக் கூறினார். "திபெத் சீனாவுக்குச் சொந்தம். பூடானும் சிக்கிமும் லடாக்கும் திபெத்துக்குச் சொந்தம். எனவே, பூடானியர்களும் சிக்கிமியர்களும் திபெத்தியர்களும் லடாக்கியர்களும் தாயகமான சீனாவுக்குள் சேர வேண்டும்" என்று சொல்லியிருக்கிறார் அவர். இந்தத் தத்துவம் நடைமுறைப்படுத்தப்படுமானால், இது நீண்டதொரு தகராறு என்பது மட்டுமல்ல; நீண்ட காலப் போருக்கும் வழிவகுப்பதாகும்.

பிரச்சாரம் என்பது மிகச் சிறந்த ஆயுதம்

ஆகையால், நாம் எல்லா விளைவுகளுக்கும் தயாராக இருக்க வேண்டும். ஜனநாயக நாடுகளை நம் அணிக்குக் கொண்டுவரும் முயற்சிகளில் ஈடுபட வேண்டும். அந்த நாடுகள் அவ்விதம் அணி சேரும் என்று நம்புகிறேன். பத்திரிகைகள் போர் விளம்பரத்துக்கு இலவச இடம் தர வேண்டும் என்று செய்தித் துறை அமைச்சர் கனம் கோபால் ரெட்டி விடுத்த வேண்டுகோளைப் படித்தேன். மந்திரி எவ்வளவு இடம் விரும்புகிறாரோ அவ்வளவு இடம் தர எனது கட்சி சார்பான நாளிதழ்களில், வார இதழ்களில் ஏற்பாடு செய்கிறேன். இதைக் கூறும்போது, செய்தி ஒலிபரப்புத் துறை அமைச்சர் வானொலிப் பிரச்சாரத்தைச் சமாதான முறையிலிருந்து போர்க் கால முறைக்கு மாற்ற வேண்டும் எனவும் கூற விரும்புகிறேன். எதிரிகளின் பிரச்சாரத்தைச் சரியான முறையில் முறியடிக்கும் பாசறையாக வானொலி விளங்க வேண்டும்.

பல்வேறுபட்ட எதிர்க்கட்சிகளைச் சேர்ந்தவர்களை ஏன் வானொலியில் சொற்பொழிவாற்றும்படி கூறக் கூடாது? தாம் சந்திக்கவிருக்கும் போர்க்கள அபாயம் பற்றிப் பேசப் போர் வீரர்களை வானொலி ஏன் அழைக்கக் கூடாது? நன்கொடை அளித்தவர்களை வானொலியில் பேசச்செய்து, பிறரையும் தரும்படி அவர்கள் ஏன் தூண்டக் கூடாது? பிரச்சாரம் என்பது மிகச் சிறந்த ஆயுதம். அதை நல்ல முறையில் ஜனநாயக நாடுகளைவிட ஜனநாயகமற்ற நாடுகள் பயன்படுத்துகின்றன.

எங்கள் கட்சிக்குரிய பத்திரிகைகளில் இலவச இடம் ஒதுக்க நான் தயாராக இருக்கிறேன். எங்கள் கட்சிக்கு இரண்டு, மூன்று நாளிதழ்களும், பத்துப் பதினைந்து வார இதழ்களும் இருக்கின்றன. பிரச்சாரம் வேகமான

முறையில் இயங்க வேண்டும். பிற கட்சிகளுக்கும் உரிய இடம் தரப்பட வேண்டும். அப்படிச் செய்வதன் மூலம், நாட்டைக் காத்து சீனரை விரட்டுவதில் நாம் ஒரே குறிக்கோள் கொண்ட மக்கள் என்பதை உணரச் செய்ய வேண்டும். மேலும், இந்தச் சபையின் நேரத்தை எடுத்துக்கொள்ள விரும்பவில்லை. உள்துறை அமைச்சர் கொண்டுவந்த தீர்மானத்தை ஆதரிப்பதில் திமுக பெயரையும் பதிவுசெய்கிறேன்.

நாட்டின் எதிர்காலத்தையும் கௌரவத்தையும் பாதுகாப்பையும் காப்பாற்றும் இந்தப் போரின் பெருமைக்குரிய அணிவகுப்புப் பெயர்ப் பட்டியலில் திமுகவின் பெயரைப் பொறிக்கிறேன்.

அரசியல் வேறு, நிர்வாகம் வேறு!

அரசியலையும் நிர்வாகத்தையும் பிரித்துப்பார்த்தவர் அண்ணா. என்எல்சியிடமிருந்து தமிழ்நாடு மின்சார வாரியம் மட்டுமே அப்போது மின்சாரத்தை வாங்கிக்கொண்டிருந்தது. உற்பத்திச் செலவு அதிகரித்தபோது, மின்சாரத்துக்குக் கூடுதல் விலை தருமாறு தமிழ்நாடு அரசிடம் கேட்டார்கள். இதுபற்றிய விவாதத்தின்போது, "பல பொதுத் துறை நிறுவனங்கள் நஷ்டத்தில் இயங்குகிறபோது, என்எல்சி மட்டும் லாபத்தில் இயங்க வேண்டும் என்று மத்திய அரசு எதிர்பார்க்கலாமா? நம்மிடம் மட்டும் இப்படிக் கேட்கலாமா?" என்று முதல்வர் அண்ணாவிடம் கேட்டார் ஒரு அதிகாரி. மறுத்தார் அண்ணா. "ஒரு அரசியல்வாதி வேண்டுமானால் இப்படியெல்லாம் பொதுக் கூட்டத்தில் பேசலாம். ஆனால், ஒரு முதல்வராக இப்படியொரு முடிவை எடுக்கக் கூடாது. ஒரு மாநிலத்தில் செய்திருக்கும் முதலீட்டிலிருந்து கணிசமான வருமானம் வர வேண்டும் என்று மத்திய அரசு எதிர்பார்ப்பது நியாயமானதுதான். அதற்கான ஏற்பாட்டைச் செய்யுங்கள்" என்றார் அண்ணா. அதன்படி, விலை உயர்வு தர மின்வாரியம் ஒப்புக்கொண்டதால், என்எல்சியின் செலவு ஈடுகட்டப்பட்டது. அதன் பலனாக நெய்வேலியில் இரண்டாவது சுரங்கம் அமைக்க மத்திய அரசு முன்வந்தது. மின்உற்பத்தியும் அதிகரித்தது. இதற்கெல்லாம் அண்ணா எடுத்த முடிவே காரணம் என்று ஓரிடத்தில் குறிப்பிட்டார், அண்ணா ஆட்சியின்போது நிதித் துறைச் செயலராக இருந்த ஜி.ராமச்சந்திரன்.

ஒற்றையாட்சியாக்கும் முயற்சிக்கான எதிர்ப்பின் ஈட்டிமுனை நாங்கள்

அண்ணாவின் திராவிட நாடு கோரிக்கையையும் திமுகவையும் குறிவைத்து 'பிரிவினைவாதத் தடைச் சட்ட'த்தைக் கொண்டுவந்தது இந்திய அரசு. இது எத்தகைய ஆபத்துகளைக் கொண்டிருக்கிறது என்று ஜனவரி 1963-ல் 'பிரிவினையும் இறையாண்மையும்' (Secession and Sovereignty) என்ற பொருளில் பேசிய அண்ணா, "ஒரு அரசு தன்னுடைய மக்களுக்கு அளித்திருக்கும் அடிப்படை உரிமைகள் எவ்வளவு முக்கியமானவை, ஜனநாயகத்தில் மக்கள் எந்த அளவுக்கு மதிக்கப்பட வேண்டியவர்கள், போராடுபவர்களிடம் அரசு கையாள வேண்டிய அணுகுமுறை என்ன" என்றெல்லாம் விவாதித்தார். சாமானிய மக்கள் மீது அவர் எவ்வளவு மதிப்பையும் நம்பிக்கையையும் கொண்டிருந்தார் என்பதற்குச் சான்று இந்த உரை. ஒரு அரசியல்வாதிக்கும் ஆட்சித்தலைவருக்கும் இருக்க வேண்டிய வேறுபாட்டைத் துல்லியமாக உணர்த்தும் உரையின் தேர்ந்தெடுக்கப்பட்ட பகுதிகளை இங்கே கொடுக்கிறோம்.

இந்த மசோதாவைத் திரும்பப் பெற்றுக்கொள்ளுங்கள்; இல்லையென்றால், என் நண்பர் பூபேஷ் குப்தாவின் வார்த்தைகளைப் பயன்படுத்துவதானால், ஒரு தன்னந்தனி ஆளைச் சமாளிக்க இந்திய அரசியல் சட்டத்துக்கே திருத்தம் கொண்டுவர வேண்டி நேரிட்டது என்று கருதுவார்கள்!

சி.என்.அண்ணாதுரை: *துணைத் தலைவர் அவர்களே!*

இந்திய ஆட்சிக்கு எதிராகப் பேசுபவர்களை– அவர்கள் எதிரிகள் அல்ல, இந்த நாட்டைச் சேர்ந்தவர்கள், ஒரு லட்சியத்துக்காகப் பணியாற்றுபவர்கள் - அழிக்கும் வகையில் அரசுக்குப் புதிய சட்ட ஆயுதத்தை வழங்கும் அரசியல் சட்டத் திருத்தத்தைப் பற்றி இன்றைக்கு நாம் விவாதித்துக் கொண்டிருக்கிறோம் என்பது ஒரு வலிநிறைந்த முரண். நமது எல்லையை ஆக்கிரமித்த சீனர்களுடன் மேஜையில் சமரசம் பேசுவதற்கு உடனடியாக விருப்பம் தெரிவித்துள்ள நிலையில், அரசால் இந்த சட்டத் திருத்தம் கொண்டுவரப்படுகிறது என்று சுட்டிக்காட்ட விரும்புகிறேன்.

மன்றத்தின் இரண்டு தரப்புகளிலிருந்தும் கூறப்பட்ட பல கருத்துரை களை அசாதாரணமான அக்கறையுடன் கேட்டுக்கொண்டிருந்தேன். சட்ட ரீதியான அடக்குமுறையின் துணைகொண்டு நீங்கள் அழித்துவிட முயலும் லட்சிய எண்ணத்தைப் புகுத்தியவன் என்ற முறையில், என் நோக்கத்தை மீண்டும் விளக்குவதற்காக அன்றி, எங்கள் கோரிக்கை குறித்து ஏற்பட்டுள்ள சில தவறான புரிதல்களைக் களைய, எங்கள் லட்சியம் பற்றிய விளக்கத்தை யும் வரலாற்றையும் எடுத்துக்கூற விரும்புகிறேன்.

ஃபிசோ (நாகா தலைவர் அங்கமி ஜபூ ஃபிசோ) முன்வைத்த கோரிக் கையை அடிப்படையாகக் கொண்டு அல்லது அந்தக் கோரிக்கையின் தொடர்ச்சியாக ‘திராவிடஸ்தான்’ கேட்கப்படுகிறது என்று கனம் உறுப் பினர் ஒருவர் கூறினார்; உண்மை அதற்கு வெகுதூரத்தில் இருக்கிறது. சுதந்திரம் வந்த பிறகு இப்படிப்பட்ட பிரிவினை உணர்ச்சிகள் கிளம்பின என்று மற்றோர் உறுப்பினர் கூறினார்; இது உண்மைக்கு மிக நெருங்கி வருவது; அதேசமயம் அதுவே உண்மையுமல்ல.

திராவிடர் கழகத்திலிருந்து பிரிந்த அமைப்பு திமுக. திராவிடர் கழகமானது சுதந்திரத்துக்கு மிக நீண்ட காலத்துக்கு முன்பிருந்தே இருந்து வந்திருக்கிறது. எதிர்கால அரசியல் அமைப்பு முறை பற்றிய சர்ச்சைகள் எழுந்தபோது, நான் பொதுச் செயலாளராகப் பொறுப்பு வகித்த திராவிடர் கழகம், தென்னகத்துக்கு ஒரு அரசியல் சமன்பாட்டை வழங்கியது. அதன் தொடர்பாகத்தான் திராவிடர் கழகத்திலிருந்து பிரிந்து வளர்ந்த திமுக, அந்த லட்சியத்தை எடுத்து விளக்கிக்கொண்டுவருகிறது. எனவே, ஆளுங் கட்சியின் செயல்கள் அல்லது செயலாற்றாத தன்மை ஆகியவற்றுக்கும் இதற்கும் எந்தத் தொடர்பும் இல்லை. நாட்டின் வேறு இடங்களிலே உள்ள இதுபோன்ற அல்லது இதைவிடப் பயங்கரமான எந்தப் பிரச்சினை களுக்கும் இதற்கும் எந்தவிதச் சம்பந்தமும் இல்லை. பிரச்சினையின் மீது பாய்வதற்கு முன்பு கனம் உறுப்பினர்கள், பிரச்சினையை அலசியாவது பார்க்க வேண்டும் என்று நான் விரும்புகிறேன்.

அடுத்ததாக, ஒரு ஆக்கிரமிப்பாளனைச் சந்தித்து சமரசம் பேச இந்த அரசு ஒப்புதலைத் தெரிவித்த உடனே, பெருமைமிக்க நாட்டு மக்கள் என்ற முறையில் எங்கள் பிரச்சாரத்தைத் தடைபோட்டு நிறுத்துவதற்கு முன்பு

கட்சிகளின் சித்தாந்தங்கள் வேறு; தேர்தல் கூட்டணி அல்லது தொகுதி உடன்பாடு வைத்துக்கொள்வது என்பது வேறு. எனவே, கம்யூனிஸ்ட் கட்சியையும் பிற கட்சியினரையும் அணுகியபோது, எங்கள் சித்தாந்தங்களைச் சார்ந்து நாங்கள் செயல்படவில்லை; மாறாக, அரசியல் கூட்டணியைப் பெறும் நோக்கிலேயே அணுகினோம்!

எங்களைப் புரிந்துகொள்ளவாவது முயலக் கூடாதா என்பதைக் கேட்க விரும்புகிறேன். அரசியல் அரங்கத்திலே தீண்டப்படாதவர்களாக நடத்தப்படும் அளவுக்கு நாங்கள் தாழ்ந்துபோய்விட்டவர்களா? எங்கள் கோரிக்கை மிக முக்கியமானதல்லவா? எங்கள் மனத்தைத் திருப்திப்படுத்தவும், மக்கள் ஒத்துக்கொள்ளக்கூடிய முறையை மேற்கொள்ளவும் நீங்கள் முயற்சி எடுத்துக்கொள்ள வேண்டாமா? காரண காரிய விளக்கங்களைக்கூடக் கேட்கக் கூடாதா நீங்கள்? அந்த முயற்சியையாவது செய்து பார்த்தீர்களா?

இந்த மன்றத்தில் இதுதான் என் பணிவான முறையீடு – யார், எந்தக் கட்சி என்று பார்க்காமல் இந்த மன்றத்தில் உள்ள உறுப்பினர்கள் ஒவ்வொருவரும், இந்தக் கோரிக்கை மீது தங்கள் சீரிய கவனத்தைச் செலுத்த வேண்டுகிறேன். எங்களுடன் கலந்து பேசிக் கருத்தறிந்தீர்களா? பிரச்சினையை அலசிப்பார்க்க, ஆளுங்கட்சி சிரமம் எடுத்துக்கொண்டதா?

கட்சிகளின் சித்தாந்தங்களும் கூட்டணிகளும் ஒன்றல்ல

நான் ஆளுங்கட்சி என்று ஏன் குறிப்பிடுகிறேன் என்றால், எதிர்க்கட்சிகள் பலவும் பிரச்சினையை அலசிப்பார்க்க முயற்சி எடுத்துக்கொண்டன. இவ்விஷயத்தில் கம்யூனிஸ்ட் கட்சி எங்களுடன் ஒத்துப்போவதாக இன்று காலை கனம் உறுப்பினர் ஒருவர் கூறினார். எங்கள் கொள்கையை ஏற்றுக் கொள்ள வேண்டும் என்று கம்யூனிஸ்ட் கட்சியினரை அணுகி நாங்கள் கேட்டுக்கொண்டபோது, அதை ஏற்றுக்கொள்ள முடியாது என்று வெளிப்படையாகக் கூறிவிட்டனர். கட்சிகளின் சித்தாந்தங்கள் வேறு; தேர்தல் கூட்டணி அல்லது தொகுதி உடன்பாடு வைத்துக்கொள்வது என்பது வேறு. எனவே, கம்யூனிஸ்ட் கட்சியையும் பிற கட்சியினரையும் அணுகியபோது, எங்கள் சித்தாந்தங்களைச் சார்ந்து நாங்கள் செயல்படவில்லை; மாறாக, அரசியல் கூட்டணியைப் பெறும் நோக்கிலேயே அணுகினோம்.

இப்போதுகூட, சென்னை மேயர் தேர்தல் சம்பந்தமாக சென்னை காங்கிரஸ் கட்சியும் திமுகவும் ஓர் உடன்பாட்டை எட்டியிருக்கின்றன. ஆகவே, அரசியல் சமரசம் என்பது வேறு; தேர்தல் கூட்டணி என்பது முற்றிலும் வேறு. சித்தாந்தம் என்பது வேறு!

பி.டி.கோபர்கடே *(மகாராஷ்டிரம்):* அப்படியென்றால், காங்கிரஸே பிரிவினையை ஆதரிக்கிறது என்றாகிறது.

சி.என்.அண்ணாதுரை: அரசியல் கூட்டணி என்பது கொள்கையை அடகு வைப்பதாகிவிடாது. தன்னுடைய கொள்கையில் சென்னை காங்கிரஸ் உறுதியாக இருக்கிறது. காங்கிரஸ் கொள்கையில் முதலமைச்சருக்கு அதைவிட உறுதி அதிகம். நம்முடைய விவாதத்தில் சென்னை காங்கிரஸ் அல்லது முதலமைச்சர் தவறாகப் புரிந்துகொள்ளப்படக் கூடாது. ஆனால், எங்கள் சித்தாந்தங்களைப் புரிந்துகொள்ளுங்கள். அவை சரியா என்று ஆய்வுசெய்யுங்கள். இந்த மசோதா இந்தியாவின் இறையாண்மையையும் ஒருமைப்பாட்டையும் பாதுகாப்பதற்காகக்கொண்டுவரப்படுகிறது. இறை யாண்மைக்கு என்ன ஆபத்து என்று எனக்குத் தெரியவில்லை, யாரும் என்னிடம் கூறவும் இல்லை. ஒருவேளை சட்ட அமைச்சர் அசோக்குமார் சென்னுக்கு (தெரிந்திருக்கலாம்) – புதிய சட்டம் இயற்றுவதில் தீவிரமாக இருக்கிறாரோ என்னவோ... இங்கே அவர் இல்லை – இருந்திருந்தால், "நாட்டில் பிளவு மனப்பான்மை அதிகரித்துவருவது தெரியாதா? இதை எதிர்க்க தேசிய ஒருமைப்பாட்டுக் குழுவை அரசு நிறுவியிருப்பது உங்களுக்குத் தெரியாதா? தேசிய ஒருமைப்பாட்டுக் குழு பரிந்துரைப் படிதான் அரசு செயல்படுகிறது என்பதும் உங்களுக்குத் தெரியாதா?" என்று என்னிடம் கேட்டிருப்பார்.

பிரிவினைப் பிரச்சாரத்தை ஒடுக்குக; ஒருமைப்பாட்டை வளர்த்திடுக

இந்திய அரசியல் சட்டத்தை நான் நன்றாக அறிவேன், தேசிய ஒருமைப்பாட்டுக் குழு டாக்டர் சி.பி.ராமசாமி ஐயர் தலைமையில் நிறுவப்பட்டுள்ளது. இந்தியாவில் இறையாண்மையையும் ஒருமைப் பாட்டையும் காப்பதில் அவர் சிறந்த முன்னோடி! திருவிதாங்கூரின் திவானாக இருந்தபோது, 'திருவிதாங்கூர் சுதந்திர நாடு' என்று பிரகடனம் செய்து பாகிஸ்தானுடன் இணைந்துவிட்டதாக அறிவித்தவரல்லவா அவர்! நல்லவேளையாக, இன்றைக்கு காங்கிரஸைப் பொறுத்தவரை அவர் ஒரு அணிசாரா சக்தி. அதனால், அவரை ஒருமைப்பாட்டுக் குழுத் தலைவராகத் தேர்ந்தெடுத்துவிட்டீர்கள். இந்தக் குழு எப்படிச் செயல்படுகிறது என்பதை உறுப்பினர்கள் பரிசீலிக்குமாறு கேட்டுக்கொள்ள விரும்புகிறேன். பிரிவினைப் பிரச்சாரத்தை ஒடுக்க மட்டுமல்ல, ஒருமைப்பாட்டை வளர்க் கவும் அது கடமைப்பட்டது. அதன் ஆக்கபூர்வமான பரிந்துரைகள் என்ன? பிரிவினைவாதிகளைச் சிறையில் அடைப்பது, தண்டிப்பது என்பதைத் தவிர வேறு எதுவும் இல்லை.

தேசிய ஒருமைப்பாட்டுக் குழு எங்களுடைய மாநிலம் உட்பட எல்லா இடங்களுக்கும் விஜயம் செய்தது. எல்லாவித அரசியல், சித்தாந்தம் கொண்டவர்களையும் சந்தித்தது, திமுக உறுப்பினர்களை மட்டும் சந்திக்க வில்லை. காரணம், நாங்களெல்லாம் வேலூர் சிறையில் வசதியாகக் குடி அமர்த்தப்பட்டிருந்தோம். இப்படித்தான் தேசிய ஒருமைப்பாட்டுக் குழு கூறியிருக்கிறது. குழு விரும்பியிருந்தால், திமுக அமைப்புச் செயலாளர்

எனக்குப் பதில் சொல்லுங்கள். ஒரு சிறு புன்னகை, லேசான கண் சிமிட்டல், நட்போடு கூடிய தலையாட்டல்கூடப் போதும். தனிநாடு கோரும் எங்களை ஒருமைப்பாட்டுக் குழு சந்திப்பது என்பதுதானே பொதுவான பண்பாடு, ஜனநாயக மாண்பு?

என்.வி.நடராசன் வெளியில் இருந்தார்; மனோகரன் எம்.பி. வெளியில் இருந்தார்; ராஜாராம் வெளியில் இருந்தார். இவர்களில் யாராவது ஒருவரைச் சந்தித்திருக்கலாம். எங்களைச் சந்திக்க வேலூர் சிறைக்கு ராமசாமி ஐயர் வந்திருக்க வேண்டும் என்று நான் கூறவில்லை. அவருக்கு மற்றவர்களைச் சிறையில் அடைத்துத்தான் பழக்கம். தானே சிறைக்குப் போனதில்லை. ஆகவே, அவர் எங்களைச் சந்திக்க சிறைக்கு வந்திருக்க வேண்டும் என்றெல்லாம் நான் எதிர்பார்க்கவில்லை.

ஒரு சிறு புன்னகை, லேசான கண் சிமிட்டல் போதும்

நாங்கள் சாமானியர்கள். குழுவின் தலைவர்களான கனவான்கள் எங்கள் மீது பெருந்தன்மை காட்ட வேண்டும் என்று நாங்கள் நினைக்கவில்லை. எங்கள் கோரிக்கையின் தீவிரத்தை ஒரு கணம் மறக்குமாறு உறுப்பினர் களைக் கேட்டுக்கொள்கிறேன். அதன் தீவிர விளைவுகளையும் மறந்து விடுங்கள். ஆனால், எனக்குப் பதில் சொல்லுங்கள். ஒரு சிறு புன்னகை, லேசான கண் சிமிட்டல், நட்போடு கூடிய தலையாட்டல்கூடப் போதும். தனிநாடு கோரும் எங்களை ஒருமைப்பாட்டுக் குழு சந்திப்பது என்பது தானே பொதுவான பண்பாடு, ஜனநாயக மாண்பு?

இந்த மசோதாவின் விளக்கத்திலும், தேசிய ஒருமைப்பாட்டுக் குழுவின் யோசனையை முற்றிலும் ஒட்டியே மசோதா கொண்டுவருவதாகக் கூறப்பட்டிருக்கிறது. ஆகவே, மசோதாவின் பிறப்பே முற்றிலும் ஜன நாயகத்துக்கு மாறானது! இந்தக் கருத்தை உங்கள் முன்வைக்கவே, உமது பொறுமையைப் பாதிக்கும் தொல்லையைத் தர நேரிட்டது.

நான் மற்றொரு விஷயத்துக்கு வருகிறேன்; திராவிடஸ்தான் கோரிக்கை ஆபத்தானது என்று தவறாகச் சொல்லப்படுகிறது! சில மாதங்களுக்கு அல்லது சில வாரங்களுக்கு முன்புகூட நாங்கள் என்ன கேட்கிறோம் என்பது உங்களுக்குப் புரியவே இல்லை. ஆனால், அது ஆபத்தானது என்று புரிவதாக ஆளுங்கட்சிப் பிரமுகர்கள் பலர் தெரிவித்துள்ளனர். இது எப்படிப் பகுத்தறிவுக்குப் பொருந்தும்? இது எப்படி அரசியலாகும்? எனக்குப் புரியவில்லை.

இந்த மன்றத்திலேயோ அந்த மன்றத்திலேயோ எனக்குத் திட்ட வட்டமாகத் தெரியவில்லை - உள்துறை அமைச்சர் சொல்லியிருக்கிறார், "கட்டுக்கு அடங்காதுபோனால், குறிப்பிட்ட எல்லையை மீறிப்போனால்

- பிரிவினை சம்பந்தமான எல்லா பிரச்சாரங்களும் ஒடுக்கப்படும்" என்று! ஒருவரும் அதற்கு விளக்கம் அளிக்கும்படி கேட்கவில்லை. ஏனெனில், சட்டத்தை மீறிய நடவடிக்கைகளில் ஈடுபட்டாலோ வன்முறைச் செயல்களில் ஈடுபட்டாலோ பிரிவினைப் பிரச்சாரம் தடுக்கப்பட்டுவிடும் என்று எண்ணிக்கொண்டார்கள். இது சில மாதங்களுக்கு முன்பு உள்துறை அமைச்சர் பேசியது.

இந்த இடைப்பட்ட காலத்திலே என்ன நேரிட்டுவிட்டது? நாங்கள் மண்டை ஓட்டு வேட்டைக்காரர்களாகவோ தலைகளைக் கொய்பவர்களாகவோ மாறிவிட்டோமா என்ன? ஏதாவது சட்டத்தை மீறிய நடவடிக்கை களிலே ஈடுபட்டுவிட்டோமா? இல்லை; மாறாக, சீன ஆக்கிரமிப்பு ஏற்பட்டவுடன் உங்களுடைய போர் முயற்சிக்குத் தங்குதடையற்ற, தன்னெழுச்சியுடன் கூடிய ஒத்துழைப்பை வழங்கினோம். சட்ட அமைச்சர் இப்போது இங்கு இல்லாததுபற்றி நான் மகிழ்ச்சியடைகிறேன்.

ஓர் உறுப்பினர்: அவருடைய துணை அமைச்சர் இங்கு இருக்கிறார்.

சி.என்.அண்ணாதுரை: ஏனெனில், எங்கள் கட்சியின் மக்களவைக் குழுத் தலைவர் அங்கே இதே கருத்தைக் கூறியபோது, சட்ட அமைச்சர் எழுந்து நின்றார் - புன்னகையுடன் அல்ல - கடுமையான பார்வையுடன் கரங்களை ஆட்டியபடி சொன்னார், "அதெல்லாம் இந்தியப் பாதுகாப்புச் சட்டத்தால் ஏற்பட்ட நிலைமை" என்று. சட்ட அமைச்சர் என்ற நிலையில், சட்டத்துக்குக் கர்த்தா என்ற முறையில் சட்டத்துக்கு உள்ள வீரியம் பற்றி உயர்வாகப் பேசும் உரிமை பெற்றவர் அவர். ஆனால், சட்டத்தின் சக்தியைப் பெரிதாக்கிப் பேசும் ஆர்வத்தில் அவர், தமது மனத்திலிருந்து சாதாரண நன்றி உணர்ச்சியைத் துரத்தியடித்துவிட்டார்.

சட்டத்தைவிட மேலான விஷயங்கள் இருக்கின்றன

திமுகவுக்குச் சட்ட அமைச்சர் நல்வார்த்தை கூறி சிபாரிசு செய்ய வேண்டும் என்று விரும்பவில்லை. மக்களுடைய நல்லாதரவை நாங்கள் நிரம்பப் பெற்றிருக்கிறோம். சட்ட அமைச்சரின் நல்லுணர்வு சிபாரிசு எதுவும், இதை மேலும் வலுவுள்ளதாக்கிவிட முடியாது. மேலும் ஒன்று கூறுகிறேன், சட்டத்தின் சக்தியை உயர்த்திக் காட்ட வேண்டும் என்ற ஆர்வத்தில், அவர் மற்றொரு முக்கியமான விஷயத்தைக் குறைத்து மதிப் பிட்டிருக்கிறார். இன்று காணப்படும் ஒருமித்த நோக்கம், தேசிய ஆர்வம் எல்லாம் இந்தியப் பிரதமருடைய திறமையாலும், அவர் கொண்டுள்ள மேலான எண்ணங்களாலும் ஏற்பட்டது. சட்டங்களைவிட வலிவுமிக்கது அது!

சட்டங்கள் தடுப்பதற்காக, திருத்துவதற்காக உள்ளவை. இதைச் செய்யாதே; அதைச் செய்யாதே என்று கூறுகிறது சட்டம். கட்சித் தொடர்பு களைக் கடந்து, பல லட்சக்கணக்கான மக்களின் மனத்தைத் தன்வயப் படுத்தும் பிரதமரின் திறமைக்கு உள்ளது போன்ற வலிவு சட்டத்துக்குக் கிடையாது. சட்டத்தின் வலிவை வலியுறுத்திக் காட்டும் ஆர்வத்தில், சட்ட

மாபெரும் தமிழ்க் கனவு 485

> எல்லா கட்சி உறுப்பினர்களையும்
> கலந்தாலோசிக்கும் குழு அமைத்து எம்முடன்
> விவாதிக்க வேண்டும் என்று அரசுக்கு யோசனை
> கூறுங்கள். தவறு எம்மிடம் என்றால் திருத்துங்கள்.
> உங்களிடம் தக்க காரணம் காட்ட இருந்தால்
> எங்கள் மனத்தை மாற்றுங்கள். அதை விட்டுவிட்டு
> எங்களை வற்புறுத்துகிறீர்கள்!

அமைச்சர், எதற்காகப் பிரதமரின் செல்வாக்கைக் குறைத்து மதிப்பிட்டு விட்டார் என்று எனக்குப் புரியவில்லை.

சட்டத்தின் வலிவை வலியுறுத்திக்காட்டும் ஆர்வத்தில், இன்று காணப் படும் கூடிப் பணியாற்றும் ஆர்வம், பண்டித ஜவாஹர்லால் நேருவின் வசீகரிக்கும் தன்மையாலும், ஜனநாயகப் பண்பாட்டு உணர்ச்சியாலும் விளைந்திருக்கிறது என்பதையாவது அவர் சொல்லியிருக்கலாம்.

அமைச்சரவைக்குள்ளே என்ன நடக்கிறது என்பது எனக்குத் தெரியாது. வெளியார் எவராவது சட்ட அமைச்சரின் உரையைப் படித்தால், அவர் களுக்கு என்ன மாதிரியான உணர்வு ஏற்படும்? நாட்டிலே அமைதி இருக்கிறது, எதனால்? இந்தியப் பாதுகாப்புச் சட்டத்தினால்! இல்லை யானால், அனைவரும் நாட்டு விரோதிகளாவர்! தேச பக்தி அற்றவர்களா வர்! தொல்லை கிளம்பியிருக்கும். இப்படித்தான் அவர்கள் எண்ணுவர்.

சட்டம் நம் நாட்டின் மனசாட்சி அல்ல

ஒரு கருத்தை வலியுறுத்தும்போது அதற்கேற்ற அளவான குரலில் பேச வேண்டும். இந்தியப் பாதுகாப்புச் சட்டம் என்பது இந்நாட்டின் மனசாட்சி அல்ல. சிறைச்சாலைக்கு ஆள் நிரப்பும் சட்டமாக வேண்டுமானால் இருக் கலாம். சீனாவுக்கு எதிரான போர் முயற்சிக்கு திமுக இயற்கையான வகையில் தன்னெழுச்சியுடன் ஆதரவு தந்தது. அதற்காக அரசிடமிருந்து நற்சாட்சிப் பத்திரத்தை எதிர்பார்க்கவில்லை. எங்களுடைய செயலுக்கு ஈடான எதையும் சர்க்காரிடம் எதிர்பார்க்கவும் இல்லை. தன்னெழுச்சியாக ஏற்பட்ட இந்த உணர்ச்சி வளர வேண்டும் என்ற விருப்பம் உங்களுக்கு இல்லையா? அரசின் சட்டம் எங்களுக்கான உரமா? இது எங்கள் உணர்வைக் காயப்படுத்துகிறது. எரிச்சலூட்டுகிறது. அரசுக்குத் தானாக முன்வந்து உதவிய எங்களுடைய எண்ணம் மேலும் வளர்ந்து பூத்துக் குலுங்க வேண்டும் என்ற விருப்பம் உங்களுக்கு ஏன் இல்லை?

இந்த மசோதாவுக்கு இப்போது என்ன அவசரம்? ஏன் இவ்வளவு அவசரப்படுகிறீர்கள்? அதுதான் நான் குறிப்பாகக் கேட்பது. இதை உங்களுக்கு உணர்த்துவதற்குத்தான், போராதரவு முயற்சிக்கு நான் ஆதரவு அளித்ததைக் குறிப்பிட்டேன். நான் முன்பு சொன்னபடி நாங்கள்

சாமானியர்கள்தான். ஆனால், எந்த ஐம்பது லட்சம் வாக்காளர்களால் காங்கிரஸ் ஆளுங்கட்சி ஆக்கப்பட்டிருக்கிறதோ அதே சென்னை மாகாணத்தில், முப்பத்துநான்கு லட்சம் வாக்காளர்களின் பிரதிநிதிகளாக இருப்பவர்கள் நாங்கள். ஐம்பது லட்சத்துக்கும் முப்பது லட்சத்துக்கும் உள்ள வேறுபாட்டைக் குறித்து நான் அதிகம் வாதாடத் தேவையில்லை என்று நம்புகிறேன்.

இந்த மன்றத்தின் முன் உறுதி கூறுகிறேன். எங்கள் முன்னேற்றத்துக்கு அழிவு தேடாதிருந்தால், சட்டத் துணையுடன் அடக்கி அழிக்கும் முறை களைக் கொண்டுவாராதிருந்தால், சென்னையில் அடுத்து வரப்போகும் ஆளுங்கட்சி நாங்கள்தான் என்று உறுதியளிக்கிறேன்.

மத்திய அமைச்சர் கனம் சி.சுப்பிரமணியம் தமது கோவை பேச்சிலே எங்களுக்கு ஓர் அழைப்பு விடுத்திருக்கிறார்: "பிரிவினையை விட்டு விடுங்கள்; நீங்கள் அமைச்சரவை அமைப்பதை நான் வரவேற்கிறேன்!" அப்படிப்பட்ட ஒரு கட்சிக்குத்தான் நீங்கள் சாதாரண மரியாதை உணர்ச்சி காட்ட - ஜனநாயக நாகரிக உணர்ச்சிகாட்ட மறுத்திருக்கிறீர்கள்.

தேசிய ஒருமைப்பாட்டுக் குழுவின் முன் எங்கள் நோக்கத்தை எடுத்துரைக்கும் வாய்ப்பை எங்களுக்கு அளிக்கவுமில்லை; எங்களை உங்கள் நம்பிக்கைக்கு உரியவர்களாக்கிக்கொள்ளவும் இல்லை.

கம்யூனிஸ்ட் கட்சித் தலைவர் என் மதிப்புமிக்க நண்பர் பூபேஷ் குப்தா ஒரு யோசனை கூறினார்: "அவர்களை எதிர்த்துப் பிரச்சாரம் செய்ய ஏன் எல்லா ஜனநாயக சக்திகளும் தேசிய சக்திகளும் ஒன்றுபடக் கூடாது?" என்று. நான் அதை வரவேற்கிறேன். மக்கள் என் கருத்தை ஏற்றுக் கொள்கிறார்களா அல்லது உங்கள் கருத்தை ஏற்றுக்கொள்கிறார்களா என்பதைக் கண்டறிய விரும்புகிறேன். ஏன் அப்படிப்பட்ட தீரமிக்க போட்டியிலிருந்து நீங்கள் ஓட வேண்டும்?

பூபேஷ் குப்தாவை இதையும் கவனிக்கும்படி கேட்டுக்கொள்வேன். எங்களை எதிர்த்துப் பிரச்சாரம் செய்வதற்கு முன்பு, எங்களுக்கு மனமாற்றம் ஏற்படுத்த முயற்சி எடுத்துக்கொள்வது நல்ல அரசியல் முறையல்லவா?

பூபேஷ் குப்தா: அதைத்தான் நான் சொன்னேன். நான் முயல்வேன்.

சி.என்.அண்ணாதுரை: பூபேஷ் குப்தாவுக்கு என் நன்றி; ஆனால், எங்கள் மனத்தை மாற்ற அவர் மேற்கொண்டுள்ள முறை பலனளிக்கவில்லையோ அல்லது அவர் விரும்புகிற அளவுக்கு அது செய்யப்படவில்லையோ என்னவோ தெரியவில்லை - பலனைக் காணோம்!

கருத்துப் போரிலிருந்து நழுவப்பார்க்கிறார்கள்

ஆனால், இந்த மன்றத்தைக் கேட்டுக்கொள்வேன். எல்லா கட்சி உறுப்பினர்களையும் கலந்தாலோசிக்கும் குழு அமைத்து, எம்முடன் விவாதிக்க வேண்டும் என அரசுக்கு யோசனை கூறுங்கள். தவறு எம்மிடம்

பொதுமக்களின் கருத்து என்னும் சந்தையில், இரண்டு கருத்துகள் போட்டியிடுகின்றன எனும் சூழலில், அவற்றில் ஒரு கருத்துக்குத் தடை போடுகிறீர்கள் என்றால், ஒரு கருத்துக்குப் பின்பலமாகச் சட்டத்தை நிறுத்துகிறீர்கள் என்றால், கருத்துப் போர் நடத்துவதிலிருந்து நழுவிவிடுகிறீர்கள் என்றுதான் பொருள்படும்.

என்றால் திருத்துங்கள். உங்களிடம் தக்க காரணம்காட்ட இருந்தால் எங்கள் மனத்தை மாற்றுங்கள். அதை விட்டுவிட்டு எங்களை வற்புறுத்துகிறீர்கள்!

சட்ட விற்பன்னர்கள் நிரம்பியுள்ள இந்த மன்றத்தில் நான் விளக்கத் தேவையில்லை. சட்டத்தைக் கொண்டு வற்புறுத்துவது, கடைகெட்ட வாதிடும் முறையாகும். பொதுமக்களின் கருத்து என்னும் சந்தையில், இரண்டு கருத்துகள் போட்டியிடுகின்றன எனும் சூழலில், அவற்றில் ஒரு கருத்துக்குத் தடை போடுகிறீர்கள் என்றால், ஒரு கருத்துக்குப் பின்பலமாகச் சட்டத்தை நிறுத்துகிறீர்கள் என்றால், கருத்துப் போர் நடத்துவதிலிருந்து நழுவிவிடுகிறீர்கள் என்றுதான் பொருள்படும்.

திருச்செங்கோட்டு இடைத்தேர்தலின் காலம் வரும் வரையில், எங்கள் மாநில காங்கிரஸார் வெளியிட்டுக்கொண்டிருந்த அறிக்கைகள் என்ன? அவர்கள் சொன்னார்கள் - இந்த மன்றத்தில்கூட அது திரும்பவும் கூறப் பட்டது. என் நண்பர் பூபேஷ் குப்தா சொன்னார், நான் தன்னந்தனியன்... ஒரே ஒருவன் என்றார். பசி நிறைந்த பார்வை, உனக்கு என்றார். அவர்கள் என் பசிக்கு உணவு அளிப்பதாக நான் நினைக்கவில்லை. நான் தனியன் என்று சொன்னார்; மற்றொரு உறுப்பினர் எங்களுக்குக் கேரளம், கர்நாடகம், ஆந்திரம் ஆகிய மாநிலங்களில் ஆதரவு இல்லை என்று பேசினார். பக்கத்து மாநிலத்தவர்களின் மனங்களை மாற்றிவிட்டதாகவோ அவர்கள் ஆதரவைப் பெற்றுவிட்டதாகவோ நான் உரிமை கொண்டாடியதில்லை. எல்லா மொழிவாரி மாநிலங்களிலும் இதே உணர்வுதான் இருக்கிறது என்பதையே சுட்டிக்காட்ட விரும்புகிறேன்.

நான் என்ன எண்ணுகிறேனோ அதை அப்படியே வால்டேரில் (விசாகப்பட்டினம்), ஹைதராபாதில், மைசூரில் அல்லது திருவனந்த புரத்தில் எண்ணுகிறார்கள் என்று நான் கூறியதில்லை. நான் அந்த இடங்களுக்கெல்லாம் செல்லவுமில்லை; ஹைதராபாத்தில் நான் ஒரு கூட்டத்திலும் பேசியதுமில்லை. அங்கெல்லாம் நான் ஏன் போகும்படி அனுமதிக்கக் கூடாது? என்னோடு நீங்களும் ஏன் வரக் கூடாது? நான், போட்டிப் பந்தய உணர்ச்சியுடன் ஒரு யோசனைகூடக் கூறுகிறேன் - எல்லா கட்சியினரும் கொண்ட, கலந்தாலோசிக்கும் குழு அமைப்போம் - எல்லோருமாக நாடு சுற்றிவருவோம் - நாட்டுக்கு என்ன தேவை என்பதைக் கண்டறிவோமே!

மனம் மாறும்படி செய்யுங்கள்; பிறகு நான் கேட்பது, நினைத்துக்கூடப் பார்க்கத் தகாதது என்று சொல்லுங்கள்; ஆனால், இந்த மசோதாவைக் கொண்டுவராதீர்கள் - கொண்டுவந்து வைத்துக்கொண்டு இந்த மசோதா பற்றி என்ன செய்யப்போகிறாய் என்று கேட்காதீர்கள். என் நண்பர் பூபேஷ் குப்தா சொன்னார், நாங்கள் தலைமறைவாகிவிடுவோம் என்று. நாங்கள் எப்போதும், களத்தில் உலவுபவர்கள் - தலைமறைவாகிவிட உத்தேசம் இல்லை; ஆனால், மனம் வெதும்பிய அதிருப்தி தலைமறைவாகத்தான் செல்லும்.

பூபேஷ் குப்தா: அதுதான் நான் சொன்னது.

சி.என்.அண்ணாதுரை: மனம் வெதும்பிய அதிருப்தி நிலை, மறைவிடம் செல்லும்; அதை எந்தச் சட்டமும் முயற்சியும் ஒன்றும் செய்துவிட முடியாது. பல லட்சக்கணக்கான மக்களின் மனத்திலே கிடக்கும் அதிருப்தி யைத் தாக்கி ஒழிக்கும் முறையை, அரசியல் தத்துவ முறை இன்னும் கண்டுபிடித்ததில்லை. எனவே, இந்தச் சட்ட முயற்சியானது உண்மையான, மனம் வெதும்பும் அதிருப்தியை நீங்கள் மறைவிடத்துக்குத்தான் துரத்து கிறீர்கள். எங்கள் கோரிக்கை, இறையாண்மைக்கு ஆபத்து விளைவிக்கிறது என்று எதனால் கருதுகிறீர்கள்? எப்படி?

அரசியல் இறையாண்மை மக்களிடம் இருக்கிறது

இதற்குப் பதில் அளிக்கும் முன்பு, இறையாண்மை என்றால் என்ன என்பதுபற்றி நாம் தெளிவுகொள்ள வேண்டும். இறையாண்மை என்று கூறுகிறோமே, எதை எண்ணிக்கொண்டு அதுபோலக் கூறுகிறோம்? அரசியல் இறையாண்மை மக்களிடம் இருக்கிறது என அரசியல் சட்டத்தின் முகப்புரையில் சொல்லப்பட்டிருக்கிறது. சட்டப்படி உள்ள இறையாண்மை கூட்டாட்சியின் ஒன்றியத்துக்கும் கூட்டாட்சியில் அமையும் மாநில அரசு அமைப்புகளுக்கும் பிரித்துத் தரப்பட்டிருக்கிறது. ஏன் எங்கள் திட்டத்தை இறையாண்மை பெற்ற மாநில அமைப்புகள், மேலும் பலன் தரத்தக்க இறையாண்மை பெறுவதற்கான முயற்சி என்று நீங்கள் எடுத்துக்கொள்ளக் கூடாது?

திராவிடஸ்தான் கேட்டவுடனே இறையாண்மையின் வேர் வெட்டப் படுகிறது என்று நீங்கள் ஏன் நினைக்கிறீர்கள்? இறையாண்மை முழுவதும் ஒரு குறிப்பிட்ட இடத்தில் மட்டுமே குவிந்திருக்கவில்லையே? கூட்டாட்சி முறை அல்லவா கொண்டிருக்கிறோம்? பல அரசியல் தத்துவவாதிகள் சுட்டிக்காட்டியுள்ளபடி, இந்தியா மிகவும் பரந்துவிரிந்தது! சொல்லப் போனால், அதை ஒரு துணைக் கண்டம் என்றே வருணித்திருக்கிறார்கள். பல்வேறு விதமான மனப்பான்மைகள், பல்வேறான மரபுகள், வரலாறு போன்றவை வெவ்வேறு வகையினதாக இருப்பதால்தான், இங்கு இரும்புக் கூடு போன்ற ஓரரசு முறை இருக்க முடியாது என்பதால்தான், அரசியல் சட்டதிட்டத்தை வகுத்தவர்கள் ஓரரசு முறை அமைக்காமல், கூட்டாட்சி முறை அமைத்தனர்.

சேலத்துக்கு எஃகு ஆலை இல்லை என்று
மறுக்கிறீர்கள் - அண்ணாதுரை அங்கு எழுகிறான்!
தூத்துக்குடிக்கு அபிவிருத்தி கிடையாது என்று
கூறுகிறீர்கள். உடனே, திமுக அங்கே எழுச்சியோடு
மக்களைத் திரட்டுகிறது. எனவே, கூட்டாட்சி
முறையை ஒற்றையாட்சி முறையாக்கும்
முயற்சிக்குக் கிளம்பி உள்ள எதிர்ப்பின்
ஈட்டிமுனைதான் திமுக என்று கொள்ள வேண்டும்!

இந்தப் பதிமூன்று ஆண்டுகளாகக் கூட்டாட்சி முறையை இந்திய அரசு நடத்திவந்த விதம், மாநிலங்களின் மனம் முறியும்படியாக அமைந்து விட்டது. வேகவேகமாக மாநிலங்கள் மானியம் பெறுகிற மன்றங்களாக ஆகிக்கொண்டுவருகின்றன. தாம் பின்னுக்குத் தள்ளப்பட்டுப்போனதாக அவர்களுக்கு ஓர் உணர்வு இருக்கிறது. எனவே, அதிகாரம் அதிகம் பெற வேண்டும் என்ற எண்ணம் இயல்பாக எழுகிறது. இத்துடன் பிரதேச வளர்ச்சியிலே வேற்றுமையும் இணைகிறது. மொழிப் பிரச்சினை பற்றிய சிக்கலும் சேருகிறது; அந்நிலையில் என் போன்றவர்களுக்கு ஏமாற்றம் ஏற்படுவதும் பிரிவினையைப் பற்றி எண்ணுவதும் இயற்கைக்கு மாறானதென்று கருதுகிறீர்களா?

எங்களைச் சந்திக்க, பாதி வழி வாருங்கள், வந்து சொல்லுங்கள்: 'இதுவரையில்தான் செல்லலாம்; இதற்கு மேல் போகக் கூடாது' என்று கூறுங்கள். ஆனால், பாதி வழி வந்து, எம்மிடம் அதுபோலக் கூறும்போது, மாநிலங்களுக்குக் குந்தகம் விளையும்படியான முறையில் அரசியல் சட்டதிட்டத்தை நடத்திச்சென்றதால் உண்டாக்கிவிட்டிருக்கிற சிக்கல் களுக்குத் தகுந்த சமாதானம் சொல்ல வேண்டும்.

நிலக்கரிச் சுரங்கம் சம்பந்தமாக மேற்கு வங்க அரசும் மத்திய அரசும் உச்ச நீதிமன்றம் போக வேண்டிய நிலை ஏற்படவில்லையா? சட்ட அமைச்சர் ஏ.கே.சென் மேற்கு வங்கத்திலிருந்து வந்திருக்கிறார்; அதனால், வங்காளிகள் முழுத் திருப்தி அடைந்துள்ளனரா? அவர்கள் சட்டத்துக்குக் கட்டுப்பட்டு நடப்பவர்கள் என்ற முறையில் உச்ச நீதிமன்றத் தீர்ப்புக்குக் கட்டுப்பட்டு இருப்பார்கள்.

என் நண்பர் பூபேஷ் குப்தா கம்யூனிஸ்ட் கொள்கையினராக இல்லா திருப்பின், மேற்கு வங்க உரிமைக்காக வாதாடுவதில் முதல் ஆளாக இருந்திருப்பார். வங்காளிகளிடம் உள்ள தேசிய உணர்ச்சிக்கு நான் தலை வணங்குகிறேன்.

பூபேஷ் குப்தா: இங்கு நான் உரிமைக்காகப் போராடினேன்; டாக்டர் பி.சி.ராய்க்கு அது தெரியும்.

சி.என்.அண்ணாதுரை: ஆனால், உங்கள் போராட்டத்தில் தோற்று விட்டீர்கள் என்பது வருத்தம் தருகிறது. நான் என்ன சொல்ல விரும்புகிறேன் என்றால், மாநிலங்கள் மேலும் மேலும் மனம் உடைந்த நிலைக்குச் செல்லுகின்றன. அரசியல் சட்டத்தைத் திரும்ப ஆராய வேண்டும். அரசியல் சட்டம் பற்றிய புதிய மதிப்பீடு பெற வேண்டும் என்று மத்திய அரசு நினைக்க வேண்டும்.

இதிலே என் கருத்துக்கு ஒரு பிரமுகரின் ஆதரவு இருக்கிறது – அவர் நினைத்தபோது அமைச்சரவையிலிருந்து வெளியேறவும் மீண்டும் நுழையவும் சக்திபெற்றவர் – பாதுகாப்புத் துறை அமைச்சர் டி.டி.கிருஷ்ண மாச்சாரியாரைக் குறிப்பிடுகிறேன். புதுடில்லியில் அமைந்துள்ள ஒரு மன்றத்தில் 1962 செப்டம்பர் 8-ல் பேசும்போது பத்து ஆண்டுகளுக்கு ஒரு முறை அரசியல் சட்டத்தைப் பற்றிப் பரிசீலனை நடத்த வேண்டும் என்ற விதியை நாம் புகுத்தத் தவறிவிட்டது குறித்து அவர் பேசினார் - அரசியல் சட்டம் தீட்டியவர்களில் ஒருவர் என்ற முறையில்! அது மட்டுமல்ல; இதற்காகப் பொதுமக்களின் கருத்து திரண்டெழ வேண்டும் என்றும் குறிப்பிட்டார்.

என்னை ஏன் ஒரு நாகாவாகக் கருதிக்கொள்கிறீர்கள்?

பொதுமக்களின் கருத்துகளைப் பாதுகாப்பவர்களில் ஒருவன் என்று என்னைக் கருதி என்னோடு வாருங்கள்! மாநிலங்களின் மனப்பான்மை என்ன என்பதைக் கண்டறியலாம். ஆளுங்கட்சியைச் சேர்ந்த எந்த உறுப்பினருக்கும் தொல்லையை வருவிக்க நான் விரும்பவில்லை; யாருடைய பெயரையும் குறிப்பிடாமல் சொல்லுகிறேன். தமிழ்நாட்டில் ஆளுங்கட்சியில் உள்ளவர்களிலே பலர், இந்தியா பிரிக்கப்பட முடியாதது என்று ஆணையிட்டுச் சொல்லக்கூடும்; இந்தியாவின் இறையாண்மை மீதும், பிரதேச ஒற்றுமையின் மீதும் ஆணையிடக்கூடும்; ஆனால், அவர்கள் ஏற்பாடுகளில் ஒன்று உதாசீனப்படுத்தப்பட்டால், அவர்கள் குறிப்பிடும் திட்டங்களிலே ஏதாவதொன்று எடுத்துக்கொள்ளப்பட வில்லை என்றால், அவர்களுக்குத் தேவையான தொகை அவர்களுக்கென ஒதுக்கப்படவில்லை என்றால், அப்போதெல்லாம் அவர்கள் என்னைப் பற்றி நினைத்துக்கொள்கிறார்கள், 'இதனால்தான் அண்ணாதுரை ஆதரவு கேட்கிறான்.'

சேலத்துக்கு எஃகு ஆலை இல்லை என்று மறுக்கிறீர்கள்—அண்ணாதுரை அங்கு எழுகிறான்! தூத்துக்குடிக்கு அபிவிருத்தி கிடையாது என்று கூறுகிறீர்கள். உடனே, திமுக அங்கே எழுச்சியோடு மக்களைத் திரட்டுகிறது. எனவே, கூட்டாட்சி முறையை ஒற்றையாட்சி முறையாக்கும் முயற்சிக்குக் கிளம்பி உள்ள எதிர்ப்பின் ஈட்டிமுனைதான் திமுக என்று கொள்ள வேண்டும்.

நாடாளுமன்றத்தின் பெரியவர்கள் நீங்கள் ஏன் இந்தப் பிரச்சினையை ஆளில்லாக் காட்டுக்கு அழைத்துச் செல்கிறீர்கள்? அரசியல் அரங்கிலே,

மக்கள்தான் அரசியல் சட்டத்தை ஏற்படுத்தினார்கள். அரசியல் உரிமைகளின் பிறப்பிடமான மக்களிடம்தான் நீங்கள் சென்று முறையிட வேண்டும். நம்பிக்கையுடன் நான் மக்களை அணுகுகிறேன்!

மேலான இடத்துக்குப் பிரச்சினையை உயர்த்துங்கள்! கூட்டாட்சியை உண்மையான கூட்டாட்சி ஆக்குங்கள்!

சில உறுப்பினர்கள் திரும்பி என்னைக் கேட்பார்கள். "ஆனால் நீ, பிரிவினைபற்றி அல்லவா பேசிவருகிறாய்" என்று, "அதை நினைத்துக் கூடப் பார்க்கக் கூடாது" என்கிறார் பூபேஷ் குப்தா. மற்றவர்கள் அறிந்திரா விட்டாலும்கூட, சோவியத் ஒன்றியத்தின் அரசியல் சட்டதிட்டம் பூபேஷ் குப்தாவுக்குத் தெரிந்திருக்க வேண்டும்; பிராந்தியங்கள் பிரிந்துபோகும் உரிமையை அது அளிக்கிறது. ஆனால், அது இறையாண்மைக்கு ஆபத்து வந்துவிட்டது என்று குய்யோமுறையோ எனக் கூச்சலிட்டுக் கொண்டிருக்கவில்லை!

பூபேஷ் குப்தா சோவியத் ஒன்றியத்திலிருந்து மோசமான விஷயங் களைத்தான் எடுத்துக்கொள்கிறார் போலும் - நல்லவற்றை அல்ல. பிரிவினை கேட்டதுமே இறையாண்மைக்கு ஆபத்து வரும் என்பதில்லை என்று அவருக்கு நான் கூற விரும்புகிறேன்.

அது மட்டும் அல்ல; எங்கள் பிரிவினைப் பிரச்சாரம், இறையாண்மைக்கு ஆபத்து விளைவிக்கக் கூடியது என்று வைத்துக்கொண்டே பார்த்தாலும், அரசை நடத்திச் செல்லும் ஒரு ஜனநாயகக் கட்சி என்ன செய்ய முயல வேண்டும்? அது மக்களிடம் செல்ல வேண்டாமா? இறையாண்மை மக்களிடம் இருக்கிறது என்று கூறவில்லையா? மக்கள்தான் அரசியல் சட்டத்தை ஏற்படுத்தினார்கள். அரசியல் உரிமைகளின் பிறப்பிடமான மக்களிடம்தான் நீங்கள் சென்று முறையிட வேண்டும். நம்பிக்கையுடன் நான் மக்களை அணுகுகிறேன்!

பொதுமக்களுக்கு விஷய விளக்கம் அளித்து, என்னை எதிர்த்துப் பிரச்சாரம் செய்யும் திறமை, ஆற்றல் தமக்கு உண்டு என்று ஆளுங்கட்சி உறுப்பினர்கள், தங்களின் அரசுக்கு உறுதிப்படுத்தும்படி கேட்டுக் கொள்கிறேன்.

உங்கள் உரிமையை ஏன் விட்டுக்கொடுத்துவிடுகிறீர்கள்?

ஆளுங்கட்சி உறுப்பினர்கள் என்ற முறையிலும் பொதுத் தொண் டாற்றும் பொறுப்புமிக்கவர் என்ற முறையிலும் நீங்கள் "எங்களுக்கும் பொதுமக்களுக்கும் இடையிலே குறுக்கிட வேண்டாம். அண்ணாதுரை பிரிவினைப் பிரச்சாரம்தான் நடத்துகிறான் என்றால், அதன் ஆபத்தான

தன்மையை நாங்கள் நன்றாக உணர்ந்திருக்கிறோம்; நாங்கள் நன்றாக மக்கள் உணரும்படி பிரச்சாரம் செய்வோம்'' என்று அரசுக்கு யோசனை கூற வேண்டும். ஜனநாயகவாதி என்ற முறையில் சாமானியனுக்கும் ஓரளவு மதிப்பு அளிக்க வேண்டும் என்று இந்த மன்ற உறுப்பினர்களைக் கேட்டுக் கொள்கிறேன். சாதாரண மக்களை யார் வேண்டுமானாலும் ஏய்த்துவிட முடியும் என்று நினைக்காதீர்கள். சாமானியன் நிரம்பப் படித்தவனாக இல்லாது இருக்கலாம் - சிறப்பாக, சட்ட அறிவு பெற்றிருக்காதவனாக இருக்கலாம். ஆனால், பொது அறிவு பெற்றிருக்கிறான். வெண்ணெய் எது - சுண்ணாம்பு எது என்ற வேறுபாட்டைக் கண்டறிய அவனுக்குத் தெரியும்.

நீங்கள் இந்த மசோதாவைக் கொண்டுவருகிறீர்கள் என்றால், நாட்டு மக்கள் அத்தனை பேரின் பொது அறிவுத் திறனிலும் நம்பிக்கை இல்லை என்று தீர்மானம் நிறைவேற்றுகிறீர்கள் என்று ஆகும். பிரச்சினையை ஏன் பொதுமக்களுக்கு விட்டுவிடக் கூடாது?

'நானும், விரல்விட்டு எண்ணக்கூடிய என் கட்சியினர் சிலரும் சேர்ந்து கொண்டு பொதுமக்களை ஏய்த்துவிட முடியும் - தவறான வழியில் அழைத்துச்செல்ல முடியும்' என்று கருதாதீர்கள். சட்ட அமைச்சர் மற்றோர் மன்றத்தில் ஒரு வாதத்தை முன்வைத்தார். அது பதின் வயதினருக்கு மகிழ்வூட்டக்கூடிய ஒரு வாதம் என்று மட்டும் என்னால் சொல்ல முடியும்!

ராமிரெட்டி: இது தவறாக வழிநடத்தும் தர்க்கம்.

சி.என்.அண்ணாதுரை: என்னுடையதா?

ராமிரெட்டி: உங்கள் தர்க்கம், மிகவும் தவறாக வழிநடத்தும் தர்க்கம்.

அக்பர் அலிகான்: இந்தியாவின் வரலாற்றில் வகுப்புவாத உணர்ச்சிகள் எந்த முறையிலே வேலை செய்தன? வகுப்புவாத உணர்ச்சியாலும் வகுப்பு வாதத்தின்பேரிலான முறையீடுகளாலும் மக்கள் எப்படி ஆட்கொள்ளப் பட்டார்கள் என்பதைக் கவனிக்க வேண்டும் என்று நான் அண்ணா துரையைக் கேட்டுக்கொள்ள விரும்புகிறேன்.

சந்தோஷ்குமார் பாசு: இந்த விஷயத்தை வியக்கத்தக்க முறையிலே கையாண்டுவருகிற அண்ணாதுரையை நான் மேலும் ஒரு கேள்வி கேட்க விரும்புகிறேன்; மத்திய அரசிடம் அதிகாரக் குவிப்பு எனும் கருத்தாக் கத்துக்கு மாற்றாக, மாகாணங்களுக்கு அதிக அதிகாரம் வேண்டும் என்ற கோரிக்கைகள் கிளம்பிய பிறகுதான், பாகிஸ்தானுக்கான கோரிக்கைகள் கிளப்பப்பட்டன என்பது உண்மையல்லவா?

சி.என்.அண்ணாதுரை: துணைத் தலைவர் அவர்களே! நான் சொல்ல வேண்டியவற்றை விளக்கியான பிறகு, தாங்கள் அருள்கூர்ந்து எனக்கு மேலும் சிறிது நேரம் தந்தால், அவருக்குப் பதிலளிக்க முயல்வேன்.

துணைத் தலைவர்: இன்னும் சிறிது நேரம் எடுத்துக்கொள்ளலாம்.

வலிவுமிக்க ஏகாதிபத்தியம் அடிமைப்படுத்தி வைத்திருந்தபோதிலும் விடுதலைப் போராட்டத்துக்கான அழைப்பு வந்ததும் மக்கள் முன்னணியில் வந்து நிற்கத் தயாராக இருந்தனர். எனவே, மக்கள் மீதான உங்கள் நம்பிக்கையைக் குறைத்துக்கொள்ளாதீர்கள்.

சி.என்.அண்ணாதுரை: இறையாண்மை மக்களிடம் இருக்கின்றவரையில் எந்தப் பிரச்சினைக்கும் முடிவெடுக்கும் தகுதிமிக்க அதிகாரம் படைத்தவர்கள் மக்களாகத்தான் இருக்க வேண்டும் என்பது குறித்துப் பேசிக்கொண்டிருந்தேன். நான் குறிப்பிட்டதைப் போல் கூட்டாட்சி அமைப்பு முறையானது ஒரு குறிப்பிட்ட அளவுக்கு மதிப்பிழக்கச்செய்த, ஒற்றைக் கட்டமைப்பின் கீழ் கொண்டுசெல்லப்பட்டிருக்கும் சூழலில், பிரிவினைக்கான கோரிக்கையானது, மற்ற மாநிலங்களிடையே ஏற்பட்டுள்ள அதிருப்தியுடன் சேர்த்துப் பார்க்கப்பட வேண்டும்.

அடிப்படை உரிமைகளுக்கும் வரம்புகள் உண்டு

எங்கள் பிரச்சாரம் ஆபத்தானது என்று வைத்துக்கொண்டு பார்ப்பதாலும்கூட, ஆளுங்கட்சி உறுப்பினர்கள் எங்களை எதிர் வாதத்தின் மூலம் எதிர்கொள்ள வேண்டும் என்பதை வலியுறுத்திக் கூறிக்கொண்டிருந்தேன். அவர்கள் தமது உரிமையை விட்டுக்கொடுப்பதாக இருந்தாலும், இந்த உரிமையையும் அரசுக்கு - நிர்வாகத் துறையினருக்கு விட்டுவிடுவதாக இருந்தாலும், எங்களை எதிர்த்துப் பிரச்சாரம் செய்து சமாளிக்க, அடிப்படை உரிமைகளைக் குறைக்க வேண்டியது அவசியம்தானா என்பதுபற்றி யோசித்துப்பார்க்கும்படி இந்த மன்றத்தின் உறுப்பினர்களைக் கேட்டுக்கொள்கிறேன். இந்த மன்றம் அதுபற்றிப் பரிசீலிக்க வேண்டும் என்று விரும்புகிறேன். அடிப்படை உரிமைகள் கட்டுக்கடங்கக் கூடாதவை அல்ல என்பதை நன்றாக அறிந்திருக்கிறேன். அதற்கு வரம்புகள் உண்டு என்பதை அறிவேன்.

அக்பர் அலிகான்: மிக உண்மை.

சி.என்.அண்ணாதுரை: அவற்றைக் கட்டுப்படுத்துவதற்கு நாடாளு மன்றத்துக்கு எல்லா உரிமையும் உண்டு. இவை அடிப்படையான அம்சங்கள். இவற்றைப் புரிந்துகொள்ள அதிகச் சிரமப்பட வேண்டியது இல்லை. ஆனால், முக்கியத்துவம் அளிக்கப்பட வேண்டியது வரம்புகளுக்கு அல்ல - உரிமைகளுக்குத்தான் என்பதைப் புரிந்துகொள்ளச் சிறிதேனும் சிரமம் எடுத்துக்கொள்ள வேண்டும். ஆகவேதான், உரிமைகளுக்கு விதிக்கப்படும் வரம்புகள் நியாயமானவையாக இருக்க வேண்டும் என நமது அரசியல் சட்டத்தில் மிகத் தெளிவாகக் குறிப்பிட்டிருக்கிறார்கள்.

இந்த வரம்புகளுக்கு நியாயமான காரணம் இல்லை என்பது எனது

பணிவான முறையீடாகும். ஏன் நியாயம் இல்லை என்றால், முதலாவதாக, நீங்கள் பிறர் பிரச்சினையை அலசிப்பார்க்கவில்லை; இரண்டாவதாக, எங்களைப் புரிந்துகொள்ள முயலவில்லை; மூன்றாவதாக, நீங்கள் எமக்கு மாற்றுத் திட்டங்களைத் தரவில்லை, நான்காவதாக, மக்களின் நம்பிக்கையை நீங்கள் பெறவில்லை!

சட்டத்தின் பார்வையில், நீங்கள் விதித்திருக்கும் வரம்புகள் நியாயமானவையாக இருக்கலாம். ஆனால், அரசியல் கண்ணோட்டத்தில் இந்த வரம்புகள் நியாயமானவை அல்ல.

அடிப்படை உரிமைகளைப் பற்றிப் பேசும்போது, இன்னொரு அவையில் சட்ட அமைச்சர் மிக வேடிக்கையான ஒரு வாதம் செய்தார் என்பதுபற்றிச் சொல்லிக்கொண்டிருந்தேன். "அடிப்படை உரிமைகளை முழுவதும் அப்படியே பயன்படுத்தியிருந்தால், அடிப்படை உரிமைகளைப் பயன்படுத்திச் சிலர் சீனர்களையே வரவேற்றிருப்பார்கள்" என்று கூறினார். ஆளுங்கட்சியில் இருப்பவர்களில் சிலருக்கு, குறிப்பாக, மேற்கு வங்கத்தைச் சேர்ந்தவர்களுக்கு இருக்கக் கூடிய உணர்ச்சியுடன் இதைக் குறிப்பிட்டார்.

எனக்கு அதுபற்றிக் கவலை இல்லை. ஆனால், சட்ட அமைச்சராகட்டும், வேறெந்த உறுப்பினராகட்டும்; விஷயங்களைப் பற்றித் தாங்களாகவே முடிவெடுக்கும் மக்களின் திறமையை ஏன் மறுக்க வேண்டும்? மேடை மீதேறி யாராவது, 'நாங்கள் சீனர்களை வரவேற்கிறோம்' என்று பேசினால், மக்கள் ஆதரிப்பார்களா என்ன? இல்லை.

நமது மக்கள், அரசியல் சட்டத்தின் பகுதிகளையும் விதிகளையும் கற்றறியாது இருக்கலாம்; ஆனால், நன்மைக்கும் தீமைக்கும் இடையே உள்ளவேறுபாட்டைத் தெரிந்துகொள்ளும் திறம் அவர்களுக்கு இருக்கிறது; அதனால்தான் வலிவுமிக்க ஏகாதிபத்தியம் அடிமைப்படுத்தி வைத்திருந்த போதிலும் விடுதலைப் போராட்டத்துக்கான அழைப்பு வந்ததும் மக்கள் முன்னணியில் வந்து நிற்கத் தயாராக இருந்தனர். எனவே, மக்கள் மீதான உங்கள் நம்பிக்கையைக் குறைத்துக்கொள்ளாதீர்கள்.

அடிப்படை உரிமைகளைப் பொறுத்தவரையில், அந்த அவையில் சட்ட அமைச்சர் பேசியது, உண்மைக்கு மிகவும் புறம்பானது மட்டுமல்ல; அசிரத்தையானதும்கூட! ஆனால், நான் குறிப்பிட்டதுபோல், கட்டுப்பாடுகளை விதிக்கலாம். நாடாளுமன்றத்துக்குக் கட்டுப்பாடுகள் விதிக்கும் அதிகாரம் உண்டு. ஆனால், எல்லா கட்டுப்பாடுகளும் அந்தக் கட்டுப்பாடுகள் தவிர்க்க முடியாதவை என்ற அசாதாரண நிலைமைகளை ஒத்ததாக இருக்க வேண்டும். அப்படி ஒரு கட்டுப்பாடு தேவைப்படும் அசாதாரணமான நிலைமை எதுவும் ஏற்பட்டுவிடவில்லை என்பதே என் வாதம்.

1928 என்று நினைக்கிறேன்; மோதிலால் நேரு குழுவில் "நாம் நமது அடிப்படை உரிமைகளைப் பெறுவது என்பது மட்டுமல்ல; அந்த அடிப்படை உரிமைகளை எந்தச் சூழ்நிலையிலும் நீக்கிவிட மாட்டோம்

மாபெரும் தமிழ்க் கனவு

ஏனைய ஜனநாயக நாடுகளிலே வளர்க்கப்பட்டுள்ள முற்போக்கான தாராளத் தன்மையுள்ள பாரம்பரியத்தை நாம் பின்பற்ற வேண்டும் அல்லது குறைந்தபட்சம் அதற்கு ஏற்ப நமது சிந்தனைகளை வடிவமைத்துக்கொள்ள முயற்சியாவது செய்ய வேண்டும் என்று நினைக்கிறேன்.

என்றும் நமது மக்களுக்கு உறுதியளிக்க வேண்டும்" என்று பண்டித ஜவாஹர்லால் நேரு மிகத் தெளிவாகச் சொன்னார்.

என் வார்த்தைகளை நன்கு கவனியுங்கள், துணைத் தலைவர் அவர்களே! தங்கள் மூலமாக மன்றத்து உறுப்பினர்களையும் இந்த வார்த்தைகளை உன்னிப்பாகக் கவனிக்கும்படி கேட்டுக்கொள்கிறேன் "எந்தச் சூழ்நிலை காரணமாகவும்!"

அதற்குப் பிறகு நாம் வலிவற்றவர்கள் ஆகிவிட்டிருக்கக் கூடும்; அதை என்னால் புரிந்துகொள்ள முடிகிறது. ஆனால், இந்தக் கட்டுப்பாடுகளை விதிக்க வேண்டிய அளவுக்கு ஏதேனும் அசாதாரண நிலைமை ஏற்பட்டு இருக்கிறதா? இல்லை. 'இப்போது திமுக சட்ட எல்லைகளை மீறாமல் இருந்திருக்கலாம். ஆனால், விஷமம் செய்யும் - ஆபத்து விளைவிக்கும் எண்ணம் அவர்களுக்கு இருக்கிறது. அந்த எண்ணத்தையே நாம் இரும்புக் கரம் கொண்டு ஒழித்துக்கட்டியாக வேண்டும்' என்று வாதங்கள் கூறப் பட்டன. தலைமை நீதிமன்றங்களுக்கும் தெரிந்த சட்டத் துறையிலும் நீதித் துறையிலும் 'எண்ணம்' என்ற சொல்லுக்கு அளிக்கப்பட்டிருக்கும் இடம் பற்றிப் பேச எனக்குப் போதுமான நேரம் இருப்பதாக நான் கருதவில்லை. ஆனால், இதைச் சொல்வேன். "சில விஷக் கிளைகளை வெட்டும் முயற்சி யில் தருவையே வெட்டி வீழ்த்தி, உயிர்ப்புச் சக்தியையே நாசமாக்குவதை விட, அக்கிளைகளை வளரவிடுவதே நல்லது" என்று மிகச் சிறந்த சட்ட விற்பன்னர்களில் ஒருவரான நீதிபதி பதஞ்சலி சாஸ்திரி கூறியிருக்கிறார்.

அடிப்படை உரிமைகள், அதற்குப் போடப்படும் கட்டுப்பாடுகள் பற்றி நீதிமான்கள் தெரிவித்த கருத்துகளிலே அது ஒன்றாகும். அமெரிக்காவில் உச்ச நீதிமன்றத் தீர்ப்புகள் பலப்பல இருக்கின்றன. நாம் அவற்றுக்குக் கட்டுப்பட வேண்டியதில்லை; ஆனால், ஜனநாயக நாடுகளில், கருத்து வெளிப்பாட்டில் தாராளத்தன்மை எவ்விதம் உள்ளது என்பதை அவை எடுத்துக் காட்டுகின்றன.

ஒருகாலத்தில், நியூயார்க்கில் என்று நினைக்கிறேன், "ஆசிரியர்களாக ஆக விரும்புகிறவர்கள், அரசியல் சட்டதிட்டத்துக்கும், அரசியல் அமைப்பு களுக்கும் பக்தி, விசுவாசமாக இருப்போம் என்று உறுதிமொழி எடுத்துக் கொள்ள வேண்டும்" என்று ஒரு புதிய சட்டம் கொண்டுவரப்பட்டபோது, நியூயார்க் ஆளுநர் அத்தகைய முறையில் அடிப்படை உரிமைகளுக்குப்

புறம்பான இச்சட்டம் அவசியமில்லை என்று கூறிச் சட்டத்தைத் தடுத்துவிட்டார். ஆசிரியரின் கடமை பாடம் போதிப்பது; தன்னுடைய உணர்ச்சிகளை வெளிப்படுத்துவது அல்ல என்று வாதிட்டார். ஏனைய ஜனநாயக நாடுகளிலே வளர்க்கப்பட்டுள்ள முற்போக்கான தாராளத் தன்மையுள்ள பாரம்பரியத்தை நாம் பின்பற்ற வேண்டும் அல்லது குறைந்தபட்சம் அதற்கு ஏற்ப நமது சிந்தனைகளை வடிவமைத்துக் கொள்ள முயற்சியாவது செய்ய வேண்டும் என்று நினைக்கிறேன்.

அதற்குப் பதிலாக, "எங்களுக்கு அழித்துவிடும் வலிவு - எந்த எதிர்க்கட்சியையும் அழிக்கும் வலிவு – உள்ளது. இன்று திமுக; நாளைக்கு கம்யூனிஸ்ட் கட்சி; மறுநாள் ஜனசங்கம்" என்று கூறுகிறீர்கள். நான் கூறுகிறேன், உங்களிடம் அதிகாரம் இருக்கிறது. தாராளமாகச் செய்து கொள்ளுங்கள்; ஆனால், சட்டரீதியான அடக்குமுறை மூலம் மட்டுமே, தனக்கான ஒற்றுமையையும் மேலாதிக்கத்தையும் தேடிக்கொண்ட அரசுகள் எங்கு சென்றன என்பதை நினைவுகூருங்கள். இதன் விளைவுகள் என்னவாக இருக்கும் என்று நான் நினைவுபடுத்த வேண்டியதில்லை.

இன்றுகூடப் பார்த்தோம் - அவையின் இந்தப் பகுதியிலே, "திமுக மட்டுமல்ல; ஜனசங்கமும் எதிர்க்கப்பட வேண்டியதே" என்று பூபேஷ் குப்தா கூறினார். ஏனென்றால், அவரைப் பொறுத்தவரை ஜனசங்கம் ஒரு வகுப்புவாதக் கட்சி. திமுகவைவிட அதிக ஆபத்தானது கம்யூனிஸ்ட் கட்சி என்று பிரஜா சோஷலிஸ்ட்டுகள் கூறினர். எனவே, எதிர்க்கட்சிகளாக உள்ள நாம் எளிதான இலக்காகிவிடுகிறோம்.

யாஜி: இந்தியாவில் பிரிவினை வேண்டும் என்று வாதாடுகிற எந்தக் கட்சிகளுக்கும் பொருந்தக் கூடியது அது. கம்யூனிஸ்ட் கட்சியானாலும் சரி, திமுகவானாலும் சரி.

பூபேஷ் குப்தா: அவர்தான் யாஜி. துணைத் தலைவர் அவர்களே! நாம் எல்லோரும் சேர்ந்து யாரையாவது எதிர்த்துச் சமாளிக்க வேண்டும் என்றால் அது யாஜியைத்தான்.

ஏ.கே.சென் (சட்ட அமைச்சர்): துணைத் தலைவர் அவர்களே! இந்த அமைதி இந்தியப் பாதுகாப்புச் சட்ட விதிகளால் ஏற்பட்டது என்று நான் சொன்னதாகச் சொல்லப்பட்டது; நான் அப்படிச் சொல்லவில்லை; ஓரளவுக்கு அப்படி இருக்கலாம் என்று சொன்னேன். தவறான நடவடிக்கைகளில் ஈடுபடுபவர்களுக்காகத்தான் அந்த விதிகள். திமுகவுக்கோ வேறு யாருக்குமோ அது பொருந்தும் என்று நான் குறிப்பிட்டுச் சொல்லவில்லை; இந்தியப் பாதுகாப்புச் சட்டம் இந்த அமைதிக்கு ஓரளவுக்குக் காரணம் என்று சொன்னேன். இதில் என்ன தவறு?

சி.என்.அண்ணாதுரை: அவ்விதமான உணர்ச்சி வெளிப்பாடு, பரிவான எதிர்வினை அல்ல என்பதுதான் என் புகார்.

ஏ.கே.சென்: குழம்பிய குட்டையிலே மீன்பிடிக்க விரும்புபவர்கள்

எனது தர்க்கம் அப்பழுக்கற்றதாக இருக்க வேண்டும் என்பதிலே நான் மெத்தக் கவலை கொள்பவன். நான் மற்றவர்களைத் தவறான வழியில் அழைத்துச் செல்பவன் என்று கூறப்பட்ட புகாருக்கு நான் சொல்ல விரும்புவது, மக்களைத் தவறான வழியில் இழுத்துச் செல்லும் அளவுக்கு வலிவுமிக்கவன் அல்ல நான் என்பதைத்தான்!

இருக்கிறார்கள். தவறான நடவடிக்கையில் ஈடுபடுபவர்கள் இருக்கிறார்கள்; நாம் அதைக் காணாமல் இருக்க முடியுமா? கண்களைக் கட்டிக் கொண்டு இருக்க முடியுமா? ஆனால், கனம் உறுப்பினர் அதைத் தமது தலைக்குப் பொருந்தும் குல்லாய் என்று கொள்ளத் தேவையில்லை. நான் அவரையோ அவருடைய கட்சியையோ குறிப்பிடவில்லை.

துணைத் தலைவர்: அண்ணாதுரை! நீங்கள் மேற்கொண்டு பேசுங்கள்; இப்போது விளக்கம் கிடைத்துவிட்டது என்று நம்புகிறேன்.

சி.என்.அண்ணாதுரை: நான் இந்தப் பிரச்சினையைப் பற்றிப் பேசிக்கொண்டிருந்தேன். ஆளுங்கட்சி பேச்சுரிமையைக் கட்டுப்படுத்தும் போக்கிலே ருசி காணும்படி செய்துவிட்டால், இன்று அது திமுகவைக் குறியாகக் கொண்டிருக்கலாம்; ஆனால் நாளை, மற்ற கட்சிகளும் குறிவைக்கப்படாது என்பதற்கு என்ன உத்தரவாதம்? அதற்காக ஆளுங் கட்சி வாதாடத் தேவையில்லை, நாமே வாதாடிக்கொள்கிறோம். கம்யூனிஸ்ட்டுகளை ஒழிக்க வேண்டும் என பிரஜா சோஷலிஸ்ட்டு வாதிடுகிறது. ஜனசங்கத்தை ஒடுக்க வேண்டும் என கம்யூனிஸ்ட் கட்சி வாதிடுகிறது; இது அதிகரிக்க அதிகரிக்க, ஆளுங்கட்சிக்குக் கொண்டாட்டம் தான்.

எனவே, மன்ற உறுப்பினர்களைக் கேட்டுக்கொள்கிறேன், அவர்கள் இதை அடிப்படை உரிமைகளைக் குறைக்கும் பிரச்சினையாகப் பார்க்க வேண்டும். ஆளுங்கட்சி உறுப்பினர்கள் எங்கள் பிரச்சாரத்தைத் திடமாக எதிர்த்துப் பிரச்சாரம் செய்யவாவது முன்வரட்டும் அல்லது அவர்களது வாதத்தை நான் ஏற்றுக்கொள்ளுமாறு செய்ய வேண்டும். அந்த அடிப் படையில் அவர்களால் முடிந்தால், இந்த மசோதாவை முழுமையாக எதிர்க்கட்டும். ஏனென்றால், நண்பர் பூபேஷ் குப்தா இந்த மசோதாவைக் கொள்கை அளவில் ஏற்பதாகக் கூறினார். மற்றொரு நண்பர் குருபாதசாமி ஒட்டுமொத்த நோக்கம் என்ற அளவில் இதை ஏற்றுக்கொள்வதாகச் சொன்னார். அதாவது...

பூபேஷ் குப்தா: ஒட்டுமொத்த அரசியல் நோக்கம்...

சி.என்.அண்ணாதுரை: அதன் பொருள் என்னவென்றால், இதுபோன்ற கட்டுப்பாடுகளின் விளைவுகளை உணருகிறார்கள் அவர்கள் என்பதுதான்.

எனவே, எந்தக் கட்சியின் மீது ஏவப்பட்டாலும் இப்படிப்பட்ட சட்டத்தின் விளைவுகளைப் பற்றிக் கருதிப்பார்க்கக் கேட்டுக்கொள்கிறேன்.

தங்களிடத்திலேயும் மக்களிடத்திலேயும் ஆளுங்கட்சியினருக்கு நம்பிக்கை இருக்குமானால், ஜனநாயகச் சமூகத்தில் கருத்துச் சுதந்திரமும் சிந்திப்பதற்கான சுதந்திரமும் கட்டுப்படுத்தப்படக் கூடாது. மிக முக்கிய மான விஷயங்களில் உண்மையைக் கண்டறிவதும், அதனை எடுத்துரைப் பதும் சமூகத்துக்கும் அரசுக்கும் உள்ள மிக முக்கியமான நோக்கங்களில் ஒன்று. தங்குதடையற்ற விதமாக விவாதித்துப் பேசும் முறை மூலமாகவே இது சாத்தியமாகும். பாகியாட் கூறியபடி, ஒரு வாதத்தில் அழுத்தம் சேர்க்கப்படும்போது, அது பொய்யான தரப்பின் பக்கம் நிற்கிறதா, உண்மை யான தரப்பின் பக்கம் நிற்கிறதா என்பதை அறுதியிட்டுக் கூற முடியாது. கருத்துப் போரில் உண்மை, இயற்கையாகப் பெற வேண்டிய சாதகங்களை எல்லாம் இழந்துவிடுகிறது. வன்முறை மூலம் அமைதியை ஏற்படுத்தா தீர்கள்!

இதயத்தின் மொழி பேசி நட்புறவு எழச்செய்யுங்கள் என்று அரசைக் கேட்டுக்கொள்கிறேன். ஆகவே, அடிப்படை உரிமைகளின் சார்பில் நிற்கும்படி ஆளுங்கட்சி உறுப்பினர்களைக் கேட்டுக்கொள்கிறேன். எதிர்ப்பு அல்லது வேறுபாட்டை வெளிப்படுத்தும் அனைத்துக் கருத்து களையும் சிந்தனைகளையும் ஒழிக்க தண்டனைச் சட்டத்துக்கு ஒப்பான ஒரு சட்டத்தைக் கொண்டுவருவதற்குப் பதிலாக, பொதுமக்களுக்கு விஷயங்களை உணர்த்துவதற்கு உங்களுக்கு உள்ள உரிமையை நிலைநிறுத்திக்கொள்ளுங்கள்.

கடைசியாக, துணைத் தலைவர் அவர்களே, நான் மாண்புமிகு உறுப்பினர் என்.ஸ்ரீராமி ரெட்டி அவர்களுக்குக் கூற விரும்புகிறேன் – அவர் நான் தவறான தர்க்கத்தை முன்வைக்கிறேன் என்பதுபோல் ஏதோ சொன்னார் – இது...

என்.ஸ்ரீராமி ரெட்டி: தவறாக வழிநடத்தும் தர்க்கம்.

சி.என்.அண்ணாதுரை: எந்த உறுப்பினரும் தவறாக வழிநடத்தப்பட இணங்கிவிடக் கூடாது; யாரையும் தவறான வழியில் அழைத்துச்செல்லும் திறமையும் எனக்கு இல்லை. ஒருவேளை என்னுடைய தர்க்கம் தவறானது என்று சொல்கிறாரோ என்று நினைத்தேன்; ஏனெனில், எனது தர்க்கம் அப்பழுக்கற்றதாக இருக்க வேண்டும் என்பதிலே நான் மெத்தக் கவலை கொள்பவன். நான் மற்றவர்களைத் தவறான வழியில் அழைத்துச் செல் பவன் என்று கூறப்பட்ட புகாருக்கு நான் சொல்ல விரும்புவது, மக்களைத் தவறான வழியில் இழுத்துச் செல்லும் அளவுக்கு வலிவு மிக்கவன் அல்ல நான் என்பதைத்தான்!

பன்னாலால் சாரோகி (மேற்கு வங்கம்): துணைத் தலைவர் அவர்களே! கனம் அங்கத்தினர் அவருடைய மாநில மக்களைத் தவறான வழியில் அழைத்துச் சென்றுகொண்டிருக்கிறார்; அதனால்தான், இந்த மசோதா நிறை

'நாங்கள் இருக்கிறோம், வீரமிக்க திடகாத்திரர்கள் - பிரிவினைப்போக்குகளை எதிர்த்துப் போராட; அண்ணாதுரையைக் கவனித்துக்கொள்ளுகிறோம்; அவன் நோஞ்சான்; ஒரு பார்வை போதும் - அந்தப் பயலைப் பொசுக்கித்தள்ள' என்று சொல்லுங்கள். உங்கள் கட்சிக்கும், உங்கள் அரசுக்கும் இதுபோலச் சொல்லி இந்த மசோதாவைத் திரும்பப் பெற்றுக்கொள்ளுங்கள்!

வேற்றப்படவிருக்கிறது.

ஒரு உறுப்பினர்: மக்களைத் தவறான வழியில் கொண்டுசெல்வீர்கள் என்பதுதான் எங்களது அச்சம்.

அக்பர் அலிகான்: வகுப்புவாத அடிப்படையில்..

(குறுக்கீடுகள்)

துணைத் தலைவர்: ஆம், அண்ணாதுரை. தயவுசெய்து பேச்சை முடித்து விடுங்கள். நீங்கள் உங்கள் மாநில மக்களைத் தவறான வழியில் அழைத்துச் செல்வதாகவும், அதற்காகத்தான் இந்தச்சட்டம் தேவைப்படுகிறது என்றும் அவர் சொன்னார்.

சாரோகி: மக்களுடைய எண்ணங்களையும் உணர்ச்சிகளையும் தூண்டி விடுகிறீர்கள்; அவர்கள் அதற்கேற்ப ஆடுகிறார்கள்; அதற்காகத்தான் இந்த மசோதா சட்டமாக்கப்படுகிறது.

துணைத் தலைவர்: அவர்களும் ஆடிவிட நேரிடுமோ என்று இந்த உறுப்பினர்கள் அஞ்சுகிறார்கள்.

சி.என்.அண்ணாதுரை: துணைத் தலைவர் அவர்களே! இந்த அறிவிப்பு சென்னை காங்கிரஸுக்கு உள்ள திறமையை - ஆற்றலைக் குறைத்து மதிப்பிடுவதாகத் தெரிகிறது.

சந்தோஷ்குமார் பாசு: என் நண்பர் சொன்னார், வன்முறையை வலிந்து உபயோகிக்காதீர்கள் என்று. "இந்தச் சட்டத்தை நிறைவேற்றுவது உங்கள் கருத்துகளை வலிந்து திணிப்பது போன்றதாகும்." ஆனால், திமுக வன்முறையை வலிந்து மேற்கொள்வதை அறவே நீக்கிவிட்டதா அல்லது அந்தப் போக்கினருடன் தொடர்பற்று இருக்கிறதா? நீங்கள் எப்போதும் வலிந்து மேற்கொள்ளும் வன்முறையை நீக்கியிருந்து இருக்கிறீர்களா?

சி.என்.அண்ணாதுரை: நிச்சயமாக; பலமுறை நாங்கள் வலியுறுத்தி இருக்கிறோம், அரசியல் சட்டத்துக்குக் கட்டுப்பட்டு நடந்துகொள்ளும் கட்சியினர் என்று.

சந்தோஷ்குமார் பாசு: ரயில் நிலையங்களையும் பெயர்ப்பலகைகளை யும் கொளுத்தியிருந்தாலுங்கூட....

சி.என்.அண்ணாதுரை: ரயில் நிலையங்களை அல்ல; அரசியல் சட்டத்தை! என் மதிப்புமிக்க நண்பர், திராவிடர் கழக நடவடிக்கைகளைத் திமுகவின் நடவடிக்கைகள் என்று தவறாகக் கருதிக்கொள்கிறார். தொல்லை இதுதான். இந்த அவைக்கும் இதை நான் கூறுகிறேன் - இந்த மசோதாவினால், நீங்கள் திமுகவைத் தேர்தலில் ஈடுபடவிடாமல் தடுத்துவிடலாம்; ஆனால், திராவிடர் கழகம் தேர்தலுக்கு நிற்கும் கட்சி அல்ல; ஆகவே, இந்தச் சட்டம் அவர்களைப் பாதிக்கப்போவதில்லை.

சந்தோஷ்குமார் பாசு: எங்களுக்குள்ள கவலை அது, திகவா, திமுகவா என்பதல்ல; சட்டத்தைப் பற்றித்தான் நாங்கள் கருதுகிறோம்; அது எல்லோ ருக்கும் பிரயோகிக்கப்படக் கூடியது.

வாஜ்பாய்: ஆனால், திக அமைப்பானது காங்கிரஸுக்குக் கூட்டாளி என்று நம்புகிறேன்.

சி.என்.அண்ணாதுரை: அதுபற்றி யோசிக்க வேண்டியது காங்கிரஸ்...

என் குறிப்பு இதுதான்: துணைத் தலைவர் அவர்களே! ஆளுங்கட்சி உறுப்பினர்களை வேண்டுகிறேன். அரசுக்குச் சொல்லுங்கள் இந்த மசோதா தேவையற்றது; ஜனநாயகத்துக்கு விரோதமானது; அடிப்படை உரிமையின் வேரை வெட்டிவீழ்த்துவது என்பதை.

நான் அரசியல் சட்டத்தில் உள்ள அடிப்படை உரிமைபற்றிச் சொல்ல வில்லை. காங்கிரஸாருக்கு உள்ள அடிப்படை உரிமைபற்றிச் சொல்லு கிறேன். இந்தப் பிரச்சினையிலே அவர்கள் பங்கேற்போராக இல்லை; அவர்களை விலகி நிற்கும்படி சொல்லப்பட்டுவிடுகிறது.

இந்த மசோதா சொல்லுகிறது, 'அண்ணாதுரையை எதிர்த்துச் சமாளித் தாக வேண்டும்; நீங்கள் அதிலே தோற்றுப்போய்விட்டீர்கள்; எனவே, நான் வருகிறேன்; வரவிடுங்கள்' என்று சொல்லுகிறது. நான் மெத்த மதிப்பு வைத்திருக்கிறேன் சென்னை காங்கிரஸாரிடம். ஆனால் இது, சென்னை காங்கிரஸாரின் திறமையிலும் ஆற்றலிலும் நம்பிக்கையில்லாத் தீர்மானம் நிறைவேற்றுவது போன்று இருக்கிறது.

நான் மதிக்கிறேன். நீங்கள் அவர்களுடைய முக்கியத்துவத்தைக் குறைத்து மதிப்பிடுகிறீர்கள். அதுதான் தொல்லை.

எதிர்த்துப் பிரச்சாரம்செய்து சமாளிக்கும் திறமை அவர்களுக்கு இல்லை என்று நீங்கள் நினைப்பதாகத் தெரிகிறது; வருந்தத்தக்க நிலைமை இதுதான்.

ஆகவேதான் ஆளுங்கட்சி உறுப்பினர்களை வேண்டுகிறேன். அரசுக்கு நீங்கள் சொல்லுங்கள், 'நாங்கள் இருக்கிறோம், வீரமிக்க திடகாத்திரர்கள் - பிரிவினைப்போக்குகளை எதிர்த்துப் போராட; அண்ணாதுரையைக்

கவனித்துக்கொள்ளுகிறோம்; எங்களை விடுங்கள்; அவன் நோஞ்சான்; ஒரு பார்வை போதும் - அழுத்தமான ஒரு வார்த்தை போதும் - அந்தப் பயலைப் பொசுக்கித் தள்ள' என்று சொல்லுங்கள். உங்கள் கட்சிக்கும், உங்கள் அரசுக்கும் இதுபோலச் சொல்லி இந்த மசோதாவைத் திரும்பப் பெற்றுக்கொள்ளுங்கள்; இல்லையென்றால், இது சட்டப் புத்தகத்தில் ஏறிவிட்டால், இப்போது மட்டுமல்ல; என்றென்றைக்கும் கருதுவர் - இந்தியாவிலே ஒரு நிலைமை ஏற்பட்டது; அப்போது ஒரு சிறு கட்சியினரைச் சமாளிக்க அல்லது என் நண்பர் பூபேஷ் குப்தாவின் வார்த்தைகளைப் பயன்படுத்துவதானால் ஒரு தன்னந்தனி ஆளைச் சமாளிக்க இந்திய அரசியல் சட்டத்துக்கே திருத்தம் கொண்டுவர வேண்டி நேரிட்டது என்று!

பூபேஷ் குப்தா: இல்லை, இல்லை; நான் அதைச் சொல்லவில்லை.

அக்பர் அலிகான்: அண்ணாதுரைக்கு நான் உறுதியாகச் சொல்லுவேன் ஒரு தனி ஆளுக்காகவோ - ஒரு தனிக் கட்சிக்காகவோ, இது கொண்டுவரப் படுவதல்ல; பிரிவினைச் சிந்தனைகள் எங்கு இருந்தாலும் பஞ்சாபில், மதராஸில், நாட்டிலே வேறு எந்தப் பகுதியிலிருந்தாலும் அதை எதிர்க்கத்தான் இந்த மசோதா; அதுவும் கடந்த 30 ஆண்டுகளாக உள்ள வகுப்புவாதச் சிந்தனைகள் இவற்றையும் கவனத்தில் வைத்துச் செய்யப் படுவது.

பூபேஷ் குப்தா: துணைத் தலைவர் அவர்களே! நான் அவரைத் தனி ஆள்; ஒண்டி ஆள் என்று சொல்லவில்லை. ஏனெனில், அவர் காங்கிரஸுக்குள் கடவுள் மீதான பயத்தைப் புகுத்திவிட்டார்.

சி.என்.அண்ணாதுரை: நான் அவருடைய சொற்களை நன்றியுடன் பெற்றுக்கொண்டேன், கண்டனத்துடன் அல்ல.

கனம் அக்பர் அலிகான் சொன்னதுபற்றிக் கூறுகிறேன். அவர் தமது வாதத்தைக் கூறும்போது, அவருக்கு இருந்த தயக்கத்தை என்னால் புரிந்து கொள்ள முடிகிறது. நான் இதைச் சொல்வேன்; இந்த மசோதா திமுக மீது மட்டுமல்ல; மற்றும் சிலர் மீதும் குறிவைக்கிறது. நான் சார்ந்த கட்சி பற்றித்தான் கவலை கொள்கிறேன். இதேபோல் பேசக்கூடிய அல்லது இந்த லட்சியத்தைக் கொண்ட வேறு பிரதிநிதிகள் சுயநலத்துக்காக இத்தகைய லட்சியத்தை மறந்திருப்பார்களேயானால் அவர்களைப் பற்றி நான் கவலைப்படவில்லை. திமுகவின் பார்வையை முன்வைப்பதுதான் என் நோக்கம். இந்த மசோதா வேறு பலரையும் குறிவைக்கும்!

நாளிதழ்கள், வார இதழ்களை நீங்கள் பார்த்திருப்பீர்கள், அரசியல் மேடைப்பேச்சுகளைக் கேட்கச் சென்றால், அவர்கள், மற்றவர்களை விடுத்து, 'கேடுகெட்ட திமுக'வைச் சுட்டிக்காட்டிக்கொண்டிருப்பதைப் பார்க்கலாம். ஆகவே, திமுகவைக் குறிப்பாகச் சுட்டிக்காட்டுவதனால், கூறப்படும் விமர்சனங்களில் சிலவற்றுக்கு நான் பதிலளித்திருக்கிறேன்.

கடைசியாக, மசோதாவைக் கொண்டுவந்தவரை, ஜனநாயகத்தின்

பேரால் - அரசியல் நாகரிக உணர்ச்சியின்பேரால் - தீமையை விலக்கிக் கொள்வதில் மக்களுக்கு சக்தி உண்டு என்பதில் தளராத நம்பிக்கையின் பெயரால் இந்த மசோதாவைக் கைவிடுங்கள்; அவரால் இந்த மசோதாவைக் கொண்டுவரும் முனைப்பிலிருந்து முழுதாக விடுபட முடியவில்லை என்றால், அழுத்தங்களும் கருத்து வேற்றுமைகளும் நிலவும் வரையாவது இந்நடவடிக்கையைத் தள்ளிப்போடும்படி கேட்டுக்கொள்கிறேன்; இப்படி ஒரு காலத்தில் நாம் சர்ச்சைக்குரிய நடவடிக்கைகளைப் பற்றி விவாதிக்கக் கூடாது. சர்ச்சைகள் பின்னணியில் வைக்கப்பட வேண்டும்.

இந்த மசோதா கொண்டுவரும் உறுப்பினர், இந்த வேண்டுகோளையும் ஏற்றுக்கொள்ள இயலவில்லை என்றால், துணைத் தலைவர் அவர்களே! ஆளுங்கட்சியினருடைய வழிமுறைகள், நடவடிக்கைகள், செயல்பாடுகள் ஆகியவற்றுக்கு என் கண்டன எதிர்ப்பைப் பதிவுசெய்திட அனுமதி கொடுங்கள். நன்றி – வணக்கம்!

○

மேல் துண்டும் பிரியாணி விருந்தும்!

இஸ்லாமியர்கள் நடத்தும் நிகழ்ச்சிக்குச் செல்லும்போது அவர்களிடத்தில் கூடுதல் அன்னியோன்யமாக நடந்துகொள்வார் அண்ணா. தேசப் பிரிவினைக்குப் பின் இஸ்லாமியர்களைப் பொதுவெளியில் தனித்து ஒதுக்கும் போக்கு நாடு முழுக்க இருந்த காலகட்டத்தில், தமிழ்நாட்டிலும் அது கொஞ்சம் பிரதிபலித்தது. அப்போது முதலில் அவர்களை அரவணைத்துத் தோளோடு தோள் நின்றவர் அண்ணா. "காலங்காலமா மாமன் மச்சானா வாழ்றவங்க நாம. யாரும் நமக்குள்ளே பிளவைக் கொண்டுவர முடியாது" என்பவர் மிகுந்த உரிமையோடும் அவர்கள் மத்தியில் பழகுவார். "இஸ்லாமிய உணவு வகைகளை விரும்பிச் சாப்பிடுபவர் அண்ணா. குறிப்பாக, பிரியாணியும் சிக்கன் பொரியலும். நாங்கள் தயார் செய்துவைத்த உணவைச் சாப்பிடுவதற்கு முன்பு, தன்னுடைய மேல் சட்டையைக் கழற்றிவைத்துவிட்டு, தரையில் அமர்ந்து ஒரு துண்டை மட்டும் தோளில் போட்டுக்கொண்டு சொந்த வீட்டில் சாப்பிடுவதுபோல உட்கார்ந்து உரிமையுடன் சாப்பிடுவார். கொண்டுவந்திருக்கிற வேட்டி ரொம்ப அழுக்காகிவிட்டது என்றால், நம் வீட்டில் உள்ள துவைத்த வேட்டியை, அது பழையதாக இருந்தாலும்கூடத் தயங்காமல் கட்டிக்கொண்டு மேடையேறிவிடுவார்" என்று சினிமா தயாரிப்பாளர் எஸ்.எம்.உமர் பதிவுசெய்திருக்கிறார்.

இறையாண்மை என்பதன் அர்த்தம் அறுதியிடப்பட்டதல்ல

பிரிவினைவாதத் தடுப்பு மசோதா நிறைவேற்றப்பட்டு, சட்டமாக்கப்பட்ட பிறகு, அண்ணா ஆற்றிய உரை இது. மே 1963-ல் 'மனசாட்சிக்கு ஒரு வேண்டுகோள்' (An Appeal to Conscience) எனும் பொருளை மையப்படுத்திய இந்த உரையில், 'சுயநிர்ணய உரிமை', 'இறையாண்மை' இரண்டையும் மறுவரையறுக்கிறார் அண்ணா. அரசமைப்புச் சட்டம் இந்தியக் குடிமக்களுக்குக் கொடுத்திருந்த பேச்சுரிமையைக் கட்டுப்படுத்தும் வகையில் கொண்டுவரப்பட்ட இந்தச் சட்டத்தை எதிர்த்து, திமுகவின் ஏழு உறுப்பினர்களுடன் கேரளத்தின் புரட்சிகர சோஷலிஸ்ட் கட்சியின் உறுப்பினர் ஒருவர் மட்டுமே இணைந்து நின்றிருந்தார். கிட்டத்தட்ட ஒட்டுமொத்த அவைக்கும் எதிரே நின்று பேசிய அண்ணாவின் முழு உரையையும் இங்கே தருகிறோம்.

அரசியல் சட்டம் தவிர இது மனசாட்சியுடனும் சம்பந்தப்பட்டது. நீங்கள் சிந்திக்க வேண்டும், இந்த அவையில் உள்ள ஒவ்வொருவரும் சிந்திக்க வேண்டும், "ஏன் இந்நாட்டு மக்களில் ஒரு பகுதியினர் மட்டும், மற்றவர்களின் சிந்தனைப் போக்குக்கு நேரெதிராகச் சிந்திக்கிறார்கள்?" என்று!

சி.என்.அண்ணாதுரை: துணைத் தலைவர் அவர்களே,

இதற்கு முன்னர் இந்த மசோதா கொண்டுவரப்பட்டபோது கூறியதை விட மேற்கொண்டு சொல்ல எதுவுமில்லை; ஆனால், பலருடைய மனங்களிலும் ஏற்படுத்தப்பட்டுவிட்ட சில தவறான அச்சங்களைப் போக்க விரும்புகிறேன். இந்த மசோதாவை முன்மொழிந்தவர் மக்களவையில் இந்த மசோதா 'ஒருமனதாக' நிறைவேற்றப்பட்டுவிட்டதாகக் கூறினார். திருத்தங்கள் சேர்க்கப்பட்ட பிறகு, திருத்தங்கள் மீது வாக்கெடுப்பு நடந்த பிறகு, இறுதிக் கட்டத்தில் எங்களுடைய கட்சி உறுப்பினர்கள் அவையில் இல்லாமல் இருந்திருக்கலாம்; முதல் முறையாக இம்மசோதா மீது வாக்கெடுப்பு நடந்தபோது திமுகவைச் சேர்ந்த ஏழு உறுப்பினர்களும் கேரளத்தின் புரட்சிகர சோஷலிஸ்ட் கட்சி (ஆர்எஸ்பி) உறுப்பினர் ஒருவரும் – ஆக, எட்டு பேர் – மசோதாவுக்கு எதிராக வாக்களித்துள்ளனர். ஒருமனதாக இது நிறைவேற்றப்பட வேண்டும் என்கிற எதிர்பார்ப்பில், மக்களவையில் ஒருமனதாக நிறைவேறிவிட்டதாகக் கருதிவிட்டார் அவர். அதிர்ஷ்டவசமாகவோ - துரதிர்ஷ்டவசமாகவோ இம்மசோதா மீது அப்படியொரு 'ஒருமித்த கருத்து' ஏற்பட்டுவிடவில்லை. மக்களவையில் எட்டு உறுப்பினர்கள் எதிர்த்து வாக்களித்தனர்.

சுயநிர்ணய உரிமை என்பது சட்டம் ஒழுங்குப் பிரச்சினை அல்ல

இதை வெறும் சட்டம் ஒழுங்குப் பிரச்சினையாக நாம் பார்க்கக் கூடாது; - நண்பர் பூபேஷ் குப்தா கூறியதைப் போல - அரசியல் தளத்தில் தீர்க்கப்பட வேண்டிய பிரச்சினையாகவே பார்க்க வேண்டும். நீங்கள் அனைவரும் கசப்பாகக் கருதும் ஒரு விஷயத்தை வலியுறுத்திக் கொண்டிருப்பதால் எனக்கு என்ன நன்மை ஏற்படுகிறது என்று என்னை நானே கேட்டுக்கொள்ள அனுமதியுங்கள்; உங்களால் ஜீரணிக்க முடியாத கோரிக்கையை நான் கைவிட்டால், நீங்கள் அனைவரும் உங்களுடைய இதயங்களில் என்னை ஏற்றுக்கொள்வீர்கள் என்று நன்கு தெரிந்தும் ஏன் இதை வலியுறுத்திக்கொண்டிருக்கிறேன்? தன்னந்தனியனாகத் தனித்து நிற்பதால் நான் என்ன லாபம் அடையப்போகிறேன்? இதற்குப் பின்னால் இருக்கும் உளவியலை நீங்கள் புரிந்துகொள்ள வேண்டும்.

புதுமையாக இருக்கிறது என்பதற்காக 'திராவிட நாடு' கோரிக்கையை நான் வலியுறுத்தவில்லை. இப்போதைய அரசியல் அமைப்பு - கூட்டாட்சி அமைப்பு – நமது தேவைகளைப் பூர்த்திசெய்யப்போவதில்லை என்ற எண்ணம், விரக்தி மனப்பான்மை மிகத் தீவிரமாக எங்கள் மக்களில் ஒரு பகுதியினருக்கு வேகமாக வளர்ந்துவருகிறது. கடந்த பல ஆண்டுகளாக இந்தக் கூட்டாட்சியை அனுபவித்த பிறகு திமுகவைச் சேர்ந்தவர்களுக்கு மட்டுமல்ல, திமுகவைச் சாராத மற்றவர்களுக்கும் புரட்சிகரமாக ஏதாவது செய்யாவிட்டால், புதிய வகை அரசியல் முறைமையை ஏற்படுத்தா விட்டால், இந்தக் கூட்டாட்சி முறை காலப்போக்கில் மாநிலங்களுடைய விருப்பத்துக்கும் தேவைக்கும் ஏற்பச் செயல்பட முடியாமல் போகும் என்று தோன்றிவிட்டது.

இறையாண்மை என்பது அதிகாரம் எல்லாம்
ஒரே இடத்தில், ஒரே கைகளில் குவிவது அல்ல;
இறையாண்மை என்ற வார்த்தைக்கே விரிவான பொருள்
உண்டு; இந்த நாட்டிலும் நாட்டுக்கு வெளியேயும்
உள்ள பல சக்திகளால் - இறையாண்மை என்பதற்கான
விளக்கமே பல மாற்றங்களைப் பெற்றுவருகிறது.
எனவே, இறையாண்மை என்பதை முற்ற முழுக்க
விளக்கிவிட்டோம் என்றோ, இதுதான் இறையாண்மை
என்று அறுதியிட்டுவிட்டதாகவோ நினைக்க வேண்டாம்.

அமைச்சர் என்னவோ கருணையோடுதான் கூறினார், "இந்தத் திருத்தம் இல்லாவிட்டாலும்கூட - அரசியல் சட்டம் தெளிவாகத்தான் இருக்கிறது - பிரிவினைவாதம் என்பது அரசியல் சட்டத்துக்கு எதிரானது" என்று. இந்த அம்சத்தில் நீதிமான்கள் வேறுபடுகிறார்கள், மாண்புமிக்க இந்த அவையைச் சேர்ந்த நீதிமான் பி.என்.சப்ருவின் கருத்தை இங்கே சுட்டிக் காட்ட விரும்புகிறேன்; அவர் நம்முடைய ஆங்கில நாளிதழ் ஒன்றில், அறிவுறுத்தும் வகையில் - வெகு சரளமான நடையில், பிரிவினைக்கு ஆதரவாக அல்ல; எதிராக ஒரு கட்டுரை எழுதியிருக்கிறார்; நம்முடைய அரசியல் சட்டத்தின் முகப்புரையில் இது இறையாண்மையுள்ள குடியரசு என்று குறிப்பிடப்பட்டிருப்பதைச் சுட்டிக்காட்டியுள்ளார்.

கொஞ்சம் சிந்தியுங்கள், நாங்கள் மட்டும் ஏன் தனித்துச் சிந்திக்கிறோம்?

நம்முடைய அரசியல் சட்டம் இறுக்கமானது அல்ல என்பதால், திருத்தங்கள் அனுமதிக்கப்பட்டிருப்பதால் - நோக்கம் கருதியே நம்முடைய அரசியல் சட்டம் நெகிழ்வுத்தன்மையுடன் வடிக்கப்பட்டிருப்பதால் - முகப்புரைக்கே திருத்தங்களைக் கொண்டுவர முடியும். எனவே, அமைச்சர் கூறியதைப் போல பிரிவினை என்ற பேச்சே அரசியல் சட்டத்துக்கு ஒவ்வாததா இல்லையா என்ற கேள்விக்கே இடமில்லை, காரணம், இது விவாதத்துக்கு உரியது.

அரசியல் சட்டம் தவிர இது மனசாட்சியுடனும் சம்பந்தப்பட்டது. நீங்கள் சிந்திக்க வேண்டும், இந்த அவையில் உள்ள ஒவ்வொருவரும் சிந்திக்க வேண்டும், "ஏன் இந்நாட்டு மக்களில் ஒரு பகுதியினர் மட்டும், மற்றவர்களின் சிந்தனைப் போக்குக்கு நேரெதிராகச் சிந்திக்கிறார்கள்?" என்று! நாங்கள் மட்டும் வினோதமாக வளர்க்கப்படவில்லை; கடந்த ஐம்பதாண்டுகளாக இம்மண்ணில் புகட்டப்பட்ட நல்லறிவுகளைப் பெறாதவர்களோ, அவற்றின் செல்வாக்குக்கு ஆட்படாதவர்களோ அல்ல நாங்கள்; மகாத்மா காந்தி பேசிய, மாபெரும் பாரதத்தைப் பற்றி நாங்கள் கேட்காதவர்கள் அல்ல; இந்நாட்டின் 'ஏகத்துவம்' குறித்து நீங்களெல்லாம் கேட்டு, புளகாங்கிதம் அடைந்ததைப் போலவே, நாங்களும் புளகாங்கிதம்

அடைந்திருக்கிறோம்; இந்நாட்டின் 'ஒற்றைத்தன்மை' குறித்து நாங்களும் புராணங்களிலும் வரலாறுகளிலும் படித்திருக்கிறோம். இவ்வளவு இருந்தும் இப்போதுள்ள கூட்டரசு ஏற்பாட்டில், மாநிலம் என்பது கிட்டத்தட்ட மத்திய அரசின் காலனி ஆகிவிட்டதாகவே கருதுகிறோம்; நாங்கள் ஏன் அப்படி உணர்கிறோம்?

என்னுடைய நண்பர் பூபேஷ் குப்தா குறிப்பிட்டதைப் போல, இன்னொரு அம்சமும் இருக்கிறது, அதுதான் பிராந்தியங்களுக்கு இடையிலான வேறுபாடுகள். பொருளாதாரத்தில் மாநிலங்களுக்கு இடையே வேறுபாடுகள் இருப்பதை உங்களால் மறுக்க முடியாது; அடிக்கடி குறிப்பிடுவதைப் போல உளவியல்ரீதியிலான பிரிவு – அது தான் மொழி தொடர்பான போராட்டம். இவற்றையெல்லாம் தொகுத்துப் பாருங்கள், எங்களில் சிலர் – அல்ல; பெரும்பாலானவர்கள் – வந்த முடிவுக்கே நீங்களும் வருவீர்கள்.

மொழி ஏகாதிபத்தியத்தில் தொடங்கும் உங்கள் ஒடுக்குமுறை

இந்திய ஒன்றியத்தின் அங்கமாக, ஒரு பகுதியாக, இந்தியக் கூட்டாட்சி யின் உறுப்புகளில் ஒன்றாகத் தொடர்ந்தால் மொழி ஏகாதிபத்தியத்துக்கு முதலில் ஆட்படுத்தப்படுவோம், அடுத்து பொருளாதாரரீதியாக வளர விடாமல் எங்களை அடக்கி வைப்பீர்கள், உளவியல்ரீதியாக ஒடுக்கு வீர்கள், தனியாக இருந்தால் எங்களுக்குக் கிடைத்திருக்கக்கூடிய நிம்மதி யும் மகிழ்ச்சியும் இல்லாமல் போகும். இந்தப் பின்னணியைச் சற்றே ஊன்றிக் கவனித்துப்பாருங்கள் என்று இந்த அவையில் உள்ள ஒவ்வொரு உறுப்பினரையும் கேட்டுக்கொள்கிறேன்.

நம் நாட்டின் இப்போதைய பிரதமர் – பிரதமராக இல்லாத காலத்தில், தெரிவித்திருந்த முற்போக்கான ஒரு கருத்துதான் எங்களுடைய இந்த மனவோட்டத்துக்கே வலு சேர்த்தது. "இந்தியாவின் எல்லா பகுதிகளும் இந்தியாவோடு சேர்ந்திருக்க வேண்டுமென்று கேட்டுக்கொள்வோம், இறைஞ்சுவோம்; ஏதாவதொரு காரணத்துக்காக இந்திய ஒன்றியத்தில் இருந்து தங்களுடைய பகுதி பிரிந்து செல்ல வேண்டுமென்று அப்பகுதி மக்கள் விரும்பினால், சேர்ந்திருங்கள் என்று பலத்தைப் பிரயோகிக்க மாட்டோம், தங்களுடைய எதிர்காலத்தைத் தீர்மானிக்கும் உரிமையை அவர்களுக்குத் தருவோம்" என்று கூறியிருக்கிறார். கபுர்தலா திடலில் நேரு பேசிய பேச்சிலிருந்துதான் இதை மேற்கோள் காட்டுகிறேன். பிரிவினை தொடர்பான பிரச்சினைகள் குறித்து அவர் எழுதியதிலிருந்தும் மேற்கோள் காட்டுகிறேன். அப்போது இந்தியாவிலிருந்து பாகிஸ்தான் பிரிய நேர்ந்ததுதான் ஒரே பிரச்சினை.

எனவே, பண்டித நேருவின் தாராளமான சிந்தனையில் உருவான கருத்துகளைப் படிக்கும்போது, நாமும் தனி நாடு கோரிக்கையை உளப்பூர்வமாக எடுத்துரைத்தால் அரசு அதைப் பரிசீலிக்கும் என்ற எண்ணமே தோன்றியது. திமுகவையும் அதன் பிரச்சாரத்தையும் அரசியல்

அடிப்படை உரிமையைக் கட்டுப்படுத்துவது நியாயமா என்பதை வெறும் நாடாளுமன்றம் அல்லது உச்ச நீதிமன்ற நீதிபதிகளின் அமர்வில் உள்ள பெரும்பான்மை மட்டும் தீர்மானித்துவிட முடியாது. நியாயமானதாகவே இருந்தாலும், அரசு எங்களோடு அமர்ந்து விளக்க வேண்டும்.

தளத்தில் சந்திப்பதற்குப் பதிலாக, பிரிவினைவாதம் என்று நீங்கள் கருதுவதைத் தடுப்பதற்கான இந்தச் சட்டத்தைக் கொண்டுவருவதிலேயே குறியாக இருக்கிறீர்கள். "காங்கிரஸின் நிலை என்னவோ இந்தியா என்பது தேசிய ஒன்றியமாகத் திகழ வேண்டும் என்பதே; குறிப்பிட்ட ஒரு அலகின் மக்கள் பொது அலகில் இருக்க விரும்பவில்லை என்று அறிவித்தால், ஒன்றியத்திலேயே நீடியுங்கள் என்று கேட்கக் கூடாது என்பதே நம் நிலை ஆகும். இவ்விதம் பிரிந்துபோவதற்கான உரிமை அல்லது சுயநிர்ணய உரிமையை காங்கிரஸ் அங்கீகரிக்கிறது." இவ்வாறு பண்டித ஜவாஹர்லால் நேரு *1945* ஆகஸ்ட் *29*-ல் தெரிவித்திருக்கிறார்.

என்னிடம் மேலும் பல மேற்கோள்கள் இருக்கின்றன, இந்த அவையின் நேரத்தை மேலும் எடுத்துக்கொள்ள விரும்பவில்லை. எனவே, அரசியல் சட்டத்துக்கு ஒவ்வாத கருத்தை அல்லது செயல்திட்டத்தை நாங்கள்தான் கொண்டுவருகிறோம் என்று யாரும் எண்ணக் கூடாது. ஒருகாலத்தில் பண்டித ஜவாஹர்லால் நேருவே அப்படி நினைக்கவில்லை; சப்ரூவும் அதைத் தெரிவித்திருக்கிறார். திமுகவை அதிலும் குறிப்பாக என்னை – எனக்கு அவர் வேண்டுகோள் விடுத்திருக்கிறார் என்பதில் மகிழ்ச்சி – அவர் கேட்டுக்கொண்டிருக்கிறார், தனி நாடு கோரிக்கையைக் கைவிடுங்கள் என்று; இது ஒரு கூட்டாட்சி என்பதால் இதில் உள்ள மாநிலங்கள் எதுவும் இதிலிருந்து எப்போதும் பிரிந்துபோக முடியாது என்று இல்லை என்றும் அவர் சுட்டிக்காட்டியிருக்கிறார்.

உலகம் முழுவதுமுள்ள கூட்டரசுகளைப் பாருங்கள்

உலகம் முழுவதிலும் உள்ள – முந்தைய, இன்றைய – கூட்டாட்சிகள் குறித்த வரலாற்றைத் தயவுசெய்து படியுங்கள். கூட்டாட்சியின் ஒரு பகுதி விரக்தி அடைந்தால், கூட்டரசை விட்டு வெளியில் இருந்தால்தான் நன்மை அதிகம் எனறு கருதினால், பிறகு அந்தக் கூட்டாட்சி உடையத்தான் செய்யும். நான் இப்போது கூறும் தகவல் உங்களுக்கு சுவாரசியமாக இருக்காது, ஆனால், எனக்கு மிகவும் சுவாரசியமாக இருந்தது, இது ஸ்காண்டிநேவியன் ஒன்றியம் பற்றியது; நார்வேயும் ஸ்வீடனும் நான்கு நூற்றாண்டுகள் – அதாவது நானூறு ஆண்டுகள் – சேர்ந்தே ஒரே நாடாக இருந்தன. யாருமே அது பொருத்தமானதா, சட்டப்படி செல்லுமா, தர்க்க ரீதியாகச் சரியா என்றெல்லாம் கேட்கவில்லை; பிறகு, அதில் ஒரு பகுதி

யினருக்கு ஒரு எண்ணம் தோன்றியது, 'தொடர்ந்து இப்படியே இருந்தால், நாம் தனியாகப் போனால் என்ன கிடைக்குமோ அது கிடைக்காது' என்று. நானூறு ஆண்டுகளுக்குப் பிறகு ஸ்காண்டிநேவியன் ஒன்றியம் உடைந்தது. நார்வேயும் ஸ்வீடனும் தனி நாடுகளாக அது முதல் திகழ்கின்றன.

இதை நான் உங்களை அதட்டி மிரட்டுவதற்காக அல்ல – வரலாற்று மாணவனாக, எடுத்துரைக்கிறேன். நம்முடைய ஒன்றியம் அப்படியல்ல, இதிலிருந்து பிரிந்துபோக முடியாது என்றெல்லாம் தயவுசெய்து வாதங்களை எடுத்துவைக்காதீர்கள்; இந்த ஒன்றியத்திலேயே சேர்ந்திருக்க வேண்டியதன் அவசியத்தைக் கோர்வையாகச் சொல்லுங்கள், எங்களுக்கு வாக்குறுதிகளை வழங்குங்கள்.

கட்டுப்பாடு அல்ல, தடை இந்தச் சட்டம்

அமைச்சர் கூறினார், "அரசியல் சட்டத்தின் 19-வது பிரிவுக்குத் திருத்தம் கொண்டுவந்திருப்பதன் மூலம், நாட்டின் இறையாண்மை, ஒருமைப் பாட்டைக் காப்பதற்காகப் பேச்சுச் சுதந்திரம் கட்டுப்படுத்தப்படுகிறது" என்று. நம்முடைய அரசியல் சட்டம் அடிப்படை உரிமைகளைப் பற்றிக் குறிப்பிடும்போது, "நியாயமான காரணங்களுக்காக மட்டுமே அடிப்படை உரிமைகளுக்குக் கட்டுப்பாடுகளை விதிக்க வேண்டும்" என்கிறது. அடிப்படை உரிமையைக் கட்டுப்படுத்துவது நியாயமா, இல்லையா என்பதை வெறும் நாடாளுமன்றம் அல்லது உச்ச நீதிமன்ற நீதிபதிகளின் அமர்வில் உள்ள பெரும்பான்மை மட்டும் தீர்மானித்துவிட முடியாது. இந்தக் கட்டுப்பாடு நியாயமானதாகவே இருந்தாலும், அரசு எங்களோடு அமர்ந்து இது எப்படி நியாயம் என்று விளக்க வேண்டும். இது கட்டுப்படுத்துவதா அல்லது ஒரேயடியாக தடைவிதிப்பதா என்றும் எங்களுக்கு விளக்கியாக வேண்டும். ஒரு உரிமையை நீங்கள் கட்டுப்படுத்த லாம், 'இதுவரை போகலாம் – இதற்கும் மேல் போகக்கூடாது' என்று.

இப்படித்தான் உள்துறை அமைச்சர் சில மாதங்களுக்கு முன்னால் இதே அவையில் உறுப்பினர் ஒருவர் பிரிவினைவாதப் பிரச்சாரம் குறித்துக் கேட்டபோது பதில் அளித்தார். "ஒரு வரம்புக்கு மீறி அவர்கள் சென்றால், பிறகு அதுபற்றி சிந்திப்போம்" என்றார். அதுதான் அடிப்படை உரிமைகள் - குறிப்பாக பேச்சுச் சுதந்திரம் - தொடர்பான முழுமையான நிலைப்பாடாக இருக்க வேண்டும். ஆனால், நீங்கள் கொண்டுவந்திருக்கும் சட்டத் திருத்தமோ முழுமையான தடை. அது கட்டுப்பாடு அல்ல; 'வன்முறையைப் போதிக்காதே, சேதம் விளைவிக்கத் தூண்டாதே, வரி கொடா இயக்கத்தைப் பேசாதே. பிரிந்துபோகிறோம் என்று பேசாதே' என்பதற்கான கட்டுப்பாடுகள் அல்ல; முழுத் தடையே விதிக்கப்படுகிறது. இந்தத் தீர்மானத்தைக் கொண்டுவந்த அமைச்சர் நம் ஜனநாயகத்தின் அடிநாதமான இரு கொள்கைகள் 'ஜனநாயகம்' – 'இறையாண்மை' என்று விளக்கினார். இந்தத் திருத்தம் இறையாண்மை பற்றியதும் அல்ல, இது ஜனநாயகமும் அல்ல.

இறையாண்மைக்கு விரிவான பொருள் உண்டு

இறையாண்மை என்பது அதிகாரம் எல்லாம் ஒரே இடத்தில், ஒரே கைகளில் குவிவது அல்ல; இறையாண்மை என்ற வார்த்தைக்கே விரிவான பொருள் உண்டு; இந்த நாட்டிலும் நாட்டுக்கு வெளியேயும் உள்ள பல சக்திகளால் - இறையாண்மை என்பதற்கான விளக்கமே பல மாற்றங்களைப் பெற்றுவருகிறது. சுயநிர்ணய உரிமை என்பதற்கான விளக்கத்தை வரையறுப்பதில் ஐக்கிய நாடுகள் சபையின் பேரவை வெகு மும்முரமாக இருக்கிறது. சுயநிர்ணய உரிமை என்பதற்கு என்ன பொருள் என்பதை இறுதிசெய்யும் நடைமுறையில் ஐ.நா. குழு தீவிரமாக இருக்கிறது என்று அறிகிறேன். எனவே, இறையாண்மை என்பதை முற்ற முழுக்க விளக்கிவிட்டோம் என்றோ, இதுதான் இறையாண்மை என்று அறுதியிட்டுவிட்டதாகவோ நினைக்க வேண்டாம். இப்படியொரு சட்டத்தைக் கொண்டுவந்துவிட்டதாலே நாட்டின் எந்தப் பகுதியிலும், எந்தப் பேச்சும், எந்த அதிருப்தியும் தலைதூக்காமல் தடுத்துவிட்டோம் என்றும் நினைத்துவிட வேண்டாம்.

பேச்சுச் சுதந்திரத்தைக் கட்டுப்படுத்தும் சட்டம் கொண்டுவந்து நிறைவேற்றப்பட்டுவிட்டால் என்ன ஆகும்? என்னுடைய நண்பர் பூபேஷ் குப்தா அதைப் பொதுவாக வரவேற்று ஆதரித்திருந்தாலும், ஆளுங்கட்சியான காங்கிரஸை அவர் கேட்டுக்கொண்டார், திமுகவை அரசியல் களத்தில் எதிர்த்துப் போராடுங்கள் என்று; போராடுவது என்ற அளவுக்குக்கூட கடுமையான வார்த்தை வேண்டாம், அரசியல் களத்தில் எங்களைச் சந்திக்கட்டும்; எங்களைச் சந்திக்க ஏன் கூச்சப்படுகிறீர்கள்? எங்களுடைய கருத்து என்ன என்று கேட்க தேசிய ஒருமைப்பாட்டுக் குழு அக்கறை எடுத்துக்கொண்டதா? தன்னுடைய பேச்சால் எல்லோரையும் இளகச் செய்யும் உள்துறை அமைச்சர் எங்களோடு பேசி, எங்களுடைய உணர்ச்சிகளை, உள்ளக்கிடக்கைகளைத் தெரிந்துகொள்ளும் வழி எதையும் கண்டாரா?

சட்டம் கொண்டுவரும் முன் நூறு முறை யோசியுங்கள்

உங்களுக்கு நாடாளுமன்றத்தின் இரு அவைகளிலும் பெரும்பான்மை இருக்கிறது என்பதற்காக, திமுக ஒரு சிறுபான்மைக் கட்சி என்பதற்காக உங்களால் நினைத்தபடி ஒரு சட்டத்தை இயற்றச் சுலபமாக முடிந்திருக்கிறது; நானும் சுலபமாக என் மாநிலத்துக்குச் சென்று சொல்வேன், 'தன்னந்தனியனாகப் போராடினேன்; நம் கோரிக்கைகளைப் பேசக்கூட முடியாதபடிக்கு அவர்கள் சட்டத்தை இயற்றிவிட்டார்கள், நான் என்ன செய்ய முடியும்?' என்று கேட்பேன். என்னுடைய மக்கள், அதைக் கேட்டுவிட்டு, 'அப்படியா... சரி அண்ணா நாம் இந்தச் சட்டத்தை எதிர்ப்போம்' என்பார்கள். எனவே, சட்டம் ஒழுங்கு கெடக்கூடிய ஒரு நிலையை நீங்களாகவே இதன் மூலம் உருவாக்குகிறீர்கள்; புதிதாக ஒரு சட்டமியற்றச் சிந்திக்கும்போது - என்னுடைய நண்பரான உள்துறை அமைச்சரின் வார்த்தைகளைக் கடன் வாங்குவதாக இருந்தால் – நூறு

முறை யோசியுங்கள், இப்படியொரு சட்டம் அவசியமா என்று கேட்டுக்கொள்ளுங்கள்; இதற்கு ஒரு தேவை இருக்கிறதா, இது அவ்வளவு அவசரமா, இதில் ஏதேனும் தெளிவு இருக்கிறதா என்று சிந்தியுங்கள்.

இப்படியொரு சட்டம் இயற்றப்பட அவசரமும் இல்லை, அவசியமும் இல்லை. இந்த மசோதாவை எதிர்க்கிறேன்; அப்படி எதிர்க்கும்போது இந்த அவையில் உள்ள எல்லா உறுப்பினர்களின் எண்ணங்களுக்கும் எதிராகப் பேசுகிறேனே என்று வருத்தப்படுகிறேன்; இந்த அவையில் உள்ள எல்லோர் மீதும் நான் மிகுந்த மதிப்பு வைத்திருக்கிறேன். இந்தப் பிரச்சினை தொடர்பாக கவனமாகச் சிந்தியுங்கள், பரிவோடு சிந்தியுங்கள், சமரச பாவத்தோடு சிந்தியுங்கள். உள்துறை அமைச்சருக்கு நான் இதைக் கூடச் சொல்வேன்; சரி சட்டமியற்றிக்கொள்ளுங்கள், இதை உங்களுடைய நிர்வாகப் படைக்கலத்திலே அல்லது ஆவணக் காப்பகத்திலேயே வைத்துப் பூட்டிவையுங்கள்.

மண்டைகளை உடைப்பது தீர்வல்ல

எந்தவொரு சூழ்நிலையையும் எப்படி எதிர்கொள்வது என்று மக்களுக்குத் தெரியும். அந்த நிலைமை வரக் கூடாது என்பதற்காகக் கூறுகிறேன், சட்டம் நிறைவேறினால்கூட நாடாளுமன்ற உறுப்பினர்களைக் கொண்ட குழுவொன்றை அமையுங்கள். அதை அதிகாரபூர்வமான குழுவாக அமைக்க வேண்டாம்; வெவ்வேறு அரசியல் கட்சிகளைச் சேர்ந்தவர்கள் உறுப்பினர்களாக இருக்கும் குழுவாக அமையுங்கள். சப்ரூவை அதில் உறுப்பினராக இருக்குமாறு கேளுங்கள். பூபேஷ் குப்தாவை அதில் இடம்பெறுமாறு கூறுங்கள். என்னுடைய நண்பர் வாஜ்பாய்கூட அதில் உறுப்பினராக இருப்பதை விரும்புகிறேன். குழு உறுப்பினர்கள் அனைவரும் தமிழ்நாட்டுக்கு வரட்டும். பதினைந்து நாட்களுக்குத் தங்கி எல்லா தரப்பு மக்களையும் சந்தித்து அவர்களுடைய அரசியல் கருத்துகள் என்ன என்று கேட்கட்டும். அதற்குப் பிறகு அவர்கள் ஓர் அறிக்கை அளிக்கட்டும். இந்தப் பிரச்சினை தொடர்பாக நாங்களும் போதிய தகவல்களை அக்குழுவிடம் அளிப்போம். மக்களிடம் கருத்துகளைக் கேட்டுவிட்டு, நாங்கள் தரும் தகவல்களையும் படித்த பிறகு குழுவினரே எங்களிடம் கூறுவார்கள், 'இதுதான் உங்களுடைய நிலைமை என்றால், நீங்கள் பிரிவினை கோருவதில் நியாயமில்லை என்று கூறிவிட முடியாது; இருந்தாலும் எங்களுடனேயே சேர்ந்து இருங்கள்!' என்று.

ஜெர்மானிய மொழியில் ஒரு பழமொழி உண்டு. "நீ என்னுடைய சகோதரனாக இல்லாவிட்டால், உன் மண்டையை உடைத்து, உன்னை சகோதரனாக ஏற்பேன்" என்று. நீங்கள் சமரசத்தை விரும்பினால், அரசியல் சூழல் அமைதியாக இருக்க விரும்பினால், அரசியல் பிரச்சினைகளை அரசியல் களத்திலேயே தீர்க்க விரும்பினால் தயவுசெய்து மண்டைகளை உடைக்காதீர்கள். நன்றி!

இந்தி ஆதிக்கத்தை என்றும் எதிர்ப்போம்

அரசமைப்புச் சட்ட ஏற்பாட்டின்படி இந்திய நாட்டின் ஆட்சிமொழி என்ற பீடத்தில் இந்தியை மட்டும் அமர்த்தி, ஆங்கிலத்துக்கு விடைகொடுக்க இந்திய அரசு முடிவெடுத்துவிட்ட சூழலில், மே 1963-ல் 'இந்தி அச்சுறுத்தலை எதிர்ப்போம்' (Resisting the Hindi Menace) எனும் பொருளை மையப்படுத்தி அண்ணா ஆற்றிய உரையின் சுருக்கம் இது. இந்நாட்டின் பெரும்பான்மையினரான, இந்தி பேசாத மக்களின் உரிமைக் குரலாக ஒலித்த அண்ணாவின் இந்த உரை, இந்தியை ஒரே ஆட்சிமொழியாக்குவது எவ்வளவு பெரிய அநீதி என்பதை விலாவாரியாக விளக்குகிறது; கூடவே ஆங்கிலத்தின் முக்கியத்துவத்தையும்.

"

இந்தியா கூட்டாட்சி நாடு. இந்தியச் சமூகம் பன்மைத்தன்மை கொண்டது. எனவே, ஒரேயொரு மொழியைப் பொதுமொழியாக வைத்துக்கொள்வது ஏனைய மொழி பேசுவோருக்கெல்லாம் அநீதியைச் செய்வதாகிவிடும்!

சி.என்.அண்ணாதுரை: மேன்மை பொருந்திய அவைத் தலைவர் அவர்களே...

உள்துறை அமைச்சர் லால்பகதூர் சாஸ்திரி அளித்த தெளிவான விளக்கத்தைக் கேட்டபோது, கம்பி மீது நடக்கும் ஜால வித்தையில் அவர் தேர்ந்தவர் என்பது புரிந்தது. இப்போதைய சூழ்நிலையில் எடுக்கக்கூடிய எளிதான நடவடிக்கை என்பதைப் போல இதைத் தாக்கல்செய்ய முயன்றிருக்கிறார்; இயன்றவரையில் இதைத் தீங்கற்றது போலக் காட்டவும் முயன்றிருக்கிறார். அவையிலும் வெளியிலும் அவர் அளித்த விளக்கங்களுக்குப் பிறகும் எனக்கு நம்பிக்கை ஏற்படவில்லை; இந்த அவையில் கட்சிகளுக்குள்ள வலு தெரிந்தும் இந்த மசோதாவை எதிர்க்கிறேன். அரசியல் கூட்டல் – கழித்தல்களுக்கும் அப்பால் அரசியல் தார்மிகம், ஜனநாயகத்தை ஒட்டிய தாராள சிந்தனாவாதம் ஆகியவற்றுக்கும் இந்த அவை முக்கியத்துவம் தரும் என்று நம்புகிறேன்.

ஜனநாயகத்துக்கான உண்மையான விளக்கம் என்ன?

ஜனநாயகம் என்பது, பெரும்பான்மை எண்ணிக்கை அடிப்படையிலான ஆட்சி மட்டும் அல்ல; சிறுபான்மை மக்களின் உரிமைகள், உணர்ச்சிகள் ஆகியவையும் புனிதம் என்று கருதி, அவற்றைக் காப்பதற்குப் பெயர்தான் ஜனநாயகம். இந்த அவையில் கிட்டத்தட்ட நான் மட்டும்தான் - அல்லது நண்பர் பேராசிரியர் ரத்தினசாமியையும் என்னுடன் சேர்த்துக்கொள்ளலாம்; வேறு யாருடைய உதவியையும் இங்கே நான் எதிர்பார்க்க முடியாது. எதிர்க்கட்சி வரிசையில் இருக்கும் நாங்களே ஒருவரையொருவர் தாக்கிக் கொள்வதாக உள்துறை அமைச்சர் சுட்டிக்காட்டினார். எல்லோருமே என்னைத் தாக்கும்போது அது பிரச்சினையாகத்தான் இருக்கிறது; இருந்தாலும் நான் என்ன சொல்ல விரும்புகிறேனோ அதைச் சொல்லாமல் விடுவது என்னுடைய கடமையிலிருந்து தவறிய செயலாகிவிடும். எனவே, இப்போதைய மசோதா முழுக்க முழுக்க அதிருப்தியையே தருகிறது என்பதை முதலில் தெரிவித்துக்கொள்கிறேன்.

இந்தி ஆட்சிமொழியாவதை எதிர்த்து உணர்ச்சிபூர்வமாகத் தெரிவிக்கப்படும் எதிர்ப்பை இந்த மசோதா கணக்கிலேயே எடுத்துக்கொள்ளவில்லை; இந்த எதிர்ப்பு இந்தியாவின் ஏதோ ஒரு சிறு பகுதியிலிருந்து வரவில்லை, தென்னிந்திய மாநிலங்கள் அனைத்திலிருந்தும் வருகிறது. என்னுடைய நண்பர் பூபேஷ் குப்தா (கம்யூனிஸ்ட்) இன்றைக்கென்று பார்த்து ஆங்கிலத்தை விரட்டியடித்தே தீர வேண்டுமென்று முடிவெடுத்துவிட்டார். எனவே, ஆங்கிலத்துக்கு எதிராகக் கடுமையாக ஆங்கிலத்திலேயே பேசிவிட்டார். ஷேக்ஸ்பியரின் நாடகப் பாத்திரங்களான ரோமியோ, ஜூலியட்டைக்கூட அவர் விட்டுவைக்கவில்லை.

தமிழ் என்றவுடனேயே எனக்குப் பெருமிதம் தோன்றுகிறது, அப்படி ஒரு எண்ணம் ஆங்கிலம் தொடர்பாக எனக்கு வருவதில்லை. எனது மாநிலத்தில் தமிழ்தான் ஆட்சிமொழி. நான் இங்கேதான் ஆங்கிலத்தில்

மாபெரும் தமிழ்க் கனவு

இந்தியாவில் பேசப்படும் மொழிகளில் ஒன்றைத்தான் பொதுமொழியாக ஏற்க வேண்டும். அதில் யாருக்கும் எந்தச் சந்தேகமும் இல்லை. இந்தியா 'ஒற்றை நாடு' என்றால் இந்த வாதம் ஏற்கத்தக்கதே. ஆனால், இந்தியா 'கூட்டாட்சி நாடு'. இந்தியச் சமூகம் பன்மைத்தன்மை கொண்டது!

உரையாற்றுகிறேன்; என்னுடைய மாநிலத்தில் தமிழில்தான் பேசுகிறேன் என்பதை குப்தாவின் நண்பர் அவருக்குச் சொல்லியிருக்க வேண்டும். தமிழ்நாட்டை காங்கிரஸ் ஆண்டாலும், அங்கே ஆட்சிமொழி தமிழ்தான், பள்ளிக்கூடங்களில் உயர் வகுப்புகளில்கூட பயிற்று மொழியும் தமிழ்தான். தாய்மொழிதான் ஆட்சிமொழியாகவும் பயிற்று மொழியாகவும் இருக்க வேண்டும் என்று எங்கள் மாநில அரசு மீது நான் செல்வாக்கு செலுத்துவதைப் போல, மேற்கு வங்க அரசு மீதும் பூபேஷ் குப்தா செல்வாக்கு செலுத்த வேண்டும் என்று கேட்டுக்கொள்கிறேன்.

பூபேஷ் குப்தா: மன்னிக்கவும், என்னால் அதைச் செய்ய முடியாது.

சி. என். அண்ணாதுரை: அவரால் செல்வாக்கு செலுத்த முடியாது என்பதற் காக அனுதாபப்படுகிறேன்; நான் ஆங்கிலத்துக்காக மன்றாடுகிறேன், ஆங்கிலத்திலேயே பேசுகிறேன் – ஆங்கிலத்தால் மிகவும் கவரப்பட்டு அல்ல; என்னுடைய தாய்மொழியைவிட ஆங்கிலத்துக்கு உயர்ந்ததொரு இடத்தைக் கொடுத்துவிட வேண்டும் என்பதற்காக அப்படிப் பேச வில்லை. இந்திய மாநிலங்களுக்கிடையே உரையாடலுக்கும் தகவல் பரிமாற்றத்துக்கும் ஆங்கிலம் எளிதான மொழியாக இருக்கிறது என்பதற்காக. நன்மைகளையும் தீமைகளையும் சரிசமமாகப் பகிர்ந்து கொடுக்க ஆங்கிலம் நமக்கு நல்ல ஊடகமான மொழி.

இந்தியா ஒற்றை நாடு அல்ல; ஒரே மொழி பேச!

இந்தியர்கள் அனைவருக்கும் பொதுவாக ஒரு மொழி வேண்டும் என்று பலரும் பல விதங்களில் வாதாடினர்; அது ஏற்கப்பட்டால் இந்தியாவில் பேசப்படும் மொழிகளில் ஒன்றைத்தான் பொதுமொழியாக ஏற்க வேண் டும். அதில் யாருக்கும் எந்தச் சந்தேகமும் இல்லை. இந்தியா 'ஒற்றை நாடு' என்றால் இந்த வாதம் ஏற்கத்தக்கதே. ஆனால், இந்தியா 'கூட்டாட்சி நாடு'. இந்தியச் சமூகம் பன்மைத்தன்மை கொண்டது. எனவே, ஒரேயொரு மொழியைப் பொதுமொழியாக வைத்துக்கொள்வது ஏனைய மொழி பேசுவோருக்கெல்லாம் அநீதியைச் செய்வதாகிவிடும். அது மட்டுமல்ல; சமூகத்தின் பெரும் பகுதி மக்களால் அம்மொழியைப் படிக்க முடியாமல் குறைகள் ஏற்படும்.

இந்தியா ஒரே நாடு அல்ல; இந்தியா பல்வேறு இனக் குழுக்களையும்,

மொழிக் குடும்பங்களையும் கொண்ட நாடு. இதனாலேயே இந்தியாவை 'துணைக் கண்டம்' என்று அழைக்கிறார்கள். எனவேதான், ஆட்சிமொழி யாக ஒரே மொழியை நம்மால் ஏற்க முடியவில்லை. இதை நான் சொல் வதற்காக காங்கிரஸ் நண்பர்கள் என்னை மன்னிக்க வேண்டும் – தேசிய கீதங்களாக இரு பாடல்களை நம் நாடு ஏற்றுக்கொண்டிருக்கிறது, 'ஜன கண மன' என்ற தேசிய கீதமும், 'வந்தே மாதரம்' என்ற தேசத் தாய் வாழ்த்துப் பாடலும் ஏற்கப்பட்டுள்ளன, இந்த இரண்டுமே இந்தியில் எழுதப் பட்டவை அல்ல; என்னுடைய நண்பர் பூபேஷ் குப்தாவைப் போல அவை யும் வங்காளத்திலிருந்து வந்தவை. இந்தி மொழி மிகவும் முன்னேறி விட்டது என்று உள்துறை அமைச்சர் எவ்வளவுதான் பேசினாலும் இந்தி யின் நிலை இதுதான்; ஐயாயிரம் ஆண்டுகளுக்கும் முந்தைய பழமையுள்ள மொழி என்னுடையதாக இருக்கும்போது – அதைப் பொதுமொழியாக என்னால் ஏற்கச்செய்ய முடியாத நிலையில் – "நன்றாக முன்னேறிவிட்டது; இந்தியைப் பொதுமொழியாக வைத்துக்கொள்வோம்" என்று உள்துறை அமைச்சர் பேசுவதால் எனக்கு ஏற்படும் இழப்புகளை ஈடுசெய்வது எப்படி?

இந்தியாவின் மொழிகளில் – வழக்கொழிந்துவிட்ட சம்ஸ்கிருதம் நீங்க லாக - தமிழுக்குத்தான் ஐயாயிரம் ஆண்டுகளுக்கும் முந்தைய இலக்கிய மரபு இருக்கிறது. தமிழில் இயற்றப்பட்ட 'தொல்காப்பியம்' என்கிற இலக்கணத்தின் ஆங்கில மொழிபெயர்ப்பு நூலை வெளியிட குடியரசுத் தலைவர் எங்களுடைய மாநிலத்துக்குச் செல்கிறார். 'தொல்காப்பியம்' என்பது மூவாயிரம் ஆண்டுகளுக்கு முன்னர் தமிழில் இயற்றப்பட்ட இலக்கண நூல். அத்தகைய பாரம்பரியம் எங்களுக்கு இருக்கிறது. ஆங்கில எடுபிடிகளைப் போலப் பேசுகிறோம் என்று நண்பர் பூபேஷ் குப்தா நினைக்க வேண்டாம். இந்தி தேசிய மொழியாகவும் ஆட்சிமொழியாகவும் வேண்டும் என்று வாதிட்ட பூபேஷ் குப்தா, இன்னமும் இந்தி படிக்கவோ பேசவோ முயற்சிகளே எடுக்கவில்லை.

பூபேஷ் குப்தா: எனக்கு அதற்கு நேரம் இல்லை.

சி.என்.அண்ணாதுரை: ஆனால், அவருக்கு 'தாஸ் காபிடல்' (மூலதனம்) படிக்க நேரமிருக்கிறது. ரஷ்ய கம்யூனிஸத்துக்கும் சீன கம்யூனிஸத்துக்கும் உள்ள வேறுபாடுகளைப் படிக்க நேரம் கிடைக்கிறது. இந்தியைத் தவிர, எல்லாவற்றையும் படிக்க அவருக்கு நேரம் இருக்கிறது, இருந்தாலும் இந்திக்கு ஆதரவாக இங்கே பேசுகிறார்; "சி.ராஜகோபாலாச்சாரியார் எங்கோ, எதையோ பேசியிருக்கிறார்" என்று இடித்துக்காட்ட முடிகிறது. குப்தா கூறியதைப் போல, ராஜாஜி பேசிவிடவில்லை. அந்தக் கூட்டத்தில் அவர் பேசியபோது பக்கத்திலேயே அமர்ந்திருந்தேன். "இந்தி தொடர்பாக எனக்கும் என்னுடைய நீண்ட நாள் நண்பர்களுக்கும் இடையே கருத்து வேறுபாடுகள் ஏற்பட்டன; மொழி (இந்தித் திணிப்பு) தொடர்பாக இப் போது என் பக்கத்தில் அமர்ந்திருக்கும் திமுகவுக்கும் எங்களுக்கும் இடை யில் கருத்தொற்றுமை ஏற்பட்டுள்ளது; இதிலிருந்து நீங்கள் புரிந்து கொள்ளலாம். மொழி நம்மைப் பிரிக்கிறது, மொழி நம்மை இணைக்கிறது;

எந்த ஒரு சட்டமும் எளிதாக விளங்கிக்கொள்ளும் வகையில் இருக்க வேண்டும். உள்துறை அமைச்சர் போன்ற படித்தவர்கள் மட்டுமல்லாது, அவரைச் சந்திக்க அன்றாடம் வரும் சாமானியர்களும் புரிந்துகொள்வதாக இருக்க வேண்டும். எந்தச் சட்டமும் எதிர்கால அரசுகளின் மனவோட்டத்துக்கு ஏற்ப அமல்படுத்தப்படும் என்ற ஊசலாட்டத்துக்கே இடம் தரக் கூடாது.

ஆங்கிலம் இணைக்கிறது, இந்தி பிரிக்கிறது'' என்றே அவர் குறிப் பிட்டார். ஆகவே, ராஜாஜியோ அவரைப் போன்றவர்களோ, ஆங்கிலம் ஆட்சிமொழியாக நீடிக்கட்டும் என்று கூறுவது, அந்த மொழியின் செல்வாக்குக்கு அடிமையாகி அல்ல, தங்களுடைய தாய்மொழியைவிட அது உயர்வானது என்பதால் அல்ல என்று புரிந்துகொள்ள வேண்டும்.

சட்டம் சாமானியர்களுக்கும் புரியும்படி இருக்க வேண்டும்!

ஆங்கிலத்தில் உள்ள 'மே' (இருக்கலாம்), 'ஷல்' (இருக்க வேண்டும்) என்ற இரு வார்த்தைகளும் இரு வேறு விளக்கங்களுக்கு வழிகோலுபவை என்று உள்துறை அமைச்சர் பேசுகையில் சுட்டிக்காட்டினார். தான் வழக் கறிஞர் அல்ல – சட்டத்தைக் கரைத்துக் குடித்தவனும் அல்ல என்று அடக்க மாகக் கூறிவிட்டு, 'மே' என்ற சொல் இரண்டுவித விளக்கங்களுக்கு வழி செய்யும் ஆபத்தானது என்று தெரிவித்தார்.

ஒரு மசோதாவோ, நிறைவேற்றப்பட்ட சட்டமோ, அதை யார் அமல் செய்கிறார்கள் – எப்படி அமல் செய்யப்படுகிறது என்பதைப் பொறுத்து தான் வலுவாக இருக்கும் என்றும் குறிப்பிட்டார். இந்த மசோதாவிலேயே மிகவும் கடுமையாக எதிர்க்கப்பட வேண்டியது இந்தப் பகுதிதான். எந்த ஒரு சட்டமும் எளிதாக விளங்கிக்கொள்ளும் வகையில் இருக்க வேண்டும். உள்துறை அமைச்சர் போன்ற படித்தவர்கள் மட்டுமல்லாது, அவரைச் சந்திக்க அன்றாடம் வரும் சாமானியர்களும் புரிந்துகொள்வதாக இருக்க வேண்டும். இந்த மசோதா அமல்படுத்தப்பட்டால் எல்லாம் சரியாகி விடும் என்று உள்துறை அமைச்சர் உறுதியளித்திருந்தால், எனக்கு அவர் மீது முழு நம்பிக்கை ஏற்பட்டிருக்கும்; இனிவரும் காலங்களுக்கும் லால்பகதூர் சாஸ்திரி உள்துறை அமைச்சராகவே நீடிப்பாரா? அவர் இந்தியாவின் குடியரசுத் தலைவராக வர வேண்டியவர் அல்லவா? நான் அமைச்சராகத் தொடர்வேன், நான் பார்த்துக்கொள்கிறேன் என்று சொல் வது சரியல்ல; எந்தச் சட்டமும் எதிர்கால அரசுகளின் மனவோட்டத்துக்கு ஏற்ப அமல்படுத்தப்படும் என்ற ஊசலாட்டத்துக்கே இடம் தரக் கூடாது.

அமைச்சர் பேசும்போது இன்னொரு ஆபத்தும் இருப்பது தெரிந்தது. இந்தச் சட்டம் தொடர்பாக வழக்குகள் வந்தால் தீர்ப்பதற்கு நீதிமன்றங்கள் இருக்கின்றன என்றும் அவர் கூறினார். ஒவ்வொரு சட்டமும் அமல்

படுத்தப்படும்போது நீதிமன்றத்தில் வழக்கு தொடுக்கப்படும்; வழக்கறிஞர்கள் வாதிடுவார்கள்; நீதிபதிகள் அந்த வாதங்களைக் கேட்டுத் தீர்ப்பளிப்பார்கள் என்றால், நாம் சட்டங்களின் அமலுக்கு வழக்கறிஞர்களையும் நீதிபதிகளையும்தான் நம்பியிருக்க வேண்டுமா? வழக்கறிஞர்களுக்கும் நீதிபதிகளுக்கும் கருத்து வேறுபாடுகள் வரும் என்பது நமக்குத் தெரியும்; முக்கியமான பிரச்சினையில் இப்படியா முழுமையற்ற சட்டத்தை இயற்றுவது? 'மே' என்ற வார்த்தைக்கு என்ன பொருள் என்று தெரிந்துகொள்ள நீதிமன்றங்களுக்கு அலையும் விதத்திலா சட்டத்தைத் தயாரிப்பது? 'மே' என்ற வார்த்தைக்குப் பதிலாக 'ஷல்' என்ற வார்த்தையைப் போட்டால் நிறைய பிரச்சினைகள் வரும் என்றும் அமைச்சர் குறிப்பிட்டார்.

பிரச்சினைகள் வரத்தான் செய்யும். அனைவரும் ஏற்கும் வகையிலும், பிரச்சினைகள் வராத வகையிலும் சட்டத்தைத் தயாரிக்கத்தான் சட்ட அமைச்சகம் இருக்கிறது. அரசியல் சட்டம் அளிக்கும் அடிப்படை உரிமைகளைக்கூடக் கட்டுப்படுத்தும் சட்டங்களை வாரந்தோறும் இயற்றும் சட்ட அமைச்சகத்துக்கு, புதிதாகச் சிந்திக்க முடியாத கற்பனை வறட்சியோ, முழுமையான மசோதாவைத் தயாரிக்க முடியாத திறமைக் குறைவோ இருக்கும் என்று நான் நினைக்கவில்லை! இந்த மசோதாவை வாசித்ததில் இருந்தும், உள்துறை அமைச்சர் அளித்த விளக்கங்களிலிருந்தும் இது முழுமையற்ற மசோதா என்றே நான் கருதுகிறேன்.

சிவில் சர்வீஸ் தேர்வுகளில் நாளை இந்திக்காரர்களே கோலோச்சுவர்!

இந்த மசோதாவில் இன்னொரு புதுமை என்னவென்றால், உள்துறை அமைச்சர் அதைக் கொண்டுவந்த விதம்; "இந்தி பிரச்சார சபை பட்டமளிப்பு விழாவுக்காக மதறாஸ் சென்றிருந்தேன்; அங்கே ஆங்கிலத்தில்தான் உரையாற்ற வேண்டியிருக்குமோ என்று யோசித்துக்கொண்டிருந்தேன்; அவர்களோ, இந்தியிலேயே பேசுங்கள் என்றனர்" என்று உள்துறை அமைச்சர் பேசினார். இந்தி பிரச்சார சபை பட்டமளிப்பு நிகழ்ச்சியில் இந்தியில் பேசுவதில் ஏதாவது ஆச்சரியம் இருக்கிறதா? இது யாருக்குப் பெருமை சேர்க்கும் தகவல்? உண்மையிலேயே ஆச்சரியம் எதுவென்றால், தான் பேசும் இந்தி - பிரச்சார சபை மாணவர்களுக்குப் புரியுமா என்று அவருக்கே சந்தேகம் ஏற்பட்டிருப்பதுதான்; அதனால்தான், அவர்களைப் பார்த்து எந்த மொழியில் பேசட்டும் என்று கேட்டிருக்கிறார். இந்த சமாச்சாரங்களை இளைஞர்களிடம் விட்டுவிடுங்கள்; தெளிவான, தர்க்கரீதியிலான, பொறுப்பான வாதங்களை உங்களுடைய மசோதாவுக்கு ஆதரவாக முன்வையுங்கள்.

இந்த மசோதா தொடர்பாக மூன்று அல்லது நான்கு பெரும் பிரிவுகளில் பேச விழைகிறேன். அரசியல் சட்டத்தை வகுத்த அரசியல் சட்ட நிர்ணய சபையில் மொழி தொடர்பாக நடந்த வாதப்பிரதிவாதங்கள், கடந்த 15 ஆண்டுகளில் நமக்கு ஏற்பட்டிருக்கும் அனுபவங்கள், பிரதமர் அளித்த வாக்குறுதி, பிரதமர் அளித்த வாக்குறுதிக்கு ஏற்ப இந்த மசோதா இருக்கிறதா என்று பேச விழைகிறேன்.

நம்முடைய அரசியல் சட்டம் நெகிழ்வுத்தன்மை கொண்டது. நம்முடைய அரசியல் அமைப்பு ஜனநாயகத்தன்மை கொண்டது. அரசியல் சட்டத்தைத் திருத்துமாறு கோர எங்களுக்கு எல்லா உரிமைகளும் இருக்கின்றன!

முதலாவதாக, அரசியல் சட்ட நிர்ணய சபையில் நடந்த விவாதங்களை எடுத்துக்கொள்வோம். "இந்தியாவின் ஆட்சிமொழியாக ஆங்கிலம் எப்போதும் இருக்க முடியாது, இந்திய மொழியான இந்திதான் இருக்க முடியும்" என்று நண்பர் பூபேஷ் குப்தா பேசினார். ஆங்கிலேயர்களின் அடிவருடிகள், விசுவாசிகள்... *(குறுக்கீடு)*

பூபேஷ் குப்தா: நான் சதவீதக் கணக்கே கொடுத்திருந்தேன்.

சி.என்.அண்ணாதுரை: நீங்கள் பேசியதை மறுபடியும் வாசித்துப் பாருங்கள். யார் இந்தியை எதிர்க்கிறார்கள், யார் ஆங்கிலத்துக்காக வாதிடு கிறார்கள் என்று. அரசியல் சட்ட நிர்ணய சபையில் ஒரிஸாவைச் சேர்ந்த பி.தாஸ் என்ன பேசினார் என்று கூறுகிறேன். அவர் இந்தியை ஆட்சி மொழியாக ஏற்றுக்கொண்டவர். ஏற்றுக்கொண்ட பிறகு அவர் கூறினார், "இதை ஆட்சிமொழியாக ஏற்றுக்கொண்டுவிட்டதால் எங்களுக்கு அச்சமோ ஐயமோ எச்சரிக்கை உணர்வோ இல்லையென்று அர்த்தம் இல்லை; நாங்கள் இன்றைக்குக் கொண்டிருக்கும் அச்சமும் ஐயமும் சில ஆண்டுகளுக்கு முன்னால் ஆங்கிலேயர் நம்மை ஆண்டபோதும் இருந்தன. சிவில் சர்வீஸ் தேர்வுகள் லண்டனில் நடந்ததால் அந்தச் சேவையில் ஆங்கிலேயர்கள் அதிகம் தேர்ச்சிபெற்று அதிகாரிகளானார்கள். இப்போது சிவில் சர்வீஸ் தேர்வுகள் டெல்லியில் நடக்கப்போகின்றன. இந்தி பேசும் மாநில மக்கள்தான் அதிகம் தேர்ச்சியடையப்போகின்றனர்" என்று தீர்க்க தரிசனத்துடன் அன்றே பேசியிருக்கிறார் தாஸ்.

உடனடியாக என்று நான் கூறவில்லை - இன்னும் பதினைந்து ஆண்டுகளுக்குப் பிறகு, இந்தி பேசும் உத்தர பிரதேசம் மத்திய மாகாணம் ஆகியவற்றைச் சேர்ந்தவர்களே இந்திய ஆட்சிப் பணியிலும் குடிமைப் பணியிலும் கோலோச்சுவர். டாக்டர் சுப்பராயன்கூட ஆங்கிலமே நீடிக்க வேண்டும் என்று வேண்டுகோள் விடுத்தார்; ஆங்கிலம் இல்லாவிட்டால் இந்தியை ரோமன் வரிவடிவத்தில் படிக்க *(தேவநாகரி மூலம் அல்ல)* அனுமதிக்க வேண்டும் என்றும் கோரினார்.

அரசியல் சட்டத்தில் திருத்தம் கோர எல்லா உரிமைகளும் உண்டு!

அரசியல் சட்டத்தில் அறிமுகப்படுத்தப்பட்ட மொழி பற்றிய துணைப் பிரிவு, 'ஒரு சமரசம்' என்றே கொள்ளப்பட வேண்டும். எல்லா சமரச

ஏற்பாடுகளிலும் அதை மறு மதிப்பீடு செய்யவும் அதன் மீது மறு சிந்தனை செலுத்துமாறும் கோர எங்களுக்கு எல்லா உரிமைகளும் இருக்கின்றன. "இந்தியைப் பொறுத்தவரை 1965-ல் அதுதான் ஆட்சிமொழியாக வரப்போகிறது, அதில் எந்தச் சந்தேகமும் இல்லை, அது ஏற்கெனவே முடிவான ஒன்று, அதைப் பற்றி யாரும் கேள்வி கேட்கக்கூட முடியாது" என்றார் நண்பர். அல்ல, நீங்கள் பேசியது சரியல்ல; நம்முடைய அரசியல் சட்டம் நெகிழ்வுத்தன்மை கொண்டது. நம்முடைய அரசியல் அமைப்பு ஜனநாயகத்தன்மை கொண்டது. அரசியல் சட்டத்தைத் திருத்துமாறு கோர எங்களுக்கு எல்லா உரிமைகளும் இருக்கின்றன.

அரசியல் சட்டத்தை 16-வது முறையாகத் திருத்திக்கொண்டிருக்கிறோம்; ஆட்சிமொழி எது என்ற பிரச்சினையை மறு மதிப்பீடு செய்யுங்கள் என்று கோருகிறேன். கசப்புணர்வு மேலும் பரவாமல் தடுக்க, செயற்கையாக இரு வேறு முகாம்கள் உருவாகாமல் தடுக்க, மொழிப் பிரச்சினையை மறு ஆய்வுக்கு உட்படுத்த வேண்டும், அதுவரை இப்போதைய நிலைமையே தொடர அனுமதிக்க வேண்டும் என்று இந்த அவை மூலம் அரசுக்கு வேண்டுகோள் விடுக்கிறேன். அது செய்யப்பட்டால் நான் இந்த அரசின் உள்நோக்கம் குறித்து அச்சமில்லாமல், திருப்தியடைவேன். கட்சிக் கூட்டங்களில் உள்துறை அமைச்சருக்கு காங்கிரஸ்காரர்களே மாற்று யோசனைகளைக் கூறவில்லையா? இந்த மசோதா மீது எல்லா காங்கிரஸ் உறுப்பினர்களும் திருப்தியாக இருக்கிறார்களா? உள்துறை அமைச்சரும் பிரதமரும் கெஞ்சிக் கேட்டுக்கொள்ளும் நிலைமை வரவில்லையா? இப்படிக் கூறும்போது நான் எந்த ரகசியத்தையாவது கசியவிடுகிறேனா? அவை எல்லாம் செய்தித்தாள்களில் வரவில்லையா? தென்னிந்திய மாநிலங்களைச் சேர்ந்த நாடாளுமன்ற உறுப்பினர்கள் இந்த மசோதாவால் திருப்தி அடைந்திருக்கிறார்களா? 'ஷல்' என்ற வார்த்தைக்காக அவர்கள் போராடவில்லையா? மறுபரிசீலனைக் குழு தொடர்பான உட்பிரிவை ரத்துசெய்ய வேண்டும் என்று அவர்கள் போராடவில்லையா? அவர்களிடம் என்ன கூறப்பட்டது? உள்துறை அமைச்சருடன் எனக்குத் தனிப்பட்ட தொடர்பு ஏதும் கிடையாது. தொலைவிலிருந்து பார்க்கும் போதே ஈர்க்கிறார். அவருடைய கட்சிக்காரர்களுக்கு அவர் இன்னமும் கவர்ச்சிகரமான தலைவராக இருக்கிறார். எனவே, அவர்களுடைய சந்தேகங்களைப் போக்கும் வழி அவருக்கு இருக்கிறது. ஆனால், பிரச்சினை சந்தேகங்கள் பற்றியதல்ல; இந்த மசோதாவின் உள்நோக்கம் குறித்துத் தான் மக்களுக்குச் சந்தேகம். 42% மக்கள் (இந்தி பேசுகிறார்கள்) என்று வாதிட்க் கூடும்... (நேரமாகிவிட்டது என்று மணி அடிக்கப்படுகிறது)

எம்.பி.லால்: அவர் பேச மேலும் நேரம் தரப்பட வேண்டும்.

என்.எம்.அன்வர்: அவருக்கு இன்னும் சிறிது நேரம் தாருங்கள்

(ஒரே சமயத்தில் பல உறுப்பினர்கள்): ஆம், அவர் பேச மேலும் நேரம் ஒதுக்குங்கள்.

மாபெரும் தமிழ்க் கனவு 519

இந்தியாவை ஆளும் கடைசி ஆட்சியாளர்கள் நாமல்ல. நாம் மிகவும் குழம்பியிருக்கிறோம். நம்மிடையே அரசியல் மாச்சரியங்கள் அதிகமாக இருக்கின்றன. எதிர்காலத்தில் பொருத்தமான தீர்வு ஏற்படும். அந்த வழியை நாம் அடைக்க வேண்டாம். இப்போதுள்ள நிலையையே பராமரிக்க அரசியல் சட்டத்தில் திருத்தம் செய்வோம்.

சி.என்.அண்ணாதுரை: *இந்திய மக்களில் 42% பேர் பேசும் மொழியாக இந்தி இருப்பதால், அதற்கு ஆட்சிமொழி அந்தஸ்து தரப்பட வேண்டும் என்று கோரிக்கை வைக்கப்படுகிறது. இந்த 42% பேரும் நாடு முழுவதும் பரந்து விரிந்து வாழ்ந்தால் இந்த வாதத்துக்கு தர்க்க நியாயம் இருக்கும். அது நியாயமாகவும் ஏற்கப்படும். 42% பேரும் அடுத்தடுத்த நிலப்பகுதியில் மிகவும் நெருக்கமாக வாழ்கின்றனர். இதை நீங்கள் பரிசீலனைக்கு எடுத்துக் கொண்டால், அடுத்தடுத்துள்ள நிலப்பரப்பைச் சேர்ந்தவர்களுக்கு நிரந்தரமான, வற்றாத ஒரு சாதகத்தை ஏற்படுத்துகிறீர்கள்; அதன்மூலம் நாட்டின் பிற பகுதி மக்களுக்கு பாதகத்தை ஏற்படுத்துகிறீர்கள். அதனால்தான் இந்த 42% வாதத்தை ஏற்க முடியாது என்கிறேன்.*

ஒரு பிராந்தியத்தின் மொழி இந்தி!

நாடு முழுக்க வாழும் 20% மக்களால் இந்திதான் பேசப்படுகிறது என்றால் கூட, கன்னியாகுமரியிலிருந்து இமயமலை வரையில் இந்திதான் பேசப்படுகிறது, ஆட்சிமொழியாக இருக்கட்டும் என்று கூறலாம். அந்த வாதத்தையும் ஆதரிக்க முடியாவிட்டாலும், புரிந்துகொள்ள முடியும். உத்தர பிரதேசம், மத்திய பிரதேசம், ராஜஸ்தான், பிஹார் மாநிலங்களில் வசிக்கும் மக்கள் பேசும் மொழிதான் தேசிய மொழி என்பதை எப்படி ஏற்க முடியும்? டி.டி.கிருஷ்ணமாச்சாரி ஒரு முறை பேசினார், இந்தியா–அதாவது பாரத் – அதாவது உ.பி....

சந்தோஷ் குமார் பாசு: *அப்படிப் பேசியவர் சியாமா பிரசாத் முகர்ஜி.*

சி.என்.அண்ணாதுரை: *முகர்ஜி பேசியதை டி.டி.கிருஷ்ணமாச்சாரி மீண்டும் குறிப்பிட்டார், எனக்கு நன்றாக நினைவிருக்கிறது. இந்தக் கருத்து முதலில் வங்காளத்திலிருந்துதான் வந்தது; எல்லா புரட்சிகரக் கருத்துகளும் வங்காளத்திலிருந்துதான் முதலில் வருகின்றன. எனவே, அடுத்தடுத்துள்ள ஒரே நிலப்பரப்பில் பேசப்படும் மொழி நாட்டின் மக்கள்தொகையில் 42% என்பதால், அதையே ஏற்க வேண்டும் என்று கூறுவதைத் தார்மீகப் பெரும்பான்மையாகக் கருத முடியாது. எனவே, ஆட்சிமொழியாவதற்கு இந்திக்கு எந்த உரிமையும் இல்லை என்று கூறுகிறேன். மொழிவாரி மாநிலங்கள் ஏற்பட்டுவிட்டதால் நாம் முழு ஒற்றுமையுடன் வாழ்கிறோம் என்று உள்துறை அமைச்சர் கூறினார். நாம் நமது மாநில மொழிகளை வளர்த்துக் கொண்டிருக்கிறோம். அவற்றை பிராந்திய மொழிகள் என்றுகூட நாம்*

கூறுவதில்லை, தேசிய மொழிகள் என்றே கூறுகிறோம். என் மாநிலத்தில் தமிழ்தான் தேசிய மொழி, அதுதான் ஆட்சிமொழியும். ஒவ்வொரு தேசிய அல்லது மாநில மொழியும் தத்தமது வழியில் வளர்ச்சி அடைந்து வருகின்றன. இந்த அவையில் உள்ள எல்லா உறுப்பினர்களும் என்னுடைய மாநிலத்துக்கு வந்து, இப்போதைய அரசியல் சூழலைப் பார்த்துவிட்டு, உங்களுடைய தேசிய மொழி முயற்சி சரிப்பட்டு வருமா என்று ஆராயக் கோருகிறேன். மொழிவாரி மாநிலங்கள் தங்களுடைய மொழிகளை வளப்படுத்துகின்றன. ஆந்திரத்தில் தெலுங்கு; கேரளத்தில் மலையாளம்; தமிழ்நாட்டில் தமிழ்; உத்தர பிரதேசம், மத்திய பிரதேசம், பிஹார், ராஜஸ்தானில் இந்தி என அவரவர் மொழிகளை அவரவர் தேசிய மொழி யாக வளர்க்கின்றனர், அதற்கான உரிமை அவர்களுக்கு இருக்கிறது.

இருமொழி மாநிலமான பஞ்சாபில் பஞ்சாபி, இந்தி இரண்டும் பேசப்படுகின்றன. இந்தியை ஆட்சிமொழியாக்கப் பெரிதும் பாடுபட வேண்டியிருந்தது என்று அவைத் தலைவர் கூறியதாக செய்தித்தாள்களில் வாசித்தேன். எனவே, இந்தி பேசும் மாநிலங்களுக்கு என்னுடைய வேண்டு கோளெல்லாம், உங்களுடைய மொழியை வளப்படுத்துங்கள், மாநில ஆட்சிமொழியாக்குங்கள், நீங்கள் விரும்பினால் அனைவரும் ஏற்கும் மொழியாக்குங்கள் என்பதுதான்.

சந்தோஷ்குமார் பாசு: இந்தியா முழுவதற்கும் ஒரு பொதுமொழி வேண்டும் என்ற பிரச்சினைக்கு நீங்கள் கூறும் தீர்வு என்ன?

சி.என்.அண்ணாதுரை: என்னுடைய தீர்வு எதிர்மறையானது, நேர் மறையானது அல்ல. நான் கூற விரும்புவது இதைத்தான். இப்போதுள்ள நிலையே நீடிக்க அரசியல் சட்டத்தைத் திருத்துங்கள். இதற்கான தீர்வை நாம் காண வேண்டிய அவசியம் இல்லை. இந்தியாவை ஆளும் கடைசி ஆட்சியாளர்கள்நாமல்ல. நாம் மிகவும் குழம்பியிருக்கிறோம். நம்மிடையே அரசியல் மாச்சரியங்கள் அதிகமாக இருக்கின்றன. எதிர்காலத்தில் பொருத்தமான தீர்வு ஏற்படும். அந்த வழியை நாம் அடைக்க வேண்டாம். இப்போதுள்ள நிலையையே பராமரிக்க அரசியல் சட்டத்தில் திருத்தம் செய்வோம். இதை என்னுடைய தீர்வு என்று கூற மாட்டேன். இது என்னு டைய வேண்டுகோள், கோரிக்கை, இந்தத் தீர்வில்தான் தென்னிந்தியாவின் முழு அரசியல் எதிர்காலமும் – குறிப்பாக, தமிழ்நாட்டின் எதிர்காலம் அடங்கியிருக்கிறது.

பி.கே.பி. சின்ஹா (பிஹார்): *ஏன் இதை உலக நீதிமன்றத்தின் (தி ஹேக்) கவனத்துக்குக் கொண்டுசெல்லக் கூடாது?*

சி.என்.அண்ணாதுரை: நான் இப்போது உள்துறை அமைச்சரை எதிர் கொண்டிருக்கிறேன், ஒரு காந்தியர் என்ற வகையில், நான் எதைத் தீமை என்றும் அநியாயம் என்றும் கருதுகிறேனோ அதற்கு எதிராகப் போராட எனக்கு அவர் உரிமை தர வேண்டும். இதன் விளைவு எதுவாக இருந்தாலும் சந்திக்கத் தயார், தமிழ்நாட்டில் நான் தனியாள் இல்லை. எனவே, எனது

ஆங்கிலம் என்ற சாளரத்தின் வழியாக உலகைப் பார்க்க முடியும். ஆங்கிலம் அந்நிய மொழி என்பீர்கள். பிரிட்டிஷ்காரர்கள் இங்கேயே இருந்து, ஆங்கிலத்தை ஆட்சிமொழியாக ஏற்றுக்கொள்ளுங்கள் என்று கூறினால் அதை நாம் அவமரியாதையாகக் கருதலாம்; அதை நாம் எதிர்த்தே ஆக வேண்டும்.

வேண்டுகோளெல்லாம், மிகவும் பெருமைவாய்ந்த மொழிக்குச் சொந்தக்காரர்களான மாநில மக்களின் உணர்வுகளுக்கு மதிப்புக் கொடுங்கள், இந்தியை ஆட்சிமொழியாகத் திணிப்பதால் அரசியல் மனமாச்சரியங்கள் தான் எஞ்சும் என்பது.

அமெரிக்காவையும் அயர்லாந்தையும் பாருங்கள்!

"ஆங்கிலம் அந்நிய நாட்டு மொழியாயிற்றே!" என்று வாதிக்கப்பட்டது. நான் ஒரு உதாரணம் கூற விரும்புகிறேன், இது என்னுடைய நண்பர் பூபேஷ் குப்தாவுக்கு எரிச்சலூட்டலாம். அமெரிக்கா என்ற நாடு உருவான போது அங்கே குடியேறியவர்களில் வெறும் 20% பேர் மட்டுமே பிரிட்டிஷ் தீவுகளிலிருந்து சென்றவர்கள். 80%-க்கும் மேற்பட்டவர்கள் ஸ்பெயின், போர்ச்சுகல், இத்தாலி மற்றும் இதர ஐரோப்பிய நாடுகளில் இருந்து சென்றவர்கள். இருந்தும் ஆங்கிலத்தையே ஆட்சிமொழியாகத் தேர்ந்தெடுத்தது அமெரிக்கா. 'ஓ... அப்படியா, இது ஆங்கிலேயே - அமெரிக்க சதி - எங்களுக்கு நன்றாகத் தெரியும்' என்று மனதில் நினைத்த படி என் நண்பர் பூபேஷ் குப்தா புன்னகைக்கிறார். இருந்தாலும் அமெரிக்கர்கள் எங்களைப் போலவே சுயமரியாதை உள்ளவர்கள் என்று கூறுவேன். ஆங்கிலத்தை ஆட்சிமொழியாக ஏற்றால் ஏராளமானோரின் உணர்வுகளை வெளிப்படுத்த முடியும் என்று கருதினர்.

இன்னொரு தகுந்த உதாரணத்தையும் என்னால் கூற முடியும். அயர்லாந்து இங்கிலாந்துக்கு எதிராகத் தீவிரமாகப் போர் புரிந்துகொண்டிருந்தது - காங்கிரஸ் பிரிட்டிஷாரை எதிர்த்துப் போராடிய அளவுக்கு இல்லை என்றாலும்! அப்போது அயர்லாந்து புரட்சிக்காரத் தலைவர் டி வலேரா கூறினார். "உங்களுக்கு அயர்லாந்து வேண்டுமா, கேலிக் மொழி வேண்டுமா என்று எங்களிடம் கேட்டால், அயர்லாந்து கோரிக்கையை விட்டுக் கொடுத்துவிட்டு, கேலிக் மொழியைக் கேட்டுப் பெறுவேன்" என்று. அயர்லாந்து சுதந்திர நாடானவுடன் அயர்லாந்து நாடாளுமன்றம் கேலிக் மொழியை ஆட்சிமொழியாக அறிவித்தது, அதே கையோடு ஆங்கிலமும் துணை ஆட்சிமொழியாக அறிவிக்கப்பட்டது. பிரிட்டிஷ்காரர்கள் மீது நமக்குப் பகைமையோ விரோதமோ இல்லை. நாம் வேறு நாடுகளின் குழுவில் இருக்க வேண்டும் என்று பூபேஷ் குப்தா விரும்பினாலும், நாம்

காமன்வெல்த் அமைப்பில் உறுப்பினராக இருக்கிறோம். அதிர்ஷ்டமோ, துரதிர்ஷ்டமோ நாம் காமன்வெல்த் நாடுகளில் ஒன்றாக இருக்கிறோம். காமன்வெல்த்தில் நீடிக்க முடியும், எல்லா தொழில்நுட்பங்களையும் பெற முடியும்.

ஆங்கிலம் என்ற சாளரத்தின் வழியாக உலகைப் பார்க்க முடியும். ஆனாலும், ஆங்கிலம் அந்நிய மொழி என்பீர்கள். பிரிட்டிஷ்காரர்கள் இங்கேயே இருந்து, ஆங்கிலத்தை ஆட்சிமொழியாக ஏற்றுக்கொள்ளுங்கள் என்று கூறினால், அதை நாம் அவமரியாதையாகக் கருதலாம்; அதை நாம் எதிர்த்தே ஆக வேண்டும். பிரிட்டிஷ்காரர்கள் ஆங்கிலத்தைத் திணிப்பது என்ற கேள்விக்கே இடமில்லை. நாம் பேசும் ஆங்கிலம் தரமாக இல்லை என்பதற்காகவே ஆங்கிலம் இங்கிருந்து வெளியேற வேண்டும் என்றே பிரிட்டிஷார் விரும்புவார்கள் என்று பூபேஷ் குப்தாகூடக் குறிப்பிட்டார். எனவே, வெளியிலிருந்து அந்நிய சக்திகள் அந்நிய மொழியைத் திணித்து விட்டதாக இதைக் கருதக் கூடாது. நம்முடைய தேவைக்காக, நமது பயன்பாட்டுக்காக, உகந்த வகையில் இருப்பதால், சூழ்நிலைகள் காரணமாக ஆங்கிலத்தை ஆட்சிமொழியாகத் தொடர வேண்டிய நிலையில் இருக்கிறோம். இந்த மொழி உத்தர பிரதேசத்துக்கு, மத்திய பிரதேசத்துக்கு, பிஹாருக்கு, ராஜஸ்தானுக்கு, தமிழ்நாட்டுக்கு, ஆந்திரத்துக்கு அந்நிய மொழியாகும். இதனால், ஏற்படப்போகும் நன்மையும் தீமையும் அனைத்து மாநிலங்களுக்கும் பொதுவானது.

மொழித் தூய்மை எனும் அபாயம் காத்திருக்கிறது!

ஒருவேளை இந்தி ஆட்சிமொழியாகிறது என்று வைத்துக்கொள்வோம்; இந்தியை மேலும் எளிமைப்படுத்த வேண்டும் என்று பிரதமர் கூறி வருகிறார். ஒரு மொழி தேசிய மொழியானால், அதை மேலும் மேலும் தூய்மைப்படுத்துவதும் அதை மேலும் எளிமைப்படுத்துவதும்தான் நடைபெறும். தமிழ் மொழியைக் கையாளும் அனுபவத்திலிருந்து இதைக் கூறுகிறேன். ஒரு மொழியை தேசிய மொழியாகவும் ஆட்சிமொழியாகவும் அறிவித்துவிட்டால், அதை உங்களால் எளிமைப்படுத்தவே முடியாது. எங்களுடைய மாநிலத்துக்கு வந்தால் பூபேஷ் குப்தா காணலாம், 'பழைய' தமிழ் வார்த்தைகளுக்குப் பதிலாக 'புதிய' வார்த்தைகளை நிறையப் பயன்படுத்திவருகிறோம்; இவையெல்லாம் 'பழைய அகராதிகளிலிருந்து புதிதாக' எடுக்கப்பட்டவை! சம்ஸ்கிருதத்தோடு தமிழ் கலந்திருந்தது. இப்போது சம்ஸ்கிருதம் நீக்கப்பட்டு தமிழ் தூய்மையாக்கப்பட்டுள்ளது. இந்தி பேசும் மாநிலங்களிலும் இதுதான் நடக்கும். அப்படி நடக்கும்போது 'எளிமையான இந்தி படியுங்கள்' என்று எம் இனத்தவரைக் கேட்பது அவர்களுக்குப் பெரிய பின்னடைவாகிவிடும் அல்லவா?

இந்தி பேசும் மாநிலங்களில் – இந்தி பேசும் மக்களுக்கு அதுவே தாய் மொழியாக இருக்கும்; அதுவே அரசு மொழியாகவும் இருக்கும்; அதுவே பயிற்றுமொழியாகவும் இருக்கும்; அதுவே மத்திய அரசின் மொழியாக வும் இருக்கும்! இந்தி பேசும் மக்களுக்குத்தான் எத்தனை சலுகைகள்,

இந்தித் திணிப்பு முயற்சி உண்மையிலேயே நடக்குமானால் என்னுடைய மனசாட்சி சும்மா இருக்காது; தென்னிந்தியா முழுவதும் திரண்டு எழும். இந்தித் திணிப்பின் ஆபத்தை உணர்ந்தவர்கள், அதன் விளைவைச் சிந்திக்க முடிந்தவர்கள் அனைவரும் என்னோடு இருக்கின்றனர்.

வாய்ப்புகள், உரிமைகள். இந்தி பேசாத எம் போன்ற மக்களுக்கு எவ்வளவு பாதிப்புகளை ஏற்படுத்துகிறீர்கள்? இந்தி எங்களுக்குத் தாய்மொழி அல்ல. எனவே, இந்தி கற்றுக்கொண்டாலும் நண்பர் சத்யநாராயணாவைப் போல தான் நாங்கள் பேச முடியும். நீங்கள் வட இந்தியாவில் வினோதங்களை ஏற்படுத்தப் பார்க்கிறீர்கள். எவ்வளவுதான் திறமையாகப் படித்தாலும் சரளமாகப் பேசினாலும் நமக்குத் தாய்மொழியாக இல்லாத ஒன்று அனுகூலங்களைத் தராது; அதனால்தான் சொல்கிறோம் இந்த மொழி மசோதாவுக்குப் பின்னால் அரசியல் இருக்கிறது என்று.

இதை நீங்கள் உணராமல் இருக்கலாம். தங்களுக்கு எந்த உள்நோக்கமும் இல்லை என்று அமைச்சர் தனது உரையின் இறுதிப் பகுதியில் கூறினார். அவரைப் போன்ற கனவான்கள் இதைக் கையாளும்போது, அப்படி ஏதும் இருக்க முடியாது. உங்களுக்கு நோக்கம் இருக்கிறதோ, இல்லையோ இறுதி யில் விளைவு அப்படிப்பட்டதாகத்தான் இருக்கும்.

எந்த விளைவுகளுக்கும் நாங்கள் அஞ்சப்போவதில்லை!

இந்தியை ஆட்சிமொழியாகத் திணிப்பது இந்தி பேசும் மாநிலங்களுக்கு திட்டவட்டமான, நிரந்தரமான சாதகமாக அமையும். இதைத்தான் ஒரிஸா வைச் சேர்ந்த பி.தாஸ், டாக்டர் சுப்பராயன் போன்றோர் இந்திய அரசியல் சட்ட நிர்ணய சபையிலேயே கூறினர். ராஜ்யசபையிலும்கூட சில ஆண்டு களுக்கு முன்னால் இது தொடர்பான கேள்வி விவாதிக்கப்பட்டபோது, என்னுடைய நண்பர் அவினாசிலிங்கம் செட்டியார் தனது எச்சரிக்கைக் குரலை உயர்த்தினார். எனவே, இந்த எதிர்ப்பு திமுகவால் மட்டுமே எழுப்பப்பட்டது என்று எண்ணாதீர்கள். இந்தப் பிரச்சினையில் திமுக சிறிய பங்கை மட்டுமே வகிக்கிறது. இந்த மசோதாவின் எதிர்காலத்தைப் பொறுத்துதான் திமுக சிறிய இடத்தைப் பிடிக்கிறதா, பெரிய இடத்தைப் பிடிக்கப்போகிறதா என்பது முடிவாகும். இந்தி ஆட்சிமொழியாகத் திணிக்கப்பட்டால் திமுக தனது இடைவிடாத போராட்டத்தைத் தொட ரும்; விளைவுகள் எப்படிப்பட்டவையாக இருந்தாலும் கவலைப்படாது.

“நெருக்கடிநிலை நிலவும்போது நான் விரும்பும் எந்த நடவடிக்கையையும் எடுக்க நாடாளுமன்றம் எனக்கு அதிகாரத்தைத் தருகிறது” என்று அன்றொரு நாள் உள்துறை அமைச்சர் பேசியதைக்

கேட்டுக்கொண்டிருந்தேன். அவர் சொன்னதன் பொருளை உணர்ந்திருக்கிறேன், இந்தித் திணிப்பு முயற்சி உண்மையிலேயே நடக்குமானால் என்னுடைய மனசாட்சி சும்மா இருக்காது; தென்னிந்தியா முழுவதும் திரண்டு எழும். தென்னிந்தியா என்று சொல்லும்போது, ஆந்திரர்கள், மலையாளிகள் மற்றும் பிற பகுதியினர் என்ன கூறுவார்கள் என்று எனக்குத் தெரியும்; "இல்லையில்லை, நாங்கள் உங்களுடன் இல்லை" என்றுதான் கூறுவார்கள். ஆனால், இந்தித் திணிப்பின் ஆபத்தை உணர்ந்தவர்கள், அதன் விளைவைச் சிந்திக்க முடிந்தவர்கள் அனைவரும் என்னோடு இருக்கின்றனர்.

ஓர் உறுப்பினர்: மெட்ராஸ் நகரச் சிறுபான்மையின மக்கள் உங்களுக்கு ஆதரவாக இருக்கின்றனர்.

சி.என்.அண்ணாதுரை: *(ஒட்டுமொத்த இந்தியாவுடன் ஒப்பிடுகையில்)* நான் சிறுபான்மைப் பிரிவைச் சேர்ந்தவன் என்பதால் இறைஞ்சுகிறேன். நானே பெரும்பான்மைச் சமூகத்தவனாக இருந்திருந்தால், என்னுடைய வாதம் ஏற்கப்பட்டிருக்கும். நான் குற்றஞ்சாட்டவில்லை. காங்கிரஸ் கட்சி பெரும்பான்மைத் தொகுதிகளில் வெற்றிபெற்றதால் ஆட்சி நடத்தவில்லை, சிறுபான்மைச் சமூக மக்களின் ஆதரவு கிடைத்திருப்பதால் அதிகாரம் அதனிடம் இருக்கிறது என்று நீங்கள் கூறிக்கொள்வதால் இதைத் தெரிவிக்கிறேன்.

கே.பி.சின்ஹா: மிகப் பெரிய வாக்குத் திரள்கள்.

சி.என்.அண்ணாதுரை: கடந்த மக்களவைப் பொதுத் தேர்தலில் மொத்தமாக 45% வாக்குகளைப் பெற்ற காங்கிரஸ் கட்சி 72% தொகுதிகளைக் கைப்பற்றியுள்ளது. எதிர்க்கட்சிக் குழுக்களோ 55% வாக்குகளைப் பெற்றும் 28% இடங்களை மட்டுமே கைப்பற்ற முடிந்தது.

(குறுக்கீடுகள்)

சி.என்.அண்ணாதுரை: இந்த உண்மைகளையெல்லாம் வெளியிடுமாறு என்னைச் சீண்டாதீர்கள். எனவே, இங்கே பெரும்பான்மை – சிறுபான்மை என்ற வாதங்கள் பொருந்தாது. நீதி எது, சுதந்திரம் எது என்றுதான் பார்க்க வேண்டும். ஆலோசனை, கருத்தொற்றுமை ஆகியவற்றுக்குத்தான் முக்கியத்துவம் தர வேண்டும். அன்பும் சுமுகத் தன்மையும் வேண்டுமா அல்லது பகையும் பூசலும் வேண்டுமா என்று தீர்மானிக்க வேண்டும். இந்தப் பிரச்சினையை அப்படித்தான் அணுக வேண்டுமே தவிர, எங்களுக்குப் பெரும்பான்மை வலு இருக்கிறது என்று எண்ணிக்கை அடிப்படையில் தீர்மானிக்கக் கூடாது. மக்களவையில் இந்த மசோதா நிறைவேற்றப்பட்டிருந்தாலும் இதைத் திரும்பப் பெறுமாறு உள்துறை அமைச்சரை வேண்டிக்கொள்கிறேன். பிரதமர் அளித்துள்ள உறுதிமொழியைக் கணக்கில் எடுத்துக்கொள்ளுங்கள். அவரிடம் கடைசியாக நான் வலியுறுத்த விரும்புவது இதைத்தான்.

என் நண்பர் வாஜ்பாய் இந்தி மொழியில்தான் பதவியேற்பு உறுதிமொழி எடுத்துக்கொண்டார். அவருடைய துணிச்சலைப் பாராட்டுகிறேன். என்னுடைய மாநிலத்திலும் ஏராளமான (மொழிப்பற்று மிக்க) வாஜ்பாய்கள் உருவாக வேண்டும் என்று விரும்புகிறேன்.

இவ்வளவுதானா உங்கள் அரசியல் மதியூகம்?

பிரதமரின் உறுதிமொழிதான் என்ன? பிரதமர் உறுதிமொழி அளித்தார் என்று சொல்வதற்கு முன்னால், அந்த உறுதிமொழிக்கான மூலம் எது என்று பார்க்குமாறு உள்துறை அமைச்சரைக் கேட்டுக்கொள்ள ஆசைப் படுகிறேன். ஏன் அப்படியொரு உறுதிமொழி தரப்பட்டது, எப்போது தரப்பட்டது, எப்படித் தரப்பட்டது, யாருக்குத் தரப்பட்டது என்று ஆராயுங்கள். ஒரு நாட்டின் பிரதமர் யாருக்கு வேண்டுமானாலும் எப்போது வேண்டுமானாலும் உறுதிமொழிகளை அளித்துக்கொண்டே இருக்க மாட்டார். அன்றைக்கு அப்படியொரு உறுதிமொழியைத் தர வேண்டிய அளவுக்கு அரசியல் சூழ்நிலை நிலவியது. நாட்டு மக்களின் கொதிப் படைந்த உள்ளங்களைக் குளிர்விக்க வேண்டிய கடமை பிரதமருக்கு ஏற்பட்டது. அப்போதுதான் மொழிவாரிச் சிறுபான்மை மாநிலங்களின் ஐயங்களைப் போக்கும் வகையில் ஆட்சிமொழி தொடர்பாகப் பிரதமர் அந்த உறுதிமொழிகளை அளித்தார். ‘இணை ஆட்சிமொழி’ என்ற வார்த்தையை ஏன் நாம் பயன்படுத்தக் கூடாது? சிலர் கேட்கக் கூடும், ஏன் உங்களுக்கு இப்போதைய தலைப்பில் திருப்தி இல்லையா என்று? இது ஆட்சிமொழிதான்; இந்தத் தலைப்பு எனக்குத் திருப்தியைத் தந்தால் நண்பர் வாஜ்பாய்க்கு அதில் திருப்தி இருக்காது, ஏனென்றால், ‘ஆட்சி மொழி’ என்று அல்ல - ‘ஆட்சிமொழிகள்’ என்று பன்மையில் இருக்கிறதே என்று நினைப்பார். வாஜ்பாய்க்கு நான் எதிரானவன் அல்ல. அவருடைய வார்த்தைகளுக்கு அர்த்தம் என்ன என்று எனக்குப் புரியும். அரசியலில் எதிரெதிர் துருவங்களாக இருப்பவர்களுக்கு எதிர்த் தரப்பார் என்ன சொல்கிறார்கள், நினைக்கிறார்கள் என்று புரிந்துவிடும். இப்படியும் இல்லாமல் – அப்படியும் இல்லாமல் கலவையாக இருப்பவைதான் பிரச்சினைகளை ஏற்படுத்திவிடும்.

என் நண்பர் வாஜ்பாய் இந்தி மொழியில்தான் பதவியேற்பு உறுதிமொழி எடுத்துக்கொண்டார். அவருடைய துணிச்சலைப் பாராட்டுகிறேன். என் னுடைய மாநிலத்திலும் ஏராளமான (மொழிப்பற்று மிக்க) வாஜ்பாய்கள் உருவாக வேண்டும் என்று விரும்புகிறேன். வாஜ்பாய்க்கு முழு வாய்ப்பு கிடைத்தால் இந்தியை இந்தியாவின் ஆட்சிமொழியாக மட்டுமல்ல – உலக ஆட்சிமொழியாகக்கூட மாற்றிவிடுவார்! அவருடைய மொழி ஆர்வத்துக்

காகவே அவரை எனக்கு மிகவும் பிடிக்கிறது. ஆனால், காங்கிரஸ் அரசோ இப்படிச் செய்திருக்கிறது. ஒரு பக்கம் இந்தி பேசும் மக்களை ஊக்கு வித்துக்கொண்டே இருக்கிறார்கள், இன்னொரு பக்கம் எங்களிடம் இந்தித் திணிப்பு இருக்காது என்று உறுதிமொழியை வழங்கிக்கொண்டே இருக்கிறார்கள்.

இந்தியை ஆட்சிமொழியாக்க வேண்டும் என்று வலியுறுத்து கிறவர்களைச் சந்திக்கும் வாய்ப்பு நேரும்போதெல்லாம், 'அச்சம் வேண் டாம்; 1965 பிறக்கட்டும், இந்தி ஆட்சிமொழியாகிவிடும்' என்று கூறு கின்றனர். வாஜ்பாய்க்கு திருப்தியே இல்லை. அதனால்தான், இந்த மசோதா அவருக்கு அதிருப்தியைத் தந்திருக்கிறது. ஆங்கிலத்துக்கு மேலும் பத்தாண்டுகள் ஆயுள் நீட்டிப்பு கிடைத்திருக்கிறது. அதனால்தான், அவர் 'எங்கே என் இந்தி?' என்று கேட்கிறார். ஆட்சிமொழி தொடர்பாக நீங்கள் எங்களுக்கும் நிறைய வாக்குறுதி தந்திருக்கிறீர்கள். ஆங்கிலம் இணை ஆட்சிமொழியாகக் காலவரம்பின்றித் தொடரும் என்று கூறினீர்கள். 'கால வரம்பின்றி' என்ற வார்த்தைக்குப் பண்டிதர் ஜவாஹர்லால் நேரு இப்படி ஒரு விளக்கத்தையும் அளித்தார்: "நீங்கள் விரும்பும்வரை, இந்தி பேசாத மக்கள் விரும்பும்வரை, ஆட்சிமொழி தொடர்பான இறுதி முடிவு எடுக்கும் உரிமையை இந்தி பேசும் மக்களுக்கு அல்ல, இந்தி பேசாத மக்களிடம் விட்டுவிடுகிறேன்' என்று கூறியிருந்தார்.

வாஜ்பாய் சிறந்த நண்பர்; எங்களுக்குள் பகையை மூட்டாதீர்கள்!

இந்தித் திணிப்பு இருக்காது என்று எங்களிடம் கூறிவிட்டு, இந்தி வேண்டும் என்று கோரும் வாஜ்பாயைப் போன்றவர்களைக் கோரிக்கை களை வலியுறுத்த ஊக்குவிப்பதன் மூலம் எனக்கும் வாஜ்பாய்க்கும் இடை யில் பகையை மூட்ட முற்படுகிறீர்கள். உத்தர பிரதேசத்தில் இந்தியை வளர்க்க வாஜ்பாய்க்கு ஊக்குவிப்பு தந்து, எனக்கும் வாஜ்பாய்க்கும் இடை யில் ஆங்கிலம் தொடர்புமொழியாகத் தொடர நீங்கள் அனுமதிக்கும் பட்சத்தில், வாஜ்பாயைவிடச் சிறந்த நண்பரை நான் பெற முடியாது. இந்த மசோதா மூலம் நீங்கள் அரசியல் மாச்சரியங்களை வளர்க்கிறீர்கள். பிரதமர் அளித்த வாக்குறுதி இந்த மசோதாவில் இடம்பெறவேயில்லை. இந்த மசோதாவின் ஒவ்வொரு ஷரத்தாக மக்கள் விவாதித்துக்கொண்டு இருக்கிறார்கள்.

ஆங்கிலம் தொடரும் என்று பிரதமர் சொன்னார்; ஆங்கிலம் தொடர் கிறது, எப்படி? இந்தியுடன் சேர்ந்த இணை ஆட்சிமொழியாக அல்ல, மத்திய அரசு தீர்மானிக்கும் சில செயல்களுக்கு மட்டும் ஆங்கிலம் இணை ஆட்சிமொழியாக இருக்கும். பிரதமர் அளித்த வாக்குறுதியோ இந்தியுடன் ஆங்கிலமும் இணை ஆட்சிமொழியாக எல்லா நிலையிலும் தொடரும் என்பதுதான்; பிரதமரின் வாக்குறுதி முழுதாக நிறைவேற்றப்பட வேண்டும் என்றால், இப்போதைய மசோதா கைவிடப்பட வேண்டும்; நீங்கள் அஞ்சா நெஞ்சர்கள், வேட்டியை வரிந்துகட்டுங்கள், இந்த மசோதாவைக் கைவிடுவதால் எழும் எதிர்ப்பைத் துணிந்து எதிர்த்து நில்லுங்கள். ஆட்சி

மாபெரும் தமிழ்க் கனவு 527

மொழியாக ஆங்கிலமே தொடரும் என்ற இப்போதைய நிலைமை நீடிக்க அரசியல் சட்டத்தைத் திருத்துங்கள். அந்நிய மொழி என்பதால் இதைக் கைவிட வேண்டும் என்று நினைக்காதீர்கள். எந்த நாட்டிடமிருந்தும் அறிவியல், தொழில்நுட்ப உதவிகளைக் கேட்டுப்பெறும் காலம் இது; ஆங்கில மக்கள் நமக்குக் கொடுத்த தொழில்நுட்ப உதவியாகவே அம்மொழியைக் கருதுவோம்.

இந்தியாவின் ஆட்சிமொழி அல்லது பொதுமொழிப் பிரச்சினைக்கான தீர்வை எதிர்காலம் காணட்டும். பதற்றம், கோபம் ஏதும் இல்லாத நிலையில் எதிர்காலத்து இந்தியர்கள் இதற்கொரு தீர்வு காணட்டும். எனவே, இந்த மசோதாவைக் கைவிடுமாறு உள்துறை அமைச்சரைக் கேட்டுக் கொள்கிறேன். இந்த மசோதா மீதான விவாதம் தொடங்கியதிலிருந்து தென்னிந்தியாவின் அமைதியான சூழலில் பாதிப்பு ஏற்பட்டுவருகிறது. தமிழ்நாட்டின் எல்லா பகுதிகளிலும், எல்லா ஊர்களிலும் மக்கள் இரண்டு பிரிவுகளாகப் பிரிந்து ஆட்சிமொழி தொடர்பாகச் சூடாக விவாதித்து வருகின்றனர். சாதாரணமாக விவாதிக்கவில்லை, அரசியல் சார்புடனும் மாச்சரியங்களுடனும் ஆக்ரோஷமாக விவாதிக்கின்றனர். நாம் விரட்டி அடிக்கப்பட வேண்டிய எதிரி (சீன எல்லையில்) அங்கே இருப்பதாக உள் துறை அமைச்சர் கூறிவிட்டு, நமக்குள்ளேயே மோதல்களை ஏற்படுத்து வதற்கு இதுதான் உற்ற நேரமா? அரசியல் சுமுக நிலையையும் அரசியல் சூழலையும் சேதப்படுத்த இதுதான் சரியான நேரமா? மிகச் சிறந்த ராஜ தந்திரி என்ற வகையில், இந்தப் பிரச்சினையில் கவனம் செலுத்தி இந்த மசோதாவைக் கைவிட வேண்டும், அரசியல் சட்டத்தைத் திருத்தி, இந்தி பேசாத மக்கள் முடிவெடுக்கும் வரையில் ஆங்கிலமே ஆட்சிமொழியாக நீடிக்கும் வகையில் அரசியல் சட்டத்துக்குத் திருத்தம் கொண்டுவர வேண்டும்.

இப்படிச் சொல்வதற்காக நான் நகைப்புக்கிடமானவன் ஆகிவிட மாட்டேன், மத்திய திட்டக் குழு உறுப்பினரான ஸ்ரீமன் நாராயண், இந்தி பேசாத மக்கள்தான் (ஆட்சிமொழி தொடர்பாக) முடிவெடுக்க வேண்டும் என்று கடந்த வாரம்தான் கூறியிருக்கிறார். உள்துறை அமைச்சர் லால் பகதூர் சாஸ்திரி கலந்துகொண்ட கூட்டத்தில் காங்கிரஸ் கட்சியைச் சேர்ந்த மிஸ்ரா என்ற பெயருள்ள தலைவர் பேசியிருக்கிறார், “ஆட்சிமொழி தொடர்பாக இந்தி பேசாத மக்களிடம் கையெழுத்திடாத வெற்றுக் காசோலையை (முடிவெடுக்கும் வாய்ப்பை) கொடுத்துவிட வேண்டும், அதில் அவர்கள் பெயரையும் தேதியையும் எழுதிக்கொள்ளட்டும்” என்று. இதுதான் அரசியல் பெருந்தன்மை, அரசியல் மதிநுட்பம்.

உங்களிடம் எதிர்பார்க்கப்பட்ட மதிநுட்பமும், ராஜதந்திரத்தன்மையும் இந்த மசோதாவால் தகர்க்கப்பட்டுவிட்டது; கடந்த ஓராண்டாக ஏற்படுத்தப் பட்டிருந்த ஒற்றுமையைக் குலைத்து, அமைதியான அரசியல் சூழலில் பிளவை ஏற்படுத்துகிறீர்கள். எனவே, ஒற்றைக் குரலாக – பூபேஷ் குப்தா கூறியபடி இரைச்சலான குரலாக இருந்தாலும் – எனது கோரிக்கையை உள்துறை அமைச்சரிடம் வைக்கிறேன்; திமுகவின் அதிகாரபூர்வ பிரதிநிதி

என்ற வகையிலும் இந்தி பேசாத தென் மாநிலங்களின் அதிகாரபூர்வமற்ற தூதுவன் என்ற வகையிலும், இந்தியின் தீமையையும் விளைவுகளையும் புரிந்துகொண்டவர்களின் சார்பிலும் கேட்கிறேன், இந்த மசோதாவை வலியுறுத்தாதீர்கள். மொழி விவகாரத்தில் மறுஆய்வு செய்யுங்கள். மறு ஆய்வு முடிவு வரும்வரையில் ஆங்கிலமே ஆட்சிமொழியாக நீடிக்க அரசியல் சட்டத்தைத் திருத்தி இப்போதைய நிலையைப் பராமரியுங்கள்.

இருக்கிற நாட்டுக்கு விசுவாசமாக இருங்கள்

1966-ல் சிங்கப்பூர், மலேசியா, தாய்லாந்து, கம்போடியா, ஹாங்காங், ஜப்பான் போன்ற நாடுகளுக்கு அண்ணா சுற்றுப்பயணம் செய்தார். சாலான் பஜார் மைதானத்தில் நடந்த வரவேற்புக் கூட்டத்துக்கு சுமார் இரண்டு லட்சம் பேர் வந்திருந்தார்கள். தலைமை தாங்கிப் பேசிய சிங்கப்பூர் பிரதமர் லீ குவான் யூ, "மலேசியாவில் நேருவுக்குக் குவிந்த கூட்டத்துக்குப் பிறகு இவ்வளவு பெரிய கூட்டத்தை இப்போதுதான் பார்க்கிறேன்" என்றார். ஆங்கிலத்திலும், பிறகு தமிழிலும் பேசினார் அண்ணா. "மலாக்கா, சீன மொழிகளைப் போலவே தமிழுக்கும் தமிழ் மக்களுக்கும் இந்த இரு நாடுகளிலும் உரிய மரியாதை தரப்படுவது வரவேற்கக் கூடியது. சிங்கப்பூரிலும் மலேசியாவிலும் வாழும் தமிழர்கள் அனைவரும் தாங்கள் வாழும் நாட்டின் குடிமக்களாகவே நாட்டுப்பற்றுடன் வாழ வேண்டும்" என்று பேசிய அண்ணா, கூட்டம் முடித்துத் திரும்புகையில் நண்பர்களிடம் சொல்லிவந்தார். "தமிழினம் இன்று உலகளாவிய சமூகமாக மாறிக்கொண்டிருக்கிறது. தாம் வாழும் ஒவ்வொரு நாட்டிலும் அந்தந்த நாடுகளின் முன்னேற்றத்திலும் வளர்ச்சியிலும் தமிழர்கள் தம்மைக் கரைத்துக்கொள்ள வேண்டும். அதேசமயம், அந்தந்த நாட்டிலிருந்து பெறும் கலாச்சார வளங்களையும் அறிவையும் நம் தமிழ்நாட்டோடும் இணைத்துப் பொருத்த வேண்டும். ஒருவகையில் இரு தரப்புக்கும் இடையிலான கலாச்சாரத் தூதுவர்களாக அவர்கள் பணியாற்ற வேண்டும்." கூட்டத்தில் தனக்கு அளிக்கப்பட்ட நிதியை சிங்கப்பூர் பல்கலைக்கழக ஆய்வுக்குக் கொடையாகத் தந்துவிட்டார் அண்ணா.

மாபெரும் தமிழ்க் கனவு

தமிழ்நாடு என்று என் மாநிலத்தை அழையுங்கள்

தாய்த் தமிழ் நிலத்துக்கு 'தமிழ்நாடு' என்று பெயர் கேட்டு வலியுறுத்தி, 'தமிழ்நாடு என்று என் மாநிலத்தை அழையுங்கள்' (Call My State 'Tamilnadu') எனும் பொருளை மையப்படுத்தி மே 1963-ல் அண்ணா ஆற்றிய உரை இது. தன்னுடைய வாதத்துக்கு வலுசேர்க்க பழந்தமிழ் இலக்கியங்களில் தொடங்கி சான்றுகளை எடுத்துப் பேசும் அண்ணா, தன்னை நோக்கி வரும் ஒவ்வொரு எதிர் வாதத்தையும் அடித்து நொறுக்குகிறார். இந்தத் தமிழ் நிலம் நவீன வரலாற்றில் 'தமிழ்நாடு' என்ற பெயரை மீட்டுக்கொள்ள எவ்வளவு பெரிய போராட்டம் தேவைப்பட்டது என்பதையும் சொல்லும் உரையிலிருந்து தேர்ந்தெடுக்கப்பட்ட பகுதிகளைத் தருகிறோம்.

"

தமிழ்நாடு என்று பெயர் மாற்றுவதன் மூலம் நீங்கள் அடையப்போவது என்ன என்று என்னைக் கேட்கிறீர்கள். பதிலுக்கு நான் கேட்கிறேன், பார்லிமெண்ட் என்பதை லோக் சபா என்று மாற்றியதன் மூலம் நீங்கள் எதை அடைந்தீர்கள் ? கவுன்சில் ஆஃப் ஸ்டேட்ஸ் என்பதை ராஜ்ய சபா என்று மாற்றியதன் மூலம் நீங்கள் எதை அடைந்தீர்கள் ? பிரசிடென்ட் என்பதை ராஷ்டிரபதி என்று மாற்றியதன் மூலம் நீங்கள் எதை அடைந்தீர்கள் ?

சி.என்.அண்ணாதுரை: துணைத் தலைவர் அவர்களே!

நான் அபூர்வமாகத்தான் என்னுடைய நண்பர் பூபேஷ் குப்தாவுடன் முழுதாக உடன்படுகிறேன்; ஆனால், இன்றைக்கு அவரை முழு மனதுடன், முழுமையாக, மனப்பூர்வமாக ஆதரிக்க எழுந்து நிற்கிறேன். அவர் முன்மொழிந்துள்ள மசோதாவில் உள்ள ஒரே குறை, இது அரசால் கொண்டு வரப்படாத 'தனிநபர் மசோதா' என்பதுதான்.

தமிழ்நாட்டில் உள்ள கோடிக்கணக்கான தமிழர்களுக்கு நெஞ்சம் நிறைந்த திருப்தியைத் தரும் வகையில், மிகவும் அவசியமான - மிகவும் எளிதான - மசோதாவை அரசு சார்பில் கொண்டுவரப்படுவதையே மிகவும் விரும்புகிறேன். இந்த மசோதாவுக்கு ஆதரவாகத் தெரிவிக்கப்பட்ட கருத்துகளைவிட, எதிரான கருத்துகள் - அதுவும் மசோதாவைக் கொண்டு வருகிறவரின் 'அரசியல் வண்ணம்' கருதி தெரிவிக்கப்பட்டவையே - அதிகம். "சென்னை மாநில அரசு கேட்டுக்கொள்ளாமலேயே (பூபேஷ் குப்தா) இந்த மசோதாவைக் கொண்டுவந்திருக்கிறார்" என்று ஓர் உறுப்பினர் பேசியிருக்கிறார்.

நாடாளுமன்ற நடவடிக்கைகள் தொடர்பாக, சில அடிப்படை அம்சங் களை விளக்குவது அவசியமாகிறது என்பதற்காக நான் மிகவும் வருத்தப் படுகிறேன். தன்னுடைய சார்பில் அதிகாரபூர்வமற்ற மசோதாவைக் கொண்டுவாருங்கள் என்று எந்த உறுப்பினரையும் சென்னை மாநில அரசால் எப்போதும் கேட்டுக்கொள்ள முடியாது; இப்படியொரு மசோதா வருவதை சென்னை மாநில (காங்கிரஸ்) அரசு விரும்பியிருந்தால், அந்தக் கட்சியின் பிரதிநிதிகள் இந்த அவையிலேயே இ. ம்பெற்றிருக்கின்றனர், அவர்கள் மூலமே அதைச் செய்திருக்க முடியும்.

எனவே, தங்களுடைய கட்சியோ, மாநில அரசோ இதை ஆதரிக்குமாறு தங்களிடம் கூறவில்லை என்பதால், மசோதாவை எதிர்க்கிறோம் என்பது தான் அவர்களுடைய கருத்தாக இருக்கிறது. அவர்களுடைய மனங்களில் எழுந்துள்ள பூகம்பத்தை உணர்கிறேன், ஆனால், அது மசோதாவுக்கு எதிரான வாதமாக இருந்துவிட முடியாது.

சென்னை மாநிலம் என்பதை தமிழ்நாடு என்று பெயர் மாற்றக் கொண்டுவரப்படும் இந்த மசோதாவுக்கு ஆதரவாகப் பேசியவர்களின் கருத்துகளுக்கு, மசோதாவை எதிர்ப்பவர்களால் எந்தப் பதிலையும் சொல்ல முடியவில்லை.

ஷீல் பத்ரயாஜி: நான் சொல்லியிருக்கிறேனே!

சி.என்.அண்ணாதுரை: நீங்கள் பேசியது எனக்குப் புரியவில்லை. உங்கள் மொழியை எப்போதாவதுதான் என்னால் புரிந்துகொள்ள முடிகிறது. உங்களுடைய வாதத்தில் தர்க்கமும் அர்த்தமும் இருந்ததா என்று என்னால் கூற முடியவில்லை. ஆனால், முன்வைக்கப்பட்ட சில வாதங்கள் பொருத்த மாக இல்லை என்று என்னால் கூற முடியும்.

உங்கள் மொழியை எப்போதாவதுதான் என்னால் புரிந்துகொள்ள முடிகிறது. உங்களுடைய வாதத்தில் தர்க்கமும் அர்த்தமும் இருந்ததா என்று என்னால் கூற முடியவில்லை. ஆனால், முன்வைக்கப்பட்ட சில வாதங்கள் பொருத்தமாக இல்லை என்று என்னால் கூற முடியும்!

யார் மனதில் ஏற்படும் நடுக்கம்?

தமிழ்நாட்டில் தெலுங்கு மொழி பேசுவோரும், மலையாளம், கன்னடம் பேசுவோரும் வாழ்வதால் – 'மெட்ராஸ்' என்பதைத் 'தமிழ்நாடு' என்று பெயர் மாற்றினால் அவர்களின் உள்ளங்களில் நடுக்கம் ஏற்படும் என்று ஓர் உறுப்பினர் கூறினார். இத்தகைய வாதங்கள் ஏற்கெனவே தவிடு பொடியாக்கப்பட்டுவிட்டன என்பதை இந்த அவைக்குத் தெரிவித்துக் கொள்ள விரும்புகிறேன். பகுத்தறிவு, தர்க்கம் ஆகியவற்றைக் கொண்டு அலசினால் இந்த வாதங்கள் நிலைத்து நிற்காது.

காங்கிரஸ் கட்சிக்குப் பகையாளியான திமுகவோ அல்லது அதைப் போன்ற கட்சியைச் சேர்ந்தவரோ அல்லாத – பிரஜா சோஷலிஸ்ட் கட்சியைச் சேர்ந்த – ஓர் உறுப்பினர் இதே போன்ற பெயர் மாற்ற மசோதாவைத் தமிழக சட்டசபையிலே கொண்டுவந்தார். அதன் மீது சில நாட்களுக்கு விவாதம் நடந்தது. இறுதியில் 1961 பிப்ரவரி 24-ல் சட்ட சபையில் பேசிய நிதியமைச்சரும் பேரவையின் முன்னவருமான சி.சுப்பிரமணியம், "சென்னை மாநிலத்துக்குத் தமிழ்நாடு என்று பெயர் மாற்றக் கோரும் இத்தீர்மானத்தை, அதன் உணர்வுக்காகப் பகுதியளவு ஏற்றுக்கொள்கிறேன்; இனி மெட்ராஸ் மாநிலத்தின் எல்லா அரசு வெளியீடு களிலும் 'தமிழ்நாடு அரசு' என்றே குறிப்பிடப்படும்" என்று அறிவித்தார்.

அன்றிலிருந்து தமிழ்நாடு அரசின் வெளியீடுகள் அனைத்திலும் 'தமிழ்நாடு' என்று குறிப்பிடப்பட்டே அச்சிட்டு வழங்கப்படுகிறது. சென்னை மாநில சட்டசபையில் நிதியமைச்சர் மேற்கொண்ட வரலாற்றுபூர்வ அறிவிப்புக்குப் பிறகு, அடுத்த நாளும் பேசிய நிதி அமைச்சர், "நேற்று நான் செய்த அறிவிப்புக்கு இணங்க, 'தமிழ்நாடு' அரசின் வரவு-செலவுத் திட்டத்தை இந்த அவையில் இன்று தாக்கல் செய்கிறேன்" என்று அடுத்த நாள் மீண்டும் அறிவித்தார்.

ஆகையால், மாநிலத்தின் பெயரை மாற்றினால் தெலுங்கு பேசுவோர், மலையாளம் பேசுவோர், கன்னடம் பேசுவோர் கொதித்தெழுவார்கள் என்கிற வாதம் அடிபட்டுப்போகிறது. ஏனென்றால், இது மாநில அரசாலேயே ஏற்கப்பட்டுவிட்டது. இப்போது எஞ்சியிருப்பதெல்லாம் 'மெட்ராஸ்' என்ற வார்த்தையை நீக்கிவிட்டு, 'தமிழ்நாடு' என்ற வார்த்தையை இட்டு நிரப்புவதுதான். ஆனால், இதையும் இந்த அவையில்

ஏற்கவில்லை. தமிழர்களின் உணர்வோடு கலந்த இந்தக் கோரிக்கையை, வாதங்களை மத்திய அரசாலும் ஏற்க முடியவில்லை, 'மெட்ராஸ்' காங்கிரஸ் தலைவர்களாலும் ஏற்க முடியவில்லை. இந்த மசோதாவுக்கு எதிராகப் பேசியவர்கள் எந்த அளவுக்கு விவரங்கள் தெரியாமல் இருக்கிறார்கள் என்பதை அறிந்தபோது எனக்கு வியப்பே ஏற்படுகிறது.

பழந்தமிழ் இலக்கியங்களில் தமிழ்நாடு இல்லையா?

ஓர் உறுப்பினர், 'கொள்ளேகால் தமிழ்நாட்டில் இருக்கிறது' என்று பேசியிருக்கிறார். இன்று அவர் அவைக்கு வரவில்லை. அவருக்கு நான் சொல்லிக்கொள்வேன் – இங்கிருக்கும் அவருடைய நண்பர்களும் அவருக்குச் சொல்ல வேண்டும் – கொள்ளேகால் இப்போது மைசூர் மாநிலத்தில் சேர்ந்துவிட்டது. ஒருங்கிணைந்த 'மதறாஸ்' மாகாணத்தில் இருந்த கொள்ளேகால், மொழிவாரி மாநிலங்கள் பிரிக்கப்பட்ட பிறகு மைசூர் மாநிலத்தில் சேர்க்கப்பட்டுவிட்டது.

கொள்ளேகால் பற்றியே இந்த அளவுக்கு விவரம் தெரியாமல் அவர் பேசியிருப்பதால், பழந்தமிழ் இலக்கியங்களில் 'தமிழ்நாடு' என்ற பெயரே கிடையாது என்று பேசிய அவருடைய அறியாமையைக் குறித்து எனக்கு வியப்பேதும் ஏற்பட்டுவிடவில்லை. தமிழ்நாட்டுடன் இருந்து பிறகு மைசூர் மாநிலத்துடன் சேர்ந்துவிட்ட கொள்ளேகால் குறித்தே தெரியா தவர், தமிழ் இலக்கியங்களில் நல்ல தேர்ச்சி பெற்றவராக இருப்பார் என்று எதிர்பார்க்க முடியாது. அந்த உறுப்பினரும், இந்த அவையும் தெளிவாகத் தெரிந்துகொள்ள வேண்டும் என்பதற்காக சங்கத் தமிழ்ப் பாடல்களில் 'தமிழ்நாடு' என்ற சொல் இடம்பெற்றிருப்பது குறித்து சில தகவல்களை இங்கே கூற விரும்புகிறேன்.

நான் குறிப்பிடும் நூல்கள் அனைத்தும் இன்றைக்கு 1,800 அல்லது 2,000 ஆண்டுகளுக்கு முன் இயற்றப்பட்டவை. இந்த நூல்களின் பெயர்களை நான் தமிழில் குறிப்பிடுகிறேன்; 'தமிழ்நாடு' என்ற பெயர் சங்க காலப் பாடல்களில் இடம்பெற்றிருக்கவில்லை என்று குறிப்பிட்ட உறுப்பினரும் தமிழர்தான் என்பதால் அவரால் புரிந்துகொள்ள முடியும். மதிப்புக்குரிய துணை அமைச்சரும் தமிழர் என்பதால் அவராலும் புரிந்துகொண்டு, அந்த நண்பருக்குச் சொல்ல முடியும். அந்த நூல்களின் பெயர்கள் 'பரிபாடல்', 'பதிற்றுப்பத்து'; அவற்றைவிட அதிகம் பிரபலமானவை 'சிலப்பதிகாரம்', 'மணிமேகலை'.

இவையெல்லாம் தமிழ்நாட்டின் தொன்மையான இலக்கியங்கள். இன்றைக்கு ஆயிரத்துக்கும் மேற்பட்ட ஆண்டுகளுக்கு முன்னால் இயற்றப்பட்டவை. 'பரிபாடல்' நூலில், "தண்டமிழ் வேலி தமிழ்நாட்டு அகமெல்லாம்" என்ற வரி இடம்பெற்றுள்ளது. இதற்குப் பொருள், "மூன்று பக்கங்களும் கடல் சூழ்ந்த இனிய தமிழ்நாடு!" 1,800 ஆண்டுகளுக்கு முன்னர் இயற்றப்பட்ட 'பதிற்றுப்பத்து' பாடலில் "இமிழ் கடல் வேலி தமிழகம்" என்றுள்ளது. இதன் பொருள், "கடலையே தன் எல்லையாகக்

மதறாஸை வைத்திருப்பது அல்லது கொடுத்துவிடுவதல்ல கேள்வி; மதறாஸைத் தமிழ்நாட்டுக்குள் வைத்துக்கொண்டு, மாநிலத்துக்கு தமிழ்நாடு என்று பெயர் மாற்ற வேண்டும் என்பதுதான் கோரிக்கை. மதறாஸ் என்பது தமிழ்நாட்டின் தலைநகரம், குஜராத்துக்கு அகமதாபாத் தலைநகரமாக இருப்பதைப் போல; பஞ்சாபுக்கு சண்டிகர் தலைநகரமாக இருப்பதைப் போல! தலைநகரின் பெயர்தான் மாநிலத்துக்கு இருக்க வேண்டும் என்பதை ஏற்பதாக இருந்தால், கேரளத்தின் பெயர் திருவனந்தபுரம் மாநிலமாக இருக்க வேண்டும், ஆந்திர மாநிலத்தை ஹைதராபாத் மாநிலமாக்க வேண்டும்!

கொண்ட தமிழ்நாடு!" தமிழ்நாட்டை 'சிலப்பதிகார'த்தில் 'தென் தமிழ் நன்னாடு' என்று வர்ணித்துள்ளனர். இதன் பொருள், "நல்ல தமிழ்நாடு!" 'மணிமேகலை'யில், "சம்புத் தீவினுள் தமிழக மருங்கில்" என்று கூறப்பட்டுள்ளது. தமிழ்நாட்டை 'சம்புத் தீவு' என்று குறிப்பிட்டுள்ளனர்.

மாண்புமிகு அவை உறுப்பினர்களுக்கு மேலும் சான்றுகள் வேண்டு மென்றால் கம்பன், சேக்கிழார் இயற்றிய நூல்களைப் படித்துப்பார்க்கு மாறு கேட்டுக்கொள்கிறேன். அவற்றில் பல இடங்களில் தமிழ்நாடு என்ற பெயர் இடம்பெற்றுள்ளது. அதற்குப் பிறகுதான் தமிழ்நாட்டில் சேர நாடு, சோழ நாடு, பாண்டிய நாடு என்ற மூன்று பெரும் அரசுகள் தோன்றியுள்ளன. இந்தப் பெயர்கள் தமிழ்நாட்டின் இலக்கியங்களில் இடம்பெற்றுள்ளன. தமிழ்நாடு என்ற பெயர் தமிழின் பழமையான இலக்கியங்களில் விளங்குவதே! பழமையான அந்த இலக்கியங்களில் செழுமையான கருத்துகளுக்குக் குறைவே இல்லை. இந்த இலக்கியங்களைப் படிக்க என்னுடைய நண்பருக்கு நேரமோ எண்ணமோ இல்லாமல் போய் விட்டதால் இதை அவர் அறிந்திருக்கவில்லை.

விளம்பரம் வேண்டாத கட்சி ஒன்று உண்டா?

இந்த மசோதாவுக்கு எதிராக இன்னொரு வினோதமான வாதம் முன்வைக்கப்பட்டது, "விளம்பரம் பெறும் நோக்கில் கம்யூனிஸ்ட் கட்சி இதைக் கொண்டுவருகிறது" என்று! அரசியல் சூழலை உணர்ந்து கம்யூனிஸ்ட் கட்சி செயல்பட்டால் நாம் ஏன் அதைப் பாராட்டக் கூடாது? விளம்பரம் வேண்டும் என்று நினைக்காத அரசியல் கட்சிகள் உண்டா? விளம்பரம் பெறுவதென்ன கடுமையான குற்றமா? ஐந்தாண்டுத் திட்டம் தொடர்பாக ஏன் அறிக்கைகளைப் பிரசுரிக்கிறீர்கள்? அது மக்கள் பணத்தில் செய்துகொள்ளப்படும் விளம்பரம் இல்லையா?

அரசியல் விளம்பரத்துக்காக இவற்றையெல்லாம் செய்வதாக ஏனைய கட்சிகளைக் குற்றஞ்சாட்டுகிறீர்களே? இந்த மசோதாவை நீங்கள்

தோற்கடித்தாலும் அவருக்கு விளம்பரம் கிடைத்துவிட்டது. இனி உங்களால் பூபேஷ் குப்தாவுக்குக் கிடைக்கும் புகழைப் பறித்துவிட முடியாது. தமிழ்நாட்டுக்கு வந்து தமிழர்களைச் சந்திக்கும்போது அவர் மிக எளிதாகச் சொல்லிவிடுவார், "உங்களுடைய மாநிலப் பெயர் மாற்றத்துக்குப் பாடுபட்டேன்; ஆளும் காங்கிரஸ் கட்சி மசோதாவைத் தோற்கடித்து உங்களுடைய விருப்பம் நிறைவேறாமல் தடுத்துவிட்டது".

உங்களையும் அறியாமல் நீங்கள் பூபேஷ் குப்தாவின் பொறியில் சிக்கிக் கொண்டீர்கள். "இந்தத் தனி நபர் மசோதாவைக் கொண்டுவராதீர்கள், நாங்களும் இதில் அக்கறை உள்ளவர்கள்தான், நாங்களே அரசு சார்பில் மசோதா கொண்டுவருவதாக இருக்கிறோம்" என்று அரசுத் தரப்பிலிருந்து அவரிடம் கூறியிருந்தீர்கள் என்றால் நான் அதைப் பாராட்டியிருப்பேன்.

சென்னை மாநகரை மாநிலத் தலைநகரமாகத் தக்கவைக்கக் கடுமையாகப் போராட வேண்டியதாக கனம் சந்தானம் குறிப்பிட்டார்; "பல பேருடன் போராட வேண்டியிருந்தது, போராடித் தக்கவைத்துக் கொண்டோம்" என்றார். அந்தப் பெருமையில் எனக்கும் சொந்தம் இருக்கிறது. காரணம், நாங்களும் அதில் இணைந்து போராடினோம், போராட்டத்தின் உச்சத்தில் இருந்தபோது பார்த்தேன், சந்தானத்தை என் பக்கத்தில் காணவில்லை.

அக்பர் கான்: ஆந்திரம் கொடுத்த 'விலை' அது.

சி.என்.அண்ணாதுரை: ஆந்திரர்களின் ஒப்புதலுடன்தான் பெறப்பட்டது என்று என்னால் சொல்ல முடியும். இப்போதும்கூட எல்லைப்புறங்களில் தெலுங்குக் கலாச்சாரத்தைக் காப்பாற்றவும் தெலுங்கு மொழி கற்பிக்கப் படவும் இப்போதைய அரசு நடவடிக்கைகளை எடுத்துவருகிறது. மதறாஸ் நகரைத் தமிழர்கள் எடுத்துக்கொண்டாலும் ஆந்திரர்களுடன் விரோதம் ஏதுமில்லை. மிகவும் போராடிப் பெற்றதால் மதறாஸைத் தக்கவைக்க விரும்புவதாக சந்தானம் கூறினார்.

குஜராத்தை அகமதாபாத் மாநிலம் என்று கூறுவீர்களா?

மதறாஸை வைத்திருப்பது அல்லது கொடுத்துவிடுவதல்ல கேள்வி; மதறாஸைத் தமிழ்நாட்டுக்குள் வைத்துக்கொண்டு, மாநிலத்துக்கு தமிழ்நாடு என்று பெயர் மாற்ற வேண்டும் என்பதுதான் கோரிக்கை. மதறாஸ் என்பது தமிழ்நாட்டின் தலைநகரம், குஜராத்துக்கு அகமதாபாத் தலைநகரமாக இருப்பதைப் போல; பஞ்சாபுக்கு சண்டிகர் தலைநகரமாக இருப்பதைப் போல! தலைநகரின் பெயர்தான் மாநிலத்துக்கு இருக்க வேண்டும் என்பதை ஏற்பதாக இருந்தால், கேரளத்தின் பெயர் திருவனந்தபுரம் மாநிலமாக இருக்க வேண்டும், ஆந்திர மாநிலத்தை ஹைதராபாத் மாநிலமாக்க வேண்டும், பஞ்சாபை சண்டிகர் மாநிலமாக்க வேண்டும், குஜராத்தையே அகமதாபாத் மாநிலம் என்றுதான் அழைக்க வேண்டும்.

பார்லிமென்ட் என்பதை லோக் சபா என்று மாற்றியதன் மூலம் நீங்கள் எதை அடைந்தீர்கள்? கவுன்சில் ஆஃப் ஸ்டேட்ஸ் என்பதை ராஜ்ய சபா என்று மாற்றியதன் மூலம் நீங்கள் எதை அடைந்தீர்கள்? பிரசிடென்ட் என்பதை ராஷ்டிரபதி என்று மாற்றியதன் மூலம் நீங்கள் எதை அடைந்தீர்கள்? நான் உங்களைத் திருப்பிக் கேட்கிறேன்; தமிழ்நாடு என்று பெயர் மாற்றம் செய்வதால் நீங்கள் எதை இழக்கிறீர்கள்?

பூபேஷ் குப்தா: வங்காளத்தையும் கல்கத்தா மாநிலம் என்று அழைக்க வேண்டும்.

சி.என்.அண்ணாதுரை: என்னுடைய அரசு - அதாவது மதறாஸில் உள்ள என்னுடைய காங்கிரஸ் அரசு - எல்லாவற்றுக்கும் இரண்டு மொழிகளில் பெயர்கள் வேண்டும் என்று விரும்புகிறது. 'இந்தியா – பாரத்,' 'ஜன கண மன – வந்தே மாதரம்'. இங்கிருந்து கொஞ்சம், அங்கிருந்து கொஞ்சம். எனவே, தமிழர்கள் பேசவும் அழைக்கவும் தமிழ்நாடு; அனைத்திந்திய அளவில் அழைக்க மதறாஸ். இது இரட்டை வேடம். அதனால்தான், என் நண்பர் பூபேஷ் குப்தா காங்கிரஸ்காரர்கள் அவையில் ஒரு மாதிரியாகவும் - வெளியில் ஒரு மாதிரியாகவும் பேசுவதாகக் கூறுகிறார். எந்த காங்கிரஸ் காரராலும் தமிழ்நாட்டுக்கு வந்து தமிழ் மக்களைப் பார்த்து, மாநிலத்துக்கு மதறாஸ் என்றுதான் பெயர் இருக்க வேண்டும் என்று கூற முடியாது என்று சவால்விடுக்கிறேன்.

டி.எஸ்.பட்டாபிராமன்: தமிழரசுக் கழகத்தின் போராட்டத்தின்போது நாங்கள் அதை எதிர்கொண்டிருக்கிறோம், அதை நண்பரும் அறிவார். அவர் சொல்வது உண்மையைக் கேலிக்கூத்தாக்குவது.

சி.என்.அண்ணாதுரை: போராட்டத்தை பட்டாபிராமன் எப்படி எதிர் கொண்டார் என்று நான் அறிவேன், அதை நான் கூற மாட்டேன். இந்த விஷயத்தை நாம் - காங்கிரஸ், திமுக என்று - கட்சி அடிப்படையில் எதிர் கொள்ள வேண்டாம். மாநிலத்துக்குப் பெயர் சூட்டுவது தொடர்பாக நாம் இருவரும் தமிழ் மக்கள் முன் செல்வோம். 51% தமிழர்கள் உங்களுடைய தரப்பை ஏற்றுக்கொண்டால் நான் தலைவணங்கி அதை ஏற்கிறேன். இது கட்சிகளுக்கு இடையிலான விவகாரம் அல்ல. மதறாஸ் என்ற மாநிலப் பெயரை தமிழ்நாடு என்று மாற்றுவதை கம்யூனிஸ்ட் கட்சி, திமுக, பிரஜா சோஷலிஸ்ட் கட்சி – ஏன், உங்களுக்கு வியப்பாகக்கூட இருக்கலாம் – சுதந்திரா கட்சியின் மதறாஸ் மாநிலக் கிளைகூட ஏற்றுக்கொண்டுள்ளது.

டி.எஸ்.பட்டாபிராமன்: நீங்கள் கூறிய ஒரு கட்சிகூட அதைத் தங்களுடைய தேர்தல் அறிக்கையில் குறிப்பிட்டதில்லை.

சி.என்.அண்ணாதுரை: திமுகவின் தேர்தல் அறிக்கையின் நகலை அவருக்கு நாளை தருவேன். பட்டாபிராமனுக்குத் தமிழ் தெரியும் என்று நம்புகிறேன். தமிழ்நாட்டில் கடந்த 10 முதல் 15 ஆண்டுகளாக இது பெரிய விவாதப்பொருளாகியிருக்கிறது. தமிழரசுக் கழகம் மட்டும்தான் இந்தப் பெயர் மாற்றத்துக்காகப் போராடிவருகிறது என்று அவர் கூறினார். இது ஓரளவுக்கே உண்மை. பெயர் மாற்றம் ஒன்றுக்காகவே போராட்டம் தொடங்கியது தமிழரசுக் கழகம். மற்றைய அரசியல் கட்சிகளும் மிகப் பெரிய அளவில், உள்ளம் ஒன்றிய நிலையில் இதில் ஆர்வம் காட்டு கின்றன. அவர்கள் அனைவரும் தேர்தல் அறிக்கையில் அதை இடம்பெறச் செய்துள்ளனர். அரசியல் மேடைகளில் விளக்கியுள்ளனர்.

தமிழ்நாடு என்ற பெயர் மாற்றத்தின் வழி அடையப்போவது என்ன?

சென்னை மாநிலம் என்பதைத் தமிழ்நாடு என்று மாற்ற வேண்டும் என்று தீர்மானம் நிறைவேற்றாமல் திமுகவின் மாவட்ட மாநாடுகள் முடிந்த தில்லை. திடீரென உந்தப்பட்டு இந்தக் கோரிக்கை குறித்து நான் பேச வில்லை. என்னுடைய வருத்தமெல்லாம் இந்த விவகாரத்துக்காக நான் கிளப்பியிருக்கக் கூடிய சூட்டை, பூபேஷ் குப்தா பெற்றுவிட்டார் என்பது தான். இருந்தாலும் இது தமிழ்நாட்டுக்கு மிக முக்கியமான பிரச்சினை என்று சுட்டிக்காட்ட விரும்புகிறேன். பூபேஷ் குப்தாவின் ஒரு கேள்விக்கு யாரும் பதில் அளிக்கவில்லை; சென்னை மாநிலம் என்பதை தமிழ்நாடு என்று அழைப்பதன் மூலம் நீங்கள் எதை இழக்கப்போகிறீர்கள் என்று கேட்டார்? யாருமே பதில் சொல்லவில்லை.

என்.எம்.லிங்கம்: தமிழ்நாடு என்று பெயர் மாற்றுவதன் மூலம் நீங்கள் அடையப்போவது என்ன?

சி.என்.அண்ணாதுரை: நான் எதை அடைவேன்? பார்லிமென்ட் என்பதை லோக் சபா என்று மாற்றியதன் மூலம் நீங்கள் எதை அடைந் தீர்கள்? கவுன்சில் ஆஃப் ஸ்டேட்ஸ் என்பதை ராஜ்ய சபா என்று மாற்றியதன் மூலம் நீங்கள் எதை அடைந்தீர்கள்? பிரசிடென்ட் என்பதை ராஷ்டிரபதி என்று மாற்றியதன் மூலம் நீங்கள் எதை அடைந்தீர்கள்? நான் உங்களைத் திருப்பிக் கேட்கிறேன்; தமிழ்நாடு என்று பெயர் மாற்றம் செய்வதால் நீங்கள் எதை இழக்கிறீர்கள்?

நீங்கள் எதையாவது பெரிதாக இழப்பதாக இருந்தால் இந்தக் கோரிக்கையை நாங்கள் வலியுறுத்தவில்லை. அடிப்படையான எதையும் நீங்கள் இழக்காதபோது இக்கோரிக்கையை நாங்கள் தொடர்ந்து வலியுறுத்துவோம். உங்களுக்கு என்ன லாபம் என்ற கேள்வி எழுப்பப் பட்டது. உணர்வுபூர்வமாக நாங்கள் திருப்தி அடைவோம். பழந்தமிழ்ச் சொல் ஒன்று கோடிக்கணக்கானவர்களின் நாவிலும் மனங்களிலும் இடம் பெறுகிறது என்று மகிழ்ச்சி அடைவோம். பெயர் மாற்றம் என்ற சிறிய செயலுக்கு இது போதுமான, மிகப் பெரிய ஈடு இல்லையா? பெயர் மாற்றத்துக்கு எதிராக நீங்கள் வைக்கும் அனைத்து வாதங்களும் தவிடு

பெயர் மாற்றம் தொடர்பாக எந்தத் திருத்தம் கொண்டுவரப்பட்டாலும் அல்லது இந்த விவகாரத்தை மக்களிடம் கொண்டுசென்று ஆதரவு திரட்டுங்கள் என்று யோசனை கூறினாலும் அதைச் சவாலாக ஏற்க நாங்கள் தயார். இதைத் தேர்தல் பிரச்சினையாக ஏற்க நீங்கள் தயாரா என்று நான் கேட்க மாட்டேன், அஞ்ச வேண்டாம்!

பொடியாகின்றன. மாநில அரசு இந்த கோரிக்கையை முன்வைத்தால் நாங்கள் ஏற்றிருப்போம் என்று அரசுத் தரப்பில் கூறுகிறார்கள்.

சென்னை மாநில சட்டசபையில் காங்கிரஸ் கட்சி பெரும்பான்மைப் பலத்துடன் இருந்தாலும் அதன் அமைப்பு எப்படிப்பட்டது என்று எல்லோருக்கும் தெரியும். சென்னை மாநிலம் என்பதற்குத் தமிழ்நாடு என்று பெயர் மாற்றம் கோரும் தீர்மானம் வாக்கெடுப்புக்கு வந்தால் 'விருப்பப்படி வாக்களியுங்கள், கொறடா பிறப்பிக்கப்பட மாட்டாது' என்று கூறுவீர்களா, விருப்பப்படி காங்கிரஸ் உறுப்பினர்கள் வாக்களிக்க அனுமதிப்பீர்களா, மாட்டீர்கள்.

டி.எஸ்.பட்டாபிராமன்: உங்களுடைய கட்சி உறுப்பினர்கள் பெயர் மாற்றம் தொடர்பாகத் தீர்மானம் கொண்டுவந்து சட்டசபையில் அதை நிறைவேற்றிக்கொண்டிருக்கலாமே? கடந்த ஏழு அல்லது எட்டு ஆண்டு களாக ஏன் அதைச் செய்யவில்லை?

சி.என்.அண்ணாதுரை: நான் அதற்கு வருகிறேன். சென்னை சட்ட சபையிலே நாங்கள் தீர்மானத்தைக் கொண்டுவந்தால், பெயர் மாற்றம் செய்வதாக இருந்தால் அரசியல் சட்டத்தைத் திருத்த வேண்டும், அரசியல் சட்டத்தைத் திருத்துவதாக இருந்தால் நாடாளுமன்றத்தால்தான் முடியும். எனவே, நாடாளுமன்றத்துக்குச் செல்லுங்கள் என்று சொல்வார்கள்.

டி.எஸ்.பட்டாபிராமன்: நான் தீர்மானத்தைப் பற்றித்தான் கூறுகிறேன், மசோதா பற்றியல்ல. தீர்மானம் கொண்டுவரலாமே?

சி.என்.அண்ணாதுரை: பிரஜா சோஷலிஸ்ட் கட்சி கொண்டுவந்த தனி நபர் மசோதா மீதான விவாதத்தில் நாங்கள் இந்த அம்சத்தை வலியுறுத் தினோம். இந்தக் கோரிக்கைக்காக நாங்கள் வெளிநடப்பும் செய்தோம். திமுக, கம்யூனிஸ்ட் இரண்டுமே வெளிநடப்பு செய்தன. எங்களுடைய கட்சி பலத்துக்கு அவ்வளவுதான் செய்ய முடிந்தது. அந்த மசோதா மீதான விவாதத்தின்போது நாங்கள் அரசியல் சட்டத் திருத்தத்தைக் கொண்டு வருமாறு அரசைக் கோரினோம். அதை நாடாளுமன்றத்தில்தான் கொண்டு வர முடியும் என்றார்கள். நாடாளுமன்றத்தில் அதே கோரிக்கையை வைத்தால், சட்டசபைக்குப் போங்கள் என்கிறீர்கள்!

நீதி அல்ல; பெரும்பான்மை பலமே உங்களிடம் இருக்கிறது

தர்க்கரீதியாக உங்களுடைய வாதத்தில் வலு இருக்கிறது என்பதால் அல்ல, உங்களுடைய தரப்பில் நீதி இருக்கிறது என்பதால் அல்ல, தமிழகச் சட்டசபையிலும் நாடாளுமன்றத்திலும் உங்களுக்குப் பெரும்பான்மை வலு இருக்கிறது என்பதாலேயே இப்படிக் கூறுகிறீர்கள்.

ஜி.ராஜகோபாலன்: நாங்கள் பெரும்பான்மையாக இருக்கிறோம் என்றால் மக்கள் எங்களுக்கு வாக்களித்திருக்கிறார்கள் என்பதால். தேர்தல் நேரத்தின்போதுகூட இதுபற்றி விவாதித்திருக்கிறோம். பெயர் மாற்றத்துக் காகப் பல உண்ணாவிரதங்கள்கூட நடந்தன, உண்ணாவிரதத்தில் ஒருவர் இறந்திருக்கிறார். இவ்வளவுக்கும் பிறகு நாங்கள் தேர்தலில் வெற்றி பெற்றோம். இது இப்படியே தொடர வேண்டும் என்பதற்காக மக்கள் வாக்களித்திருக்கிறார்கள், பெயர்களை மாற்றச் சிலர் விரும்புகிறார்கள் என்பதைத் திருப்திப்படுத்துவதற்காக அல்ல.

சி.என்.அண்ணாதுரை: அவைத் துணைத் தலைவர் அவர்களே, விவாதம் சுவாரஸ்யமாகிக்கொண்டிருக்கிறது. பெயர் மாற்றத்துக்கான உண்ணா விரதத்துக்கும் திமுகவுக்கும் தொடர்பு இல்லை என்று அவைக்குத் தெரிவித்துக்கொள்கிறேன். அரசியல் கட்சியைச் சாராத ஒருவர், மதறாஸ் முதலமைச்சருடைய உறவினர், சங்கரலிங்க நாடார் என்பவர் உண்ணா விரதம் இருந்தார். உண்ணாவிரதம் இருந்தவர் இறந்த பிறகும்கூட பெயரை மாற்றவில்லை என்பது, நீங்கள் எவ்வளவு கருணையுள்ளவர்கள் என்பதைக் காட்டுகிறது. இது அங்கே விவாதிக்கப்பட்டது. நாடாளு மன்றத்தில் பேசுங்கள் என்று அங்கே கூறினார்கள். இங்கே பேசும் போதோ, சட்டசபையில் பேசுங்கள் என்கிறீர்கள். இரண்டு இடத்திலும் நீங்கள் சொல்லும் ஒரே பதில், மக்கள் எங்களுக்கு வாக்களித்திருக் கிறார்கள் என்பது. இது உண்மைதான், சோகமான உண்மைதான்.

ஜி.ராஜகோபாலன்: நீங்கள் இருந்தும்கூட இப்படியொரு சோகம் நிகழ்ந்திருக்கிறது.

டி.எஸ்.பட்டாபிராமன்: இந்த சோகம் நிரந்தரம் என்று அவர் கூறுகிறார். ஒவ்வொரு தேர்தலிலும் காங்கிரஸ் பெரும்பான்மையைப் பெறும் சோகம் நிகழும் என்கிறார். உங்களை ஏற்றுக்கொள்ள நாங்கள் தயாராக இருக்கிறோம்.

சி.என்.அண்ணாதுரை: *(காங்கிரஸ் ஆளுங்கட்சியாக நீடிக்கும்)* துயரம் நிரந்தரம் என்கிறார் என் நண்பர்; இந்த நாட்டுக்கும் நாட்டு மக்களுக்கும் எனது அனுதாபங்கள். இதை மட்டும்தான் என்னால் சொல்ல முடியும். நாடாளுமன்றத்தால் மட்டும்தான் பெயரை மாற்ற முடியும் என்பதால் இதை அரசியல் சட்டத்தைத் திருத்துவதன் மூலம் செய்யுங்கள் என்று கோருகிறேன். அதற்காகத்தான் நாடாளுமன்றத்தை அணுகியிருக்கிறோம். இது தொடர்பாக எந்தத் திருத்தம் கொண்டுவரப்பட்டாலும் அல்லது இந்த விவகாரத்தை மக்களிடம் கொண்டுசென்று ஆதரவு திரட்டுங்கள் என்று

சென்னையில் சைனா பஜார் என்கிற இடத்தின் பெயரை நேதாஜி சுபாஷ் சந்திரபோஸ் சாலை என்று மாற்றினோம். பெயர் மாற்றத்துக்குப் பிறகு தெருவில் எந்த மாற்றமும் இல்லை. ஆனால் எண்ணத்தில், உணர்வில் ஒரு பெருமிதம். நாடி, நரம்புகளில் உணர்ச்சிப் பெருக்கு என்று கண்டோம். மெட்றாஸ் என்று தொடர்வதில் தவறில்லை என்றாலும் தமிழ்நாடு என்ற பெயர் தரும் உணர்வுக்காக, தனித்தன்மைக்காக, அந்த வார்த்தையில் உள்ள தொன்மைக்காகப் பெயர் மாற்றக் கோருகிறோம்!

யோசனை கூறினாலும் அதைச் சவாலாக ஏற்க நாங்கள் தயார். இதைத் தேர்தல் பிரச்சினையாக ஏற்க நீங்கள் தயாரா என்று நான் கேட்க மாட்டேன், அஞ்ச வேண்டாம். இது மக்களிடம் கொண்டுசெல்லப்பட்டு, அவர்கள் ஆதரிக்கிறார்களா இல்லையா என்று கேட்கப்பட வேண்டிய விவகாரம். இது உங்களுடைய அரசுகளைப் பாதித்துவிடாது. யாரும் அப்படி நினைக்க வில்லை. நீங்கள் ஆட்சியில் தொடரலாம்.

நம்முடைய கட்சிகள் எப்படிப்பட்டவை என்று அலசி ஆராய்வது பற்றிய கேள்வியல்ல இது; குறிப்பிட்ட பொதுப் பிரச்சினை மக்களால் தீர்மானிக்கப்பட விடப்பட வேண்டுமா இல்லையா என்பது பற்றியது. அதற்கு நீங்கள் தயாரா? இதைத்தான் நாங்கள் கேட்கிறோம். நீங்கள் அதற்குத் தயார் இல்லை என்றால் நான் என்ன சொல்ல முடியும்?

என்.எம்.அன்வர்: நண்பர் அண்ணாதுரை மீது மிகுந்த மரியாதையும் மதிப்பும் கொண்டிருக்கிறேன். உலகம் முழுவதும் பிரபலமாகியிருக்கிற மெட்றாஸ் என்ற பெயரை மாநிலத்துக்குத் தொடர்ந்து தக்கவைப்பதால் என்ன தீங்கு நேரப்போகிறது என்பதை அவர் விளக்குவாரா என்று கேட்க விரும்புகிறேன். இதை அப்படியே தக்கவைப்பதில் என்ன சிரமம்?

சி.என்.அண்ணாதுரை: அன்பு நண்பர் அன்வருக்கு நான் கூற விரும்பும் ஒரே பதில் இதுதான். தொன்மையான எங்களுடைய நிலப் பெயரை எங்களுடைய மாநிலம் தாங்குகிறது என்ற மன நிறைவையும் மட்டற்ற மகிழ்ச்சியையும் அடைவோம். சென்னையில் சைனா பஜார் என்கிற இடத்தின் பெயரை நேதாஜி சுபாஷ் சந்திரபோஸ் சாலை என்று மாற்றினோம். பெயர் மாற்றத்துக்குப் பிறகு, தெருவில் எந்த மாற்றமும் இல்லை. ஆனால் எண்ணத்தில், உணர்வில் ஒரு பெருமிதம். நாடி, நரம்புகளில் உணர்ச்சிப் பெருக்கு என்று கண்டோம். மெட்றாஸ் என்று தொடர்வதில் தவறில்லை என்றாலும், தமிழ்நாடு என்ற பெயர் தரும் உணர்வுக்காக, தனித்தன்மைக்காக, அந்த வார்த்தையில் உள்ள தொன்மைக்காகப் பெயர் மாற்றக் கோருகிறோம்.

என்.எம்.அன்வர்: தமிழ்நாடு என்று அழைப்பதில் உணர்வு ஏற்படுகிறது என்பதை உணர்கிறோம். உலகம் முழுவதும் அறியப்பட்ட மெட்ராஸ் என்ற பெயர் ஏன் வேண்டாம் என்று அறிய விரும்புகிறேன்.

சி.என்.அண்ணாதுரை: மெட்ராஸ் என்ற பெயர் நீடித்தால் அது மாநிலத்தைக் குறிக்கிறதா, தலைநகரத்தைத் குறிக்கிறதா என்ற சந்தேகம் வந்துகொண்டே இருக்கும். தமிழ்நாடு என்று மாநிலத்தின் பெயரை மாற்றிவிட்டால், தமிழ்நாடு மாநிலம், மெட்ராஸ் அதன் தலைநகரம் என்று தெளிவாகிக் குழப்பங்கள் நீங்கிடும். இந்தக் காரணத்துக்காக அவையிடம் முன்வைக்கப்பட்ட பெயர் மாற்ற முன்வரைவான இம்மசோதாவை முழு மனத்துடன் வழிமொழிந்து, அவைக்கு என் பாராட்டையும் தெரிவித்துக்கொள்கிறேன்.

❍

"இன்னொரு தமிழன் காமராஜர் நிலைக்கு வர ஆயிரம் ஆண்டுகள் ஆகும்!"

1967 தேர்தல் முடிவு வெளிவந்த வண்ணம் இருக்கிறது. நுங்கம்பாக்கத்திலுள்ள அண்ணாவின் வீட்டிலோ பெரும் குதூகலம். விருதுநகரில் காமராஜரைத் திமுக வேட்பாளர் சீனிவாசன் தோற்கடித்துவிட்டார் என்ற தகவல் வரும்போது கட்சிக்காரர்கள் ஆர்ப்பரிக்கிறார்கள். அண்ணா கடும் கோபத்தோடு வெளியே வருகிறார். "உங்கள் ஆர்ப்பாட்டத்தை நிறுத்துங்கள். தோற்கக் கூடாத நேரத்தில் தோற்றிருக்கிறார் காமராஜர். இன்னொரு தமிழன் அவர் இருந்த இடத்துக்கு வருவதற்கு இன்னும் ஆயிரம் ஆண்டுகள் ஆகும். காமராஜரின் தோல்வி கொண்டாட்டத்துக்குரியது அல்ல. அது நம்முடைய தோல்வி" என்று சொல்லிவிட்டு, அறைக்குள் செல்கிறார். காமராஜரை வெற்றி கண்ட விருதுநகர் சீனிவாசன் வருகிறார் அண்ணாவிடம் வாழ்த்துப் பெற. மொழிப் போரில் முன்னின்ற மாணவர் தலைவர் அவர். அண்ணா அவரிடம் சொல்கிறார், "வாழ்த்துகள் சீனிவாசா. தவறாக எண்ணாதே! உன்னுடைய வெற்றி தரும் மகிழ்ச்சியைவிட காமராஜரின் தோல்வி என்னை அதிகம் அழுத்துகிறது!"

நிலச் சீர்திருத்தத்தைப் புரட்சிகரமாக நிறைவேற்றியிருந்தால் வேளாண் உற்பத்தி உச்சங்களை எட்டியிருக்கும்

நாட்டை உணவுப் பற்றாக்குறை சூறையாடிக்கொண்டிருந்த நாட்களில், செப்டம்பர் 1964-ல் 'உணவுத் துறையில் படுவீழ்ச்சி' (Debacle on the Food Front) எனும் பொருளை மையப்படுத்தி அண்ணா ஆற்றிய உரை இது. உணவுப் பிரச்சினைக்கான காரணத்தின் வேர்களைப் பிடிப்பவர், அதற்கான தீர்வுகளை அடுக்குகையில் பிரமிக்க வைக்கிறார். அண்ணாவின் பொருளாதார அறிவும், கள அனுபவ அறிவும் ஒன்றுகூடி வெளிப்பட்ட உரைகளில் ஒன்று. இந்திய வேளாண்மை இன்றும் எதிர்கொள்ளும் பிரச்சினைக்கான தீர்வுகள் பல இதில் சொல்லப்பட்டிருக்கின்றன. உரையிலிருந்து தேர்ந்தெடுக்கப்பட்ட பகுதிகளைக் கொடுத்திருக்கிறோம்.

> உணவு உற்பத்திக்கு எடுக்கும் நடவடிக்கைகள் நமக்கும் பலன் தரும் என்று விவசாயிகள் நம்பிக்கை கொண்டால்தான், அதற்கான நடவடிக்கைகளை அரசு எடுத்தால்தான், அரசு திட்டமிடும்படி உணவு விளைச்சல் அதிகரிக்கும்!

சி.என்.அண்ணாதுரை: அவைத் தலைவர் அவர்களே,

அவையில் தாக்கல் செய்யப்பட்டுள்ள தீர்மானம், வார்த்தை அலங்காரங்கள் ஏதுமில்லாமல் இருக்கிறது; இப்போதைய உணவு அமைச்சர் சி.சுப்பிரமணியம் செயல்தந்திரம் உள்ளவர் என்பதையே இது காட்டுகிறது. உணவு தானியக் கையிருப்பு நிலைமை ஏன் இவ்வளவு மோசமானது, இதைத் தடுத்து நிறுத்த அரசு எடுக்கவுள்ள நடவடிக்கைகள் என்ன என்று ஏதும் அறிவிக்காமலேயே, இன்றைய நிலையைப் பரிசீலிக்கச் சொல்கிறார் அமைச்சர். இவருக்கு முன்னால் இத்துறையை நிர்வகித்த அமைச்சர்களைப் போலவே இவரும் சில உறுதிமொழிகளையும் வாக்குறுதிகளையும் தருகிறார். இவருக்கும் முன்னால் விழிப்புடனும் திறமையுடனும் தீவிரமாகவும் செயல்பட்ட அமைச்சர்களுக்கு இவர் சற்றும் சளைத்தவர் அல்ல. அவர்கள் எல்லோருமே திறமைவாய்ந்த அனுபவசாலிகள் என்பதை அமைச்சரும் ஒப்புக்கொள்வார்; அப்படி யிருந்தும் உணவுத் துறையில் தோல்விக்குக் காரணமான அம்சங்கள் எவை? அவைபற்றி விசாரணை நடத்தப்பட்டிருக்க வேண்டும், அந்த விசாரணை அறிக்கை அவையில் தாக்கல்செய்யப்பட்டிருக்க வேண்டும்.

உணவுத் துறை நடவடிக்கைகளில் அரசியல் புகுந்துவிட்டது

என்னுடைய நண்பர் – உணவு அமைச்சர் – பேசினார் அல்லது கேட்டுக்கொண்டார், "உணவுப் பிரச்சினையில், அரசியலை இறக்குமதி செய்யக் கூடாது" என்று! ஆமாமாம், உணவு தானியப் பிரச்சினையில் மட்டுமல்ல, உணவுத் துறை எடுக்கும் எல்லா நடவடிக்கைகளிலும்கூட அரசியல் இறக்குமதி செய்யப்படக் கூடாது; உணவுப் பிரச்சினையைத் தீர்க்க எடுக்கும் நடவடிக்கைகளில், அதற்காக உருவாக்கும் அமைப்பு களில், அமல்படுத்த அமைச்சர் உத்தேசித்துள்ள நடைமுறைகளில் என்று அனைத்திலுமே அரசியல் இறக்குமதி செய்யப்படக் கூடாதுதான்!

உணவுப் பிரச்சினையில் 'அரசியலை இறக்குமதி செய்யக் கூடாது' என்று கூறியபோது, அமைச்சர் எதை நினைத்து அப்படிக் கூறினார்? உணவுத் துறை என்ன அங்கீகரிக்கப்பட்ட பொருளாதார அறிஞர் தலைமையில் செயல்படுகிறதா? உணவு அமைச்சர் அல்லது உணவு அமைச்சகம் தீட்டும் திட்டங்கள் அனைத்தும் அரசியல் உணர்வு இன்றியோ, அரசியல் கலப்பற்றோஇருக்கின்றனவா? உணவுத்துறையில்இப்போதுகாணப்படும் படுவீழ்ச்சிக்குக் காரணம் வேளாண் துறை, கூட்டுறவுத் துறை, சமூக நல மையங்கள் என்று எல்லா இடங்களிலும் ஆளுங்கட்சிக்குச் செல்வாக்குள்ள பகுதிகளில் – அதாவது நாடு முழுக்க – கட்சி அரசியல் புகுத்தப்படுவதுதான்; அதனால்தான் இந்தத் திட்டங்கள், காகிதத்தில் மிக நன்றாகத் தெரிந்தாலும், அமல்படுத்தும்போது அதில் அதிகபட்சப் பலன்களைப் பெற முடியாமல் போகிறது; உணவுத் துறையின் எல்லா நடவடிக்கைகளிலும் அரசியல் புகுந்துவிட்டது என்பதை அறிய இந்த அவைக்கு ஆர்வம் இல்லாமல் இருக்கலாம், என்னால் ஆதாரங்களுடன் நிரூபிக்க முடியும் என்ற உறுதியை அவைக்கு அளிக்கிறேன்.

மாபெரும் தமிழ்க் கனவு

நிலச்சுவான்தாரர்களுடைய சவுக்கின் நுனி, தங்கத்தில் தோய்க்கப்பட்டிருப்பதால், தேர்தல் காலத்தில் உதவும் என்று நம்மைத் தோற்கடிக்க அனுமதிக்கிறோமா? நிலச் சீர்திருத்தத்தை முறையாகவும் புரட்சிகரமாகவும் புதுமையாகவும் நிறைவேற்றியிருந்தால் வேளாண் உற்பத்தி உச்சங்களை எட்டியிருக்கும்.

ஓர் உதாரணம், கூட்டுறவுச் சங்கங்கள். எப்படியாவது இவற்றில் நுழைந்துவிட வேண்டும் என்று எல்லா அரசியல் கட்சிகளுமே ஆர்வம் காட்டத் தவறுவதில்லை; ஆனால், ஆளுங்கட்சியைச் சேர்ந்தவர்கள் தவிர மற்றவர்கள் இங்கே அனுமதிக்கப்படுவதே இல்லை. எனவே, உணவுத் துறையில் அரசியலை இறக்குமதி செய்யக் கூடாது என்ற அறிவுரை பிற கட்சிகளை மட்டுமே நோக்கிய ஒருவழிப் பாதை அறிவுரையாக இருக்கக் கூடாது, அது இருவழிப் பாதையாக வேண்டும். உணவுப் பிரச்சினையிலும் அத்துடன் சேர்ந்த பிற பிரச்சினைகளிலும் அரசியலோ, கட்சி அரசியலோ இறக்குமதி செய்யப்படாவிட்டால், உணவு தானிய உற்பத்திக்கு நம்மால் இன்னும் அதிகமான ஆற்றலைச் செலவிட முடியும்.

பல்வேறு பிரச்சினைகளின் கூட்டுக் கலவையே உணவுப் பிரச்சினை

அடுத்ததாக நான் சுட்டிக்காட்ட விரும்புவது உணவு தானியப் பற்றாக்குறை. இதை நாம் அலசி ஆராய்ந்தாக வேண்டும், அப்போதுதான் இதைத் தீர்க்க மிகச் சிறந்த வழி எது என்று நம்மால் கண்டறிய முடியும். உணவுப் பிரச்சினை என்பது பல்வேறு பிரச்சினைகளின் கூட்டுக் கலவை; இந்தப் பிரச்சினைகளும் ஒன்றுக்கொன்று மாறுபட்டவை. உதாரணத்துக்கு, உணவுப் பிரச்சினையின் ஒரு அம்சம் – அதிகமான உணவு தானிய உற்பத்தி! இன்னொரு பிரச்சினை, என்ன விளைந்ததோ அதைத் தேவைப்படும் இடங்களுக்குக் கொண்டுசெல்ல முடியா நிலை; அடுத்தது, விலைவாசியை எப்படி கட்டுக்குள் வைப்பது என்பது!

பொருளாதாரப் பாடத்தில் மட்டும்தான் 'விநியோகம்' என்பது 'உற்பத்தி' என்ற அத்தியாயத்துக்குப் பிறகு வரும். நடைமுறையில் 'விநியோகம்' – 'உற்பத்தி' இரண்டும் ஒருசேர இடம்பெறும். உணவு தானியங்களைச் சாகுபடி செய்துவிட்டு, சிறிது காலம் இடைவெளிவிட்டு பிறகு நாம் அவற்றை விநியோகிப்பதில்லை. மற்றொரு தவறான கண்ணோட்டம், மக்களை உணவு தானிய உற்பத்தியாளர்கள், நுகர்வோர் என்று பிரிப்பது. உற்பத்தியாளர்களே நுகர்வோர், நுகர்வோரில் மிகச் சிலரைத் தவிர அதிகமானோர் உற்பத்தியாளர்கள். சமூகத்தை இப்படி இரு வேறு கூறுகளாகத் திட்டவட்டமாகப் பிரித்துவிட முடியாது.

எல்லாவற்றுக்கும் முன்பாக, உற்பத்தியை அதிகரிப்பது என்ற பிரச்சினையைப் பார்ப்போம். நிலச் சீர்திருத்தச் சட்டத்தில் இந்த அரசு பெருந்தோல்வி கண்டுவிட்டது என்று குற்றஞ்சாட்டுகிறேன். வெவ்வேறு

அரசியல் கட்சிகளைச் சேர்ந்தவர்கள் இதை வலியுறுத்தியபோது நிலச் சீர்திருத்தத்தால் வேளாண் துறை வாயிலாக சமூகமே புரட்சிகர மாற்றம் அடைந்துவிடும் என்று எதிர்பார்த்தார்கள்; இதனால், அடுத்த தலைமுறை களுக்கு நீதி கிட்டும் என்று நினைத்தார்கள், மிகச் சிலர் கைகளில் மட்டும் நிலம் குவிவது இனி நடைபெறாது என்று நம்பினார்கள். ஆனால், நிலச் சீர்திருத்தச் சட்டம் அமல்படுத்தப்பட்ட விதமானது நம்மைப் புதிய பிரச்சினைகளில் தள்ளிவிட்டது.

'கனவான் விவசாயிகள்' உருவாகிவிட்டனர்

என்னுடைய மாநிலத்தின் ஒரு வேளாண் மையத்தை ஆய்வுசெய்த, எந்தவித சார்பும் இல்லாத அமெரிக்க ஆய்வுக் குழு சமீபத்தில் தனது அறிக்கையை வெளியிட்டிருக்கிறது; அதில் கூறப்பட்டுள்ளதாவது: "நிலச் சீர்திருத்தச் சட்டத்தின் விளைவு எப்படியிருக்க வேண்டும் என்று இதை அமல்படுத்திய அதிகாரிகளாலேயே சரியாகப் புரிந்துகொள்ளப்பட வில்லை, இன்னும் 'மிகச் சிலர்' கைகளில்தான், 'பெரும் பகுதி' நிலங்கள் இருக்கின்றன, 'நிலத்தில் கால் படாத உடைமையாளர்கள்' அதிகரித்து விட்டனர், நகர பங்களாக்களில் வாழ்ந்துகொண்டு தங்களுடைய நிலத்தில் எதை, எப்படிச் சாகுபடிசெய்ய வேண்டுமென விவசாயத் தொழிலாளர்கள் மூலம் வேலை வாங்கும் 'கனவான் விவசாயிகள்' உருவாகிவிட்டனர்" என்கிறது அறிக்கை.

சமத்துவ நோக்கில், விவசாய உபரி நிலங்களை அடையாளம் கண்டு, நிலமற்ற விவசாயிகளுக்குப் பிரித்துத் தரும் வகையில் நிலச் சீர்திருத்தச் சட்டத்தை அமல்படுத்த இந்த அரசு தவறிவிட்டது என்ற குற்றச்சாட்டு நிலையாகிவிட்டது. அமெரிக்கர்கள் தங்களுடைய அறிக்கைகளில் வெளியிட்டுள்ள கண்டனங்கள் குறித்து நாம் கவலைப்படத் தேவை யில்லை, நான் அமெரிக்க அறிக்கையை இறக்குமதி செய்கிறேனே என்று நண்பர் பூபேஷ் குப்தா கவலைப்படுவார். அமெரிக்க அறிக்கை மட்டும் அல்ல; இது தொடர்பான 'உள்ளூர் சரக்கு'ம் இருக்கிறது. "நில உடைமையாளர்கள் என்னைத் தோற்கடித்துவிட்டனர்" என்று நிதி அமைச்சர் டி.டி.கிருஷ்ணமாச்சாரியாரே சமீபத்தில் கூறியிருக்கிறார். நிலச் சீர்திருத்தச் சட்டம் குறைபாடுகள் உள்ளது என்று மிக வெளிப்படையாகவே அவர் கூறியிருக்கிறார்.

பெரிய நிலச்சுவான்தாரர்கள் நம்மை இதில் தோற்கடித்துவிட்டனர். நிலச்சுவான்தாரர்கள் ஏன் நம்மைத் தோற்கடித்தனர்? நாம் ஏன் பதில் நடவடிக்கை எடுக்கவில்லை? நிலச்சுவான்தாரர்கள் நம்மைத் தோற்கடிக்க நாம் ஏன் அனுமதிக்கிறோம்? அவர்களுடைய சவுக்கின் நுனி, தங்கத்தில் தோய்க்கப்பட்டிருப்பதால், தேர்தல் காலத்தில் உதவும் என்று அனுமதிக் கிறோமா? நிலச் சீர்திருத்தத்தை முறையாகவும் புரட்சிகரமாகவும் புதுமை யாகவும் நிறைவேற்றியிருந்தால் வேளாண் உற்பத்தி உச்சங்களை எட்டியிருக்கும்.

உணவு உற்பத்திக்கு எடுக்கும் நடவடிக்கைகளால் நமக்கும் பலன் ஏற்படும் என்று விவசாயத் தொழிலாளர்கள் நம்பிக்கை கொண்டால்தான், அதற்கான நடவடிக்கைகளை அரசு எடுத்தால்தான், அரசு திட்டமிடும்படி உணவு விளைச்சல் அதிகரிக்கும்.

நாம் விவசாயிகளைப் பற்றியும் நில உடைமையாளர்களைப் பற்றியும் பேசுகிறோம். கோவை, சேலம் மாவட்டங்களில் நிலம் வைத்திருப்பவர்களே விவசாயிகளாகவும் இருக்கின்றனர். அவர்கள் அனைவரும் நிலத்திலேயே இருந்து வேலை செய்வதிலும் நல்ல மகசூல் எடுப்பதிலும் ஆர்வமும் அக்கறையும் உள்ளவர்கள், அதைப் பெருமையாக நினைப்பவர்கள், மகிழ்ச்சி அடைபவர்கள். வேறு சில மாநிலங்களிலோ விவசாயிகளே நிலச்சுவான்தாரர்களாக இருந்து அதிகாரம் செய்வதும், "நிலத்தில் கால் படாதவர்கள், எமக்குத் தொழில் விவசாயம்" என்று கூறிக்கொள்வதும் வழக்கமாக இருக்கின்றன. ஆகையால், உற்பத்தியை அதிகரிக்க ஊக்குவிப்புத் தொகை என்றால், அது உண்மையாகப் பாடுபடும் விவசாயிகளுக்குக் கிடைக்க வேண்டும்; ஊக்குவிப்பு விலையை, கட்டுப்படியாகும் விலையை அறிவிப்பது மட்டும் போதாது; அந்த விலையும் உற்பத்திச் செலவையும் தாண்டிய லாபமும் பெருநிலக்கிழார்களின் கைகளில் தங்கிவிடக் கூடாது.

லாபத்தை விவசாயிகளுக்குக் கொடுங்கள்

ஆளுங்கட்சி மீது பெருநிலக்கிழார்கள்தான் ஆதிக்கம் செலுத்துகிறார்கள் என்ற உண்மையை மறைக்க முடியாது. தங்களுடைய கட்சியில் உள்ள பெருவிவசாயிகள், அவர்களுடைய பொருளாதார அந்தஸ்து, அவர்களுடைய அரசியல் அணுகுமுறை ஆகிய விவரங்களை ஆளுங்கட்சி வெளியிட வேண்டுமென்று விரும்புகிறேன்; அப்படி அவர்கள் வெளியிட்டால் அதுவே என்னுடைய வாதத்துக்கு வலு சேர்ப்பதாகத்தான் அமையும். ஆளுங்கட்சி பெருநிலக்கிழார்களோடு தோழமை கொண்டுள்ளதால் அதன் நிலச் சீர்திருத்தச் சட்டம் புரட்சிகரமாகத் தோன்றினாலும் சிறந்த பலன்களைத் தரவில்லை. ஊக்குவிப்பு விலையோ, கட்டுப்படியாகும் விலையோ தரப்பட்டால் அதில் உள்ள லாபத்தை நில உடைமையாளர்கள் தாங்களே எடுத்துக்கொள்ளாமல் விவசாயத் தொழிலாளர்களுக்கு அளிக்க வேண்டும்.

சில நிமிடங்களுக்கு முன்னால் இந்த அவையில் பேசிய உறுப்பினர் ஒருவர், விவசாயத் தொழிலாளர்களின் நிலைமையை மேம்படுத்த அரசிடம் திட்டம் ஏதும் இருக்கிறதா என்று கேட்டார், "விவசாயத் தொழிலாளர்களுக்கென்று தனித்திட்டம் ஏதுமில்லை, தாழ்த்தப்பட்ட வகுப்பினர், பழங்குடிகளுக்குச் சில திட்டங்கள் உள்ளன, இவை விவசாயத் தொழிலாளர்களுக்கும் பொருந்தும்" என்று கோடிட்டுக் காட்டினார் அமைச்சர். விவசாயத்

தொழிலாளர்கள் தொடர்பாக இந்த அரசின் அணுகுமுறை இதுதான்.

விவசாயிகளின் நலன் மேம்படாமல், இப்போது ஒரு வேளை மட்டுமே சாப்பிடும் அவர்களால் இரண்டு வேளைகள் சாப்பிட முடியாது. விவசாயத்துக்குத் தேவைப்படும் அந்தக் கூடுதல் ஆற்றலை அவர்களால் வழங்க முடியாது. அந்தக் கூடுதல் ஆற்றல் உங்களுடைய உரம், பூச்சிக் கொல்லி, தரமான விதைகளால் ஏற்படுத்தக்கூடிய விளைச்சலைவிட அதிகம் பெற்றுத் தரும். "நான் உழைக்கிறேன், அதில் பிழைக்கிறேன்; நான் விளைவிக்கிறேன், அதை அறுவடை செய்கிறேன்; வயல்வெளியில் உழைக்கிறேன், வாழ்க்கையில் வளமாக இருக்கிறேன்" என்று விவசாயத் தொழிலாளர்கள் அப்போதுதான் மகிழ்ச்சி அடைவார்கள். உணவு உற்பத்திக்கு எடுக்கும் நடவடிக்கைகளால் நமக்கும் பலன் ஏற்படும் என்று விவசாயத் தொழிலாளர்கள் நம்பிக்கை கொண்டால்தான், அதற்கான நடவடிக்கைகளை அரசு எடுத்தால்தான், அரசு திட்டமிடும்படி உணவு விளைச்சல் அதிகரிக்கும். எனவே, கட்டுப்படியாகும் கொள்முதல் விலை அல்லது லாபகரமான குறைந்தபட்ச விலை ஆகியவற்றை அரசு எந்த அடிப்படையில் நிர்ணயிக்கிறது என்று அறிய விரும்புகிறேன்.

இப்போதைய அமைச்சருக்கு முன்னால் இருந்தவர் உட்பட, இதுவரை உணவு அமைச்சர்களாக இருந்தவர்கள் இந்த அவையில் கடந்த காலங்களில் விவாதங்களின்போது பேசியவற்றையெல்லாம் படித்துப் பார்த்தால் ஊக்க விலை, கட்டுப்படியாகும் விலை, நியாயமான விலை என்று சாகுபடியாளர்களுக்குத் தரும் பணம் பற்றி பல்வேறு பெயர்களில் வாக்குறுதி அளித்துள்ளனர். "இனிமேல் விளைபொருட்களுக்கான விலையானது உற்பத்தியாளர்களை மையமாகக் கொண்டுதான் நிர்ணயிக்கப்படுமே தவிர, நுகர்வோரை மனதில் கொண்டு நிர்ணயிக்கப் படாது" என்று கடைசி உணவு அமைச்சர் எஸ்.கே.பாட்டீல் அறிவிப்பே செய்திருக்கிறார். இந்த விலையை எந்த அடிப்படையில் நிறுவப் போகிறீர்கள் என்று அறிய விரும்புகிறேன்.

விவசாய உற்பத்திச் செலவு எப்படிக் கணக்கிடப்படுகிறது, விளை பொருட்களுக்கான கொள்முதல் விலை எந்த அடிப்படையில் நிர்ணயிக்கப் படுகிறது, அதில் விவசாயிக்கு உரியது எவ்வளவு, வியாபாரிக்கு உரியது எவ்வளவு, இடைத்தரகர்களுக்கு எவ்வளவு என்ற விவரங்களை உணவுத் துறை அமைச்சர் எங்கள் மீது நம்பிக்கை வைத்துப் பகிர்ந்துகொண்டால், நாங்களும் எங்கள் பங்குக்குச் சில யோசனைகளைத் தெரிவிப்போம், இந்த விவாதங்களால் அவருக்கும் நன்மைகள் ஏற்படும்.

உணவு தானிய விளைச்சல் பெருக அதிக முயற்சிகளை மேற்கொள் வோம் என்கின்றனர். அதற்காக விவசாயிகளுக்கு ஊக்குவிப்பு அளிப்போம் என்கின்றனர். சாகுபடியை ஊக்குவிக்க நீங்கள் தரும் பணம் அல்லது வேறு எதையும்விட, சாகுபடிச் செலவைக் குறைப்பதைத்தான் விவசாயிகள் பெரிதும் வரவேற்பர். உரங்களின் விலை குறைக்கப்பட வேண்டும். நல்ல விதைகள் குறைந்த விலையில் விற்கப்பட வேண்டும், நில வரியும்

விவசாயிகள் வைத்திருக்கும் நிலத்தின் அளவே மிகக் குறைவாக இருக்கும்போது இதற்குத் தொடர்ந்து நில வரி செலுத்துவதும் அவர்களுக்குச் சுமையாகவே இருக்கிறது. ஐந்து ஏக்கர் வரை நிலம் உள்ளவர்களுக்கு நில வரியே கிடையாது என்று அரசு முதலில் அறிவிக்க வேண்டும்.

குறைக்கப்பட வேண்டும். விவசாயிகள் வைத்திருக்கும் நிலத்தின் அளவே மிகக் குறைவாக இருக்கும்போது இதற்குத் தொடர்ந்து நில வரி செலுத்து வதும் அவர்களுக்குச் சுமையாகவே இருக்கிறது. ஐந்து ஏக்கர் வரை நிலம் உள்ளவர்களுக்கு நில வரியே கிடையாது என்று அரசு முதலில் அறிவிக்க வேண்டும். இப்படிப்பட்ட ஊக்குவிப்புகள் விவசாயிகளுக்கு உற்சாகம் தரும், மேலும் அதிக அர்ப்பணிப்புடன் நிலத்தில் பாடுபடுவார்கள்.

உரங்களுக்கு நிர்ணயித்துள்ள வரி நியாயமற்றது

இந்த அரசு கவனத்தில் கொள்ள வேண்டிய இன்னொரு அம்சம், விவசாயிகள் உரங்களைப் பயன்படுத்துவது அதிகரித்துவருகிறது. எனவே, மேலும் உற்பத்தி பெருக, உற்பத்தி அதிகரிக்க, உரங்களின் விலையைக் குறைத்தாக வேண்டும். நாடாளுமன்ற பொதுக் கணக்குக் குழு கூறுகிறது: "உரங்களின் விலை வேண்டுமென்றே அதிகமாக நிர்ணயிக்கப்படுகிறது, லாபம் அதிகம் ஈட்ட வேண்டும் என்பதற்காக. லாபம் ஈட்ட வேண்டாம், வருவாய் வந்தால் போதும் என்ற வகையில் சேர்க்கப்பட்டவைதான் உரங்கள் என்றாலும் லாபநோக்கில் விலை அதிகமாக நிர்ணயிக்கப்படு கிறது என்று சுட்டிக்காட்டுவதில் வருத்தம் அடைகிறோம். இத்தகைய பின்னணியில் இவ்வளவு அதிக லாபம் (1961-62ல் ஒரு மெட்ரிக் டன்னுக்கு ரூ.86.8) நியாயப்படுத்தவே முடியாதது; இது ஒருவகையில் மறைமுக வரி, இப்படி வரிவிதிக்கும் அதிகாரம் நாடாளுமன்றத்துக்கு மட்டுமே உண்டு. விவசாய உற்பத்தியை அதிகரிக்க சாகுபடியாளர்களுக்கு மிகக் குறைந்த விலையில் உரங்கள் கிடைக்க வேண்டும் என்ற நோக்கத்துக்கு முரணாக இருக்கிறது உரங்களுக்கு அரசு நிர்ணயித்துள்ள விலை" என்று கண்டிக்கிறது பொதுக் கணக்குக்குழு அறிக்கை.

உரத்தைப் பொறுத்தவரையில், உணவு தானிய உற்பத்தியை அதிகரிக்க வேண்டும் என்ற லட்சியத்துக்கு முரணாக, அனுதாபமற்ற வகையில் அரசு நடந்துகொள்வதைப் பொதுக் கணக்குக் குழு கண்டனங்களை வெளிப் படுத்தியுள்ளது. உணவு தானிய விளைச்சலைப் பெருக்க வேண்டும் என்பதில் அக்கறையாக இருக்கும் அமைச்சர், உரங்களின் விலையைக் குறைக்கும் உத்தேசத்துடன் இருக்கிறாரா என்று அறிய விரும்புகிறேன்.

நான் அறிய விரும்பும் இன்னொரு விஷயம் இது. உணவு தானியங் களைச் சேமித்து வைப்பதற்காக உணவு தானியக் கழகத்தை உருவாக்கத் திட்டம் வகுத்திருப்பதாக அமைச்சர் தெரிவித்திருக்கிறார்.

இந்தத் திட்டத்தை நான் வரவேற்கிறேன். உணவு தானியக் கழகத்தை உருவாக்குவதை திமுக ஆதரிக்கிறது என்று கடிதம்கூட எழுதினேன். உத்தேசக் கழகத்தின் கட்டமைப்பு எப்படியிருக்கும், எந்த வகையில் அது செயல்படும் என்றெல்லாம் இந்த அவைக்கு அவர் விவரங்களைத் தெரிவிக்கவில்லை.

புதிய திட்டத்தின் அமலாக்கத்தை அமைச்சர் விளக்குவது அவசியம்

ஒவ்வொரு அமைச்சரும் இப்படி ஏதாவது புதிய திட்டத்துடன் வரும்போது, அந்தப் பிரச்சினையைத் தீர்க்க அது மட்டும்தான் தீர்வு என்று நாமும் நினைக்கிறோம். சாகுபடிக் காலங்களில் நிலத்துக்கேற்ப கட்டாயக் கொள்முதலும் (லெவி), சாதாரணக் கொள்முதலும் இணைந்து மேற்கொள்ளப்படும் என்று அமைச்சர் அறிவித்தபோது, 'ஆமாம், உணவு தானியப் பற்றாக்குறையைத் தீர்க்க இதுவே சிறந்த வழி' என்று பாராட்டினோம். நாட்டைப் பல்வேறு உணவு மண்டலங்களாகப் பிரித்தபோது, அதையும் ஆதரிக்கத் தயாரானோம். 'பற்றாக்குறைப் பகுதிகளுக்கு உபரியான இடங்களிலிருந்து உணவு தானியத்தை அனுப்பிவைத்துவிடுவார்கள்' என்று நம்பினோம். அரசே உணவு தானிய வர்த்தகத்தில் இறங்கும் என்று கோடிகாட்டியபோது, 'உணவு தானியப் பற்றாக்குறை இன்றோடு தீர்ந்தது' என்று கொண்டாடினோம். முடைக்கால கையிருப்பு ஏற்படுத்தப்படும் என்று அறிவித்தபோது, 'இனி உணவுப் பிரச்சினையே இருக்காது' என்று குதூகலித்தோம். எஸ்.கே.பாட்டீல் அமெரிக்காவுக்குச் சென்றபோது (அமெரிக்காவைப் பார்த்தபோது என்று நான் சொல்லியிருக்க வேண்டும்) – 'பிஎல்-480' உதவி ஏற்பாட்டோடு திரும்பியபோது, 'இப்போது உணவுப் பிரச்சினை தீர்க்கப்பட்டேவிட்டது' என்றே மகிழ்ந்தோம். எனவேதான் சொல்கிறேன், அமைச்சர்கள் ஏதாவது திட்டத்தை, கொள்கையை, வழிமுறையை அறிவிக்கும்போது, கேட்ட மாத்திரத்தில் அது பயனளிக்கும், செயல்பாட்டுக்கு வரும் என்று நம்பி கருத்து சொல்லிவிட முடியவில்லை. புதிய திட்டம் எப்படி, யாரால், யாருக்காக அமலாகப்போகிறது என்பதை அமைச்சர் விளக்க வேண்டும். பொதுநலன் கருதி சிலவற்றை அவர் சொல்லாமல் இருக்கலாம். ஆனால், திட்டம் குறித்து விவரங்களைத் தெரிவிப்பது அவசியம். உணவு தானிய வர்த்தகத்தில் அரசு ஈடுபடுவது தொடர்பான கடந்த கால அனுபவங்களைக் கொண்டு இந்தக் கருத்தைத் தெரிவிக்கிறேன்.

நாடாளுமன்ற உறுப்பினர்களைக் கொண்ட மதிப்பீட்டுக் குழு அறிக்கை, உணவு தானியங்களை ஓரிடத்திலிருந்து மற்றொரு இடத்துக்குக் கொண்டு சென்றபோது 1960-61-ல் ரூ.88.48 லட்சம் இழக்கப்பட்டதாகவும் 1961-62-ல் ரூ.79.57 லட்சம் இழக்கப்பட்டதாகவும் 1962-63ல் ரூ.207.74 லட்சம் இழக்கப்பட்டதாகவும் தெரிவித்தது. உணவு தானிய விளைச்சலைப் பெருக்குகிறோமோ இல்லையோ, உணவு தானியங்களை இழப்பதில் 'ஜாக்கிரதையாக' இருக்கிறோம் என்று புரிகிறது. உணவு தானியங்களைச் சேமித்துவைத்த வகையில் 1960-61-ல் ரூ.6.43 லட்சமும் 1962-63-ல் ரூ.23.02 லட்சமும் இழந்திருக்கிறோம்! அமைச்சர் உருவாக்க நினைக்கும் உணவு

இந்த அரசு மிகப் பெரிய தானிய வியாபாரி ஆவதை மட்டும் நான் விரும்பவில்லை; கொள்முதலின்போது சாகுபடியாளர்களுக்கு அவர்கள் தரும் விலைக்கும் நுகர்வோரிடம் அவர்கள் வாங்கும் விலைக்கும் இடையில் மிகவும் குறுகிய இடைவெளிதான் இருக்க வேண்டும்.

தானிய வர்த்தகக் கழகம் இம்மாதிரியான பிரச்சினைகளில் நம்மை ஆழ்த்திவிடாமலிருக்க அமைச்சர்தான் உரிய பாதுகாப்பு நடவடிக்கைகளை எடுக்க வேண்டும்.

புதிய உணவு தானிய வர்த்தகக் கழகம், 'லாபமும் இல்லை – நஷ்டமும் இல்லை' என்ற அடிப்படையில் செயல்படப்போகிறதா அல்லது வியாபார நிறுவனம்போலச் செயல்படப்போகிறதா என்று அமைச்சரை வினவ விரும்புகிறேன். புதிய கழகமும் பிற உணவு தானிய வியாபாரிகளைப் போலத்தான், சிறிதளவு லாபம் சேர்த்து விற்கப்போகிறது என்றால், நுகர்வோரைப் பொறுத்தவரை விலை குறையாது. காரணம், அரசு அமைப்பு வியாபாரத்தில் ஈடுபட்டால் அதன் ஒட்டுமொத்தச் செலவையும் பொருள் மீது ஏற்றி விற்றால்தான் நஷ்டமாவது வராமல் இருக்கும். தனியார் வியாபாரிகள் குறைந்த அடக்க விலையில் பொருள்களை வாங்குவார்கள். அரசு நிர்வாக இயந்திரத்தின் செலவு அதிகம். அதை முழுக்க ஏற்றினால் விற்பனை விலை சந்தையில் அதிகரித்துவிடும். தனியாரில் சிலர் சட்ட விரோதமாகச் செயல்படத் தயங்க மாட்டார்கள், சிலர் நம்பிக்கைக்குரியதல்லாத செயல்களில் ஈடுபடுவார்கள். எனவே, தனியார் வியாபாரிகளைப் போல அரசும் நடக்க வேண்டும் என்று கூறவில்லை. அரசு இயந்திரத்துக்கு ஆகும் செலவைவிட தனியாரின் நிர்வாகச் செலவு குறைவு. எது எப்படியாயினும் புதிய உணவு தானியக் கழகம் லாப நோக்கமின்றிச் செயல்பட வேண்டும் என்பதே என் கோரிக்கை.

அரசு மிகப் பெரிய தானிய வியாபாரி ஆவதை நான் விரும்பவில்லை

அமைச்சர் ஈரெட்டான வகையில், அது வர்த்தக நிறுவனம்போல் செயல்படும் என்று கூறியிருக்கிறார். வெவ்வேறு வணிக நிறுவனங்கள் வெவ்வேறு அளவில் தார்மிக நெறிகளைக் கடைப்பிடிப்பதால்தான் விலை உயர்வே ஏற்படுகிறது. எனவே உணவு தானியக் கழகம் ஏற்படுத்தப்படும் என்று என் நண்பர் அறிவித்தபோது, அவரே பெரிய வியாபாரி ஆகிவிடப்போகிறாரோ என்ற வியப்பு ஏற்பட்டது. இந்த அரசு மிகப் பெரிய தானிய வியாபாரி ஆவதை மட்டும் நான் விரும்பவில்லை; கொள்முதலின்போது சாகுபடியாளர்களுக்கு அவர்கள் தரும் விலைக்கும் நுகர்வோரிடம் அவர்கள் வாங்கும் விலைக்கும் இடையில் மிகவும் குறுகிய இடைவெளிதான் இருக்க வேண்டும், அது வியாபாரிகளின் விலையைவிடக் குறைவாக இருக்க வேண்டும். உணவு தானிய

வியாபாரிகளைவிட மனிதாபிமானக் கண்ணோட்டம் மிகுந்து அரசுக் கழகம் செயல்பட வேண்டும்.

முறையான நோக்கம் இல்லாமல் அரசுத் தரப்பில் புதுப்புது நிறுவனங்களை உருவாக்கிக்கொண்டே செல்லக் கூடாது. ஆனால், இந்த உணவு தானிய வர்த்தகக் கழகத்துக்கு நல்ல நோக்கம், பயன் இருப்பதால் ஆதரிக்கிறேன்.

உற்பத்தியாளர், நுகர்வோர் என்ற பிரிவு ஒரு மாயை!

உணவு தானிய வியாபாரிகளின் விருப்பத்துக்கேற்ப மக்கள் அப்படியும் இப்படியும் அலைக்கழிக்கப்படக் கூடாது. உணவுதான் மிகவும் அடிப்படையான, அத்தியாவசியமான பொருள். அதில் லாப நோக்கம் மிகுதியாக உள்ள உற்பத்தியாளர்களும் வியாபாரிகளும் ஈடுபடும்போது மக்கள் விலையுயர்வு, பற்றாக்குறை ஆகிய நிலைமைகளுக்கு இடையில் பந்தாடப்படுவார்கள். வேளாண் தானியங்களை உற்பத்திசெய்கிறவர்கள் மட்டும் உற்பத்தியாளர்கள் அல்ல; இதர துறைகளிலும் உற்பத்தியாளர்கள் இருக்கின்றனர். அவர்கள் அலைக்கழிக்கப்படும்போது தத்தமது துறையில் கூடுதலாக உற்பத்திசெய்வதற்கான ஆற்றலை இழந்து திறன் குன்றி விடுவார்கள். அதனால்தான் சொன்னேன், உற்பத்தியாளர், நுகர்வோர் என்று சமூகத்தில் தனித்தனியாக இரு பிரிவினர் இருப்பதாகக் கருதுவது மாயை; உற்பத்தியாளர்களே நுகர்வோராகவும் நுகர்வோரே உற்பத்தியாளர்களாகவும் இருக்கின்றனர். வேளாண் கருவிகளை உற்பத்தி செய்வோர் அதைக் குறைந்த விலைக்கு விற்றால்தான் விவசாயிகள் அவற்றைப் பயன்படுத்தி வேளாண் உற்பத்தியைப் பெருக்க முடியும். அவ்விரு பிரிவினரும் ஒருவருக்கொருவர் பின்னிப்பிணைந்தவர்கள், எனவே உணவுத் துறை பிரச்சினையை நாம் ஒரேயொரு கோணத்திலிருந்து மட்டும் பார்க்க முடியாது. நான் கூறியபடி அது பல பிரச்சினைகளின் கூட்டுக் கலவை. எனவே, உணவுத் துறையில் அரசு அடிக்கடி மாற்றங்களைச் செய்துகொண்டே இருக்கக் கூடாது.

உணவுத் துறை அமைச்சர் அதே பதவியில் நீண்ட நாட்களுக்குத் தொடர வேண்டும் என்பதல்ல என்னுடைய கருத்து. ஓர் அமைச்சர் தனது துறைக்கெனப் புதிய திட்டங்களை உருவாக்கியிருந்தால் அவற்றை அமல் படுத்த அவரை அதே துறையிலேயே குறிப்பிட்ட காலம் வைத்திருக்க வேண்டும். அப்போதுதான் அவரால் சொல்ல முடியும் - இன்ன பிரச்சினைக்கு நான் இந்தத் திட்டத்தைத் தீட்டினேன், திட்டத்தை அமல்படுத்த இந்த நடைமுறையை உருவாக்கினேன், இதோ அதன் பலனாக நான் செய்த சாதனை - என்று அவையில் அறிவிக்க முடியும்.

இப்போது உணவு அமைச்சராகியிருக்கும் என் நண்பர் இதற்கு முன் வகித்த துறையில் இனிய பல திட்டங்களை அறிவித்தார். சேலத்தில் உருக்காலை அமைவதற்கான திட்டத்தையும் அவர் உருவாக்கியிருப்பார் என்று நம்புகிறேன். அதை அவர் அமல்படுத்தப்போகும் நேரத்தில் அவரை

உணவுத் துறைக்கு மாற்றிவிட்டார்கள். மிகவும் முக்கியத்துவம் வாய்ந்த துறைக்குப் பொறுப்பேற்கும் அளவுக்குத் திறமை உள்ளவர் என்று அரசு அவரை அங்கீகரித்திருப்பது உண்மையிலேயே எனக்கு மகிழ்ச்சியாக இருக்கிறது. ஒரு திட்டத்தை உருவாக்கிய பிறகு அமைச்சரை மாற்றும் நடைமுறையை இவர் விஷயத்திலும் அரசு கடைப்பிடித்தால், அடுத்த ஆண்டு கல்வி-கலாச்சாரத் துறை அமைச்சராகிவிடுவார். அடுத்து உணவு அமைச்சராக வருபவரைக் கேட்டால், அரசால் கோடிகாட்டப்பட்ட உணவு தானிய வர்த்தகக் கழகம் அமைப்பது பற்றி பரிசீலிக்கிறோம் என்பார். அப்படி நேர்வதை நான் விரும்பவில்லை.

வரிப் பணத்தை விழுங்கும் அமைப்பாக மாறிவிடக் கூடாது

உணவு தானிய வர்த்தகக் கழகம் என்ற ஏற்பாடு மிகவும் நுட்பமானது, எந்த அரசாக இருந்தாலும் கையாள்வது சிரமம். இந்த யோசனையைத் தெரிவித்தவரை அதே துறையில் தொடர்ந்து வைத்திருந்தால் அதை அமல்படுத்தி, பலனையும் நமக்குத் தருவார். அப்படி உருவாகும் உணவு தானிய வர்த்தகக் கழகம் லாபம்-நஷ்டம் இல்லாத அமைப்பாகச் செயல்படுவதும் முக்கியம். உணவு தானியக் கழகத்தில் அதிகார வர்க்கத்தின் ஆதிக்கம் அதிகம் இருக்கக் கூடாது. உணவு தானியங்களை ஊர் ஊராகக் கொண்டுசெல்லும்போது வழியிலோ, சேமித்துவைத்த கிடங்குகளிலோ அதற்கு நஷ்டம் ஏற்பட்டுவிட அனுமதிக்கக் கூடாது. மக்களின் வரிப் பணத்தை விழுங்கும் அமைப்பாக இது மாறிவிடக் கூடாது. விவசாயிகள் – நுகர்வோர் ஆகியோரின் ஒவ்வொரு உணர்வுக்கும் ஏற்பச் செயல்படும் விழிப்புணர்வுமிக்க, தீவிரமாகச் செயல்படக்கூடிய, நுட்பமான அரசு இயந்திரமாக இந்த வர்த்தகக் கழகம் செயல்பட வேண்டும்.

இதற்கெல்லாம் இந்த அவையில் நடைபெறும் விவாதங்கள் மட்டும் போதாது. அனைத்து அரசியல் கட்சிகளையும் சேர்ந்த நாடாளுமன்ற உறுப்பினர்கள், சமூகத்தின் வெவ்வேறு பிரிவுகளைச் சேர்ந்தவர்கள் ஆகியோருடன் அரசு ஆலோசனைகளை நடத்த வேண்டும். திட்டமிட்ட படி இந்த அமைப்பு பலன் தருகிறதா, புதிய திட்டங்களை அறிவிக்க வேண்டுமா என்று அரசு இடைவிடாமல் கண்காணிக்க வேண்டும். விவசாயம், உணவு தொடர்பான பிரச்சினைகளுக்கு நிரந்தரக் குழு அமைக்கப்பட வேண்டும்.

உணவு தானிய வியாபாரத்தில் அரசு அரை மனதாக ஈடுபட்டால் அதனால் வெற்றிபெற முடியாது என்று வியாபாரிகள் கருதுகின்றனர். உணவு அமைச்சர் இதைக் கருத்தில் கொள்ள வேண்டும். உணவு தானிய மொத்த வியாபாரத்தை அரசே தன் கையில் எடுத்துக்கொள்ள முடியாமல் தடுப்பது எது? நிதிப் பற்றாக்குறையா? நிர்வாக இயந்திரம் இல்லையா? அரசிடம் போதிய பணியாளர்கள் இல்லையா? இதில் ஏதாவது ஒரு காரணத்தை அமைச்சர் கூறினால்கூட இந்த அவையின் உறுப்பினர்கள் அதற்கேற்ற யோசனைகளை முன்வைப்பார்கள்; தானிய வர்த்தகத்தில் *30% அரசிடமும் 70% தனியாரிடமும் இருக்குமென்றால், அரசு அமைப்பை*

வியாபாரிகள் தோற்கடித்துவிடுவார்கள். நில உச்சவரம்புச் சட்டம் இயற்றியும் நிலச்சுவான்தார்கள் தங்களைத் தோற்கடித்துவிட்டனர் என்று டி.டி.கிருஷ்ணமாச்சாரி பேசியதை இங்கே நினைவுபடுத்த விரும்புகிறேன். நில உச்சவரம்புச் சட்ட அமலில் நிலச்சுவான்தாரர்கள் அரசைத் தோற்கடித்ததைப் போல உணவு தானிய வர்த்தகத்தை *100%* அரசு தன் கையில் எடுக்காவிட்டால் வியாபாரிகளும் அரசைத் தோற்கடித்து விடுவார்கள். அப்படி வர்த்தகத்தை முழுதாக ஏற்பதில் பிரச்சினைகள் வந்தாலும், அதைத் தீர்க்க முடியாமல் போகாது. புரட்சிகரமான மாற்றங்களுக்காக அரசுக்கு உதவி தேவைப்பட்டால் அதை அளிக்க எல்லா அரசியல் கட்சியும் முன்வந்து அரசின் கைகளை வலுப்படுத்தும்.

என் உரையில் கடைசியாக நான் குறிப்பிட விரும்புவது, சாகுபடியாளர்களுக்குத் தருவதற்கான ஊக்குவிப்பு விலை அல்லது கட்டுப்படியாகும் விலையை நிர்ணயிக்கும்போது, நுகர்வோர் விலை உயர்வால் அவதிப்படுவதையும் மனதில் கொள்ள வேண்டும். நுகர்வோரால் விலையேற்றச் சுமையைத் தாங்க முடியாது. எனவே, நுகர்வோரின் தரப்புக்கும் அதிக முக்கியத்துவம் தர வேண்டும்.

விலைவாசி உயர்வுக்கு எதிராக நாடு முழுவதும் போராட்டங்கள் நடந்தன. ஆனால், விநோதமான சில பிரச்சினைகளால் நுகர்வோர் தரப்பு முழுமையாக மறக்கப்பட்டு, சாகுபடியாளர்களுக்குக் கட்டுப்படியாகும் விலை, அல்லது ஊக்குவிப்பு விலை பற்றி மட்டும் கவனம் செலுத்தப்படுகிறது. நுகர்வோர் நிலையிலிருந்து உற்பத்தியாளர் நிலைக்கு மாறிவிட்டோம். சாகுபடியாளர்களுக்கு நிர்ணயிக்கும் விலை அதிகம் தங்களால் வாங்க முடியாது என்று நுகர்வோர் கருதினால் விலையைக் குறைக்க மானியம் வழங்கும் கடமையிலிருந்து அரசு தவறக் கூடாது. அரசு ஊழியர்கள், தொழிலாளர்கள் போன்றவர்களுக்கு அகவிலைப்படியை உயர்த்தி வாங்கும் சக்தியை உயர்த்த வேண்டும், அதன் மூலம் நுகர்வோரின் துயரங்களைக் களைய வேண்டும். நுகர்வோருக்கு, சில ஊக்குவிப்புகளை அளிக்காவிட்டால், அவர்கள் தயாரிக்கும் பொருட்களைத் தயாரிக்காமல் இருந்துவிடுவார்கள். எனவே, உற்பத்தியாளர் – நுகர்வோர் இருவரின் நலன்களையும் காக்கும் வகையில் இடைவழியைக் கண்டுபிடிக்க வேண்டும். எனவே, அரசு நிர்ணயிக்கும் விலை நுகர்வோரைப் பாதிக்கக் கூடாது, சாகுபடியாளர்களுக்கு விளைச்சலைப் பெருக்க வேண்டும் என்ற ஊக்குவிப்பாக அமைய வேண்டும்.

விவசாயிகளுக்கு ஊக்குவிப்பு என்றால் சாகுபடிச் செலவைக் கணிசமாகக் குறைக்க நடவடிக்கைகள் எடுக்கப்பட வேண்டும். உர விலை மற்றும் விதை, பூச்சிக்கொல்லிகள் போன்ற இதர இடுபொருட்களின் விலைகளைக் கணிசமாகக் குறைக்க வேண்டும். இப்படி ஒட்டு மொத்தமாகப் பார்க்கத் தொடங்கினால் நம்மால் தீர்வை எட்டிவிட முடியும். உணவு தானிய உற்பத்தியைப் பெருக்குவது நம்முடைய திறமைக்கு அப்பாற்பட்ட செயல் அல்ல!

❍

தமிழர்கள் விவகாரத்தில் இலங்கையின் இறையாண்மை இலங்கையினுடையது மட்டும் அல்ல

இலங்கையில் குடியேறிய தமிழ் மக்களுக்கு, லட்சக்கணக்கானவர்களுக்கு இலங்கை அரசு குடியுரிமையை மறுத்தபோது, டிசம்பர் 1964-ல் 'நாடற்ற மக்கள்' (A Stateless People) என்ற பொருளை மையப்படுத்தி, அண்ணா ஆற்றிய உரையின் சுருக்கமான வடிவம் இது. 'இந்திய - இலங்கை' ஒப்பந்தத்தில் உள்ள கோளாறுகளை அடுக்குபவர், வெளியுறவுக் கொள்கையிலும்கூட அறம் எப்படி தார்மிகம் ஆகிறது என்பதை இந்த உரையில் பேசுகிறார்; கூடவே இலங்கையின் வரலாற்றையும் தொடுகிறார். அகதிகள், குடியுரிமை, மறுவாழ்வு விவகாரத்தை ஓர் அரசு எப்படி மனிதாபிமானத்துடன் அணுக வேண்டும் என்பதைச் சொல்லும் உரையிலிருந்து தேர்ந்தெடுக்கப்பட்ட பகுதிகளைக் கொடுத்திருக்கிறோம்.

விஜயன் என்ற மன்னரின் காலத்தில் இலங்கையில் குடியேறியவர்கள்தான் சிங்களர்கள். 'இந்திய வம்சாவழியினர்' என்று அழைக்கப்படும் பத்து லட்சத்துக்கும் மேற்பட்டோரின் முன்னோர் (தமிழர்கள்) அதற்குப் பிறகு இலங்கைக்குச் சென்றவர்கள். இந்திய வம்சாவழியினரை, இலங்கையைப் பொறுத்தவரை 'அந்நியர்கள்' என்று அழைப்பது உண்மையைப் பழிப்பதாகும். அப்படிப்பட்ட அப்பட்டமான அநீதிக்கு இந்த அரசு முகம் கொடுத்திருக்கக் கூடாது.

சி.என்.அண்ணாதுரை: *துணைத் தலைவர் அவர்களே,*

இப்போதைய சர்வதேசச் சூழ்நிலை குறித்துத் தெளிவான ஒரு காட்சியை வெளியுறவுத் துறை அமைச்சர் அவையில் முன்வைத்தார்; மிகச் சிறந்த மூளைகள் சேர்ந்து தீர்க்க வேண்டிய உலகப் பிரச்சினைகள் ஏராளமாக இருக்கும் வேளையில், வெளியுறவுத் துறை அமைச்சராகப் பொறுப்பு வகிக்கும் அமைச்சர்பால் எனக்கு முழு அனுதாபம் உண்டு. நிறையப் பேசுவதற்கு வாய்ப்புள்ள துறை என்ற ஆவல் இருந்தாலும் காலம் கருதி, அமைச்சர் பேசிய அனைத்து விஷயங்கள் குறித்தும் பேச வேண்டாம் என்று உத்தேசித்துவிட்டேன்; நம்முடைய நாட்டுக்கு நெருக்கமான, 'இந்திய-இலங்கை ஒப்பந்தம்'பற்றி மட்டும் பேச விழைகிறேன். இந்திய-இலங்கை ஒப்பந்தத்தை நிறைவேற்றும் நடவடிக்கைகளின்போது, என்னுடைய உரையில் நான் வெளிப்படுத்தும் மக்களின் மனஉளைச்சல், கடும் துயரம் ஆகியவற்றைக் கருத்தில் கொண்டு, லட்சக்கணக்கானவர்களின் துயரைத் தீர்க்க நடவடிக்கை எடுக்குமாறு கேட்டுக்கொள்கிறேன்.

மனித மாண்புகளே அளவுகோல்

உலகம் முழுவதுமே ராஜதந்திரிகளும் அரசியல் தலைவர்களும் - மனித மாண்புகள் காக்கப்படவும், நீதியும் சமத்துவமும் அரியணையில் அமர்த்தப்படவும் – எப்படிப் பாடுபடுகிறார்கள் என்று அமைச்சர் தனது உரையில் விவரித்தார். மனிதர்களின் கண்ணியம், சர்வதேச நீதி, இயல்பறிவு ஆகியவற்றின் அடிப்படையில் இந்திய-இலங்கை ஒப்பந்தம் எப்படி அமலாகிக்கொண்டிருக்கிறது என்று எனது உரையில் உரைத்துப் பார்க்கிறேன். அத்தகைய அளவுகோல்படி பார்க்கும்போது, லட்சக்கணக் கானவர்களுக்குப் பெரும் துரோகம் இழைக்கப்பட்டிருப்பதையே இந்த ஒப்பந்தத்தில் நான் காண்கிறேன்; அப்படி வஞ்சிக்கப்பட்டவர்கள் அனைவரும் செய்த ஒரே பாவம், இந்த நாடும், இந்த அரசும் தங்களுக்கு நீதி வழங்கும், நிம்மதியைத் தரும் என்று எதிர்பார்த்ததுதான்.

இந்திய-இலங்கை ஒப்பந்தம் – நான் சொல்வேன், இந்த வார்த்தையே பொருத்தமில்லாதது; இந்தியாவுக்கும் இலங்கைக்கும் பிரச்சினைகளே கிடையாது; முக்கியமான பிரச்சினை எதுவென்றால், லட்சக்கணக்கில் இலங்கைக்கு வேலைக்குச் சென்று அங்கேயே குடியேறிவிட்டவர்களுக் கும் இலங்கைக்கும்தான்; இலங்கையில் குடியேறிவிட்ட அவர்களை அந்நாட்டு அரசு நடத்தும்விதம்தான் பிரச்சினையே. இதில் நாம் செய் திருக்கக் கூடிய ஒரே பங்களிப்பு – சட்டப்படி முறையாகச் செய்திருக்க வேண்டியது – இந்தியாவிலிருந்து சென்ற லட்சக்கணக்கானவர்களுக்குக் குடியுரிமை தந்து சமத்துவமாக இலங்கை அரசு நடத்த வேண்டும் என்று மனிதாபிமான நோக்கில் பேசியிருக்க வேண்டியதுதான்; மனிதாபிமானக் கண்ணோட்டம் இன்றி வேறு வகையில் இந்தப் பிரச்சினை அணுகப்பட மாட்டாது என்றே தொடக்கம் முதல் கூறப்பட்டது.

இடைவிடாமல், தொடர்ச்சியாக, தர்க்கரீதியாக முந்தைய அரசு,

இலங்கையில் அடுத்தடுத்து பிரதமராகப் பதவி ஏற்றவர்கள் அனைவரும் இந்தப் பிரச்சினை தொடர்பாக ஆலோசனை நடத்த இந்தியாவுக்கு வந்திருக்கிறார்கள் என்றால், ஒரு நாட்டின் இறையாண்மை மட்டும் இதில் சம்பந்தப்படவில்லை என்பது புலனாகும்.

இன்னும் சரியாகச் சொல்வதென்றால், மறைந்த பிரதமர் நேருவால் கடைப்பிடிக்கப்பட்ட கொள்கை - துளிகூட வருத்தப்படாமல் - காற்றில் பறக்கவிடப்பட்டிருக்கிறது; 'நாடற்றவர்கள்' என்று முத்திரை குத்தப்பட்டு தவிக்கவிடப்பட்ட லட்சக்கணக்கானவர்களின் பிரச்சினையை இலங்கை அரசு மட்டும்தான் தீர்க்கக் கடமைப்பட்டது என்று அவர் விடாமல் வற்புறுத்திவந்தார். இலங்கை அரசுக்கு வழிகாட்டல் தேவைப்படும்போது மட்டும்தான் இந்திய அரசுக்கு அதில் பங்கு ஏற்படுகிறது.

இறையாண்மை இலங்கையினுடையது மட்டுமா?

ஒரு நாட்டின் இறையாண்மையை இன்னொரு நாடு தனது செயல்களாலும் ஆலோசனைகளாலும் கட்டுப்படுத்த முடியுமா என்றொரு பிரச்சினை இந்த அவையில் எழுப்பப்பட்டது. இறையாண்மை குறித்து பல்வேறு கருத்துகள் நிலவுகின்றன; இறையாண்மைகூட நீதி, நேர்மை யான நடவடிக்கை என்பவற்றை வழிகாட்டிக் கொள்கையாகக் கொண்டது. இந்தப் பிரச்சினை இலங்கை அரசின் இறையாண்மைக்கு உட்பட்டது மட்டுமே என்றால், இந்திய அரசுடன் ஆலோசனை நடத்த கொத்தளவாலா, டட்லி சேனநாயக, பண்டாரநாயக, இப்போது சிரிமாவோ பண்டாரநாயக ஆகியோர் வந்திருக்க வேண்டியதில்லை, வந்திருக்க மாட்டார்கள், வந்திருக்கவும் முடியாது. இலங்கையில் அடுத்தடுத்து பிரதமராகப் பதவி ஏற்றவர்கள் அனைவரும் இந்தப் பிரச்சினை தொடர்பாக ஆலோசனை நடத்த இந்தியாவுக்கு வந்திருக்கிறார்கள் என்றால், ஒரு நாட்டின் இறை யாண்மை மட்டும் இதில் சம்பந்தப்படவில்லை என்பது புலனாகும்.

இந்தப் பிரச்சினையில் உலகம் முழுவதுமே ஆர்வம் காட்டுகிறது. இந்தியாவைச் சேர்ந்தவர்கள் என்று கூறப்படும் பத்து லட்சத்துக்கும் மேற்பட்டோர் இலங்கையில் குடியமர்ந்துள்ளனர், பத்தாண்டுகள் அல்லது இருபதாண்டுகளுக்குள் அல்ல; நூற்றாண்டுகள் கணக்கில்; அங்கே இருக்கும் இந்தியர்கள் (தமிழர்கள்) மட்டும்தான் இந்தியாவைச் சேர்ந்தவர்கள் என்று இங்கே பேசப்பட்டது; இலங்கையின் வரலாற்றைச் சற்று ஆழமாக உற்றுநோக்க முடியுமா என்று வெளியுறவுத் துறை அமைச்சரைக் கேட்க விரும்புகிறேன்; 'சிங்களர்கள்' என்று அழைக்கப் படுவோரும் இந்தியாவிலிருந்து சென்றவர்கள்தான் என்ற உண்மை அவருக்கு அப்போது புலப்படும்.

சிங்களர்களே அந்நியர்கள்தான்

விஜயன் என்ற மன்னரின் காலத்தில் இலங்கையில் குடியேறியவர்கள்தான் சிங்களர்கள். 'இந்திய வம்சாவழியினர்' என்று அழைக்கப்படும் பத்து லட்சத்துக்கும் மேற்பட்டோரின் முன்னோர் (தமிழர்கள்) அதற்குப் பிறகு இலங்கைக்குச் சென்றவர்கள். இந்திய வம்சாவழியினரை, இலங்கையைப் பொறுத்தவரை 'அந்நியர்கள்' என்று அழைப்பது உண்மையைப் பழிப்பதாகும். அப்படிப்பட்ட அப்பட்ட மான அநீதிக்கு இந்த அரசு முகம் கொடுத்திருக்கக் கூடாது. இந்தப் பிரச்சினையின் பெரும் பாரம், இலங்கை அரசுக்குரியது; அவர்கள் இந்த நாட்டுக்கு வந்து அல்லது சர்வதேச நாடுகளின் விசாரணை மன்றத்துக்கு வந்து, அங்கே நிரந்தரமாகத் தங்கி வாழும் மக்களை இத்தனை ஆண்டு களாக எப்படி மனிதாபிமானம் இல்லாமல் நடத்திவந்திருக்கிறோம் என்று ஒப்புக்கொண்டிருக்க வேண்டும்.

இந்திய வம்சாவழியினர் என இப்போது அழைக்கப்படும் இலங்கைத் தமிழர்களுக்கு இன்றைய தமிழ்நாட்டுடன், தமிழ்நாட்டில் உள்ளவர் களுடன் எந்தவித ஒட்டுறவோ தொடர்போ வசிக்க வீடோ உறவு முறையோ கிடையாது. இலங்கையில் உள்ள தமிழர்களுக்கும் தமிழ் நாட்டில் உள்ள தமிழர்களுக்கும் உள்ள ஒரே உறவு, தமிழ் மொழியால் ஏற்பட்டுள்ள பற்று மட்டுமே; 'இது உங்கள் பிரச்சினை' என்று இலங்கை அரசு கூறினால், அதை இந்திய அரசு அப்படியே ஏற்றுக்கொள்ள வேண்டிய காரணம் என்ன? அவர்களுடைய யோசனைகளை இந்திய அரசு ஏற்றுக்கொள்வதேன்? எதற்காக இந்திய அரசு இலங்கை அரசிடம் சரணடைகிறது? ஏதாவது நப்பாசையா? அல்லது நெருக்கடியைத் தாங்க முடியாமலா? அல்லது அந்நியமான சூழ்நிலைகள் ஏதாவதா? இலங்கை அரசு தீர்க்க வேண்டிய பிரச்சினையைத் தங்களுடைய பிரச்சினையாக இந்திய அரசு கருதித் தோளில் சுமப்பது ஏன்?

இலங்கை பிரதம மந்திரிகள் என்ன செய்கிறார்கள்? (பிரதமர்) டட்லி சேனநாயக இங்கே வந்தபோது (எதிர்க்கட்சித் தலைவர்) கொத்தள வாலாவை உடன் அழைத்துவந்தார்; பண்டாரநாயக வந்தபோது, தங்கள் நாட்டின் முக்கியமான எதிர்க்கட்சித் தலைவர்களுடன் ஆலோசனை கலந்து அவர்களது முடிவுகளையும் தெரிந்துகொண்டு வந்தார். டட்லி சேனநாயக பிரதமராக வந்தபோது, தனது குழுவில் ஒருவராக பண்டார நாயகவையும் அழைத்து வந்தார். மிகச் சிறிய நாடான இலங்கை, எதிர்க் கட்சித் தலைவர்களுடன் ஆலோசனை கலந்து, அவர்களுடைய யோசனைகளையும் பெற்றுக்கொண்டு வரும்போது, மிகப் பெரிய ஜன நாயக நாட்டைச் சேர்ந்த இந்த அரசு மட்டும் ஏன் எந்த எதிர்க்கட்சியையும் ஆலோசனை கலப்பது அவசியம் இல்லை என்று எப்படிக் கருதுகிறது? இலங்கை அரசு இலங்கையில் செயல்படக்கூடிய அனைத்துக் கட்சிகளின் கருத்துகளையும் கேட்டறிந்து, கருத்தொற்றுமையுடன் இங்கு வருகிறது; நீங்களோ எதிர்க்கட்சிகளோடு ஆலோசனை கலக்காமல், நீங்களாகவே முடிவெடுத்துவிட்டு இந்த அவையைச் சந்திக்கிறீர்கள், இது ஏன்?

ஐந்து லட்சம் பேரை எங்களால் ஏற்க முடியாது என்று இந்தியா கூறிவிட்டால் இலங்கை அரசுக்கு மாற்று என்ன இருக்கிறது? இந்த ஐந்து லட்சம் பேரையும் (நாஜிக்களின் பெல்சன் முகாமைப் போல) வதை முகாமில் அடைத்து வைக்கும் துணிவு அவர்களுக்கு உண்டா?

நேருவின் பாதையிலிருந்து விலக்கம் ஏன்?

மறைந்த பிரதமர் ஜவாஹர்லால் நேரு கடைப்பிடித்துவந்த பாதையிலிருந்து ஏன் விலகினீர்கள்? இந்த அவையிலும் இன்னொரு அவையிலும் வேறு மேடைகளிலும் அவர் என்ன பேசியிருக்கிறார்? "தாங்களாக வருகிறார்கள் என்றால் எத்தனை பேரை வேண்டுமானாலும் வரவேற்கத் தயாராக இருக்கிறேன்" என்று. இது என்ன ஒப்பந்தம்? இது தாங்களாகவே விரும்பி வருகிறவர்களை ஏற்றுக்கொள்வதற்கான ஒப்பந்தம் இல்லையா? ஐந்து லட்சம் அல்லது அதற்கும் மேற்பட்ட தமிழர்களை ஏற்றுக்கொள்கிறோம் என்று ஒப்புக்கொண்டுவிட்டீர்கள்; மிகுந்த சிரமப்பட்டு அவர்களைக் கெஞ்சி - உங்களுடைய சிரமம் எனக்குப் புரிகிறது – மூன்று லட்சம் பேரை நீங்களே வைத்துக்கொள்ளுங்கள் என்று சம்மதிக்க வைத்திருக்கிறீர்கள்; இப்போதைக்கு 1,50,000 பேர் தொடர்பாக எந்த முடிவும் இல்லாமல் – தாற்காலிகமாக என்று நம்புகிறேன் – நட்டாற்றில் விட்டுவிட்டீர்கள்.

இதே பிரச்சினையை ஜவாஹர்லால் நேருவும் கொத்தளவாலாவும் எதிர்கொண்டபோது, உடன்பாட்டின் அம்சங்கள் என்ன? 1953-54 ஒப்பந்தத்தின் அம்சங்கள் என்ன? ஒப்பந்தத்தின் முக்கிய அம்சம் – அடிநாதம் – தாங்களாகவே விரும்பி வருகிறவர்களை மட்டுமே இந்தியாவுக்கு அனுப்ப வேண்டும்; இலங்கையிலேயே தங்கி வாழ்வது அல்லது இந்தியாவுக்குத் திரும்புவது என்ற இரு வாய்ப்புகளை அளிக்க வேண்டும்; அப்போது இலங்கை அரசு ஒருபடி மேலே சென்று, நாடு திரும்ப நினைப்பவர்களுக்கு ரொக்க ஊக்குவிப்பைத் தரப்போவதாகக் கூறியது. அதுவும் கைவிடப்பட்டது அல்லது ஒப்பந்தத்தில் பிறகு சேர்க்கப்படவில்லை. 1954 ஒப்பந்தத்துக்குப் பிறகு வெளியுறவுத் துறை அமைச்சர் அல்லது பிரதமர் அந்த ஒப்பந்தம் எந்தவகையில் அமலாகிறது என்று ஆய்வுசெய்தார்களா?

இலங்கைக் குடியுரிமை கோரி எட்டு லட்சத்துக்கும் மேற்பட்டோர் விண்ணப்பித்திருந்தும் வெறும் 1,25,000 பேர் மட்டுமே பதிவுசெய்யப் பட்டனர் என்பதை இலங்கை நாட்டு அரசும் மறுக்கவில்லை. 1953-54 உடன்பாடு நியாயமாக அமல்படுத்தப்படவில்லை என்று இலங்கை நாடாளுமன்றத்தைச் சேர்ந்த உறுப்பினர்களே கூறுகின்றனர். அந்த ஒப்பந்தம் நியாயமாகவும், சமத்துவமாகவும் அமல்படுத்தப்படவில்லை

என்று சமீப காலம் வரை கேபினட் அமைச்சராக இருந்தவரான பெலிக்ஸ் பண்டாரநாயகவே நாடாளுமன்றத்திலேயே கூறியிருக்கிறார். இந்த அரசுடன் ஒப்பந்தம் செய்துகொண்ட இலங்கை அரசு, அதை நியாயமாகவும் சரியாகவும் அமல்படுத்தவில்லை என்ற நிலையில் மீண்டும் அவர்கள் அழைப்பை ஏற்றுச் சென்று, கோடிட்ட இடத்தில் கையெழுத்திட்டது ஏன்? அதனால்தான் லட்சக்கணக்கான மக்கள் இந்திய - இலங்கை ஒப்பந்தம் என்பது லட்சக்கணக்கான மக்களின் வாழ்க்கையை நிர்மூலமாக்கும் நம்பிக்கைத் துரோக ஒப்பந்தம் என்று கூறுகின்றனர்.

செயல்திறனற்ற அரசின் கேள்வி

இங்கே பேசிய பல உறுப்பினர்கள், குறிப்பாக செங்கல்வராயன், 'மாற்று (வழி) என்ன இருக்கிறது?' என்று கேட்டனர். நல்லது, லட்சக்கணக்கான மக்களுக்கு எதிர்காலமே இல்லாமல் இருளில் தள்ளும் ஒப்பந்தம்தான் கையெழுத்தாகும் என்னும்போது அவர்களுடைய வாழ்க்கைக்கு மாற்று (வழி) என்ன இருக்கிறது? ஒப்பந்தப்படி நீங்கள் நீதி வழங்காதபோது மாற்று என்ன இருக்கிறது? அந்த மாற்று வழியை மக்களே உருவாக்குவார்கள். இப்படியே எல்லா பிரச்சினைகளுக்கும் மாற்று என்ன இருக்கிறது என்று கேட்டீர்கள் என்றால், சீன எல்லைப் பிரச்சினையை வெகு எளிதாகத் தீர்த்துவிடலாம்!

வேறு என்ன மாற்று இருக்கிறது என்ற வாதத்தைச் செயல்திறனுள்ள அரசு கேட்கக் கூடாது. இந்த ஒப்பந்தத்தில் இந்தியா கையெழுத்திட மறுத்துவிட்டால் இலங்கை அரசுக்கு மாற்று வழி என்ன இருக்கிறது? ஐந்து லட்சம் பேரை எங்களால் ஏற்க முடியாது என்று இந்தியா கூறி விட்டால், இலங்கை அரசுக்கு மாற்று என்ன இருக்கிறது? இந்த ஐந்து லட்சம் பேரையும் (நாஜிக்களின் பெல்சன் முகாமைப் போல) வதை முகாமில் அடைத்துவைக்கும் துணிவு அவர்களுக்கு உண்டா? உலக நாடுகளின் கருத்துக்கு மதிப்பு கொடுக்காமல் ஐந்து லட்சம் பேரையும் அவர்களால் சுட்டுத்தள்ளிவிட முடியுமா? இலங்கை அரசால் அத்தனை தூரத்துக்குச் செயல்பட்டுவிட முடியாது; 'வெளியுறவு அமைச்சரை' பல உறுப்பினர்கள் இங்கே 'அந்நிய அமைச்சர்' என்றே அழைத்தபோது நான் சற்றே எரிச்சலுற்றேன்; ஆனால், உண்மையிலேயே அவர் 'அந்நிய அமைச்சர்'தான், அதனால்தான் லட்சக்கணக்கான மக்களின் எதிர்காலம் தொடர்பான பிரச்சினையை 'அந்நிய அரசே' பார்த்துக்கொள்ளட்டும் என்று விட்டுவிட்டார்.

இலங்கை அரசில் தொழில் துறை அமைச்சராக இருந்த ஜி.ஜி.பொன்னம்பலம், பதவி விலகும்போது நாடாளுமன்றத்தில் ஒரு கருத்தைத் தெரிவித்தார். "இந்திய-இலங்கை குடிமக்கள் சட்டத்தைப் பலவந்தமான அடக்குமுறைச் சட்டமாகவே அரசு நடைமுறைப்படுத்திக் கொண்டிருக்கிறது; இலங்கையைத் தவிர வேறு எந்த நாட்டையும் எங்களுடையது என்று கூற முடியாத ஆயிரக்கணக்கான, லட்சக்கணக்கான மக்களுக்குக் குடியுரிமையை வேண்டுமென்றே அப்பட்டமாக மறுப்பதாக

இலங்கை மக்கள், இந்தியக் குடியுரிமை வேண்டாம் என்று நிராகரிக்கும்போது நீங்கள் என்ன செய்யப்போகிறீர்கள்? அவர்களுக்கு விருப்பம் இருந்தாலும் இல்லாவிட்டாலும் அலையலையாக அவர்களைக் கப்பல்களில் ஏற்றி, இந்தியாவில் கொண்டுவந்து இறக்கப்போகிறீர்களா?

ஒப்பந்தம் உள்ளது. வேறு எந்த நாட்டுக்கும் விசுவாசமில்லாத அம்மக்கள் இந்நாட்டில் நிரந்தரக் குடிமக்களாக வாழ இயற்கையான உரிமை உள்ளவர்கள்" என்றார்.

1953-54 குடிமக்கள் சட்டத்தை இலங்கை அமல்படுத்தவில்லை. அந்தச் சட்டத்தை அமல்படுத்தாத அரசு, இந்த ஒப்பந்தம் மூலம் பிரச்சினையைத் தீர்க்கும் என்று எப்படி எதிர்பார்ப்பது? மக்களவையில் இருக்கும் என்னுடைய கட்சியைச் சேர்ந்த நண்பர் இரா.செழியன் இந்த ஒப்பந்தம் தொடர்பாகப் பொருத்தமான கேள்வி ஒன்றைக் கேட்டார்; வெளியுறவுத் துறை திட்டவட்டமான, வெளிப்படையான பதிலைக் கூற வேண்டும் என்றும் வலியுறுத்தினார். "இப்படி இலங்கையிலிருந்து இந்தியாவுக்குக் குடிபெயர்வது கட்டாயத்தின்பேரிலா, சுய விருப்பமா?" என்று வினவினார்.

துரோகம் இழைக்காதீர்கள்

நேரடியான கேள்விகளுக்குப் பதில் அளிக்காமல் திசை திருப்புவதில் வல்லவர் என வெளியுறவுத் துறை அமைச்சர் பற்றிக் கேள்விப்படுகிறேன், அதற்கு அவர் அளித்த பதில், "நாம் ஏன் அனுமானமாக ஒரு நிலையை எடுக்க வேண்டும்?" என்பதாகும். இந்த ஒப்பந்தத்தை நிராகரிப்பதாக இரண்டு தொழிலாளர் அமைப்புகள் இலங்கையில் அறிவித்துள்ளன; அவற்றில் ஒன்று அஜீஸ் தலைமையிலானது, இன்னொன்று தொண்டமான் தலைமையிலானது. இந்தியாவில் குடியேறும் விருப்பத்தைத் தெரிவிக்கப் போவதில்லை என்று இருவருமே கூறியுள்ளனர். எனவே, செழியன் கேட்டது அனுமானத்தின்படியான கேள்வியல்ல. இலங்கை மக்கள், இந்தியக் குடியுரிமை வேண்டாம் என்று நிராகரிக்கும்போது நீங்கள் என்ன செய்யப்போகிறீர்கள்? அவர்களுக்கு விருப்பம் இருந்தாலும் இல்லா விட்டாலும் அலையலையாக அவர்களைக் கப்பல்களில் ஏற்றி இந்தியாவில் கொண்டுவந்து இறக்கப்போகிறீர்களா?

இன்னொரு உறுப்பினர் பேசினார், 'நமக்கு அங்கு அதிகார எல்லையில்லை' என்று. பத்திரிகையிலே ஒரு செய்தி படித்தேன் – டெல்லியைச் சேர்ந்த பேராசிரியர் ஒருவர் – பெயர் இப்போது நினைவுக்கு வரவில்லை – கூறியிருக்கிறார், "ஐக்கிய நாடுகள் சபையின் மனித உரிமை சாசனப்படி அத்தனை லட்சம் பேருக்கும் குடியுரிமை அளிக்க இலங்கை கடமைப்பட்டது" என்று. இந்த அம்சங்களையெல்லாம் கருத்தில் எடுத்துக் கொள்ளாமல் வெளியுறவு அமைச்சர் – நல்ல மனிதர்தான் – ஒப்பந்தத்தில்

கையெழுத்திட்டுவிட்டார்; அல்லது பிரதமர் கையெழுத்திட்டாரா? எனக்குத் தெரியாது – நாடற்றவர்களான லட்சக்கணக்கான மனிதர்களின் கண்ணியத்துக்கே நம்பிக்கைத் துரோகம் செய்யும் செயல் இது. அரசின் இந்த அணுகுமுறைக்கு என்னுடைய எதிர்ப்பைப் பதிவுசெய்யவே இந்த விவாதத்தில் பங்கேற்றேன், நன்றி.

அண்ணாவோடு உயிர்விட்ட செல்லம்

உயிரினங்கள் மீது அன்புகொண்டவர் அண்ணா. சிறையில் இருந்தபோது காக்கையால் தாக்கப்பட்ட குருவிக்குஞ்சை மீட்டு வளர்த்தார். வேலூர் சிறையில் ஒரு அரசங்கன்று வளர்த்தார். வீட்டில் காதல் பறவைகள், புறா, முயல், மான், நாய்களை வளர்த்தார். முதல்வரான பிறகும்கூட மயிலும் நாயும் வளர்த்தார் அண்ணா. அவர் இறந்த ஒரு வாரத்தில் அவரது செல்ல நாயும் இறந்துவிட்டது.

நெசவாளர் துயர் துடைப்புப் பணி

காந்தியார் கதரைக் கையில் எடுத்ததுபோல, அண்ணா கைத்தறியைக் கையில் எடுத்தார். 1952 டிசம்பரில் கூடிய தஞ்சை பொதுக்குழு, 4.1.1953-யைக் கைத்தறியாளர் ஆதரவு நாளாகக் கொண்டாடும்படி தென்னாட்டு மக்களைக் கேட்டுக்கொண்டது. அந்த மாநாட்டில் நிறைவேறிய தீர்மானங்களிலேயே மிகப் பெரிய தீர்மானம், நிறைய வழிமுறைகளைச் சொன்ன தீர்மானமும் இதுதான். இதன்படி, கைத்தறி நெசவாளர்களுக்கு உதவுகிற வகையில் ஒலி முழக்கம், பொதுக்கூட்டம், தேங்கியுள்ள கைத்தறிகளை வீதிவீதியாகச் சென்று விற்பது போன்ற பணிகளில் கழகத் தோழர்களே ஈடுபட்டனர். சிதம்பரம் ஜெயராமன், நாகூர் ஹனீபா, நடிப்பிசைப் புலவர் கே.ஆர். ராமசாமி ஆகியோர் ஊர் ஊராகப் போய்ப் பாடல் பாடினார்கள். இதற்காக உடுமலை நாராயண கவி, "செந்தமிழ் நாட்டுக் கைத்தறி வேட்டிகள் – சேலைகள் வாங்குவீர்" என்று ஒரு பாடலையே திமுகவுக்காக எழுதிக்கொடுத்தார். திருச்சியில் வீதி வீதியாகச் சென்று அண்ணாவே கைத்தறி ஆடைகளை விற்றார். இதுபற்றி 'திராவிட நாடு' இதழில் நீண்ட தலையங்கம் எழுதியும் மக்களை அந்நிய ஆடை பயன்பாட்டிலிருந்து கைத்தறிப் பக்கம் திருப்பினார் அண்ணா.

மாபெரும் தமிழ்க் கனவு

தேசிய மொழிகள் அனைத்தையும் ஆட்சிமொழி ஆக்குங்கள் அதுவரை ஆங்கிலமே நீடிக்கட்டும்

இந்தியாவின் ஆட்சிமொழி தொடர்பிலான அண்ணாவின் அபாரமான தொலைநோக்குப் பார்வையை வெளிப்படுத்தும் உரை இது. தேசியக் கட்சிகள் ஏன் இன்னும் தமிழ்நாட்டில் வேரூன்ற முடியவில்லை என்பதற்கான பதிலும்கூட இதில் இருக்கிறது. மார்ச் 1965-ல் 'ஒற்றுமையா ஒற்றைத் தன்மையா' (Unity or Uniformity) எனும் பொருளை மையப்படுத்தி அண்ணா ஆற்றிய உரையிலிருந்து தேர்ந்தெடுக்கப்பட்ட பகுதிகளை இங்கே கொடுத்திருக்கிறோம். இந்தி ஆதிக்க எதிர்ப்புப் போராட்டத்தை அன்றைய காங்கிரஸ் அரசு கையாண்ட மோசமான விதம், காவல் படைகள் நடத்திய ஈவிரக்கமற்ற துப்பாக்கிச்சூடு, இந்த நாட்டில் ஆங்கிலம் நீடிக்க நம்முடைய முன்னோர்கள் செய்த அளப்பரிய தியாகம், எல்லாவற்றையும் இந்த உரையினூடாக அறிய முடிகிறது. கூடவே, தமிழ் மீது அண்ணா கொண்டிருந்த பற்றும் பெருமிதமும்!

பொதுமொழி ஒன்றின் மூலம் இந்தியா முழுவதையும் ஒன்றுபடுத்த நீங்கள் விரும்புகிறீர்களா; அல்லது ஒரே விதமாக்க முயலுகிறீர்களா? இதில் தெளிவு வேண்டும். இந்தியா முழுவதையும் ஒரே மட்டமாக்கிவிடுவதுதான் உங்கள் முயற்சி என்றால், இப்போதே கூறுகிறேன் – இந்த முயற்சியில் நீங்கள் துளிகூட வெற்றி பெறப்போவதில்லை!

சி.என்.அண்ணாதுரை: *அவைத் தலைவர் அவர்களே!*

கடந்த பிப்ரவரி 17-ம் தேதி நாடாளுமன்ற உறுப்பினர்களை வரவேற்று, குடியரசுத் தலைவர் ஆற்றிய பேருரைக்கு நாம் நன்றி பாராட்டக் கடமைப் பட்டுள்ளோம். 'தளராத நம்பிக்கையுடனும், சிதையாத உறுதியுடனும் நாட்டை நடத்திச்செல்ல' நாடாளுமன்ற உறுப்பினர்கள் பாடுபட வேண்டும் என்று குடியரசுத் தலைவர் அறிவுரை வழங்கியுள்ளார். 'தளராத' - 'உறுதி' என்று குடியரசுத் தலைவர் கூறியவை நன்கு சிந்திக்க வேண்டிய சொற்களாகும்.

அரசாங்கத்தை நடத்திச்செல்லும் போக்கும், எடுக்கும் முடிவுகளும் நாடாளுமன்ற உறுப்பினர்களிடமிருந்து எதிர்பார்க்க வேண்டிய அளவுக்கு உயர்ந்ததாக இல்லாதவையாகக் குடியரசுத் தலைவருக்கு ஒருவேளை தோன்றியிருக்கலாம் - பெரும்பாலும் அவரது எண்ணம் சரியாகக்கூட இருக்கலாம்.

அரசாங்கத்தை எல்லாவற்றுக்கும் பாராட்டுவது என்ற சபலத்துக்கு ஆட்படாமல் இருந்திருந்தால், குடியரசுத் தலைவர், அரசாங்கத்தின் சாதனைகளைப் பற்றிப் பலவாறு பெருமைப்படுத்திப் பேசியிருந்திருக்க மாட்டார். ஆனால், அரசாங்கத்தின் சாதனைகளைப் பற்றி மக்கள் வேறு விதமாகக் கணக்குப் போட்டுக்கொண்டிருக்கிறார்கள். "பயங்கரமான உணவு நெருக்கடி, படுகுழியை நோக்கிச் செல்லும் ஊழல் ஆட்சி, விலை வாசி உயர்வு, வேதனை தரும் நலிவுகள் - இவைதான் இந்த ஆட்சியின் அரும்பெரும் 'சாதனை'களாக இன்று விளங்குகின்றன!

வேதனையடைகிறோம் - மகிழ்ச்சிக்கு இடமெங்கே?

தென்னாட்டில் நிகழ்ந்த வன்முறைச் செயல்களைப் பற்றிக் குடியரசுத் தலைவர் கூறுவதுபோல், நாம் ஒவ்வொருவரும் வேதனைப்படுகிறோம். அந்த நிகழ்ச்சிகள் குறித்து யாரும் மகிழ்ச்சியடைய முடியாது - குறிப்பாக, அந்தப் பகுதியில் இருக்கும் மக்கள் நிச்சயமாக மகிழ்ச்சியோ பெருமையோ அடையவில்லை. நாட்டு முன்னேற்றத்தில் அக்கறை கொண்டவர்கள் - வன்முறைச் செயல்களால் பாதிக்கப்படுபவர்கள் - ஒருபோதும் அத்தகைய வன்முறைச் செயல்களை ஆதரிக்க மாட்டார்கள்.

தென்னகத்தில் நடைபெற்ற வன்முறைச் செயல்களுக்குச் சில அரசியல் கட்சியினர்தான் காரணம் என்று யாராவது கூறுவார்களேயானால், அது தற்போதுள்ள நிலைமையைப் புரிந்துகொள்ள மறுப்பது மட்டுமல்ல; நாட்டின் அரசியல் வரலாற்றையும், தென்னாட்டிலுள்ள முக்கிய அரசியல் கட்சிகளின் வரலாற்றையும், அந்தக் கட்சிகள் வளர்ந்த தன்மையையும் புரிந்துகொள்ளாததுமாகும். வன்முறையைக் கண்டிப்பதில் நான் தயங்கவில்லை. குடியரசுத் தலைவருடனும் மற்ற உறுப்பினர்களுடனும் சேர்ந்து நானும் வன்மையாக - அழுத்தந்திருத்தமாக - வன்முறையைக் கண்டிக்கிறேன்.

தென்னகத்தில் நடைபெற்ற வன்முறைச் செயல்களுக்குச் சில அரசியல் கட்சியினர்தான் காரணம் என்று யாராவது கூறுவார்களேயானால், அது தற்போதுள்ள நிலைமையைப் புரிந்துகொள்ள மறுப்பது மட்டுமல்ல; நாட்டின் அரசியல் வரலாற்றையும், தென்னாட்டிலுள்ள முக்கிய அரசியல் கட்சிகளின் வரலாற்றையும், அந்தக் கட்சிகள் வளர்ந்த தன்மையையும் புரிந்துகொள்ளாததுமாகும்.

கழகக் குறிக்கோளில் குறைகாண இயலுமா?

எனது கழகத்தின் மீது பழிசுமத்தப்பட்டாலும், நான் உள்ளத் தூய்மையுடன், நேர்மை உணர்வுடன் கூறுகிறேன் - நடைபெற்ற வன்முறைச் செயல்களுக்கும் எங்களுக்கும் நேரிடையாகவோ மறைமுகமாகவோ துளிகூடத் தொடர்பு கிடையாது.

திமுக தூய்மையான குறிக்கோளை உடையது, உடனடியான திட்டத்தை உடையது, நேர்மையான வழியைப் பின்பற்றுவது, குறிக்கோளிலும் நடைமுறைத் திட்டத்திலும், மற்ற எந்த அரசியல் கட்சிக்கும் பின்னடையாத விதத்தில், திமுக தூய்மையையும் உயர்ந்த மனப்பாங்கையும் பெற்றிருக்கிறது. மாணவர் கிளர்ச்சியை நாங்கள் தூண்டிவிடவும் இல்லை; வன்முறைகளை நாங்கள் கடைப்பிடிக்கவும் இல்லை. இப்போது சாட்டப்படும் குற்றச்சாட்டுகளைச் சமாளிக்க, இவற்றை நான் கூறவில்லை.

எந்தக் காலத்திலும், எந்தக் கட்டத்திலும் நேர்மையுள்ளம் கொண்ட எவரும், எனது கட்சியின் தூய்மையைப் பற்றியோ, நடைமுறைத் திட்டத்தைப் பற்றியோ குறைகாண முடியாத விதத்தில் இருந்து வந்திருக்கிறோம் என்று தெரிவித்துக்கொள்ள விரும்புகிறேன்.

ஜி.ராமச்சந்திரன் (தமிழ்நாடு): நான் ஒன்று கேட்க விரும்புகிறேன்; இந்தியாவின் ஒற்றுமை என்பது உங்கள் கட்சிக் கொள்கையில் ஏற்றுக் கொள்ளப்பட்டுள்ளதா?

சி.என்.அண்ணாதுரை: எங்கள் கொள்கையில் இந்திய ஒற்றுமையைத் திட்டவட்டமாக ஏற்றுக்கொண்டுவிட்டிருக்கிறோம். அது நீங்கள் கொண்டு வந்த சட்டத் திருத்தங்களால் அல்ல - சீன ஆக்கிரமிப்பு ஏற்பட்டபோது, 'ஒற்றுமையுடன் இருந்தால்தான் அனைவருக்கும் நல்லது' என்ற உணர்வு எங்களுக்கு ஏற்பட்டது.

ஜி.ராமச்சந்திரன்: சீன ஆக்கிரமிப்புப் பயம் நீங்கிவிட்டால், மீண்டும் ஒன்றுபடாத நிலைக்கு நீங்கள் திரும்பப் போய்விடுவீர்களா?

சி.என்.அண்ணாதுரை: சீன ஆக்கிரமிப்பை ஒரு சின்னமாகக் கூறினேன். அது ஒன்று மட்டும் காரணம் என்று கூறவில்லை.

நமது பிரதமர் இங்கு இருக்கிறார்; தென்னாட்டில் நடந்தவற்றைப் பற்றி அவரிடம் நேரிடையாக விளக்கிக் கூறுவதற்கு எனக்கு வாய்ப்புக் கிடைக்க வில்லை. மாறாக, அரசாங்கத் தரப்பில் தரப்பட்ட விளக்கங்கள்தான் அவருக்கு இதுவரை கிடைத்திருக்கும். எனவே, அதுபற்றி ஒரு சிலவற்றை இந்த அவையின் கவனத்துக்கும், பிரதமரின் பார்வைக்கும் வைக்க விரும்பு கிறேன்.

மாணவர்கள் கிளர்ச்சி ஜனவரி 25 அன்று ஆரம்பித்தது. நானும், எனது கழகத்தைச் சேர்ந்த 3,000 பேரும் ஜனவரி 25 நள்ளிரவில் கைதுசெய்யப் பட்டு, பிப்ரவரி 2 வரை சிறையில் அடைக்கப்பட்டிருந்தோம். வெளியில் நடைபெறும் வன்முறைச் செயல்கள் பற்றிய செய்திகளை, சிறைக்குள் இருக்கும் நாங்கள் பத்திரிகைகளின் வாயிலாகவே படித்துத் தெரிந்து கொண்டோம். இந்த நிலையில், வன்முறைச் செயல்களுக்கு எங்களைக் காரணமாக்குவது எந்த அளவு பொருந்தும் என்று தெரியவில்லை. நிலைமைக்குப் பொருந்திவராதது மட்டுமல்ல; எங்கள் கழகத்தின் கொள்கைக்கும் திட்டத்துக்கும் வன்முறை என்பது சிறிதுகூடப் பொருந்தி வராத ஒன்று.

சௌரி சௌராவைப் பற்றியும், ஜாலியன் வாலாபாக்கைப் பற்றியும் பிரதமர் நன்கு அறிந்திருப்பார் என்று நினைக்கிறேன். சிறைகளில் மக்கள் தள்ளப்பட்ட காட்சிகளையும், சட்டமுறைகளை மக்கள் மீறிய காட்சி களையும் அவர் கண்டிருப்பார். மக்களுடைய உணர்ச்சி, சட்ட முறையில் வெளிவராதபடி தடுக்கப்பட்டால், அது பொங்கி எழுந்து சமுதாயத்தின் பல துறைகளிலும் வெள்ளமெனப் பாய்ந்து செல்லும் என்பது அவருக்குத் தெரிந்திருக்க வேண்டும். "தென்னாட்டில் உண்டான கிளர்ச்சிகளைத் திமுக தான் தூண்டிவிட்டது" என்று சிலர், பழிச் சொற்களை அள்ளி வீசிய போதிலும், பிரதமர் லால்பகதூர் அவர்கள், அத்தகைய அவசர முடிவுக்கு வர மாட்டார் என்று நினைக்கிறேன். எனது கட்சிக்கு வாய்ப்புத் தரப்பட்டால், எங்களது குற்றமற்ற தன்மையை பிரதமரே கண்டுகொள்ளும்படி செய்ய முடியும்.

இதுபோன்ற கிளர்ச்சியைத் தூண்டியோ ஊக்குவித்தோ நாங்கள் ஒரு அறிக்கையோ கட்டுரையோ தலையங்கமோ இதுவரை தீட்டியது கிடையாது; பேச்சிலும் எழுத்திலும் துளிகூட நாங்கள் ஆதரவு காட்டியது மில்லை - தூண்டிவிடவுமில்லை.

உள்ளத் தூய்மையுடன் கூறுகிறேன் - ஒரு நியாயமான முடிவை அமைதியான முறையில் காண வேண்டும் என்று நாங்கள் பாடுபட்டு வருகிறோம்! "மாணவர்கள் அரசியல் போராட்டங்களில் கலந்துகொள்ளக் கூடாது" என்று நாங்கள் வலியுறுத்திவந்திருக்கிறோம்!

உடலை ஒடுக்கலாம் - உணர்ச்சியை மாய்க்க முடியாது!

அரசியல் நிகழ்ச்சிகளிலோ போராட்டங்களிலோ ஈடுபடுமாறு மாணவர் களை நாங்கள் அழைத்தது கிடையாது. நான் இங்கு வெளிப்படையாகக்

ஆந்திர மாநிலக் கிளர்ச்சியில் வன்முறைச் செயல்கள் நிகழ்ந்தபோது, எல்லோரும் அவற்றைக் கண்டித்துப் பேசினார்கள். வன்முறை உணர்ச்சி கண்டிக்கப்பட்டது; உயர்ந்த பண்புகள் பாராட்டப்பட்டன. 'வன்முறை மூலம் எதையும் சாதிக்க முடியாது' என்று கூறினோம்!

கூறுவேன் - பிரதமர் சார்ந்திருக்கும் கட்சிதான் மாணவர்களை 'அரசியல் கிளர்ச்சிகளில் ஈடுபடுத்தக் கூடாது' என்று ஏற்பட்ட ஒப்பந்தத்தை மீறி நடந்துகொண்டது. தஞ்சாவூரில் அதற்காக ஒரு மாநாடு கூட்டி, காங்கிரஸ் தலைவர்கள் அதில் தமது ஆர்வத்தை வெளிப்படுத்தினர். ஆக, ஒழுங்கு வரையறையை மீறிய குற்றச்சாட்டு காங்கிரஸ் கட்சி மீதுதான் இருக்கிறதே தவிர, எங்கள் மீது அல்ல!

இப்போது நடைபெற்ற மாணவர் கிளர்ச்சியில், இளைஞர் காங்கிரஸைச் சேர்ந்த மாணவர்கள், முன்னணியில் நின்று கிளர்ச்சிசெய்துள்ளனர். இளைஞர் காங்கிரஸைச் சேர்ந்த ஒரு மாணவர் தலைவர், அப்போது சிறையில் வைக்கப்பட்டார்; அவர் மீது ஒரு வழக்கும் போடப்பட்டுள்ளது. மேலும், அவர் ஒரு போலீஸ் அதிகாரியின் மகனும் ஆவார்.

ஆக, எல்லாவற்றையும் திமுக தூண்டிவிட்டதாகக் குற்றஞ்சாட்ட நினைப்பது பிழையானது. எங்கள் கட்சியின் நற்பெயரை நிரூபிப்பதற்காக மட்டும் இதை நான் கூறவில்லை. விவரம் அறியாதோரின் முயற்சி - ஆதாரமற்ற அலங்கோலம்! அத்தகைய பொறுப்பற்ற - ஆதாரமற்ற குற்றச்சாட்டுகளை இந்தப் பேரவையிலுள்ள கனம் உறுப்பினர்கள் அப்படியே நம்பிவிட்டார்கள்! அத்தகைய மூடுபனியில் சிக்கிவிட்டால் முடிவைக் காண முடியாது - பிரச்சினையைத் தீர்க்க வழியும் ஏற்படாது.

கிளர்ச்சிக்குக் காரணம் ஒரு அரசியல் கட்சிதான் என்ற கருத்தை நீங்கள் ஆரம்பமாக வைத்துக்கொண்டால், பிறகு, 'அந்தக் கிளர்ச்சியை அடக்கும் வழி என்ன?' என்று ஆராயப் புகுந்து, அந்தக் குறிப்பிட்ட அரசியல் கட்சியை, 'எந்த முறையாலாவது அடக்கி ஒடுக்கி அழித்துவிடுவதுதான் நல்லது' என்ற முடிவுக்கு வருவீர்கள். அத்தகைய அடக்குமுறையில் நீங்கள் ஈடுபட உங்களிடம் அதிகாரம் நிறைய இருக்கிறது; அடக்குமுறை ஆட்சியில் நீங்கள் வெற்றிபெறுவதாகக்கூட வைத்துக்கொள்ளலாம்! உடலை ஒடுக்கலாம் - உணர்ச்சியை மாய்க்க முடியாது! ஒரு கணம் யோசித்துப்பாருங்கள் - இவ்வளவுக்குப் பின்னும் பிரச்சினைக்கு ஒரு நல்ல முடிவு கண்டுவிட்ட நிலைமை ஏற்படுமா?

இந்தப் பிரச்சினைகளைவிட ஒரு பெரிய பிரச்சினை இருக்கிறது. அது தான், வன்முறை உணர்ச்சி. ஏன் அவ்வப்போது அது தலைதூக்குகிறது? அது தலையெடுக்காதபடி தடுத்து நிறுத்துவது எப்படி?

அரசியல் பிரச்சினைகளில் வன்முறை தலைதூக்குவது, பல தடவைகளில் ஏற்பட்டிருக்கிறது. ஆந்திர மாநிலக் கிளர்ச்சியில் வன்முறைச் செயல்கள் நிகழ்ந்தபோது, எல்லோரும் அவற்றைக் கண்டித்துப் பேசினார்கள். வன்முறை உணர்ச்சி கண்டிக்கப்பட்டது; உயர்ந்த பண்புகள் பாராட்டப் பட்டன. 'வன்முறை மூலம் எதையும் சாதிக்க முடியாது' என்று கூறினோம்!

மகாராஷ்டிர தனி மாநிலக் கிளர்ச்சி வந்தபோது, அந்தக் கிளர்ச்சியில் வன்முறை நிகழ்ந்தபோது, மீண்டும் யோசனைகள், குழுக்கள், உபதேசங் கள் உண்டாயின; வன்முறையைக் கைவிடும்படி மக்கள் கேட்டுக் கொள்ளப்பட்டார்கள். மக்களும் வன்முறையைக் கைவிட்டார்கள். எப்போது? மகாராஷ்டிர மாநிலம் தனியாக அமைக்கப்பட்ட பின்னர்!

மகா குஜராத் கேட்டுக் கிளர்ச்சி மூண்டபோது, வன்முறை தலை தூக்கவில்லையா? விதர்பா மாநிலம் கேட்டுக் கிளர்ச்சி ஏற்படவில்லையா? முதுபெரும் அரசியல்வாதிகளான டாக்டர் ஆனே போன்றவர்கள் காங்கிரஸை எதிர்த்துப் போராடவில்லையா? அசாமில் மூண்ட மொழிக் கலவரங்களில் அசாமியருக்கும் வங்காளிகளுக்கும் இடையில் விரோதம் மூண்டு, பல்வேறு வன்முறைச் செயல்கள் நடந்தேறின.

ஆக, இங்கு நான் குறிப்பிட விரும்புவது - வன்முறையைக் கண்டித்து உபதேசங்களும் ஆலோசனைகளும் எவ்வளவுதான் வழங்கப் பட்டபோதிலும், வன்முறை உணர்ச்சியை ஏன் இதுகாறும் அறவே அகற்ற நம்மால் முடியாது போயிற்று என்பதுதான்! 'வன்முறை உணர்ச்சி தலைகாட்டாமலிருக்க நாம் என்ன செய்ய வேண்டும்?' - இந்தக் கேள்விக்கு நல்ல பதில் காண்பதுதான் இன்றைய அரசாங்கத்தின் முதல் கடமையாக இருக்க வேண்டும்.

இந்த அரசாங்கத்தின் முக்கியத் தலைவர்களாக இருப்பவர்கள், சௌரி சௌரா வன்முறையையும் பார்த்திருக்கிறார்கள்; ஜாலியன் வாலாபாக் அடக்குமுறையையும் பார்த்திருக்கிறார்கள். ஆனால், நிலைமைகளின் அடிப்படைத் தன்மைகளை ஆராய்ந்து பார்க்காமல், அடக்குமுறையையும் இந்தியப் பாதுகாப்புச் சட்டங்களையும் நம்பி, பிரச்சினைக்கு முடிவு காண இப்போதுள்ள ஆளவந்தார்கள் முயலுகிறார்கள்.

அமைதியான மக்கள் - நேற்றுவரை சட்டத்துக்குக் கீழ்ப்படிந்து அடக்கமாக இருந்தவர்கள் - திடீரென்று 24 மணி நேரத்துக்குள் 'பயங்கரவாதிகள்' ஆக மாற்றப்படுவதேன்?

கலவரங்கள் மூண்ட சிற்றூர்களுக்கும் நகரங்களுக்கும் நான் முன்பு சென்றிருக்கிறேன். அங்குள்ள மக்கள் வன்முறையைத் தூண்டுபவர் களாகவோ, அடாத செயல்களைச் செய்யக்கூடியவர்களாகவோ எனக்குப் பட்டதில்லை. அவர்களெல்லாம் அமைதியானவர்கள் - சட்டத்துக்குக் கட்டுப்பட்டவர்கள் - ஒழுங்குடன் வாழ்பவர்கள்! அப்பேர்ப்பட்டவர்கள், திடீரென வன்முறையில் ஈடுபட்டுவிட்டார்கள் என்றால், ஏன் அத்தகைய திடீர் மாறுதல்? எந்தக் காரணங்களால் அவர்கள் அந்தப் பயங்கர நிலை

பொதுமொழி ஒன்றின் மூலம் இந்தியா முழுவதையும் ஒன்றுபடுத்த நீங்கள் விரும்புகிறீர்களா; அல்லது ஒரே விதமாக்க முயலுகிறீர்களா? இந்தியா முழுவதையும் ஒரே மட்டமாக்கிவிடுவதுதான் உங்கள் முயற்சி என்றால், இப்போதே கூறுகிறேன் - இந்த முயற்சியில் நீங்கள் துளிகூட வெற்றி பெறப்போவதில்லை!

மைக்குத் துரத்தப்பட்டார்கள்? மனிதப் பண்புகள் - அமைதிக் குணங்கள் - மறக்கப்படும் நிலைமை எப்படி உருவானது? - இவற்றுக்குத் தக்க பதில்களை நீங்கள் கண்டுபிடித்தாக வேண்டும்.

வன்முறை என்றால் என்ன? - கட்டுப்படுத்தப்படாத உணர்ச்சி! போலீஸ் முறைகளை மட்டும் பயன்படுத்தி வன்முறையை அடக்கிவிட நினைப்பது முடியாத ஒன்று! உலகிலேயே சரியான விடை காணப்படவில்லையே!

அடக்குமுறை – வன்முறை. இதில், எதனால் எது உண்டாகிறது என்பது விவாதத்துக்குரிய ஒரு கேள்வி. உலகில் அதற்குச் சரியான விடை இன்னும் காணப்படவில்லை. "அடக்குமுறையின் கொடுமையால் வன்முறை தொடங்கியது" என்று மக்கள் கூறுகிறார்கள்; "வன்முறை தொடங்கியதால் அடக்குமுறை ஆரம்பித்தது" என்று அரசாங்கம் கூறுகிறது.

இந்தப் பிரச்சினையில் இரண்டு விதக் குற்றச்சாட்டுகள் இருக்கின்றன. இரண்டு தரப்பிலும் சமாதானங்கள் தரப்படுகின்றன. எனவேதான், தமிழ்நாட்டிலுள்ள வழக்குரைஞர் சங்கங்கள், நீதி விசாரணை கேட்டுத் தீர்மானங்கள் நிறைவேற்றியுள்ளன.

நடைபெற்ற சம்பவங்களின் தன்மையையும் காரணங்களையும் ஆராய்வது மட்டுமல்ல; மொழிப் பிரச்சினையில் பொதுவாக உண்டாகி உள்ள சூழ்நிலையையும் நீதி விசாரணையின் மூலம் ஆராய்ந்துபார்க்க வேண்டும்.

அறிவுத் திறமையைக் குறைத்து மதிக்காதீர்!

கடந்த இரண்டு நாட்களாக மொழிப் பிரச்சினைபற்றி கனம் உறுப்பினர்கள் பேசும்போது, தென்னாட்டில் உண்டான 'தவறான பயம்' தொடர்பில் பேசுவதாகக் குறிப்பிட்டார்கள். நேர்மையற்ற பிரச்சாரத்தால் தவறான பயம் உண்டானதுபோலவும், அவ்வாறு தவறான பயம் உண்டாவதற்குத் தகுந்த காரணங்கள் இல்லை என்றும் அவர்கள் வாதிட்டார்கள். அவர்கள் கூறியது எனக்குக் கோபத்தை உண்டாக்கவில்லை; வேதனையைத்தான் தந்தது!

எங்களுடைய புரிந்துகொள்ளும் தன்மையை, அறிவுத் திறமையைக் குறைத்து மதிக்காதீர்கள்! எங்களுக்கு உண்டானது தவறான பயம் அல்ல; உண்மையான, தகுந்த அடிப்படையுள்ள காரணம் செறிந்த பயம்தான்!

அச்சத்துக்கும் தவறான அச்சத்துக்கும் வேறுபாடு இருக்கிறது. மொழிப் பிரச்சினையில் தென்னாட்டில் 'தவறான அச்சம்' வளர்ந்துள்ளதாக பிரதமரும் உள்துறை அமைச்சரும் கூறுகிறார்கள். ஆனால், குடியரசுத் தலைவர் 'தென் மாநிலங்களில் உண்டான அச்சம்' என்றுதான் கூறுகிறார். குடியரசுத் தலைவர் 'அச்சம்' என்று மட்டும் கூறுவது குறிப்பிடத்தக்கது. ஆனால், பிரதமர்தான் 'தவறான அச்சம்' என்று கூறுகிறார்.

விளக்கங்களால் பயன் ஒன்றும் ஏற்படவில்லையே!

ஒரு நிலைமையைச் சரியாகப் புரிந்துகொள்ளாமல், தவறானபடி அச்சம்கொள்ள நாங்கள் என்ன பள்ளிக்கூடத்துச் சிறு பிள்ளைகளா அல்லது நடப்பதை உணர முடியாது திகைப்பவர்களா?

உங்கள் அறிக்கைகள், அறிவிப்புகள், உத்தரவுகள், சட்டப் பிரிவுகள் ஒவ்வொன்றையும் கூர்ந்து நாங்கள் படித்துவருகிறோம்; நீங்கள் தரும் விளக்கங்களை ஒன்று தவறாமல் கேட்டுவருகிறோம். உங்கள் நடவடிக்கை களை இடைவிடாமல் கவனித்துவருகிறோம், நீங்கள் கொடுத்த விளக்கங் கள் எங்களைச் சமாதானப்படுத்தவில்லை!

அவசரம் வீணானது - தீங்கை விளைவிப்பது!

இந்தியாவின் ஒற்றுமைக்காக ஒரு பொதுமொழி தேவை என்று சுலபமாக வாதிடலாம். இந்த வாதத்தைக் கவனித்துப்பார்ப்பதற்கு முன், 'ஒற்றுமை' என்பதற்கும் – 'ஒரே விதம்' என்பதற்குமுள்ள வேறுபாட்டை இந்தப் பேரவையின் கவனத்துக்குக் கொண்டுவர விரும்புகிறேன்.

பொதுமொழி ஒன்றின் மூலம் இந்தியா முழுவதையும் ஒன்றுபடுத்த நீங்கள் விரும்புகிறீர்களா; அல்லது ஒரே விதமாக்க முயலுகிறீர்களா? இதில் தெளிவு வேண்டும். இந்தியா முழுவதையும் ஒரே மட்டமாக்கி விடுவதுதான் உங்கள் முயற்சி என்றால், இப்போதே கூறுகிறேன் - இந்த முயற்சியில் நீங்கள் துளிகூட வெற்றிபெறப்போவதில்லை!

எது நேரிடினும் சரி; காலஞ்சென்ற பிரதமர் நேரு கூறியதுபோல, இந்தியாவில் பலதரப்பட்ட இன, கலாச்சார, மொழிப் பிரிவுகள் இருக்கின்றன. இத்தகைய பலதரப்பட்ட தன்மைகளை ஒத்துக்கொண்டு, அவற்றுக்கு மதிப்பளித்து, ஓர் ஒற்றுமையை உண்டாக்க வேண்டுமே அன்றி, ஒற்றுமையென்றால் ஒரே விதமாக இருக்க வேண்டும் என்று தவறாக நினைத்து, வேறுபாடுகளையெல்லாம் அழிக்க முற்படக் கூடாது!

ஒரு நாட்டில் ஒற்றுமையுண்டாக்க, மொழி ஒன்றுதான் அடிப்படையா என்று யோசித்துப்பார்க்க வேண்டும். ஒற்றுமை உண்டாவதற்கு மொழி ஒன்றுதான் தடையாக இருக்கிறதா?

நிச்சயமாக இல்லை! பிராந்தியங்களுக்கிடையே பொருளாதார ஏற்றத்தாழ்வுகள் இருக்கின்றன. தனிப்பட்ட முறையில், பிராந்தியப் பற்று, மொழிப் பற்று ஆகியவை இருக்கின்றன. இவையெல்லாம் நீக்கப்

இந்தியாவுக்கு ஒரு பொதுமொழி இருக்கலாம். அது இயற்கையான முறையில், காலப்போக்கில் அரசாங்கக் கட்டுப்பாடு இல்லாமல் ஏற்றுக்கொள்ளும் வகையில் உருவாக வேண்டும். அரசாங்கம் கட்டாயப்படுத்தும் எதுவும் மக்களால் ஏற்றுக்கொள்ளப்படாமல் வெறுத்து ஒதுக்கப்பட்டுவிடும்.

பட்டால்தான் ஒருவித ஒற்றுமை எண்ணம் உருவாகுமே தவிர, 'ஒரே விதம்' என்ற அடிப்படையில் ஒற்றுமையை உண்டாக்க முடியாது!

அக்பர் அலிகான்: இந்தியாவுக்கு ஒரு பொதுமொழி தேவை அல்லவா? அப்படித் தேவையென்றால் அது எந்த மொழியாக இருக்க வேண்டும்?

சி.என்.அண்ணாதுரை: இந்தியாவுக்கு ஒரு பொதுமொழி இருக்கலாம். ஆனால், அது இயற்கையான முறையில், காலப்போக்கில் அரசாங்கக் கட்டுப்பாடு இல்லாமல், மக்கள் தாமாக உணர்ந்து ஏற்றுக்கொள்ளும் வகையில் உருவாக வேண்டும். அரசாங்கம், அதிலும் இன்றுள்ள அரசாங்கம் கட்டாயப்படுத்தும் எதுவும் மக்களால் ஏற்றுக்கொள்ளப் படாமல் வெறுத்து ஒதுக்கப்பட்டுவிடும்.

சந்திரசேகரன்: உங்கள் அரசாங்கம் மொழிப் பிரச்சினையில் ஒரு மாறு தலும் செய்யப்போவதில்லை. இந்த அரசாங்கம்தான் ஒரு மொழியைக் கொண்டுவரும், தவறாகவோ சரியாகவோ, இப்போது இருப்பதுதான் நடைமுறையில் உள்ள அரசாங்கம்.

சி.என்.அண்ணாதுரை: நான் இதுவரை அரசாங்கம் என்று குறிப்பிட்டு வந்தது, மத்திய அரசாங்கத்தைத்தான். எனது அரசாங்கத்தைப் பற்றி எனக்கு ஒரு தனிப் பற்று உண்டு. ஆக, ஒற்றுமையின்பேரில் எல்லாவற்றையும் ஒரே சீராக்கும் விபரீத முயற்சியில் இறங்க வேண்டாம் என்று நான் கேட்டுக் கொள்கிறேன். அதில் காட்டப்படும் அவசரம் வீணானது, தீங்கை விளைவிப்பது, நாட்டை அல்லற்படுத்தவல்லது!

முடிவு எடுக்கக் கூடியவர்கள் நாமல்லர்!

ஆட்சிமொழிகள் மசோதா பற்றிய விவாதத்தில் பேசும்போது, "மொழிப் பிரச்சினையில் முடிவெடுக்கக் கூடியவர்கள் நாமல்லர்" என்று குறிப்பிட்டிருக்கிறேன். விருப்புவெறுப்புகளாலும் இன்னும் அமைதி பெறாத சில உணர்ச்சிகளாலும் கட்டுண்டிருக்கும் நாம், இப்பிரச்சினையில் ஒரு முடிவை எடுக்கக்கூடிய நிலையில் இல்லை என்றும் கூறுவேன்.

நேற்றைய தினம் பேசிய நண்பர் ஏ.டி.மணி "மொழிப் பிரச்சினையை 20 ஆண்டுகளுக்கு ஒத்திப்போட வேண்டும்" என்று கூறினார்கள். சிலர்,

"15 ஆண்டுகள் தள்ளிப்போடலாம், 10 ஆண்டுகள் ஒத்திவைக்கலாம்" என்று கூறினர். எவ்வளவு ஆண்டுகள் என்ற எண்ணிக்கை ஒருபுறம் இருக்கட்டும். இந்த வேண்டுகோள்கள் எதைக்காட்டுகின்றன? அடிப்படை யில், இப்போது இந்தி வருவது சரியல்ல என்று அவர்கள் ஒத்துக்கொள் கிறார்கள். இந்தி இப்போது ஆட்சிமொழியாவதற்கு அவர்கள் தயாராக இல்லை. ஆக, இந்தி இப்போது ஆட்சிமொழியாவதுபற்றி ஒரு அச்சம் அவர்களுக்கு இருக்கிறது! கட்சி வேறுபாடின்றி மக்களிடையே அச்சம் உண்டாகியுள்ளது! இந்த அச்சத்தை அரசாங்கம் மதிக்க வேண்டாமா? இரும்புக் கரம் மூலம் இதயங்களைக் கவர இயலாது!

எனக்கு முன் பேசிய உத்தர பிரதேச நண்பர், "திடமாகச்செயல்படுங்கள்" என்றுபிரதமரைப்பார்த்துக்கேட்டுக்கொண்டார். "சட்டம்மீறப்பட்டாலும், ஒழுங்கு குலைக்கப்பட்டாலும், இரும்புக்கரம் கொண்டு அவற்றை அரசாங்கம் அடக்க வேண்டும்" என்று கூறுவது, அரசியல் துறையின் ஆரம்பப் பாடம் என்பது எனக்குத் தெரியும்! வெளிப்பார்வைக்குப் பலவீனமாகத் தோற்றமளித்தபோதிலும், நமது பிரதமர் இரும்புக்கரம் படைத்தவர் என்பதும் எனக்குத் தெரியும். இரும்புக்கரம் கொண்டு மண்டைகளைப் பிளக்கலாம் - ஆனால், இதயங்களைக் கவர முடியாது! நமது பிரதமருக்கு இரும்புக்கரமும், பொன் போன்ற இதயமும் இருக்கின்றன என்று நான் நம்புகிறேன்.

ரத்தினசாமி: கரம் தெரிகிறது; இதயம் வெளிப்படையாகத் தெரியவில்லை...

சி.என்.அண்ணாதுரை: மனிதர்களின் பெருந்தன்மையில் எனக்கு இன்னமும் நம்பிக்கை இருக்கிறது. அவருக்குப் பொன் இதயம் இருக்க வேண்டும்.

ரத்தினசாமி: இருக்க வேண்டும்.

பூபேஷ் குப்தா: இருக்க வேண்டும்.

சி.என்.அண்ணாதுரை: அது மட்டுமல்ல; மொரார்ஜி தேசாயின் தங்கக் கட்டுப்பாட்டுக் காலத்துக்கு முற்பட்ட பொன்னாக அது இருக்க வேண்டும்; 14 காரட் தங்கமாக அது இருக்கும்.

தவறான அச்சத்தில், தவறான கருத்தில் நாங்கள் இருப்பதாக நினைத்துப் பேசும் உறுப்பினர்களுக்கு ஒன்று கூறுவேன்: முதலில் உங்களுடைய தவறான கருத்தைப் போக்கிக்கொள்ளுங்கள்!

நாங்கள் காரணத்துடன்தான் அச்சப்படுகிறோம்; சரியான முறையில் புரிந்துகொண்டுதான் போராடுகிறோம். நான் வெளிப்படையாகச் சொல்ல விரும்புகிறேன், தனிப்பட்ட முறையில் இந்தியை நாங்கள் ஏன் எதிர்க்க வேண்டும்? இந்தி மீது மட்டுமல்ல - எந்த மொழி மீதும் எங்களுக்கு விரோதம் கிடையாது!

எம் மக்கள் சுட்டுத்தள்ளப்பட்டார்கள்,
பொருள்கள் சேதமாக்கப்பட்டன,
உடைமைகள் அழிக்கப்பட்டன, மனிதர்கள்
மிருகங்களைப் போலத் துரத்தித் துரத்தி
வேட்டையாடப்பட்டனர்!

நண்பர் வாஜ்பாய் பேசுவதைக் கேட்கும்போது, இந்தி ஒரு நல்ல மொழிதான் என்று தோன்றுகிறது. மற்றவர்கள் பேசும்போது, வாஜ்பாய் பேசுவது போன்று இது அவ்வளவு நன்றாக இல்லையே என்று தோன்றும்! இந்தி ஆட்சிமொழியாவதை ஏற்றுக்கொள்ள நாங்கள் தயாராக இல்லை என்பது மட்டுமல்ல; ஆட்சிமொழியாக வருவதற்கு இந்தி மொழியே தயாராக இல்லை!

இந்தி மொழிக்குள்ள குறைபாடுகளை நீங்கள் கவனித்தீர்களா? வளர்ச்சி அடைய வேண்டிய, வளமில்லாத ஒரு மொழியை வைத்து, மற்ற வளர்ச்சி அடைந்த மொழிகளை நொறுக்கி, அடிமைப்படுத்த உங்களுக்கு என்ன உரிமை இருக்கிறது? ஒரு மொழியை வைத்து, மற்றொரு மொழியை அடிமைப்படுத்தும் முயற்சியில் பாகிஸ்தான் அரசாங்கமே தோல்வி கண்டுள்ளது! இதை மறந்துவிட வேண்டாம்!

திடமாக இருங்கள் என்று காங்கிரஸ் நண்பர் கூறினால்கூட, நாங்கள் கூறுவதையும் சற்றுக் கவனித்துக் கேளுங்கள் என்றே பிரதமரை நான் கேட்டுக்கொள்வேன். திடமாக இருக்க வேண்டியதுதான்; சீன ஆக்கிர மிப்பை எதிர்த்து நிற்பதில் திடமாக இருங்கள்! சீனர்களிடம் காட்ட வேண்டிய திடத்தை, பலத்தை உங்களைச் சேர்ந்த சொந்த நாட்டு மக்களிடம் காட்டாதீர்கள்! பண்புடன் இருங்கள், பெருந்தன்மையுடன் இருங்கள், கனிந்த இதயத்துடன் இருங்கள், ஒவ்வொரு கட்டத்திலும் அரசியல் விவேகத்துடன் நடத்துகொள்ளுங்கள். நெருக்கடியான கட்டத்தில் எடுக்கப் படும் ஒரு தவறான முடிவு, நாட்டைப் பெரிய புயலில் சிக்கவைத்துவிடக் கூடும் என்பதை மறவாதீர்கள்!

மொழிப் பிரச்சினையைப் பற்றிய நடவடிக்கைகளில் இந்த அரசாங்கமும் மாநில அரசாங்கமும் பல தவறுகளையும் குறைகளையும் செய்திருக்கின்றன. இந்த ஆண்டு ஜனவரி 26-ம் தேதியைத் துக்க நாளாகக் கொள்ள நாங்கள் தீர்மானித்தோம். ஜனவரி 26-ம் தேதியைத் தேர்ந்தெடுத்ததற்குக் காரணம், அது குடியரசு நாள் என்பதற்காக அல்ல - அது இந்தி ஆட்சிமொழியாகும் நாள் என்பதுதான்!

இந்த நிலைமையில், மாநில முதலமைச்சர் என்ன செய்திருக்க வேண்டும்? எங்கள் கழகத்தின் அவைத் தலைவர், தமிழ்நாடு சட்டசபை யின் எதிர்க்கட்சித் தலைவருமாவார். எதிர்க்கட்சித் தலைவரை அழைத்து, நிலைமை குறித்து விவாதிக்க ஒரு பொறுப்புவாய்ந்த முதலமைச்சர் முன்

வந்திருக்க வேண்டும் என எதிர்பார்ப்பது தவறா? முதலமைச்சர் அழைத்து விவாதிக்க முடியாத அளவுக்கு நாங்கள் கீழானவர்களாக, தேசத் துரோகி களாக ஆகிவிட்டோமா? மொழிப் பிரச்சினை பற்றி விவாதிக்கக் கட்சித் தலைவர்கள் அனைவரையும் அழைத்து ஒரு மாநாடு கூட்டப்போவதாகப் பிரதமர் தெரிவித்துள்ளார். தமிழக முதலமைச்சரின் போக்கை பிரதமரும் கடைப்பிடிப்பதுஎன்றால், அத்தகைய மாநாடு முயற்சிக்கேஇடமில்லாமல் போய்விடும். பிப்ரவரி 25-ம் தேதியிலிருந்து, தமிழக முதலமைச்சர் ஜனநாயகத்துக்கு விரோதமான, நினைத்துப்பார்க்க முடியாத, பலன் தராத நடவடிக்கைகளை மிகக் கண்ணுங்கருத்துமாகச் செயல்படுத்திவருகிறார்.

கேரளத்துக்குச் சென்றிருந்த பிரதமர், தமிழ்நாட்டின் நிலைமை அறிந்து அங்கு வருவார் என்று மிகவும் எதிர்பார்த்தேன்; ஆனால், அவர் தமிழ்நாட்டுக்கு வரத் தவறிவிட்டார்! மொழிப் பிரச்சினையில் அசாம் மாநிலத்தில் கலவரம் மூண்டு விபரீதங்கள் விளைந்த நேரத்தில், அப்போதைய பிரதமர் நேரு என்ன செய்தார்? செய்தி கேட்டதும் பறந்து சென்றார்; மாநிலம் முழுவதும் சுற்றுப்பயணம் செய்தார்; ஷில்லாங், நௌகாங் போன்ற முக்கிய நகரங்களில் கூட்டங்கள் போட்டு, மக்களுடைய கொந்தளிப்பை அமைதிப்படுத்தும் விதத்தில் பேசினார். நேரு அமைதி காக்க அப்படிப் பாடுபட்டார், நீங்கள் என்ன செய்தீர்கள்? நான் இதைக் கோபத்துடன் கேட்கவில்லை; வேதனையுடன் கேட்கிறேன்!

எம் மக்கள்சுட்டுத்தள்ளப்பட்டார்கள், பொருட்கள் சேதமாக்கப்பட்டன, உடைமைகள் அழிக்கப்பட்டன, மனிதர்கள் மிருகங்களைப் போலத் துரத்தித் துரத்தி வேட்டையாடப்பட்டனர்!

கேரளத்துக்குச் சென்ற நீங்கள் தமிழ்நாட்டுக்கு மட்டும் வரவில்லை; வர நினைக்கவில்லை! நேரிடையாக வராமற்போனது மட்டுமல்ல; வானொலி மூலம் பேசியாவது மக்களை அமைதிப்படுத்த, அவர்களுக்கு ஆறுதல் தர முயன்றிருக்கலாம்; அதுவும் செய்யவில்லை!

நேருவுக்கு அடுத்தபடியாக பிரதமராக நீங்கள் வந்தீர்கள்; நேருவுக்கு அடுத்தபடியான மதிப்பை உங்கள் மீது வைத்திருந்தோம்; ஆனால், முக்கியமான நேரத்தில் எங்களைக் கைவிட்டுவிட்டீர்கள்; நான் மிகவும் வருந்துகிறேன். வேறெந்தச் சமயத்திலும் இல்லாத அளவு - வேறு எவரிடமும் எதிர்பார்க்காத அளவு நாங்கள் உங்களை எதிர்பார்த்தோம்; தேவைப்பட்ட நேரத்தில் நீங்கள் உதவத் தவறிவிட்டீர்கள்!

நிலைமை மோசமானதற்குக் காரணம் என்ன?

தமிழக முதலமைச்சர் அவர்களோ எவரையும் கலந்து பேச மறுத்தார். பல்கலைக்கழகத் துணை வேந்தர்கள், கல்லூரி முதல்வர்கள், பேராசிரியர் கள், வழக்கறிஞர்கள், பத்திரிகை ஆசிரியர்கள், அரசியல் தலைவர்கள் - இவர்களையெல்லாம் புறக்கணித்து, போலீஸ் அதிகாரியின் மீது மட்டும் நம்பிக்கை காட்டி அவர் செயல்பட்டார்!

ஆட்சிமொழியாக இந்தி வருவதற்கு அதற்குள்ள தகுதி - அவசியம் காரணம் என்ன என்று கேட்கிறேன். 'அரசியல் சட்டம்' என்றால், 'தேவைப்பட்டால் அது திருத்தப்பட வேண்டியதுதானே?' என்று கூறுவேன். அரசியல் சட்டம் அசைக்க முடியாத ஒன்று அல்ல!

சட்டம் - ஒழுங்கு இவை மட்டும் பேசப்பட்டன! பிரதமர் சாஸ்திரி முன்னால் நிற்கவில்லை! எல்லாவற்றையும் பின்தள்ளி, உள்துறை அமைச்சர் நந்தா, சட்டம் - ஒழுங்கின் சின்னமாகக் காட்சி தந்தார்! அதனால்தான் நிலைமை மோசமானது!

போலீஸ் நடவடிக்கையைப் பின்பற்றுவதன் பொருள் என்ன?

இன்னும் நிலைமை திருந்தியபாடில்லை. திமுகவைக் கொடுமைப் படுத்தும் விதத்தில் அரசாங்க நடவடிக்கைகள் அதிகரித்தபடி உள்ளன. திமுகவினர் கைதுசெய்யப்படுகின்றனர் - காரணமின்றிச் சிறையில் தள்ளப்படுகின்றனர். இந்தியப் பாதுகாப்புச் சட்டமும் துணைக்கு அழைக்கப்பட்டுள்ளது. எங்கள் கட்சியின் பொருளாளரும் தமிழக சட்ட சபை எதிர்க்கட்சித் துணைத் தலைவருமான கருணாநிதி இப்போது இந்தியப் பாதுகாப்புச் சட்டத்தின் கீழ் கைதுசெய்யப்பட்டுக் காவலில் வைக்கப்பட்டுள்ளார்.

இந்தியப் பாதுகாப்புச்சட்டம் என்பது நாட்டின் பாதுகாப்புக்காக அல்ல; காங்கிரஸ் கட்சியின் பாதுகாப்புக்காகவே பயன்படுத்தப்படுகிறது என்று எனக்கு முன்பு பேசிய பூபேஷ் குப்தா கூறினார். அந்தக் குற்றச்சாட்டுக்கு நீங்கள் என்ன பதில் தரப்போகிறீர்கள்? இந்தக் குற்றச்சாட்டை பூபேஷ் குப்தா மட்டுமல்ல; பொதுமக்களும் கேட்கத் தலைப்பட்டுள்ளனர். நீங்கள் அரசியல் அணுகுமுறையைப் பின்பற்றாமல், போலீஸ் அணுகு முறையைப் பின்பற்றுவதாக மக்கள் நினைக்கிறார்கள்!

அரசியல் சட்டம் அசைக்க முடியாத ஒன்று அல்ல!

ஒரு நெருக்கடி நிலைமை என்றால், அதைத் தீர்த்துவைப்பது எப்படி? ஆட்சிமொழிப் பிரச்சினையை எடுத்துக்கொள்ளலாம். 'இந்தி ஒன்றுதான் ஆட்சிமொழி' என்று வாஜ்பாய் கூறுகிறார்; 'இருபது ஆண்டுகள் தள்ளிப் போடுங்கள்' என்று ஏ.டி.மணி கூறுகிறார். 'இந்தி வரப்போகிறது; அது வருகிறபடி வர வேண்டும்' என்று நாட்டின் பிரதமர் தெரிவிக்கிறார். நந்தாவோ, 'ஒருநாள், இந்தி வரத்தான் போகிறது' என்கிறார்; 'இரு மொழிக் கொள்கையைத் தவிர்க்க முடியாது' என்று மறுநாள் அவரே அறிக்கை விடுகிறார்! உண்மையான நிலை என்ன? உறுதியான கொள்கை எது? சமய சந்தர்ப்பத்துக்குத் தகுந்தாற்போல் ஆட்சிமொழிக் கொள்கை மாறுகிறதா?

பலர் பலவிதமாகப் பேசுகிறார்கள்; ஒருவரே பலவிதமாகவும் பேசு கிறார்! அதனால்தான், ஆட்சிமொழிகள் மசோதாவைப் பற்றிப் பேசும் போது, "ஆட்சிமொழிக் கொள்கை மீண்டும் புனராலோசனை செய்யப்பட வேண்டும்" என்று கூறினேன். அரசியல் சட்டத்தில் ஒரு நிலைமையைச் செய்து வைத்துக்கொண்டு, அதன்படி ஆட்சிமொழிக் கொள்கையைச் செயல்படுத்தத் துடிப்பு காட்டப்படுகிறது! இந்தி ஆட்சிமொழி ஆவதற்குத் தரப்படும் ஒரே காரணம், 'அரசியல் சட்டத்தில் அவ்வாறு இருக்கிறது' என்பதுதான்! ஆட்சிமொழியாக இந்தி வருவதற்கு அதற்குள்ள தகுதி - அவசியம் காரணம் என்ன என்று கேட்கிறேன். 'அரசியல் சட்டம்' என்றால், 'தேவைப்பட்டால் அது திருத்தப்பட வேண்டியதுதானே?' என்று கூறுவேன். அரசியல் சட்டம் அசைக்க முடியாத ஒன்று அல்ல!

அரசியல் நிர்ணய சபை கூடிய நேரத்தில் இருந்த சூழ்நிலையை நாம் கவனிக்க வேண்டும். பிரிட்டிஷாரின் கொடி இறக்கப்பட்டு, இந்தியாவின் மூவர்ணக் கொடி ஏற்றப்பட்ட நேரம், விடுதலைக்காக அரும்பாடுபட்ட வர்கள், தமது போராட்டத்தில் வெற்றி கண்டு குதூகலமாக இருந்த நேரம், அந்தச் சூழ்நிலையில், நெடுந்தொலைவு பார்த்துத் திட்டங்களைப் போடும் மனப்பாங்கு இருந்திருக்காது. அது ஒரு குறைபாடல்ல - சூழ்நிலையின் தன்மை அப்படிப்பட்டது! 15 ஆண்டுகள் கழித்துப் பார்க்கும்போது, முதலில் இருந்த சூழ்நிலை மாறி, அப்போது இருந்த மதிப்பீடுகளும் நம்பிக்கைகளும் மாறி, 'இந்தி ஆட்சிமொழி' என்ற திட்டம் சரிதானா என்று மீண்டும் ஆலோசிக்கப்பட வேண்டிய கட்டம் உருவாகியுள்ளது!

ஒரு பகுதியினர் மொழிக்கா அத்தகைய தகுதி?

இந்தி ஆட்சிமொழியாக வேண்டும் என்பதற்கு மிகத் தீவிர இந்திப் பிரியர்களே காரணம் என்று காட்டுகிறார்கள்; இந்தியாவில் 100-க்கு 40 பேர் இந்தி பேசுவதால், இந்திதான் இந்தியாவின் ஆட்சிமொழி என்று அவர்கள் கூறுகிறார்கள். இந்தியாவில் 40% அல்ல; 20% மக்களாவது இந்தி பேசுபவர் களாக இருந்து, அந்த 20% மக்கள் இந்தியா முழுவதும் பரவலாக இருந்தால், இந்தியைப் பொதுமொழியாகவோ ஆட்சிமொழியாகவோ கொண்டுவருவதில் ஓரளவு அர்த்தமிருக்க முடியும். ஆனால், இவர்கள் கூறுகிற 40% என்பது - வாதத்துக்கு அதை அப்படி ஏற்றுக்கொண்டாலும் - உத்தரப் பிரதேசம், மத்திய பிரதேசம், பிஹார், ராஜஸ்தான் ஆகிய நான்கு மாநிலங்களுக்குள் அடங்கிவிடுகிறது.

இந்தி ஒரு பகுதியில் உள்ள மக்களால் பேசப்படுகிறதேயன்றி, இந்தியா முழுவதும் பரவலாகப் பேசப்படவில்லை. ஆக, ஒரு பகுதியில் பெரும் பான்மையினரால் பேசப்படுவது, நாடு முழுவதற்கும் ஆட்சிமொழியாகும் தகுதியைப் பெற்றுவிடாது!

ஆங்கிலம் அந்நிய மொழி; எனவே, அதை நாம் நீக்க வேண்டும் என்று சிலர் கூறுகிறார்கள். ஆங்கில மொழி மீது எனக்கு ஒன்றும் தனிப்பட்ட பற்று கிடையாது. இங்குள்ள நண்பர் கனம் சுப்பிரமணியம், தமிழகத்தில்

ஆங்கில மொழி மீது தனிப் பற்று காட்டுவதாக
என்னைப் பற்றி யாரும் கருத வேண்டாம்.
ஆங்கிலத்தால் கிடைக்கக்கூடிய பலன்களைப்
பெரும்பாலாக நாங்கள், எங்கள் தமிழ் மொழியில்
பெற்றுவிட்டோம். இன்னும் துணிவுடன் என்னால்
கூற முடியும் - ஆங்கிலத்துக்கு அடுத்தபடியாக
ஆட்சிமொழியாகும் தகுதி தமிழுக்கு இருக்கிறது!

அமைச்சராக இருந்தபோது, நானும் அங்கு சட்டசபை உறுப்பினராக இருந்தேன். அங்கு சட்டசபையில், எந்த மொழியில் நாங்கள் பேசினோம்? ஒரே ஒரு தடவை ஓர் உரிமைப் பிரச்சினை மீது இருவரும் ஆங்கிலத்தில் பேசியது தவிர, மற்ற எல்லா சமயங்களிலும் அவரும் நானும், எனது கட்சி உறுப்பினர்களும் தமிழில்தான் பேசினோம்.

ஆங்கில மொழி மீது தனிப் பற்று காட்டுவதாக என்னைப் பற்றி யாரும் கருத வேண்டாம். ஆங்கிலத்தால் கிடைக்கக் கூடிய பலன்களைப் பெரும் பாலாக நாங்கள், எங்கள் தமிழ் மொழியில் பெற்றுவிட்டோம். இன்னும் துணிவுடன் என்னால் கூற முடியும் - ஆங்கிலத்துக்கு அடுத்தபடியாக ஆட்சி மொழியாகும் தகுதி தமிழுக்கு இருக்கிறது!

சட்டசபை நடவடிக்கைகளைப் பொறுத்தவரை, ஆட்சிமொழியாகும் தகுதியைத் தமிழ் முழுமையாகப் பெற்றுவிட்டது. ஆக, ஆங்கிலம் தொடர்ந்து ஆட்சிமொழியாக இருக்கட்டும் என்று கூறுவது, ஆங்கில மொழிக்காகப் பரிவுகாட்டி நாங்கள் கூறுவதல்ல.

திட்டமும் போக்கும் எங்களுக்குப் புரியவில்லை!

பிரிட்டிஷார் இங்கு இருந்தபோது, ஆங்கில மொழிக்காகப் பேசினால் கூட, 'ஏதோ பிரதிபலனை எதிர்பார்த்துப் பேசுகிறேன்' என்று கூறிவிடலாம். அத்தகைய பிரதிபலன் எதுவும் இல்லாதபோது, ஆங்கில மொழிக்காக ஏன் வாதாடுகிறோம்? ஆங்கில மொழிப்பற்று காரணமல்ல; அரசாங்கச் சலுகை கள் காரணமல்ல!

சரி, 'நீங்கள் ஏன் ஆங்கிலத்தை எதிர்க்கிறீர்கள்?' என்று உங்களைக் கேட்டால், என்ன பதில் காரணம் காட்டுவீர்கள்? ஆங்கிலத்தை எதிர்க்கிறீர் களே தவிர, ஆங்கில மொழியைப் பயன்படுத்துவதை அறவே அகற்றி விட்டீர்களா என்று பார்த்தால், அப்படியும் கிடையாது! மூன்று மொழித் திட்டத்தின் கீழ் ஆங்கில மொழிப் பயிற்சியைக் கட்டாயமாக வைத்துக் கொண்டுள்ளீர்கள்! ஆக, உங்கள் திட்டம் எதுவென்று புரியவில்லை! ஆங்கில மொழி வேண்டாமென்கிறீர்களா? - ஆங்கில மொழியும் கட்டாயமாக இருக்க வேண்டியதுதான் என்கிறீர்களா?

கனம் வாஜ்பாயின் போக்கு எனக்குப் புரிகிறது, எனது வாதம் அவருக்குப் புரிகிறது. ஆனால், உங்கள் போக்கு எங்கள் இருவருக்கும் புரியவில்லை! அதனால்தான் கூறுகிறேன், ஆட்சிமொழிப் பிரச்சினை முழுவதையும் மீண்டும் புனராலோசனை செய்ய வேண்டும்!

அக்பர் அலிகான்: நீங்களும் வாஜ்பாயும் பேசி, ஒரு சமாதானத்துக்கு வாருங்கள். அதை நாங்கள் ஏற்றுக்கொள்கிறோம்.

சி.என்.அண்ணாதுரை: நானும் வாஜ்பாயும் ஏற்றுக்கொள்ளும் முடிவை இந்த அரசாங்கம் அப்படியே நிறைவேற்றுவதாக உறுதி தந்தால், நாங்கள் கலந்து பேசத் தயார். ஆனால், எங்களைப் பற்றிய உங்கள் போக்கு என்ன என்பது எங்கள் இருவருக்கும் நன்கு தெரியும். ஆக, உங்கள் வலையில் சிக்க நான் மறுக்கிறேன்.

அரசியலில் கலப்படம் பெருங்குற்றம்

ஆங்கில மொழிபற்றி அரசாங்கத்தின் கொள்கை என்ன என்பது திட்டவட்டமாகத் தெரியவில்லை. மூன்று மொழித் திட்டத்தைப் பார்க்கும்போது, ஆங்கிலத்தைக் கைவிடத் தயாராக அரசாங்கம் இல்லை என்பது தெரிகிறது. ஆங்கில மொழியைத் தொடர்ந்து வைத்துக்கொள்ள வேண்டும் என்று கூறுவதற்கு அவர்கள் தெரிவிக்கும் கண்டனத்தைப் பார்த்தால், ஆங்கிலத்தை அவர்கள் எதிர்க்கிறார்கள் என்று நினைக்க வேண்டியிருக்கிறது.

உங்களிடம் எதுவும் திட்டவட்டமாக இல்லை. வெளிநாட்டுக்கொள்கை, பொருளாதாரக் கொள்கை, ஆட்சிமொழிக் கொள்கையெல்லாம் குளறுபடியாக இருக்கின்றன! பொதுத் துறை – தனியார் துறை கலந்த பொருளாதாரம், அணிசேரா வெளிநாட்டுக் கொள்கை, திட்டவட்டமில்லாத மொழிக்கொள்கை... இப்படி எல்லாவற்றிலும் கலந்து பலதரப்பட்ட விதமான கொள்கைகள் தரப்படுகின்றன. கலந்து இருப்பது மட்டுமல்ல; கலப்படமே நடக்கிறது! உணவில் இருப்பதைவிட, அரசியலில் நடைபெறும் கலப்படம் பெரிய குற்றம்.

ஆட்சிமொழிப் பிரச்சினையை ஒரே ஒரு நாளில் ஒரு மாநாடு கூட்டிப் பேசித் தீர்த்துவிட முடியாது. ஆங்கிலம் ஆட்சிமொழியாக இருக்கும் நிலைமையைத் தொடர்ந்து வைத்துக்கொண்டு, நாம் ஆட்சிமொழிப் பிரச்சினையைப் பற்றி அடிக்கடி கூடிப்பேசி, ஒரு திருப்திகரமான முடிவு காண முயல வேண்டும். இதை முதல்வர்கள் மட்டும் ஒரு நாள் கூட்டத்தில் முடிவு கட்டிவிட முடியாது.

நண்பர் ஏ.டி.மணியைப் பார்த்து, 'இந்தி மொழியை ஆட்சிமொழி ஆக்குவதை ஏன் 20 ஆண்டுகளுக்கு மட்டும் ஒத்திப்போடக் கேட்கிறீர்கள்?' என்று வினவினேன்; 'நம்மால் இப்போது முடிவெடுக்க முடியவில்லை; எனவே, இருபது ஆண்டுகள் ஒத்திப்போடலாமே' என்று அவர் கூறினார்; 'இப்போது நம்மால் ஒரு பிரச்சினையை முடிவெடுக்க முடியவில்லை

பன்மொழிகளை ஆட்சிமொழிகளாக்குவது
இந்தியாவை ஒன்றுபட்ட நாடாகக்
கொள்ள நாம் தரும் விலை என்று கொள்ள
வேண்டும்! இந்தியின் மூலம் ஒற்றுமை குலைந்த
இந்தியாவைத்தான் பெற முடியும்!

என்றால், அதை ஒத்திப்போடுவதில், கால வரையறை வகுப்பதில் என்ன பொருள் இருக்கிறது? காலக்கெடு வைக்க நாம் யார்? ஒன்று, இப்போது முடிவெடுக்க வேண்டும் அல்லது எதிர்காலத்தின் முடிவுக்கு எத்தகைய கால அட்டவணையுமின்றி விட்டுவிட வேண்டும்' என்றேன். கனம் மணி, '20 ஆண்டுகள்' என்கிறார்; அவர் 20 ஆண்டுகளுக்கு மேலும் நீடூழி வாழ வேண்டும்; ஆனால், 20 ஆண்டுகள் என்று கூறும்போது, அப்போது அது நம்மைப் பாதிக்காது என்ற நினைப்பில் நாம் பிரச்சினையைக் கவனிக்கக் கூடாது.

மேலும் சிலர், 'பத்து ஆண்டுகள், இருபது ஆண்டுகள், இருபத்தைந்து ஆண்டுகள்' என்று காலவரையறை தருகிறார்கள். காலவரையறை தர, இது என்ன ரயில்வே கால அட்டவணையா? ரயில்வேயில்கூட குறித்த நேரத்தில் ரயில்கள் வருவதில்லை; கிளம்புவதில்லை!

ஆக, மொழிப் பிரச்சினையில் கால அட்டவணை போட்டுக்கொண்டு உட்காருவது சரியல்ல! பிரச்சினைக்கு ஒரு நல்ல முடிவு காணும்வரை, இப்போதுள்ளபடி ஆங்கிலம் தொடர்ந்து நீடிக்கட்டும்.

14 மொழிகளுக்கும் ஆட்சிமொழித் தகுதி தரப்பட வேண்டும்

மொழிப் பிரச்சினையில் திமுகவின் கொள்கை என்னவென்று முதலில் கனம் அக்பர் அலிகான் இடையிட்டுக் கேட்டார், அதுபற்றி இப்போது விளக்கம் தர விரும்புகிறேன். இந்தியாவில் முக்கிய மொழிகளாக உள்ள 14 மொழிகளும் தேசிய மொழிகளாக ஏற்றுக்கொள்ளப்பட்டு, ஆட்சிமொழி களாகும் தகுதி தரப்பட வேண்டும்...

அக்பர் அலிகான்: அவ்வளவு மொழிகளை வைத்துக்கொள்வது முடியாத காரியம்.

சி. என். அண்ணாதுரை: முடியாத காரியம் என்று கனம் அக்பர் அலிகான் கூறுகிறார். சில காலத்துக்கு முன், இந்தியாவை ஒன்றாக வைத்துக்கொள்வது முடியாத காரியம் என்று நானும் நினைத்தேன்.

பி. கே. பி. சின்ஹா: அரசியல் சட்டத்தில் எட்டாவது பட்டியலில் தரப் பட்ட மொழிகள் தேசிய மொழிகள் என்று கூறப்படவில்லை.

பூபேஷ் குப்தா: இந்தியும் அந்தப் பட்டியலில் உள்ள ஒரு மொழிதான்.

சி.என்.அண்ணாதுரை: நண்பர் சொல்வது உண்மையானால், அரசியல் சட்டத்தில் ஒரு திருத்தம் செய்து, அவற்றைத் தேசிய மொழிகளாக ஏற்றுக் கொள்ள வேண்டும் என்று நான் வலியுறுத்துவேன்.

வாஜ்பாய்: அந்த மொழிகள் எல்லாம் தேசிய மொழிகள்தான்; அதில் சந்தேகமில்லை.

ஏ.டி.மணி: சட்டத்தில் எப்படியிருந்தாலும் அவை தேசிய மொழிகளே.

சி.என்.அண்ணாதுரை: ஆக, பதினான்கு மொழிகளும் ஆட்சிமொழி களாகும் வரை, ஆங்கிலம் தொடர்ந்து இருக்கட்டும். தொடர்புமொழியாக எது இருக்க வேண்டும் என்பதில், இயல்பான கால வளர்ச்சிக்கு அதை விட்டுவிடலாம். இப்போதுகூட இந்திக்காக செய்த பிரச்சாரத்தில் அரசாங்க முயற்சியைவிடத் தனிப்பட்ட அமைப்பின் முயற்சியே பலன் தந்துள்ளது. அந்தப் பிரச்சினையை மக்களிடம் விட்டுவிடுங்கள். காலப்போக்கில் அவர்கள் இயல்பாகத் தேர்ந்தெடுத்து வழங்கிக்கொள்கிற மொழி தொடர்பு மொழியாக பிறகு வரட்டும். அவ்வாறு அரசாங்கக் கட்டாயமில்லாமல், மக்களே இந்திதான் தொடர்புமொழியாக வேண்டும் என்று நினைப்பார் களேயானால், அது முதலில் நடைமுறையில் தொடர்புமொழியாகி, பிறகு சட்ட சம்மதம் பெற்றுக்கொள்ளட்டும்.

பி.எஸ்.குரியன்: முதலில் அரசாங்க அங்கீகாரம் தரப்பட்டால்தான் நடைமுறையில் அது வரும்.

சி.என்.அண்ணாதுரை: கனம் உறுப்பினருக்கு, அவர் மொழி மீதே நம்பிக்கையில்லை.

நண்பர் வாஜ்பாய்க்கு ஒன்று தெரிவித்துக்கொள்வேன், அவர் தமிழ் மொழியைப் படித்து, அமிழ்தினும் இனிதான தமிழ் இலக்கியங்களை ஒரு முறை சுவைத்துவிட்டால், தமிழ்தான் தொடர்புமொழியாக இருக்கக் கூடியது என்று அவரே தேர்ந்தெடுத்துவிடுவார். ஆக, எது தொடர்புமொழி என்று தேர்ந்தெடுத்து வழங்கும் வரை, இருக்கும் நிலையை மாற்றாமல் ஆங்கிலத்தைத் தொடர்ந்து வைத்துக்கொள்வது நலம். 14 தேசிய மொழி களும் ஆட்சிமொழிகளாகும் வரை, மொழிப் பிரச்சினையில் ஒரு திருப்திகரமான, நிரந்தரமான முடிவு ஏற்படப்போவதில்லை! பன்மொழி களை ஆட்சிமொழிகளாக்குவது இந்தியாவை ஒன்றுபட்ட நாடாகக் கொள்ள நாம் தரும் விலை என்று கொள்ள வேண்டும்! இந்தியின் மூலம் ஒற்றுமை குலைந்த இந்தியாவைத்தான் பெற முடியும்!

இந்தியா என்பது இருக்கத்தான் வேண்டும். ஒற்றுமையான இந்தியா வேண்டும் என்றால், ஒரு பிராந்தியம் மற்றொரு பிராந்தியத்தை அடக்கு கிறது என்று எவரும் கருதும் வகையில் எத்தகைய ஏற்பாட்டையும் நீங்கள் செய்யக் கூடாது. இந்தியா என்றால், எல்லோரும் பொதுவாக நம்பிக்கை யுடனும் பெருமையுடனும் அதை இதயபூர்வமாக ஏற்றுக்கொள்ள வேண் டும் என்றால், ஆட்சிமொழிப் பிரச்சினையில் பல மொழித் திட்டம் ஏற்றுக்

மாபெரும் தமிழ்க் கனவு 579

பல மொழிகள் ஆட்சிமொழிகளாக ஆக வேண்டும் என்பது ஒரு குருட்டுத்தனமான கோட்பாடு அல்ல! பல மொழிகளைக் கொண்ட ஒரு நாட்டில், அது தவிர எல்லோரையும் திருப்திப்படுத்தவல்ல திட்டம் வேறெதுவும் இருப்பதாக எனக்குத் தெரியவில்லை.

கொள்ளப்பட்டாக வேண்டும். "14 மொழிகளையும் ஆட்சிமொழி ஆக்குவது என்பது முடியாத காரியம்" என்று அக்பர் அலிகான் கூறினார். அதில் சிக்கல் இருக்கிறது; நடைமுறையில் சிரமங்கள் ஏற்படலாம். அதையும் நான் ஒத்துக்கொள்கிறேன். ஆனால், அது முடியாத காரியம் என்று கூறிவிடக் கூடாது.

சுவிட்சர்லாந்தில் நான்கு மொழிகள் ஏற்றுக்கொள்ளப்பட்டிருக்கின்றன என்றால், அதைவிடப் பல மடங்கு பெரிய நாடாக இருக்கிற இந்தியா, 14 மொழிகளை ஏன் வைத்துக்கொள்ளக் கூடாது என்பது புரியவில்லை! சுவிட்சர்லாந்துக்காரர்கள், பல மொழிப் பிரச்சினையைத் திறம்படச் சமாளித்தார்கள் என்றால், அவ்வளவுகூட திறமையும் விவேகமும் இங்கு உள்ளவர்களுக்கு இல்லை என்று பொருளா? எத்தகைய தடைகளையும் மீறிச் செயலாற்றவல்ல திறமைசாலிகள் இங்கு இருக்கிறார்கள்.

உங்களுடைய பணியில் எங்களுடைய உதவி தேவை என்று உங்களுக்குப் பட்டால், நாங்கள் எங்களால் இயன்ற அளவு உதவத் தயாராகக் காத்திருக் கிறோம். எங்களுடைய உதவி உங்களுக்குத் தேவைப்படாது என்பது எனக்குத் தெரியும். உதவி தேவை என்று நீங்கள் பாவனை செய்தால்கூட நாங்கள் உதவத் தயாராக இருக்கிறோம்.

பல மொழிகள் ஆட்சிமொழிகளாக ஆக வேண்டும் என்பது ஒரு குருட்டுத்தனமான கோட்பாடு அல்ல! பல மொழிகளைக் கொண்ட ஒரு நாட்டில், அது தவிர எல்லோரையும் திருப்திப்படுத்தவல்ல திட்டம் வேறெதுவும் இருப்பதாக எனக்குத் தெரியவில்லை.

தேசிய மொழிகள் அனைத்தும் ஆட்சிமொழிகளாக வேண்டும் என்ற தீர்மானத்தைத் திமுக நிறைவேற்றியுள்ளது என்பதற்காக அதை ஒதுக்கி வைக்காதீர்கள். முன்பு சென்னை ஆளுநராக இருந்த ஸ்ரீபிரகாசா அவர்கள், தகுந்த காரணங்களைக் காட்டி பல மொழித் திட்டத்தை ஆதரித்துள்ளார்; "மொழி அடிப்படையில் மாநிலங்களை அமைத்த பிறகு, ஆட்சி மொழிகளாக எல்லா மொழிகளையும் ஏற்றுக்கொள்வதிலிருந்து தப்ப முடியாது" என்று அவர் கூறுகிறார்.

தேசிய மொழிகள் அனைத்தும் ஆட்சிமொழிகளாகும் வாய்ப்பையும், தகுதியையும் நாம் தர வேண்டும். முன்பு நான் குறிப்பிட்டபடி, தமிழ் ஆட்சி மொழியாகக்கூடிய தகுதியைப் பெருமளவு பெற்றுள்ளது. நண்பர் பூபேஷ்

குப்தா அவர்கள், வங்காள மொழி அந்தத் தகுதியை அடைந்துள்ளதாகக் கூறுவார்.

தேசிய மொழிகள் ஆட்சிமொழிகளாக ஏற்றுக்கொள்ளப்படும் வரை ஆங்கிலம் நீடித்து இருக்கட்டும். 1970-ல், தேசிய மொழிகளெல்லாம் ஆட்சி மொழிகளாகின்றன என்றால், ஆங்கிலத்தை நாம் அகற்றிவிடலாம்; 1980-ல் அந்த நிலை என்றால், அப்போது ஆங்கிலத்தை நீக்கிவிடலாம். ஆக, ஆங்கிலம் ஆட்சிமொழியாக நீடித்து இருக்கட்டும் என்று திமுக கூறுவது, ஆங்கில மோகத்தால் அல்ல என்பதை நீங்கள் தெரிந்துகொள்ள வேண்டும். நாங்கள் பெருமைப்படுகிறோம். தமிழ் மொழி நிகரற்றது.

சென் குப்தா: வங்காள மொழி?

சி.என்.அண்ணாதுரை: வங்காள மொழியுடன் சேர்ந்து அதற்கு ஈடானது வேறெந்த மொழியும் கிடையாது. நமது உள்துறை அமைச்சர் நந்தா இங்கு பேசும்போது, 'நான் இந்திவாலா அல்ல; என் தாய்மொழி பஞ்சாபி; என் வளர்ப்புமொழி குஜராத்தி; இப்போது நான் இந்தியை ஆதரிக்கிறேன்' என்று குறிப்பிட்டார். துரதிர்ஷ்டவசமாக நமக்கு அத்தகைய அனுபவம் கிடையாது. தாய்மொழி ஒன்று - வளர்ப்புமொழி மற்றொன்று - ஆதரவு காட்டும் மொழி வேறொன்று - இது நல்ல அனுபவம்தான்! ஓரிடத்தில் நிலையாக இல்லாமல், கட்டவிழ்ந்து அலைந்துவந்திருப்பதாக உள்துறை அமைச்சரே கூறினார். ஆனால், அதிர்ஷ்டவசமாகவோ துரதிர்ஷ்டவச மாகவோ எங்களுக்கு நிலையாக ஒரு இடம் இருந்துவிட்டது! அலைந்து திரிய வேண்டிய அவசியம் இல்லாமற்போய்விட்டது!

கடலெனப் பரந்துள்ள தமிழ் மொழி தாழ்வுறுவதா?

உயர்தனிச் செம்மொழியான தமிழ் மொழி என்னுடைய தாய்மொழி என்ற பெருமிதம் எனக்கிருக்கிறது! நீண்ட வரலாற்றையும் புகழ்மிக்க பொற்காலங்களையும் உடைய மொழி - கவிஞர் யாத்த மொழி - கவிதைகள் கொஞ்சும் மொழி - கருத்தாலும் கவினுறு வளத்தாலும் கடலெனப் பரந்து கிடக்கும் மொழி - எங்கள் உயிருடன், வாழ்வுடன் கலந்த மொழி - அந்தத் தமிழ் மொழி மற்றெதற்கும் தாழாத வகையில் ஆட்சிமொழி என்ற தகுதி தரப்படும் வரை, நான் அமைதி பெற மாட்டேன் - திருப்தி அடைய மாட்டேன்!

நான் தமிழுக்காக வாதாடுகிறேன்; அதை வைத்து, இந்திக்காக வாதாடுபவர்களின் தாய்மொழிப் பற்றை நான் மறுக்கவில்லை. அவர்கள் இந்திக்காகப் பாடுபடட்டும்.

நான் இங்கு இந்தியில் பேசப்பட்டவற்றைக் கேட்டுக்கொண்டிருந்தேன். வாஜ்பாயின் பேச்சிலேதான் மிகக் குறைந்த அளவுள்ள ஆங்கிலச் சொற்கள் கலந்திருந்தன. மற்றவர்களின் பேச்சுக்களில் ஏதோ தயவுதாட்சண்யத் துக்காக இந்தியைத் தெளித்திருக்கிறார்கள். 'ஆல் இந்தியா ரேடியோ மே பிலிம் சங்கீத் அச்சா ஹை' என்ற முறையில் பேசினார்கள் - கேட்டேன்.

நான் இந்திக்காக வாதாடுபவனாக இருந்தால் அதை இவ்வளவு பஞ்சம் நிரம்பிய மொழியாக்க மாட்டேன்! இந்தி வளர்ச்சியில் உற்சாகம் காட்டுங்கள்; ஆனால், அது பரிதாபமானதாக இருக்க வேண்டாம்!

இது இந்தி அல்ல! நான் இந்திக்காக வாதாடுபவனாக இருந்தால் அதை இவ்வளவு பஞ்சம் நிரம்பிய மொழியாக்க மாட்டேன்! இந்தி வளர்ச்சியில் உற்சாகம் காட்டுங்கள்; ஆனால், அது பரிதாபமானதாக இருக்க வேண்டாம்!

நமது அமைச்சர் நந்தா வேண்டுமானால், எதிலும் உற்சாகம் காட்டாமல் இருக்க முடியும். அவர், 'எஸ்பெராண்டோ *(Esperanto)* மொழியினர்' (அகில உலகமும் பயன்படுத்தக் கூடிய வகையில் பொதுமொழி வேண்டும் என்று உருவாக்கப்பட்ட செயற்கை மொழி) பக்கம் சென்றாலும் ஆச்சரியப்படுவதற்கில்லை. ஆனால், எங்களுக்கென ஒரு மொழி இருக்கிறது; அந்த மொழிக்கு ஆட்சிமொழிப் பட்டியலில் இடம் தந்தாக வேண்டும் என்று கேட்கிறோம்; அவ்வாறு இடம் தரப்படும் வரை, ஆங்கிலம் தொடர்ந்து ஆட்சிமொழியாக இருந்துவரட்டும் என்று கூறுகிறோம்.

ஆங்கிலம் தொடர்ந்து நீடிப்பதால், தெரிந்தோ தெரியாமலோ இந்தி வருவதால் இழைக்கப்படும் ஏற்றத்தாழ்வு இருக்காது; அரசாங்கத்தில் குழப்பம் வராது; ஒரு பிராந்தியம் மற்ற பிராந்தியங்களை அடக்கி ஆளுகிறது என்ற அச்சம் நிலவாது.

அடிப்படைத் தத்துவத்தைக் கவனிக்க மறுக்கின்றனர்

ஆங்கிலத்தைக் கற்றுக்கொண்டதுபோல், இந்தியையும் ஏன் கற்றுக் கொள்ளக் கூடாது என்று சிலர் எங்களைப் பார்த்துக் கேட்கிறார்கள். ஒருகணம் நினைத்துப்பார்த்தால், என்னுடைய மகன்கள் - இன்னும் சொல்லப்போனால் என்னுடைய பேரப்பிள்ளைகள்- இந்தி எழுத்துகளைத் தடுமாறி உச்சரிக்க ஆரம்பித்தால், அதேபோல் கனம் வாஜ்பாயின் பேரப் பிள்ளைகள்...

ஏ.டி.மணி: வாஜ்பாய்க்கு இன்னும் திருமணமே ஆகவில்லை.

சி.என்.அண்ணாதுரை: இப்போது புரிகிறது, ஏன் வாஜ்பாய் இப்படிப் பேசினார் என்று! அவருக்குச் சொல்வேன், இந்தியை ஆட்சிமொழி ஆக்குவது பிறகு இருக்கட்டும்; முதலில் இன்னொரு மொழி பேசும் பெண்ணாகப் பார்த்துக் கல்யாணம் செய்துகொள்ளுங்கள்.

அந்நியால் வேதனை - உணர மறுப்பானேன்?

இந்தி பேசுகிற பகுதியில் பிறந்து வளரும் குழந்தைகள், தாயின்

மடியிலேயே இந்தி பாடல்களைக் கேட்கின்றன; வயலிலும் வரப்பிலும், வீட்டிலும் தோட்டத்திலும் அங்காடி வீதியிலும் ஆற்றோரத்திலும் வாழ்வின் எல்லா பக்கத்திலும் நாள் முழுவதும் இந்தி மொழிப் பயிற்சி அவர்களுக்குக் கிடைக்கிறது! புத்தகங்களைப் புரட்டுவதால் அவர்கள் இந்தி கற்றுக்கொள்ளவில்லை; இந்தி பேசும் இடத்தில் பிறந்ததாலேயே அவர்கள் இந்தியைக் கற்றுக்கொண்டுவிடுகிறார்கள்! உங்களுக்குப் பரம்பரைச் சொத்தாக வருவது, எங்களுக்குப் பள்ளிக்கூடத்து அறிவாகக் கிடைக்க வேண்டும். ஒத்த முறையில் இதில் எப்படிப் போட்டியிட முடியும்?

ரோமப் பேரரசு காலத்தில் ரோம் நாட்டுப் பிரபுக்கள் மேலேயிருந்து வேடிக்கை பார்க்க, கீழே மைதானத்தில் கோரப் பசியுடன் பாய்ந்துவரும் சிங்கங்களுடன் அடிமை வீரர்கள், வெறும் கைகளுடன் சண்டை போடுவார்களாம். அப்படிப்பட்ட சண்டைகளிலிருந்து ஒருசில அடிமைகள் உயிருடன் திரும்பியிருக்கக் கூடும். நமது நண்பர் சத்தியநாராயணா இந்தி பேசவில்லையா, அதைப் போல! ஆனால் மற்றவர்கள், சிங்கங்களிடம் சிக்கிச் சின்னாபின்னமாகக் கிழித்து எறியப்பட்டிருப்பார்கள்! எங்களுக்கும் அத்தகைய கதி வர வேண்டும் என ஏன் நினைக்கிறீர்கள்? நாங்கள் என்ன குற்றமிழைத்துவிட்டோம், இப்படிப்பட்ட தண்டனைகளுக்கு ஆளாக? உங்களுடைய மொழியை நாங்கள் படித்து, உங்களுடன் நாங்கள் எப்படிப் போட்டிபோட முடியும்? அது பெரிய அநீதி - சித்ரவதை!

ஒரு மொழியை, ஒரு பிராந்திய மொழியை மற்றெல்லா மொழிகளுக்கும் மேலாக ஆட்சிமொழியாக ஆக்க நினைப்பதில் உள்ள அநீதி உங்களுக்குப் புரியவில்லையா? எங்களுக்கு எவ்வளவு மனவேதனையை அது தருகிறது என்பதை நீங்கள் உணரவில்லையா? இந்திக்காக எவ்வளவுதான் பிடிவாதமாக நீங்கள் வாதாடினாலும் - ஆறஅமர நீங்கள் யோசித்தால் - நான் கூறுவது உங்களுக்குப் புரியும் என்று நம்புகிறேன்.

பத்திரிகைகளைப் படிக்கும்போது, இந்திப் பிரியர்கள் கோபதாபங்களுக்கு ஆட்பட்டுள்ளார்கள் என்று தெரிகிறது. எங்களுடைய போராட்டத்தின் அடிப்படையை, தத்துவத்தைக் கவனித்துப்பார்க்க அவர்கள் மறுக்கிறார்கள். "இந்தியை எதிர்ப்பதற்காக அண்ணாதுரையை மட்டுமல்ல - காமராஜரையும் பிடித்துச் சிறையில் போட வேண்டும்" என்று சிலர் கூறுகிறார்கள். இன்னும் சிலர், சுப்பிரமணியமும் அளகேசனும் செய்த ராஜிநாமா குறித்துக் கேலியாகப் பேசுகிறார்களாம்.

கலவரம் மிகுந்த நேரத்தில், இவர்கள் செய்த ராஜிநாமா எந்த அளவு, மக்களுக்குப் புதிய நம்பிக்கையைத் தர உதவியது என்பது இங்கு உள்ளவர்களுக்குத் தெரியாது. யாராவது தமிழ்நாட்டு காங்கிரஸின் பெயரைக் காப்பாற்றினார்கள் என்றால் - முழு அளவு அல்ல; ஓரளவு – அது சுப்பிரமணியமும் அளகேசனும்தான்! அவர்களிடம் பற்றோ பாசமோ எனக்குக் கிடையாது!

தமிழக சட்டசபையில் பல தடவை நானும், சுப்பிரமணியமும் வாதிட்டிருக்கிறோம். அவரை எதிர்த்து நான் பேசியிருக்கிறேன்.

ஆம்; பக்தவத்சலம், ஒரு கற்பாறைபோல்தான் நின்றார் - ஆடாமல் அசையாமல் உணர்ச்சியற்று, இரக்கமற்று, அவர் கற்பாறைபோலத்தான் நின்றார்; துப்பாக்கிகள் வெடித்தன, குண்டுகள் பாய்ந்தன, பிணங்கள் விழுந்தன, அப்போதும் அவர் கற்பாறைபோல் நின்றார்!

எதிர்பாராத விதமாக என்னை மடக்க அவரும் தவறான வழிகளைக் கையாண்டிருக்கிறார். ஆனால், உரிய நேரத்தில் அவர் செய்த செயல் - தமிழ்நாட்டில் மூண்ட கொந்தளிப்பை ஓரளவு அடக்க உதவியது என்பதை யாரும் மறந்துவிடக் கூடாது.

பண்புள்ள மனிதர்கள் தமிழகத்தில் உண்டு

அசாம் மாநிலத்தில் மொழிச்சண்டைகள் நடைபெற்றபோது, ஊர் ஊராக சச்சரவு பரவியது; அமைதி காக்கும் அணி ஒன்று புறப்பட்டு, ஊர் ஊராகச் சென்று அமைதி காக்கப் பாடுபட்டது. அதுபோல, அமைதி காக்கும் பணியில் மாநில முதலமைச்சர் இறங்கி - எங்களையும் சேர்த்துக்கொண்டுகூட - ஏன் முயன்றிருக்கக் கூடாது?

ஆனால், முதல்வர் பக்தவத்சலத்தைப் பற்றி, 'அவர் கற்பாறைபோல் நின்றார்' என்று உள்துறை அமைச்சர் நந்தா புகழ்பாடியிருக்கிறார். ஆம்; பக்தவத்சலம், ஒரு கற்பாறைபோல்தான் நின்றார் - ஆடாமல் அசையாமல் உணர்ச்சியற்று, இரக்கமற்று, அவர் கற்பாறைபோலத்தான் நின்றார்; துப்பாக்கிகள் வெடித்தன, குண்டுகள் பாய்ந்தன, பிணங்கள் விழுந்தன, அப்போதும் அவர் கற்பாறைபோல் நின்றார்! மகனை இழந்த மாதாவின் அழுகுரல், கணவனை இழந்த மங்கையின் கதறல், எதுவும் அவரை அசைக்கவில்லை! அவர் கற்பாறைபோல் நின்றார்! இதயத்தைக் கல்லாக்கிக்கொண்டு அவர் நின்றார்!

அப்படிப்பட்ட கற்பாறை போன்ற மனிதர்கள்தான் உங்களுக்குத் தேவையா? தமிழகத்தில் அதைவிடச் சிறந்த பண்புள்ள மனிதர்கள் இருக்கிறார்கள்! 'கற்பாறைபோல் அவர் நின்றார்' என்று நீங்கள் புகழ்கிறீர்களே, உம்முடைய இதயம் சற்றுக் கனிவானது என இதுவரை நம்பியிருந்தேன்! சாதுக்கள், சந்நியாசிகள் கூட்டத்தில் இருக்கும் உங்களுக்குச் சிறிதாவது சாந்த குணம் இருக்கும் என்று எதிர்பார்த்தேன்! 50, 60 பேர்களைப் பிணமாக்கி, ஆறு வயதுப் பையன், ஏழு வயதுச் சிறுமி, எண்பது வயதுக் கிழவர் என்றுகூடக் கண்மண் பாராமல் சுட்டு வீழ்த்தி, வீதியை ரத்தக்களமாக்கி, வீடுகளைத் துயரமாக்கி ஆட்சி நடத்தும் ஒருவருக்கு, 'கற்பாறைபோல் நின்றார்' என்று புகழ்மாலை சூட்டுகிறீர்களே, உங்களைப் பற்றி நான் என்ன சொல்ல முடியும் நீங்கள் ஒரு 'பெரிய பக்தவத்சலம்' என்பதைத் தவிர!

தவறாக நினைத்துச் சமாதானமடையாதீர்!

சட்டமும் ஒழுங்கும் காப்பாற்றப்பட்டுவிட்டன என்று தவறாக நினைத்துச் சமாதானமடையாதீர்கள்! சட்டமும் ஒழுங்கும் காப்பாற்றப்பட வேண்டும் என்பதில் எனக்குச் சிறிதளவுகூடக் கருத்து வேறுபாடு கிடையாது; வன்முறை சிறிதளவுகூடக் கூடாது என்பதில் நான் கண்ணுங் கருத்துமாக இருப்பவன்.

நான் கடைசியாகக் கூறுகிறேன், மொழிப் பிரச்சினையைப் புனராலோசனை செய்து, ஒரு திருப்திகரமான முடிவு காணும் வரை, ஆங்கிலம் தொடர்ந்து ஆட்சிமொழியாக நீடிக்கட்டும்; எல்லா தேசிய மொழிகளும் ஆட்சிமொழிகளாகும் வரை ஆங்கிலம் இருக்கட்டும்; பிறகு, இந்திய மொழி ஒன்று வளர்ந்து தகுதி பெற்றுத் தொடர்புமொழியாகும் வாய்ப்பைக் காலப்போக்குக்கு விட்டுவிடலாம், நன்றி!

தன் மீதான நம்பிக்கையில்லாத் தீர்மானத்தை எப்படி எதிர்கொண்டார் அண்ணா?

அண்ணா முதல்வராகப் பதவி வகித்தது 680 நாட்களே என்றாலும், அதற்குள்ளாக ஒரு நம்பிக்கையில்லா தீர்மானத்தைக் கொண்டுவந்தது காங்கிரஸ். தீர்மானத்தை முன்மொழிந்த எதிர்க்கட்சித் தலைவராக இருந்த பி.ஜி.கருத்திருமன், குற்றச்சாட்டுகளை அடுக்கிக்கொண்டே போனார். தவறான புகார்களுக்கு குறுக்கிட்டு விளக்கம் அளித்துவந்த அண்ணா, "அடிக்கடி குறுக்கிடுவதற்கான நிலையில் என்னுடைய உடல்நிலை இல்லை. அவர்கள் எங்களிடத்திலே நம்பிக்கையில்லை என்று சொல்லிவிட்ட பிறகு, நாங்கள் எடுத்துச் சொல்கிற விஷயத்தில் மட்டும் நம்பிக்கை வந்துவிடும் என்று எதிர்பார்ப்பது விந்தையாகும். அவர்களுக்கு வேண்டுமானால் எங்கள் மீது நம்பிக்கை இல்லாதிருக்கலாம், எங்களுக்கு அவர்களிடத்தில் அன்றும் இன்றும் நம்பிக்கை இருக்கிறது" என்றார். அந்தத் தீர்மானம் வாக்கெடுப்புக்கு விடப்பட்டபோது, காங்கிரஸ் உறுப்பினர்களில் சிலரே வாக்களிக்கவில்லை. 49-ல் 37 பேர் மட்டுமே அண்ணா ஆட்சிக்கு எதிராக வாக்களித்தார்கள்! தீர்மானம் தோல்வியடைந்தது. இன்னொரு நாள், "உங்கள் நாட்கள் எண்ணப்படுகின்றன" என்று உடல்நலமில்லாத அண்ணாவைப் பார்த்து விநாயகம் சொல்ல கொஞ்சமும் ஆத்திரப்படாமல், "ஆம், அதனால்தான் ஒவ்வொரு அடியையும் கவனமாக எடுத்து வைக்கிறேன். என்னால் காலெடுத்து வைக்க முடியவில்லை என்றால், வலிமை உள்ளவரிடம் பொறுப்பைக் கொடுத்துவிட்டுப் போய்விடுவேன்" என்றார்.

இந்தியா தன் சொந்தக் காலில் நிற்பது மிக அவசியம்

இந்திய – பாகிஸ்தான் போரில் நம்முடைய ராணுவம் வென்ற சூழலில், நாட்டின் வெளியுறவுக் கொள்கை தொடர்பில், நவம்பர் 1965-ல் 'வெளியுறவுக் கொள்கை மறுமதிப்பீடு' (Reappraisal of Foreign Policy) எனும் பொருளை மையப்படுத்தி அண்ணா ஆற்றிய உரை இது. சர்வதேச அளவில் எந்த ராணுவ அணியிலும் இந்தியா இணையக் கூடாது என்ற நேரு அரசின் எண்ணத்தைப் பாராட்டும் அதேசமயத்தில், அதற்கான வழிமுறையாக நேரு அரசு கையாண்ட 'அணிசேராக் கொள்கை' சர்வதேச அளவில் எப்படி எதிர்மறையாக அணுகப்படுகிறது என்பதையும் தோலுரிக்கிறார் அண்ணா. இந்தியாவின் வெளியுறவுக் கொள்கையை மறுவரையறுக்கும் உரை இது என்றும் சொல்லலாம். உரையிலிருந்து தேர்ந்தெடுக்கப்பட்ட பகுதிகளை இங்கே தந்திருக்கிறோம்.

கையில் பிச்சைப் பாத்திரத்தை ஏந்தும் நாட்டால், சுதந்திரமான வெளியுறவுக் கொள்கையைக் கடைப்பிடிக்க முடியாது!

சி.என்.அண்ணாதுரை: அவைத் தலைவர் அவர்களே,

இந்திய அரசின் வெளியுறவுக் கொள்கை தொடர்பாக இம்முறை விசித்திரமாக – அதே சமயம் உற்சாகமூட்டக்கூடிய சூழலில் விவாதித்துக் கொண்டிருக்கிறோம். நம் நாட்டை ஆக்கிரமிக்க முயன்ற எதிரியின் முயற்சியை மிகச் சமீபத்தில் தகர்த்து எறிந்திருக்கிறோம்; நம்முடைய முப்படையினரின் வீரதீர சாகசங்களால் மிகவும் பெருமிதத்துடனும் – நியாயமான பெருமிதம்தான் – மகிழ்ச்சியுடனும் அவையில் அமர்ந்திருக்கிறோம். போர்க்களத்தில் நமக்குக் கிடைத்த வெற்றி நம்முடைய வெளியுறவுக் கொள்கையாலும் அதன் அமலாக்கத்தாலும் நேரடியாக விளைந்த பலன் என்று நாம் தவறாக நம்பிவிடக் கூடாது.

நாம் போர்க்களத்தில் கையாளும் யுத்த தந்திரங்களைவிட நம்முடைய வெளியுறவுக் கொள்கை மிகவும் இறுகியும், மிகவும் தளர்ந்தும் வலுவற்று காணப்படுகிறது. தங்களுடைய போர்த்திறமையைக் களத்தில் காட்டிய நம்முடைய ராணுவப் படைகளுக்கு நாம் நன்றி சொல்லவும், அவற்றைப் பற்றிப் பெருமைப்படவும் கடமைப்பட்டிருக்கிறோம்; எத்தனை விதமான களங்களில் எப்படிப்பட்ட வெற்றிகளையெல்லாம் நம்முடைய படையினர் பெற்றுள்ளனர் என்பதைப் பார்த்து வியந்தேன். கடந்த *18* ஆண்டுகளாக நம்மை ஆளுங்கட்சியும் இதேபோல திறமையாகச் செயல்பட்டு இப்படிப்பட்ட வெற்றிகளைக் குவித்திருந்தால், வெளியுறவுக் கொள்கை உட்பட அனைத்துத் தளங்களிலும் நமக்குப் பிரச்சினைகளாக இன்றைக்கும் திகழ்பவை பெரும்பாலும் தீர்ந்துவிட்டிருக்கும்.

மிகவும் நவீனமானதும் பயனுள்ளதுமான ஆயுதங்களை நம்முடைய படையினருக்கு நாம் வழங்கவில்லை என்று அறிகிறேன். காலத்தால் பிந்தைய, வழக்கிலிருந்து பெரும்பாலும் நீக்கப்பட்ட பழைய ஆயுதங்களையே நம்முடைய படைகளுக்கு வழங்கினோம். இருந்தும் கடுமையான சூழலிலும் அமெரிக்காவின் ‘பேட்டன்’ டேங்குகள் போன்ற நவீன ராணுவ ஆயுதங்களுக்கு எதிராகப் போரிட்டு நம் படையினர் வெற்றி பெற்றுள்ளனர். கடந்த *18* ஆண்டுகளாக நம்மை ஆளுங்கட்சிக்கு பழைய – வழக்கொழிந்த ஆயுதங்களை நாம் தரவில்லை, அவர்கள் கேட்டதையெல்லாம் தந்திருக் கிறோம்; இருந்தும் வெளியுறவுத் துறையானாலும் உள்நாட்டுத் துறையானாலும் உணவுத் துறையானாலும் தொழில் துறையானாலும் நம்முடைய ராணுவம் ஈட்டிய வெற்றிகளைப் போல, அவர்கள் புரிந்த சாதனைகளைப் போல வென்று குவித்துவிடவில்லை. ஆக, வெளியுறவுக் கொள்கையை ஆய்வுசெய்யும்போது நம்முடைய ராணுவ வெற்றியையும், அது எப்படிச் சாத்தியமானது என்பதையும் ஆராய வேண்டும்.

வெளியுறவுப் பாதை ஒருவழிப் பாதையாக இருக்க முடியாது!

நமது அல்லது எந்த ஒரு நாட்டினதாக இருந்தாலும், வெளியுறவுக் கொள்கை என்பது ஒருவழிப் பாதையாக இருக்க முடியாது. நம்மைச் சுற்றி ஏற்படும் சூழல்களையும் நமக்குப் பக்கத்தில் இருக்கும் நாடுகள்

வட்டத்துக்குள் வட்டங்களாக இதைப் போன்ற ராணுவக் கூட்டு அமைப்புகளை வைத்துக்கொண்டு, உலக அமைதியைப் பாதுகாப்பதற்காக ஏற்படுத்தப்பட்ட ஐக்கிய நாடுகள் சபையை அனைவரும் முதுகில் குத்த முயற்சிக்கின்றனர்.

கடைப்பிடிக்கும் வெளியுறவுக் கொள்கைகளையும் கருத்தில் கொள்ளாமல் நம்முடைய வெளியுறவுக் கொள்கையை வடிவமைத்துக்கொண்டே போக முடியாது. நாம் கடைப்பிடிக்கும் அணிசேராக் கொள்கையையும் இதர அம்சங்களையும் பரிசீலிக்க வேண்டும் என்று எங்களில் சிலர் கோரி வருகிறோம்; இதைக் கேட்டவுடனே ஆளுங்கட்சி உறுப்பினர்கள் எழுந்து, நாங்கள் வேறு யாருடைய சிந்தனைகளையோ இங்கே விதைக்க வந்திருக்கிறோம் என்று அவசரப்பட்டு எங்களோடு மோதப் புறப்பட்டு விடக் கூடாது. உண்மை என்னவென்றால், திமுகவுக்கு உலக அரங்கில் எந்த அணி மீதும் ஆர்வம் இல்லை.

உள்ளபடி, ‘அணிசேரா’ என்ற வார்த்தை என்னுடைய பள்ளிக்கூட நாட்களை நினைவுபடுத்துகிறது. ஒரு வேலைக்காக மனுசெய்த ஒருவர், ‘பள்ளியிறுதி வகுப்பை முடிக்காதவர்’ (நான்-மெட்ரிகுலேட்) என்று தனது கல்வித் தகுதிக்கான கட்டத்தில் குறிப்பிட்டிருந்தார். வேலை தருவதற்காக நேர்காணல் நடத்தியவரோ, “சரி, நீ பள்ளியிறுதி வகுப்பை முடிக்கவில்லை; எதுவரைதான் படித்திருக்கிறாய்? ஆறாவது தேறினாயா? ஏழாவது தாண்டினாயா? எட்டாவதாவது பாஸ் செய்தாயா?” என்று எரிச்சலாகக் கேட்டார்.

நீங்கள் அணியில் சேர்ந்தவரா அல்லது சேராதவரா என்பது பற்றி எனக்குக் கவலையில்லை; அப்படியென்றால் உண்மையில் நீங்கள் யார் என்று அரசைக் கேட்க எனக்கு உரிமையிருக்கிறது. அணி சேராமல் இருப்பது, எதிலும் பட்டுக்கொள்ளாமல் இருப்பது என்பதெல்லாம் எதிர்மறையான சிந்தனை. இல்லை, வேண்டுமென்றேதான் இந்த நிலையைத் தேர்ந்தெடுத்தோம், இது ஆக்கபூர்வமானது, இது குறிப்பிட்ட நோக்கம் கொண்டது என்று கூறுவதால் பலன் ஏதுமில்லை. சேரா என்றாலே நாம் யாருடனும் சேரவில்லை என்று பொருள். இப்படிச் சொல்வதால் நாம் ‘சீட்டோ’, ‘சென்டோ’, ‘நேட்டோ’ இப்படியான அமைப்புகளில் எதிலாவது சேர்ந்திருக்க வேண்டும் என்று கூறவில்லை. இப்படிப்பட்ட ராணுவக் கூட்டுகள் இருப்பதையே நான் விரும்பவில்லை. வட்டத்துக்குள் வட்டங்களாக இதைப் போன்ற ராணுவக் கூட்டு அமைப்புகளை வைத்துக்கொண்டு, உலக அமைதியைப் பாதுகாப்பதற்காக ஏற்படுத்தப்பட்ட ஐக்கிய நாடுகள் சபையை

அனைவரும் முதுகில் குத்த முயல்கின்றனர். 'அணிசேரா' என்றால் என்ன என்று தெளிவாக விளக்குமாறு அரசை நான் கேட்கும்போது, ஏதாவது நாடுகளின் ராணுவக் கூட்டில் சேருங்கள் என்று நான் மறைமுகமாகக்கூட கூறவில்லை. வெளியுறவுக் கொள்கை தொடர்பாக அரசுக்கு ஒரு இலக்கு இருக்க வேண்டும். அந்த இலக்கானது கண்ணியத்துடன் கூடிய அமைதி, சமரசம், பிற நாடுகளுடன் தோழமையுணர்வு ஆகியவற்றை வளர்ப்பதாக அமைய வேண்டும். அமைதி நிலவ வேண்டும் என்று நினைக்கும்போது எந்த ராணுவக் கூட்டிலும் நாம் சேரக் கூடாது என்பதிலும் உறுதியாக இருக்க வேண்டும். இதற்கு மாற்றாக, சொந்தக் காலில் நிற்கும் அளவுக்கு நாம் பலசாலிகளாக வளர வேண்டும்.

உள்நாட்டு நிலைமை வலுவாக இருந்தால்தான் சுதந்திரமான வெளியுறவு சாத்தியம்!

இந்தப் பக்கமும் அந்தப் பக்கமும் பார்த்துக்கொண்டிருக்காமல், இந்த நாடு அல்லது அந்த நாட்டின் உதவியை எதிர்பாராமல், வாழ வேண்டும். "கையில் பிச்சைப் பாத்திரத்தை ஏந்தும் நாட்டால், சுதந்திரமான வெளியுறவுக் கொள்கையைக் கடைப்பிடிக்க முடியாது" என்று யாரோ பேசியது நினைவுக்குவருகிறது. "நிபந்தனையுடன் வரும் உதவியை ஏற்க மாட்டோம்" என்று சொல்வது எளிது அல்லது உற்சாகத்தைத் தருவது; நிபந்தனைகளே விதிக்கப்படாமல் தரும் உதவிகளைப் பெறுவதுகூட இந்த நாட்டின் நிலைமையை உலகுக்கு உணர்த்திவிடும்.

நம்மிடம் ஏராளமான திறமைகள், ஆற்றல்கள் பொதிந்துள்ளன. சரியான இடத்திலிருந்து, சரியான தருணத்தில், சரியான குரலில் அழைப்பு வந்தால், மாபெரும் மக்கள்திரள் திரண்டு வந்து எதிர்பார்க்கும் செயலைச் செய்து முடிக்கத் தயாராக இருக்கிறது என்பது சமீபத்திய போரின்போது நிரூபிக்கப் பட்டிருக்கிறது. எனவே, நம்முடைய வெளியுறவுக் கொள்கை உண்மை யிலேயே சுதந்திரமாக இருக்க வேண்டும் என்று விரும்பினால், உள்நாட்டு நிலைமை வலுவாக இருந்தால்தான் முடியும்.

உள்நாட்டு நிலைமை என்று நான் எதைக் குறிப்பிடுகிறேன்? ஊர்க்காவல் படையையோ, மக்கள்பாதுகாப்புப் பேரவைகளையோ, கிளப்புகளையோ, கூட்டங்களையோ அல்ல. ஜனநாயக சக்திகள், ஜனநாயக இயந்திரம், ஜனநாயக உணர்வுகள் ஆகியவற்றையே உள்நாட்டு நிலைமை என்கிறேன். நெருக்கடியான இந்த நிலையில்கூட ஜனநாயக இயந்திரத்தை வலுப் படுத்திக்கொண்டிருக்கிறோமோ என்று ஆளுங்கட்சியையும் அதைச் சேர்ந்த நாடாளுமன்ற உறுப்பினர்களையும் கேட்க விரும்புகிறேன். தங்களுடைய எல்லா முயற்சிகளிலும் எதிர்க்கட்சிகளையும் தங்களோடு இணைத்துச் செயல்படுவதாக ஆளுங்கட்சியினரால் கூற முடியுமா?

ஸ்பிரிங் இல்லாமல் கடிகாரம் ஓடாது!

உள்நாட்டுப் பத்திரிகைகளில், பிரதமர்தான் எட்டு பத்தி தலைப்புச் செய்தியாகப் பவனிவருகிறார்; எல்லோருடைய மனங்களிலும் குடியேறி

சரியான வேலைக்குத் தவறான நபர்களைத் தேர்வுசெய்வதே அமெரிக்க அரசுக்கும் அமெரிக்கத் தலைவர்களுக்கும் வழக்கமாக இருப்பது தெரியவருகிறது. தவறான குதிரை மீது அதிகத் தொகைக்குப் பணம் கட்டுவதில் அமெரிக்கர்கள் வல்லவர்கள்.

விட்டார். வெற்றி ஊர்வலமாக நாட்டையே சுற்றிவருகிறார். இதற்கெல்லாம் அவருக்கு உரிமை உண்டு அல்லது மக்களேகூட, நாங்கள் உற்சாகமாக இருக்கிறோம், நன்றி பாராட்ட விரும்புகிறோம், வாருங்கள் கௌரவத்தை ஏற்றுக்கொள்ளுங்கள் என்று அழைக்கக் கூடும். இந்தப் பாராட்டு விழாக்களையெல்லாம் வெறும் அரசு நிகழ்ச்சியாகவோ, ஆளுங் கட்சிக்கான நிகழ்ச்சியாகவோ நடத்தாமல் அனைத்துக் கட்சி விழாவாக நடத்தினால் என்ன என்று பிரதமர் எப்போதாவது நினைத்திருப்பாரா?

அப்படி நடத்தியிருந்தால் நம் நாட்டின் ஜனநாயக உணர்வு அப்படியே பொங்கிப் பூரித்து வெளிப்பட்டிருக்கும்; இதுவரை இப்படி நிகழ்ந்தது இல்லை என்ற நிலை ஏற்பட்டிருக்கும். இதை நான் சொல்வதால், என்னையே அற்பன் என்றுகூடச் சிலர் பேசக்கூடும். கடிகாரம் பெரிதாக இருந்தாலும் உருவில் மிகச் சிறியதான ஸ்பிரிங்தான் அதை ஓடச் செய்கிறது. அணு ஆயுதத் தயாரிப்பு, ஆப்பிரிக்க - ஆசிய மாநாடு ஆகிய பிரச்சினைகளுடன் ஒப்பிடுகையில் நான் குறிப்பிடும் இந்த விஷயம் மிகவும் அற்பமானது என்றே பலருக்கும் தோன்றலாம். இருந்தாலும் என்னுடைய கருத்தைப் பரிசீலிப்பது அவசியம்.

ஆக்கிரமிப்பை அகற்றுவதற்காக நாடே ஒரே அணியாகத் திரண்டதால் ஏற்பட்ட ஜனநாயக உணர்வு மங்காமல் அப்படியே நீடிக்க, அனைவரையும் அரவணைத்துச் செல்லும் செயல்களில் அரசு கவனம் செலுத்த வேண்டும். இப்போதைய நிலையைப் பொறுத்தவரை, உதவிக்காக இந்த நாட்டை அணுகுகிறோமா அல்லது அந்த நாட்டை அணுகுகிறோமா என்பது முக்கியமல்ல; நாடு சுதந்திரம் அடைந்து 18 ஆண்டுகள் ஆகியும் நம்மால் இன்னும் சொந்தக் காலில் எழுந்து நிற்க முடியவில்லை. உணர்வுகளில் நாம் வலுவாக இருக்கிறோம், அறிக்கைகளில் அதைவிட வலுவாக இருக்கிறோம், ஆனால், உண்மைகளோ அறிக்கைகளைப் பொய்யாக்கி விடுகின்றன. இப்போதும்கூட அமெரிக்க உதவியைத்தான் எதிர்பார்த்துக் காத்திருக்கிறோம் – நவீன இயந்திரங்களுக்காக அல்ல, ஏழைகளுக்கான ஒரு கவளச் சோறுக்காக!

பஞ்சமும் பட்டினிகளும் எவ்வளவு கொடுமை!

ஆளுங்கட்சியானது கடந்த 18 ஆண்டுகளாக இந்த நாட்டின் எதிர்கால

வளர்ச்சியைத் தடுத்துக்கொண்டிருக்கிறது. இதிலிருந்து மக்களுக்குக் கிடைத்திருப்பது என்ன? அதிகம் வரி செலுத்த வேண்டும் என்றார்கள், மக்கள் மேலும் மேலும் தொடர்ந்து வரி செலுத்திக்கொண்டுதான் இருக்கிறார்கள்; இது போதாது கடன் வாங்க வேண்டும் என்றார்கள். பிறகு, மானியங்கள் வேண்டும் என்றார்கள். எல்லாம் நடந்தது. பிறகு, எங்களைத் தேர்தலில் வெற்றிபெறச் செய்யுங்கள், வாக்களியுங்கள் என்றார்கள்.

மூன்று பொதுத் தேர்தல்களில் மக்கள் தொடர்ந்து ஆதரித்து வாக்களித்தார்கள். இவ்வளவுக்கும் பிறகு, 18 ஆண்டுகள் ஆண்ட பிறகும் பிரதமரும் உணவுத் துறை அமைச்சரும் கட்சி மாநாட்டில் சந்தித்து, அமெரிக்காவிடமிருந்து உடனடியாக 'பிஎல் 480' (பப்ளிக் லோன் - பொதுக் கடன்) மூலம் கோதுமை உள்ளிட்ட உணவு தானியங்களைப் பெறா விட்டால், மக்கள் பட்டினி கிடந்து பஞ்சத்திலே இறந்துவிடுவார்கள் என்று பேசி முடிவெடுத்திருக்கிறார்கள். உணவு தானிய விளைச்சலில்கூட தன்னிறைவு காண முடியாத நமது அரசின் செயல்பாட்டையும், நவீன ஆயுதங்களோ, சாதனங்களோகூட இல்லாத நிலையில் நம்முடைய ராணுவ வீரர்கள் போர் முனையிலே பெற்ற வெற்றியையும் ஒப்பிட்டுப் பார்க்க முயல்கிறேன்; அந்தோ, எந்த மாதிரியான ஒப்பீடு!

எதற்கெல்லாம் முன்னுரிமை தந்திருக்க வேண்டுமோ, அவற்றுக் கெல்லாம் ஆளுங்கட்சி முன்னுரிமை தந்திருந்தால் இந்த உணவுப் பற்றாக் குறையே ஏற்பட்டிருக்காது என்பதுதான் எங்களுடைய கருத்து. அதற்காக என்னுடைய நண்பர் கோவிந்தன் நாயரைப் போல, "பிஎல் 480 கூடாது, வாங்காதீர்கள்" என்று கூற மாட்டேன். பிஎல் 480-ஐவிடக் கொடுமையானது பஞ்சமும் பட்டினிச் சாவுகளும்! அதனால்தான், நம்முடைய பிரதமரின் நலன் விரும்பிகளும் நண்பர்களும், குறிப்பாக உணவு, ரயில்வே துறை அமைச்சர்களும் உடனடியாக அமெரிக்காவுக்குச் செல்லுமாறு பிரதமருக்கு வேண்டுகோள் விடுக்கின்றனர்.

நம்முடைய பிரதமரும் "யாரிடமும் எதைப் பற்றியும் பேசத் தயார் – காஷ்மீர் பிரச்சினையைத் தவிர" என்கிறாராம். "அமெரிக்கப் பிரதமர் ஜான்சன் விரும்பினால் காஷ்மீர் பற்றிக்கூட பேசத் தயார்" என்று மக்களவையில் பிரதமர் கூறியதாக இன்றைய செய்தித்தாளில் படித்தேன். இந்தப் பின்னணியில், அமெரிக்க அரசின் மனவோட்டம் என்ன என்று நாம் அறிய முற்பட வேண்டும். இந்திய-பாகிஸ்தான் மோதல் தொடர்பாக அமெரிக்க அரசின் கொள்கை என்னவாக இருக்க முடியும்? அமெரிக்கா வுடன் நட்பு நாடாகச் சேர்ந்து நிற்கிறது பாகிஸ்தான் என்பதில் எந்தச் சந்தேகமும் இல்லை. 'சீட்டோ', 'நேட்டோ', 'சென்டோ' ஆகியவற்றில் சேருமாறு அமெரிக்க அரசு அழைப்பு விடுத்தபோது, இந்த ராணுவக் கூட்டு எதிலும் சேர முடியாது என இந்தியா – சரியாகத்தான் – மறுத்தது. அழைப்புக்கு இணங்காமல் சிறிது காலம் விலகியிருந்த பாகிஸ்தான் பிறகு 'சீட்டோ' அமைப்பிலும் பிற ராணுவ ஒப்பந்தங்களிலும் இணைந்து கொண்டது. இதற்குப் பிறகும் பாகிஸ்தானுக்கு எதிராக அமெரிக்கா செயல்படும் என்று எதிர்பார்க்கக் கூடாது. பாகிஸ்தானுடன் கூட்டாளியாக

மாபெரும் தமிழ்க் கனவு 591

இருந்தாலும், அமெரிக்காவை நம் பக்கம் ஈர்க்க என்ன வழி என்று பார்க்க வேண்டும்.

தவறான ஆட்களைத் தேர்ந்தெடுப்பதில் வல்லவர்கள் அமெரிக்கர்கள்

நம்முடைய வெளியுறவுத் துறை அமைச்சர் ஸ்வரண் சிங் மேற்கொண்ட பெருமுயற்சிகளால் அமெரிக்கச் செய்தித்தாள்களும் அமெரிக்க மக்களும் அமெரிக்கத் தலைவர்களும், "காஷ்மீர் தொடர்பாக மக்களிடம் கருத்தறியும் வாக்கெடுப்பு நடத்த வேண்டும்" என்று பேசாமல் இருக்கிறார்கள்; இருந்தாலும், காஷ்மீர் பிரச்சினைக்கு ஏதாவதொரு அரசியல் தீர்வு தேவை என்று நினைக்கிறார்கள், பேசுகிறார்கள். எனவே, இந்நாட்டின் பிரதமர் அமெரிக்கா சென்று அமெரிக்க அதிபரைச் சந்திக்கும்போது அவர் காஷ்மீர் குறித்துப் பேசும்போது, காஷ்மீருக்காக வெவ்வேறு போர்க்களத்தில் நம்முடைய வீரர்கள் சிந்திய செந்நீரையும், நாம் பெற்ற ராணுவ வெற்றிகளையும், காஷ்மீரை விட்டுத்தரும் பேச்சுக்கே இடமில்லை என்று இந்த அவையிலும் இன்னொரு அவையிலும் அளிக்கப்பட்ட வாக்குறுதி களையும் பிரதமர் நினைவில் கொள்ள வேண்டும். இன்னொரு விஷயம், அமெரிக்காவிடமிருந்து உணவு தானிய உதவியை விரைந்து பெறுவது மிகவும் அவசியமாகிவிட்ட இத்தருணத்தில், அமெரிக்க ராஜதந்திர வரலாற்றையும் சர்வதேசக் கடமைகளையும் படித்துப் பார்த்ததில் எனக்கொரு உண்மை புலப்பட்டது; சரியான வேலைக்குத் தவறான நபர்களைத் தேர்வுசெய்வதே அமெரிக்க அரசுக்கும் அமெரிக்கத் தலைவர்களுக்கும் வழக்கமாக இருப்பது தெரியவருகிறது. தவறான குதிரைமீது அதிகத் தொகைக்குப் பணம் கட்டுவதில் அமெரிக்கர்கள் வல்லவர்கள்.

அமெரிக்கர்கள் அப்படிப் பந்தயம் கட்டிய இடம்தான் தைவான்; இன்னொருவர் சிங்மேன் ரீ – தென் கொரிய அதிபர், அடுத்து வியட்நாமில் அவர்கள் வாரத்துக்கொரு பொம்மலாட்டத் தலைவரை உருவாக்கு கின்றனர். எனவே, எப்படியோ என் மனதிலும் – மக்களுடைய மனங்களிலும், கம்யூனிஸ்ட்டுகளுடன் வலது, இடது என்று இரண்டிடமும் எனக்குக் கருத்து வேறுபாடுகள் இருந்தாலும் - அமெரிக்கா தரும் பணம் கறைபடிந்தது என்ற எண்ணம் நிலவுகிறது. எவ்வளவுக்கு எவ்வளவு குறைவாக வாங்குகிறோமோ அவ்வளவுக்கு அவ்வளவு நமக்கு லாபம், அதிகம் வாங்கினால் நாம் அதிகம் இழக்க நேரும். எனவே, நாம் உள்நாட்டின் மீது கவனத்தைச் செலுத்தி, ஜனநாயக சக்திகளை வலுப்படுத்த வேண்டும், ஜனநாயக உணர்வுகளை வலுப்படுத்த வேண்டும், பொருளாதாரரீதியாக நம்முடைய சொந்தக் காலிலேயே நிற்க வேண்டும், நன்றி.

அலங்கார மொழியை ஏன் தேர்ந்தெடுத்தார் அண்ணா?

அண்ணாவின் பேச்சு பாணியானது திராவிட இயக்கப் பேச்சுக் கலாச்சாரம் என்ற ஒன்றையே தமிழ்நாட்டில் உருவாக்கியது. அடுக்குமொழியும் சொல்லணியும் மிகுந்த அந்த அலங்கார மொழியே பிற்பாடு உள்ளடக்கம் இல்லாமல் பலராலும் பிரயோகிக்கப்பட்டபோது 'ரிடரிக்' என்று விமர்சிக்கப்படலாயிற்று. மக்கள் மொழியில் நேரடியாகப் பேசியவர் பெரியார். ஆனால், எளிமையான அண்ணா ஏன் அலங்காரமான மொழியைத் தேர்ந்தெடுத்தார் ? தமிழர்களைத் தாழ்வுமனப்பான்மையிலிருந்தும் அச்சத்திலிருந்தும் விடுவிக்க தமிழையே ஒரு ஆயுதமாக்கிய அண்ணா, தமிழின் செழிப்பை உணர்த்த அதை ஆபரணமாகக் கையாள்வதை ஓர் உத்தியாக்கினார். பெரும் பணக்காரர்களும், ஆதிக்கச் சாதியினரும், ஆங்கிலமும் கோலோச்சிவந்த அரசியல் மேடைகளில் ஒரு சாமானியன் அண்ணாவின் புதிய நடையைப் பின்பற்றி தமிழில் பேசியபோது அது கவனிக்கப்படலாயிற்று. இதுவே பிற்பாடு 'திராவிட இயக்க பாணி பேச்சு' என்றாயிற்று!

திராவிடர் கழகத்தின் மூளை!

இந்து மகாசபையின் தலைவர் ஷியாம் பிரசாத் முகர்ஜி பெரியாரைச் சந்திக்க திருச்சிக்கு வந்திருந்தார். உடனிருந்தவர்களை முகர்ஜிக்கு அறிமுகம் செய்துவைக்கிறார் பெரியாரின் நண்பரும் அப்போது இந்து மகாசபையின் தமிழ்நாட்டுத் தலைவருமான வரதராஜுலு நாயுடு. அண்ணாவை அறிமுகப்படுத்தும்போது சொன்னார், "இவர்தான் திரு.அண்ணாதுரை – இயக்கத்தின் மூளை." சுற்றியிருந்தோர் திடுக்கிடுகின்றனர், பெரியார் எப்படி எதிர்வினை ஆற்றுவாரோ என்று! பெரியாரோ புன்னகைத்து ஆமோதித்துக் கொண்டிருந்தார். திராவிடர் கழகத்தில் அண்ணா எவ்வளவு செல்வாக்கோடு இருந்தார் என்பதோடு, பெரியார் அவருக்கு அளித்திருந்த இடத்தையும் சுட்டுவது இது. தன்னுடைய பத்திரிகையில் பணியாற்றிக்கொண்டிருந்த காலகட்டத்திலேயே அண்ணா சொந்தமாக 'திராவிட நாடு' பத்திரிகை நடத்த அனுமதி அளித்ததோடு, அதற்கு அடையாள நிமித்தமாக சிறு தொகையையும் அளித்தவர் பெரியார். அண்ணாவின் ஆகிருதியை முழுமையாக அவர் உணர்ந்திருந்தார்.

உங்களுடைய கலப்புப் பொருளாதாரம், கலப்படப் பொருளாதாரம்

பிரதமர் லால் பகதூர் சாஸ்திரியின் மரணத்தையொட்டி நடந்த நாடாளுமன்றக் கூட்டத்தில், குடியரசுத் தலைவரின் உரைக்குப் பதிலளிக்கும் வகையில், பிப்ரவரி 1966-ல் 'அரசின் சாதனைகளைச் சீர்தூக்கிப்பார்த்தல்' (Stock-Taking) எனும் பொருளை மையப்படுத்தி அண்ணா ஆற்றிய உரை இது. 18 ஆண்டு ஆட்சிக்குப் பிறகும், காங்கிரஸ் அரசால் குடிநீர்ப் பிரச்சினையையும், உணவுக்கு வெளிநாடுகளிடம் கையேந்தும் நிலையையும்கூட ஏன் மாற்ற முடியவில்லை என்று கேட்கும் அண்ணா, சோஷலிஸத்தை இந்திய அரசு எவ்வளவு நகைப்புக்கிடமாக்கிவிட்டது என்று சாடுகிறார். கலப்புப் பொருளாதாரத்தின் சிக்கல்களைப் பேசுவதோடு, வெளியுறவுக் கொள்கையை எப்படி விஸ்தரிக்க வேண்டும் என்றும் பேசுகிறார். 'குறு காமன்வெல்த்', 'தெற்காசியக் கூட்டமைப்பு'க்கான யோசனைகளையும் முன்வைக்கிறார்.

உரையிலிருந்து தேர்ந்தெடுக்கப்பட்ட பகுதிகள்...

அந்நிய நாடுகளுடன் பயனுள்ள உறவு ஏற்பட வேண்டும் என்றால், ஆப்பிரிக்காவில் தலையெடுத்துவரும் புதிய நாடுகளுடன் நமக்குத் தோழமை ஏற்பட்டிருக்க வேண்டும்; தென் கிழக்கு ஆசிய நாடுகளை மட்டும் கொண்ட 'குறு காமன்வெல்'த்தை நாம் உருவாக்கியிருக்க வேண்டும்; ஜப்பானியப் பொருளாதார நிபுணர்களுக்கும் தொழிலதிபர்களுக்கும் நம் மீது நம்பிக்கை ஏற்படச் செய்திருக்க வேண்டும். ஜப்பானியர்கள் இப்போது உத்தேசித்துக்கொண்டிருக்கும் ஆசிய மாநாட்டை, நாம் கூட்டியிருக்க வேண்டும்!

அவையின் துணைத் தலைவர் அவர்களே,

குடியரசுத் தலைவரின் உரையில், நாட்டின் பிரதமருக்கு இரங்கல் தெரிவிக்க வேண்டிய வருந்தத்தக்க வாய்ப்பு இரண்டாவது முறையாக நேரிட்டுவிட்டது; லால் பகதூர் சாஸ்திரியின் மறைவு திடீரென, அதிர்ச்சி அளிக்கும் வகையில் அமைந்துவிட்டது. கடந்த முறை உள்ளத்தை உருக்கும் வகையில் பண்டித ஜவாஹர்லால் நேருவின் மறைவுக்கு அனுதாபம் தெரிவித்தோம். லால் பகதூர் சாஸ்திரியை இழந்த அதிர்ச்சியைத் தாங்குமாறு - அடுத்தடுத்து இரண்டு முறை அனாதை ஆக்கப்பட்டுவிட்ட நாட்டு மக்களிடம் - இப்போது கூறப்பட்டிருக்கிறது. குடியரசுத் தலைவரின் உரையில் தெரிவிக்கப்பட்டுள்ள இரங்கல் குறிப்பு தொடர்பாக இங்கும், வெளியில் உள்ளவர்களுக்கும் ஏற்பட்டுள்ள வருத்தத்தில் நானும் பங்குகொள்கிறேன். துயரங்களோடு வாழ்ந்தார், துயரங்களுக்கிடையே மறைந்தார். இந்நாட்டின் நிலையை உயர்த்த அக்கறையுடனும், தீவிரமாகவும், பரிவுணர்வோடும் அவர் பாடுபட்டார். எந்த இடத்திலும் எந்த நேரத்திலும் சமாதானத்துக்கான தீவிர முயற்சிகள் மேற்கொள்ளப்படும்போதெல்லாம் அந்த நல்லவர் பற்றிய நினைவுகளும் நம் நெஞ்சங்களில் நிழலாடும். அவரைப் பற்றிய நினைவு துருவ நட்சத்திரமாக - நமக்கு மட்டுமல்ல – சமாதானத்தில் நாட்டம் செலுத்தி பேச்சு நடத்தும் இனிவரும் நாடுகள் அனைத்துக்கும் வழிகாட்டியாகத் திகழும். அந்த மாமனிதரின் நினைவுக்குப் பணிவான இதயாஞ்சலியைத் தெரிவித்துக்கொள்கிறேன்.

சோஷலிஸத்தை மதிப்பிழக்க வைக்காதீர்கள்

என்னுடைய நண்பர் முகுட் பிஹாரி லால், சோஷலிஸம் என்ற வார்த்தை குடியரசுத் தலைவரின் உரையில் இல்லையே என்று வருத்தப்பட்டார்; வேறு காரணத்துக்காக - அந்த வார்த்தை இல்லையே என்று நான் மகிழ்ச்சி அடைகிறேன்; அந்த வார்த்தை எனக்குப் பிடிக்காதது அல்ல, மிகவும் பிடித்த வார்த்தை. அரசின் கொள்கைகளையும் திட்டங்களையும் விவரிக்கும் இந்த உரையில் அந்த வார்த்தை இடம்பெறுவது அதை மதிப்பிழக்க வைக்கும்.

லால் பகதூர் சாஸ்திரியின் சாதனைகளில் இறுதியானது 'தாஷ்கன்ட் அமைதி ஒப்பந்தம்'; இது சாதாரணமானதல்ல. அமைதி ஒப்பந்தங்களுக்கு என்றும் விடிவெள்ளியாகத் திகழும்; தாஷ்கன்ட் ஒப்பந்தம் முறையாக அமல்படுத்தப்படுமா என்று சந்தேகம் நிலவினாலும், இன்னொரு 'மியூனிக்' உடன்பாடாக இது மாறிவிடக் கூடாது என்றே விரும்புகிறேன். பாகிஸ்தானுடன் அமைதி, சமரசம், சுமுகமான நல்லுறவு நிலவ வேண்டும் என விரும்புகிறோம்; இந்த அவையில் இருப்போரில் சிலரும், வெளியில் இருப்போரில் சிலரும் தங்களுடைய பொறுப்புகளுக்குப் பொருத்தம் இல்லாமல் அவ்வப்போது தெரிவித்துவரும் கருத்துகள் அச்சமூட்டக் கூடியதாக இருப்பதால், நியாயமான நல்லுறவை விரும்புவோர் மனங்களில் தேவையற்ற பதற்றத்தை அவை ஏற்படுத்திவருகின்றன.

இந்த அரசும் இந்த அரசைப் பின்னின்று இயக்குபவர்களும் நாட்டுப்பற்று தங்களுக்கு மட்டுமே உரித்தான ஏகபோக உடைமை என்றும் மற்றவர்களுக்குக் கிஞ்சித்தும் நாட்டுப்பற்றே கிடையாது என்றும் தாங்களாகவே நினைத்துவிடக் கூடாது.

நட்புறவு, சகஜமான நல்லுறவு ஆகியவற்றுக்கு இட்டுச் செல்லும் என்பதால், இந்நாட்டின் பிற அரசியல் கட்சிகளைப் போல நாங்களும் தாஷ்கன்ட் ஒப்பந்தத்தை வரவேற்கிறோம்.

ஹங்கேரி நாட்டுப் பிரதமரும் ஹங்ரி நாட்டுப் பிரதமரும்

பக்கத்து நாடுகளுடன் நமக்கு நட்புறவு நிலவுவதாகக் குடியரசுத் தலைவர் தனது உரையில் குறிப்பிட்டிருக்கிறார். இந்த உறவுகள் காட்சிப் பொருளாகத்தான் இருக்கின்றன. சில நாட்களுக்கு முன்னால் ஹங்கேரி நாட்டுப் பிரதமர் நம் நாட்டுக்கு வந்து நம்முடைய பிரதமருடன் ஆலோசனைகளில் ஈடுபட்டார். அன்றைய தினம் நான் டெல்லி நகர கடைவீதியில் நடந்து சென்றேன். இரண்டு இளைஞர்கள் தங்களுக்குள் பேசிக்கொண்டிருந்தனர். இரு நாட்டுக் கொடிகளும் அருகருகில் பட்டொளி வீசிப் பறந்துகொண்டிருந்தன. ஒரு இளைஞர் மற்றொருவரைப் பார்த்துக் கேட்டார், 'யார் வருகிறார்?' என்று; 'ஹங்கேரி நாட்டுப் பிரதமர் வருகிறார்' என்று இன்னொருவர் பதில் அளித்தார். உடனே முதலாவது இளைஞர் ஆங்கிலத்தில் சிலேடையாக, ஓஹோ, 'ஹங்கேரி' நாட்டுப் பிரதமர் 'ஹங்ரி' (பசித்த) நாட்டின் பிரதமரைப் பார்க்க வருகிறாரா? என்று சொல்லிச் சிரித்தார்.

பக்கத்து நாடுகளுடன் நமக்கு உண்மையிலேயே நல்லுறவு இருக்குமானால், பர்மாவிலிருந்து இந்தியா வந்த – அதிலும் குறிப்பாக தென்னிந்தியாவுக்கு வந்த – அகதிகளுக்கு மறுவாழ்வு அளிக்கவும் மறுகுடியமர்த்தல் செய்யவும் அது பயன்பட்டிருக்க வேண்டும். பர்மாவிலிருந்து இந்தியா திரும்பிய பர்மிய அகதிகள் கோடிக்கணக்கான ரூபாய் பெறுமானமுள்ள வீடு, வாசல், கடைகள், தொழிலகங்கள் உள்ளிட்ட சொத்துகளையும், ஏராளமான மூலதனங்களையும் இதர செல்வங்களையும் விட்டுவிட்டு, நாடோடிகளாக வந்துசேர்ந்துள்ளனர்; 'பர்மாவின் புரட்சிகர அரசு' என்று அழைத்துக்கொள்ளும் பர்மா அரசு இவற்றைத் தங்கள் வசம் வைத்துள்ளது. நம் அரசின் தலைவர்கள் ஒன்றுக்கும் மேற்பட்ட முறை பர்மாவுக்குச் சென்று திரும்பினார்கள், நம்பிக்கைகளையும் புனிதமான விருப்பங்களையும் மட்டும் தெரிவித்தார்களே தவிர, காரியத்தில் எதுவும் இதுவரையில் நடக்கவில்லை. இதுதான் நட்புறவு என்று குடியரசுத் தலைவர் சொல்வாரேயானால், இதைப் பற்றிக் குறைவாகப் பேசுவதே நல்லது!

குறு காமன்வெல்த், தெற்காசியக் கூட்டமைப்பை யோசியுங்கள்

அந்நிய நாடுகளுடன் பயனுள்ள உறவு ஏற்பட வேண்டும் என்றால், ஆப்பிரிக்காவில் தலையெடுத்துவரும் புதிய நாடுகளுடன் நமக்குத் தோழமை ஏற்பட்டிருக்க வேண்டும்; தென் கிழக்கு ஆசிய நாடுகளை மட்டும் கொண்ட 'குறு காமன்வெல்'த்தை நாம் உருவாக்கியிருக்க வேண்டும்; ஜப்பானியப் பொருளாதார நிபுணர்களுக்கும் தொழிலதிபர்களுக்கும் நம் மீது நம்பிக்கை ஏற்படச் செய்திருக்க வேண்டும். ஜப்பானியர்கள் இப்போது உத்தேசித்துக்கொண்டிருக்கும் ஆசிய மாநாட்டை, நாம் கூட்டியிருக்க வேண்டும். நட்புறவு என்று குடியரசுத் தலைவர் கூறுவது, நம் நாட்டுத் தலைவர்கள் வெளிநாட்டுக்குச் செல்வது, வெளிநாட்டுத் தலைவர்கள் இங்கு வருவது என்பதை மட்டும்தான் என்று அர்த்தப்படுத்திக்கொள்ள வேண்டியிருக்கிறது. இது பயனுள்ள நட்புறவாகாது.

குடியரசுத் தலைவரின் உரையில், இப்போதும் அமலில் இருக்கும் நெருக்கடிநிலை பற்றியோ, இந்தியப் பாதுகாப்புச் சட்ட விதிகள் குறித்தோ எதுவுமே இல்லை. இவற்றால் இந்தக் கட்சிக்கோ அல்லது வேறு எந்தக் கட்சிக்கோ ஆபத்து வந்துவிடும் என்ற அச்சத்தில் இவற்றை விலக்கிக்கொள்ளுமாறு கோரவில்லை. இவற்றையெல்லாம் நாங்கள் சந்திப்போம், சந்தித்திருக்கிறோம். தாஷ்கன்ட் ஒப்பந்தம் கையெழுத்தான பிறகுகூட, நெருக்கடிநிலையும் பாதுகாப்புச் சட்ட விதிகளும் அமலில் இருப்பது தவறான எண்ணத்தை ஏற்படுத்திவிடும். தாஷ்கன்ட் ஒப்பந்தம் ஏற்படுத்திவைத்த உணர்வில், நாம் இவற்றையெல்லாம் பெரிதாகக் கருதவில்லை. எனவே, இறந்த அந்தப் பெரிய மனிதரின் பெயரில் இந்த அரசைக் கேட்டுக்கொள்கிறேன். நெருக்கடிநிலை அமலையும் இந்திய பாதுகாப்புச் சட்ட விதிகள் அமலையும் விலக்கிக்கொள்ளுங்கள். எந்தவித விஷமங்களையும் தேச விரோதச் செயல்களையும் சந்திக்க, சாதாரணமாகவே போதுமான சட்டங்கள், போதிய அளவில் உள்ளன.

மக்களை நம்புங்கள்... ஏன் பயப்படுகிறீர்கள்?

எல்லையில் பொது எதிரி வந்தவுடன் நம்மிடையே உள்ள மனமாச்சரியங்களை, வேறுபாடுகளையெல்லாம் மறந்துவிட்டு இந்த நாடே ஓரணியில் திரளவில்லையா? நம்முடைய மக்களையே பார்த்து ஏன் அரசு பயப்படுகிறது? நாட்டுக்கு ஒரு ஆபத்து என்றால், ஒரே அணியாகத் திரள்வோம் என்று மக்கள் திடமாகவும் கண்ணியமாகவும் நிரூபித்த பிறகும், மக்கள் மீது அரசுக்கு ஏன் இன்னும் அவநம்பிக்கை? இந்த அரசும் இந்த அரசைப் பின்னின்று இயக்குபவர்களும் நாட்டுப்பற்று தங்களுக்கு மட்டுமே உரித்தான ஏகபோக உடைமை என்றும் மற்றவர்களுக்குக் கிஞ்சித்தும் நாட்டுப்பற்றே கிடையாது என்றும் தாங்களாகவே நினைத்து விடக் கூடாது.

எனவே, நெருக்கடிநிலையையும் பாதுகாப்புச் சட்ட விதிகள்

சுயராஜ்யம் கிடைத்தால் நாட்டில் தேனும் பாலும் ஆறாக ஓடும்' என்று அறிவித்தவர்கள், ஆட்சிக்கு வந்து 18 ஆண்டுகள் கடந்த பிறகும் ஆளுங்கட்சி உறுப்பினரே நாடாளுமன்றத்தில் எழுந்து நின்று, 'எங்களுக்குக் குடிநீர் தாருங்கள்' என்று இறைஞ்சி கேட்டுக்கொள்கிறார்.

அமலையும் விலக்கிக்கொண்டு, நீண்ட நாட்களாகச் சிறைப்பிடித்து வைத்திருப்பவர்களை உடனடியாக விடுதலை செய்ய வேண்டும் என்று கோருகிறேன். இதைச் செய்து முடிக்கும் வரையில் தங்களை ஜனநாயகர்களாகவும் கண்ணியவான்களாகவும் கூறிக்கொள்ளும் உரிமை இல்லாதவர்களாகவே ஆட்சியாளர்கள் தொடர்வார்கள்; நெருக்கடிநிலை அறிவிப்பையும் பாதுகாப்புச் சட்ட விதிகளையும் ஏன் இன்னமும் அமலில் வைத்திருக்கிறீர்கள் என்று பொதுமக்கள் முதலாவதாகவும் முக்கியமானதாகவும் கேட்கும் கேள்விகளுக்குப் பதில் சொல்லக் கடமைப்பட்டவர்களாகிறார்கள் ஆட்சியாளர்கள்.

இந்த அரசு செய்யத் தவறிய நல்லவை; செய்த – செய்யக் கூடாத செயல்களையும் பட்டியலிட்டுப் பேசி, நண்பர் பேராசிரியர் லால், என்னுடைய பணிப் பளுவைக் குறைத்துவிட்டார்; குடியரசுத் தலைவரின் உரை என்பது ஆண்டுக்கொருமுறை வியாபாரிகள் கையிருப்பைச் சோதிப்பது போன்றது. இப்போதைய அரசும், இப்போதைய அரசில் அங்கம் வகிப்பவர்களும் வெகு விரைவாக நாட்டுமக்களைப் பொதுத் தேர்தலில் சந்தித்து அவர்களது ஆதரவைப் பெற வேண்டிய நிலையில் இருக்கின்றனர். குடியரசுத் தலைவர் பல வார்த்தைகளில் சொல்லா விட்டாலும், அவருக்குக்கூட இந்த அரசின் செயல்கள் தொடர்பாகச் சில சந்தேகங்கள் இருக்கக்கூடுமோ என்று நான் நினைக்கிறேன். 'கிடைக்கும் பொருட்களை மக்களுக்கு நியாயமாகப் பிரித்துக் கொடுக்க வேண்டும்' என்று குறிப்பிட்டுள்ளார்; அப்படியென்றால், 'இதுவரை அப்படி பிரித்துக் கொடுக்கப்படவில்லை' என்றாகிறது. இன்னொரு இடத்தில் சொல்கிறார், 'பொதுத்துறை நிறுவனங்களில் நாம் செய்யும் முதலீடு, போதிய வருமானங்களைத் திரும்பத் தர வேண்டும்' என்கிறார்; பொதுத் துறை நிறுவனங்கள் அப்படியில்லை என்பதையும் சுட்டிக்காட்டுகிறார். எனவே, இந்த அரசின் செயல்பாடுகள் மீது குடியரசுத் தலைவருக்குக்கூடப் போதிய திருப்தி இல்லை என்பது புலனாகிறது.

சுதந்திரத்துக்கு 18 ஆண்டுகள் பின்னரும், குடிநீருக்காகக்கூட இறைஞ்சும் கொடுமை

இந்த அரசின் செயல்பாடு மற்றவர்களுக்கும் திருப்திகரமாக இல்லை; யாருக்கும் திருப்தி இல்லை என்று சொல்லும்போது, ஆளுங்கட்சி உறுப்பினர்களை நான் விலக்கவில்லை. ஆளுங்கட்சியில் வினோதமாக

இரண்டு கிளைகள் இருக்கின்றன; ஒன்று அதிகாரபூர்வமானது. மற்றொன்று, அதிகாரபூர்வமற்றது. அதிகாரபூர்வமான கிளை, அரசின் ஒவ்வொரு செயலையும் நியாயப்படுத்திப் பேசுகிறது. அதிகாரபூர்வமற்ற கிளையோ ஆட்சியின் குறைகளையும் குற்றங்களையும் சுட்டிக்காட்டுவதில் எதிர்க்கட்சி உறுப்பினர்களுடன் கடுமையாகப் போட்டி போடுகிறது! முன்னால் பேசிய ஆளுங்கட்சி உறுப்பினர், தனது தொகுதி மக்களுக்குக் குடிநீர் தருமாறு அரசைக் கேட்டுக்கொண்ட விதம் பரிதாபமாக இருந்தது. 'சுயராஜ்யம் கிடைத்தால் நாட்டில் தேனும் பாலும் ஆறாக ஓடும்' என்று அறிவித்தவர்கள் ஆட்சிக்கு வந்து 18 ஆண்டுகள் கடந்த பிறகும் ஆளுங் கட்சி உறுப்பினரே நாடாளுமன்றத்தில் எழுந்து நின்று, 'எங்களுக்குக் குடிநீர் தாருங்கள்' என்று இறைஞ்சிக் கேட்டுக்கொள்கிறார். அந்த உறுப்பினர் பேசி அமர்ந்த பிறகு என்னுடைய நண்பர் பேராசிரியர் லால் எழுந்து, "தொழிலாளர்களுக்கு நியாயமான ஊதியம் வழங்கப்பட வேண்டும்" என்று கோரிக்கை வைத்தார். எனக்குப் பேராசிரியர் லால் மீது கடுங்கோபம்; "என்ன துணிச்சல் இருந்தால், எதிர்க்கட்சி உறுப்பினராக இருந்துகொண்டு தொழிலாளர்களுக்கு நியாயம் வழங்குங்கள் என்று கேட்பார்; அதுவும் ஆளுங்கட்சி உறுப்பினர் குடிநீருக்காகக் கூப்பாடு போடும்போதா இப்படி?" எனவே, இந்த ஆட்சியின் சிறப்பை உரைத்துப்பார்ப்பது அவசியமாகிறது.

பிரிட்டிஷார் வெளியேறியபோது இருந்த அந்நியச் செலாவணி எங்கே?

சுதந்திர நாடாக நாம் வாழ்க்கையைத் தொடங்கியபோது நம்மிடம் ரூ.1,800 கோடிக்கு அந்நியச் செலாவணி கையிருப்பில் இருந்தது. சுதந்திரம் அடைந்த 18 ஆண்டுகளுக்குப் பிறகு, வெளிநாடுகளிடம் நாம் வாங்கிய கடன் மட்டும் ரூ.3,396 கோடியாக இருக்கிறது. டெல்லி செங்கோட்டையில் தேசியக் கொடி ஏற்றப்பட்டபோது நம் கணக்கில் ரூ.1,800 கோடி அந்நியச் செலாவணி கையிருப்பாக இருந்தது. பிரெட்டன்வூட்ஸ் மாநாட்டுக்கு இந்தியப் பிரதிநிதிகள் சென்றபோது அவர்களுடைய முக்கியப் பிரச்சினையே, இவ்வளவு பெருந்தொகையை எங்கே முதலீடு செய்வது, எப்படி அதைத் திரும்ப எடுத்துவருவது, எப்படி அதைப் பயன்படுத்திக்கொள்வது என்பதுதான்! இப்போதைய அரசு அந்தப் பிரச்சினையை வெகு எளிதாகத் தீர்த்துவிட்டது. "நமக்கு இப்போது எங்குமே வெளியில் பணம் இல்லை; எனவே, பிரச்சினையும் இல்லை!" இப்போது வெளிநாடுகளிடம் வாங்கிய கடன்தான் ரூ.3,396 கோடி மதிப்புக்கு இருக்கிறது. இதுகூட கடன் கொடுத்தவர்களின் கவலையே தவிர, நமக்கு இல்லை! கொடுத்த கடன் திரும்ப வருமா என்று பார்க்க வேண்டியது அவர்களுடைய கடமை; 18 ஆண்டுகளுக்குப் பிறகு உள்ள நிலைமை என்னவென்றால் நம்மிடம் அந்நியச் செலாவணி கொஞ்சம் கூடக் கிடையாது, உலகுக்கு நாம் தர வேண்டியது ரூ.3,396 கோடி!

இந்திய ரூபாயின் மதிப்புகூட வெகுவாகக் குறைந்துவிட்டது. ஒரு ரூபாயின் உண்மை மதிப்பு 17 பைசாவா, 19 பைசாவா, 20 பைசாவா என்று பொருளாதார அறிஞர்கள் தங்களுக்குள் விவாதித்துக்கொண்டிருக்

“குடும்பத்தின் அடிப்படைத் தேவைகளைக்கூட பூர்த்திசெய்ய முடியாத நிலையில் 60% குடும்பங்கள் தவிக்கின்றன” என்கிறார் தேபர். பேராசிரியர் லாலைக் கேட்கிறேன்: இவர்களால் சோஷலிஸத்துக்குச் சொந்தம் கொண்டாட முடியுமா?

கிறார்கள். ‘இல்லை இல்லை, ரூபாயின் மதிப்பு 22 பைசா’ என்று அரசு நெஞ்சு நிமிர்த்திச் சொல்ல முன்வரக்கூடும். 1948-49-ல் மொத்த வரி வருவாய் மதிப்பு ரூ.695 கோடி. 1965-66-ல் நாம் வெகுவாக முன்னேறி இருக்கிறோம், வரி வருவாய் ரூ.2,186 கோடி. நிர்வாகச் செலவில் நாம் உலகின் மிக நவீனமான அரசுகளுடன் போட்டி போட்டுக் கொண்டிருக்கிறோம். 1948-49-ல் ரூ.295 கோடியாக இருந்தது 1963-64ல் இது ரூ.1,049 கோடியாக உயர்ந்துவிட்டது. நாட்டின் நிர்வாகத்துக்கான இந்தச் செலவுடன், பொதுமக்களிடமிருந்து வரி வருவாயாகத் திரட்டிய பெரும் தொகையுடன், மூன்று ஐந்தாண்டுத் திட்டங்களுக்காக வெளிநாடுகளிடம் வாங்கிய அந்நியச் செலாவணி கடன்களையும் சேர்த்து, நாம் ரூ.14,973 கோடியை நுகர்ந்திருக்கிறோம். இவ்வளவு செலவழித்து நாம் என்ன பலனைக் கண்டோம்?

ரூ. 2,000 கோடி மதிப்புக்கு வரியை வசூலித்துவிட்டு, ரூ.4,000 கோடிக்கு வெளிநாடுகளிடம் கடனை வாங்கிவிட்டு, ஐந்தாண்டுத் திட்டங்களில் சுமார் ரூ.20,000 கோடியைச் செலவழித்த பிறகு, இந்திய சமூகத்தின் இன்றைய நிலைமை என்ன? காங்கிரஸ் கட்சியின் முன்னணித் தலைவரான யு.என்.தேபரின் கருத்து இது. அவருடைய கருத்தை மேற்கோள்காட்டி இந்த அரசை என்னால் கடுமையாகச் சாட முடியும். “குடும்பத்தின் அடிப்படைத் தேவைகளைக்கூடப் பூர்த்திசெய்ய முடியாத நிலையில் 60% குடும்பங்கள் தவிக்கின்றன” என்கிறார் தேபர். பேராசிரியர் லாலைக் கேட்கிறேன்: இவர்களால் சோஷலிஸத்துக்குச் சொந்தம் கொண்டாட முடியுமா? சோஷலிஸம் என்ற கொள்கையைக் கூறுவதையே கைவிடுவது நல்லது, அப்போதுதான் அந்த வார்த்தை மதிப்பிழக்காது.

சத்தான உணவு ரூ.35; ஏழையின் ஊதியமோ ரூ.6.60

சமீபத்தியக் கணக்கெடுப்பின்படி, ஒரு மனிதர் சத்தான உணவு உண்ண மாதந்தோறும் ரூ.35 தேவைப்படுகிறது. ஆனால், கீழ்த்தட்டு மக்களுக்குக் கிடைக்கும் மாத ஊதியமோ ரூ.6.60, ரூ.9.60, ரூ.11.70, ரூ.13.23 ஆக இருக்கிறது. 18 ஆண்டுகளில் ஏராளமான பணத்தைச் செலவிட்ட பிறகு, ஏராளமாக வரி விதித்த பிறகு, ஏராளமாகக் கடன் வாங்கிய பிறகு மக்களை இந்த நிலையில்தான் வைத்திருக்கிறீர்கள்.

அடுத்து விவசாயத்துக்கு வருவோம். மூன்று ஐந்தாண்டுத் திட்டங்களில் விவசாயம், பாசனம் ஆகியவற்றுக்கு மொத்தமாக இந்த அரசு ரூ.3,289

கோடி செலவிட்டிருக்கிறது. இவ்வளவு பணம் செலவிட்டும், 1947 முதல் 1965 வரையில் புதிது புதிதாக அணைகள் கட்டியும், வெவ்வேறு நாடுகளிலிருந்து குறிப்பாக, அமெரிக்காவிலிருந்து ரூ.2,634 கோடி மதிப்புக்கு உணவு தானியங்களை இறக்குமதி செய்கிறோம். விவசாயம், பாசனத்துக்கு ரூ.3,000 கோடி செலவிட்டும் ரூ.2,634 கோடிக்கு உணவு தானியங்கள் இறக்குமதி! அடுத்தது விலைவாசி. 1949-ஐ அடிப்படை ஆண்டாகக் கருதி 100 புள்ளிகள் என்று தொடங்கி 1965-ல் 161 ஆக உயர்ந்துவிட்டது. இதுதான் இந்த நாட்டின் இப்போதைய நிலை என்றால், ஆட்சியில் நீடிக்க நீங்கள் செய்த சாதனைகளைப் பட்டியலிடுங்கள் என்று கேட்கிறேன்.

குடியரசுத் தலைவர் தனது உரையில் அழகாகக் குறிப்பிட்டிருக்கிறார், "நம்முடைய நோக்கங்கள் நன்கு அறியப்பட்டவை; நம்முடைய இலக்குகள் தெளிவானவை" என்று குறிப்பிட்டுள்ளார். மரம் என்பது அது தரும் கனியினால் அறியப்பட வேண்டுமே தவிர, அதில் எழுதி ஒட்டப்பட்டுள்ள லேபிளால் அல்ல. 'நம்முடைய நோக்கங்கள் நன்கு அறியப்பட்டவை, நம்முடைய இலக்குகள் தெளிவானவை' என்று குடியரசுத் தலைவர் சொல்வாரேயானால் அது வினோதம்தான். நோக்கங்கள் என்ன என்று தெரியாவிட்டாலாவது இந்த அரசு செய்த தவறுகளையும் செய்யத் தவறிய நன்மைகளையும் மன்னித்து விட்டு விடலாம். அடைய வேண்டிய இலக்கு எது என்று தெரியாமல் தடுமாறுகிறார்கள் என்றாலும் இப்படிச் செய்தவற்றுக்கும், செய்யாத வற்றுக்கும் அவர்களை மன்னித்துவிடலாம். நோக்கங்கள் தெரிந்தவை தான், இலக்குகளும் தெளிவானவைதான் என்று கூறிவிட்டு, சாதனைகள் இவ்வளவுதான் என்கின்றனர். உங்களுக்கு நோக்கங்கள் இல்லாவிட்டாலோ, இலக்குகள் தீர்மானிக்கப்படாவிட்டாலோ உங்களுடைய சாதனைகள் எப்படிப்பட்டதாக இருக்கும் என்று சோகச் சித்திரங்களைத் தீட்டும் நாடக ஆசிரியர்களால் மட்டுமே ஊகிக்க முடியும்! எனவே, நோக்கங்கள் தெரிந்தவை, இலக்குகள் தெளிவானவை என்று கூறுவதால் பலன் ஏதுமில்லை.

என்னுடைய நண்பர் தயாபாய் படேல் அன்றொரு நாள் கூறினார், சோஷலிஸம் என்ற லட்சியத்தை அரசு கைவிடுவதே நல்லது என்று. அதை அவர் ஒரு பின்னணியில் கூறினார்; நான் வேறு பின்னணியில் கூறுகிறேன். அவருக்கு சோஷலிஸம் என்றால் வேப்பங்காய். எனக்கோ, சோஷலிஸத்துக்காகப் பாடுபட வேண்டிய சரியான அரசு உங்களுடையது அல்ல என்பதே கருத்து. எனவேதான் சொன்னேன், சோஷலிஸக் கொள்கையை நீங்கள் விரைவாகக் கைவிடுவது அந்தக் கொள்கைக்கும் நல்லது, நாட்டுக்கும் நல்லது!

நாட்டின் எல்லா தரப்பினரிடமும் வெளிப்படும் விரக்தி

இந்த நாட்டின் எல்லா தரப்பினரிடமும் விரக்தியே வெளிப்படுவதைக் காண்கிறோம். தொழிலாளர்கள் விரக்தியில் இருக்கிறார்கள். விவசாயத் தொழிலாளர்கள் விரக்தி அடைந்திருக்கிறார்கள். நடுத்தர வர்க்கத்தினர்

இந்தி பேசாத மக்களுடைய மனங்களில், குறிப்பாகத் தமிழர்களின் மனங்களில் உள்ள அச்சம், நியாயமான காரணங்களை அடிப்படையாகக் கொண்டவை. இது தவறான புரிதல்களால் ஏற்பட்ட அச்சம் அல்ல. மத்திய அரசில் நடைபெறும் சில தீவிரமான செயல்பாடுகளால் வலுவேற்றப்பட்ட அச்சங்கள்தான் அவை.

விரக்தியின் எல்லைக்கே போய்விட்டார்கள். பிற்படுத்தப்பட்ட வகுப்பினரும் விரக்தியையே வெளிப்படுத்துகின்றனர். தாழ்த்தப்பட்ட வகுப்பினர் குறித்துப் பேராசிரியர் லால் பேசினார். அவர்களும் விரக்தியில்தான் ஆழ்ந்துள்ளனர். இப்போது ஒரு குழு நாடு முழுக்கச் சுற்றுப்பயணம் செய்துகொண்டிருக்கிறது. அந்தக் குழுவினர் பத்திரிகைகளுக்கு அறிக்கைகளை வெளியிட்டுள்ளனர். நாட்டின் சில பகுதிகளில் - இந்தக் காலத்திலும்கூட – சில தெருக்களில், சில கிராமங்களில் தாழ்த்தப்பட்டவர்கள் மானக்கேடுக்கு ஆளாகாமல் தப்பிச் செல்ல முடியவில்லை என்று அவற்றில் தெரிவித்துள்ளனர். அரசு ஊழியர்களும் விரக்தியோடு பணிபுரிகிறார்கள். அரசு எப்போதாவது அகவிலைப்படி உயர்வு என்று அறிவித்தால், அதற்கும் சில மாதங்களுக்கு முன்பிருந்தே அவர்கள் விலைவாசி உயர்வால் அவதிப்படுவது வழக்கமாகிவிட்டது. விலைவாசி உயர்வுக்கும் அகவிலைப்படி உயர்வுக்கும் ஓட்டப்பந்தயமே நடக்கிறது. இதில் பின்தங்குவது அகவிலைப்படியாகவே இருக்கிறது. இந்நாட்டு விஞ்ஞானிகளும் விரக்தியோடுதான் இருக்கின்றனர். வாய்ப்பு கிடைத்தால், தாங்கள் மேல்படிப்பு படித்த நாட்டுக்கே திரும்பச் செல்ல விரும்புகிறார்கள். தொழில்நுட்ப நிபுணர்களும் விரக்தியில் ஆழ்ந்துள்ளனர். தொழில்துறையில் தங்களுக்கு உரிய இடம் தரப்படவில்லை என்பதே அவர்களுடைய அதிருப்திக்குக் காரணம்.

நான் இன்னொன்றையும் குறிப்பிட விரும்புகிறேன் – இந்தி பேசாத மக்களாகிய நாங்களும் விரக்தியில் ஆழ்ந்திருக்கிறோம். தீர்மானத்தின் மீதான விவாதத்தைத் தொடங்கி வைத்தவர், 'நான் இந்திக்காரனாக இல்லாவிட்டாலும் இந்தியில் பேசத் துணிந்துவிட்டேன்' என்றார். இந்தி பேசாத மக்களின் மனநிலை இதுதான். இந்தி தெரிந்தவர்கள் அதிகம் உள்ள சபையில், இந்தியல்லாத மொழி பேசுகிறவர்கள் பேசத் துணிச்சல்தான் அதிகம் தேவைப்படுகிறது, காரணம், அது அவருடைய மொழி அல்ல. இந்தியில் அவர் எவ்வளவுதான் பயிற்சி பெற்றவர் என்றாலும் மொழி நடை, உச்சரிப்பு ஆகியவற்றில் தவறு செய்யக்கூடும், அதை இந்தி பேசுவோர் கண்டு குறை சொல்வார்கள்.

எம்.பி.லால்: இல்லை, நாங்கள் அதைப் பாராட்டுகிறோம்.

சி.என்.அண்ணாதுரை: பேராசிரியர் லால் கூறுகிறார், அவர் பாராட்டுவாராம். நாம் எப்போதுமே வினோதமானவற்றைப் பாராட்டுவோம்.

இந்தி ஆதிக்க எதிர்ப்புப் போராட்டங்கள் தமிழ்நாட்டில் முழுதாக ஓய்ந்துவிடவில்லை. இந்தி எதிர்ப்புப் போராட்டத்தில் ஈடுபட்டவர்கள், குறிப்பாக மாணவர்கள், அந்நிய ஆக்கிரமிப்பு இருக்கிறது என்று தெரிந்ததும் தங்களுடைய போராட்டத்தைத் தற்காலிகமாக நிறுத்தி வைத்திருக்கிறார்கள்; அரசின் கொள்கைகள், திட்டங்களால் திருப்தியடைந்து போராட்டத்தை நிறுத்திவிடவில்லை. முதலில் நாட்டைக் காப்பாற்ற முன்னுரிமை தர வேண்டும் என்பதற்காகப் போராட்டத்தை நிறுத்தியிருக்கிறார்கள். சமீபத்தில்தான் இந்தி எதிர்ப்புப் போராட்ட மாணவர்களின் மாநாடு மதறாஸ் பட்டணத்தில் நடந்தது. மத்திய அரசின் இப்போதைய மொழிக் கொள்கையில் தங்களுக்குத் திருப்தி இல்லை என்பதைத் திட்டவட்டமாக அவர்கள் தெரிவித்துள்ளனர்.

இந்தி ஆதிக்கத்தைத் தென்னிந்தியாவில் நிலைநாட்ட முடியாது

இந்த மொழிப் பிரச்சினை எங்கு தலைகாட்டினாலும், நல்ல ஆலோசனைகள் வருவதை நான் பார்க்கிறேன், நட்புரீதியாகச் சில யோசனைகள் கூறப்படுகின்றன, தோழமையோடு சிலர் ஆலோசனை களைக்கூட வழங்குகின்றனர். இந்தி பேசும் மக்கள் என்னையும் என்னைச் சேர்ந்தவர்களையும் வாஞ்சையோடு கேட்கின்றனர், "நீங்கள் ஏன் இந்தி கற்றுக்கொள்ளக் கூடாது, நீங்கள் ஏன் ஒரு மொழிக்கு எதிராகப் பேசுகிறீர்கள்?" என்று. இந்தி பேசாத மக்களுடைய மனங்களில், குறிப்பாகத் தமிழர்களின் மனங்களில் உள்ள அச்சம், நியாயமான காரணங்களை அடிப்படையாகக் கொண்டவை. இது தவறான புரிதல்களால் ஏற்பட்ட அச்சம் அல்ல. மத்திய அரசில் நடைபெறும் சில தீவிரமான செயல்பாடு களால் வலுவேற்றப்பட்ட அச்சங்கள்தான் அவை. "தவறாகப் புரிந்து கொண்டு அச்சப்படுகிறீர்கள், உங்களுடைய அச்சம் நியாயமானவை அல்ல' என்றெல்லாம் கூறுவதில் பயனில்லை. இந்நாட்டில் இந்தி ஆதிக்கத்தை ஏற்படுத்தத் திட்டமிட்டு காய்கள் நகர்த்தப்படுகின்றன. அது தென்னிந்தியாவில் நடக்காது, எங்களைப் பின்பற்றி வங்காளமும் இந்த முயற்சிகளை எதிர்த்து நிற்கும்.

தேசிய ஒருமைப்பாட்டில் உங்களுக்கு உண்மையிலேயே அக்கறையும் தீவிர சிந்தனையும் இருக்கும் என்றால், அதை மொழி மூலம் ஏற்படுத்த முயற்சி செய்யாதீர்கள். ஒரே மொழியை அனைவரையும் பேச வைப்பதன் மூலம் ஒருமைப்பாட்டை ஏற்படுத்திவிட முடியும் என்று நினைக்காதீர்கள். அந்நிய ஆக்கிரமிப்புக்கு எதிராக ஒன்றுபட என்னிடம் இந்தி மூலம்தான் பேசினீர்களா? இல்லையே? நாட்டின் கிழக்கு, மேற்கு எல்லைகளில் இந்தியாவின் விரோதிகள் குவிந்துவிட்டார்கள் என இந்தி நாளிதழ்களைப் படித்துத்தான் நான் தெரிந்துகொண்டேனா? நிச்சயமாக இல்லை. ஒரு நாட்டின் மீது விசுவாசம் என்பது பல்வேறு இழைகளால் இணைக்கப் பட்டது. எங்களுடைய மொழி மீது எங்களுக்கிருக்கும் பற்று தீவிரத்தில் குறைந்ததோ, விசுவாசத்தில் குறைந்ததோ அல்ல. ஒரு ஜனநாயக நாட்டில், நாட்டின் மீதான விசுவாசம் என்பது பல்வேறு முன்னுரிமைகளை அடிப்படையாகக் கொண்டது. ஒரு விசுவாசத்தைக் கைவிட்டு, இன்னொரு

ஒரு ஜனநாயக நாட்டில், நாட்டின் மீதான விசுவாசம் என்பது பல்வேறு முன்னுரிமைகளை அடிப்படையாகக் கொண்டது. ஒரு விசுவாசத்தைக் கைவிட்டு, இன்னொரு விசுவாசத்தைக் கைக்கொள்ள முடியாது.

விசுவாசத்தைக் கைக்கொள்ள முடியாது. இதனால்தான் சிலர் எங்களிடம் குறைகாண்கிறார்கள், எங்களது மொழிக்காக நாங்கள் தேவையின்றிப் போராட்டம் நடத்துவதாகக் குற்றஞ்சாட்டுகிறார்கள். மிகவும் முன்னேறிய ஜனநாயக நாடுகளிலும்கூட மக்களுக்கு மொழி என்பது முக்கியத்துவம் வாய்ந்ததாக இருக்கிறது. எல்லா மக்களையும் எல்லா வர்க்கங்களையும் மொழியுணர்வு பற்றி நிற்கிறது.

கியூபெக் உதாரணம்

இந்த மொழியுணர்வுக்குச் சரியான உதாரணம் கனடா. ஐரோப்பிய நாடுகளிலிருந்து சென்று குடியேறியவர்களால் உருவானது கனடா. அங்கே ஆங்கிலம் பேசுவோரும், பிரெஞ்சு பேசுவோரும் உண்டு. கனடாவின் கியூபெக் மாநிலத்தில் பிரெஞ்சு பேசுவோர் அதிகம். ஆனால், ஒட்டுமொத்த நாட்டில் அவர்கள் சிறுபான்மையர். கனடா ஒற்றையரசாக இருக்க வேண்டும் என்ற விருப்பத்தில் சட்டம் இயற்றியவர்கள், அதை 'இரு மொழி' நாடாக அறிவித்தனர். இரு மொழிகளுக்கும் சம உரிமையும், சம அந்தஸ்தும் தரப்பட்டது. ஆங்கிலம் பேசுவோருக்கு அதிகப் பதவிகள் கிடைத்து, அதிகார ஏணியில் அவர்கள் உச்சத்துக்குச் சென்றனர். பிரெஞ்சு பேசும் கியூபெக் மக்கள் இதை எதிர்த்துக் கேள்வி கேட்டனர், போராட்டம் நடத்தினர், புரட்சிக்குக்கூடத் தயாராகியிருக்கின்றனர்.

எனவே, தமிழ்நாட்டில்தான் கோளாறு, தமிழர்கள்தான் தேவையற்ற விஷயங்களைக் கிளறுகிறார்கள் என்று கருதாதீர்கள். நாங்கள் மிகவும் அமைதியானவர்கள். காரணம், நாங்கள் கொள்கையில் உறுதியானவர்கள். அடிப்படையான பிரச்சினைகளுக்கே எங்களால் தீர்வு காண முடியும் என்பதால், அற்ப விஷயங்களில் நாங்கள் ஈடுபடுவதில்லை. தமிழ்நாட்டில் மொழிப் பிரச்சினை என்பது அரசியல் கட்சி விசுவாசங்களுக்கு அப்பாற்பட்டது. எனவேதான், தமிழ்நாட்டில் இப்போது மாணவர்கள் மட்டுமல்ல - ஆசிரியர்களும், அரசியல் கட்சிகள் மட்டுமல்ல - வழக்கறிஞர்கள் சங்கமும் மொழி ஏகாதிபத்தியத்தைக் கேள்வி கேட்கவும், எதிர்த்துப் போராடவும் முன்வருகின்றன. இப்போதாவது திட்டவட்டமான முறையில் தனது மொழிக் கொள்கையை அரசு தெரிவிக்க இதுவே உற்ற தருணம்.

இந்தி எதிர்ப்புப் போராட்டம் உச்சத்தில் இருந்தபோது இப்போதைய பிரதமர் இந்திரா காந்தி, மதறாஸ் மாநிலத்துக்கு வந்தார் என்பதை நான் அறிந்துதான் இருக்கிறேன். மதறாஸுக்கு வந்த பிறகு, "இக்கொள்கையை

மறுபரிசீலனை செய்வது அவசியம்" என்று புரிந்துகொண்டதாக பத்திரிகையாளர் சந்திப்பில் அவர் கூறியிருக்கிறார். அந்த மறுசிந்தனை அவரை எங்கே கொண்டுசென்றது என்று தெரியவில்லை. பிரதமராக இல்லாதபோது மறுசிந்தனை அவசியம் என்று கருதிய அவர், நாட்டின் எதிர்காலத்துக்குப் பொறுப்பான பதவியில் இருக்கிறார்; மறுசிந்தனைக்கு, மறுவினையாடலுக்கு, மறுவடிவம் தருவதற்கு, மறுகட்டுமானம் செய்வதற்கு, உடைந்து நொறுங்கிய நம்பிக்கைகளுக்கு, தன்னம்பிக்கை களுக்கு உயிரூட்ட வேண்டிய கடமை அவருக்கு இருக்கிறது.

வன்முறை என்பது போராட்டங்களின் உபவிளைவு

குடியரசுத் தலைவர் உரையில் மொழிக் கிளர்ச்சி பற்றி ஒரு குறிப்புகூட இல்லையென்பதைச் சுட்டிக்காட்ட வருத்தப்படுகிறேன். நீங்கள் அதைப் பற்றி சிறு குறிப்பையும் இடம்பெறச் செய்யவில்லை என்பதற்காக எங்கள் மனங்களிலிருந்தும் அவை மறைந்துவிடும் என்று எண்ண வேண்டாம். போராட்டங்கள் இல்லையென்பதால் மொழிப் பிரச்சினை அப்படியே மங்கி மறைந்துவிடும் என்று கருத வேண்டாம். போராட்டம் என்று சொல்லும்போது, வன்முறைப் போராட்டங்களை நான் குறிப்பிடவில்லை. வன்முறை என்பது போராட்டங்களின்போது தோன்றும் உபவிளைவு. யாருமே வன்முறை கலந்து போராட்டங்களைத் தொடங்குவதில்லை. ஒரேயொரு முறைதான் போராட்டம் வன்முறை கலந்ததாக இருக்க முடியும். அது ஆளும் ஆட்சிக்கு எதிரான கலகத்தின்போதோ புரட்சியின்போதோதான். எந்தப் போராட்டத்திலும் சமூக விரோதிகள் நுழைந்தால், போராட்டத்தைத் தொடங்கியவர்கள்கூட வெட்கப்படும் படியான சம்பவங்கள் நடந்துவிடுகின்றன. அரசிடம் மன்றாட்டத்துடன் குறிப்பிட விரும்புகிறேன், உங்களுடைய மொழிக் கொள்கையாலும் மொழி வளர்ச்சித் திட்டங்களாலும் இந்தி பேசாத மக்கள் விரக்தி அடைந் திருக்கிறார்கள். குடியரசுத் தலைவர் தனது உரையில் விரும்புகிறபடி கூட்டுறவு உணர்வோடு வாழ்வதுபற்றிக் குறிப்பிட்டார்...

மாநிலங்களவை துணைத் தலைவர்: இன்னும் எவ்வளவு நேரம் பேசுவீர்கள்?

என்.எம்.அன்வர் (மதறாஸ்): அவர் முழு நேரத்தையும் எடுத்துக் கொள்ளட்டும்.

பி.என்.சப்ரூ (உத்தர பிரதேசம்): ஆம், நாங்கள் அவர் பேசுவதைக் கேட்க விரும்புகிறோம்.

சி.என்.அண்ணாதுரை: நாம் கூட்டுறவாக இசைந்து செயல்படுவது நடக்க வேண்டுமென்றால், ஆளுங்கட்சியின் மனநிலையிலும் மாற்றம் ஏற்பட வேண்டும். அவர்கள் அதற்குத் தயாராக இருந்தால் எதிர்க்கட்சிகள் வரிசையில் நாங்களும், தீமைகளுக்கு எதிராக ஆளுங்கட்சி போராட ஒத்துழைக்கத் தயாராக இருக்கிறோம். தீமைகள் தோற்கடிக்கப்பட வேண்டும் என்பதில் குறியாக இருக்கிறோம்.

முதலாளித்துவத்திலிருந்து மோசமானதை எடுத்துக்கொள்கிறீர்கள், சோஷலிஸத்தில் உள்ள நல்லவற்றை வெளியேற்றிவிடுகிறீர்கள், பிறகு வினோதமான கலவை உங்களுக்குக் கிடைக்கிறது. இதைக் கலப்புப் பொருளாதாரம் என்று நீங்கள்தான் வடிவமைத்தீர்கள்.

சோஷலிஸத்துக்கான வரையறை என்ன?

நம்முடைய இலக்கு குறித்துத் தெளிவாக இருக்க வேண்டும். அவர்கள் சொல்கிறார்கள், இலக்கு தெளிவாக இருக்கிறது என்று. ஆளுங்கட்சி உறுப்பினர்கள் ஒரு கருத்தைச் சொல்வதில் ஆர்வமாக இருக்கிறார்கள்: "நாங்கள் சித்தாந்தங்களால் பிணைக்கப்பட்டவர்கள் அல்ல; நடைமுறை வாதிகளாக இருக்க விரும்புகிறோம்" என்று. நடைமுறைவாதிகளாக இருப்பதற்கு, சித்தாந்தத்தை நீர்த்துப்போகச் செய்வதோ, அதைத் தாழ்த்த வேண்டியதோ இல்லை. ஆனால், செயல்பாடுகள் சித்தாந்தத்தை அடிப்படையாக வைத்துத்தான் அமைய வேண்டும். உங்களுடைய சித்தாந்தமாக இருக்கப்போவது எது? சோஷலிஸம். அது ஏன், கல்லூரியில் என்னுடைய பேராசிரியர்கள் மூலமும், பேராசிரியர் லால் மூலமும் நான் அறிந்துகொண்ட சோஷலிஸத்திலிருந்து வேறுபட வேண்டும்? சோஷலிஸம் என்பதில் லாப நோக்கம் மிகக் குறைவாகவும், சேவை நோக்கம் மிக அதிகபட்சமாகவும் இருக்கும் என்றுதான் எங்களுக்கு சோஷலிஸத்தைப்பற்றி பாடம் எடுத்தார்கள்; லாப நோக்கம் குறைவாகவும் சேவை நோக்கம் உயர்த்தப்பட்டாலும் சோஷலிஸத்தை முழு அளவில் அடைந்துவிட முடியாது, ஆனால், அதை நோக்கிப் பயணிப்பீர்கள். இங்கே நாம் காண்பது என்ன? அவர்கள் அழைத்துக்கொள்கிறபடி இது 'கலப்புப் பொருளாதாரமாக' இருக்கிறது; இந்த அவையிலும், அவைக்கு வெளியிலும் ஒன்றுக்கும் மேற்பட்ட முறைகள் தெரிவித்திருக்கிறேன், இது 'கலப்புப் பொருளாதாரம்' அல்ல; 'கலப்படப் பொருளாதாரம்'.

முதலாளித்துவத்திலிருந்து மோசமானதை எடுத்துக்கொள்கிறீர்கள், சோஷலிஸத்தில் உள்ள நல்லவற்றை வெளியேற்றிவிடுகிறீர்கள், பிறகு வினோதமான கலவை உங்களுக்குக் கிடைக்கிறது. இதைக் கலப்புப் பொருளாதாரம் என்று நீங்கள்தான் வடிவமைத்தீர்கள். 18 ஆண்டுகளாக தடையேதும் இல்லாமல் ஆட்சியில் இருந்தீர்கள்; கோடிக்கணக்கான ரூபாயைச் செலவிட்ட பிறகு, இந்த நாட்டைப் பரிதாபமான நிலையில்தான் வைத்திருக்கிறீர்கள், எந்த அளவுக்கு என்றால், ஓர் உறுப்பினர் எழுந்து நின்று என் தொகுதிக்குக் குடிநீராவது கிடைக்கச் செய்யுங்கள் எனக் கேட்குமளவுக்கு. 'நம்முடைய இலக்கோ தெளிவானது, குறிக்கோள்களும் நமக்கு இருக்கின்றன!' மக்கள் குடிநீர்தான் கேட்கின்றனர். மக்கள் வீடுகள் கேட்கின்றனர். மக்கள் உணவு கேட்கின்றனர். மக்கள் வேலை கொடு என்று கேட்கின்றனர். மக்கள் நீதி கேட்கின்றனர்.

நாம் இதில் எதையுமே (போதிய அளவு) தரவில்லை. இருந்தாலும் சொல்கிறோம், நம்முடைய குறிக்கோள்கள் தெளிவானவை, இலக்குகள் இருக்கின்றன என்று. "வாக்களிக்கப்பட்ட பூமிக்கு உங்களை அழைத்துச் செல்வேன்" என்று மோசே (பைபிளில்) கூறினார். "வாருங்கள் குழந்தைகளே, வாக்களிக்கப்பட்ட பூமிக்கு உங்களை அழைத்துச் செல்வேன்" என்றார். மக்கள் அவரைப் பின்பற்றினார்கள், போலவே இந்திய மக்களும் ஆபத்தோ– தொல்லையோ ஏற்படும் என்ற தயக்கமின்றி, கேள்வி ஏதுமின்றி, முழு நம்பிக்கை வைத்து, விசுவாசத்துடன் உங்களைப் பின்பற்றினர். நீங்கள் அவர்களை எங்கே இட்டுச் சென்றிருக்கிறீர்கள்? கறுப்பு சிவப்பாகவும் சிவப்பு கறுப்பாகவும் காட்சியளிக்கும் நிலத்துக்கு – அவர்களுடைய பார்வை மங்கிவிட்டதால் – அவர்களை இட்டுச் சென்றுள்ளீர்கள்.

கவனிக்க வேண்டிய ஒரு கண்டனம்

இந்த நாட்டில் எவ்வளவு விளைகிறது என்று உங்களுக்குத் தெரியாது. இங்கு விளையும் உணவு தானியங்கள் எங்கே செல்கின்றன என்று எங்களுக்கும் தெரியாது. ஐந்தாண்டுத் திட்டங்களின் பலன்கள் என்ன என்று எங்களுக்குத் தெரியாது. இதை நான் ஆதாரபூர்வமாகத்தான் தெரிவிக்கிறேன். அந்தக் கண்டன வாசகங்கள் வருமாறு: "சோஷலிஸம் என்ற இலக்கு ஏற்கப்பட்டு பதினோரு ஆண்டுகள் ஆகியிருந்தாலும், ஏழைகளுக்கும் பணக்காரர்களுக்கும் இடையிலான வித்தியாசத்தைக் குறைப்பதில் – முற்றாக ஒழிப்பதைப் பற்றி அப்புறம் பார்க்கலாம் – வெற்றி காணப்படவில்லை. ஒருபக்கம், செல்வச் செழிப்புள்ள சீமான்கள் தங்களுடைய வளத்தைக் காட்ட வெளிப்படையாகவே தாராளமாகச் செலவழிக்கிறார்கள்; இன்னொரு பக்கம் கோடிக்கணக்கான மக்கள் பசி, பட்டினியுடன் சேற்றிலும் சகதியிலும் வறியவர்களாக வாழ்கிறார்கள். நாட்டின் உற்பத்தி மேலும் மேலும் சொகுசுப் பொருட்களை மையமாகக் கொண்டே இருக்கிறது, சாமானியர்களின் அடிப்படைத் தேவைகளைப் பூர்த்திசெய்வதாக இல்லை."

நாட்டை இந்த நிலைக்கு அரசு கொண்டுவந்திருக்கிறது. இந்தக் கண்டனம் பொருளாதார அறிஞரிடமிருந்து வந்ததல்ல; பொருளாதார அறிஞர் கூறியதாக இருந்தால், இது பெரிதும் கருதுகோள் அடிப்படையிலானது என்று நீங்கள் தள்ளிவிடுவீர்கள்; எங்களில் யாராவது ஒருவர் கூறியதாக இருந்தால், 'ஓ... அவர்கள் கடும் விரக்தியில் இருக்கிறார்கள்; எனவே, இப்படியெல்லாம்தான் பேசுவார்கள்' என்று ஒதுக்கிவிடுவீர்கள். இந்தக் கருத்து அனைத்திந்திய காங்கிரஸ் கமிட்டியின் தலைவர் காமராஜரிடமிருந்து வந்துள்ளது.

அடல் பிஹாரி வாஜ்பாய்: அவர்கள் தரப்பு ஆளே சொல்லிவிட்டார். அப்புறம் என்ன!

சி.என்.அண்ணாதுரை: என்னுடைய நண்பர் வாஜ்பாய், இதை

வரலாற்று மாணவர்களுக்கு நன்றாகத் தெரியும், பிரான்ஸில் புரட்சி வெடிப்பதற்கு முன்னால் எல்லாமே சரியாகவும் அமைதியாகவும்தான் இருந்தது. பாரீஸில் அரண்மனை போன்ற மாளிகைகள் இருந்தன; இலக்கியத்தில் தோய்ந்த கல்வியாளர்கள் இருந்தனர்; நினைவுச்சின்னங்களாக இன்றும் போற்றப்படும் மாட மாளிகைகள் நிறைய இருந்தன; லண்டனிலிருந்து வந்து அவற்றைப் பிரதியெடுத்து தங்கள் நகரில் நிர்மாணித்தனர்; கவிஞர்கள், பாலே நடனக் கலைஞர்கள் பாலே இசைக் கலைஞர்கள் என்று பலரும் வந்தனர். எல்லாமே நம்பிக்கையூட்டும் வகையிலேயே இருந்தன - சூடான ரத்தம் நாலாபுறங்களிலிருந்தும் பீறிட்டுக் கிளம்பும்வரை. காரணம், பூமிக்கு அடியில் ஏற்பட்டிருந்த மக்களின் அதிருப்தி என்கிற பெருவெடிப்பு எவருடைய கண்களுக்கும் தெரியாமல் மறைந்திருந்தது.

வெளிப்படுத்த ஒரு ஆங்கிலச் சொற்றொடரைக் கூறுகிறார், அதை நான் ஏற்கவில்லை. அரசியல்ரீதியாகக் கடந்த முப்பது அல்லது நாற்பது ஆண்டுகளாகத் தேசியம் ஊட்டப்பட்ட வாயிலிருந்து வந்திருக்கிறது; இதை நான் நேரடியான பொருளில் கூறவில்லை. ஜெய்ப்பூரில் தனது உரைகளில் ஒன்றில் அனைத்திந்திய காங்கிரஸ் கமிட்டியின் தலைவர் காமராஜர் இந்தக் கருத்துகளைத் தெரிவித்திருக்கிறார். இதற்குப் பிறகும் நீங்கள் உரையில் குறிப்பிடுகிறீர்கள் உங்களுடைய நோக்கங்களும் தெரிந்தவைதான், உங்களுடைய சாதனைகளும் நாடு அறிந்ததுதான் என்று! உங்களுடைய குறிக்கோள்களால் எங்களுக்கு எப்படி உற்சாகம் வரும்? உங்களுக்கு உண்மையான நோக்கம், உண்மையான இலக்கு இருந்திருந்தால் இந்நேரம் அதில் பாதித் தொலைவாவது எங்களை வழிநடத்திச் சென்றிருக்க வேண்டும். அதைச் செய்தீர்களா?

காங்கிரஸ் ஒரு சித்தாந்தக் கட்சி அல்ல

முப்பதாண்டுகளுக்கு முன்னால், கல்லூரி வகுப்பறையில் அமர்ந்திருந்த போது பொருளாதாரப் பேராசிரியர் இதைத்தான் எங்களுக்குச் சொல்லிக் கொடுத்தார்; ஆக்கபூர்வமான செலவுகளுக்குப் பணம் பயன்படா விட்டால் பணவீக்க விகிதம் (விலைவாசி) அதிகரிக்கும் என்றார். சோஷலிஸம்தான் கொள்கை என்று அறிவிக்கப்பட்ட பதினோரு ஆண்டுகளுக்குப் பிறகு இது வெளிப்படுகிறது.

சரியான பாதையில் நாம் பயணித்தால், வேகம் பற்றி நான் கவலைப்பட மாட்டேன். ஐந்தாண்டுகளிலோ பதினைந்தாண்டுகளிலோ இருபத்தைந்தாண்டுகளிலோ இலக்கை அடைந்துவிடுவோம். எனது கவலை இதுதான்: நாம் சரியான பாதையில்தான் போய்க்கொண்டிருக் கிறோமா? கண்டனம் என்ற வார்த்தையைப் பயன்படுத்த அஞ்சுகிறேன், ஆனால், வேறு வார்த்தையே கிடைக்கவில்லை. என்னுடைய கண்டனம்

எல்லாம் நீங்கள் சரியான பாதையில் இல்லை, காரணம் அரசு அல்லது அரசைக் கட்டுப்படுத்தும் கட்சி சித்தாந்தத்தால் பிணைக்கப்பட்டது அல்ல. அங்கே சுதந்திரா கட்சி கருத்துகளைக் கொண்டவர்கள், கம்யூனிஸக் கருத்துள்ளவர்கள், பிரஜா சோஷலிஸ்ட் கட்சி கருத்தை உடையவர்கள், சம்யுக்த சோஷலிஸ்ட் கட்சிக் கொள்கைகளால் ஈர்க்கப்பட்டவர்கள் (காங்கிரஸில்) உள்ளனர். துரதிர்ஷ்டவசமாக, என்னுடைய கருத்துகளைக் கொண்ட எவரையும் அங்கே காணவில்லை! காங்கிரஸ் ஒரு கட்டுக் கோப்பான கட்சியல்ல; எந்தக் கருத்தும் அதற்குள் சென்று கலக்கும், எந்தக் கருத்தும் அதிலிருந்து வெளியேறும். அதனால்தான், பதினெட்டு ஆண்டுகள் ஆன பிறகும் உங்களால் நாட்டை, இலக்கை நோக்கிக் கொண்டுசெல்ல முடியவில்லை, நோக்கங்களையும் உங்களால் எட்ட முடியவில்லை.

பூமிக்கடியில் கனலும் பெருவெடிப்பை ஆட்சியாளர்கள் அறிவதில்லை

நீங்கள் ஒரு உண்மை குறித்து மகிழ்ச்சியாக இருப்பீர்கள், மக்களிடம் எந்தத் தவறும் இல்லை – ஆனால், அவர்கள் சாந்தமானவர்கள். வரலாற்று மாணவர்களுக்கு நன்றாகத் தெரியும், பிரான்ஸில் புரட்சி வெடிப்பதற்கு முன்னால் எல்லாமே சரியாகவும் அமைதியாகவும்தான் இருந்தது. பாரீஸில் அரண்மனை போன்ற மாளிகைகள் இருந்தன; இலக்கியத்தில் தோய்ந்த கல்வியாளர்கள் இருந்தனர்; நினைவுச்சின்னங்களாக இன்றும் போற்றப் படும் மாட மாளிகைகள் நிறைய இருந்தன; லண்டனிலிருந்து வந்து அவற்றைப் பிரதியெடுத்து தங்கள் நகரில் நிர்மாணித்தனர்; கவிஞர்கள், பாலே நடனக் கலைஞர்கள், பாலே இசைக் கலைஞர்கள் என்று பலரும் வந்தனர். எல்லாமே நம்பிக்கையூட்டும் வகையிலேயே இருந்தன - சூடான ரத்தம் நாலாபுறங்களிலிருந்தும் பீறிட்டுக் கிளம்பும்வரை. காரணம் பூமிக்கு அடியில் ஏற்பட்டிருந்த மக்களின் அதிருப்தி என்கிற பெருவெடிப்பு எவருடைய கண்களுக்கும் தெரியாமல் மறைந்திருந்தது. மாடங்களின் கோபுரங்களை நிமிர்ந்து பார்த்து ரசித்தவர்கள், காலுக்கடியில் ஏற்பட்டு இருந்த மக்களின் அதிருப்தி என்ற பெருவெடிப்பைக் கவனிக்கத் தவறினார்கள். அந்த வெடிப்புதான், ஏழைகளைத் தரையில் தள்ளிய வரம்பில்லா வறுமை, ஆபத்தான அளவுக்கு வளர்ந்துகொண்டிருந்த வேலையில்லாத் திண்டாட்டம், நான் ஏற்கெனவே சுட்டிக்காட்டிய சமூகத்தின் அனைத்துத் தரப்பினரின் அதிருப்தி, விரக்தி. ஆனால், இன்னமும் நீங்கள் நோக்கங்களைப் பற்றியே பேசிக்கொண்டிருக்கிறீர்கள்.

நீங்கள் பழம்பெருமையின் நினைப்பில் வாழ்ந்துகொண்டிருக்கிறீர்கள். அனைத்திந்திய காங்கிரஸ் கட்சியின் தலைவர் எச்சரித்துவிட்டார், "புதிய தலைமுறை உருவாகிவருகிறது, அது பழம்பெருமையால் கிடைக்கும் மகிழ்ச்சி என்கிற அறுவடையால் திருப்தி அடையாது!" என்று. எனவே தான், குடியரசுத் தலைவரின் உரை அரசின் தோல்விகளை விரிவாகச் சொல்லாவிட்டாலும், அரசின் செயல்பாடுகள் மீதான கடுமையான கண்டனமாகவே பார்க்கிறேன். அந்த வகையில் குடியரசுத் தலைவரின் இந்த உரைக்கு நன்றி தெரிவிக்கிறேன் – வரவேற்கிறேன்! ○

மக்கள் மீது வரி மேல் வரிவிதிப்பதை விட்டு வருவாயைப் பெருக்க வழிதேடுங்கள்

இந்தியப் பொருளாதாரம் இக்கட்டான நிலை நோக்கி நகர்ந்துகொண்டிருந்த நாட்களில், ஏப்ரல் 1966-ல் 'வரியோ அதிகம், பலன்களோ குறைவு' (Colossal Taxation and Meagre Returns) எனும் பொருளை மையப்படுத்தி, அண்ணா ஆற்றிய உரை இது. பொருளாதாரத்தில் அவருக்கிருந்த தொலைநோக்கையும் நிபுணத்துவத்தையும் வெளிக்காட்டுவதுடன், எளிய மக்கள் மீதிருந்த கரிசனத்தையும் இந்த உரை வெளிக்காட்டுகிறது. இந்திய வளர்ச்சியை ரஷ்ய வளர்ச்சியுடன் ஒப்பிடும் பகுதியில், திட்டமிடலில் இந்திய அரசு எங்கே சறுக்கியது, அது தோல்வியடையும் இடங்கள் எங்கே என்பதைத் துல்லியமாகச் சுட்டுகிறார். அரசியலைத் தனித்தும், பொருளாதாரத்தைத் தனித்தும் ஏன் பார்க்க முடியாது என்பதையும் உணர்த்துகிறார். உரையிலிருந்து தேர்ந்தெடுக்கப்பட்ட பகுதிகளைத் தந்திருக்கிறோம்.

திறமையற்ற, யதார்த்தத்தைப் புரிந்துகொள்ளாத, உணர்ச்சியற்ற, ஜனநாயகமற்ற இந்த அரசு மிகப் பெரிய தொகைகளைத் தொடர்ந்து இப்படியே செலவிடும் குற்றச்செயலுக்கு நான் உடந்தையாக இருக்க மாட்டேன்!

சி.என்.அண்ணாதுரை: *அவைத் தலைவர் அவர்களே,*

அரசு எடுக்கும் எந்த நடவடிக்கை தொடர்பாகவும் கருத்துகளைத் தெரிவிக்க (எதிர்க்கட்சி) இந்த வரிசையிலிருந்து தயக்கத்தோடுதான் எழுந்திருக்கிறோம்; உண்மையான அக்கறையோடு நாங்கள் எந்தக் கருத்தைச் சொன்னாலும் அவையின் அந்தப் பக்கத்தில் (ஆளுங்கட்சி) இருப்பவர்கள் நாங்கள் உண்மைகளைத் திரித்துப் பேசுவதாகவே கருது கிறார்கள். அந்நிய நாடுகளிடமிருந்து உதவி பெறுவது தொடர்பாகக் கேள்வி கேட்டால், "உலகத்தில் உள்ள எந்த நாடாவது வெளிநாடு களிடமிருந்து உதவி பெறாமல் இருக்கிறதா?" என்று கேட்கிறார்கள். பெரும்பாலான நாடுகள் அந்நிய உதவி பெற்றுத்தான் முன்னேறியுள்ளன என்று வரலாற்றிலிருந்து பல உதாரணங்களை அடுக்குகின்றனர். "இப்படி ஆண்டுக்காண்டு அந்நிய (கடன்) உதவியின் அளவு அதிகரிக்கிறதே, இது ஏன்?" என்று ஆராயுமாறு கேட்கிறோமே தவிர, உதவியே பெறாமல் வாழ வேண்டும் என்பதற்காக அல்ல.

அந்நிய உதவியின் அளவு, தன்மை, அதைப் பெறும் வேகம், அதை நாம் யாருக்குப் பயன்படுத்துகிறோம் – எப்படிப் பயன்படுத்துகிறோம் என்ற விவரம், அப்படிப் பெறும் உதவிகளுக்கான கடனைத் திருப்பி அடைக்கக் கூடிய நமது பொருளாதார சக்தி ஆகியவை தொடர்பாக - பொறுப்புள்ள சமூக அங்கத்தினர்களாகக் கவலைப்பட்டுத்தான் கேட்கிறோம். நாங்கள் உதவிகளை முற்றாக எதிர்ப்பவர்களல்ல; உலகம் சுருங்கிவிட்டதால் ஒரு நாடு இன்னொரு நாட்டை உதவிக்காக நாடாமல் இருக்க முடியாது என்ற நிலை ஏற்பட்டிருக்கிறது. வாங்கும் கடனுதவி அதிகபட்சம் நன்கு பயன் படுத்தப்படுகிறதா, திருப்பிச் செலுத்தும் திறனை நாம் வளர்த்துக் கொண்டிருக்கிறோமா, கடன் தரும் நாடுகள், நாம் மேலும் மேலும் கடன் வேண்டும் என்று கேட்கும்போது தருவதற்கு நம்முடைய பொருளாதார வலிமை மீது மிகுந்த நம்பிக்கை கொண்டுள்ளனவா என்றுதான் அறிய விரும்புகிறோம்.

மறைமுக வரிவிதிப்பை ஏன் பிற்போக்கு வரிவிதிப்பு என்கிறோம்?

வரிவிதிப்பு நடவடிக்கைகள் தொடர்பாக நாங்கள் கேள்வி கேட்டால் ஆளுங்கட்சி உறுப்பினர்கள் எழுந்து, "வரிவிதிக்காமல் எந்த அரசும் நிலைக்க முடியுமா?" என்று கேட்கின்றனர். இந்த அவையில் குறிப்பிட்டுப் பேசப்பட வேண்டிய அவசியமில்லாத, பாலபாடமான அம்சங்கள் இவை; ஒரு மக்கள் நல அரசு, ஏன் போலீஸ் ராஜ்ய அரசேகூட, வரிவிதிக்காமல் நிர்வாகம் செய்துவிட முடியாது. வரிவிதிப்பு குறித்து நாங்கள் கேள்வி எழுப்பும்போது எவ்வளவு ரூபாயை வரியாகத் திரட்டுகிறார்கள், ஒரு பொருளுக்கு எத்தனை சதவீதம் வரி ஏற்றுகிறார்கள், எவ்வளவு வேகத்தில் வரிச்சுமை அதிகரிக்கிறது, ஏழைகள் எப்படிப் பாதிக்கப்படுகிறார்கள் என்பதைத்தான் மனதில் கொண்டு பேசுகிறோம்.

மறைமுக வரிச்சுமை மேலும் மேலும் அதிகரித்துக்கொண்டே

மண்ணெண்ணெய் போன்ற ஏழைகள் பயன்படுத்தும் பொருட்கள் மீது வரி விதிக்கப்படும்போது அது 'பிற்போக்கான வரிவிதிப்பு' முறையாகிறது; ஏற்கெனவே வேலையும் வருமானமும் இல்லாமல் திண்டாடும் ஏழைகளை, மேலும் சுரண்டும் தன்மையுள்ளதாக மாறுகிறது.

வருவதைப் பல முறை சுட்டிக்காட்டியிருக்கிறோம். சாமானியன் மீது மேலும் மேலும் வரிச்சுமை ஏற்றப்படுகிறது. மண்ணெண்ணெய் போன்ற ஏழைகள் பயன்படுத்தும் பொருட்கள் மீது வரி விதிக்கப்படும்போது அது 'பிற்போக்கான வரிவிதிப்பு' முறையாகிறது; ஏற்கெனவே வேலையும் வருமானமும் இல்லாமல் திண்டாடும் ஏழைகளை, மேலும் சுரண்டும் தன்மையுள்ளதாக மாறுகிறது. இதனால், அவர்களுடைய வாழ்க்கைத் தரம் மேலும் மோசமாகிறது. எனவேதான், மறைமுக வரி விதிப்பை நாங்கள் அதிகம் விமர்சிக்கிறோம்.

தன்னுடைய நல்வாழ்வு நடவடிக்கைகளுக்கு எந்த நாகரிக அரசும் வரி வருவாயை மட்டும் நம்பியிருக்கக் கூடாது. ஒரு அரசு தன்னை மக்கள் நல அரசு என்று அழைக்கப்படுவதை விரும்பினால், அது முற்போக்கான நவீன அரசு என்று கருதப்பட ஆசைப்பட்டால், தன்னுடைய செலவுக்குப் பணம் வேண்டும் என்பதற்காக மக்கள் மீது மேலும் மேலும் வரி விதித்து கசக்கிப் பிழியக் கூடாது. அரசின் செலவுகளைக் கட்டுப்படுத்த வேண்டும். எந்தெந்த இனத்துக்குச் செலவிட வேண்டும் என்று முன்னுரிமைப் பட்டியலைத் தயாரிக்க வேண்டும்; செலவுக்கேற்ப வருவாய் இனங்களைப் பலவாறாகப் பெருக்க வேண்டும்; புதிய வரிகளைப் போட்டு வருவாயைத் திரட்டக் கூடாது.

அரசுத் துறை நிறுவனங்களிடமிருந்து உரிய வருவாய் வருகிறதா?

அரசுத் துறை நிறுவனங்களிலிருந்து கிடைக்கும் என்று 'உறுதியளிக்கப் பட்ட வருவாயை' பெருக்க வேண்டும். அரசுத் துறை நிறுவனங்களுக்கு பெரும் தொகையை முதலீடாக அளித்திருக்கிறோம்; அரசுத் துறைகள் எப்படிச் செயல்படுகின்றன? அவற்றிடமிருந்து எதிர்பார்த்த வருவாயைப் பெறுகிறோமா? அரசுத் துறைகளை முறையாகச் செயல்பட வைத்து, அவற்றிடமிருந்து கணிசமான வருவாயைப் பெறுவதற்கு முற்றாகவும் பரிதாபகரமாகவும் முழுதாகவும் நீங்கள் தவறுகிறீர்கள்; அது மட்டுமல்லாமல், குப்பனிடம் பறித்து குபேரனிடம் கொடுக்கிறீர்கள்; வருவாயைப் பெருக்கும் வழிகளைக் காணாமல் மேலும் மேலும் வரிபோட்டு மக்களை வாட்டும்போது, அந்த வரிகள் குறித்துக் கேள்வி கேட்கும் உரிமை எங்களுக்கு இருக்கிறது. எனவேதான், உங்களுடைய புதிய வரி யோசனைகளை நாங்கள் எதிர்க்கிறோம்.

அரசின் புதிய வரி விதிப்புகள் அனைத்தும் மக்களை மேலும் மேலும்

ஏழ்மையில் ஆழ்த்துகின்றன. இந்த வரி வருவாய் அனைத்தும் மக்களின் நல்வாழ்வுக்காகத்தான் செலவிடப்படுகின்றன என்கிறது அரசு. மனித வள ஆற்றலில் இந்த அரசு முதலீடு செய்திருக்கிறதா என்று கேட்க விரும்புகிறேன். சமூக நோக்கங்களுக்குப் போதிய நிதி ஒதுக்கியிருக் கிறார்களா என்பதை ஆளும் தரப்பிலிருந்து கூறட்டும்; வரியாக எவ்வளவு தொகையைச் சாமானியர்கள் செலுத்தியிருந்தாலும் அதிலிருந்து அவர் களுக்கு நன்மை கிடைத்திருக்கிறதா என்று பார்க்க வேண்டும்.

அரசின் அறிக்கை சொல்கிறது, 'கல்வி, சுகாதாரம், குடிநீர் வழங்கல் மற்றும் இதரசமூக சேவைத்துறைகளுக்கு நான்காவது ஐந்தாண்டுத் திட்டம் அதிக விகிதாச்சாரத்தில் நிதி ஒதுக்கியிருக்கிறது' என்று. உற்சாகம் தரும் இந்த முகப்புரையைப் படித்ததும் இதை எப்படிச் செயல்படுத்தியிருக் கிறார்கள் என்று அறிய ஆர்வம் மேலிடப் படித்தேன்.

இதுதான் மனிதவள முதலீட்டை உயர்த்தியிருக்கும் லட்சணமா?

கல்வி, சுகாதாரம், குடிநீர் வழங்கல் உள்ளிட்டவற்றுக்கு முன்பைவிட 'அதிக நிதி' ஒதுக்கப்பட்டிருப்பதாகத் தெரிவிக்கப்பட்டுள்ளது. சுகாதாரம், குடிநீர் வழங்கலுக்கு 1965-66-ல் ரூ.88.53 கோடியை ஒதுக்கியவர்கள், அதே துறைகளுக்கு இந்த ஆண்டு 'மேலும் நிதி' ஒதுக்கியிருக்கிறார்கள், எப்படி? ரூ.81.60 கோடி ஒதுக்கியிருக்கிறார்கள்! நம்மால் நடைமுறைப்படுத்த முடியாத இலக்குக்கு, எதற்காக உற்சாகமாக ஒரு முகப்புரையைத் தர வேண்டும்? வீடமைப்பு, கட்டுமானத்துக்குக் கடந்த ஆண்டு ஒதுக்கியது ரூ.33.56 கோடி; இந்த ஆண்டு ஒதுக்கியிருப்பது ரூ.25.08 கோடி. பிற்படுத்தப் பட்ட வகுப்பினரின் நலனுக்காகக் கடந்த ஆண்டு ஒதுக்கியது ரூ.29.34 கோடி, இந்த ஆண்டு அதிலும் அதிக முன்னேற்றம் – ரூ.24.31 கோடி செலவிடு கிறார்கள். தொழிலாளர்களுக்காகவும் தொழிலாளர் நலனுக்காகவும் கடந்த ஆண்டு ஒதுக்கியது ரூ.18.19 கோடி, இந்த ஆண்டு ரூ.17.20 கோடி செலவிடப் போகிறார்கள்.

அகதிகள் மறுவாழ்வுக்கு மட்டும் சிறிதளவு உயர்த்தியிருக்கிறார்கள். ரூ.15 கோடிக்குப் பதிலாக ரூ.18 கோடி செலவிடுகிறார்கள். அதுவும் பர்மா, இலங்கை போன்ற நாடுகளிலிருந்து லட்சக்கணக்கில் அகதிகள் வரும் நிலையில், இந்த ஒதுக்கீடு போதவே போதாது; மறுவாழ்வில் இந்த அரசுக்கு உண்மையிலேயே அக்கறை இருந்தால், இந்த ஒதுக்கீட்டை இரட்டிப்பாக்க வேண்டும். ஏனென்றால், இலங்கையிலிருந்து வருபவர்கள் இந்த நாட்டின் பொருளாதாரத்தையே மலர்கள், பழங்கள், தேயிலை, காபி ஆகிய பணப் பயிர்கள் மூலம் செழிக்க வைத்து வருமானத்தை உயர்த்தக் கூடியவர்கள். அவர்களுக்கு மறுவாழ்வு கிடைக்க இப்போது உயர்த்தி அறிவிக்கப் பட்டுள்ள ரூ.3 கோடி போதாது.

கிராமப் பணிகளுக்குக் கடந்த ஆண்டு ரூ.10 கோடி ஒதுக்கினார்கள், அதில் 'அதிக வளர்ச்சி' ஏற்பட்டுவிட்டதால் இந்த ஆண்டு ரூ.8 கோடி மட்டுமே தருகிறார்கள்! சமூக சேவைக்கு கடந்த ஆண்டு ரூ.407 கோடி செலவிட்டனர்,

எங்களுக்கு ரஷ்யாவையும் தெரியும், ரஷ்யாவின் வரலாறும் தெரியும். வளர்ச்சியடைய ரஷ்யா எடுத்துக்கொண்ட ஆண்டுகளையும் பொருளாதார வளர்ச்சிக்கு இந்தியா எடுத்துக்கொள்ளும் ஆண்டுகளையும் ஒப்பிட்டுப்பார்க்குமாறு கேட்பதைப் போல நகைப்புக்கிடமான விஷயம் வேறு இல்லை; இந்த அவையிலே பேசக்கூட அருகதையற்றது அந்த ஒப்பீடு.

இந்த ஆண்டு ரூ.300 கோடி செலவிடப்போகிறார்கள்!

ஒதுக்கீட்டை இப்படிக் குறைக்கும்போது, உற்சாகமான முகப்புரை எதற்கு?

நிதியின் பெரும் பகுதி எங்கே செல்கிறது?

முகப்புரையை எழுதியது ஒரு அதிகாரியாகவும், பட்டியலைத் தயாரித்தது இன்னொரு அதிகாரியாகவும் இருந்திருக்கலாம்; பட்டியல் தயாரித்தவருக்கு நாட்டின் வளர்ச்சியில் - முகப்புரை தயாரித்த அதிகாரியைப் போல - ஆர்வம் அதிகமில்லை போலிருக்கிறது; இதுதான் இந்த அரசின் பிரச்சினை, இதுதான் இந்த அரசின் நிர்வாக நடைமுறை; வரிவிதிப்பு மூலம் திரட்டப்படும் தொகையோ பிரம்மாண்டம்; சமூக சேவை, சுகாதாரம், கல்வி உள்ளிட்ட இனங்களுக்காக அரசு ஒதுக்குவதோ வெகு சொற்பம்; எனவே, இந்த நிதியின் பெரும் பகுதி எங்கே செல்கிறது என்று அறிய விரும்புகிறேன்.

மிகவும் 'நவீனத்துவ வடிவ' அரசு இயந்திரம் வாய்த்திருப்பதாகவும், அதற்கு ஆண்டுக்கு ஆண்டு அதிகம் செலவிடப்பட்டாக வேண்டி இருக்கிறது என்றும் கூறுகிறார்கள். எல்லாவிதமான நிர்வாகச் சீர்திருத்தங்களையும் மேற்கொள்ளப்போவதாக வாக்குறுதி தந்தார்கள்; இந்திய அரசு நிர்வாக இயந்திரத்தின் புறாக் கூண்டுகளில் ஏராளமான திட்டங்கள் புதைந்து மறைந்து கிடப்பதை ஒருகணம் மறந்துவிட்டனர்; பல்வேறு நிர்வாகச் சீர்திருத்தங்கள் மேற்கொள்ளப்படக் காத்திருப்பதாகக் கோடிகாட்டியிருக்கிறார்கள். புதிய நிர்வாகச் சீர்திருத்த ஆணையமாவது முந்தையதைவிட அதிக வீரியமுள்ளதாக இருக்கும் என்று நம்புவோம்.

நிர்வாகச் செலவைக் குறைக்கத் தவறிவிட்டோம் என்று ஆளும் தரப்பு உறுப்பினர்கள் ஒப்புக்கொள்ள வேண்டும். நிர்வாகப் பிரிவுகள் பல மடங்காகப் பெருகியது மட்டுமல்ல, பல்வேறு பிரிவுகள் ஒரே வேலையையே திரும்பத் திரும்பச் செய்கின்றன. ஓர் உதாரணம், சிறுசேமிப்பை ஊக்குவிக்க சக்தி வாய்ந்த மத்திய அரசிடம் ஓர் அமைப்பு இருக்கும்போது, அதே வேலைக்கு அதிகாரபூர்வமற்ற இன்னொரு வாரியம் எதற்கு? பதிவுசெய்யப்பட்ட அமைப்பாக இருந்தாலும் அதிகார

பூர்வமற்ற அமைப்புக்கு மானியத்தை ரூ.55 லட்சத்திலிருந்து ரூ.65 லட்சமாக உயர்த்துவது ஏன்? ஒவ்வொரு துறையிலும் இப்படித்தான் மக்களுடைய வரிப்பணம் வீணடிக்கப்படுகிறது. ஆகையால், வரி விதிப்பதில் கவனம் செலுத்துவதைவிட, வருவாயைப் பெருக்குவது எப்படி - அதிலும் குறிப்பாக அரசுத் துறை நிறுவனங்களிடமிருந்து – என ஆராய வேண்டும். ஒரே வேலையைப் பல்வேறு அரசு அமைப்புகளும் இன்னொரு அரசு அமைப்பும் செய்யும் நிலையை நீக்கி, நிர்வாகச் செலவைச் சிக்கனப்படுத்த வேண்டும்.

ரஷ்ய வரலாறும் இந்திய வரலாறும் ஒன்றா?

இந்த அரசின் செயல்பாடு மிக மோசமாக இருக்கிறது என்று நாங்கள் சுட்டிக்காட்டினால், ஆளுங்கட்சி உறுப்பினர்கள் இங்கேயும், வெளியிடங்களிலும் தங்களுக்குத்தான் எல்லாம் தெரியும் என்ற பாவனையில் குரலை உயர்த்தி, "ரஷ்யாவில்கூட வளர்ச்சி ஏற்பட இருபதாண்டுகள் – ஏன் முப்பதாண்டுகள்கூட ஆனது" என்று பேசுகிறார்கள். உங்களுடைய தோல்விக்குக் காரணம் என்ன என்று கேட்கிறோமே தவிர, ரஷ்ய வரலாற்றின் ஆரம்பப் பாடம் என்ன என்று நாங்கள் கேட்கவில்லை. எங்களுக்கு ரஷ்யாவையும் தெரியும், ரஷ்யாவின் வரலாறும் தெரியும். வளர்ச்சி அடைய ரஷ்யா எடுத்துக்கொண்ட ஆண்டுகளையும் பொருளாதார வளர்ச்சிக்கு இந்தியா எடுத்துக்கொள்ளும் ஆண்டுகளையும் ஒப்பிட்டுப்பார்க்குமாறு கேட்பதைப் போல நகைப்புக்கிடமான விஷயம் வேறு இல்லை; இந்த அவையிலே பேசக்கூட அருகதையற்ற ஒப்பீடு அது.

அக்டோபர் புரட்சிக்குப் பிறகு ரஷ்யாவின் நிலை என்ன? டெல்லி செங்கோட்டையில் மூவர்ணக் கொடி ஏற்றப்பட்ட பிறகு இந்தியாவின் நிலை என்ன? பிரிட்டிஷ்காரர்கள் நம்முடைய செல்வத்தையெல்லாம் சுரண்டிச் சென்றார்கள் என்பது உண்மையே; ஆனால், வேரற்ற மரமாக இந்நாடு விட்டுச் செல்லப்படவில்லை. புரட்சிக்குப் பிறகு ரஷ்யா முழுவதும் காயப்பட்ட ரணங்களின் வடுக்களால் நிரம்பியிருந்தது. அதன் விவசாய நிலம் முழுக்க சேதமடைந்திருந்தது. குடும்பங்கள் சிதைந்து கிடந்தன. சமூகம் பீதியிலும் வேதனையிலும் ஆழ்ந்திருந்தது. அந்த நிலையிலிருந்து ரஷ்யாவை வளர்ச்சிப் பாதைக்கு அழைத்துச்செல்ல வேண்டிய கட்டாயம் அதன் தலைவர்களுக்கு இருந்தது. அவர்கள் முன்னேறினர், இப்போது பற்றாக்குறை நீங்கி, எல்லாம் உபரி என்ற நிலையை ரஷ்யா எட்டியிருக்கிறது.

புரட்சிக்குப் பிந்தைய ரஷ்யாவின் நிலையையும் சுதந்திரத்துக்குப் பிந்தைய இந்தியாவின் நிலையையும் ஒரே தட்டில் வைத்துப் பார்க்கிறீர்கள். இரு நாடுகளையும் ஒப்பிட்டு எந்த அவையிலும் பேசி முடிவு என்ன என்று தெரிந்துகொள்ளுங்கள் என்று ஆளுங்கட்சி உறுப்பினர்களுக்குச் சவால்விடுகிறேன். புரட்சிக்குப் பின் ரஷ்யா இருந்த அதே நிலையில் 1947 சுதந்திரத்துக்குப் பிறகு இந்தியா இல்லை; வளர்ச்சிக்கான வகைகளிலும் நடைமுறைகளிலும் 18-வது

நூற்றாண்டுக்கும் 19, 20-வது நூற்றாண்டுக்கும் இடையில் வேறுபாடுகள் உண்டு. இதற்கிடையே தொழில்நுட்பங்களிலும் அறிவியலிலும் சாதனைகள் நிகழ்த்தப்பட்டுள்ளன. 18-வது நூற்றாண்டில் குறிப்பிட்ட அளவு பொருளாதார வளர்ச்சி அடைய 20 ஆண்டுகள் பிடித்தன என்றால், 20-வது நூற்றாண்டில் அந்த வளர்ச்சியை எட்ட ஐந்து ஆண்டுகள் போதும். ரஷ்யாவிடம் அதற்கான நேரம், அறிவியல் – தொழில்நுட்ப வளர்ச்சி ஆகியவை இல்லை. இந்த நவீன காலத்தில் முன்னேற்றத்துக்குத் தேவைப்படுவது சரியான மதிப்பிடலும், நவீனத் தொழில்நுட்பம், அறிவியல் வளர்ச்சி ஆகியவற்றைப் பயன்படுத்துவதும்தான்.

முட்டாள்தனமான வாதம் இல்லையா?

ரஷ்யாவிடம் முன்னேற்றத்துக்கான அவகாசமும் இல்லை, அறிவியல் - தொழில்நுட்ப வளர்ச்சியும் இல்லை. ரஷ்யா தன்னுடைய முன்னேற்றத்துக்குத் தேவையான தொழில்நுட்பத்தையும் அறிவியலையும் தானாகவே சோதனைகள் செய்துபார்த்து உருவாக்கிக்கொண்டது. ரஷ்யாவையும் இன்றைய இந்தியாவையும் இந்த நோக்கில் ஒப்பிடுவது நகைப்புக் கிடமாகவே அமையும்.

என்னுடைய மகனிடம் ஒரு தட்டச்சு இயந்திரத்தைக் கொடுத்து ஓர் அறிக்கையைத் தயாரிக்குமாறு கூறிய பிறகு, அவன் அதற்கு இரண்டு மணி நேரம் எடுத்துக்கொண்டால் எனக்கு நியாயமாகவே எரிச்சல் ஏற்படும்; "ஏன் இவ்வளவு சோம்பேறியாக இருக்கிறாய்?" எனக் கடிந்துகொள்வேன். "தாத்தாவுக்கு இந்த வேலைக்கு ஒரு நாள் பிடிக்குமே" என்று அவன் சமாதானம் சொன்னால், அது எப்படி பொருந்தாத வாதமாக இருப்பதுடன் முட்டாள்தனமாகவும் இருக்குமோ அதேதான் ரஷ்யாவையும் நம்மையும் ஒப்பிட்டுக்கொள்வது! தாத்தா காலத்தில் தட்டச்சு இயந்திரம் இருந்த தில்லை. அவரே தூரிகைப் பேனாவையும் கடுக்காய் சாயமேற்றிய மையையும் தயாரித்துக்கொள்ள வேண்டும். அதற்கே கணிசமான நேரம் பிடிக்கும். நவீன காலம் இந்தியாவுக்குத் தட்டச்சு இயந்திரத்தை ஒத்த புதிய அறிவியல் சாதனங்களைக் கொடுத்திருக்கிறது. தட்டச்சு இயந்திரத்தில் உள்ள எழுத்துகளைக் கொண்ட விசைப் பலகையை இயக்கத் தெரியாமல் திணறுவதைப்போல இந்தியா திணறினால், அதற்கு யார் பொறுப்பு?

நவீனத் தொழில்நுட்பத்தை நம்மால் கையாள முடியவில்லை என்றால், பின்தங்கித்தான் ஆக வேண்டும்; மிகவும் மெதுவாக ஊர்ந்துதான் இலக்கை எட்ட வேண்டும். நான் நகர்ந்துகொண்டுதானே இருக்கிறேன் என்று நீங்கள் கூறலாம். நத்தைகூட அதைச் சொல்லும். மலைகள், மரங்களைத் தவிர அனைத்தும் நகர்கின்றன. பூச்சிகள்கூட நகர்கின்றன. நவீன அறிவியலைப் பயன்படுத்தியும் நவீனத் தொழில்நுட்பத்தைக் கையாண்டும் பெருமளவில் வரிகளை விதித்து வசூலித்தும் வெளிநாடுகளிலிருந்து அந்நிய உதவிகளை ஏராளமாகப் பெற்றும் வளர்ச்சி இல்லையென்றால் அதை நாங்கள் சுட்டிக்காட்டத்தான் வேண்டும்.

அப்படி நாங்கள் சுட்டிக்காட்டும்போது, நாங்கள் அரசுக்கு எதிரான மனநிலையில் இருப்பதால் அரசை விமர்சிக்கிறோம் என்கிறார்கள். இந்த அரசுக்குப் போட்டியாளரான எங்களைப் போன்ற அமைப்பு அல்ல, திறமை வாய்ந்த அமைப்பு ஓர் அறிக்கை அளித்திருக்கிறது. நாங்கள் அரசியல் போட்டியாளர்கள் என்பதால் எங்களுடைய விமர்சனத்தை அவர்கள் பொருட்படுத்த மாட்டார்கள். ஆனால், இதுவோ திறமை வாய்ந்த அமைப்பு தயாரித்த அறிக்கை; 'இந்தியப் பொருளாதாரத்தின் வளர்ச்சி ஆசிய நாடுகளிலேயே மிகவும் குறைவு' என்று ஐக்கிய நாடுகள் அமைப்பின் குழு தெரிவிக்கிறது. 'வேளாண்மை, உற்பத்தி உட்பட பொருளாதாரத்தின் அனைத்துத் துறைகளிலும் இந்தியாவின் செயல்பாடு துரதிர்ஷ்டவசமாகக் கடந்த பத்தாண்டுகளில் சொல்லி வைத்ததைப் போல மிக மோசமாக இருந்தது' என்று குழு தெரிவிக்கிறது.

ஆசியாவின் எல்லா நாடுகளுடனும் ஒப்பிடுகையில் இந்தியா படிவரிசையின் கீழ்நிலையில் இருக்கிறது. ஆனால், ஆளுங்கட்சியினரோ படிவரிசையில் ஏறி உச்சிப்படியில் நின்றுகொண்டு, 'நாங்கள் வளர்ச்சி அடைந்துவிட்டோம்' என்று கூவுகிறார்கள். அரசின் மூலதனம் தவறான துறைகளுக்குச் செலுத்தப்பட்டது, விரயமாக்கப்பட்டது என்பதே உண்மை. அரசின் வரம்பு மீறிய செலவால், பணவீக்க விகிதமும் அதிகரித்தது. இத்துடன் வேறு சில அம்சங்களும் சேர்ந்து பொருளாதாரத்தை வளரவிடாமல் கீழ்நோக்கி இழுத்துச் சரித்திருக் கின்றன. இந்த அறிக்கை குறித்து ஆளுங்கட்சி என்ன சொல்லப்போகிறது?

அதிருப்தியுற்ற அரசியல்வாதி எவரும் இதைத் தயாரிக்கவில்லை. எதிர்க்கட்சியிடமிருந்து இது வரவில்லை. ஐக்கிய நாடுகள் சபையின் ஆய்வுக் குழுவிடமிருந்து வந்திருக்கிறது. தொழில்நுட்ப உதவியும் சரியான வழிகளும் இல்லாததால் வளர்ச்சி வீதம் மெதுவாக இருக்கிறது என்ற விளக்கம் ஏற்க முடியாத விளக்கமாகும். உலக வங்கிக் குழு இந்த மாயையையும் உடைத்துவிட்டது. "இந்தியாவிடம் தொழில்நுட்பம் இல்லாமல் இல்லை, கடின உழைப்பாளர்களுக்கும் பஞ்சமில்லை, தேவைப்படும் நிதிக்கும் பற்றாக்குறை இல்லை, கிடைக்கும் ஆதாரங்களை மோசமாகப் பயன்படுத்தியதுதான் இந்தியாவின் குறை" என்று விவரித்திருக்கிறது. "அரசின் முன்னுரிமைகள் தவறானவை. உர ஆலைகள் தேவைப்பட்ட நிலையில், மிகப் பெரிய பாசன நீர்த்தேக்கங் களுக்கு அரசு கோடிக்கணக்கில் செலவிட்டது. குறைந்த அளவுக்குக்கூட நிலச் சீர்திருத்தங்கள் மேற்கொள்ளப்படவில்லை. சட்டங்கள் இயற்றப் படுகின்றன, ஆனால், அவற்றை அமல்படுத்துவதற்கு அரசு எந்த முயற்சியையும் மேற்கொள்வதில்லை" என்கிறது ஐ.நா. அறிக்கை.

ஆளுங்கட்சி உறுப்பினர்கள் இதற்கும் மாற்று பதிலை வைத்திருப்பார் கள். "அமெரிக்காவும் அமெரிக்காவால் உருவேற்றப்பட்டவர்களும் இந்தியாவுக்கு எதிராகத்தான் பேசுவார்கள்" என்பார்கள். சோவியத் ஒன்றியத்தின் குழுவும் இதே போன்ற அறிக்கையைத்தான் தயாரித்திருக் கிறது. 'ஒரே சமயத்தில் பல்வேறு துறைகளில் தன்னிறைவு காண

கொள்கை வகுத்தது (இந்தியாவின்) தோல்விக்கு வழிவகுத்துவிட்டது. இறக்குமதிகளைத் தவிர்க்கத் தொடங்கப்பட்ட திட்டங்களின் எண்ணிக்கை ஏராளம். மிகச் சில திட்டங்களில் மட்டும் கவனம் செலுத்தி அவற்றை முழுமையாக, விரைவாக நிறைவேற்றி முடித்திருந்தால் பலன்கள் வலுவானவையாக இருந்திருக்கும். உற்பத்தியையும் உச்சத்துக்குக் கொண்டுசென்றிருக்க முடியும். அரசுத் துறை நிறுவனங்களில் செய்த முதலீடுகளிலிருந்து போதுமான அளவுக்கு வருவாய் கிடைத்திருக்கும், அரசுத் துறை நிறுவனங்களுக்கும் பெருமை கிடைத்திருக்கும்' என்கிறது சோவியத் ஒன்றிய அறிக்கை.

உள்நாட்டு மிட்டாய்கள் வேண்டாமா?

இந்தக் கண்டனங்களுக்குப் பிறகும் அரசுத் தரப்புக்குத் திருப்தி இல்லை என்றால், உள்நாட்டிலேயே தயாரிக்கப்பட்ட மிட்டாய்களை அளிக்கிறேன்; இதோ காங்கிரஸ் அமைச்சர் சஞ்சீவ ரெட்டி கூறுகிறார்: "உணவுத் தட்டுப்பாடு, உரப் பற்றாக்குறை போன்றவற்றுக்கெல்லாம் காரணம், குறைபாடுகள் நிறைந்த திட்டமிடலும், காரிய சாத்தியமான அணுகுமுறையைக் கையாளாத திட்டக் குழுவும்தான்; நாட்டின் பிரச்சினைகளைத் தீர்க்க திட்டக் குழுவின் அணுகுமுறைகளில் புரட்சிகரமான மாற்றங்கள் தேவை!"

இவ்வளவு மோசமான செயல்பாடுகளைக் கொண்ட அரசுக்கு, மேலும் மேலும் வரி செலுத்துமாறு கூறி மக்களைக் கசக்கிப் பிழிய என்ன உரிமை இருக்கிறது? இந்த அளவுக்கு வரிவிதித்து மக்களைச் சுரண்டிய அரசு, அவர்கள் அளித்த வரிகளுக்கு ஏற்ற பலன்களைத் திருப்பி வழங்கவில்லை; அந்தப் பணம் எந்த வகைகளில் செலவழிக்கப்பட்டது என்பதை நாட்டுக்குத் தெரிவிக்கவும் முடியவில்லை; இதைத் தடுத்து நிறுத்தும் ஆற்றல் என்னிடம் இல்லை. ஆனால் திறமையற்ற, யதார்த்தத்தைப் புரிந்துகொள்ளாத, உணர்ச்சியற்ற, ஜனநாயகமற்ற இந்த அரசு, மிகப் பெரிய தொகைகளைத் தொடர்ந்து இப்படியே செலவிடும் குற்றச்செயலுக்கு நான் உடந்தையாக இருக்க மாட்டேன். இந்தப் பகுதியிலிருந்து நாங்கள் எவ்வளவுதான் விமர்சித்தாலும், அவர்களிடம் பெரும்பான்மை இருக்கிறது, அவர்களுடைய தர்க்கவாதமெல்லாம் அந்த எண்ணிக்கை சார்ந்தவைதான். ஆகவே, அவைத் தலைவர் அவர்களே, அவையில் இந்த விமர்சனங்களை வைத்திருந்தாலும், நாங்கள் இன்னொரு மன்றத்துக்குத்தான் செல்ல வேண்டும்; அங்கிருந்து மட்டுமே எங்களால் நீதி பெற முடியும், அதுதான் முதல் ஆதாரம், பிரதான ஆதாரம் - அந்த ஆதாரம் எங்களுக்கு வாக்களித்த பொதுமக்கள்; அவர்களிடம் இதையெல்லாம் எடுத்துச் சொல்லி நல்ல தீர்ப்பைப் பெற முடியும் என்ற நம்பிக்கை எங்களுக்கு இருக்கிறது, நன்றி!

அண்ணாவின் சட்டமன்ற உரைகள்

தமிழ்நாடு சட்டமன்றத்தில் எதிர்க்கட்சி வரிசையில் இருந்தபோதும் சரி; முதல்வராக இருந்தபோதும் சரி; அண்ணாவின் உரைகள் ஒரே பார்வையைத்தான் வெளிப்படுத்தின. அது, ஒரு மக்கள் தலைவரின் தொலைநோக்கு!

காந்தி படத்தையும் அரசியல் சட்டத்தையும் பெரியார் எரிப்பதை எப்படிப் புரிந்துகொள்ள வேண்டும்?

>>
தேசிய கௌரவம் என்பது பரம்பரை பரம்பரையாக நாட்டு மக்கள் உள்ளத்திலே ஊடுருவிப் பாய வேண்டிய ஒன்றாகும். சட்டத்தின் மூலம் தேசிய கௌரவத்தை நிலைநிறுத்த முடியாது.

சி.என்.அண்ணாதுரை: சட்டசபைத் தலைவர் அவர்களே,

இன்றுவரையில் குற்றங்கள் என்று கருதப்படாமல் இருந்துவந்த சில செயல்கள், இனி மூன்று ஆண்டுகளுக்குத் தண்டிக்கத்தக்க கடுமையான குற்றங்கள் என்று தெரிவிக்கும், 'நாட்டு மதிப்புக்குரியவற்றைக் களங்கப் படுத்தத் தடைவிதிக்கும் சட்ட முன்முடி'வை நான் தீதானது, தேவை யற்றது, கொடுங்கோன்மைக்கு வழிகோலுவது என்று கூறிக்கண்டிக்கிறேன் என்று சொன்னால், நான் இந்தக் காரியங்களிலே பங்கு எடுத்துக்கொள் கிறவன் என்று நீங்கள் தவறாகக் கருத மாட்டீர்கள் என்று எண்ணுகிறேன்.

இதனை வார்த்தையால் மட்டும் சொல்லவில்லை. முன்பு ஒரு சமயத் திலே தேசியக் கொடி எரிக்கப்பட வேண்டும் என்று கிளர்ச்சி நடந்த நேரத்திலே நான் அதிலிருந்து ஒதுங்கியிருந்து மட்டுமல்ல, அது தவறானது என்று வெளிப்படையாகவே கண்டித்தேன். ஆகையினால், நான் இன்றைய தினம் இந்தச் சபையின் முன்னாலே இருக்கிற இந்த மசோதா தீதானது, தேவையற்றது, கொடுங்கோன்மைக்கு வழிகோலுவது என்று கூறினால், அதன் மூலமாக தேசியச் சின்னத்தை, தேசிய கௌரவத்தைப் பங்கப்படுத்த வேண்டும் என்று நான் வாதாடுகின்றேன் என்று பொருள் அல்ல. தேசிய கௌரவம் என்பது பரம்பரை பரம்பரையாக நாட்டு மக்கள் உள்ளத்திலே ஊடுருவிப் பாய வேண்டிய ஒன்றாகும். சட்டத்தின் மூலம் தேசிய கௌரவத்தை நிலைநிறுத்த முடியாது.

தேசிய கௌரவத்தைப் பாதுகாக்கப் புதிய சட்டங்கள் தேவையில்லை என்று சொல்கிற நேரத்திலே, "யாரோ ஒரு பைத்தியக்காரர், காந்தியாரின் படத்தைக் கொளுத்துகிறார் என்றால், அதைப் பார்த்துக்கொண்டு சும்மா இருக்க முடியுமா?" என்று இவர்கள் சட்டத்தைக் கொண்டுவரும்போது ஒன்று சொல்வேன், "நீங்கள் காந்தியாரின் உயிரைக் காப்பாற்றத் தயாராக இல்லாவிட்டாலும், காந்தியாரின் படத்தைக் காப்பாற்றவாவது முயற்சி எடுத்துக்கொண்டீர்களே பெருமைதான்!"

சாதி வெறியினால்தான் காந்தியார் கோட்ஸேயினால் கொல்லப் பட்டார் என்பதும் சாதி வெறியை அடக்க காந்தியார் முயற்சி எடுத்தது தான் காந்தியாரின் உயிருக்கே ஆபத்தாய் முடிந்தது என்பதும் உலகம் அறிந்த உண்மை. காந்தியாரின் உயிரையே வாங்கிவிட்ட சாதி வெறியை அடக்குவதற்கு நாங்கள் சட்டம் கொண்டுவந்திருக்கிறோம் என்று சொன்னால், நான் அதைப் பாராட்டுவேன். உலகம் உங்களைப் பெருமையாகச் சொல்லிக்கொள்ளும். ஒன்றை நான் இந்த மன்றத்தில் தெளிவாகச் சொல்லிக்கொள்ள விரும்புகிறேன். காந்தியாரின் சமாதிக்கு மாலை போட்டுவிட்டுக் கதர் கட்டிக்கொண்டிருக்கிற காங்கிரஸ்காரர்கள் தான் இன்றைக்கு இருக்கிறார்கள். இவர்களெல்லாம் ஒருகாலத்தில் பெரியாரின் மாளிகையில் தங்கி இருந்தவர்கள்தான். காந்தியார் சாதி வெறியினால் கொல்லப்பட்ட நேரத்திலே, காந்தியார் இருந்த இந்த நாட்டுக்கு காந்தி நாடு என்பதாகவும், இந்நாட்டிலுள்ள மதத்துக்கு காந்தி மதம் என்றும் பெயர் வைக்க வேண்டும் என வெளிப்படையாகச்

"காந்தியாரின் படத்தைக் கொளுத்துவேன்; அரசியல் சட்டத்தைக் கொளுத்துவேன்" என்று பெரியார் சொன்னார் என்றால், அவருக்கு அவற்றின் பெயரில் இருக்கிற வெறுப்பினால் அல்ல. தேசியக் கொடிக்குத் தேசிய சட்டத்துக்கு இழுக்கை உண்டாக்க வேண்டும் என்கிற எண்ணத்தினால் அல்ல.

சொன்னவர் பெரியார்தான் என்பதை அந்தப் பக்கத்தில் உட்கார்ந்திருப்பவர்கள் மறந்திருக்கலாம். ஆனால், நாடு மறந்திருக்காது. நாட்டு மக்கள் மறந்திருக்க மாட்டார்கள்.

பெரியாரின் மாளிகையில் காந்தி தங்கியிருந்திருக்கிறார். காந்தியின் நினைவாகத் தன் தமக்கையின் பெண்ணுக்கு 'காந்தி' என்றே பெயர் வைத்திருக்கிறார் பெரியார். காந்தியாரை வைத்துக்கொண்டு காங்கிரஸ் கட்சியார் தன் செல்வாக்கை அதிகமாக்கிக்கொண்டதன் காரணமாக அன்றைக்கு அவர் உயிரைக் காப்பாற்ற முன்வராவிட்டாலும் அவர் படத்தையாவது காப்பாற்றுவோம் என முன்வந்திருக்கிறவர்கள் ஒரு உண்மையைத் தெரிந்துகொள்ள வேண்டும். "காந்தியாரின் படத்தைக் கொளுத்துவேன்; அரசியல் சட்டத்தைக் கொளுத்துவேன்" என்று பெரியார் சொன்னார் என்றால், அவருக்கு அவற்றின் பெயரில் இருக்கிற வெறுப்பினால் அல்ல. தேசியக் கொடிக்குத் தேசிய சட்டத்துக்கு இழுக்கை உண்டாக்க வேண்டும் என்கிற எண்ணத்தினால் அல்ல.

"இவற்றை எந்தக் காரணத்துக்காகக் கொளுத்தச் சொல்கிறேன், கிழிக்கச் சொல்கிறேன்" எனப் பெரியார் எடுத்துச் சொல்கிறாரோ அந்தக் குறைபாடுகளையெல்லாம் நீக்குவதற்கு சர்க்கார் முயற்சி எடுத்துக்கொள்வதற்காக, அவர்களுடைய கவனத்தைக் கவருவதற்காகச் சொல்லப்படுகிற விஷயங்கள்தான் அவை. அவற்றின்பேரில் பெரியாருக்கு வெறுப்பு இல்லை என்பதை நாம் உணர்ந்துகொள்ள வேண்டும். அதை உணர்ந்து கொண்டு, அவர் எந்தெந்தக் காரணங்களுக்காக உள்ளம் குமுறிக்கொண்டிருக்கிறாரோ அவற்றை நிறைவேற்ற இவர்கள் ஏற்பாடு செய்தார்களா? அவற்றைச் செய்யாதவரைத் திரு.சங்கரன் சொன்னதுபோல் மூன்றுக்குப் பக்கத்தில் சைபரைப் போட்டு 30 ஆண்டுகள் சிறை என்றாலும், இந்தச் சட்டத்தின் நோக்கம் நிறைவேறாது என்பதைப் புரிந்துகொள்ள வேண்டும்.

சுதந்திரம் அடைந்து எட்டாண்டு காலம் ஆன பிறகும்கூட, சாதி ஒழிப்புக்கு நீங்கள் என்ன செய்தீர்கள் என்கிற கேள்வியை வெளிப்படுத்தும் அறிவிப்புதான் பெரியாரின் செய்கை. "எங்கள் தேசியச் சின்னங்களுக்கு அவமானத்தை உண்டாக்குவது என்றால், எங்கள் அரசியல் சட்டத்துக்கு இழிவை உண்டாக்குவது என்றால், அதை எப்படித் தடுக்காமல் பொறுத்துக்கொண்டிருக்க முடியும்?" என போலீஸ் அமைச்சர் கூறி, அப்படிச் செய்கிறவர்களுக்கு மூன்றாண்டு தண்டனை

அளிக்கப்படும் எனச் சொல்லலாம். திரு.கல்யாணசுந்தரம் அதை இன்னும் கூடுதலாக்க வேண்டும் என்று சொல்லலாம். இந்த அளவில் திரு.சங்கரன் மூன்று வருடத்தை முப்பது வருடம் எனத் திருத்த வேண்டுமென்று பேசலாம். உண்மையில், இவர்களெல்லாம் அதிகாரத்தை எப்படிப் பயன்படுத்திக்கொள்வது என்று யோசிக்கிறார்களே தவிர, நோயின் மூல காரணத்தை அறிந்துகொள்ள சற்று யோசிக்கத் தவறிவிட்டார்கள் என்று சொல்ல விரும்புகிறேன்.

ஒன்றைச் சொல்லிக்கொள்வேன். குற்றம் என்று சொன்னால் நான் படித்த அகராதியில் - அது சாதாரண அகராதிதான். சட்ட அகராதி அல்ல - சட்டதிட்டங்களை மீறுவதாகிய, அதாவது சமூக நலனுக்கு எதிரானதாகிய எந்தக் குற்றமும் (any offence committed against public laws and which is anti to social welfare) என்றுதான் பொருள் இருக்கிறது. சட்டங்களுக்குப் புறம்பாகச் செய்வது குற்றம். இப்போதுதான் புதிதாகச் சட்டம் செய்கிறோம் என்ற காரணத்தினால் அந்தப் பொருள் தேவை இல்லை. சமுதாயத்தில் உள்ள நன்மைகளைப் பாதிக்கக் கூடிய செயல் குற்றங்கள் என்று சொன்னால் - சட்ட நிபுணர்கள் இங்கே இருக்கிறார்கள் - சட்டம் செய்வதற்கு முன்னால் எந்த வகையில் அந்தச் செயல் சமுதாயத்தைப் பாதிக்கிறது என்று பார்த்துச் சொல்ல வேண்டும். உங்கள் கௌரவத்தை அது பாதிக்கலாம். நீங்கள் சார்ந்து வளர்ந்திருக்கிற இயக்கத்துக்கு இழிவு என்று கருதலாம். சமுதாயத்தைப் பொறுத்த அளவில் எந்த மாதிரியாகப் பாதிக்கிறது? சமுதாயப் பொருளா தாரத்தைப் பாதிக்கிறதா? சமுதாய அரசியல் வாழ்வைப் பாதிக்கிறதா? சமுதாயத்தின் மானத்தைப் பாதிக்கிறதா?

சமுதாயத்திலே மிகவும் ஊன்றி இருக்கும்படியான உணர்ச்சி மத உணர்ச்சி. யுகம்யுகமாக அநாதி காலம் தொட்டு இருப்பது அவ்வுணர்ச்சி என்று சொல்வார்கள். இன்றைக்குத் தேசியச் சின்னங்களைக் கொளுத்து வதற்கு முன்னர், அன்றைக்கு மதச் சின்னங்களான பிள்ளையார் விக்ரகத் தையும் ராமர் படத்தையும் பெரியார் அவர்கள் உடைத்துக் கொளுத்தி னார்களே, அந்த நேரத்தில் நீங்கள் என்ன சொன்னீர்கள்? "பிள்ளையார் உருவத்தை அவர் உடைக்க உடைக்கத்தான் பிள்ளையார்க்கு அதிகப் பெருமை உண்டாகிறது?" என்று ரொம்ப யுக்தியாகச் சொன்ன உங்கள் வாதம், இந்த நேரத்தில் மங்கிப்போய்விட்டதா? அன்றைக்கு பிள்ளையாரைப் போட்டு உடைத்து, ராமர் படத்தைக் கொளுத்திக் கொண்டிருந்தபோது, சமுதாய மக்களின் உள்ளத்திலே ஆழ்ந்து பதிந்து இருக்கும்படியான உணர்ச்சி புண்பட்டிருக்காதா? அப்போது அதனால் தான் பிள்ளையார் பெருமை உயர்கிறது என்று சொல்லிச் சும்மா இருந்த நீங்கள், அந்தத் தத்துவத்தை உண்மையாக உணர்ந்து பேசியிருந்தால் இப்போது இந்தச் சட்டத்தைக் கொண்டுவருவதற்கான அவசியம் என்ன? இதனால் யாருடைய மனம் புண்படும்? இந்தக் காரியம் ஏற்கெனவே கண் முன்னால் செய்து காட்டப்பட்டுவிட்டது.

பாட்னா நகரத்தில் கிளர்ச்சி செய்யப்பட்ட நேரத்தில் காந்தியார் படத்தைக் கொளுத்தியிருக்கிறார்கள். நேருவுக்குக் கொடும்பாவி கட்டி

நீங்களே அரசியல் சட்டத்தை ஏழு ஆண்டுகளுக்குள்ளாகப் பத்து தடவை கொளுத்தியிருக்கிறீர்கள். அரசியல் சட்டத்தைக் கொளுத்தும் காரியத்தைத்தான் பத்து தடவை திருத்தியதன் மூலம் ரொம்ப நாகரிகமாகச் செய்திருக்கிறீர்கள். ரொம்பப் புனிதமான சட்டம் என்று போற்றப்படுகிற அந்தச் சட்டம், உங்களாலேயே திருத்தப்படுவது என்றால் என்ன? கொளுத்தப்பட்டது என்றுதான் ஆகிறது.

இழுத்திருக்கிறார்கள். அரசியல் சட்டத்தைக் கிழித்தெறிந்திருக்கிறார்கள். சொல்லப்போனால், அரசியல் சட்டத்தைக் கொளுத்தும் காரியத்தைத்தான் பத்து தடவை திருத்தியதன்மூலம் ரொம்ப நாகரிகமாகச் செய்திருக்கிறீர்கள். ரொம்பப் புனிதமான சட்டம் என்று போற்றப்படுகிற அந்தச் சட்டம், உங்களாலேயே திருத்தப்படுவது என்றால் என்ன? கொளுத்தப்பட்டது என்றுதான் ஆகிறது.

சி.சுப்பிரமணியம்: இந்த வார்த்தையை நான் அறிஞரிடத்திலிருந்து எதிர்பார்க்கவில்லை.

சி.என்.அண்ணாதுரை: நமது போலீஸ் அமைச்சர் அவர்கள் சொன்னார்கள், "நாங்களெல்லாம் அரசியல் சட்டத்தை வேதம் என்று வைத்துக் கொண்டிருக்கிறோம்" என்பதாக. அதை அவர்கள் வேதமாக வைத்துக் கொண்டு பூஜிப்பதை யாரும் தடுக்க மாட்டார்கள். ஆனால், மிகப் பெரும்பாலானோராக இருக்கின்ற அவர்களால், அந்தச் சட்டத்திலுள்ள குறைபாடுகள் திருத்தப்பட்டால், அது புனிதமானதாகவும் மிகச் சிறுபான்மையோராக இருக்கக்கூடியவர்கள் அதில் உள்ள குறைபாடுகளை நீக்க வேண்டும் என்று சொன்னால் அது குற்றமாகவும் ஆகுமா? மிகப் பெரும்பாலானோராக இருக்கக்கூடியவர்கள் ஒரு காரியத்தைச் செய்யத் துணிந்த பிறகு, மிகச் சிறுபான்மையோராக இருக்கக்கூடியவர்கள் அந்தக் காரியத்தையே செய்ய முற்படும்போது, சட்டத்தினால் மட்டும் அப்படிச் செய்யக் கூடாது என்று தடுத்துவிட முடியாது. சட்டங்கள் இயற்றலாம். சட்டங்கள் இயற்றப்படுவதால் மட்டும் எந்தச் செயலையும் அடியோடு நிறுத்திவிட முடியாது என்பதை நாம் நினைவில்கொள்ள வேண்டும்.

சட்டமியற்றப் பழக்கப்பட்டவன் அல்ல நான். மனதுக்குச் சரி என்று பட்ட காரியத்துக்காக அவசியம் ஏற்பட்டால், சட்டம் குறுக்கிடும் என்று நம்பினால், அந்தச் சட்டத்தைத் துச்சம் என்று மதிக்கிறவர்கள் தமிழ் நாட்டில் லட்சக்கணக்கானோர் இருக்கிறார்கள். நீங்கள் சட்டத்தை நிறைவேற்றிவிட்டாலும், பத்தாயிரம் பேர் அந்தச் சட்டத்தை மீறி, மூன்று ஆண்டுகள் அல்ல முப்பது ஆண்டுகளானாலும் சிறையில் இருக்கத் தயங்க மாட்டார்கள். அமெரிக்காவிலோ பிரான்ஸிலோ ரஷ்யாவிலோ ஒரு சமுதாயத்தை இப்படியெல்லாம் அவர்கள் கருத மாட்டார்கள்.

நான் உங்களைப் பணிவுடன் கேட்டுக்கொள்கிறேன், பெரியார் அவர்கள் செயலுக்குப் பின்னால் இருக்கிற நோக்கத்தைத் தயவுசெய்து ஆராய்ந்துபாருங்கள். அந்த நோக்கத்தை வெளிப்படுத்துகிற பெரியாருடைய பழைய கால நடவடிக்கைகளையும் உங்களுக்கு ஏற்பட்ட தொடர்புகளையும் ஒரு கணம் எண்ணிப்பாருங்கள். அவர்களைச் சுலபத்திலே 'பைத்தியக்காரர்' என்று சொல்லிவிடுவார்களேயானால், நாம் எல்லாம் எந்தெந்த காலத்தில், எப்படிப் பைத்தியக்காரர்கள் ஆகிவிடுவோமோ என்று தோன்றுகிறது. அப்படி அவரை 'பைத்தியம்' என்று சொல்வதற்கு அவர் எடுத்துச் சொல்வதுதான் என்ன? அவர்கள் சொல்வது அத்தனையும் சாதி ஒழிய வேண்டும் என்பதுதானே?

சாதி இருக்க வேண்டுமென்று இந்திய நாட்டுப் பிரதம மந்திரி பண்டித நேருவும் கருதவில்லை. 10 நாட்களுக்கு முன்னால் ஒரு வாலிபர் சங்க விழாவில் பேசும்போது நேரு சொன்னார்: "சாதியம், மூடநம்பிக்கை நிறைந்த பழமைவாதம், குறுகிய மனப்பான்மை ஆகியவற்றினாலான இரண்டாவது இந்தியாவிலிருந்து மூன்றாவது இந்தியாவின் நுழைவாயிலில் இந்தியா தற்போது அடியெடுத்துவைத்திருக்கிறது" (India is entering into the threshold of the Third India from the Second India of casteisim, superstition orthodoxy).

பெரியார் ஒரு அதிர்ச்சி வைத்தியம் செய்கிறார். பெரியார் அவர்களை நீங்கள் பித்தம் பிடித்தவர் என்று கருதலாமே தவிர, உலகத்தில் பெரும் பகுதியினர் அவ்வாறு கருதவில்லை. உங்களுக்கு இருக்கிற அதிகார பலத்தை வைத்துக்கொண்டு, நீங்கள் சட்டத்தை நிறைவேற்றலாம். ஆனால், அது உங்களது பலவீனத்தைக் காட்டுமே தவிர, உண்மையான பலத்தைக் காட்டாது. மூன்று ஆண்டுகள் சட்டத்தை மீறியவர்களுக்கு கடுமையான தண்டனை விதிக்க, "இந்திய அரசியல் சட்டத்தைக் கண்ணில் ஒத்திக்கொள்ள வேண்டும்" என்று சொல்லுகிறார்கள். இந்திய அரசியல் சட்டத்தின் கர்த்தாவாகிய காலம் சென்ற டாக்டர் அம்பேத்கர் அவர்கள் வெளிப்படையாகச் சொன்னார், "இந்த அரசியல் சட்டத்தில் பல்வேறு கோளாறுகள் இருக்கின்றன. இது எரிக்கத்தக்கது" என்று! "நீர்தானே இந்தச் சட்டத்தைச் செய்தவர்?" என்று சிலர் அவரைக் கேட்க, "நீங்கள் சொல்லிச் செய்யப்பட்டதே தவிர, ஏற்றுக்கொள்ள முடியாத, மனதுக்கு ஒவ்வாத பல கருத்துகள் அதில் இருக்கின்றன" என்றார் அம்பேத்கர்.

இந்த ஏழு ஆண்டுகளிலே அரசியல் சட்டத்தில் பத்து தடவை திருத்தங்கள் கொடுத்திருக்கிறார்கள். திருத்தங்கள் கொடுப்பது என்பது நாகரிகமான முறையில் சட்டத்தைக் கொளுத்துவதாகும். திருத்துகிறோம் என்ற பெயரால் பத்து தடவை கொளுத்தியிருக்கிறீர்கள் அந்தச் சட்டத்தை. மேலும், வெள்ளைக்காரனுடைய துணியைக் கொளுத்தினீர்கள் என்றால், வெள்ளைக்காரர்களையே கொளுத்துவது என்று அர்த்தம் அல்ல. அந்தத் துணிகளைக் கொளுத்துவதன் மூலம் சுதேசி உணர்ச்சியை ஊட்ட வேண்டும் என்பதுதான் அவர்களின் நோக்கம். அரசியல் சட்டத்தைக் கொளுத்துவதன் மூலம் பெரியார் அவர்கள் வெளிப்படுத்துவது இன்று

பெரியாரைச் சந்தித்துப் பேசினால், அவரைவிடத் தனிப்பட்டவர்கள் இடத்தில் மரியாதை காட்டுகிறவர்; அவரைவிட தாட்சண்யத்துக்குக் கட்டுப்படக் கூடியவர், அவரைவிட, எதிரியின் மனப்பான்மையை அறிந்து தன் மனப்போக்கை மாற்றிக்கொள்ளக்கூடிய ஒருவரை நீங்கள் தமிழகத்திலேயே பார்க்க முடியாது.

சாதி அடிப்படையிலே இருக்கும் பல குறைகளைத்தான்.

இப்போது முதலமைச்சராக இருக்கும் திரு.காமராஜர் அவர்கள் சென்னையில் பெரியார் அவர்களால் நடத்தப்பட்ட சாதி ஒழிப்பு மாநாடு ஒன்றில் கலந்து பேசுகையில், "நான் அதிகாரத்துக்கு வந்தால் செய்யக் கூடிய முதல் காரியம் சாதி ஒழிப்பாகத்தான் இருக்கும்" என்று பேசினார். இதை நீங்கள் கேட்டிருக்க மாட்டீர்கள், நான் கேட்டிருக்கிறேன். ஆகையால், பெரியார் அவர்கள் தன்னுடைய 'செல்லப்பிள்ளை' ஆட்சிக்கு வந்துவிடுவார் என்ற நம்பிக்கையில், இரவு பகல் பாராமல் உழைத்து உங்களை உட்காரவைத்திருப்பது நீங்கள் சாதி ஒழிப்புக்கு ஆதரவாக இருப்பீர்கள் என்ற நம்பிக்கையினால்தான். ஆனால், அப்படி உங்களை நம்பினவரை நட்டாற்றில் கைவிடுகிறீர்களே என்றுதான் நான் பரிதாபப் படுகிறேன்.

பெரியார் அவர்கள் காமராஜர் அவர்களை எந்த வகையில் கருது கிறார்கள் என்பதை இன்று பார்த்தால், காமராஜர் ஓங்கி அடித்தாலும் "காமராஜரின் கரம் வலிக்குமே" என்றுதான் பெரியார் கருதுவார். ஊருக்கு இளைத்தவன் பிள்ளையார் கோயில் ஆண்டி என்பதுபோல் பெரியார் அவர்களும் என்னைத்தான் தாக்குவாரே ஒழிய காமராஜர் பக்கம் திரும்ப மாட்டார். அந்த அளவுக்கு உங்களை நம்பிப் பாசம் வைத்து இருப்பவரைப் பாதி வழியில் சென்று சந்தித்துப் பேசி, தேசியக் கொடியின் கெளரவத்தைக் காப்பாற்றினால் உங்களின் எந்தக் கெளரவம், எப்படிப் பாதிக்கப்படும் என்று அறிய விரும்புகிறேன்.

பெரியார் சொல்வதற்கு, "ஆம்" என்று சொல்கிறவர்களைப் பைத்தியக் காரர்கள் என்று நீங்கள் சொல்கிறீர்கள். நீங்கள் இன்றைய தினம் நிம்மதி யாய் உட்கார்ந்திருப்பதன் காரணமாக, பெரியார் சொல்வதை ஏற்றுக் கொள்ளும் அத்தனை பேரும் பைத்தியக்காரர்களா? அப்படி அவர்கள் பைத்தியக்காரர்கள் என்றால், நீங்கள் இன்று தமிழ்நாட்டுக்கு அதிகாரிகள் அல்ல, பைத்தியக்காரர்கள் அடங்கிய நாட்டுக்குத்தான் அதிகாரிகளா வீர்கள். 'சாதியை ஒழிப்பது இந்த அரசாங்கத்தின் கடமை' என்று 10 தினங்களுக்கு முன்பு நேரு அவர்களே சொன்னார்களே, அந்த அடிப்படையில் பெரியாரைச் சந்தித்துப் பேசினால், அவரைவிடத் தனிப்பட்டவர்கள் இடத்தில் மரியாதை காட்டுகிறவர்; அவரைவிட தாட்சண்யத்துக்குக் கட்டுப்படக்கூடியவர், அவரைவிட, எதிரியின்

மனப்பான்மையை அறிந்து தன் மனப்போக்கை மாற்றிக்கொள்ளக் கூடிய ஒருவரை நீங்கள் தமிழகத்திலேயே பார்க்க முடியாது.

சட்டங்களைச் செய்வதனால் பலனில்லை. இப்போது அரசியல் சட்டத்தைக் கொளுத்துவது, தேசியத் தலைவருக்கு இழுக்கு செய்வது சட்ட விரோதமாகும் என்று சட்டம் கொண்டுவருகிறீர்கள். அரசியல் சட்டத்தைக் கொளுத்துவது அரசியல் சட்டத்துக்கு விரோதமாகும் என்று சங்கரன் அவர்கள் கூறினார்கள். ஆனால், எந்தப் புத்தகத்தையும் கொளுத்துவது அல்லது அவரவர் விருப்பப்படி செய்வதற்குள்ள உரிமை இருப்பது பற்றி, அதே அரசியல் சட்டத்தில் குறிப்பிட்டிருப்பதை வழக்கறிஞராகிய அவர் உணரவில்லை.

நமது அரசியல் சட்டம் 'வேதத்துக்கும் சிறந்த வேதம்' என்று போலீஸ் அமைச்சர் கூறுகிறார் - வேதம் படும்பாட்டை உலகம் இன்று பார்க்கிறது - வேதத்துக்கும் சிறந்த வேதம் என்று சொல்வதால் அதற்கு முக்கியத்துவம் கற்பித்துக் கொடுத்துவிட முடியாது. சில நாடுகளில் ஒரு கட்சிதான் இருக்கலாம், அதற்குப் பெயரும் ஜனநாயகம்தான். என்பதுபோல நீங்களும் ஒரு கட்சி ஜனநாயகத்தை உண்டாக்க விரும்புகிறீர்கள். நீங்கள் ஜனநாயகப் போர்வையில் சர்வாதிகாரப் பாதையில் போகிறீர்கள். இப்போது தேவை சட்டமல்ல, சந்திப்புதான். இப்போது தேவை ஒருவரை ஒருவர் கலந்து பேசுவதே தவிர, ஒருவரை ஒருவர் மிரட்டுவதல்ல.

வெகு காலத்துக்கு முன்னாலேயே மார்ட்டின் லூதர், கிறிஸ்துவ உலகம் முழுவதும் மிகவும் புனிதமானது என்று கருதுகிற பைபிள் லத்தீன் மொழியில் இருப்பது கூடாது. போப் ஆண்டவரின் ஆதிக்கம் ஏற்பட்டு விடுகிறது என்ற ஒரு காரணத்துக்காகப் பகிரங்கமாக ஐரோப்பா கண்டத்திலே கொளுத்தியிருக்கிறார்கள் என்பதைக் கூறுவேன். நண்பர் திரு.கல்யாண சுந்தரம் அவர்கள் அடிக்கடி ஐரோப்பா போவதனால் ஓய்வு நேரத்தில் இதைப் பற்றியும் அங்கிருந்து தெரிந்துகொண்டு வர வேண்டும் என்று கேட்டுக்கொள்கிறேன்.

எங்களுக்கும் திராவிடர் கழகத்துக்கும் உள்ள முறைகளில் வித்தியாசம் இருக்கிறது என்பதைப் பார்ப்பனர்களை நாங்கள் எந்த வகையில் நடத்து கிறோம், திராவிடர் கழகம் எந்த வகையில் நடத்துகிறது என்பதைக் கவனித்துப் பார்த்திருந்தால் நிதி அமைச்சர் அவர்களுக்கே தெரிந்திருக்கும். திராவிட முன்னேற்றக் கழகத்தில் பார்ப்பனர்கள் உறுப்பினர்களாக இருக்கிறார்கள். பார்ப்பனர்களாலேயேதான் பார்ப்பனீயம் அழிக்கப்பட வேண்டும் என்பதை நாங்கள் நம்பிக்கொண்டிருக்கிறோம். இதற்குக் கொஞ்சம் காலதாமதம் பிடிக்கும் என்றாலும்கூட, இந்த வழிதான் உறுதி யானது என எண்ணிக்கொண்டிருக்கிறோம்.

காலதாமதம் ஆனாலும் நாகரிகமான முறையில் பார்ப்பனீயத்தை ஒழிக்க திராவிட முன்னேற்றக் கழகம் உழைக்கிறது. இதே விஷயத்தை வேறு வகையில் தீவிரமாக, காலதாமதம் இன்றி நிறைவேற்றிட திராவிடர்

தகப்பனிடத்தில் பிள்ளை போவது - எத்தனை மனஸ்தாபமாக இருந்தாலும் அதுதான் சரி என்பதுபோல - பெரியார் தங்களுடைய மாஜி தலைவர், மாஜி தோழர் என்கிற முறையிலாவது காமராஜரை அணுகுவது சரியான கொள்கைதான்.

கழகம் துடிக்கிறது. அதனாலேயே "இந்த இரண்டு கட்சியும் ஒன்றுதான்' என நிதி அமைச்சர் அவர்கள் சொல்லி, அதனால் அவர் அடைகின்ற லாபம் என்னவோ தெரியவில்லை. இதனால் ஒரு சில பிராமணர்களும் இந்த திராவிட முன்னேற்றக் கழகத்தில் உறுப்பினர்களாக இல்லாமல் செய்து விடுகிற லாபத்தை அவர் அடைந்தாலும் நான் கவலைப்படவில்லை. ஆனால், எங்கள் கட்சியின் கொள்கையைப் பற்றித் தெளிவாகச் சொல்ல நாங்கள் கடமைப்பட்டிருக்கிறோம். ஆகையால், அதைச் சொல்கிறேன்.

கடைசியாக ஒரு விஷயம். "திரு. காமராஜரும் பெரியாரும் சந்திக்க வேண்டும். அவர்கள் இரண்டு பேரும்தான் பரஸ்பரம் நண்பர்கள் ஆயிற்றே!" என்று நான் சொன்னதற்கு போலீஸ் அமைச்சர் அவர்கள், "சங்க காலத்து இலக்கியத்தில் ஒருதலைக் காதல் என்பார்களே அப்படி - பெரியாருக்கு காமராஜரிடத்தில் அதிகமான காதல் இருக்கலாம். ஆனால், காமராஜருக்கு அவரிடத்தில் காதல் இல்லை" என்று சொன்னார்கள். சங்க காலத்தில் தூதன், பாகன், பாணன்போல இவர் இங்கே பேசியது பொருந்தாது. ஒருகால் காமராஜருக்கும் பெரியாருக்கும், பெரியாருக்கும் காமராஜருக்கும் எப்படிப்பட்ட காதல் உண்டு என்பதை இடையே இருந்து அவர் நன்றாக உணர்ந்திருக்கலாம். எந்த அளவுக்கு அவ்விஷயம் இவருக்குத் தெரியும் என்பது எனக்குப் புரியாது.

உண்மையிலேயே பெரியாருடைய காதல் ஒருதலைப்பட்சமானதாக இருந்தாலும், காமராஜருக்கு அவரிடத்தில் காதல் இல்லை என்றாலும், காமராஜர் சென்று சந்திக்கக்கூடிய அளவுக்கு, மக்களிடத்திலே அதிக செல்வாக்கைப் படைத்த ஒரு தலைவர் பெரியார் என்பதை இவர்கள் ஒப்புக்கொள்வார்கள் என்று கருதுகிறேன். பெரியார் திடீரென்று ஆப்பிரிக்க நாட்டிலிருந்து நேற்று காலை நம் ராஜ்ஜியத்துக்கு வந்தவர் அல்ல. லண்டன் நாட்டவர் போகும்போது நம்மிடத்திலே விட்டுவிட்டுச் சென்றுவிட்ட விசித்திரப் பிறவியும் அல்ல. நெடுங்காலத்துக்கு முன்னாலிருந்தே இந்த நாட்டுக்கு இடைவிடாமல் உழைத்துவருபவர். தமிழ்நாடு காங்கிரஸ் கமிட்டியின் உறுப்பினராகவும் தலைவராகவும் இருந்து பணியாற்றியவர். காங்கிரஸ் மூலமாகச் சில கொள்கைகள் நிறைவேறாது என்ற காரணத்தினால் அதை விட்டு வெளியேறியவர். இருந்தாலும், இன்றைய நிலையில் காங்கிரஸ்தான் பதவியில் இருக்க வேண்டும் என்பதற்காகப் பொதுத் தேர்தலின்போது உங்களுக்காக இடைவிடாமல் உழைத்தவர்.

தகப்பனிடத்தில் பிள்ளை போவது - எத்தனை மனஸ்தாபமாக இருந்தாலும் அதுதான் சரி என்பதுபோல - காமராஜருக்குப் பெரியாரிடத்தில் காதல் இல்லை என்றாலும்கூட, பெரியார் தங்களுடைய மாஜி தலைவர், மாஜி தோழர் என்கிற முறையிலாவது அவரை அணுகுவது சரியான கொள்கைதான் என்று நான் கருதுகிறேன். தன்னுடைய மாஜி தலைவர், மாஜி தோழர் இவரைப் பற்றிச் சபையில் யாராவது, ஏதாவது சொன்னால் மனம் புண்படுமே என்பதுபோலத்தான் இன்றைக்குச் சபையில் காமராஜர் இல்லை என்று கருதுகிறேன். கனம் நிதி அமைச்சர் என்னைப் பற்றிச் சொன்னதுபோல அவர் ஓடிவிட்டார் என்று சொல்ல மாட்டேன். நாகரிகமான பாஷையில் ஒளிந்துகொண்டார் என்று கருதலாம். தான் இவ்விடத்திலிருந்து துக்கப்படாமல் வேறு இடத்திலிருந்து மனத்துக்குச் சாந்தி ஏற்படுத்திக்கொள்கிறார் என்று கருதுகிறேன்.

ஆனாலும், போலீஸ் அமைச்சர் அவர்கள் பேசும்போது, "காமராஜர் போய்ச் சந்திப்பதைக் காட்டிலும் நீங்களே போய்ச் சந்திக்கலாமே! தந்தையும் மகனும் பிரிந்திருந்தாலும் இந்தக் காரணத்தினால் சந்திப்பது மிகவும் பொருத்தமாயிற்றே" என்று குறிப்பிட்டார்கள். பிரிந்துவிட்ட தனால் இழந்துவிட்ட லாபத்தைத் திரும்பவும் சந்தித்து ஒட்டிக்கொள் வதன் மூலம் பெற்றுவிடலாம் என்று சொன்னார்கள். அவர்களுடைய நல்லெண்ணத்தைத் துணை கொண்டு நான் அவரைச் சந்திக்கப் பார்க் கிறேன். ஆனால், அதுவரையில் இந்தச் சட்டத்தை நிறுத்திவையுங்கள் என்று கேட்டுக்கொள்கிறேன். சட்டத்தை நிறைவேற்றிவிட்டு, அவரைப் போய்ச் சந்திப்பது தூது ஆகாது. இந்தக் குற்றத்தைச் செய்தால் இத்தனை வருஷம் சிறை தண்டனை கிடைக்கும் என்பதை அவரிடத்தில் சென்று சொல்லும் அறிவிப்பாகத்தான் இருக்கும். அதைப் போய் நான் சொல்ல வேண்டாம். பத்திரிகை வாயிலாக அவரே பார்த்துக்கொள்வார். உண்மை யில் நான் அவரைப் போய் இந்தக் காரணமாகச் சந்திப்பதனால் லாபம் ஏற்படும் என்றால், திரும்பவும் நாங்கள் அவரோடு ஒட்டிக்கொள்ள முடியும் என்றால், தந்தை செய்ததை மறந்து மகன் திரும்பவும் அவரிடத் தில் சென்று ஒட்டிக்கொள்வது குற்றங்களில் ஒன்றல்ல; குணங்களில் ஒன்று என்பதை நிதி அமைச்சர் அவர்களுக்குச் சொல்லிக்கொள்ள விரும்புகிறேன்.

தமிழக சட்டமன்றத்தில், எதிர்க்கட்சி வரிசையில் இருந்த அண்ணா *11.11.1957* அன்று பேசியதிலிருந்து...

தாழ்த்தப்பட்டோர், பழங்குடியினர் குறைபோக்க கட்சி வேறுபாட்டைக் கடந்து ஒன்றுபடுவோம்

சி.என்.அண்ணாதுரை: *சட்டசபைத் தலைவர் அவர்களே...*

ஒரு கருத்தை இந்த மாமன்றத்தில் நான் எடுத்துச்சொல்வேன்; தாழ்த்தப் பட்டவர்களைப் புறக்கணித்துவிட்டு, தமிழகத்தில் எந்தக் கட்சியும் நிலை நிற்க முடியாது. ஆகையால்தான் எந்த அரசியல் கட்சியாக இருந்தாலும் சரி, தாழ்த்தப்பட்டவர்களுக்கு நாங்கள்தான் நன்மை செய்தோம் என்று சொல்லிப் பெருமைப்படுகிறது. அந்த அளவுக்கு எல்லா கட்சிகளும் கூர்ந்து கவனிக்கத்தக்க வகையில் வளர்ந்திருக்கின்ற தாழ்த்தப்பட்டவர்கள் மீதான நல்லெண்ணம் மேலும் வளர வேண்டும் என்று நாங்கள் விரும்புகிறோம்.

இந்த மாமன்றத்தில் இதைப் பற்றிப் பேசிய நேரத்தில், கனம் அங்கத்தினர் ஒருவர் கூறியதிலுள்ள ஆழ்ந்த பொருளை நாங்கள் எல்லோரும் கவனிக்க மாட்டோம் என்ற எண்ணத்தில் – நான் அவ்விதம் சமாதானம் தேடிக்கொள்கிறேன் – "சர்க்கார் செய்த நன்மைகளுக்காக அரிஜன மக்கள் காங்கிரஸ் கட்சிக்கு நன்றி காட்ட வேண்டும்" என்று எடுத்துச்சொன்னார்கள்.

நீண்ட நாட்களாக ஒரு சமுதாயத்தை, பழங்குடி மக்கள் என்று கருதப் படும் ஒரு சமுதாயத்தை, நாட்டின் உடைமைக்கும் உழைப்புக்கும் உயிரின் பாதுகாப்புக்கும் பொறுப்பேற்றுக்கொண்ட ஒரு சமுதாயத்தை, இன்ன கட்சி என்று அல்ல, எந்தக் கட்சியிலுமுள்ள உயர்ந்த சாதி மனப்பான்மை பெற்றவர்கள், இன்று நேற்றல்ல, தலைமுறை தலைமுறை யாகக் கொடுமைப்படுத்திவந்திருக்கிறார்கள். அந்தக் கொடுமைகளைக் களைந்து எறிவதற்கு நமக்குக் கிடைக்கும் ஒவ்வொரு சந்தர்ப்பமும் நாம் முன்னால் செய்த கேடுகளுக்குக் கழுவாய் தேடிக்கொள்ள வேண்டும் என்கிற முறையில் செய்யப்படுகிறதே தவிர, நன்றி பெறுவதற்காகச் செய்யப்படும் காரியம் என்று யாரும் கருதுவதற்கில்லை.

இதுவரையில் ஆதிதிராவிடர்கள் சாதியில் பிற்படுத்தப்பட்டவர்கள் என்று எடுத்துச் சொல்லப்பட்டாலும், மார்க்கத்தைப் பொறுத்தவரையில் அவர்கள் இந்து மார்க்கத்தைச் சேர்ந்தவர்கள் என்று எடுத்துச் சொல்லப்படுகிறது; இந்து மார்க்கத்தில் ஒரு பகுதியினர் என்று

கருதப்பட்டாலும், அந்த இந்து மதத்தில் இருக்கின்ற மற்ற பகுதியினர் அவர்களை நீண்ட நாட்களாகத் தாழ்குல மக்கள் என்று ஒதுக்கி வைத்திருக்கிறார்கள். ஆகவே, இந்த அரசாங்கம் மட்டுமல்ல, இதற்கு முன்னால் இருந்த நீதிக் கட்சி அரசாங்கமும் அதற்கு முன்னால் இருந்த பிரிட்டிஷ் ஏகாதிபத்திய அரசாங்கமும் ஆதிதிராவிட மக்களுக்கு ஏதாவது சிலபல நன்மைகள் செய்தார்கள் என்றால், அவர்களிடத்திலிருந்து நன்றி பெறுவதற்காக மட்டுமல்ல, அவர்கள் கழுவாய் தேடிக்கொள்ள, செய்த பாவத்தைப் போக்கிக்கொள்வதற்கு எடுத்துக்கொண்ட பெருமுயற்சி என்று கருதி, இதை ஒரு திருத்தொண்டு என்ற முறையில்தான் பார்க்க வேண்டும்!

இந்தப் பிரச்சினை எல்லா கட்சிகளுக்கும் அப்பாற்பட்ட ஒரு தேசியப் பிரச்சினையாகும். இதில் கட்சி மாச்சரியங்கள் குறுக்கிடக் கூடாது என்றும் சொல்லியிருக்கிறேன்.

எங்கள் கட்சியின் பூர்வோத்திரத்தைப் பற்றி நிதி அமைச்சர் சுப்பிரமணியம், அன்றொரு நாள் பேசினார்; காங்கிரஸ் கட்சி பூர்வோத்திரத்தின் சாதி முறையை ஒழிக்க வேண்டும் என்று பேசக் கூடாது என்று சனாதன காங்கிரஸ்காரர்கள் தடுத்திருக்கிறார்கள். லோகமான்ய பால கங்காதர திலகர் அவர்கள் "இது ஒரு அரசியல் கட்சி ஸ்தாபனம், சமுதாயத்தைத் திருத்தத் தேவையில்லை" என்று எடுத்துச் சொல்லியிருக்கிறார்கள். அதற்குப் பிறகு, காங்கிரஸ் கட்சியில் பல மாறுதல்கள் ஏற்பட்டன. அதன் பூர்வோத்திரம் - படிப்படியாக வளர்ந்து, அதற்குப் பிறகு அரிஜனங்களுக்கு உரிமை ஒதுக்கும் பெருந்தன்மை காங்கிரஸ் கட்சிக்குப் பிறந்தது!

காங்கிரஸ் கட்சி காலடி எடுத்து வைப்பதற்கு முன்பே, நீங்கள் கனம் கக்கன் அவர்களை இங்கு அமைச்சராக அமர வைத்து, அழகு பார்த்து, ஆனந்தப்பட்டு, பெருமைப்பட்டு, வாழ்த்தி, வழிபடுவதற்கு முன்பே, இதே துறையில் எம்.சி.ராஜா அவர்கள் அமர்ந்திருக்கிறார்கள். பழங்குடி பெரு மக்கள் பெருமைப்படத்தக்க வேலைகளில் அமர்ந்து வேலை பார்த்திருக் கிறார்கள். ஆதிதிராவிட மக்களுக்கு வந்துள்ள குறைபாடுகளை நான் சார்ந்திருக்கிற கட்சியும் பூர்வோத்திரமாகக் கூறப்பட்ட சுயமரியாதைக் கட்சி, நீதிக் கட்சி அரியணைகளும் நீண்ட காலத்துக்கு முன்பே கவனித்துவந்திருக்கின்றன.

கனம் அங்கத்தினர் ஒருவர், "ஏதோ ஒரு மகாநாட்டில், ஆதி திராவிட மக்களைச் சமமாக நடத்தவில்லை" என்று குறிப்பிட்டார்கள். உண்மை யிலேயே விளக்கம் சொல்வார்களேயானால், அதற்குப் பொறுப்பாக இருக்கக்கூடியவர் யாராக இருந்தாலும், அவரைக் கட்சியிலிருந்து விலக்குவதற்கு நான் தயாராக இருக்கிறேன். அதேநேரத்தில், அப்படிப் பட்ட காரியங்களை – சாதி முறையை ஒழிப்பதற்கு - சாதி முறைகளை ஒழிப்பதன் மூலம் பழங்குடி மக்கள் நீண்ட காலக் குறைபாடுகளை நீக்குவதற்கு எல்லா கட்சியிலும் தீவிரவாதிகள் ஒன்றுபட வேண்டும்.

ஒரு கட்சியிலிருந்து வேறுகட்சிக்குப் போவது சகஜம், லாபமானதும்கூட!

அதை இங்கேயேகூட நான் காட்சிகளாகக் காண்கிறேன். ஆனால், கட்சி விட்டுக் கட்சி மாற வேண்டும் என்று நான் சொல்லவில்லை, அழைக்க வில்லை, கட்சிக் கட்டுப்பாட்டுக்கு உட்பட்டே, குறிப்பிட்ட நல்ல காரியத்தில் நாம் ஈடுபடலாம். அப்படிப்பட்ட ஒரு நல்ல திருத்தொண்டு தாழ்த்தப்பட்டவர்களின் முன்னேற்றத்துக்குப் பாடுபடுவது, அந்தப் பழங்குடி மக்களை விடுவிப்பது. இதில் சர்க்கார் எடுத்துக்கொள்ளும் எல்லா முயற்சிகளிலும் திராவிட முன்னேற்றக் கழகம் துணை நிற்கும்!

தமிழக சட்டமன்றத்தில், 20.03.1958
அன்று அண்ணா பேசியதிலிருந்து சிறு பகுதி...

அண்ணாவின் சிகிச்சைக்கு பெரியார் அளிக்க வந்த நிதி

புற்றுநோய் சிகிச்சைக்காக 10.9.1968–ல் அண்ணா அமெரிக்கா புறப்பட வேண்டும் என்று நாள் குறித்தார்கள் மருத்துவர்கள். சுற்றுப்பயணத்தில் இருந்த பெரியார் இதைக் கேள்விப்பட்டதும் அங்கிருந்து நேரே சென்னை திரும்பி, சக்கர நாற்காலியில் அமர்ந்தவாறே அரசு மருத்துவமனைக்கு வந்துவிட்டார். அவரோடு குன்றக்குடி அடிகளார், மணியம்மையார், கி.வீரமணி உள்ளிட்டோரும் வந்தார்கள். சக்கர நாற்காலியில் இருந்து எழ முடியாத நிலையில், அண்ணாவின் வலது காதருகே குனிந்து, தன் வாயை கையில் வைத்து மறைத்தபடி ஏதோ சொன்னார் பெரியார். பிறகு தம் மடியை அவிழ்த்து எதையோ எடுக்க முயன்றார். அண்ணா, கையை கருணாநிதி இருந்த திசையில் காட்டி, "கருணாநிதிகிட்ட சொல்லுங்க ஐயா" என்றார் மெல்லிய குரலில். நாற்காலியைத் திருப்பி கருணாநிதியின் கழுத்தில் தன் கையை வைத்து, அவரது தலையை வளைத்துத் தன் முகத்தருகே இழுத்து, "இதிலே இருவத்தஞ்சாயிரம் பணம் இருக்குது. அண்ணாவோட வைத்தியச் செலவுக்கு வெச்சிக்கோங்க" என்றார். "இப்ப பணம் இருக்குங்க ஐயா. அப்புறம் பார்த்துக்கலாம்" என்றார் கருணாநிதி. அந்த நேரத்தில் அண்ணாவின் மொத்த மருத்துவச் செலவே ஒரு லட்சத்துக்கும் குறைவுதான். அதையுமே திரட்டித்தான் சமாளிக்கும் நிலையிலேயே முதல்வர் அண்ணாவின் பொருளாதாரம் இருந்தது. அதை உணர்ந்துதான் பணத்தோடு வந்தார் பெரியார். இப்படியெல்லாம் வாழ்ந்த தலைவர்களால்தான் திராவிட இயக்கம் இங்கே வேரூன்றி நிற்கிறது!

சிறுபான்மையினருக்கு உரிய பிரதிநிதித்துவம் தாருங்கள்

சி.என்.அண்ணாதுரை: *சட்டசபைத் தலைவர் அவர்களே,*

வரவுசெலவுத் திட்டத்தில் எவ்வளவு வருவாய் வருகிறது, எவ்வளவு செலவழிக்கிறோம் என்பதை மட்டும் ஒரு குறிக்கோளாக வைத்துக் கொள்ளாமல், அதன் மூலமாக ஏற்படுகின்ற பலனை எந்த அளவுக்கு அதிகரித்துக்கொள்ளலாம் என்பதைக் குறிக்கோளாகக் கொள்ள வேண்டும் என்பதை நான் மிகவும் விரும்பிக் கேட்டுக்கொள்கிறேன்.

ஒரே அமைச்சருக்கு அதிகமான இலாக்காக்கள் தரப்படுகின்றன என்ற காரணத்தால், அந்த அமைச்சருக்கு வேலைப்பளு அதிகமாக இருக்கிறது என்று கனம் மகாலிங்கம் எடுத்துச் சொன்னார். அதையும் மனதில் வைத்துக் கொண்டு வேலைப்பளுவைப் பகிர்ந்து அளிக்கின்ற வகையிலே, இந்த மாநிலத்தில் குறிப்பிடத்தக்க ஒரு சமுதாயத்தினராகவும், இன்றைய தினம் ஆளுங்கட்சி எடுத்துக்கொள்கிற எல்லா முயற்சிகளுக்கும் உறுதுணையாக இருப்பவர்களாகவும், இந்தியாவுக்கும் காஷ்மீருக்கும் தகராறு என்றாலும், 'காஷ்மீரத்தை நாங்கள் ஆதரிக்க மாட்டோம், இந்திய சர்க்கார் செய்வது தான் நியாயம்' என்று துணிவோடு, பெருந்தன்மையோடு சொல்லுபவர் களாகவும் இருக்கின்ற முஸ்லிம் சமுதாயத்தினர் ஒருவருக்கு அமைச்சர் பதவியைத் தந்து, நமது நிதி அமைச்சர் தன்னிடம் இருக்கின்ற இரண்டு, மூன்று இலாக்காக்களில் ஏதாவது ஒன்றை அவரிடம் ஒப்படைக்க வேண்டும் என்ற ஒரு யோசனையை நான் கூறிக்கொள்ள விரும்புகிறேன்.

முஸ்லிம்களை வலை போட்டுப் பிடிக்கிறேன் - அதற்காக நான் இப்படிச் சொல்லுகிறேன் என்று அவர்கள் சொல்கிறார்கள். பெரிய வலை காங்கிரஸ் சர்க்காரிடத்தில் இருக்கிறது என்பது நன்றாகத் தெரியும். ஆகவே, வலை போடுவதற்காக நான் இதைச் சொல்லவில்லை என்பதைக் கூறிக் கொள்கிறேன். முஸ்லிம் சமுதாயத்துக்கு ஒரு நல்ல பிரதிநிதித்துவம் இந்த அமைச்சரவையிலே தரப்பட வேண்டும் என்ற கருத்தை நான் வலியுறுத்திச் சொல்ல விரும்புகிறேன்.

தமிழக சட்டமன்றத்தில், எதிர்க்கட்சி வரிசையில் இருந்த அண்ணா *07.04.1958* அன்று பேசியதிலிருந்து...

அதிகாரப் பரவலாக்கலும் ஜனநாயகம் உயிர் பெறுதலும் கிராமங்களிலிருந்தே தொடங்க வேண்டும்

> கிராமப் பஞ்சாயத்துகளுக்கு ஏன் நிர்வாக அதிகாரங்களைக் கொடுக்கக் கூடாது என்பதற்கு, ஆளுங்கட்சியினரால் எடுத்துச்சொல்லப்பட்ட காரணங்கள், எங்கள் மனதுக்குத் திருப்தியளிக்கக்கூடியவையாகவோ எங்கள் மனதில் சமாதானத்தை ஏற்படுத்தக்கூடியவையாகவோ இல்லை என்பதை மிக மிக வன்மையாகத் தெரிவிக்க விரும்புகிறேன்.

சி.என்.அண்ணாதுரை: சட்டசபைத் தலைவர் அவர்களே,

கிராமத்து மக்கள் எதை எதிர்பார்க்கிறார்கள் என்று நாம் ஆராய்ந்து பார்க்கிற நேரத்தில், தங்களைத் தாங்களே ஆண்டுகொள்ள வேண்டுமென்று அவர்கள் வேண்டிக்கொண்டிருக்கிறார்கள். அதற்கான நிர்வாக அமைப்பு வகுக்கப்படுமென்று எதிர்பார்த்துக்கொண்டிருக்கிறார்கள். 'கிராமத்தில் உள்ள நிர்வாக காரியங்களெல்லாம் தங்களிடம் ஒப்படைக்கப்பட வேண்டும் - ஊராண்மைக் கழகங்கள், அதற்காகத் தேர்ந்தெடுக்கப்படுகிற தலைவர், நிர்வாகப் பொறுப்பெல்லாம் தங்களிடமே ஒப்படைக்கப்பட வேண்டும். அவர்களுக்குத் தேவையான உரிமைகள், வசதிகளெல்லாம் தரப்பட்டு தங்களுடைய காரியங்களைத் தாங்களே நடத்திக்கொள்வதற்கு இன்றுள்ள ஆட்சியில் தங்களுக்கு வழிவகை செய்யப்படும்' என்ற நம்பிக்கையில் பஞ்சாயத்துகளை நாடுகிறார்கள். இதற்காக அவர்கள் கூட்டாத மகாநாடுகள் இல்லை. தீட்டாத தீர்மானம் இல்லை. பேட்டி பார்க்காத நாள் இல்லை. அவர்களுக்கு நாமும், வாக்களிக்காத நேரம் இல்லை.

சட்டசபை உறுப்பினர்களும் பஞ்சாயத்து உறுப்பினர்களும் சமம்தானே?

இந்தச் சபையில் நானும் என் கட்சியல்லாத இதர கட்சிகளைச் சேர்ந்தவர்களும் கனம் அமைச்சர்களும் மக்களால் தேர்ந்தெடுக்கப்பட்ட பிரதிநிதிகள். அதேபோல்தான், பஞ்சாயத்து உறுப்பினர்களும் மக்களால் தேர்ந்தெடுக்கப்பட்ட பிரதிநிதிகள். ஆனால், மசோதாப்படி, சட்டசபை உறுப்பினர்களின் அதிகாரங்களுக்கும் பஞ்சாயத்து உறுப்பினர்களின் அதிகாரங்களுக்கும் வேற்றுமை இருக்கிறது; பஞ்சாயத்து உறுப்பினர் களுக்குப் போதிய அதிகாரங்கள் இல்லை. இந்த நிலையில் இருக்கக் கூடிய பஞ்சாயத்து உறுப்பினர்கள் "கனம் அமைச்சர்களும் சட்டசபையின் இதர உறுப்பினர்களும் மக்களால் தேர்ந்தெடுக்கப்பட்டவர்களே. நாங்களும் மக்களால் தேர்ந்தெடுக்கப்பட்டவர்கள். சட்டசபை உறுப்பினர்கள் லட்சம் பேரால் தேர்ந்தெடுக்கப்பட்டவர்கள் என்றால், நாங்கள் ஐந்நூறு பேரால் தேர்ந்தெடுக்கப்பட்டவர்கள், அவ்வளவுதான் வித்தியாசம். அவர்கள் அனுபவிக்கும் அதே விதமான உரிமைகளைப் பஞ்சாயத்தில் நாங்கள் ஏன் அனுபவிக்கக் கூடாது? எங்களுக்குப் பஞ்சாயத்தில் அத்தகைய அதிகாரங்கள் ஏன் இருக்கக் கூடாது?" என்று கேட்க ஆரம்பித்தால் ஆட்சியாளர்கள் என்ன செய்யப்போகிறார்கள்?

கிராமப் பஞ்சாயத்துகளுக்கு ஏன் நிர்வாக அதிகாரங்களைக் கொடுக்கக் கூடாது என்பதற்கு, ஆளுங்கட்சியினரால் எடுத்துச்சொல்லப்பட்ட காரணங்கள் எங்கள் மனதுக்குத் திருப்தியளிக்கக்கூடியவையாகவோ எங்கள் மனதில் சமாதானத்தை ஏற்படுத்தக்கூடியவையாகவோ இல்லை என்பதை மிகமிக வன்மையாகவும் மிகமிக வினயத்துடனும் தெரிவிக்க விரும்புகிறேன். "நிர்வாகத் துறையில் ஈடுபடத்தக்க பக்குவம் அடையாத வர்களாகவும் திறமை இல்லாதவர்களாகவும் இப்போது கிராம மக்கள் இருக்கிறார்கள்" என்று பலர் வாதாடினர். கிராம மக்களுடன் நேரடியாகப் பழகியுள்ளவர்களுக்கு, இப்படிப்பட்ட ஊராண்மைக் கழகங்களை நடத்

என்னைப் பொறுத்தவரையில், 'டீசென்ட்ரலைஸேஷன்' என்பதன்படி, ஜனநாயகம் உயிர் பெற வேண்டுமென்றால், வட்டங்களுக்குத் தனித்தனியாக அதிகாரங்கள் வகுக்கப்பட வேண்டும்.

திச்செல்லத்தக்க தரமும் திறமையும் படைத்தவர்கள் நம் கிராமங்களில் இருக்கிறார்கள் என்பது நன்கு தெரியும்.

நிர்வாகம் செய்வதற்கான தகுதி கிராமத்தார்களுக்கு இல்லையா?

நமது தமிழகத்தில் 7,000 பஞ்சாயத்துகளை அமைக்கலாம் என்று வைத்துக்கொண்டால், அந்த 7,000 பஞ்சாயத்துகள் ஒவ்வொன்றிலும் பொதுநலக் காரியங்களைத் திறம்படச் செய்வதற்கும் நிர்வாகத்தை மிக நேர்மையான முறையில் நடத்துவதற்கும் உரிய மனிதர்கள் இந்தத் தமிழகத்தில் இல்லையா என்ற கேள்விக்கு கனம் நிதி அமைச்சர் பதிலளிக்க வேண்டுமென்று நான் பணிவன்புடன் கேட்டுக்கொள்கிறேன். அவர் கிராம மக்களைப் பார்த்து, "ஊராண்மைக் கழகத்தைத் திறம்பட நடத்தத்தக்க நிர்வாகத் திறன் உங்களுக்கு இல்லை. உங்களுக்கு நிர்வாகத் திறமையில்லை, ஆகவே, உங்களிடம் நிர்வாகப் பொறுப்பை ஒப்படைக்கப்போவதில்லை" என்று கிராம மக்களைப் பார்த்துச் சொல்வதற்குள்ள தைரியம் நமது நிதியமைச்சர் அவர்களுக்கு இருக்கிறதா?

இதுவரையில் பஞ்சாயத்துகளை நடத்திச்சென்றவர்களில் எத்தனை பேர் ஒழுங்கீனத்துக்காகக் கைதுசெய்யப்பட்டிருக்கிறார்கள்? எத்தனை தலைவர் களின்பேரில் ஒழுங்கு நடவடிக்கைகள் எடுக்கப்பட்டிருக்கின்றன? எத்தனை தலைவர்கள் கையாடல்கள் நடத்தியிருக்கிறார்கள்? இந்தக் கணக்கையும் எத்தனை நிர்வாக அதிகாரிகள் மோசமாக நடந்துகொண் டிருக்கிறார்கள் என்ற கணக்கையும் பார்த்து இரண்டு வர்க்கத்திலே எந்த வர்க்கம் மோசமாக நடந்துகொண்டது என்பதைக் கவனித்துப் பார்க்கும் வாய்ப்பு கிடைத்தால், நிச்சயமாக பஞ்சாயத்துப் பொறுப்புகளைத் தலைவர்களிடம் ஒப்படைப்பதில் நிர்வாகம் குந்தகப்பட்டுவிடாது என்பதை நாம் உணர முடியும்.

மக்களால் தேர்ந்தெடுக்கப்படுபவர் தலைவராக வந்திருக்கும்போது அவர்களது பக்கத்தில் இருக்கக்கூடிய நிர்வாக அதிகாரிதான் எல்லா காரியங்களையும் செய்ய வேண்டுமென்று இருந்தால், நாளாக நாளாக நல்லவர்கள் பஞ்சாயத்துகளுக்கு வர, கூச்சப்பட்டுக்கொண்டு ஒதுங்கி விடுவார்கள். அதிகாரிகளின் தலையீட்டுக்குக் கட்டுப்படுபவர்கள், அதிகாரிகளின் தயவை நாடக்கூடியவர்கள்தான், தமக்கு அதிகாரம் இல்லாவிட்டாலும் தம் பக்கத்திலுள்ள அதிகாரியின் தயவு கிடைத்தால்

போதும் என்று கருதுகிறவர்கள்தான் ஊராண்மைக் கழகத் தலைவர்களாக வருவார்களே தவிர, 'இந்த ஊரை நான்தான் நிர்வாகம் செய்து நடத்திவருகிறேன், அதற்கேற்ற திறமை எனக்கிருக்கிறது, ஊரின் சீருக்கு நான்தான் பொறுப்பு. அதற்கேற்றபடி ஊரிலுள்ள மக்களுக்குப் பணியாற்று வதற்குள்ள உரிமை பெற்றிருக்கிறேன்' என்ற மனப்பான்மையோடு அங்கு செல்லக் கூடியவர்கள் நாளாக நாளாக அதிலிருந்து ஒதுங்கிவிடுவார்கள். அதோடு, ஜனநாயகத்தில் நமக்குச் சரியான இடமில்லை என்று அவர்கள் மனமுடைந்துபோவார்கள்.

ஜனநாயகப் பயிற்சி கிராமங்களிலிருந்தே தொடங்குகிறது

ஆகவே, ஜனநாயகத்தில் நல்ல பயிற்சி பெறக் கூடியவர்களை நாம் அணி அணியாக உண்டாக்க வேண்டுமானால், அதற்கான முதல் கட்டம் கிராமப்புறங்களே. ஆகவே, கிராமப்புறங்களிலிருந்துதான் ஜனநாயகத்தைத் துவக்க வேண்டுமென்று இன்று நேற்றல்ல, *1907*-ல் நிறுவப்பட்ட ராயல் கமிஷன் காலந்தொட்டு, மாண்டேகு செம்ஸ்போர்ட் சீர்திருத்தம் வரையில், அதற்குப் பிறகு ஏற்பட்ட 'கவர்ன்மென்ட் ஆஃப் இந்தியா ரெஸல்யூஷன், *1918*'-ம் ஆண்டு ஏற்பட்ட சட்டம் முதற்கொண்டு கிராமப்புறங்களில்தான் அதிக அளவு அதிகாரங்களைப் பங்கிட்டுக் கொடுக்க வேண்டுமென்பது வலியுறுத்தப்பட்டிருக்கிறது.

மிகச் செல்வாக்குப் பெற்றிருக்கிற 'டீசென்ட்ரலைஸேஷன்' என்ற வார்த்தையையும், அதன் உள் இருக்கிற தத்துவத்தையும் பற்றி நாம் இப்போது யோசித்துப்பார்க்கக் கடமைப்பட்டிருக்கிறோம்.

'டீசென்ட்ரலைஸேஷன்' என்ற சொல்லை - அதிகாரப்பரவலாக்கம் - குவிந்து கிடக்கிற அதிகாரத்தைப் பரவலாக்குவது என்ற முறையில் மட்டும்தான் இதுவரையிலும் நாம் கவனித்துவந்திருக்கிறோம். என்னைப் பொறுத்தவரையில் சொல்லிக்கொள்வேன். இம்மசோதாவுக்கு அப்பாற் பட்டதாக இது கருதப்பட்டாலும் சரி, அல்லது அடிப்படை பிரச்சினையி லிருந்து வேறானது என்று எண்ணப்பட்டாலும் சரி, அல்லது நிதி அமைச்சர் அவர்கள் சொல்வதுபோல் அவரவர்கள் கட்சிக்கென்று சில கொள்கைகள் உண்டு, அதை இங்கே புகுத்தாதீர்கள் என்பதாகயிருந்தாலும் சரி; என்னைப் பொறுத்தவரையில், 'டீசென்ட்ரலைஸேஷன்' என்பதன்படி, ஜனநாயகம் உயிர் பெற வேண்டுமென்றால், வட்டங்களுக்குத் தனித்தனியாக அதிகாரங்கள் வகுக்கப்பட வேண்டும். எப்படி இந்த மாமன்றம் இந்த மாநிலம் பூராவுக்கும் பொறுப்பேற்றுக்கொண்டிருக்கிறதோ, எப்படி நம் அமைச்சர்கள் தங்கள் தங்கள் துறைகளுக்குப் பொறுப்பேற்றுக் கொண்டிருக்கிறார்களோ அதேபோன்று ஊராட்சி மன்றங்களுக்கு முழு உரிமையும் முழு அதிகாரமும் அளிக்கப்பட வேண்டும்!

சட்டமன்றத்தில் எதிர்க்கட்சி வரிசையில் இருந்தபோது, ஊராட்சி மன்றச் சட்ட முன்வடிவு தொடர்பில் *24.09.1958* அன்று நடந்த விவாதத்தில் அண்ணா பேசியதிலிருந்து தேர்ந்தெடுக்கப்பட்ட பகுதிகள்...

திராவிட நாடு கோரிக்கையைத்தான் கைவிட்டோம்... காரணங்கள் அப்படியே நீடிக்கின்றன

> இதிலிருந்து, நீங்கள் என்னைப் பற்றி மூன்று கருத்துகளைக் கொள்ள வேண்டுமென்று விரும்புகிறேன். விவசாயிகளிடத்தில் அக்கறை இருக்கிறது என்பது ஒன்று. அதே நேரத்திலே சர்க்காருடைய வருமானம் குறையக் கூடாது என்பதிலே உள்ள அக்கறை இரண்டாவது. மூன்றாவது, உங்களை எவ்வளவு மதிக்கிறேன் என்பதாகும்!

சி.என்.அண்ணாதுரை: *சட்டசபைத் தலைவர் அவர்களே,*

முறையாக, திராவிட முன்னேற்றக் கழகம் பொறுப்பேற்றுக் கொண்டிருக்கிற அரசின் சார்பில் நிதிநிலை அறிக்கை இந்த மன்றத்தின் முன்னால் வைக்கப்பட்டதை இந்த மன்றத்திலே உள்ள ஒவ்வோர் உறுப்பினரும் மிக அக்கறையோடு கவனித்திருக்கிறார்கள் என்பதில் நான் மிகுந்த மகிழ்ச்சி அடைகிறேன்.

நான் சொன்ன கதைகள், நான் சொன்ன உவமைகள், நான் காட்டிய வாதங்கள், நான் சொன்ன புள்ளிவிவரங்கள் - இவையெல்லாம் ஒருகாலத்தில் மேற்கோளாக வரும் என நான் உள்ளபடி எண்ணியதே இல்லை. அந்த அளவுக்கு நீங்கள் என்னுடைய உரைகளை மிகக் கவனமாகப் பார்த்துக் கொண்டுவருவதற்கு நான் மிகுந்த நன்றி தெரிவித்துக்கொள்ள வேண்டும். ஆனால், இதிலே நான் சொன்ன கதைகளையும் உவமைகளையும் வாதங்களையும் புள்ளிவிவரங்களையும் தக்க முறையில் அவர்கள் பயன்படுத்திக் கொண்டிருந்தால் இன்னும் அதிக மகிழ்ச்சி அடைந்திருப்பேன்.

இராமாயணத்திலிருந்து ஐந்தாறு வாக்கியங்களை மட்டும் எடுத்து, இராமாயணத்துக்கு வேறு மாறாகக் கதை சொல்ல முடியும். அசோக வனத்தில் சீதை அமர்ந்திருந்தாள். ராவணன் அவளைப் பார்த்து "உன்னிடத்தில் எனக்கு மையல் வந்துவிட்டது" என்று சொன்னார். ஸ்ரீராமன் "ஆகா" என்று சொன்னார். லஷ்மணன் "அப்படியே ஆகட்டும் அண்ணா" என்று சொன்னார். இவையெல்லாம் இராமாயணத்தில் உள்ள வாக்கியங்கள், தனித்தனியாக வெவ்வேறு இடத்திலுள்ள வாக்கியங்கள். இவற்றையெல்லாம் ஒன்றாக இணைத்து, இதுதான் என்னுடைய இராமாயணம் என்று யாராவது சொல்வார்களேயானால், அது எவ்வளவு பொருத்தமற்றது? அதைப் போலவே நாங்கள் சொன்னவற்றில் இங்கும் அங்குமாக ஒன்றை ஒன்று எடுத்து, அதை இணைத்து "நீங்கள் வரியே போடாமல் ஆள்வதாகச் சொன்னீர்கள், இப்போது வரி போடுகிறீர்களே" என்று கேட்பது, நான் சொன்ன அந்த வேடிக்கை இராமாயணத்துக்குச் சமமாக இருக்கும்.

வரி விதிக்காமல் ஆள்வேன் என்று சொன்னேனா நான்?

இந்த மன்றத்தில் முதன்முதலில் நான் அமர்ந்த நேரத்திலேயே சொன்னேன். "நாங்கள் எதிர்த் தரப்பில் இருந்தாலும், எதிர்த் தரப்பிலே கடைசி வரையிலும் இருக்கப்போகிறோம் என்ற எண்ணத்தோடு இங்கே வரவில்லை. என்றைக்காவது ஒருநாள் பொறுப்பேற்றுக்கொள்கிற நாள் வரும் என்று பொறுப்புணர்வுடன்தான் நான் பேசினேன். வரியே போடாமல் ஆட்சி நடத்த வேண்டுமென்று நான் குறிப்பிட மாட்டேன். போடுகிற வரியைப் போடத்தக்க இடத்தில், போட வேண்டிய முறைப்படி போட வேண்டும். அப்படிப் போட்டுப் பெறுகின்ற வரிப் பணத்தைத் தக்க முறையிலே செலவழிக்க வேண்டும். வரியே போடாமல் ஆட்சி நடத்தலாம் என்று நாங்கள் சொல்லவில்லை. எதிர்க்கட்சி உறுப்பினர்கள், "வரியே

வரியே போடாமல் ஆட்சி நடத்த வேண்டுமென்று நான் குறிப்பிட மாட்டேன். போடுகிற வரியைப் போடத்தக்க இடத்தில், போட வேண்டிய முறைப்படி போட வேண்டும். அப்படிப் போட்டுப் பெறுகின்ற வரிப் பணத்தைத் தக்க முறையிலே செலவழிக்க வேண்டும்.

போட மாட்டேன் என்று சொன்னாயே?" என்று கேட்டார்கள். சொன்னேன். எப்படி? 'ஏழைகளுக்கு' என்ற ஒரு வார்த்தையை நீக்கிவிட்டிருக்கிறார்கள். "ஏழைகளுக்கு வரி போட மாட்டேன், மற்றவர்களுக்கு வரி போடுவேன், தாங்கக்கூடியவர்களுக்கு வரி போடுவேன். அப்படிப் போட்டுப் பெறுகிற வரிப் பணத்தைத் தக்க காரியங்களுக்குப் பயன்படுத்துவேன்" என்றுதான் சொன்னேன்.

திராவிட முன்னேற்றக் கழகம் அமைத்திருக்கிற இந்த அரசு, அதனால் முடிந்த அளவுக்குத் தேர்தல் காலத்தில் கொடுத்த வாக்குறுதிகளை நிறை வேற்றுவதற்குப் படிப்படியாக முயன்றுவரும் என்பதை, நம்முடைய கனம் உறுப்பினர்கள் எடுத்துச் சொன்னபடி, இந்தப் படி அரிசித் திட்டத்தின் மூலம் ஓரளவுக்கு மெய்ப்பித்திருக்கிறோம். அதைப் போல நாட்டுடைமை ஆக்கும் திட்டத்தின் கீழ், மோட்டார் பஸ் போக்குவரத்து 75 மைல்களுக்கு அப்பாற்பட்டு இருப்பதையெல்லாம் நாட்டுடைமை ஆக்க வேண்டும் என்ற முறையிலே, எங்களுடைய வாக்குறுதியை நிறைவேற்றுவதிலே அக்கறையோடு நாங்கள் இருக்கிறோம் என்பதை மெய்ப்பித்துக் காட்டியிருக்கிறோம். நில வரியினால் கஷ்டப்படுகிற மக்களுக்கு அந்தக் கஷ்டத்தைக் குறைப்பதற்கு முயற்சி எடுத்துக் கொள்வோம் என நாங்கள் சொன்னதை, ஓரளவுக்கு நிறைவேற்றுவதிலே முயற்சி எடுத்துக்கொண்டிருக்கிறோம். ஏழை எளிய மக்கள் கல்விச் சலுகை பெறுவதற்காகத் தகுந்த நடவடிக்கை மேற்கொள்ளப்படும் என நாங்கள் சொன்ன தேர்தல் கால வாக்குறுதியை நிறைவேற்றும் முறையில், புகுமுக வகுப்பில் ரூ.1,500-க்கும் அதற்கும் குறைவான வருமானம் பெறும் ஏழை எளியோர் குடும்பங்களுக்கு, அவர்கள் எந்த வகுப்பினராக இருந்தாலும் சரி - முற்பட்ட வகுப்பினராக இருந்தாலும் சரி, பின்தங்கிய வகுப்பினராக இருந்தாலும் சரி - யாராக இருந்தாலும் அவர்களுக்கு அந்த நன்மை ஏற்பட வேண்டும் என்று நாங்கள் அக்கறை காட்டியிருக்கிறோம்.

ஆக, நாங்கள் பொறுப்பேற்ற 120 நாட்களுக்குள், எங்களுடைய தேர்தல் வாக்குறுதிகளை நிறைவேற்றுவதில் எந்த அளவுக்கு ஈடுபாடு வைத்திருக்கிறோம் என்பதை அவர்கள் உற்றுக் கவனித்திருப்பார் களேயானால், 'இது அல்ல நாம் திராவிட முன்னேற்றக் கழகத்தைக் கண்டிக்கக்கூடிய காலம், இன்னும் அதற்குக் காலம் வரவில்லை' என்று எதிர்க்கட்சியினரான காங்கிரஸார் உணர்ந்திருப்பார்கள். ஆனால், அவர்களுக்கு அந்தப் பொறுமை இல்லை.

நான் எதிர்க்கட்சியில் இருந்த நேரத்தில் ஆட்சிப் பொறுப்பில் இருந்த காங்கிரஸ்காரர்களையோ தலைவர்களையோ அவமதிக்க ஒரு துளியும் கருதியதில்லை. நண்பர் கருத்திருமன் இடத்தில் அல்லது இன்னும் பொருத்தமாகச் சொல்ல வேண்டும் என்றால், திரு.பொன்னப்ப நாடார் உட்கார்ந்திருக்கிற இடத்தில் இருந்தேன். அன்று அரசாண்ட காங்கிரஸ் அமைச்சர்களை நான் பாராட்டியிருக்கிறேன். நீங்கள் சட்டசபைக் குறிப்புகளைப் பார்த்தால், 'நீங்களும் ஆளத் தகுதியுள்ளவர்கள்' என்பதை ஒப்புக்கொண்டு என்னுடைய அரசியலை நடத்திக்கொண்டிருந்தேன் என்பது உங்களுக்குப் புரியும். ஆனால் நீங்கள், நாங்கள் ஆளத் தகுதி அற்றவர்கள் என்று மனத்தை வளர்த்துக்கொண்டுவிட்டீர்கள். அதை மாற்றிக்கொள்ள கொஞ்சம் நாளாகும். ஆகையினால், குற்றம் குறைகள் என வாதாடுகிறவர்களுக்கு, நண்பர் கருத்திருமன் எடுத்துச் சொன்னபடி, இன்னும் கொஞ்ச நாள் ஆனால் சரிப்பட்டுப் போய்விடும். ஆகையினால், நான் எடுத்துக்கொண்ட முயற்சிக்குப் பாராட்டியவர்களுக்கு முதலிலே நன்றி தெரிவிக்கிறேன். என்ன இருந்தாலும் எதிர்ப்போம் என்று சொல்லக்கூடியவர்கள் யாராவது இருப்பார்களானால் வாழ்க உங்கள் வீரம் என்று வாழ்த்துகிறேன் (சிரிப்பு).

தயக்கத்தோடுதான் நிதிநிலை அறிக்கை தயாரித்தேன், ஏன்?

தயக்கத்தோடுதான் இந்த நிதிநிலை அறிக்கையைத் தயாரித்தேன், பழக்கம் இல்லை என்பது மட்டுமல்ல அதற்குக் காரணம்; ஏற்றுக்கொண்ட அரசும் அதனுடைய பொருளாதார நிலைகளும் நான் அரசு ஏற்றுக் கொண்டிருக்கிற காலத்தில் ஏற்பட்டிருக்கின்ற நெருக்கடிகளும் நல்ல ஒரு நிதிநிலை அறிக்கையை எளிதாகத் தயாரிக்கும் சூழ்நிலையை நிச்சயமாகத் தரவில்லை. அதற்காகத்தான் இருக்கிற கடனைப் பற்றிக் குறிப்பிட்டோம். அதற்கு நண்பர்கள் வாதாடினார்கள். 'அஸட்ஸ் அண்டு லயபிலிடிஸ்' பற்றி வாதாடினார்கள், 400 கோடி ரூபாய்க்குக் கடன் இருந்தால் 500 கோடி ரூபாய்க்குச் சொத்து வாங்கியிருக்கிறோம் என்று. சொத்து எவ்வளவு இருக்கிறது என்கிற கணக்கைப் பார்த்தா கடன் வாங்க வேண்டும்? கடன் வாங்குகிறவர்கள் சொத்துக் கணக்கைப் பார்ப்பது சரியான வாழ்க்கை நியதியன்று.

கடன் வாங்கலாமா, கூடாதா என்பதல்ல கேள்வி. எதற்காக வாங்கு கிறோம் என்பதுதான் கேள்வி. ஒரு ஐந்நூறு ரூபாய் என்னுடைய நண்பர் கருத்திருமனிடத்தில் கடன் வாங்கி, நான் ஒரு பசு மாடு வாங்கி, பால் கறந்து, நானும் சாப்பிட்டு மற்றவர்களுக்கும் விற்று, பணத்தை அடைத்தால் நண்பர் கருத்திருமனிடம் வாங்கிய கடனைக் கொடுக்கிற வாய்ப்புக் கிடைக்கிறது. அப்படி வாங்கப்படும் கடன், வாங்கப்பட வேண்டிய கடன், அப்படி வாங்கப்படும் கடன் முறையாகப் பெறும் கடன்; அதற்குப் பதிலாக எனக்கு வேண்டியவர் கருத்திருமன் என ஒரு ஐந்நூறு ரூபாய் கடனாகக் கொடுங்கள் என்று கேட்டு வாங்கி, ஒரு அல்சேஷன் நாய்க் குட்டியை வாங்கினேன் என்றால், அது வாங்கக்கூடிய கடன் அல்ல. காங்கிரஸ் உறுப்பினர்கள் சிலர் கேட்கலாம், "அல்சேஷன் நாய் குட்டி போடாதா? விற்கக் கூடாதா?

அதிலிருந்து லாபம் வராதா?" அவர்கள் அப்படியெல்லாம் கேட்க மாட்டார்கள் என்று நினைக்கிறேன். கேட்பார்கள் என்றால், "அந்த அல்சேஷன் ஆண் நாய்க் குட்டி" என்று சொல்லிவிடலாம் என்று கருதுகிறேன் (ஆரவாரம்).

இன்றைக்கு உலக பேங்க் ஏற்படுத்தியிருப்பதன் நோக்கம், பல நாடுகளும் கடன் வாங்க வேண்டும் என்ற எண்ணத்தோடுதான். கடன் என்பதைத் தமிழர் வாங்கும் பொருட்களுக்கு மட்டும் அன்றி, செய்ய வேண்டிய கடமைகளுக்கும் கடன் என்று பெயர் வைத்திருக்கிறார்கள். கடனே கூடாது, கடனே வாங்க மாட்டோம் என்று நாங்கள் சொல்ல வில்லை. வாங்கிய கடன் குத்துமதிப்பாக 400 கோடி ரூபாய் என்றால், வருவாய் வரும் துறைகளில் செலவழிக்கப்பட்டிருப்பது கிட்டத்தட்ட 176 கோடி ரூபாய்தான். வாங்கியிருக்கிற பணத்தில் சரியான முறையில் வருவாய் கிடைத்திருக்கிறதா என்பதை ஒரு நிபுணர் குழுவை ஆராயச் சொன்னாலும் நான் தயார்.

கடன்களைப் பிரித்துப்பாருங்கள்

மத்திய சர்க்காரிடமிருந்து வாங்கியிருக்கிற கடன்களை மூன்று வகைகளாகப் பிரிக்க வேண்டும். ஒன்று, 'டிஸ்ட்ரெஸ் லோன்' - நமக்கு நலிவு ஏற்படும்போது வாங்கிய கடன்; இரண்டாவது, 'அன்ரெம்யூன ரேட்டிவ்' லோன் - பலன் கிட்டாத கடன்கள், ஆனால் வாங்கியே தீர வேண்டும். இன்னொன்று, 'ரெம்யூனரேட்டிவ் லோன்'. அதாவது, செலவழிக்கப்பட்டால் வருவாய் கிடைக்கும் கடன்கள். இந்த மூன்றில் அன்ரெம்யூனரேட்டிவ் லோன்களும் டிஸ்ட்ரெஸ் லோன்களும் பெரும் பகுதி என்பதைக் கணக்கில் எடுத்துக்கொண்டால், கடனில் பெரும் பகுதி வருவாய் தருகிற துறையில் பயன்படுத்தப்படவில்லை. உலக பேங்கினர் இந்தக் கடன்களுக்கு எந்த அளவு வருவாய் வர வேண்டும் என்கிற கணக்குக் கொடுக்கிறார்களோ அந்த அளவு வருவாய் வரவில்லை.

அதனால், கடன் வாங்கக் கூடாது என்பதல்ல பொருள். வாங்கக் கூடிய கடன் சரியான முறையில் பயன்படுத்தப்படாமல், வருவாய் கிடைக்க வில்லை என்பதுதான் வாதம். உதாரணத்துக்குச் சொல்ல வேண்டும் என்றால், வாங்கியிருக்கும் கடனில், 100 கோடி ரூபாய் அல்லது 200 கோடி ரூபாயை லாபம் தரக்கூடிய துறையில் தொழில்கள் மூலம் கிடைக்கு மானால், அப்படி வருவாய் வந்தால், வட்டி கட்டுவதையோ முதலையே திருப்பிக் கொடுப்பதைப் பற்றியோ சங்கடப்படத் தேவையில்லை. ஆகையால்தான் இந்தக் கடனுக்குச் செலுத்த வேண்டிய 16 கோடி ரூபாய் வட்டித் தொகையை இந்தத் தடவை தள்ளிக் கொடுக்க வேண்டுமென்று மத்திய சர்க்காரின் நிதியமைச்சரைக் கேட்டுக்கொண்டேன். நம்முடைய நண்பர்கள் 'மாரடோரியம்' என்று அவசரப்படுத்துகிறார்கள். அதே சமயத்தில், இங்கு கடனைக் கொடுக்க மாட்டேன் என்கிறாரே என்று கேட்கிறார்கள். 'மாரடோரியம்' என்பது வேறு; 'கடன் ரைட் ஆப்' என்பது வேறு. ரைட் ஆப் என்று கேட்டிருந்தால் கடன் வாங்கிவிட்டு அதைத்

தள்ளிவிடு என்கிறாரே அது என்ன நியாயம் என்று கேட்கலாம். வாதத்துக்காகக் கூறுகிறேன். அப்படிக் கேட்பதற்கும் உரிமை இருக்கிறது. இதே மன்றத்தில் விவசாயிகள் பட்ட கடன்களுக்கு அவர்கள் கொடுத்த வட்டி முதலுக்கு அதிகமாகிவிட்டால், கடனைத் தள்ளிவிடலாம் என்று கூறியிருக்கிறோம். அவ்வாறு நாமும் மத்திய சர்க்காரிடம் கேட்பதற்குக் காலமும் வரலாம். ஆனால், இந்தத் தடவை நான் சென்று கேட்டது 'மாரடோரியம்' என்பதாக அல்ல.

நாங்கள் இப்போது ரூபாய்க்கு ஒரு படி அரிசி போடுவதிலேயே ஏற்படுகிற துண்டு, சிறிய நீர்ப்பாசனத் திட்டத்துக்கு வேண்டிய அதிகப் பணம் ஆகிய செலவுகள் இருப்பதால் நாங்கள் கட்ட வேண்டிய வட்டியை இந்த வருஷத்துக்குத் தள்ளிக்கொடுங்கள்; ஒத்திவையுங்கள் என்றுதான் கேட்டோம். அதை நம்முடைய நண்பர்களெல்லாம் சரியாகப் பரிசீலிக்காமல், "கடனைத் தள்ளிவிடு" என்கிறாரே என்று சொன்னார்கள். மொரார்ஜி தேசாயே இந்த அளவுக்குப் போகவில்லை. தயக்கத்தோடு அவர் பேசினார். நீங்கள் நம்புகிறீர்களோ இல்லையோ, அவர் எனது கோரிக்கைக்கு இணங்கிவருகிற நிலைகூட ஏற்பட்டது. அண்மையில் உள்ளவர்களிடமிருந்து பெறக்கூடிய கருணையைவிட, தூரத்திலுள்ளவர்களிடமிருந்து எளிதாகக் கருணை பெற முடியும்போல் இருக்கிறது.

மத்திய அரசோடு பேசும்போது எல்லோரும் ஒன்றுபடுங்கள்

ஆகவே, அருள்கூர்ந்து திராவிட முன்னேற்றக் கழக அரசு மத்திய சர்க்காரிடமிருந்து இந்த மாநில சர்க்காருக்கு உரிமைகளைப் பெற்றுத் தர முயலும்போது, நிதிகளைப் பெற்றுத் தர முயலும்போது, தொழிற்சாலைகள் ஏற்படுத்தித்தர முயலும்போது, கட்சிக் கண்ணோட்டத்தை மறந்து, நாட்டுக் கண்ணோட்டத்துடன் சர்க்காருடன் ஒத்துழைக்க வேண்டுமென்று பணிவன்புடன் கேட்டுக்கொள்ளுகிறேன். அதை நடைமுறையில் செய்வதனால் சேலம், தூத்துக்குடி ஆகிய இரண்டு திட்டங்களை வலியுறுத்துவதற்காக எழுச்சி நாள் கொண்டாடும்போது, காங்கிரஸ்காரர்கள் கலந்து கொள்ளக் கூடாது என்று அறிக்கை விடக் கூடாது. நாங்கள் எழுச்சி பெறலாம் என்று கூறுகின்றபோது 20 வருஷம் அரசாண்டிருந்தவர்கள் - ஆமாம் எழுச்சி பெறலாம் என்றுதான் சொல்ல வேண்டும்.

ஆந்திரமும் தமிழகமும் ஒன்றாக இருந்த நேரத்திலே, 'கம்போஸ்ட் மெட்ராஸ் ஸ்டேட்' என்ற நிலையில் இருந்த நேரத்திலே, புயல் நிவாரணத்துக்காக மத்திய அரசு கொடுத்த பணம், ஆந்திரமும் தமிழகமும் வேறுவேறாகப் பிரிந்தவுடன் நம்முடைய பங்குக்கு வந்திருப்பது கிட்டத்தட்ட 13 கோடி ரூபாய் ஆகும். அதற்கு இதுவரையில் வட்டி மட்டும் என்னுடைய நினைவு சரியாக இருக்குமானால் - ஐந்து கோடி ரூபாய் கட்டியிருக்கிறோம் என்று கருதுகிறேன். அந்தக் கடன் நமக்குத் திருப்பியா வரும்? புயல் அடித்ததால் மக்களுக்குச் செலவழித்தோமே பணம், அந்தப் பணத்தைத் திருப்பியா பெறப்போகிறோம்? ஆனால், அந்தப் பணத்தைக் கடனுக்கு வரவுவைத்து, அதற்கு வட்டி கட்டச் சொல்லுகிறார்கள். நியாயம்

5,000 கோடி ரூபாய் கடன் தொகையில், குறைந்தது 50%, அதாவது 2,500 கோடி ரூபாய் கடனை உடனடியாகத் தள்ளுபடி செய்ய வேண்டும் என்று மத்திய சர்க்காரை நான் கேட்டுக்கொள்வதற்கு உங்களுடைய மென்மையான ஒத்துழைப்பை நாடுகிறேன்.

என்று சொல்லுகிறீர்களா? காங்கிரஸிலே இருங்கள், வேண்டாம் என்று சொல்லவில்லை. ஆனால், நியாயத்தை விட்டுவிட்டா காங்கிரஸிலே இருப்பது? நியாயத்தின் அடிப்படையில்தானே காங்கிரஸ் அமைந்திருக்கிறது? அப்படித்தானே நீங்கள் சொல்கிறீர்கள்? நாங்களும் நம்புகிறோம். அப்படி இருக்கிறபோது, 13 கோடி ரூபாய், எப்போதோ புயல் அடித்த நேரத்தில் தரப்பட்டதே அதைக்கூட இந்த நிமிஷம் வரை தள்ளுபடி செய்யவில்லை. அதற்கும் வட்டி கட்டிக்கொண்டுவருகிறோம்.

கனடா உதவியதற்கு டெல்லிக்கு வட்டி கட்டுகிறோம்

நம்முடைய குந்தா மின்சாரத் திட்டத்துக்கென்று கனடா நாட்டவர்கள் இலவசமாகச் சில கருவிகளைத் தந்திருக்கிறார்கள். நெடுந்தொலைவில் இருப்பதாலே அவர்களுக்கு நம்மிடத்திலே கொஞ்சம் கருணை இருந்திருக்கிறது. மத்திய அரசு செய்ததெல்லாம், கனடா நாட்டுக்காரர்கள் கொடுக்கிற இயந்திரத்தை நாம் பெற்றுக்கொள்ளுவதற்கு அனுமதித்தது. அந்த இயந்திரத்தினுடைய மதிப்பு, கிட்டத்தட்ட 9 கோடி ரூபாய். இனாமாக நமக்குக் கனடா கொடுத்தது. அந்த 9 கோடி ரூபாயும் நம்முடைய சர்க்காருடைய கணக்கு அல்ல. ஆனால், அதுவும் கடனாக எழுதப்பட்டு அதற்கும் நாம் வட்டி கொடுத்துக்கொண்டுவருகிறோம். தேவை என்கிறீர்களா? நியாயம்தான் என்கிறீர்களா? நிச்சயம் சொல்ல மாட்டீர்கள்.

இந்த அடிப்படையில்தான் நிதி கமிஷன்கூட, "இந்தக் கடன்களில் தள்ளுபடி செய்ய வேண்டியதையெல்லாம் தள்ளுபடி செய்து, பலவற்றை ஒன்றாக இணைத்து, ஒரு கன்ஸாலிடேடெட் ஃபண்டு என ஆக்கி, அதற்கு ஒரு தவணை கொடுத்து, வட்டி விகிதத்தைக் குறைத்து, கொஞ்சம் பளுவைக் குறைக்க வேண்டும்" என்று கேட்டிருக்கிறார்கள். நாம் மத்திய சர்க்காருக்குச் சில இனங்களில் 5% வட்டி கொடுக்கிறோம். சில இனங்களில் 3% வட்டி கொடுக்கிறோம். சில இனங்களில் 2% வட்டி கொடுக்கிறோம். இப்படி வட்டிவீதம் மாறி மாறி இருக்கிறது. இவற்றையெல்லாம் ஒருமுகப்படுத்திச் செய்ய வேண்டும் என்று நிதி கமிஷன் சொல்லுகிறது. நான் அதற்கும் ஒரு படி முன்னாலே போய், முன்னாலே நாம் இந்த விவசாயக் கடனைத் தள்ளுபடி செய்ததைப் போலத் தள்ளுபடி செய்ய வேண்டும் என்பேன். கிட்டத்தட்ட எல்லா மாநிலங்களும் சேர்ந்து மத்திய சர்க்காருக்கு 5,000 கோடி ரூபாய் கடன் தர வேண்டியிருக்கிறது. நிரம்ப வட்டியைக் கூட்டிக்கொண்டுவருகிறார்கள். நான் குறிப்பிட்டபடி,

அவர்களும்கூட இப்படிப் பல்வேறு வகையான முறையில், வர முடியாத வகையில்தான் அந்தக் கடனை வைத்திருக்கக்கூடும். அதைப் பற்றி முழுத் தகவலும் என்னிடத்தில் இல்லை. 5,000 கோடி ரூபாய்க் கடன் தொகையில், குறைந்தது 50%, அதாவது 2,500 கோடி ரூபாய் கடனை உடனடியாகத் தள்ளுபடி செய்ய வேண்டும் என்று மத்திய சர்க்காரை நான் கேட்டுக் கொள்வதற்கு உங்களுடைய மென்மையான ஒத்துழைப்பை நாடுகிறேன்.

இது கழகம் சொல்லுகிற விவரம் என்று உங்களில் யாருக்காவது அருவருப்பு இருக்குமானால், உங்களுடைய கட்சியைச் சேர்ந்தவரும், உங்களுடைய கட்சியினாலேயே இந்த நிதி கமிஷனிலே ஒரு முறை அமர்த்தப்பட்டவரும் ஒரு மாநிலத்துக்கு ஆளுநராக இருந்தவரும், பல முறை பண்டித ஜவாஹர்லால் நேருவோடு சிறைச்சாலைக்குச் சென்ற வரும் தெளிவான அரசியல் கண்ணோட்டம் உடையவருமான கனம் சந்தானம் அவர்கள், 5,000 கோடி ரூபாய் கடனை 2,500 கோடி ரூபாயாகக் குறைக்க வேண்டும் என்று இன்றல்ல, சில ஆண்டுகளுக்கு முன்னாலேயே வலியுறுத்திச் சொல்லியிருக்கிறார். ஆகையால், அதைக் கருதியேனும் இந்தக் காரியத்திலே குறுக்கிட்டு, நமக்குக் கிடைக்கும் வாய்ப்புகளைக் கெடுக்காதீர்கள் என்று மட்டும் உங்களை நான் பணிவோடு கேட்டுக் கொள்கிறேன்.

தொழில் வளர்கிறது, ஆனால் முதலாளி யார்?

இன்னும் ஒன்று, "நாங்கள் தொழிலை வளர்த்திருக்கிறோம், நீங்கள் தொழிலை வளர்க்க ஒன்றுமே செய்யவில்லை" என்று காங்கிரஸார் சொன்னார்கள். "நாங்கள் தொழிலை வளர்த்திருக்கிறோம்" என்று மத்திய சர்க்காரையும் இணைத்துச் சொன்னார்கள். நமது முன்னாள் அமைச்சர் திரு.பூவராகன் அவர்கள் சொன்னார்கள், "பெரம்பூரிலே இல்லையா? திருச்சியிலே இல்லையா? நெய்வேலியிலே இல்லையா?" என்றெல்லாம் சொன்னார்கள். நான்கூடச் சொல்வதுண்டு, பல கூட்டங்களில். ஒரு பெரிய மாளிகையில் பணியாற்றுபவன் வீட்டுக்கு வந்து சொன்னானாம், "ஆறு வெள்ளி டம்ளரைத் துடைத்துவைத்தேன், எட்டு ரத்தின ஜமக்காளங்களை மடித்துவைத்தேன், மூன்று இரும்புப் பெட்டியைத் தூக்கிவைத்தேன்" என்று. "யாருடையது?" என்றால், "எஜமானருடையது" என்றானாம். அதைப் போல, பெரம்பூரில் இல்லையா, நெய்வேலியில் இல்லையா என்று சொல்லலாம். எங்களுக்குத் தெரிந்தவரை, அதெல்லாம் எஜமான் வீட்டு இரும்புப் பெட்டியாகத் தெரிகிறதே தவிர, நம்முடைய வீட்டுச் சாதாரணப் பெட்டியாகத் தெரியவில்லை (ஆரவாரம்).

தொழில்களை வளர்த்திருக்கிறோம் என்றால், இந்த மாநில அரசுத் துறையில் நாம் வளர்த்திருக்கிற தொழில்கள் என்ன? எவ்வளவு? சிறு கைத்தொழிலை வளர்த்திருக்கிறோம்; கூடை முடைகிறோம், பாய் முடைகிறோம். கேலிக்குச் சொல்லவில்லை. பல ஆயிரக்கணக்கான மக்களுக்கு அது வேலை கொடுத்தது. இல்லை என்று சொல்லவில்லை. ஆனால், நிரம்ப வருவாய் தரத்தக்க தொழில், ஸ்டேட் ஸெக்டாரில் -

நம்முடைய மாநில அரசுத் துறையில் இல்லை. முன்னாலே இருந்ததெல்லாம், தனிப்பட்டவர்கள் ஆரம்பிக்கின்ற தொழில்களுக்குச் சர்க்கார் ஊக்கம் கொடுத்திருக்கிறார்கள். சர்க்கார் பணம் கொடுத்திருக் கிறார்கள். அவை 'ஸ்டேட் செக்டார்' அல்ல. சர்க்காருக்கு வருமானம் தரத்தக்க துறைகள் அல்ல. ஆகவே, ஏற்கெனவே இருந்த அரசு எப்படி ஸ்டேட் செக்டாரிலே தொழில்களை ஆரம்பிக்கவில்லையோ அதைப் போல் நாங்களும் இப்போது ஆரம்பிக்கவில்லை. "அப்படித்தானா? நீங்கள் ஆரம்பிக்க மாட்டீர்களா?" என்று கேட்டால், "நூறு நாட்களுக்குள் நாங்கள் அதை ஆரம்பிக்க வேண்டும் என்று எதிர்பார்ப்பதும் அவ்வளவு விரும்பத் தக்கதல்ல" என்றுதான் சொல்ல வேண்டும். "அப்படியானால், நீங்க்ள் ஒன்றுமே செய்யவில்லையா?" என்றால், "நீங்கள் செய்யலாமா, வேண்டாமா என்று தயக்கப்பட்டுக்கொண்டிருந்த, ரஷ்ய நாட்டினுடைய கூட்டுறவோடு, அரக்கோணத்தில் ஆரம்பிக்க இருக்கிற வார்ப்படத் தொழிற்சாலை பத்து நாட்களுக்கு முன்பாக, சர்க்கார் துறையிலே துவக்கப்பட்டிருக்கிறது" என்பதை நான் தெரிவித்துக்கொள்ள விரும்புகிறேன்.

சரி, "நாங்கள் ஆரம்பித்ததைப் போல் தனிப்பட்ட முதலாளிகளுடைய தொழிலையெல்லாம் நீங்கள் ஆரம்பித்தீர்களா?" என்றால், அது ஒன்றும் நடக்காமல் போகவில்லை. மேட்டூரிலே பிளாஸ்டிக் தொழிற்சாலையைத் துவக்கிவைக்கிற காரியத்துக்கு நானே போயிருந்தேன். அதற்கு ஒரு வாரத்துக்குப் பிறகு, டாடா கம்பெனி ஆரம்பிக்கிற பெஸ்டிஸைட்ஸ் தொழிற்சாலையின் துவக்க விழாவுக்கும் நானே போயிருந்தேன். அதைப் போலவே, இண்டியா பிஸ்டன்ஸ் கம்பெனி தொழிற்சாலையை விரிவு படுத்துகிற விழாவுக்கும் நான் போயிருந்தேன். அவற்றையெல்லாம் நாம் இதிலே குறிப்பிடாததற்குக் காரணம், இவையெல்லாம் ஸ்டேட் செக்டாரிலே இல்லையே என்பதனால்தான் அடக்கத்தோடு அவற்றை நாங்கள் குறிப்பிடவில்லை. நீங்கள் கடையிலே உள்ள எல்லா சரக்கு களையும் குறிப்பிட வேண்டும் என எண்ணிக்கொண்டிருப்பீர்களானால், அதை ஒரு வரி எழுதிவிட்டிருந்தால் ஒன்றும் தவறு இருந்திருக்க முடியாது. ஆகையால்,தொழில் துறையிலே நீங்கள் காட்டிய அக்கறையை இந்த அரசு காட்டவில்லை என்ற மன மயக்கத்தைக் கொள்ள வேண்டாம். அந்தத் தொழில் துறையில் காட்டப்பட வேண்டிய அக்கறை காட்டப் பட்டுக்கொண்டுதான் வருகிறது.

சமத்துவமும் சமூக நீதியும்

என்னைப் பொறுத்தவரையில் பல காரியங்களைச் செய்யாமல் விட்டுவிடுவேனே தவிர, ஒரு காரியத்தைச் செய்துவிட்டு, பிறகு ஏன் செய்தோம் என்று வருத்தப்பட்டுக்கொள்ள மாட்டேன். ஆகையால்தான், சர்வ வல்லமை பொருந்திய நீங்கள் அப்படி ஹைஸ்கூல் வகுப்புக்கு ஸ்காலர்ஷிப் கொடுப்பதிலே நோட்டம் பார்த்து, நோட்டம் பார்த்துக் கணக்குப்பார்த்துச் செய்தீர்களே, - அந்த முறையைக் கையாள்வது எந்த சர்க்காருக்கும் தேவை - அந்தக் கணக்குகளைப் பார்த்து மட்டும் இந்தக்

காரியத்தைச் செய்யவில்லை. அதன் அடிப்படையிலே ஒரு சமூகநீதி அடங்கியிருக்கிறது. அதையும் நிதிநிலை அறிக்கையிலே குறிப்பிட்டிருக்கிறேன்.

சலுகைகள் செய்யப்பட வேண்டுமென்றால், சமுதாயத்திலுள்ள எல்லோருக்கும் அந்தச் சலுகை இருக்க வேண்டும் என்பதை சமூக நீதியாக ஒப்புக்கொள்ள மறுக்கிறேன். சமத்துவம் அல்லவா என்று நீங்கள் வாதாடலாம். சமத்துவம் என்பது எல்லோரையும் சமமாக நடத்துவது அல்ல; எல்லோருக்கும் சமமான வாய்ப்பு அளிப்பதே (Equality is not an identity of treatment but the affording of equal opportunities for all).

கந்தனுக்குக் கால் படி என்றால், கருணாநிதிக்குக் கால் படி என அர்த்தம் அல்ல. கருணாநிதி வயிற்றுக்கு அது போதாது. அதைப் போல செய்கின்ற சலுகைகள், சர்க்கார் மூலமாகக் கிடைக்கின்ற சலுகைகள் ஏற்கெனவே சமுதாயத்தில் வசதியோடு உள்ளவர்களுக்கும் போய்ச் சேர வேண்டும்; அதுதான் சமத்துவம் என்று யாராவது சொல்லுவார்களானால், அந்தச் சமத்துவத்தைப் பற்றி, அதனுடைய இலக்கணத்தை மறுபடியும் படிக்க வேண்டுமென்று நான் பணிவோடு கேட்டுக்கொள்கிறேன். அந்தச் சமூக நீதியின் அடிப்படையிலேதான் எல்லோருக்கும் இலவசக் கல்வி என்று சொல்லவில்லை. அதற்கு அதிகப் பணம்கூடச் செலவாகவில்லை. 50 லட்சம் ரூபாய்க்குக் குறைவுதான் என்று கூறப்படுகிறது. இதில் தொகை அல்ல முக்கியம்; தொக்கியிருக்கிற சமூக நீதி முக்கியம்!

கட்டணம் செலுத்தக்கூடிய வசதியுள்ளவர்கள் கட்டணம் செலுத்த வேண்டும். செலுத்த வசதியில்லாதவர்களுக்குத்தான் சர்க்கார் துணை நிற்க வேண்டும். சமூகத்தில் நலிந்தவர்களுக்கும் மெலிந்தவர்களுக்கும் ஊட்டமளித்து, தங்களுடைய ஊட்டத்தைத் தாங்களே பெற்றுக்கொள்ளக் கூடிய முறையில் வழிவகுக்க வேண்டுமென்ற முறையில்தான் பியுசி வகுப்பில் 1,500 ரூபாய்க்கும் அதற்கும் குறைவாக வருவாய் இருப்பவர்களுடைய பிள்ளைகளுக்குக் கல்வி இலவசமாக இருக்கட்டும் என்று சொன்னோம். இதிலே, முற்பட்ட சமூகத்திலேகூட ஏழைகள் இருக்கிறார்கள் என்பதை இந்த மன்றத்திலேயும் வெளியிலேயும் பல முறை பேசியிருக்கிறோம். ஆனால், நீங்கள் துணிந்து காரியத்தில் செய்ய முன்வரவில்லை. நாங்கள் துணிகரமாக இதைச் செய்திருக்கிறோம், புதுமை இல்லையா என்றால், இதுதான் புதுமை; புரட்சி இல்லையா என்றால், இதுதான் புரட்சி!

நிதிநிலை அறிக்கையில் கலந்திருக்கிறது இதயம்

புரட்சி என்றால், நம்முடைய நண்பர்கள் ஜூலை மாதம் 6-ம் தேதி ஆரம்பித்து, ஆகஸ்ட் மாதம் 27-ம் தேதி வரையில் காலம் போட்டு நடக்கும் என்று கருதுகிறார்கள், புரட்சி என்பது வெடிப்பு. எப்போது வரும் என்று யாருக்கும் தெரியாது. புரட்சியைப் பற்றி நடந்து முடிந்த பிறகு எழுதப்பட்ட வரலாறுதான் புரட்சி, பெரும்பாலான வரலாறு அதில் சம்பந்தப்படாதவர்

புரட்சி என்றால், நம்முடைய நண்பர்கள் ஜூலை மாதம் 6-ம் தேதி ஆரம்பித்து, ஆகஸ்ட் மாதம் 27-ம் தேதி வரையில் காலம் போட்டு நடக்கும் என்று கருதுகிறார்கள், புரட்சி என்பது வெடிப்பு. எப்போது வரும் என்று யாருக்கும் தெரியாது.

கள் எழுதிய வரலாறுதான். இவையெல்லாம் புரட்சி இல்லையென்றா கருதுகிறீர்கள்?

இது நாட்டு மக்களுடைய பிரச்சினை. மூன்றரைக் கோடி மக்களுடைய வாழ்வும், தாழ்வும் இந்த 64 பக்கத்தில் அடங்கியிருக்கிறது. நம்முடைய இதயமும் அதிலே கலக்கப்பட்டிருக்கிறது. நம்மைத் தேர்ந்தெடுத்த மக்களின் லட்சியங்கள் இதில் அடங்கியிருக்கின்றன. ஆகையாலே புதுமை, புரட்சி என்பதைவிட பொறுப்பு, அடக்கம் என்பது அதிகம் இருக்க வேண்டும் என்று நான் கருதினேன்.

காங்கிரஸ் கட்சியைச் சேர்ந்த ஒரு நண்பர் வெளியே பேசுகின்றபோது, "இன்றைக்கு திராவிட முன்னேற்றக் கழக அரசிடம் ஒரே ஒரு படைதான் இருக்கிறது. போலீஸ் படை. ஆனால், எங்களிடமோ முப்படைகள் இருக்கின்றன- தரைப்படை, கடற்படை, விமானப்படை" என்று பேசினார். நான் அவரது வாதத்தைப் புரிந்துகொள்ள முடியும். கடந்த இருபது ஆண்டுகளாக எல்லாவிதமான பொறுப்புகளையும் வைத்திருந்துவிட்டு, இன்றைக்கு ஒன்றுமே இல்லை என்கிறபோது இப்படிப் பேசிக்கொள்கிற மனோபாவம் ஏற்படும். "நான்தான் பில் கலெக்டரே தவிர, என் அண்ணன் சப் கலெக்டர்" என்று சொல்லிக்கொள்கிற பெருமையைப் போன்று, "இங்கே எதிர்க்கட்சியாக இருக்கிறோமே தவிர, டெல்லியிலே நாங்கள் ஆளுங்கட்சி" என்று சொல்லிக்கொள்ளலாம்.

நான் ஒன்றைச் சொல்வதற்கு வருத்தப்படக் கூடாது. அங்கேயும்கூட நிலைமை சரியாக இல்லை. அதைத் தெரிந்துகொள்ள வேண்டும். மத்திய சர்க்காரில் காங்கிரஸ் கட்சி ஆளுங்கட்சியாக இருக்கிறதே தவிர, முன்பு நண்பர் கருத்திருமன் அங்கே இருந்தபோது அவர்களுக்கு இருந்த பலம் இன்றைக்கு இல்லை. எதிர்க்கட்சிகளுக்கும் ஆளுங்கட்சிக்கும் உள்ள இடைவெளியில் 50 பேர்தான் இருக்கிறார்கள், 50 ஓட்டு வித்தியாசத்தில் தான் இன்றைக்கு மத்திய சர்க்கார் இருக்கிறது. நீங்கள் ஆளுங்கட்சியாக இருந்தாலும், உங்கள் நிலைமை என்ன என்பதை உணர வேண்டுகிறேன். முன்னால் நாடாளுமன்றத்திலே நீங்கள் ஒரு மோஷனைக் கொண்டுவந்து "ஐ மூவ் திஸ்" (I move this) என்று சொன்னால், "கேரீடு" (carried) என்று எதிரொலிக்கிற அளவுக்கு வலிவு இருந்தது. ஆனால், இன்றைக்கு, "திஸ் இஸ் நாட் தி டைம் டு மூவ் இட்" என்ற அளவில் அதைப் பரிசீலனைக்கு எடுத்துக்கொள்வதற்கு முன்பே விதிமுறைகளை விவாதிப்பதில் இரு மடங்கு ஆகிறது. ஆக, அங்கும் சங்கடமான நிலைமைதான் இருக்கிறது. நான் அனுதாபப்படுகிறேன். பரிவு காட்டுகிறேன்.

திராவிட நாடு கோரிக்கையைத்தான் விட்டிருக்கிறேன், காரணங்கள் நீடிக்கின்றன

இந்த அரசு, மத்திய அரசோடு மோதிக்கொண்டே தீர வேண்டுமென்ற எண்ணத்தில் இல்லவே இல்லை. சிலர் ரொம்ப ஆராய்ந்து உண்மையைக் கண்டுவிட்டவர்கள்போலப் பேசுகிறார்கள். முன்னாலே நாங்கள் கேட்டுக்கொண்டு வந்த திராவிட நாட்டைத்தான் இன்றைக்கு மத்திய சர்க்காரோடு போராடிப் பெற்றுவிட சுற்றிவளைத்துக்கொண்டிருப்பதாகச் சொல்கிறார்கள். அது தவறு.

நான் திராவிட நாட்டுக் கோரிக்கையை விட்டுவிட்டேன். ஆனால், திராவிட நாடு கேட்பதற்கு என்னென்ன காரணங்கள் இருந்தனவோ அவற்றில் ஒன்றைக்கூட விட்டுவிடவில்லை. அதில் ஒளிவுமறைவில்லை. அதைச் சொல்லிக்கொள்வதற்கும் வெட்கப்படுவதற்கும் ஒன்றுமில்லை. திராவிட நாடு என்று தனியாக இருந்தால், நாம் தொழில் வளர்ச்சி பெற முடியும் என்று சொன்னோம். அன்றைக்கு இந்த மன்றத்தில் இருந்த சுப்பிரமணியம் அவர்கள் திராவிட நாட்டுக் கோரிக்கையை எதிர்த்தார்கள். ஆயினும் என்ன சொன்னார்கள்? சேர்ந்து இருப்பதனால்தான் தொழில்கள் வளரும், ஒன்றாக இருந்த தொழில் துறையில் வளர்ச்சி காண்போம். பத்து வருடங்கள் கழித்துப் பார்க்கிறபோதும் இது தொழில் துறையில் வளர்ச்சி அடையாது இருந்தால், நிச்சயமாக நானே அவர்களோடு சேர்ந்து திராவிட நாடு தனித்திருக்க வேண்டுமென்று கேட்கிறேன் என்று சொன்னார்கள். திராவிட நாடு வேண்டுமென்று கேட்டதற்குக் காரணமே இங்கே தொழில் வளர்ச்சி ஏற்பட வேண்டும்; பிராந்திய சமநிலை ஏற்படுவதற்குப் புதுப் புதுத் தொழில்கள் ஆரம்பிக்கப்பட வேண்டும் என்பதுதான். அதை நாங்கள் விட்டுவிடவில்லை. அடுத்து, மொழி பாதுகாக்கப்பட வேண்டும் என்பதற்காகத் திராவிட நாடு கேட்டோம்; அதை விட்டுவிடவில்லை. மத்திய சர்க்காரிடம் அதிகாரங்கள் குவியலாக இருக்கக் கூடாது என்பதற்காகக் கேட்டோம்; அதை விட்டுவிடவில்லை. மாநில சர்க்கார் பல அதிகாரங்களைப் பல துறைகளிலும் பெற வேண்டும் என்பதற்காகக் கேட்டோம்; அதை நாங்கள் விட்டுவிடவில்லை. பண்பாடு காப்பாற்றப்பட வேண்டும் என்பதற்காகக் கேட்டோம்; அதை நாங்கள் விட்டுவிடவில்லை. ஆகவே, திராவிட நாடு நாங்கள் கேட்டதற்கான காரணங்களில் ஒன்றைக் கூட விட்டுவிடவில்லை. அதற்குக் காரணம் என்னவென்றால், அவை நியாயமான காரணங்கள். மனமார்ந்து ஏற்றுக்கொண்ட காரணங்கள்.

நாங்கள் திராவிட நாட்டை விட்டுவிட்டோம், 'திராவிட நாட்டைத்தான் விட்டுவிட்டீர்களே, ஏன் இந்தியை எதிர்க்கிறீர்கள்?' என்று கேட்டால் ஒத்துக்கொள்ள முடியுமா? இந்தி எதிர்ப்பை விட்டுவிட மாட்டோம். திராவிட நாட்டை விட்டுவிட்டதால் 'எங்களுக்குச் சேலம் இரும்பாலை வேண்டாம், ஜாம்ஷட்பூரிலேயே வையுங்கள்' என்று சொல்வோமா? நிச்சயமாகச் சொல்ல மாட்டோம். 'தூத்துக்குடி வேண்டாம், இன்னொரு கண்டலா கட்டுங்கள்' என்று சொல்வோமா? நிச்சயமாகச் சொல்ல மாட்டோம். திராவிட நாடு கிடைத்தால் என்ன என்ன பெறுவோமோ

மத்திய சர்க்காரைப் பற்றி நிதிநிலை அறிக்கையிலே பார்ட்னர்ஸ் என்று குறிப்பிட்டிருக்கிறேன். அதாவது, பங்கு கொண்டவர்கள். மேல் அதிகாரம் படைத்தவர்கள் என்பதை முழு அளவுக்கு ஒப்புக்கொள்ளத் தயாராக இல்லை.

அவை ஒவ்வொன்றையும் இந்திய யூனியனின் உள்ளே இருந்தே பெறலாம், பெற வேண்டும், பெற முடியும் என்ற நம்பிக்கையிலேதான் இருக்கிறோமே தவிர, திராவிட நாட்டுக்கான காரணங்கள் ஒன்றையும் நாங்கள் விட்டுவிடவில்லை. திராவிட நாடு பிரிந்து போக வேண்டுமென்ற அளவில் நான் சொல்லவில்லை. இந்த மன்றத்தின் மூலமாகப் பொது மக்களுக்கும் பொதுமக்களுக்கு மட்டும் அல்லாமல் மத்திய சர்க்காருக்கும் தெளிவுபடுத்த விரும்புகிறேன். திராவிட நாட்டை விட்டுவிட்டோம் என்றதாலே, காரணங்களையும் விட்டுவிட்டோம் என்பது பொருள் அல்ல. அந்தக் காரணங்கள் அப்படியே இருக்கின்றன. மத்திய சர்க்காரோடு போராடவில்லை. நமது அரசியல் சட்டத்தின் அடிப்படைப் பிரிவு களிலேயே திருத்தங்கள் வேண்டுமென்பதற்காக வாதாடுகிறேன்.

திருத்தப்பட வேண்டும் அரசியலமைப்புச் சட்டம்

இந்திய அரசியல் சட்டம் எழுதப்பட்ட நேரம் வெள்ளைக்காரன் கொடி இறக்கப்பட்டு, மூவர்ணக் கொடி ஏற்றப்பட்ட மகிழ்ச்சி வெள்ளத்தில் இருந்த நேரத்தில், '15 வருடங்களுக்கு, 20 வருடங்களுக்குப் பிறகு என்ன நிலை ஏற்படக்கூடும்' என்பதை யோசித்துப்பார்த்திருக்க முடியாது. இதை முற்றிலும் உணர்ந்து, ஆறு வருடங்களுக்கு முன்னாலே என்று கருதுகிறேன். அப்போது நிதி மந்திரியாக இருந்த டிடிகே அவர்கள் அரசியல் சட்டத்திலேயே பிரிவுகளைப் பற்றிய ரெவ்யூ, சில ஆண்டுகள் கழித்து மறுபரிசீலனை செய்யப்பட வேண்டும் என்கிற விதி அரசியல் அமைப்புச் சட்டத்திலேயே இணைக்கப்பட்டிருக்க வேண்டுமென்று பேசினார்கள். ஆகவே, அரசியலமைப்புச் சட்டம் இந்த இருபது வருட அனுபவத்தின் காரணமாக எந்தெந்த வகையில் திருத்தப்பட வேண்டும், எந்தெந்த வகையில் மாற்றப்பட வேண்டும் என்பதை எண்ணிப்பார்க்கக் கடமைப் பட்டிருக்கிறோம். அதிலே நமக்கும் மத்திய சர்க்காருக்கும் ஃபினான்சியல் ரிலேஷன்ஷிப், அட்மினிஸ்ட்ரேட்டிவ் ரிலேஷன்ஷிப், கன்சல்டேட்டிவ் ரிலேஷன்ஷிப் என்ற மூன்று வகையான தொடர்புகள் இருக்கலாம்.

ஆனால், இந்த பட்ஜெட்டைப் பொறுத்தவரையில் ஃபினான்சியல் ரிலேஷன்ஷிப்பைப் பற்றி மட்டும்தான் குறிப்பிடுகிறேன். என்னுடைய பேச்சிலேயும் இதுவரையில் அதைப் பற்றி மட்டும்தான் குறிப்பிட்டுக் கொண்டுவருகிறேன். அட்மினிஸ்ட்ரேட்டிவ் ரிலேஷன்ஷிப்பைப் பற்றிச் சொல்ல வேண்டுமென்றால், ஆயிரத்தெட்டு இருக்கிறது. இப்போது நான் நிதித் துறை பற்றியும் கடன் பற்றியும் மட்டும் குறிப்பிட விரும்புகிறேன். நம்முடைய நண்பர் திரு.காசிராமன் என்று நினைக்கிறேன். அவர்கள்

பேசும்போது மத்திய சர்க்காரைப் பற்றிச் சொன்னார்களே தவிர, அவர்கள் கொடுக்கின்ற மானியம், கிராண்ட் எவ்வளவு என்று தெரியுமா என்று கேட்டார்கள். இதைப் பற்றி திரு.கருத்திருமன் அவர்களும், திரு.விநாயகம் அவர்களும்கூடச் சொன்னார்கள், "மத்திய சர்க்கார் வருமான வரியைப் பெற்றுக்கொண்டாலும் திருப்பி அது தரப்படுகிறதல்லவா?" என்று. மத்திய சர்க்காருக்கும் நமக்கும் நிதித் தொடர்பு வரியிலே மட்டும் இல்லை. வரியிலே மட்டும் இருக்குமானால் மூன்று நான்கு பைனான்ஸ் கமிஷன் ஓரளவுக்கு அதைச் சரிப்படுத்திக்கொண்டுவருகிறது. *66%* ஆக இருந்தது இப்போது *75%* ஆக ஆக்கப்பட்டிருக்கிறது. எக்ஸைஸ் வரிகளைப் பொறுத்தவரையில் அது *50%* வரையிலும் போக வேண்டும் என்ற கருத்து வலுப்பெற்றுக்கொண்டுவருகிறது. நாளாவட்டத்தில் வசூலிக்கப்படுகின்றவற்றில் பெரும் பகுதி மாநிலங்களுக்குப் பிரித்துத் தரப்பட வேண்டும் என்ற நிலை நடைமுறைக்கு வரும். இது மட்டும்தான் நிதி சம்பந்தமான தொடர்பு என்றால், எனக்கும் குறை இருக்காது. மானியங்கள் அவர்கள் தருகிறார்கள். தரப்படுகிற மானியங்கள் தருவதற்கு ஓர் இலக்கணம் இல்லை, வரையறை இல்லை. டிஸ்கிரிஷனரி என்று சொல்லக்கூடிய அளவிலேதான், அவர்களுடைய இருப்புக்கு-பதிப்புக்குத் தக்கபடி, அவர்களுடைய எண்ணத்துக்கு, ஏற்பாட்டுக்குத் தக்கபடி, போகிறவர், வருகிறவர்களுக்குத் தக்கபடிதான் அளவு குறைகிறது, விரிகிறது. இதை நிதி கமிஷன் நன்றாகச் சுட்டிக்காட்டியிருக்கிறது.

திட்டம் யார் போடுவது?

எல்லாவற்றையும்விட அரசியல் சட்டம் தீட்டப்பட்ட நேரத்தில் துளியும் எதிர்பாரா நிலையில் நாம் ஐந்தாண்டுத் திட்ட காலத்தில் வாழ்கிறோம். இதனுடைய விளைவாகப் பேசுகிற முறையில் விரிவாகப் பேசாமல் சுருக்கமாகச் சொல்ல விரும்புகிறேன். ஆகவே, நான் திட்டம் வேண்டாம் என்கிறேன். திட்டத்துக்கு நான் விரோதி அல்ல. திட்டமிட்ட பொருளாதாரத்தை நான் எதிர்க்கட்சியிலிருந்தபோதே வரவேற்றிருக் கிறேன். ஆகவே, நான் திட்டம் வேண்டாம் என்கிறேன் என்று யாரும் தவறாகக் கொள்ள மாட்டார்கள் என்று நினைக்கிறேன்.

மத்திய சர்க்காரைப் பற்றிக் குறிப்பிடும்போது நிதிநிலை அறிக்கையிலே நான் குறிப்பிட்டிருக்கிறேன் பார்ட்னர்ஸ் என்று. அதாவது, பங்கு கொண்டவர்கள் என்று குறிப்பிட்டிருக்கிறேனே தவிர மேல் அதிகாரம் படைத்தவர்கள் என்பதைக்கூட நான் முழு அளவுக்கு ஒப்புக்கொள்ளத் தயாராக இல்லை. நிதிநிலை தொடர்பில் நமக்கும் அவர்களுக்கும் இருக்கின்ற தொடர்பு திருத்தியமைக்கப்பட வேண்டுமென்பதில் இந்த அரசு, திட்டவட்டமான கருத்து கொண்டிருக்கிறது.

நான் இப்படிச் சொல்வது எங்களால் செய்ய முடியாமல் அவர்கள் மீது பழி போடுவதற்காக அல்ல. "ரூபாய்க்கு ஒரு படி அரிசி என வழியிருந்தால் நீங்களே போடுங்கள், ஏன் மத்திய சர்க்காரிடம் சென்றுவிட்டு, போய்ப் போய் வருகிறீர்கள்?" என்று கூறினார்கள். பல காரியங்களை முன்னால்

இந்தியா முழுவதற்குமாகச் சேர்த்து உணவுக்காக 118 கோடி ரூபாய் சப்ஸிடி தரப்படுகிறது. நாம் அரிசி சாப்பிடுகிறவர்களாக இல்லாது கோதுமை சாப்பிடுகிறவர்களாக இருந்தால் 10 கோடி ரூபாயாவது நமக்குக் கிடைத்திருக்கும். நாம் அதை இழந்துவிட்டலல்லவா இருக்கிறோம்.

இருந்த அரசு செய்து, மத்திய சர்க்காரிடம் போய்ப் போய் வந்த கதைகள் நிறைய இருக்கின்றன. அது திரு.கருத்திருமன் அவர்களுக்கும் தெரியும். திரு.விநாயகம் அவர்களுக்கும் தெரியும். அதைச் சொல்வது தேவையோ தேவையில்லையோ என்றாலும் பல காரியங்களை முன்பிருந்த அரசு செய்துவிட்டு மத்திய சர்க்காரை உதவியளிக்கும்படி கேட்டிருக்கிறார்கள். திரு.காமராஜ் அவர்களை நான் சந்தித்தபோது அவர்கூடச் சொன்னார்; "நீங்கள் சண்டை போட்டால் நடக்காது, செய்துவிட்டுக் கேளுங்கள்".

கே.விநாயகம்: மாண்புமிகு முதலமைச்சர் சீக்ரெட்டை வெளியிடுகிறார்.

சி.என்.அண்ணாதுரை: இதில் சீக்ரெட் ஒன்றுமில்லை. எனக்கும் அவருக்குமுள்ள நட்பு எல்லோருக்கும் தெரியும். அவரது முறைகள் என்ன என்பது தெரியும். அவருக்கு மட்டும்தான் அது முறையாக இருக்கும். "கொடுப்பா" என்று அவர் சொன்னால், அவர் நான்கு தடவை கேட்டால் இரண்டுதடவையாவது கிடைக்கும். ஆனால் நான் சொன்னால், "உட்கார்ந்து கணக்குக் கொடு" என்றுதான் என்னிடம் சொல்வார்கள். அவர் சொன்ன முறை அவரைப் பொறுத்தவரையில் சரி, எனக்குச் சரியாக இருக்காது. செய்துவிட்டுக் கேட்கலாம் என்று அவர்கள் சொன்னார்கள். செய்துவிட்டுக் கேட்கும்போதுகூட நான் ஃபுட் சப்ஸிடி பணம் கொடுங்கள் என்று கேட்கவில்லை. அவர்களைக் கேட்க எனக்கு உரிமை இருக்கிறது. பைனான்ஸ் கமிஷன் அறிக்கையைப் பார்ப்போமானால், அதிலே மாநில சர்க்கார் உணவுப் பிரச்சினையைத் தீர்ப்பதற்காகக் கேட்டாலும், டிஸ்ட்ரஸ் அலவன்ஸ் சம்பந்தமாகக் கஷ்டங்கள் ஏற்பட்டாலும் அதற்கு மத்திய சர்க்கார் உதவ வேண்டுமென்று தெளிவாகச் சொல்லியிருக்கிறது. ஆகவே, அப்படிக் கேட்பதற்கு எனக்கு உரிமை இருக்கிறது. நியாயம் இருக்கிறது, ஆனால் நான் அப்படிக் கேட்கவில்லை. நான் அவர்களிடம் சொன்னது, எந்த முறையில் வேண்டுமானாலும் நான் கேட்பதற்குப் பெயர் வைத்துக் கொள்ளுங்கள். இவர் இர்ரிகேஷன் என்று வைத்துக்கொண்டாலும் சரி, ஃபுட் சப்ஸிடி என்று வைத்துக்கொண்டாலும் சரி, எப்படியாவது 10 கோடி முதல் 15 கோடி ரூபாய் வரை எனக்குக் கொடுத்தால் எங்கள் மாநிலத்தில் சிறிய பாசனத் திட்டத்தை எங்களுடைய அதிகாரி திரு.ராயப்பா அவர்கள் கொடுத்திருக்கின்ற திட்டத்தை நிறைவேற்றுவதன் மூலம் உணவு உற்பத்தியைப் பெருக்கி, உணவு நெருக்கடியைத் தீர்த்து, அண்டை மாநிலங்களுக்குக்கூட உணவு தரத்தக்க நிலையில் திட்டத்தை நிறை

வேற்றுவோம் என்று கேட்டோம். ஃபுட் சப்ஸிடியாகக் கேட்கலாமா என்று சொல்வதற்கு வழியில்லை. அப்படியே வைத்துக்கொள்ளுங்கள். கேட்டால் என்ன தவறு?

கோதுமை சாப்பிடாதது குற்றமா?

இந்தியா முழுவதற்குமாகச் சேர்த்து உணவுக்காக 118 கோடி ரூபாய் சப்ஸிடி தரப்படுகிறது. நாம் அரிசி சாப்பிடுகிறவர்களாக இல்லாது கோதுமை சாப்பிடுகிறவர்களாக இருந்தால் 10 கோடி ரூபாயாவது நமக்குக் கிடைத்திருக்கும். நாம் அதை இழந்துவிட்டல்லவா இருக்கிறோம். அப்படி இருக்கும்போது இந்தியா முழுவதும் தருகிற அந்தச் சலுகையில் ஒரு பகுதியை எங்களுக்கும் கொடுங்கள் என்று கேட்பதிலே எந்த விதமான நியாயக் குறையும் இல்லை. மறுபடியும் நான் கவனப்படுத்து கிறேன்; அதற்காக உதவித்தொகை கொடுங்கள் என்று கேட்கவில்லை. மற்றவற்றைப் பற்றிச் சொல்லும்போது இதையும் இணைத்து எடுத்துக் காட்டப் பயன்படுத்தியிருக்கிறேன்.

நாங்கள் மத்திய சர்க்காரோடு மோதிக்கொள்வோம் என்று கருதத் தேவையில்லை. ஜூலை மாதம் 23-ம் தேதி மோதுகின்ற காரியமல்ல. சேலம் இரும்பாலை பற்றிப் பதினைந்து வருடங்களாகப் பேசிப் பேசி நமது மக்கள் இன்றைய தினம் சலிப்படைந்துபோயிருக்கிறார்கள். எனவே, அதைப் பற்றி அவர்களுக்கு ஒன்றும் விளங்கவில்லை. முன்னால் இருந்த காங்கிரஸ் அரசும் அதைப் பெற்றுத் தரவில்லை. இப்போதுள்ள திராவிட முன்னேற்றக் கழக அரசும் பெற்றுத்தரவில்லை; சேலம் இரும்பாலை என்பது முடியவே முடியாத ஒன்று என்று மக்கள் எண்ணக் கூடும். சேலம் இரும்பாலை என்பது எவ்வளவு நியாயத்தின் அடிப்படையில் கேட்கப் பட்டது. இன்னும் சொல்லப்போனால், நாம் வெட்கப்பட வேண்டும். மூன்றாவது ஐந்தாண்டுத் திட்டத்தில் அது இணைக்கப்பட்டுவிட்டது. இணைக்கப்பட்டுவிட்ட திட்டத்தை நிறைவேற்ற முடியாது என்று மத்திய சர்க்கார் சொல்லுமானால், அதை முச்சந்தியில் நிறுத்துவோம் என்று நாங்கள் சொல்லக் கூடாதா?

விவசாயமே முதல் கவனம்

எப்படி சர்க்கார் செய்கின்ற வசதிகள் முதலிலே ஏழைக்குச் செய்து கொடுத்துவிட்டுப் பிறகு கொஞ்சம் வசதியுள்ளவர்களுக்குப் போக வேண்டுமோ அதைப் போலத்தான் நிலத்திலேகூட புஞ்சை என்பது ஏழை, நஞ்சை என்பது கொஞ்சம் வசதியுள்ளது, ஏழை நிலத்துக்கு முதலிலே வரியை நீக்கிவிட்டோம். அது கட்டபொம்மன் காலத்திலேயே கேட்கப்பட்டு வருகின்ற ஒன்று, ‘வானம் பொழியுது, பூமி விளையுது, கும்பினிக்கு ஏன் கப்பம்?’ என்று கட்டபொம்மன் காலத்திலேயே கேட்கப்பட்டது. அதை இப்போது செய்திருக்கிறோம். மற்றதற்கும் வரி நீக்குவதற்கு ஆய்வு நடத்தப்படும் என்பதில் எந்த விதமான ஐயப்பாடும் இல்லை.

15 வருடங்களுக்குப் பிறகு கிராமப்புறப் பண்ணைகளுக்குப் போனால், எம்ஏ படித்தவர்களும் பிஏ படித்தவர்களும் டிராக்டர்களை ஓட்டிக்கொண்டிருப்பதைப் பார்ப்போம். அப்போதுதான் நம்முடைய நாட்டுக்கு நல்ல காலம் என்று கருதலாம்.

விவசாய வருமான வரி கணக்குவைப்பதிலுள்ள கஷ்டங்களைப் பற்றியெல்லாம் நண்பர்கள் சொன்னார்கள். குறிப்பாக, எதிர்க்கட்சித் தலைவர் கருத்திருமன் அவர்கள் வெகு விளக்கமாகச் சொன்னார்கள். கருத்திருமன் அவர்கள் எப்போது பேசினாலும் உற்றுக் கேட்டால் விவசாயிகளுக்காகத்தான் பேசுவார். கட்சிப் பாகுபாடு என்பதுகூட அதில் இல்லை. காங்கிரஸ் ஆட்சியில் இருந்தபோதும் அதைத்தான் கேட்டார். அவரைப் பற்றி நானும் சுப்பிரமணியம் அவர்களும் வேடிக்கையாகப் பேசிக்கொள்வது வாடிக்கை. "இது கருத்திருமன் பொருளாதாரம்" என்று சொல்லுவோம். அதிலே, முக்கியத்துவம் இருக்கிறது. இல்லையென்று சொல்லவில்லை. விவசாயம் செய்பவர்களுக்கு உற்சாகம் அளித்தால்தான் விவசாயம் வளரும் என்பதை முழுக்க முழுக்க ஒப்புக்கொள்கிறேன். விவசாயிகளுக்கு எந்த அளவுக்கு ஊக்கம் அளிக்க வேண்டுமோ அதை அளிக்க வேண்டுமென்பதையும் ஒப்புக்கொள்கிறேன். ஆனால், கணக்கே வைக்க முடியாது என்று சொல்லுவது 10 வருடங்களுக்கு முன்னாலே வேண்டுமானால் முடியாமல் இருக்கலாம். இப்போது கொஞ்சம் வளர்ந்திருக்கிறோம். ஒன்றை நாம் உணர்ந்துகொள்ள வேண்டும். படித்தவர்கள் வேலைக்குப் போவார்கள். படிக்காதவர்கள்தான் விவசாயம் செய்வார்கள் என்பதை மாற்ற வேண்டும். மதிப்புக்குரிய நண்பர் கருத்திருமன் அவர்கள் பிஎஸ்ஸி படித்தவர்கள். அவர்கள் விவசாயத்திலே ஈடுபட்டிருக்கிறார்களே தவிர, உத்தியோகத்தை நாடிச்செல்லவில்லை. பல முற்போக்கான விவசாயிகள் ஒவ்வொரு கிராமத்திலும் நாலைந்து பேர்களாவது உண்டாகிக்கொண்டுவருகிறார்கள். 15 வருடங்களுக்குப் பிறகு கிராமப்புறப் பண்ணைகளுக்குப் போனால் எம்ஏ படித்தவர்களும், பிஏ படித்தவர்களும் டிராக்டர்களை ஓட்டிக்கொண்டிருப்பதைப் பார்ப்போம். அப்போதுதான் நம்முடைய நாட்டுக்கு நல்ல காலம் என்று கருதலாம். அப்படிப்பட்ட ஒரு வளர்ச்சி விவசாயத்துக்கு இயற்கையாக ஏற்படுகிறபோது, கணக்கு எழுத முடியாது என்பது அவ்வளவாக ஒத்துக்கொள்வதற்கில்லை.

ஆயினும், எதிர்க்கட்சித் தலைவர் மட்டுமல்லாமல் நம்முடைய அவினாசித் தொகுதி உறுப்பினர் வெகு உருக்கத்தோடு சொன்னார். மருதாசலம் அவர்களும் சொன்னார். இவர்களெல்லாம் சொன்னதில் என்னுடைய மனதை வெகுவாக மாற்றிவிட்டார்கள் என்பதை மெத்த மகிழ்ச்சியோடு தெரிவித்துக்கொள்ள விரும்புகிறேன். இந்த கம்பவுண்டிங் என்பதை வைத்துக்கொண்டு அதிலே எதிர்பார்க்கின்ற பலனையும் பெறுவதற்கு மாற்று என்ன என்று எதிர்க்கட்சித் தலைவர் அவர்களைக்

கேட்டேன். அவர் விவசாயிகளைத் தான் கலந்து சொல்வதாகச் சொன்னார். அதற்கான மாற்றாக நான் கருதுவது, பன்னிரண்டரை ஏக்கர் என்று வைத்திருக்கக்கூடிய அந்த அளவைக் குறைத்து போடப்பட்டிருக்கும் 5 பைசாவை 15 பைசா வைக்கலாம் என்று உறுப்பினர்கள் பேசினார்கள். வேண்டுமானால் மூன்று மடங்கு ஆக்குங்கள், நான்கு மடங்கு ஆக்குங்கள் என்று பேசினார்கள். அந்த அளவுக்கு வேண்டாம்; அந்த விகிதத்தை இரண்டு மடங்கு உயர்த்தி, பன்னிரண்டரை ஏக்கர் என்பதை ஐந்து ஏக்கர் என்று குறைத்து கம்பவுண்டிங் வைத்துக்கொள்ளலாம் என்று திருத்தத்தை ஏற்றுக்கொண்டிருக்கிறேன் என்பதை மகிழ்ச்சியோடு தெரிவித்துக்கொள்ள விரும்புகிறேன் *(ஆரவாரம்).*

இதிலிருந்து, நீங்கள் என்னைப் பற்றி மூன்று கருத்துகளைக் கொள்ள வேண்டுமென்று விரும்புகிறேன். விவசாயிகளிடத்தில் அக்கறை இருக்கிறது என்பது ஒன்று. அதே நேரத்திலே சர்க்காருடைய வருமானம் குறையக் கூடாது என்பதிலே உள்ள அக்கறை இரண்டாவது. மூன்றாவது, உங்களை எவ்வளவு மதிக்கிறேன் என்பதாகும் *(ஆரவாரம்)!*

திமுக அரசு தாக்கல் செய்த 1967-68-ம் ஆண்டுக்கான நிதிநிலை அறிக்கை மீதான பொது விவாதத்தில் முதல்வர் அண்ணா பேசிய உரையிலிருந்து தேர்ந்தெடுக்கப்பட்ட பகுதிகள்...

ஓ... அதான் விநோதமாகப் பார்த்தார்களா?

பொன்மலையில் கம்யூனிஸ்ட் கட்சி சார்பில் நடந்த தொழிலாளர் மாநாட்டில் கலந்துகொள்வதற்காகத் திருச்சிக்கு வந்தார் அண்ணா. சங்கரன்பிள்ளை விடுதிக்கு முன்னறிவிப்பின்றி வந்த அவரிடம் திண்டிவனம் ராமமூர்த்தி உள்ளிட்டோர் என்னவென்று விசாரிக்க, “பொன்மலை தொழிலாளர் மாநாட்டுக்கு காரிலேயே வந்துவிடலாம் என்று நினைத்தேன். தாம்பரத்திலேயே கார் ரிப்பேராகிவிட்டது. மீனம்பாக்கம் வரையில் தள்ளிக்கொண்டே போய்விட்டு, அங்கிருந்து விமானம் மூலம் வந்தேன்” என்றார் அண்ணா. வழக்கம்போல அன்றும் ஏனோதானோ உடையில்தான் வந்திருந்தார். சட்டைப் பொத்தான்கள்கூட ஏறுக்குமாறாகப் போடப்பட்டிருப்பதை ஒரு தொண்டர் சுட்டிக்காட்ட, “ஓ... இதனால்தான் விமானத்தில் இருந்தவர்களெல்லாம் என்னை ஏதோ டிக்கெட் எடுக்காமல் ஏறியவனைப் போல விநோதமாகப் பார்த்தார்களா?” என்று சிரித்தபடி பொத்தான்களை மாற்றிப்போட்டார் அண்ணா.

சேரிப் பகுதிகள், குடிசைப் பகுதிகள் கொடுமைகளுக்கு ஆளாகும் இருப்பிடம் என்ற நிலையை மாற்றுவோம்

> 'யாரோ அடிபட்டார்கள், இவர்கள் சும்மா இருக்கிறார்கள்' என்று யாரும் சொல்ல வேண்டாம். இந்த நாட்டிலே யாரும் யாரையும் 'யாரோ' என்று கருத வேண்டியதில்லை. எல்லோரும் ஒன்றாக வாழப் பிறந்திருக்கிறோம். ஒன்றாகப் பொதுமக்களுக்குப் பணியாற்றக் கடமைப்பட்டிருக்கிறோம்.

சி.என்.அண்ணாதுரை: சட்டமன்றத் தலைவர் அவர்களே,

தொடர்ந்து சென்னை நகரத்திலே ஏற்பட்டுக்கொண்டுவருகிற தீ விபத்துகளைப் பற்றியும் அதையொட்டி எழுந்துள்ள பிரச்சினைகளைப் பற்றியும் பேரவைக்குத் தகவல்களைத் தர விரும்புகிறேன். தீ விபத்துகள் தற்போது பெருமளவுக்குக் கட்டுப்படுத்தப்பட்டிருக்கின்றன.

முதல் இரண்டு நாட்களில் தீ விபத்துகள் ஏற்பட்டவுடன், மக்கள் மனதிலே எழுந்த பீதி உண்மையிலேயே அவர்களின் அன்றாட வாழ்க்கையை நிலைகுலையச் செய்துவிட்டது. அவையெல்லாம் குறையத்தக்க விதத்தில் தீ விபத்துகளைத் தடுப்பதற்கான நடவடிக்கையும், விபத்துகளின் அளவைக் குறைப்பதற்கும் இந்த சர்க்கார் மேற்கொண்டிருக்கிற முறைகள் பலன் அளிக்கத் தொடங்கியிருக்கின்றன. 200 குடிசைகள், 100 குடிசைகள், 50 குடிசைகள் கருகிப்போயின என்று அளவில் குறைந்து, இப்போது எங்காவது ஒரு குடிசை தீப்பற்றினால் உடனடியாக அது கண்டுபிடிக்கப்பட்டு, அந்தத் தீ பரவாமல் இருப்பதற்கான தடுப்பு நடவடிக்கைகள் வெற்றிகரமான முறையிலே நடைபெற்றுக்கொண்டுவருகின்றன.

முற்றிலும் தீ விபத்துகள் நின்றுவிட்டன என்று சொல்லவில்லை. மக்கள் மனதிலே ஏற்பட்டுள்ள பீதி அடியோடு போய்விட்டதாகச் சொல்லவில்லை. பொதுமக்கள், குறிப்பாகக் குடிசைவாழ் மக்கள் இந்தக் கோரமான நிலைக்கு - இந்தக் கொடுமைக்கு ஆளாக்கப்பட்டிருக்கிறார்களே என்று யாரும் கண் கலங்காமல் இருக்க முடியாது. அவர்களுடைய குடிசைகள் இன்றைய தினம் தீக்கு இரையாகாமல் இருந்தாலும்கூட அதில் படுத்துத் தூங்கிக்கொண்டிருக்கிற நேரத்தில், தீ விபத்து ஏற்பட்டுவிட்டால் என்ன செய்வது என்ற பீதியின் காரணமாக, அச்சத்தின் காரணமாக அவர்களில் பெரும்பாலானோர் வீதி ஓரத்திலே எல்லாம் தங்கள் வாழ்வைக் கடத்திக்கொண்டு இருக்கிறார்கள். சொத்துகளை எல்லாம் பாதை ஓரத்திலே வைத்துக்கொண்டு, தங்கள் குடிசைக்கு என்ன ஆபத்து வருமோ என்று பார்த்துக்கொண்டிருக்கிற காட்சி, உள்ளபடியே நெஞ்சுருகக் கூடியதாக இருக்கிறது. இந்த நிலைமையை நீடிக்க விடாமல் தடுப்பதற்கு, உயர்தரமான போலீஸ் அதிகாரிகள் இந்த வட்டாரங்களில் காவல் புரிந்துகொண்டுவருவதோடு, பொதுமக்களுடைய மனத்தில் பீதி ஏற்படாதவாறு தடுத்துக்கொண்டும்வருகிறார்கள். பொதுமக்களிடத்தில் தொண்டாற்றிப் பழக்கப்பட்ட தொண்டர்களும் நல்ல முறையில் அவர்களுக்கு ஆறுதல் அளித்துவருகிறார்கள்.

வீடிழந்து நிற்பவர்களுக்கு எல்லாம் மாநகராட்சி மன்றப் பள்ளிக்கூடங்களையெல்லாம் திறந்துவிட்டு, அவர்களை அங்கே தற்காலிகமாகக் குடியேற்றிவருகிறார்கள். இதன் காரணமாகப் பள்ளிக் கூடங்களுக்கெல்லாம் இரண்டு, மூன்று நாட்கள் விடுமுறை விடப்பட்டிருக்கின்றன. இதுவரை ஆறு, ஏழு நாட்களாக மாநகராட்சி மன்றம் வீடு இழந்து தெருவில் நிற்பவர்களுக்கு உணவுப் பொட்டலங்கள் வழங்கும் பொறுப்பை ஏற்றுக்கொண்டு, மதிய உணவுத் திட்டத்தின் கீழ் அமைக்கப்

எல்லா கட்சிகளைச் சேர்ந்தவர்களும், கட்சிகளுக்கு அப்பாற்பட்டுப் பொதுமக்களிடத்தில் தொடர்புகொண்டவர்களும், மாநகராட்சி மன்ற உறுப்பினர்களும் ஒன்றுகூடி உறுதி ஏற்போம், இனி புதிதாகக் குடிசைகள் சென்னை நகரத்தில் வருவதற்கு நாங்கள் இடம் தர மாட்டோம் - புதிய குடிசைகள் வராதபடி பார்த்துக்கொள்வோம்!

பட்டிருக்கிற சமையல் உணவை, சமையல் கூடங்களிலிருந்து உணவு தயாரித்துக் கொடுத்துக்கொண்டுவருகிறார்கள். அது மட்டுமல்லாமல், பொதுமக்கள் தாங்களாகவே சில உதவிகளைச் செய்துகொண்டு வருகிறார்கள். இப்படித் துன்பம் அடைந்துள்ள மக்களின் துயரைத் துடைப்பதற்கான காரியங்கள் தொடர்ந்து நடைபெற்றுவருகின்றன.

பாதிக்கப்பட்டவர்களுக்குத் தகுந்த நிவாரணம் அளிக்க எல்லா கட்சித் தலைவர்களையும் அழைத்து ஒரு தனிக் குழுவையே இந்த அரசு அமைத்திருக்கிறது. இந்தக் குழுவுக்கு என்னையே தலைமை தாங்கி நடத்தும்படியாக எல்லா கட்சித் தலைவர்களுமே பெருந்தன்மையோடு கேட்டிருக்கிறார்கள். இந்தத் தீ விபத்தினால் பாதிக்கப்பட்டவர்களுக்கு உடனடி நிவாரணம் அளிப்பதோடு, நிரந்தரமான பரிகாரம் தொடர்ந்து மேற்கொள்ளப்படுவதற்கான வழிமுறைகளைப் பற்றிக் குழுவில் பேசப்பட்டது. அதைப் பற்றி இரண்டொரு நிமிடங்களில் நான் உங்களிடத்தில் சொல்லவிருக்கிறேன்.

சென்னை நகரத்தில் இன்று திட்டமிட்ட முறையில், திட்டமிட்ட பகுதிகளில் குடிசைகள் அமைந்திருக்கின்றன என்று சொல்ல முடியாது. முன்னால் இருந்த அரசாங்கம் அதற்கு வழிவகை செய்யவில்லை. திடீர் திடீர் என்று தோன்றுகின்ற குடிசைப் பகுதிகளைக் களைவதற்கான முயற்சியில்தான் தொடர்ந்து ஈடுபட்டுவந்திருக்கிறார்கள். ஆனால், வெளியிடங்களிலிருந்து வேலை தேடி வருபவர்களும், வேறு புகலிடம் அற்றவர்களும் எந்த இடம் கண்ணாகத் தெரிகிறதோ அந்த இடத்தில் குடிசையை அமைத்துக்கொண்டுவந்தார்கள். அந்த முறையில் சென்னை நகரத்தில் 600 குடிசைவாழ் பகுதிகளை உண்டாக்கிவிட்டார்கள். இந்தக் குடிசைவாழ் பகுதிகளிலும் குடிசைகள் ஒரு முறைப்படி அமைக்கப்படவில்லை. அதன் காரணமாக ஏதாவது விபத்துகள் ஏற்பட்டால், அதைத் தடுப்பதற்குப் பத்து பேர் சேர்ந்து உள்ளே போக முடியாது. போவதற்கு வழியும் இருப்பது இல்லை. ஆகவே, விபத்துகள் ஏற்படுகிறபோது உடனடியாக மீட்சி வேலைகள் பாதிக்கப்படுகின்றன. ஆகையால், இப்போது தீ விபத்தினால் பாதிக்கப்பட்ட வீடுகளை நாம் அமைத்துக்கொடுக்கிற வேலையில் ஈடுபடுகிறபோது, அந்த இடங்களைத் திருத்தி அமைத்து, கருகிப்போய் இருக்கிற இடங்களைச் செம்மைப் படுத்தி, இனி அமைக்கப்படுகிற கூரை கீற்றால் அமைக்கப்படாது

கூடுமான வரையில் அஸ்பெஸ்டாஸ் ஷீட்டினாலோ, ஜிங் ஷீட்டினாலோ அமைத்துக்கொடுக்க வகைசெய்ய வேண்டும்.

தீ விபத்து தானாக ஏற்பட்டாலும் அதனால் பெருத்த சேதம் ஏற்படாத அளவுக்கு அவை திருத்தி அமைக்கப்பட வேண்டும் என்ற முடிவுக்கு நேற்றைய தினம் கூடிய குழு வந்திருக்கிறது. அப்படிச் செய்வதனால் சென்னை நகரத்தில் இப்போது இருக்கிற குடிசைப் பகுதிகளைப் பிரித்து அமைத்தாக வேண்டும். இதை ஒரு நான்கு வருடத்தில் திட்டமிட்டுச் செய்து முடிப்பது என்று இந்த அரசு முடிவு எடுத்திருக்கிறது. இது வெற்றி பெற எல்லா கட்சிகளின் ஒத்துழைப்பையும் பொதுமக்கள் ஆதரவையும் இந்த அரசு கேட்கிறது.

ஒரு பக்கத்தில் ஓலைக் கீற்றுக் குடிசைகளைப் பிரித்து அமைத்துக்கொண்டே இருக்கிறபோது, மற்றொரு பக்கத்தில் புதிய குடிசைகள் போடப்படுமானால், எந்த சர்க்காரானாலும் பரிகாரம் காண முடியாது. ஆகையால், எல்லா கட்சிகளைச் சேர்ந்தவர்களும், கட்சிகளுக்கு அப்பாற்பட்டுப் பொதுமக்களிடத்தில் தொடர்புகொண்டவர்களும், மாநகராட்சி மன்ற உறுப்பினர்களும் ஆகிய எல்லோரும் ஒன்று கூடி இப்போதிருக்கிற குடிசைகளைத் தவிர, இனி புதிதாகக் குடிசைகள் சென்னை நகரத்தில் வருவதற்கு நாங்கள் இடம் தர மாட்டோம், பொது மக்களிடத்தில் இதுபற்றி எடுத்துச் சொல்லி - புதிய குடிசைகள் வராதபடி பார்த்துக்கொள்வோம் என்ற உறுதியை எடுத்துக்கொள்ள வேண்டும் என்று நேற்றைய தினம் நடந்த எல்லா கட்சித் தலைவர்களும் அடங்கிய குழுக் கூட்டத்தில் முடிவுசெய்யப்பட்டிருக்கிறது.

நாம் கருதுகிறபடி, இந்தக் குடிசைகளைத் தீ விபத்துகளிலிருந்து நிரந்தரமாகப் பாதுகாக்கிற வகையில் கட்ட வேண்டுமானால், ஒரு குடிசைக்குப் போய் 400 முதல் 450 வரை செலவாகும் என்று அத்துறையில் உள்ள நிபுணர்கள் அறிவித்திருக்கிறார்கள். நிபுணர்கள் 450 என்று அறிவித்தால் நாம் முன்னின்று செய்கிறபோது 400 ஆகலாம். அதற்கும் குறைவாக அமைக்க முடியாது. இதற்குச் சர்க்கார் ஒதுக்கியிருக்கிற பணம் போக மீதம் இருப்பதைப் பொதுமக்களிடத்தில் அன்புகொண்டவர்கள், வசதி உள்ளவர்கள், தொழிலதிபர்கள், தொழிலாளர்கள் தந்துதவ முன்வர வேண்டுமென்று கேட்டுக்கொண்டதற்கிணங்க தொகைகள் வந்திருக்கின்றன.

முதலமைச்சர் பெயரால் துவக்கப்பட்டுள்ள நிவாரண நிதியிலிருந்து ரூ.10,000; திராவிட முன்னேற்றக் கழக நிதியிலிருந்து ரூ.5,000; 'தி இந்து' பத்திரிகை ரூ.5,000; புரட்சி நடிகர் எம்.ஜி.இராமச்சந்திரன் ரூ.25,000; 'யுனைடெட் இந்தியா ரோலர் ப்ளவர் மில்ஸ் லிமிடெட்' ரூ. 1,111; 'ஆனந்த விகடன்' அதிபர் எஸ்.எஸ்.வாசன் ரூ.1,000; 'ஸ்டேட் பாங்க் ஆஃப் இந்தியா ஸ்டாஃப் யூனியன்' ரூ.1,001; 'தினமணி' ரூ.5,000; 'இந்தியன் எக்ஸ்பிரஸ்' ரூ.5,000; 'மதறாஸ் பிஎல்.ரெட்டி' ரூ.5,000; சட்டமன்ற உறுப்பினர்கள் திரு.நா.நாச்சிமுத்து, திரு.கு.கிருஷ்ணமூர்த்தி இருவரும் ரூ.100; மதுரை 'சௌத் இந்தியா கார்ப்பரேஷன் லிமிடெட்' ரூ.10,000; 'சென்னை ரேஸ்

சேரிப் பகுதிகள் என்று சொல்லப்படுகின்ற பகுதிகளும் குடிசைப் பகுதிகள் என்று சொல்லப்படுகின்ற பகுதிகளும் கொடுமைகளுக்கு ஆளாகின்ற இருப்பிடம் என்ற நிலையை மாற்றி, அவற்றையெல்லாம் திருத்தியமைக்க வேண்டுமென்ற ஆர்வத்தோடு இருக்கிறேன்.

கிளப் ரூ.25,000; 'இந்தியன் பாங்க்' போர்ட் ஆப் டைரக்டர் ரூ.10,000; 'ஜெயின் மெடிக்கல் ரிலீஃப் சொசைட்டி' ரூ.2,000; 'தாதா அண்ட் கம்பெனி' ரூ.501; 'சைக்ளோன் ரிலீஃப் கமிட்டி இஞ்சினியரிங் ஒர்க்ஸ்' ரூ.179; ஹரிஜன நலத் துறை அலுவலர்கள் ரூ.101; 'புரப்பரைட்டர் ஸ்ரீ கிருஷ்ணா டெக்ஸ்டைல்ஸ்' ரூ.1,000; செக்ரட்டரி, 'பெங்கால் அஸோசியேஷன்' ரூ.675; 'நீலகிரி பஸ் ஓனர்ஸ் அஸோசியேஷன்ஸ்' ரூ.3,000; 'தினத்தந்தி' ரூ.5,000; 'மாலை முரசு' ரூ.2,000; திமுக சட்டமன்ற உறுப்பினர்கள் ரூ.1,050; இது மட்டுமல்ல, நேற்றைய தினம் மாலை என்னைச் சந்தித்த தொழிலதிபர்கள் எல்லாம் தங்களுடைய பல தொழில் நிறுவனங்களிலிருந்து பணம் திரட்டி, இரண்டு லட்சம் ரூபாய்க்குக் குறையாமல் தருவதாக வாக்களித்து இருக்கிறார்கள். அப்படி வாக்களித்ததிலே 'இந்தியா சிமென்ட்ஸ்' ரூ.25,000; 'இண்டஸ்டீரியல்ஸ் கெமிக்கல்ஸ்' ரூ.10,000; 'டிவிஎஸ்' ரூ.2,500; 'அமால்கேமேஷன் லிமிடெட்' ரூ.10,000; மருதைப் பிள்ளை ரூ.30,000... இந்தத் தொகைகளைப் படிப்பதிலே எனக்குச் சிறிது தடுமாற்றம் ஏற்படுவதை உணர்கிறேன். இவ்வளவு பெரிய தொகைகளைப் பார்த்ததும் இல்லை. பழகியதும் இல்லை. அந்தத் தயக்கமும் தடுமாற்றமும் ஏற்படுகின்றன (சிரிப்பு...)

நம்முடைய நண்பர் எதிர்க்கட்சித் தலைவர் திரு.கருத்திருமன் அவர்கள் 251 ரூபாயும், திரு.கே.விநாயகம் அவர்கள் ஒரு மாதச் சம்பளமும் கொடுக்கிறார்கள், மின்சாரத் துறையில் பணியாற்றுகிறவர்கள் எங்களிடம் ரூ.108 கொடுத்திருக்கிறார்கள். 'மதறாஸ் ரவுண்ட் டேபிள் அஸோசியேஷன்' ரூ.1,000 அளித்துள்ளார்கள். இவை எல்லாவற்றையும்விட தில்லியிலிருந்து தொலைபேசி மூலம் தெரிவித்துள்ளபடி, நமது இந்தியப் பிரதமர் அவர்கள் ரூ.50,000 இந்த நிவாரண நிதிக்காக அளித்திருக்கிறார்கள் என்பதனை மகிழ்ச்சியோடு தெரிவித்துக்கொள்கிறேன்.

இந்த நன்கொடைத் தொகைகளைக் கொண்டு நான் முன்பு சொன்னதுபோல நிவாரண வேலைகளை எடுத்து முடிக்க அந்தக் குழு முடிவுசெய்திருக்கிறது. இப்போது தீ விபத்து ஏற்பட்டிருக்கிற இடங்களுக்கு மட்டும் கிட்டத்தட்ட ஐந்து லட்சம் செலவாகக் கூடும் என்று கணக்கிடப்படுகிறது. சென்னை நகரத்தில் உள்ள ஒவ்வொரு குடிசைப் பகுதியையும் திட்டமிட்டபடி பிரித்து அமைக்கிற காரியம் நடைபெற வேண்டியிருப்பதால், இந்த கமிட்டியை 'சிட்டி ஃபயர் ரிலீஃப் அண்டு ரீஹாபிலிடேஷன் கமிட்டி' என்பதாக நிரந்தரமாக்கி, தொடர்ந்து

இதற்கான முயற்சியில் ஈடுபட வேண்டும் என்று குழு தீர்மானித்திருக் கிறது. தொடர்ந்து அதற்குத் தகுந்தபடி பத்திரிகைகளும் இதிலே காட்டி வருகிற ஆதரவுக்கும் கொடுத்துவருகிற நல்லெண்ண உதவிகளுக்கும் நான் இந்தச் சந்தர்ப்பத்தில் நன்றி தெரிவித்துக்கொள்ளக் கடமைப் பட்டிருக்கிறேன்.

முதல்கட்டமாக ஒரு கோடி ரூபாய் அளவுக்கு நிதி திரட்டி, சேரிப் பகுதிகள் என்று சொல்லப்படுகின்ற பகுதிகளும் குடிசைப் பகுதிகள் என்று சொல்லப்படுகின்ற பகுதிகளும் கொடுமைகளுக்கு ஆளாகின்ற இருப்பிடம் என்ற நிலையை மாற்றி, அந்த ஆர்வத்தை அதிகரிக்கின்ற தன்மையில் அவற்றையெல்லாம் திருத்தியமைக்க வேண்டுமென்ற ஆர்வத்தோடு நான் இருக்கிறேன். அந்த ஆர்வத்தை அதிகரிக்கின்ற தன்மையில் எல்லோரும் ஒத்துழைக்கின்ற முறையில் பொதுமக்களும் பத்திரிகைகளும் பொதுநலத் தொண்டர்களும் அரசியல் தலைவர்களும் கட்சித் தலைவர்களும் சட்டமன்ற உறுப்பினர்களும் மற்றவர்களும் செயல்பட வேண்டுமென்று விரும்பி வேண்டிக் கேட்டுக்கொள்கிறேன்.

ஏற்கெனவே சென்னை நகரத்திலே ஏற்பட்டுவிட்டிருக்கிற குடிசைவாழ் பகுதிகளை வெளிநாட்டுக்காரர்கள் பார்க்கின்றபோது, நம்முடைய நகரத்தைப் பற்றியும் நிர்வாகத்தைப் பற்றியும், மோசமான எண்ணத்தைக் கொள்ளச்செய்வது மட்டுமல்லாமல், திடீர் திடீர் என்று ஆபத்துகள் வருகின்றபோது உயிர்ச் சேதம் ஏற்படுவதையும் குழந்தைகள் துடித்துக் கொண்டு அழுவதையும் பெண்டிர் பதறி அழுவதையும் பல்லாயிரக் கணக்கானவர்கள் வீடு இழந்து, மகிழ்ச்சி இழந்து, எல்லாவற்றையும் விட சொத்து மற்ற பொருட்களை இழந்து, வாழ்வு இழந்து, மன நிம்மதியையும் இழந்துவிடுகின்ற நிலையைப் போக்கியாக வேண்டும், நீக்கியாக வேண்டும்.

இதில் எவ்விதமான அரசியல் குறுக்கீடுகளையும் நான் விரும்பு கிறவன் அல்ல, ஆதரிக்கிறவனும் அல்ல. ஆகையினால் எல்லோரும் ஒத்துழைப்புத் தர வேண்டுமென்று நான் விரும்பிக் கேட்கின்ற நேரத்தில், தீ விபத்துகள் ஏற்படுகின்ற நேரத்திலே மக்களைக் காப்பாற்ற வேண்டும் என்று சொல்கிற சிலர், சமூக விரோதமான காரியங்களில், காலித்தனமான காரியங்களில், கலவரங்களை மூட்டிவிடுகின்ற காரியங்களில், தாக்குதலை நடத்துகின்ற காரியங்களில் யார் ஈடுபட்டாலும் ஒரு துளியும் தயவு தாட்சண்யம் இல்லாமல் சட்டம் தன்னுடைய வேலையைச் செய்யும் என்பதை நான் திட்டவட்டமாகத் தெரிவித்துக்கொள்கிறேன். 'யாரோ அடிபட்டார்கள், இவர்கள் சும்மா இருக்கிறார்கள்' என்று யாரும் சொல்ல வேண்டாம். இந்த நாட்டிலே யாரும் யாரையும் 'யாரோ' என்று கருத வேண்டியதில்லை. எல்லோரும் ஒன்றாக வாழப் பிறந்திருக்கிறோம். ஒன்றாகப் பொதுமக்களுக்குப் பணியாற்றக் கடமைப்பட்டிருக்கிறோம்.

அரசியல் ஐயப்பாடுகள், பீதிகள், விபத்துகள், கலவரங்கள் இவை ஏற்படுகின்ற காலத்திலே சமூக விரோதிகள் இவற்றைப் பயன்படுத்திக்

கொள்ளக்கூடிய நிலையை உண்டாக்கக் கூடாது. அரசியல் கட்சிகள் எல்லாவற்றுக்கும் இதிலே ஒன்றுபட்ட தன்மை இருக்க வேண்டும்.

முதலமைச்சர் என்ற முறையில் பல துறைகள் எனக்கு ஒதுக்கப்பட்டிருந்தாலும், இந்தத் துறைக்கு நான் முதலிடம் - முக்கியமான இடம் அளித்துக் குடிசைகள் திருத்தியமைக்கப்பட, தீ விபத்துகள், இயற்கைக் கோளாறுகள் ஏற்பட்டால் ஏழை மக்கள் பல்லாயிரக் கணக்கானவர்கள் அல்லல்பட்டுக்கொண்டிருக்கிற நேரத்திலே ஒரு பகுதி, என்னுடைய நினைப்பிலே பெரும் பகுதி, இருக்கின்ற ஆற்றலிலே பெரும் பகுதி கொடுத்து, எனக்கு நிறைவளிக்கக்கூடிய முறையிலே பெருமளவிலே நிறைவேற்ற நான் நம்பிக்கை கொண்டிருந்தேன்; கொண்டிருக்கிறேன். அந்த நம்பிக்கையைச் செயல்படுத்துகின்ற அளவிலேயும் குழுவின் முடிவைச் செயல்படுத்துகின்ற வகையிலேயும் எல்லோரும் ஒத்துழைப்பைத் தர வேண்டுமென்று கேட்டுக்கொள்கிறேன்.

சென்னை குடிசைப் பகுதிகளில் நேரிட்ட தீ விபத்துகளின் தொடர்ச்சியாக, 08.07.1967 அன்று சட்டமன்றத்தில் முதல்வர் அண்ணா அளித்த விளக்கத்தின் சுருக்கமான வடிவம். குடிசையில்லா சூழலை உருவாக்குவதற்கான இந்தத் திட்ட முனைப்புதான் அடுத்த சில ஆண்டுகளில் கருணாநிதியின் ஆட்சிக் காலத்தில் நாட்டிலேயே முதல் முறையாகக் குடிசை மாற்று வாரியம் தமிழகத்தில் உருவாக வழிவகுத்தது.

அமைச்சர்கள் ஊதியம் ஆயிரமல்ல, இனி ஐநூறுதான்

முதல்வரான பிறகும் ஆடம்பரத்தை அறவே ஒதுக்கித்தள்ளினார் அண்ணா. காங்கிரஸ் அமைச்சர்கள் வலம் வந்த பெரிய கார்களை எல்லாம் புறந்தள்ளிவிட்டு, சிறிய கார்கள் போதும் என்று சொன்னார். அமைச்சர்களுக்காகப் பெரிய மாளிகை வேண்டாம் என்று கூறிவிட்டு, தனது சிறிய, நுங்கம்பாக்கம் வீட்டிலேயே இருந்துகொண்டார். எல்லாவற்றுக்கும் மேலாக அமைச்சர்களின் மாத ஊதியம் இனி ஆயிரம் அல்ல, ஐநூறுதான் என்று வரையறை செய்தார் அண்ணா. இப்படி அண்டை மாநிலமான கேரளத்தைச் சேர்ந்த கம்யூனிஸ்ட் அமைச்சர்களையே ஆச்சரியப்பட வைத்தவர் அண்ணா. அரசாங்கத்தில் இருந்த அலங்காரப் பதவிகளை எல்லாம் ஒழித்து, அத்தியாவசியப் பணியிடங்களை உயர்த்தினார்.

தமிழ்நாடு... வாழ்க!

நம்முடைய பிள்ளைகள், பேரப்பிள்ளைகள் நெடுங்காலத்திற்குப் பிறகு நம்முடைய இல்லங்களிலே அமர்ந்து பேசிக்கொள்கின்ற நேரத்தில், பெருமையோடு சொல்லிக்கொள்ள இருக்கிறார்கள். "என்னுடைய பாட்டனார் காலத்திலேதான் நம்முடைய நாட்டுக்குத் தமிழ்நாடு என்ற பெயர் இடப்பட்டது" என்று!

சட்டமன்றத் தலைவர் அவர்களே...

இந்த மன்றத்தின் எல்லா கட்சியினராலும் நல்ல அளவுக்கு ஒப்புக்கொள்ளப்பட்டுத் தீர்மானமாக நிறைவேற்றப்பட இருக்கின்ற தமிழ்நாடு என்று பெயரிடுகின்ற இந்த நிகழ்ச்சி, இந்த அவையிலே இன்றைய தினம் உறுப்பினர்களாக இருக்கின்ற ஒவ்வொருவருடைய வாழ்நாளிலும் மிகுந்த மகிழ்ச்சியையும், நல்ல எழுச்சியையும் தரத்தக்க ஒரு திருநாள் ஆகும். இந்தத் திருநாளைக் காண்பதற்குப் பன்னெடுங்காலம் காத்துக்கொண்டிருக்க நேரிட்டதே என்பதுதான் மகிழ்ச்சியின் இடையே நமக்கு வருகின்ற ஒரு துயரமே தவிர, நெடுங்காலத்திற்கு முன்னாலே நடைபெற்றிருக்க வேண்டிய ஒரு நிகழ்ச்சியை மிகுந்த காலம் தாழ்த்தி இன்றைய தினம் ஏற்றுக்கொண்டிருக்கிறோம். என்றாலும், இதிலே எல்லா கட்சியினரும் ஒன்றுபட்டு இந்தத் தீர்மானத்திற்கு அவர்கள் தங்களுடைய ஆதரவைத் தந்திருப்பது மிகவும் பாராட்டத்தக்கதாகும்.

நம்முடைய எதிர்க்கட்சித் தலைவர் கருத்திருமன் அவர்கள்கூட இந்தத் தீர்மானத்தை ஆதரித்தார்களே தவிர வேறில்லை. அதிலே சில ஆலோசனைகள் சொல்லியிருக்கிறோம் என்று சொல்லியிருப்பது, எதிர்க் கட்சியில் இருப்பவர்களுடைய கடமை என்ற வகையில், ஆலோசனைகள் சொல்ல வேண்டும் என்ற முறையிலேயே தவிர, எதிர்க்கிறார்கள் என்று இல்லை. ஆகையினால், இந்தத் தீர்மானம் எல்லோருடைய ஆதரவையும் பெற்று இந்தியப் பேரரசுக்கு அனுப்பிவைக்கப்பட இருக்கிறது.

இந்தியப் பேரரசிலே மிகுந்த செல்வாக்கோடு இருக்கின்ற இரண்டொரு தலைவர்களுடன் உரையாடுகின்ற வாய்ப்புக் கிடைத்தபோது, இதைப் பற்றி அவர்கள் சொல்லும்போது தமிழக சட்டமன்றத்தில் இது நிறைவேற்றப்பட்டு அனுப்பப்படுமானால், இந்திய அரசியல் சட்டத்தைத் திருத்துவதிலே தயக்கம் இருக்காது என்பதனை முன்கூட்டியே என் னிடத்தில் எடுத்துச் சொல்லியிருக்கிறார்கள். அங்குள்ள பல தலைவர்கள் அரசை நடத்துகிறவர்கள்கூட ஏற்றுக்கொள்கிறார்கள் என்று எண்ணத்தக்க விதத்தில் பத்து நாட்களுக்கு முன் நாடாளுமன்றத்தில் இந்த மாநிலத்தைப் பற்றிப் பேச வேண்டிய வாய்ப்புக் கிடைத்த நேரத்தில், அங்குள்ள உள் துறை அமைச்சர் சவான் அவர்கள் 'மெட்றாஸ் ஸ்டேட்' என்று பழக்கப் பட்டவர் - மிகுந்த அக்கறையோடும், மிகுந்த கவனத்தோடும் 'தமிழ்நாடு' என்றுதான் பேசியிருக்கிறார். ஆக, இதை அவர்களும் ஏற்றுக்கொண்டு அரசியல் சட்டத்தைத் திருத்துவதற்கான ஒரு நல்ல வாய்ப்பை இன்றைய தினம் இந்த அவையிலே நாம் பெற்றிருக்கிறோம்.

மதிப்புமிக்க ம.பொ.சி. அவர்கள், இதிலே மிகுந்த மன எழுச்சிபெற்றது இயற்கையானதாகும். அவர்கள் பல ஆண்டுகளாகத் தமிழ்நாடு என்ற பெயர் இந்த நாட்டுக்கு இடப்பட வேண்டுமென்பதில் மிகுந்த அக்கறை யோடு பாடுபட்டவர்கள். திராவிட முன்னேற்றக் கழகத் தோழர்களும் திராவிட முன்னேற்றக் கழகம் என்பதிலே 'திராவிட' என்பதை இணைத்துக்கொண்டிருப்பதாலே தமிழ்நாடு என்பதிலே அக்கறை

இல்லாமல் போய்விடுமோ என்று சிலர் எண்ணிய நேரத்தில், 'தமிழ்நாடு' என்று பெயரிடுதல் வேண்டுமென்று திராவிட முன்னேற்றக் கழகத்தைச் சார்ந்த நாங்கள் பல ஆண்டுகளாக வலியுறுத்திக்கொண்டிருக்கிறோம்.

காங்கிரஸ் கட்சியில் உள்ளவர்களும் மற்றவர்கள் கொண்டுவருகிறார்களே என்பதனால் முன்னாலே இதற்கு எதிர்ப்புத் தெரிவித்திருந்தாலும் இலக்கியத்தில் ஆதாரம் இருக்கிறதா என்று கேட்டிருந்தாலும் இன்றைய தினம் அவர்களும் தமிழ்நாடு என்று சொல்லிக்கொள்வதில் மிகுந்த பெருமைப்படுகிறார்கள். ஆகையால், இந்தத் தீர்மானம் எந்தவித எதிர்ப்பும் இல்லாமல் இந்த அவையில் நிறைவேற்றப்பட இருக்கிறது என்று கருதுகிறேன்.

இது இன்று கழகத்துக்கு வெற்றியல்ல; தமிழரசுக் கழகத்துக்கு வெற்றியல்ல; மற்ற கட்சிகளுக்கு வெற்றியல்ல - இது தமிழுக்கு வெற்றி; தமிழருக்கு வெற்றி; தமிழ் வரலாற்றுக்கு வெற்றி; தமிழ்நாட்டுக்கு வெற்றி என்ற விதத்தில் அனைவரும் இந்த வெற்றியிலே பங்குகொள்ள வேண்டும். தமிழ்நாடு என்ற பெயர் இருந்தால், வெளிநாடுகளில் உள்ளவர்கள் அறிந்துகொள்ள மாட்டார்கள் என்பது மட்டுமல்ல, நம்முடைய தொழில் அமைச்சராக முன்பு இருந்த வெங்கட்ராமன் அவர்கள், ஒரு நாட்டுக்கும் இன்னொரு நாட்டுக்கும் இடையே செய்து கொள்ளக்கூடிய ஒப்பந்தம் எல்லாம் திருத்தி எழுதப்பட வேண்டிவரும்; அதனாலே சிக்கல்கள் நாடுகளுக்கெல்லாம் விளையும் என்றெல்லாம் சொன்னார்கள். அதிலிருந்து அவர்கள் வெளிநாடுகளெல்லாம் போய் வந்தார்கள் என்பதைத்தான் கவனப்படுத்துகிறார்களே தவிர, உண்மையாக சிக்கல்கள் இருக்கின்றனவா என்பதைக் கவனப்படுத்துவதில்லை.

மதிப்புக்குரிய நண்பர் பாலசுப்பிரமணியம் அவர்கள் எடுத்துச் சொன்னபடி 'கோல்டு கோஸ்ட்' என்பது 'கானா' ஆகிவிட்டது. அதனால், எந்தவிதமான சர்வதேசச் சிக்கல்களும் ஏற்பட்டுவிடவில்லை. தமிழ்நாடு தனி நாடாகியிருந்த பெயரை விடவில்லை; இந்தியாவில் ஒரு பகுதியாக இருந்துகொண்டிருந்த பெயரை இடுவதால், இதிலே சர்வதேசச் சிக்கல்கள் எழுவதற்கு நியாயம் இல்லை. ஆகவே, இந்தத் தீர்மானத்தை அனைவரும் தங்கள் தங்கள் கட்சியின் சார்பில் ஆதரிக்க வேண்டும் என்பதை ஒரு கடமை உணர்ச்சியாகக் கொண்டதற்காக மிக்க மகிழ்ச்சியடைகிறேன்.

நண்பர் ஆதிமூலம் அவர்கள், "தமிழ்நாடு என்ற பெயர் மாற்றத்துக் காகத் தன்னைத்தானே தியாகம் செய்துகொண்ட சங்கரலிங்கனார் அவர்களுக்கு நினைவுச் சின்னம் எழுப்ப வேண்டும்" என்று குறிப்பிட்டார்கள். அதையும் அத்தனை பேரும் உள்ளத்திலே, கருத்திலே கொள்ளுவார்கள் என்று நிச்சயமாக நம்புகிறேன். அவருடைய எண்ணங்கள் இன்றைய தினம் ஈடேறத்தக்க நிலை கிடைத்திருப்பதும் அந்த நிலையை உருவாக்குவதிலே நாம் அனைவரும் பங்கு பெற்றிருக்கிறோம் என்பதும் நமக்கு எல்லாம், நம் வாழ்நாள் முழுவதும் பெருமைப்படத்தக்க காரியமாகும். நம்முடைய பிள்ளைகள், பேரப்பிள்ளைகள் நெடுங்காலத்துக்குப் பிறகு

சி.என்.அண்ணாதுரை : தமிழ்நாடு!
உறுப்பினர்கள் : வாழ்க!
சி.என்.அண்ணாதுரை : தமிழ்நாடு!
உறுப்பினர்கள் : வாழ்க!
சி.என்.அண்ணாதுரை : தமிழ்நாடு!
உறுப்பினர்கள் : வாழ்க!

நம்முடைய இல்லங்களிலே அமர்ந்து பேசிக்கொள்கின்ற நேரத்தில், பெருமையோடு சொல்லிக்கொள்ள இருக்கிறார்கள்.

"என்னுடைய பாட்டனார் காலத்திலேதான் நம்முடைய நாட்டுக்குத் தமிழ்நாடு என்ற பெயர் இடப்பட்டது; எதிர்க்கட்சியில் உட்கார்ந்து கொண்டிருந்த எனது பாட்டனார் கருத்திருமன் இதை ஆதரித்தார்" என்று கருத்திருமன் பேரப் பிள்ளைகளும் எங்களுடைய பேரப்பிள்ளைகளும் எதிர்காலத்திலே பேசக்கூடிய நல்ல நிலைமைகளையெல்லாம் அவர்கள் எண்ணிப்பார்ப்பார்களேயானால், நிச்சயமாக அந்த ஆலோசனைகூடச் சொல்லாமல் இதை ஏற்றுக்கொள்வார்கள் என்பதில் ஒரு துளியும் ஐயப்பாடு கொள்ளவில்லை. ஆகையால், இத்தீர்மானத்தை அனைவரும் ஒருமனதாக நிறைவேற்றிக் கொடுக்க வேண்டுமென்று பணிவோடு கேட்டுக்கொள்கிறேன்.

தீர்மானம் பேரவையின் முடிவுக்கு விடப்பட்டு, ஒருமனதாக நிறை வேற்றப்பட்டது - சட்டமன்றத் தலைவர் அவர்களே, வரலாற்றுச் சிறப்பு மிக்க தீர்மானத்தை நிறைவேற்றியிருக்கின்ற இந்த நாளில், 'தமிழ்நாடு' என்று நான் சொன்னதும் 'வாழ்க' என்று அவை உறுப்பினர்கள் சொல்லுவதற்குத் தங்களுடைய அனுமதியைக் கோருகிறேன்.

சி.என்.அண்ணாதுரை : *தமிழ்நாடு!*
உறுப்பினர்கள் : *வாழ்க!*
சி.என்.அண்ணாதுரை : *தமிழ்நாடு!*
உறுப்பினர்கள் : *வாழ்க!*
சி.என்.அண்ணாதுரை : *தமிழ்நாடு!*
உறுப்பினர்கள் : *வாழ்க!*

தன் தாய்க்குப் பெயரைத் தனயன் மீட்டளித்த நாளில் ஆற்றிய உரையின் சுருக்கம் இது. 18.07.1967 அன்று 'சென்னை மாகாணம்' என்றிருந்த பெயருக்கு மாற்றாக தமிழ்நாடு என்று பெயர் மாற்றத் தீர்மானத்தை நிறைவேற்றியது சட்டமன்றம்.

அண்ணாவின் கடிதங்கள்

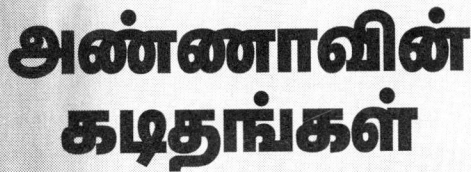

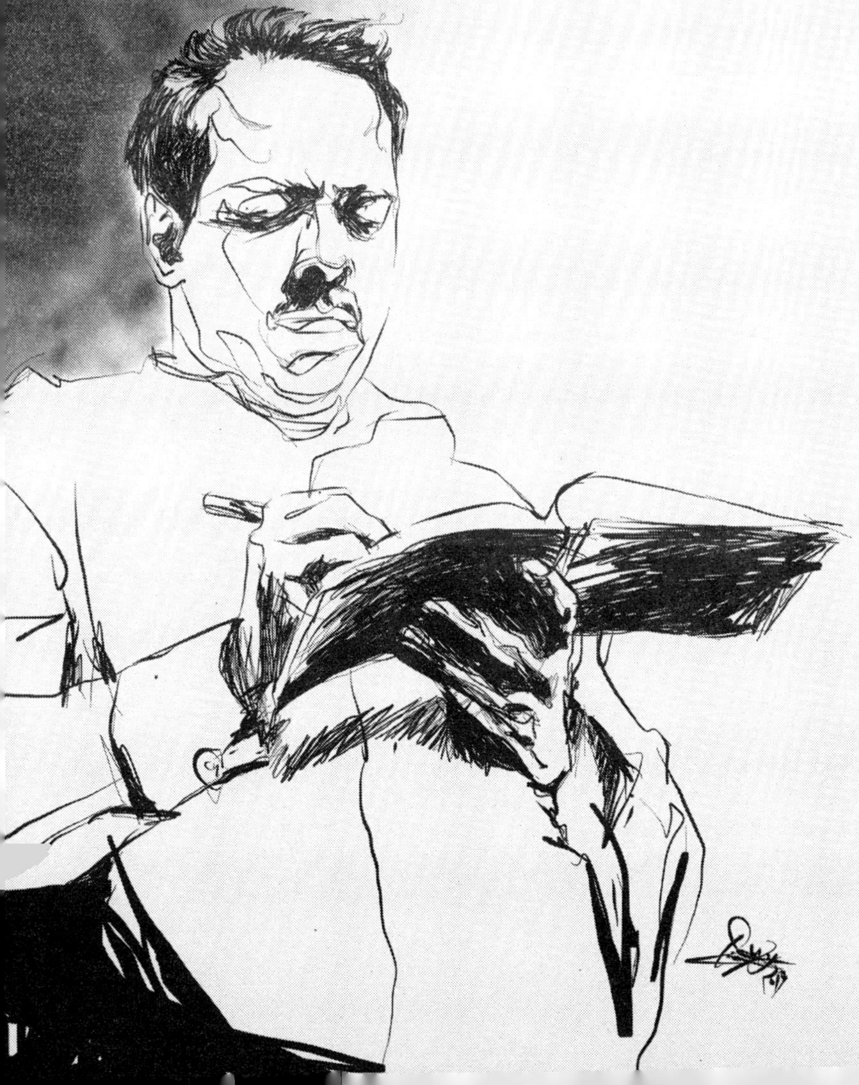

பிராமணர்களுக்கு அல்ல; பிராமணியத்துக்கே நாங்கள் எதிரிகள் என்பதைத் திரும்பத் திரும்பச் சொன்னார் அண்ணா. அதற்கேற்பச் செயல்வடிவிலும் நிறைய மாற்றங்களை முன்னெடுத்தார். 'திராவிடர் கழக'த்திலிருந்து பிரிந்து, அவர் தொடங்கிய இயக்கத்துக்கு ஏன் 'திராவிட முன்னேற்றக் கழகம்' என்று பெயரிட்டார் என்ற பின்னணியின் அடிப்படையே அதுதான். பிராமணிய ஒழிப்பில் பிராமணர்களை அமைப்புரீதியாகவே அணைத்துக்கொண்டது திமுக. திமுகவின் கட்சி விதிகள், கொள்கை வகுப்பாளர்களில் ஒருவர் என்ற அளவுக்கு வி.பி.ராமனுக்கு முக்கியத்துவம் அளித்திருந்தார் அண்ணா. 1955-ல் தன்னுடைய தம்பியருக்கு அவர் எழுதிய கடிதம் பிராமணிய ஒழிப்புக்கான அவர் செயல்திட்டத்தைத் துல்லியமாக விளக்குகிறது!

ஆரியம் இருக்கும் இடம்

தம்பி!

"ஆரியரை நடுத்தெருவில் நாள் முழுதும் போட்டு உதைத்தாலும் கேட்பதற்கு இன்று நாதி கிடையாது!"

என்ன அண்ணா! இப்படி ஒரே போடு போடுகிறாயே! இவ்விதமெல்லாம் கூறும் வழக்கமோ, கருதும் சுபாவமோ கிடையாதே, என்ன காரணம் இவ்வளவு மோசமான நடையிலே பேச என்று கேட்கத் தோன்றுகிறதல்லவா உனக்கு! 'பலே... பலே! இது ரோஷமான பேச்சு! இது வீரனின் முழக்கம்! இவ்விதம் பேசினால்தான் பிரச்சினை தீருமே தவிர, மயிலே மயிலே இறகு போடு என்றால் போடுமா?' என்று கேட்டுக் களிப்பால் துள்ளிக் குதிப்போரும் இருக்கிறார்கள்.

தம்பி! நீ கலக்கமடையவும் காரணமில்லை, அவர்கள் களிப்படையவும் தேவையில்லை. ஏனெனில், ஆரியரை நடுத்தெருவில் நாளெல்லாம் போட்டு அடித்தாலும் இன்று கேட்பதற்கு நாதி இல்லை என்ற மணிவாசகம் என்னுடையது அல்ல! 'விடுதலை'யில் வெளிவந்த வீர முழக்கம் அது; *28-9-55-ல்!*

அக்ரகாரங்கள் இந்த வீராவேச உரை கண்டதும் இடி கண்ட நாகமாக வேண்டுமென்று எண்ணினாரோ அல்லது படை வீரர்களுக்குச் சிறிதளவு உணர்ச்சி பானம் கிடைக்கட்டும் என்று கருதினாரோ, எதற்காக இவ்விதம் தீட்டினாரோ, நானறியேன். ஆனால், ஆரிய இனத்தை நடுவீதியில் போட்டு அடித்தாலும் ஏன் என்று கேட்க நாதி இல்லை என்று எழுதியவருடைய 'கைவலி' தீருவதற்கு முன்பே, நாடாளும் காங்கிரஸ் தலைவர்கள், ஆரியரின்

முகம் சிறிதளவு சுளித்துவிடுகிறது என்று தெரிந்ததும், நடுநடுங்கிப் போகிறார்கள் எனும் உண்மை, இப்போது தெரிகிறது.

இதுதான் வீரமா?

வீரம் தேவை - நிச்சயமாக! போர் முழக்கம் வேண்டும் அவ்வப்போது உணர்ச்சியூட்ட!

உள்ள நிலைமைக்குத் துளியும் பொருத்தமோ பொருளோ அற்ற வகையில், ஓங்காரக் கூச்சலிடுவது, கவைக்குதவாது என்பதை எடுத்துக் காட்டும் சம்பவம் ஒன்று நடைபெற்றிருக்கிறது. 'விடுதலை'யில் இந்த மணிவாசகம் வெளிவந்ததினாலேயே, இது பெரியாரின் கருத்து என்று கொண்டுவிடுவதற்கில்லை. ஏனெனில் பெரியார், " 'விடுதலை'யிலேயே எனக்கு விருப்பமில்லாத கருத்துகள் சிலவேளைகளிலே வந்துவிடு கின்றன; அவற்றை என் கருத்துகள் என்று நம்பிவிடாதீர்கள். என் கையெழுத்திட்டு வெளிவரும் தலையங்கத்தில் காணப்படும் கருத்துதான் என் கருத்து" என்பதாகக் கூறியிருக்கிறார். எனவே, ஆரியரை நடுவீதியில் போட்டு உதைத்தாலும் ஏன் என்று கேட்பதற்கு நாதி இல்லை என்ற அருமையான கண்டுபிடிப்பு பெரியாருடையது என்று கூறுவதற்கில்லை. பெரியார் ஸ்தானத்தை வேகமாக எட்டிப்பிடித்திடுவதாகக் கொட்டாவி விடும் குணாளர் அவ்விதம் கருதக் கூடும். எக்காரணம் கொண்டு எழுதப்பட்டிருந்தாலும், நாடாளும் காங்கிரஸ் தலைவர்களுடைய போக்கைக் கவனிக்கும்போது, இந்த வீராவேசப் பேச்சு துளியும் பொருந்துவதாகக் காணோம்.

நாதியில்லை என்று துந்துபி முழக்கம் கேட்கிறது! "ஆரியர் தாக்கப்பட்டாலும் கேட்க நாதி இல்லை" என்று முழக்கமிடும் நேரத்தில், சென்னை ராஜ்ய சர்க்கார் என்ன செய்கிறது தம்பி, கவனித்தாயா? ஆரியரின் மனதிலே ஒரு துளி சஞ்சலம், முகத்திலே ஒரு சிறு கோபக்குறி, பேச்சிலே ஒரு விதமான வருத்தம் தெரிந்ததும், கிடுகிடுவென ஆடி முகத்தைத் துடைக்கவும், முகமன் கூறவும், "ஐயா... வருந்தற்க! பிழை பொறுத்திடுக! தவறு ஏற்பட்டிருந்தால், எடுத்து இயம்பிடுக! ஏற்ற முறையில் கழுவாய் தேடிக்கொள்ளக் காத்துக் கிடக்கிறோம்! உமது உள்ளத்தில் ஒரு துளி வேதனை தோன்றினாலும் உலகம் தாங்காதே... கோபம் கொண்டு ஐயன்மீர்! எம்மீது சாபத்தை வீசாதீர்! சரணம் ஐயா... சரணம்!" என்று கெஞ்சிக் கூத்தாட முன்வருகிறது. விடுதலையார் கூறுகிறார் வீதியில் போட்டு அடித்தாலும் ஆரியருக்காகப் பரிந்து பேச நாதி இல்லை என்று! நாடாளும் தலைவர்களோ, நான் நீ என்று போட்டி போட்டுக்கொண்டு முன்வருகிறார்கள், ஆரியரின் முகக் கோணலைப் போக்க; மன வருத்தத்தை நீக்க!

செத்த பாம்பை அடிப்பவர் வீரரா?

காரணம் காட்டாமல் நண்பர் 'காரசாரமாக' எழுதிவிடவில்லை; காரணம் காட்டுகிறார் நம்பிக்கையுடன். ஆரியரை நடுத்தெருவில்

செத்த பாம்பை யாரும் அடிக்க மாட்டார்கள். கூட்டுக்கோல் கொண்டு குப்பைமேட்டில் தள்ளுவர்; குப்பைக்கூளம் போட்டுக் கொளுத்துவர். பிரத்யேகமான இயல்பு படைத்த வீரர்தான் ‘செத்த பாம்பு’ கண்டதும் அடிப்பார்!

போட்டு அடித்தாலும் ஏன் என்று கேட்க நாதி இல்லை என்கிறார், ஏன் என்ற காரணமும் கூறுகிறார். ‘ஆரியர் செத்த பாம்புகளாகிவிட்டனர்!’

பாம்பு உயிரோடு இல்லை. எனவே, அதைப் போட்டு அடிப்பதால் ஆபத்து இல்லை! அந்தத் ‘துணிவு’ கொண்டு அடிக்கும் வீரனை, ஏன் என்று யார் கேட்கப்போகிறார்கள் - கேட்க மாட்டார்கள். ஆனால், செத்த பாம்பை யாரும் அடிக்க மாட்டார்கள். கூட்டுக்கோல் கொண்டு குப்பைமேட்டில் தள்ளுவர்; குப்பைக்கூளம் போட்டுக் கொளுத்துவர். பிரத்யேகமான இயல்பு படைத்த வீரர்தான் ‘செத்த பாம்பு’ கண்டதும் அடிப்பார்!

ஆரியர் செத்த பாம்பு ஆகிவிட்டனர். அதாவது, செல்வாக்கு படுசூரண மாகிவிட்டது. எனவே, அவர்களை எப்படித் தாக்கினாலும் ஏன் என்று கேட்க நாதி இல்லை என்று எழுதி மகிழ்கிறார்.

ஆரியர் செத்த பாம்பானது எப்படி? அதற்கும் காரணம் காட்டுகிறார். “ஆரியர்களின் அட்டகாசம் பல நூற்றாண்டுகளாக இங்கே எல்லை மீறிய நிலையிலிருந்தது. ஆனால், சுய மரியாதை இயக்கத்துக்குப் பிறகு இவர்கள் செத்த பாம்புகளாகிவிட்டனர்!”

“படித்து, வீரவுணர்ச்சி பெறச் சொன்னார்களா, பிரித்துப் பிரித்து விளக்கமும் பொருத்தமும் பார்க்கச் சொன்னார்களா; அதிலும் நான் எழுதுவதை!” என்று அந்தச் சோர்விலாச் சொற்போர்க் கோமான் கோபத்துடன் கூறக் கூடும் - நமக்கு அப்படி ஒரு பழக்கத்தைப் பெரியார் ஏற்படுத்திவிட்டதாலே இந்தத் தொல்லை - யார் கூறினாலும், பொருள் இருக்கிறதா, பொருத்தம் இருக்கிறதா, முன் பின் சொன்னதற்கு முரணாகாமல் இருக்கிறதா, மூலக் கருத்தினைக் கெடுத்திடாத வகையில் அமைந்திருக்கிறதா என்றெல்லாம் பார்க்கச் சொல்கிறது. இடி ஓசை கேட்கும்போது, ஆதிதாளமா ரூபகமா என்று யாரும் ஆராய வேண்டியதில்லை. ஆனால், மன்றத்தில் அமர்ந்து, இசை பாடும்போது, தாளம் சரியாக இருக்க வேண்டும் என்றுதானே யாரும் எதிர்பார்ப்பார்கள். அந்த முறையிலே, நான் பார்க்கிறேன் தம்பி, வேறென்ன!

ஆரியருக்கு நாதி இல்லை - இந்தப் பேருண்மையை நாட்டுக்கு அளிக்கிறார். நாதி இல்லை என்பதை விளக்க உதாரணம் தருகிறார், ஆரியரை அடித்தாலும் கேட்க ஆள் இல்லை என்று கூறுகிறார்.

நாதி இல்லை என்கிறாரே அது சரிதானா?

சந்து முனையில், இருட்டு வேளையில், ஒண்டி சண்டியாக வரும் ஆரியரை அடித்துவிட்டு ஓடிவிடும் அற்ப காரியத்தை அல்ல அவர் கூறுவது, வாசகத்தைக் கவனி தம்பி! நடுத்தெருவில் நாள் முழுதும் போட்டு உதைத்தாலும் கேட்பதற்கு இன்று நாதி கிடையாது. நாள் முழுதும்! இதற்குக் காரணம், ஆரியர் செத்த பாம்பு ஆனது. ஆரியர் செத்த பாம்பு ஆனதற்குக் காரணம், சு.ம. இயக்கம்.

சரி தம்பி! இப்படி வாதம் நடத்திப்பார். சு.ம. இயக்கத்தின் பலனாக ஆரியர் செத்த பாம்பு ஆகிவிட்டார்களென்றால், செத்த பாம்பை அடிக்கக் கிளம்புவானேன். நடுத்தெருவில், நாள் முழுவதும் செத்த பாம்பைப் போட்டு அடித்துக்கொண்டு கிடப்பானேன். கோபத்தால் ஒரு தாவு தாவுவார் நண்பர், இவ்விதம் வாதாடினால்! எனவே, அவருக்கு அல்லல் வேண்டாம், அந்த வாதத்தை இந்த அளவுடன் நிறுத்திக்கொள்வோம்.

நாதி இல்லை என்கிறாரே, அது பொருந்துகிறதா என்று இந்தக் கிழமை சட்டமன்ற நடவடிக்கையைப் படித்துவிட்டு எனக்குக் கூறு தம்பி!

ஆரியரை இப்போது யாரும் அடிக்கவில்லை. சர்க்கார் சில பிரச்சாரத் தாள்களை அச்சடித்தனர். "நாதி இல்லை!" நண்பரின் திருவாக்கல்லவா இது. சர்க்கார் அச்சடித்தார்கள், ஆரியர் எச்சரித்தார்கள்; சர்க்கார் அச்சடித்ததை அழித்தொழித்தார்கள். நடுவீதியில் நாளெல்லாம் போட்டு அடித்தாலும் கேட்பதற்கு நாதி இல்லா நிலைக்கு இது எடுத்துக்காட்டா, தம்பி? எண்ணிப்பார்!

'இந்து' எழுதிய குட்டித் தலையங்கம்

தீண்டாமை ஒழிப்பு சர்க்கார் திட்டத்திலே ஒன்று - மிக முக்கியமானதும் கூட. அரசியல் சட்டம் இதை வலியுறுத்துகிறது. நாட்டு மக்களுக்கு இதை எடுத்துக்காட்டி நல்லறிவுச் சுடர் கொளுத்த, அரிஜன இலாகாவின் மூலம் சர்க்கார் பிரச்சாரத் தாள்கள் வெளியிட்டு நாடெங்கும் அனுப்பினர். தம்பி! சர்க்கார் வெளியிட்டதை அநேகமாக நீ கண்டிருக்க மாட்டாய், நமது கழகம் அதுபோல அச்சிட்டு அனுப்பியது கண்டிருப்பாய். இப்போதும் ஒருமுறை, அதைப் பார், தம்பி! அதிலே, ஆரியரை இழிவுபடுத்துவது என்ன காண்கிறோம்?

தீண்டாதவனை, "தொடாதே" என்று கூறும் வைதீகன் சர்க்கார் சட்டப்படி, சிறையில் தள்ளப்படுகிறான் என்பதை விளக்குகிறது போஸ்டர். இது, ஆரியருக்கு ஆத்திரம் மூட்டிவிட்டது. செத்த பாம்பு படமெடுத்து ஆடிற்று. சென்னை சர்க்கார், 'நாக பூஜை' செய்து, 'சினம் விடுக! பிழை பொறுத்திடுக' என்று கெஞ்சுகிறது!

டால்மியாபுரம், கல்லக்குடி ஆக்கப்பட வேண்டும் என்பதற்கான கிளர்ச்சி, பொதுமக்களிடம் பரவி இருந்ததுபோல, 'ரயில்வே ஸ்டேஷன்

ஆரியம், அனந்தாச்சாரியிடம் மட்டும் இல்லை,
அம்பலவாண முதலியாரிடமும் இருக்கிறது;
ஆதிசேஷ செட்டியாரிடமும் இருக்கிறது.
நெய்யாடிவாக்கம் முதலியாரிடமும் இருக்கிறது.
குன்னியூர் ஐயரிடமும் இருக்கிறது.

போர்டுகளில் இந்தி ஆதிக்க மொழி இருப்பது அக்கிரமம், அதனை அழித்திட வேண்டும்' என்பதற்கான கிளர்ச்சி நாட்டில் வலிவுடன் வடிவெடுத்ததுபோல, 'தமிழரின் எல்லையைப் பிற மொழியாளர் பறித்திடும் அக்ரமத்தை அனுமதிக்க மாட்டோம்' என்ற கிளர்ச்சி, நல்லோர் உள்ளத்தை எல்லாம் தொட்டு நாட்டிலே நல்ல நிலை அடைந்ததுபோல, 'ஆஹா! ஆரியரை இங்ஙனம் அவமதிப்பதா, அரசாங்கம் இந்த அக்கிரமத்துக்கு இடம்தருவதா?' என்று கோபித்துக் கொதித்தெழுந்து பொதுமக்கள் கேட்டனரா, என்றால் இல்லை.

பார்ப்பனர்கள் சிலர் - அதிலும், சர். சி.பி.ராமசாமி ஐயர், ராமசாமி சாஸ்திரிகள், ராஜகோபாலாச்சாரியார், அனந்தராமகிருஷ்ண ஐயர், டி.டி.கிருஷ்ணமாச்சாரி, வி.டி.ரங்கசாமி ஐயங்கார் போன்ற பிரபலஸ்தர்கள் கூட அல்ல; சிலர் கூடினர், சீறிப் பேசினர், திருச்சியில் நகர்ச் சதுக்கத்தில். 'இந்து' ஒரு குட்டித் தலையங்கம் தீட்டிற்று. அவ்வளவுதான்... சர்க்கார், சத்தம் வரும் திக்கு நோக்கிச் "சரணம்... சரணம்!" என்று கூவுகிறது!

"துக்க தினம் கொண்டாடுவோம்; இந்த போஸ்டர் எமது மனதைப் புண்படுத்துவதாக இருக்கிறது; உடனே வாபஸ் பெறுக!" என்று செத்த பாம்புகள் கூறின. உடனே, சகல கட்சிகளையும் அணைத்துக்கொள்ளும் சரசாங்கிச் சர்க்கார், அடியற்ற நெடும்பனையாகிறது.

"நாதி இல்லை!"

பார்த்தாயா தம்பி, நாதி யாருக்கு இல்லை என்பதை.

மொத்தம் 30,125 போஸ்டர்கள் அச்சிட்டனர். 5,000 ரூபாய் செலவிட்டனர். ஆரியர் ஒரு சிறு கண்டனம் கிளப்பினர், அவ்வளவுதான். சர்க்கார் பாய் சுருட்டிக்கொண்டது. இந்த நிலைமைக்கு என்ன பெயர்? நாதி இல்லை என்பதா? பார்ப்பனரின் மனம் புண்படக் கூடாது என்று சர்க்கார் கருதுவது கூட ஆச்சரியமல்ல, "உமது மனம் புண்படும்படி அந்த போஸ்டர் இல்லையே!" என்று விளக்கம் கூறக்கூட சர்க்கார் அச்சப்படுகிறதே, அதுதான் உண்மையிலேயே ஆச்சரியம்!

தீண்டாமை எனும் கொடுமை, ஆரிய மார்க்கத்தின் விளைவு! ஆரிய மார்க்கத்தின் பாதுகாவலர் ஆரியர். ஆகவேதான், ஆரிய உருவம் பொறித்தோம். இதை ஆட்சேபித்துப் பேசுவது அறிவற்ற செயலாகும். சர்க்கார் இத்தகைய அறிவற்ற செயலை மதிக்காது. தன் திட்டத்தை

மாற்றிக்கொள்ளாது என்று எடுத்துரைக்கும் ஆண்மையாளர் அங்கே காணோம். நடுவீதியில் போட்டு அடித்தாலும் கேட்க நாதி இல்லை என்று பேசும் வீரம் இங்கே இருக்கிறது, ஏட்டில்! அந்த ஏடு, ஆட்சிக்குக் கேடயம் ஆகி மகிழ்கிறது! தம்பி, ஆரியர் கைகொட்டிச் சிரித்திட இதைவிட வேறு என்ன வேண்டும்?

வைதீகர்கள் என்றால் பார்ப்பனர்தானா?

வைதீகர்கள் தீண்டாமையை ஆதரிக்கிறார்கள்; அவர்களுக்குச் சட்டத்தை நினைவுபடுத்தவே இந்த போஸ்டர். இதிலே பொறிக்கப்பட்டுள்ள உருவம், பார்ப்பனருடையது என்று பார்ப்பனர் ஏன் கருத வேண்டும்? தோழர் விநாயகம் எம்எல்ஏ இதைக் கேட்டார் - அந்த நேர்மையை நான் பாராட்டுகிறேன். "உச்சிக் குடுமியும் பூணூலும் பார்ப்பனருக்கு மட்டும் தானா, வன்னிய குல க்ஷத்திரியரிலே சிலருக்கு இல்லையா? ஆசாரி குலத்திலே இல்லையா?" என்று தோழர் விநாயகம் எடுத்துக் கேட்டதுடன், சர்க்கார் இந்த எதிர்ப்புக்கு மறுப்பளிக்காமல், முதுகெலும்பற்ற முறையில் நடந்துகொண்டதை இடித்துரைத்தார்.

விநாயகம் எடுத்துக்காட்டியபடி, உச்சிக் குடுமியும் பூணூலும் ஆரியர் அல்லாதவர்களிடமும் இருந்திடக் காண்கிறோம் - பொதுவாக, பண்டைப் பெருமையும் இந்து மத மாண்பும், உச்சிக் குடுமி, பூணூல், மடிசஞ்சி போன்ற கோலத்தில் இருப்பதாகக் கருதுபவர்கள் - ஆரியக் கோலத்தில் உள்ள திராவிடர்கள் இருக்கத்தான் செய்கிறார்கள். போஸ்டர், பார்ப்பனரைக் குறிப்பிட்டு அல்ல, வைதீகத்தைக் குறிப்பதாக இருக்கிறது என்று சர்க்கார் விளக்கம் அளித்திருக்கலாம். ஆனால், முதுகெலும்பு இல்லை. முப்புரியினரின் கோபத்தைத் தாங்கிக்கொள்ளும் சக்தி இல்லை. எனவே, சரணாகதி அடைகிறது.

ஆரிய ஆதிக்கத்தை அடித்து விரட்ட முடியுமா?

தம்பி, ஆரிய ஆதிக்கம் என்பது அவ்வளவு எளிதாக, சில பதவிகளைப் பார்ப்பனரல்லாதார் பெறுவதன் மூலமாக மட்டுமே போகக் கூடியதல்ல, "ஆரியரை அடித்து விரட்டுவோம், நடுவீதியில் நாள் முழுதும் அடித்தாலும் கேட்க நாதி கிடையாது" என்று பேசிவிடுவதால் போகக் கூடியதுமல்ல. ஆரியர் ஆதிக்கம் செலுத்துவதற்குக் காரணம், ஆரியம் ஆரியரிடம் மட்டுமல்லாமல், திராவிட சமுதாயத்தினரிடம் இன்னும் பெருமளவுக்கு இருப்பதனாலும், ஆரியத்திடம் அச்சப்படும் நிலையில் ஆளவந்தார்கள் இருப்பதினாலும்தான்.

எனவேதான் தம்பி, நமது கழகம் ஆரியரை ஒழித்திடும் வேலையை அல்ல; ஆரியத்தை ஒழித்திடும் வேலையில் ஈடுபடுகிறது. இது ஆரியரை ஆதரிக்கும் அற்பத்தனம் என்று கூறுவோர், நாம் மனித உருவம் பெற்றிருப்பதே சகிக்க முடியாத அக்கிரமம் என்ற அளவுக்குத் 'துவேஷம்' கொண்டவர்கள்.

ஆரியம் இருக்குமிடம் அக்ரகாரம் மட்டும் இல்லை தம்பி!

ஆரியம், அனந்தாச்சாரியிடம் மட்டும் இல்லை, அம்பலவாண முதலியாரிடமும் இருக்கிறது; ஆதிசேஷ செட்டியாரிடமும் இருக்கிறது. நெய்யாடிவாக்கம் முதலியாரிடமும் இருக்கிறது. குன்னியூர் ஐயரிடமும் இருக்கிறது. விநாயகம் எடுத்துக்காட்டியபடி, உச்சிக் குடுமியும் பூணூலும் கூட ஆரியரிடம் மட்டுமல்லவே, படையாச்சிகளிடம் இருக்கிறது, நாயுடுகளிடம் இருக்கிறது; ஏன் காமராஜரின் நாடார் சமூகத்தில்கூட பழமை விரும்பிகளிடம் இருந்திடக் காண்கிறோம். எனவேதான், ஆரியரை ஒழிப்பது என்பது நமது திட்டமாகாமல், ஆரியத்தை ஒழிப்பது நமது திட்டமாக இருக்கிறது. இதிலே நமக்குத் தெளிவும் நம்பிக்கையும் ஏற்படும் வகையில் பெரியார் அறிவுரை கூறியிருக்கிறார். நாம் அந்தப் பாதையில் செல்கிறோம்.

ஆரியம் ஆரியரிடம் மட்டுமல்ல; திராவிடரிடமும் புகுத்தப் பட்டிருக்கிறது. அதைப் புகுத்திப் பாதுகாத்துவரும் பணியில், ஆரியர், ஆரியக் கோலத்தில் இல்லாவிடினும்கூட ஈடுபடக் காண்கிறோம். எனவே, ஆரியம் களையப்படுவதற்கான அறிவுப் பிரச்சாரத்தைத் திறம்பட நடத்துவதுதான் முறையே தவிர, அக்ரகாரத்தில் தீ மூட்டுவதல்ல என்று கூறுகிறோம்.

எனவே தம்பி! நாம் ஆரியத்தை, அறிவுச் சுடரால் அழித்தொழிக்க வேண்டும் - அந்த ஆரியம் அக்ரகாரத்தில் மட்டுமில்லை! "எட்டிப் போடா சூத்திரப் பயலே!" என்ற ஐயர் பேச்சும் ஆரியம்தான்... "கிட்டே வராதே சேரிப் பயலே" என்று பேசும் முதலியார் முடுக்கும் ஆரியம்தான்! "படையாச்சிக்கு இவ்வளவு உயர்வா?" என்று கேட்கும் பேச்சும் ஆரியம் தான்! "மறவர் முன்பு மட்டு மரியாதையோடு நட. தேவர் வருகிறார், எழுந்து நில். நாடார் அழைக்கிறார், ஓடிவா! செட்டியார் கேட்கிறார், தட்டாமல் கொடு!" என்று ஆரியம், பலப்பல முறைகளிலே தலை விரித்தாடுகிறது தம்பி, பல முறைகளில்!

ஆரியம் இருக்கும் இடம் அக்ரகாரம் மட்டுமல்ல!

பாரேன் தம்பி! "ஆரிய ஆச்சாரியார் விலகினார், திராவிட காமராஜர் வந்தார்" என்று 'உருவம்' கண்டு உள்ளம் பூரித்துக்கிடந்தது என்ன ஆயிற்று? ஆரியம் திராவிட உருவினர் ஆட்சியிலும் இருந்துகொண்டு, "வெற்றி... வெற்றி!" என்று கொக்கரிக்கிறதே! எனவே, நமது பணி தம்பி, அக்ரகாரத்தை நோக்கிப் படை எடுத்து, அதை பஸ்மீகரம் செய்துவிடப் போவதாகக் கூறிவருவது அல்ல; ஆரியம் இருக்கும் இடமெல்லாம் அறிவுச் சுடர் கொளுத்தி, அதன் மூலம் ஆரியத்தை ஒழிப்பது ஆகும்!

அன்புள்ள,
அண்ணாதுரை
9-10-1955

அண்ணாவின் முதல் அரசியல் கூட்டத்தில் என்ன நடந்தது?

அண்ணா கல்லூரிப் படிப்பு முடிந்ததும் தன் சிற்றன்னை ராஜாமணி அம்மையாருடன் தங்கச்சாலை பெத்துநாயக்கன்பேட்டையில் குடியிருந்தார். அவர் வீட்டுக்குப் பக்கத்தில் எஸ்.அரங்கநாதன் என்பவர், 'சுயமரியாதை இளைஞர் மன்றம்' என்று ஒரு சங்கத்தை நடத்திவந்தார். இளைஞர்களை மேடைப் பேச்சில் வல்லவர்களாகப் பழக்கப்படுத்துவதுதான் இச்சங்கத்தின் நோக்கம். அந்த மன்றத்தில் ஒரு நூலகம் உண்டு. அங்கு டாக்டர் தர்மாம்பாளின் மகன் டாக்டர் சிற்சபையும் அண்ணாவும் அடிக்கடி வருவது வழக்கம். அப்படி வருகையில், மற்றவர்கள் பேசிப்பழகுவதைக் கவனிப்பார் அண்ணா. ஒருநாள் அந்த சங்க நிர்வாகி அண்ணாவிடம், "நீங்க எம்ஏ படிச்சிருக்கீங்களே; ஏன் பேசிப் பழகக் கூடாது?" என்று கேட்டார். அதற்கு ஒப்புக்கொண்ட அண்ணா ஒரு நாள் பேச, எல்லோருக்கும் ஆச்சரியம். இந்த இளம் வயதில் இப்படியொரு பேச்சா என்று வியந்துவிட்டார்கள். ஒருநாள் சிற்சபையின் குடும்ப நண்பரும் 'நவமணி' பத்திரிகை ஆசிரியருமான பக்கிரிசாமி, ஒரு அழைப்பிதழைக் கொண்டுவந்து கொடுத்தார். பச்சையப்பன் கல்லூரி மண்டபத்தில் நீதிக் கட்சியைச் சேர்ந்த முக்கிய தலைவர்கள் பேசுகிற கூட்டத்துக்கான அழைப்பிதழ் அது. கூட்டத்துக்கு சர் ஏ.பி.பாத்ரோ தலைமை ஏற்க, சர் கே.வி.ரெட்டி, திவான் பகதூர் சி.நடேச முதலியார் உள்ளிட்டோர் சிறப்புரையாற்றுவதாகவும் ஏற்பாடாகியிருந்தது. இந்தக் கூட்டத்தில் அண்ணாவைப் பேச வைக்க நினைத்தார் சிற்சபை. அவரது யோசனைப்படி பக்கிரிசாமி அதற்கான ஏற்பாடுகளைச் செய்தார். அந்தக் கூட்டத்தில் அண்ணாதுரை பேச அழைக்கப்பட்டதும் கூட்டத்தினர் யார் அது என்று மேடையைக் கண்களால் துழாவினார்கள். ஆனால், அண்ணாவோ கூட்டத்தின் மத்தியில் இருந்து எழுந்து மேடைக்குப் போனார். பெரும் செல்வந்தர்கள் நடுவே, நாலுமுழ வேட்டி, சாதாரண ஜிப்பாவுடன் கேலிக்குரிய தோற்றத்தில் மேடை ஏறினார். அவர் என்ன பேசிவிடப் போகிறார் என்று மேடையிலிருந்த பட்டு வேட்டி, ஜரிகைத் தலைப்பாகைகள் முகம் சுழித்தன. 'கேன் ஐ ஸ்பீக்?' என்று அனுமதி கோரும் தொடருடன் தொடங்கிய அண்ணா, தனது அரசியல் பேச்சை முதன்முதலாக அரங்கேற்றினார். கூட்டத்தினர் அத்தனை பேரும் அண்ணாவின் பேச்சில் தங்களையே பறிகொடுத்தார்கள். கொடுக்கப்பட்ட 15 நிமிடங்கள் முடிந்துவிட்டன என்றாலும், பார்வையாளர்களின் ஆர்வத்துக்காக மேலும் பேசும்படி கூட்டத் தலைவர் கேட்டுக்கொண்டார். "எதிர்காலத்தின் தலைசிறந்த பேச்சாளனை இந்தக் கூட்டம் அடையாளம் காட்டியிருக்கிறது" என்று பாத்ரோ சொன்னது பொய்க்கவில்லை.

பல்வேறு அடக்குமுறைகளை எதிர்கொண்டுதான் ஆட்சிக்கு வந்தார் அண்ணா. தமிழ்நாட்டில் ஒரு மாபெரும் சக்தியாக அண்ணா வளர்ந்த பிறகும் அவர் எப்படிக் கையாளப்பட்டார் என்பதை இந்தக் கடிதம் காட்டுகிறது.

கொட்டடி எண்: 9

தம்பி!
முடுகு முரசொலி
முடுகு முழவொலி
முடுகு முருடொலி
முடி விலாக்
கடுகு பறையொலி
கடுகு கலமொலி
கனிவெழாத்
தொடுகு குழலொலி
தொடுகு குரலொலி
தொடுகு துதியொலி
தொடுதலாற்
படுகு முகிலொலி
படுகு கடலொலி
படுதலில் மணமாயதே!

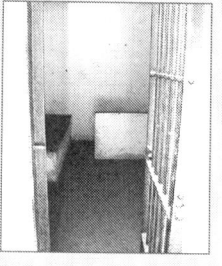

உடன்பிறந்தோரே! தமிழகத்தைக் காட்டுகிறார் கவி! ஆங்கு எழும் ஒலிகளைக் கேட்கச் சொல்கிறார்.

இன்றைய தமிழகத்தில் நித்தநித்தம் கேட்டிடக் கிளம்பிடும் 'ஒலி', அனைவர் உள்ளத்தையும் வாட்டுவதாக உள்ளது. ஒரேவழி, பழந் தமிழகத்தைப் புலவர் பெருமக்கள் காட்டிடக் காண்பது பயனற்றதாகி விடாது; பெருமூச்சும் புன்னகையும் கலந்திடும் ஓர் நிலை தரும்.

அந்நிலையில்தானே உள்ளோம்! இருந்ததையும், இனி காண விழை வதையும் எண்ணிடுங்காலை புன்னகை; இருப்பதையும் இழப்பதையும் எண்ணிடும்போதோ பெருமூச்சு!

பொங்கற் புதுநாள் என்று வரும்... என்று வரும் என்று ஆவலுடன் வரவேற்கும் நிலையுடையார், அதிகம் இல்லை; வருமே என்று அஞ்சுவோரின் தொகையே அதிகம்; எனினும், எப்பாடு பட்டேனும் எவ்வளவு தொல்லையைத் துரத்தியபடியேனும், தமிழர் உளமெலாம் மகிழ்ச்சி பொங்கக் கொண்டாடிக் களித்திடுவது, இந்தத் திருநாளைத் தான்! இந்தத் திருநாள், இவ்வாண்டு, "இரத்தப் பொங்கலோ?" என்று கூறத்தக்க வகையிலே, நடைபெற்ற அடக்குமுறை அலங்கோலத்தை நாடு கண்டு, நடுக்கம் கொண்டுள்ள நேரத்திலே வந்துளது.

நாலாயிரவருக்கு மேல் எனலாம், நாடாள்வோரால் வேட்டையாடப் பட்டவர்கள். ஆயிரவருக்கு இருக்கும் என்கின்றனர் அடிபட்டோர், படுகாயமுற்றோர். சிறை சென்றோரின் தொகை கணித்திட இயல வில்லை. வழக்குகள் பல, வாய் பிளந்தவண்ணம் உள்ளன.

எங்ஙனம் நாம் மகிழ்ச்சி அடைவது?

இவற்றினுக்கிடையே, பொங்கற் புதுநாள் வருகிறது - எங்ஙனம் நாம் மகிழ்ச்சி அடைவது? கண்ணீர் பெருக்கியும், செந்நீர் சிந்தியும் செந்தமிழ் நாட்டார் இருக்கையிலே, ஐயயோ! அம்மவோ! என்றலறி, கை உடைந்தது, கால் முறிந்தது, துவைத்துவிட்டனர், துரத்தித் தாக்கினர், எலும்பு நொறுங் கிற்று, இரத்தம் கொட்டிற்று என்றெல்லாம், பதறிக் கதறிப் பலரும் இருந்திடும் வேளையில் "பொங்கலோ பொங்கல்!" என்று கூறிக் கொண்டாட நாவும் எழாதே, என்றெண்ணி நானிருந்தேன்.

எனினும், நாள் பலவில் திரு காணாதிருக்கிறோம், விழா பலவும் வீணாட்டம் என வெறுத்தொதுக்கி, வேண்டாம் வெற்றாட்டம் என்றே கூறிவிட்டோம், ஆண்டுக்கோர் நாள், அருமைமிகு பொன்னாள், பொங்கற் புதுநாள், புது வாழ்வு மலரும் நாள் என்றே இதனை நாம் நன்றெனக் கொண்டாடி வருதல், நாடு கண்ட முறை அல்லவோ என்றெண்ணி எப்படியும் விழாவினை நாம் ஏற்றமுடன் நடாத்துதல்தான், அடிப்போம். குடல் அறுப்போம் என்றே ஆர்ப்பரிக்கும் ஆணவக்காரருக்கும் அரும் பாடம் தானளிக்கும் என்று உறுதிகொண்டு, ஏற்புடைய விழாவினை எவ்விதத்தும் நடத்துதலே சால்புடைத்து என்று கண்டோம். இந்த நிலைகூட வந்திடுமோ, வாராதோ என்று எண்ணிடும் வகை ஒன்றும், என்னையும் என் போன்ற நமதருமைத் தோழரையும் வந்து கைப்பற்றிற்று.

சிறையில் சென்றிருந்தோம்; சில நாட்கள்! விரைவிலே வெளிவருவோம் என்ற நிலை அல்ல அது. இந்த ஆண்டுப் பொங்கற் புதுநாள், உடன் பிறந்தோரே! உம்மிடமெல்லாம் அளவளாவும் வாய்ப்புக் கிடைக்குமோ, மறுக்கப்படுமோ என்ற ஐயப்பாடு என்னை வாட்டிக்கொண்டிருந்த நிலையில், சென்ற கிழமை, நான் 9-ம் எண்ணுள்ள கொட்டடியில் அடைபட்டுக் கிடந்தேன். துளியும் எதிர்பாராத நிகழ்ச்சி - அதிலேயும் ஒரு வேடிக்கை இழைந்திருந்தது. அதே 9-ம் எண்ணுள்ள கொட்டடியில், நான் இருபதாண்டுகளுக்கு முன்பு ஒருமுறை அடைக்கப்பட்டிருந்தேன்.

இருபதாண்டுகள் உருண்டோடிவிட்டன;
இந்த இருபதாண்டுகளுக்குள், நாட்டிலே
உலகிலே, என் மனநிலையிலே, என்னென்ன
மாறுதல்கள்! எத்துணை வளர்ச்சி! திட்டமிட்டு
நடத்தப்படுவதுபோல, அதே கொட்டடிக்குள்
இருபதாண்டுகளுக்குப் பிறகு, நான் சென்றேன்!

இருபதாண்டுகள் உருண்டோடிவிட்டன; இந்த இருபதாண்டுகளுக்குள், நாட்டிலே உலகிலே, என் மனநிலையிலே, என்னென்ன மாறுதல்கள்! எத்துணை வளர்ச்சி! திட்டமிட்டு நடத்தப்படுவதுபோல, அதே கொட்டடிக்குள் இருபதாண்டுகளுக்குப் பிறகு, நான் சென்றேன்!

அதே சிறை! அதே கொட்டடி!

அப்போது - இருபதாண்டுகளுக்கு முன்பு - 1938-ல் நான் ஒருநாள் 'அந்தி சாயும்' நேரத்தில் அங்கு இழுத்துச் செல்லப்பட்டேன். கட்டாய இந்தியை எதிர்த்து நடத்தப்பட்ட கிளர்ச்சியில், நான் 'மறியலை'த் தூண்டிப் பேசியதாகக் குற்றம்சாட்டப்பட்டுக் கைதுசெய்யப்பட்டேன். வழக்கு விசாரணைக்காக என்னை அந்தக் கொட்டடியில் அடைத்து வைத்தார்கள். இந்தி எதிர்ப்புக் கிளர்ச்சியிலே 'பிடிக்கப்பட்ட' நூற்றுக்கணக்கானவர்கள், சென்னை மத்திய சிறையில் இருந்தனர். என்னை மட்டும் தனியாக அழைத்துக்கொண்டு போனார்கள் - 9-ம் எண்ணுள்ள கொட்டடிக்கு - சைதாப்பேட்டை சப்-ஜெயிலில்!

அதே சிறை! அதே கொட்டடி! அப்போது, உள்ளே பூராவும் 'கருப்பு' சாயம் பூசப்பட்டிருந்தது! இப்போது 'வெள்ளை' அடிக்கப்பட்டிருக்கிறது! அறை மட்டுமா? நானேகூடத்தான்! அப்போது கருத்த மீசை! இன்று வெளுத்துக் கிடக்கிறது! அப்போது காளை! கல்லூரி முலாம் கலையாத பருவம்! இப்போது, கட்டுத் தளர்ந்து, கல்லூரி முலாம் குலைந்து, 'பட்டிக்காட்டான்' என்பார்களே, அந்த 'உருவம்' பெற்றுவிட்டிருக்கிறேன். அப்போது 'சிறை' என்றால், ஏதோ ஓர் இனம் அறியாப் பயம்! இப்போது? சிறையில் இருப்பதற்கும் வெளியில் இருப்பதற்கும் அதிக மாறுபாடு காண முடியாத மனப்பக்குவம் பெற்றுவிட்டேனல்லவா? அப்போது, நான் தனியாகச் சென்றேன்! இப்போது, என்னுடன் எழுபது தோழர்கள்! அப்போது, நான் பெரியாரின் 'புதிய கண்டுபிடிப்பு!' இப்போதோ பெரியாருக்குத்தான் என் பெயர் என்றாலே கசப்பாமே!

அந்தி சாயும் வேளையிலே, அன்று, உள்ளே என்னை அழைத்துச் சென்ற போலீஸ்காரர், சிறைக் 'காவலர்' முன் நிறுத்தினார். முதியவர்! நாட்டு நடப்புபற்றி அதிகம் ஏதும் அறியாதவர் - அறிந்துகொள்ள வேண்டுமென்ற நினைப்பும் கொள்ளாதவர். இப்போது, சைதாப்பேட்டை 'சப்-ஜெயில்' உள்ளே நான் அழைத்துச் செல்லப்பட்டபோது, என் மனக்கண் முன்னால், அந்த முதியவர் தெரிந்தார்; அவர் 'உரையாடல்' ஒலித்தது! ஒரு 'உம்'

போட்டபடி என்னை ஏற இறங்கப் பார்த்தார் அந்த முதியவர்!

சிறை என்றால் இப்படித்தான் பார்ப்பது வாடிக்கை போலிருக்கிறது என்று எண்ணிக்கொண்டேன். நாமாகப் பேசுவது கூடாது - அது ஒருவேளை, சிறையிலே, குற்றமென்று கருதப்படக்கூடும்; நமக்கேன் வீண் தொல்லை என்று நினைத்துக்கொண்டு, சிலையாக நின்றேன். முதியவர் சிரிக்க வில்லை; ஆனால், புன்னகைக் கோடுகள் முகத்திலே காணப்பட்டன. "மணி ஆறுக்கு மேலாகிவிட்டது! இந்த நேரத்திலே வந்தால் சோறு ஏது" என்றார் சிறைக் காவலர். நான் சோறு கேட்டுத் தொல்லை தருவேன் என்று எண்ணிக்கொண்டார் போலும். நானோ, சோர்ந்து கிடந்தேன்; ஓயாத பயணம்; பல நாட்களாக. "இன்று பிடித்துவிடுவார்கள்", "இதோ வரு கிறார்கள், அதோ வாரண்டு" என்றெல்லாம் பலர் கூறக் கேட்டுக் கேட்டு, மனக்குடைச்சல் ஏற்பட்டிருந்தது. சிறைக்கு என்ற செய்தி, எனக்கு ஒரு வகையில், செந்தேனாகிவிட்டது; ஏனெனில், என்ன செய்வார்களோ, எப்போது வருவார்களோ என்றெல்லாம் எண்ணி எண்ணி, மனத்தைப் புண்ணாக்கிக்கொண்டிருந்தேனல்லவா? அந்தத் தொல்லை தீர்ந்தது; சிறை என்ற செய்தி செந்தேனாயிற்று. எனவே, 'சோறு' கிடைக்காவிட்டால் என்ன செய்வது என்று எண்ணும் நிலையோ ஏங்கும் நிலையோ இல்லை! ஒரு 'அத்தியாயம்' முடிந்தது! - என்ற திருப்தி.

சிறைக் காவலரிடம், கைதிகள், 'சோறு' கேட்டுத் தொல்லை தருவது, வாடிக்கையாக இருந்திருக்க வேண்டும்; எனவேதான், "ஆறு மணிக்கு மேல் வந்ததால், இன்று சோறு இல்லை!" என்ற செய்தியை விளக்கம் அளிக்கும் முறையில், சிறைக்குக் காவலராக இருந்த முதியவர் கூறினார். அடக்க ஒடுக்கத்துடன் அவர் எதிரே நின்ற என்னைக் கண்டதும், அவருக்கே ஒரு 'பரிவு' ஏற்பட்டிருக்கும் என்று எண்ணுகிறேன்; எனவே தான், "சோறு இல்லை!" என்று கூறியதுடன், "ஒரு வாழைப்பழம் தரு கிறேன்; ஒரு பொட்டலம் தின்பண்டம் தருகிறேன்" என்றார். அவர் பரிவுக்கு என் மகிழ்ச்சியைத் தெரிவிக்க வேண்டுமல்லவா! பற்களை வெளியே தெரியச் செய்தேன்! காவி படிந்திருப்பது கண்டார் - சிறிதளவு கண்டிப்புடன் 'வெற்றிலை கிற்றிலை' எதுவும் போடக் கூடாது - கிடைக்காது - என்றார்!

நான் அப்படிப்பட்டவனல்ல!

மேற்கொண்டு, 'உத்தரவுகள்' மளமளவென்று புறப்பட்டன. கிட்டே வா! துணியை உதறு! சொக்காயைக் கழற்று! அரைஞாணை அறுத்தெறி! ஒழுங்காகப் பரிசோதனைக்கு உட்பட்டேன். மெல்லிய குரலிற் கேட்டார். "ஏதாவது அபினி கிபினி, கஞ்சா கிஞ்சா, பீடி கீடி, இருக்கா?"

"அதெல்லாம் கிடையாதய்யா! அப்படிப்பட்ட பழக்கமெல்லாம் கிடையாது."

"ஆமாம்! இங்கே வருகிற எந்தப் பயதான், அந்தப் பழக்கமெல்லாம் இருப்பதாக ஒப்புக்கொள்கிறான்?"

"நான் அப்படிப்பட்டவனல்ல."

"நீ பெரிய யோக்கியன்தான் - சரி - அதோ பார் மூலையில்; சட்டிகள்; இரண்டு எடுத்துக்கொள்; ஒன்று குடிக்கத் தண்ணீர் வைத்துக்கொள்ள; மற்றொன்று இரவிலே சிறுநீர் கழிக்க... நிற்காதே... எடுத்துக்கொண்டு போய் அறையிலே வைத்துக்கொள்; கம்பளி இருக்கும், விரித்துக்கொள்; தொந்தரவு கொடுக்காமல் படுத்துக்கொள்!"

படுத்துக்கொண்டேன்! அந்தக் கொட்டடிதான், 9ஆம் எண்! அதே கொட்டடிதான், இந்த ஜனவரித் திங்கள் நாலாம் நாளில்! இம்முறை, என்னுடன் நாவலர், அவர் தம்பி நடராசன், அன்பழகன்! - அதே கொட்டடியில். இதிலென்ன பெருமை என்றுகூட அவர்கள் எண்ணிக் கொண்டிருந்திருப்பார்கள்; நான் அந்தக் கொட்டடியைக் காட்டி, "இதோ, என் அறை! இருபதாண்டுகளுக்கு முன்பு, நான் இருந்த இடம்! மீண்டும் இங்கு வந்திருக்கிறேன்" என்று சொன்னது கேட்டு.

நம் குரல் சிறையைக்கூட எட்ட முடியவில்லையா?

இருபதாண்டுகளில், நாட்டிலே ஏற்பட்டிருக்கும் மாறுதலை விளக்கிட வேறெதுவும் காட்டத் தேவை இல்லை; அன்று, சிறைக்காவலர் அடைந்த திகைப்பையும், இன்று எங்கு உள்ள சிறைக்காவலராயினும் கொண்டுள்ள தெளிவையும் ஒப்பிட்டாலே போதும். அன்று, உள்ளே சென்று கம்பளியை விரித்துக்கொண்டு, 'ஒழுங்காக' நான் படுத்தேன்; பக்கத்து அறைகளிலே 'கைதிகள்' கானம் பாடினர், கைத்தாளமிட்டனர், சிறைக்காவலரை நையாண்டி செய்தனர் - எல்லாம் எரிச்சலூட்டும் முறையில். நான் இருந்த நிலை கண்டு, அந்தக் காவலருக்கே, ஒரு வியப்பு! அருகே வந்தார் - கம்பியைப் பிடித்தபடி. "ஏன் வந்திருக்கிறாய்?" என்று கேட்டார். "இந்தி எதிர்ப்பு!" என்று சற்றுக் கெம்பீரமாகச் சொன்னேன்! முகத்தில் அறைந்தது போலப் பதில் பிறந்தது, "அப்படின்னா?" என்று கேட்டாரே காவலர்!

துக்கம் துளைத்தது! வேதனை பிய்த்தது! வெட்கம் கொட்டிற்று! கோபம்கூட மெள்ள மெள்ளக் கொப்புளித்தது!

தமிழ்நாடெல்லாம், சுற்றிச் சுற்றிப் பேசிவருகிறோம். இந்தி ஆதரவாளர் காட்டும் காரணங்களை எல்லாம் சுக்குநூறாக்கிவிடுவோம். நாகையில், தஞ்சையில், அய்யம்பேட்டையில், ஆற்காட்டில், வேலூரில், சூலூரில், காட்டூரில், மோட்டூரில், நெல்லையில், தில்லையில், சென்னையில், கோவையில், எங்கும் 'ஈரோடு செய்தி'யைப் பரப்பிவருகிறோம் - சென்னைக்கு அருகே உள்ள சைதையில், "இந்தி எதிர்ப்பு என்றால் என்ன?" என்று கேட்கிறாரே என்பதை எண்ணியபோதே நெஞ்சம் 'பகீர்' என்றது! 'கற்றது கைம்மண்ணளவு கல்லாதது உலகளவு' என்பார்களே; சுற்றியதன் பலன் சைதைவரைகூட எட்டவில்லையே! அதுவாகவன்றோ இது இருக்கிறது. 'சேச்சே! இவ்வளவுதானா நமது பிரச்சாரம்? இந்தச் சிறைக் காவலருக்குக்கூடச் 'சேதி' எட்டவில்லை; நாமோ, நாள் தவறாமல் பேசுகிறோம்!' என்று எண்ணி வெட்கப்பட்டேன்.

இந்தி - அதனை ஏன் எதிர்க்கிறோம் என்பதற்கான காரணங்கள் இவற்றை விளக்குவது எளிதல்ல; அவ்வளவு மூடுபனி படர்ந்திருக்கக் கண்டேன்; எனவே, இயலாததை முயல வேண்டாமென்று தீர்மானித்து சிறைக்காவலர், எளிதிலே புரிந்துகொள்ளக்கூடிய முறையில் பேசினேன். "சர்க்காருக்கு விரோதமான காரியம் செய்ததற்காகக் கைது செய்திருக்கிறார்கள்."

'நமது வலை'யில் விழாது தடுத்திட தவியாய்த் தவிக்கிறார்கள்

அவர் விளக்கம் கேட்கவில்லை; புரிந்ததாகத் தெரிவித்தார். ஒரு பத்து நாட்களுக்குப் பிறகுதான் அவர் விளக்கம் பெற்றார். அது, இருபதாண்டு களுக்கு முன்பு! இப்போது? ஒவ்வொரு அதிகாரியும் தமது மகனை 'நமது வலை'யில் விழாது தடுத்திட வேண்டுமே என்றல்லவா தவியாய்த் தவிக்கிறார்கள். நமது நோக்கம், எங்கும் நிறைநாதமாகிவிட்டிருக்கும் நேரமல்லவா? எனினும், இருபதாண்டுகளுக்கு முன்பு நான் எந்த சைதாப்பேட்டை சப்-ஜெயிலில் சிறை வைக்கப்பட்டேனோ, அதே இடத்தில், அதே 9-ம் எண் கொட்டடியில் கொண்டுபோய்ப் பூட்டப் பட்டேன்!

எனக்குச் சிரிப்பும் பீறிட்டுக்கொண்டு வந்தது, "சம்பத்து!" என்றேன். "என்னண்ணா?" என்றான், "ஒரு வேடிக்கை பார். இப்படி, சப்-ஜெயிலிலும், ஜெயிலிலும் அடைபட்டுக் கிடந்தவர்கள், எம்எல்ஏக்கள் ஆனார்கள், எம்பிக்கள் ஆனார்கள்; ஆனால், நாமோ எம்எல்ஏ, எம்பி எல்லாம் ஆன பிறகும், சப்-ஜெயிலில் தள்ளப்பட்டிருக்கிறோம்" என்றேன். என்னுடன், இரண்டு எம்பிக்கள் - சம்பத்து, தர்மலிங்கம்; ஒரு டஜன் எம்எல்ஏக்கள்! பல கவுன்சிலர்கள்! பல வணிகர்கள்! பல பட்டதாரிகள்! எல்லோரும், சப்-ஜெயிலில்தான்! சப்-ஜெயிலில், சாதாரணக் கைதிகளாக! சாதாரணக் கைதி என்றால், சிறை விதியின்படி, 4 அவுன்சு அரிசி; 4 அவுன்சு கேழ்வரகு, 4 அவுன்சு காய்கறி! இவற்றைக் கேட்டுப் பெறவும், கடப்பைக் கல்லில், எரிச்சலூட்டும் கம்பளியை விரித்துப் படுக்கவும், ஒரு மூலையில் 'மூத்திரச் சட்டி' உடனிருக்க, உள்ளே உறங்கவும், 'உரிமை' பெற்றவர்கள்! எம்எல்ஏக்களுக்கு, சட்ட சபை நடைபெறும் நாட்களில், 'படிச்செலவு' - ஒரு நாளைக்கு 12 ரூபாய் தருகிறார்கள்! எம்பிக்களுக்கு இதைவிட அதிகம்! இவர்கள் யாவரும், சைதை சப்-ஜெயிலில், 'மூத்திரச் சட்டி'யை மூலையில் வைத்துக்கொண்டு, கம்பளி மீது படுத்து உறங்கும் 'கைதிகள்' ஆக்கப் பட்டனர்.

கோடை கொளுத்தும்போது சட்டசபையைச் சென்னையில் நடத்தினால் தாங்க மாட்டார்கள், எனவே, 'ஊட்டி சென்று கொலு இருக்க வேண்டும் என்று காங்கிரஸ் சர்க்கார் எங்களிடம் பேசுகிறது. சைதைச் சிறையில், கேழ்வரகுக் கஞ்சியும் கம்பளியும் மண் சட்டியும் எங்களுக்கு! சென்னை மத்திய சிறையில், 'வகுப்புகள்' உண்டு - நாங்கள் வகுப்பு பேதம் ஒழிய வேண்டும் என்று கூறுகிறோமல்லவா! அதனால், இருப்பதிலேயே எது கீழ்த்தர வகுப்போ, அதிலே தள்ளி அழகு பார்த்தனர்போலும்!

சென்னை மத்திய சிறையில், 'வகுப்புகள்' உண்டு - நாங்கள் வகுப்பு பேதம் ஒழிய வேண்டும் என்று கூறுகிறோம் அல்லவா! அதனால், இருப்பதிலேயே எது கீழ்த்தர வகுப்போ, அதிலே தள்ளி அழகு பார்த்தனர்போலும்!

பரவாயில்லை! அதனால், எங்கள் இலட்சியம் பட்டுப் போய்விடாது, உடல் கெட்டாலும், உள்ளம் பழுதுபட்டுவிடாது! கோடிக்கணக்கான மக்கள், இந்த 'அளவு' வாழ்க்கைத் தரமும் பெற முடியாது வேதனைப் படும் நாடல்லவா இவை! நாட்டினை இந்த நிலையில் வைத்திருக்கும் நாயகர்கள், எங்களை மிகக் கேவலமான வகுப்பில் தள்ளியதில், ஆச்சரியப்படவோ ஆயாசப்படவோ தேவையில்லைதான்! சைதைச் சிறை யிலாவது இரவில், அறையில் சிறுநீர் கழித்திடச் 'சட்டி' தந்தனர்; அங்கு கொண்டுசெல்லும் முன்னம், நாங்கள் அடையாறு போலீஸ் லாக்கப்பில் அல்லவா தள்ளிப் பூட்டப்பட்டிருந்தோம். அங்கு இந்தக் கம்பளியும் கிடையாது, சட்டியும் இல்லை. 'மேல் துண்டை உதறிப்போட்டுப் படுத்துக் கொண்டு உறங்கினோம்' என்றல்லவா எண்ணிக்கொள்கிறீர்கள்? நாங்கள் எம்எல்ஏக்கள், எம்பிக்கள் ஆயிற்றே, 17 இலட்சம் வாக்காளர்களின் நம்பிக்கைக்குப் பாத்திரமான கழகத்தவராயிற்றே, எங்களை அந்தக் கேவலத்துக்கா ஆளாகவிடுவார்கள்? மேல் துண்டுகளை ஒன்றுவிடாமல் எடுத்து வைத்துக்கொண்டனர்! வெறும் கல்லிலேதான் படுத்தோம்.

கண்ணீர் சொரிந்த போலீஸ்காரர்

அமைச்சர் பக்தவத்சலம் எங்களைச் சாடினார் - பொறுப்பற்றவர்கள், போக்கிரிகள் என்பதாகவெல்லாம்! சீரழிவும் வன்செயலும் கண்டிக்க நாம் தயங்கோம்; கயவர் செயலெல்லாம் கழகத்தைக் காய்வதற்குப் பயன் படுத்தல் முறையல்ல. எங்களை நாடு அறியும்; நல்லோர் எமது நோக்கம் அறிவர்; ஆனால், எங்களை இந்த ஆட்சியாளர் நடத்தியதை, நாடு அறியாது அல்லவா? அதற்காக 'அடையாறு' சம்பவம் கூறினேன்! வேறு யாரையும் குறைகூற அல்ல. நடுநிசி! நா வறண்ட நிலையில், தர்மலிங்கம் எம்பி தண்ணீர் கேட்டார்; தர இயலாத போலீஸ்காரர் கண்ணீரைச் சொரிந்தார்!

அடையாறு லாக்கப்புக்கு, சைதை சப்-ஜெயில் 'அரண்மனை' போலத்தானே! மூத்திரச் சட்டியாவது தந்தார்கள்! லாக்கப்பில், அறையில் ஒரு மூலையைத்தான் காட்டினார்கள்!

நாங்கள்தான், சட்டசபையில் உட்கார்ந்து சட்டங்கள் பற்றிப் பேசுகிறோம், திட்டங்களைக் குறித்து விவாதிக்கிறோம்! எங்களைப் போட்டடைத்ததோ, சாதாரண கைதிகள் தங்கிடும் கொட்டடியில்தான். எனினும், அந்த 9-ம் எண் கொட்டடியில் நாங்கள் தங்கியிருந்தோமே

தவிர, எங்கள் எண்ணம் சிறகடித்துக்கொண்டு தமிழகத்தையே ஒரு சுற்றுச் சுற்றிவிட்டது! கழகம் அடைந்துள்ள வளர்ச்சியைக் கண்டறிய இயலாதார், எம்மைக் கேவலமாக நடத்துகின்றனர். ஆனால், எமது கொள்கையின் நேர்த்தியை அறிந்து, கொண்டாடிப் போற்றுபவரின் தொகையோ வளருகிறது, வளருகிறது, வளர்ந்த வண்ணம் இருக்கிறது என்பதை எண்ணிடும்போதே, அந்த இருட்டறையே ஒளிப்பிழம்பாகத் தெரிந்தது! தண்ணீர் கேட்கிறோம், தர மறுக்கிறார்கள். இவர்கள் அறியார், நாங்கள் சிறைபட்டோம் என்ற செய்தி கேட்டுக் கண்ணீர் உகுத்தோரின் தொகையையும். பெற்றவர் காட்டிடும் பரிவினும் மிக்கதான அன்பு காட்டி, உறவு காட்டி உற்சாகமூட்டி, நம்மை ஆதரிப்போர், 'ஆலெனத் தழைத்து, அருகுபோல வேர்விட்டு, வளர்க வளர்க!' என வாழ்த்துவோர் எண்ணற்றவர் என்பதனை அறிந்துகொள்ளும் எண்ணற்றவர்கள், கஞ்சிக் கலயத்தை எமது கரத்தினில் தருகின்றனர்; கேவலம் என்றா எண்ணிக் கவலைப்படுவோம்!

சிறைவாசத்தால் நன்மதிப்புக் குன்றிப்போகுமா, குறைந்துபோகுமா?

மனைதொறும் மனைதொறும் மகிழ்கிறார்கள், கழகம் தாழ்நிலை நீக்கிக்கொண்டு, தன்மானம் பெற்று வாழ்ந்திட உழைத்துவரும் நமது கழகத்தின் மாண்பு கண்டு! இதனை உணர்ந்து உவகை பூத்திடும் முகத்தினராகிப் பணியாற்றிவரும் நம்மைச் சிறையில், சீரழிவாக நடத்தினால், இரத்தம் சிறிது சுண்டிவிடும், உடல் சற்றே இளைத்துவிடும், வாலிபனுக்கும் வயோதிகம் மேலிடும்; இஃதேயன்றி வேறென்ன நட்டம்?

சிறையிலே தகுதிபற்றியும், பொதுமக்களிடம் பெற்றுள்ள ஆதரவு பற்றியும், அலட்சியம் காட்டி அருவருக்கத்தக்க விதத்தில் நடத்துவதனாலேயே, நாட்டிலே நமக்குக் கிடைத்துள்ள நன்மதிப்புக் குன்றிப் போகுமா, குறைந்துபோகுமா? வரலாறும் வீரக் கதையும் அறியாதாரே அங்ஙனம் எண்ணுவர்; துளியேனும் அவை அறிந்தோர், அரைபடும் சந்தனம் மணத்தல்போல, சிறை தரும் இன்னல், கழகத்தின் புகழைத்தான் பெருக்கும் என்பதனை அறிந்து அகமகிழ்வர். அவ்விதத்தில், உடன் பிறந்தோரே! நீவிர் மகிழ வேண்டும் என்பதற்கே, சிறையில் நாங்கள் பெற்ற சீரழிவைக் கூறினேன் - சிந்தை நொந்திடச் செய்யவுமல்ல.

அதோ, உமது உள்ளம் வென்றாள், குத்திப் புடைத்தெடுக்கும் செந்நெல்லைப் பயிரிட்டோன், முழங்காலளவு சேற்றிலே இறங்கினான். இன்னல் முதலில் பிறகே கன்னல்! முத்து முத்தாக வியர்வை உதிர்த்திடும். முல்லை, வாழை பரப்பி, வண்ணச் சேலை புரள, வகைவகையான உண்டி நிரப்பி, நீ உண்ணும்போது கண்ணால் கொத்திடத்தானே போகிறாள்! முத்து முத்தாக வியர்வை - முதலில்! பிறகு, முத்தம், முத்தம், முத்தம் - உனக்கல்ல - பெற்றெடுத்த மகவுக்கு! கொட்டடி, எண் 9-ல் நாங்கள் தள்ளப்பட்டால் என்ன? அதனினும் கொடிய இருட்டறையில் அடைக்கப்பட்டால் தானென்ன, கருவில் உருவானபோது கண்டது கதிரவனை அல்லவே!

இயற்கை வளமற்று உள்ள நாடுகள் பல. நாமிருக்கும் நாடு அஃதல்ல! இயற்கை கொஞ்சும் எழிலகம்! இங்கு இல்லாத பொருள் இல்லை; எவர்க்கும் ஈந்திடத் தக்க அளவு கண்டிடலாம். இந்நாடதனில், காடு காட்டும் கனிவுங்கூடப் பல்வேறு நாடுகளில் காண இயலாதென்பது கட்டுக் கதை அல்ல.

இருள் மயம்தானே! பிறந்த பிறகோ? அஃதே போலத்தான், கொட்டடியில் பூட்டி வைக்கப்படும் கொள்கை வீரர்கள், இன்னலைத் தழுவிக்கொள் கின்றனர்; ஈன்றெடுக்கப்போகும் செல்வத்தை எண்ணி மகிழ்கின்றனர் என்பதனைத்தான் நீவிர் அனைவரும் எண்ணுதல் வேண்டும்.

ஏற்புடைக் கொள்கை கொண்டு உழைத்திடவே வேண்டும்

உறுதி வளர வேண்டும்! உழைக்கும் திறன் ஓங்க வேண்டும்! இடுக்கண் கண்டு அஞ்சாமை ஓங்கவும் வேண்டும்! இன்னல் செய்வோரை வெறுத்திடாததூய்மை வேண்டும்! மறந்தும் தீச்செயலைத் தொடாதிருத்தல் வேண்டும்! தமிழ் மரபென்பதனை மனதிலிருத்த வேண்டும்! தன்மானம் நாட்டினிலே தழைத்திட உழைக்கும்போது, நம் மானம் பறித்திடவே மாற்றார் செய்யும் கொடுமைதனைச் துச்சமென்று தள்ள வேண்டும்! இச்சகம் பேசிடினும், ஏசிடினும், இடித்திடினும், இகழ்ந்திடினும், மனம் உடைந்திடாமல், என் நாடு பொன்னாடு, இஃதோ உற்றவர்க்கு அடிமைக் காடு? என் முன்னோர் மாப்புகழை மறந்து நானும், நத்திப் பிழைத்திடவோ, மற்றென்ன எத்திக்கும் கொடி கட்டி, எவருக்கும் திறை கட்டா, ஏற்றமிகு தமிழ் இனத்தில் உதித்தேன் அலனோ? என்றெண்ணி, இதயம் தன்னில் ஏற்புடைக் கொள்கை கொண்டு உழைத்திடவே வேண்டும்!

நாடு பல உள, நாமறிவோம்! காடும் மேடும் கொண்டனவாய், கழனி நலமற்றதுவாய், பொன்னும் மணியும் காணாது, கரும்பும் இரும்பும் கிடைக்காது, கனல் கக்கும் மலையும் நிலநடுக்கமும் கொண்டதாய், உள்ள நாடுகளும் உள்ளன. பாறை மீது தூவிய விதையாகும், அத்தகு நாடுகளிலே, பாட்டாளி தரும் உழைப்பு என்று எண்ணத்தக்க விதத்தில், இயற்கை வளமற்று உள்ள நாடுகள் பல. நாமிருக்கும் நாடு அஃதல்ல! இயற்கை கொஞ்சும் எழிலகம்! இங்கு இல்லாத பொருள் இல்லை; எவர்க்கும் ஈந்திடத் தக்க அளவு கண்டிடலாம். இந்நாடதனில், காடு காட்டும் கனிவுங்கூட பல்வேறு நாடுகளில் காண இயலாதென்பது கட்டுக் கதை அல்ல; கணித்துரைப்போர் கூறுவது?

உடன்பிறந்தோரே! இத்தகு திருநாட்டில் வந்துதித்தோம், இருந்து வருகிறோம்; நாமிருக்கும் நாடு நமதல்ல என்ற நஞ்சினும் கொடியதோர் நிலை நம்மைப் பிடித்தாட்டுகிறது. ஏடெல்லாம், நம் நாட்டின் புகழ் பாடுகின்றன! புலவர் தரும் சொல்லோவியத்தில், பூம்புகார்

காணுகின்றோம், பூரிப்படைகின்றோம்; அல்லங்காடி செல்கின்றோம். ஆடலரங்கம் நுழைகின்றோம்; சுங்கம் கொள்வார் காண்கின்றோம், அங்கம் தங்கம் என அகமகிழ்ந்து கூறிடத்தக்க அரிவையர் தெரிகின்றனர்! பழமுதிர் சோலைகள் - பாங்கான வயல்கள்! களிறு உராயும் சந்தனக் காடுகள்! வாளை துள்ளும் வயல்கள்! தேன் சொரியும் தேமாக்கனிச் சாலைகள்! சிற்பக் கலையின் சிறப்புகள்! அம்மவோ! தமிழகத்தை இந்தப் 'பொல்லாத' புலவர்கள் காட்டும்போது, தெரிந்திடும் திருவுடன், நம் கண் முன் தோன்றிடும் தமிழகத்தின் 'உருவினை' ஒப்பிட்டுப் பார்க்கும்போது உள்ளம் வெதும்பாதிருத்தல் இயலுமோ?

நமக்கெனத் தமிழ்ப் பண்புடன் கூடியதோர் அரசு வேண்டும்

எலும்புருக்கிக்கு ஆளாகி நாம் காணும்போதே இளமையும் எழிலும், குன்றியும் குறைந்தும் போகும், மனையாட்டியையும், மணக்கோலத்துடன் காட்சி தரும் அம்மங்கை நல்லாளின் ஓவியத்தையும் மாறிமாறிப் பார்த்திடும் மணவாளன் மனம் என்ன பாடுபடும்! நாட்டுப்பற்றுடையார், இன்று பெறும் வேதனை அத்திறத்தது; ஐயமில்லை. ஊரில் இருக்கும் துள்ளு நடையுடன் கூடிய ஆண் குருவி, கர்ப்பம் முதிர்ந்திருக்கும் பெண் குருவிக்குப் பிரசவிக்கும் இடம் ஏற்பாடு செய்வதற்காக, இனிமை பொருந்திய கரும்பின் வெள்ளிய பூவைக் கோதி எடுக்கிறதாம்! புலவர் கூறுகிறார்! ஊர்ச் சிறப்பு, ஊராள்வோன் சிறப்பு, வீரம் ஈரம், காதல் கவிதை, வளம் கொடை, அறம் அன்பு, போர் முறை பொருள் தேடுமுறை எனும் எத்துறை பற்றியதாயினும், புலவர் தீட்டிடும் ஓவியம் காண்போர் உள்ளத்தைத் தொடுவதாகவே இருந்திடக் காண்கிறோம். வளம் நிறைந்து, வாழ்க்கைத் தரம் சிறந்து, ஆட்சி முறையில் அன்பும் அறமும் தழைத்து வீடெல்லாம் மகிழ்ச்சிக்கூடங்களாகி இருந்த திருநாடு, நம்முடையது. இங்கு யானைகொண்டு போரடித்தனர்; முத்துகொண்டுக் கழலாடினர், சந்தனம்கொண்டு நெல் குத்தினர்; தந்தம்கொண்டு இருக்கை அமைத்தனர்; கரும்புகொண்டு கூரை வேய்ந்தனர்; அறிவுகொண்டு ஆண்டுவந்தனர்; ஆற்றல் காட்டி வெற்றிகண்டனர்; புலவரைப் போற்றிப் பெருமைபெற்றனர்.

அத்தகைய நாடு இன்று பழுதுபட்ட சித்திரமோ பழங்கதையோ என நினைத்திடத்தக்க கோலம் கொண்டுளது; மக்களிற் பெரும் பகுதியினர் ஓலமிட்டு உழல்கின்றனர்; ஆட்சியாளர், 'ஏனென்றால், சிறைவாசம், இம்மென்றால் வனவாசம்' என்பார்களே, அந்நிலைக்கு வேகமாகத் தாவிக் குதிக்கின்றனர். இந்நிலை மாற, நமக்கெனத் தமிழ்ப் பண்புடன் கூடியதோர் அரசு வேண்டும் என்கிறோம்; ஆர்ப்பரிக்கின்றனர், அரசுக் கட்டிலில் அமர்ந்திட அனுமதிக்கப்பட்டுள்ள அடிவருடிகள். கிடைக்கும் இன்பத்தைக் கொண்டு, மகிழ்ந்திருக்கும் இத்திருநாளன்று, நாடு வாழவும் கேடு தீரவும் பாடுபடும், நமது கழகத்தவர் அனைவருக்கும், அறிவாற்றல் வளர வேண்டும் என்ற வாழ்த்துரையை வழங்குவோமாக!

அறிவாற்றல் மிகுந்து, அது மிகுந்தோர் தொகை வளர்ந்து, அதற்கேற்ப

பட்ட மரம் துளிர்த்திடும் பான்மைபோல, எந்தையர் நாட்டிலே இன்றுள்ள இழிநிலைபோக்கி, இடர்களை நீக்கி, மிடியினைத் தாக்கி, சுடர்தனைக் காண வேண்டுமாயின், நாம் ஒவ்வொருவரும், எத்துணை அளவுக்குப் பாடுபட வேண்டும், தொல்லைகளைத் தாங்கிக்கொள்ள வேண்டும்!

அறமும் திறமும் வளர்ந்து நமது குறிக்கோள் ஈடேறினால், பாலை சோலையாகும், பைங்கிளிகள் கொஞ்சும், பங்கப் பழனத்து உழும் உழவர் பலவின்கனி பறித்து, தெங்கு திருகிடும் மந்தியைச்சாடுவர்; மலரைவாளை தாக்கி, தேனினைச் சொரியச் செய்யும்; தேமதுரத் தமிழோசை கேட்டுப் பல தேயத்தார், "தருக! தமிழ்! தருக!" என்று வருவர்! இல்லாமை இல்லாது ஒழியும், இடுக்கண் எனில், என்ன என்று கேட்பர் மக்கள். தொழிலெலாம் துலங்கும், தொல்லை அகலும்! பகலென ஒளி பரவி, பேத இருளினைப் போக்கி வைக்கும், அறநெறி நிலைக்கும், அன்பு அரசோச்சும், இன்பநிலை எவ்வெவர்க்கும்; இதிலே அட்டியில்லை என்று எடுத்தியம்பும் காலம் காண்போம். மின்னிடும் பொன்னினைக் காண, எலும்பு நொறுங்குமோ என்பது குறித்து எண்ணாது, உழைப்பாளி குடைந்து சென்றிடக் காண்கிறோம்! சுறாவும் சுழலும் கண்டு அஞ்சாது, மூழ்கித்தான் முத்துகொணர்கின்றனர்.

அழுலும் அதட்டலும் அல்லலும் அருவருப்பும் ஒரு பொருட்டாகா!

அவரையும் துவரையும், இஞ்சியும் மஞ்சளும், வாழையும் தெங்கும், வரகும் தினையும், சேமையும் பிறவும் கிடக்கும் இடம் பார்த்து எடுத்து வரப்பட்டன அல்ல! நிலம் திருத்தி, நீர் பாய்ச்சி, காத்து வளர்த்த பின்பு, கண்டோர் கை சிக்கிடாமல், விழிப்பாக இருந்து, பின்னர், கொண்டு வரப்பட்டவை! படர்வனவும், வளர்வனவும்கூட, உழைப்பின் துணை பெற்றாக வேண்டும் எனில், பட்ட மரம் துளிர்த்திடும் பான்மைபோல, எந்தையர் நாட்டிலே இன்றுள்ள இழிநிலைபோக்கி, இடர்களை நீக்கி, மிடியினைத் தாக்கி, சுடர்தனைக் காண வேண்டுமாயின், நாம் ஒவ்வொருவரும், எத்துணை அளவுக்குப் பாடுபட வேண்டும், தொல்லைகளைத் தாங்கிக்கொள்ள வேண்டும் என்பதனை எண்ணித் துணிவுகொள்ள வேண்டாமோ? அதனை எண்ணிடும்போது, கொட்டடி ஒன்பதும், அதிலே நாங்கள் பெற்ற கொசுக்கடியும் சகதியும் சட்டியும் அவை பரப்பிய கெடுநாற்றமும் அழுலும் அதட்டலும் அவை தரும் அல்லலும் அருவருப்பும், ஒரு பொருட்டாகா! எனவே, கடினமான உழைப்புக்கு, கண்ணியமிக்க தொண்டினுக்கு, கண்டோர் வியக்கும் கட்டுப்பாடுணர்ச்சிக்கு, ஏற்றவர்களாக, நாம் ஒவ்வொருவரும் ஆக வேண்டும், திருநாள் தரும் தித்திப்பு இந்தப் பயனை நாம் பெற உதவ வேண்டும்.

சுற்றிலும் காணும் பொருள் ஒவ்வொன்றும் வினையின் விளைவு - மதியுடன் கலந்த வினையின் விளைவு! உழைத்துப் பெற்றது! சுவை கண்டு மயங்கி, பொருள் வந்த விதம் மறத்தலாகாது! மறந்திட மாட்டீர்! மரபறிவீர், நானறிவேன்! எனவே, இன்று மகிழ்ந்திருப்பீர், எனினும் நாட்டுக்கு உழைக்கும் கடமையை மறவாதீர்! வீட்டிலே இன்று காணும் பாட்டொலி, வளைகூட்டொலி, பேச்சொலி, 'இச்'சொலி இவை யாவும் நலிவில்லை என நாட்டிலோர் நல்லொலி எழ வேண்டும். அதற்கான செயலினிலே புக வேண்டும், அச்செயலில் அறமும் திறமும் இணைந்திருத்தல் வேண்டும் என்ற கருத்தினைக் கெடுத்திட அல்ல; வளர்த்திட என்பதனைக் காணும் சுவையுடனே, நான் அளிக்கும் தேனெனவே கலந்து உண்பீர்!

நாட்டுக்கு நாம் உழைத்து, பாட்டு மொழியாம் தமிழ் பாரெல்லாம் மணம் பரப்பும் பாங்கு கண்டு பழம் ஏடதனில் பார்த்திடும் ஓர் சீரும் சீலமும் துலங்கிடவும் விளங்கிடவும், காண்பதுதான் திருநாளிற் திருநாள் - தீதெல்லாம் தீய்ந்தொழிந்த திருநாள்! அதற்கான ஆவலை எழச்செய்ய வருவதுதான் ஆண்டுக்கு ஒரு நாள், ஆன்றோர் காலந்தொட்டு அகமகிழ்வு தானளிக்கும் அறுவடைத் திருநாள் பொங்கற் புது நாள்!

நல்லாட்சி எனும் பால் பொங்கிட தழலில் நாம் விறகாவோம்!

இதனை உமக்குக் கூறிடவும், இவ்வாண்டு இசைவுபெற இயலாதோ என்றெண்ணி, இருட்டறையில், கொட்டடியில், முடங்கிக் கிடந்திட்டேன். உமது விருப்பம் உணர்ந்தாற்போல், ஊராளும் பேறு பெற்றோர் உனை விடுத்தோம் என்றல்ல; "வெளியே சென்றிரு, விளிப்போம், வந்து சேர்!" என்று கூறியே எனை அனுப்பினர்! "வந்தேன் - செந்தேனென இனித்திடும் திருநாளில், நலமெலாம் பெருக!" என்று என் நல்லெண்ணந்தனைத் தந்தேன். இருந்துவிட்டு வந்த எண் 9 கொட்டடியைக் காட்டினேன் - மீண்டும் அஃதோ, வேறோ, நானறியேன்! எங்கு எனைக் கொண்டுசெல்ல, இன்று ஆட்சியிலுளார் எண்ணம் கொண்டிருப்பினும், என்றென்றும் உமது நெஞ்சில் எனக்கோர் இடமுண்டன்றோ! இச்சிறப்புப் பெற்ற பின்னர், இருட்டோ இடரோ, இழிவோ பழியோ எது வந்து தாக்கிடில், என் எதையுந் தாங்கும் இதயம் உண்டு, என்னினும் ஆற்றல்மிக்கார் எண்ணற்றோர் உண்டு. எனவே, நாடு நன்னிலை அடையப்போவது உறுதி! நமது இலட்சியம் வெற்றி பெறப்போவது திண்ணம். பால் பொங்கும்! பொங்கிட, தழலிட விறகு வேண்டும்! நாட்டிலே நல்லாட்சி எனும் பால் பொங்கிட, தழலில் நாம் விறகாக்கப்பட்டால், அதனினும் சிறந்ததோர் பேறு வேறில்லை அல்லவா!

சிறை புகுதலும் அங்கு சீரழிவு காணுதலும், ஒவ்வொரு நாட்டு விடுதலைக்காகப் பலர் பட்ட இன்னலுடன் ஒப்பிட்டுப் பார்க்குமிடத்து, மிகச் சாதாரணமானவை! ஆனால், இவற்றைத் தாங்கித் தாங்கி, நெஞ்சுரம் கொண்டு, பின்னர் காவியம் புனைவோனும் ஓவியம் தீட்டுவோனும், கருத்திலே கொண்டிடத்தக்க, 'வீரத் தியாகி' ஆகிடும் வாய்ப்பைப் பெற வேண்டும்.

கேட்டுப்பாருங்கள், உழவனை! முளைவிட்டு, பச்சைப் பசேலென்று வளர்ந்து, முனையில் கதிர் காட்டி, குலுங்கிக் கூத்தாடி, முற்றிச் சாய்ந்தது தான், இன்று முனை முறியா அரிசியாகி, ஆவின் பாலுடன் கருப்பஞ் சாற்றுடன், அடுக்களை ஏறி, உமது அன்புக்குரிய அல்லியோ அஞ்சுகமோ அன்னமோ சொர்ணமோ மலர்க்கொடியோ செல்வியோ "ஒரே ஒரு பிடி! என் கையால்! இந்த ஒரு முறை மட்டும்" என்று கொஞ்சிப் பேசி, உமக்கு வட்டிக்கும் பொங்கலாகிறது! சிறுவிரலாற் துழாவி, வாயிலிட்டு மீண்டும் வழித்தெடுத்து இலையிலிட்டதை வாள் நுதலாள் கண் காட்ட எடுத்துண்ணுகின்றீர் அல்லது மீண்டும் செல்வத்திற்கே ஊட்டுகின்றீர்!

நமக்குப் பிறகு இங்கு வாழ்ந்திடும் வாய்ப்பினைப் பெற இருக்கும், வழித்தோன்றல்களுக்கு, முக்கனி பிழிந்து வடித்து ஒன்றாகக் கூட்டி ஊட்டினால் மட்டும் போதாது, நாவுக்கு மட்டுமே சுவை கிடைக்கும்; நாட்டுக்கோர் நல்ல நிலை நாம் கண்டு தந்திட்டால், வீட்டுக்கு வீடு, விழாக்கோலம், என்றென்றும் அறிந்திடுவீர் இவ்வுண்மையினை, அதற்கேற்பச் செயல்படுவீர்! இன்றல்ல! இன்று, திருநாள்! காண, களிக்க, பேண பேருவகைகொள்ள, நாணம்கொண்டாளின் நல்லிதழில் ஒளி ஏற்ற, வீணை மொழி கேட்டு வியர்த்திருக்க, பாணன் துணை தேடாமல் பாவையரின் பரிவுபெற, இன்புற்றிருக்க ஏற்ற நாள்! இந்நாளில், நீவிர்கொள்ளும் இன்பம், எந்நாளும் எங்கெங்கும் இருந்திடத்தக்கதான, 'திருநாடு' நாம் காண்போம், திறமெல்லாம் அதற்களிப்போம் என்ற உறுதிபெற்று, எழுவீர் விழா முடித்து. விழா நாளன்று, உடன்பிறந்தோரே! என் மகிழ்ச்சியை, நல்லெண்ணத்தை அளிக்கிறேன்; பெறுவதிலே நீவிர் அடையும் மகிழ்ச்சியினும், தருவதிலே நான் பெறும் பெருமிதம் அதிகம்.

அண்ணன்,
அண்ணாதுரை
14-1-1958

திருப்புமுனையாக அமைந்த 'வேலைக்காரி'

அண்ணாவின் 'வேலைக்காரி' நாடகம் சக்கைப் போடு போட்டது. இதைப் பார்த்த ஜூபிடர் ஃபிலிம்ஸ் சோமு, அதைப் படமாகத் தயாரிக்க விரும்பினார். அந்தக் காலத்தில் ஒரு கதைக்கு சினிமா தயாரிப்பாளர்கள் 5 ஆயிரம் ரூபாய் கொடுப்பதே அதிகம். ஆனால், நடிப்பிசைப் புலவர் கே.ஆர்.ராமசாமியோ சோமுவிடம் 50 ஆயிரம் கேட்டார். கடைசியில், 40 ஆயிரம் ரூபாய் என்று பேசி முடிக்கப்பட்டது. ஏ.எஸ்.ஏ.சாமி இயக்கிய அந்தப் படத்துக்குக் கதை, வசனம் எழுதினார் அண்ணா. படம் மிகப் பெரிய வெற்றி. புராணப் படங்களே வெற்றிபெற்ற காலத்தில், அண்ணாவின் இந்த சமூகப் படம் தமிழ்த் திரை உலகின் போக்குக்கே ஒரு திருப்புமுனையாக அமைந்தது.

உள்ளூர் விஷயங்கள் மட்டுமல்லாது அகில உலக விஷயங்களையும் தன்னுடைய தம்பியருக்குப் பகிர்ந்துகொண்டுவிட முற்படுவது அண்ணாவின் இயல்பு. 'காஞ்சி' வார இதழில் 6.2.1966 முதல் 17.4.1966 வரையில் வெளிவந்தது அண்ணாவின் தொடர் கடிதமான, 'வெள்ளை மாளிகையில் கறுப்பு மனிதன்'. அதிலிருந்து இங்கே தரப்பட்டிருக்கும் சில பத்திகள், உலக விஷயங்களை எப்படி உள்ளூர்த்தன்மையோடு அண்ணா இணைக்கிறார் என்கிற அணுகுமுறைக்கு ஒரு சான்றாகும்.

வெள்ளை மாளிகையில் கறுப்பு மனிதன்

தம்பி!

அமெரிக்கப் பணம் நடமாடாத நாடு இல்லை என்று கூறலாம்; அந்த நாட்டை நாடாத தலைவர்கள் இல்லை என்று சொல்லலாம். யாரோ ஒரு கணக்கு சொன்னார்கள், இந்தியாவிலே மக்கள் சாப்பிடும் உணவில் எட்டுக் கவளத்தில் ஒன்று அமெரிக்கா கொடுப்பது என்று. எனவே, ஜான்சன், அமெரிக்காவின் அளவுகடந்த செல்வம் இந்த அவனி முழுவதும் ஆனந்த வாழ்வு மலரச் செய்ய உதவிடும் என்று கூறிக்கொள்ள உரிமை பெற்றிருக்கிறார். அமெரிக்காவை எதிர்பார்த்துத்தானா நம் வாழ்க்கை அமைய வேண்டும் என்று எண்ணிப்பார்க்க வேண்டிய கடமை, கையேந்து பவர்களுக்கு இருக்கிறது. அது ஒரு தனிப் பிரச்சினை. இப்போது ஜான்சன் கூறியிருப்பதிலே நாம் கவனித்துப்பார்க்க வேண்டிய பகுதி அமெரிக்கா வில் இன்றுள்ள செல்வ மிகுதி. அது மறுக்க முடியாத உண்மை. பணத்திலே புரளுகிறார்கள் என்று கதைகளிலே எழுதுகிறார்களே, அது மெய்யான நிலைமையாக இருக்கிறது அமெரிக்காவில்.

ஒரு கணக்கு காட்டுகிறேன். பார்த்துத் தெரிந்துகொள்ளேன், நிலைமையை.

இன்று அமெரிக்காவில் உள்ள மோட்டார் கார்களின் எண்ணிக்கை 690 இலட்சம்! டெலிபோன்கள் 890 இலட்சம்! டெலிவிஷன் செட்டுகள் 600 இலட்சம்! உல்லாசப் படகுகள் 70 இலட்சம்! அமெரிக்க மக்கள் ஆண்டொன்றுக்கு இப்போது செலவிடும் பணம் இருக்கிறதே,

மாபெரும் தமிழ்க் கனவு

வாழ்க்கை நடத்த உல்லாசம் பெற, எவ்வளவு தொகை தெரியுமா, தம்பி! எச்சரிக்கையாக இரு. மயக்கம் வந்துவிடப்போகிறது, அவர்கள் செலவிடும் பணம் ரூபாய் 19,85,50,00,00,000! இவ்வளவு ரூபாய்கள் செலவிடுகிறார்கள் ஒரே வருடத்தில், பணத்திலே புரள்கிறார்கள் என்று ஏன் சொல்லக் கூடாது!

தம்பி! ஓய்வு நாட்கள் உள்ளனவே. இயற்கை அழகு காண, செயற்கைச் சேட்டைகளைச் சுவைக்க, மலையுச்சி ஏற, கடலிலே குடைந்தாட, இவ்விதமான இன்பப் பொழுதுபோக்கு, இதற்கு மட்டும் இந்த ஆண்டு அமெரிக்க மக்கள் செலவிடும் தொகை 14,250 கோடி ரூபாயாம்! கேட்டனையா! செயற்கை நீச்சல் குளங்கள் மட்டும் சென்ற ஆண்டு புதிதாக 50,000 அமைத்திருக்கிறார்களாமே!

பணம் இந்த அளவு புரளும்போது, என்னென்ன சாமான்கள்தான் அவர்கள் வாங்க மாட்டார்கள்! இங்கு நமக்கிருக்கிற தரித்திர நிலை, மகன் சட்டை தைத்தால் தகப்பன் மேல் வேட்டியை ஒட்டுப்போட்டுப் போட்டுக்கொள்ளும் நிலையையும், மகளுக்குச் சேலை வாங்கினால் தாய் சாயம் போனதைத் துவைத்துக் கட்டிக்கொள்ள வேண்டிய நிலையையும் மூட்டிவிடுகிறது. அங்கே பணம் படுத்துகிற பாடு, என்ன வாங்கலாம், எவ்வளவு வாங்கலாம் என்ற மன அரிப்பைத் தருகிறது. பண்டங்களை விற்பனை செய்பவர்கள், தத்தமது சரக்குகளை வாங்கும்படி மக்களைத் தூண்டிட விளம்பரம் செய்கிறார்கள். அந்த விளம்பரச் செலவுக்காக மட்டும் வணிகர்கள் செலவிடும் தொகை, ஒரு ஆண்டுக்கு 6,850 கோடி ரூபாயாம்.

இதைப் போல முன்பு ஒருமுறை பணம் புரண்டது. உச்சிக்குச் சென்று உருண்டு கீழே விழுவதுபோல, அமெரிக்கப் பொருளாதாரத்தில் ஒரு பெரிய சரிவு ஏற்பட்டது; அது 1929-ல் என்று எச்சரிக்கை தந்துள்ளனர் சிலர். ஆனால், பல பொருளாதார நிபுணர்கள் அவ்விதமான பயத்துக்குத் துளியும் ஆதாரம் இல்லை என்று அறிவித்திருக்கிறார்கள். இது பற்றிக் கருத்து வேற்றுமை இருப்பினும், இன்றைய செல்வப் பெருக்கம் பற்றி மட்டும் யாரும் மறுப்புத் தெரிவிக்கவில்லை.

■■■

அமெரிக்க நாட்டின் ஆட்சிபீடம் அமைந்துள்ள இடம் வெள்ளை மாளிகை!

அந்த வெள்ளை மாளிகையில் ஒரு கருப்பு மனிதரை - நீக்ரோவை - அதிபராக அமரச் செய்து பார்க்கிறார், 'மனிதன்' எனும் ஏடு எழுதியுள்ள இர்விங் வாலாஸ். அந்தப் புத்தகத்தைப் படித்ததிலிருந்து எனக்கு ஒரே ஆவல், உன்னிடம் கூற வேண்டும் என்று. ஆனால், அந்த ஏட்டிலே கூறப்பட்டுள்ள கருத்தின் முழுப் பொருளைத் தெரிந்துகொள்ள வேண்டுமானால், 'கருப்பு மனிதர்கள்' வெள்ளை மாளிகை உள்ள

நாட்டில் எப்படி நடத்தப்பட்டுவந்தார்கள், எப்படி நடத்தப்பட்டு வருகிறார்கள் என்பதுபற்றித் தெரிந்துகொண்டாக வேண்டும் 'நீக்ரோ'க் களின் பிரச்சினையின் வேதனை நிரம்பிய உண்மைகளை உணர்ந்தால் மட்டுமே, இர்விங் வாலஸ் தீட்டியுள்ள காவியம் போன்ற ஏட்டின் கருத்து பயனளிக்கும், பொருள் விளங்கும். வெள்ளைப் புலி என்பது விளங்க வேண்டுமானால், புலியைப் பற்றியும் வெள்ளை நிறம் பற்றியும் புரிந்திருக்க வேண்டுமல்லவா? தில்லைத் தீட்சிதர் தீண்டாமை ஒழிப்பு மாநாட்டுக்குத் தலைமை வகிக்கிறார் என்று பிரான்சு நாட்டிலே உள்ளவரிடம் சொன்னால் முழுப் பொருள் விளங்குமா? தீண்டாமைக் கொடுமையின் கேடுகளையும், தில்லை தீட்சிதர் என்ற முறையின் தன்மையையும், காலவேகம் இந்த இரண்டு நிலைமைகளையும் மாற்றிவிட்டிருப்பதனையும் அறிந்தவர்கள் மட்டுமே தில்லை தீட்சிதர் தீண்டாமை ஒழிப்பு மாநாட்டுக்குத் தலைமை வகித்தார் என்ற வாசகத்தின் முழுப் பொருளையும் உணர முடியும், அதுபோலத்தான் 'மனிதன்' எனும் அந்த ஏட்டிலே உள்ளவற்றினை முழு அளவில் உணர வேண்டுமானால், அந்த ஏட்டிலே இல்லாத வேறு பல ஏடுகளிலே உள்ள பல உண்மைகளையும் நிலைமைகளையும் கூறியாக வேண்டும். ஆகவே, தம்பி! இந்த ஏடு என்னை உன்னிடம் வேறு பல ஏடுகளைப் பற்றிய நினைவுகளையும் கூறிடச் செய்கிறது.

அண்ணன்,
அண்ணாதுரை

நாகரிகத் தலைவன்

அரசியல் என்பது நாகரிகமும் நாணயமும் கலந்த மனித உணர்வுகளின் அடிப்படையில் கட்ட வேண்டிய பளிங்கு மாளிகையே தவிர வெறுப்பு, பகை, பழி என்ற அநாகரிக அஸ்திவாரத்தின் மேல் கட்டப்படுகின்ற அரக்கு மாளிகை அல்ல என்பதைச் செயலில் காட்டியவர் அண்ணா. தன்னுடைய சொந்தக் கட்சியினரை மட்டும் அல்ல; மாற்றுக் கட்சியினரையும் அவர்களுக்கே உரிய அடையாளங்களோடு பொதுவெளியில் அடைமொழியில் அழைத்தவர் அண்ணா. அதனால்தான் எதிரணியில் இருந்த ராஜாஜியை மூதறிஞர் என்றார், மபொசியை சிலம்புச் செல்வர் என்றார். முழுக்க எதிர்த்துச் செயல்பட்ட காமராஜரையே பெருந்தலைவர் என்றவர் ஆயிற்றே அண்ணா! ஆச்சரியமூட்டும் வகையில் அண்ணா பயன்படுத்திய சொல்லாடல்களே அவர்களுக்கு நிலைத்தும் போயிற்று!

அண்ணா தன் தம்பியருக்கு எழுதிய கடைசிக் கடிதம் இது. 1969 'காஞ்சி' பொங்கல் மலருக்காக இந்தக் கடிதத்தை அவர் எழுதிய 6.1.1969 சூழலில், கடுமையாக உடல்நலம் குன்றியிருந்த நிலையிலும், தீவிரமான வேலைகளில் ஈடுபட்டிருந்திருக்கிறார், அதிகாலை நான்கு மணி அளவில் கடிதத்தை முடித்துவிட்டு உறங்கச் சென்றிருக்கிறார். பொங்கல் திருநாள் ஏன் கட்டாயம் கொண்டாடப்பட வேண்டியது என்பதற்கு இக்கடிதத்தில் அண்ணா தரும் விளக்கம், சாதி, மத எல்லைகளுக்கு அப்பாற்பட்டுத் தமிழ் பேசும் மக்கள் அனைவரையும் தமிழர் என்ற அடையாளத்தால் ஒருங்கிணைக்கும் கனவைக் கொண்டிருப்பதோடு, பொங்கல் திருநாளுக்குப் புது அர்த்தமும் கொடுக்க விழைகிறது. தமிழர்களின் பண்பாட்டுப் பெருமைகளையும் தனித்துவத்தையும் பேசும் அண்ணா, பண்டிகையை வெறும் கொண்டாட்டமாக மட்டும் அல்லாமல், எதிர்காலத்தைக் கட்டமைக்கும் கடமைகளைப் பொறுப்பேற்கும் நாளாகவும் கட்டமைக்கிறார். "சூழ்நிலைக் கைதிக்குப் பெயர்தான் முதலமைச்சர் பதவி"; "இந்தியாவின் செல்வத்தின் பெரும் பகுதி வெறும் 20 குடும்பங்களின் கைகளில் இருக்கிறது" என்று விவரித்து, "அரசியலமைப்புச் சட்டம் மாற்றியமைக்கப்பட வேண்டும்", "சமதர்ம சமுதாயம் அமைய உறுதியேற்க வேண்டும்" என்று இக்கட்டுரையில் குறிப்பிடும் விஷயங்கள் பல அண்ணா தன் வாழ்நாள் நெடுகிலும் வலியுறுத்திவந்தவை. ஒருவகையில் அவருடைய உயில் என்றும் இதை நாம் கூறலாம். சுருக்கமான வடிவம் இங்கே.

பொங்கல் திருநாளுக்கு ஒப்பான விழா உலகமெங்கிலும் இல்லை

தம்பி!

எந்தப் பணி எனக்கு இனிப்பும் எழுச்சியும் தந்துவந்ததோ, எந்தப் பணியிலே நான் ஆண்டு பலவாக மிக்க மகிழ்ச்சியுடன் ஈடுபட்டு வந்திருந்தேனோ, எந்தப் பணி மூலம் என்னை உன் அண்ணனாக நீ உள்ளன்புடன் ஏற்றுக்கொண்டு, பெருமிதத்துடன் உலகுக்கு அறிவித்து வந்தனையோ, எந்தப் பணி வாயிலாக என் கருத்துகளை உனக்கு அளித்து, உன் ஒப்புதலைப் பெற்று, அந்தக் கருத்துகளின் வெற்றிக்கான வழியைக் காண முடிந்ததோ, எந்தப் பணியின் மூலம் தமிழகத்தை அறியவும்,

உலகத்தை உணரவும், தமிழ்ப் பண்பை நுகரவும் வழி கிடைத்து வந்ததோ, எந்தப் பணி மூலம், எப்போதும் உன் இதயத்தில் எனக்கு ஓர் இடம் கிடைத்து, அதுகுறித்து நான் அளவற்ற அகமகிழ்ச்சி பெற முடிந்ததோ, அந்தப் பணியை முன்புபோலச் செய்ய முடியாதவனாக்கப்பட்டு, முடிய வில்லையே என்ற ஏக்கத்தால் தாக்கப்பட்டு, சூழ்நிலையின் கைதி யாக்கப்பட்டுக் கிடக்கிறேன் என்பதனை அறிவாய். 'சூழ்நிலையின் கைதி' என்ற சொற்றொடருக்குத்தான், முதலமைச்சர் என்று முத்திரையிட்டிருக் கிறார்கள்.

தம்பி, தம்பி, தம்பி என்று கிழமை தவறாமல், பலப் பல ஆண்டுகள் உன்னை அழைத்து உரையாடி அளவளாவிவந்திருக்கிறேன். இரண்டு ஆண்டுகளாக அந்த விருந்தினை இழந்து தவிக்கின்றேன். முதலமைச்சர் என்ற முறையில் பல பிரச்சினைகள் பற்றிய கருத்துகளை அறிக்கைகள், சொற்பொழிவுகள், சட்டமன்ற உரைகள் மூலம் நாட்டுக்குத் தந்துவிட முடிகிறது. தனிமையாக உன்னிடம் உரையாடி மகிழ்ந்திட என்று நான் வகுத்துக்கொண்ட 'கிழமைக் கடிதம்' எழுதிட இயலவில்லை.

பிரச்சினைகளை விளக்கிட, ஐயப்பாடுகளைப் போக்கிட, அச்சம் துடைத்திட, மறுப்புக்கு மறுப்புரைக்க, 'வாழ்க வசவாளர்' என்று அவர் களையும் வாழ்த்திட, 'தம்பிக்குக் கடிதம்' மிக நேர்த்தியான முறையில் பயன்பட்டுவந்தது.

உன்னிடம் கூறிடுவதிலே, தனியானதோர் மகிழ்ச்சி!

எனக்குத் தோன்றும் எண்ணங்களை உன்னிடம் கூறிடுவதிலே, தனியானதோர் மகிழ்ச்சி. எனக்கு ஏற்படும் மகிழ்ச்சியினை உன்னோடு பங்கிட்டுக்கொள்வதிலே ஓர் இன்பம். கவலை குடையும்போது, மன உளைச்சல் ஏற்படும்போது, உன்னோடு உரையாடி, தம்பி உடையான் படைக்கு அஞ்சான் என்ற எழுச்சி பெற்றுவந்தேன். இப்போது? அந்த இன்ப நாட்களை எண்ணி எண்ணி ஏக்கம் கொள்கிறேன். சுமக்கும் பளுவினாலே கூனிக் குறுகி வாடுகிறேன். எத்தனை எத்தனையோ பிரச்சினைகளைப் பற்றிய கருத்துகளைக் கூற நேரமோ வாய்ப்போ இன்றித் தவித்திடுகிறேன்.

ஆயினும், முன்பு செலவிட்டதைக் காட்டிலும் அதிக நேரம், வேலைக் காக ஒதுக்குகிறேன். இலக்கியச் சுவை நுகர்ந்திட நேரமில்லை. கலை அழகினை எண்ணிட நேரமில்லை. வேலை, வேலை, வேலை, ஓயாத வேலை! உடலும் உள்ளமும் அலுத்துப்போகும் அளவு. கடமையை நிறை வேற்றிக்கொண்டிருக்கவே காலம் போதவில்லை - களிப்புப் பெற்றிட உன்னிடம் உரையாடிட நேரத்தைக் கண்டறிவதே மிகச் சங்கடமாகிவிட்டது.

இந்தக் கிழமை எப்படியும் தம்பிக்குக் கடிதம் எழுதிட வேண்டும் என்று தீர்மானித்து எழுதத் தொடங்குவேன். தொலைபேசி மணி ஒலிக்கும்...

எந்தப் பணி மூலம், எப்போதும் உன் இதயத்தில் எனக்கு ஓர் இடம் கிடைத்ததோ, அதை முன்புபோலச் செய்ய முடியாதவனாக்கப்பட்டு, சூழ்நிலையின் கைதியாக்கப்பட்டுக் கிடக்கிறேன் என்பதனை அறிவாய். 'சூழ்நிலையின் கைதி' என்ற சொற்றொடருக்குத்தான், முதலமைச்சர் என்று முத்திரையிட்டிருக்கிறார்கள்.

"சீஎம்மா..."

"ஆமாம், நான்தான்..."

"எங்க ஊர் வாய்க்கால் விஷயமாக மனு அனுப்பினது பற்றி..."

"பரிசீலனையில் இருக்கிறது."

"அண்ணா! நீங்க பார்த்து முடிவுசெய்ய வேண்டியதுதானே, இதற்கு என்ன பரிசீலனை தேவை?"

"அப்படி அல்லவே. இலாகா பரிசீலனை செய்தாக வேண்டுமே..."

"அதெல்லாம் எங்களுக்குத் தெரியாது... எப்படியும் முடித்துக் கொடுத்தாக வேண்டும்."

"சரி, சென்னைக்கு வரும்போது விளக்கமாகக் கூறுகிறேன்."

"உடம்பைப் பார்த்துக்கொள்ளுங்கள் அண்ணா!"

"ஆகட்டும்... ஆகட்டும்!"

"வேலைகளைக் குறைத்துக்கொள்ளுங்கள். இளைப்பும் களைப்பும் அதிகமாகத் தெரிந்தது போன மாதம் பார்த்தது."

"தம்பி! என் மனத்துக்கு இனிமை தந்திடும் பணியிலே என்னை ஈடுபடுத்திக்கொள்ள முடியவில்லையே என்ற கவலை ஒருபுறம்; அத்துடன் பின்னிப் பிணைந்துகொண்டு என் உடல் நிலையைப் பற்றிய கவலை ஒருபுறம்."

என் பேரப் பெண், இளங்கோவனின் மகள் கண்மணி தன் மழலை மொழியில் பாடுகிறாள். "நலந்தானா? நலந்தானா? உடலும் உள்ளமும் நலந்தானா?" என்று. எனக்கென்னவோ அந்தப் பாட்டைக் கேட்கும் போதெல்லாம், என் தம்பிகள், தங்கைகள் நாட்டின் நல்லோர் அனை வருமே என்னை, "நலந்தானா?" என்று கேட்பதுபோலவே தோன்றுகிறது. கடந்த ஓராண்டாகவே, இந்தக் கேள்வி கிளம்பியபடி இருந்தது. அமெரிக்கா சென்று அறுவை சிகிச்சை செய்துகொள்ள வேண்டிய அளவுக்கு உடல் நலம் பாழ்பட்டது. ஆனால், அதனால் ஏற்பட்ட கவலையை நான் உதறித்

தள்ளும் விதமான அன்பும் கனிவும் நாடு முழுவதிலுமிருந்து கிடைத்தது. அரசியலில் நம்மோடு மாறுபட்டிருப்பவர்களிலே பலரும் கனிவு காட்டிடக் கண்டேன் - மனிதத்தன்மை அடியோடு மடிந்துவிடவில்லை என்பதனை உணர்ந்தேன்.

மனிதத்தன்மையைத்தான் முழுக்க நம்புகிறேன்

தம்பி! அந்த மனிதத்தன்மையிலேதான் முழுக்க முழுக்க நம்பிக்கை கொண்டிருக்கிறேன். மனிதத்தன்மை திகழ்ந்திடச் செய்வதைக் காட்டிலும் மகத்தான வேறோர் வெற்றி இல்லை என்றே கருதுகிறேன். அரசுகள் அமைவதே, இந்த மனிதத்தன்மையின் மேம்பாட்டினை வளர்த்திடத்தான் என்று கருதுகிறேன். என்னால் எந்தப் பிரச்சினையையும் மனிதத்தன்மை கலந்ததாக மட்டுமே கொள்ள முடிகிறது. அதனால், கொடுமை நேரிட்டுவிடும்போது குமுறிப் போகிறேன். அக்கிரமம் நடைபெற்றிடும் போது நெஞ்சில் வேல் பாய்கிறது. இந்நிலை உடலைப் பாதிக்கிறது; மருத்துவர்கள் பலர் என் உடல்நிலை தேறிடத் துணை நிற்கின்றனர். ஆனால், உன் புன்னகை தவழும் முகத்தை மனக் கண்ணால் காணும்போது தான் உண்மையான 'மாமருந்து' கிடைக்கிறது. கிடைத்தற்கரிய அந்தச் செல்வத்தைக் கொண்டு, மகிழ்ச்சிப் பெருக்கிலே திளைத்திருக்க எண்ணும் என்னை, தம்பி, நான் மேற்கொண்டுவிட்ட கடமை "வேலையைக் கவனி! வேலையைக் கவனி!" என்று முடுக்குகிறது.

இன்று எப்படியும் எழுதுவது - ஆண்டுக்கோர் நாள் - அருமைமிகு திருநாள் - பொங்கல் புதுநாள் - அதற்காக வெளிவரும் மலரில் எப்படியும் எழுத வேண்டும் என்று எண்ணிக்கொண்டு ஏடெடுத்தேன் எழுத! எடுத்து?

நிதிக் குழுவினருடன் பேச வேண்டிய பிரச்சினைகளைப் பற்றிய தகவல்களுடன் நிதித் துறைச் செயலாளர், அமைச்சர் மாதவனுடன் வந்தார். ஒரு மணிக்கு மேல் உருண்டோடிவிட்டது. சிக்கலான பிரச்சினைகள், பேசித் தீர்த்தாக வேண்டிய பிரச்சினைகள். நமது மாநிலத்து வருவாய்த் துறையை எந்தெந்த முறையிலே செப்பனிட முடியும் என்பதுபற்றி ஆய்ந்தறிய வேண்டிய கட்டம். உன்னை மறந்தேன் என்ற பொருள் கொள்வாயோ! விவரமறிந்த தம்பியாயிற்றே! உனக்காகவும் சேர்த்து மேற்கொள்ளப் படுகிற வேலை என்பதனை அறிவாயே! பிரச்சினைகளைப் பேசினோம். புள்ளிவிவரங்களைச் சரிபார்த்துக்கொண்டோம். தொடர்பான நிகழ்ச்சிகள் பற்றிய முறைகளை வகுத்துக்கொண்டோம்.

"அதற்குப் பிறகுதான் எழுத ஆரம்பித்தாயா அண்ணா?" என்றுதானே கேட்கிறாய். அதற்குப் பிறகு அல்ல, தம்பி! அதைப் போல மூன்று நான்கு தவிர்க்க முடியாத வேலைகளைக் கவனித்தான பிறகு, எழுத வேண்டும் என்ற முடிவு எடுத்ததற்கும் எழுதத் தொடங்கியதற்கும் இடையில் ஆறு, ஏழு மணி நேரம் சென்றுவிட்டது. இந்நிலையில் நான் இருந்திடினும் பொங்கல் புதுநாள் வாழ்த்தினைத் தெரிவித்துப் பெற்றிடும் மகிழ்ச்சியை மட்டும் நான் இழந்துவிட மாட்டேன்.

மாபெரும் தமிழ்க் கனவு

மனிதத்தன்மை திகழ்ந்திடச் செய்வதைக் காட்டிலும் மகத்தான வேறோர் வெற்றி இல்லை என்றே கருதுகிறேன். அரசுகள் அமைவதே, இந்த மனிதத் தன்மையின் மேம்பாட்டினை வளர்த்திடத்தான் என்று கருதுகிறேன். என்னால் எந்தப் பிரச்சினையையும் மனிதத்தன்மை கலந்ததாக மட்டுமே கொள்ள முடிகிறது.

தமிழர்க்கென்று உள்ள ஒப்பற்ற விழா பொங்கல் திருநாள்

நமக்கென்று உள்ள ஒப்பற்ற விழா அல்லவா அது! எத்தனையோ இன்னல்கள் தாக்கிடினும், அவற்றை மறந்து, ஒரு நாள் மனைதொறும் மனைதொறும் மகிழ்ச்சியுடன் கொண்டாடிட என்று அமைந்த நாளல்லவா பொங்கல் புதுநாள்! பேச்சிலே ஓர் இசை கலந்திடும் நாள் இத்திருநாள்! இந்நாளில், உனக்கு வாழ்த்துக் கூறுவதிலே பெற்றிடும் இன்பம் ஈடற்றதல்லவா? எனவேதான், எப்படியும் எழுதுவது என்று உட்கார்ந்தேன்.

உலக நாடுகள் பலவற்றின் தலைநகரங்களை ஒரு முறைக்கு மும்முறை கண்டுவந்தேன். அங்கு எங்கும் - விழாக்கள் பலப் பல நடாத்தப்படினும் - தமிழகத்தின் பொங்கல் புதுநாள் போன்றதோர் பொன் விழா இல்லை. நிச்சயமாக இல்லை. கோலாகல விழாக்கள் உள்ளன; பரபரப்பூட்டும் விழாக்கள் நடத்தப்படுகின்றன; கேளிக்கைகள், மதுபான விருந்துகள் மிகுதியாக; எனினும் ஆர்ப்பரிப்பின்றி, ஆனால் அக மகிழ்ச்சியுடன், போலிப் பூச்சுகளின்றி, ஆனால் புதியதோர் பொலிவுடன், வீட்டில் உள்ள அனைவரும் கலந்துரையாடி மகிழ்ந்திருக்கும் நமது பொங்கல் புதுநாளுக்கு ஒப்பான விழா அங்கு எங்கும் இல்லை.

நாட்டியக் கூடங்களிலே அமளி! பாதைகளிலே புதுவேகம், மோதல், உயிர்ச் சேதம்! அங்காடிகளிலே ஆரவாரம்! இவை ஏராளமான அளவு! ஆனால், இங்கு வீடுதோறும் எழுகிறதே! முதியவரும் மூதாட்டியும் இளைஞரும் இளநங்கையும் சிறுமியரும் கலந்து எழுப்பும், "பொங்கலோ பொங்கல்!" என்ற இசை முழக்கம், அது அங்கு எங்கும் இல்லை. இருந்திடத் தக்க விதமான சமூக அமைப்பே இல்லை.

தம்பி! வறுமை வாட்டுகிறது, இல்லை என்று கூறவில்லை. எண்ணிடும் திட்டங்களை நிறைவேற்றிட வசதிகள் கிட்டவில்லை. அதனை மறைத்துப் பயனில்லை. வளம் கொழித்திட வழி தேடியபடிதான் இருந்துவருகிறோம். இன்னும் பொழுது புலரவில்லை. இவ்வளவும் உண்மை. ஆனால், தமிழகத்தில் பன்னெடுங்காலத்துக்கு முன்பிருந்து நாடு பல, தனது எல்லையை வகுத்துக்கொண்டு, அரசு அமைத்துக்கொண்டு நிலவத் தொடங்குவதற்கு நெடுங்காலத்திற்கு முன்பே, நாம் பெற்றிருந்த கருத்துச் செல்வத்தை எண்ணிப்பார்த்திடும்போது, நமக்கு இன்றுள்ள எல்லா

துயரங்களையும் ஒரு கணம் மறந்து, வேறு எவரும் பெற முடியாத ஓர் பெருமித உணர்வினை நாம் பெற முடிகிறது.

அத்தகைய கருவூலத்தை நமக்குத் தந்த தமிழ்நாட்டுக்கு, நாம் இதுநாள் வரையில் அரசியல் சட்டதிட்டத்தில், 'தமிழ்நாடு' என்ற பெயரைக்கூடப் புகுத்தத் தவறினோமே, மறுத்துவந்தோமே, எதிர்த்துவந்தோமே என்று காங்கிரஸ் கட்சியினர் எண்ணி வருத்தப்படுகிறார்களோ இல்லையோ, நான் அறியேன் - நாம் – 'இவர்களால் என்ன ஆகும்?' என்ற ஏளனக் கணைகளால் தாக்கப்பட்ட நாம் - ஆட்சிப் பொறுப்பினைப் பெற்றதன் விளைவாக இந்தப் பொங்கல் புதுநாளிலிருந்து, நாம் உலகுக்கு அறிவிக்க முடிகிறது, 'இது தமிழ்நாடு' என்பதாக. பெயரில் என்ன இருக்கிறது என்று பேசிடும் பெரியவர்கள் இருக்கத்தான் செய்கிறார்கள். ஆனால், பாடினாரே பாரதியார், "செந்தமிழ் நாடெனும் போதினிலே/இன்பத் தேன்வந்து பாயுது காதினிலே!" என்று. அந்தக் கவிதா வாக்கியம் பெரிய இடத்தில் அமர்ந்து கொண்டு, 'சின்னத்தனம் பேசிடும் பலருடைய ஏளனத்தைப் பொருட்படுத்த வேண்டாம். உயர்ந்த எண்ணம் கொள்!' என்றன்றோ கட்டளையிடுகிறது. நாம் தமிழ்நாடு என்ற பெயர் பெற்றிடக் காரணமாக இருந்தோம் என்ற தித்திப்புக் கலந்திடும் பொங்கல் புதுநாள் இந்த ஆண்டு!

'தமிழ்நாடு' என்ற பெயரின் பெருமிதம் காலமெல்லாம் நிலைக்கும்

போதும் என்று நான் கூறவில்லை. அத்துணைப் பேதமை என்னைப் பிடித்தாட்டவில்லை. தமிழகத்துக்கு வளமளிக்க வேண்டிய பருவ மழை தவறிவிட்டது. ஏரி, குளம், குட்டைகள் வறண்டு கிடக்கின்றன. வயல்கள் வெடித்துக் கிடக்கின்றன. பல மாவட்டங்களில் எண்ணிடும்போதே கவலையும் கலக்கமும் மிகத்தான் செய்கிறது. எனினும், இந்த நிலையை மனத்திலே எண்ணி, இதம் தரும் பல செயல்களை அந்த இடங்களிலே மேற்கொள்ளும்படி திட்டமளிக்கப்பட்டிருக்கிறது. 'தமிழ்நாடு' என்ற பெயர் கிடைப்பதால் கிடைத்திடும் பெருமிதம் காலமெல்லாம் நிலைத்து நிற்கும்; நமது வழிவழி வருவோருக்கெல்லாம் நம்மைப்பற்றி அறிவிக்கும்; வரலாற்றில் இடம்பெறும்; பருவ மழை தவறுவதும் வறட்சி மிகுவதும் பஞ்ச நிலை தலைதூக்குவதும் என்றென்றும் இருப்பதல்ல; திங்கள் சில.

எனவேதான், தம்பி! எப்போதுமே எழுச்சியுடன் நடாத்திடும் பொங்கல் புதுநாளை இவ்வாண்டு புதியதோர் எழுச்சியுடன் கொண்டாடிடக் காரணம் இருக்கிறது என்பதனை நினைவுபடுத்துகின்றேன்.

உடையார்க்கே, - "விழாவெல்லாம் ஏழையர்க்கு ஏது?" என்ற கேள்வியிலே தொக்கியுள்ள நியாயத்தை நான் மறுப்பவனல்ல. தமிழகம் முழுவதும் விழாக் கோலம் கொள்ளக்கூடிய விதமான வளம் கொழித்திட வேண்டும் என்று விரும்புகிறேன்; அதற்கான வழிகள் யாவை என்பதுபற்றி ஆய்வாளர்களிடம் அறிவுரை கேட்டுப் பெறுகிறேன்; திட்டம் பல தீட்டப் படுகின்றன. ஆனால், அவற்றை நிறைவேற்றத் தேவைப்படும் பணம், இந்தியப் பேரரசிடமல்லவா முறையிட வேண்டி இருக்கிறது! முறை

மாபெரும் தமிழ்க் கனவு 697

மாநிலங்கள் அதிக அளவில் அதிகாரங்களைப் பெறத்தக்க விதத்தில் இந்திய அரசியல் சட்டம் திருத்தி அமைக்கப்பட வேண்டும் என்பதுபற்றி வாய்ப்புக் கிடைக்கும்போதெல்லாம் எடுத்துக் கூறிவருகின்றேன். இதற்கான நல்லாதரவு நாளுக்கு நாள் வளர்ந்தபடி இருக்கிறது என்பதிலே எனக்குத் தனியானதோர் மகிழ்ச்சி.

யிடுகிறேன் - கனிவும் பணிவும் குறையாமல்; வம்பு வல்லடிப் போக்கு துளியுமின்றி - ஆனால் கிடைக்கிறதா? நிரம்ப காரணங்கள்! நியாயங்கள்! வாதங்கள்! எதற்கு? இவ்வளவுக்கு மேல் பணம் தருவதற்கு இல்லை என்பதற்கு! என் செய்வேன்? அண்ணன் ஏன் எப்போதும் கவலைப்பட்டபடி இருக்கிறான் என்று சில தம்பிகள் கேட்கவே செய்கிறார்கள். நான் கவலைப் படாமல் எப்படி இருக்க முடியும்?

நமது அரசால் கிடைத்திருக்கும் நற்பலன்

ஆகவேதான், மாநிலங்கள் அதிக அளவில் அதிகாரங்களைப் பெறத்தக்க விதத்தில் இந்திய அரசியல் சட்டம் திருத்தி அமைக்கப்பட வேண்டும் என்பதுபற்றி வாய்ப்புக் கிடைக்கும்போதெல்லாம் எடுத்துக்கூறி வருகிறேன். இதற்கான நல்லாதரவு நாளுக்கு நாள் வளர்ந்தபடி இருக்கிறது என்பதிலே எனக்குத் தனியானதோர் மகிழ்ச்சி. நமது கழகம் மட்டுமின்றி வேறு பல அரசியல் கட்சிகளும் இப்போது இதனை வலியுறுத்த முன் வந்துள்ளன. அரசியல் கட்சிகளைச் சாராத அறிவாளர் பலரும் இதற்கு ஆதரவு காட்டுகின்றனர். 'நாம்' அரசு நடாத்தியதால் கிடைத்திருக்கின்ற நற்பலன்களிலே இதனை ஒன்று என்றே நான் கருதுகின்றேன்.

தமிழகத்தின் தனித்தன்மைகள், சிறப்புகள் குறித்துப் பேசுவதனையே இந்திய ஒருமைப்பாட்டுக்குக் கேடு பயப்பதாகும் என்று பேசுவார் உளர் இங்குகூட! அங்கு உள்ளவர்கள் அக மகிழ்வார்கள் என்ற நினைப்பினர்! தமிழகத்திற்கென்று இருக்கின்றனவே தனிச் சிறப்புகள் - என் செய்வது? எப்படி மறப்பது? எப்படி மறைப்பது? "யாதும் ஊரே; யாவரும் கேளிர்", "பிறப்பொக்கும் எல்லா உயிர்க்கும்", "மெய்ப் பொருள் காண்பது அறிவு", "யான் பெற்ற இன்பம் பெறுக இவ்வையகம்", "கற்றது கைம்மண்ணளவு... கல்லாதது உலகளவு" இவற்றையெல்லாம் எங்ஙனம் மறந்திட இயலும்? வேறு எங்கும் இந்த எண்ணம் ஏற்படாத நாட்களில் இவை தமிழகத்திலே மலர்ந்தன என்ற உண்மையை எப்படி மறைக்க முடியும்? ஏன் மறைக்க வேண்டும்?

சிலர் எதிர்க் கூச்சலைக் கிளப்பியபடி இருப்பினும், இன்றைய தமிழர், தமிழகத்தின் தனிச் சிறப்பைப் பெருமளவுக்கு உணர்ந்து எழுச்சி பெற்று வருகின்றனர். தமிழக வரலாற்றுத் துறையிலும், இலக்கியத் துறையிலும்,

பண்பாட்டுத் துறையிலும் மேலும் மேலும் ஆராய்ச்சிகள் மேற்கொள்ளப் படின் தமிழரின் தனிச் சிறப்புகள் முழு அளவு கிடைக்கப்பெறும் என்பது மட்டும், அதனைத் தரணி அறிந்து போற்றிடத்தக்க வாய்ப்பும் மிகுந்திடும்.

இப்போதே, அமெரிக்க-ஐரோப்பியப் பல்கலைக்கழகங்கள் பல, தமிழ்த் துறைக்கான ஏற்பாடுகளை மேற்கொண்டுவருகின்றன. தமிழரின் தனிச் சிறப்புகளை ஆய்ந்தறியும் ஏற்பாடு, இங்கு இன்னமும் போதுமான அளவுக்கு மேற்கொள்ளப்படவில்லை. உலகமே ஏற்றுக்கொண்ட உயர் நூலாம் திருக்குறளுக்கான ஆராய்ச்சியேகூட அல்லவா இங்கு மேற்கொள்ளப்படாமலிருந்து வந்தது? 'இதுகள்' என்ற ஏளனத்தைச் சுமந்து கொண்டிருக்கும் 'நாம்' ஆட்சி நடத்தத் தொடங்கியதன் தொடர்பாக நடை பெற்ற உலகத் தமிழ் மாநாட்டிலே திரட்டிய பணத்தில் ஒன்பது இலட்சம் வெண் பொற்காசுகளைக் கொடுத்தல்லவா மூன்று பல்கலைக்கழகங் களையும் திருக்குறள் ஆராய்ச்சியில் ஈடுபடும்படி ஊக்குவித்திருக்கிறோம்!

வேறெல்லா விழாக்களும், 'போகும் இடத்துக்காக!'- பொங்கல் புதுநாள் 'இருக்கும் இடத்துக்காக!' என்பதனைத் தம்பி, ஆண்டு பலவாக நீ எடுத்துக் கூறிவந்திருக்கின்றாய். துவக்கத்திலே இது கேட்டு வெகுண்டெழுந் தோரெல்லாம்கூட, இப்போது, "உண்மைதானே!" என்று கூறிட முன் வந்துள்ளனர். பொங்கல் புதுநாளையொட்டி தம்பி, உன்னால் இயன்ற அளவுக்கு, தமிழரின் தனிச் சிறப்புகளைக் குறித்து எடுத்துரைக்கும் பணியிலே ஈடுபடக் கேட்டுக்கொள்கிறேன். நீ முயன்றால் முடியாததும் இருக்கிறதா! என்னையே முதலமைச்சர் ஆக்கிவிட முடிந்திருக்கிறதே உன்னால் - வேறு எதுதான் செய்திட உன்னால் முடியாது? முயன்றிடு! முனைந்திடு!

உலகம் கண்டு இன்புறத்தக்க பண்பாடு நம்முடையது

போலிப் பெருமை தேடிக்கொள்ளவோ, நாட்டின் பிற பகுதிகளைத் தரக்குறைவாகக் கருதுவதற்காகவோ அல்ல தம்பி! தமிழகத்தின் தனிச் சிறப்புகள்பற்றி நாம் அறிந்திட வேண்டும், அக மகிழ்ந்திட வேண்டும், எழுச்சி பெற்றிட வேண்டும் என்று நான் கூறுவது, பிற பகுதிகளும், உலகின் பல்வேறு நாடுகளும் கேட்டு இன்புறத்தக்க, அறிந்து மேற்கொள்ளத்தக்க பண்பாடு நம்முடையது. அத்தகைய கருவூலத்தை இழந்துவிடுவது நமக்கும் நாட்டுக்கும் மட்டுமல்ல; உலகுக்கே நட்டம் என்பதாலேயே, தமிழகத்துத் தனிச் சிறப்பு இயல்புகளை நாம் நன்கு அறிந்திட வேண்டும் என்று கூறிவருகிறேன். குறுகிய மனப்பான்மை என்கின்றனர் இதனை. அவர்கள் குறைமதியாளர் என்று கூறிடத் தோன்றுகிறது. பண்பாடு அந்த உணர்ச்சியைத் தடுத்து நிறுத்துகிறது. பிளவு மனப்பான்மை என்றும்கூடக் கூறுவார் உளர்! எதனை என்று பார்த்திடும்போது சிரிப்பே வருகிறது.

"யாதும் ஊரே யாவரும் கேளிர்" என்ற பண்பாட்டை எடுத்துக்கூறுவது, பிளவு மனப்பான்மையாமே! யாழ், காது குடைச்சலை உண்டாக்குகிறது; தேன் குமட்டலைத் தருகிறது, தென்றல் வெப்பத்தை மூட்டுகிறது என்று

நமது அரசுகூட அந்தச் சமதர்ம இலட்சியத்தைப் போற்றுகிறது; நமது கழகம் சமதர்ம நெறியிலே நம்பிக்கையும் நாட்டமும் கொண்டிருக்கிறது. ஆனால், நடைமுறைக்குள் புகும்போது தம்பி, ஆயிரம் ஆயிரம் தடைகள் எதிர்ப்புகள், ஆபத்துகூட!

கூறுவதுபோல அல்லவா இருக்கிறது, தமிழ்ப் பண்பாட்டுச் சிறப்பினை எடுத்துக்கூறுவது, பிளவு மனப்பான்மையை மூட்டிவிடும் என்று கூறுவது? கூறுகின்றனர், உரத்த குரலிலேகூட! உயர்ந்த இடத்திலே இடம்பெற்று விட்டவர்களும்! ஆயின் என்ன? மிகப் பெரிய இடத்திலே உள்ளவர்கள் கூறுகின்றனரே, அவர்தம் கருத்துக்கு மாறாக நாம் நடந்துகொள்ளப்போமா என்ற எண்ணம் எழும்போது தம்பி! "நெற்றிக் கண்ணைக் காட்டிடினும் குற்றம் குற்றமே!" என்பது செவியில் வீழ்கிறது. உண்மையை உரைத்தாக வேண்டும் என்ற உறுதி பிறக்கிறது. வான்கோழி கண்டால் வருத்தப்படுமே என்று எண்ணித் தோகையைக் கீழே உதறிப் போட்டுவிடுமா கலாப மயில்? காக்கைக்கு வருத்தமாக இருக்குமே என்பதற்காகப் பச்சைக் கிளி கருப்புப் பூச்சைத் தேடிக்கொண்டிருக்குமா? பிற நாடுகளும், நமது நாட்டின் பிற பகுதிகளும் பெற்றிராத கருத்துக் கருவூலத்தைத் தமிழகம் பெற்றிருக்கிறது என்பதனை எடுத்துக்காட்டுவது எந்த வகையிலும் தவறு அல்ல. எத்தகைய தீமையும் தந்திடாது எவருக்கும்.

சமதர்ம நெறியில் நாட்டம் கொண்டது நமது கழகம்

தமிழரின் தனிச் சிறப்பினை அறிந்திடப் பயன்படும் நமது இலக்கியச் செல்வத்தை நினைவிற்கொள்ளவும், மற்றையோர்க்கு எடுத்துக் கூறவும் பொங்கல் புதுநாள் ஏற்றது என்பதாலேயே பெரியோர்கள் இதைத் தமிழர் திருநாள் என்றழைக்கின்றனர். பழம் பெருமை பேசிப் பெருமூச்செறிந்து கொண்டே செயலற்று இருப்பதல்ல நமது குறிக்கோள். செயலினால் பெற்றிடும் செழுமையை எடுத்துக் காட்டிடும் நன்னாளாம் பொங்கல் புதுநாளில், செயலார்வம் மிகுந்திடுவது இயல்பு. செயலும் செம்மை யானதாக அமைந்திட வேண்டும், பயனும் சமூகம் முழுவதற்கும் கிடைத்திடத்தக்க முறை கண்டாக வேண்டும். வெள்ளம் அழித்திடும், வாய்க்கால் வளமூட்டும்; செல்வம் சிலரிடம் சென்று குவித்திடுவது வெள்ளத்துக்கு ஒப்பானது. அது கொண்டவனையும் அழித்திடும், சமூகத்தில் வலிவற்றோரையும் அழித்திடும். எனவேதான் சிந்தனையாளர், "செல்வம் பெருக்கிட வேண்டும். அஃது முடக்கப்படாமல் சமூகம் முழுவதற்கும் பயனளிக்கக் கூடிய வழிமுறை கண்டாக வேண்டும்" என்று எடுத்துக்கூறினர். நமது அரசுகூட அந்தச் சமதர்ம இலட்சியத்தைப் போற்றுகிறது; நமது கழகம் சமதர்ம நெறியிலே நம்பிக்கையும் நாட்டமும் கொண்டிருக்கிறது. ஆனால், நடைமுறைக்குள் புகும்போது தம்பி, ஆயிரம் ஆயிரம் தடைகள் எதிர்ப்புகள், ஆபத்துகூட!

“ஆண்டவனே! ஏனோ எனக்கு இந்தச் சோதனை, இத்துணை வேதனை!” என்று ஏழை இறைஞ்சுகிறான். செல்வவான், “ஆண்டவன் அருளால் நான் பெருநிதி பெற்றேன். இதனைக் குறைகூறுவது தர்மமா?” என்று நியாயம் பேசுகிறான். மொரேவியா நாட்டில், “பணம் பெட்டியில் தூங்குகிறது; பணக்காரன் பட்டு மெத்தையில் தூங்குகிறான்; ஆண்டவன் சொர்க்கத்தில் தூங்குகிறார்; இல்லாவிடில் தெருவில் ஏன் இத்தனைப் பிச்சைக்காரர்கள்?” என்றோர் பழமொழி உண்டு. இந்த நிலை கண்டு மனம் வெதும்பிய நிலையில், “பொங்கலாம் பொங்கல்! யாருக்கு? ஏழைக்கு ஏது அந்த இன்பம்?” என்று நமது இளங்கவிஞர்கள் கேட்கின்றனர். அந்தக் கேள்வி யிலே உருக்கமும் இருக்கிறது, உண்மையும் இருக்கிறது.

இது நீதியல்ல; தமிழர் நெறியுமாகாது!

ஏழ்மை நெளிகிறது! அதிலும் வளம் பெற்றளிக்கும் பாட்டாளிகளிடம்! இது நீதியல்ல; தமிழர் நெறியுமாகாது. இந்நிலை மாறிட, எல்லோர்க்கும் வாழ்வில் இன்பம் கிடைத்திட நாம் ஒவ்வொருவரும் தத்தமக்குக் கிடைத்துள்ள வாய்ப்பிற்கு ஏற்ற முறையில் பணியாற்றிட வேண்டும். தமிழர் திருநாளில் தமிழர் அனைவரும் களிப்புடன் கலந்துகொள்ளத் தக்கதான சமுதாய அமைப்பு முறை காணப் பாடுபட்டாக வேண்டும். உவகை தந்திடும் இந்நாளில் இதற்கான உறுதியைப் பெற்றுக்கொள்ள வேண்டும். இந்நிலை, தமிழகத்தில் மட்டுமல்ல, இந்தியா எங்கணும் இருந்திடக் காண்கின்றோம்.

இந்தியாவின் தொழில் பொருளாதாரம் 20 இலட்சம் பங்குதாரர்களின் கையில் இருப்பதாகச் சொல்லப்படுகிறது. 500 முக்கிய கேந்திரத் தொழில் கள், நிதி ஸ்தாபனங்கள், கம்பெனிகளில் எடுத்துப்பார்க்கும்போது, அவற்றில் 3,128 டைரக்டர்கள் இருக்கிறார்கள். அவர்களை யார் என்று உற்றுக் கவனித்தால் 1,013 பேர்தான் இந்த 500 கம்பெனிகளில் டைரக்டர் களாக இருக்கிறார்கள் என்பது புலப்படும். இந்த 1,013 டைரக்டர்கள் யார் என்று கவனித்தால், அவர்களில் 800-க்கு மேற்பட்டவர்கள் 20 குடும்பத்தைச் சேர்ந்தவர்களாகவோ அவர்களுக்கு உட்பட்டவர்களாகவோ இருப்பதைச் சுலபத்தில் காணலாம். “இந்த 20 பெரிய திமிங்கலங்கள் பாங்குகளையும் இன்ஷூரன்ஸ் கம்பெனிகளையும் நிர்வகிப்பதன் மூலமாகவும், நம் தொழில், பொருளாதாரத்தின் தன்மையையும் வேகத்தையும் போக்கையும் நிர்ணயித்து நிர்வகிக்கும் சக்தி பெற்றவர்களாக விளங்குகிறார்கள்” என்று அசோக் மேத்தா சில ஆண்டுகளுக்கு முன்பு எழுதினார். இன்றைய நிலை, அதனைவிட மோசம் என்கின்றனர் நிபுணர்கள். ஆனால், இதனை மாற்றி அமைத்திடத்தக்க முறைகளை நமக்கு இந்திய அரசியல் சட்டம் போதுமான அளவுக்கு அளிக்கவில்லை. எனவேதான், “எங்களுக்கு ஏது பொங்கல்?” என்று ஏழை கேட்கும் நிலை நீடிக்கிறது.

கிடைக்கும் ஒவ்வொரு வாய்ப்பையும் தக்க முறையிலே பயன் படுத்தினால், சமூகத்தை நிச்சயமாகத் திருத்தி அமைத்திடலாம். காலத்தை வீணாக்காமல் சமூகத் தொண்டாற்ற ஓர் துடிப்பு உனக்கு உண்டு என்பதை

உணர்ந்த உன் அண்ணன், இன்று உனக்குக் கனிவு நிரம்பிடும் வாழ்த்தினை அளிப்பதுடன், உன் இல்லத்துள்ளார் யாவருக்கும் வாழ்த்துக் கூறுவதுடன், நாடு வளம் பெற, சமூகம் சீர்பெற, சமதர்மம் மலர்ந்திடப் பாடுபடுவதற்கான உறுதியினை இன்று பெற்றிடுக என்றும் கூற விரும்புகிறேன்.

ஒரு நிமிடம்கூட வீணாக்காமல் பார்த்துக்கொள்ள வேண்டும் என்று கூறுவதற்குக் காரணம், தம்பி! எங்கோ படித்ததாக நினைவு, "ஒரு நிமிடத்தில், விண்ணிலிருந்து 6,000 விண்கற்கள் விழுகின்றன; பூமி தன்னைத் தானே 950 மைல் வேகத்தில் சுற்றுகிறது; 100 பேர் இறந்து படுகின்றனர்; 114 குழந்தைகள் பிறக்கின்றன. 34 திருமணங்கள், 16 விவாக விடுதலை நிகழ்ச்சிகள் நடைபெறுகின்றன; 68 மோட்டார்கள் உற்பத்தி செய்யப்படுகின்றன" என்பதாக. காலம் அத்துணை மதிப்பு வாய்ந்தது. கடமை உணர்ந்த நீ, காலத்தையே கனியச் செய்திடும் ஆற்றல் பெற்ற நீ, தமிழக அரசியலையே மாற்றி அமைத்த நீ, உன் கடமையைச் செய்வதிலே கண்ணும் கருத்துமாக இருப்பாய் என்பதனை நான் அறிவேன். எனினும், அண்ணன் என்ற உரிமையுடன் உனக்கு அந்தக் கடமையை நினைவு படுத்துவது எனக்கோர் மகிழ்ச்சி தந்திடுவதுபோல உனக்கும் மகிழ்ச்சி தந்திடும் என்பதிலே ஐயப்பாடு இல்லை.

என்னைப் பொறுத்தமட்டிலே தம்பி, நலிவைத் தாங்கிக்கொண்டபடி என்னால் இயன்றதைச் செய்துகொண்டுவருகின்றேன். "தாத்தாவுக்கு ஏன் கை வலி தெரியுமா? எழுதுவதாலே!" என்று என் பேரன் மலர்வண்ணன் - என் மகன் டாக்டர் பரிமளம் பெற்ற செல்வம் - கூறுகிறான். உண்மைதான்! வலி இருக்கத்தான் செய்கிறது; ஆனால், தம்பிக்கல்லவா கடிதம் எழுது கிறேன்! அது தனியானதோர் சுவையைத் தருகிறது.

மகிழ்ந்திரு! விழா நடத்திடு!

வேலை மிகுதி இருக்கிறது என்ற நினைவுடன்.
அண்ணன்,
12-1-69

சொந்த சாதியினரால் தூற்றப்பட்டவர் அண்ணா

தமிழகத்தின் பெரும்பாலான அரசியல் தலைவர்கள் தங்கள் சாதி செல்வாக்கை அரசியலுக்குப் பயன்படுத்திக்கொண்டவர்களே. விதிவிலக்குகளில் ஒருவர் அண்ணா. சாதி, மதத்துக்கு எதிராகக் கடுமையாக முழங்கிய அவரை, அவரது சாதியைச் சேர்ந்தவர்களே வெறுத்தார்கள். கிட்டத்தட்ட சாதி நீக்கம் செய்யப்பட்ட நிலை. 1962-ல் தகுதிமிக்க அண்ணாவும் பஸ் முதலாளி நடேச முதலியாரும் போட்டியிட்டபோது, சாதியானது அண்ணாவைப் புறக்கணித்தது. தோல்வியையும் பரிசளித்தது.

அண்ணாவின் பத்திரிகைகள்

அண்ணாவின் பத்திரிகைகள்

■ கே.கே.மகேஷ்

அண்ணாவின் காலம்தான் தமிழில் பத்திரிகைகள் தழைத்த காலம் என்று சொல்லலாம். அறிவியக்கத்தின் வழியிலான சீர்திருத்தமே நிலைத்து நிற்கும் என்று நம்பிய அண்ணா, பத்திரிகைகளை அதற்கான வாகனங்களாகப் பயன்படுத்தினார். 'குடிஅரசு', 'விடுதலை' ஆகிய இதழ்களில் 1937-38-ல் துணையாசிரியராகப் பணியாற்றிவந்த அண்ணா, பெரியாரின் ஒப்புதலோடு 1942-ல் 'திராவிட நாடு' என்று தனியாக ஒரு வார இதழையும் தொடங்கினார். ஓரணா விலையில் தொடங்கப்பட்ட 'திராவிட நாடு', 1963 வரை தொடர்ந்து வெளிவந்தது. அண்ணாவின் புகழ்பெற்ற 'தம்பிக்குக் கடிதம்' வாரந்தோறும் வெளியானது அந்த இதழில்தான். மத்திய அரசு பிரிவினைத் தடைச் சட்டம் கொண்டுவந்த போது, பிரிவினைக்கு ஆதரவாகப் பேசுவதோ எழுதுவதோ குற்றம் என்பதால், 'திராவிட நாடு' கொள்கையுடன் சேர்ந்து 'திராவிட நாடு' என்ற பத்திரிகையையும் சில காலத்துக்குக் கைவிட்டார் அண்ணா. மீண்டும் புதுப்பிக்க நினைத்தபோது, அந்தப் பெயரில் பத்திரிகை நடத்துவதற்கான அனுமதியே காலாவதியாகிவிட்டது.

மீண்டும் அதே பெயருடன் இதழ் நடத்த அனுமதி கிடைப்பதில் உள்ள சங்கடங்களை உணர்ந்த அண்ணா, சிறையில் இருந்த காலத்தில் அவரது வளர்ப்பு மகனான இளங்கோவன் 'காஞ்சி' எனும் பெயரில் இலக்கிய இதழ் நடத்தப் பெற்றிருந்த அனுமதியைப் பயன்படுத்தி, தன் பணியைத் தொடர்ந்தார். 1963-ல் 'காஞ்சி' இதழை நடத்த ஆரம்பித்தார். உடல்நலக் குறைவால் மருத்துவமனையில் அனுமதிக்கப்படும் வரையில் தொடர்ந்து அண்ணா அதில் 'தம்பிக்குக் கடிதம்' எழுதிக்கொண்டிருந்தார். அவரது மறைவுக்குப் பிறகும் சில காலம் வரை வந்த அந்த இதழ் பின்னர் நிறுத்தப்பட்டது.

தமிழ் பேசாதோர் மத்தியில் தன்னுடைய குரலைக் கொண்டுசெல்ல வேண்டும் என்ற எண்ணத்தில் 1957-ல் அவர் தொடங்கிய ஆங்கில வார இதழ் 'ஹோம்லேண்ட்'. இது ஒருகட்டத்தில் நின்றுபோனதும், 1966-ல் 'ஹோம்ரூல்' என்ற ஆங்கில இதழைத் தொடங்கினார்; சில காலம் இது தொடர்ந்து வந்தது. பின்னர் கைவிட்டார்.

மேலே குறிப்பிட்டவையெல்லாம் வார இதழ்கள்தானே ஒழிய, நாளிதழ்களல்ல. அண்ணாவின் தன்மைக்கு வார இதழ்களே பொருத்த மாக இருந்தன. ஆனால், திராவிடர் கழகத்திலிருந்து வெளியேறியதுமே, தங்களுக்கென ஒரு அதிகாரபூர்வ நாளிதழ் தேவையென்று உணர்ந்தார் அண்ணா.

காஞ்சி மணிமொழியார், நெடுஞ்செழியன், என்.வி.நடராசன், கே.தேவ ராசன், காஞ்சி கலியாண சுந்தரம் உள்ளிட்டவர்கள் கலந்துகொண்ட கூட்டத்தில், அண்ணாவின் எண்ணத்தைச் செயலாக்க முன்வந்தார் டி.எம்.பார்த்தசாரதி. 'மெர்க்கன்டைல் பிரஸ்' என்ற பெயரில் அச்சகம் நடத்திக்கொண்டிருந்த அவர், 'தமிழ் உலகம்' என்ற வாரப் பத்திரிகையை நடத்திய அனுபவமும் உள்ளவர். நாளிதழைத் தொடங்க ஒப்புக்கொண்ட கையோடு, அதன் ஆசிரியராக இருந்து பணிபுரிய அண்ணா ஒப்புக்கொள்ள வேண்டும் என்று நிபந்தனையும் விதித்தார். அண்ணாவும் இசைவு தெரிவிக்க, அந்த நாளிதழுக்கு 'மாலைமணி' என்று பெயர் சூட்டப்பட்டது. சென்னை மண்ணடி முத்துமாரிச்செட்டி தெருவிலிருந்து, 10.8.1949-ல் 'மாலைமணி' நாளிதழ் வெளிவரத் தொடங்கிவிட்டது. திமுக உதயமாகும் முன்பு, 'மாலைமணி' அலுவலகத்தின் மாடியே உதயமாகாத கழகத்தின் தற்காலிக அலுவலகமாகச் செயல்பட்டது. ஆரம்பத்தில் நல்ல வரவேற்பு இருந்தாலும், ஓரிரு ஆண்டுகளில் நின்றுவிட்டது.

திமுக வளரத் தொடங்கிய நாட்களில் கட்சிக்கு என்று ஒரு அதிகாரபூர்வ நாளிதழ் வேண்டும் என்று உணரப்பட்டு, கட்சி சார்பில் நிதி திரட்டப்பட்டு தொடங்கப்பட்ட நாளிதழே 'நம் நாடு'. 15.6.53 முதல் அறிவகத்திலிருந்து 'நம் நாடு' வெளியானது. துரதிர்ஷ்டம் என்னவென்றால், இது மாலைப் பத்திரிகை. புதுமைகளோடு வரும் காலைப் பத்திரிகையாக 'முரசொலி' இருந்ததால், திமுகவைப் பற்றிய செய்திகளை முன்கூட்டித் தரும் இதழாகவும் அது இருந்தது; விளைவாக, 'நம் நாடு' பத்திரிகையைக் காட்டிலும் அதிகமான பிரதிகள் 'முரசொலி'யே விற்றது. பிற்பாடு 'நம் நாடு' விற்பனையில் சரிவு ஏற்பட்டபோது, அதை நிறுத்திவிடலாமா என்று அண்ணாவிடம் கேட்டார் கருணாநிதி. அப்போது அவர் திமுகவின் பொருளாளராக இருந்தார். எப்படியும் 'நம் நாடு' பத்திரிகை தொடர்ந்து வர வேண்டும் என்று விரும்பிய அண்ணா, "உண்டியல் குலுக்கிக் காசு வசூலித்தாவது பத்திரிகையை நடத்த வேண்டும்" என்றார். இதற்கென்றே ஒரு வசூல் இயக்கம் நடத்தப்பட்டு, பத்திரிகை தொடர்ந்தது.

அண்ணாவின் மறைவுக்குப் பின்னர் 'நம் நாடு' அதன் ஒளியை இழந்தது. திமுகவினர் முழுமையாக 'முரசொலி' பக்கம் சாய, தமிழ்நாடு அரசு விளம்பரம்கூடக் கிடைக்காத நிலையில், 1972-ல் பொருளாதார நெருக்கடி காரணமாக 'நம் நாடு' நிறுத்தப்பட்டது. அதோடு அண்ணா நடத்திய பத்திரிகைகளின் வரலாறு முடிவுக்கு வந்தது.

பொதுவாக, இந்தப் பத்திரிகைகளை இன்று பார்க்கும்போது நாம் புரிந்துகொள்ள முடிவது என்னவென்றால், விற்பனைக்கான அம்சங்களை அண்ணா பெரிதாக அலட்டிக்கொள்ளவில்லை; ஆனால், வாசகர்களுக்குக் கற்பிப்பதில் பெரிய ஆர்வம் கொண்டிருக்கிறார். உள்ளூர் விஷயங்கள் தொடங்கி சர்வதேச விவகாரங்கள் தீவிரமாக விவாதிக்கப்பட்டிருக் கின்றன. அண்ணாவின் பத்திரிகைகளில் இன்று பெரும்பான்மை பிரதிகள் கிடைக்கவில்லை; பாதுகாக்கப்படாத அவற்றோடு அண்ணாவின் எழுத்து களும் நிறைய காலத்தோடு போய்விட்டன. ❍

அண்ணாவின் பத்திரிகைகளினூடாக ஒரு பயணம்

இன்றைக்குத் திரும்பிப் பார்க்கையில் அண்ணாவின் பத்திரிகைகள் பெரும் ஆச்சரியம் அளிக்கின்றன. தேசிய, சர்வதேச அளவில் மிகத் தீவிரமான பிரச்சினைகளை ஆழமாக விவாதிக்கும் கட்டுரைகளை இப்பத்திரிகைகள் வெளியிட்டிருக்கின்றன. உலகத் தலைவர்களையும் சிந்தனைகளையும் வாசகர்களுக்கு அறிமுகப்படுத்துகின்றன தமிழ்ப் பத்திரிகைகள். ஆங்கிலப் பத்திரிகைகளோ குடியரசு, தேசியம், அரசமைப்புச் சட்டம் போன்ற தீவிரமான விஷயங்களைத் தொடர்ந்து விவாதிக்கின்றன. பெரும்பாலும் முழுப் பக்கக் கட்டுரைகள்; அதுவும் பல இடங்களில் படங்கள்கூட இல்லாமல்! அதேபோல அடுத்த நிலைத் தலைவர்களின் கட்டுரைகளின் ஆங்கில மொழியாக்கம் அவர்களுடைய படங்களுடன் பெரிய முக்கியத்துவத்துடன் வெளியிடப்பட்டிருக்கின்றன. வி.பி.ராமன் முதல் சத்தியவாணி முத்து வரை அண்ணா அனைவருக்கும் அளித்திருக்கும் முக்கியத்துவமும் இந்தப் பத்திரிகைகள் தாங்கி வந்திருக்கும் தேசிய, சர்வதேச விவகாரங்களும் இப்பத்திரிகைகள் மீது பெரும் மதிப்பை உண்டாக்குகின்றன.

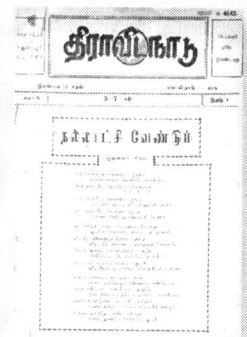

கா
ஞ்
சி
20

கா
ஞ்
சி
டி-காலே
20

கா
ஞ்
சி
20
வியட்நாம் விடுதலை வீரர்
ஹோசிமின்

கா
ஞ்
சி
20

கா
ஞ்
சி
ஆசிரியர்
அண்ணாதுரை
10-4-66

கா
ஞ்
சி
அண்ணாதுரை
8-5-66
சந்த் பதே சிங்

கா
ஞ்
சி
அண்ணாதுரை

கா
ஞ்
சி

கா
ஞ்
சி

கா
ஞ்
சி
4-12-66
மேயர் ★ உதவிமேயர்

காஞ்சி

HOMELAND
9-6-1957 | [Price 2 Annas
SPADE - WORK!

HOMELAND
14-7-1957] | [Price 2 Annas
NYAYASTHAN!

HOMELAND
MOVE AND MOTIVE
OF
Madras
Govt.
Exposed

HOMELAND
CEYLON TAMILS' RIGHTS DAY
In
MADRAS

Tax not Food - Stuffs
Tap the Rich
BE NOT TOUCHY! FACE FAC
Annadurai on the Budget

HOMELAND
Editor: C. N. ANNADURAI, M.A.
SUNDAY, FEBRUARY 16, 1958.
Ho Chi-Minh

HOMELAND
Editor: C. N. ANNADURAI, M.A.
SUNDAY, JANUARY 12 1958.
DARLING FACES DARK RECEPTION

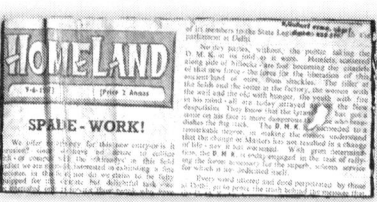

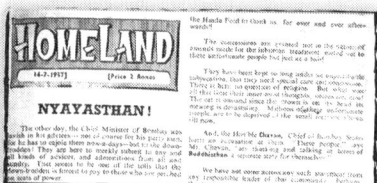

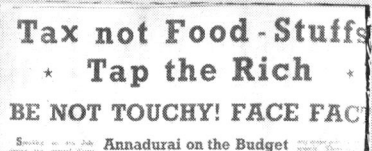

HINDI POLICY FRAUGHT WITH GRAVE EVILS

Voice of Reason Falls On Deaf Ears

D.M.K. — A Non-Violent & National Movement

Raman Vindicates D.M.K.'s Stand

Acrobatics at Amritsar

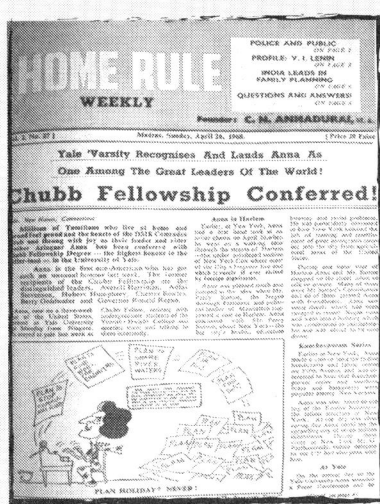

The Neglected South

OFFICIAL LANGUAGE
[A CONTRADICTION]

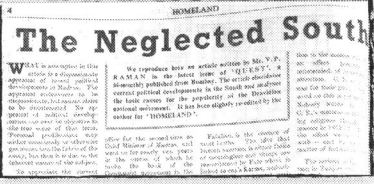

SAMPATH'S INTERVIEW WITH MASTER TARA SINGH

D.M.K's Views Explained

'IDENTICAL' Says MASTER TARA SINGH

Determined To Fight Out Hindi Imperialism

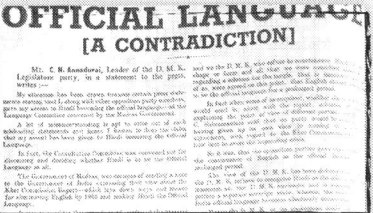

Loopholes In Congress Administration

Sovereignty of South— The only Solution

Sathyavani Muthu's Analysis

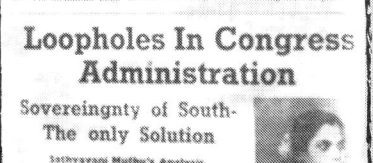

UNEMPLOYMENT POSITION NEEDS URGENT SOLUTION

UTILISE WASTE LANDS TO INCREASE PRODUCTION

Subramaniam's call to the Government

STINK OF THE OLD REGIME STILL HERE

Schemes should be fruit-ful

SINGLE-POINT SALES TAX ADVOCATED

SELVARAJ'S SUGGESTION

மாபெரும் தமிழ்க் கனவு

புத்திரிகையாசிரியர் அண்ணா

எம்.எஸ்.வேங்கடாசலம்
'ஹோம்லேண்ட்' பத்திரிகையின்
பொறுப்பாசிரியராக இருந்தவர்

அண்ணா நடத்திய 'ஹோம்லேண்ட்' பத்திரிகையின் பொறுப்பாசிரியராக இருந்தவர் எம்.எஸ்.வேங்கடாசலம். ஒரு பத்திரிகையாசிரியராக அண்ணா எப்படியெல்லாம் செயல்பட்டார் என்பதை 'நான் கண்ட அண்ணா' நூலில் விலாவாரியாக விவரித்திருக்கிறார் வேங்கடாசலம். நூலிலிருந்து தேர்ந்தெடுக்கப்பட்ட இந்தக் குறிப்புகள் அண்ணாவின் இன்னொரு ஆளுமையை அறிந்துகொள்ள உதவுகின்றன.

இந்து அலுவலகத்துக்குப் போய்ப் பார்!

செய்தித்தாள்களைப் பொன்போல பாவித்துப் பாதுகாக்க வேண்டும் என்பதில் அண்ணா மிகவும் கவனமாக இருப்பார். "இந்து அலுவலகத் துக்குப் போய்ப் பாருங்கள் ஐயா! பழைய பேப்பர்களையெல்லாம் அங்கே எவ்வளவு ஒழுங்காக அடுக்கி வைக்கிறார்கள்! அந்த ஒழுங்கு நமக்கு ஏன் வரவில்லை?" என்பார்.

பிழை திருத்த ஒரு மந்திரம்

இதழ் நல்ல முறையில் பிழை எதுவுமின்றி வெளிவர வேண்டும் என்பதில் அண்ணா மிகவும் அக்கறை காட்டினார். தொடக்கக் காலத்தில் அச்சுப் பிழை திருத்துவதில் சில குறைபாடுகள் ஏற்பட்டன. என்னுடைய அனுபவமின்மை அதற்கு முக்கியக் காரணம். 'இன் டிரிபிலிகேன்' (*In Triplicane*) என்பதற்குப் பதில் 'இன் டிரிபிலிகேட்' (*In Triplicate*) என்று ஒரு இதழில் அச்சேறிவிட்டது. இன்னொரு கட்டுரை ஒன்றில் அண்ணா 'போர்' (*Boor*) என்று எழுதியிருந்ததை நான் தவறாகப் புரிந்துகொண்டு 'புவர்' (*Poor*) என்று திருத்திவிட்டேன். இரண்டுமே கவனக்குறைவால் ஏற்பட்ட தவறுகள். அண்ணா மிகவும் கோபப்பட்டார். "எழுதும்போது ஒவ்வொரு சொல்லையும் மிகவும் எச்சரிக்கையாகப் பயன்படுத்த வேண்டும் - பிழை திருத்தும்போது ஒவ்வொரு எழுத்தையும் எச்சரிக்கையாகப் படிக்க வேண்டும்" - இது அண்ணா எனக்குச் சொல்லிக்கொடுத்த தாரக மந்திரம். இதழ் நடத்துவோருக்கும், இதழ்ப் பணியில் ஈடுபட்டிருப்போருக்கும் அவர்தம் உள்ளங்களில் ஆழப் பதிந்திட வேண்டிய தத்துவம் இது.

பிழைகள் பொறுக்காதவர்

அன்றைய முதல்வர் காமராஜர் பாகல்மேடு என்னுமிடத்தில் மக்களைச் சந்திப்பதாகவும் அங்கு கூறப்படும் குறைகளுக்கு உடனடியாகத் தீர்வு காண்பதாகவும் ஒரு ஏற்பாடு. எனினும், நடைமுறையில் பல சிக்கல்கள்! அந்தத் திட்டம் எதிர்பார்த்த பலனைத் தரவில்லை என்பது மட்டுமல்ல – பெருத்த ஏமாற்றமாகவே முடிந்தது! அந்தத் திட்டத்தின் குறைபாடுகளை, குளறுபடிகளைக் கேலிசெய்து அண்ணா ஒரு கட்டுரை தீட்டினார். அதற்குத் தலைப்பு, 'பாகல்மேடு எ பாஸிங் ஷோ' *(PAGALMEDU A PASSING SHOW)*. இதில் 'பாஸிங்' *(PASSING)* என்ற சொல்லில் ப்ளாக் செய்யும்போது ஒரு தவறு நேர்ந்துவிட்டது. ஓவியர் ஒரு எழுத்தைக் கூடுதலாகச் சேர்த்து விட்டார். நான் அதைக் கவனக்குறைவாக விட்டுவிட்டேன். அண்ணா இந்தத் தவறைக் கண்டுபிடித்தார். கடுங்கோபம் அவருக்கு! பிரஷைக் கொண்டுவரச் சொல்லிக் கறுப்பு மையால் ஒவ்வொரு இதழிலும் அந்த எழுத்தை அவரே அடிக்கத் தொடங்கினார். "இல்லை அண்ணா. அது எனது தவறுதான்! நானே செய்துவிடுகிறேன்! நீங்கள் ஏன் சிரமப்பட வேண்டும்?"என்றேன். "ஏன் ஐயா! நானும்தான் தவறு செய்துவிட்டேன்! உனக்கு அனுபவமில்லை என்பதைக் கருத்தில் கொண்டு, நானே ஓவியர் பழனி எழுதியதைப் பார்த்திருக்க வேண்டும்! பார்க்காமல் விட்டது என் தவறுதானே! அதற்காகத்தான் நானே இதைச் செய்கிறேன்" என்றார். எனக்குப் பெரும் அதிர்ச்சி - கண்ணீர் வராத குறை. நான் ஒருபக்கம், ஓவியர் பழனி ஒருபக்கம் அந்தப் பணியில் ஈடுபட்டோம். சிறிது நேரம் கழித்து அண்ணா, "திருத்தப்படாமல் ஒரு இதழ்கூட வெளியே போகக் கூடாது! ஜாக்கிரதையாகச் செய்யுங்கள்!" என்று சொல்லிவிட்டு அந்த இடத்தை விட்டு அகன்றார். விடிய விடிய நாங்கள் அந்தப் பணியில் ஈடுபட்டு பின்னர்தான் இதழ்களை வாசகர்களுக்கும் முகவர்களுக்கும் அனுப்பினோம். மிகக் கசப்பான அனுபவம் - மறக்க முடியாத ஒன்று!

ஒரு படைப்பை வெளியிடுவதற்கான இலக்கணம்

சோஷியலிஸ்ட் கட்சியின் மாத இதழ் 'மேன்கைண்ட்'. அதன் ஆசிரியர் அந்தக் கட்சியின் தலைவராக அப்போது இயங்கிவந்த ராம் மனோகர் லோகியா. "ஆங்கிலமே வெளியேறு" என்று குரலெழுப்பி, அதற்கென்று ஒரு இயக்கத்தைக்கூட நடத்திவந்தார். "இந்தியை அரியணை ஏற்றிட எந்தத் தியாகத்தையும் செய்யத் தயார்" என்று சூளுரைத்தவர். அந்த இதழில் ஒரு கட்டுரை வெளியிடப்பட்டிருந்தது. திமுகவைத் தாக்கியும் கேலிசெய்தும். "திமுக பார்ப்பனிய எதிர்ப்பு இயக்கம் என்பதென்னவோ உண்மைதான். ஆனால், அது மக்கள் இயக்கமல்ல – மக்களிடம் சென்றடையவில்லை!" என்றும் எழுதியிருந்தது அந்த ஏடு! இது எனக்கு அதிர்ச்சியையும் ஆத்திரத்தையும் ஊட்டியது. காகிதத்தையும் பேனாவையும் எடுத்தேன் - ஆத்திரம் தீர எழுதித்தள்ளினேன். பின்னர் அது அண்ணாவிடம் போனது. அதைப் படித்த அண்ணா சிரித்துக்கொண்டே, என்னைக் கேட்டார், "இந்த 'மேன்கைண்ட்' பத்திரிகை தமிழ்நாட்டில் எவ்வளவு பிரதிகள் விற்பனை ஆகுமென்று நினைக்கிறாய்?அதிகமாகப்போனால் ஐம்பது போகுமா?"

"ஆம், அண்ணா!" "அதிகமாகப் போனால் நூறு பேர் அதைப் படித்திருப்பார்களா; நமது பத்திரிகை எவ்வளவு விற்கிறது?" "சுமார் பத்தாயிரம் பிரதிகள்." "படிப்பவர்கள் எவ்வளவு பேர் இருப்பார்கள்?" "ஒரு லட்சத்தைத் தாண்டக்கூடும்." "நூறு பேருக்கு மட்டுமே தெரிந்த ஒரு விஷயத்தை நீ ஒரு லட்சம் பேருக்கு எடுத்துச்சொல்கிறாயே! என்ன புத்திசாலித்தனம் இது? எழுதுவதற்கு ஒரு இலக்கணம் வகுத்துக்கொள்ள வேண்டும். நமது எழுத்து நாம் கொண்ட கொள்கைக்கு எவ்வளவு தூரம் பயன்படும், வலுவேற்றும் என்பதை முதலில் சிந்திக்க வேண்டும்! பயன்படும் என்று தெரிந்தால் மட்டுமே எழுத வேண்டும். கண்டவற்றை எழுதி நம்முடைய நேரத்தையும் வாசகர்களுடைய பொன்னான நேரத்தையும் வீணாக்கக் கூடாது!" எவ்வளவு பொன்னான கருத்து இது!

எல்லாவற்றையும் முந்திப் படிப்பவர்

அயர்லாந்து நாட்டின் விடுதலைப் போராட்ட வரலாறு குறித்தும், அதன் முதன்மைத் தளகர்த்தர் யேமன் டிவேலரா குறித்தும் இயன்றவரை செய்திகளைத் திரட்டிக் குறிப்புகள் தயாரித்து வைத்திருந்தேன். அப்போதெல்லாம் தலைப்புகளுக்கு உலோகத்தாலான பிளாக்குகள் செய்ய முன்கூட்டியே ஏற்பாடு செய்துவிடுவோம். அந்த வகையில், "வீரர் கோட்டம்" என்று நான் தலைப்பு கொடுத்திருந்தேன், பிளாக் செய்யும் பொருட்டு. "என்னென்ன நூல்களைப் படித்தாய்?" என்று அண்ணா கேட்டார். நான் பட்டியலைக் கூறினேன். பிறகு, சின் பீன் இயக்கம் *(Sinn Fein Movement)* என்ற தலைப்பில் அண்மையில் ஒரு புத்தகம் வெளிவந்திருக்கிறது. அது மிகவும் பயன்படும். பிரிட்டிஷ் தூதரக நூலகத்தில் அது கிடைக்கும். "அதையும் படித்துவிட்டு எழுது!" என்றார். அதிலெல்லாம் நாங்கள் உறுப்பினர்கள்-எனவே, அந்த நூலைப் பெறுவது எளிதாயிற்று-அவருடைய அறிவுரைப்படியே கட்டுரை தீட்டினேன். பரவலான பாராட்டுகளை எனக்கு அந்தக் கட்டுரை பெற்றுத்தந்தது.

கண்ணதாசனுக்குச் சொன்ன பாடம்

கண்ணதாசனின் 'தென்றல்' இதழில் முதல் பக்கத்தில் ஒரு கேலிச் சித்திரம். அதில் கைகூப்பிக்கொண்டு ஊர்வலமாகப் பண்டித நேரு செல்வதுபோலவும் மக்கள் அவர் மீது செருப்புகளை வீசுவதுபோலவும் போடப்பட்டிருந்தது. பத்திரிகை வெளியாவதற்கு முன்னதாகவே இது என் காதுக்கு வந்தது. அவரைத் தொடர்புகொள்ள முயன்றோம் இயலவில்லை. எனவே, அண்ணா கூறியபடி நானே நேரில் சென்று, அதன் பிரதி ஒன்றை வாங்கிக்கொண்டேன். "அண்ணா அனுமதி கொடுக்கிற வரையில் இதழை வெளியிட வேண்டாம்" என்று இதழின் நிர்வாகத்திடம் கூறிவிட்டு வந்துவிட்டேன். மறுநாள் காலையில் வீட்டுக்கு வந்த கண்ணதாசன் என் மீது பாய்ந்தார். "என்ன நீங்க, பத்திரிகையை வெளியிடக் கூடாதுன்னு சொன்னீங்களாமே. என்ன சட்டாம்பிள்ளையா?" என்றார். இது நடைபெற்றது அண்ணா இல்லத்தின் வெளிப்புறக் கூடத்தில். நான் பதில் சொல்வதற்குள் அண்ணாவே வந்துவிட்டார், "அவன் மேல ஏனய்யா

பாய்கிறாய்? நீ எலிமெண்டரி ஸ்கூல் மாணவனாக நடக்கும்போது அவன் சட்டாம்பிள்ளையாக நடக்கிறதிலே என்ன தவறு? இன்னொன்று தெரியுமா? சட்டாம்பிள்ளை ஆசிரியர் சொல்படிதான் நடப்பான்." இது அண்ணா தந்த பதில். கண்ணதாசன் மௌனமானார்.

எழுதுபவருக்கும் உரிமை, திருத்துபவருக்கும் உரிமை

வி.பி.ராமன் எழுதி, ஏற்கெனவே 'குவெஸ்ட்' இதழில் வெளியான கட்டுரையை அவர் 'ஹோம்லேண்ட்' பத்திரிகைக்குத் தந்திருந்தார். அதைப் படிக்கும்போது எனக்கு அதிர்ச்சி! காரணம், அதில் தந்தை பெரியாரை வன்மையாகக் கண்டித்தும், இராஜாஜியை வானளாவப் புகழ்ந்தும் எழுதப்பட்டிருந்தது. பெரியாரை 'ஈ.வெ.ராமசாமி நாய்க்கர்' என்றும் இராஜாஜியை 'சக்கரவர்த்தி இராஜகோபாலாச்சாரி' என்றும் குறிப்பிடப் பட்டிருந்தது. கட்டுரையை ஒதுக்கி வைத்துவிட்டேன். மறுநாளைக்கு மறுநாள். "என்ன ஐயா, என்ன நினைச்சிட்டு இருக்கே?" - இது அண்ணா, மறுமுனையில். "என்ன அண்ணா? என்ன தப்பு பண்ணினேன், இவ்வளவு கோபித்துக்கொள்கிறீர்கள்?" "வி.பி.ராமன் கட்டுரை கொடுத்தார் இல்லையா? அதை ஏன் போடவில்லை? அவ்வளவு என்ன பெரியத்தனம் உனக்கு?" எனக்குப் புரிந்துவிட்டது. "சரி அண்ணா, உடனே அந்தக் கட்டுரையைக் கொண்டுவருகிறேன். படித்துப்பார்த்து நீங்கள் போடச் சொன்னால் போடலாம்." "சரி, சரி. உடனே வா!" சுமார் ஒரு மணி நேரத்துக்குள்கட்டுரையைக்கொண்டுபோய்அண்ணாவிடம்கொடுத்தேன். அண்ணா மிகவும் ஊன்றிப் படித்தார். முகத்தில் பல்வேறு மாறுதல்கள். இறுதியாகக் கூறினார், "இப்படி எழுத எப்படி மனம் வந்தது அவருக்கு? 24 மணி நேரத்தில் 20 மணி நேரம் நம்மோடு இருக்கிறார். இருந்தும் இப்படி எழுதியிருக்கிறாரே!" "அவர் 'குவெஸ்ட்' பத்திரிகையில் எழுதியது இருக்கட்டும் அண்ணா. அதையே நமது பத்திரிகையிலும் வெளிவரத் தந்திரமாக ஏற்பாடுசெய்திருக்கிறாரே, அதைத்தான் என்னால் புரிந்து கொள்ள முடியவில்லை." ஆழ்ந்த சிந்தனை - நீண்ட பெருமூச்சு - ஒரு ஏளனச் சிரிப்பு! பின்னர் கூறினார், "என்ன இருந்தாலும் ஐயா ஐயாதான்! ஐயா அளவுக்கு மனிதர்களைப் புரிந்துகொள்ள நமக்கு இன்னும் எவ்வளவு நாட்கள் ஆகுமோ தெரியவில்லை!" என்றார். வேதனை கலந்த விரக்தி தென்பட்டது, அவரது முகத்திலும் பேச்சிலும்! இது போன்ற தருணங்களில் திடீரென்று ஆங்கிலத்தில் பேசுவது அண்ணாவின் வழக்கம். "சரி, வேங்கடாசலம்! நீ இதழின் மானத்தைக் காப்பாற்றி விட்டாய். இதன் பொறுப்பாசிரியர் என்ற வகையில் என்னுடைய எழுத்தைக்கூடத் திருத்த உனக்கு உரிமை உண்டு" என்றார் ஆங்கிலத்தில். எனக்கு அளவு கடந்த மகிழ்ச்சி. எனக்குப் பதவி உயர்வு, 'துணை ஆசிரியர்' பொறுப்பிலிருந்து 'பொறுப்பாசிரியர்' என்னும்சிறப்புமிக்க பொறுப்புக்கு!

எம்.எஸ்.வேங்கடாசலம் எழுதிய
'நான் கண்ட அண்ணா' புத்தகத்திலிருந்து சில பகுதிகள்

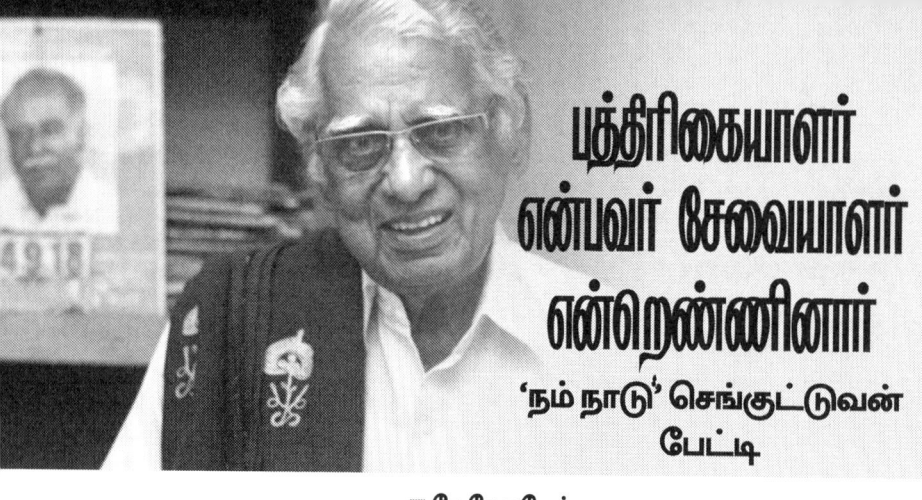

பத்திரிகையாளர் என்பவர் சேவையாளர் என்றெண்ணினார்

‘நம் நாடு’ செங்குட்டுவன் பேட்டி

■ கே.கே.மகேஷ்

அண்ணா ஆசிரியராக இருந்த ‘மாலைமணி’ நாளிதழில் தன் இதழியல் வாழ்வைத் தொடங்கி, அண்ணா காலத்தில் திமுகவின் அதிகாரபூர்வ நாளேடாக இருந்த ‘நம் நாடு’ இதழிலும் தொடர்ந்து, அண்ணாவுடன் இருபது ஆண்டுகள் பயணித்து, அவருடைய மறைவுக்குப் பின் ‘நம் நாடு’ பத்திரிகையை மூடும் வரை அங்கே பணியாற்றியவர் மா.செங்குட்டுவன். அதன் பிறகு இன்றுவரை ‘கவிக்கொண்டல்’ என்ற சிறு பத்திரிகையை நடத்திவருகிறார். பத்திரிகையாளர் அண்ணாவுடனான அனுபவங்களைப் பகிர்ந்துகொண்டார்.

● **அண்ணாவை முதன்முதலில் எப்போது சந்தித்தீர்கள்?**

திருவாரூருக்கு 1948-ல் நாவலர் நெடுஞ்செழியனின் தங்கை திருமணத்துக்கு அவர் வந்திருந்தார். அப்போதுதான் சந்தித்தேன். அண்ணாவுக்கும் பெரியாருக்கும் மனத்தாங்கல் இருந்த காலமது. ‘ஆகஸ்ட் 15 இன்ப நாள்’ என்று அண்ணா சொன்னதில் எனக்கும் வருத்தம் இருந்தது. அவரைச் சந்தித்தபோது எல்லோர் முன்பும் இதைப் பற்றி நான் கேள்வி எழுப்பினேன். கொஞ்சம் அதிகப்பிரசங்கித்தனமாகப் பேசினேன் என்றும்கூடச் சொல்லலாம். ஆனாலும் அண்ணா என்னையும் ஒரு பொருட்டாக மதித்து நீண்ட விளக்கமளித்தார். எனக்கு ஆச்சரியம் என்னவென்றால், செந்தமிழில்தான் அண்ணா பேசுவார் என்று அன்றுவரை எண்ணியிருந்தேன்; அண்ணாவோ சென்னை பாஷையில் பேசினார். அவருடைய எளிமை என்னைக் கவர்ந்துவிட்டது.

● **பத்திரிகையில் அண்ணாவோடு பணியாற்றும் வாய்ப்பு எப்படிக் கிடைத்தது?**

திருவாரூரில் திராவிட இயக்க இதழ்களை விடாமல் வாசித்துவந்த எனக்கு எப்படியாவது ஒரு பத்திரிகையில் சேர்ந்துவிட வேண்டும் என்ற ஆர்வம் ஏற்பட்டது. மாவூரில் பெரியாரியப் பயிற்சி முகாம் நடந்தபோது,

பெரியாரிடம் என் விருப்பத்தைச் சொன்னேன். 'விடுதலை'யில் வேலை காலியில்லாததால், என்.வி.நடராஜனை அழைத்து, "இவருக்கு எதாவது ஏற்பாடு பண்ணு" என்றார். அவர் வழிகாட்டலில் கிருஷ்ணசாமி முதலியார் நடத்திவந்த 'லிபரேட்டர்' ஆங்கில ஏடு, 'எங்கள் நாடு' இப்படி எல்லா ஏடுகளுக்கும் முயற்சி செய்துவந்தேன். அப்படித்தான் திகவிலிருந்து பிரிந்த பின் தன் கருத்துகளைக் கொண்டுசெல்வதற்காக அண்ணா தொடங்கிய 'மாலைமணி' அலுவலகத்துக்குச் சென்றேன். அங்கு ஒரு சின்ன அறையில், நாலு முழ வேட்டி, கசங்கிய சட்டை, கலைந்த தலையுடன் அண்ணா உட்கார்ந்திருந்தார். அருகில் டி.எம்.பார்த்தசாரதியும் இருந்தார். வந்த விஷயத்தைச் சொன்னதும், "அனுபவம் இருக்குதா?" என்று கேட்டார். "ரொம்ப நாளாக 'விடுதலை'யும், 'திராவிட நாடு'ம் வாசிக்கிறேன் அண்ணா" என்றேன். "நெடுஞ்செழியன்தான் பொறுப்பாசிரியராக இருக்கப்போகிறார், அவரைப் பார்த்துவிடேன்" என்றார். அவரைப் பார்க்கச் சென்றபோது ஏற்கெனவே ஆள் எடுப்பு முடிந்துவிட்டதை அறிந்துகொண்டேன். ஊர் திரும்பிவிட்டேன். ஒரு மாதம் கழித்து என்னைப் பற்றி விசாரித்த அண்ணா, "அந்தப் பையனை நம் கட்சி அலுவலக வேலைக்காவது பயன்படுத்தலாமே!" என்று சொல்லி இருக்கிறார். ஆக, தகவல் வந்து 1949, செப்டம்பர் 15 அன்று 'மாலைமணி' அலுவலகத்தில் வேலைக்குச் சேர்ந்துவிட்டேன். அடுத்த இரண்டாவது நாள் திமுக உதயமானது. சென்னை பவளக்காரத் தெரு ஏழாம் எண் கட்டிடத்தின் மேல் மாடியில்தான் திமுக அமைப்புக் குழுக் கூட்டம் நடந்தது. அதே இடத்தில்தான் திமுக அலுவலகமும், 'மாலைமணி' அலுவலகமும் இயங்கின. நான் இரண்டு இடத்திலும் வேலை பார்த்தேன். பத்திரிகையில் பிழை திருத்துநர், உதவி ஆசிரியர்; திமுக அலுவலகத்தில் கடிதங்களுக்குப் பதில் எழுதும் வேலை என இரண்டையும் பார்த்தேன். பிற்பாடு, திமுகவின் அதிகாரபூர்வப் பத்திரிகையாக 'நம் நாடு' பத்திரிகையைத் தொடங்கிய பிறகு அதில் உதவியாசிரியர் ஆனேன். அதுவே என் அடையாளமாகவும் ஆகிவிட்டது.

ஆனால், அண்ணா தொடங்கிய 'நம் நாடு' பிற்பாடு நின்றுவிட்டது, ஏன்?

அண்ணா கட்டுரைகளை எழுதுவாரே அன்றி, ஏனைய வேலைகளைப் பத்திரிகைகளில் பார்க்க அவருக்குப் பிற்காலத்தில் நேரம் இல்லை. அண்ணா வாழ்ந்த காலத்திலேயே 'முரசொலி' அளவுக்கு அது சூடாக இல்லை. 'முரசொலி'யில் நிறைய புதுமைகளைச் செய்வார்கள். அதுதான் விற்பனையில் முந்தியிருந்தது. அண்ணா மறைவுக்குப் பின் கருணாநிதி முதல்வராகிவிட்ட சூழலில், இயல்பாக வாசகர்களின் கவனம் முழுக்க அதன் மீது குவிந்துவிட்டது. 'நம் நாடு' விற்பனையில் பெரிய சரிவு ஏற்பட்டது. அரசு விளம்பரங்கள், கட்சியினர் விளம்பரங்களும் குறைய பத்திரிகை முடங்கியது. கடைசியில் கட்சி அதை நிறுத்திவிட்டது.

பத்திரிகையாளராக அண்ணா எப்படி?

மருத்துவரைப் போல பத்திரிகையாளரும் ஒரு சேவையாளர் என்பார் அண்ணா. அதை ஒரு தொழிலாகவோ, வருமானத்துக்கான வழியாகவோ அவர் கருதியதே இல்லை. எல்லோர் கருத்துகளுக்கும் மதிப்பளிப்பது அவருடைய பெரிய பண்பு. நான் வேலைக்குச் சேர்ந்த ஐந்தாவது நாளில் ஒரு சம்பவம். சீனப் புரட்சி முடிந்து செஞ்சீனத்தின் தலைவராக மாசேதுங் ஆட்சிப் பொறுப்பு ஏற்றிருக்கிறார். அண்ணா 'மாலைமணி'யில் முதல் பக்கத்தில் கட்டுரை எழுதினார். தலைப்பு: 'சீனாவின் சிகப்பு நட்சத்திரம்'. கம்போஸிங் எல்லாம் முடிந்து பிழை திருத்தத்துக்கு என்னிடம் வந்தபோது, 'சிகப்பு என்பதைக் காட்டிலும் சிவப்புதானே சரி?' என்ற ஐயம் எனக்கு ஏற்பட்டது. பொறுப்பாசிரியர் நெடுஞ்செழியனிடம் கேட்டேன். "அண்ணா எழுதியது, அப்படியே இருக்கட்டும்" என்று சொல்லிவிட்டார். எனக்கு மனது கேட்கவில்லை. நாவலர் மதிய உணவுக்குப் போனதும், தனியாக இருந்த அண்ணாவிடம் கேட்டுவிட்டேன். ரொம்ப இயல்பாக, "ஆமா, சிவப்பு என்றுதானே இருக்க வேண்டும்? திருத்திவிடு" என்று சொல்லி, கையோடு திருத்தச் சொன்னார். அதேபோல, எல்லோரையும் சரிசமமாக மதிப்பார். 1963-ல் தன் வளர்ப்பு மகன்கள் திருமணத்துக்காக அழைப்பிதழ் கொடுக்க 'நம் நாடு' அலுவலகம் வந்தபோது, பொறுப்பாசிரியர் காஞ்சி கல்யாணசுந்தரத்துக்கு எப்படித் தன் கைப்பட எழுதி அழைப்பிதழ் வைத்தாரோ அப்படித்தான் அச்சுக்கோப்போர், எந்திரம் ஓட்டுவோர், அலுவலகப் பையன்கள், காவல்காரர் வரைக்கும் ஒரே மாதிரி பாவித்து அழைப்பிதழ் வைத்தார். நுங்கம்பாக்கத்திலுள்ள அண்ணா வீட்டுக்கு அவரைப் பார்க்க நானும் மாநகராட்சி உறுப்பினர் சா.கணேசனும் ஒருமுறை சென்றிருந்தபோது, ஒரு சோபாவில் அமர்ந்திருந்தார் அண்ணா. நாங்கள் சென்ற அதே நேரத்தில் திண்டிவனம் ஆ.தங்கவேலு இன்னும் ஐந்தாறு கழகத் தோழர்களுடன் அங்கே வந்தார். சட்டென வீட்டுக்குள் போன அண்ணா ஒரு ஜமுக்காள விரிப்பைக் கொண்டுவந்து தரையில் விரித்து, எல்லோரையும் அமரச் சொல்லி அவரும் அதிலே உட்கார்ந்துகொண்டார். யாரையும் நிற்க வைத்துப் பேசும் வழக்கம் அவருக்குக் கிடையாது. பத்திரிகையில் என்னவெல்லாம் எழுதினாரோ அதையெல்லாம் சொந்த வாழ்க்கையில் கடைப்பிடித்தவர் அவர். பத்திரிகையாளர்களுக்கு என்றுமான முன்னுதாரணமும் அவர்!

ஒரு தலைவன்
இரு தமிழ்க் கவிகள்

நம் காலத் தமிழின் மகத்தான தமிழ்க் கவிகளாக பாரதி, பாரதிதாசன் இருவரையும் தூக்கிப்பிடித்தார் அண்ணா. பாரதி அல்லது பாரதிதாசன் என்கிற வழக்கமான எதிரெதிர் நிலைப்பாட்டை அவர் ஒதுக்கித்தள்ளினார். தேசிய கவி என்று முத்திரை குத்தப்பட்ட பாரதியை 'மக்களின் கவி' என்று கொண்டாடிய அண்ணா, பாரதி வழிவந்த பாரதிதாசனை 'புரட்சிக் கவி' என்று கொண்டாடினார். பாரதி, பாரதிதாசன் இருவரைப் பற்றியும் அண்ணா எழுதிய நீண்ட கட்டுரைகள் அண்ணாவுக்குள் இருக்கும் ஆழமான இலக்கியத் திறனாய்வாளரை வெளிக்கொணருபவை. அவற்றிலிருந்து தேர்ந்தெடுக்கப்பட்ட சில பகுதிகள் மட்டும் பின்வரும் பக்கங்களில் அளிக்கப்பட்டிருக்கின்றன.

மக்கள் கவி பாரதி

மக்களின் கவி என்னும் பதமே கவர்ச்சியானது; முக்கியத்துவம் கொண்டது. எனினும், இது அந்தக் கவிஞருக்கு மட்டுமே புகழ் சேர்க்கும் பட்டம் அல்ல. ஏனெனில், மக்கள் எல்லோரும் மன்னாதி மன்னர்களையும் மந்திரிமார்களையும் தானைத் தளபதிகளையும் ஆபத்பாந்தவன்களையும் முக்காலமும் உணர்ந்த முனிவர்களையும் புனிதர்களையும் மாயமந்திர வித்தைக்காரர்களையும் புரோகிதர்களையும் கண்டிருக்கிறார்கள். ஆனால், தங்களுக்கான கவிஞர்களை அவர்கள் கண்டதே இல்லை. காலம்காலமாக மாபெரும் கவிஞர்களெல்லாம் இருந்திருக்கிறார்கள்தான். ஆனால், அவர்களெல்லாம் வேதங்களுக்கும் பக்தி இலக்கியங்களுக்கும் வளம் சேர்த்தவர்கள், அரண்மனைகளைத் தங்கள் கவித் திறமையால் அலங்கரித்தவர்கள். மக்களுக்காக மக்களின் மொழியில் கவி பாடியவர்கள் மிக மிக அரிது.

கோயில் மணி செய்யும் வேலையையோ அரசவை முரசு செய்யும் வேலையையோதான் கவிஞர்களின் குரல் செய்துவந்திருக்கிறது. வெகு அரிதாகத்தான் மக்களின் மனதில் கிடப்பவற்றைக் கவிஞர்களின் குரல் பேசியிருக்கிறது. அப்போதும்கூட, மக்களெல்லாம் எவ்வளவு பேராசைக் காரர்களாகவும் சிற்றின்ப நாட்டமுடையவர்களாகவும் ஆகிவிட்டார்கள் என்றும் வெள்ளி என்பது எவ்வளவு பாவப்பொருள்; தங்கம் என்பது கடவுளுக்கு எதிரான பொருள் என்பதுபோலெல்லாம் மக்களை இடித்துரைப்பதாகத்தான் இருக்கும். இந்தப் பிரசங்கங்களுக்கு அரச செங்கோலின் ஆசிர்வாதம் தாராளமாகக் கிடைத்தது. விளைவாக, தாங்கள் எங்கிருந்து கிளம்பிவந்தார்களோ அந்த மக்கள் கூட்டத்தையே அவர்கள் வெறுப்பவர்களானார்கள்; அறம், தர்மம் போன்றவற்றின் விற்பனை யாளர்களானார்கள் அல்லது இன்ப உணர்ச்சியின் வியாபாரிகளானார்கள். மக்களின் கவிஞர்களாக இருப்பதென்பது அவ்வளவாக லாபகரமானது அல்ல என்பதை அவர்கள் அறிந்திருந்தார்கள். நாம் சங்க காலத்துக்குப் பிறகு தமிழ்நாட்டில் பிரமாதமான மக்கள் கவிஞர் எவரையும் காணவில்லை என்பதற்கு அதுதான் காரணம்.

இரண்டு யுகங்களுக்கு நடுஎல்லையில் பாரதி பிறக்கிறார். அவரது சொந்தப் பிராந்தியத்தில் நிலவுடைமை முழு வீச்சில் இருக்கிறது. குடிசைகள் சூழப்பட்டதாக இருக்கிறது எட்டயபுர சமஸ்தானத்தின் அரண்மனை. காலங்காலமாகத் தொடர்ந்துவரும் சாதியச் சமூகமும் முழு அதிகாரத்தில் இருக்கிறது. இந்தப் பக்கம் நிலவுடைமை அந்தப் பக்கம் சனாதனம் என்ற சூழலில் ஒரு பிராமணக் குடும்பத்தில்தான் பிறக்கிறார் பாரதி. இத்துடன், நவீனத்துவமும் எட்டிப்பார்த்துக்கொண்டிருக்கும்

> பாரதி, தேசியவாதத்தின் கவிஞர் மட்டுமல்ல; அவர் மக்கள் கவிஞர்; மறுமலர்ச்சியின், புத்தாக்கத்தின் விடிவெள்ளியும்கூட. தன் நாட்டு மக்களை அச்சத்திலிருந்தும் தாழ்வுமனப்பான்மையிலிருந்தும் விடுவிக்க முனைந்தார் பாரதி!

வேளை, தொழில்புரட்சியின் அதிகாலைப் பொழுதும்கூட. புதிய யுகத்தைப் பழைய யுகம் துயர் நிரம்பிய கண்களுடன் எதிர்கொள்கிறது. புதுயுகத்தின் தோற்றமே பழைய யுகத்துக்குச் சவால் விடுக்கிறது. அப்படிப்பட்ட யுகத்தில் பிறந்த பாரதி, பழமைக்கும் புதுமைக்கும் இடையிலான போர்க்களத்தின் மாபெரும் போராளியாக உருவெடுத்தார். இப்படிப்பட்ட ஒரு நாட்டில், வரலாறு மிக மெதுவாக நகரும் ஒரு நாட்டில், அதற்கு விசையுடனான ஒரு உந்தித்தள்ளல் கிடைத்தால் வேகமாக நகரும் என்ற நிலை கொண்ட ஒரு நாட்டில் பாரதி பிறந்தேவிட்டார். ஒரு மக்கள் கவிஞராக எப்படிப்பட்ட வேகமான உந்தித்தள்ளலை அவர் இந்நாட்டின் வரலாற்றுக்குக் கொடுத்தார் என்பதில்தான் பாரதியின் மகத்துவம் பெரும்பாலும் அடங்குகிறது.

பாரதி, தேசியவாதத்தின் கவிஞர் மட்டுமல்ல; அவர் மக்கள் கவிஞர்; மறுமலர்ச்சியின், புத்தாக்கத்தின் விடிவெள்ளியும்கூட. அந்நியரின் ஆதிக்கத்தைக் கண்டு பாரதி கொதித்துப்போனார், அவர்களை நம் நாட்டிலிருந்து விரட்ட நினைத்தார் என்பதெல்லாம் சரிதான். ஆனால், அவருடைய லட்சியம் அதுவல்ல. உலகத்தின் கண் முன்னால் நம் நாட்டின் மதிப்பை உயர்த்துவதும், ஆணும் பெண்ணும் அனைவருமான ஒரு

மாபெரும் தமிழ்க் கனவு

புதுவகை மனிதர்களால் ஆன ஒரு நாட்டை அவர் கட்டியெழுப்ப நினைத்ததும்தான். மக்களெல்லாம் அச்சத்தில் உறைந்திருக்கக் கண்டார். துப்பாக்கி வைத்திருக்கும் அந்நியர்களைப் பார்த்து மட்டுமே அவர்கள் அஞ்சவில்லை. சுலோகங்களைச் சொல்லிக்கொண்டிருக்கும் தங்கள் நாட்டின் சகோதரர்களைக் கண்டும் அஞ்சினார்கள். பேய்களையும் ஆவிகளையும் கண்டு அஞ்சினார்கள். இப்படிப்பட்ட மக்களால் தங்கள் நாட்டுக்கான விடுதலைப் போராட்ட வீரர்களாக ஆக முடியாது. ஆகவே தான், தன் நாட்டு மக்களை அச்சத்திலிருந்தும் தாழ்வுமனப்பான்மை யிலிருந்தும் விடுவிக்க முனைந்தார் பாரதி.

உள்நோக்கம் கொண்ட சிலர் பாரதியின் சித்திரத்தை விரிவானதாக - தேசியக் கவியாக - விரிக்க நினைக்கும் முயற்சியில் ஈடுபட்டுவருகிறார்கள். இந்தச் சித்திரத்தை அவர்கள் விரும்புகிறார்கள் என்பதால் அல்ல, 'மக்கள் கவி' என்ற பாரதியின் இன்னொரு சித்திரத்தை 'தேசிய கவி' என்ற பிரம்மாண்டமான சித்திரம் மறைக்க உதவும் என்பதற்காகவும்தான் இம்முயற்சி. ஆனால், இந்த மக்கள் கவியானவர் தனது நாட்டின் பழமைவாத மரபுகள், சிந்தனைகள் போன்றவற்றைத் தோலுரித்துக் காட்டத் தயங்கியதே இல்லை. பழமையில் ஊறியவர்களை 'அறிவீலிகாள்' என்று கடுமையான சொற்களைக் கொண்டே வசைபாடுகிறார். மாயா வாதத்தையும் கடுமையாக எதிர்த்து மரபுவாதிகளின் கோபத்துக்கு ஆளாகிறார். மாயாவாதம் நம்மைச் செயலற்றுப்போகச் செய்துவிடும் என்கிறார். பசி, வறுமை, அறியாமை இவை மூன்றையும் தன்னால் தாங்கிக்கொள்ள முடியாது என்கிறார். பணம் படைத்தோரின் கொடுமை களுக்கு எதிராகத் தனது ஆற்றல்மிகுந்த குரலை எழுப்புகிறார், 'தனியொரு மனிதனுக்கு உணவில்லையெனில் ஜகத்தினை அழித்திடுவோம்' என்கிறார். தனது நாட்டு மக்கள் நிறைவாழ்வு வாழ்ந்து, தங்கள் அறிவுப் புலன்களை மேம்படுத்திக்கொண்டு, வணிகத்தில் சிறந்து விளங்கி, தங்கள் மண்ணைத் தொழில்மயமாக்கி, புதுயுகத்தின் எல்லா பலன்களையும் அனுபவிக்க வேண்டும் என்று விரும்புகிறார். அவரது மதம் என்பது அர்ச்சகர்கள், சுலோகங்கள் பாடுதல் போன்றவற்றைச் சார்ந்ததன்று, மானுடத்துக்கும் சகோதரத்துவத்துக்கும் சேவை செய்வதே அதன் விரிவான பொருளில் அவருக்கு மதமாகப் பொருள்படும்.

மக்கள் கவிஞனுக்கு முன்னுள்ள பணி மிகவும் பெரியது. புது உண்மையை மக்கள் உணரும்படிச் செய்வது, புதுப் பாதையைத் தேர்ந்தெடுக்கச் செய்வது, எல்லாவற்றையும் மதிப்பிடுவதற்குப் புது வழிமுறையைத் தேர்ந்தெடுக்கச் செய்வது ஆகியவைதான் ஒட்டு மொத்தமாக அவனது பணிகள். புரட்சியாளரைவிட கடினமான பணி அது. மக்களின் கவிஞனுக்கு ஒருவர் செய்யக்கூடிய மிகச் சிறந்த புகழாஞ்சலி எதுவாக இருக்கும் என்றால், அது இந்தப் போரைத் தொடர்வதுதான், மக்கள் விடுதலைக்காகப் போரிடுவதுதான், அதன் மேன்மையான, முழுமையான அர்த்தத்தில். இதைச் செய்துமுடிக்கும் திறன் படைத்தோர் நம்மிடையே இருக்கிறார்கள்; போர் முடிக்கப்படும் உறுதியாக!

புரட்சிக் கவி பாரதிதாசன்

புரட்சிக் கவிஞர் பாரதிதாசன் மேல்நாட்டுக் கவிகளைப் போல் கலையைக் காலத்தின் கண்ணாடி ஆக்குகிறார். காலத்தையே உருவாக்குகிறார் என்பது மாத்திரம் அல்ல; காலத்தையே மாற்றுகிறார்!

காலத்தை மாற்றுகிறார் என்பது மட்டும் அல்ல; மாறிய காலத்துக்கு நம்மை அழைத்தும் செல்கிறார்! அப்படி அழைத்துச் செல்கிறார் என்பது மாத்திரம் அல்ல; சமயம் கிடைத்தால் முன்னேயும் பிடித்துத் தள்ளுகிறார், மாறிடும் காலத்தை நோக்கி!

தொல்காப்பியம் நமக்கு இருக்கும்போது, நமக்கு வேறு என்ன வேண்டும் என்றிருந்தால் அகநானூறும் சிலப்பதிகாரமும் கிடைத்திருக்க வழி உண்டா? சிலப்பதிகாரமே போதும் என்றிருந்தால், கலிங்கத்துப் பரணி கிடைத்திருக்குமா? கலிங்கத்துப் பரணியே போதும் என்றிருந்தால், மனோன்மணீயம் தோன்றியிருக்க முடியுமா? மனோன் மணீயம் போதும் என்றிருந்தால், பாரதியாரின் தேசிய கீதங்களைக் கேட்டிருக்க முடியுமா? பாரதியாரின் தேசிய கீதங்களே போதும் என்றிருந்தால், தேசிக விநாயகம் பிள்ளையின் தாயினும் இனிய அன்பு குழைந்தூட்டும் பாக்களைப் பார்த்திருக்க முடியாது. தேசிக விநாயகம் பிள்ளையே போதும் என்றிருந்தால் நாமக்கல்லாரின் 'கத்தியின்றி இரத்தமின்றி' என்னும் புது மாதிரியான சண்டைத் தத்துவப் பாடலைக் கண்டிருக்க முடியுமா? நாமக்கல்லாரே போதும் என்று இருந்தால், 'கொலைவாளினைஎடடா - மிகு கொடியோர் செயல் அறவே!' எனும் பாரதிதாசனின் உணர்ச்சி மிக்க புரட்சிகரப் பாடலைக் கேட்டிருக்க முடியாது!

சங்க இலக்கியங்களின் இன்பங் களைச் சொல்வது என்றால் இன்று முழுவதும் சொல்லிக்கொண்டு இருக்கலாம். சங்க இலக்கிய நுட்பத்தை அனுபவிக்க வேண்டிய

பாரதிதாசன் தரும் இலக்கியச் சுவையை அனுபவிக்க இலக்கணம் கற்றிருக்க வேண்டியது இல்லை, பாரதிதாசன் பாக்களைப் படித்தவுடன் அவை இரத்தத்தோடு இரத்தமாகக் கலக்கின்றன. உணர்ச்சி நம் நரம்புகளிலே ஊறுகிறது; சுவைத்தால் ருசிக்கிறது; படிக்கிறோம்; பாரதிதாசன் ஆக நாமே ஆகிறோம்; 'தமிழ் எங்கள் உயிருக்கு நேர்' என்கிறோம்.

இடங்களை, நமக்கு ஏற்ற எளிய முறையில் அளிப்பது என்றால் அந்தத் துறையில் வல்லவர் பாரதிதாசன். அவர் நாட்டுக்கும் நமக்கும் செய்துள்ள தொண்டினை மறந்தாலும் மறக்கலாம், ஆனால், மறைக்க முடியாது. பாரதிதாசன் தரும் இலக்கியச் சுவையை அனுபவிக்க இலக்கணம் கற்றிருக்க வேண்டியது இல்லை, பாரதிதாசன் பாக்களைப் படித்தவுடன் அவை ரத்தத்தோடு ரத்தமாகக் கலக்கின்றன. உணர்ச்சி நம் நரம்புகளிலே ஊறுகிறது; சுவைத்தால் ருசிக்கிறது; படிக்கிறோம்; பாரதிதாசன் ஆக நாமே ஆகிறோம்; 'தமிழ் எங்கள் உயிருக்கு நேர்' என்கிறோம்.

வேறு பல கவிஞர்களும் இங்கே இருக்கிறார்கள். ஆனால், வைதீகம் என்னும் குறுக்குச் சங்கிலியுடன் அக்கவிதைகள் பிணைக்கப்பட்டு இருக்கின்றன. கவிதா ரசத்துடனே அவை கல்லூரி மாணவர்களின் நெஞ்சிலே நஞ்சைப் பாய்ச்சுகின்றன. அதனால்தான், நம்முடைய புரட்சிக் கவி பாரதிதாசன், "அந்தக் குறுக்குச் சங்கிலியை வெட்டு" என்கிறார்; "கூர் இல்லாத வாளைக் கூர் ஆக்கு" என்கிறார்; "குள்ள உள்ளத்தைக் கொலை செய்!" என்கிறார்; "கூனாதே நிமிர்ந்து நட!" என்கிறார். "மேகத்திலிருந்து நிலவொளி வெளியே வரட்டும்!" என்கிறார்; "அந்த உலகத்தைப் பற்றிப் பாடாதே! இந்த உலகத்தைப் பற்றிப் பாடு!" என்கிறார். "நாம் வாழும் இந்த இடத்தைப் பற்றிப் பாடு!" என்கிறார்; "காலத்துக்கு அடிமை ஆகாதே!" என்கிறார்; "இலக்கணக் கட்டுப்பாட்டுக்குப் பயப்படாமல் பாடு!" என்கிறார். அதனால்தான், பாரதிதாசனைப் புரட்சிக் கவி என்று அழைக்கிறோம்; உயிர்க் கவி - உண்மைக் கவி என அழைக்கிறோம்.

உருது மொழியிலே சிறந்த கவியான இக்பால், வாழ்க்கை பற்றிக் குறிப்பிடும்போது, 'அச்சமற்ற வாழ்க்கை தேவை' என்பார். 'அச்சமற்ற வாழ்க்கை' என்றால் அந்நியருக்கு அச்சமற்ற வாழ்க்கை; அறியாமைக்கு அச்சமற்ற வாழ்க்கை; சமுதாயக் கட்டுப்பாடுகளுக்கு அச்சமற்ற வாழ்க்கை. அந்த அச்சமற்ற வாழ்க்கையைத்தான் தமிழன் நடத்த வேண்டும். அதற்கு இடையூறாக எந்தக் கட்டுப்பாடுகள் வந்தபோதிலும் தூள்தூளாக்க வேண்டும்!

அண்ணா:
ஒரு சிறுகதையும் நாடகத்தின் சில பகுதிகளும்

கதைசொல்லி அண்ணா

அண்ணாவுக்கு மேடைப் பேச்சாளர், அரசியல் தலைவர், நாடக ஆசிரியர் என்று பல முகங்கள் உண்டு. மற்ற முகங்களைப் போலவே சிறுகதை ஆசிரியர் என்ற முகமும் மிக முக்கியமானது. *1934* முதல் *1966* வரையிலான காலத்தில் அவர் மொத்தம் *113* சிறுகதைகளை எழுதியிருக்கிறார். *11-12-1934*-ல் வெளிவந்த 'கொக்கரகோ' என்பது அவருடைய முதல் சிறுகதை. *14-01-1966*-ல் வெளிவந்த 'பொங்கல் பரிசு' என்பது அவருடைய கடைசி சிறுகதை. 'கொக்கரகோ' என்பது தமிழ்ப் பண்பாட்டில் புதிய வாழ்வை, விடியலை, புதுமையை, எதிர்காலத்தை, நம்பிக்கையை மையப்படுத்துவது. பொங்கல் என்பது மகிழ்ச்சியை, ஆனந்தத்தை, கொண்டாட்டத்தை, நிறைவை மையப்படுத்துவது. அண்ணா தன்னுடைய சிறுகதைகளை 'கொக்கரகோ'வில் ஆரம்பித்து 'பொங்கல் பரி'சில் முடித்துள்ளார். இந்த ஒற்றுமை இயற்கையாக அமைந்த ஆச்சரியம்! தமிழ்ச் சமூகத்தை இருட்டிலிருந்து வெளிச்சத்துக்குக் கொண்டுவர வேண்டும் என்பது அவருடைய நோக்கம். அந்த நோக்கத்துக்காகத்தான் அவர் எழுதினார். கறுப்பினப் பேராளி மார்ட்டின் லூதர் கிங் 'எனக்கொரு கனவு இருக்கிறது' என்று சொன்னதுபோல 'எனக்கொரு நோக்கம் இருக்கிறது, லட்சியம் இருக்கிறது' என அண்ணா சொன்னார். அவருடைய நோக்கமும், கனவும் சமூகத்தில் நிலவும் ஏற்றத்தாழ்வான முரண்பாட்டை ஒழிப்பது. வாழ்வுக்கான உரிமையையும், அதற்கான வேட்கையையும் முன்னிறுத்துவது.

திட்டவட்டமான பிரக்ஞைத்துடன்தான் அண்ணா இலக்கியத்தை அணுகினார். "இலக்கியம் என்னுடைய பிரச்சினையல்ல; வாழ்க்கைதான் என்னுடைய பிரச்சினை. வாழ்க்கையில் இன்பத்தைப் பெருக்க வேண்டும். வேதனையைக் குறைக்க வேண்டும். இதுதான் என் இறுதி லட்சியம். ஒரு தெளிவான சமூகக் குறிக்கோளுள்ள எழுத்தாளன் நான். இந்தச் சமூக உறவு தான் என்னை எழுதவைக்கிறது" என்றார் அண்ணா. எழுத்தாளனுக்கும் சமூகத்துக்குமான உறவு என்ன? ஒரு எழுத்தாளன் அவன் வாழ்கிற காலத்தில் செய்ய வேண்டிய பணிகள் என்ன என்ற கேள்விகளுக்கு அண்ணாவினுடைய சிறுகதைகளில் பதில் இருக்கிறது.

அண்ணாவின் எழுத்து தமிழகத்தில் ஒரு இயக்கமாக வளர்ந்தது; தமிழ் மொழியில், தமிழ்ச் சமூக வாழ்வில் பாய்ச்சலான பெரிய மாற்றத்தை உருவாக்கியது; அண்ணாவினுடைய எழுத்து என்பது தமிழில் புதிய வகை எழுத்து இயக்கத்தை மட்டுமல்ல; ஒரு அரசியல் இயக்கத்தையும் உருவாக்கியது ஒரு வரலாறு என்றெல்லாம் சொல்லும் எழுத்தாளர் இமையம், அண்ணாவின் கதைகளிலிருந்து தன் தேர்வாகத் தேர்ந்தெடுத்த கதை 'கருப்பண்ணசாமி யோசிக்கிறார்'.

கருப்பண்ணசாமி யோசிக்கிறார்

மணி ஒலித்தது!

கதவு திறக்கும் சத்தம் கேட்டது.

கருப்பண்ணசாமி அலறியபடி உள்ளே ஓடலானார்; ஒளிந்துகொள்ள இடம் தேடினார்.

'களுக்'கென ஓர் சிரிப்பொலி கேட்டது. கருப்பண்ணசாமி, கோபம் கொண்டு "வேதனைப்படுகிறேன் நான் - இந்த வேளையில் கேலி வேறு செய்கிறாயா" என்று கேட்டார். சிரித்தபடி தன் எதிரே வந்த தேவியைப் பார்த்து.

"கருப்பண்ணா! என்ன கலக்கம்! ஏன் ஓடுகிறாய்?" என்று தேவி கேட்க, கருப்பண்ணசாமி "காதிலே விழவில்லையா, மணிச்சத்தம்" என்று கேட்டார்.

"விழுந்தது - அது கேட்டு அச்சம் ஏன் வர வேண்டும் - ஆச்சரியமாக இருக்கிறதே" - என்று தேவி கேட்டார்.

"உனக்கும் ஒன்றும் புரிவதில்லை. யாரோ பக்தர்களல்லவா வருகிறார்கள்" என்ற பயத்துடன் பேசினார் கருப்பண்ணர்.

"பைத்யமே! பக்தர் வருகிறார் என்றால் பயம் ஏன் வர வேண்டும்? உன்னைத் தொழ, சூடம் கொளுத்த, சோடசோபசாரம் செய்ய, படையல் போட வருகிறார்கள் பக்தர்கள். இதற்கு ஏன் பயப்பட வேண்டும்.... ஒஹோ! இவ்வளவு பூஜையை ஏற்றுக்கொண்டும் எங்கள் கஷ்டத்தைப் போக்காமலிருக்கிறாயே கருப்பண்ணசாமி என்று அந்தப் பக்தர்கள் கோபித்துக்கொள்வார்கள் என்ற பயமா?" என்றார் தேவி.

கருப்பண்ணர், "போதும் தேவி, உன் தொல்லை. வரம் தந்து அவர்களின் குறையைப் போக்கவில்லை என்பதற்காக என் மீது சீறுவார்கள் என்ற பயம் எனக்கு இல்லை - நானென்ன தேவாலய அரசு செலுத்தி அனுபவம் இல்லாதவனா... இங்கு இல்லாவிட்டால், மேலுலகில் என்னைப் பூஜித்த பலன் கிடைக்கும் என்று பக்தர்கள் எண்ணிக்கொள்வார்கள். இங்கே அவர்களுக்குள்ள குறையைத் தீர்த்துவைக்காததற்காக என் மீது சீற மாட்டார்கள் என்ற சித்தாந்தம் எனக்குத் தெரியும். நான் பயப்பட்டது அதனால் அல்ல" என்று பெருமூச்சு வருமளவு வேகமாகப் பேசினார் கருப்பண்ணசாமி.

தேவியார் வேகமாகச் சென்று வாயிலில் பார்த்துவிட்டுவந்து, "கருப்பண்ணா! பக்தர் யாருமல்ல, காற்று பலமாக அடித்ததால் மணி ஓசை கேட்டது. பயப்படாதே. சரி, பக்தர்கள் வருகிறார்கள் என்றால் ஏன் பயம்

உண்டாகிறது உனக்கு? அதைச் சொல்லு'' என்று கேட்டார்கள். பக்தர் யாரும் வரவில்லை என்று தெரிந்ததால் தைரியம் பெற்று, தன் பீடத்தில் அமர்ந்து, எதிரே ஒரு பீடத்தில் அமர்ந்த தேவியிடம் கருப்பண்ணசாமி விளக்கம் கூறலானார்.

"தேவி! பக்தர்களால் எனக்கு ஏற்பட்ட ஆபத்தும் சங்கடமும் உனக்கு என்ன தெரியும்? வரவர இந்த 'வேலை'யிலேயே எனக்கு வெறுப்பு வளர்ந்துகொண்டுவருகிறது. தான் செய்த மோசத்தை அரை பலம் கற்பூரப் புகையிலே மறைத்துவிடலாம் என்று எண்ணுகிறான். அதற்கு நான் உடந்தையாக இருக்க வேண்டும் என்று எதிர்பார்க்கிறான். இவனுடைய பேராசைக்கு நான் துணை செய்ய வேண்டும் என்று எண்ணுகிறான். காரணம் கேட்டால் பெரிய படையலிட்டிருக்கிறேன் என்று கூறுகிறான்.''

தேவி குறுக்கிட்டு, "இதென்ன, புது விஷயமா கருப்பண்ணரே! இப்படிப்பட்ட பக்தர்களை நாம் நெடுங்காலமாகப் பார்த்து, பழகிக் கொண்டுதானே வந்திருக்கிறோம்'' என்று கூறிட, கருப்பண்ணசாமி, மனக்கொதிப்புடன், "இப்போது பக்தர்கள் அந்த அளவோடு நின்றுவிட வில்லை தேவி - கேவலப்படுத்துகிறார்கள்; போலீஸின் பாதுகாப்பிலே வாழ வேண்டிய நிலைமைக்குக் கொண்டுவந்திருக்கிறார்கள் என்னை'' என்று கூறினார்.

"கேவலப்படுத்தினார்களா! யார்?'' என்று தேவி ஆச்சரியத்துடன் கேட்டார்.

அவரைக் கேலி செய்வதைப் போல கருப்பண்ணர், "யார்!'' என்று ஒருமுறை கூறிவிட்டு, "நாஸ்திகர்கள் கேவலப்படுத்தினார்கள் என்று கருதுகிறீரா தேவி! அவர்களல்ல. அவர்கள் மனிதருடன் பழகுவதும் மனிதர்களின் பிரச்சினைகளைக் கவனிப்பதுமாகக் காலந்தள்ளுகிறார்கள். என்னைக் கேவலப்படுத்தியது, பக்தர்கள்! கைகூப்பித் தொழுது, கன்னத்தில் போட்டுக்கொள்கிறார்களே, கற்பூரம் கொளுத்துகிறார்களே, அந்தப் பக்தர்கள்தான், என்னை, செச்சே! இப்போது எண்ணிக்கொண்டாலும் எனக்கே வெட்கமாக இருக்கிறது. கேவலப்படுத்தினார்கள் - போலீஸாரின் துணையால் நான் மீட்கப்பட்டேன்'' என்று கூறினார். தேவிக்கு ஆச்சரியம் தாங்க முடியவில்லை.

"கருப்பண்ணரே என்ன பேசுகிறீர்? பக்தர்கள் - போலீஸ் ஒன்றுக்கொன்று சம்பந்தமில்லாத பேச்சாக இருக்கிறதே'' என்றார்.

"தேவி! கேள் இந்த விஷயத்தை. இந்த பக்தர்களை இன்னின்னது செய்யுங்கள் என் மனமகிழ்ச்சிக்காக, இன்னின்னது படையுங்கள் என்று நான் கேட்டதுமில்லை - அவர்களாகவே வருகிறார்கள் - அவரவர்கள் மனதுக்குத் தோன்றியபடி ஏதேதோ செய்கிறார்கள். நான் சிவனே என்று, எல்லாவற்றுக்கும் ஈடுகொடுத்துக்கொண்டிருக்கிறேன். என் பொறுமை, பெருந்தன்மை, இவற்றைக் கண்டு, இந்தப் பக்தர்கள் என்னை என்ன வேண்டுமானாலும் செய்யலாம் என்ற துணிவுகொண்டு...'' கருப்பண்ணரின்

தொண்டை அடைத்துக்கொண்டது துக்கத்தால்! தேவியின் ஆச்சரியம் அதிகரித்தது. "துணிவுகொண்டு... சொல்லும் கருப்பண்ணரே! துணிவு கொண்டு..." என்று ஆவலை வார்த்தைகளாக்கினார் தேவி. ஆத்திரத்துடன் கூறினார் கருப்பண்ணசாமி. "ஒரு அறையிலே போட்டுப் பூட்டி விட்டார்கள்!" - என்றார். தேவிக்கும் லேசாகத் திகில் ஏற்பட்டது.

"பூட்டிவிட்டார்களா? உன்னையா? பக்தர்களா" என்று திகைப்புடன் தேவி கேட்டார்கள்.

"கேட்பதற்கே இவ்வளவு திகில் பிறக்கிறதே தேவியாரே! என் மனம் என்ன பாடுபட்டிருக்கும், என்னை ஒரு அறையிலே போட்டுப் பூட்டின போது - நான் என்ன கழனி வேலைசெய்யும் கருப்பனா, 'சாமி... சாமி... விட்டுவிடுங்க' என்று கதற? நானோ அவர்கள் கும்பிட்டு வரங்கேட்கும் கருப்பண்ண ஸ்வாமி! அவர்களோ என்னையே அறையிலே தள்ளிப் பூட்டுப் போட்டுவிட்டார்கள். நான் என்ன செய்வது?" என்று கூறி, ஆயாசமடைந்தார் கருப்பண்ணசாமி.

தேவி உண்மையிலேயே அனுதாபப்படத் தொடங்கினார்கள். "கேவலமான நிலைமைதான் இது. பக்தர்கள் உன்னைச் சிறையில் போடுவதுபோல அல்லவா செய்துவிட்டிருக்கிறார்கள்" என்று பேசினார் சோகமாக.

"தேவி! உன் காதிலே, அவர்கள் அப்போது போட்ட கூச்சல் விழுந்திருந்தால் தெரிந்திருக்கும், அவர்களின் போக்கும் குணமும். போட்டுப் பூட்டடா, என்ன நடந்துவிடுதுன்னு பார்க்கலாம்" என்று ஒருவன் கொக்கரிக்கிறான்.

"பெரிய பூட்டு கொண்டுவா" என்று கூவுகிறான் ஒருவன்.

"அலிகார் பூட்டு வேண்டுமா?" என்று கேட்கிறான் இன்னொருவன். எவ்வளவு கூச்சல், துணிவு! "போட்டுப் பூட்டுங்க பார்க்கலாம், எவன் வந்து என்னசெய்துவிடுகிறான்" என்றுகூவி, தேவி! என்னைப்பெரியஅறையிலே போட்டுப் பூட்டிவிட்டுப் போய்விட்டார்கள்."

"வெளியே சிரிக்கிறார்கள் - இனி பார்க்கலாம் என்ன நடக்கிறது என்று! நான் உள்ளே அடைபட்டுக் கிடக்கிறேன் - என்னைப் போட்டுப் பூட்டிய 'பாவி'கள் சிரிக்கிறார்களே! நான் கேட்கலாமா, அவர்களைப் பார்த்து? 'இதென்ன அக்ரமம் - திறந்துவிடுங்கள் என்னை - இல்லையானால் மூக்கிலும் வாயிலும் ரத்தம் வரச்செய்வேன், கைகால்களை முறித்துப் போட்டுவிடுவேன்' என்று பேசலாமா! அவர்களோ பக்தர்கள்! நானோ அவர்களால் வணங்கப்படும் சாமி. தேவி! மனம் எவ்வளவு பதறி இருக்குமென்று யோசியுங்கள்" என்றார் கருப்பண்ணர்.

"கருப்பண்ணரே! அது கிடக்கட்டும், ஏன் பூட்டினார்கள்? என்ன செய்தீர்?" என்று கேட்டார் தேவியார்.

மாபெரும் தமிழ்க் கனவு

''நானா! என்ன செய்தேனா, அவர்கள் என் எதிரே இருந்துகொண்டு சொல்லிவந்த புளுகுகளையெல்லாம் கேட்டுச் சகித்துக்கொண்டிருந்தேனே, அதுதான் நான் செய்த தவறு; 'போதும், புளுகாதீர்கள்' என்று ஒரு தடவையாவது - ஒரு பக்தனையாவது கண்டித்திருந்தால், அவர்களுக்கு அன்று அவ்வளவு துணிவு வந்திருக்காது'' என்றார் கருப்பண்ணர்.

''உன்னை ஒரு தனி இடத்தில் போட்டுப் பூட்ட வேண்டிய அவசியம் என்ன வந்தது'' என்று மீண்டும் கேட்டார் தேவியார்.

சலிப்பும் வெறுப்பும் கலந்த குரலிலே கருப்பண்ணர் சொன்னார்: ''ஏன் பூட்டிவைத்தார்கள் என்றா கேட்கிறீர் தேவி! நான் அவர்களின் 'சாமி'யாம். அதனாலே என்னை வேறே சில பக்தர்கள் கொண்டுபோகாமல் இருப்பதற்காக, என்னைப் போட்டுப் பூட்டிவைத்தார்கள். அவ்வளவு 'பக்தி', என்னிடம். வேறெந்த பக்தனிடமும் நான் பேசிவிடக் கூடாது அப்படி ஒரு எண்ணம்'' என்றார் கருப்பண்ணர்.

''இதென்ன பைத்யக்காரத்தனமான எண்ணம்!'' என தேவி கேலியாகப் பேசினார்கள். ''இவர்கள் கண்டதையும் கடியதையும், வேகாததையும் பழுக்காததையும் தின்று வயிற்றுப்போக்கு ஏற்பட்டால், என்னை வந்து கேட்கிறார்களே, தேவி! 'கருப்பண்ண ஸ்வாமி! என்னைக் காப்பாற்று' என்று, பைத்யக்காரத்தனம்தானே அது. அதுபோல் இதுவும் ஒரு பைத்யக்காரத்தனம். உண்மையைச் சொல்லப்போனால், தேவி - அப்படிப்பட்ட பைத்யக்காரத்தனத்தை நாம் வளரவிட்டது தவறு. இல்லையா? என் விஷயத்தைக் கேள், தேவி! இந்தப் பக்தர்களுக்கு நான் தங்களுடைய 'சாமி' வேறு யாரும், தங்களுடையதுன்னு 'பாத்யதை' கொண்டாடினாலும் விட்டுக்கொடுக்கக் கூடாது என்கிற எண்ணம் ஏற்பட்டது. அதற்குத் தகுந்தபடியே நிலைமையும் ஏற்பட்டுவிட்டது. நான், நீ என்று போட்டி போட்டுக்கொண்டு பக்தர்கள் கூட்டம் பெருகுவது கண்டு எனக்கும் பெருமையாகத்தான் இருந்தது. என் போறாத வேளை! என் பக்த கோடிகள், இரண்டு கோஷ்டியாகப் பிரிந்து அவர்களுக்குள்ளே தீராத பகை ஏற்பட்டுவிட்டது. அவர்களுடைய பகை எனக்குப் பெரிய ஆபத்தாக வந்துசேரும் என்று நான் கண்டேனா - நான் என் வேலையைக் கவனித்துக்கொண்டிருந்தேன். வழக்கமாக எனக்கு நடத்துகிற உற்சவத்தை நடத்தினார்கள். எனக்கு மகிழ்ச்சி - தேரும் திருவிழாவும் வீண் வேலை என்று ஊருக்குள் போய்ச் சில பேர் பேசிக்கொண்டிருக்கிறார்களே, அவர்கள் பேச்சிலே மயங்கி, எங்கே என் பக்தர்கள் - இந்த வருஷம் உற்சவத்தை நடத்தாமல் இருந்துவிடுவார்களோ என்று எனக்கு லேசாக பயம். அவர்கள் உற்சவத்தை வழக்கப்படி நடத்த முன்வரவே, நான் மகிழ்ச்சியடைந்தேன் - எவ்வளவு பிரச்சாரம் நடைபெற்றாலும் நமது செல்வாக்குப் போய்விடவில்லை என்று எண்ணிப் பூரித்துப்போனேன். வருஷா வருஷம் வைகாசி மாதம் உற்சவம் நடத்துவார்கள் எனக்கு. கருப்ப உடையார் தலைவர், உற்சவம் நடத்திய பக்தர் குழாத்துக்கு. வழக்கப்படி ஊர்வலமாக என்னை அழைத்துச் சென்றார்கள். 'பயல்களே! பகுத்தறிவு சுயமரியாதை என்று கத்திக்கொண்டிருக்கிறீர்களே- பாருங்களடா, பக்தர்கள்

எனக்கு உற்சவம் கொண்டாடுவதை!'' என்று கூறிட எண்ணினேன். ஆனால், அந்தப் பயல்கள் ஒருவன்கூடக் காணோம் - எங்காவது மகாநாடு போட்டிருப்பான்கள் போலிருக்கு. சந்தோஷமாகப் பவனிவந்தேன். எப்போதும்போல என்னைக் கொண்டுபோய் மண்டபத்தில் கொலு விருக்கச்செய்தார்கள். பக்தர்கள் என்னை வந்து தரிசிக்க அதுதானே நல்ல ஏற்பாடு. நானும் மண்டபத்தில் கம்பீரமாக வீற்றிருந்தேன்.

பக்த கோடிகள் இரண்டு 'கோஷ்டி'யாகியிருந்தனர் என்று சொன்னேனல்லவா? உற்சவம் செய்தது ஒரு கோஷ்டி - கருப்ப உடையார் கோஷ்டி; மற்றொரு கோஷ்டி பிச்ச உடையார் நடத்திவந்தார் - அந்தக் கோஷ்டியும் என் பக்தர்கள்தான். அந்த இரண்டு கோஷ்டிகளுக்கும் பகை! இரண்டு கோஷ்டிகளுக்கும் என்னிடம் பகை ஏற்படக் காரணமே கிடையாது.

மண்டபத்தில் இருந்த என்னை மீண்டும் கோயிலுக்கு அழைத்துப் போகக் கூடிற்று கருப்ப பக்தர் கோஷ்டி.

"தூக்காதே! எடுக்காதே!'' என்று கூவிற்று பிச்ச பக்தர் கோஷ்டி.

"நீங்கள் யாரடா தடுக்க - எங்க கருப்பண்ண சாமிக்கு நாங்கள் உற்சவம் நடத்துகிறோம் - எங்கள் இஷ்டப்படி, நடத்துகிறோம் - உலா முடிந்தது. கொலு முடிந்தது - கொண்டுபோகிறோம் கோயிலுக்கு - நீங்கள் யார் தடுக்க?'' என்று கருப்ப பக்தர் கோஷ்டி பதில் கூறிற்று.

"தொடாதே!'' என்று அதட்டிப் பேசினர் பிச்சை பக்தர் கூட்டத்தினர்.

"தூக்கு! தூக்குடா!'' என்று அதிகாரக் குரலில் பேசினர் கருப்ப பக்த கோஷ்டியினர்.

"வெளியே கிளப்பினே - கொலை விழும் - ஆமாம்.''

"சூரப் புலிகளோ - துக்குடா சாமியை.''

"வேண்டாம் - வீணா தொல்லைப்படாதீங்க.''

"கருப்பண்ணசாமி, எங்க சாமிடா!''

"இல்லே, எங்க சாமிடா, கருப்பண்ணசாமி.''

"கையை வெட்டிவிடுவேன்.''

"காலை ஒடித்துவிடுவோம்.''

"தேவி! இரு பிரிவும் இப்படிக் கொக்கரித்தன - நான் மண்டபத்திலே கொலு இருக்கிறேன்! என்னைக் கொண்டுபோய் பழையபடி கோயிலில் சேர்த்துவிட வேண்டும் என்று ஒரு பிரிவு முயல்கிறது - இன்னொரு பிரிவு, கூடாது என்று கூறித் தடுக்கிறது. நான் என்ன செய்வது! இரு பிரிவினரும் என் பக்தர்கள். நான் யார் பக்கம் சேரட்டும்? சேர முடியும்? இரண்டு பிரிவும் சண்டை போட்டுக்கொள்ளட்டும். நாம் கோயிலுக்குப் போய்த்

மாபெரும் தமிழ்க் கனவு 729

தொலைப்போம் - இரு பிரிவின் தயவும் வேண்டாம் என்ற எண்ணம் பிறந்தது - ஆனால், எப்படிக் கோயிலுக்குப் போவது? நான் திண்டாடிப் போனேன் தேவி, திகைத்துப்போனேன்.

பட்டிக்காடுகளில், கலியாணத் தகராறு கிளம்பிவிட்டால், 'பெண்ணைக் கொண்டுவா' என்று ஒரு கூட்டம் கூவ, 'பெண்ணைக் கொண்டுபோகாதே' என்று மற்றொரு கூட்டம் கூவ, இரண்டு கூட்டத்தின் சச்சரவிலே சிக்கி, பெண் புலம்புவது உண்டு. என் நிலை அதுபோலாகிவிட்டது. ஆனால், நான் புலம்பலாமா! நானோ சாமி! என்னை இந்தக் கொடுமைக்கு ஆளாக்கினவர்களோ என்னைப் பூஜிக்கும் பக்தர்கள்! என்ன செய்வது நான்?

'கோயிலிலே கொண்டுபோய், ஸ்வாமியைச் சேர்ப்பதுதான் நியாயம்' என்று கருப்ப பக்தக் குழாம் கூறியபடி இருந்தது. பிச்சை பக்தர் குழாமோ, 'விவகாரத்தைத் தீர்த்துவிட்டு, சாமியைத் தொடு - விவகாரம் பைசல் ஆகாததற்கு முன்னே தொட்டா, விட மாட்டோம்' என்று கூறுகிறது.

"அடப் பாவிகளா! உங்களுக்குள்ளே, ஏதாவது விவகாரம் இருந்தா என்னை ஏன் அதுக்காகச் சீரழிக்கிறிங்க. நான் கோயிலுக்குப் போன பிறகு, உங்க விவகாரத்தைப் பேசி, பைசல் செய்துகொள்ளக் கூடாதா? என்னை இப்படி அவமானப்படுத்துவது முறையா - என்று கேட்க விருப்பந்தான் - எப்படிக் கேட்க முடியும்?"

ஊரிலே இதற்குள்ளே பேசப்பட்ட பேச்சோ, கேட்டு சகிக்க முடியவில்லை.

"சாமி புறப்படலே இன்னும்."

"இல்லே - சாமியை விட மாட்டேன்னு சொல்றாங்களாம்."

"ஏனாம் - யாராம் ?"

"அவுங்கதான் பிச்சையா..."

"ஏனாம்?"

"என்னமோ விவகாரம் இருக்காம். கருப்பையாவோடே அந்த விவகாரத்தைப் பைசல்செய்து ஆசாமியைத் தொடு - இல்லேன்னா விட மாட்டோம்னு பேசறாங்க."

"சாமி, மண்டபத்திலேதான் இருக்கா?"

"ஆமாம் - பாவம் - மண்டபத்திலேயேதான் இருக்கு."

"இந்நேரம் கோயில் போய்ச்சேர்ந்திருக்குமே."

"ஆமாம், விட்டாத்தானே!"

"இவர்களுக்குள்ளே சண்டைன்னா, சாமி என்ன பண்ணிச்சாம், பாவம்!

அதை மண்டபத்திலே காக்கப் போட்டு வைக்க வேணுமா?"

- இப்படித் தாய்மார்கள் பேசுகிறார்கள்.

சிறுவர்களோ, "டோய்! சாமி அம்பிட்டுக்கிச்சி, மண்டபத்திலே" என்று கூவித் தொலைக்கிறார்கள்.

"தேவி! கோயில் நிர்வாக சம்பந்தமாக, அந்த இரண்டு பிரிவுக்குள் ஏதோ தகராறாம் - அதற்காக என்னை இந்தக் கோலப்படுத்தினார்கள்.

'கோயில் தகராறு தீர்க்கப்பட்டாலொழிய, என்னை மண்டபத்தை விட்டு எடுத்துச்செல்லக் கூடாது' என்று கண்டிப்பாகக் கூறிவிட்டதுடன், 'கணக்குவழக்கு முடிந்தாலொழிய கருப்பண்ணசாமியைக் கோயிலுக்குக் கொண்டுபோக விடப்போவதில்லை' என்று தீர்மானமாகச் சொல்லி விட்டு, ஏதோ பூஜை செய்கிறாங்களேன்னு பூரிப்படையறதிலே அர்த்தம் இல்லே. இனி நமக்கு அவர்கள் தயவு வேண்டாம் - சகவாசமே கூடான்னு தோணிவிட்டுது" என்று கருப்பண்ணசாமி தன் கதையைக் கூறி முடித்தார். தேவியும், கதையைக் கேட்டுக் கலக்கம் அடைந்தார்கள். "ஆமாம்! இனி இந்தப் பக்தர்களை நம்பக் கூடாது" என்று தேவியும் தீர்ப்பளித்தார்கள்.

"நாம் இரண்டு பேரும் மட்டும் தீர்மானித்தால் போதுமா தேவி! நம்ம கூட்டம் பெரிதல்லவா? எல்லோருக்கும் எடுத்துச்சொல்லி, இனி இந்தப் பக்தர்களிடம் நாம் சிக்கிச் சீரழிவுபடக் கூடாது. பக்தர்கள் வேண்டாம் - என்று தீர்மானம் நிறைவேற்றினால்தான் நல்லது" என்றார் கருப்பண்ண சாமி.

"ஆமாம், கருப்பண்ணரே! பக்தர்களால் நம்மவர்களுக்கு ஏற்பட்டுவரும் சீரழிவுகளையும், எத்தர்கள் ஏமாளிகளை ஏய்க்க நம்மைக் கருவியாகக் கொள்வதையும் விளக்கமாகக் கூறி, நமது நண்பர்களுக்கும் இனி இப்படிப்பட்ட இடைஞ்சல் ஏற்படாதபடி பார்த்துக்கொள்ளத்தான் வேண்டும். நாம் இதற்கெல்லாம் ஒரு மாநாடு கூட்டிவிட வேண்டியதுதான். இனி பொறுக்க முடியாது. நான் வரவேற்புக் கழகத்துக்குத் தலைமை தாங்கிவிடுகிறேன் - திறப்பு விழா நீ நடத்திவிடு - தலைமைக்கு யாரை அழைக்கலாம்" என்று தேவியார் ஆர்வத்துடன் கேட்டார்கள்.

"யாரை அழைக்கலாம்?" என்று கருப்பண்ணசாமி யோசிக்கலானார்!

(1950-ம் ஆண்டு ஆகஸ்ட் மாதத்தில் லால்குடிக்குச் சமீபத்தில் உள்ள புஞ்சை சாங்குடி என்ற கிராமத்தில், இரு கட்சிகள் ஏற்பட்டு, கருப்பண்ணசாமியை மண்டபத்தில் போட்டுப் பூட்டிவிட, போலீஸ் உதவியுடன் பூட்டு உடைக்கப்பட்டு, சாமி கோயிலில் கொண்டுபோய்ச் சேர்க்கப்பட்டார் என்ற செய்தி, இந்தியன் எக்ஸ்பிரஸ் இதழில், ஆகஸ்ட் 22-ல் வெளிவந்தது. அந்த உண்மைச் சம்பவத்தைப் பின்னணியாகக் கொண்டு, தீட்டப்பட்டது இந்தக் கற்பனைக் கதை.)

***4.2.51* திராவிட நாடு இதழில் வெளிவந்தது.**

நாடகாசிரியர் அண்ணா

பாடப்புத்தகங்களின் வழியாக மராட்டிய மன்னன் சிவாஜியை அறிந்தவர்கள் அவரை வீர, பராக்கிரம சிவாஜியாகவே அறிவார்கள். ஜமீன்தாருக்கு ஒருபடி மேலே, ஜாகீர்தாரராக இருந்தவர் அவரது தந்தை சாஹாஜி ராஜே போன்ஸ்லே. அஹமது நகர் சுல்தானிடம் ஏற்பட்ட கருத்துவேறுபாட்டால் அந்தஸ்தை இழந்து, நாடோடியாகத் திரிந்த காலத்தில் பிறந்த சிவாஜி, தனது 15 வயது முதல் 32 வரை அமைதி என்பதே இல்லாத போராட்ட வாழ்க்கையை நடத்தியவர். வெறும் இரண்டு கோட்டைகளுடன் தொடங்கிய சிவாஜி 370 கோட்டைகளின் அதிபதியானார். இந்து மன்னனாக சிவாஜி தன்னை அடையாளப் படுத்திக்கொண்டார். சூத்திர வகுப்பினர், தாழ்த்தப்பட்டவர், பிராமணர், ஆப்கானிய இஸ்லாமியர்கள், இஸ்லாமியர்கள், போர்த்துகீசியர்கள் எனப் பலதரப்பட்ட மக்களும் அவரது படையில் சமமாக நடத்தப்பட்டனர். அப்படியும் படைத் தலைவனின் நிலையில் வைத்தே பிற ராஜ்யங்களால் அவர் பார்க்கப்பட்டார். அதனால், சிவாஜி சக்ரவர்த்தியாக முடிசூட்டிக் கொள்ள நினைத்தார். பிறப்பால் சூத்திரன் என்பதால் முடிசூட்ட முடியாது என்கிறார் சிவாஜியின் ராஜகுருவான ராமதாசர். சூத்திரராகக் கருதப்பட்ட சிவாஜி, மன்னனாக முடிசூட்டிக்கொள்வதற்காக ஒரு பரிகாரச் சடங்குக்கு, தார்மிகச் சங்கடத்தை விழுங்கிக்கொண்டு ஒப்புக் கொள்கிறார். குரு ராமதாசருக்குப் பெரும் தொகையை லஞ்சமாகவும் கொடுக்க வேண்டி வந்தது. பிறந்த நாள் முழுவதும் போராட்டத்தையே வாழ்வாகக் கடந்து, சமத்துவ உணர்வையும் கொண்டிருந்த சிவாஜிக்கு மன்னனாக முடிசூட்டிக்கொள்வதற்கு வைதீகம் எப்படிப்பட்ட தடையை விதித்தது என்பதை அடிப்படையாகக் கொண்ட நாடகம்தான் பேரறிஞர் அண்ணாவின் 'சந்திரமோகன் அல்லது சிவாஜி கண்ட இந்து ராஜ்யம்'. சிவாஜியின் நண்பனும் போர் வீரனுமான சந்திரமோகனை மையமாக வைத்து, சிவாஜியின் மனசாட்சியின் குரலாக ஆக்கிப் படைக்கப்பட்ட படைப்பு இந்த நாடகம். போர்க்களங்களோ மரணமோ அச்சுறுத்தாத சிவாஜியின் வாழ்க்கையைக் கூறுபோட்ட வைதீகத் தலையீடு அம்பேத்கரின் 'யார் சூத்திரன்' நூலிலும் குறிப்பிடப்பட்டுள்ளது. புகழ்பெற்ற இந்த நாடகத்திலிருந்து தேர்ந்தெடுக்கப்பட்ட பகுதியை வழங்குகிறார் கவிஞர் ஷங்கர்ராமசுப்ரமணியன்.

சிவாஜி கண்ட இந்து ராஜ்யம்

(கோட்டை உடைத்தல்)

தளபதி 1: காகபட்டரின் மறுமொழி கிடைத்துவிட்டதாமே? சாஸ்திர சம்மதம் பெற மார்க்கம் இருக்கிறதாமே?

சிவாஜி: ஆமாம்! சூத்திரனை க்ஷத்திரியனாக்குகிறாராம். அதற்கு ஒரு சடங்கு இருக்கிறதாம்.

மோகன்: பறவைக்கு இறக்கையை ஒட்டிவிடப் பார்க்கிறார்கள். சூழ்ச்சி பலித்துவிட்டது.

சிவாஜி: இதிலே சூழ்ச்சி என்ன இருக்கிறது? அவர்கள் சாஸ்திரத்தைத் தானே கூறுகிறார்கள்?

மோகன்: ஆமாம்! சாஸ்திரத்தைத்தான். ஆனால், யாருடைய சாஸ்திரம்? எதிரிகளிடம் இந்த நாடு சிக்கியபோது, அந்த சாஸ்திரம் உதவவில்லையே? யாரும் அதன் துணையைத் தேடவில்லையே? கங்கைக்கரைக்கா ஓடினோம், களத்திலே என்ன செய்வது, எப்படிப் போரிடுவது என்று கேட்க? மராட்டியரின் தோள் வலிமையும், அவர்கள் ஏந்திய வாளின் கூர்மையும், அப்போது தேவைப்பட்டது. இப்போது மன்னர்களை மண்டியிட வைத்த மாவீரனுக்கு சாஸ்திரத்தைக் காட்டுகிறார்கள், சாஸ்திரத்தை!

தளபதி 1: அதைத் தவிர, வேறு வழி காணோமே?

மோகன்: எங்கே போக வழி வேண்டும் தோழரே! வீரபுரிக்கு மார்க்கம் வெகு தெளிவாக இருக்கிறது. விவேகபுரிக்கும் அப்படித்தான். ஆனால், வைதீகபுரிக்குத்தான் வளைந்த பாதை இருக்கிறது.

தளபதி 1: காகபட்டர் நமது தலைவரை க்ஷத்திரியராக்க இசையும்போது நமக்கென்ன கஷ்டம்? சிக்கல் தீர்ந்துவிட்டது என்றல்லவா தெரிகிறது.

மோகன்: அதை நான் மறுக்கிறேன். மாதவரே! பலமாக மறுக்கிறேன். சிக்கல் தீரவில்லை. சிக்கல் பலமாகிறது. நாம் வீர சிவாஜியின் வெற்றிகள் அத்தனையும் வீண் என்பதைப் பிற்காலச் சந்ததிக்குச் சாசனமாக்குகிறோம். 'போரிலே புலியாக இருந்தார். ஆனால், வைதீகபுரியிலே சிக்கினார் சிவாஜி' என வருங்காலத்தில் மக்கள் கூறத்தான் போகின்றனர். நெடுங்காலத்துக்குப் பிறகு போரிடவோ ஆளவோ உழைக்கவோ ஊருக்கு உதவவோ வீரமோ தீரமோ தகுதியோ திறமையோ அற்ற கூட்டம் பெருமையுடன் தலை

நிமிர்ந்து கூறத்தான் போகிறது. மாவீரன் மராட்டியம் பெற்றெடுத்த தீரன், களத்திலே சூரன் சிவாஜி. ஆனால், எமது காக பட்டரிடம் அடைக்கலம் புகுந்த பிறகே அரியாசனம் ஏற முடிந்தது. எமது ஆதி பராக்கிரமத்தைப் பாரீர் என்று பேசத்தான் போகிறது. வீரத் தலைவனே! வேண்டாம் வேண்டாம். இந்த விபரீத காரியம். மராட்டியத்தின் மானத்தைக் காக்கத் தயங்காதீர். மணிமுடி தரிக்க உமக்கு எந்த ஜடாதாரியின் தயவும் தேவையில்லை.

சிவாஜி: தயவல்ல! ஆசீர்வாதம்தானே அது! அதைப் பெறுவதிலே இழிவு என்ன?

தளபதி 1: சாஸ்திர பலத்தைத்தான் தேடுகிறோம்.

மோகன்: மகனை இழந்தாலும் மனம் தளராத மாதர்கள் மராட்டியத்திலே இருக்கிறார்கள். வீரர்கள் ஏராளமாக உள்ளனர். தியாகப் புருஷர்கள் இருக்கிறார்கள். இவர்களால் வரும் பலம் உங்களுக்குப் பலமாகத் தோன்றவில்லை. மகராஜ்! பச்சிளங்குழந்தைக்குப் பாடுவதுபோல் இருக்கிறது தங்களுடைய வாதம், காகபட்டர் தங்களை க்ஷத்திரியர் ஆக்குகிறார். தாங்கள் தோன்றிய திருக்குலத்தையல்ல, அந்தக் குலம் என்றும் சூத்திரக் குலமாகவே இருக்குமே. தங்களை எங்களிடமிருந்து பிரித்துவிடுகிறார். தாங்கள் பிறந்த குலம் தாழ்ந்தது; நாடாளத் தகுதியற்றது என்று தாங்களே ஒத்துக்கொள்ளும்படி சொல்கிறார். பெற்ற தாயைப் பிச்சைக்காரியாக்கிவிட்டு, மகன் பெருநிதி பெற்று வாழ்ந்தால் அவனைப் பெரியோன் என்று பேதையும் கூறானே. குடியானவர் குலத்துக்கு என்ன மாசு? நமது குலத்தைக் குறைகூறும் ஏட்டை நாம் ஏன் ஏற்றுக்கொள்ள வேண்டும்? இன்று அவர்கள் காட்டும் ஏட்டின் துணைகொண்டு, நாம் நாட்டை மீட்டிருந்தால் அதற்கு நாம் மதிப்பளிக்கலாம். எதிரிகள் நம்மைத் தாக்கியபோது அந்த ஏடு கேடயமாக இல்லை, வாளாக இல்லை, வாளையிடும் உறையாகக்கூடப் பலனளிக்கவில்லை! ஏன் அந்த ஏடு மகராஜ்!

சிவாஜி: சந்திரமோகன்! ஆரியர்களின் அபிப்பிராயப்படி நடப்பதால் நீ இவ்வளவு அதிருப்தி கொள்ளலாமா? நானும் முதலிலே கோபித்துக் கொண்டேன். ஆனால், இப்போது காக பட்டரின் யோசனை இரு தரப்பாருக்கும் திருப்திகரமாக இருக்கிறது என்றே எண்ணுகிறேன். சாஸ்திர சம்பிரதாயமும் நிலைக்கும். உன் போன்ற உற்ற தோழர்களின் அபிலாஷையும் நிறைவேறும்.

மோகன்: மராட்டியத் திலகமே! மன்னிக்க வேண்டும். நான் வெற்றி வீரன் சிவாஜி ஆவதை விரும்பி வந்தேனே ஒழிய, ஆரிய தாசனான பிறகு அரியாசனம் ஏறும் துர்ப்பாக்கிய காட்சியைக் காண வரவில்லை. மகராஜ்! ஆரிய சிரேஷ்டர் என அர்ச்சிக்கிறீர். ஒரு ஆற்றலற்ற கூட்டத்தை டார்ட்டாரி தேசத்துப் புரவிகள் மீதமர்ந்து, தகதகவெனும் கவசம் பூண்டு, பளபளக்கும் கட்கம் ஏந்தி, போர்க் குணம் படைத்த மக்கள் இங்கு புயலெனக் கிளம்பிய

போது, காய்ந்த புல்லைக் கையிலேந்தித் திரிந்த கூட்டம் என்ன செய்தது? தாங்கள் யார்? தங்களுடைய வீர தீரம் எத்தகையது? தாங்கள் எங்கள் கண்களுக்கு மராட்டிய நாட்டிலே மார்தட்டி நின்று, மகத்தான போராட்டங்களை நடத்திய மாவீரராகக் காட்சியளிக்கிறீர். கட்கமெடுத்து, புரவி மீதேறி, காடு மலை கடந்து சென்று, கடும் போரிட்ட வீரன். ஆனால், அவர்கள் கண்களுக்கு ஒரு சூத்திரராகத் தெரிகிறீர். கண்ணிலும் கருத்திலும் கடும் விஷம் இருக்கிறது காவலா! மராட்டிய மண்டலத்தைக் கமண்டல நீர் தெளித்து அவர்கள் உண்டாக்கவில்லை. மராட்டியரின் ரத்தத்தைச் சிந்தி இந்த மண்டலத்தைப் பெற்றோம். யாக குண்டத்தின் விளைவல்ல மராட்டியம். தியாகத் தீயிலே தோன்றிய தேசம். இந்த வேலையை வேதம் ஓதும் அவர்கள் செய்யவில்லை. நாம் செய்தோம்; நம்மை நிந்திக்கிறார்கள், சூத்திரர்கள் என்று, அதை நாம் ஏற்றுக்கொள்வதா, மன்னா! இது நமது வீழ்ச்சியின் அறிகுறி என்பேன்.

தளபதி 2: தளபதிகளே! மராட்டிய மண்டலத்துக்கு ஒரு மன்னன் தேவை. மக்களின் விருப்பம் மட்டுமல்ல, பரத கண்டம் முழுவதும் இதே பேச்சாக உள்ளது. ஆகவே, நாம் சில்லறை விஷயங்களைப் பேசிக்கொண்டு சிக்கலை வளர்த்துக்கொள்வது நல்லதல்ல. காக பட்டரை வரவழைத்து, அவர் கூறும் சடங்கு செய்து, நமது தலைவரை முடிசூட்டிக்கொள்ளச் செய்வதே முறை.

மோகன்: தளபதிகளே! மிக மிக சாமான்ய குடியிலே பிறந்த சிவாஜி, ஒரு பெரிய அரசை, மராட்டிய சாம்ராஜ்யத்தைத் தன் தோள் வலிமையால் கண்டார். அவரது மின்னும் வாள் ஒளி வீசாத இடமில்லை. அவருடைய கண்ணோட்டம் அடிமைத்தனத்தைப் போக்கிற்று! காடுகளிலே கூடாரங்கள், மலையிலே கோட்டைகள், குகைகளிலே பாசறைகள். யாரால் ஏற்பட்டன? நமது இனத்தின் பங்கத்தைப் போக்கிய சிங்கத்தால். அந்தச் சிங்கம் சிலந்திக் கூட்டிலே சிக்குவதா? ஈட்டிக்கு மார்பு காட்டுகின்ற இணையிலா வீரன் உலர்ந்த சருகு கண்டு உடல் துடிக்க நிற்பதா? மார்பு வான் வடுவுடன் விளங்க, மராட்டியத்திலே மண்ணோடு குருதி கலந்து குழைய, மராட்டியக் குடும்பங்களிலே தாய்மார்கள் கோவெனக் கதற, போரிட்டு நிறுவியது மராட்டிய சாம்ராஜ்யம். மலை, காடு, நதி, படை எதுவும் தடுக்கவில்லை சிவாஜியை! ஆனால், ஆரியர்கள் தடுக்கின்றனர். எவ்வளவு விசித்திரம். வேதனை தரும் விசித்திரம். கூண்டிலே சிக்கிய புலி, தூண்டிலிலே சிக்கிய மீன், வலையிலே வீழ்ந்த மான், வர்ணாஸ்ரமத்திலே வீழ்ந்த வீரன் இந்த வேதனை தரும் காட்சியையா நான் காண வேண்டும்? ஐயோ, மராட்டியமே! உன் நிலை இப்படியா குலைய வேண்டும்? ஒரு சிறு கூட்டத்திடம் சிக்கிச் சீரழிகிறாயே.

சிவாஜி: மக்களின் மனப்போக்கைக் கவனிக்க வேண்டாமா?

மோகன்: மக்களின் மனம்! தாங்கள் வீரமாகக் கிளம்புவதற்கு முன்பு மக்களின் மனம் 'இனி என்றென்றும் நாட்டுக்கு விடுதலை கிடையாது; விடுதலை பெற முடியாது என்றுதான் எண்ணிக்கொண்டிருந்தனர், போரிடக் கிளம்பிய நீர், புதுமையைக் கண்டீர். கோழையும் வீரனானான்;

கோட்டைகள் தூளாயின; கொட்டினோம் வெற்றி முரசு; பறக்கிறது, சுதந்திரக் கொடி.

சிவாஜி: மோகனா! காக பட்டரின் யோசனையை மறுத்தால், என்ன நேரிடும் என்பதை எண்ணிப்பார்க்காமலே பேசுகிறாய்!

மோகன்: என்ன நேரிடும்? காகபட்டர் தமது ரத, கஜ, துரக பதாதிகளுடன் மராட்டியத்தின் மீது படையெடுத்துவிடுவார். நாம் அவரது அசகாய சூரர்களால் தோற்கடிக்கப்பட்டுவிடுவோம்! அதுவா சத்திரபதி தங்கள் சிந்தை கலங்குவதற்குக் காரணம்?

சிவாஜி: மோகன்! நீ என்னைக் கேலி செய்கிறாய்! நான் நெடுநேரமாக உனது பேச்சுக்கு இடமளித்து வந்தேன். இனி வாதிடப்போவதில்லை. நான் காக பட்டரை வரவழைப்பதென்று தீர்மானித்துவிட்டேன். தீர யோசித்துத்தான் இந்த முடிவுக்கு வந்தேன். இனி நீ போகலாம்; காக பட்டரை வரவழைக்க ஏற்பாடுகள் தயாராகட்டும்.

(மோகன் தலைகுனிந்து நிற்கிறான். சபை கலைகிறது. மோகன் போகிறான். சிவாஜி உலவியபடி)

சந்திரமோகன் கூறுவது உண்மைதான்!

(கோட்டைகளைப் பார்த்து)

அதோ தோர்ணா, அந்தக் கோட்டையைப் பிடிக்க, நடந்த பயங்கர சண்டையை நினைத்துக்கொண்டால், ஆபத்தைத் துரும்பாக எண்ணிய சிவாஜியின் இன்றைய நிலையுடன் ஒப்பிட்டுப் பார்த்தால்? எனக்கே வெட்கமாகத்தான் இருக்கிறது. சத்திரபதி இந்தக் கணவாயின் பக்கம் போகக் கூடாது. ஏன்? எதிரியின் படை பலம் அதிகம். கோழைகள் விலகட்டும்; வீரர்கள் பின்தொடரட்டும். கொட்டு முரசு என்று உத்தர விட்டுப் பாய்ந்து சென்று வெற்றிபெற்ற புரந்தர், எதிரியே ஆச்சரியம் அடையும்படியான அபார வீரத்துடன் வெற்றிபெற்ற, ராஜகிரி மராட்டிய கீர்த்தியின் உறைவிடம்போலுள்ள கல்யாண்...

கோட்டைகள் வெற்றியின் சின்னங்கள்; வீரத்தின் அறிகுறிகள்: அந்த சிவாஜியா நான்? அஞ்சா நெஞ்சன் எங்கே? பஞ்சையிடம் பணியப்போகும் நான் எங்கே? ஒழிந்தது! அந்த சிவாஜி மங்கிவிட்டான்! எதற்கும் அடி பணியும் சிவாஜி உலவுகிறான். தோர்ணா! புரந்தர்! ராஜகிரி! என் கண் முன் இருக்க வேண்டாம்.

(கோட்டைகள் உடைத்து)

சிதறுகின்ற சிறுசிறு துண்டுகளாக, வீரத்தின் சின்னங்கள் என் மனக்கோட்டை பொடிப் பொடியாகிறது.

(உலவிவிட்டு மௌனமாக)

சந்திரமோகன்! எல்லாம் அறிந்திருக்கிறாய்! வெட்டு ஒன்று துண்டு இரண்டாகப் பேசுகிறான்; வீரன். ஆனால், என் நிலையை மட்டும் உணரவில்லை. ஒரு வினாடியில் காகபட்டர் வேண்டாம், மகுடாபிஷேகம் இன்று நடக்குமென்று உத்தரவு பிறப்பித்துவிடலாம். மராட்டியம் மறுக்காது. ஆனால், மறுகணம் முதல் என்ன நடைபெறும்! இந்த மண்டலத்திலும் வேறு பல மண்டலங்களிலும் ஆஸ்ரமவாசிகள் ஆரம்பிப்பார் தமது பிரச்சாரத்தை.

மராட்டிய மண்டலாதிபதி சாஸ்திர விரோதி! சம்பிரதாய வைரி! சனாதனத்தைக் கெடுத்தவன்! அவனுடைய ராஜ்யம் பாவ பூமி! என்று கூறுவர்.

அவர்கள் பூதேவர்கள்! மக்கள் அப்படித்தானே எண்ணுகிறார்கள். அந்த மக்கள் பிறகு மராட்டிய மண்டலத்தை உள்ளிருந்து கெடுத்துவிடுவர். நான் இன்று பட்டாச்சாரிக்குப் பணியாவிட்டால், அந்தப் பாதகர்கள் பாமரரை நாளை என் மீது ஏவிவிடுவர். மராட்டியனைக் கொண்டே மராட்டியனை அழிப்பர். பரத கண்டம் முழுவதும் 'சிவாஜி நீச்சன்' சாஸ்திர சம்மதம் இல்லாது ராஜ்யம் ஸ்தாபித்தான். அவனுக்குச் 'சர்வநாசம் சம்பவிக்கும்' என்று. இமயம் முதல் குமரி வரை எனக்கு எதிர்ப்பு, ஏளனம் கிளம்பும். என்ன செய்வேன்? மராட்டியத்தை அவர்கள் சும்மா விட மாட்டார்களே. ஒருபுறம் வெளிநாட்டார் எதிர்ப்பு; வேறொருபுறம் வேறு வேந்தர்களின் எதிர்ப்பு! மராட்டியத்திலோ எதிர்ப்பு. எத்தனை கணைகளைத்தான் மராட்டிய மாதா தாங்குவாள். மோகன்! நான் பணிந்துதான் ஆக வேண்டும்; வீழ்ச்சிக்குத்தான்! ஆனால், வேறு வழியில்லை; வேறு வகையில்லை!

நான்கு அவைகளிலும் அங்கம் வகித்த அண்ணா

1957–ல் தமிழக சட்டமன்ற உறுப்பினர். 1962–ல் மாநிலங்களவை உறுப்பினர். 1967–ல் மக்களவை உறுப்பினர். முதல்வர் பதவியேற்பதற்காக அதே ஆண்டில் தமிழக சட்டமன்ற மேலவை உறுப்பினராகிவிட்டு, மக்களவை உறுப்பினர் பொறுப்பிலிருந்து விலகல். இப்படி தமிழகத்தின் இரு அவைகள், மத்தியில் இரு அவைகள் என நான்கு அவைகளிலும் அங்கம் வகித்த தமிழ்நாட்டைச் சேர்ந்த ஒரே தலைவர் அண்ணாதான். வேறு யாருக்கும் இந்தச் சிறப்பு கிடையாது!

அண்ணா பேட்டிகள்

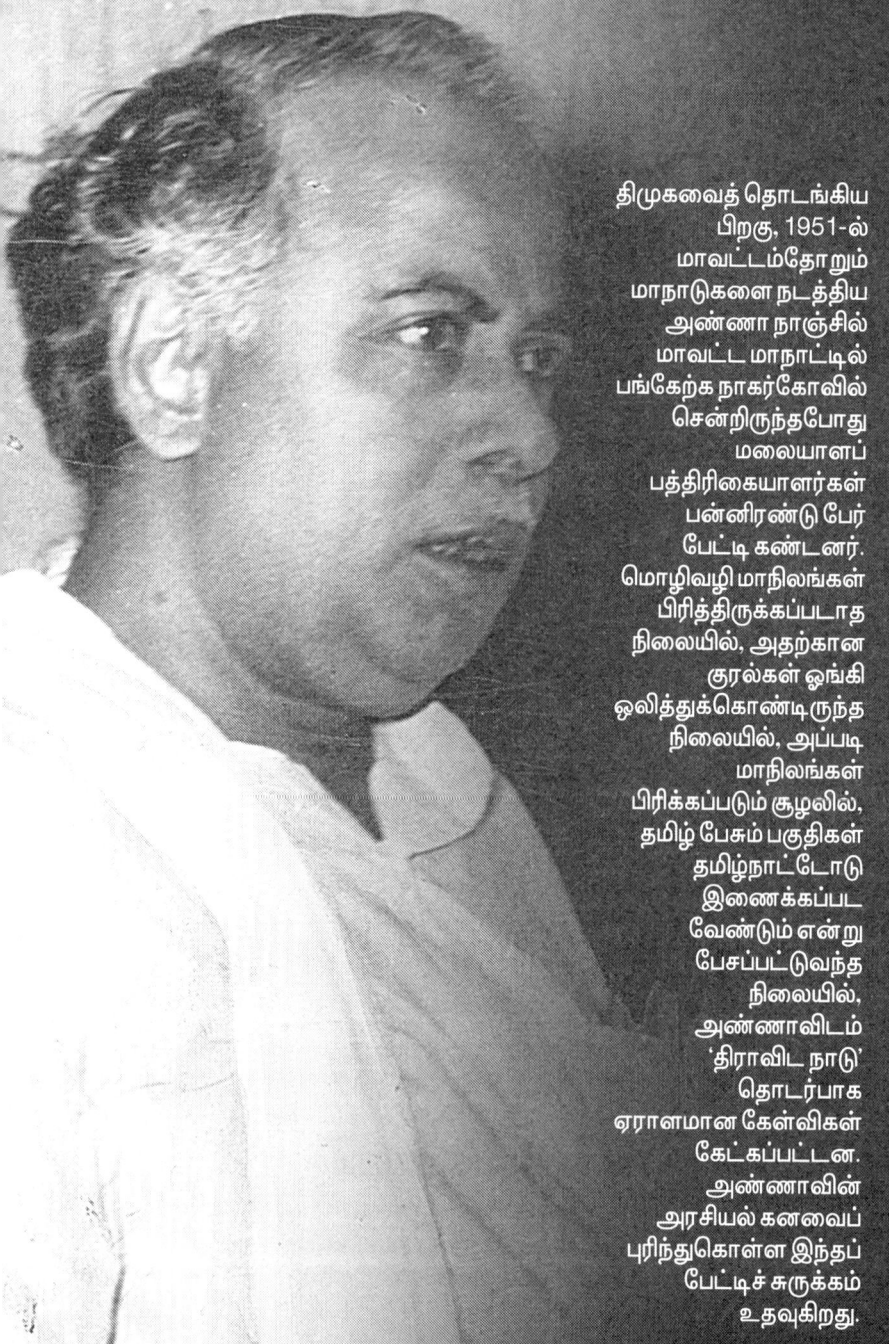

திமுகவைத் தொடங்கிய பிறகு, 1951-ல் மாவட்டம்தோறும் மாநாடுகளை நடத்திய அண்ணா நாஞ்சில் மாவட்ட மாநாட்டில் பங்கேற்க நாகர்கோவில் சென்றிருந்தபோது மலையாளப் பத்திரிகையாளர்கள் பன்னிரண்டு பேர் பேட்டி கண்டனர். மொழிவழி மாநிலங்கள் பிரித்திருக்கப்படாத நிலையில், அதற்கான குரல்கள் ஓங்கி ஒலித்துக்கொண்டிருந்த நிலையில், அப்படி மாநிலங்கள் பிரிக்கப்படும் சூழலில், தமிழ் பேசும் பகுதிகள் தமிழ்நாட்டோடு இணைக்கப்பட வேண்டும் என்று பேசப்பட்டுவந்த நிலையில், அண்ணாவிடம் 'திராவிட நாடு' தொடர்பாக ஏராளமான கேள்விகள் கேட்கப்பட்டன. அண்ணாவின் அரசியல் கனவைப் புரிந்துகொள்ள இந்தப் பேட்டிச் சுருக்கம் உதவுகிறது.

பாகிஸ்தான் கோரிக்கைக்கு முந்தையது திராவிடஸ்தான் கோரிக்கை

நாகர்கோவில் செய்தியாளர்கள் சந்திப்பு

● தங்கள் இயக்கத்தின் முக்கியக் குறிக்கோள்கள் என்ன?

சமுதாயத் துறையில் சாதி, மத பேதங்களை ஒழிப்பதும், பொருளாதார நிலையில் சுரண்டல் ஒழிய பொருளாதாரச் சமத்துவ நிலையை ஏற்படுத்துவதும், அரசியலில் வடநாட்டிலிருந்து திராவிடத்தைப் பிரிப்பதுமாகும்.

● அகில உலக ஒற்றுமையில் உங்களுக்கு அக்கறை இல்லையா?

பல தேசத் தோழர்களின் கூட்டு முன்னணிதானே அது?

● இந்தியாவிலிருந்து பிரிகிற நீங்கள் எப்படி அகில உலக ஒற்றுமையை ஏற்றவராவீர்?

திராவிட நாட்டை, அகில உலக நாடுகளில் ஒன்றாக்கவே நாங்கள் பாடுபடுகிறோம்.

● திராவிட நாட்டைப் பற்றி இன்னும் சற்றுத் தெளிவாக விளக்குவீர்களா?

தாராளமாக. திராவிட நாடு புதிதாகக் கேட்பதல்ல. ஏற்கெனவே எங்களுக்குச் சொந்தமாக இருந்த நாடு. வெள்ளையர் ஆட்சியிலேதான் ஒரு பிணைப்புக்குள் சிக்கிக்கொண்டது. நாங்கள் இழந்த நாடு திராவிட நாடு. இழந்ததை மீண்டும் பெறும் உரிமை எமக்குண்டு.

● உங்கள் போராட்டத்திற்கு இந்தியச் சட்டம் இடம் தருமா?

இந்திய அரசியல் சட்டத்தையே மாற்றியமைக்க வேண்டும் என்பது எங்கள் அவா. இந்திய அரசியல் சட்டத்தைத் திருத்தியமைத்து மாகாண சர்க்காரிடமே எல்லா அதிகாரங்களையும் இருக்கச் செய்ய வேண்டும் என்பதே எங்கள் நோக்கம்.

மாபெரும் தமிழ்க் கனவு 741

பாகிஸ்தான் இயக்கத்தோடு இதனை ஒப்பிட வேண்டிய அவசியம் இல்லை. ஏனெனில், இங்கு அகதிகள் பிரச்சினை, ஜனப்பரிவர்த்தனைச் சிக்கல்கள் எதற்கும் இடமில்லை. ரத்தப்பெருக்கோ குழப்பமோ குமுறலோ எதுவும் ஏற்படாது.

● **டெல்லிதானே உங்கள் பிரதிநிதி! அதனிடம் தெரிவிப்பதுதானே முறை?**

முதலில் திராவிட மக்களை அதற்குத் தயாராக்க வேண்டாமா? அதைத்தான் இப்போது செய்கிறோம்.

● **திராவிட நாடு என்பது பிரிவினைக் கோரிக்கைதானே? டெல்லியிடம் சொல்லித்தானே பெற முடியும்?**

திராவிடஸ்தான் இயக்கத்தைச் சற்றுத் தெளிவாகத் தாங்கள் புரிந்து கொள்ள வேண்டும். சிலர் இந்த இயக்கத்தை பாகிஸ்தான் இயக்கத்தைப் பார்த்துக் கிளப்பிடும் கூச்சல் என்கின்றனர். அது தவறு. வேண்டுமென்றே செய்கின்ற பொய்ப் பிரச்சாரம். பாகிஸ்தான் என்று ஜின்னா கேட்பதற்கு முன்னாலேயே திருவாரூர் மாநாட்டில் தீர்மானம் நிறைவேற்றியிருக்கிறோம். முதலில், 'தமிழ்நாடு தமிழருக்கே' என்றோம். பிறகு, 'திராவிட நாடு திராவிடருக்கே!' என்றோம். மேலும், பாகிஸ்தான் இயக்கத்தோடு இதனை ஒப்பிட வேண்டிய அவசியம் இல்லை. ஏனெனில், இங்கு அகதிகள் பிரச்சினை, ஜனப்பரிவர்த்தனைச் சிக்கல்கள் எதற்கும் இடம் இல்லை. ரத்தப்பெருக்கோ, குழப்பமோ, குமுறலோ எதுவும் ஏற்படாது.

● **வெளிநாட்டுப் படையெடுப்பு வந்தால்?**

அத்தகைய விரும்பத்தகாத நிலைகளை ஆரம்பத்திலேயே ஏன் கற்பனை செய்துகொள்ள வேண்டும்?

● **திராவிடஸ்தானில் கேரளத்தின் நிலை என்ன?**

திராவிடக் கூட்டாட்சியில் அது ஓர் அங்கம் வகிக்கும். 'மலையாளிகளையும் மற்றவர்களையும் ஆட்டிப்படைக்கத் தமிழர்கள் செய்யும் சூழ்ச்சியே திராவிடஸ்தான் இயக்கம்' என்று வேண்டுமென்றே சிலர் கூறுவது தவறு.

● **அப்படியானால்..**

திராவிடஸ்தான் ஒரு கூட்டாட்சி. அதில் தமிழகம், ஆந்திரம், கேரளம், கன்னடம் ஆகிய பகுதிகள் அடங்கியிருக்கும். அதற்குத் தனித்தனியே சட்ட சபைகள், சுதந்திர வாழ்க்கை, சுய நிர்ணய உரிமை எல்லாம் உண்டு. அங்கங்கே அந்தந்த வட்டார மொழியே ஆட்சிமொழியாக விளங்கும்

அகில உலகத் தொடர்பிற்கும் கூட்டாட்சி முறைக்கும் ஆங்கிலமே ஏற்ற மொழி எனக் கருதுகிறோம்.

❋ நாஞ்சில் நாட்டின் நிலை என்ன?

நாஞ்சில் தமிழகத்துடன் சேரும். இன்னும் திருவாங்கூரின் அரசியல் வாழ்வுச் சிக்கல்களைப் பற்றிய முழு உண்மைகள் கிடைக்கப்பெற்றவுடன் இன்னும் தெளிவான விளக்கங்கள் தர இயலும்.

❋ நாகர்கோவில் மாநாடு என்றால், அது கேரளத்திலே மாநாடு என்று சொல்கிறார்களே! இது சரியா?

நாஞ்சில் - கேரளத்தின் நுழைவாயில் - எனினும் அது தமிழகத்தைச் சேர்ந்த மாவட்டமே.

❋ தமிழகத்தில் மட்டுமே இந்த எண்ணம் பரவியுள்ளது?

அப்படியில்லை. எங்கும் அந்த எண்ணம் பரவிக்கொண்டே இருக்கிறது. உதாரணமாக, ஆந்திர நாட்டில் வடமொழிக்கு எதிர்ப்பு இயக்கம் இருந்து வருகிறது. மலையாளம், தெலுங்கு, கன்னடம் எல்லாம் வடமொழியால் வாழ்விழந்தவைதான்.

❋ இமயம் இருக்கிறது, இந்தியாவின் பாதுகாப்பு எல்லையாக. அதுபோலத் திராவிடத்திற்கில்லையே?

விந்தியமிருக்கிறது என்று உடனே சொல்லலாம். ஆனால், ஒரு நாட்டிற்கு மலைதான் எல்லையாக முடியும் என்றில்லை. இங்கிலாந்துக்கும் அயர்லாந்துக்கும் என்ன எல்லை? பிரான்ஸுக்கும் ஜெர்மனிக்கும் பாது காப்பு எல்லைகள் எவை? மேலும், நாம் விரோதத்தை விரும்பாதவர்கள்! மேலும் உலகம் போரை வெறுக்கும் காலம் இது!

❋ ஆரியர்கள் உங்கள் ஆட்சியில் எந்நிலை பெறுவார்கள்?

பிரிவினை ஆட்சியை ஒத்துக்கொண்டவர்கள் எல்லாரும் நிம்மதியாக இருப்பர்.

❋ உங்கள் ஆட்சியில் விசுவாசம் கொண்டு அவர்கள் இருந்தால்..

விசுவாசத்தோடு இருந்து, திட்டங்களை ஏற்றுக்கொண்டால், எவரும் திராவிட அரசிலே குடிமக்கள் ஆகிவிடலாம்.

திமுகவை ஆட்சிக் கட்டிலில் அமர்த்திய 1967 பொதுத் தேர்தலுக்கு 11 வாரங்களுக்கு முன்பு, அதாவது 28.11.1966-ல் 'இந்துஸ்தான் டைம்ஸ்' பத்திரிகையாளர் கே.எஸ்.ராமானுஜத்துக்குப் பேட்டி அளித்தார் அண்ணா. அன்றைய காலகட்டத்தையும் காங்கிரஸ் ஆட்சியின் பலவீனங்களையும் அவர் எப்படி உள்வாங்கியிருந்தார், அவருடைய தேர்தல் வியூகம் எப்படி இருந்தது என்பதை நமக்குச் சொல்லக்கூடிய அந்தப் பேட்டியின் சுருக்கமான வடிவம் இது.

அன்று பிரிட்டிஷார் பேசியதை இன்று காங்கிரஸார் பேசுகின்றனர்

இந்துஸ்தான் டைம்ஸ் பேட்டி

● பொதுத் தேர்தலில் உங்களுடைய கட்சியின் வெற்றிவாய்ப்புகள் எப்படி?

எல்லா எதிர்க்கட்சிகளும் சேர்ந்து அறுதிப் பெரும்பான்மை இடங்களைப் பிடிக்கும் என்ற நம்பிக்கையோடு இருக்கிறேன். கட்சிவாரியாக எத்தனை தொகுதிகள் என்று கூற மாட்டேன், அது சில கட்சிகளுக்குத் தர்மசங்கடமாக இருக்கும்.

● உங்களுடைய தேர்தல் கூட்டு எப்படிப்பட்டது?

திமுக மாவட்டச் செயலாளர்கள் இதைப் பற்றி எங்களுக்கு அறிக்கைகள் அனுப்பிவருகின்றனர். தொகுதிவாரியாகப் பிற கட்சிகளுக்குள்ள செல்வாக்கையும் ஆராய்கிறோம். நெடுஞ்செழியன், மதியழகன், கருணாநிதி ஆகியோரைக் கொண்ட தொடர்புக் குழுவை அமைத்திருக்கிறோம். எதிர்க்கட்சிகளுடன் அவர்கள் தொடர்புகொள்வார்கள். இறுதி நிலை ஆலோசனையில் நானும் இடம்பெறுவேன். காங்கிரஸைத் தோற்கடிக்கும் அடிப்படையில்தான் எதிர்க்கட்சிகளுடன் தேர்தல் உடன்பாட்டுக்கான முயற்சிகளில் இறங்கியிருக்கிறோம்.

● ராஜாஜியை எந்த அளவுக்குச் சார்ந்திருக்கிறீர்கள்?

அவருடைய தார்மிக ஆதரவுக்காகச் சார்ந்திருக்கிறோம். திமுகவை ஆதரியுங்கள் என்ற அவருடைய அழைப்புக்கு மக்கள் மத்தியில் அபாரமான வரவேற்பு இருக்கிறது.

● உங்களது ஒட்டுமொத்தமான தேர்தல் உத்தி என்ன என்று கூறுவீர்களா?

காங்கிரஸ் அல்லாத வாக்குகளை ஓரணியில் திரட்ட வேண்டும். ஒவ்வொரு தொகுதியிலும் பொது எதிர்க்கட்சி வேட்பாளர் என்ற நிலையை உருவாக்குவதுதான் திட்டம். தமிழ்நாட்டில் மக்களுக்கு அரசியலைத் தெளிய வைக்கும் பிரச்சாரத்தில் திமுக தொடர்ந்து ஈடுபட்டுவருகிறது. கல்வி அதிகம் பெறப்பெற, தங்களுடைய எதிர்கால அரசியல் நம்பிக்கையாக, திமுகவைத்தான் பார்க்கிறார்கள் மக்கள்.

● வேறு எந்தப் பிரச்சினை உங்களுக்கு நம்பிக்கை அளிக்கிறது?

மொழிப் பிரச்சினை உயிர்ப்புடன் இருக்கிறது. இந்தி ஆதிக்கத்துக்கு

காங்கிரஸ்காரர்களோ, 'மக்கள் இப்போது நல்ல துணிகளை உடுத்துகின்றனர், ஏழைகளின் வீடுகளில்கூட இப்போது பித்தளைப் பாத்திரங்கள் இருக்கின்றன' என்கின்றனர். இதெல்லாம் ஏகாதிபத்தியவாதிகள் பேசிவந்த பேச்சு.

எதிராகப் போராட்டம் வேண்டாம் என்று கடுமையான முயற்சிகளுக்குப் பிறகே எங்களுடைய ஆதரவாளர்களைக் கட்டுப்படுத்தியிருக்கிறோம். இது தேர்தல் வாக்களிப்பில் எதிரொலிக்கும் என்று நம்பிக்கையாக இருக்கிறோம். அடுத்து, காங்கிரஸ் அல்லாத எதிர்க்கட்சிகள் ஏதாவது ஒரு விதத்தில் பிற எதிர்க்கட்சிகளை வலுவிழக்கச்செய்யும் வகையில் செயல்பட்டுவிடக் கூடாது என்பதிலும் எச்சரிக்கையாக இருக்கிறோம். காங்கிரஸை எதிர்ப்பதற்குக் கட்சிகளின் பெயர்களையெல்லாம் பொருட் படுத்தாமல், தொகுதிவாரியாக எந்தக் கட்சி வலுவானதோ அதை நிறுத்த உத்தேசித்திருக்கிறோம். இந்த வகையில்தான் நான் எதிர்க்கட்சிக் கூட்டணியை உருவாக்க முயல்கிறேன்.

● **தேர்தல் நிதியாக எவ்வளவு கிடைக்கும் என்று எதிர்பார்க்கிறீர்கள்?**

ரூ.10 லட்சம் திரட்டப்படும். நியாயமான தேர்தல் செலவுகளுக்கு அது போதும். பணம் ஓரளவுக்கு செல்வாக்கு செலுத்தும். ஆனால், காங்கிரஸ்காரர்கள் எதிர்பார்க்கும் அளவுக்கு அல்ல. மக்களிடையே காமராஜருக்கு எந்த ஆதரவு அலையும் அடிப்பதாக எனக்குத் தெரிய வில்லை. நேருவின் செல்வாக்கையே எதிர்த்தவர்கள் நாங்கள்.

● **உங்களது தனி நாடு கோரிக்கை என்ன ஆயிற்று? காங்கிரஸ் கூட்டங்களில் உங்களைப் பிரிவினைவாதி என்கிறார்களே?**

தனி நாடு கோரிக்கை கைவிடப்பட்டது, தேர்தல் பிரச்சாரத்தில் அதைப் பேச வேண்டிய தேவையும் இல்லை. காங்கிரஸ்காரர்கள் பேசினால் பேசி விட்டுப் போகட்டும். பிரிவினைக் கோரிக்கையை நாங்கள் *பிறகு புதுப் பிப்போம்* என்று பேசினால், காங்கிரஸாரின் உள்நோக்கம் என்ன என்பதை உணரும் பக்குவம் தமிழர்களுக்கு உண்டு.

● *பணபலம், காமராஜரின் தலைமை, கோஷ்டிப் பூசல் - குழுச் சண்டைகள் இல்லாமை என்று காங்கிரஸ் கட்சி வலுவுடன் இல்லையா?*

இல்லை, நிச்சயமாக இல்லை.

● **மக்கள் எந்தப் பிரச்சினைகளால் கவலை அடைந்துள்ளனர்? இவற்றில் எவை உங்களுக்குச் சாதகமாக இருக்கும்?**

அரிசி உள்ளிட்ட அத்தியாவசிய உணவுப் பண்டங்களின் பற்றாக் குறையாலும் விலைவாசி உயர்வாலும் மக்கள் அவதிப்படுகின்றனர். பதுக்கல், கள்ளச்சந்தைப் பேர்வழிகளுக்கு காங்கிரஸ் உடந்தையாக இருப்பதாக மக்கள் சந்தேகிக்கின்றனர். விவசாயிகளுக்கும் விவசாயத்

தொழிலாளர்களுக்கும் ஒரு கையில் கிடைப்பது, இன்னொரு கையால் பறிக்கப்படுகிறது என்று வருந்துகின்றனர். இதைப் பொதுக்கூட்டங்களில் நாங்கள் பேசும்போது மக்கள் ஆமோதிக்கிறார்கள். 'உங்களுடைய விளைச்சலுக்கு இப்போது அதிகப் பணம் கிடைக்கிறதில்லையா?' என்று மக்களை நான் கேட்டால், 'அதனால் என்ன பிரயோசனம், எல்லா பணமும் எஞ்சிய சாமான்கள் வாங்குவதற்கே போதமாட்டேன் என்கிறதே' என்று பதில் சொல்கின்றனர் மக்கள். காங்கிரஸ்காரர்களோ, 'மக்கள் இப்போது நல்ல துணிகளை உடுத்துகின்றனர், ஏழைகளின் வீடுகளில்கூட இப்போது பித்தளைப் பாத்திரங்கள் இருக்கின்றன' என்கின்றனர். இதெல்லாம் ஏகாதிபத்தியவாதிகள் பேசிவந்த பேச்சு. 'நாங்கள் இந்தியாவை ஆளத் தொடங்கிய பிறகுதான் இந்தியர்கள் மேல் சட்டையே போட ஆரம்பித்தார்கள்' என்று பிரிட்டிஷார் பேசியிருக்கிறார்கள். கடந்த ஐந்து ஆண்டுகளாக நாங்கள் சட்டமன்றத்தில் செயல்பட்ட விதமே எங்களை மதிப்பிடப் போதுமானது!

நான் மாணவர்களின் விருந்தாளி...

அண்ணாமலை பல்கலைக்கழகத்துக்கு 'புரட்சியாளர்' அண்ணாவை அழைப்பதற்குத் தடைவிதிக்கப்பட்டிருந்தது. 1945–ல் தொடங்கி நடைமுறையிலிருந்த இந்தத் தடையை முடிவுக்குக் கொண்டுவரும் வகையில், துணைவேந்தர் ஒப்புதலுடன் 1958–ல் மாணவர் விடுதி விழாவுக்கு அண்ணாவை அழைக்கிறார்கள் அன்றைய மாணவர்கள். அண்ணாவின் பேச்சில் அத்தனை பேருமே அசந்துபோகிறார்கள். விழா முடிந்ததும் தனது இல்லத்தில் விருந்துண்டு செல்லுமாறு அண்ணாவை அழைக்கிறார் துணை வேந்தர் தி.மு.நாராயணசாமி. "இல்லையில்லை... மாணவர்கள் விருந்தில் கலந்துகொள்வதாக ஏற்கெனவே ஒப்புக்கொண்டு இருக்கிறேன்; இன்னொரு சமயம் வருகிறேன்" என்று கூறிவிட்டு, அருகில் இருந்த மாணவர் விடுதிப் பொதுச்செயலாளர் பழ.நெடுமாறனிடம் அண்ணா சொல்கிறார், "நாம் போகலாம்!" பிற்காலத்தில் நெடுமாறன் இதை நினைவுகூர்கிறார், "அண்ணா இப்படிச் சொல்வார் என்று நான் எதிர்பார்க்கவேயில்லை. அளவில்லா திகைப்புடனும் மட்டற்ற மகிழ்ச்சியுடனும் அண்ணாவை விடுதிக்கு அழைத்துப்போனோம். அப்புறம், 'ஹோம்லேண்ட்' பத்திரிகை வளர்ச்சி நிதியாக நாங்கள் பத்தாயிரம் ரூபாய் நிதி திரட்டி அண்ணாவிடம் அளித்தோம். இதை அவர் எதிர்பார்க்கவே இல்லை. அன்றைக்கு அது பெரிய தொகை. அவ்வளவு செல்வாக்கு மாணவர்கள் மத்தியில் அவருக்கு இருந்தது!"

அண்ணா தந்த பேட்டிகளில் முக்கியமான ஒன்று என 'இல்லஸ்ட்ரேட்டட் வீக்லி'க்காகப் பத்திரிகையாளர் ஏ.எஸ்.ராமனுக்கு அளித்த இந்தப் பேட்டியைச் சொல்லலாம். அந்நாட்களில் இந்தியா முழுவதிலும், அறிவுஜீவிகளால் வாசிக்கப்படும் பத்திரிகையாகக் கொண்டாடப்பட்ட 'இல்லஸ்ட்ரேட்டட் வீக்லி'யின் 13.04.1969 தேதிய இதழில் அண்ணா மறைவுக்குப் பிறகு வெளியான இந்தப் பேட்டி, 'இந்தியா - பாகிஸ்தான்' மோதலுக்கு வெகுநாட்களுக்கு முன், சென்னையில் அண்ணாவின் வீட்டில் எடுக்கப்பட்டதாகக் குறிப்பிட்டிருக்கிறார் நிருபர் ராமன். தேர்ந்தெடுக்கப்பட்ட பகுதிகள் இங்கே.

தமிழ்ச் சமூகத்தை மீளக் கட்டியெழுப்புவதே என் நோக்கம்

இல்லஸ்ட்ரேட்டட் வீக்லி பேட்டி

காஞ்சிபுரம் நடராஜன் அண்ணாதுரை. இந்தியாவிலேயே மிகவும் அவதூறாகப் பேசப்பட்ட ஒருவருக்குச் சொந்தமானது இந்தப் பெயர்; தென்னிந்தியாவைச் சேர்ந்த துடிப்பான சமூக - அரசியல் இயக்கத்தின் தலைவருடைய பெயர். ஆம் - திராவிட முன்னேற்றக் கழகம், வெறும் அரசியல் கட்சியல்ல - மாபெரும் மக்கள் இயக்கம். கறுப்பும் சிவப்பும் கலந்த திமுக கொடியைப் பற்றி ஒரு வார்த்தை. இக்கொடியில் உள்ள கறுப்பு, சமூகத் தீமைகளையும் இந்த நாட்டில் நிலவும் அநீதிகளையும் குறிக்கிறது. சிவப்பு நிறமோ இந்த நிலையை மாற்ற மக்களிடையே தோன்றி வளரும் புரட்சிகர உணர்வை உணர்த்துகிறது. தாய்க் கழகமான திராவிடர் கழகத்தின் கொடியில் இடம்பெற்றுள்ள அதே நிறங்கள்தான் திமுக கொடியிலும் இடம்பெற்றுள்ளன. திராவிடர் கழகத்தின் கொடி முழுவதும் கறுப்பாகவும் நடுவில் மட்டும் சிவப்பு நிற வட்டமும் இருக்கும்.

திமுகவுக்கு இப்போது தமிழ் மக்களிடையே உருவாகியிருக்கும் செல்வாக்கானது முன்னுதாரணம் அற்றது. உலகம் எங்கும் உள்ள தமிழர்கள், தங்களுடைய 'அண்ணன்' இடும் கட்டளை எதுவாக இருந்தாலும், அதை நிறைவேற்றத் தயங்காதவர்கள் என்பது வெளிப்படை. மலேசியாவில் இருந்து சிங்கப்பூர் பிரிந்ததற்குக்கூட தங்களுடைய கட்சிதான் காரணம் என்று திமுகவினர் பெருமை பாராட்டுகின்றனர். காரணம், அங்கே நடந்த மாபெரும் பொதுக் கூட்டங்களில் தமிழர்களிடையே உரையாற்றி அண்ணாதுரை எழுச்சியூட்டினார்.

அண்ணாதுரை அதிகமாக அவதூறுக்குள்ளானதற்கு, அவர் தவறாகப் புரிந்துகொள்ளப்பட்டதே காரணம் என்று சொல்லலாம். அவர் தவறாகப் புரிந்துகொள்ளப்பட்டதற்குக் காரணம், திராவிடர் கழகத்தின் தலைவர் ஈ.வெ.ராமசாமியின் 'வழிகாட்டல்படி' அவருடைய பாணியிலேயே அரசியலில் ஈடுபட்டதுதான். ஆனால், பெரியார் மீது இன்னமும் மதிப்பும், மரியாதையும் வைத்திருக்கிறார் அண்ணாதுரை.

தேச விரோதமான இயக்கத்தின் - எதிர்மறைக் கருத்துகளையே விதைப்பது என்று வழக்கமாகச் சித்திரிக்கப்படும் ஒரு கட்சியின் - தலைவரை

அண்ணாதுரையை விமர்சிப்பவர்கள் அனைவரும்,
'அவர் முன்னேற்றத்துக்கு எதிரானவர்' என்பார்கள்
- காரணம், அவர் காங்கிரஸை எதிர்ப்பதால்!
'அவர் கலாச்சாரத்துக்கு எதிரானவர்' என்பார்கள்
- காரணம், அவர் பிராமணியத்தை எதிர்க்கிறார்!
அவர் இந்திக்கு எதிரானவர் என்பார்கள் - காரணம்,
அவர் மோசடியான ஒருமைப்பாட்டை எதிர்க்கிறார்!
அவர் கடவுளுக்கு எதிரானவர் என்பார்கள் -
காரணம், அவர் உருவ வழிபாட்டை எதிர்க்கிறார்!

முழுவதும் ஆதரித்துப் பேசுகிறேன் என்று வாசகர்கள் என்னைக் குற்றஞ்சாட்டாமல் இருப்பார்களாக! அண்ணாதுரைக்காகப் பரிந்து பேசுவது யாருக்கும் இங்கே அவ்வளவு எளிதாக இருக்காது. தொலை நோக்குப் பார்வை இல்லாத பிற்போக்குவாதி என்றே அண்ணாதுரையைப் பலரும் தவறாகப் புரிந்துகொண்டிருக்கின்றனர். உண்மை அதுதானா? குறுகிய பார்வையுள்ள பிற்போக்குவாதியா அண்ணாதுரை? ஆம், பொது வெளியில் அவருக்குள்ள பிம்பத்தைப் பார்த்து மதிப்பிட்டால், அப்படித் தான் தெரிவார். ஆனால், அவரை உண்மையிலேயே தெரிந்துகொண்டு விட்டால், 'சாமானியர்களின் மனங்களில் வாழும் மிகப் பெரிய ஆளுமை அவர்' என்று புரியும்.

தன்னுடைய உண்மையான தோற்றங்களை மறைக்க முகமூடி ஏதும் அணிய வேண்டிய அவசியம் இல்லாதவர் அண்ணாதுரை. எளிதில் நெருங்க முடிந்த, எதையும் தெளிவாகச் சொல்லிப் புரியவைக்கக்கூடிய அரசியல் தலைவர்கள் அண்ணாதுரையைப் போல மிகச் சிலர்தான் இருப்பார்கள். இருந்தாலும், அவரைப் பற்றித்தான் அவதூறாகவும் அபாண்டமாகவும் கருத்துகளைப் பரப்பியுள்ளனர். இதற்கு வன்மம், அகந்தை, அறியாமை ஆகியவைதான் காரணம்.

அண்ணாதுரையை விமர்சிப்பவர்கள் அனைவரும், 'அவர் முன்னேற்றத் துக்கு எதிரானவர்' என்பார்கள் - காரணம், அவர் காங்கிரஸை எதிர்ப்பதால்! 'அவர் கலாச்சாரத்துக்கு எதிரானவர்' என்பார்கள் - காரணம், அவர் பிராமணி யத்தை எதிர்க்கிறார்! அவர் இந்திக்கு எதிரானவர் என்பார்கள் – காரணம், அவர் மோசடியான ஒருமைப்பாட்டை எதிர்க்கிறார்! அவர் கடவுளுக்கு எதிரானவர் என்பார்கள் - காரணம், அவர் உருவ வழிபாட்டை எதிர்க்கிறார்!

அண்ணாதுரையின் ஆதரவாளர்களோ இந்தியாவுக்கு இப்போது மிகவும் அவசியமான தலைவர் அண்ணாதுரை மட்டுமே என்பதில் உறுதியாக இருக்கின்றனர். உண்மை என்பது இவ்விரு எதிரெதிர்க் கருத்துகளுக்கும் இடையில்தான் இருக்கிறது. ஒரு அரசியல்வாதியாக இருப்பதால், அண்ணாதுரையைப் பொறுத்தவரை வரம்பின்றி வையும் வசவாளர்கள்,

வாழ்த்தும் தம்பிகள் என்று இரு தரப்புக்கும் ஈடுகொடுக்க வேண்டியுள்ளது. அரசியல்வாதிகள் ஆகிவிட்டாலே எதிர்ப்பாளர்களால் தொடர்ந்து தூற்றப்படுவதும், ஆதரவாளர்களால் போற்றப்படுவதும் வாழ்க்கையாகி விடுகிறது.

அண்ணாதுரையைச் சந்திப்பதே சுவாரஸ்யமானது. அவருடைய மனதுக்குப் பிடித்த விஷயங்களை - ஆனால், மற்றவர்கள் வெறுக்கும் விஷயங்களை- குறிப்பிட்டுப் பேச ஆரம்பித்தால் வெகு அழகாக, ஆர்வமாக விவாதிப்பதில் வல்லவர். திண்மையான அவரது தோற்றத்துக்குப் பின்னால் விவரிக்க முடியாத ஒரு அருங்குணம் உங்களை ஈர்த்து, அவருடைய திறமை, நேர்மை குறித்து யாராவது, ஏதாவது சொல்லி, அதனால் உங்களுக்குச் சந்தேகங்கள் ஏற்பட்டிருந்தாலும் அவற்றையெல்லாம் ஒவ்வொன்றாகக் கரைத்துவிடுகிறது.

அண்ணாதுரையின் அறிவுக்கூர்மையானது, தான் கொண்ட கொள்கை மீது அவருக்குள்ள பிடிப்பினால் பட்டை தீட்டப்பட்டதாக ஜொலிக்கிறது. ஆகவே, தன்னுடைய பணிகளிலும் அவற்றை நடைமுறைப்படுத்து வதிலும் முழுவதும் எதிர்மறையான அணுகுமுறைகளை அவர் கடைப்பிடிப்பதில்லை. எதிர்க்கட்சித் தலைவர் என்றாலே, சிறிதளவு எதிர்மறையாகப் பேசுபவராகவோ சிந்திப்பவராகவோ இருந்துதான் தீர வேண்டும். ஆனால், அண்ணாதுரையோ மற்றவர்களின் மாயைகளை உடைத்துத் தகர்ப்பதுடன், தானும் எந்த மாயையிலும் சிக்கிவிடாமல் பார்த்துக்கொள்கிறார். இனி பேட்டிக்குள் செல்வோம்.

லுங்கி அணிந்துகொண்டு வெற்று மார்புடன் உட்கார்ந்திருக்கும் அண்ணாதுரை, வாயில் வெற்றிலைப் பாக்கு போட்டுக்கொண்டிருக்கிறார். தலையை நிமிராமலேயே எதிரிலிருந்த பிரம்பு நாற்காலியைச் சுட்டிக் காட்டியபடி, "அமருங்கள்" என்கிறார். சில காகிதங்களில் கையெழுத்திட்டுக் கொண்டிருக்கிறார். தாள்களைப் பார்த்தபடியே, "நாம் ஒன்றும் ஒருவருக் கொருவர் புதியவர்கள் இல்லையே?" என்கிறார். "நிச்சயமாக இல்லை, இருந்திருந்தால் உங்களைப் பேட்டிகாண வருவேனா?" என்கிறேன். "இதைக் கேட்பதற்கே மகிழ்ச்சியாக இருக்கிறது. தங்களால் புரிந்து கொள்ள முடியாதவர்களைப் பத்திரிகை ஆசிரியர்கள் பேட்டி காணவே கூடாது" என்கிறார் அண்ணாதுரை. "என்னை வியப்படையவைக்கும் அல்லது கோபப்படவைக்கும் தலைவர்களை மட்டுமே பேட்டி காண்பது என் வழக்கம் - காரணம், இரண்டுமே புரிதல் அடிப்படையிலானது" என்கிறேன். "புத்திசாலித்தனமான கொள்கை, நான்கூடப் பின்பற்ற வேண்டியது. நாம் ஒருவருக்கொருவர் புதியவர்கள் அல்ல என்று சொன்னேனே அது எதைப் பற்றி என்று ஊகித்துவிட்டீர்களா?" என்று கேட்கிறார் அண்ணாதுரை. அப்போது எல்லா காகிதங்களிலும் கையெழுத்திட்டு முடித்துவிட்டார். அவரது உதவியாளர் அவற்றைச் சரிபார்க்கிறார். பதிலுக்குக் காத்திருக்கிறேன் என்று புரிந்துகொண்டு அவரே பேசுகிறார், "நாம் இருவருமே பத்திரிகை ஆசிரியர்கள்; காஞ்சிபுரத்திலிருந்து 'காஞ்சி' என்ற தமிழ் வார இதழை நடத்திவருகிறேன்.

காங்கிரஸைப் பொறுத்தவரை 'ஜனநாயக சோஷலிஸம்' என்பது வெறும் கோஷம்தான். ஜனநாயகம், சோஷலிஸம் என்பது எங்களைப் பொறுத்தவரை வாழ்க்கை முறை. சாதி இல்லாத, வர்க்கம் இல்லாத சமூகத்தைப் பிரச்சாரம், சட்டம் ஆகியவற்றின் மூலம் உருவாக்குவோம்.

அதுவொன்றும் மோசமான பத்திரிகை இல்லை என்றே கருதுகிறேன்."

எவ்வளவு பிரதி விற்கிறது?

குறைவில்லை. ஒரு பத்திரிகையின் தரம் அது எத்தனை பிரதிகள் விற்கின்றன என்பதில் இல்லை. உங்களுடைய வாரப் பத்திரிகை விதி விலக்காக இருக்கலாம். சஞ்சிகைகளுக்காகச் செலவிட எனக்கு ஓய்வு நேரமே இல்லை. அரசியல்வாதியின் நேரம் எதுவும் அவருக்குச் சொந்தமில்லை பாருங்கள்.

● **நீங்கள் எப்போதும் வேலைசெய்துகொண்டே இருக்க வேண்டும், இல்லையா?**

ஆம், ஆட்சிப் பொறுப்பில் உள்ள கட்சி, எங்களை எப்போதும் வேலை செய்ய வைத்துக்கொண்டே இருக்கிறது.

● **திரு. அண்ணாதுரை, உங்களது கட்சி ஏன் இப்படி வசை பாடப்படுகிறது?**

அப்படியா? என்னுடைய கட்சி மக்களால் பழிக்கப்படுகிறது என்று இப்போதுதான் முதல் முறையாகக் கேள்விப்படுகிறேன். எது எப்படியோ, உண்மையில் எங்களுக்கே அச்சம் ஏற்படும் அளவுக்கு மக்களிடம் நாங்கள் பிரபலமாகிக்கொண்டிருக்கிறோம். மக்கள் எங்கள் பின்னால் இருக்கின்றனர். அவர்கள் எவ்வளவு உணர்ச்சிமயமானவர்கள் என்பதும், அவர்கள் என்ன செய்வார்கள் என்பதை நம்மால் எளிதில் ஊகிக்க முடியாது என்பதையும் நீங்கள் அறிவீர்கள் அல்லவா! இப்படிப்பட்ட கட்சித் தொண்டர்களின் ஆர்வம், ஆற்றல் ஆகியவற்றை அமைதியான முறையில் ஆக்கபூர்வமான பணிகளில் திருப்பிவிடுவது சாதாரணமான வேலையல்ல.

● **உங்களுடைய கொள்கைகள் எதிர்மறையாக இருக்கின்றன என்கிறார்கள். உங்கள் கருத்து?**

பிற கட்சிகளுடையதைப் போல ஒரு பகுதி எதிர்மறையாகவும், ஒரு பகுதி நல்லதாகவும் இருக்கலாம்.

● **திமுக எப்படித் தோன்றியது? நீங்களோ உங்களுடைய மூத்த சகாக்களில் எவராவதோ, எப்போதாவது காங்கிரஸில் இருந்திருக்கிறீர்களா?**

திராவிடர் கழகத்திலிருந்து பிரிந்துவந்தவர்கள்தான் திமுகவைத்

தொடங்கினோம். திராவிடர் கழகமானது, திராவிட நாடு என்ற கொள்கைக்கு அதீத முக்கியத்துவம் தந்தது. 1949 செப்டம்பர் 17-ல் திமுக தொடங்கப்பட்டது. மாவட்ட அளவில் முன்னாள் காங்கிரஸ்காரர்கள் பலர் திமுகவில் இடம்பெற்றுள்ளனர். நான் காங்கிரஸில் இருந்ததே இல்லை.

● தொடக்கக் காலத்தில் உங்களுடைய கட்சியின் முக்கிய லட்சியங்கள் என்ன?

1) திராவிட நாடு, 2) ஜனநாயகம், 3) சோஷலிஸம். காங்கிரஸைப் பொறுத்தவரை 'ஜனநாயக சோஷலிஸம்' என்பது வெறும் கோஷம்தான். ஜனநாயகம், சோஷலிசம் என்பது எங்களைப் பொறுத்தவரை வாழ்க்கை முறை. சாதி இல்லாத, வர்க்கம் இல்லாத சமூகத்தைப் பிரச்சாரம், சட்டம் ஆகியவற்றின் மூலம் உருவாக்குவோம். இவைதான் எங்களுடைய முக்கிய லட்சியம். 'திராவிட நாடு' கோரிக்கையை இப்போது திரும்பப் பெற்று விட்டோம். இது விபரீதமான விளைவுகளை ஏற்படுத்தும் என்று சீனப் படையெடுப்பின்போது உணர்ந்தோம். பிரிவினைவாதத்தை ஒடுக்க மத்திய அரசு கொண்டுவந்த தடைச் சட்டமும் நாங்கள் இப்படி முடிவெடுப்பதற்கு முக்கியக் காரணம். இதற்கிடையே, நாங்கள் பிரதான எதிர்க்கட்சியாகவும் உருவெடுத்துவிட்டோம். உண்மையில், சீனப் படையெடுப்பின்போது தனி நாடு கோரிக்கையை வலியுறுத்துவது தற்கொலைக்குச் சமமானது. திராவிட நாட்டுக்காக நாங்கள் நடத்திய போராட்டத்தைத் திரும்பப் பெறுகிறோம் என்று பத்திரிகைகளுக்கு அறிக்கை அனுப்பினோம். எனவே, 1963 ஜூனில் எங்களுடைய கட்சியின் சட்டதிட்டங்களை இப்போது நிலவும் சூழலுக்கேற்ப முழு மனதுடன் திருத்தினோம். இப்போது எங்களுடைய அழுத்தமெல்லாம் நான்கு திராவிடத் தென்னிந்திய மாநிலங்களும் நெருங்கிச் செயல்பட வேண்டும் என்பதுதான்.

● திமுகவின் இப்போதைய முக்கிய லட்சியங்கள் என்ன?

1) இந்திய அரசியல் சட்டத்துக்குக் கட்டுப்பட்ட திராவிட ஒன்றியம். 2) உண்மையான கூட்டாட்சி நிலவும் வகையில், அரசியல் சட்டத்தைத் திருத்துவது. 3) மாநிலங்களுக்கு முழு சுயாட்சி. 4) சிறுபான்மைச் சமூகங்களும் பயனடையும் வகையிலான விகிதாச்சாரப் பிரதிநிதித்துவம், 5) ஜனநாயக சோஷலிஸம். 6) சாதி ஒழிப்பு.

● பிற அரசியல் கட்சிகளுடன் திமுகவின் அணுகுமுறை என்ன?

காங்கிரஸ் கட்சி தன்னுடைய ஆரம்ப உத்வேகம், வடிவம், அமைப்பு ஆகியவற்றை இழந்துவிட்டது. நாட்டில் ஒரு கட்சி ஆட்சி முறையை நிலைப்படுத்த அது ஆர்வம் காட்டுவதுபோல் தெரிகிறது. கம்யூனிஸ்ட்டு களில் வலதுசாரிகளுடன் எங்களுக்குத் தொடர்பு இல்லை. காரணம், அவர் கள் காங்கிரஸ் ஆதரவு, திமுக எதிர்ப்பு நிலையைக் கடைப்பிடிக்கின்றனர். இந்திய கம்யூனிஸ்ட் கட்சியில் பிளவு ஏற்படுவதற்கு முன்னால், கம்யூ னிஸ்ட்டுகளுடன் அரசியல் தோழமை இருந்தது. சென்னை மாநகராட்சித்

என்னுடைய முக்கியமான ஆட்சேபங்கள்: முதலில், தென்னிந்தியாவுக்கு ஆட்சிமொழியாக இந்தியை ஏற்க முடியாது. இரண்டாவது, அது பெரும்பான்மையினரின் அடக்குமுறையைப் பிரதிநிதித்துவப்படுத்துகிறது. அடுத்ததாக, தென்னிந்தியர்களை அது இரண்டாம் தரக் குடிமகன்களாக ஆக்கிவிடும்.

தேர்தலில் அவர்கள் எங்களை ஆதரித்தார்கள், நாங்கள் அவர்களை ஆதரித்தோம். கம்யூனிஸ்ட்டுகளிலேயே இடதுசாரிகள் எந்த யோசனைகளுடனும் எங்களை அணுகவில்லை. அடுத்த பொதுத்தேர்தலைக் கருத்தில்கொண்டு அவர்கள் அணுகினால், நாங்களும் எங்களுடைய எதிர்பார்ப்பை அவர்களிடம் தெரிவிப்போம். எல்லை தாண்டிய அவர்களின் நட்புறவு குறித்து - குறிப்பாக சீனத்துடனான தொடர்பு - அவர்கள் தெளிவான நிலைப்பாடு எடுக்க வேண்டும் என்று எதிர்பார்ப்போம். நாடாளுமன்ற ஜனநாயகத்தில் தங்களுக்கு நம்பிக்கை இருக்கிறது என்று வெளிப்படையாகவும் அழுத்தம் திருத்தமாகவும் அறிவிக்க வேண்டும் என்றும் கோருவோம். முஸ்லிம் லீக் கட்சியுடன் முன்பு சிறு அளவில் தேர்தல் ஏற்பாடுகளைச் செய்துகொண்டிருக்கிறோம். சுதந்திரா கட்சியைப் பொறுத்தவரை அவர்கள் மீது அனுதாபமும் நல்லெண்ணமும் மட்டுமே கொண்டிருக்கிறோம். தேர்தலில் காங்கிரஸைத் தோற்கடிக்க வேண்டும் என்பதே எல்லா எதிர்க்கட்சிகளின் முக்கிய நோக்கமாக இருக்க வேண்டும். அதன் மூலமாக மட்டுமே இந்தியாவில் நாடாளுமன்ற ஜனநாயகத்தைக் காப்பாற்ற முடியும்.

● திரு.அண்ணாதுரை, தொடக்கக் காலத்தில் ஏன் பிராமணர்கள் மீது வெறுப்பைக் கொட்டியது திமுக?

அப்போதும் சரி, இப்போதும் சரி, நாங்கள் பிராமணர்களை வெறுக்கவில்லை. இதை உங்களுடைய பத்திரிகை வாயிலாக வலியுறுத்திச் சொல்லுங்கள். உங்களுடைய மனத்திலிருந்தும் இந்த எண்ணத்தை நீக்கிவிடுங்கள். பிராமணர்கள் அதிக எண்ணிக்கையில் திமுகவில் சேர்வதைக் காணவே விரும்புகிறேன்.

● அப்படி அவர்கள் வந்தால் உங்களுடைய தலைமைக்கே ஆபத்து ஏற்படலாம். நாளை ராஜாஜியே உங்கள் கட்சியில் சேர விரும்பினால், உங்களுடைய தலைமைப் பதவியை அவருக்காக விட்டுக்கொடுப்பீர்களா?

ஓ, அப்படி அவர் சேர்ந்தால் அது திமுகவுக்குத் திருநாளாக அமையும். ராஜாஜியின் தலைமையின் கீழ் செயல்படுவது எனக்குப் பெருமை, எனக்குக் கிடைத்த கௌரவம், நல்லூழ் என்பேன்.

● திமுகவுக்கென்று லட்சியம் எதுவும் கிடையாது என்றும், அந்தந்தக்

காலத்துக்கு எது சாதகமோ அதன் அடிப்படையிலேயே திமுக தன் கொள்கையை வகுக்கிறது என்றும் நான் கருதுகிறேன், அதை ஒப்புக் கொள்கிறீர்களா?

உங்களுடைய அனுமானம் மிகவும் தவறானது. கூட்டாட்சி முறை, மாநிலங்களுக்கு முழு சுயாட்சி உரிமை, சமத்துவம் என்று நாங்கள் வலியுறுத்துவதெல்லாம் லட்சியங்கள் இல்லையா?

● **உங்கள் கட்சியின் உயர்நிலையில் பிராமணர்கள் இருக்கிறார்களா?**

இப்போதைக்கு உயர்நிலையில் இல்லை. தொண்டர்களாகப் பலர் இருக்கின்றனர். தன்னலமற்ற சேவையின் மூலம் அவர்களால் உயர் பதவிக்கு ஒருநாள் வர முடியும்.

● **இந்தியை ஆட்சிமொழியாக தென்னிந்தியா ஏற்பதில் உங்களுடைய ஆட்சேபங்கள் என்ன?**

என்னுடைய முக்கியமான ஆட்சேபங்கள் ஆறு. முதலில், தென்னிந்தியா வுக்கு ஆட்சிமொழியாக இந்தியை ஏற்க முடியாது. இரண்டாவது, அது பெரும்பான்மையினரின் அடக்குமுறையைப் பிரதிநிதித்துவப்படுத்து கிறது. மூன்றாவதாக, தென்னிந்தியர்களை அது இரண்டாம் தரக் குடிமக்க ளாக ஆக்கிவிடும். நான்காவதாக, பல்வேறு மொழிகள் பேசும் நம்மைப் போன்ற ஒரு நாட்டில், எந்தப் பிராந்தியத்தின் மொழியும் மற்ற பிராந்தி யத்தின் மொழிகளைவிட உயர்வானதோ தாழ்வானதோ அல்ல. ஆக, மற்ற மொழிகளைவிட இந்தி மீது மட்டும் தனி அக்கறை செலுத்தலாகாது. ஐந்தாவதாக, இந்தி பேசாத மாநிலங்கள் மீது இந்தி பேசும் மாநிலங்கள் ஆதிக்கம் செலுத்துவது தேசிய ஒருமைப்பாட்டை ஊக்குவிப்பதற்குப் பதிலாக, அதற்கு ஊறுவிளைவிப்பதாக அமைந்துவிடும். இறுதியாக, இந்தி இப்போதுள்ள நிலையில் நவீன அறிவியல், தொழில்நுட்பம் ஆகிய பாடங்களைப் படிப்பதற்கு ஏற்ற வகையில் வளர்ந்திருக்கவில்லை. எனவே, மாணவர்களின் கல்வி முன்னேற்றத்துக்கு உகந்ததாகவோ பொருந்தும் படியாகவோ இல்லை. இந்தி பேசுவோர் எண்ணிக்கைதான் அதிகம் என்பதால், இந்தி தேசிய மொழியாக வேண்டும் என்றால், எண்ணிக்கையில் அதிகமாக இருக்கும் காக்கையைத்தானே தேசியப் பறவையாக அறிவிக்க வேண்டும். ஏன் மயிலை அறிவித்தார்கள்?

● **பிற தென்னிந்திய மாநிலங்களில் உங்களுடைய கட்சிக்கு வளர்ச்சி வாய்ப்புகள் எப்படி - குறிப்பாக கேரளத்தில்?**

வளர்ச்சி வாய்ப்புகள் நன்றாகவே இருக்கின்றன.

● **பிற தென்னிந்திய மாநிலங்களில் திமுக வளர்ச்சி அடையத் தவறிவிட்டது என்று சந்தேகிக்கிறேன், நான் நினைப்பது சரியா?**

முதலில் இந்த மாநிலங்கள் நேரடியாகவும் தனிப்பட்ட முறையிலும் தங்களைப் பாதிக்கும் பிரச்சினைகளை- குறிப்பாக, மொழிவாரி மாநிலமாக

மாபெரும் தமிழ்க் கனவு

நான் பிரிவினைவாதியாக இருந்தாலும் இல்லாவிட்டாலும், அவர்கள் என்னைத் தொடர்ந்து வெறுத்துக்கொண்டிருப்பார்கள். என்னுடைய கொள்கைகள் அவர்களுக்குப் பிடிக்கவில்லை. ஒருவேளை, என் முகத்தைப் பார்க்கக்கூட அவர்களுக்குப் பிடிக்காதிருக்கலாம்.

உருவாவது - எதிர்கொண்டுள்ளன. இந்த மாநிலங்களில் மத்திய அரசுக்கு எதிரான உணர்வு அடிநீரோட்டமாகப் பாய்ந்துகொண்டிருக்கிறது. இது அதிகரிக்கும்போது எங்களுடைய கட்சியின் செல்வாக்கும் அதிகரிக்கும். ஒரு தேசிய நெருக்கடி நேரத்தில் நாம் இதையெல்லாம் பேசக் கூடாது. மத்திய அரசை வலுப்படுத்துவதுதான் நம் அனைவருடைய இப்போதைய கடமை என்று நினைக்கிறேன்.

◉ உங்களுடைய அடிப்படையான அரசியல் சிந்தனைகளுக்கும் கொள்கைகளுக்கும் காரணமாக மூன்று விஷயங்களை உங்களால் கூற முடியுமா?

முதலாவதாக, காங்கிரஸ் கட்சியால் மக்களுக்கு நன்மைகளைச் செய்ய முடியாமல்போனது. இரண்டாவதாக, அரசியல் சட்டம் வகுத்தளித்தபடி ஆளுங்கட்சிக்கு எதிராக, வலுவான எதிர்க்கட்சி தேவை என்பது. இறுதியாக, சந்தர்ப்பவாதிகளால் நிரம்பி வழியும் காங்கிரஸ் கட்சி செய்த மன்னிக்க முடியாத தவறுகளால், நம்முடைய இளைஞர்களிடையே ஏற்பட்டுள்ள விரக்தி. எனது ஆற்றலுக்கு மூல காரணமாக இருப்பவை ஜனநாயகம், சுதந்திரச் சிந்தனை ஆகியவற்றில் எனக்கிருக்கும் நம்பிக்கை. என்னுடைய அரசியல் ஆசான் ஈ.வெ.ராமசாமி நாயக்கர்.

◉ மகாத்மா காந்தி இல்லையா? அரசியல் சார்பு கடந்து இந்திய அரசியல்வாதிகள் அனைவருக்கும் அவர் பொதுச் சொத்தாக அல்லவோ கருதப்படுகிறார்?

நான் ஒரு விதிவிலக்கு என்றே கருதுகிறேன். காந்தியின் எளிமையான வாழ்க்கை முறை, எடுத்துக்கொண்ட செயலைச் செய்துமுடிப்பதில் உள்ள விசுவாசம், நற்குணங்கள் ஆகியவை காரணமாக காந்தி என் மனதைக் கவர்ந்திருக்கிறார். ஆனால், அழிக்க முடியாத முத்திரை எதையும் அவர் என்னுள் பதிக்கவில்லை.

◉ பிரிவினைக் கோரிக்கையைக் கைவிட்டுவிட்டீர்கள் என்கிறீர்கள்; இதை மீண்டும் ஒருமுறை (இப்பேட்டி மூலம்) சொல்வீர்களா? உங்களை எதிர்ப்பவர்கள் நன்றாகப் புரிந்துகொள்ளட்டும். நீங்கள் இன்னமும் பிரிவினைக் கோரிக்கையைக் கைவிடவில்லை என்று கருதி, உங்கள் மீது வெறுப்பைக் கக்குகிறார்கள்?

நான் பிரிவினைவாதியாக இருந்தாலும் இல்லாவிட்டாலும், அவர்கள் என்னைத் தொடர்ந்து வெறுத்துக்கொண்டிருப்பார்கள். காரணம், என்னுடைய கொள்கைகள் அவர்களுக்குப் பிடிக்கவில்லை. ஒருவேளை, என் முகத்தைப் பார்க்கக்கூட அவர்களுக்குப் பிடிக்காதிருக்கலாம். நீங்கள் மீண்டும் கேட்பதால், உங்கள் பத்திரிகை வாயிலாக எண்ணற்ற வாசகர்களுக்குத் தெரிவித்துக்கொள்கிறேன், நான் பிரிவினைவாதியல்ல. பிரிவினைவாதியாக இருக்க வேண்டிய அவசியமும் எனக்கு இல்லை. எனது கனவை இந்திய அரசியல் சட்டத்தின் சட்டகத்துக்கு உட்பட்டே

தமிழ்ச் சமூகத்தை மீண்டும் கட்டியெழுப்புவதும்
தமிழ்க் கலாச்சாரத்துக்குப் புத்துயிர்
கொடுப்பதும்தான் எங்களுடைய நோக்கம்.
சாமானியனிடம் அவனுடைய மொழியிலேயே
- அவனுடைய தரத்தில் இல்லையென்றாலும் -
எங்களால் உரையாட முடியும்.

நிறைவேற்றிக்கொள்ள முடியும் என்று நம்புகிறேன்.

● உங்களுடைய சொந்த வாழ்க்கை தொடர்பாகச் சிலவற்றைத் தெரிந்து கொள்ள விரும்புகிறேன். உங்களுக்கு இதில் ஆட்சேபம் இருக்கிறதா? உங்க ளுடைய தொடக்க காலம், பெற்றோர், கல்வி, வேலை தொடர்பாக. சமீப காலம் வரையில் உங்களைப் பற்றிக் கேள்விப்பட்டதே இல்லை. உங்களைப் பற்றி முதல் முறையாக நான் அறிந்துகொண்ட விதத்துக்காக உங்களை மன்னிக்கவே முடியாது. சென்னையில் திரைப்படம் பார்க்க டாக்ஸியில் சென்றேன். என் வாழ்க்கையில் சந்தித்திராத பெரும் போக்குவரத்து நெரி சலில் சிக்கினேன். அதனால், திரைப்படம் பார்க்க முடியவில்லை. ஏன் நெரிசல் என்று கேட்டேன். 'அண்ணாதுரையைச் சிறையிலிருந்து விடுதலை செய்துவிட்டார்கள். அவரை வரவேற்க முன்னால் பெரிய ஊர்வலம் செல்கிறது' என்றார் டிரைவர்?

போக்குவரத்து நெரிசலுக்காக நான் மன்னிப்புக் கேட்டுக்கொள்கிறேன். என்னைப் பற்றிக் குறிப்பிட்டுச் சொல்லும்படி ஏதும் இல்லை. விவசாயக் குடும்பம் எங்களுடையது. மத்தியதர வர்க்கத்தில் கீழ் நிலையைச் சேர்ந்தது. என்னுடைய பெற்றோர்கள் அரசியலிலோ பொதுவாழ்விலோ ஈடுபட்ட தில்லை. அம்மா உயிரோடு இருக்கிறார். பிறப்பால் நான் ஒரு நெசவாளி. பிரபலமான காஞ்சிபுரம் பட்டுச்சேலை பற்றிக் கேள்விப்பட்டிருப்பீர்கள். எங்களுடைய சமூகம்தான் அவற்றைப் பிரபலமாக்கியது. பச்சையப்பன் கல்லூரியில் பொருளியலில் முதுகலைப் பட்டம் பெற்றேன். சென்னை பள்ளிக்கூடத்தில் தமிழ் ஆசிரியராகச் சில காலம் பணியாற்றினாலும் வேலைக்குப் போக வேண்டும் என்பதில் அக்கறை எடுத்துக்கொள்ள வில்லை. மாணவனாக இருந்தபோது பத்திரிகைத் தொழில் மீது ஆர்வம் இருந்தது. என்னுடைய குரலைக் கேட்பதிலும் விருப்பம் மிகுதி. மாணவனாக இருந்தபோது ஆங்கிலம், தமிழ் இரண்டிலும் பேச்சுப் போட்டிகளில் பேசிப் பிரபலமானேன். இதற்கும் மேல் சொல்ல என் வாழ்க்கையில் சுவாரஸ்யமாக ஏதும் இல்லை. நாம் வேறு எதையாவது பேசுவோம்.

● உங்களுடைய கட்சிக்கு மதறாஸில் ஆதரவு அதிகம் என்று தெரிகிறது. அதன் எந்தத் திட்டம் இதற்குக் காரணம் என்று கருதுகிறீர்கள்?

இந்த மண்ணில் வேர் கொண்ட கட்சி இது என்று உறுதியாக நம்பு

கிறவர்கள் மட்டுமே இதை ஆதரிக்கின்றனர். ஆதாயம் பார்க்கிறவர்களுக்கும் அரசியலைத் தொழிலாகப் பார்க்கிறவர்களுக்கும் எங்கள் கட்சியில் இடம் கிடையாது. அவர்களுக்கெல்லாம் காங்கிரஸ்தான் வேட்டைக்காடு. தமிழ்ச் சமூகத்தை மீண்டும் கட்டியெழுப்புவதும் தமிழ்க் கலாச்சாரத்துக்குப் புத்துயிர் கொடுப்பதும்தான் எங்களுடைய நோக்கம். சாமானியர்களிடம் அவர்களுடைய மொழியிலேயே எங்களால் உரையாட முடியும்.

● **சீன - இந்திய எல்லை மோதல் குறித்து உங்களுடைய கருத்து என்ன? சீனாதான் ஆக்கிரமித்தது என்று நினைக்கிறீர்களா? இந்த முட்டுக்கட்டை நிலையை இந்தியாவால் எப்படித் தீர்க்க முடியும்?**

சீனாதான் ஆக்கிரமித்தது. இதில் இருவேறு கருத்துகள் இருக்க முடியுமா? சீனாவின் நோக்கங்கள் ஆபத்தானவை என்று எப்போதுமே கருதி வந்திருக்கிறேன். முதல் பாண்டுங் மாநாட்டிலிருந்தே இந்தியா மீது சீனாவுக்குப் பொறாமை. ஆசியாவின் தலைமையை இந்தியாவிடமிருந்து பறித்துவிட வேண்டும் என்பது சீனாவின் எண்ணம். அதற்குப் பிறகு, கம்யூனிஸ்ட் அகிலத்தின் தலைவராக வேண்டும் என்றும் ஆவல். ஜன நாயக சக்திகளுடன் உறவை வலுப்படுத்திக்கொண்டும், எல்லைப்புற நாடுகளுடன் உறவை வலுப்படுத்திக்கொண்டும் நாம் இதைத் தீர்க்கலாம்.

● **சீனாவைவிட பாகிஸ்தான்தான் பெரிய எதிரி என்று உணர்கிறேன். சீனாவுடன் நமக்குச் சமாதானம் ஏற்பட்டுவிட்டால், பாகிஸ்தானால் நமக்குப் பிரச்சினை இருக்காது. இந்தியாவுக்கும் பாகிஸ்தானுக்கும் இடையில் தீர்க்கப்படாமல் இருக்கும் பிரச்சினைகள் தீர்க்கப்பட்டுவிடும். நீங்களும் அப்படி நினைக்கிறீர்களா?**

உங்களுடைய கருத்துடன் எனக்கு முழுமையான உடன்பாடு இல்லை. பாகிஸ்தானுடனான நமது சச்சரவு, சீனாவுடனான எல்லைப் பிரச்சினையை விடப் பழையது. இந்தியா மீதுள்ள வெறுப்பால் பாகிஸ்தானும் சீனாவும் நெருங்குகின்றன. பாகிஸ்தானுடனான பிரச்சினையை எவ்வளவு விரைவாகத் தீர்த்துக்கொள்ள முடியுமோ அவ்வளவு விரைவாகத் தீர்ப்பது நல்லது. இதில் ஐக்கிய நாடுகள் சபை, காமன்வெல்த் அமைப்பு ஆகியவற்றின் உதவிகள் நமக்குத் தேவை என்று நினைக்கிறேன்.

● **சாஸ்திரி அரசு பற்றி உங்கள் கருத்தென்ன? இந்த அரசின் சாதனைகளுக்காக அவரைப் பாராட்டவும் முடியாது, இதன் தோல்விகளுக்காக அவரைக் குறை சொல்லவும் முடியாது. காரணம், அவர் தன்னை நிலைநிறுத்திக்கொள்வதற்கான, போதுமான நேரம் அவருக்கு இன்னும் கிடைக்கவில்லை. நேரு ஆட்சி செய்த தவறுகளுக்கும் செய்யத் தவறிய நல்லவற்றுக்கும் இவர்தான் பலி ஆடாக வேண்டியிருக்கிறது. உங்களுடைய கருத்தென்ன?**

சாஸ்திரி இன்னும் வலுவாகத் தன்னை நிலைப்படுத்திக்கொள்ள வில்லை என்பது ஓரளவு உண்மையே. நேருவின் மறைவு மிகப் பெரிய வெற்றிடத்தை ஏற்படுத்தியிருக்கிறது. பேரொளி மறைந்துவிட்டது. அதை

நிறுவனமயமாகும் மதங்களின் மீது எனக்கு நம்பிக்கையில்லை. மதம் இல்லாமல் மனிதனால் வாழவே முடியாது என்பது என்னுடைய முடிவு. மதம் மட்டுமே ஒருவனைப் பண்படுத்தும். நான் உருவ வழிபாட்டுக்கு எதிரானவன். விக்கிரகங்களை வழிபடவும் மாட்டேன், விக்கிரகங்களை உடைப்பதை ஆதரிக்கவும் மாட்டேன்.

இன்னொருவரால் இட்டுநிரப்ப முடியாது. சாஸ்திரி புத்திசாலித்தனம் மிகுந்த ராஜதந்திரி. இந்தியாவுக்கு மெத்தப் படித்த பண்டிதர்கள் அல்ல, சமயோசிதத்துடன் செயல்படக்கூடிய தலைவர்களே இப்போது தேவை. பெரிய தலைவர்கள் அல்ல; வலுவான தலைவர்களே தேவை. தன்னுடைய இருப்பை வலுப்படுத்திக்கொண்டுவிட்டார் சாஸ்திரி. காமராஜரின் ஆதரவு அவருக்குப் பெரிய பலம். நேரு தன்னுடைய ஆளுமையாலும் தனக்கிருந்த செல்வாக்காலும் இந்தியாவின் பல பிரச்சினைகளுக்குத் தீர்வு கண்டிருக்க முடியும். ஆனால், செய்யவில்லை. நேருவைக் காட்டிலும் சாஸ்திரிக்கு சவால்கள் அதிகம். ஆனால், நேருவுக்கு இருந்த மேதைமையும் கவர்ச்சியும் சாஸ்திரிக்கு இல்லை. எனினும், நம் நாட்டுக்கு இப்போது சரியான தலைவர் சாஸ்திரிதான்.

● மதறாஸ் மாநில அரசு பற்றி உங்களுடைய தனிப்பட்ட கருத்தென்ன? மிகவும் சிலாக்கியமாக எல்லோரும் பேசுகிறார்கள்.

பாராட்டுதல்களுக்கு உரிய நிர்வாகம்தான். சிவப்பு - நாடா முறை, ஊழல், பழிவாங்கல், வேண்டுவோருக்குச் சலுகை செய்தல் என்று சில குற்றச்சாட்டுகள் அமைச்சர்களுக்கும் அதிகாரிகளுக்கும் எதிராக அவ்வப்போது கூறப்படுகின்றன. அவையெல்லாம் மிகைப்படுத்தப்பட்டவை. எனினும், திறமைக் குறைவு என்ற குற்றச்சாட்டை யாரும் கூறவில்லை.

● மதுவிலக்குக் கொள்கையை ஆதரிக்கிறீர்களா?

ஆம்! ஆனால், காங்கிரஸைப் போல உணர்ச்சிவசப்பட்டல்ல. நம்முடைய மக்களால் அதிகம் செலவழித்து நல்ல சரக்கை வாங்கிச் சாப்பிட முடியாது. தரம் குறைந்த நாட்டுச் சரக்கை வாங்கி அவர்கள் உடலைக் கெடுத்துக்கொள்வதையும் நான் விரும்பவில்லை. நாம் இப்போது நாட்டை மறு கட்டமைப்பு செய்து வளர்க்கும் பெரிய காரியத்தில் ஈடுபட்டிருக்கிறோம். இதில் ஒரு தலைமுறை குடிக்கு அடிமையாவது நம்முடைய நாட்டுக்கே சுமையாகிவிடும்.

● மதத்தைப் பற்றிய கேள்விக்கு வருவோம். உங்களை நாத்திகர் என்கிறார்கள். நீங்கள் நிஜமாகவே நாத்திகர்தானா?

இல்லை. நிறுவனமயமாகும் மதங்களின்மீது எனக்கு நம்பிக்கையில்லை. மதம் இல்லாமல் மனிதனால் வாழவே முடியாது என்பது என்னுடைய

முடிவு. நான் உருவ வழிபாட்டுக்கு எதிரானவன். விக்கிரகங்களை வழிபடவும் மாட்டேன், விக்கிரகங்களை உடைப்பதை ஆதரிக்கவும் மாட்டேன்.

● நன்றி திரு.அண்ணாதுரை. எனது அடுத்த சந்திப்புக்கு நேரமாகிவிட்டது. நான் புறப்பட அனுமதியுங்கள். உங்களைச் சந்தித்ததில் மிக்க மகிழ்ச்சி. பம்பாய்க்கு வந்திருக்கிறீர்களா? மிக விரைவிலேயே உங்களை அங்கு சந்திப்பேன் என்று நம்புகிறேன்.

தங்களுடைய வருகைக்கு நன்றி. இச்சந்திப்பின் மூலம் நாம் மேலும் நெருங்கியவர்களாகிவிட்டோம். போய்வாருங்கள்.

○

முதல்வராக அண்ணா: அவையில் நிகழ்ந்த மாற்றங்கள்!

தமிழக சட்டமன்றப் பேரவை, மேலவையில் 39 ஆண்டுகள் பணியாற்றி ஓய்வுபெற்றவர் ந.முடிகோபதி. அண்ணா ஆட்சிப் பொறுப்பேற்றதும் சட்டமன்றத்தில் நிகழ்ந்த மாற்றங்கள் பற்றி 'சட்டமன்றத்தில் அண்ணா' என்ற தனது புத்தகத்தில் இப்படிக் குறிப்பிடுகிறார். "பேரவையின் முதல்நாள் கூட்டம் 16.3.1967 அன்று ஆளுநர் உஜ்ஜல் சிங் அவர்களால் கூட்டப்பட்டது. புதிதாகப் பொறுப்பேற்ற திமுக உறுப்பினர்களில் அநேகம் பேர் இளம்வயதினர், சாமானியர்கள், ஏழைகள். சாமானியர்கள் நாட்டையாள்வதைப் பார்ப்பதற்காகப் பார்வையாளர் மாடமும் நிரம்பி வழிந்தது. திமுக 137 இடங்களில் வென்றிருந்ததால், அவையில் கடவுளின் பெயரால் உறுதிமொழி எடுத்தோரின் எண்ணிக்கை குறைந்துவிட்டது. சட்டமன்ற வரலாற்றில் முதன்முறையாக ஆளுநர் உரையை முடிக்கிறபோது, தமிழில் வணக்கம் சொன்னார். பேரவைத் தலைவராகத் தேர்வு செய்யப்பட்ட சி.பா.ஆதித்தனார், அதுவரையில் ஆங்கிலத்தில் இருந்த சட்டமன்ற விதிகளை எளிய தமிழில் மொழிபெயர்த்தார். அதுவரையில் 'கீழ்சபை', 'மேல்சபை' என்றிருந்த சொற்கள் பேரவை, மேலவையாக மாறின. 'சபாநாயகர்' பேரவைத் தலைவராகவும், 'சேர்மன்' மேலவைத் தலைவராகவும், 'கவர்னர்' ஆளுநராகவும், 'அங்கத்தினர்' உறுப்பினர்களாகவும், 'மந்திரி' அமைச்சராகவும், 'கனம்' மாண்பாகவும், 'பட்ஜெட்' நிதிநிலை அறிக்கையாகவும், 'மசோதா' சட்ட முன்வடிவாகவும், 'பிரேரணை' தீர்மானமாகவும் மாறின. முதல் நிதிநிலை அறிக்கையை அண்ணா தாக்கல் செய்த அன்று (17.6.1967), பேரவைத் தலைவர் 'அகர முதல எழுத்தெல்லாம்...' என்ற திருக்குறளைச் சொல்லி, அவை நிகழ்ச்சிகளைத் தொடங்கினார். அன்று முதல் தினந்தோறும் அவை நிகழ்ச்சிகளைக் குறள் சொல்லித் தொடங்குவது மரபானது."

தமிழகத்தின் முதல்வராக ஆட்சிப் பொறுப்பேற்ற பிறகு, அந்நாட்களில் பம்பாயிலிருந்து வெளிவந்துகொண்டிருந்த 'சங்கர்'ஸ் வீக்லி'க்கு அண்ணா அளித்த பேட்டியின் சுருக்கமான வடிவம் இது. அந்த நாட்களில் 'இந்த வார மனிதர்' என்ற தலைப்பில் வாரம் ஒரு ஆளுமையைப் பேட்டி கண்டுவந்த 'சங்கர்'ஸ் வீக்லி' 5.3.1967 தேதிய இதழில் வெளியிட்ட இந்தப் பேட்டியில், அரசியல் பார்வைகளைத் தாண்டி அண்ணாவின் தனிப்பட்ட பழக்கவழக்கங்கள் தொடர்பாகவும் கேள்வி எழுப்பியிருக்கிறார் செய்தியாளர் எல்லா விஷயங்களையும்போலத் தனிப்பட்ட விஷயங்களையும் ஒளிவுமறைவின்றி வெளிப்படையாகப் பேசியிருக்கிறார் அண்ணா.

என்னைப் பின்பற்றுகிறவர்களும் நேர்மையாளர்களாக இருக்க வேண்டும் என்று வலியுறுத்திவருகிறேன்

சங்கர்'ஸ் வீக்லி பேட்டி

முதன்முறையாகத் தென்னிந்தியா வேறொரு அரசியல் அடையாளத்தை முன்னிறுத்துகிறது. தமிழ்நாட்டு மக்கள் சிலோன், பர்மா, இந்தோனேசியா, மலேசிய நாடுகளுடன் நெருங்கிய உறவுள்ளவர்கள். இந்த வாய்ப்பை மத்திய அரசு சரியாகப் பயன்படுத்திக்கொண்டால், தெற்காசியாவில் நட்புறவை மேலும் வலுப்படுத்திக்கொள்வது எளிதாக இருக்கும். சமூகத்தில் மாற்றத்தை ஏற்படுத்த வேண்டும் என்ற தீவிரம் காங்கிரஸைவிட திமுகவுக்கு அதிகமாகவே இருப்பதை ஜீரணிப்பது காங்கிரஸுக்குச் சிரமமாகவே இருக்கும். திமுகவின் தலைசிறந்த பேச்சாளர்களில் அண்ணாதுரை முதன்மையானவர். ஆற்றொழுக்கான அவருடைய மொழிநடை லட்சக்கணக்கானவர்களைத் திமுக பால் ஈர்த்திருக்கிறது.

ஆட்சியதிகாரத்துக்குப் பேச்சுத் திறமை மட்டும் போதாது. பேசியபடி நடந்துகொள்ளாவிட்டால், அதுவே பெரிய குறையாகிவிடும். மதறாஸ் மாநில வளர்ச்சிக்காக அடுத்த ஐந்தாண்டுகளுக்குத் திட்டமிட்டுச் செயல்படும் கொள்கையை உருவாக்குவது புதிய அரசுக்கு உரைகல்லாக இருக்கும்; அது அண்ணாதுரையின் நிர்வாகத் திறமைக்கும் உரைகல்லாகத் திகழும். அவரால் மட்டுமே திமுகவுக்கு அறிவார்த்தமாகவும் சித்தாந்த ரீதியாகவும் கொள்கைகளையும் வழிகாட்டுதல்களையும் அளிக்க முடியும். "வாழ்க்கையின் கடமை என்ன என்று நன்கு புரிந்துவைத்திருப்பவர்கள் சமூக ஒத்துழைப்பில் இறங்க வறுமை ஒரு தடையல்ல" என அண்ணாதுரை ஒருமுறை கூறியிருக்கிறார். "ஏழ்மை இருந்தாலும்கூட அவர்கள் எந்தவிதச் சலிப்பும் இல்லாமல் சமூக சேவையில் தங்களை ஈடுபடுத்திக்கொள்கின்றனர். உற்சாகம் இழக்க வேண்டாம், ஊக்கத்தைக் கைவிட வேண்டாம், உங்களுடைய இடர்கள் எப்படிப்பட்டதாக இருந்தாலும் உங்களால் முடிந்ததைக் கட்சிக்குக் கொடுங்கள்... இந்த நிலை நீங்க நடவடிக்கைகளை எடுப்போம்" என்று கூறியிருக்கிறார். "இது உங்களது கட்சி, நான் உங்களில் ஒருவன்" என்று தொண்டர்களுக்கு அடிக்கடி நினைவுபடுத்திவருகிறார்.

உண்மையான கடவுள் பக்தி என்பது மனிதர்கள் மீது சக மனிதர்கள் வைக்கும் நம்பிக்கைதான். கடவுள் பெயரைச் சொல்லி போலி அமைப்புகளும் மடங்களும் உருவாவதைக் கண்டித்திருக்கிறேன்.

கட்சித் தொண்டர்கள் அனைவராலும் விரும்பப்படுகிறவர், அவருக்கு இணையான இன்னொருவர் கட்சியில் இல்லை என்பது அவருக்குச் சாதகமான ஒரு அம்சம். ஆயிரக்கணக்கில் கூடும் இளைஞர்கள் அவரது உரையைக் கேட்டுப் பொங்கி ஆர்ப்பரிக்கிறார்கள். 1965-ல் தென் கிழக்கு ஆசிய நாடுகளுக்கும் ஜப்பானுக்கும் நீண்ட பயணத்தை மேற்கொண்டார் அண்ணா. இந்திய மக்களிடையேயும் புரட்சிகரமான மாறுதல்களைச் செய்ய ஏராளமான வாய்ப்புகள் இருக்கின்றன என்ற நம்பிக்கையோடு நாடு திரும்பினார். கடுமையான உழைப்பின் மூலம் அந்த மாற்றங்களை இங்கே கொண்டுவந்துவிட முடியும். அதற்குக் கட்டுப்பாடும் விழிப்புணர்வும் அவசியம் என்று அவர் கருதுகிறார்.

● **உங்களை நாத்திகர் என்கிறார்கள்; இதற்கு உங்கள் பதில் என்ன?**

அப்படியில்லை. எனக்கு 'உண்மையான நம்பிக்கை' உண்டு. எனது சேவையையும் பணிகளையுமே வழிபாடாகக் கருதுகிறேன். எம் மக்கள் நம்பிக்கையை இழந்துவிடக் கூடாது என்பதே எனது நோக்கம். அதே சமயம், அவர்கள் ஆத்திகர்கள் என்ற போர்வையில் போலி வேடதாரி களாகிவிடக் கூடாது என்ற கவலையும் உண்டு.

● **அப்படியென்றால், தமிழ்நாட்டில் உள்ள 25,000-க்கும் மேற்பட்ட கோயில்களை நன்றாகப் பராமரிப்பீர்களா? ஆத்திகர்களின் உணர்வுகளுக்கு மதிப்பளிப்பீர்களா?**

என்னுடைய அரசு மக்களின் உணர்வுகளுக்கு மரியாதை அளிக்கும். ஆலய வாயில்களில் சோதனைச் சாவடிகள் இருக்காது என்ற உறுதியை அளிக்கட்டுமா? அறநிலையத்துறைக்குப் பொறுப்பாக கேபினட் அமைச்சர் இருக்கிறார். அவர் ஆத்திகர்களின் உணர்வுகளை மதித்து நடப்பார். அனைத்து மத அமைப்புகளின், மடாலயங்களின் நலன்களையும் தேவை களையும் அவர் கவனித்துக்கொள்வார். 'சொர்க்கவாசல்' என்ற தமிழ்த் திரைப்படத்துக்கு வசனம் எழுதியிருக்கிறேன். அதில் ஆத்திகம், நாத்திகம் பற்றி விரிவாக விவாதித்திருக்கிறேன். ஏராளமான கடவுள்கள் மீதும் சடங்குகள் மீதும் நம்பிக்கை வைப்பது தேவையில்லை என நான் நியாயம் என்று நம்பும் முடிவைக் கூறியிருக்கிறேன். உண்மையான கடவுள் பக்தி என்பது மனிதர்கள் மீது சக மனிதர்கள் வைக்கும் நம்பிக்கைதான். கடவுள் பெயரைச் சொல்லி, போலி அமைப்புகளும் மடங்களும் உருவாவதைக் கண்டித்திருக்கிறேன். நல்ல மத அமைப்புகளையும் அல்லாதனவற்றையும் ஒப்பிட்டுக் காட்டியிருக்கிறேன். ஒரு மத அமைப்பின் தலைவரைச் சுயநல வாதியாகவும் பேராசை பிடித்தவராகவும் காட்டியிருக்கிறேன். இன்னொரு

வரை எளிமையானவராக, நேர்மையாளராக, கடவுள் பக்தி உள்ளவராகச் சித்தரித்திருக்கிறேன். நான் நாத்திகத்தைப் பிரச்சாரம் செய்வதாகத் தணிக்கை அதிகாரிகள் நினைத்ததால், படம் வெளியாவதில் சிக்கல் ஏற்பட்டது. அப்போது காமராஜர் முதலமைச்சராக இருந்தார். அவரைத் திரைப்படம் பார்க்க அழைத்தேன். படம் அவருக்குப் பிடித்திருந்தது. 'தணிக்கை அதிகாரிகளின் ஆட்சேபனைகள் ஏன் என்று புரியவில்லையே?' என்று தயக்கமின்றித் தெரிவித்தார். நான் பகுத்தறிவாளன் என்பது உண்மையே. பகுத்தறிவற்ற சிந்தனைகளும் கண்மூடித்தனமான நம்பிக்கைகளும் மக்களிடமிருந்து மறைய வேண்டும் என்பதே என் லட்சியம். நல்ல நம்பிக்கையும் உண்மையான கடவுள் நம்பிக்கையும் இருப்பது நல்லது. அது அவர்களைப் பிற மனிதர்களுக்குத் தாங்கள் செய்ய வேண்டியது என்ன, தங்களுடைய பொறுப்புகள் என்ன என்பதை உணர வைக்கும். அவர்கள் மேலும் பண்பட உதவும்.

எத்தனை திரைப்படங்களுக்குக் கதை - வசனம் எழுதியிருக்கிறீர்கள், ஏன் எழுதினீர்கள்?

மொத்தமாக ஆறேழு படங்களுக்கு மட்டுமே எழுதியிருக்கிறேன். மக்களுக்கு அறிவைப் புகட்ட வேண்டும் என்பதில் பேரார்வம் இருந்ததால் எழுதினேன். மக்களுக்கு எதையும் சொல்ல, திரைத் துறை நல்ல ஊடகம். மக்களுக்குச் சேவை செய்வதில் அது வலுவான கருவி என்பதில் எனக்கு நம்பிக்கை இருக்கிறது. மாநில அரசின் செய்தித் துறையை வலுப்படுத்தப் பல திட்டங்கள் வைத்திருக்கிறேன். கடின உழைப்பு, நேர்மை ஆகியவை வேண்டும் என்ற லட்சியத்தை மக்களிடையே வேகமாகப் பரப்ப திரைத் துறை உதவும். ஓரிடத்தில் கள்ளச் சந்தை ஏற்பட்டால் அது இன்னொரு இடத்திலும் கள்ளச் சந்தையை ஏற்படுத்தும். அப்படிச் சம்பாதிக்கும் பணம், சம்பாதிப்பவரின் வாழ்க்கையையும், சமூகத்தையும் அழித்துவிடும் என்ற கருத்தை மக்களிடம் பரப்ப திரைப்படம்தான் நல்ல ஊடகம் என்று நம்பினேன். சமூகத்தில் நல்ல பாதிப்புகளை ஏற்படுத்தும் திரைப்படங்களை மட்டும்தான் தர நினைத்தேன். மதுவிலக்கு, கூட்டுறவு, விவசாயப் பண்ணை, ஜமீன்தாரி முறை ஒழிப்பு ஆகியவற்றை மக்களிடையே பரப்ப எடுக்கப்பட்டதுதான் என்.எஸ்.கிருஷ்ணன் நடித்த 'நல்ல தம்பி'. பணக்காரருக்கு ஏற்பட்ட பேராசையால் இறுதியில் அவருக்குத் துயரமே நேரிட்டது என்பதைக் கூறுவதுதான் 'வேலைக்காரி'. சோஷலிஸத்தின் அடிப்படை அம்சங்களைக் கூற அதில் முயன்றிருப்பேன். நம்முடைய உழைப்பைத்தான் நம்ப வேண்டும், நமக்குத் தெரியாதவற்றின் மீது நம்பிக்கைவைக்கக் கூடாது என்று அதில் கூறப்பட்டிருக்கும்.

பொதுக்கூட்டங்களில் ஒரே நாள் மாலையில் வெவ்வேறு தலைப்புகளில் உங்களால் பேச முடிகிறது என்று புகழ்பெற்றிருக்கிறீர்கள். எப்படித் தயார் செய்துகொள்கிறீர்கள்?

ஒருவர் நல்ல எழுத்தாளராக இருந்தால் முன்கூட்டியே பேச்சைத் தயாரிக்க வேண்டிய அவசியம் இல்லை. ஒரு கட்டுரையில் எழுதிய ஒரு

ஒருவர் நல்ல எழுத்தாளராக இருந்தால் முன்கூட்டியே பேச்சைத் தயாரிக்க வேண்டிய அவசியம் இல்லை. மக்களிடம் சொல்வதற்கு எவ்வளவு விஷயங்கள் இருக்கின்றன. பேசப்பேச, சொல்வதற்கான கருத்துகள் எனக்குள் தோன்றிக்கொண்டே இருக்கும்.

பாராவே ஒரு மணி நேரம் பேசப் போதுமானது! மக்களிடம் சொல்வதற்கு எவ்வளவு விஷயங்கள் இருக்கின்றன... பேசப்பேச, சொல்வதற்கான கருத்துகள் எனக்குள் தோன்றிக்கொண்டே இருக்கும்.

* பொது மேடையில் எப்போதிருந்து பேச ஆரம்பித்தீர்கள்?

உயர்நிலைப் பள்ளிக்கூடப் படிப்பு முடியும் வரை ஒரு முறைகூடப் பேசியதில்லை. கல்லூரியில் சேர்ந்த பிறகுதான் பேசத் தொடங்கினேன்.

* பெரிய கூட்டங்களுக்கும் சிறிய கூட்டங்களுக்கும் ஒரே மாதிரியான முக்கியத்துவம் தருவீர்களா?

ஆமாம்! ஆனால், பேச வேண்டிய பொருளும் முறையும் சற்று மாறுபடும். எண்ணிக்கை எவ்வளவாக இருந்தாலும் கேட்போருக்கு உரிய மரியாதை தருவேன். உதாரணத்துக்கு, பணமதிப்புநீக்கம் குறித்து கிராமவாசிகளிடம் பேச மாட்டேன். நான் பேசப்போகும் இடங்களில் உள்ளவர்கள் எதைக் கேட்க ஆர்வமாக இருப்பார்களோ அதையே பேசுவேன்.

* சோதிடர்களுடன் ஆலோசனை கலந்தது உண்டா அல்லது உங்கள் சார்பில் யாரையாவது அனுமதித்தது உண்டா? இது தொடர்பாக உங்களிடம் பேச யாரையாவது அனுமதிப்பீர்களா?

நிச்சயமாக மாட்டேன், எப்போதும் கிடையாது.

* உங்களைக் கவர்ந்த ஆளுமைகள் பற்றிக் கூறுங்களேன்?

கல்லூரி நாட்களில் திரு.வி.கல்யாணசுந்தர முதலியார், பெரியார் ஈ.வெ.ராமசாமி, ராஜாஜி. ஜவாஹர்லால் நேரு, லால் பகதூர் சாஸ்திரி ஆகியோரைத் தனிப்பட்ட முறையில் எனக்குப் பழக்கம் இல்லை என்றாலும், அவர்களைப் பற்றிக் கேள்விப்பட்ட தகவல்கள் மதிப்பு கொள்ளச் செய்கின்றன. கிராமப்புறப் பிரச்சினைகளைப் பற்றித் தனியாக விவாதித்தபோது, வினோபா பாவேயும் என்னைக் கவர்ந்தார். மாநிலங் களவையில் சக உறுப்பினராக இருந்த கே.சந்தானம் தேசியப் பிரச்சினை களை எந்தவித மனத்தடையும் இல்லாமல் என்னுடன் விவாதிக்க விரும்பு வதால், அவரும் என்னுடைய கவனத்தை ஈர்த்தவராக இருக்கிறார்.

* உங்களைக் கவர்ந்த எழுத்தாளர்கள் யார்?

சாமர்செட் மாம், பெர்னார்ட் ஷா, பெர்ட்ராண்ட் ரஸ்ஸல்,

ஹெச்.ஜி.வெல்ஸ். பொருளாதாரத்தில் எம்.ஏ. பட்டம் பெற்ற எனக்குப் பாடப் புத்தகமே ஆல்பிரட் மார்ஷல் எழுதியதுதான்.

● **திரைக்கதை, வசனம் எழுத எப்போது தொடங்கினீர்கள்?**

முதலில் என்னைக் கவர்ந்தது நாடகம்தான். எனக்கு 40 வயதாக இருந்தபோது, அதாவது 18 ஆண்டுகளுக்கு முன் நானே எழுதி நடித்தேன். பிறகு, திரைப்படங்களுக்கு வசனம் எழுதத் தொடங்கினேன்.

● **சீட்டு விளையாடுவதில் உங்களுக்கு விருப்பமெனக் கேள்விப்பட்டோமே?**

ஆமாம், ஒரு மாற்றத்துக்காக எப்போதாவது விளையாடுவேன். அதுவும் மிகச் சிலருடன் மட்டுமே. கடந்த மூன்று ஆண்டுகளாக விளையாடவே இல்லை.

● **நீங்கள் சைவம் சாப்பிடுபவரா, புகைபிடிக்காதவரா, என்னென்ன பழக்கங்கள் உண்டு?**

எங்கள் குடும்பமே அசைவம் சாப்பிடுவதுதான். இளம் வயதிலேயே அசைவம் சாப்பிடுவதை நிறுத்திவிட்டேன். 15 ஆண்டுகள் தொடர்ந்தது. அசைவத்தை விட்டு சைவத்துக்கு மாறியதற்காகப் பரிசுகள்கூட வாங்கி யிருக்கிறேன். தற்செயலாகப் பல ஆண்டுகளுக்கு முன் மீண்டும் அசைவத் துக்குத் திரும்பிவிட்டேன். பெரியாரைச் சந்திப்பதற்காக ரயிலில் ஹரித்வார் சென்றுகொண்டிருந்தேன். பலார்சா ரயில் நிலையத்தில் அரிசிச் சாதமும் காய்கறியும் கேட்டேன். அரிசிச் சாதமும், கறியும் வாங்கிவந்துவிட்டார்கள். பசியாக இருந்ததால் சாப்பிட்டுவிட்டேன். பிறகு, அசைவத்திலேயே தொடர்ந்தேன். நான் மது அருந்துவதில்லை. புகையும் பிடிக்க மாட்டேன். புகையிலை பிடிக்காது. ஆனால், வெற்றிலையை விரும்பிப் போட்டுக் கொள்வேன். மூக்குப்பொடி போடுவது எனது நீண்ட நாள் வழக்கம்.

● **இசை, நாட்டியம், நாடகங்களில் ஆர்வம் உண்டா?**

ஆம், நிறைய.

● **எப்போதிலிருந்து எழுதத் தொடங்கினீர்கள்?**

பள்ளிக்கூட நாட்களிலிருந்து.

● **சொந்தச் செலவுகளுக்காக வேலைக்குப் போயிருக்கிறீர்களா?**

படிப்பு முடிந்ததும் பள்ளிக்கூட ஆசிரியராகப் பணியாற்றினேன். 'வேலைக்குப் போ' என்று பெற்றோர் சொன்னதால் போனேன். பிறகு, அந்த வேலையை விட்டுவிட்டேன். பிறகு, தமிழில் வார இதழ் தொடங்கினேன். எனக்குச் சிறிது பணம் கிடைத்தது. அதை என்னைச் சேர்ந்தவர்களுக்கும் கொடுத்தேன். கைநீட்டி மற்றவர்களிடம் தர்மமாக வாங்காமல், குறைந்த பட்ச வாழ்க்கைத் தேவைகளுக்கு மட்டும் சம்பாதித்தால் போதும் என்று நினைப்பவன் நான். என்னைப் பின்பற்றுகிறவர்களும் நேர்மையாளர்

களாகவே இருக்க வேண்டும் என்று சொல்லிவருகிறேன்.

● **உங்களுடைய குடும்பம் பற்றிச் சொல்லுங்களேன்?**

என்னுடைய குடும்பத்தைச் சேர்ந்த எல்லோரிடமிருந்தும் நான் பெற்ற, பெற்றுக்கொண்டிருக்கிற, அதிலும் குறிப்பாக என்னுடைய அன்னை, சித்தி ஆகியோரின் அரவணைப்பு எனக்கு மிகுந்த நிம்மதியையும் நிறைவையும் தருகிறது. பொதுவாழ்க்கையில் ஈடுபட்ட என் போன்றவர்கள் சந்திக்கும் பல்வேறு துயரங்களையும் மறக்க அவர்களுடைய அன்பு ஒன்றே காரணமாக இருக்கிறது. எனக்காகப் பல துயரங்களை அவர்கள் ஏற்றிருக்கிறார்கள்.

● **சென்னை நகரை அழகுபடுத்த வேண்டும் என்ற விருப்பம் உங்களுக்கு இருக்கிறது. அதற்கான திட்டங்கள் என்ன?**

ஆம், இந்த நோக்கில் நிச்சயம் எல்லா நடவடிக்கைகளையும் எடுப்பேன். உடனடியாக எதையும் கூறும் நிலையில் நானில்லை.

● **திரையரங்குகளை அரசுடைமையாக்க நீங்கள் விரும்பினீர்கள் என்பது உண்மையா?**

இல்லை. நகர மன்றங்களும் உள்ளாட்சி மன்றங்களும் அவற்றின் உரிமையாளர்களாக இருக்க வேண்டும். அப்போதுதான் அவற்றின் நிர்வாகச் செலவுக்கு நிறைய பணம் கிடைக்கும். இதைக்கூட உடனடியாகச் செய்யும் எண்ணமில்லை.

● **பேருந்துகளை ஏன் அரசுடைமையாக்க விரும்புகிறீர்கள்?**

ரயில்வே துறை (மத்திய) அரசு வசம் இருப்பதைப் போல சாலைப் போக்குவரத்தும் மக்களுக்கு உரிமையானதாக இருக்க வேண்டும் என்று விரும்புகிறேன்!

○

எல்லோரையும் அரவணைக்கும் அரசியல் முன்னுதாரணம்

எல்லாவற்றைக் காட்டிலும், அண்ணாவின் அரசியலின் முக்கியத்துவம் என்னவென்றால், வெறுப்புக்கும் வன்முறைக்கும் அப்பாற்பட்டதாக அது இருந்தது. அதன் அடித்தள உணர்வு தமிழ்த்துவத்தில் குடிகொண்டு இருந்தாலும், எல்லோரையும் அரவணைக்கும் இயல்பை அவர் அதன் அடிநாதமாகப் பொருத்தினார். சாதி ஒழிப்பை முன்னிறுத்தினாலும் திமுக எந்தச் சாதியினரையும் ஒதுக்கவில்லை; மதவாதத்துக்கு எதிராகப் பேசியதோடு, மத நல்லிணக்கத்திலும் அது உறுதியாக இருந்தது; தமிழுணர்வைத் தூக்கிப்பிடித்தாலும் எந்த மொழியினர் மீதும் அது விரோதம் கற்பிக்கவில்லை—ஒருசிவசேனையுடனும் அகாலிதளத்துடனும் ஒப்பிட்டால் புரியும், அண்ணா உருவாக்கிய அரசியலின் அருமை!

அமெரிக்காவுக்கு 1968-ல் அண்ணா மேற்கொண்டிருந்த பயணம் தமிழ்நாட்டின் எல்லையைத் தாண்டி அவருடைய புகழை வெளியே எடுத்துச்சென்றது. அந்தப் பயணத்தில் யேல் பல்கலைக்கழக மாணவர்கள் மத்தியில் அவர் உரையாற்றியதும் செய்தியாளர்களிடம் உரையாடியதும் வெகுநாட்கள் பேசப்பட்டவை. இந்திய அரசு மீது எவ்வளவோ விமர்சனங்கள் இருந்தாலும், வெளிநாடுகளில் டெல்லியை விட்டுக்கொடுக்காமல் பேசுவது, குறிப்பாக வெளியுறவுக் கொள்கையில், டெல்லியின் பார்வையை ஒட்டியே பேசுவது அண்ணாவின் வழக்கம். இந்தப் பேட்டியும் அதற்கு விதிவிலக்கல்ல. பேட்டியில் தேர்ந்தெடுக்கப்பட்ட பகுதி இது.

அமெரிக்க – வியட்நாம் அமைதிப் பேச்சு நடத்த தமிழகத்துக்கு வாருங்கள்

● உங்களை காந்தியுடனும் கென்னடியுடனும் ஒப்பிட விரும்புகிறோம்...

என்னை மிகப் பெரிய மனிதர்களுடன் ஒப்பிட்டுப் பேசுவதாக அஞ்சுகிறேன்.

மாபெரும் தமிழ்க் கனவு   769

வியட்நாம் அமைதிப் பேச்சுவார்த்தைக்கு டெல்லி களமாக அமைவதை விரும்புகிறேன். ஒருவேளை, டெல்லி வெப்பமாக இருக்கும் என்று அமெரிக்கா, வியட்நாம் இரு நாடுகளும் கருதுமானால், டெல்லியைக் காட்டிலும் குளுமையான இடத்தைத் தமிழகத்தில் தேடித்தர நான் தயாராக இருக்கிறேன்.

● அமெரிக்கக் குடியரசுத் தலைவர் தேர்தலுக்குப் போட்டியிடவிருக்கும் ராபர்ட் கென்னடி, மக்கார்த்தி ஆகிய இருவரில் யாரை ஆதரிக்கிறீர்கள்? யார் அதிபராக வருவதை நீங்கள் விரும்புகிறீர்கள்?

இந்தியாவுக்கு யார் அதிக உதவி தருவாரோ அவரைத்தான் ஆதரிப்பேன்.

● இந்திய வெளிநாட்டுக் கொள்கை தகராறு பற்றித் தங்கள் கருத்தென்ன?

அது மைய அரசைப் பொறுத்த விவகாரம். அதில் தலையிட விரும்பவில்லை.

● இஸ்ரேலுக்கு எதிராக இந்தியா உள்ளதா?

இந்தியா இஸ்ரேலுக்கு எதிராக உள்ளது என்னும் பொதுவான ஓர் எண்ணம் நிலவுகிறது என்றாலும், அதை நான் மறுக்கிறேன். இந்தியா இஸ்ரேலுடன் ஓரளவு அரசியல் உறவுகளை வைத்துள்ளது. அரபு நாடுகளுடன் எங்கள் தொடர்பு மிக நீண்ட காலமாக இருந்துவருகிறது என்றபோதிலும் இஸ்ரேலுக்கு எதிராக நாங்கள் எதையும் சொல்லவில்லை.

● சீன ஆக்கிரமிப்பு நிலை எப்படி உள்ளது?

சீனா முன்னர் இந்தியாவில் விழுங்கிய பகுதிகளை இன்னும் தன் வசமே அப்படியே வைத்துள்ளது. நாங்கள் எப்போதும் எச்சரிக்கையாக இருக்கிறோம். அதன் வலு வென்றுவிடாதபடி பார்த்துக்கொள்கிறோம்.

● உலக அரங்கில் இந்தியாவின் பங்கு எப்படி இருக்கிறது?

இந்தியாவுக்கு உள்நாட்டிலேயே பல சொந்தச் சிக்கல்கள் உள்ளன. எனவே, அனைத்து நாட்டு விவகாரங்களில் பெரும் பங்கு வகிப்பது என்பது இன்று இந்தியாவுக்கு சாத்தியம் என்று நான் நினைக்கவில்லை. ஆனால், ஒரு நாட்டுக்கும் மற்றொரு நாட்டுக்கும் இடையே நடுவராக அமைதியையும் தோழமையையும் உண்டாக்கும் தூதுவராக நாங்கள் பணியாற்ற முடியும்.

● மாணவர் சக்தி, அரசியலில் மாணவர்கள் பங்கேற்பது தொடர்பில் உங்கள் கருத்தென்ன?

மாணவர் கிளர்ச்சி என்பது உலகெங்குமுள்ள காட்சியாகும். அரசாங்கத்திற்கு ஆதரவாகச் சில செயல்பாடுகளில் மாணவர்கள் ஈடுபடும் போது அவர்கள் பாராட்டப்படுகிறார்கள். ஆனால், அரசாங்கத்திற்கு எதிராகக் கிளர்ச்சி செய்தால் 'அரசியலில் கலந்துகொள்ளாதீர்கள்' என்று உடனடியாக அவர்களுக்கு அறிவுரை வழங்கப்படுகிறது. இந்தியாவில் மாணவர்கள் பாகிஸ்தானுக்கோ சீனாவுக்கோ எதிராக ஆர்ப்பாட்டம் செய்கையில், அவர்களது பேராசிரியர்கள்கூட அவர்களைத் தட்டிக் கொடுத்துப் பாராட்டுகிறார்கள். ஆனால், மொழிச் சிக்கலுக்கு எதிராக அவர்கள் கிளர்ச்சி செய்யும்போது, அரசியலை விட்டுப் போகும்படி அவர்கள் கேட்டுக்கொள்ளப்படுகிறார்கள்.

● இந்தியாவின் மைய-மாநில அரசுகள் தொடர்பு, நிதி ஒதுக்கீடு முதலியவை பற்றித் தங்கள் பட்டறிவு என்ன?

இந்தியாவில் மைய அரசுக்கும் மாநில அரசுகளுக்கும் இடையிலான உறவு, நிதி ஒதுக்கீடு தொடர்பில் இருபதாண்டு அனுபவத்தில் எனக்கும் கொஞ்சம் பட்டறிவு இருக்கிறது. இந்திய அரசியலமைப்புச்சட்டத்தை மறு

ஆய்வுசெய்ய ஒரு குழுவை ஏற்படுத்த நான் வற்புறுத்தியுள்ளேன். கடந்த 20 ஆண்டுகாலப் பட்டறிவை மனத்தில் கொண்டு அக்குழு ஆராயலாம்.

உணவு உற்பத்தியைப் பெருக்க என்ன நடவடிக்கைகளை மேற்கொள்கிறீர்கள்?

இந்தியாவில் மொத்த உணவு உற்பத்தி, வளர்ந்துவரும் மக்கள்தொகைப் பெருக்கத்திற்குப் போதுமானதாக இல்லை. நிலத்தைச் சமூக உடைமையாக்குவது, அதிகாரப் பரவலாக்குவது நடக்கவில்லை. அது நடக்க வேண்டும்.

வியட்நாம் பிரச்சினை தொடர்பில் தங்கள் கருத்தென்ன?

வியட்நாம் அமைதிப் பேச்சுவார்த்தைக்கு டெல்லி களமாக அமைவதை பெரிதும் விரும்புகிறேன். ஒருவேளை, டெல்லி வெப்பமாக இருக்கும் என அமெரிக்கா, வியட்நாம் இரு நாடுகளும் கருதுமானால், டெல்லியைக் காட்டிலும் குளுமையான இடத்தைத் தமிழகத்தில் தேடித்தர நான் தயாராக இருக்கிறேன்.

வியட்நாமில் அமெரிக்கப் படைகள் இருப்பதற்கு எதிராகப் பொதுமக்கள் கருத்து இந்தியாவில் வலுவாக உள்ளதா?

பொதுவாக அமெரிக்கா போன்ற நட்பு நாடுகளின் செயல்கள் பற்றி நான் கடுமையான கருத்துகளைக் கூறுவதற்கில்லை.

இந்தியாவின் காஷ்மீர் கொள்கையிலும் பாதுகாப்புத் துறை வரவு செலவுத் திட்டத்திலும் மாற்றம் ஏற்பட வழிவகை உண்டா?

வெளிவிவகாரங்களில் முனைப்புக் காட்டுவதோ கொள்கை வழிகாட்டுதலில் பங்கேற்பதோ இந்தியாவில் மாநிலங்களிடம் இல்லை. என் தனிப்பட்ட கருத்துகளும் சர்ச்சைக்குரியவையாக அமையாது.

இந்தியாவின் அணுக் கொள்கை என்ன?

அணு ஆற்றலை ஆக்கப் பணிகளுக்கு மட்டுமே பயன்படுத்துவது என்பதுதான் இந்திய அரசின் கொள்கை. அணுகுண்டு தயாரிப்பது அல்ல. அணு ஆற்றலை ஆக்க வேலைகளுக்குப் பயன்படுத்தும் அளவுக்கு முன்னேற்றம் அடைந்துவிட்டதாக எங்கள் விஞ்ஞானிகள் கூறுகின்றனர். இப்போது எங்கள் நாடாளுமன்றத்தில் அவ்வப்போது சில உறுப்பினர்கள் அணுகுண்டுகளைத் தயாரிக்க வேண்டும் என்று பேசுகின்றனர். ஆனால், அதை அரசாங்கம் அவசியமென்றோ இயலக்கூடியதென்றோ நினைக்கவில்லை. ஏனெனில், இந்தப் போட்டியில் இறங்க நாங்கள் விரும்பவில்லை.

அண்ணா:
பாதுகாக்கப்படாத பொக்கிஷம்

அண்ணாவுக்கு முதலில் சென்னையில் நினைவில்லம் அமையுங்கள்

'ஞானாலயா' கிருஷ்ணமூர்த்தி பேட்டி

■ கே.சுரேஷ்

ஞானாலயா ஆய்வு நூலகம். புதுக்கோட்டை, திருக்கோகர்ணத்துக்கு முதல் முறை வருபவர்கள், இங்கே இப்படி ஒரு நூலகத்தைப் பார்க்கும்போது மலைத்துப்போவார்கள். 'ஞானாலயா'. இந்தியாவின் முக்கியமான தனிநபர் நூலகங்களில் ஒன்றான இது, கிருஷ்ணமூர்த்தி – டோரதி தம்பதியின் வாழ்நாள் உழைப்பின் திரட்டு. கிட்டத்தட்ட ஒரு லட்சம் புத்தகங்களைக் கொண்ட இந்த நூலகம், அரிய நூல்களுக்கும், ஆவணச்சேகரிப்புக்கும் பேர்போனது. அண்ணாவால் தாக்கமும் ஊக்கமும் பெற்ற தலைமுறையைச் சேர்ந்தவரான கிருஷ்ணமூர்த்தி, தமிழ்நாட்டின் அரசுசார் நூலகங்களில் இல்லாத அண்ணாவின் நூல்கள், பத்திரிகை களையும்கூட இங்கே இன்னும் பாதுகாப்பில் வைத்திருக்கிறார். கூடவே, எந்த அளவுக்கு அண்ணா இங்கே முழுமையாகப் பாதுகாக்கப்படவில்லை என்றும் தன் கவலையைப் பகிர்ந்துகொண்டார்.

● **தமிழ்நாட்டில் இன்று அண்ணா தெருவும், அண்ணா சிலையும் இல்லாத ஊரே கிடையாது. அப்படியிருக்க அண்ணா முழுமையாகப் பாதுகாக்கப் படவில்லை என்று எப்படிச் சொல்கிறீர்கள்?**

சிலைகள், சாலைகள் – நிறுவனங்களுக்குப் பெயர் சூட்டுவதன் மூலமாக மட்டும் ஒரு பெருந்தலைவருக்கு நாம் உரிய மதிப்பளிக்கிறோம் என்று சொல்லிவிட முடியாது. அண்ணா பெயரில் பல்கலைக்கழகம், கல்லூரிகளெல்லாம் இருந்தாலும்கூட அங்கு பயில்வோருக்கும், பணிபுரி வோருக்குமே அண்ணாவைப் பற்றி முழுமையாக ஏதும் தெரிவதில்லை என்பதை நீங்களே நேரடியாகச் சென்று பரிசோதித்து உணரலாம். அண்ணா அளவுக்குப் பழந்தமிழ் இலக்கியங்களிலிருந்து சர்வதேச அரசியல் வரை

பேசிய, எழுதிய ஒரு ஆளுமை தமிழ்நாட்டில் கிடையாது. அண்ணா அளவுக்கு நேசிக்கப்பட்ட ஒரு அரசியல் தலைவர் இங்கே கிடையாது. ஆனால், அவர் நடத்திய 'திராவிட நாடு' தொடங்கி 'நம் நாடு' வரையிலான பத்திரிகைகளின் தொகுப்புகூட இன்று தமிழ்நாட்டில் எந்த நூலகத்திலும் கிடையாது. என்னிடம் கொஞ்சம் இருக்கின்றன. எனினும், முழுமையாகக் கிடையாது. அண்ணா முதல்வரானதும் 1968-ல் இங்கிலாந்து புரட்சியைப் பற்றி 128 பக்கத்தில் ஒரு நூலை எழுதி வெளியிட்டார். அவருடைய மறைவுக்குப் பின் வந்த அடுத்த பதிப்பிலேயே முதல் 74 பக்கம் நீக்கப்பட்டுவிட்டது. அவரது நூல்களில் பல நூல்களின் தலைப்புகள் மாற்றப்பட்டிருக்கின்றன. அண்ணாவின் நாடாளுமன்ற உரைகள் தேசிய அளவில் புகழ்பெற்றவை. அவற்றின் தொகுப்பு, நல்ல மொழிபெயர்ப்பு தமிழிலேயே கிடையாது. சரி, ஒரு கேள்வி கேட்கிறேன். காந்தி, நேரு, அம்பேத்கர் எல்லோருக்கும் அவர்கள் சொந்த ஊர்களிலும் டெல்லியிலும் நினைவில்லங்கள் இருக்கின்றன அல்லவா, அண்ணாவுக்கு ஏன் சென்னையில் ஒரு நினைவில்லம் இல்லை?

● அண்ணாவின் குடும்பத்தினர் அவருடைய வீட்டை அளிக்க விரும்பவில்லை என்று ஒரு காரணம் சொல்லப்படுவதுண்டு இல்லையா?

அது சரி, அண்ணாவின் சம்பாத்தியம் என்று அவர்களுக்கு மிச்சப்பட்டது அது ஒன்றுதான் என்பதால், அந்த வீட்டைக் கொடுக்கத் தயங்கினார்கள். அதே மதிப்புக்கு ஒரு நல்ல வீட்டை, இழப்பீட்டுத் தொகையை வழங்கி அண்ணாவின் வீட்டைப் பெற்றிருக்க முடியாதா என்ன? சரி, மெரினா கடற்கரையிலாவது அவர் நினைவுகளைப் போற்றும் வகையில் 'விவேகானந்தர் இல்லம்' மாதிரி ஒன்றை உருவாக்கியிருக்க முடியாதா என்ன? தனித்து யாரையும் குற்றஞ்சாட்ட நான் இதைக் கூறவில்லை. பொதுவாகவே தமிழினத்துக்கு வரலாற்றுணர்வு குறைவு. அண்ணாவே இதை அடிக்கடி சுட்டிக்காட்டுவார். தமிழ்ச் சமூக வரலாற்று உணர்வின்மைக்கு அண்ணாவும் பலியானார்.

● காஞ்சிபுரத்தில் அண்ணா நினைவில்லம் இருக்கிறது, அதேபோல ஈரோட்டிலும் பெரியார் வீட்டின் பின்பகுதியில் அண்ணா தங்கியிருந்த வீடு நினைவில்லம் ஆக்கப்பட்டிருக்கிறது இல்லையா?

ஆமாம், பெயருக்கு இருக்கிறது! அண்ணாவின் சில படங்கள், சில பொருட்கள் நீங்கலாக அங்கே என்ன இருக்கிறது? அதுவும் அவற்றை எவ்வாறு பராமரிக்கிறார்கள்? காஞ்சிபுரம் வீட்டில் 'அண்ணா திண்ணை யில்தான் அமர்ந்திருப்பார்' என்று சொல்வார்கள். ஆனால், அங்கு அப்படியான அமைப்பே இல்லை. எல்லாவற்றையும் கிரானைட் மயமாக்கிவிட்டார்கள். அவர் படித்த நூல்கள் என்று நூறுகூட இல்லை. அவருடைய படுக்கை அறை என்று ஒரு சிறிய கட்டிலும் அதன் மீது ஒரு பச்சைத் துண்டும் போட்டு வைத்திருக்கிறார்கள். அண்ணாவைப் பற்றிய படைப்புகள் எதுவும் விற்பனைக்கு இல்லை.

நினைவில்லங்கள் எப்படி இருக்க வேண்டும் என்று நினைக்கிறீர்கள்?

பிரிட்டனில் ஷேக்ஸ்பியர் நினைவிடத்தைப் பார்க்கச் சென்றேன். அங்கு அவர் பிறந்த வீடு, அவர் நாடகம் எழுதுவதற்காக அமர்ந்திருந்த அறை ஒவ்வொன்றையும் அவ்வளவு தத்ரூபமாக்கிப் பராமரிக்கிறார்கள். ஆண்டுக்கு 20 லட்சம் பேர் வருவதாகக் கூறினார்கள். அவர் காலத்தில் வெளிவந்த நாடகத் துண்டறிக்கைகளைக்கூட அந்த நினைவில்லத்தில் பாதுகாத்து வைத்திருக்கிறார்கள். ஷேக்ஸ்பியர் எழுதியவை, ஷேக்ஸ்பியரைப் பற்றி உலகெங்கும் எழுதப்பட்டவை என்று நூற்றுக் கணக்கான நூல்கள், அவருடைய நாடகங்கள் சிடிக்கள், ஷேக்ஸ்பியரின் படங்கள், அவர் படம் பொறித்த ஞாபகச் சின்னங்கள் என்று அவ்வளவு இருக்கிறது அங்கே. அதேபோல, டார்வினின் நினைவில்லத்துக்குச் சென்றேன். அந்த ஊரில் ரயில்வே நிலையத்தில் இறங்கும்போதே 'டார்வின் பிறந்த ஊர் தங்களை வரவேற்கிறது' என்று பெரிய அறிவிப்புப் பலகை நம்மை வரவேற்கிறது. டார்வினைப் பற்றிய செய்திகளையும், அங்கு பார்க்க வேண்டிய வரலாற்றுக் குறிப்புகளையும் சுமார் 14 மொழி களில் வைத்திருந்தனர். மேலும், சுற்றுலாப் பயணிகளுக்கு வழிகாட்டியும் இருந்தார். இதுதான் வரலாற்றை அடுத்த தலைமுறைக்குக் கொண்டு செல்லும் முறை. டெல்லியிலுள்ள நேரு, காந்தி, அம்பேத்கர் நினைவிடங்கள்கூட நமக்கு உதாரணங்கள் ஆகலாம்.

அண்ணாவை எந்தெந்த வகைகளில் எல்லாம் அடுத்த தலைமுறைக்குக் கொண்டுசெல்லலாம்?

காந்தியின் எல்லா எழுத்துகளும் தலைப்புவாரியாக, காலவாரியாக 100 தொகுதிகளாகத் தொகுக்கப்பட்டு, பல்வேறு மொழிகளிலும் மொழி பெயர்க்கப்பட்டு நாடு முழுக்கக் கொண்டுசெல்லப்பட்டன. அம்பேத்கர் நூற்றாண்டின்போது மகாராஷ்டிர அரசு, மத்திய அரசோடு இணைந்து அவரது செயல்பாடுகளை இந்தியாவில் உள்ள அனைத்து மொழிகளுக்கும் மொழிபெயர்த்துக் கொண்டுசென்றது. அதைப் போல அண்ணாவுக்கும் நாம் செய்ய வேண்டும். அண்ணா சம்பந்தமான ஆய்வுக்கும் படிப்புக்கும் என்று சர்வதேச அளவிலான தரத்தில் ஆய்வு நிறுவனம் ஒன்று உருவாக்கப்பட வேண்டும். உலகறிந்த ஆளுமைகளைக் கேட்டுக் கட்டுரைகள் பெற்று, அண்ணாவைத் தமிழ்நாட்டுக்கு வெளியே கொண்டு செல்ல வேண்டும். அண்ணாவின் குடும்பத்தினருக்கு உரிய மாற்று ஏற்பாடுகள், பணம் அளித்து சென்னையில் அண்ணா வாழ்ந்த வீட்டை நினைவில்லம் ஆக்க வேண்டும் அல்லது அவரை நினைவுகூரும் அருங்காட்சியகம் ஒன்றை அவருடைய நினைவிடத்தை ஒட்டி நிறுவ வேண்டும். காஞ்சிபுரத்திலும், ஈரோட்டிலும்கூட நினைவில்லங்களைச் சர்வதேசத் தரத்தில் மேம்படுத்த வேண்டும். அண்ணாவின் பேச்சுகள் சிடிக்கள் ஆக்கப்பட்டு, மக்களுக்கு அளிக்கப்பட வேண்டும். அண்ணாவை அறிமுகப்படுத்தும் ஒரு நல்ல ஆவணப்படம் எடுக்கப்பட வேண்டும். எப்படியேனும் அண்ணாவை அடுத்தடுத்த தலைமுறைகளுக்குக் கொண்டு செல்ல வேண்டும்!

எண்களில் அண்ணா

13

அண்ணா எழுதி அரங்கேற்றப்பட்ட நாடகங்களின் எண்ணிக்கை.

10

திரைக்கதை, வசனம் எழுதிய திரைப்படங்களின் எண்ணிக்கை.

1,476

மகன் பரிமளத்தால் ஆவணப்படுத்தப் பட்டுள்ள கட்டுரைகளின் எண்ணிக்கை. அண்ணா எழுதிய மொத்தக் கட்டுரைகள் மூவாயிரத்தைத் தொடும் என்கிறார்கள் கழக முன்னோடிகள். சில மிகப் பெரியவை; தொடராக வந்தவை.

129

ஆங்கிலக் கட்டுரைகளின் எண்ணிக்கை.

316

தம்பிக்கு அண்ணா எழுதிய கடிதங்களின் எண்ணிக்கை. இவையே மூவாயிரம் பக்கங்களைத் தாண்டும்.

77

கவிதைகளையும் எழுதியிருக்கிறார் அண்ணா.

22

அண்ணாவின் புனைபெயர்களின் எண்ணிக்கை. சௌமியன், பரதன், காலன், பேகன், வீரன், ஒற்றன், நக்கீரன், தமிழ்த்தொண்டன், வர்தன், குறிப்போன், சமதர்மன், வழிப்போக்கன், தமிழன்பன், கொழு, பாரதி, குயில், பாரத், வீனஸ், மணிமொழி என்று அவை விரிகின்றன.

11

அண்ணா பங்களித்த பத்திரிகைகளின் எண்ணிக்கை.

113

சிறுகதைகள் எழுதியிருக்கிறார்.

24

அண்ணா எழுதிய குறுநாவல்களின் எண்ணிக்கை.

4

அரசால் தடைசெய்யப்பட்ட அண்ணாவின் நூல்களின் எண்ணிக்கை. 'திராவிடர் நிலை', 'விடுதலைப் போர்', 'இலட்சிய வரலாறு', 'ஆரிய மாயை'. ஆறு முறை சிறை சென்ற அண்ணா, அதில் ஒரு முறை நூல் எழுதியதற்காகவும் சென்றார்.

12,775

தமிழ் சொற்பொழிவுகளின் எண்ணிக்கை. ஆங்கில உரைகளின் எண்ணிக்கை 400 என்கிறார்கள்.

காஞ்சிபுரம் வீடு

பேரறிஞர் அண்ணா நினைவு இல்லம்

அண்ணாவின் வீடுகள் நோக்கி ஒரு பயணம்

கே.கே.மகேஷ்
சிறப்புச் செய்தியாளர்
இந்து தமிழ் திசை

தமிழ்நாடு கண்ட மாபெரும் தலைவர் அண்ணா வாழ்ந்த வீடுகள் இன்று எப்படியிருக்கின்றன? மூன்று பயணங்களை மேற்கொண்டேன். அண்ணா பிறந்த ஊரான காஞ்சிபுரம், அவர் பெரியாரிடம் பயின்ற, பணியாற்றிய ஊரான ஈரோடு, பிற்காலத்தில் வாழ்ந்த சென்னை.

முதல் பயணம் காஞ்சிபுரத்துக்கு!

இன்னமும் திராவிட இயக்கத்தின் கோட்டையாகத்தான் இருக்கிறது காஞ்சிபுரம். கிராமியம் மாறாத, ஆன்மிகம் மணக்கிற அந்த ஊரின் அரசியல் இன்றும் திராவிடக் கட்சிகளின் கைகளில்தான் இருக்கிறது. சிவன் கோயில் உள்ள காஞ்சியைப் பெரிய காஞ்சி என்றும், பெருமாள் கோயில் உள்ள பகுதியைச் சின்ன காஞ்சி என்றும் சொல்கிறார்கள். சின்ன காஞ்சிபுரம், வரகு வாசல் தெருவில் – இப்போது அது அறிஞர் அண்ணா தெரு - உள்ள அண்ணாவின் வீட்டைத் தமிழ்நாடு அரசு 'நினைவில்லம்' ஆக்கியிருக்கிறது. எம்ஜிஆர் ஆட்சிக் காலத்தில் நடந்தது இது.

அண்ணாவின் வீட்டை அவர் காலத்தில் இருந்ததைப் போலவே பராமரிக்கும் முயற்சி வெற்றிபெறவில்லை என்றாலும், அவர் வீட்டின் அருகிலுள்ள சில வீடுகள் பெரிய திண்ணை, சிற்பங்களுடன் கூடிய கதவுநிலை, விளக்குமாடம், சிப்பி ஓடுகளுடன் இன்னமும் பழமை மாறாமல் காட்சி தருகின்றன.

கீழ்த் தளம், மேல் தளம் என்று இரண்டு தளங்களுடன் காணப்படும் நடுத்தரமான மாடி வீடாகக் காட்சி தருகிறது அண்ணாவின் வீடு. உள்ளே சின்னச் சின்னதாய் நிறைய அறைகள். அழகும் பாரம்பரியமும் கொஞ்சுகின்றன. சமையல் அறை விஸ்தாரமாக இருக்கிறது. திரைத் துறையில் கொஞ்சம் வருமானம் ஈட்டிய காலகட்டத்தில் அண்ணா விரிவுபடுத்திய வீடு என்று சொல்கிறார்கள். அப்படியும் அது ஒரு சாமானியனின் வீடுதான்.

நடுவீட்டில் அண்ணா அமர்ந்தபடி புத்தகம் படிப்பது போன்ற சிலை வைத்திருக்கிறார்கள். அருகிலேயே அவர் பயன்படுத்திய பொருட்களையும் காட்சிக்கு வைத்திருக்கிறார்கள். நுழைவாயில் முதல் மாடி வரையில் அத்தனை அறைச் சுவர்களையும் இளமைக்காலம் தொடங்கி இயற்கை எய்தியது வரையிலான அரிய புகைப்படங்கள் அலங்கரிக்கின்றன. சுவர்களில் இடம்பெற்றிருக்கும் படங்களில் முதல்வராகி காஞ்சிக்கு வந்தபோது தன் தாயார் காலில் விழுந்து அவர் ஆசிபெற்ற படம் மனதை நெகிழவைக்கிறது.

வீட்டில் அவர் பயன்படுத்திய வேட்டி, சட்டை, மேல்துண்டு, மூக்குக்கண்ணாடி, பேனா, மூக்குப்பொடி டப்பா, பெல்ட், காலணிகள், வீட்டிலும் சிறையிலும் சாப்பிடப் பயன்படுத்திய தட்டு - குவளைகள், வரைந்த ஓவியங்கள், கையெழுத்துப் பிரதி, மேஜை மீது வைக்கக்கூடிய காந்தி, புத்தரின் மார்பளவு சிலைகளைப் பார்க்க முடிகிறது. அண்ணாவின் படுக்கையறையில் அவர் பயன்படுத்திய ஒற்றைக்கட்டில், சாய்வு நாற்காலி, வாசித்த, எழுதிய புத்தகங்கள், ட்ரங்குப் பெட்டி, வெளியூருக்குச் செல்கையில் கையில் எடுத்துச்செல்லும் சின்னப் பெட்டி போன்றவை இருக்கின்றன. அந்த சின்னப் பெட்டிக்குள் அண்ணாவின் சில உடைகள் இருக்கின்றனவாம். அழுக்காக இருப்பதால் அவற்றைக் காட்சிக்கு வைக்கவில்லை என்கின்றனர்.

அண்ணாவின் அலுவலக அறையில் திருவள்ளுவர் சிலை திறப்பு விழாவில் அவர் உரையாற்றிய புகைப்படம் இருக்கிறது. கூடவே, ஒரு

**ஈரோட்டில் பெரியார் வீட்டின் பின்புறத்தில்
அண்ணா வசித்த வீடு**

சென்னை நுங்கம்பாக்கம் வீடு

ஒலிபெருக்கிக் கருவியும். ஒரு சுவிட்சைத் தட்டினால் வீடு, மாடி, வராந்தா என்று எட்டு இடங்களில் அண்ணாவின் கரகர கம்பீரக் குரல் ஒலிக்கிறது. அண்ணாவின் குரலைக் கேட்கையில் நாடி நரம்பெல்லாம் மின்சாரம் பாய்கிறது. ஒரு இனத்தையே சுண்டியிழுத்த குரல்; ஒரு இனத்துக்கே விடுதலையுணர்வு ஊட்டிய குரல்; ஒரு இனத்தின் என்றைக்குமான கனவுக் குரல்!

காஞ்சிபுரத்திலேயே அந்த வீட்டின் எதிரில், அண்ணாவின் மற்றொரு இல்லம் இருந்திருக்கிறது. அதன் தாழ்வாரத்தில் உட்கார்ந்துதான் நண்பர்களோடு அவர் விவாதிப்பாராம். இப்போது அந்த இல்லம் ஒரு டீக்கடையாகிவிட்டது – குடும்பத்தினர் பொருளாதார நெருக்கடியில் விற்றது. அந்த வீதி முனையில், அண்ணாவின் இளைய மகன் பாபு தலைமையில், 1968-ல் அன்றைய உள்ளாட்சித் துறை அமைச்சர் திறந்துவைத்த 'அறிவு வளர்ச்சி மன்றம்' இப்போதும் பொதுமக்கள் பத்திரிகை வாசிக்கிற இடமாக இருக்கிறது. அண்ணாவின் 'திராவிட நாடு' அலுவலகம் செயல்பட்ட காஞ்சிபுரம் மாவட்ட திமுக அலுவலகம் இப்போது, 'கலைஞர் பவள விழா மாளிகை'யாக மாறியிருக்கிறது. அந்தச் சாலையில் வெகுதூரம் நடந்தால் அண்ணா ஆரம்பக் கல்வி பயின்ற பச்சையப்பன் பள்ளியும், இன்னும் ஒரு மைல் நடந்தால் பச்சையப்பன் மேல்நிலைப் பள்ளியும் இருக்கின்றன.

காஞ்சிபுரத்தில் - அவர் புற்றுநோயால் பாதிக்கப்படுவதற்கு முன்பே – ஒரு புற்றுநோய் மருத்துவமனை அமைக்க வேண்டும் என்று எண்ணினார் அண்ணா. இப்போது அவரது பெயரிலேயே காஞ்சியில் புற்றுநோய் மருத்துவமனை மற்றும் ஆராய்ச்சி மையம் அமைந்திருக்கிறது.

எல்லா இடங்களும் சுற்றிவிட்டு, அண்ணா வீட்டுக்கே மீண்டும் வந்தேன். வீட்டின் தலைவாயிலில் 'அண்ணாதுரை எம்ஏ' என்ற பெயர்ப் பலகை ஒன்று கறுப்பு சிவப்பு வண்ணத்தில் வைத்திருப்பது இப்போது

கண்ணில் படுகிறது. அதன் கீழே 'இன்' 'அவுட்' என்றிருக்கிறது. அது பொருத்தமானதாகத் தெரியவில்லை. தமிழர் தம் நெஞ்சத்துக்குள் எப்போதும் இருப்பவர் எங்கே 'அவுட்' ஆகிவிட முடியும்?

இரண்டாம் பயணம் ஈரோட்டுக்கு!

ஈரோட்டில் தந்தை பெரியாரின் வீட்டின் பின்புறம்தான் இருக்கிறது அண்ணாவின் வீடு. இருவரின் நினைவில்லமும் இன்று ஒன்றுதான். 'பெரியார் அண்ணா நினைவகம்' என்று பெயரிடப்பட்ட பெரியாரின் அந்தப் பெரிய பங்களாவின் பின்புறம், ஒரு சமையலறை, ஒரு அறையுடன் கூடிய மிகச் சிறிய வீடு. 'ஐயா, இதில் வாழ்ந்தா தமிழினத்துக்கு நீ உயிர் கொடுத்தாய்! எப்பேர்ப்பட்ட தியாக வாழ்க்கை!' என மனம் விம்முகிறது.

இங்கிருந்துதான் 'விடுதலை' இதழின் துணை ஆசிரியராகப் பணியாற்றி இருக்கிறார் அண்ணா. மாதச் சம்பளம் அறுபது ரூபாய். அதுபோல பல மடங்கு சம்பளம் கொடுக்க முன்வந்து பணிக்கு அழைத்த ஜி.டி.நாயுடு போன்ற எண்ணற்றோரிடம் அண்ணா சொன்னார், "பெரியாரிடம் நான் பணியாற்றுவது பணத்துக்காக அல்ல; எங்களுடையது சமூகப் பணி!"

அண்ணாவின் வாழ்வின் சான்றுகளாகச் சில புகைப்படங்களும் காட்சிக்கு வைக்கப்பட்டிருக்கின்றன. 1975-ல் மணியம்மையார் முன்னிலையில் அன்றைய முதல்வர் கருணாநிதி திறந்துவைத்த நினைவில்லம் இது. முன்புறம் பெரியாருக்கு அமைத்திருப்பதைப் போன்றே பின்புறம் அண்ணாவுக்கும் சிறு சிலை அமைத்திருக்கிறார்கள். இங்கே பார்ப்பதற்கு அதிகமில்லைதான். ஆனால், அண்ணா என்றால், ஏன் எளிமை என்கிறார்கள்; தியாகம் என்கிறார்கள் என்பதற்கான பதிலை ஆன்மாவுக்கு உணர்த்தும் இடம் இது!

மூன்றாவது பயணம் சென்னைக்கு!

சென்னை நுங்கம்பாக்கத்திலுள்ள 'தாயகம், 9, அவென்யு சாலை' என்ற அந்தப் புகழ்பெற்ற வீட்டின் கதவிலக்கம் இப்போது 8, 10 என்று மாறிவிட்டது. வீட்டின் தோற்றமும்தான். முற்றத்தில் உள்ள அண்ணாவின் மார்பளவு சிலை ஒன்றுதான், அந்த வீடு நம் அண்ணாவுடையது என்ற உணர்வை நமக்குத் தருகிறது.

ரொம்ப பிற்பாடுதான் அண்ணா இந்த வீட்டுக்கு வந்தார். "முதல்வராகும் வரையில், அண்ணா காஞ்சியில்தான் வசித்தார். சென்னைக்கு வந்தால் தேவராஜ முதலியார் அல்லது கழகத் தோழர்கள், தம்பிகளின் வீடுகளில் தான் தங்குவார். 'வேலைக்காரி' படத்துக்குக் கிடைத்த சம்பளம் ரூ.45 ஆயிரத்தை வைத்து, சென்னையில் வீடு வாங்குமாறு தொத்தா கேட்டுக் கொண்டதால், இந்த வீட்டைக் கட்டினார். மொத்தம் ஐந்து கிரவுண்டு நிலம். கீழ்த்தள வீடு சுமார் 2,000 சதுரடி. ஒரு வராந்தா, வசிப்பறை, சமையலறை, படுக்கையறை என்று வசதியாகத்தான் இருந்தது. ஆனால், குடும்பத்தினர் தொடர்ந்து காஞ்சியிலேயே இருந்ததால், கீழ்த் தளத்தை வாடகைக்கு

விட்டுவிட்டு மாடிக்குப் போய்விட்டார் தாத்தா. கீழே வாடகைக்கு இருந்தது யார் தெரியுமா? கருணாநிதியின் 'மேகலா பிக்ஸர்ஸ்' கம்பெனிதான்.

மாடியில் தம்பிகளைச் சந்திக்க ஒரு அறை, தனது வாசிப்பு, எழுத்துக்கான அறை அவ்வளவுதான் தாத்தா கட்டியது. தாத்தாவின் மறைவுக்குப் பிறகு இந்த வீடு அப்பாவுக்கு (பரிமளம்) கிடைத்தது. அதிமுகவை எம்ஜிஆர் தொடங்கியபோது இந்த வீட்டிற்கு வந்து, இங்குள்ள அண்ணா சிலைக்கு மாலை அணிவித்தார். வைகோ மதிமுகவைத் தொடங்கியபோதும் இங்கு வந்தார்" என்கிறார் அண்ணாவின் வளர்ப்பு மகனான பரிமளத்தின் மகன் மலர்வண்ணன்.

"அண்ணாவின் வீடு ஏன் நினைவில்லம் ஆக்கப்படவில்லை?" என்று கேட்டபோது, "உங்களுக்குத் தெரியுமே, கடன்களோடுதான் தாத்தா மறைந்தார். தொலைபேசிக் கட்டணம்கூட நிலுவையில் இருந்தது. நான்கு பையன்கள். மிச்சம் இருந்ததில் ஒரே பிடிமானம் இந்த வீடுதான். ஆகவே, நினைவில்லத்துக்காக கருணாநிதி கேட்டபோது, 'வேண்டாம்' என்று சொல்லிவிட்டார் பாட்டி. அதற்குப் பதிலாக ஈரோட்டில் பெரியார் வீட்டில் அண்ணா தங்கியிருந்த பகுதியையே அண்ணா நினைவகமாக மாற்றினார் கருணாநிதி. அடுத்து, 1980-ல் காஞ்சியில் அண்ணா பிறந்த வீட்டை 'அண்ணா நினைவில்லம்' ஆக்கினார் எம்ஜிஆர்" என்கிறார் மலர்வண்ணன்.

மெரினா கடற்கரையில் உள்ள அண்ணா துயில் பயிலும் அண்ணா சதுக்கத்துக்குச் சென்றேன். தமிழினம் கண்ட சர்வதேசத் தலைவர் அண்ணா. அவருக்கு ஏன் சர்வதேசத் தரத்தில் ஒரு நினைவில்லம் அமைக்க முடியவில்லை என்ற கேள்வி நெஞ்சை அரிக்கத் தொடங்கியது. குறைந்தபட்சம், 'பெரியார் திடல்', 'கலைஞர் கருவூலம்', 'எம்ஜிஆர் நினைவில்லம்' அளவுக்கேனும் தமிழகத்தின் தலைநகரில் அவருக்கு ஒரு நினைவிடம் இருக்க வேண்டாமா என்ற எண்ணம் விரட்டத் தொடங்கியது. ஐம்பது ஆண்டுகளாக ஆட்சியில் இருப்பவர்கள் அவர் பெயரினால்தான் இருக்கிறார்கள்; போனது போகட்டும்; இனியாவது அதைச் செய்வார்களா?

எண்ணங்கள் ஓட அண்ணாவின் கல்லறை நோக்கி நடக்கிறேன். ஒரு தாய் நெடுஞ்சாண் கிடையாக அண்ணாவின் கல்லறை முன் விழுந்து எழுந்திருக்கிறார். தன் மகனைத் தொட்டுக் கும்பிடச் சொல்கிறார். மக்கள் நெஞ்சில் வாழ்கிறார்கள் குலசாமிகள்!

அண்ணா: சில அரிய தருணங்கள்

இளமைக் கால அண்ணா

அண்ணாவின் எழுத்துகளும் பேச்சுகளும் எப்படி முறையாக ஆவணப்படுத்தப் படவில்லையோ, அதுபோலவே அண்ணாவின் புகைப்படங்களும் பெரிய அளவில் பாதுகாக்கப்படவில்லை. நமக்குக் கிடைத்த படங்களில் முக்கியமானவை இவை. (மேலிருந்து) இளமைக் கால அண்ணாவின் முகத்தோற்றம். கல்லூரி நண்பர்களுடன் அண்ணா. என்.எஸ்.கிருஷ்ணன், உடுமலை நாராயண கவி ஆகியோரோடு அண்ணா. இயக்கத் தோழர்களோடு அண்ணா. பெரியாருடன் அண்ணா.

மாபெரும் தமிழ்க் கனவு 787

ஜனநாயகம் அதுவே அண்ணா

அண்ணா மேடையில் உரையாற்ற... அவர் பேச்சைக் கவனிக்கும் அடுத்தகட்டத் தலைவர்கள் (இடமிருந்து) கே.ஏ.மதியழகன், இரா.நெடுஞ்செழியன், மு.கருணாநிதி, ஏ.கோவிந்தசாமி, என்.வி.நடராஜன். மேடையில் கால் மேல் கால் போட்டபடி அடுத்தகட்டத் தலைவர்கள் உட்கார்ந்திருக்கும் தோரணை, இயக்கத்தில் நிலவிய ஜனநாயகச் சூழல் எவ்வளவு விரிந்திருந்தது என்பதைச் சொல்கிறது.

கதர் - நமக்கும் அதுவே உடை

சோஷலிஸத்தைப் போலவே பகுதிவாரி சுதேசியத்திலும் நம்பிக்கை கொண்டவர் அண்ணா. கைத்தறி உடையை எளிமைக்கான சின்னமாக மட்டுமின்றி, உள்நாட்டு உற்பத்தியை ஊக்குவிக்கும் கொள்கைக்கான சின்னமாகவும் அவர் கண்டார். இறுதி நாட்களில் உடலில் அறுவை சிகிச்சைக்குப் பின் புண் உண்டாகியிருந்த சூழலிலும்கூட நண்பர்கள் கொடுத்த, ஆலையில் நெய்யப்பட்ட கொஞ்சம் மிருதுவான ஆடையை வேண்டாம் என்று சொல்லி, கைத்தறி ஆடைகளையே உடுத்தியவர். நெசவாளர்கள் துயர் துடைப்பதை ஒரு கடமையாகக் கருதி 1953-ல் கைத்தறித் துணி மூட்டையைத் தோளில் சுமந்து வீதி வீதியாகக் கைத்தறி ஆடைகளை விற்றனர் அண்ணாவும் அவருடைய தோழர்களும்.

கலை அரசியல்

படிக்காத மக்கள் பெரும்பான்மையினராக உள்ள இந்நாட்டில், அவர்களிடம் அரசியல் பேச கலை மகத்தான ஊடகம் என்றுணர்ந்த அண்ணா, முதலில் நாடகத்தையும் அடுத்து சினிமாவையும் தன் ஊடகமாக்கினார். அண்ணாவின் புகழ்பெற்ற நாடகம் 'சந்திரமோகன் அல்லது சிவாஜி கண்ட இந்து ராஜ்ஜியம்'. இந்த நாடகத்தில் காகபட்டர் வேடத்தில் நடிக்கவும் செய்தார். அண்ணாவின் முதல் நாடகம் 'சந்திரோதயம்'. அதிலும் ஜமீன்தார் வேடத்தில் அவர் நடித்திருந்தார்.

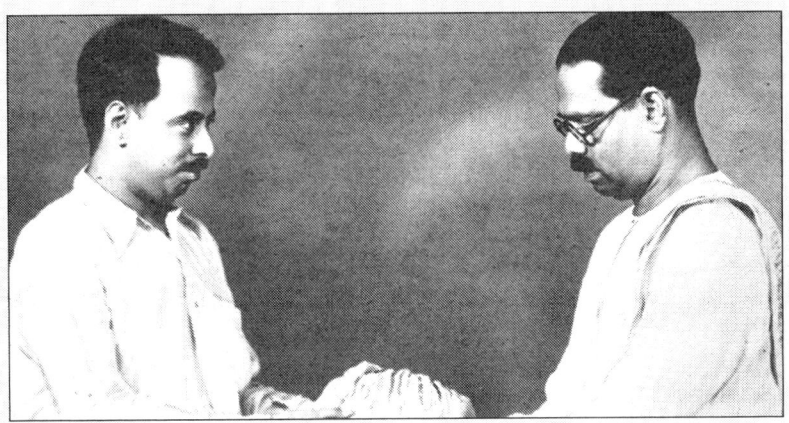

தமிழ்த் தேசியக் கவிக்கு மரியாதை

புதிதாக உருவாகிவந்த தமிழ்த் தேசிய அரசியலுக்கான விடுதலைக் கவியாக பாரதிதாசனை மதித்தார் அண்ணா. அதனாலேயே பலரையும்போல பாரதியார் அல்லது பாரதிதாசன் என்ற பிளவுக்குள் செல்லவில்லை அண்ணா. இருவரையுமே கொண்டாடினார். ஆனாலும், அண்ணா தலையெடுக்கும் முன்னரே பாரதியார் மறைந்துவிட்டார் என்பதால் இருவரும் சந்திக்கும் வாய்ப்பு ஏற்படவில்லை. அந்த மதிப்பையும் சேர்த்து அவரது தாசனிடம் வைத்தார் அண்ணா. தமிழ் வளர்த்த பாரதிதாசன் பொருளாதாரரீதியாகக் கீழே சரிந்திடாவண்ணம் அவருக்குப் பணமுடிப்பு அளிக்கிறார்.

அண்ணனுக்கு விருந்து

எம்ஜிஆர், சிவாஜியைத் திரையில் பார்த்தாலே பரவசம் அடைவோர் பல லட்சம் பேர் இருந்த அதே காலகட்டத்தில்தான் அவர்கள் இருவருக்கும் பரவசம் தரும் அண்ணனாக அண்ணா இருந்தார். எம்ஜிஆர், சிவாஜி இருவருமே அண்ணாவுடன் காணக் கிடைக்கும் படங்களிலெல்லாம் மிகுந்த அன்பு அவர்கள் கண்களில் மேலிடுவதைக் கவனிக்க முடியும். அண்ணாவுக்கு விருந்தளித்து அவர் சாப்பிடப் பார்த்திருப்பது என்பது இருவருக்குமே மிகுந்த சந்தோஷம் அளிக்கும் வைபவமாக இருந்திருக்கிறது.

எளிமையின் இரு உதாரணங்கள்

தமிழ்நாட்டின் அரசியல்வாதிகளுக்கு என்றும் எளிமைக்கான இலக்கணம் பெருந்தலைவர் காமராஜர். அவரே வியந்து பாராட்டி வாழ்த்தும் எளிமை அண்ணாவிடம் இருந்தது. அண்ணா அளவுக்கு எளிமையான தலைவர் ஒருவரைத் தமிழ்நாடு இதுவரை கண்டதில்லை – இறக்கும்போது கடனோடு இறந்த முதல்வர் அவர். முதல்வராகப் பொறுப்பேற்ற பிறகு, பலரும் வலியுறுத்திய பிறகுதான் தூய வெள்ளாடை உடுத்தினார். அதுவரை அண்ணாவின் அடையாளம், கசங்கிய வேட்டி, சட்டை. கறைகளும் அடங்கிய துண்டு. கட்சிக்காரர்கள் வீட்டில் தங்கினார். பழைய சோறு கொடுத்தாலும் சாப்பிட்டார். தனக்கென சேர்த்துவைக்கும் பழக்கம் அண்ணாவிடம் இல்லை. அவருடைய வீடு எல்லோருக்கும் எப்போதும் திறந்திருந்தது, வருவோருக்கெல்லாம் உணவு அளித்தது. ஒவ்வொரு செலவுக்கும் தன்னுடைய சொந்தக் காசிலிருந்தே செலவழித்தார். எல்லோரையும் கொண்டாடுவதிலும் அண்ணாவுக்கு நிகர் எவருமில்லை. காமராஜரை எதிர்த்துத்தான் அரசியல் செய்தார் என்றாலும் "குணாளா... குலக்கொழுந்தே!" என்று அவரைக் கொண்டாடினார். காமராஜர் திமுக வேட்பாளரால் தோற்கடிக்கப்பட்டபோது, "தோற்கக் கூடாத நேரத்தில் காமராஜர் தோற்றிருக்கிறார். காமராஜர் இடத்துக்கு இன்னொரு தமிழன் வர இன்னும் ஆயிரம் ஆண்டுகள் ஆகும்" என்று வருந்தினார்.

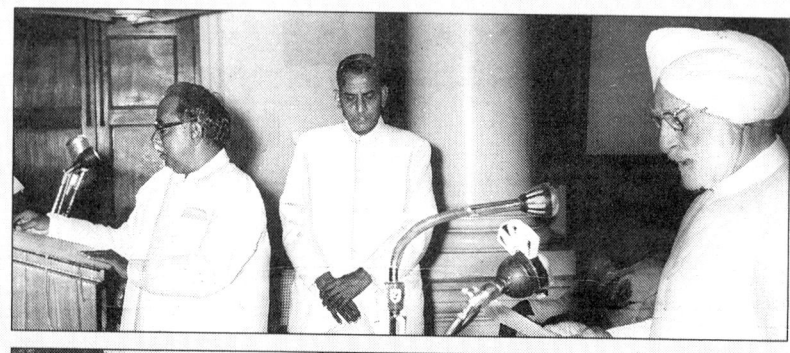

தலைமகனின் பதவியேற்பு

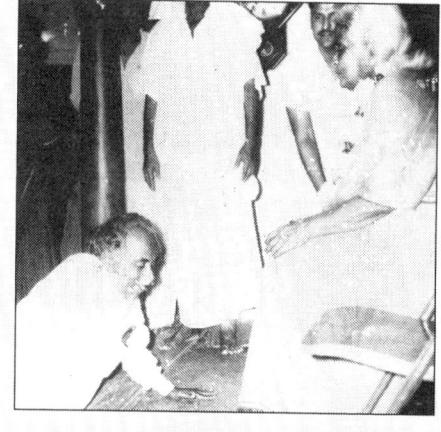

சென்னை ராஜாஜி அரங்கில், 1967 மார்ச் 6-ல் பொதுமக்கள் முன்னிலையில் முதல்வராகப் பதவியேற்கிறார் அண்ணா. அவருக்குப் பதவிப் பிரமாணம் செய்துவைக்கிறார் அன்றைய சென்னை மாநில ஆளுநர் – தமிழ்நாடு என்று இதற்குப் பின்தானே அண்ணா பெயர் சூட்டுகிறார் - சர்தார் உஜ்ஜல்சிங். அண்ணாவின் அமைச்சரவை சிக்கனமானது. ஒன்பது பேர் மட்டுமே கொண்டது (இடமிருந்து): அமைச்சர்கள் கே.ஏ.மதியழகன், வி.ஆர்.நெடுஞ்செழியன், முதலமைச்சர் அண்ணா, ஆளுநர் உஜ்ஜல் சிங், ஆளுநரின் துணைவியார், அமைச்சர்கள் மு.கருணாநிதி, சத்தியவாணி முத்து. நிற்பவர்கள் (இடமிருந்து) அமைச்சர்கள் எஸ்.மாதவன், எஸ்.ஜே.சாதிக்பாட்சா, எம்.முத்துசாமி, ஏ.கோவிந்தசாமி. முதல்வராகப் பொறுப்பேற்றவுடன் காஞ்சிபுரம் சென்று தன் தாயின் காலில் விழுந்து ஆசிபெற்றார்.

வரலாற்றைப் புரட்டிப்போட்ட அரிசி அரசியல்

சென்னை நகர சாலையோரங்களில் விற்கப்படும் அரிசி. ஒருபுறம் கடுமையான விலைக்கு நல்ல அரிசி விற்கப்பட, இன்னொருபுறம் ஏழைகளும் நடுத்தர வர்க்கத்தினரும் புழுத்த அரிசிக்கே சிரமப்பட வேண்டியிருந்தது. அன்றாட உணவே கண்ணியமான வகையில் கிடைப்பது சவாலாக இருந்த பின்னணியில்தான் தேர்தலில் வாக்களித்தபடி படி அரிசியை ஒரு ரூபாய்க்குத் தரும் திட்டத்தைக் கொண்டுவந்தார் அண்ணா. இன்று அவர் வழிவந்த கட்சிகள் குடும்பத்துக்கான அரிசியை விலையில்லாமல் ரேஷன் கடைகள் மூலம் தருகின்றன.

தாய் பெயரை மீட்டெடுத்த தனயன்

தாய்த் தமிழ்நாட்டுக்கு, 'தமிழ்நாடு' என்று அதன் பெயரை மீட்டுச் சூட்டுகிறார் முதல்வர் அண்ணா. 'சென்னை மாநிலம்' என்றிருந்த பெயரை 'தமிழ்நாடு' என்று மாற்றி, தீர்மானம் நிறைவேற்றியது சட்டமன்றம். 18.01.1967-ல் நிகழ்ந்த இந்த மாற்றத்துக்கு அடுத்து 14.4.1967 அன்று 'தமிழ்நாடு அரசு தலைமைச் செயலகம்' என்ற பெயர் மாற்றம் நடந்தது. அதுவரை 'சத்யமேவ ஜயதே' என்றிருந்த தமிழ்நாட்டு முத்திரை வாசகமும் 'வாய்மையே வெல்லும்' என்றானது.

மூதறிஞருடன் பேரறிஞர்

இறுதிக் காலகட்டத்தில் ராஜாஜியும் அண்ணாவும் இணைந்தது தமிழ்நாட்டின் வரலாற்றுத் திருப்பங்களில் ஒன்று. ராஜாஜி மீது அண்ணா கொண்டிருந்ததுபோலவே அண்ணா மீது ராஜாஜியும் பெருமதிப்பைக் கொண்டிருந்தார். முற்பகுதியில் தமிழ்நாட்டில் இந்தியைக் கொண்டுவர முயன்ற ராஜாஜி, பிற்பகுதியில் இந்தியை எதிர்க்கும் படையில் முன்னணியில் நின்றது என்றும் நினைவுகூரத்தக்கது.

கடைக்கோடி கிராமத்துக்கும் பேருந்து வடிவில் சென்ற வளர்ச்சி

முதல்வர் அண்ணா கொண்டுவந்த முக்கிய மாற்றங்களில் ஒன்று, தனியார் வசமிருந்த பேருந்து நிறுவனங்களை அரசுடைமையாக்கியது. "மத்திய அரசிடம் ரயில் போக்குவரத்து இருப்பதுபோல, மாநில அரசின் கைகளில் பேருந்துப் போக்குவரத்து இருக்க வேண்டும்" என்றார் அண்ணா. நவீன தமிழ்நாட்டின் வளர்ச்சியைப் பேசுகையில், தனித்த ஆய்வுக்குரிய கருப்பொருள் இது. அதுவரை லாபம் தரும் பாதைகளில் மட்டுமே சென்றுவந்த பேருந்துகள், இதன் பின் கடைக்கோடி கிராமங்களுக்கும் பயணப்படலாயின. பேருந்துகள் வருகைக்கேற்பப் புதிய சாலைகளும் அவற்றையொட்டி கடைவீதிகளும் வளரலாயின. கடைக்கோடி மனிதன் நகரம் நோக்கி வந்தபோது அதிகாரத்தில் அவன் பங்கை எடுக்கலானான்.

தமிழ்நாட்டுக்கு அறிவைக் கடத்தல்

தமிழ்நாடு முதல்வரானதும் வெளிநாடுகளுக்குப் பயணம் மேற்கொண்ட அண்ணா, வளர்ந்த நாடுகளின் தொழில்நுட்பங்களையும் திட்டங்களையும் நேரில் கண்டு ஆய்வுசெய்வதில் மிகுந்த அக்கறை காட்டினார். சென்ற இடங்களிலெல்லாம் பண்ணைகள், ஆலைகள், தொழிற்திட்டங்களைப் பற்றி அறிந்துகொள்வதில் நாட்டம் கொண்டிருந்தவர், நம்முடைய சூழல்களுக்கேற்ப அவற்றை எப்படிக் கையாள்வது என்பதைச் சிந்தித்தார். ஜப்பான் பயணத்தின்போது ரயில் தொழிற்சாலை ஒன்றுக்குச் சென்றிருந்தவர் அங்குள்ள நிபுணருடன் உரையாடுகிறார்.

தலைநகரில் ஒரு சொந்தக்காரர்

ஆட்சியைக் கைப்பற்றிய பின் தமிழ்நாட்டுக்கு என்று திட்டங்களைக் கேட்டு டெல்லி சென்ற அண்ணாவையும் அவருடைய சகாக்களையும் டெல்லி பொருட்படுத்தவே இல்லை. புறக்கணிப்பின் வலியை ஒடுக்கப்பட்ட சமூகத்தைச் சேர்ந்த ஓர் ஆளுமையைக் காட்டிலும் யாரால் அவ்வளவு உக்கிரமாகப் புரிந்துகொள்ள முடியும்? டெல்லியில் அன்றைய இந்திராவின் அமைச்சரவையில் அண்ணா மீது மிகுந்த மதிப்பும் புதிதாகப் பதவியேற்றோர் மீது பரிவும் கொண்டிருந்தவர்களில் தலையாயவர் ஜெகஜீவன்ராம். அவருடனான ஒரு சந்திப்பின்போது எடுக்கப்பட்ட படம் இது.

உறவுக்குக் கைகொடுப்போம்

அமெரிக்காவில் புற்றுநோய்க்கான சிகிச்சையில் இருந்த நாட்களில் அவரைச் சந்தித்து உரையாடுகிறார் பிரதமர் இந்திரா காந்தி. முதல்வர் அண்ணாவின் மேம்பட்ட செயல்பாடுகள் இந்திராவுக்கு அவர் மீது பெரும் நல்லெண்ணத்தையும் மதிப்பையும் உண்டாக்கின.

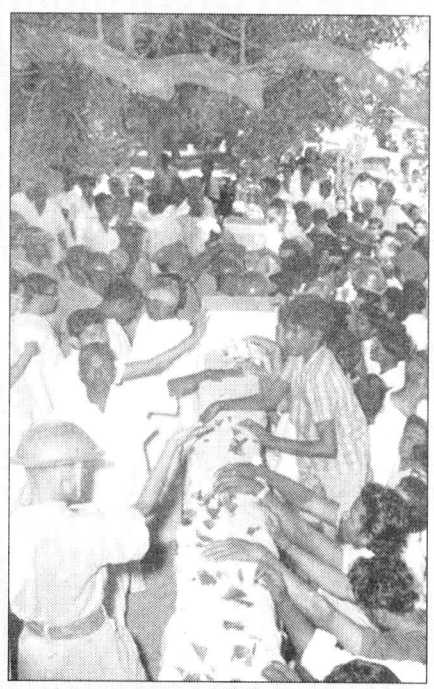

அண்ணாவின் மறைவுபோல தமிழகத்தை உலுக்கிய மரணம் ஒன்று இல்லை. அண்ணா உடல்நிலை குன்றி அமெரிக்கா சென்று திரும்பி, மீண்டும் உடல்நலம் பாதிப்புற்று மருத்துவமனையில் அனுமதிக்கப்பட்டதுமே தமிழ்நாடு முழுக்க சோகத்தில் மூழ்கியது. அன்றாடம் அவர் அனுமதிக்கப்பட்டிருந்த மருத்துவமனைக்குக் காலையில் வருவதும் இரவு வரை சாலையிலேயே நின்றிருந்து கலங்கியபடி வீடு திரும்புவதும் மறுநாள் மீண்டும் மருத்துவமனை வருவதும் என்று பெரும் கூட்டம் அங்கே உறைந்திருந்தது. இப்படி நின்றிருந்தவர்கள் வெறும் தொண்டர்கள் மட்டும் அல்லர்; பொதுமக்கள் – பல்வேறு தரப்புகளையும் சார்ந்தவர்கள். அண்ணா மறைந்தபோது ஒட்டுமொத்த தமிழ்நாடும் உடைந்து அழுதது. தலைமகனுக்கு மரியாதை செலுத்த தலைநகரம் சென்னையில் கூடியவர்களின் எண்ணிக்கை 1.5 கோடி வரை இருக்கலாம் என்று கருதப்படுகிறது. உலகிலேயே அதிகமானோர் பங்கேற்ற இறுதி ஊர்வலம் என்று 'கின்னஸ்' புத்தகம் சொல்கிறது.

அசாதாரணமான சாமானியன்

அண்ணாவின் அரிதான படங்களில் ஒன்று இது. வெற்றிலைத் தாம்பூலத்தை மடித்து வாயில் போடுவதற்குத் தயாராகிறவர் திடீர் புகைப்படக்காரரைக் கண்டு சிரிக்கிறார். வாழ்வின் எவ்வளவு உயர்ந்த நிலைக்குச் சென்றபோதிலும் தமிழ்நாட்டின் கிராமியத்தன்மையின் எளிமையே அண்ணாவின் வாழ்முறையில் பிரதிபலித்தது. ஒரு சாமானியன் அலட்சியப்படுத்தத் தக்கவன் அல்ல; சமூகத்துக்கான லட்சிய தீபத்தைத் தன் மனதில் ஏந்தியிருக்கும் எந்த ஒரு சாமானியனாலும் வரலாற்றையே திருப்பிப்போட முடியும் என்பதே அண்ணாவின் அசாதாரணமான வாழ்க்கை நமக்குத் தரும் செய்தி!